சென்னை - மறுகண்டுபிடிப்பு

சென்னை

மறுகண்டுபிடிப்பு

எஸ். முத்தையா

தமிழில் : சி.வி. கார்த்திக் நாராயணன்

கிழக்கு

சென்னை - மறுகண்டுபிடிப்பு
Chennai - Marukandupidippu
by S. Muthiah ©

First published in Tamil by New Horizon Media Private Limited in arrangement with Westland Ltd.

Originally Published in English as 'Chennai Rediscovered'.

Tamil Translation: © C.V. Karthik Narayanan

First Edition: August 2009
Second Edition: August 2014
512 Pages + 32 b/w plates (Photographs)
Printed in India.

ISBN 978-81-8493-234-8
Kizhakku - 408

Kizhakku Pathippagam
177/103, First Floor,
Ambal's Building, Lloyds Road
Royapettah, Chennai 600 014.
Ph: +91-44-4200-9603

Email : support@nhm.in
Website : www.nhm.in

Cover Image : Wikimedia

Kizhakku Pathippagam is an imprint of New Horizon Media Private Limited

This book is sold subject to the condition that it shall not, by way of trade or otherwise, be lent, resold, hired out, or otherwise circulated without the publisher's prior written consent in any form of binding or cover other than that in which it is published and without a similar condition including this the rights under copyright reserved above, no part of this publication may be reproduced, stored in or introduced into a retrieval system, or transmitted in any form or by any means (electronic, mechanical, photocopying, recording or otherwise), without the prior written permission of both the copyright owner and the above-mentioned publisher of this book.

எஸ். முத்தையா

இலங்கை, இந்தியா மற்றும் அமெரிக்காவில் கல்வி கற்று, ஆங்கிலம், பொறியியல், சர்வதேச அரசியல், பத்திரிகைத் துறை என்று பணியாற்றிவிட்டு, கடைசியாக மீண்டும் பத்திரிகைத் துறைக்கே வந்து சேர்ந்தவர் எஸ். முத்தையா. 'தி டைம்ஸ் ஆப் சிலோன்' குழுமத்தில் மூத்த பத்திரிகையாளராக சுமார் 20 ஆண்டுகள் இருந்தபிறகு, இந்தியாவுக்குத் திரும்பி 25 வருடங் களாக அச்சுத் துறையிலும், பதிப்புத் துறையிலும் பணியாற்றி வருகிறார். தற்போது பல நிறுவனங்களுக்கு அச்சுத்துறை, பதிப்புத்துறை ஆலோசகராக இருந்து வருகிறார்.

எழுதுவது, எடிட் செய்வது, கல்வி கற்பித்தல், உரையாற்றுவது தவிர முத்தையா நிறைய வரலாற்று நூல்களைப் படிப்பார். பாரம்பரிய, சரித்திர முக்கியத்துவம் வாய்ந்த கட்டடங்களையும் சுற்றுச் சூழலையும் பாதுகாப்பதில் அக்கறை கொண்டவர். கலைகளிலும் விளையாட்டுகளிலும் ஆர்வம் செலுத்தி வருபவர்.

சி.வி. கார்த்திக் நாராயணன்

தொழிலதிபரான கார்த்திக் நாராயணன், தமிழ் மற்றும் ஆங்கில இலக்கியத்தில் மிகுந்த ஆர்வம் உடையவர். தமிழிலிருந்து ஆங்கிலத்துக்கும், ஆங்கிலத்திலிருந்து தமிழுக்கும் மொழி பெயர்ப்புகள் செய்துள்ளார். இவர் ஆங்கிலத்தில் மொழி பெயர்த்த, கல்கியின் 'பொன்னியின் செல்வன்' நாவலை மேக்மில்லன் பதிப்பகம் ஆறு தொகுதிகளாக வெளியிட்டது. இவர் தமிழில் மொழிபெயர்த்த 'மோல்மீனிலிருந்து சில பழைய நினைவுகள்' என்ற ஏ.எம்.எம்.அருணாசலத்தின் வாழ்க்கை வரலாறு 'த்வனி' பதிப்பகத்தால் வெளியிடப்பட்டது.

பொருளடக்கம்

	முன்னுரை	... 8
1.	பெயரில் என்ன?	... 11
	வேர்களைத் தேடி	... 17
2.	டேயின் 'ஆள் நடமாட்டம் அற்ற மண்'	... 20
	வடக்கு நதிப் பெண்ணின் மர்மம்	... 25
3.	மாநகரத்தின் எல்லை	... 30
	மேலும் மேலும் விரிவடையும் வரைபடம்	... 37
4.	எல்லாம் ஆரம்பித்த கோட்டை	... 41
	கோட்டையின் மகத்தான காதல்	... 62
5.	நிழல்பாதை முதல் மவுண்ட் வரை	... 67
	ஹிந்து அனுபவம்	... 120
6.	தோமா சம்பிரதாயம்	... 143
	காணாமல் போன வியாபாரிகள்	... 148
7.	தெற்கே செல்லும் சாலை	... 157
	இன்னல் பட்ட மேதை	... 164
8.	இரண்டு தீவுகளின் கதை	... 172
	ஆற்றங்கரையில்	... 180
9.	பிரமிப்பூட்டும் மரீனா	... 184
	சேப்பாக்கத்தில் அழகான கிரிக்கெட்	... 217
10.	தோமாவின் நகரம்	... 227
	ஃபிரான்ஸின் ஒரு சிறு பகுதி	... 238
11.	மயில்களும் அல்லிகளும்	... 246
	உலகம் போற்றும் விஞ்ஞானியும் கணித மேதையும்	... 263

12.	பிரம்மஞான சபையின் ஆசிரமம்	...	272
	ஒரு புரட்சியாளரின் பூர்வீகம், ஒரு கலாசார அடையாளம்	...	285
13.	கவரிமானும் கரிய மானும் விளையாடும் இடம்	...	290
	அச்சுத் தொழில் இந்தியாவுக்கு வருகிறது	...	301
14.	ராஜின் பவனங்கள்	...	307
	மிஸ் மான்செலின் சல்லாபம்	...	314
15.	வடக்கே செல்லும் சாலை	...	320
	வடக்குக் கடற்கரை வர்த்தக மகாராஜாக்கள்	...	355
16.	உள்ளேயிருக்கும் நகரம்	...	366
	ஓர் ஆங்கிலேயத் தோல்வி, ஓர் இந்திய வெற்றி	...	405
17.	பூந்தமல்லிக்குச் செல்லும் சாலை	...	410
	இந்தோ-சாரசெனிக்கின் மங்காச் சிறப்பு	...	432
18.	கூவத்தின் வளைவுகளில்	...	436
	விண்டரின் சதி	...	450
19.	பெரிய சத்திரச்சமவெளி	...	456
	கனவுகள் படைத்த தமிழர்கள்	...	478
20.	அழகான நகரம்	...	488
	மாறிக்கொண்டே இருக்கும் நகரம்	...	490
	சென்னை - காலவரிசை	...	494
	உதவிய நூல்கள்	...	502
	சொல்லடைவு	...	505

முன்னுரை

1981-ல் முதலில் தோன்றிய 'மெட்ராஸ் டிஸ்கவர்ட்'-ன் ஐந்தாவது பதிப்பான இது, முந்தைய பதிப்பு தோன்றிய ஐந்து ஆண்டுகளுக்குள், மேலும் வளர்ந்திருக்கிறது. இந்த வளர்ச்சிக்கு முக்கிய காரணம், இடைக் காலத்தில் நான் எழுதிய வேறு சில புத்தகங்கள்.

முருகப்பா குழுமத்தைச் சேர்ந்த மறைந்த ஏ.எம்.எம்.அருணாசலத்தின் வாழ்க்கை வரலாறான 'மோல்மீனிலிருந்து சில பழைய நினைவுகள்', மதராஸ் கிளப்பின் கதையான 'ஏஸ் ஆஃப் கிளப்ஸ்' ஆகியவை மூலமும், எம்.சிடி.எம்.சிதம்பரம் செட்டியாரைப் பற்றியும், லார்ஸன் அண்ட் டூப்ரோவின் கட்டுமானப் பிரிவான இ.சி.சி.யைப் பற்றியும் எழுதப்பட்ட வேறு இரண்டு புத்தகங்களுக்கு உதவும்போதும், நிறைய விவரங்கள் கிட்டின. நான் சிறு பங்கெடுத்த, மதராஸின் கட்டடப் பாரம்பரியத்தைப் பற்றிய 'மெட்ராஸ், தி ஆர்கிடெக்சுரல் ஹெரிடேஜ்' என்ற புத்தகம், பல கோணங் களைக் காண்பித்தது. ஆனாலும் 'தி ஹிந்து' பத்திரிகையில் நான் எழுதிய, எழுதும் பத்திகளான 'மெட்ராஸ் மிசலனி', 'மெட்ராஸ்கேப்ஸ்' ஆகியவை மூலம் பல விவரங்கள் கிடைத்தன. அத்துடன், நான் பதிப்பாசிரியராக இருக்கும் 'மெட்ராஸ் மியூசிங்ஸ்'-க்குக் கிடைத்த தகவல்கள், சென்னையின் பழைய குடும்பங்களைப் பற்றியும் அவர்களுடைய வீடுகளைப் பற்றியும் எனக்கு பலவற்றைத் தெரிவித்தன.

மாதக்கணக்கில் பழைய 'மெட்ராஸ் ரீடிஸ்கவர்ட்' அச்சில் இல்லாததால், புதிய பதிப்புக்கான வேண்டுகோள்கள் அதிகமான நிலையில், இந்தப் புத்தகத்தை எழுதும்போது என்னிடமிருந்த விவரங்களை எல்லாம் முழுமையாக உபயோகப்படுத்த முடியவில்லை. ஆதலால் மற்றொரு பூர்த்தியான பதிப்பு, மற்றொரு நாளுக்காகக் காத்துக்கொண்டிருக்கிறது. இதற்கிடையில் இந்தப் பதிப்பில் 10,000 வார்த்தைகள் கூடுதலாகச் சேர்க்க முடிந்தது. நான்காவது பதிப்பில் செய்யப்பட்ட திருத்தங்களுடனும் மாற்றங்களுடனும், உங்களுக்கு

முன்னால் இருக்கும் 'சென்னை - மறுகண்டுபிடிப்பு' வாசகர்களுக்கும் மறுகண்டுபிடிப்பாக இருக்கலாம்.

கடந்த ஐந்து ஆண்டுகளில், நகரத்தில், அடுக்குமாடிக் கட்டடங்களும், நகரத்தைச் சுற்றி பெரிய தொழில் வளாகங்களும், நுகர்வோர் எண்ணிக்கையைப் பெருகி, அதனால் ஏற்படுத்தப்பட்ட கடைகள், உணவு விடுதிகள், கேளிக்கை மையங்கள் ஆகியவற்றின் பெருக்கத்தினால், சென்னை பொருளாதார ரீதியில் வளர்ச்சி அடைந்திருக்கிறது. ஒரு காலத்தில் விசாலத்துக்கும் சொகுசுக்கும் பெயர்பெற்ற நகரம், இப்போது மோட்டார் வாகன உற்பத்திக்கும் மருத்துவ வசதிகளுக்கும் இந்தியாவின் முதன்மை நகரம் என்று ஆகியிருப்பதால் போக்குவரத்து நெருக்கடி, நகரத்தை பெரிதும் அச்சுறுத்துகிறது.

பின்வரும் பக்கங்களில் காணப்படும் சென்னை, எளிதில் கண்ணுக்குத் தென்படாவிட்டாலும், பழைமை நகரில் இன்னும் உயிருடன் ஊசலாடிக் கொண்டிருக்கிறது. அதன்மூலம், இன்றைய வளர்ச்சிக்கான ஆதாரம், சென்னையின் சரித்திரத்தில்தான் உள்ளது என்பதையும், சென்னைதான் நவீன இந்தியாவின் முதல் நகரம் என்பதையும் உணரலாம். அதைப் பாதுகாக்க விரும்புவோர், ஒரு சட்டம் அல்லது ஒரு விதிமுறையாவது இயற்றப் படவேண்டும் என்று வாதாடுகின்றனர். ஆனால் அதனால் இதுவரை பயன் ஏதும் இல்லை. செனட் ஹவுஸ், ராஜ் பவன், ராஜாஜி ஹால் ஆகியவற்றைச் சீராக்க எடுக்கப்பட்டுள்ள முயற்சிகள், பழைய வீடுகளை கடைகளாகவும் உணவுவிடுதிகளாகவும் மாற்றும் முயற்சிகள், பல பள்ளிகளில் பாரம்பரியச் சங்கங்கள் அமைக்கப்படுவது, 'சென்னை மறுகண்டுபிடிப்பு' மூலம் சென்னையைப் பற்றி கல்லூரிகளில் பாடம் நடத்துவது ஆகியவை எல்லாம் நம்பிக்கையை அளிக்கின்றன. ஆகையினால்தான், இந்தப் புத்தகத்தில் உள்ள சென்னைக்கு, அதற்குரிய அங்கீகாரம் விரைவில் கிட்டும் என்று எதிர்பார்க்கிறேன்.

சென்னை
நவம்பர் 2004

எஸ். முத்தையா

1. பெயரில் என்ன?

'பட்டிணம்' என்ற இடத்தைப்பற்றித் தென் மாவட்டங்களில் தாத்தா பாட்டிகள் அதிசயமாகப் பேசிக்கொள்வதை என் சிறு வயதில் கேட்டிருக்கிறேன். பட்ணமா அல்லது பட்டணமா? பிற்காலத்தில் தனித்தமிழ் அறிஞர்களுடன் உரையாடும்போது, சென்னை, சென்னைப்பட்டினம் போன்ற பெயர்களும் காதில் விழுந்தன. அவை அனைத்துமே ஒரே இடத்தைக் குறிப்பவைதான் என்று பின்னர் அறிந்துகொண்டேன். சிறப்புமிக்க சோழ மண்டலக் கடற்கரையில் உள்ள, வரலாறு படைத்த அந்த நகரம், மத்ரஸ், மத்ராஸ், மதராஸ், மேட்ராஸ் என்றெல்லாம் அழைக்கப்பட்டாலும், அநேக இந்தியர்களுக்கு அது எப்போதும் மெட்ராஸ்தான்.

தென்னிந்தியாவின் முதல் நகரமும் தொன்மையான கலாசாரமும் வரலாறும் கொண்ட தமிழ்நாட்டின் தலைநகரமுமான சென்னை, மற்ற நகரங்களுடன் ஒப்பிடும்போது புதிய நகரமே என்பது வியப்புக்கு உரியது. 17-ம் நூற்றாண்டில், ஜான் கம்பெனி என்ற மேதகு கிழக்கிந்திய கம்பெனியைச் சேர்ந்த ஆண்ட்ரூ கோகனும் ஃபிரான்சிஸ் டேயும், மேலதிகாரிகளின் நம்பிக்கையின்மையைத் திடமாகப் புறக்கணித்து, வெங்கடப்பா, ஐயப்பா என்ற வந்தவாசியில் இருந்த உள்ளூர் நாயக்குகள் (ஆளுநர்கள்) பூந்தமல்லியில் அளித்த நிலத்தை, நன்றியுடன் ஏற்றுக்கொண்டனர். பிற்காலத்தில் சோழ மண்டலக் கடற்கரையில் பிரிட்டிஷ் ஆட்சிபீடமாக வளர்ந்த ஒரு நிறுவனத்தை அந்த இடத்தில் அமைத்தனர். சென்னையின் கதை இங்கே ஆரம்பிக்கிறது.

அந்த மானியத்தில் 22 ஜூலை 1639 என்று குறிப்பிடப்பட்டிருந்தாலும், டே, மதறாஸ்பட்டினத்தை (அப்படித்தான் அந்த மானியத்தில் அந்த இடத்தின் பெயர் குறிப்பிடப்பட்டுள்ளது) ஜூலை 27 அன்றுதான் அடைந்தார். எனவே ஜூலை என்று மானியத்தில் குறிப்பிடப்பட்டிருப்பது தவறாக இருக்க வேண்டும். அந்தக் குடியிருப்பை 27 ஆகஸ்ட் 1639ல் தான் ஸ்தாபித்திருக்க வேண்டும். 27 ஆகஸ்ட் 1639 என்பதுதான் சரியாக இருக்கவேண்டும். பாரம்பரியத்தைப் பேணும் சில சென்னைவாசிகள், 22 ஆகஸ்ட் என்ற

நாளையே சென்னை தினமாகக் கொண்டாடுகிறார்கள். சென்னை தினமாக கொண்டாடுவதுடன் அதைச் சுற்றி ஒரு சென்னை வாரம் கொண்டாடப் படுகிறது.

மூன்றரை நூற்றாண்டுகளுக்கு முன் நிறுவப்பட்ட, கடவுள்கூட அண்டாத குடியிருப்பு அது. பிரிட்டிஷ் கிழக்கிந்திய கம்பெனி ஆள்களா, பிரெஞ்சுக் காரர்களா, டச்சுக்காரர்களா அல்லது போர்த்துகீசியர்களா, யார் அழைக் கிறார்கள் என்பதைப் பொருத்து, அப்போது அந்த இடத்துக்குப் பல பெயர்கள் இருந்தன. மெட்ராஸ்பட்னம், மதராபட்னம், மத்ராஸ்படான் (1639), மதராஸ்படம் (1640), மதரேஸ்பட்னம் (1641), மத்தராஸ் (1642), மதராஸ் (முதன்முறையாக 1653-ல்), மதரேஸ்படான் (1654), மதராஸாபடான் (1656), மாத்ரிஸ்பட்னம் (1658), மதேராஸ், மதிராஸ் (1673). இவை அனைத்துமே மதராஸ் என்பதன் திரிபுகள்தாம். அந்த வட்டாரத்தில் புழங்கிய இரு முக்கிய மொழிகளுடன் எந்தவிதத் தொடர்பும் இல்லாத 'மதராஸ்' என்ற சொல் ஏன் வந்தது என்பது இயற்கையான ஒரு கேள்வி.

இந்தக் கேள்விக்குச் சரியான பதில் இதுவரை கிடைக்கவில்லை. கிடைத் துள்ள பதில்களும் திருப்திகரமாக இல்லை. மனித நடமாட்டமற்ற இந்த மண் திட்டைத் தேர்ந்தெடுத்தது டேதான் என்பதில் ஐயமில்லை. டே, இந்தத் திட்டுக்குச் சிறிது வடக்கே ஆர்மகான் என்ற துர்கராயன்பட்டினத்தில், ஜான் கம்பெனியின் ஏஜெண்டாகப் பணிபுரிந்தார். மிதமிஞ்சிய குடிப் பழக்கம், சூதாட்டம் இவற்றுடன் அவருக்குப் பெண் பித்து வேறு இருந்தது. இரு புறங்களில் ஆறுகளாலும் மூன்றாவது பக்கத்தில் கடலாலும் சூழப்பட்ட, அலைகள் மோதிய, இந்தத் திறந்த, குறுகிய தீபகற்பத்தை, கரையேறும் வசதி ஏதும் இல்லை என்றபோதிலும் டே விரும்பினார்.

இன்றைய ஆந்திரப் பிரதேசத்தில் மட்டபல்லத்துக்கு அருகில் உள்ள பாலக்கோலைச் சேர்ந்த பேரி திம்மப்பா என்பவர்தான் டேயின் துபாஷாக இருந்தார். அவரது உதவியுடன்தான் டே, நிலத்தை மானியமாகப் பெற உள்ளூர் அதிகாரிகளுடன் ஒப்பந்தம் பேசினார். டேயின் மேலதிகாரியாக மசூலிப்பட்டினத்தில் இருந்தவர் கோகன். இவர்தான், ஆர்வக்கோளாறு கொண்ட டேயை ஊக்குவித்தார். இந்த இடத்துக்கு முதல் அதிகாரப்பூர்வக் கடல் பயணத்தை மேற்கொண்டார். பாதுகாப்புடைய முதல் தொழிற் சாலையை இங்கு அமைத்தார். அதுதான் பின்னர், நமக்கு நன்கு தெரிந்த புனித ஜார்ஜ் கோட்டையாக மாறியது. இந்த இடத்தில் குடியேற்றத்தைச் செய்தார். நகரை நிர்மாணித்தத் தந்தை டே, கோகன் ஆகியோருடன் முதல் அதிகாரப்பூர்வ கடல் பயணத்தை மேற்கொண்ட, பாலக்கோல் துப்பாஷ் திம்மப்பா மற்றும் கம்பெனியின் வெடி மருந்து தயாரிப்பாளர் நாகபட்டன் ஆகியோருக்கு இன்று நகரில் நினைவுச் சின்னங்கள் ஏதும் இல்லை என்பது பெரும் சோகம்.

பொட்டல் காடான இந்த மணல் மேட்டைத் தேர்ந்தெடுத்ததற்கு டே கூறிய காரணம், அங்கு தரமான துணி 20% மலிவாகக் கிடைத்தது என்பதுதான்.

பக்கத்தில் இருந்த போர்த்துகீசிய சாந்தோமில் வசித்த அவரது காதலியுடன் தடையின்றி, அடிக்கடி சல்லாபிக்க விரும்பியதுதான் உண்மையான காரணம் என்று ஊரார் வம்பு பேசினர். இது உண்மையோ, பொய்யோ, டேயின் காதலி அங்கு இருந்தாள் என்பதற்குச் சாட்சியங்கள் உள்ளன. டேயை அடுத்து பொறுப்பேற்ற அவரது நண்பர் ஹென்றி கிரீன்ஹில், கூடவே டேயின் காதலியையும் எடுத்துக்கொண்டார் என்பார்கள்.

காரணம் எதுவாக இருந்தாலும், டே சார்பாக இந்தப் பொட்டல் காட்டை வாங்குவதற்குப் பேரம் பேச, ஒரு தரகர் தேவைப்பட்டார். அந்தத் தரகர் திம்மப்பாதான் என்பதில் ஐயமில்லை. கையில் இருக்கும் தகவல்களை வைத்துக்கொண்டு பார்த்தால், அவரால் மட்டுமே 'ஏன் மதராஸ்?' என்ற கேள்விக்குப் பதில் தர முடியும்.

புனித ஜார்ஜ் கோட்டையின் இரண்டு பிரதான வாயில்களுக்கு இடையே இருக்கும் சுவரில்தான், கிழக்குப் புறத்தில் இருந்து நுழையும் ஒரே கடற்கரை வாயில் இருந்தது. அந்தக் காலத்தில் அங்கிருந்து கடல் வரை மணல் மேடாகத்தான் இருந்தது. குறுகிய இந்த நிலம்தான், கோட்டையின் மேற்குப் பகுதியில் டேயும் மற்றவர்களும் அமைத்த குடியிருப்பு. இந்தப் பகுதி, சில மீனவக் குடும்பங்களும் அவர்களை அடிக்கடி சந்தித்த இரு பிரெஞ்சு கபுசின் பாதிரியார்களும் வசித்த சிறிய கிராமத்துக்குத் தெற்கே இருந்தது. இந்தக் கிராமத்தின் பெயர் மாதராஸ்பட்னம் என்று சிலர் கூறுவர். அதன் ரோமன் கத்தோலிக்கத் தலையாரியின் பெயர் மாதராஸன் என்பது பழங்கதை.

தன்னிச்சையாகச் செயல்பட்ட இந்த தலையாரியின் வாழைத் தோட்டத்தை, தொழிற்சாலை அமைக்கத் தேர்ந்தெடுத்தார் டே. ஆனால் அவரால் தலையாரி யிடமிருந்து அந்த நிலத்தைப் பெறமுடியவில்லை. அப்போது, திம்மப்பா தலையிட்டு, தோப்பைக் கொடுத்தால் தொழிற்சாலைக்கு மாதராஸன்பட்னம் என்று பெயரிடுவதாக வாக்களித்தாராம். எதிர்காலம் தன்னை நினைவில் வைத்திருக்கும் என்ற எண்ணம் மாதராஸனுக்கு உற்சாகத்தை அளித்தது. ஆனால், அரசியல்ரீதியாக அந்த மானியத்தை அளிக்கும் உரிமையுள்ள சந்திரகிரி ராஜாவின் உள்ளூர் நாயக்குகளான தாமர்லா சகோதரர்கள், சென்னப்ப நாயக் (சென்னப்பா - மகிழ்ச்சியை அளிப்பவர்) என்ற தங்கள் தந்தையின் ஞாபகார்த்தமாக அந்தக் குடியிருப்புக்கு சென்னப்பட்னம் என்று பெயர் வைக்கவேண்டும் என்று விரும்பினர். ஆகையால், மாதராஸன்பட்னம் என்ற குப்பமும், மதராஸ்பட்னம் என்ற கோட்டையும், விரைவில் வெளியூர் நெசவாளர்கள் குடியேறிய (1646-ல் கிடைத்த ஆவணங்களின்படி) சென்னப்பட்னம் என்ற அதன் இந்தியப் பகுதியும் உருவாகி இருக்கலாம். காலப்போக்கில் இந்தப் பகுதிகள் அனைத்தையும் ஒருங்கிணைத்து, உலகம் 'மதராஸ்' என்று அழைக்கத் தொடங்கியது. நகரின் வேர் தெலுங்காக இருந்தாலும், தனித்தமிழ் விசுவாசிகள் இந்தப் பகுதியை சென்னை என்று அழைக்கத் தொடங்கினர்.

1642-ல் விஜயநகர ஆட்சிபீடத்தில் அமர்ந்த ஸ்ரீரங்கராயா, தாமர்லா சகோதரர் களைப் பதவியில் இருந்து நீக்கினார். நவம்பர் 1645-ல் பிரிட்டிஷாருக்கு முதல்

அரசியல் மானியத்தை அளித்தார். இதில் சென்னை, 'எங்கள் ஊர் ஸ்ரீரங்கராயப்பட்டனம்' என்று வர்ணிக்கப்படுகிறது. இந்த மானியப் பத்திரத்தைத் தவிர வேறெங்கும் இந்தப் பெயர் தென்படவில்லை. நகரம் சென்னை என்றோ, மதராஸ் என்றோ, அவற்றின் திரிபுகளாலோ அழைக்கப் பட்டது. 1639-1640-ல் நடந்த முதல் குடியேற்றத்துக்குப்பின் அரசியல் பத்திரங்களில் ஆங்கிலத்தில் மதராஸ் என்றும் தமிழில் சென்னை என்றும் குறிக்கப்பட்டது. 350 வருடங்களாக ஒன்றோடு ஒன்று சுமுகமாக இந்தப் பெயர்கள் புழங்கியபோது 1996-ல் நடந்த பெயர் மாற்றத்துக்கு என்ன பெரிய தேவை ஏற்பட்டது?

பெயர் மாற்றமோ என்னவோ, அன்றாடப் புழக்கத்தில் மதராஸ் இருந்த போதிலும் மதராஸ்பட்னத்துக்கும் மாதாராஸனுக்கும் மேலும் விளக்கம் தேவைப்படுகிறது. இரண்டு விடைகள் தரப்படுகின்றன. சாந்தோம்* 'மாத்ரெ தெ தியோ' கோயிலில் தொழுத அந்தக் குப்பத்தில் வசித்த மீனவர்கள், அந்த மாதாவின் பெயரையும், தலையாரி தன் பெயரையும் தங்கள் கிராமத்துக்கு அளித்திருக்கலாம் என்பது ஒன்று. அதைவிட அதிகச் சாத்தியம், சாந்தோமில் வசித்த மாத்ரா அல்லது மதேரா அல்லது மதெஇரோஸ் என்ற அந்தக் கிராமத்தின் தர்மகர்த்தாக்களான போர்த்துகீசிய குடும்பத்தின் பெயரை இந்த இருவரும் எடுத்துக்கொண்டனர் என்பது. அந்தக் காலத்தில் பணக்காரக் குடும் பங்கள், முழு கிராமங்களுக்கே உரிமையாளர்களாக இருந்தனர்.

முதலில் சாந்தோமிலும் பிறகு சென்னையிலும் மாத்ரா குடும்பம் முக்கியமானதாக இருந்தது என்பதற்கு ஆதாரம் இருக்கிறது. 1920-ல் சாந்தோமில் புனித லாசரஸ் சர்ச்சுக்குப் புதிதாகப் பூசையறை கட்டுவதற்கு அஸ்திவாரம் தோண்டப்பட்டபோது, அந்தக் குடும்பம் மிகவும் கண்ணியமானது என்பதற்கு அடையாளமாக, அவர்களது கவசம் பொறிக்கப்பட்ட சமாதிக் கல் கண்டுபிடிக்கப்பட்டது. அந்தக் கல்லில், 1637-ல் அங்கு கூட்டாகக் கோயில் கட்டிய மானுவேல் மாத்ராவையும் வின்செண்ட் மாத்ராவின் விதவையான அவர் தாய் லூஸி ப்ராக்கையும் கௌரவிக்கும் வசனங்கள் இருந்தன. 1640-ல் மைலாப்பூரில் கட்டப்பட்ட அஸ்ஸம்ப்ஷன் சர்ச்சுக்கு அருகில் அவர்கள் வசித்தாகக் கேள்வி.

மற்றொரு மாத்ரா அல்லது மாதெரா, 1681-ல் புனித ஜார்ஜ் கோட்டையில் தளபதியாக இருந்த சாந்தோமைச் சார்ந்த காஸ்மோ லொரன்ஸோ என்பவர். இவர், ஜான் பெரேரா என்ற வியாபாரியின் மகளை மணந்துகொண்டார். அவருடைய தோட்டம், இன்று பூங்கா என்று அழைக்கப்படும் பகுதி. 17-ம் நூற்றாண்டில் மதீராஸ் குடும்பம் சென்னையின் பணக்காரக் குடும்பங்களில் ஒன்றாக இருந்தது. புனித தோமையரின் கால் பட்ட இடத்தில் கட்டப்பட்ட டெஸ்கான்கோ தேவாலயத்தைக் கட்டியவர் காஸிமோ மதேரா. 1703-ல் இறந்த அவர், இங்கு புதைக்கப்பட்டார். புகழ் பெற்ற வணிகரும்

* சென்னை நிறுவப்பட்ட இடத்துக்குத் தெற்கே இருந்த 1520 வருட போர்த்துகீசியக் குடியிருப்பு.

மாலுமியுமான லூயிஸ் அவர் மகன். அவரும் அவருக்குப் பிந்தைய வருடங்களில் அவரது விதவை, பிரபல திருமதி மதீராஸும் சென்னை அரசாங்கத்துக்குக் கடன் கொடுத்தனர். ஆளுநருக்காக, ஒரு தோட்ட வீடு கட்ட மனை தேவைப்பட்டபோது, தன்னுடைய ஒரு வீட்டை திருமதி மதீராஸ், அரசாங்கத்துக்கு விற்றார். 16-ம் நூற்றாண்டின் இறுதி ஆண்டுகளில் மதெரா அல்லது மதீராஸ் குடும்பம் சாந்தோம் வட்டாரத்தில் செழிப்பாக இருந்தது. அதற்குமுன் மதராஸ் என்ற இடத்தைப் பற்றி ஏடுகள் ஏதும் கிடையாது. அந்தக் கடற்கரையில் நிறைய குப்பங்களுக்கு நிலச்சுவான்தார்களாக இருந்த இந்தப் பிரசித்தி பெற்ற குடும்பத்தின் பெயராக ஏன் அது இருந்திருக்கக் கூடாது?

பாரசீக மொழியில் முஸ்லிம் கல்விக் கூடத்தை வர்ணிக்கும் மதரஸா ஒன்று அருகில் இருந்ததால், நகரத்தின் பெயருக்கு அது காரணமாக இருக்கலாம் என்பது மற்றொரு யூகம். ஆனால் திருவல்லிக்கேணி - ராயப்பேட்டை பகுதிகளில் நிரம்பியிருக்கும் முஸ்லிம் குடியிருப்புகளும் அவற்றின் பள்ளிகளும் கல்லூரிகளும் 18-ம் நூற்றாண்டின் பிற்பகுதியில் தோன்றியவை. எனினும் கிழக்கிந்திய கம்பெனியின் ஆரம்ப காலத்திலிருந்தே முஸ்லிம் படைத் தலைவர்கள் அந்தப் பகுதியைத் தாக்கியதற்கு ஆதாரங்கள் உள்ளன. 17-ம் நூற்றாண்டில் கம்பெனியின் கோட்டையில் கட்டப்பட்ட ஆளுநர் மாளிகையின் கூரை, குவிந்த முஸ்லிம் பாணியில் அமைக்கப்பட்டது குறிப்பிடத்தக்கது. பாரசீக மொழியில் எழுதப்பட்ட கர்நாடக நவாபின் சரித்திரங்களில் குறிப்பிடப்பட்ட ‘மஹராஸ் குப்பம்’ என்பது மரக்காயர் என்ற முஸ்லிம் மாலுமிகள் இருந்த ‘மரக்காயர் குப்பம்’ என்பதன் திரிபு என்று ஓர் எழுத்தாளர் விவரித்திருக்கிறார். (அரபியில் மர்கப் = தமிழில் மரக்கலம் = கப்பல்.)

மதராஸ் என்ற பெயருக்கு இந்தியாவில் வெவ்வேறு விளக்கங்கள் இருந்தாலும், அமெரிக்காவில் ஒரெகான் மாநிலத்தில் இருக்கும் மதராஸைப்பற்றி எந்தவித ஐயமும் கிடையாது. ஒரு நூற்றாண்டுக்கு முன் தோன்றிய இந்த ஊருக்கு இந்தியாவில் சென்னையில் தயாரிக்கப்பட்ட துணியில் அச்சடிக்கப்பட்ட பெயர்தற்செயலாகக் கிடைத்தது. இத்தகைய வியாபாரத்தின் மூலம்தான் சென்னை பிரபலமடைந்தது. சென்னை எப்படி வளர்ந்தது என்பது வேறொரு கதை.

சென்னையைவிடச் சரித்திரம் மிகுந்த திருவல்லிக்கேணி, மைலாப்பூர், எழும்பூர் போன்ற கிராமங்களுடன் ஜான் கம்பெனியின் நிர்வாகிகள் ஒன்றன்பின் ஒன்றாக எவ்வாறு பிணைப்பு ஏற்படுத்தினர் என்பதுதான் அந்தக் கதை. ஆங்கிலேய சென்னையின் கதை. டேக்குப் பின்தான் இன்றைய சென்னையின் சரித்திரம் குறிப்பிடத்தக்கதாக மாறியது. வளரும் இந்த நகரம் தன்னுடைய ஆதாரத்தைக் கண்டுபிடிக்க இரண்டு நூற்றாண்டுகள் பின் நோக்கிப் பார்த்தால் போதும்.

கடலோரம் 20 கிலோமீட்டர், உள்பக்கமாக 13 கிலோமீட்டர் தூரத்துக்கு மண் முட்டிய கடற்கரை. இந்தச் சீரில்லாத செவ்வகத்தின் பரப்பு 172 சதுர கிலோமீட்டர். நீளமான இந்த நகரம், அட்சரேகையில், நிலநடுக்கோட்டுக்கு

வடக்கே 13-வது ரேகைக்கு அருகிலும், தீர்க்கரேகையில் 80-வது டிகிரியிலும் இருக்கிறது. மட்டமாக கூவம் நதியினால் மத்தியிலும் தெற்கே அடையாற்றினாலும் மூன்று பாகமாக பிரிக்கப்பட்டு, நிமிர்ந்த நிலையில் கடலுக்கு இணையாக ஓடும் பக்கிங்ஹாம் கால்வாயினால் பிரிக்கப்பட்டிருக்கிறது. 1981ல் இருந்த 142 சதுர கி.மீ. பரப்புடன் 2012ல் 254 சதுர கி.மீ. சேர்க்கப்பட்டு, பெரிய சென்னை, ஒரு 426ல் சதுர கி.மீ. அளவுடைய மாநகரம் ஆகியிருக்கிறது.

சுதந்தரம் கிடைக்கும்வரை, ஆங்கிலேய ஆட்சியின் போது தமிழ், தெலுங்கு, மலையாளம், கன்னடம் பேசும் பகுதிகளுடன் கிட்டத்தட்ட தென்னகம் முழுவதும் பரவியிருந்த சென்னை மாகாணத்தின் தலைநகரமாக சென்னை இருந்தது. மொழிவாரியாக மாநிலங்கள் பிரிக்கப்பட்டபின், 1956-ல் சென்னை மாகாணத்திலிருந்து ஆந்திரப் பிரதேசம் உருவானது. 1968-ல் சென்னை மாகாணம் தமிழ்நாடாக மாறியது. இன்று இந்தியாவிலேயே 4-வது பெரிய நகரமான சென்னை (2011 மக்கள் தொகை தணிக்கைப்படி சுமாராக 50 லட்சம் பேர் 2012க்கு முந்திய மாநகர எல்லைக்குள்ளும் மேலும் 40 லட்சம் மக்கள் ஏனைய பகுதிகளிலும் இந்தியாவிலேயே தமிழ் பேசப்படும் ஒரேமாநிலத்தின் தலைநகராகும். 1998-ல் எடுத்த கணக்கெடுப்பின்படி மாநகர எல்லைக்குள் 45 லட்சம் மக்களுடன், இந்தியாவின் நகரங்களுள் நான்காவது பெரிய இடத்தை வகிக்கும் சென்னை, நாட்டில் தமிழ் பேசும் ஒரே மாநிலத்தின் தலை நகரமாகும்.

மற்ற மூன்று பிரதான நகரங்களைப்போல் பிரபலமாக இல்லாவிட்டாலும், நாட்டில் வேறு சில நகரங்களே இதைவிட அதிக வளர்ச்சி அடைந்திருந்த போதிலும், அவை அனைத்துமே, நவீன வளர்ச்சிக்கு வித்திட்ட சென்னைக்குக் கடன்பட்டிருக்கின்றன என்பதில் ஐயமில்லை. ஆங்கிலேயர்களால் முதன்முதலாக நிறுவப்பட்டு, 1760 வரை இந்தியாவில் ஒரே மேற்கத்திய முக்கியக் குடியிருப்பாக இருந்த சென்னை, நவீன இந்தியாவின் வளர்ச்சிக்கு அஸ்திவாரம் இட்டதை பின் வரும் பக்கங்களில் பார்க்கப் போகிறோம்.

ஒரு காலத்தில் நகரம்

வேர்களைத் தேடி

சென்னையிலும் சுற்றுப்புறத்திலும் ராபர்ட் கிளைவுக்குப் பரிச்சயமான இடங்களை அவருக்குக் காண்பிப்பதாக உறுதியளித்திருந்தேன். கிளைவைப் போன்றே, அவரும் தன் உதவியாளருடன் வண்டியில் வந்து என் வீட்டின்முன் இறங்குவார் என்று நான் சிறிதும் எதிர்பார்க்கவில்லை. அவரது உதவியாளர், இரும்புக் குதிரையில் சவாரி செய்தபடி வந்து, எனது வாசற்படியில் சட்டென்று இறங்கி, விறைப்பாக ஒரு சலாம் அடித்தார். சில விநாடிகளில், அந்தக் காவலருக்குப் பின்னால், சஃபாரி சூட் அணிந்து, கனத்த மூக்குக் கண்ணாடிக்குப் பின்னால் ஆந்தை முழி முழித்தபடி, குட்டையான, பருமனான ஸ்டான்லி கிளைவ்ஸ்* ஆட்டோ ரிக்ஷாவில் வந்து இறங்கினார். எந்த கிளைவுக்குமே தெரிந்திருக்காத அந்த முகவரி சரியானதுதானா என்று கேட்டு உறுதி செய்துகொண்டார்.

அதன்பின், கிளைவைப்போல் அன்றி, வாயை விரித்துப் பெரிதாகச் சிரித்தபடி, எப்படி தனது குழப்பங்களால் தனக்கு சென்னை காவல்துறையின் எஸ்கார்ட் வண்டி கிடைத்தது என்பதை விவரித்தார். அவரது கணிப்பில், சென்னை காவல்துறையின் மீதான மதிப்பு ஒருபடி மேலே போயிருக்கும். சென்னை காவல்துறையின் பொறுப்புகளுள், அலைக்கழிக்கப்பட்ட அன்னியர்களுக்கு உதவுவதும் அடங்கும்!

எஸ்கார்ட் ஏதும் இல்லாமல், ராபர்ட் கிளைவின் அடிச்சுவடுகளைப் பின்பற்றிச் சென்ற நாங்கள், பழைய 'கருப்பர் நகரத்தில்' மண்ணடித் தெருவில் போக்கு வரத்து நெரிசலில் ஒரு மணி நேரம் மாட்டிக்கொண்டோம். அப்போதுதான் அந்தக் காவல்துறை நண்பரை எங்களுடனேயே வைத்திருந்திருக்கக்கூடாதா என்று வருந்தினோம். நெரிசலில் மாட்டிக்கொள்ளும்முன், ராபர்ட் கிளைவ்

---

* 'கிளைவ்' எப்படி 'கிளைவ்ஸ்' ஆக மாறியது என்பது மற்றொரு கதை. 'எனது கட்டைவிரல்தான் என் கையெழுத்து' என்று கூறிய முன்னோர் ஒருவரின் பெயரை தேவாலயத்தில் ஆயர் ஒருவர் செப்புப் பட்டயத்தில் பதிவு செய்தார். 'கிளைவ்' என்ற பெயரை அழகாக எழுதிய அவர், கடைசியில் போட்ட சுழி, பின்னர் படிப்பவர்கள் கண்களில் 'எஸ்' என்று பட்டது. விளைவாக, அந்தப் பெயர் 'கிளைவ்ஸ்' ஆனது.

வளைய வந்த சில இடங்களுக்குச் சென்றோம்: இன்றைய புனித ஜார்ஜ் கோட்டையில் - அன்றைய 'வெள்ளையர் நகரம்' - கிளைவ் மூலையில், கிளைவ் சில காலம் தங்கியிருந்த 'அட்மிரால்டி ஹவுஸ்' என்று அழைக்கப்பட்ட இடம்; கிளைவ் காலத்துப் பொருள்களுடன் உள்ள இன்றைய கோட்டை அருங் காட்சியகம் - அக்காலத்திய வியாபார மையம்; கிளைவ், மார்கரெட் மாஸ்கெலைனை மணம் புரிந்த புனித மேரி தேவாலயம்.

'ஆ!' என்றார் மூதாதையர்களையும் சந்ததிகளையும் தேடிவரும் வம்சாவளி ஆராய்ச்சியாளர் ஸ்டான்லி கிளைவ்ஸ். 'இது அவர்களுக்கு இடையே நடந்த முதல் திருமணம் இல்லை. இதை நான் உங்களிடம் பிரத்யேகமாகக் கூறுகிறேன். நீங்கள் உலகத்துக்குச் சொல்லலாம்' என்று தாராள மனத்துடன் விவரத்தைக் கூறினார். 'இது அவர்களுடைய இரண்டாவது திருமணம். கண்டதும் காதல் என்றோ, அவளுடைய படத்தைப் பார்த்துக் காதல் வயப்பட்டு தன்னை மணந்துகொள்ள இங்கு வரவழைத்தார் என்றோ சொல்லப்படும் கதைகள் எல்லாம் முழு உளறல்கள்' என்றார் ஸ்டான்லி கிளைவ்ஸ். 'ஏற்பாடு செய்யப்பட்ட திருமணம் என்று ஒன்று உண்டு என்றால் அது இதுதான்! சென்னைக்கு மார்கரெட் வருவதற்கு ஒன்பது மாதங்கள் முன்னரே, அதிகாரம் பெற்ற பிரதிநிதி மூலம் திருமணம் நடந்தது. இது தொடர்பான பத்திரங்களை ஷ்ராப்ஷயரில் பார்த்தேன். ஷிஃப்டனில் நடந்த பதிவுத் திருமணத்தை, புனித மேரி தேவாலயத்தில் புனிதமாக்கினார்கள்.'

இன்றைய உச்ச நீதிமன்ற வளாகம் - முந்தைய 'பழைய கருப்பர்' நகரம்; இன்றும் ஜார்ஜ் டவுன் என்று அழைக்கப்படும் முந்தைய 'புதிய கருப்பர் நகரம்' - இங்கே இன்றும் கதவுகள் குட்டையாக உள்ள கிளைவ் காலத்து வீடுகளைப் பார்க்கலாம். இவற்றைத்தான் மதிய உணவுக்கு முன் எங்களால் பார்க்க முடிந்தது. கடலூர், புனித டேவிட் கோட்டை, திருச்சிராப்பள்ளி, சமயபுரம், ஆற்காடு, பாண்டிச்சேரி இவை யெல்லாம் ஸ்டான்லி கிளைவ்ஸின் அடுத்த வருகைக்காகக் காத்திருக்கவேண்டும்.

ராபர்ட் கிளைவின் அன்னிய வேர்களை மட்டுமின்றி தன்னுடைய பிற உறவினர் களின் பரம்பரையைப் பற்றியும் ஸ்டான்லி கிளைவ்ஸ் ஆராய்ந்துகொண்டிருந்த தால், இரண்டாம் லார்ட் கிளைவான, ராபர்ட்டின் மகன் எட்வர்ட் கட்டிய, 'ராஜாஜி ஹால்' என்று அழைக்கப்படும் விருந்தினர் மாளிகையையும், வடக்குக் கடற்கரைச் சாலையின் எல்லையில் இருக்கும் கிளைவ் பீரங்கிப்படை அலுவலகத்தையும், அருங்காட்சியகத்தையும் அவர் பார்வையிட்டார். 'சென்னையில் இருக்கும் பொக்கிஷங்களைப் பற்றி உங்களுக்குத் தெரியாது' என்றார் ஸ்டான்லி கிளைவ்ஸ். 'உங்கள் அருங்காட்சியகத்தில் உலகில் எங்குமே இல்லாத கிளைவ் காலத்து புராதனமான ஆயுதங்கள் இருக்கின்றன. ஆனால் இந்தப் பொக்கிஷம் கவனிப் பாரற்று இருக்கிறது. இதைப் பற்றி நான் திருமதி இந்திரா காந்திக்கு எழுத வேண்டும். அவருக்கு தேசியப் பாரம்பரியத்தின்மேல் அக்கறை இருப்பதுபோல் தோன்றுகிறது' என்றார்.

மின் பொறியாளரும், பொறியியல் ஆலோசகரும், வம்சாவளி ஆராய்ச்சியாளரும், அமெச்சூர் சரித்திர ஆராய்ச்சியாளரும், எழுத்தாளராக மாறிக்கொண்டிருப்ப வருமான ஸ்டான்லி கிளைவ்ஸ், கிளைவ் குடும்பத்தைப் பற்றி அதிக விவரங்களை சேர்க்க சென்னை வந்திருந்தார். 'ராபர்ட் கிளைவுக்கு முன்பும் பின்புமாக

வம்சாவளியை ஆராய்ந்து, கொடைவா சீமாட்டிவரை, 4,000 பேரைப் பற்றிக் கண்டுபிடித்துவிட்டேன். ஆனால் பெரும்பான்மையோரைப் பற்றி மிகக் குறைவான விவரங்களே கிடைத்துள்ளன' என்றார்.

சென்னையுடன் தொடர்புடைய பல கிளைவ்களின் கதையை அறிவதற்காகத்தான் அவர் இங்கே வந்திருந்தார். இருந்தாலும், அவர் அதனை வெளிப்படையாகச் சொல்லாவிட்டாலும், தன் நேரடி உறவினரான ஜார்ஜ் கிளைவைப் பற்றிக் கண்டுபிடிப்பதே அவரது தீவிரமான முயற்சி என்று எனக்குத் தோன்றியது. இந்த ஜார்ஜ் கிளைவ், ராபர்ட்டின் இரண்டாவது வருகையின்போது அவருடன் கூட வந்தவர். இந்தியாவில் நிறைய செல்வத்தைக் குவித்த அவர், இங்கிலாந்துக்குத் திரும்பிச் சென்று அங்கே ஒரு வங்கிக் குழுமத்தை ஆரம்பித்து, இந்தியாவில் 'மூதலீடு' செய்வதில் இறங்கினார்.

அப்படிப்பட்ட ஒரு 'முதலீடு'தான், பால் பென்ஃபீல்ட் என்று சொல்லலாம்! இந்த பென்ஃபீல்ட்தான், ஆற்காடு நவாபுக்குத் தாராளமாகக் கடன் கொடுத்து, அவரைக் கடனில் மூழ்கவைத்தார். பென்ஃபீல்ட், கடனைத் திருப்பிக் கேட்க, அதைத் தொடர்ந்து நடந்த விவகாரங்களால்தான் ஆற்காடு நவாப், கர்நாடகம் என்று அழைக்கப்பட்ட பகுதியை (கிட்டத்தட்ட இன்றைய தமிழ்நாடு) பிரிட்டிஷ்காரர் களுக்கு விட்டுத்தர வேண்டியிருந்தது.

2. டேயின் 'ஆள் நடமாட்டம் அற்ற மண்'

*ப*ல நூற்றாண்டுகளாக ரோம் நகரில் இருந்தும் கிரேக்கத்தில் இருந்தும் அரேபியாவில் இருந்தும் சீனாவில் இருந்தும் வணிகர்கள் இந்தியாவின் சோழமண்டலக் கடற்கரைக்கு வர விரும்பினர். பின்னர், கடல் வழியாகப் பயணம் செய்து உலகைத் தேடும் காலம் உருவானது. போர்த்துகீசியர்களைப் பின்பற்றி டச்சுக்காரர்கள், டென்மார்க் நாட்டவர், பிரெஞ்சுக்காரர்கள், ஆங்கிலேயர்கள் ஆகியோர் சோழமண்டலக் கடற்கரைக்கு வந்தனர்.

போர்த்துக்கீசியர்களால் கோரமண்டலா என்றும், டச்சுக்காரர்களால் கோரோமண்டல் என்றும் அழைக்கப்பட்டு அவர்கள் மனத்தைக் கவர்ந்த இந்தக் கடற்கரை, விஜயநகர சாம்ராஜ்ஜியத்தின் ஐந்தாவது மாகாணமான சோழமண்டலம் ஆகும். ஒரு காலத்தில் டச்சுக்காரர்களுக்குச் சொந்தமான பழவேற்காட்டுக்கு அருகிலிருந்த கரிமணல் என்ற கிராமத்தின் காரணமாக இந்தப் பெயர் வந்திருக்கலாம். அல்லது புராதன தெலுங்கு கிராமமான காரமண்டலத்திலிருந்து (தெலுங்கு காரா = வெம்மை, காரம்) வந்திருக்கலாம்.

பெயருக்குக் காரணம் எதுவாக இருந்தாலும், பிரிட்டனின் பெருமை மிக்கப் பேரரசு இந்தக் கடற்கரையில் உருவாக வித்திட்டது, டச்சுக்காரர்கள் ஒரு பவுண்ட் மிளகின் விலையை ஐந்து ஷில்லிங் உயர்த்தியதுதான்! இந்த விலை உயர்வை எதிர்த்த 24 இறக்குமதியாளர்கள், டிசம்பர் 1599-ல் லண்டனில் கூடி, கிழக்கின் செல்வத்தை தாங்களே நாடிச் செல்ல, கிழக்கிந்திய கம்பெனியை நிறுவினர். 1 ஜனவரி 1600-ல் இந்த கம்பெனி, வியாபாரத்தைத் தொடங்கியது.

1600-ல், வில்லியம் ஹாக்கின்ஸ் தன் மாலுமிகளுடன் ஹெக்டர் என்ற கப்பலில் இந்தியாவின் மேற்குக் கடற்கரையில் உள்ள சூரத்தில் வந்து இறங்கினார். 1611-ல், கிழக்குக் கடற்கரையில், இன்றைய ஆந்திராவில் (வடக்கு சோழமண்டலம்), மசூலிப்பட்டினம் தொழிற்சாலை நிறுவப்பட்டது. 17-ம் நூற்றாண்டின் தொடக்கத்தில், கிழக்கிந்திய கம்பெனி, சூரத்திலிருந்தும் மசூலிப்பட்டினத்தில் இருந்தும்தான் செயல்பட்டது. ஆனால்,

மசூலிப்பட்டினத்துக்கு ஆங்கிலேயர்கள், தாமதமாக வந்திருந்தனர். ஏற்கெனவே அங்கு நன்றாக வேரூன்றிய போட்டியாளர்களான டச், போர்த்துக்கீசிய நாட்டவர்களான தொந்தரவைத் தாங்கமுடியாத ஆங்கிலேயர்கள், நிரந்தரமாகத் தொழிலை அமைக்கத் தகுந்த நல்ல இடத்தைத் தேடத் தொடங்கினர். நாம் ஏற்கெனவே சொன்னபடி, ஆள் நடமாட்டமற்ற மண் திட்டு ஒன்றை டே கண்டுபிடித்து, உள்ளூர் ஆளுநர்களிடமிருந்து அதை மானியமாகப் பெற்று, அங்கு வர்த்தக மையமாக மாற்ற ஆரம்பித்ததிலிருந்து தான், இன்றைய சென்னை உருவானது.

வடக்கே இன்றைய ராயபுரத்திலிருந்து (மாதராஸன் குப்பமாக இருந்திருக்கலாம்), தெற்கே கூவம் முகத்துவாரம், மேற்கே பக்கிங்ஹாம் கால்வாயால் சூழப்பட்ட, 5 கிலோமீட்டர் நீளம், 2 கிலோமீட்டர் அகலம் கொண்ட மண் திட்டு, 1639 ஜூலை மாதம் (ஆகஸ்டாகவும் இருந்திருக்கலாம்) 22-ம் தேதி, டேயின் துபாஷ் திம்மப்பாவின் நண்பர், பூந்தமல்லியைச் சேர்ந்த தாமர்லா ஐயப்ப நாயக் (தாமல் என்பது, பெங்களூர் சாலையில் காஞ்சிபுரத்துக்கு அருகில் இருக்கும் ஒரு கிராமம்) மூலம் கிழக்கிந்திய கம்பெனிக்கு மானியமாகக் கிடைத்தது. இவர்தான், பழவேற்காட்டிலிருந்து சாந்தோம் வரை உள்ள பகுதியை மேற்பார்வையிட்டு வந்த, விஜயநகரசாம்ராஜ்ஜியத்தின் ஆளுநராக இருந்த, வந்தவாசியைச் சேர்ந்த தாமர்லா வெங்கடாத்ரி (அல்லது வெங்கடப்பா) என்ற தன் சகோதரரிடம், இந்த மானியத்தை ஆங்கிலேயர்களுக்கு அளிக்கும்படி வற்புறுத்தினார். டே அதை நன்றியுடன் ஏற்றுக் கொண்டார். மானியத்தின் மூலம் வர்த்தகம், பாரசீகக் குதிரைகள், ராணுவப் பாதுகாப்பு போன்றவை தமக்குக் கிடைக்கும் என்று வெங்கடாத்ரி நாயக் எதிர்பார்த்தார்.

1609-ல் சோழமண்டலக் கடற்கரையில் பழவேற்காட்டுக்கு அருகில் முதன்முதலாகக் குடியேறிய டச்சுக்காரர்கள், 1615-ல் அங்கே கெல்ட்ரியா கோட்டையைக் கட்டினர். 1626-ல், இந்த இடத்துக்கு அருகில்தான், டே, முட்டாள்தனமாக ஆர்மகான் தொழிற்சாலையை நிறுவினார். 17-ம் நூற்றாண்டின் இறுதி வரையில், பழவேற்காடுதான் டச்சுக்காரர்களின் தலைமையிடமாக இருந்தது. 1781-ல்தான், கெல்ட்ரியா கோட்டை பிரிட்டிஷார் கைக்குக் கிடைத்தது. இன்றும்கூட அந்தக் கோட்டையின் மிச்சங்களையும் அங்குள்ள இடுகாட்டையும் பார்க்கலாம். ஆனால் 17-ம் நூற்றாண்டின் ஆரம்பத்தில் பழவேற்காட்டின் பலம் வாய்ந்த டச்சுக்காரர்கள், ஆர்மகானுக்கு அடிக்கடி தொல்லை கொடுத்துவந்தனர். ஆகையால்தான் டே, புது இடத்தைத் தேடத் தொடங்கினார். வதந்திகள் என்ன சொன்னாலும், டே சென்னையைத் தேர்ந்தெடுத்ததன் காரணங்கள்: (1) அதன் உள்பகுதியில் அவருக்குத் தேவையான துணி 20 சதவிகிதம் மலிவாகக் கிடைத்தது; (2) தெற்கிலும் மேற்கிலும் கூவம், ஏலாம்பூர்* ஆறுகளும் கிழக்கில் கடலும் இந்த நிலத்துக்கு ஓரளவுக்கு நல்ல பாதுகாப்பை அளித்தன; (3) அந்தப் பகுதியின் நட்பான ஆளுநர்கள், வர்த்தகத்துக்கும் குடியேற்றத்துக்கும் உதவியளிப்பதாகச் சொன்னார்கள்; என்று அதிகாரபூர்வ ஏடுகள் குறிப்பிடுகின்றன.

சூரத் அதிகாரிகள் இதை நம்பவில்லை. அங்கிருந்தோ, ஜாவாவிலிருந்தோ எந்த விதமான ஊக்கமும் அளிக்கப்படவில்லை. ஆனாலும், டேயும் மசூலிப் பட்டினத்தில் இருந்த அவரது மேலதிகாரி கோகனும், சில இந்திய உதவியாளர்கள், சில குமாஸ்தாக்கள், லெஃப்டினெண்ட் ஜெர்மின், சார்ஜண்ட் ப்ராட்ஃபோர்ட், இவர்கள் கீழ் இயங்கிய லண்டனின் குடிகாரர்களாயிருந்த இருபத்தைந்து ஐரோப்பிய வீரர்கள், சில உள்ளூர் வேலையாட்கள் ஆகியோருடன் 20 பிப்ரவரி 1640 அன்று, ஈகிள், யூனிடி ஆகிய கப்பல்களில் வந்து இறங்கி, குடியிருப்புக்கான வேலைகளைத் தொடங்கினர். 1 மார்ச் அன்று கட்டுமான வேலை ஆரம்பித்தது. இந்த மாநகரத்தை அமைக்க இவர்கள் ஆற்றிய தொண்டு மதிப்பில்லாததாக இருந்தபோதும்கூட, ஜான் கம்பெனி அவர்களை செலவின் காரணமாக துரத்தியடித்து, பரஸ்பரம் மனஸ்தாபத் துடன், காணாமல் போகச் செய்தது. ஆனாலும், புனித ஜார்ஜ் கோட்டையை, இந்தியாவில் கம்பெனியின் அதிகாரத்துக்கு முக்கிய அரணாக நிர்மாணித்த பிறகே அவர்கள் விடை பெற்றனர். ஆனால், பிற்காலத்தில் அது, அப்படி இல்லாமல் போனதற்கு அவர்களைப் பொறுப்பாளியாக்க முடியாது.

1640-களின் தொடக்கத்தில், இந்தப் புதிய ஆங்கிலேய 'தொழிற்சாலை' என்பது கொத்தளங்கள் சூழ்ந்த சிறிய கோட்டையாக மட்டுமே இருந்தது. இதன் உள்ளே அஸ்திவாரமற்ற பிரதான கோட்டை வீடு, 23 ஏப்ரல் 1640-ல் கட்டி முடிக்கப்பட்டது. அந்த நாள் புனித ஜார்ஜ் தினம் என்பதால் கோட்டைக்கு ஏன் அந்தப் பெயர் வைக்கப்பட்டது என்பதைப் புரிந்து கொள்ளலாம். கூடவே உள்ளே சுமார் 15 குடிசைகள் இருந்தன. இந்தத் 'தொழிற்சாலை'தான் இன்றைய சென்னையாக வளர்ந்துள்ளது. இதற்கு முக்கியமான காரணம், கோகன், 24 செப்டம்பர் 1641 அன்று, சென்னைக்குக் குடி பெயர்ந்ததே. அதனால், சென்னை, சோழமண்டலக் கடற்கரையில் ஆங்கிலேய அதிகாரத்தில் மையமாக ஆனது. 1652-ல் வங்காளமும் ஜாவாவும்கூட, புனித ஜார்ஜ் கோட்டையின் ஆதிக்கத்தின்கீழ் கொண்டுவரப் பட்டன. கோகன் சென்னைக்குக் குடிபெயர்ந்த அதே நேரத்தில், டே, இங்கிலாந்தில், 'புனித ஜார்ஜ் கோட்டையை முன்னுக்குத் தள்ளினார்' என்று தன்மீது சுமத்தப்பட்டிருந்த குற்றச்சாட்டை எதிர்த்து வெற்றிகரமாக வாதாடிக்கொண்டிருந்தார்.

கோட்டைக்கு வடக்கிலும் தெற்கிலும் குடியேறிகளுக்கான வீடுகள் கட்டப்பட்டு, அவற்றைக் காக்க, சுற்றி ஓர் அரணும் அமைக்கப்பட, 'வெள்ளையர் நகரம்' உருவானது. அதற்கு வடக்கில், இன்றைய உயர் நீதிமன்ற வளாகம் இருக்குமிடத்தில், 'புற நகரம்' அல்லது 'ஜெண்டு (தெலுங்கு) நகரம்' என்றும், 1676-க்குப் பின் ஆங்கிலேயர்களால் 'கருப்பர் நகரம்' என்றும் அழைக்கப்பட்ட பகுதி உருவானது. கோட்டையை ஒட்டிய பகுதியிலிருந்து, இன்றைய என்.எஸ்.சி போஸ் சாலை, தெற்கு பிராட்வே

---

* பல ஆவணங்களில் வடக்கு ஆறு அல்லது திருவல்லிக்கேணி ஆறு என்றும் குறிப்பிடப்படும் இது, பின்னர் பக்கிங்ஹாம் கால்வாயின் ஒரு பகுதியாக மாறியது.

பகுதிகளை உள்ளடக்கிய இந்த 'கருப்பர் நகரம்', சென்னப்பட்னம் என்று அழைக்கப்பட்டது. நாளடைவில் அது வளர்ந்து, இன்றைய ஜார்ஜ் டவுனாக மாறியுள்ளது.

'கருப்பர் நகர' அதிகாரம் மூன்று இந்தியர்கள் கையில் இருந்தது. 'அதிகாரி' என்று அழைக்கப்பட்ட தலையாரி, சட்டம் ஒழுங்கை நிலைநாட்டி, வருமானத்தைப் பெற்று, நீதியையும் நிலைநாட்டினார். அதிகாரியின்கீழ், கணக்குகளைப் பார்க்க, 'கணக்குப்பிள்ளை'யும் தலைமைக் காவலராக, சட்டம் ஒழுங்கை நிர்வகிக்க 'பெத்த நாயக்' என்பவரும் இருந்தனர். பெத்த நாயக், குற்றம் செய்தவர்களை சத்திரம் அல்லது நகரவையில் அமர்ந்திருந்த அதிகாரியின்முன் கொண்டுவந்து நிறுத்துவார். இவர்களைத் தவிர, ஒரு தலைமை வியாபாரியின் கீழ் இயங்கும் கம்பெனியின் வியாபாரிகள், இந்தியப் பகுதியின் தலைவர்களாக இருந்தனர். ஜான் கம்பெனி இந்த வியாபாரிகளுக்கு முன் பணம் கொடுத்தது. வியாபாரிகள், ஆந்திரத்திலிருந்து அழைத்துவந்த வேலையாட்களைக் கொண்டு துணிகளை நெய்யவும் சாயம் போடவும் செய்தனர். இந்தத் துணிகளைத்தான் கம்பெனி ஏற்றுமதி செய்தது.

இந்தியப் பகுதியின் பிற முக்கியப்பட்டவர்களில் துபாஷ்கள் அடங்குவர். சுயேச்சையாக வியாபாரம் செய்பவர்கள், கம்பெனியில் வேலை பார்த்துக்கொண்டே தனியாகத் தொழிலில் ஈடுபடுபவர்கள் ஆகியோர்களுக்கு இந்த துபாஷ்கள் உதவினர். 1650-ல் சேஷாத்ரி நாயக், கொன்னேரி செட்டி என்ற இருவர், கம்பெனியின் வியாபாரிகள் என்று நியமிக்கப்பட்டனர். 1770-ல் ஏற்றுமதிக் கிடங்கின் பொறுப்பாளர் வாரன் ஹேஸ்டிங்ஸ், கம்பெனி வியாபாரி என்ற பொறுப்பை ரத்து செய்தபோது, கடைசியாக அந்தப் பொறுப்பில் இருந்தவர் மணலி முத்துக்கிருஷ்ண முதலியார். 1675-ல் கம்பெனி, தனது ஊழியர்களை, பயிற்சியாளர்கள், எழுத்தர்கள், காரியஸ்தர்கள், வியாபாரிகள், மூத்த வியாபாரிகள் (நகராட்சியாளர்கள் என்றும் அழைக்கப்பட்டனர்) என்று வெவ்வேறு நிலைகளில் தரம் பிரித்தது.

கோட்டைக்கு உள்ளிருந்த வெள்ளை நகரமும் வெளியே இருந்த கருப்பு நகரமும் ஒருங்கிணைந்துதான் இன்றைய மாநகரம் உருவானது. ஆங்கிலேயர்களின் பேணுதலில், இந்த நகரம், அருகில் இருந்த கிராமங்களையெல்லாம் கொஞ்சம் கொஞ்சமாக விழுங்கி, தன் அளவைப் பெருக்கிக்கொண்டது. முதன்முதலில் கிடைத்தது திருவல்லிக்கேணி. 1676-ல் கோல்கொண்டா சுல்தானிடமிருந்து இந்தப் பகுதி வாடகைக்குப் பெறப்பட்டது. 1693-ல், பாஸ்டனில் பிறந்த, ஆளுநர் எலிஹு யேல், சக்ரவர்த்தி ஔரங்கசீப்பிடமிருந்து எழும்பூர், புரசைவாக்கம், தொண்டையார்ப்பேட்டை பகுதிகளை குத்தகைக்குப் பெற்றார். (யேல் கொடுத்த சிறு வெகுமதியைக் கொண்டுதான் அவரது பெயரைத் தாங்கியுள்ள அமெரிக்காவின் புகழ்பெற்ற பல்கலைக் கழகம் உருவாக்கப்பட்டது.) வருடாந்திர வாடகைக்குப் பெற்ற இந்த நான்கு கிராமங்களையும் (நான்கு 'பழைய நகரங்கள்'), 1720-ல் கம்பெனி இணைத்துக்கொண்டது. திருவொற்றியூர், நுங்கம்பாக்கம், வியாசர்பாடி,

எண்ணூர், சாத்தான்காடு ஆகிய ஐந்து கிராமங்களும் (ஐந்து 'புதிய கிராமங்கள்') நவாப் தாவுத் கானால் கொடுக்கப்பட்டன.

1742-ல் தனது முடி சூடும் வைபவத்தைக் கொண்டாடும் வகையில், கர்நாடக நவாப், வேப்பேரி, பெரம்பூர், புதுப்பாக்கம், எர்ணாவூர், சடையான்குப்பம் ஆகிய பகுதிகளை ஆங்கிலேயர்களுக்குக் கொடுத்தார். கோல்கொண்டாவுடன் இருந்த உடன்படிக்கையின் அடிப்படையில், பிரான்ஸுக்கு எதிராக நடந்து கொள்ள, 1749-ல் சாந்தோமையும் மைலாப்பூரையும் ஆங்கிலேயர்கள் அபகரித்தனர். இவ்வாறு சிறு குடியிருப்பு ஊராகி, ஊர் நகரமாகி, நகரம் மாநகரமானது.

17-ம் நூற்றாண்டின் இறுதியில் சென்னை, இந்தியாவில் பிரிட்டிஷாரின் பிரதான குடியிருப்பாக இருந்தது. ஆனால், 1774-ல் பிரிட்டனின் இந்தியப் பேரரசுக்குத் தலைநகராக கல்கத்தா ஆனது. 19-ம் நூற்றாண்டில் கிப்ளிங் சென்னையை, 'பழைய புகழை நினைத்து ஏங்கும் மூப்படைந்து தோல் சுருங்கிய கிழவி' என்று வர்ணித்தார். பிரிட்டிஷார் சென்னையைப் புறக் கணித்திருக்கலாம். ஆனால் சென்னைக்குக் குடியேறியவர்களின் சந்ததியினர், டேயின் குடியிருப்பு, பரந்த நோக்குடைய மாநகரமாகத் தழைத்தோங்குமாறு செய்தனர்.

ஒரு காலத்தில் நகரம்

வடக்கு நதிப் பெண்ணின் மர்மம்

ஆர்மகானை சேர்ந்த ஃபிரான்சிஸ் டே, சென்னையை நிறுவியபின், மசூலிப் பட்டினத்தில் இருந்த அவருடைய மேலதிகாரி ஆண்ட்ரூ கோகன், தனது அலுவலகத்தைச் சென்னைக்கு நகர்த்தினார். அதற்குச் சில நாள்களுக்குப் பிறகு, ‘வடக்கு நதிப் பெண்ணின் மர்ம’த்தை அவர் எதிர்கொள்ள வேண்டியிருந்தது. அதுதான் சென்னையில் பதிவான முதல் கொலை.

புனித ஜார்ஜ் கோட்டைக்கு மேற்கு வழியாக (ஒரு காலத்தில்) ஓடிய நதி, வடக்குப் பக்கமாகக் கடலில் கலந்தது. அந்த நதியில் மரக்கட்டை போல ஒன்று மிதந்துவந்தது. கடலை நோக்கி மிதக்கும் அந்தப் பொருள் என்ன என்பதை, நதியில் குதித்து நீந்தி, கண்டுபிடித்துச் சொல்ல பலர் முன்வந்தனர். அந்தக் கட்டை, ஒரு பெண்ணின் அழுகிய பிணம் என்பது கண்டுபிடிக்கப்பட்டது. பல நாள்களுக்கு முன் வீட்டிலிருந்து காணாமல் போன உள்ளூர்ப் பெண்மணி அது என்று தெரியவந்தது. சடலம், விரைவாகக் கரைக்குக் கொண்டுவரப்பட்டது. உடலில் காயங்கள் ஏதும் இல்லாததால், அந்தப் பெண் நீரில் மூழ்கியிருக்க வேண்டும் என்று முடிவெடுக்கப்பட்டு, சடலத்தை அடக்கம் செய்ய உத்தரவு அளிக்கப்பட்டது.

ஆனால், சடலத்தைக் கரையேற்றிய ஒருவர் அவ்வாறு விட்டுவிடத் தயாராக இல்லை. தனது முயற்சிக்குப் பணம் தரப்படவேண்டும் என்று அவர் பிடிவாதம் பிடித்தார். அப்போது அங்கு கூடியிருந்தவர்களுள் ஒருவர், ‘அந்த ஆள் பணம் கேட்க எந்தக் காரணமும் இல்லை; ஏனெனில் அந்தப் பெண் அந்த ஆளையும் அவருடைய நண்பரையும் வெகு நாள்களுக்கு ‘வைத்து’ பாதுகாத்து வந்தாள்’ என்றார்.

உடனே அனைவரும் சடலத்தைக் கரையேற்றியவரைப் பார்க்க, கூரிய பார்வை கொண்ட ஒருவர், அவரது துணியில் ரத்தக் கறை படிந்திருப்பதைச் சுட்டிக் காட்டினார். அவர் அணிந்திருந்த துணியின் ஒரு பகுதி, சடலத்தின் மேல் கிடைத்தது. அவருடைய வீட்டைச் சோதனை செய்ததில், இறந்தவளின்

துணிகளும் நகைகளும் கண்டுபிடிக்கப்பட்டன. அப்போது அவர், தன் கூட்டாளியுடன் சேர்ந்து குற்றம் செய்ததை ஒப்புக்கொண்டார். ஆனால் அவருடைய கூட்டாளி, இரண்டு மூன்று நாள்களுக்கு முன்னரே ஊரை விட்டு ஓடிவிட்டார் என்று தெரிய வந்தது.

கோகனோ, தனது பகுதியில் நடந்த குற்றத்தை விட, வழக்கின் சட்ட நுணுக்கங்கள்மீது அதிகக் கவனமாக இருந்தார். இந்த விஷயத்தில் என்ன செய்வது என்று, சுற்றியிருந்த வட்டாரத்தை ஆண்ட நாயக்குக்கு (புதிதாக உருவாக்கப்பட்ட சென்னை அவரது ஆளுகைக்குள் வரவேண்டும்) கடிதம் எழுதிக் கேட்டார். நாயக், அதற்கு பதிலாக, கோகனே, ஆங்கிலேயச் சட்டமுறைப்படி தீர்ப்பு அளிக்கலாம் என்றும், தவறினால் உள்ளூர்ச் சட்டப்படி நியாயம் வழங்கப்படவேண்டும் என்றும் பதிலளித்தார். மேலும், 'நியாயம் வழங்கப்படாவிட்டால் யார் வந்து இங்கு வியாபாரம் செய்வார்கள்? அதுவும், இந்த இடம் திருடர்களும் கொலைகாரர்களும் இருக்குமிடம் என்று வெளியானால்?' என்று நாயக் குறிப்பாக கோகனிடம் கேட்டிருந்தார்.

இதற்குள், இரண்டாவது கொலைகாரனும் பிடிக்கப்பட்டதால், கோகன் விரைவாகச் செயலாற்றினார். 'நம்மிடமிருந்து அதிகாரத்தைப் பறிக்க ஆவல் உள்ளவர்கள் சுற்றி இருக்கும்போது, அவர்களுக்கு அதைக் கொடுக்க விருப்பமில்லாததால், நாமே அவர்களுக்கு நீதி வழங்கினோம். இருவரும் தூக்கில் தொங்கவிடப்பட்டனர். அவர்கள் அங்கேயே 11 அக்டோபர் 1641 வரை தொங்கிக்கொண்டிருந்தனர். நாயக் வருவதாக இருந்ததால்தான், அந்த உடல்கள் அங்கிருந்து இறக்கப்பட்டன' என்று கோகன் எழுதினார்.

சில மாதங்களுக்குப் பின் நடந்த மற்றொரு கொலை, கோகனின் நிம்மதியைக் குலைத்தது. இது முற்றிலும் ஐரோப்பியர்கள் சம்பந்தப்பட்ட குற்றம். 11 ஆகஸ்ட் 1642 அன்று, சாந்தோமிலிருந்து மதராஸ்பட்னத்துக்கு வந்த மூன்று போர்த்துகீசிய மாலுமிகள் ஒரு சாராயக் கடையில் டேனிஷ்காரன் ஒருவனுடன் சண்டையில் ஈடுபட்டனர். கத்தியால், அவனை ஏழு இடத்தில் குத்தினர். அவர்களைப் பிரிப்பதற்காக இரண்டு ஆங்கிலேய வீரர்கள் அனுப்பப்பட்டனர். அந்த மூவரும், ஆங்கிலேய வீரர்களை பதிலுக்குத் தாக்கினர். அந்தோனியோ மிராண்டோ என்பவன் ஓர் ஆங்கிலேய வீரனின் வலது மார்பில் வாளைப் பாய்ச்சியதால், அந்த வீரன் அந்த நிமிடமே பேச்சு மூச்சில்லாமல் விழுந்து இறந்தான்.

மூன்று போர்த்துக்கீசியர்களும் தப்பி ஓடினர். ஆனால் ஒரு மணி நேரத்துக்குள் மாட்டிக்கொண்டனர். கொலைகாரனை அடையாளம் கண்டுபிடித்தபின், மற்றவர்கள் சாந்தோமுக்குத் திருப்பி அனுப்பப்பட்டனர். 'பெரிய குடும்பத்தைச் சேர்ந்தவன்' என்று சொல்லி கைதியை விடுவிக்குமாறு சாந்தோமிலிருந்து பல கடிதங்கள் வந்தவண்ணம் இருந்தன. ஆனால், நீதி வழங்கப்படவேண்டும் என்பதில் தீர்மானமாக இருந்த நாயக், கைதியை விடுவிக்க போர்த்துகீசியர்கள் ஏதேனும் முயற்சிகள் எடுத்தால் அதனைத் தடுக்க, 500 படைவீரர்களை மதராஸ்பட்னத்துக்கு அனுப்பினார். சூரத்திலிருந்து மேல் உத்தரவு வராமல்

கைதியை விடுவிக்கும் அதிகாரம் இல்லாததால், கோகன், 13-ம் தேதி காலை மரண தண்டனை அளித்தார். 'அவன் பெரிய குடும்பத்தைச் சேர்ந்தவன் என்று சொல்லப்பட்டதால், ராணுவ வீரர்களால் சுட்டுக் கொல்லப்பட்டான்.'

முந்தைய மே மாதம், சாந்தோமின் பாதுகாப்பைப் பலப்படுத்த 11 கப்பல்களில் வந்த 270 துருப்புகளில் மிராண்டோவும் ஒருவன். 20 ஆகஸ்ட் அன்று திரும்பு வதற்குள், படையினர், அந்தப் பகுதியில் கொலைகள் மட்டுமின்றி பல்வேறு பாதகச் செயல்களிலும் ஈடுபட்டு, பிடிபடாமல் இருந்தனர். சாந்தோமில், 1 ஆகஸ்ட் அன்று ஒரு கொலையைச் செய்திருந்த மிராண்டோ, புனித ஜார்ஜ் கோட்டையில் அடைக்கலம் கேட்டான். அது மறுக்கப்பட்டபோது, அந்தக் கடலோரத்தை விட்டு வெளியேறுவதற்குமுன் ஓர் ஆங்கிலேயனையாவது கொல்வேன் என்று சூள் உரைத்திருந்தான். சொன்னபடியே செய்த அவன், தான் சுடப்படுவதற்குமுன், அது, தான் செய்த ஏழாவது கொலை என்று பீற்றிக் கொண்டான். எனவே, கோகனின் ஆட்சிக் குழு, 'பொதுமக்கள் எங்கள் செய்கை யினால் மனம் மகிழ்ந்தார்கள்' என்று கூறியதில் ஆச்சரியம் ஏதும் இல்லை. சாந்தோமில் வசித்துவந்த போர்த்துகீசியர்களுக்கும் இந்த மரண தண்டனை ஒரு படிப்பினையாக இருந்தது. ஆட்சிக் குழுவின் அறிக்கைப்படி, 'அது வரை தினமும் ஏதாவது தொல்லைகளைக் கொடுத்துவந்த போர்த்துகீசியர்களுடனான உறவு, அதற்குப்பின் சுமுகமாக இருந்தது.'

கோகனுக்குப் பின் ஆகஸ்ட் 1643-ல் பதவியேற்ற டே, 8 ஜனவரி 1644 அன்று ஒரு சிக்கலைச் சமாளிக்க வேண்டியிருந்தது. இந்தக் கொலை திட்டமிட்டுச் செய்யப்படவில்லை. வேறு எந்த சாட்சியங்களும் இல்லாத காரணத்தால், நீதிமன்றம் ஊகத்தின் பேரில் தீர்ப்பை அளிக்கவேண்டியதாயிற்று.

கோட்டையின் சார்ஜெண்ட் ஜெஃப்ரி ப்ராட்ஃபோர்ட், கோட்டைக்கு வெளியே வசிக்க அனுமதி பெற்றிருந்தார். 7-ம் தேதி அன்று, வேலையை முடித்துவிட்டு இரவு வீட்டுக்குத் திரும்பிய அவர், அந்த அகால வேளையில் எதிர்பாராத ஒரு நபர் தன் வீட்டில் ஒளிந்திருப்பதைக் கண்டார். அந்த நபர் தப்பிச்செல்ல முயல, அவனை அடுத்த நாள் அடையாளம் காண வசதியாக, ப்ராட்ஃபோர்ட், தன் கத்தியால் குத்திக் காயப்படுத்தினார்.

அடுத்த நாள், அந்த நபரை அடையாளம் காண்பதில் சிரமம் ஏதும் இருக்க வில்லை. ஏனெனில் அவன் செத்துவிட்டான்! கவலைப்பட்ட டே, தனது மருத்துவரை அனுப்பி, உடலைப் பரிசோதனை செய்யச் சொன்னார். ஆனால் மருத்துவருக்கு உடலே கிடைக்கவில்லை! கத்திக் குத்து வாங்கியவன், உதவி கோருவதற்கு பயந்து வீட்டிலேயே இருந்ததால், ரத்தப் போக்கு அதிகமாகி, உயிர் போயுள்ளது. அவன் செய்த செயலுக்காக வெட்கப்பட்ட அவனது பெற்றோர்கள், அவசர அவசரமாக அந்த உடலைப் புதைத்துவிட்டனர்.

பிறகு, நகரின் ஆங்கிலேய மற்றும் இந்தியப் பிரமுகர்கள் கூடி, உள்ளூர் சட்டத்தின்படி, இறந்தவன் செய்த தவறுக்குத் தகுந்த தண்டனைதான் கிடைத்தது என்றும் சார்ஜெண்டின்மீது எந்தப் பழியும் இல்லை என்றும் முடிவெடுத்தனர். எனினும் சார்ஜெண்டை நாடுகடத்த வேண்டும் என்று

அவர்கள் நிச்சயித்தனர். ஆனால் அவருக்கு பதில் அந்த வேலையைச் செய்ய ஒருவரும் கிடைக்கவில்லை. ப்ராட்ஃபோர்ட் தப்ப முயற்சிக்க மாட்டார் என்று ராணுவ அதிகாரி ஒருவர் உத்தரவாதம் அளித்ததால், இங்கிலாந்திலிருந்து மாற்றாள் வரும்வரை அவர் வேலையில் தொடரலாம் என்று ஒப்புக்கொள்ளப் பட்டது. 1632-ல் கார்பரலாக இந்தியா வந்து ஆர்மகான் தொழிற்சாலையில் பணியாற்றிய ப்ராட்ஃபோர்ட், சென்னை நிர்மாணிக்கப்பட்டபோது டேயுடன் கூடவே இருந்தவர்.

மூன்று வேவ்வேறு குற்றங்கள். மூன்று வெவ்வேறு விதமான தீர்ப்புகள். அதுதான் பழைய சென்னை. ஜார்ஜ் ஃபாக்ஸ்க்ராஃப்ட் நகரின் முதல் ஆளுநர் ஆகி, கொலைக் குற்றம் புரிந்த அனைவரையும் தண்டிக்கும் முழுமையான அதிகாரம் அவருக்குக் கிடைக்கும் வரையில், நிலைமை இப்படித்தான் சீரின்றி இருந்தது. (அவரே, பதவி கிடைக்கும்போது ஜெயிலில் இருந்ததும்; அவரை, அவருக்கு முன் பதவி வகித்த சர் எட்வர்ட் விண்டரே ஜெயிலில் அடைத்ததும் வேறு கதை.)

திருமதி அஸென்ஷியா டாஸ் என்ற நகராட்சியாளர் ஒருவரின் மனைவி, தனது அடிமைப் பெண் செக்கா என்பவளைக் கொன்றுவிட்டார். நகரம் நிர்மாணிக்கப் பட்டு கால் நூற்றாண்டு முடிந்த பின்னும், சரியான சட்ட நடைமுறைகள் இல்லாத காரணத்தால், ஃபாக்ஸ்க்ராஃப்ட், கம்பெனியின் இயக்குனர்களுக்குக் கடிதம் எழுதினார். அடிமைப் பெண்ணைக் கொன்ற மனித நேயமற்ற திருமதி டாஸின் இந்தச் செய்கைக்கு வருத்தம் தெரிவித்த கம்பெனி, அவர் பேரிலும் அவருக்கு உடந்தையாக இருந்த மற்றவர்கள் பேரிலும் எவ்வாறு நடவடிக்கை எடுக்கவேண்டும் என்பது பற்றியும், எதிர்காலத்தில் கோட்டை மற்றும் மெட்ராஸ் நகர வரம்புக்குள் இத்தகைய குற்றம் புரிபவர்களை எவ்வாறு விசாரித்துத் தண்டிக்க வேண்டும் என்பது பற்றியும் தங்களது ஆலோசனைகளைக் கூற கால அவகாசம் கேட்டு, 3 மார்ச் 1666 அன்று பதில் எழுதினர்.

ஒரு வாரம் கழித்து அந்த மிக முக்கியமான கடிதம் அனுப்பப்பட்டது. கம்பெனியின் 1661-ம் ஆண்டு அதிகாரப் பத்திரத்தின்படி, சென்னைக்கு ஓர் ஆளுநர் நியமிக்கப்பட்டார். அவரை ஆளுநராக நியமித்த அந்தக் கடிதம் சென்னைக்கு வந்து சேர்ந்தபோது, ஃபாக்ஸ்க்ராஃப்ட் சிறைக்குள் இருந்தார்! அந்தக் கடிதத்தில், மேற்கொண்டு, திருமதி டாஸ் மீதான வழக்கு எப்படி நடத்தப்பட வேண்டும் என்றும் விவரிக்கப்பட்டிருந்தது. 1669-ல் ஃபாக்ஸ்க்ராஃப்ட் மீண்டும் ஆளுநராகப் பதவியேற்றதும், ஜூரர்களைக் கொண்டு இந்த வழக்கு நடத்தப்பட்டது. சென்னையிலேயே, ஏன், இந்தியாவிலேயே ஜூரர்களைக் கொண்டு நடத்தப்பட்ட முதல் வழக்கு இதுதான்.

அரசு -எதிர்- அஸென்ஷியா டாஸ் வழக்கின் முதல் கட்டமாக, ஜூரர் பணிக்கு 24 பேர் அழைக்கப்பட்டு, குற்றப் பத்திரிகை வாசிக்கப்பட்டது. அடுத்து, லண்டனிலிருந்து வந்த உத்தரவின்படி, 12 பேர் அடங்கிய ஜூரர் குழுவைத் தேர்ந்தெடுக்க, 36 பேர் அழைக்கப்பட்டனர். அதில் 20 பேரை எந்தக் காரணமும் சொல்லாமல் திருமதி டாஸ் நிராகரிக்கலாம் என்று அவருக்குச்

சொல்லப்பட்டது. விண்டர் உட்பட மூன்று பேரை அவர் நிராகரித்தார். பின், ஆறு ஆங்கிலேயர்களும் ஆறு போர்த்துகீசியர்களுமாக, 12 பேர் ஜூரர்களாகப் பிரமாணம் எடுத்துக்கொண்டனர். மறுபடியும் குற்றப் பத்திரிகை வாசிக்கப் பட்டு, சாட்சிகள் விசாரிக்கப்பட்ட பின், தீர்ப்பைப்பற்றி ஆலோசிக்க ஜூரர்கள் குழுமினர்.

இரண்டு மணி நேரத்துக்குப் பின் திரும்பிய அவர்கள், திருமதி டாஸ் கொலைக் குற்றம் செய்துள்ளார் என்றாலும், அதை அவர் செய்த விதத்தில் ஜூரர்களுக்கு இடையில் கருத்து வேற்றுமை உள்ளது என்றும், எனவே மேற்கொண்டு எப்படி நடந்துகொள்வது என்பதற்கு நீதிமன்றம் வழிகாட்டவேண்டும் என்றும் கேட்டுக் கொண்டனர். கோபம் கொண்ட நீதிபதி, ஜூரர்களுக்கு குற்றவாளியா இல்லையா என்று சொல்லமட்டுமே அதிகாரம் உள்ளது என்று கத்த, வெளியே சென்று சில நிமிடங்களில் திரும்பிய தலைமை ஜூரர், எட்வர்ட ரீட், 'டாஸ் குற்றமற்றவர்' என்று தீர்ப்பு சொன்னார்.

நீதி மன்றமே அதிர்ச்சி அடைந்தது. தீர்ப்பு எல்லோருடைய எதிர்பார்ப்புக்கும் முரணாக இருந்ததால், தவறு ஏற்பட்டிருக்கலாம் என்று நினைத்து, மீண்டும், தீர்ப்பு என்ன என்று ரீடிடம் நீதிபதி கேட்டார். அவர் 'குற்றமற்றவர்' என்ற பதிலையே திருப்பிச் சொன்னார். பிறகு நீதிபதி, ஒவ்வொரு ஜூரரையும் தனித்தனியாக விசாரித்தார். அவர்கள் அனைவரும், ஒவ்வொருவராக 'குற்றமற்றவர்' என்றே தீர்ப்பு கூறினார்கள். இது தொடர்பான தனது அறிக்கையில் ஃபாக்ஸ்க்ராஃப்ட் எழுதும்போது, 'அவள் விடுவிக்கப்பட்டாள்' என்று விரக்தியுடன் குறிப்பிட்டார்.

இந்த வழக்கு தொடர்பான விவரமான அறிக்கையை ஃபாக்ஸ்க்ராஃப்ட் இங்கிலாந்துக்கு அனுப்பிவைத்தார். எதிர்காலத்தில் இதுபோன்ற வழக்குகளை விசாரிக்க, தெளிவான வழிமுறைகளும் பயிற்சிகளும் தேவை என்று அந்த அறிக்கையில் அவர் குறிப்பிட்டிருந்தார். 'பல இடங்களில் சரியான நடைமுறைகள் இல்லாத காரணத்தால், நாங்கள் என்ன செய்வது என்று புரியாமல் தவித்தோம். எங்களிடம் சட்டம் தெரிந்த யாரும் இல்லாததால், இப்படி எதிர்பாராத தீர்ப்பை அளித்த ஜூரர்களிடம் மேற்கொண்டு ஏதாவது கூறியிருக்க வேண்டுமா என்று எங்களுக்குத் தெரியவில்லை.'

இப்படியாக, 'அடிமைப் பெண்ணுக்கும் நகராட்சியாளர் மனைவிக்குமான வழக்கு' முடிவுற்றது. கொலை செய்யப்பட்டவளுக்கு துரதிர்ஷ்டவசமாக நீதி கிடைக்கவில்லை என்றாலும், சென்னைக்கு அதிர்ஷ்டவசமாக ஓர் ஆளுநரும் நவீன சட்டமுறையின் தொடக்கமும் கிடைத்தது.

3. மாநகரத்தின் எல்லை

மவுண்ட் ரோடில், புனித ஜார்ஜ் கோட்டையை பரங்கி மலையுடன் இணைக்கும் 7 மைல் நீளம் கொண்ட நேர்க் கோட்டை அடிப்படையாக வைத்துத்தான் 1800-ல் 'இந்தியாவின் பெரும் முக்கோணவியல் அளவீடு' (தி கிரேட் இந்தியன் ட்ரிக்னாமெட்ரிகல் சர்வே) தொடங்கியது. ஆக, இந்தியாவின் முக்கோணவியல், நில வரைவியல் அளவெடுப்புகளின் தொடக்கமே, சென்னைதான். எனவே, வரைபட ஞானம் மிகுந்திருந்த சென்னையின் வளர்ச்சியை, அதன் வரைபடங்கள் மூலம் பின்பற்றுவது கடினமில்லைதான். ஆனால், அளவியல் நிபுணர்கள், தங்களது கோணம் அளக்கும் கருவிகளைக் கொண்டுவந்து வரைபடங்களை உருவாக்குவதற்கு வெகு நாள்கள் முன்னதாகவே, சென்னைக்கு இரண்டு நகர வரைபடங்கள் இருந்தன. 1673-ல் ஃப்ரையர் உருவாக்கியது ஒன்று. 1688-ல் லாங்க்லீ உருவாக்கியது மற்றொன்று.

மையம் கடலிலிருந்து 190 கஜமும், மேற்கில் நதியிலிருந்து 110 கஜமும் இருக்குமாறும், ஒவ்வொரு மூலையிலும் கொத்தளங்கள், அவற்றை இணைக்கும் சுவர்கள் என சதுர வடிவம் கொண்ட ஒரு கோட்டையைக் கட்ட கோகனும் டேயும் திட்டமிட்டிருந்தனர். 110 கஜத்துக்கு 100 கஜம் அளவுடைய நிலத்தை வேலியால் அடைத்து, அதன் மூலை விட்டத்தில் தொழிற்சாலையைக் கட்டத் திட்டமிட்டிருந்தனர். கிழக்கிந்திய கம்பெனி மருத்துவர் ஜான் ஃப்ரையர் 1673-ல் சென்னைக்கு வந்தபோது, பிரிட்டிஷ் சென்னையின் முதல் வரைபடத்தை வரைந்தார். அந்தப் படத்தில், கூம்பு வடிவில் முகமதிய பாணியில் அமைக்கப்பட்ட கூரையைக் கொண்ட தொழிற்சாலைக் கட்டடத்தை 'ஆளுநர் வீடு' என்றும், உட்புறத்தின் நடு மையத்தில், சுவர்களுக்கு மூலை விட்டத்தில் கட்டப்பட்ட மற்ற கட்டடங்களை 'கோட்டை வீடுகள்' என்றும் அழைத்தார். மேற்குச் சுவரில் கட்டப்பட்ட காவலர் விடுதியின் கூரையும் கூம்பு வடிவில் அமைந்திருந்தது. இந்த அஸ்திவார

மற்றக் கோட்டை, 1714-ல் இடிக்கப்பட்டு ஃபோர்ட் ஸ்கொயர்* உருவாக்கப் படும் வரை நிலைத்திருந்தது.

1640-ன் இறுதி வரை தொழிற்சாலையைப் பாதுகாக்கும் தென் கிழக்குக் கொத்தளம் மட்டும்தான் கட்டப்பட்டிருந்தது. 1653-ல்தான் மற்ற மூன்று கொத்தளங்களும், இணைப்புச்சுவர்களும், உள்ளிருக்கும் கோட்டையும் கட்டி முடிக்கப்பட்டன. அதற்கு 9,250 வராகன் • செலவானது. அதில் பெரும் பகுதி டேயின் சொந்தப் பணத்தில் இருந்து வந்தது. இதற்கு இடையில் கோட்டையைச் சுற்றி பல ஐரோப்பியர்கள், அதில் பெரும்பான்மையினர் சாந்தோமிலிருந்து வந்த போர்த்துகீசியர்கள், குடியேறத் தொடங்கினர். அந்தப் பகுதிக்கு 'அரண்' என்று பெயர் ஏற்பட்டது. எஃப்ரேயிம் தி நெவர்ஸ் என்ற கபுசின் பாதிரி, 1642-ல் அரணுக்கு வடக்கே ஒரு கத்தோலிக்க தேவால யத்தைக் கட்டினார். இந்தப் புது மக்கள் குடியிருப்புகளைப் பாதுகாக்க, நான்கு கொத்தளங்கள், மூன்று பக்கம் சுவர்களுடன் ஒரு புறக்கோட்டை கட்டப் பட்டது. நான்காவது பக்கம் சுவர் தேவைப்படவில்லை; இயற்கையாகவே இப்போதைய பங்கிங்ஹாம் கால்வாயின் பாகமாக இருக்கும் ஏலாம்பூர் நதி இருந்தது. 1640களின் நடுவில் இதற்கான வேலை தொடங்கப்பட்டு, 1653ல்தான் சூடுபிடிக்க ஆரம்பித்தவுடன் உட்கோட்டம் நிறைவடைந்த பின் 1666ல் முடிக்கப்பட்டது.

இந்தப் புறக்கோட்டையின் வடக்கு நுழைவாயில் மூலம் இந்திய வியாபாரி களும், நெசவாளிகளும், வண்ணம் ஏற்றுவோரும், அவர்களுடைய சுற்றத் தார்களும் தொடர்பு கொண்டனர். இன்றைய புனித ஜார்ஜ் கோட்டையின் கரு இந்தப் புறக்கோட்டைதான். 'கறுப்பர் நகரம்' என்று அழைக்கப்பட்ட இந்த இந்தியக் குடியிறுப்பு 1640-41ல் வேர் பாய்ச்சியிருந்தது.

நான்கு கொத்தளங்கள், அவற்றை இணைக்கும் நான்கு சுவர்கள் ஆகிய வற்றைக் கொண்ட அரண் (அல்லது உட் கோட்டை), அதனுள் இருந்த தொழிற்சாலை மற்றும் ஐரோப்பிய அதிகாரிகள் வசித்த பகுதி, இந்த அரணை உள்ளடக்கிய புறக்கோட்டை, பிற ஐரோப்பிய வீடுகள், கபுசின் புனித அந்தோணியார் தேவாலயம், இவற்றைப் பாதுகாக்கும் நான்கு கொத்தளங்கள், மூன்று சுவர்கள், வடக்கே இரண்டு வாயில்கள், அதன் வழியே சென்றால் புறக்கோட்டையின் வடக்கு வாசலுக்கு வெளியே இருக்கும், மண் சுவர்களுடன் நடு வாயில், சத்திர வாயில் ஆகியவற்றால் பாதுகாக்கப்பட்ட கருப்பர் நகரம். இதுதான் அக்காலத்திய சென்னை. புறக்கோட்டைக்கும் கருப்பர் நகரத்துக்கும் இடையே ஒரு பரந்த இடைவெளி இருந்தது. அதுதான் பஜார் என்று அழைக்கப்பட்ட சந்தை. இதுவெல்லாம் 1673-ல் டாக்டர் ஜான் ஃப்ரையரின் வரைபடத்தில் காண்பிக்கப்பட்டிருக்கிறது. கடல்வாயிலோ

---

* பின்னர் பரேட் மைதானம் என்ற பெயரைப் பெற்றது, இப்போது வண்டிகள் நிறுத்தும் இடமாக உள்ளது.

• ஒரு வராகன் = ரூ. 10, ஒரு பவுண்ட் ஸ்டெர்லிங்கும் கிட்டத்தட்ட அதே மதிப்பு கொண்டதாக இருந்தது.

தெற்கே 1673ல் ஆளுநர் கட்டிய கொத்தளமோ ஆச்சரியமாகக் காட்டப் படாவிடினும். உட்கோட்டையின் தென்கிழக்குச் சுவரில் 1687ல்தான் ஆளுநர் யேல் அமைந்த புனித ஜார்ஜ் சிலுவை காண்பிக்கப்பட்டிருக்கிறது.

1640-ம் ஆண்டு இலையுதிர் காலத்தில் வெள்ளையர் நகரத்தைச் சுற்றிலும் 300 முதல் 400 ஆந்திர நெசவாளர் குடும்பங்கள் குடியேறியிருந்தன. கோட்டையின் உள்ளே சுமார் 70 வீடுகள் இருந்தன. அந்தச் சமயத்தில் கோட்டைக்கு வெளியே வசித்த ஒரே ஆங்கிலேயர், தாமஸ் கிளார்க் என்பவர். இவர், கோட்டைக்கு சற்றே வெளியே, வடமேற்கில், கால்டெரா புள்ளி என்ற கொத்தளத்துக்கு அருகே, 1640-41-ல் தனக்கென ஒரு வீட்டைக் கட்டிக் கொண்டார். அந்த இடத்தில்தான் இப்போது கோட்டை ரயில் நிலையத்தினுள் செல்லும் இருப்புப்பாதை வளைகிறது. ஆர்மகானிலிருந்து வந்த அவரை, நகரின் 'முதல் குடிமகன்' என்றும் சிலர் அழைக்கிறார்கள். அவர், பிற்காலத்தில் பாப்ஹாம்ஸ் பிராட்வேயும் என்.எஸ்.சி. போஸ் சாலையும் கூடும் இடத்துக்குக் கிழக்கே ஒரு வீட்டைக் கட்டிக்கொண்டு வசித்தார். 1683-ல் இறந்த கிளார்க்கின் சமாதிக் கல் புனித மேரி தேவாலய வெளிப்புறத்தில் உள்ளது. பின்னர், இந்த வீட்டுக்கு வாரிசானவர் 1686-ல் சென்னைக்கு வந்த நிகோலோ மானுச்சி. அவரைப் பற்றி பிறகு பார்ப்போம். கிளார்க்கின் விதவை எலிசபெத்தை அவர் பாண்டிச்சேரியில் மணம் புரிந்துகொண்டார்.

1674-ல் புனித ஜார்ஜ் கோட்டையில் இருந்த 118 வீடுகளில் பாதிக்கு மேல் போர்த்துகீசியர்களின் உடைமையாக இருந்தது. கருப்பர் நகரத்தில் 75 வீடுகள் இருந்தன. சென்னையில் அப்போது 300 ஆங்கிலேயர்களும் சுமார் 3,000 போர்த்துகீசியர்களும் வசித்தனர் என்று ஃப்ரையர் கூறுகிறார். 1688-ல் லாங்க்லியால் வரையப்பட்ட படம், ஃப்ரையர் காலத்திலிருந்து எவ்வளவு விரைவாக ஆங்கிலேய (வெள்ளை), இந்திய (கருப்பு) நகரங்கள் வளர்ந்திருந்தன என்று காண்பிக்கிறது. பிற்காலத்திய நியூ யார்க் நகரத்தின் கட்டட வரிசைகளுக்கு முன்னோடி போல், சதுரங்கப் பலகை பாணியில் பிரிக்கப்பட்ட நேரடிச் சாலைகளில் கட்டப்பட்ட வீடுகள் இடம் பெறுகின்றன.

எனினும், நவீன சென்னையின் நம்பகரமான முதல் வரைபடம் 1707 முதல் 1709 வரையிலான காலத்தில் ஆளுநர் தாமஸ் பிட்டின் ஆணையின் பேரில் தயாரிக்கப்பட்டது. கோட்டைக்குத் தெற்கே சற்று தொலைவில் ஒரு குப்பமும், மேற்கே ஏலாம்பூர் ஆறும், வடக்கே இப்போது ஜார்ஜ் டவுனில் இருக்கும் யானை கவுனித் தெருவுக்கு 500 கஜம் தொலைவிலும் இதன் எல்லைகள் இருந்தன. ஆளுநரின் மாளிகை, சுவர் சூழும் சதுரத்தின் கிழக்கில் இருக்கிறது. இந்த உட்கோட்டைக்கு அடுத்து புனித மேரி சர்ச்தம், கூம்புடைய கட்டிடமாகத் துல்லியமாகக் காட்டப்பட்ட நகராட்சி மனை காட்டப்பட்டிருக்கிறது. கோட்டைக்கு வடக்கேயிருக்கும் கறுப்பர் நகரத்திற்கு மத்தியில் கோவிலிருக்கிறது. கறுப்பர் நகரின் வடக்குச் சுவருக்கு அப்பால் முத்தயால்பேட்டையும் மேற்கே ஒரு கால்வாயினால் பிரிக்கப்பட்டு பெத்தநாயக்கன்பேட்டை இருக்கின்றன. பெத்தநாயக்கன்பேட்டைக்குத் தெற்கே, அதற்கும் தீவிற்கும் நடுவே கம்பெனியின் தோட்டமிருக்கிறது.

பிட்டின் ஓய்விற்கும் கேளிக்கைக்கும் ஒரு சிறிய காம்பவுண்டிற்கு நடுவில் ஒரு மாளிகையும் தெற்கே ஒரு கோட்டையுமுடைய படம் 70 வருட சென்னையின் அலங்காரத் தோற்றத்தைக் காண்பிக்கிறது.

இப்போது தலைமைச் செயலகத்தின் மத்திய பாகத்தில் உள்ள இரண்டாவது ஆளுநர் மாளிகை, 1693-ல் கோட்டை மாளிகை இடிக்கப்பட்ட பின், அதற்குக் கிழக்கே 1695-ல் கட்டப்பட்டது. சம மட்டமான கூரையுடன் சுவர்களுக்கு இணையாக 110 அடிக்கு 50 அடி அளவுள்ளது இந்த மாளிகை. 1710-ல் வரையப்பட்ட பிட் வரைபடத்தில் ஏற்கெனவே இருந்த கட்டடங்களுடன், இந்த மாளிகை, கோட்டைக்குள் உள்ள பெயரிடப்பட்ட சாலைகள், ஒரு தங்க சாலை, மருத்துவமனை, டவுன் ஹால், தச்சு வேலைக்கு ஓர் இடம் ஆகியவையும் இடம் பெறுகின்றன. இப்போது ராணுவத்தினர் உபயோகிக்கும் டவுன் ஹால், 1680-ல் புனித மேரி தேவாலயத்துக்கு அருகில் கட்டப்பட்டு 1692-ல் 4,000 வராகன் செலவில் விரிவாக்கப்பட்டது. அதன் கூம்பிய கூரை இப்போது இல்லை. 1711-ல் உள்கோட்டையைத் தகர்த்த ஆளுநர் ஹாரிஸன், இடிந்த குவியலை வைத்து ஆளுநர் மாளிகைக்கு எதிரில் ஓர் அணிவகுப்பு மைதானத்தை அமைத்தார். அதன் மேற்குப் புறத்தில், நகரின் மற்ற பகுதிகளுக்கான பிரதான வாயில் இருந்தது. மருத்துவமனை, தங்க சாலை, கோட்டையிலிருந்த பல ராணுவ முகாம்கள் ஆகியவற்றையும் ஹாரிஸன் புதுப்பித்தார்.

1746-49 இடையே நடந்த சென்னை மற்றும் சாந்தோம் மீதான பிரெஞ்சு ஆக்கிரமிப்புக்குப் பின், கோட்டையை பலப்படுத்தும் முயற்சிகள் தொடங்கப்பட்டன. 1758-59-ல் நடந்த லாலியின் முற்றுகைக்குப்பின் ஆளுநர் பிகாட்டின் ஆட்சியில் 1755-63-ல் கோட்டையின் மிகப்பெரும் புனரமைப்பு நடந்தது. 1750-லிருந்து இந்தப் பணிக்குப் பொறுப்பேற்றவர்கள் ராபின்ஸ், ப்ரோஹியர், ஸ்காட், கால், பென்ஃபீல்ட் போன்ற பொறியாளர்கள். 1760-களில் ஒரு சிறிய சுணக்கத்துக்குப் பின் 1771-ல் மீண்டும் கோட்டையை பலப்படுத்தும் முயற்சி தொடங்கப்பட்டது. இந்த முயற்சி, 1783-ல் நடந்த இறுதிக்கட்ட வேலையுடன் முடிவடைந்தது.

டால்பாய்ஸ் வீலரால் அவர் பெயரில் 1773-ல் தயாரிக்கப்பட்ட பழைய வரைபடத்தின் பிரதியில் சுற்றுப்புற கிராமங்களைப் பற்றிய விவரங்கள் இருந்தன. அதில், பெத்தநாயக்கன்பேட்டை, முத்தையால்பேட்டை உள்பட வடக்கு எல்லை 1,500 கஜம் அகன்றதாகக் காண்பிக்கப்படுகிறது. 18-ம் நூற்றாண்டின் தொடக்கத்தில் ஏலாம்பூர் ஆற்றிலிருந்து கடற்கரை வரை வடக்கு எல்லையைப் பாதுகாக்கக் கட்டப்பட்ட ஆறு கட்டட வரிசைகளுக்கு கம்பெனியின் ஆறு முக்கிய வர்த்தகர்களின் பெயர்கள் சூட்டப்பட்டன. முள்புதர் வேலிகளால் சூழப்பட்ட இவற்றைக் கட்ட அவர்கள் பணம் அளித்திருக்கலாம். இந்தப் புதரின் பெயரான 'பவுண்ட் ஹெட்ஜ்' என்பது 'பாண்டேஜ்' என்ற பெயரில் ராயபுரத்தில் ஒரு சந்தாக இன்றும் நீடிக்கிறது.

1755-ல் கான்ராடியினால் வரையப்பட்ட படம் புராதன சென்னை, 'நவீன சென்னைக்கு' மாறியதைக் காண்பிக்கிறது. அதில், தெற்கு எல்லை

திருவல்லிக்கேணியின் ஒரு பகுதி உள்பட, கூவம் முகத்துவாரத்துக்குத் தெற்கே 1,000 கஜம் என்று மனம் போன போக்கில் குறிக்கப்பட்டிருக்கிறது. வடக்கு சென்னையின் மேற்கு எல்லை ஏலாம்பூர் ஆறாக இருந்தபோதிலும், அதனுள் சிந்தாதிரிப்பேட்டை அடங்கியபோதிலும், தென் சென்னையின் எல்லை நிர்ணயிக்கப்படவில்லை. வடக்கு எல்லை 1733-ன் வரைபடத்தில் சில கஜம் வடக்கே குறிக்கப்பட்டிருக்கிறது. 1750 புள்ளிவிவரத்தின்படி, கருப்பர் நகரத்தில் மட்டும் 8,700 வீடுகள் இருந்தன. இரண்டாவது பிரெஞ்சு முற்றுகைக்குப்பின் 1760-ல் இவற்றைத் தரைமட்டமாக்கிய ஆங்கிலேயர் அதற்குபதில் கேளிக்கைகாக ஒரு சமவெளிப் பகுதியை (எஸ்பிளனேட்) உண்டாக்கி அதற்கு வடக்கே ஒரு புதிய கருப்பர் நகரத்தை உருவாக்க ஊக்கமளித்தனர்.

1772-ல், எஸ்பிளனேடின் எல்லை, ஆறு எல்லைக் கற்களை வைத்து நிர்ணயிக்கப்பட்டது. எஸ்பிளனேடின் எல்லை எது என்று அறிவித்த இந்த ஆறு கற்களில் ஒன்று மட்டும், 20 அடி உயரமுள்ள சதுர ஸ்தூபியாக, இரண்டாவது கடற்கரைச் சாலையில் பாரி கம்பெனியால் பராமரிக்கப்பட்டு, 1 ஜனவரி 1773 முதல் இன்றுவரை இருந்து வருகிறது. பத்ரியன் செட்டி தெருவில் ஒரு வீட்டின் மூலையில் 1996-ல் இரண்டாவது எல்லைக் கல் கண்டுபிடிக்கப்பட்டது. விரிவாக்கத்துக்காக அந்தக் கட்டடம் தகர்க்கப்பட்டபோது இது கவனத்துக்கு வந்தது. அந்த வீட்டை விரிவுபடுத்துபவர்களிடம் பல முறை கெஞ்சிக் கேட்டுக்கொண்டும், அந்தக் கல்லுக்கும் வீட்டின் கதிதான் கிட்டியது. பாப்ஹாம்ஸ் பிராட்வே, கொண்டிச்செட்டி தெரு, ஸ்ட்ரிங்கர் தெரு ஆகியவற்றின் சந்திப்புகளிலும், முன்னர் சைனா பஜார் தெரு, எஸ்பிளனேட் சாலை என்றும் இப்போது என்.எஸ்.சி போஸ் சாலை என்றும் அழைக்கப்படும் தெரு, லிங்கிச் செட்டி தெரு சந்திப்பிலும் மற்ற கற்கள் இருந்திருக்கலாம்.

1775-ல் சென்னையைச் சுற்றி ஒரு வேலி கட்டலாம் என்று ஓர் எண்ணம் இருந்திருக்கிறது. அது கைவிடப்பட்ட போதிலும், திட்டத்தை ஆராயும்போது சென்னையின் அப்போதைய எல்லை புலப்படுகிறது. தெற்கில், இப்போதைய மவுண்ட் ரோடும் சேமியர்ஸ் சாலையும் சந்திக்கும் ஒரு புள்ளியிலிருந்து அடையாறு வரை. வடக்கில், மவுண்ட் ரோடு, நுங்கம்பாக்கம் ஏரி சாலை வழியாக, சேத்துப்பட்டு வேப்பேரியைச் சுற்றி, கருப்பர் நகரத்தின் வடக்கு மதிலுக்கு ஒரு மைல் தூரம் தள்ளி, கடல் வரை. மோனேகர் சத்திரத் தெருவில், வடக்கு எல்லைக் கல் ஒன்று கண்டுபிடிக்கப்பட்டுள்ளது.

கிழக்கிந்திய கம்பெனி நாள்களில், கடைசி முறையாக, 2 நவம்பர் 1798 அன்று, ஆளுநர் அவையில் சென்னையின் எல்லை அறிவிக்கப்பட்டு, புதிய படம் வரையப்பட்டது. தெற்கு, மேற்கு எல்லைகள், 1775-ல் குறிப்பிட்டபடி இருந்தன. ஆனால் வடக்கு எல்லை, சேத்துப்பட்டைத் தாண்டி, கீழ்ப்பாக்கத்தையும் பெரம்பூரையும் உள்ளடக்கியதாக இருந்தது. வடக்கு எல்லை, பெரம்பூருக்கு வடக்கே தொண்டையார்பேட்டையையும் உள் அடக்கி கடலை அடைந்தது. இவ்வாறு 19-ம் நூற்றாண்டின் தொடக்கத்தில் சென்னை இப்போதைய உருவைக் கிட்டத்தட்ட பெற்றிருந்தது.

1939-ல் தனது முன்னூறாவது ஆண்டு விழாவை சென்னை கொண்டாடிய போது, மாம்பலத்தைச் சேர்த்துக்கொண்டது ஒன்றுமட்டும்தான் அதன் 1798 எல்லைகளிலிருந்து ஒரே மாற்றமாக இருந்தது. 1923-ல் மாம்பலம் சேர்க்கப்பட்டு, இருப்புப் பாதை மேற்கு எல்லையாக ஆனது.

சென்னையின் முதல் அதிகாரபூர்வ மக்கள்தொகைக் கணக்கெடுப்பு 1871-ல் நடைபெற்றது. அதன்படி, சென்னையின் எட்டு நகராட்சிப் பகுதிகளைச் சேர்த்து மொத்த மக்கள்தொகை 3,97,552 என்று இருந்தது. இந்த எட்டுப் பகுதிகளும் 27 சதுர மைல் பரப்பைக் கொண்டதாக இருந்தன. 1931-ல் எடுக்கப் பட்ட கணிப்பில் மக்கள்தொகை இரட்டிப்பு கூட ஆகாமல், 6,47,232 என்ற அளவிலேயே இருந்தது. இப்போது தியாகராய நகர் என்று அழைக்கப்படும் மாம்பலம் சென்னையில் சேர்க்கப்பட்டு, அதன் பரப்பு 3 சதுர மைல் அதிகரித்திருந்தது.

அதன்பின் போர் வருடங்கள் வந்தன; சென்னை தங்குதடையின்றி வளர்ந்தது. தெற்கில் அடையாறு, கிண்டி, சைதாப்பேட்டை ஆகியவை சேர்க்கப்பட்டன. மேற்கில், மேற்கு மாம்பலம், கோடம்பாக்கம், அமைந்தகரை, அயனாவரம் ஆகியவை சேர்க்கப்பட்டன. 1941-லிருந்து 1951-க்குள், 19 சதுர மைல் பரப்புள்ள 28 கிராமங்கள் சென்னையுடன் சேர்க்கப்பட்டன. இதனால் சென்னையின் பரப்பு முன்னைவிட 65% கூடியது. வடக்கு எல்லைதான் மாறவில்லை. அந்தப் பத்து வருடங்களில் மக்கள் தொகை 7,77,481-ல் இருந்து 14,16,056-க்கு அதிகரித்தது. இதன் காரணம், புதிய கிராமங்களைச் சேர்த்தது கிடையாது. போர் காரணமாக நகரம் தொழில்மயமானது. எனவே அதற்கு வேண்டிய ஆள்கள் கிராமங்களிலிருந்து இடம்பெயர்ந்து சென்னைக்கு வந்தனர்.

இந்தியாவின் தன்னிறைவு தொழில் வளர்ச்சியின் மூலமே சாத்தியமாகும் என்ற நேருவின் கொள்கைக்கு ஏற்ப, சுதந்தரத்துக்குப் பிறகும் தொழில்களும் இடம் பெயர்வோர் எண்ணிக்கையும் அதிகரித்தன. 1971-ல் சென்னையின் மக்கள் தொகை 24,69,449 என்று அதிகரித்திருந்தது. ஃபிரான்சிஸ் டேயின் குறுகிய கடலோரக் குடியிருப்பு, விரிவடைந்து, அதன் பரப்பு 1951-ல் இருந்த அதே அளவான 51 சதுர மைல் என்று இருந்தது. ஒரு நூற்றாண்டில் நகரப் பரப்பு இரண்டு மடங்குகூட அதிகரிக்காத நிலையில் மக்கள்தொகை மட்டும் ஆறு மடங்கு அதிகரித்திருந்தது.

பத்து வருடங்கள் கழித்து, 16 சதுர மைல் சேர்க்கப்பட்டு, நகரத்தின் பரப்பு 1871-ஐ விட இரண்டு மடங்கு அதிகரித்திருந்தது. ஆனால் மக்கள் தொகை யான 33 லட்சம் என்பது அதே காலகட்டத்தில் எட்டு மடங்கு அதிகரித் திருந்தது. மேற்கே அண்ணா நகர் (பழைய நடுவக்கரை), கே.கே.நகர் போன்ற புதிய குடியிருப்புகளும், தெற்கில் பழைய கிராமங்களான வேளச்சேரியும் திருவான்மியூரும், வடக்கே எருக்கஞ்சேரியும் 1951-க்குப் பின் கால் நூற்றாண்டில் விரைவாக நடந்த வளர்ச்சிக்குக் காரணமாக அமைந்தன.

சென்னை இன்னும் வளர்ந்துகொண்டிருக்கிறது. இன்று நகரம் மாத்திர மில்லை, நகரமும் புறநகர்களும் ஒன்றாகிவிட்டன. வடக்கே மீஞ்சூரிலிருந்து, தெற்கே சோழிங்கநல்லூர், நாவலூர் வரை, மேற்கே நேமமும் திருமழிசையும் சேர்த்து 1,177 சதுர கிலோமீட்டர் (சுமார் 450 சதுர மைல்) பரப்பும், 2011ல் 87.5 லட்சம் மக்கள் கொண்டதாக உள்ள இந்த நகரத்தின் மாநகர ஆட்சி எல்லையினுள் 47.5 லட்சம் மக்கள் வசிக்கின்றனர். 70 லட்சம் மக்கள் தொகையும் கொண்டதாக உள்ள இந்த நகரத்தில் அதன் வளர்ச்சி, தொழில்கள் வளரும் அதன் புறநகர்களைத் தனது ஆதிக்கத்தின் கீழ் கொண்டுவந்து, வடக்கே கும்மிடிப்பூண்டி வரையும், மேற்கே திருவள்ளூர் வரையும், தெற்கே சிங்கப்பெருமாள் கோயில் அருகே உள்ள மறைமலைநகர் வரையும் விரிவடைய விரும்புகிறது.

ஆனால் எவ்வளவு வளர்ந்தாலும், தனது வசீகரமான பழைமையையும் சரித்திரத்தையும் சென்னை பேணுகிறது. நகரைச்சுற்றிலும் அந்த மனம் நெகிழும் பாரம்பரியத்தின் சுவடுகளைக் காணலாம்.

ஒரு காலத்தில் நகரம்

மேலும் மேலும் விரிவடையும் வரைபடம்

சர்வே ஆஃப் இந்தியா என்ற, உலகிலேயே பெரிய, பழைய, சிறப்பான நில அளவை நிறுவனம் சென்னையுடன் நெருங்கிய தொடர்பு கொண்டது. இந்த நிறுவனத்தில் பணிபுரிபவர்களுள் பெரும்பான்மையோர் சென்னையில் பணிபுரிந்தவர்கள்தாம்.

1794-ல் சென்னையில் ஆரம்பிக்கப்பட்டு, பின்னர் கட்டுமானப் பொறியியல் கல்லூரியான அரசாங்க நில அளவை பள்ளி, ஆசியாவின் முதல் நவீன தொழிற்கல்விக் கல்லூரி ஆகும். ஆனால் நில அளவீடு கற்றுக்கொடுக்கப்படுவதற்கு முன்பே, சென்னையில் வரைபடங்கள் தயாரிக்கப்பட்டன.

டாக்டர் ஜான் ஃப்ரையரின் வரைபடம், சிலரால் 1673-ல் உருவாக்கப்பட்டது என்றும் வேறு சிலரால் 1691-ல் என்றும் சொல்லப்படுகிறது. இந்த வரைபடம், 1688-ல் உருவாக்கப்பட்ட லாங்லீயின் வரைபடத்துடன் முதலிடத்துக்குப் போட்டியிடுகிறது. புதிய இடங்கள் கண்டுபிடிக்கப்பட்ட அந்தக் காலத்தில் தயாரிக்கப்பட்ட முதல் சில வரைபடங்கள் அவை. ஆனால் இரண்டுமே துல்லியமானவை அல்ல. ஆளுநர் தாமஸ் பிட்டின் ஆணைக்கு ஏற்ப, 1710-11-ல் சீராக நடந்த ஆய்வுக்குப் பின் தயாரிக்கப்பட்ட வரைபடமே, நகரத்தின் முதல் பிழையற்ற வரைபடம் என்று சொல்லலாம். டால்பாய்ஸ் வீலரால் 1733-ல் தயாரிக்கப்பட்டு, அதற்குப் பல வருடங்கள் கழித்து வெளியிடப்பட்ட வரைபடத்துக்கு ஆதாரம் மார்டன் பிட் என்ற தாமஸ் பிட்டின் உறவினர் பார்வையில் நடந்த ஒரு நில அளவீடு. 1755-ல் நடந்த அளவீடு, கான்ராடியின் வரைபடத்துக்கு ஆதாரமாக இருந்தது. 1798-ல் மற்றொரு அளவீடு, மற்றொரு வரைபடம் தயாரிக்க உதவியது. 1822-ல் ராவென்ஷாவின் வரைபடமும், 1861-ல் லாஃபோர்டின் வரைபடமும் தயாரிக்கப்பட்டன. அதற்குள் காலம் நவீனமாகி சென்னை நகரம் கம்பெனி கையிலிருந்து பிரிட்டிஷ் அரசாங்கத்தின் கைக்கு மாறிவிட்டது.

இரண்டு பிட்கள், சாண்டர்ஸ், பிகாட் ஆகியோரால் ஊக்குவிக்கப்பட்ட வரைபடங்களுக்கு வெகு நாள்கள் கழித்து சர்வே ஆஃப் இந்தியாவின் அஸ்திவாரம் இடப்பட்டது. அதற்கும் சென்னையோடு தொடர்பு இருந்தது. ராபர்ட் கிளைவ், 23 வயது கப்பல் கேப்டன் ஜேம்ஸ் ரென்னெலை வங்காள பொது நில அளவீட்டை மேற்கொள்ளுமாறு ஆணையிட்டார். இவ்வாறு 1765-ல் சர்வே ஆஃப் இந்தியா ஆரம்பமானது. ஆனால், ரென்னெலின் அளவீட்டுப் பணி, 1763-லேயே ஆரம்பித்துவிட்டது. அவர், தொண்டியிலிருந்து கோடியக் கரை வரை, சோழ மண்டலத் தென் கடற்கரையின் நில வரைபடத்தைத் தயாரித்திருந்தார்.

வங்காளத்தின் எல்லைகள் அடங்கிய வரைபடத்தை மாத்திரமே எதிர்பார்த்திருந்த கிளைவுக்கு, அதன் மேடு பள்ளங்கள், நிலத்தில் இயல்புகள் ஆகியவை அடங்கிய விவரமான வரைபடம் கிடைத்தது. அதனால் உந்தப்பட்ட கிளைவ், அந்த இளைஞரை வங்காளத்தின் சர்வேயர் ஜெனரலாக நியமித்தார். ஏற்கெனவே அவர் வரைந்திருந்த பல படங்களைக் கொண்டு, ஒரு பொது வரைபடத்தைத் தயாரிக்குமாறு அவர் பணிக்கப்பட்டார். அதன் விளைவுதான், வங்காளத்தின் புகழ்பெற்ற வரைபடத் தொகுப்பு. ரென்னெலுக்கு 35 வயதானபோது, அவரது உடல்நிலை மோசமடைந்தது. இயற்கையை எதிர்த்து பூடானுக்கும் இமயமலைக்கும் செல்ல முடியவில்லை என்பதில் அவருக்கு மிகுந்த ஏமாற்றம் ஏற்பட்டிருந்தது. இங்கிலாந்துக்குத் திரும்பிய அந்த 'இந்திய புவியியல் தந்தை', கிழக்கிந்திய கம்பெனி சார்பில், அடுத்த ஐம்பது ஆண்டுகள், இந்திய நிலவியல் நிபுணர்களின் வேலைகளை ஒருங்கிணைப்பதில் செலவழித்தார்.

இந்த நிபுணர்களில் முன்னோடிகளாக காலின் மெக்கென்ஸியையும் வில்லியம் லாம்ப்டனையும் குறிப்பிடலாம். மெக்கென்ஸி ஸ்காட்லாந்தவர். சென்னைப் பல்கலைக்கழக நூலகத்தின் அங்கமாக விளங்கும் கிழக்கத்திய கையெழுத்துப் பிரதிகள் நூலகத்துக்கு இவர் சேர்த்துக் கொடுத்த அரிய பிரதிகளின் காரணமாக அதிகம் அறியப்படுபவர். லாம்ப்டன் மென்மையான குணமும் நிதானமான போக்குமுடைய யார்க்ஷயர்காரர். இருவரும் தங்களது அளவிடும் பணியை சென்னையில் தொடங்கினர். 1783-ல், பொறியியல் பிரிவில் கொடி ஏந்தும் பணியாளாக மெக்கென்ஸி சென்னைக்கு வந்தார். 1798-ல், ஆர்தர் வெல்லெஸ்லியின் 33-வது படைப் பிரிவுடன், லாம்ப்டன் சென்னை வந்தார். அவர் அந்தப் படைப்பிரிவில் 1796-ல் சேர்ந்திருந்தார். வெல்லெஸ்லி பிற்காலத்தில் வெல்லிங்டன் என்ற பெயரைப் பெற்றார். இவர் ஸ்ரீரங்கப்பட்டினத்தை நோக்கி தன் குதிரைப்படையுடன் சென்றபோது, லாம்ப்டனும் அந்தப் படையில் இருந்தார்.

இந்தியாவின் அடையாளத்தை கோடுகளின் மூலம் காண்பிக்கப்போகும் இந்த இருவரும், திப்பு சுல்தானின் பாதுகாப்பு அரணைத் தகர்ப்பதில் பெரும் பங்கு வகித்தனர். ஆனால் அமைதிக் காலத்தில்தான் இந்த இருவரும் நிறைய சாதித்தனர். இவர்களுடன் அதிகம் அறியப்படாத டாக்டர் ஃபிரான்சிஸ்

புகான்னனும் நிறையப் பங்களிப்பைச் செய்திருந்தார். இவருக்கு இந்தியாவின் தாவர, விலங்கு வகைப்படுத்தல் துறைகள் மிகவும் கடமைப் பட்டிருக்கின்றன. இந்தியாவின் புராதன சிற்ப அதிசயங்களின் மறு கண்டுபிடிப்புக்கு இந்த மூவருக்கும் நம் நாடு பெரிதும் கடன்பட்டுள்ளது.

கடைசி மைசூர் போர் தொடங்குவதற்கு முன், மெக்கென்ஸி, தக்காணத்தின் அளவீட்டை முடித்திருந்தார். இப்போது அவர் மைசூரின் அளவீட்டை மேற்கொண்டார். லாம்ப்டன், மலபார் கடற்கரையுடன் சோழ மண்டலக் கடற்கரையை இணைக்கும் அளவீட்டுப் பணியில் ஈடுபட்டிருந்தார். அதற்கான செலவுக் கணக்கு, கிழக்கிந்திய கம்பெனியின் கவுன்சிலை பயமுறுத்தியது. ‘ஸ்ரீரங்கப்பட்டினத்துக்குச் செல்லவேண்டுமானால், அதற்கு லாம்ப்டனின் வரைபடம் எதற்கு? பல்லக்கு தூக்கிகளிடம் சொன்னால் போதுமே’ என்று அவர்கள் நினைத்தனர்.

இந்தத் திட்டம்தான் ‘இந்திய பெரும் முக்கோணவியல் ஆய்வின்’ ஆரம்பம். இந்தத் திட்டத்தின் மேற்பார்வையாளராக, லாம்ப்டன், 1818-ல் நியமிக்கப் பட்டார். அவர், தனது கோணம் அளக்கும் கருவியுடன் குமரி முனையிலிருந்து மத்திய இந்தியாவுக்கு நடை போட்டார். இதன்மூலம், ‘எத்தகைய இடையூறு இருப்பினும், முன்னேதான் செல்ல வேண்டும்’ என்ற அணுகு முறையை லாம்ப்டன் ஏற்படுத்தினார். இப்படி அளவீடு நடக்கும் நேரத்தில் ஒரு கூடாரத்தில், 1823-ல் லாம்ப்டன் இறந்தார். அவருடைய உதவியாளர் ஜார்ஜ் எவரெஸ்ட் மேற்பார்வையாளராகப் பணியேற்று, மேலும் வடக்கு நோக்கி அளவீட்டைத் தொடர்ந்தார். 1852-ல், கணக்கின்மூலம் இமயமலையின் சிகரம் எண் 15-தான் உலகிலேயே மிகவும் உயரமானது என்று தீர்மானிக்கப் பட்டபோது, ஜார்ஜ் எவரெஸ்டைப் பாராட்டும்விதமாக, அந்தச் சிகரத்துக்கு அவரது பெயரே சூட்டப்பட்டது.

இந்த ஆய்வுக்குத் தேவைப்பட்ட வரைபடங்களையும், கணித வேலை களையும் செய்த மற்றொரு பழைய சென்னைவாசி, ஜோஷுவா டி பென்னிங். இவர், பின்னர் புனித ஜார்ஜ் பள்ளி என்று பெயர் மாற்றம் பெற்ற பள்ளியில் படித்தவர். கல்கத்தாவில் இருந்த பெரும் முக்கோணவியல் அளவீட்டு அலுவலகத்தில் இவர் மேற்பார்வையாளர் ஆனார்.

எனினும், சென்னை பற்றிய ஆய்வுடன் மிகவும் நெருக்கமான தொடர்பு டையவர் மெக்கென்ஸிதான். 1810-ல் சென்னையின் முதல் சர்வேயர் ஜெனரலாக நியமிக்கப்பட்ட அவர் தன் வாழ்க்கையை சென்னை மாநிலத் துக்காகவே அர்ப்பணித்தார். ஐந்து வருடங்கள் கழித்து, இந்தியாவின் முதல் சர்வேயர் ஜெனரலாக நியமிக்கப்பட்ட இவர் கல்கத்தா சென்றார். அங்கே, 1821-ல், வியாதியாலும், ஒருவேளை சென்னையைப் பிரிந்த வேதனையாலும், பீடிக்கப்பட்டு இறந்தார்.

கல்கத்தாவில் வசித்த அந்தக் கடைசி ஆண்டுகளிலும் மெக்கென்ஸி, பெரும் முக்கோணவியல் அளவீட்டில் பெருத்த ஆர்வம் செலுத்தினார். இத்தனைக்கும் 1818-ல், இந்த அளவீடு சென்னையிலிருந்து பிடுங்கப்பட்டு,

லாம்ப்டனிடம் ஒப்படைக்கப்பட்டிருந்தது. இன்று பெரும் முக்கோணவியல் அளவீடு, மெக்கென்ஸியின் மைசூர், தக்காணம் வரைபடங்களைவிட அழுத்தமாக மக்கள் மனத்தில் பதிந்திருக்கிறது. மெக்கென்ஸி பொழுது போக்காக ஈடுபட்டிருந்த அவருடைய இந்தியவியல் தொடர்பான ஆராய்ச்சிகளுக்காக மட்டுமே அறியப்படுகிறார். ஆனாலும் அவர் ஆரம்பகாலத்தின் மிகச் சிறந்த நில அளவையாளர்களுள் ஒருவர். முன்னே சென்றால்தான் வேலை நடக்கும் என்று நம்பியவர்.

1765-ல் ஆதாம் பாலத்தை ஆய்வு செய்யுமாறு லெஃப்டினண்ட் ஸ்டீவன்ஸை ஆணையிட்ட ஆளுநர் ராபர்ட் பாக், நில அளவீட்டுக்கு உதவிய மற்றொருவர். அவருடைய பங்களிப்பைப் பாராட்டி வளைகுடாவுக்கும் ஜலசந்திக்கும் பாக் வளைகுடா, பாக் ஜலசந்தி என்று பெயரிடப்பட்டுள்ளது.

4. எல்லாம் ஆரம்பித்த கோட்டை

கிளைவும் வெல்லிங்டனும்

இன்று தமிழக அரசு இயங்கி வரும் புனித ஜார்ஜ் கோட்டை, 18-ம் நூற்றாண்டு பிரிட்டிஷ் அரணாக எப்படி இருந்ததோ, அதே போல் இப்போதும் இருக்கிறது. அப்போது போலவே இப்போதும் அதன் கொடிமரம் இந்தியாவிலேயே உயரமானது. கிளைவ் ஹவுஸ், வெல்லெஸ்லி ஹவுஸ், புனித மேரி தேவாலயம், அருங்காட்சியகம் ஆகிய இடங்களில் சென்னையின் ஆரம்பகால உருவத்தை இன்றும் காணலாம்.

அவ்வப்போது கிளைவ் ஹவுஸ் பார்வையாளர்களுக்குத் திறந்துவிடப்படு கிறது. அப்போதெல்லாம் கிளைவ் மூலையில் பிரிட்டிஷ் சாம்ராஜ்ஜியத்தை உருவாக்க அடிகோலிய ராபர்ட் கிளைவை நினைத்துப் பார்க்கலாம். இவர், 31 மே 1744-ல், 19 வயதில் கிழக்கிந்திய கம்பெனி எழுத்தாளராக, வருடத் துக்கு 5 பவுண்ட் ஊதியத்தில், வேலையை ஆரம்பித்தார். 1746-ல் புனித ஜார்ஜ் கோட்டையை பிரெஞ்சுத் துருப்புகள் கைப்பற்றியபோது தப்பிய கிளைவ், தனது உண்மைச் செயல்பாட்டை காண்பித்தார். தப்பியபின் கம்பெனிப் படையுடன் சேர்ந்த இவர், போர்ப் பயிற்சி பெற்று, படைத்தலைவராக ஆகி, கடலூரில் புனித டேவிட் கோட்டை போரில் முதன்முதலாக துய்ப்ளேயுடன் சண்டையில் ஈடுபட்டார்.

கிளைவின் ஆசான், இந்தியப் படையை உருவாக்கியவர் என்று பொதுவாகக் கருதப்படும் மேஜர் ஸ்ட்ரிங்கர் லாரன்ஸ் ஆவார். 1689-ல் ஆளுநர் யேல்தான் படையை உருவாக்கும் முயற்சியில் முதலில் ஈடுபட்டவர். ஆனால், லாரன்ஸ்தான், 1747-ல், கிழக்கிந்திய கம்பெனியின் தொடக்கத்திலிருந்து காவல் பணியில் ஈடுபட்டிருந்த இந்திய பியூன்களுக்குப் பயிற்சி கொடுத்து ஒரு படையை உருவாக்கியவர். பிரெஞ்சு முற்றுகையை எதிர்பார்த்து, 1758-ல், சிப்பாய் போர் இரண்டு பிரிவுகளுடைய நிரந்தர சேனையாக ஆக்கப்பட்டது. கர்நாடகா, சிந்கார் என்றழைக்கப்பட்ட 18 பிரிவுகளாக அடுத்த ஐந்து ஆண்டு

களில் விரிவாக்கப்பட்டு, இதுதான் இந்திய ராணுவமாக, வளர்ந்த சென்னைப் படையின் கரு.

புனித டேவிட் கோட்டையிலிருந்து கிளம்பி, ஆற்காட்டிலும் திருச்சிராப்பள்ளி யிலும் பகைவர்களை அச்சுறுத்தியதுதான், கிளைவின் முதல் சாதனை. ஆற்காட்டில் வித்தியாசமான வழியைக் கையாண்டு, அந்த நகரை முற்றுகையிலிருந்து பாதுகாத்தது அவருடைய முதல் ராணுவ வெற்றி. 1749-ல் புனித ஜார்ஜ் கோட்டை பிரிட்டிஷாரிடம் ஒப்படைக்கப்பட்ட போது, சென்னைக்கு முதலாவதாக நுழைந்தவருள் அவரும் ஒருவர். புனித ஜார்ஜ் கோட்டையின் மேற்பார்வையாளராக நியமிக்கப்பட்ட அவருக்கு, கேப்டன் பதவி கொடுக்கப்பட்டு, பஹதூர் என்ற பட்டமும் அளிக்கப்பட்டது. பிறகு, அவரது வாழ்க்கை, அமைதி, திருமணம், தாய்நாட்டு பயணம் என்று சென்றது. அழியாப் புகழும் கிடைத்தது.

கிளைவ் வங்காளத்தில் உள்ள (இன்று பலாஷி என்று அழைக்கப்படும்) பிளாஸிக்கு படைகளை அழைத்துச் சென்றபோது அவருக்கு வயது 32 தான். அந்தச்சமயத்தில் கல்கத்தா ஸுராஜ்-உத்-தௌலாவில் கையில் சிக்கியிருந்தது. பின்னர் சிந்கார் காலாட்படையுடன் இணைக்கப்பட்டு மதராஸ் பூர்வீகக் குடிமகன் காலாட்படையான கர்நாடக காலாட்படை என்றழைக்கப்பட்டு, பின்னர் மதராஸ் ரெஜிமென்ட் என்று இந்திய இராணுவத்திலேயே பழைமை யானப் படைப் பிரிவின் தலைமையை ஏற்க இவரே முற்றிலும் தகுதியானவ ரென்று கிளைவின் நண்பர் ராபர்ட் ஓர்ம் கருத்து தெரிவித்திருந்தார். இந்த ஓர்ம்தான் பிற்காலத்தில் ‘இந்துஸ்தானின் சரித்திரம்’ என்ற நூலை எழுதியதன் மூலம் பிரபலமடைந்தார். ஆனால் ஆரம்பத்தில், தனது படைப்பாற்றல் காரணமாக, சென்னை மாகாணத்தின் பல எழுத்தறிவற்ற பிரமுகர்களுக்கு அந்தரங்க ஆலோசகராக இருந்தார்.

நான்கு மாதங்களுக்கு முன், ஜுன் 1756-ல்தான் கிளைவ் இங்கிலாந்திலிருந்து கடலூருக்குத் திரும்பியிருந்தார். ஆனால், உடனடியாக, அவரது சொகுசான புனித டேவிட் கோட்டை உதவி ஆளுநர் வாழ்க்கையைப் புறக்கணித்துவிட்டு, கல்கத்தா சென்று நவாப் ஸுராஜ்-உத்-தௌலாவுக்குப் பாடம் கற்பிக்கும்படிக் கேட்டுக்கொள்ளப்பட்டார். கிழக்கிந்தியாவை ஆக்கிரமித்தபின் இங்கி லாந்துக்குத் திரும்பிய அவர், மீண்டும் மூன்றாவது மற்றும் இறுதி முறையாக 1765-ல் இந்தியா திரும்பினார். இம்முறை அவர் இந்தியாவில் இருக்கும் ஆங்கிலேயப் படைகளின் தளபதியாகவும், வங்காளத்தின் ஆளுநராகவும் நியமிக்கப்பட்டிருந்தார். 1772-ல் நிரந்தரமாக இந்தியாவை விட்டு வெளியேறியபோது, வழக்கம்போல் பல வெற்றிகளைச் சம்பாதித்திருந்தார். கூடவே கெட்ட பெயரையும்.

பிற்காலத்தில் வெல்லெஸ்லி கட்டடம் என்றும் கிளைவ் கட்டடம் என்றும் அழைக்கப்பட்ட கட்டடங்களுக்கு இடையே இருந்த எழுத்தாளர் கட்டடத்தில் தனது ஆரம்ப காலத்தில் வாழ்ந்த கிளைவ், இரண்டு முறை தற்கொலைக்கு முயற்சி செய்திருந்தார். பிற்காலத்தில் அந்த இடத்தில் ஓர்

ஆயுதக்கிடங்கு இருந்தது. இப்போதும் அந்த இடம் ராணுவத்தால் பயன் படுத்தப்படுகிறது; ஆனால் ஆயுதக் கிடங்காக அல்ல. பேனாவுக்குப் பதில் வாளை எடுத்த கிளைவ், தற்கொலை முயற்சிகளைக் கைவிட்டு, மற்றொரு விதமான மரணத்தை எதிர்கொள்ளத் தொடங்கினார். மீண்டும் அவர் ஆயுதத்தைக் கைவிட்ட பிறகுதான், தற்கொலை செய்ய முயற்சி செய்தார். மன அழுத்தத்தினால் பீடிக்கப்பட்டிருந்த அவர், கடைசியில் 22 நவம்பர் 1774-ல் தன் தற்கொலை முயற்சியில் வெற்றி அடைந்தார். அவர் கொல்லப் பட்டிருக்கலாம் என்றும் வதந்திகள் உலவின.

பிற்காலத்தில், ஓர் ஆர்மீனிய வியாபாரிக்குச் சொந்தமான, சார்ல்ஸ் தெருவில் உள்ள மாபெரும் வீட்டை வாடகைக்கு எடுத்து கிளைவும் அவர் மனைவியும் வசித்தனர். 1687-ல் தோற்றுவிக்கப்பட்ட கப்பற்படை நீதிமன்றம், பிற்காலத்தில் இந்தக் கட்டடத்தில் இருந்ததால், இது அட்மிரால்டி ஹவுஸ் என்று அழைக்கப்பட்டது. சில காலத்துக்கு அது ஆளுநரின் நகர வீடாகக்கூட இயங்கியது. இப்போது கிளைவ் ஹவுஸ் என்று பரவலாக அழைக்கப்படும் இந்தக் கட்டடம், கோட்டையின் தென்பகுதியில் இருக்கிறது. இது இப்போது இந்திய தொல்லியல் ஆய்வு நிறுவனத்தின் மண்டல அலுவலகமாக உள்ளது. நேற்றைய பிரிட்டிஷ் சாம்ராஜ்ஜியத்துக்கும் இன்றைய இந்தியாவுக்கும் அடிக்கல் நாட்டியவர் என்று கூறத்தக்க கிளைவின் நினைவாக உருவாக்கப்பட்ட அருங்காட்சியகம், முழுதும் உருவாக்கப்படாத நிலையிலேயே 1990 வரை திறப்பதும் மூடுவதுமான நிலையிலிருந்தது. அரசாங்கப் புறக்கணிப்பு, ராணுவ கண்காணிப்பு, சீராக்கமின்மை முதலியவைகளுடன் போராட வேண்டியிருந்த இந்த கட்டிடம். அவ்வப்போது, அண்மையில் 2009ல் கவனத்திற்கு வந்தபோது அதன் தேவை வெளிப்பட்டது. கண்காட்சியகமாக உபயோகிக்கப்படும் முதலடக்கு நடன அரங்கு அவ்வாறே கவனத்தை ஈர்க்கக்கூடியது.

கர்னல் பேட்ரிக் ராஸின் திட்டப்படி, ஒப்பந்தக்காரர் ஜான் சல்லைவன், ஆயுதக் கிடங்கை அழகிய பூ வேலைப்பாடுகளுடன் வடிவமைத்துக் கட்டினார். அது 1772-ம் ஆண்டு திறக்கப்பட்டது. 1931 வரை அந்த ஆயுதக்கிடங்கு உபயோகத்தில் இருந்தது.

புனித ஜார்ஜ் கோட்டையின் திடமான சுவர்களுக்குள்தான் மற்றொரு வீரரும் தனது தொழிலைக் கற்றார். கிளைவ் ஹவுஸுக்கும், சாந்தோம் வாயிலுக்கும் நடுவே, பிற்காலத்தில் வெல்லெஸ்லி ஹவுஸ் என்று அழைக்கப்பட்ட வீட்டில்தான், கர்னல் மேதகு ஆர்தர் வெல்லெஸ்லி 1798-ல் வசித்தார். அதே நேரத்தில்தான், அவரது அண்ணனும், இந்தியாவின் கவர்னர் ஜெனரலுமான ரிச்சர்ட் வெல்லெஸ்லி எனப்படும் லார்ட் மார்னிங்டன், கல்கத்தாவிலிருந்து வந்து கோட்டையில் வசித்தார். தென்னிந்தியாவை முழுவதும் ஆக்கிரமிப்ப தற்குக் காரணமாக இருந்த திப்பு சுல்தானுக்கு எதிரான போரை மேற்பார்வையிடவே அவர் இங்கு வந்திருந்தார்.

இளைய வெல்லெஸ்லி, சென்னைப் படையைச் சேர்ந்த தனது 33-வது அணியுடன் மைசூர் போருக்கான ஆயத்தங்களை மேற்கொண்டிருந்தார்.

திப்புவுடன் நடந்த போரில் தள்ளாட்டத்துக்கு ஆட்பட்டு, காலின் மெக்கென்ஸியினால் காப்பாற்றப்பட்ட இவர், பின்னர் மராட்டியப் போர்களில் வீரச் செயல்கள் புரிந்தார். அதன்பின் தாய் நாடு திரும்பி, நெப்போலியனுடன் நடந்த போரில் கிடைத்த வெற்றியால் அழியாப் புகழ் பெற்றார். இந்த வாட்டர்லூவின் நாயகன் ஆர்தர் வெல்லெஸ்லிதான், பின்னர் முதல் டியூக் ஆஃப் வெல்லிங்டன் ஆக ஆனார்.

1796-ல் கட்டப்பட்ட, 200 வருடங்கள் பழைமையான வெல்லெஸ்லி ஹவுஸின் பராமரிப்பு, துரதிர்ஷ்டவசமாக, அரசாங்கத் துறைகளின் உட்பூசல்களுக்குப் பலியாகி, அதன் ஒரு பகுதி நவம்பர் 1980-ல் உடைந்து விழுந்தது. கோட்டையில் உள்ள சரித்திரப் புகழ் பெற்ற 30 கட்டடங்களில், பாதுகாக்கப்பட்ட ஞாபகச் சின்னங்களாகக் கருதப்படும் 16-ல் ஒன்றான இந்தக் கட்டடத்தைப் பாதுகாக்க சிறிதளவு முயற்சி கூட எடுக்கப்படவில்லை. ஆனாலும் பெரிய ஆயுதக் கிடங்கிற்கருகில் உயிருக்கு ஊசலாடிக் கொண்டிருக்கிறது.

1773-ல் இந்தியாவின் கவர்னர் ஜெனரலான வாரன் ஹேஸ்டிங்ஸ் புனித மேரி தேவாலயத்துக்குத் தெற்கே உள்ளே சர்ச் லேனில் வசித்தார்.

புனித மேரி தேவாலயத்தின் மணிகள்

சரித்திரப் புகழ் பெற்ற புனித மேரி தேவாலய மணி ஓசை கேட்கும்போது, கடந்த நூற்றாண்டுகளில் அந்த மணியோசையைக் கேட்டு வெளியே சென்று அசகாயச் செயல் புரிந்த சிலரும், அவப்பெயர் அடைந்த சிலரும் ஞாபகத்துக்கு வருவார்கள். புனித ஜார்ஜ் கோட்டையில் இருந்த கம்பெனியின் புனித மேரி தேவாலயத்தில்தான் எலிஹூ யேல், ஜாப் சார்னாக், 'கொள்ளைகார' பிட், ராபர்ட் கிளைவ், ஸ்ட்ரிங்கர் லாரன்ஸ், பின்னர் ஆளுநரான பாதிரியார் ராபர்ட் பால்க், வாரன் ஹேஸ்டிங்ஸ், அயர்கூட், 'நவாப்' ரம்போல்ட், இந்தியாவில் புழங்கி வந்த சட்டாம்பிள்ளைக் கல்விமுறைய இங்கிலாந்தில் அறிமுகப்படுத்திய ஆண்ட்ரூ பெல், கார்ன்வாலிஸ், பின்னர் வெல்லிங்டனான வெல்லெஸ்லி, மால்கம், தாமஸ் மன்றோ ஆகியோர் தொழுதனர். ஏகாதிபத்தியத்தைப் பற்றிய இந்நாளைய கணிப்புப்படி அவர்களுக்கு புகழோ அவதூறோ கிடைத்தாலும், சிலர் சென்னையின் சரித்திரத்தில் மாத்திரமே இடம் பெற்றிருந்தாலும், சரித்திரத்தில் அவர்களுடைய இடம் நிலைத்தே உள்ளது.

சூயஸுக்கு கிழக்கே கட்டப்பட்ட முதல் ஆங்க்லிகன் தேவாலயமாக இல்லாவிட்டாலும்கூட, புனித மேரி தேவாலயத்துக்கு ஒரு பிரத்யேக இடம் உள்ளது. அந்தப் படாடோபமான நாள்களில், அது பிரார்த்தனையாளர்களின் முதல் தேவாலயமாகவும், பிறகு ஆளுநரின் தோழர்களது தேவாலயமாகவும், பிறகு படையின் தேவாலயமாகவும் இருந்தாலும், பின்னர் நிரந்தரமான பாதிரியார் ஒருவரும் இல்லாமல் அத ன் புகழ் இழந்து இருந்தது. இப்போது, ஒரு சிறிய பிரார்த்தனைக் குழுவின் உற்சாகத்தினாலும், தென்னிந்தியத் திருச்சபை மற்றும் தொல்லியல் ஆய்வுத் துறையின் உதவியினாலும், சென்னையில்

இருக்கும் பிரிட்டிஷ் கட்டடங்களின் பழைமையை நினைவுபடுத்தும் சின்னமாக இருக்கிறது.

மகளிர் தினமான 25 மார்ச் 1678-ல்தான், சென்னையில் ஆங்க்லிகன் சர்ச் இல்லையே என்ற குறையைப் போக்க, ஆளுநர் ஸ்ட்ரெயின்ஷாம் மாஸ்டரின் முனைப்பால் இந்த தேவாலயம் கட்டும் வேலை தொடங்கியது. அன்று புனித மேரியின் அவதார தினம் ஆனபடியால் தேவாலயத்துக்கு அவரது பெயர் சூட்டப்பட்டது. 16 வயதில் இந்தியாவுக்கு வந்த சூது வாதறியாத மாஸ்டர், பிறருடன் ஒத்துப்போகாத குணத்தைக் கொண்டிருந்தார். ஆனாலும், கணக்குகளைச் சரியாக வைத்திருக்கும் தன் திறனால், 17-ம் நூற்றாண்டில் இந்தியாவில் இருந்த பெரும்பான்மை பிரிட்டிஷ் குடியிருப்புகளை ஒழுங்கு படுத்தினார். நிர்வாகத்துக்கான சட்டதிட்டங்கள், கம்பெனி அதிகாரிகள் கடைப்பிடிக்க வேண்டிய ஒழுங்குமுறைகள், பொதுப்பணி மற்றும் சட்ட நிர்வாகத்தின் அடிப்படை போன்றவை அனைத்தும் ஆரம்பக் கால சென்னைக்கு மாஸ்டர் தந்தவையே. இன்றுவரை புனித ஜார்ஜ் கோட்டையில் புழங்கிவரும் சிவப்பு நாடாவுக்கும் இவரைத்தான் பொறுப்பாக்கவேண்டும். ஆனால், புனித மேரி தேவாலயம்தான் இவரது நிரந்தர நினைவகம். இத்தனைக்கும் கம்பெனி அந்த தேவாலயத்தைக் கட்ட விரும்பவில்லை.

கம்பெனி அதிகாரிகளின் செய்கைகளுக்கு பாதிரியார்களிடமிருந்து எதிர்ப்பு வர நேரிடலாம் என்ற காரணத்தால், கிழக்கிந்திய கம்பெனி, இந்தியாவில் ஆங்க்லிகன் தேவாலயங்கள் உருவாவதை விரும்பவில்லை. சாதுரியமான அறிவாளியும் பன்மொழி விற்பன்னருமான எஃப்ரேயிம் தி நெவர்ஸ், கோகனின் அனுமதியுடன் கோட்டையில் கட்டிய கத்தோலிக்க சர்ச்சில்தான் ஆரம்ப காலத்தில் புனித ஜார்ஜ் கோட்டையில் இருந்த ஆங்கிலேயர்கள் தொழுது வந்தனர். பாதிரியார் தி நெவர்ஸ், இந்தியாவின் முதல் ஆங்கிலப் பள்ளியை தனது வீட்டில் நடத்தினார். 1647-ல்தான், கோட்டை வீட்டில் ஓர் அறையை ஓர் ஆங்க்லிகன் பாதிரியார், தொழுகைக்காக உபயோகிக்க ஆரம்பித் தார். இந்த வழக்கம், அடுத்த முப்பது ஆண்டுகளுக்குத் தொடர்ந்தது.

பகட்டுப் பிரியரான ஸ்ட்ரெயின்ஷாம் மாஸ்டர், தாம் வழிபடும் அறை நெரிசலாக இருப்பதையும், கபுசின் பிரிவைச் சேர்ந்தவர்களது வழிபாட்டுத் தலம் 1675-ல் பிரம்மாண்டமான தேவாலயமாக இருந்ததையும் கண்டார். உடனடியாக, சென்னைக்கு ஒரு நல்ல ஆங்க்லிகன் தேவாலயம் வேண்டும் என்றும் அதற்கான செலவை அவர்களே ஏற்றுக்கொள்ளவேண்டும் என்றும் கம்பெனியின் கவுன்சிலை வற்புறுத்தினார். 38 பேர் சேர்ந்து 805 வராகனை நன்கொடையாகத் தந்தனர். அதில் மாஸ்டரின் பங்கு மட்டுமே 100 வராகன். பின்னர் ஆளுநராகப் போகிற, அப்போது கீழ்மட்ட எழுத்தராக இருந்த யேல் 20 வராகன் தந்தார். அது அவரது வருடாந்திர ஊதியத்தில் ஐந்தில் மூன்று பாகம் ஆகும். மாஸ்டரும் யேலும், முப்பது ஆண்டுகளுக்குப் பின்னர், லண்டன் பெரிய மனிதர்களாக இருந்தபோது, க்வீன் சதுக்கத்தில், தியாகி புனித ஜார்ஜ் தேவாலயத்தைக் கட்டுவதில் ஈடுபட்டனர். அவர்கள் அந்த

தேவாலயத்துக்கு, தாங்கள் பணிபுரிந்த கோட்டையின் நினைவாக அந்தப் பெயரைக் கொடுத்திருக்கக்கூடும்.

கோட்டை வீட்டுக்கு வட கிழக்கில் கத்தோலிக்க தேவாலயம் இருந்ததால், தான் கட்டவுள்ள தேவாலயம் தென் கிழக்கில் இருக்கவேண்டும் என்று மாஸ்டர் நிச்சயித்தார். அங்கே, பீரங்கித் தலைவர் வில்லியம் டிக்சன், முற்றுகைகள், புயல்கள் மற்றும் காலத்தின் அழிவு ஆகியவற்றைத் தாங்கக்கூடிய பலமான கட்டடத்தை அரணுடன் கட்டினார். கோட்டையின் நிழலான மூலையில் டிக்சன் கட்டியபடி, பின்னர் எட்வர்ட் ஃபவுல் புதுப்பித்தபடி, இன்றும் புனித மேரி தேவாலயம் நின்றுகொண்டிருக்கிறது.

டிக்சன் கட்டிய செங்கல்லாலும் சுண்ணாம்பாலும் ஆன தேவாலயத்தில், பின்னர் பாதுகாப்பறை, கோபுரங்கள், ஆடை மாற்றும் அறை ஆகியவை சேர்க்கப்பட்டன. இந்தக் கோபுரங்கள் 18-ம் நூற்றாண்டின் ஆரம்பத்தில் கட்டப்பட்டு, 1758-59-ல் லாலியின் முற்றுகையின்போது கண்காணிப்பு கோபுரங்களாகப் பயன்படுத்தப்பட்டன. ஆரம்பக் கட்டடம் 90 அடிக்கு 60 அடி செவ்வகமாக, நான்கு அடி கனமுள்ள வெளிச் சுவர்களையும் இரண்டு அடி கனமுள்ள குண்டுகள் தாங்கும் வளைந்த கூரையையும் கொண்டிருந்தது. மேற்கு தாழ்வாரத்தில் உள்ள கதவுகளுக்கும், ஜன்னல்களுக்கும், அலங்காரங் களுக்கும் மாத்திரம் மரம் உபயோகிக்கப்பட்டது. இப்போது அளவில் சுருங்கி யிருந்தாலும் ஒரு காலத்தில் தேவாலயத்துக்குக் குறுக்காகச் சென்ற இந்தத் தாழ்வாரத்தில்தான் ஆளுநரும் அவரது கவுன்சில் உறுப்பினர்களும் அமர்ந் தனர். இங்குள்ள வேலைப்பாடுகளுடன் அமைந்த தேக்குமரக் கைப்பிடிச் சுவர், 1680-ல் உருவாக்கப்பட்டது. தேவாலயத்திலிருந்து தள்ளிக் கட்டப் பட்ட கோபுரம் 1701-ல் கட்டப்பட்டது. கோபுரத்துக்கு 1710-ல் கூம்பு சேர்க்கப்பட்டது. 1760-ல் தேவாலயத்துடன் கோபுரம் வளைந்த படிகள் மூலம் இணைக்கப்பட்டது.

கோபுரத்தை கலங்கரை விளக்கமாக மாற்றலாம் என்ற ஆலோசனை நிராகரிக்கப்பட்டபிறகு, 1795-ல் கர்னல் ஜெண்ட் வடிவமைத்த சதுர ஸ்தூபி கோபுரத்துடன் சேர்க்கப்பட்டது. 1902-ல், த்வாய்ட்ஸ் அண்ட் ரீட் உருவாக்கிய கடிகாரம் கோபுரத்தில் பொருத்தப்பட்டது. பரந்த, திறந்த ஜன்னல்களுக்கு மேல் உள்ள கண்ணாடி வளைவுகள், மூடப்பட்ட தேவாலயத்தில் பல வண்ண ஒளிகளைப் பாய்ச்சியபடி உள்ளன.

1985-ல் தேவாலயம் புதுப்பிக்கப்பட்டபோது, செட்டிநாடு காரைக்குடி மேஸ்திரிகளைக் கொண்டு, முட்டை, தூய சுண்ணாம்பு, பிரத்தியேக ஆற்று மண், பால், கடுக்காய், வெல்லம் ஆகியவை கலந்த கலவை பூசப்பட்டு, சுவர்களுக்கு கண்ணாடிப் பூச்சு தரப்பட்டது. எனினும், பிற இடங்களில் அடிக்கப்பட்ட வண்ணங்கள் தேவாலயத்தின் பழங்காலத் தோற்றத்தைக் கெடுத்துவிட்டன. உதாரணம், கூரையில், தங்க நட்சத்திரங்களுடன் பளிச்சிடும் நீல வண்ணம் பூசப்பட்டிருப்பது. 2000-ல் மற்றொரு புதுப்பித்தல் தேவைப் பட்டது.

1679-ல் தேவாலயத்தின் கட்டுமானம் முடிந்தபின், அதைப் புனிதப்படுத்த, மாஸ்டரும் கவுன்சில் உறுப்பினர்களும் லண்டனின் பிஷப்பிடம் அனுமதி கோரினர். அக்டோபர் 1680-ல் அனுமதி கிடைத்தது. பின், 28 அக்டோபர் 1680, வியாழன் அன்று ஆளுநரும் அவரது கவுன்சில் உறுப்பினர்களும் பங்கேற்க, ஏனைய ஆங்கிலேயர்கள் முன்னிலையில், மறைதிரு ரிச்சர்ட் போர்ட்மேன் உறுதிமொழி எடுத்துக்கொண்டு, தேவாலயத்தைப் புனிதப் படுத்தி, புனித மேரியின் முதல் பூசாரி ஆக ஆனார்.

மாஸ்டரும் பிற பிரார்த்தனை செய்வோரும் உருவாக்கிய வழக்கங்களே பின்னர் தொடர்ந்து பல ஆண்டுகளுக்குப் பின்பற்றப்பட்டன. தலையில் டோப்பாவும் ஜரிகைக் கோட்டும் அணிந்த ஆளுநர், 200 ராணுவ வீரர்களின் அணிவகுப்புடன் ஃபோர்ட் ஹவுஸிலிருந்து தேவாலயம் இருக்கும் சிறிய தூரத்தை அதிகார தோரணையுடன் கடந்து செல்வார். பிரார்த்தனை செய்வோர், தலையை மூடும் டோப்பாவையும் இறுக்கமான ஐரோப்பிய உடையையும் அணிந்து, ஆளுநருக்காகக் காத்திருந்து, அவரைப் பின்தொடர்ந்து தேவாலயத்தினுள் நுழைவார்கள்.

1699-ல் தாமஸ் சால்மன் கொடுத்த குறிப்புகளைப் பின்பற்றி, தேவாலயத்தின் ஆர்கன் கருவி ஆளுநரையும் கடவுளையும் வாழ்த்தி ஒலியெழுப்பும். தேவாலயத்தின் முதல் ஆர்கன் கருவி 1687-ல்தான் வாங்கப்பட்டது. இப்போது இருக்கும் ஆர்கன், ஐந்தாவதாக வாங்கப்பட்டது. இது 1894-ம் ஆண்டைச் சேர்ந்தது. நகரத்தின் முதல் பெரும் இசை நிகழ்ச்சி 1794-ல் நடைபெற்றது. அதில் மைக்கேல் டாப்பிங், ஆளுநரின் மனைவி ஓக்லி சீமாட்டி ஆகியோர் பங்கெடுத்து மெஸ்ஸையாவின்* சில பாகங்களைப் பாடினர். மைக்கேல் டாப்பிங், நகரின் வானியல் கண்காணிப்பகத்துடன் தொடர்புடையவர்.

முதல் 150 ஆண்டுகளுக்கு கோட்டையில் இருந்த கம்பெனி தேவாலயம்தான் மாகாணத்தின் ஒரே தேவாலயமாக இருந்தது. சத்திரத்தின் சமவெளியிலும் எழும்பூரிலும் வேப்பேரியிலும் தோட்ட வீடுகள் பரவியபின், புதிய தேவாலயங்கள் கட்டப்பட்டன. 1799-ல் கருப்பர் நகரில் புனித மார்க் தேவாலயம், 1816-ல் கட்டப்பட்ட, பின்னர் கதீட்ரலாக ஆன, புனித ஜார்ஜ் தேவாலயம், 1823-ல் வேப்பேரியில் கட்டப்பட்ட புனித மத்தையாஸ் தேவாலயம் போன்றவை. அதன் பின் புனித மேரி தேவாலயத்தின் முக்கியத்துவம் குறைய ஆரம்பித்தது. அது, கோட்டையில் வசித்த ஆங்கிலேயத் துருப்புகளின் தேவாலயம் ஆகியது. ஆகஸ்ட் 1947-ல், முதல் எஸ்ஸெக்ஸ் படை வெளியேறி, 3-வது சீக்கிய காலாட்படை உள்ளே வந்ததும், அந்த தொடர்பும் துண்டிக்கப்பட்டது.

மார்ச் 1948-ல், புனித மேரி தேவாலயம் இந்திய அறக்கட்டளையினருக்கு மாற்றப்பட்டது. ஏப்ரல் 1-ல் அதன் பொறுப்பு இந்தியத் திருச்சபைக்கு

* மெஸ்ஸையா என்பது ஜார்ஜ் ஃபிரெடெரிக் ஹாண்டெல் என்ற இசையமைப்பாளர் 1741-ல் உருவாக்கிய ஆரட்டோரியோ - ஒரு மேற்கத்திய செவ்வியல் இசை வடிவம்.

(இப்போது தென்னிந்தியத் திருச்சபை) மாற்றப்பட்டது. அது இப்போது ஒரு நினைவுச் சின்னமாக மட்டுமே அரசால் பராமரிக்கப்பட்டு வருகிறது. தேவாலயத்தை நிறுவிய கொடையாளர்கள், 'இந்த தேவாலயத்தையோ அதன் பாகங்களையோ மதப்பணிகளுக்கு மாத்திரம் அர்ப்பணித்து, பிறவற்றைப் புறக் கணித்து, நாமும் நமக்குப் பின் வருபவர்களும் இதை ஒழுங்காகச் செப்பனிட்டு, பராமரித்து வருவோம்' என்று சாசனம் செய்திருந்தனர். இன்றைய தேவாலய நிர்வாகக் குழு, இன்றுவரை அந்த சாசனத்தைப் பின்பற்ற முயற்சி செய்து வருகிறது.

தூய முட்டை ஓட்டின் அல்லது அதற்கு அதற்கு மட்டமான கடற்சிப்பி சுண்ணாம்பையோ, பிரத்தியேக ஆற்றுமண், உளறின கடுக்காய் கருப்பட்டி தண்ணீர் இவைகளுடைய கலவையை வைத்து உருவாக்கிய குழம்பை வைத்து, 1948ல் செட்டிநாட்டு காரைக்குடியிலிருக்கும் கைவினையாளர்களை வைத்து, அவர்களின் கண்ணாடி போன்ற தோற்றத்தை அப்பழுக்கின்றி, 1948ல் புதுப்பிப்பு நடந்தது. ஆனால் வேறு இடத்தில் செய்யப்பட்ட நடைமுறை வண்ணப்பூச்சு சர்ச்சின் பழைமையான உருவத்தின் அழகைக் குலைத்தது. ஆனால் 2000ல் மீண்டும் புதுப்பிப்புத் தேவைப்பட்ட சர்ச்சின் 325-வது ஆண்டுவிழா சமயத்தில் ஆரம்பிக்கப்பட்டது.

தலைமுறை தலைமுறையாகத் தொழுபவர்களும் போதகர்களும், எந்த அருங்காட்சியகமும் பொறாமை கொள்ளும் அளவுக்கு பல நினைவுச் சின்னங்களை புனித மேரி தேவாலயத்துக்கு அளித்துச் சென்றிருக்கின்றனர். சென்னையின் சரித்திரம் உருவாகக் காரணமாக இருந்த பலரைப் பற்றியும், பழைய கால ஞாபகங்களையும் இந்த நினைவுச் சின்னங்களில் காணலாம். ஆனால் இவற்றை மிஞ்சக்கூடிய, மனத்தைத் தாக்கக்கூடிய நினைவுச் சின்னங்கள், 19-ம் நூற்றாண்டில் அமைக்கப்பட்ட, தேவாலய இரும்பு வேலிக்கு உள்ளடங்கிய குறுகிய வடக்கு முற்றத்தில் காணப்படும் விஸ்தார மாகச் செதுக்கப்பட்ட கல்லறைகளே. இவற்றில் அநேகம், சென்னை முதலில் தோன்றியதிலிருந்து, அதாவது புனித மேரி தேவாலயம் கட்டப்படுவதற்கு நாற்பது ஆண்டுகள் முன்னிருந்து, இங்கே வாழ்ந்து, வேலை செய்து, இறந்த வர்களின் கதையைக் கூறுகின்றன. மனத்தை உருக்கும் இந்த வாயில்லாக் கற்களில், சோழ மண்டலத்தின் செல்வத்துக்காக மூண்ட ஆங்கிலேய-பிரெஞ்சு போர்களைப்பற்றியும் பல விஷயங்கள் தற்செயலாகக் காணக் கிடைக்கின்றன.

1746-ல் கத்தோலிக்க பிரெஞ்சுக்காரர்கள் புனித ஜார்ஜ் கோட்டையை ஆக்கிரமித்த போது, புனித மேரி தேவாலயத்தை முதலில் போர் வீரர்கள் தங்கும் இடமாகவும், பின்னர் பொருள்கள் சேமிக்கும் கிடங்காகவும் பயன் படுத்தினர். எனினும், அதன் மரியாதைக்குரிய பொருள்களின் புனிதம் கெடுக்கப்படாமல் இருந்தது. ஆனால் 1758-59-ல் லாலி சென்னையை முற்றுகையிட்டபோது, கோட்டையின் இடுகாடு (இப்போதைய சட்டக் கல்லூரி மற்றும் கொய்யாத் தோட்டம்) போர்க்களமானது. அப்போது,

பிரெஞ்சு வீரர்கள் தங்களது பீரங்கிகளுக்கு அஸ்திவாரமாகவும் வீரர்களுக்கு பாதுகாப்பளிக்கவும், அங்கிருந்த கல்லறை ஸ்தூபிகளையும் கற்களையும் பயன்படுத்திக்கொண்டனர். இதனால், சுடும்போது தடைகள் இருக்கக்கூடாது என்பதால் பழைய கருப்பர் நகரத்தையும் அதை அண்டியிருந்த இடு காட்டையும் பிரிட்டிஷார் அழித்துவிட்டனர்.

போருக்குப் பின், 1763-ல், செதுக்கப்பட்ட கல்லறைக் கற்கள் புனித மேரியின் முற்றத்துக்கு நகர்த்தப்பட்டன. இந்த முற்றத்தில் இருக்கும் சில கற்கள், புனித ஆண்ட்ரூஸ் என்ற பழைய கபுசின் தேவாலயத்தைச் சேர்ந்தவை. 1782-ல் ஹைதர் அலி கோட்டையைத் தாக்கியபோது மீண்டும் இந்தக் கற்கள் தோண்டப்பட்டு, கோட்டை அரண்களில் பீரங்கிகளை வைக்கப் பயன் படுத்தப்பட்டன. இதனால், அநேகக் கற்கள் உடைந்துபோயின. பின்னர் 1807-ல் செப்பனிட்டப்பட்டு இடம் மாற்றப்பட்டபோது 101 கற்களே பிழைத்தன.

அந்த 101 கற்களில் ஒன்று, சென்னையின் முதல் தலைவர் ஆரன் பேக்கரின் மனைவி எலிசபெத் பேக்கருடையது. அவர், சென்னையை அடைவதற்கு மூன்று வாரங்கள் முன்பு, கடலில் இருக்கும்போதே, மகப்பேறு காலத்தில் இறந்துபோனார். அவருடைய சடலம் புதைப்பதற்காக நிலத்துக்குக் கொண்டு வரப்பட்டது. 1652-ம் ஆண்டு தேதியுடைய அவருடைய நினைவுக்கல்லில் தான், இந்தியாவில் பொறிக்கப்பட்ட முதல் பிரிட்டிஷ் எழுத்துகள் உள்ளன. இந்தக் கற்களில் மற்றொன்று, சென்னையில் நடந்த முதல் சதியில் சிக்கிய வரின் மகனான நதானியல் ஃபாக்ஸ்க்ராஃப்ட். தந்தையுடன் சிறைப் படுத்தப்பட்ட இவர் 1670-ல் இறந்தார்.

தமிழில் பொறிக்கப்பட்ட கல்லறை கல் ஒன்றே ஒன்று புனித ஆண்ட்ரூஸ் சர்ச்சில் இருந்தது. எது தனியப்ப முதலியார் என்ற லாஸரூஸ் டிமேதத் என்ற புதுச்சேரி படைப்பாளர் ஒருவரின் ஞாபகார்த்தமாக இருக்கிறது. பிரான்ஸின் மார்டினின் துபாஷாகயிருந்த அவருடைய சந்ததியினர் பிரெஞ்ச் கிழக்கிந்திய கம்பெனியின் முக்கியஸ்தர்களுக்குத் துபாஷாகயிருந்தனர். 1691 தேதியிடப் பட்ட இந்த கல்லறை கல் சென்னையின் முதல் தமிழ் கல்லரைக்கல் முற்றத்தின் கிழக்கு மூலையில் காணப்படுகிறது.

வளைந்த படிக்கட்டுக்குள் அழுத்தப்பட்ட உடைந்துபோன கல் ஒன்றுதான் ஏஜெண்ட் ஹென்றி க்ரீன்ஹில்லின் (இறப்பு: 1658) நினைவுச் சின்னம். சென்னை தோன்றியபோதே அங்கு இருந்த அவர், குடியிருப்பின் அளவை அதிகரிக்க, பலமுறை உள்நாட்டு ஆட்சியாளர்களிடம் பேச்சு வார்த்தை நடத்தியிருந்தார். ஆனால், சர்ச்சின் சுற்று வட்டாரத்தில் புதைக்கப்பட்ட முதல் ஆளுநர், ஃபிரான்சிஸ் ஹேஸ்டிங்ஸ் (இறப்பு: 1721) ஆவார். பிற்காலத்தில் இங்கு கோபுரம் கட்டப்பட்டது.

ஆட்சியில் அமர்ந்து ஒன்றரை வருடங்களுக்குள் இவர் ஆளுநர் பதவி யிலிருந்து நீக்கப்பட்டார். உடல் நிலை மோசமான கட்டத்தில் திருட்டுக் குற்றம் சாட்டப்பட்டு, அதனால் பாதிக்கப்பட்டு இறந்தார். இரு முறை

ஆளுநராக இருந்த ஜார்ஜ் பிகாட், கவுன்சிலால் பரங்கி மலையில் பூட்டி வைக்கப்பட்ட பின், அதே மாதிரியான சூழ்நிலையில் 1777-ல் இறந்தார். சர்ச்சினுள் முதலாவதாகப் புதைக்கப்பட்ட அவருடைய கல்லறை மீது பெயர் ஏதும் இல்லாமல் ஒரு சிலுவையும், 'நினைவாக' என்ற வசனமும் பொறிக்கப் பட்டிருக்கின்றன. புதைக்கப்பட்டவர்களில் பிற புகழ்பெற்றவர்கள்: கடைசியாக 1875-ல் புதைக்கப்பட்ட இலங்கையில் புகழ்பெற்றிருந்தவரான ஆளுநர் ஹென்றி வார்ட், எல்லோராலும் நேசிக்கப்பட்ட, கடிவாளமும் சேணமும் இல்லாமல் குதிரையில் அமர்ந்தாற்போல தீவுத்திடலில் சிலையாக இருக்கும் தாமஸ் மன்றோ, திப்பு சுல்தானின் நண்பர் ஜான் டவ்டன் மற்றும் லேடி மார்கரெட்டா ஹோபார்ட்டும் அவரது பச்சைக் குழந்தை ஜானும். லேடி மார்கரெட்டா, பிற்காலத்தில் சென்னையின் ஆளுநராக ஆக இருந்த, லார்ட் ஹோபார்ட்டின் முதல் மனைவி. ஆளுநர் லார்ட் ஹோபார்ட்டின் (1794-1798) பெயர்தான்

டாஸ்மேனியாவில் இருக்கும் ஹோபார்ட் நகரத்துக்குச் சூட்டப்பட்டுள்ளது. ஆளுநர் இரண்டாவது லார்ட் ஹோபார்ட்டும் (1872-1875) சர்ச்சில் புதைக்கப்பட்டிருக்கிறார்.

சர்ச்சில் தனியாக நிற்கும் ஆறு தூண்களில் பொறிக்கப்பட்ட நினைவுக் கல் பலகைகளைத் தவிர, வேறு அநேக நினைவுச் சின்னங்களும் உள்ளன. பெரும் பாலும் ஜான் ஃப்ளாக்ஸ்மேனாலும் ஜேம்ஸ் பேகனாலும் உருவாக்கப்பட்ட இவை இங்கிலாந்திலிருந்து அனுப்பப்பட்டன. அவற்றில் ஒன்று, சென்னையில் ஆரம்பத்தில் இருந்த பிரபல மத போதகரான ஷ்வார்ட்ஸின் நினைவுச் சின்னம். இவர் தஞ்சாவூரின் மராத்தா மன்னர்களுக்கு நெருக்கமாக இருந்தார். 1784-ல் தஞ்சாவூரில் புனித பீட்டர்ஸ் என்ற பள்ளியை நிறுவினார். அங்கு கல்வி பயின்ற முதல் 40 மாணவ மாணவிகள்தான், நாட்டிலேயே முதலில் ஆங்கிலம் கற்றுக்கொண்ட கிராமப்புற மாணவர்கள். மற்றொரு நினைவுச் சின்னம், ஜான் பர்கொயின் உடையது. இவர்தான், 23-வது லைட் ட்ராகூன்ஸ் என்று அழைக்கப்பட்ட ஐரோப்பிய குதிரைப்படையை இந்தியா வுக்கு முதலில் கொண்டுவந்தார். ஆனால், அதைவிட, பிரிட்டனில் ராபர்ட் கிளைவுக்கு எதிராக இருந்தார் என்பதுதான் இவரது பிரபலத்துக்குக் காரணம். தான் இறப்பதற்குமுன், அவர் இந்தியாவில் ஒன்றும் பிரமாதமாகச் செய்ய வில்லை. புனித மேரியில் அவர் புதைக்கப்பட்டிருந்தாலும், எங்கே என்று இடம் தெரியவில்லை.

சென்னையில் பணிபுரிந்த வெவ்வேறு படைப் பிரிவுகளின் வண்ணக் கொடிகள் 1984 வரை, கிழிந்த நிலையில், சர்ச்சின் சுவர்களை அலங்கரித்தன. அவற்றில் குறிப்பிடத்தக்கது 1688-ல் உருவாகப்பட்டு, பின்னர் ஸ்ட்ரிங்கர் லாரன்ஸின் முதல் பிரிட்டிஷ் படைப் பிரிவான நீலின் நீலத் தொப்பிகள். இது, 102-வது ராயல் மதராஸ் இன்ஃபண்ட்ரி என்றழைக்கப்பட்டு, பின்னர் டப்ளின் ஃப்யூஸிலியர்ஸ் என்று ஆனது. 1747-48-ல் புனித டேவிட் கோட்டையில் அமைக்கப்பட்ட முதல் இந்திய ராணுவத்தின் வாரிசாக, 1758-ல் மதராஸ்

ரெஜிமெண்ட் ஸ்டிரிங்கர் லாரன்ஸினால் உருவாக்கப்பட்டது. அது இப்போது குன்னூருக்கு அருகில் வெல்லிங்டன் முகாமில் இருக்கிறது. இதன் முதல் இரு பட்டாலியன்கள், புனித ஜார்ஜ் கோட்டையை லாலியின் படைகள் தாக்கும் என்று எதிர்பார்த்து, கோட்டையைக் காப்பதற்காக, 4 டிசம்பர் 1758 அன்று உருவாக்கப்பட்டன. லாலியின் 40 நாள் முற்றுகை, 2 ஜனவரி 1759-ல் தொடங்கியது.

கோட்டை அருங்காட்சியகத்தில் சில கொடிகள் முடிந்த அளவுக்குப் பாதுகாக்கப்படுகின்றன. கல்லறைக் கற்களும் நினைவுச் சின்னங்களும் புனித மேரியின் சரித்திரப் பொக்கிஷத்தின் ஒரு பகுதியாக இன்னும் இருக்கின்றன. சர்ச்சுக்கு வரும் பார்வையாளர்கள் சரித்திரத்துடன் நடை போடுகின்றனர். இந்தச் சின்னங்கள் பலவும் இறந்துபோனவர்கள் பற்றிய நெகிழ்ச்சியான பல கதைகளைச் சொல்கின்றன. பல இறப்புகளுக்கு 'கதிரவனின் வெப்பத்தால்' என்று காரணம் பொறிக்கப்பட்டுள்ளது. இந்த சர்ச்சை, 'கிழக்கின் வெஸ்ட்மின்ஸ்டர் அபே' என்று அழைப்பதில் வியப்பு ஒன்றும் இல்லை. 1680 முதல் அதன் முகப்பு பல்லாவரம் கருங்கல்லால் ஆனதாக உள்ளது. அதன் மர மூடி 1885-ல் தான் செதுக்கப்பட்டது. இந்த சர்ச்சில்தான் ஜாப் சார்னாக்கின் குழந்தைகளுக்கு ஞானஸ்நானம் செய்விக்கப்பட்டது. இவர்தான் 1690-ல் வில்லியம் கோட்டையைக் கட்டி, கல்கத்தா நகரத்தை நிர்மாணித்தவர். பல்லாவரம் கருங்கல் இவர் பெயரால், சார்னோகைட் என்று அழைக்கப்படுகிறது. பிகாரில், ஓர் இந்து விதவை சதியில் தீக்குளிக்க வற்புறுத்தப்பட்டபோது, சார்னாக் அவளை வலுக்கட்டாயமாகக் காப்பாற்றினார் என்று ஒரு கதை வழங்குகிறது. தனது எஞ்சிய வாழ்நாள்களை சார்னாக்குடன் கழித்த அந்தப் பெண்ணுக்குப் பிறந்த மேரி, எலிசபெத், கேத்தரின் என்ற மூன்று மகள்களின் ஞானஸ்நானம், புனித மேரியில் 1689-ல் நடைபெற்றது.

முகலாயர்களிடமிருந்து தப்பி, சார்னாக் ஹூக்லியிலிருந்து சென்னைக்கு வந்தார். பின்னர் சென்னையிலிருந்து பணம், படை ஆகியவற்றுடன் வங்காளம் சென்று கல்கத்தாவை நிர்மாணித்தார். எலிஹூவின் மகன் டேவிட் யேலின் ஞானஸ்நானமும், இங்குதான் நடைபெற்றது. நான்கு வயதில் இறந்த டேவிட் யேலின், எல்லோராலும் மறக்கப்பட்ட நினைவுச்சின்னத்தை, சட்டக் கல்லூரி மைதானத்தில் இன்றும் காணலாம். அவனுடைய மற்றொரு நினைவுச் சின்னம் கடலூரில் இருக்கும் பாழடைந்த புனித டேவிட் கோட்டை; அவன் பெயரிலும் வேல்ஸின் காவல் தெய்வத்தின் பெயரிலும் அவன் தந்தையால் அது கட்டப்பட்டது.

கோட்டையில் நடந்த முதல் திருமணம், ஆளுநர் மாஸ்டர் கன்னிகாதானம் செய்துகொடுக்க, எலிஹூ யேல் தனது நண்பர் ஜோஸஃப் ஹைமர்ஸின் விதவை காதரீன் ஹைமர்ஸை 4 நவம்பர் 1680-ல் கரம்பிடித்ததுதான். இங்குதான், ராபர்ட் கிளைவ், 18 பிப்ரவரி 1753-ல், மார்கரெட் மாஸ்கலைனை, லுத்தரன் மத போதகர் ஃபெப்ரிஷியஸ் முன்னிலையில் மணந்தார். அப்போது ஃபெப்ரிஷியஸ், புனித மேரியின் தாற்காலிக பாதிரியாராக இருந்தார். இங்குதான், 2 டிசம்பர் 1798-ல் ஆர்தர் வெல்லெஸ்லி ஒரு திருமணத்துக்கு

சாட்சியாக இருந்தார். (வாட்டர்லூ வெகு தொலைவில் இருந்தது.) அதன் தொடக்கம் முதல் இன்றுவரை, பிரெஞ்சு ஆதிக்கக் காலம் தவிர்த்து, சர்ச்சின் ஆவணங்கள் அனைத்தும், பத்திரமாகப் பாதுகாக்கப்பட்டு வருகின்றன. அவற்றில் சில, கோட்டை அருங்காட்சியகத்திலும் மீதம் சர்ச்சிலும் உள்ளன. ஆனால் 28 அக்டோபர் 1680 முதல் 31 டிசம்பர் 1786 வரை பதிவு செய்யப் பட்ட ஞானஸ்நானம், திருமணம் மற்றும் இறப்பு ஆகியவற்றின் பதிவேடு களின் அசல் 1739-லிருந்துதான் இருக்கிறது. அதற்கு முந்தைய காகித ஏடுகள், தோல் ஏடுகளில் பிரதி எடுக்கப்பட்டு கெடாமல் பாதுகாக்கப்பட்டன. பின்னர் ஆளுநராக ஆக இருந்த அலெக்ஸாண்டர் விஞ்சுக்கு, இதைச் செய்வதற்காக 50 வராகன் கொடுக்கப்பட்டன என்று பேச்சு.

சில ஏடுகளை சர்ச்சில் பார்க்கலாம். 1903 முதல் 1947 வரை வருகை தந்த அரசு குடும்பத்தினர், பிரபுக்கள் கையொப்பம் இட்ட புத்தகங்கள் பார்வைக்கு வைக்கப்பட்டிருக்கின்றன.

சர்ச்சின் மதிப்புமிக்க பொருள்களில் ஒன்று, பலிபீடத்தின்மீது வைக்கப்பட் டிருக்கும், யார் என்று தெரியாத ஒருவரால் ரஃபேல் பாணியில் வரையப்பட்ட ‘இறுதி இரவு விருந்து’ ஓவியம். இந்த ஓவியத்தில் காணப்படும் மதுபானம் வைக்கும் கோப்பையை ரஃபேலே வரைந்ததாக ஒரு கதை உண்டு. இந்த ஓவியம் எப்படி இங்கு வந்துசேர்ந்தது என்பது தெரியவில்லை. 1761-ல் பாண்டிச்சேரி போருக்குப் பின் அடித்த கொள்ளையில் கிடைத்தது என்றும் அப்போது இங்கு கொண்டுவரப்பட்டிருக்கலாம் என்றும் ஒரு சந்தேகம் உள்ளது. 1756-ம் ஆண்டு சர்ச் சொத்துப் பட்டியலில் இந்த ஓவியம் இடம் பெறவில்லை. ஆனால், 1782 சொத்துப் பட்டியலில் இடம் பெற்றுள்ளது. பலிபீடத்தின் இரும்புத் தடுப்புகள் 1877-ல், தஞ்சாவூர் இளவரசியால் பரிசளிக்கப்பட்டவை.

பிற சொத்துக்களில் முதன்மையானது, 1660-ல் அச்சடிக்கப்பட்ட ஸ்ட்ரெயின்ஷாம் மாஸ்டரின் பைபிள். இது, 1881-ல் பிற்காலத்திய மாஸ்டர் வம்சத்தைச் சேர்ந்த, இந்தியரான ஒருவரால், சர்ச்சுக்கு பரிசளிக்கப்பட்டது. சர்ச்சின் வெள்ளித் தட்டும் வெள்ளி சாமான்களும் ஏனைய செல்வங்கள். ஆயுதச் சின்னம் பொறிக்கப்பட்ட பிச்சைப் பாத்திரத்தை, 1687-ல் யேல் அளித்தார். ஆயுதச் சின்னம் பொறிக்கப்பட்ட பாத்திரமும் குடுவையும், லேடி மேரி கோல்ட்ஸ்பரோ, உயில்மூலம் சர்ச்சுக்கு விட்டுச் சென்ற பணத்தில் வாங்கப்பட்டன. லேடி மேரி, கிழக்கிந்திய கம்பெனி இயக்குனர் ஒருவரது மனைவி. அந்த இயக்குனர், ஒரு விசாரணைக் குழுவின் தலைவராக சென்னை வந்திருந்தார். கம்யூனியன் கோப்பையும் அதன் மூடியும் பாண்டிச்சேரிக் கொள்ளையின் போது கிடைத்தவை. தரங்கம்பாடி டேனிஷ் மிஷன் மூடப் பட்டபோது அநேக டேனிஷ் வெள்ளி சாமான்கள் கிடைத்தன. சர்ச், இவை அனைத்தையும் அருங்காட்சியகத்துக்குக் கடனாக அளித்துள்ளது.

சர்ச்சின் ஆர்கன் இசைக்கருவி, 1894-ல் ஹில் இங்கிலாந்து நிறுவனத்திட மிருந்து இறக்குமதி செய்யப்பட்டது. ஆனால், சர்ச்சுக்கு 1687-லேயே ஆர்கன்

ஒன்று கிடைத்திருந்தது. 18-ம் நூற்றாண்டின் ஆரம்பத்தில் அதற்கு பதிலாக மற்றொரு ஆர்கன் பயன்படுத்தப்பட்டது. தற்போதைய ஆர்கனுக்குமுன், 1760, 1859 ஆண்டுகளில் ஆர்கன் மாற்றப்பட்டது.

இங்குதான், 1835-ல் டாக்டர் டேனியல் கோரி சென்னையின் முதல் பிஷப்பாக நியமிக்கப்பட்டார். அதுவரை (பின்னர் ஆளுநரான) ராபர்ட் பால்க், ஆண்ட்ரூ பெல், டாக்டர் ரிச்சர்ட் கெர் போன்றவர்கள் புனித மேரியின் பாதிரியாராக இருந்ததோடு, மாநிலத்தின் பிராடஸ்டண்ட் சர்ச் சம்பந்தப்பட்ட விஷயங் களையும் மேற்பார்வையிட்டனர்.

கல்லறைகள், நினைவுச் சின்னங்கள், பதிவேடுகள், ஓவியங்கள், வெள்ளித் தட்டு போன்ற அருங்காட்சியகத்தில் வைக்கப்பட வேண்டியவைதான், புனித மேரியின் குண்டுத் தாக்குதல்களை எதிர்கொள்ளக்கூடிய கட்டடத்தில் பாது காப்பாக இருப்பவை. ஆனால், உண்மையில் இவற்றுக்கெல்லாம் மேலாக, உலக சரித்திரத்தில் இருநூறு ஆண்டுகளுக்கு இடம் பெற்ற சாம்ராஜ்ஜியத்தை நிறுவிய, சென்னை புனித ஜார்ஜ் கோட்டையில் வசித்த ஆண்கள், பெண்கள் ஆகியோரின் நினைவுகளே இங்கு பாதுகாப்பாக இருக்கின்றன. இவர்கள்தான், சென்னையின் முதல் நூலகம், முதல் பள்ளி (1677-ல் ரால்ஃப் ஆர்ட் என்பவர் ஆசிரியராக அமர்த்தப்பட்டாலும், 1715-ல் நிறுவப்பட்ட புனித மேரி அறக்கட்டளைப் பள்ளி - இதுதான் பிற்காலத்தில் புனித ஜார்ஜ் பள்ளி ஆனது), முதல் அனாதை இல்லம், முதல் ஏழைகளுக்கான உதவி மையம் (ஃப்ரெண்ட்-இன்-நீட் அமைப்பு), முதல் மருத்துவமனை (இன்றைய அரசாங்கப் பொது மருத்துவ மனையின் கரு), முதல் அரசாங்க அச்சுக் கூடம் போன்றவற்றை உருவாக்கியவர்கள். நவீன இந்தியா வளர்வதற்கு வேண்டிய கொடையை அளித்ததும் இவர்கள்தாம்.

சர்ச்சுக்குத் தெற்கே, வீடுகள் கூடிய சர்ச் தெருவினால் பிரிக்கப்பட்டு இருந்தது சென்னையின் முதல் டவுன் ஹால் (நகராட்சி அலுவலகம்). டவுன் ஹாலின் கீழே கடனாளிகளுக்கான சிறை இருந்தது. இன்று அந்த இடம் தமிழ் நாடு, கேரளா ராணுவப் படைப் பிரிவுகளின் தலைமையகமாக உள்ளது. 1980-களின் இறுதியில் இலங்கையில், வருத்தத்துக்குரிய போரில் ஈடுபட்ட இந்திய அமைதிப்படையின் செயலகமாக இருந்தது.

அதிகாரத்தின் வாயில்

கோட்டையின் சரித்திரப் பிரசித்திப் பெற்ற கடைசி கட்ட, கட்டுமான வேலை, பிரெஞ்சுத் துருப்புகள் விரட்டியடிக்கப்பட்டபின், 1749-ல் ஆரம்பமானது. கணித நிபுணரும் கம்பெனியின் கிழக்கத்திய குடியிருப்புகளின் தலைமைப் பொறியாளருமான பெஞ்சமின் ராபின்ஸ் எஃப்.ஆர்.எஸ், 1750-ல் திட்டத்தின் படங்களை வரைந்தார். ஆனால், அவர் அடுத்த வருடமே சோர்வால் இறந்து போனார். அதை அடுத்து, ஃபிரெடெரிக் ஸ்காட் கட்டுமானத்துக்கான திட்டங் களை மேற்கொண்டார். ராபின்ஸுக்குப் பின் புனித டேவிட் கோட்டையை கடலூரில் கட்டி முடித்த ஜான் ப்ரொஹியர், கட்டுமானப் பணியில் ஈடுபட்டார். ஆனால், 1757-ல், கல்கத்தாவின் வில்லியம் கோட்டையைக்

கட்ட அங்கு சென்றார். அதற்குப்பின், கட்டுமானப் பணிகளுக்குப் பொறுப் பேற்றவர் ஜான் கால். ஆனால், லாலியின் முற்றுகை, காலின் வேலையை இரட்டிப்பாக்கியது. முற்றுகையின்போது கோட்டையில் இருந்த பெரும்பாலான கட்டடங்கள் நாசமாயின. ஆங்கிலேய இடுகாடு உள்பட கருப்பர் நகரம் சூறையாடப்பட்டது. சேப்பாக்கக் கிராமமும் சுற்றுப்புறம் இருந்த தோட்ட வீடுகளும் தரை மட்டமாக்கப்பட்டன.

1770-ல் கால் ஓய்வெடுக்கும்வரை, காலும் அவரது உதவியாளர் பென்ஃபீல்டும் மறு கட்டுமானத்துக்குப் பெரும் காரணமாக இருந்தனர். அதன்பின், பேட்ரிக் ராஸ் பொறுப்பேற்று, கோட்டைக்கு இறுதி வடிவைக் கொடுத்தார். நான்கு மாதங்களுக்கு, 6,000 நபர்களுக்குத் தேவையான நீரைச் சேமிக்கும் அமைப்பைக் கட்டினார். ராஸ் கட்டிமுடித்த கோட்டைக்கும், இன்று இருக்கும் கோட்டைக்கும் பெரிய வித்தியாசங்கள் இல்லை. 100 ஏக்கர் மொத்தப் பரப்பும், அதில் 42 ஏக்கர் (வடக்கு தெற்கே 620 கஜமும், கிழக்கு மேற்கில் 330 கஜமும்) கோட்டைச் சுவருக்குள்ளும் இருக்கின்றன. 1756-லிருந்து 1783-ல் கட்டி முடிக்கும் வரை 75 லட்சம் ரூபாய் செலவானது. இதுவே, வசிப்பிடமும் கிடங்குமாகத் தொடங்கிய கோட்டையின் நான்காவதும் கடைசியுமான விரிவாக்கம். இதன் ஊடுருவ முடியாத வலுவான மேற்குப் பகுதி முழுவதையும், சர்ச்சைக்குரிய ஒப்பந்தக்காரர் பால் பென்ஃபீல்ட் 1770-ல் கட்டி முடித்தார். கம்பெனி பொறியாளராக இருந்த அவர், இந்த ஒப்பந்தத்தை எடுத்துக்கொள்வதற்காகத் தன் வேலையை ராஜினாமா செய்தார். விளைவாக, நன்கு கட்டியதோடு, நல்ல வருமானத் தையும் ஈட்டினார்.

கோட்டையின் சரித்திரம், அதன் இறுதி உருவத்தைவிட, பல ஆண்டுகள் முந்தையது. போர்த்துகீசிய சதுரம் என்று அழைக்கப்பட்ட புதிய பலமாடிக் கட்டடத்துக்கு மேற்கே கட்டப்பட்ட ஒரு கட்டடத்தில்தான் படைத் துருப்புகள் இருந்தன. அரசர் படை வீடு (கிங்ஸ் பாரக்ஸ்) என்று அழைக்கப் பட்ட இது, 1756-ல் கட்டி முடிக்கப்பட்டது. 1962-ல் நீட்டிக்கப்பட்ட இந்தக் கட்டடத்தில் 1,10,000 சதுர அடி இடம் இருந்தது. அதில் பட்டாலியனின் அனைத்து வீரர்களும் தங்கமுடியும். அதற்குப் பிறகு பல படை வீடுகள் கட்டப்பட்டன. இதன் வடமேற்குப் பகுதி, 20-ம் நூற்றாண்டின் பிற்பகுதியில் ராணுவ நாடக அரங்கமாக இருந்தது. அதன் ஒப்பனை அறை, 1735 காலத்திய கட்டடத்தின் ஒரு பகுதியில் இருந்தது. ஆனால் அரங்கம் 1944 சமயத்தில் கட்டப்பட்டிருந்தது. கபுசின் தேவாலயம், இப்போது ஃபோர்ட் ஹவுஸ் என்று ராணுவத்தால் அழைக்கப்படும் கட்டடத்துக்கும் போர்த்துகீசிய சதுரத்தில் இருக்கும் பலமாடிக் கட்டடத்துக்கும் இடையே இருந்தது. இதுதான் 1642-ல் பாதிரி எஃப்ரேயிம் தி நெவர்ஸுக்கு கோகன் அளித்த இடம். புனித மேரி கட்டப்படும்வரை பல கிறிஸ்தவப் பிரிவுகளின் தொழுகைக்காக உப யோகிக்கப்பட்ட இந்த சர்ச், பிரெஞ்சுப் போர்களின்போது கத்தோலிக்க பாதிரிகளின் நடவடிக்கைகள் பற்றிச் சந்தேகம் ஏற்பட்டதால், ஆங்கிலேயர் களால் 1752-ல் தகர்க்கப்பட்டது.

இன்று கோட்டையில், புனித மேரி தேவாலயத்துடன் போட்டிபோடும் வகையில் அழகுள்ள கட்டடம் எது தெரியுமா? பொலிவுடனும் அதிகாரத் தோரணையுடனும் இருக்கும் தலைமைச் செயலகம்தான். அதன் முன் பகுதியில் மாநில சட்டமன்றமும், 1910-ல் கட்டப்பட்ட அதன் இரண்டாவது மாடியில் மாநில அமைச்சர்களின் அலுவலகங்களும் உள்ளன. அதன் கவர்ச்சிகரமான முன் வாயிலிலிருந்து சில படிகள் ஏறினால் சட்டமன்ற அவையை அடையலாம். ஆனால், இந்தக் கட்டடத்தின் கண் கவர் அம்சம், அதன் இருபது உயரமான, பளபளக்கும், கருப்புத் தூண்களே.

இந்தச் சிறப்பான தூண்கள், பல்லாவரத்திலிருந்து பெறப்பட்ட சார்னோகைட் கருங்கற்களால், 1732-ல், (இப்போது கட்டடங்களால் சூழப்பட்ட அணிவகுப்பு மைதானத்தைச் சுற்றிக் கட்டப்பட்ட) கோட்டை சதுரத்திலிருந்து கடற்கரை வாயில் வரை அமைக்கப்பட்ட 32 தூண்கள் அடங்கிய வரிசை யிலிருந்து எடுக்கப்பட்டவை. இந்தத் தூண்கள் வரிசையை, புனித ஜார்ஜ் கோட்டையில் பிறந்து, வளர்ந்த ஆளுநர் மார்டன் பிட் எழுப்பியிருந்தார். அவருடைய மாமன் மகன் தாமஸ் 1698-ல் ஆளுநராக இருந்தார். தாமஸ், பிரசித்தி பெற்ற 410 காரட் பிட் வைரத்தை (செதுக்கப்பட்டபின் 136 காரட்) வாங்கியிருந்தார். இவர் சேர்த்த செல்வத்தால்தான் இவரது குடும்பம் பிரிட்டனில் செல்வாக்கு பெற்றது. இவர்தான், 'தி கிரேட் காமனர்' என்று பின்னாள்களில் பாராட்டப்பட்ட வில்லியம் பிட்டின் தாத்தா. ஒரு கட்டத்தில் இவரும் இவரது மூன்று மகன்களும் ஒரே நேரத்தில் பிரிட்டிஷ் நாடாளுமன்ற மக்களவையில் வீற்றிருந்தனர்.

அந்த வைரம் தொடர்பாக பல்வேறு அவதூறுகள் பரவியிருந்தபோதும், பிட், அதற்கு 24,000 பவுண்டுகள் விலையாகக் கொடுத்தார் என்று கேள்வி. அதற்குப்பின் அதை பிரெஞ்சு ரீஜண்ட் ஒருவருக்கு 135,000 பவுண்டுக்கு விற்றார். எழுத்தாளர் அலெக்சாண்டர் போப்பின் கட்டுரைகளில் காணப்படும் கீழ்க்கண்ட வரிகள் பிட்டைப் பற்றியது என்பது பலருடைய கருத்து:

அம்மணமாகப் படுத்திருந்த இந்தியன் ஒருவனிடம்
நேர்மையான ஓர் அதிகாரி ஒரு வைரத்தைக் களவாடினார்.
அதை அவர் ஒரு தளபதியிடம் அடகு வைத்தார்.
அந்தத் தளபதி வைரத்தைப் பதுக்கிக்கொண்டார்.
அதைத் திருடிய திருடன் ஏமாந்து போனார்.
திருடனிடமிருந்தே திருடிக்கொண்டார்.
(பி---ஐப் போலப் பணக்காரர் ஆனார் -

என்ற கடைசி வரியைப் பலரும் சேர்த்துக்கொண்டனர்.)

பல்லாவரம் கருங்கல் தூண்கள், 1746-ல், பிரெஞ்சு வெற்றிக்குப் பிறகு, பாண்டிச்சேரிக்கு எடுத்துச் செல்லப்பட்டன. பின்னர், அவை, 1762-ல்தான் சென்னைக்குத் திரும்பக் கொடுக்கப்பட்டு பழைய இடத்தில் வைக்கப்பட்டன. 19-ம் நூற்றாண்டில் தூண்களின் வரிசைக்கு மேல் கூரை போடப்பட்டு,

அரசியல் விருந்துகளுக்கு ஏற்ற இடமானது. எட்வர்ட் கிளைவ் விருந்துக் கூடம் கட்டி முடிக்கப்பட்டவுடன், தூண்கள் வரிசை, அரசாங்க அச்சகமாக மாற்றப்பட்டு, பின்னர் ஆவணங்கள் காப்பகமாக மாறியது. 1910-ல் தூண் களால் ஆன இந்தக் கிடங்கு தகர்க்கப்பட்டு, பிரதான கட்டடம் அந்த ஆண்டு புதுப்பிக்கப்பட்டபோது, இந்தத் தூண்கள் அதற்குப் பயன்படுத்திக்கொள்ளப் பட்டன. பழைய விருந்துக்கூடம் இடிக்கப்பட்டபின், அந்த இடத்தில் எழுப்பப்பட்ட மேலவை மண்டபத்தின் முகப்பில் இந்தத் தூண்கள் வைக்கப் பட்டன. துரதிர்ஷ்டவசமாக, சார்னோகைட் தூண்கள் மெருகேற்றப்படாமல், அதன்மீது கறுப்பு பெயிண்ட் அடிக்கப்பட்டுள்ளது.

பிரதான கடல் நோக்கிய சுவர் இடிக்கப்பட்டு, அதன் நடுவில் இருந்த கடல் வாயிலை சுவரால் அடைத்த பிறகு, 1930-களில் உருவாக்கப்பட்ட இரும்பு வார்ப்பினால் செய்யப்பட்ட கண் கவர் கதவுகள் தலைமைச் செயலகத்தின் பிரதான வாயில்கள் ஆயின. கோட்டை தோன்றிய காலத்தில், சரக்குகள் 50 அடி தள்ளியிருந்த கடற்கரையில் இறக்கப்பட்டபோது, பிரதான வாயில்தான், முதன்மை சுங்க அதிகாரியின் இருப்பிடமாக இருந்தது. கடற்கரையிலிருந்து மீட்கப்பட்ட இந்த நிலத்தில்தான் இன்று பூங்காவும், சென்னை போர்ட் டிரஸ்ட்டின் கட்டடங்களும் இருக்கின்றன.

நிலத்தின் மேற்குப் பகுதியில் கோட்டையின் திடமான இரட்டை அரண் களையும் அவற்றைப் பாதுகாக்கும் அகழிகளையும் காணலாம். பெரிய இரும்பு தாழ்ப்பாள்கள் பொருத்தப்பட்ட கனமான மூன்று ஜோடி மரக்கதவுகள் மூலம் கோட்டைக்குள் செல்ல முடியும். 1930-கள்வரை, கோட்டை பாசறை யிலிருந்த துருப்புகள் அகழியில் மீன் பிடித்தனர். 1990-களில் புனித ஜார்ஜ் வாயிலுக்கு அருகில் கோட்டையிலிருந்து வெளியே செல்ல இருந்த ஒரு சுரங்கம் கண்டுபிடிக்கப்பட்டது. வாலாஜா மற்றும் புனித தோமா வாயில்கள் அருகில்கூட இத்தகைய சுரங்க அமைப்புகள் இருக்கலாம் என்பது ஒரு நம்பிக்கை.

'ஃபோர்ட் ஹவுஸ்' என்று அழைக்கப்பட்ட கட்டடத்தில் ஜான் கம்பெனியின் முதல் கவுன்சில் அறைகள் இருந்தன. 1693-ல் இந்தக் கட்டடம் இடிக்கப் பட்டபின் அதற்கு பதில், ஒரு மூன்றடுக்குக் கட்டடம் கட்டப்பட்டது. அதன் இரண்டாவது மாடியில் ஆளுநரின் இருப்பிடமும் அலுவலகமும் இருந்தன. பழைய கட்டடத்துக்குக் கிழக்கே இருக்கும் இந்தக் கட்டடம்தான், 1825-ல் விரிவாக்கப்பட்ட தலைமைச் செயலகத்தின் கரு. இந்தக் கட்டடம், புனித மேரிக்கு 15 ஆண்டுகள் பிந்தையது என்பதால், சென்னையிலேயே இரண்டா வது பழைமையான கட்டடமாகும். எந்த வம்பிலும் மாட்டிக்கொள்ளாத ஆரம்பகால ஆளுநர் நதானியல் ஹிக்கின்சனால் இது கட்டப்பட்டது.

இந்த மையத்துக்குக் கிழக்கே கருப்பு வெள்ளைக் கற்களால் ஆன தளத் துடனும், அபாரமான தச்சு வேலையுடனும் 1910-ல் கட்டப்பட்ட சட்டமன்ற அவை, கட்டிட வேலை ஆரம்பிக்கப்பட்ட சட்டமன்ற அவை 1919ல் முடிக்கப்பட்டு அதனுடைய அழகு திறமையான மரவேலையினாலும், கல்

வேலையினால் அதிகரிக்கப்பட்டது. சென்னை மேலவையை 1921 முதல் 1937 வரை நடத்தப்பட்ட 1937ல் சட்டசபை ஆயிற்று. மாநில சூழ்நிலையைச் சந்திக்க கட்டிடம் மாற்றியமைக்கப்பட்ட போது, ஜூலை 1937 முதல் செப்டம்பர் 1938 வரை சென்னை பல்கலைக் கழக செனட் ஹவுஸிலும் ஜனவரி 1938 முதல் அக்டோபர் 1939 வரை ஆளுநர் மாளிகையின் விருந்துக் கூடத்தில் சந்தித்தது. இரண்டாவது உலகப் போரின் போது தற்காலிகமாக நிறுத்தப்பட்ட சட்டசபை 1946ல் புனித ஜார்ஜ் கோட்டையிலிருந்த அதன் அறைக்கு நகர்ந்தது. 1937 முதல் உபயோகிக்கப்படாத அவையில் 260 நபர்கள் உட்காரும் இடம் உருவாக்கப்பட்டது. இந்த மையத்துடன் ஒருங்கே இணைந்துவிட்டது. 1894-ல் தனது தொழிலை ஆரம்பித்த டி. பட்டாச்சாரி இந்தத் தச்சு வேலைக்குப் பெருமளவு பொறுப்பு வகித்தார். இதன் கூடத்தில். உறுப்பினர்களாகவோ, பார்வையாளர்களாகவோ சட்டமன்றத்தை அலங்கரித்தவர்களின் அழகான மார்பளவுச் சிலைகள் உள்ளன: சீர்த்திருத்தப் புகழ் எட்வின் மாண்டேகு, லார்ட் கன்னாட்டால் 12 ஜனவரி 1921-ல் தொடங்கப்பட்ட சென்னை மேலவையின் முதல் தலைவர் சர் பி. ராஜ கோபாலாச்சாரியார் மற்றும் 1924-ல் முதன்முதலாகத் தேர்ந்தெடுக்கப்பட்ட அவைத் தலைவர் திவான் பகதூர் எல்.டி. சாமிக்கண்ணுப் பிள்ளை. அவைத் தலைவர் அமரும் கம்பீரமான இருக்கையை, லார்ட் வெல்லிங்டனும் லேடி வெல்லிங்டனும் 6 மார்ச் 1922-ல் அளித்தனர். அப்போது லார்ட் வெல்லிங்டன், சென்னை மாகாணத்தின் ஆளுநராக இருந்தார். முதல் முதலமைச்சராக இருந்தவர் ஏ. சுப்பராயுலு ரெட்டியார். 1921-ல் சட்டமன்ற நூலகத்தை நிறுவியவர் சாமிக்கண்ணுப் பிள்ளை.

இந்தப் புனிதமான அறையில், 1861-ம் ஆண்டு முதல் பல இந்தியர்களின் திறமையான ஆங்கிலச் சொற்பொழிவுகள் எதிரொலித்தன. அவ்வாறு அலங் கரித்தவர்கள் வி.எஸ் ஸ்ரீநிவாஸ சாஸ்திரி, எஸ். சத்தியமூர்த்தி, சி.ராஜகோபாலாச் சாரி, சி.பி.ராமஸ்வாமி ஐயர், இரட்டையர் திலகங்கள் லக்ஷ்மணஸ்வாமி முதலியார், ராமஸ்வாமி முதலியார், பி.டி.ராஜன், டி.எஸ்.எஸ். ராஜன், எஸ். வரதாச்சாரி, பி. சுப்பராயன், பி. தியாகராய செட்டி, பி.வி. ராஜமன்னார், முன்னோடியான பெண் மருத்துவர் முத்துலக்ஷ்மி ரெட்டி ஆகியோர்.

தேவதாசி அமைப்பை எதிர்த்து அயராது போராடிய முத்துலக்ஷ்மி ரெட்டி, உலகிலேயே முதல் பெண் சட்டமன்ற அவைத்தலைவர் எனலாம். அனைத்திந்திய சட்டமன்றங்களிலும் நியமிக்கப்பட்ட முதல் பெண் உறுப்பினரான (1927-28) அவர், அந்த அவையின் முதல் துணைத் தலைவ ரானார். முதலாவதாகத் தேர்ந்தெடுக்கப்பட்ட பெண் உறுப்பினர் ருக்மிணி லக்ஷ்மிபதி (1937). அவர், துணை அவைத்தலைவராகவும், பின்னர் 1946-ல் சென்னையின் முதல் பெண் அமைச்சராகவும் ஆனார். மாநிலத்தின் முதல் பெண் முதலமைச்சர், மக்கள் நேசத்தை வென்ற முதலமைச்சர் எம்.ஜி. ராமச்சந்திரனின் மனைவி, ஜானகி ராமச்சந்திரன். 1988-ல் ஆட்சி பிரமாணம் எடுத்தபின், தனது அறுதிப் பெரும்பான்மையை நிரூபிக்க முடியாததால் 24 நாள்களில் பதவியை விட்டு அகன்றார்.

ஆளுநர் ஹாரிஸனால் 1715-ல் விரிவாக்கப்பட்டு, ஃபோர்ட் ஹவுஸின் அங்கமாக உள்ளது, அணிவகுப்பு மைதானம். சமீப காலங்களில், இந்த மைதானம், சென்னையிலேயே அதிகமான மக்கள் கூட்டத்தை இரண்டு முறை பார்த்திருக்கிறது. முதல்வர் டி. பிரகாசம் சுதந்தர தினத்தை வரவேற்றபோது; பிறகு முதல் திமுக முதல்வர் சி.என் அண்ணாதுரை தனது கட்சி பதவியேற்ற பின், மக்களிடம் பேசியபோது. அணிவகுப்பு மைதானம், வேறு சில பெயர்களாலும் அழைக்கப்பட்டிருக்கிறது. 'பாசறை சதுரம்', அதைச் சுற்றியிருந்த பாசறைகளையும், 'கார்ன்வாலிஸ் சதுரம்', தாமஸ் பேங்க்ஸினால் நிறுவப்பட்ட 14.5 அடி கார்ன்வாலிஸின் சிலையையும் சுட்டிக்காட்டுகின்றன.

தனது முதல் இடமான செனடாஃப் சாலையிலிருந்து இந்தச் சிலை 1906-ல் நகர்த்தப்பட்டு, தலைமைச் செயலகக் கட்டடத்துக்கு முதுகைக் காட்டிக் கொண்டு, சதுரத்தை நோக்குமாறு இது நிறுவப்பட்டது. பிறகு, இந்தச் சிலை, வடக்குக் கடற்கரை வீதியில், இன்றும் அங்கிருக்கும் குடை போன்ற கூரைக்கு அடியில், பெண்டிங் கட்டடத்துக்கு எதிராக, 1925-ல் நகர்த்தப்பட்டது. திப்புவின் மகன்களை பிணைக் கைதிகளாக இறுமாப்புடன் ஏற்றுக்கொள்ளும் ரசனையில்லாத காட்சி செதுக்கப்பட்ட பீடமும், கார்ன்வாலிஸின் சிற்பமும் கடல்காற்றினால் பாதிக்கப்பட்டதால், இவை இரண்டும் கன்னிமாரா பொது நூலகத்துக்கு 1928-ல் நகர்த்தப்பட்டன. பின்னர், 1950-ல் இறுதியாக கோட்டை அருங்காட்சியகத்துக்கு மாற்றப்பட்டன.

1810-ல், கோட்டையிலிருந்து நான்கு மைல் தொலைவில் இருந்த செனடாஃபுக்கு மாலையில் 'இதனைச் சுற்றிவருவது, ஹைட் பார்க்கை உல்லாசமாக வலம் வருவது போல் இருக்கிறது' என்று வர்ணிக்கப்பட்டது. சில ஆண்டுகள் கழித்து எழுதியவர்கள், 'நீள்வட்ட வடிவில், பாதைகள் அமைக்கப்பட்டு, சில பசுமையான செடிகள் நடப்பட்டிருந்தன' என்றும், 'இங்குதான் சென்னையின் சீமான்களும் சீமாட்டிகளும் தங்கள் அலங்காரமான ஆடைகளுடன் வந்து, செனடாஃபைச் சுற்றி சுற்றி ஒரு மணி நேரம் நடந்ததற்குக் காரணம், உடற்பயிற்சி மட்டுமல்ல, தங்கள் ஆடைகளைப் பிறருக்குக் காண்பிப்பதும், பிறருடன் சரசமாடுவதும்கூட' என்றும் எழுதினர்.

யேலின் செல்வம்

1940 வரை கோட்டையின் படைத்தலைவர்களின் உணவுக்கூடமாக இருந்த கோட்டை அருங்காட்சியகம், தலைமைச் செயலகத்துக்கு வடக்கே இருக்கிறது. இந்த இடம் ராபர்ட் ஹ்யூஸ் என்பவருக்குச் சொந்தமாக இருந்தது. 1787-ல், பீட்டர் மேஸி காஸின் என்ற சுதந்தர வணிகர், தன் கம்பெனியை நிறுவுவதற்காகவும், சுதந்தர வணிகர்கள் வரி கட்டாமல், எந்தத் தடையும் இன்றி வணிகம் செய்ய உதவவும், இந்த இடத்தை வாங்கினார். லாட்டரி பரிசுச்சீட்டுகள் மூலம் ஈட்டிய லாபத்தை வைத்துக் கட்டப்பட்ட தற்போதைய கட்டடம், 1795-ல் தயாராகியது. அதன் ஒரு பகுதி 1790-ல் திறக்கப்பட்டது. எக்ஸ்சேஞ்ஜ் காஃபி டாவெர்ன் 1792-ல் திறக்கப்பட்டது. தரைத்தளத்தில் அலுவலகங்களும், கிடங்குகளும், நகரத்தின் இன்றைய வங்கிகளுக்கு

முன்னோடியாக இருந்த ஒரு வங்கியும் இருந்தன. மதராஸ் பேங்க் என்றழைக்கப்பட்ட இந்த வங்கி பற்றிப் பின்னால் பார்க்கப்போகிறோம்.

பொது மக்களுடன் கருத்து பரிமாற, மேல் மாடியில் இரு புறமும் அலுவலகங்கள் இருந்த அரங்கம் (இங்கு வணிகர்களும், தரகர்களும், கப்பல் மாலுமிகளும் சந்தித்தனர்) ஒன்று இருந்தது. காலப்போக்கில் ஒரு நூலகமும் சிற்றுண்டி அருந்துமிடமும் சேர்க்கப்பட்டன. சம்பிரதாயப்படி, அனைவராலும் விரும்பப்பட்ட பானம் மதீரா. தேங்காய் எண்ணெயால் ஏற்றப்பட்ட 12 விளக்குகள் கொண்ட, 25 மைல்களுக்கு அப்பால் உள்ள கப்பல் கொடி மரங்களுக்கு வெளிச்சம் தந்த, சென்னையின் முதல் கலங்கரை விளக்கம், கடல் மட்டத்துக்கு 99 அடி உயரத்தில் கூரையில் கட்டப்பட்டது. உயர் நீதி மன்ற வளாகத்தில் ஒரு டோரிக் தூணின் மேல் ஒரு புதிய கலங்கரை விளக்கம் 1841-ல் கட்டப்படும்வரை இது உபயோகத்தில் இருந்தது. எக்ஸ்சேஞ்சின் கூரையிலிருந்து, வரக்கூடிய கப்பல்களுடனோ, நங்கூரம் பாய்ச்சிய கப்பல்களுடனோ செய்தி போக்குவரத்து மூலம் வியாபாரம் நடந்தது.

இந்தச் சுமுகமான நிலை வெகு நாள்களுக்கு நீடிக்கவில்லை. வரி கட்டாத சுதந்தர வியாபாரிகள் கோட்டைக்கு வெளியில் இருக்கவேண்டும் என்று ராபர்ட்டின் மகனான ஆளுநர் எட்வர்ட் கிளைவ் விரும்பியதால், ஜான் கம்பெனி அரசாங்கம் அந்த அலுவலகக் கட்டடத்தை வாடகைக்கு எடுத்தது. 1861-ல் அவ்வப்போது கோட்டையில் பணிபுரிந்த பிரிட்டிஷ் படைப்பிரிவு அதிகாரிகளின் உணவகமாக இருந்த அதை, அதன் பெரும்பான்மை இந்தியப் பங்குதாரர்களிடமிருந்து அரசாங்கம் 1882-ல் ரூ.61,000-த்துக்கு வாங்கியது. கடைசி பிரிட்டிஷ் துருப்பு அணிவகுத்து வெளியேறியபின், அந்தக் கட்டடத்தை அருங்காட்சியகமாக மாற்ற முடிவானது.

சென்னையை உண்டாக்கியவர்களின் எழுத்துகளின் அற்புதமான சேகரிப்பை, 1948-ல் முறையாகத் திறக்கப்பட்ட கோட்டை அருங்காட்சியகத்தில் காணலாம். மரத்தரையால் ஆன பகட்டான நடன அரங்கில் உள்ள சுவர்களை, பழைய ஆளுநர்கள், நவாபுகள் ஆகியோரது உருவப் படங்கள் அலங்கரிக்கின்றன. சென்னையில் இன்று இருக்கும் பழைமையான பிரிட்டிஷ் ஓவியங்கள், 1761-ல் வரையப்பட்ட மூன்றாம் ஜார்ஜ் மற்றும் ராணி சார்லட் ஆகியோருடையவை. ஆயுத சாலையில் இடைக்கால ஆயுதங்களும் அவற்றை உபயோகிக்கும் முறைகளும் பார்வைக்கு வைக்கப்பட்டிருக்கின்றன. பழஞ் சென்னையின் காசுகள், வெள்ளி மற்றும் பீங்கான் பொருள்கள், கையெழுத்துப் பிரதிகள், அரித்தல் முறை ஓவியங்கள் ஆகியவற்றைக் காணலாம். அதே போல ஒரு கூண்டு - அது தனக்கே உரிய ஒரு கதையைச் சொல்லும். குதிரையில் அமர்ந்த கார்ன்வாலிஸ் சிலை (1800) படிக்கட்டுக்குக் கீழேயும், அதன் கும்மட்டம் அருங்காட்சியகத்துக்குத் தெற்கேயும் வைக்கப்பட்டிருக்கின்றன.

சட்டமன்றத்தின் பிரதான வாயில் இருக்கும் அரணின் மேல், 1994-ல் எழுப்பப்பட்ட உலோகத்தால் ஆன கொடி மரம் நிற்கிறது. அதன்மேல் இந்திய

மூவண்ணக் கொடி கம்பீரமாகப் பறக்கிறது. இந்தக் கொடிமரம், 1687-ல் ஆளுநர் யேலினால் நடப்பட்ட இந்தியாவிலேயே மிக உயரமான 150 அடி தேக்கால் ஆன கொடிமரத்துக்கு* பதிலாக நடப்பட்டது. அதன்மேல் இங்கிலாந்தின் புனித ஜார்ஜ் சிலுவைக் கொடியை அவர் முதன்முதலாகப் பறக்க விட்டார். ஒரு புயலுக்குப்பின் சென்னை கடற்கரையில் சிதறிய கிழக்கிந்திய கம்பெனி கப்பலின்• கொடி மரத்திலிருந்து இது செய்யப் பட்டது. 1770-ல் இந்தக் கொடிமரம், யேலின் கடற்கரை அரணிலிருந்து வடக்கு அரணுக்கு அனுப்பப்பட்டு, பிறகு மீண்டும் பழைய இடத்துக்கே வந்தது என்று கேள்வி.

காலனி தேசமான அமெரிக்காவில் பிறந்த யேல், தன் தந்தையுடன் தாய்நாடு இங்கிலாந்துக்குச் சென்று அங்கு வளர்ந்தார். 24 வயதானபோது, கம்பெனியின் எழுத்தராக 1672-ல் சென்னைக்கு வந்தார். 15 வருடங்களில் ஆளுநர் பதவிக்கு உயர்ந்தார். 1687-லிருந்து 1692 வரை ஆளுநராகப் பணிபுரிந்த அவர், சென்னையின் வளர்ச்சிக்குக் கணிசமாகப் பங்களித்தார். பதவியிலிருந்து ஓய்வு பெற்றபின்னும், கணக்கு வழக்குகளில் இருந்த சர்ச்சை காரணமாக, சென்னையில் வசிக்கும் நிர்ப்பந்தம் ஏற்பட்டது. அப்போதும் அவர் பெருமளவு செல்வத்தை ஈட்டிக்கொண்டிருந்தார்.

யேல், அவரது தந்தை முதலில் குடியேறிய நியூ ஹேவன், கனெக்டிகட்டில் இருந்த பள்ளிக்கு, தான் ஈட்டிய செல்வத்திலிருந்து ஜவுளிகளையும், புத்தகங்களையும், வண்ணப் படங்களையும் 1718-ல் நன்கொடையாக அளித்தார். ஜவுளிகள் 562 பவுண்ட், 12 ஷில்லிங்குக்கும், புத்தகங்கள் 600 பவுண்டுக்கும் விலை போயின. அந்தப் பள்ளி, பல்கலைக்கழகமாக வளர்ந்த பின், இந்த வெகுமதியின் காரணமாக, அதற்கு அவரது பெயர் சூட்டப் பட்டது.

மராட்டியருடன் பேச்சு வார்த்தை நடத்தி பரங்கிப் பேட்டை (போர்டோ நோவோ மஹமத் பந்தர்), கடலூர் (இஸ்லாமாபாத்), குனிமேடு போன்ற சோழ மண்டலத் துறைமுகங்களில் குடியிருப்பு மற்றும் வியாபார உரிமைகளை 1682-ல் யேல்தான் பெற்றார். பிரெஞ்சுத் துருப்புகள் ஆங்கிலேயர்களை புனித ஜார்ஜ் கோட்டையிலிருந்து விரட்டியபோது, அவர்கள் தொடர்ந்து இந்தியா வில் இருக்க உதவிய, புனித டேவிட் கோட்டையை (தெகனப்பட்டினம்) கடலூருக்கு அருகில் கட்டியதும் யேல்தான். சென்னையை பிரெஞ்சுக்காரர்கள் திருப்பிக் கொடுத்து மூன்று ஆண்டுகளுக்குப்பின்னர்கூட, அதாவது 1746-லிருந்து 1752 வரை, புனித டேவிட் கோட்டையே, மாநிலத்தின் ஆட்சி பீடமாக இருந்தது.

தனது குதிரைக்காரன் அனுமதியின்றி விடுமுறை எடுத்ததால், அவனைத் தூக்கிலிட்டார் என்று யேல் மீது குற்றம் சாட்டப்பட்டது. அவர்

---

* உயரம் தெரியாவிட்டாலும், அதற்கு முந்தைய உயரத்துடன் இருந்திருக்கலாம்.

• 4-7 அக்டோபர் 1687 புயலில் சேதமடைந்த 'லாயல் அட்வெஞ்சராக' இருந்திருக்கலாம்.

இந்தியர்களுடனும் ஐரோப்பியர்களுடனும் நன்றாகப் பழகினார். அவருடைய கடைசி வருடங்களில் தொந்தரவு இருந்தபோதும், சென்னையின் சரித்திரத்தில் அவருடைய காலம் ஓர் உச்சக்கட்டம் என்றே கருதவேண்டும். முகலாயர்களிடமிருந்து மசூலிபட்டினம், விசாகப்பட்டினம் போன்ற ஏனைய சோழமண்டலத் துறைமுகங்களின் உரிமைகளையும் அவர் பெற்றார். முகலாய ரூபாய் நாணயங்களை அச்சடிக்கும் உரிமையைப் பெற்றார். 1689-ல் முதல் இந்தியப் பட்டாளத்தை உருவாக்கினார். திருவல்லிக்கேணி, தொண்டையார்பேட்டை, புரசைவாக்கம், எழும்பூர் ஆகியவற்றின் முழு உரிமையையும் அவர் கோரியிருந்தார். ஆனால் அவர் பதவி ஓய்வு பெற்ற ஒரு வருடத்துக்குப் பின்னரே முகலாயர்களின் ஒப்புதல் கிடைத்தது. அவர் காலத்தில்தான் கம்பெனி சேர்மன் சர் ஜொஸையா சைல்டின் எண்ணப்படி சென்னை மாநகராட்சி அமைக்கப்பட்டது. அதே சூழ்நிலையில் கம்பெனி ஆயுள் காப்பகம் ஒன்றை 1687-ல் யேல் சென்னையில் நிறுவினார். இத்தகைய பெரும் செயல்களுக்குப் பின்னும், களங்கத்துடன் சென்னையிலிருந்து வெளியேறிய அவருடைய நிரந்தர நினைவுச்சின்னம், அவர் பெயரில் அமெரிக்காவில் இருக்கும் பல்கலைக் கழகமே.

ஒரு காலத்தில் நகரம்

கோட்டையின் மகத்தான காதல்

கூச்ச சுபாவம் கொண்ட, படிப்பில் ஆர்வமுடைய வாரன் ஹேஸ்டிங்ஸ். கெட்டிக்காரி, ஆனால் ஊதாரியான மரியன். இவர்கள் இடையே மூண்ட காதல், காதல் கதைகள் ஏன் நன்றாக விற்கின்றன என்பதற்கு விளக்கம் தரும். அவர்கள் இருவருக்கும் இடையே பொருத்தமாக என்ன இருந்தது என்று ஒருவராலும் கூறமுடியாது. ஆனால் அவர்களது காதல், முதலில், சமூகத்தின் வீண் பழியை எதிர்கொண்டு, பிறகு விதியின் சதிகளை எல்லாம் எதிர்கொண்டு, பல ஆண்டுகள் தொடர்ந்தது.

ஜான் கம்பெனியின் எழுத்தராக, 17 வயதில் 1750-ல் வாரன் ஹேஸ்டிங்ஸ் கல்கத்தாவுக்கு வந்தார். முப்பது வயது அடைவதற்கு முன், முதல் இடத்தைப் பிடித்த அவர், நல்ல பெயருடனும் சிறிய செல்வத்துடனும் இங்கிலாந்துக்குத் திரும்பினார். வரம்பில்லாமல் பணத்தைச் செலவழித்ததனால் நொடிந்துபோன அவர், இரண்டு ஆண்டுகளுக்குப் பிறகு வேலைக்காக கம்பெனியை அணுகினார். ஆனால் அப்போது வங்காளத்தை மேற்பார்வையிட்ட கிளைவுக்கு ஹேஸ்டிங்ஸ் கல்கத்தாவில் இருப்பதில் விருப்பம் இல்லாததால், அவருக்கு சென்னையில் வேலை கொடுக்கப்பட்டது. அவர் சென்னைக்கு 1769-ல் பயணமானார்.

ட்யூக் ஆஃப் க்ராஃப்டன் என்று அழைக்கப்பட்ட கப்பலில், இளம் தம்பதிகளான லார்ட் கார்ல் ஃபான் இம்ஹோஃபும் அவர் மனைவியும் உடன் பயணம் செய்தனர். நூர்ன்பெர்க் உயர் குலத்தைச் சேர்ந்த, ஆனால் பணம் இல்லாத பிரபு ஃபான் இம்ஹோஃப், வாளுக்கு பதில் ஓவியத் தூரிகையைக் கையில் எடுத்திருந்தார். ஆனாலும் ஜெர்மனியிலும் லண்டனிலும் செலவை அவரால் சமாளிக்க முடியவில்லை. லண்டனில் பெரிய இடத்து சிபாரிசு மூலம், சென்னை ராணுவத்தில் பயிற்சியாளராக இடம் கிடைத்தவுடன், சென்னையில் நவாபுகள், ஆங்கிலேயப் பிரபுக்கள் ஆகியோரின் உருவப்படங்களை ஓய்வு நேரத்தில் வரைந்து நிறையப் பணம் சம்பாதிக்கலாம் என்ற நம்பிக்கையுடன் வேலையை உடனே ஏற்றுக்கொண்டார். ஸ்டுட்கார்ட்டின் ஹ்யூகனோ பிரிவைச்

சார்ந்த எழிலும், உல்லாசமும், உற்சாகமும் நிறைந்த தன் 22 வயது மனைவி மரியா சபுஸெட்டுடன் பயணமானார். மனைவியை இழந்த வாரன் ஹேஸ்டிங்ஸின் சங்கோஜத்துக்கு, மரியாவின் விவேகமும் சாதுரியமும் சரியாக ஈடு கொடுத்தன.

கடல் பயணம் ஒத்துவராத ஹேஸ்டிங்ஸ், ஒன்பது மாதக் கப்பல் பயணத்தின் போது நோய்வாய்ப் பட்டபோது, மரியா அவருக்குச் சிகிச்சை அளித்தாள். அத்துடன், ஹேஸ்டிங்ஸின் செல்வாக்கின்மூலம் தன் கணவருக்கு சென்னையில் என்ன ஆதாயம் கிட்டும் என்றும் எண்ணியபடி இருந்தாள். பராமரிப்பு, கருத்துப் பரிமாற்றமாக மாறி, மனங்கள் இணைந்தன. மரியா இம்ஹோஃப், வாரன் ஹேஸ்டிங்ஸின் அதிகாரபூர்வ விருந்தோம்பல்களின்போது உடன் இருக்க ஆரம்பித்தார்.

சென்னைக்கு வந்தவுடன், ஹேஸ்டிங்ஸ், இம்ஹோஃப் தம்பதிகளுக்கு வீடு பார்த்துக் கொடுத்ததுடன், அவர்கள்கூடவே வாழவும் ஆரம்பித்தார். ஆனால், சென்னை சமூகம் இதை எந்த வித முணுமுணுப்பும் இல்லாமல் ஏற்றுக் கொண்டது ஒரு விநோதம். பத்து மாதத்தில் நகரவாசிகள் பாதி பேரின் படங்களை வரைந்த பின், கல்கத்தாவில் தனது அதிர்ஷ்டத்தைச் சோதிக்க விரும்பிய இம்ஹோஃபுக்கு, கவுன்சில் இடம் மாற அனுமதி அளித்தது. தனது மனைவி யையும் மகனையும், இம்ஹோஃப் சென்னையில் விட்டுச் சென்றதால், ஹேஸ்டிங்ஸ் முறைப்படி தனது கோட்டை வீட்டுக்கு இடம் பெயர்ந்தார். ஆனாலும், அந்த அழகான பெண்மணி அக்டோபர் 1771-ல் தனது கணவருடன் வாழ கல்கத்தா செல்லும்வரை, ஹேஸ்டிங்ஸ், அவளது வீட்டில், அடிக்கடி அவளைச் சந்தித்தார். ஹேஸ்டிங்ஸ், தனக்குக் கொடுப்பதாக வாக்களித்திருந்த ஆளுநர் பதவியை எண்ணியபடி, சென்னையில் தொடர்ந்து வசித்து வந்தார். மரியா கல்கத்தா சென்றதால், அவர்களுக்கு இடையே இருந்த தொடர்பு இயற்கையாகவே துண்டிக்கப்பட்டிருக்கும். ஆனால், திடீரென்று அவருடைய வாழ்க்கையையே மாற்றக்கூடிய செய்தி ஒன்று மூன்று மாதங்களில் கிடைத்தது. வங்காளத்தின் ஆளுநர் பதவி அளிக்கப்பட்டிருக்கிறது என்று தெரிந்தவுடன் அங்கு விரைந்தார்.

பிப்ரவரி 1772-ல் கல்கத்தா 'கவுன்சில் ஹவுஸில்' குடி புகுந்த ஹேஸ்டிங்ஸ், தனது வாழ்க்கையின் உயர்வான வருடங்களைத் தொடங்கினார். ஆனாலும் இம்ஹோஃப் குடும்பம் வசித்துவந்த அலிபூர் வீட்டுக்கு, ஹேஸ்டிங்ஸ் தவறாமல் சென்றுவந்தார். அந்தக் குடும்பத்துக்கு தனது ஆதரவையும் விரைவில் அளிக்கத்தொடங்கினார். கல்கத்தா முழுவதும் இதைப் பற்றியே பேசப்பட்டது. இம்ஹோஃபும் ஆளுநரும் அந்தப் பெண்ணுக்காகப் பேரம் பேசுகிறார்கள் என்ற வதந்திகளும் கிளம்பின.

இந்த வதந்திகளுக்குப் பின்னால் உண்மை இருந்ததோ இல்லையோ, தொடர்ந்து ராணுவ வேலையை ஏற்றுக்கொள்ளாவிட்டால், இம்ஹோஃப் இங்கிலாந்துக்குத் திரும்பவேண்டும் என்று கவுன்சில் ஆணையிட்டது. இங்கிலாந்துக்குப் பயணமான இம்ஹோஃப், 1773 இறுதியில், ஆளுநரைப் படமாக வரைய

ஹேஸ்டிங்ஸின் உறவினர் ஒருவரிடமிருந்து 1000 பவுண்டுகளை, இரண்டு தவணைகளில் பெற்றுக்கொண்டார். இதற்கிடையில் அலிப்பூரில் அவர் வாடகைக்கு எடுத்திருந்த வீட்டில் வசித்த மரியாவின் மேற்பார்வையில், ஓர் உன்னதமான மாளிகையை ஆளுநர் ஹேஸ்டிங்ஸ் கட்ட ஆரம்பித்தார். இம்ஹோஃபின் குழந்தைகளின் கல்விக்காகவும் அவர் கணிசமான பண உதவி செய்தார். இப்போது 'கவர்னர்-ஜெனரல்' என்று அழைக்கப்பட்டவருக்கும் மனம் கவர்ந்த ஆங்கிலத்தில் பேசிய நாகரிக சீமாட்டிக்கும் இடையேயிருந்த உறவைப் பற்றி கல்கத்தாவில் எந்தவித ஐயமும் இல்லை. ஆனால் ஆளுநர் மனத்தில் வேறு எண்ணங்கள் இருந்தன.

1775-ல் தாம்பத்திய உறவில் புறக்கணிப்பு, ஒருமைப்பாடின்மை ஆகிய காரணங்களால் இம்ஹோஃபுக்கு விவாகரத்து அளிக்கப்பட்டது என்று 1777-ல் கல்கத்தாவுக்குச் செய்தி கிடைக்கும் வரை, ஹேஸ்டிங்ஸ் தனது சுபாவத்துக்கு ஏற்ப பொறுமையாக இருந்தார். பிறகு 8 ஆகஸ்ட் 1777-ல் அவரது பள்ளித் தோழரும், தற்போதைய தலைமை நீதிபதியுமான சர் எலிஜா இம்பே கன்னிகாதானம் செய்துகொடுக்க, அன்னா மரியா அப்பலோனியா சபுஸெட்டை வாரன் ஹேஸ்டிங்ஸ் மணந்து, கல்கத்தாவுக்கு அதிர்ச்சி கொடுத்தார். தேனிலவில் காலத்தை வீணாக்காமல், 'எஜமானி' என்று எல்லோராலும் அழைக்கப்பட்டு, அந்தஸ்தில் இந்தியாவிலேயே உயர்ந்த ஆங்கிலேயச் சீமாட்டியை, ஆகஸ்ட் 11-ல் நடைபெற்ற ஒரு வரவேற்பின்போது, கல்கத்தா சமூகத்துக்கு அவர் அறிமுகப் படுத்தினார். 41 வருடங்கள் கழித்து ஹேஸ்டிங்ஸ் இறக்கும்வரை காதலோடு இணைந்த மனங்களுடன் அந்தக் கச்சிதமான திருமணம் நீடித்தது. சொர்க்க மாகவும் புகலிடமாகவும் இருந்த அன்பு மரியனிடமிருந்து சிறிய பிரிவைக்கூடச் சகிக்க முடியாமல், அவளைத் தன் தலைமேல் வைத்துக் கொண்டாடிய அவர், வேறு பெண்ணை ஏறெடுத்தும் பார்க்கவில்லை.

'அவர்கள் பிரிந்திருக்கும்போது தனது காதலைப்பற்றி அவருடைய வர்ணனைகள் அவளைத் தொடர்ந்தன... அவளுடைய உடலின் அழகை அவர் பூஜித்தார்... எல்லாவற்றுக்கும் மேலாக அவளுடைய மனோதிடத்தை அவர் நேசித்தார்... தன் முழு வாழ்க்கையின் அர்த்தத்தை அவளிடம் கண்டார்' என்று ஹேஸ்டிங்ஸின் காதலைப்பற்றிக் கூறப்பட்டுள்ளது. அவருடைய கண்மணி மரியன், அவருடைய இதயத்தைக் கவர்ந்தது மாத்திரமன்றி, அவருடைய மனத்தின் மேலும் நிரந்தர ஆதிக்கம் செலுத்தினாள் என்பதில் வியப்பு ஒன்றும் இல்லை. மரியனை மகிழ்வித்தால் கவர்னர்-ஜெனரலிடம் இருந்து சலுகைகள் கிடைக்கும் என்பது அகில இந்தியாவுக்கும் தெரிந்த விஷயம். ஆனால், அநேக தருணங்களில் பதவியைத் துஷ்பிரயோகம் செய்யும் வகையில் சலுகைகள் வழங்கப்பட்டன.

இத்தகைய வதந்திகள், மூடிய கதவுகளுக்குப் பின் மட்டுமே, கல்கத்தாவில் பரவின. இந்தியாவின் முதல் செய்தித்தாள் 'பெங்கால் கெஜெட்டை' 1780-ல்

நிறுவிய இந்தியாவின் முதல் பத்திரிகையாளர் ஜேம்ஸ் அகஸ்டஸ் ஹிக்கியிடம் போராட்ட குணம் இருந்திருக்காவிட்டால், அந்த வதந்திகள், மூடிய கதவுகளுக்குப் பின்னாலேயே அடங்கியும் இருக்கும். வெளிப்படையாகப் பேசும் ஹிக்கி, 'மரியனுக்குத் தொடர்ந்து மரியாதை செய்வதன்மூலமே கம்பெனியில் நல்ல வேலையைப் பெறமுடியும்' என்று எழுதிய போது, அரசாங்கம் அவர் மேல் போர் தொடுத்தது. அப்போது ஆரம்பித்தது, இந்தியாவின் முதல் அரசாங்க-பத்திரிகைச் சண்டை.

கடற்கரை ஓரமுள்ள வெவ்வேறு தொழிற்சாலைகளிலிருந்து வந்த செய்திகளையும் கடிதங்களையும், அநியாயத்துக்கு மெல்ல நகர்ந்து தாய்நாட்டுச் செய்திகளைக் கொண்டு வந்த கிழக்கிந்திய கம்பெனி கப்பல்களையும் நம்பிய நான்கு பக்க வார ஏடுதான், ஹிக்கியின் 'பெங்கால் கெஜெட்'. அதைத் தவிர, கல்கத்தாவில் வசித்த பிரிட்டிஷாரைப் பற்றி ஹிக்கியே சேகரித்த செய்திகளையும் ஊர் வம்பையும் அது பிரசுரித்தது. வம்பில் மாட்டிக்கொண்டவரைத் தவிர மற்ற ஆங்கிலேயர்கள் அதைக் கொண்டாடினர். மேலும் தனது பத்திரிகையில் ஹிக்கி பத்திகள் எழுதி, அரசாங்க அதிகாரிகளைச் சீண்டுவார். கெஜெட்டுக்கு 10-வது மாதம் நிறையும் வரை அரசின் கோபம் வெளியே தெரியவில்லை.

நவம்பரில் வெளியான ஏடு, விவேகமில்லாமல், வரம்பு மீறி மரியன் ஹேஸ்டிங்ஸைத் தாக்கியது. நவம்பர் 14 அன்று ஆளுநர் தன் கைவரிசையைக் காண்பித்தார். 'சமீப காலத்தில், ஒரு வார ஏடான பெங்கால் கெஜெட்டில் தனிப்பட்ட நபர்களின் தன்மையை இழிவுபடுத்தி, காலனியின் அமைதிக்கு பங்கம் விளைவிக்கக்கூடிய சில பகுதிகள் இருப்பதால், அதைப் பொது அஞ்சலகம் மூலம் வினியோகிப்பதற்கு இனி அனுமதி கிடையாது' என்று வாரன் ஹேஸ்டிங்ஸ் ஆணையிட்டார்.

இந்தச் செய்கை ஹிக்கிக்கு வாய்ப் பூட்டு போடவில்லை. தன்னிச்சையான செயலுக்கும் செல்வாக்குக்கும், இதுதான் பலமான உதாரணம் என்று முழங்கிய அவர், ஹேஸ்டிங்ஸையும் இம்பேயையும் தான் தாக்கியதை நியாயப்படுத்தி, 'ஆங்கிலேயரின் வாழ்க்கைக்கும் இடைஞ்சலற்ற அரசுக்கும் பத்திரிகை சுதந்தரம் மிக அவசியம். தன்னுடைய கொள்கைகளையும் எண்ணங்களையும் தடங்கல் இன்றிக் கூறுவதைத் தடுக்கும் எந்தக் கொடுங்கோல் செயலும் சமுதாயத்துக்குப் பங்கம் விளைவிக்கும் என்று நான் கருதுகிறேன்' என்று கூறி மேலும் பல அவதூறுகளைப் பிரசுரித்தார்.

ஜூன் 1781-ல் அவர் பிரசுரித்த, சட்ட வரம்பை மீறிய அவதூறு, அவரைத் துன்பத்துக்கு ஆளாக்கியது. அரசின் ஆணைப்படி அவர் கைது செய்யப்பட்டபின், அநேக அவதூறுக் குற்றச்சாட்டுகளில் விசாரிக்கப்பட்டு, குற்றவாளி என்று நிரூபிக்கப்பட்டபின், அபராதங்கள் விதிக்கப்பட்டு, சிறையில் அடைக்கப்பட்டார். இதுவும் ஹிக்கியை நிறுத்தவில்லை. சிறையினுள் இருந்து கொண்டே, தனது வசை மொழியை விட்டுக்கொடுக்காமல் தன் பத்திரிகைக்குத் தொடர்ந்து ஆசிரியராக இருந்துவந்தார். அவருடைய வசை மாரியை எதிர்த்து தொடர்ந்து நடவடிக்கை எடுக்கப்பட்டது. அவருடைய அச்சகத்தை

அபகரிக்கும்படி நீதிமன்றம் ஆணையிட்டது. அதற்குப் பிறகு கெஜெட் பிரசுரிக்கப்படவில்லை. சிறையில் இருந்தபோது, தனது மனைவி மக்களைப் பார்த்துக்கொள்ள முடியாவிட்டாலும், ஒழுங்காகத் தன் பத்திரிகையைத் தொடர்ந்து வெளியிட்ட மனிதர், கடைசியில் தோற்கடிக்கப்பட்டார். அதற்குப் பிறகு அவர் கெஜெட்டைப் பிரசுரிக்கவே இல்லை.

அச்சகம் பறிமுதல் செய்யப்பட்ட பின், அவரைப் பற்றிய தகவல்கள் ஏதும் கிடைக்கவில்லை. பல ஆண்டுகள் கழித்து ஹேஸ்டிங்ஸ் ஓய்வு பெற்று இங்கிலாந்துக்குத் திரும்பியபின், மாஜி கவர்னர்-ஜெனரலுக்கு, கல்கத்தாவில் ஒரு வேலைக்குத் தன்னை சிபாரிசு செய்யும்படி, ஹிக்கி 1800-ல் எழுதினார். ஹேஸ்டிங்ஸ் உதவினார் என்று கேள்வி. அதன்பின் ஹிக்கியைப் பற்றி விவரங்கள் ஏதும் கிடையாது. ஊர் பெயர் தெரியாமல் இறந்தார். ஆனாலும் அவரது நாள்களில் ஹேஸ்டிங்ஸையும் அவருடைய அன்புக்குரிய மரியனையும் படாதபாடு படுத்திவிட்டார்.

5. நிழல்பாதை முதல் மவுண்ட் வரை

மவுண்ட் ரோடு அச்சகம்

நகரத்தின் எல்லாப் போக்குவரத்துச் சாலைகளும் முறையாகக் கோட்டை யிலிருந்து புறப்படுகின்றன. அவற்றில் பிரசித்திபெற்ற, பழைய முதல்வரின் பெயரால் அதிகாரப்பூர்மாக அழைக்கப்படும் அண்ணா சாலை, கோட்டையின் தென் கிழக்கில் தொடங்குகிறது. 1796-ல் அகலமாக்கப்பட்ட இந்தப் போக்கு வரத்துச் சாலை, தெற்மேற்கு திசையில் நகர் மூலமாக செயிண்ட் தாமஸ் மவுண்டுக்கு (புனித தோமா மலை) செல்வதால், அரசியல் உத்தரவுகள் இருப்பினும் நூற்றாண்டுகளாக உபயோகிக்கப்பட்ட 'மவுண்ட் ரோடு' என்றுதான் பொதுவாக அழைக்கப்படுகிறது. புனித தோமா மலைக்கு அப்பால் தெற்கே 400 மைல் தொலைவில் இருக்கும் இந்தியாவின் கோடி கன்னியா குமரி வரை செல்லும் இந்த அகலமான நெடுஞ்சாலையின் ஒரு பாகம், நகரத்தின் சுறுசுறுப்பான வியாபாரப் பகுதியைச் சார்ந்தது. பிரிட்டிஷாரின் ஆரம்ப நாள்களில், அவர்கள் பொழுது போக்க ஒரு நிழல் பாதையாக இருந்தது. அதற்கும் முன்னால், கடற்கரை கிராமங்களை காஞ்சிபுரத்துடன் இணைக்கும் சரித்திரப் பிரசித்திப் பெற்ற சாலையாக இருந்தது.

கோட்டையின் தென் கிழக்கு அரணான 'வாலாஜா அரணில்' தொடங்கும் மவுண்ட் ரோடு, 1766-ன் வாலாஜா பாலம் இருந்த இடத்தில் கட்டப்பட்ட மற்றொரு பாலம் மூலம் ஏலாம்பூர் ஆற்றைக் கடக்கிறது. ஒரு காலத்தில் இரு பக்கமும் ஆல மரங்கள் நிறைந்த அது, தீவுத் திடலுக்குக் குறுக்கே நடுவில் இருக்கும் மன்றோ சிலையைத் தாண்டி ஓடியபின், (இது 1776-ல் சதிகாரர் களால் ஆளுநர் பிகாட் கைதான இடமாகவும் இருக்கலாம்) 1805-ல் புனித ஜார்ஜ் என்ற பெயரிலும், மறுபடியும் 1920-ல் லார்ட் வில்லிங்டன் பெயரிலும் புதிதாகக் கட்டப்பட்ட பாலத்தின் மூலம் கூவத்தைக் கடக்கிறது. அண்மையில் அந்தப் பாலத்தின் பெயர் மாற்றப்பட்டிருக்கிறது. பாலத்தைக் கடந்தவுடன், அதற்குச் சிறிது அப்பால், அரசினர் தோட்டத்தின் கவர்ச்சியான

கதவுகளுக்கு எதிரே இருப்பது 1906-ல் வைக்கப்பட்ட, இப்போது நன்றாகப் பராமரிக்கப்பட்ட, ஏழாவது எட்வர்டின் சிலை.

ஜார்ஜ் வேடினால் அமைக்கப்பட்ட அந்த சிலையை லாட் கிருஷ்ணதாஸ் பாலமுகுந்ததாஸ் லாட் கோவிந்ததாஸ் நகரிற்கு பரிசாக அளித்தார். 1869/70களில் நீர்பாசனத்திற்கும் ஏனைய தண்ணீர் திட்டங்களும் பொறுப்பேற்ற கர்னல் ஜான் கம்மிங் ஆண்டர்ஸின் ஞாபகார்த்தமாக அமைக்கப்பட்ட நீர் ஊற்றிற்கு என்ன ஆயிற்று என்று தெரியாது. மாகாணத்தின் முதல் பொறியியல் வல்லுனராக 1867ல் நியமிக்கப்பட்ட கர்னல் ஆண்டர்ஸன் அவருடைய உதவியாளர் வில்லியம் ஃப்ரேஸர். 1869-70களில் அமைத்த புழலேறிக்குப் பொறுப்பு ஆண்டர்ஸன் உருவச் சிலைக்கெதிராக நின்ற இடத்திலிருந்து சென்னையின் பிரசித்த பெற்ற வியாபார ஸ்தலங்கள் இருக்கும் இரண்டு மைல்கள் நீளமான சாலை துவங்குகிறது. அதன் ஆரம்பத்தில் ஒரு பக்கத்தில் புது சட்டசபை வளாகமாகக் கருத்தில் வைத்து கட்டப்பட்ட அரசு வளாகம். இந்த வரிகள் எழுதப்படும் போது மருத்துவமனையாக மாற்றப்படும் நிலையில் இருக்கிறது. எதிர்பக்கத்தில் 'மவுண்ட்ப்பெரஸ்' என்ற பெயருடன் ஒரு காலத்தில் இணைக்கப்பட்ட ஹிந்து மற்றும் மெயில் கட்டிடங்கள் இருக்கின்றன.

அதற்குப்பின் தொடங்குவது சென்னையின் மேன்மையான சுறுசுறுப்பான வட்டாரம். ஏழாம் எட்வர்ட் சிலைக்கு எதிராக, பெரும்பான்மையான நீர்ப் பாசனத்துக்குக் காரணமாக இருந்த கார்ல் ஜான் கம்மிங் ஆண்டர்சன் என்ற பொறியாளரது நினைவாக 1869-70-ல் எழுப்பப்பட்ட நீர் ஊற்றுக்கு என்ன கதி ஆனது என்று தெரியவில்லை. அந்த நீர் ஊற்று 1940 வரை இருந்த சந்திப்பிலிருந்துதான் சென்னையில் வர்த்தகப் பகுதி தொடங்குகிறது. இது தொடங்கும் பகுதியில் ஒரு பக்கம் இருப்பது அரசினர் தோட்டம். மறு பக்கம், 'மவுண்ட் ரோட் அச்சுக் கூடம்' என்று அழைக்கப்படும் ஹிந்து மற்றும் மெயில் பத்திரிகைகளின் அலுவலகங்கள்.

பத்திரிகைத் துறையை இந்தியாவில் ஆரம்பித்த ஜேம்ஸ் அகஸ்டஸ் ஹிக்கி, அவதூறையும் வம்பையும் விரும்பிய ஒரு நபர். ஆனாலும் 29 ஜனவரி 1780-ல் அவர் 'பெங்கால் கெஜட்டை' தொடங்கிய போது, 'எல்லோருடைய கருத்துகளையும் திறந்த மனத்துடன் ஏற்று, ஒருவராலும் தூண்டப்படாத பத்திரிகை சுதந்தரம் நல்ல அரசாங்கத்துக்கு இன்றியமையாதது' என்று தனது கல்கத்தா பத்திரிகை பற்றிக் கூறியிருந்தார். அதன்படி கவர்னர்-ஜெனரல் வாரன் ஹேஸ்டிங்ஸுக்கும் தலைமை நீதிபதி எலிஜா இம்பேக்கும் சவால் விடுத்தார். தனது அவதூறுச் செய்திகளுக்காக ஹிக்கி சிறையில் அடைக்கப்பட்டார். இறுதியாக 1782-ல் பணமுடை காரணமாகப் பத்திரிகைத் தொழிலில் தனது முதல் முயற்சியை, ஹிக்கி கைவிட வேண்டியிருந்தது. அதன் பிறகு, இந்தியாவின் பத்திரிகைச் சரித்திரம், சிறிது காலத்துக்கு மலர்ந்து பிறகு வாடிய பல பத்திரிகைகளின் சடலங்களால் நிரம்பியிருக்கிறது.

சாலையின் சரித்திரப் பிரசித்தி பெற்ற இந்தப் பகுதியில் இரண்டு பத்திரிகைகள் - ஆங்கிலப் பத்திரிகைகள் - இன்னும் பிரசுரமாகின்றன. மவுண்ட் ரோடைத்

தனது இருப்பிடமாகக் கொண்டு, ஆரம்பம் முதல் பிரசுரமாகிக் கொண்டிருந்த மூன்றாவது ஆங்கில ஏடு 'மெயில்', 1981-ல்தான் காட்சியிலிருந்து மறைந்தது. இன்று இறுமாப்புடன் விநியோகிக்கப்படும் ஹிந்துவின் முதல் எழுபது ஆண்டுகளில், அதாவது இரண்டாவது உலகப் போர் முடியும் வரை, இரண்டு நாளேடுகளும் பல சர்ச்சைகளில் ஈடுபட்டும் கூட, தனது ஆரம்ப காலத்தில் மெயிலுடன் போட்டியிட ஹிந்து திணறியது. ஹிந்துவின் இன்றைய போட்டியான 'இந்தியன் எக்ஸ்பிரஸ்', இரு ஏடுகளையும்விட இளையது. இன்றைக்கு மேற்கு சுற்றுப்புறத்திற்கு நகர்ந்துவிட்டது.

கிழக்கிந்திய கம்பெனியின் அச்சகர் ரிச்சர்ட் ஜான்ஸ்டனால் 12 அக்டோபர் 1785-ல் வெளியிடப்பட்ட 'மதராஸ் குரியர்' சென்னையின் முதல் பத்திரிகை. அதே ஆண்டு தொடக்கத்தில் லண்டனின் 'தி டைம்ஸின்' முன்னோடியான 'தி டெய்லி யுனிவர்ஸல் ரிஜிஸ்டர்' ஆரம்பிக்கப்பட்டது. தனது 36 வருட வாழ்க்கையில் நான்கு முதல் ஆறு பக்க டேப்ளாய்ட் அளவில் தோன்றிய அதில், அரசாங்க அறிவிப்புகளும், இங்கிலாந்து ஏடுகளில் இருந்து எடுக்கப் பட்ட செய்திகளும், உள்ளூர் விஷயங்கள் கொஞ்சமும், அதற்கு மேல் எஞ்சிய இடத்தில் கடிதங்களும், உள்ளூர்ப் புலவர்களின் கவிதைகளும், விளம்பரங் களும் இடம் பெற்றன. காகிதப் பற்றாக்குறை இருந்ததால், அதன் விலை ஒரு ரூபாய் (தபால் செலவு இலவசம்).

1788 முதல் 1791 வரை குரியரின் பதிப்பாசிரியராகவும், இடையே துறைமுக மேலதிகாரியாகவும், கோல்ட்ஸ்மித், கேரிக், வாலாஜா நவாப் ஆகியோருடன் நட்பு பாராட்டியவருமான ஹ்யூ பாய்ட், மீண்டும் 1793-ல் பத்திரிகைத் துறையில் கால் பதிக்க முடிவு செய்தார். அதுவரை குரியருக்கு போட்டி ஏதும் இருக்கவில்லை. பாய்ட் ஆரம்பித்த ஹிர்க்காரா என்ற பத்திரிகையும் அவரும் அடுத்த ஒரே வருடத்தில் மறைந்துபோனார்கள். பாய்ட், தன் மரணத்தின்போது திவாலாகி இருந்தார். ஸ்ட்ரிங்கர் தெருவிலிருந்து பிரசுரமான குரியர், விரைவிலேயே, அரசாங்க உதவியுடன் தொடங்கப்பட்ட பத்திரிகைகளுடன் போட்டி போட வேண்டியிருந்தது. அரசாங்க வழக்கறிஞர் ராபர்ட் வில்லியம்ஸால் 'மதராஸ் கெஜெட்டும்', கம்பெனி வானியலாளரும் பொறியாளருமான ஜான் கோல்டிங்ஹாமால் 'கவர்ன்மெண்ட் கெஜெட்டும்' 1795-ல் தொடங்கப்பட்டன. இந்த இரண்டாவது ஏடு, 'ஆண் அனாதை இல்லம்' என்று அழைக்கப்பட்ட அச்சகத்தை விரிவாக்கி 1800-ல் அமைக்கப் பட்ட அரசு அச்சகத்தில், அச்சடிக்கப்பட்டது. 1836-ல் ஸ்பெக்டேடர் இதழ் வெளியானது. முதலில், டி. ஆக்டர்லோனியாலும் பின்னர் ஸூரூ மூட்லி, சுப்பு முதலி, சி.எம்.பெரேரா ஆகியோராலும் பிரசுரிக்கப்பட்டது. வார இதழாக ஆரம்பித்து, 1846-ல் வாரம் மும்முறை வெளியிடப்பட்டு, 1850-ல் நாளேடான இது, நாளடைவில் மெயிலால் எடுத்துக்கொள்ளப்பட்ட 'மதராஸ் டைம்ஸால்' விழுங்கப்பட்டது.

ஸ்பெக்டேடர் வித்திட்ட பலமான பத்திரிகை நெறிமுறையை மதராஸ் டைம்ஸ் வளர்த்தது. 1835-36-ல் அதே பெயரில் மாதம் இருமுறை வெளி வந்த பத்திரிகை, புத்தக விற்பனையில் ஹிக்கின்பாதம்ஸுக்குப் போட்டியாக

இருந்த கான்ட்ஸ் அண்ட் சன்ஸின் சொந்தக்காரர் ஜஸ்டினியன் கான்ட்ஸின் கைக்கு 1859-ல் மாறியது.

கிழக்கிந்திய கம்பெனியால் படம் வரைதல், கட்டட அமைப்பு, கல்லில் செதுக்குதல், நில அளவியல் ஆகியவற்றுக்காக நியமிக்கப்பட்ட ஆஸ்திரிய நாட்டைச் சேர்ந்த ஜான் கான்ட்ஸ் (1772-1853), அந்த கம்பெனியை தன் மகன் ஜஸ்டினியனுடன் (1802-1862) சேர்ந்து நிறுவினார். இந்தியன் மாகஸீனில் வெளியான அரசினர் தோட்டம் அருகில் இருக்கும் பாலத்தின் தோற்றத்தை வரைந்ததன் மூலம், ஜான் கான்ட்ஸ் பிரசித்தி பெற்றார். ஜஸ்டினியன் கான்ட்ஸ் கட்டடக் கலைஞராகப் பணியாற்றினார். ஈஸ்ட் இந்தியா கெஜட், இவரை குறும் சித்திரங்கள் வரைவதில் வல்லுனர் என்று குறிப்பிட்டிருந்தது. சென்னையில் இருந்த ஐரோப்பிய வீடுகளை வரைவதில் அவர் தேர்ச்சி பெற்றிருந்தார். வியாசர்பாடியில் தன் தந்தையின் லிதோகிராபி அச்சகத்தை நடத்த அவர் உதவினார். வட சென்னையில் கான்ஸ் சாலை என்று ஒரு சாலை உள்ளது. 1859-ல் பாப்ஹாம்ஸ் பிராட்வேயில் அவர் தன் பத்திரிகையை ஆரம்பித்தார். சென்னையின் ஆளுநர் சார்ல்ஸ் ட்ரெவெல்யானின் எதிர்ப்பை மீறி அந்த வருடம் இந்திய அரசு வருமான வரியை அறிமுகப்படுத்தியது. இதனால் அரசாங்கத்தை அடிக்கக் கம்பைத் தூக்கிய மதராஸ் டைம்ஸின் ஆரம்பம் நன்றாகவே இருந்தது. அதனுடன் 1857-ல் நடந்த விபரீதங்களுக்குப் பிறகு இந்தியர்களையும் பிரிட்டிஷாரையும் நெருங்க வைக்க இந்தப் பத்திரிகை ஒரு நல்ல முயற்சியைத் தொடங்கியது. சார்ல்ஸ் லாஸன், ஹென்றி கார்னிஷ் ஆகியோர் தலைமையில் நன்கு செழித்து, மதராஸ் டைம்ஸ், சென்னையில் பத்திரிகைத் தொழிலை நல்ல நிலைக்குக் கொண்டு வந்தது. ஆனால் கான்ட்ஸ் குடும்ப வாரிசான முதலாளிக்கும் முதன்மை நிருபருக்கும் இடையே ஏற்பட்ட சச்சரவு வெளிப்படையானபின், லாஸனும் கார்னிஷூம் விலகி, 15 டிசம்பர் 1868-ல் மதராஸ் மெயிலின் முதல் பிரதியைப் பிரசுரித்தனர்.

மதராஸ் மெயிலின் முதல் அலுவலகம் கடற்கரை இரண்டாவது தெருவில் (பின்னர் மூர் தெரு, இப்போது டாக்டர் புர்ஹானுதீன் தெரு) இருந்தது. பின்னர் கடற்கரை முதல் தெருவில் (பின்னர் கடற்கரை வடக்குத் தெரு, இப்போது ராஜாஜி சாலை) ஏல நிறுவனம் ஏ.டி. ரொஸாரியோ கம்பெனியின் முதல் மாடிக்கு நகர்ந்தது. கடலை ஒட்டிய அந்தச் சாலை அடிக்கடி நீர் மயமாக இருக்கும். கப்பல்கள், பிரயாணிகள் ஆகியோரது பாதுகாப்பைக் கருதி முறையாக ஒரு துறைமுகம் கட்டப்படவேண்டும் என்பதன் அவசியத்தை அந்தச் செய்தித்தாள் வற்புறுத்தியதில் ஆச்சரியம் ஒன்றுமில்லை. திறந்த ஜன்னல்கள் வழியாக, கடல் அலைகளால் புரளும் கப்பல்களை பார்க்கும் போது ஏற்பட்ட குமட்டலும் ஒரு காரணமாக இருக்கலாம். இப்போது இரு செய்தித்தாள்களுக்கும் இடையே கடுமையான போட்டி ஆரம்பமானது. அரசாங்கம் மற்றும் வர்த்தக முதலாளிகளின் குரலாக மதராஸ் மெயிலும், அதைவிடக் கீழ்நிலையில் இருந்த ஐரோப்பிய வியாபாரிகள், பண்ணை அதிகாரிகள், ஊழியர்கள் ஆகியோரின் திடமான குரலாக டைம்ஸூம்

இருந்தன. 1870-களிலும் 1880-களிலும் வில்லியம் டிக்பி பதிப்பாளராக இருந்தபோது டைம்ஸ், இந்திய வாசகர்களுக்கு ஆதரவாக இருந்தது. அப்போது மதராஸ் மெயில், அதிகார வர்க்கத்தைப் பிரதிபலித்தது.

20-ம் நூற்றாண்டின் ஆரம்பத்தில், எதிர்பார்த்தபடி இந்திய மூலதனம் கிடைத்தவுடன், 1910-ல் மதராஸ் டைம்ஸ் மவுண்ட் ரோடுக்கு நகர்ந்தது. 1911-ல் இந்தியர்களை வேலைக்கு அமர்த்த ஆரம்பித்தபின், இரண்டு வருடங்களுக்குப் பிறகு, மதராஸ் டைம்ஸ் பிரிண்டிங் அண்ட் பப்ளிஷிங் கம்பெனி மூலம் அது முழுவதும் இந்தியர்களின் உடைமை ஆனது. 1 ஜனவரி 1921-ல் ஸ்பென்சர்ஸின் ஜான் ஓக்ஷாட் ராபின்சனால் எடுத்துக் கொள்ளப்பட்ட பின், கம்பெனியின் பெயர் அசோசியேடட் பிரிண்டர்ஸ் என்று மாற்றப்பட்டது. இந்தியாவிலேயே முதன்முதலாக பிற கம்பெனி ஒன்றின் நிர்வாகத்தை எடுத்துக்கொண்டவர் இவர்தான் என்பது ஒரு கருத்து. அந்த வருடம் மவுண்ட் ரோடில் உள்ள புது அலுவலகத்துக்கு இடம் பெயர்ந்த மதராஸ் மெயிலின் அடையாளச் சின்னத்தையும் பெயரையும் இப்போதும் அங்கு காணலாம்.

அந்த வருடங்களில் மதராஸ் டைம்ஸ், தான் மீனா பறவையா, வெள்ளையா கருப்பா என்று அறியாத நிலையில் இருந்தது. அப்போது நடுநிலை இதழுக்கு வாய்ப்பு ஏதும் இல்லாமல் இருந்தது. இன்றும் ஹிக்கின்பாதம்ஸுக்குப் பின்னால் ஒப்பந்த அச்சகமாக இயங்கும் அசோசியேடட் பிரிண்டர்ஸின் மவுண்ட் ரோடு முகவரியில் இருந்து அன்று பிரசுரிக்கப்பட்ட மதராஸ் டைம்ஸும், நடு நிலையாக இருக்கமுடியாமல் தடுமாறியது.

பின்னர், 1921-ல், ராபின்சனும் நண்பர்களும் ஹிக்கின்பாதம்ஸையும் மதராஸ் மெயிலையும் வாங்கி, அசோசியேடட் பப்ளிஷர்ஸ் என்ற நிறுவனத்தை உருவாக்கினர். அத்துடன் அவர்கள் அசோசியேடட் பிரிண்டர்ஸை வாங்கியதும், மதராஸ் டைம்ஸும் மதராஸ் மெயிலும் இணைக்கப்பட்டன. அசோசியேடட் பிரிண்டர்ஸ், சென்னையிலேயே முதன்மையான ஒப்பந்த அச்சகமாக மாறியது. ஹிக்கின்பாதம்ஸ், இந்தியாவிலேயே மிகப் பெரிய புத்தகக் கடை ஆனது. மதராஸ் மெயில், தென்னிந்தியாவிலேயே அனைவராலும் படிக்கப்படவேண்டிய செய்தித்தாள் ஆனது. மதராஸ் டைம்ஸில் 1912-ல் வேலைக்குச் சேர்ந்த ஆர்தர் ஹேயில்ஸ், அதனுடன் மதராஸ் மெயிலுக்குக் கூடவே வந்தார். 1928-ல் மதராஸ் மெயிலின் ஆசிரியர் ஆன அவர், 1955 வரை தன் பணியில் தொடர்ந்தார். மதராஸ் என்ற பெயரை அவர் முகப்பிலிருந்து நீக்கியபின், மெயில் பிறந்தது. தனது பத்திரிகை, ஒரு தேசியப் பத்திரிகையாக இருக்கவேண்டும்; வெறும் பிராந்தியப் பத்திரிகையாக அல்ல என்று அவர் நினைத்தார். மதராஸ் டைம்ஸின் பல குணங்களைப் மதராஸ் மெயில் பின்பற்றி வளர்ந்தது. ஆர்தர் ஹேயில்ஸ் அந்த ஏட்டின் புகழ்பெற்ற ஆசிரியராக மட்டுமல்லாமல், சென்னைப் பத்திரிகை உலகின் ஜாம்பவானாகவும் இருந்தார். 1930-களிலும் 1940-களிலும் அதன் பதிப்பாளராக அவர் இருந்த போது, நகரிலேயே மிகவும் விரும்பப்பட்ட நாளேடு அதுதான். 1931-ல் லினோடைப், ரோடரி இயந்திரங்களைப் புகுத்தி நவீனமாக்கப்பட்ட

மெயிலின் அச்சகங்கள், இந்தியாவில் மட்டுமின்றி ஆங்கிலேய ஆசியாவி லேயே முன்னணியில் இருந்தன.

தற்செயலாக ஒட்டுக்கேட்ட உரையாடல் காரணமாக, 1945-ல் அமால்கமேஷன் குழுமத்தைச் சேர்ந்த பிரசித்தி பெற்ற அனந்தராமகிருஷ்ணன், அசோசியேடட் பப்ளிஷர்ஸின் உரிமையாளர் ஆனார். அதன்பிறகு அவர் மெயிலுக்கு இந்தியப் பாதை ஒன்றை வகுத்தார். மற்றொரு அமால்கமேஷன் நிறுவனமான அடிசன் தனது அச்சகம் மூலம் ஏற்கனவே ஹிக்கின்பாதம்ஸுடன் விரிவடைந்திருந்த அசோசியேட் பப்ளிஷர்ஸுக்குக் கை கொடுக்க, அது 1950-களிலும் 1960-களிலும் சென்னையிலேயே பெரிய அச்சகமாகத் திகழ்ந்தது. அன்று போல் அது இன்று இல்லை.

தன் ஆற்றலை குடத்தில் இட்ட விளக்காக மறைக்காமல், மனத்தில் இருப்பதை வலிமையாக வெளிப்படுத்தி 'விளம்பரப் பிரியன்' என்று பெயர் வாங்கிய பிரமுகர் கஸுலு லக்ஷ்மிநரசு செட்டி, பிரிட்டிஷாருக்கு வெகு நாள்களுக்கு முன்னரே ஒரு சுதேசி பத்திரிகையை ஆரம்பித்தார். மத பிரசார ஏடான 'தி ரிக்கார்டரை' தாக்குவதற்காக 1844 அக்டோபரில், வாரம் இருமுறை வெளியான 'தி மதராஸ் கிரெஸெண்டை' லக்ஷ்மிநரசு செட்டி ஆரம்பித்தார். சென்னையின் முதல் அரசியல் கழகமாக இருந்திருக்கலாம் என்று கருதப்பட்ட மதராஸ் நேடிவ் அசோசியேஷனின் குரலாக அது மாறி, அரசியல் சாயம் பெற்றது.

1868-ல் லக்ஷ்மிநரசு இறந்தவுடன் துரதிர்ஷ்டமாக மறைந்த கிரெஸெண்டைத் தொடர்ந்து, ஒரு சுதேசி திவான், ஒரு சுதேசி அமைச்சர், ஒரு சுதேசி பேராசிரியர் ஆகியோரால் ஆரம்பிக்கப்பட்ட 'நேடிவ் பப்ளிக் ஒபினியன்' வெளியானது. அதற்குப்பின் விரைவில் 'மதராஸீ'யும் தொடங்கியபோது சென்னையில் இரண்டு ஆங்கில சுதேசி ஏடுகளுக்கு இடமில்லை என்று தெரிந்தது. இரண்டு ஏடுகளும் 'மதராஸீ' என்ற பெயரின்கீழ் இணைக்கப்பட்டன. ஆனால் 1877-ல் சென்னை உயர் நீதிமன்ற நீதிபதியாக முத்துஸ்வாமி ஐயரின் நியமனத்தை ஆங்கிலோ-இந்தியன் ஏடுகளுடன் சேர்ந்து மதராஸீயும் கண்டித்ததால், வாசகர் களின் கோபத்துக்கு உள்ளாகி, குறுகிய காலத்துக்குள் முடங்கிப்போனது. மதராஸீ தாக்கிய குறிக்கோளைப் பாதுகாக்க அதன் சாம்பலிலிருந்து தோன்றியது 'ஹிந்து'.

ஹிந்து நிறுவனர்களுள் ஒருவரான ஜி. சுப்பிரமணிய ஐயருக்கு, அவரது பத்திரிகை அனுபவத்தின் முதல் இருபத்தைந்து ஆண்டுகளுக்கு, பத்திரிகை எழுத்தைப் பற்றியும் புது பத்திரிகையின் அவசியத்தையும் மெயிலும் டைம்ஸும் உணர்த்தின. கண்முன் தென்பட்ட அரசாங்க அலுவலர்களின் கொடுங்கோன்மை, அதிகார துஷ்பிரயோகம் ஆகியவற்றை நீதி, நேர்மை என்ற பெயரில் தாக்கத் தயங்கிய மனப்பான்மையை எதிர்க்க யாருக்கு தைரியம் இருந்ததோ அவருக்குச் சவாலும் காத்துக்கொண்டிருந்தது. அந்தச் சவாலை ஏற்கத் தயாராக இருந்தார் ஜி. சுப்பிரமணிய ஐயர்.

23 வயது ஜி. சுப்பிரமணிய ஐயரும் அவருடன் பணி புரிந்த ஆசிரியர் எம். வீரராகவாச்சாரியாரும் சட்டக் கல்வி மாணவர்களான அவர்களுடைய நான்கு நண்பர்களும், அதே ஆவேசத்தால் உந்தப்பட்டு, ஒவ்வொரு புதன்கிழமையும் 4 அணா விலைக்கு ஒரு வார ஏடு வெளியிடப்படும் என்ற உத்திரவாதத்துடன் கருப்பர் நகர் தங்கசாலைத் தெருவில் இருந்த ஸ்ரீநிதி அச்சகத்தில் அச்சடிக்கப் பட்ட 80 பிரதிகளுடன் ‘தி ஹிந்து’ வை ஆரம்பித்தனர். ஹிந்து பற்றிப் பின்னர் பார்ப்போம்.

மதராஸ் டைம்ஸ் உருவானதற்கும் ஹிந்து-மெயில் போட்டிக்கும் இடையே இருந்த இடைவெளியில் சென்னை வாசகர்களுக்கு நிறைய செய்தித்தாள்கள் கிடைத்தபோதிலும் அவற்றுள் சில மட்டுமே நீடித்தன. 1877-ல் வெளியிடப்பட்ட ஆங்கிலோ-இந்தியன் ‘மதராஸ் ஸ்டாண்டர்ட்’ அதில் ஒன்று. அது இந்தியமயமான போது, 1892-ல் அதன் பதிப்பாசிரியராக 21 வயது ஜி. பரமேஸ்வரன் பிள்ளை பொறுப்பேற்றார். இந்திய மற்றும் ஆங்கிலேய அரசாங்கங்களை இடி முழக்கம் போல் எதிர்த்த அவர், வாரம் மும்முறைக்குப் பதில் அதை ஒரு தினசரி ஆக்கினார். ஸ்டாண்டர்டும் பிள்ளையும் இள வயதிலேயே காலமாயினர்.

1881-ல் தொடங்கப்பட்ட தொலைபேசி நிறுவனமும், 1886-ல் ஆரம்பிக்கப் பட்ட அரசாங்கச் சுருக்கெழுத்துத் தேர்வும் பத்திரிகையாளர்களின் வேலையை எளிதாக்கின. செய்தி நிறுவனங்களும், பிற நாளேடுகளும், இதழ்களும் இதைத் தொடர்ந்தன. இந்தியாவிலேயே முதல் பெண்கள் இதழான, ‘தி இந்தியன் லேடீஸ் மாகஸின்’ சென்னைப் பல்கலைக்கழக முதல் இளநிலை, முது நிலை பெண் பட்டதாரியான கமலா சத்தியநாதனால் 1901-ல் தொடங்கப்பட்டது. ‘தி ஹிந்து’வின் முதல் ஊழியர்களில் ஒருவரான சி. கருணாகர மேனன் 1905-ல் தொடங்கிய ‘தி இந்தியன் பேட்ரியாட்’ 1924 வரை திண்டாடியது. பணமுடையும், சுயாட்சிக்குத் தீவிரமாகப் போராடிய அன்னி பெசண்டின் ‘நியூ இந்தியாவும்’ (பழைய ஸ்டாண்டர்ட்) அதைப் பாதித்தன. ஆனால் காந்திக்கு ஆதரவு அளிக்காததால் நியூ இந்தியாவும் தேய்ந்தது.

‘மதராஸ் டைம்ஸ்’ ராபின்சனால் எடுத்துக்கொள்ளப்பட்டபோது, அதன் பதிப்பாசிரியர் ஆர்.டபிள்யூ. ப்ராக் 1921-ல் ஆரம்பித்த சுவாரஸ்யமான ‘டெய்லி எக்ஸ்ப்ரெஸ்’தான் சென்னையின் முதல் காலை தினசரி. அரசாங்கத்தைப் பற்றிக் கவலைப்படாமல், மக்களை மகிழ்விப்பதற்காகவே ஒரு தினசரியைத் தொடங்கினார் ப்ராக். அந்த ஏட்டில், மகளிர் பகுதியும், குழந்தைகள் பகுதியும் இருந்தன. ப்ராக் அந்த ஏட்டுடன் அதிக நாள் இல்லாதால் அவருக்குப் பின் வந்தவர்களால் அதை நடத்த முடியாமல், ஆறு வருடங்கள் கழித்து டெய்லி எக்ஸ்பிரஸ் மூடப்பட்டது.

ஆங்கிலேயர்களின் எக்ஸ்பிரஸ் மூடப்பட்டதும், 1931-32-ல் இந்தியன் எக்ஸ்பிரஸ் வெளியாகத் தொடங்கியது. இதனைத் தொடங்கியவர், அஞ்சா நெஞ்சர், முன் கோபக்காரர், தென்னிந்திய திலகர் என்றெல்லாம் வர்ணிக்கப் பட்ட ஆயுர்வேத வைத்தியர் வரதராஜுலு நாயுடு. இவர் தொடங்கியிருந்த

‘தமிழ்நாடு’ என்ற தமிழ் பத்திரிகை, 1927-ல் வார ஏட்டிலிருந்து தினசரியாக மாறியது. ஒரு வருடத்துக்குள்ளாக மும்பையின் ‘ஃப்ரீ பிரஸ் ஜர்னலின்’ சதானந்தினால் இந்தியன் எக்ஸ்பிரஸ் வாங்கப்பட்டது. அவர், அதற்கு நிர்வாகியாக எஸ்.வி.ஸ்வாமியையும் (பம்பாயில் சதானந்தின் மேலாளர்), ஆசிரியராக கே.சந்தானத்தையும் நியமித்தார். அவர்கள், ராம்நாத் கோயங்கா விடம் கடன் வாங்கி, அச்சகத்தை நவீனப்படுத்தவும், ‘தினமணி’ என்ற தமிழ் நாளேட்டைத் தொடங்கவும் செலவழித்தனர்.

அவர்களால் இரு ஏடுகளையும் நடத்த முடியாததால், 1939-40-ல் அச்சகத்தை கோயங்கா எடுத்துக்கொள்ள அவர்கள் சம்மதித்தனர். 2004-ல், வடக்கில் ‘தி இந்தியன் எக்ஸ்பிரஸ்’ என்றும், தெற்கில், நான்கு மாநிலங்களில் 14 நகரங் களில் இருந்து வெளியாகும் ‘தி நியூ இந்தியன் எக்ஸ்பிரஸ்’ என்றும் வெளியா கின்றன. தனது மூக்கர் நல்லமுத்துத் தெரு நாள்களிலிருந்து இந்தியன் எக்ஸ்பிரஸ் வெகு தூரம் வந்துவிட்டது.

1940-ல் அந்த இருப்பிடம் தீக்கு இரையானபோது, 100 மவுண்ட் ரோடில் உள்ள பழைய ஹிந்து அலுவலகத்தை வாடகைக்கு எடுத்துக்கொண்டனர். அந்த இடத்திலேயே இரண்டாம் உலகப்போர் முடிந்தபிறகும் இருந்தனர். அதன்பிறகு, மதராஸ் கிளப்பின் அழகான கட்டடத்தையும் தோட்டத்தையும் வாங்கினர். பின்னர் இது சீரழிய விடப்பட்டது. மவுண்ட் ரோடின் தெற்கே தனது சொந்த அலுவலகங்களை அமைக்கும் வரை ஆனந்த விகடன்கூட 100, மவுண்ட் ரோடில் சில காலம் இருந்தது. வாலாஜா சாலையும் மவுண்ட் ரோடும் சந்திக்கும் வளைவில் இருந்த 100, மவுண்ட் ரோடு, 1996-ல் அடுக்கு மாடிக் கட்டடம் கட்டுவதற்காக இடிக்கப்பட்டது. இப்போது விளம்பரத் தட்டி களாலும் தெருவோரக் கடைகளாலும் மறைக்கப்பட்டுள்ளது. பல ஆண்டு களாக, இந்தக் கட்டடம், இழுத்து மூடப்பட்டு, நசிய விடப்பட்டது. அதன் மேலாக, 1980-களில் ஏற்பட்ட இதழ்களின் திடீர் வளர்ச்சியில் ஹிந்துவின் பங்காக வெளியான ‘ஃப்ரண்ட்லைன்’ பத்திரிகையின் விளம்பரம் மட்டும் வெகு காலம் இருந்தது. ஹிந்து சிறிது அக்கறை வைத்திருந்த ‘ஏஷியன் காலேஜ் ஆஃப் ஜெர்னலிஸ்மின் இல்லமாகயிருந்து அதற்கு பதிலாகக் கட்டப் பட்ட அடுக்குமாடி, கல்லூரி, 2012ல் தரமணியிலிருந்த தனது சொந்த இடத் திற்கு நகர்ந்தபின் அந்த கட்டிட எதிர்காலம் கேள்விக்குறியானது, ஏனென்றால் வேறு உபயோகம் நிச்சயிக்கப்படவில்லை.

ஒத்துழையாமை இயக்கத்துக்கு முக்கியத்துவமளிக்க 1922-ல் டி. பிரகாசத்தால் ஆரம்பிக்கப்பட்ட ‘ஸ்வராஜ்யா’, ‘டெய்லி எக்ஸ்பிரஸை’ விட நன்றாக நடந்தது. முடிவு பெறாத வழக்குகளில் கட்சிகாரர்களிடமிருந்து வாங்கிய பணத்தைக்கூடத் திருப்பிக் கொடுத்த அந்தப் பிரபல வழக்கறிஞர், முழு மூச்சுடன் பத்திரிகைத் துறையில் மூழ்கினார். 12 வருடங்களுக்கு தினசரியாக ஓடிய ஸ்வராஜ்யா, மோசமான நிர்வாகத்தால் தோற்றது. 1956-ல் காஸா சுப்பா ராவின் புத்துயிர் ஊட்டியபிறகு, வார ஏடாக 1970-களின் இறுதிவரை சுப்பா ராவ், ராஜாஜி, போத்தன் ஜோசப், கே. சந்தானம் போன்ற பெயர் பெற்ற பதிப்பாசிரியர்களின் கீழ் திகழ்ந்தது. ஸ்வராஜ்யாவின் உச்சகட்டத்தில் 1948-ல்

ஆரம்பிக்கப்பட்ட 'இந்தியன் ரிபப்ளிக்' முயன்றும்கூட வேறு எந்த ஆங்கில செய்தித்தாளும் சென்னையின் பத்திரிகை உலகில் முக்கியத்துவம் பெற முடியவில்லை.

பிறகு 1983-ல் 'நியூஸ் டுடே' என்ற துடிப்பான மாலை தினசரி தோன்றியது. மெயிலின் மறைவால் ஏற்பட்ட வெற்றிடத்தை அது அடைத்தாலும், மெயிலின் அரசாங்கச் சார்பான பத்தாம்பசலித்தனம் அதனிடம் இருக்க வில்லை. அதற்கு பதிலாக, தமிழக அரசியலை அலசி ஆராய்ந்து, எல்லா விஷயங்களிலும் தன் சார்பை முன்வைத்தது. ஆரம்பத்தில் அடக்கி வாசித்த இந்தப் பத்திரிகை, தமிழ்ப் பத்திரிகைகளின் வளர்ச்சிக்குக் காரணமான பிராந்தியவாதத்தையும் ஆரவார எழுத்தையும் ஆங்கிலப் பத்திரிகை உலகத்துக்குப் புகுத்தியது. ஆனால் 1990-களில், குறைந்த அளவே விற்ற பிற மாலை தினசரிகள் போட்டிபோட ஆரம்பித்தபோது, அவற்றுடன் சேர்ந்து நியூஸ் டுடேயும் தன் குரலைத் தாழ்த்திக்கொண்டது. 2005ல் தனது சிறகுகளை விரித்த ஹைதராபாத் நாளேடு 'டெக்கன் கிரானிக்கலை' வெளி மாகாண நாளேடுகள் ஆரம்பிப்பதற்கு ஒரு அரங்கை ஏற்படுத்தியது. 2008ல் ஹிந்துவிற்கு சவால் விடுக்க வந்த முதல் நாளேடு தி டைம்ஸ் ஆஃப் இந்தியா.

பொதுப்படையான கட்டுரைகளையும் ஆங்கில ஏடுகளிலிருந்து செய்யப்பட்ட மொழிபெயர்ப்புகளையும் வைத்து 1855-ல் முதலில் தோன்றிய 'ராஜவிருத்தி போதினி'யும் 'தின வர்த்தமானி'யும் தமிழ் செய்தித்தாள்களின் முன்னோடிகள். 1878-ல் சேலம் பகடலா நரசிம்மலுவால் ஆரம்பிக்கப்பட்ட 'சேலம் தேசாபிமானி'யும் 1880-ல் தொடங்கப்பட்ட 'கோயம்புத்தூர் கலாபிமானி'யும் வாரம் இருமுறை வெளியான அரசியல் பற்றிய முதல் தமிழ் செய்தித்தாள்கள். ஆனால் தமிழ் பேசும் மக்கள் பெரும்பான்மையினருக்கு அதிக அளவில் அரசியலிலும் சுயாட்சியிலும் ஈடுபாடு உண்டாக்கவேண்டும் என்றால் அதற்குத் தேவை ஒரு செய்தித்தாள் என்று நிச்சயித்தவர் சுப்பிரமணிய ஐயர். அதன்பின் ஹிந்துவில் இருக்கும்போதே 1882-ல் சுதேசமித்திரனை வார ஏடாக ஆரம்பித்தார். அதில் அவர் எழுதிய பத்திகளின் மூலம் 'அரசியலில் தமிழ்நாட்டின் தலைசிறந்த ஆசான்' என்று அவரைப் பற்றிக் கூறப்பட்டது.

சமூகச் சீர்திருத்தங்கள் தொடர்பாகத் தான் மேற்கொண்ட முயற்சிகளைச் சரியாகச் செயல்படுத்த முடியவில்லை என்ற காரணத்தால் மனம் நொடிந்த சுப்பிரமணிய ஐயர், 1898-ல் ஹிந்துவிடமிருந்து பிரிந்து, வாரம் மும்முறை வெளியிடப்பட்ட சுதேசமித்திரனை தன் முழுநேர வேலையாக ஏற்றுக்கொண் டார். அடுத்த ஆண்டு, அதனை, தமிழில் வெளியான முதல் தினசரி ஆக்கினார். 1899 முதல் அடுத்த 17 ஆண்டுகளுக்கு சுதேசமித்திரன் ஒன்றுமட்டுமே தமிழ் தினசரியாக இருந்தது. 1916-ல் பிரிட்டிஷாருக்கு ஆதரவாகவும் காங்கிரஸுக்கு எதிர்ப்பாகவும் 'திராவிடன்' ஆரம்பிக்கப்பட்டது.

இதற்கிடையில் கோயம்புத்தூரைச் சார்ந்த ஜி. கஸ்தூரிரங்க ஐயங்கார் ஹிந்துவை எடுத்துக்கொண்டபின், அவருடைய குடும்பத்தின் நிர்வாகத்தின் கீழ் அந்தச் செய்தித்தாள் வலிமை அடைந்து கொண்டிருந்தது. சுப்பிரமணிய

ஐயரின், பிறரத் உதவியை எதிர்பார்க்காத, தைரியமான முயற்சியைப் பற்றி வர்ணிக்கையில், 'ஆங்கில அறிவு பெற்றவர்கள் சிலர்தான் என்றும் இந்திய மொழி தெரிந்தவர்களே அதிகம் என்றும் ஜி. சுப்பிரமணிய ஐயர் உணர்ந் திருந்தார். நமது அரசியல் ஞானம் வளரவேண்டும் என்றால் பிரிட்டிஷ் அரசின் நோக்கங்கள், அதன் நன்மை, தீமைகள் ஆகியவற்றை மக்களுக்கு இந்திய மொழிகளில் தரவேண்டும் என்று அவர் நம்பினார். அதனால்தான் அவர் சுதேசமித்திரனைத் தொடங்கினார்' என்றார் நரசிம்மலு நாயுடு. அந்த நாள்களில் அந்தச் செய்தித்தாள் 'பணக்காரர்களின் முன்னறைகள், ஜமீன்தார் களின் அரண்மனைகள் ஆகியவற்றை மட்டும் அலங்கரிக்காமல், குப்பன் சுப்பன் கைகளிலும், பல தரப்பட்ட பெண்கள் கைகளிலும் இருந்தது. ஆப்பிரிக்கா, அமெரிக்கா, ஐரோப்பா, பர்மா போன்ற பிற நாடுகளுக்கும் அது சென்றது...'

ஆளுபவர்களுக்கும் ஆளப்பட்டவர்களுக்கும் இடையேயான பாலம் என்று தன்னைக் கருதிய, இளமையில் ஆங்கிலப் பிரியராக இருந்த சுப்பிரமணிய ஐயருக்குத் தமிழில் அவ்வளவு பரிச்சயம் கிடையாது. ஆனாலும் தமிழில் ஒரு புதிய அரசியல் சொல்லமைப்பை ஏற்படுத்துவது அவருடைய வேலை யானது. அவருடைய உதவி ஆசிரியர்களில் ஒருவரான குருமலை சுந்தரம் பிள்ளை, சுப்பிரமணிய ஐயரை ஆதரித்து,

சுதேசமித்திரனின் எழுத்து பாணி அழகாக இல்லாவிட்டால், 'மொழியில் குறைபாடுகள் இருந்தால் அதற்கு ஐயர் பொறுப்பு இல்லை. நமது பழந்தமிழ், ஆன்மிக தத்துவங்களை விவரிப்பதற்கும் கவிதைகள் எழுதுவதற்குமே உபயோகப்பட்டிருக்கிறது. அரசியல் தொடர்பாக அதற்குச் சொற் களஞ்சியம் கிடையாது. வேறு எங்காவது, தமிழ் அரசாங்கத்தின் மொழியாகப் பயன் பட்டிருந்தால் இந்தக் குறையைப் போக்கியிருக்கலாம். மேலும், தமிழில் உரைநடை அதிகம் கிடையாது. இந்தச் சூழ்நிலையில் அப்பழுக்கற்ற செய்யுளில் எழுதுவதை விட உரைநடையில் எழுதுவது கடினம்' என்றார். சுப்பிரமணிய ஐயரின் முரடான எழுத்தை வர்ணிக்கையில், 'வார்த்தைகள், மிகவும் காரமான மெலிந்த பச்சை மிளகாய் விழுதில் தோய்க்கப்பட்டு எழுதப் படவேண்டும் என்பார் ஐயர். ஒரு வாக்கியத்தின் கோபத்தை மட்டுப்படுத்தும் எந்த மென்மையான பண்புச் சொல்லையும் சேர்ப்பதை அவர் ஏற்றுக் கொள்ளவில்லை' என்று நினைவு கூர்ந்தார்.

அதனுடைய உச்ச நாள்களில், சுதேசமித்திரன் அமோகமாக விற்பனையானது. அப்போது உள் நாட்டிலும் வெளிநாட்டிலும் முக்கியமான சம்பவங்கள் நடந்தது இதற்கு உதவியாக இருந்தது. போயர் யுத்தம், ரஷ்யாவுக்கும் ஜப்பானுக்கும் இடையில் நடந்த யுத்தம், முதலாம் உலகப் போரின் ஆரம்பம், சுயாட்சி இயக்கம், வங்காளப் பிரிவினை, வ.உ.சிதம்பரத்தின் கப்பல் கம் பெனி, அவரது கைது, திருநெல்வேலி போராட்டங்கள், சுப்பிரமணிய ஐயரே கைதானது, கவி பாரதி பாண்டிச்சேரிக்குத் தப்பிச் சென்றது, அந்த பிரெஞ்சு காலனிக்கு அரவிந்த கோஷின் வருகை போன்ற இவையெல்லாம் அந்தக்

காலகட்டத்தில் நடந்தவை. அது, தேசிய நடவடிக்கைகளால் தென்னிந்தியா வுக்கு விழிப்பு ஏற்பட்ட காலமும்கூட.

1904-ல் சுதேசமித்திரனின் உதவி ஆசிரியராக கவி சுப்பிரமணிய பாரதி சேர்ந்தார். அவர் அதிகம் பதிப்பு வேலையில் ஈடுபடாவிட்டாலும் உணர்ச்சியைத் தூண்டும் எழுத்துகளை எழுதுவதில் ஈடுபட்டார். இரு மன உறுதி உடைய நபர்களான பாரதியும் சுப்பிரமணிய ஐயரும் அருகருகே ஆவேசமாக எழுதும்போது யாராவது ஒருவர் விலகவேண்டி வரும். 1906-ல் பாரதி விலகி, புதிதாக ஆரம்பித்த 'இந்தியா'வின் பதிப்பாசிரியராகப் பொறுப் பேற்றார். இந்தியா பத்திரிகையில்தான் தென்னிந்தியாவிலேயே முதன்முறை யாக அரசியல் கார்ட்டூன்களை பாரதி அறிமுகப்படுத்தினார். வ.உ.சி-க்கு ஆதரவாக பாரதி வெளியிட்ட கார்ட்டூன்களும் எழுதிய கவிதைகளும்தான், அவர் 1908-ல் பாண்டிச்சேரிக்குத் தப்பி ஓடுவதற்குக் காரணங்களாக இருந்தன. பத்து வருடங்கள் கழித்து, மீண்டும் பாரதி திரும்பி வந்து, சுதேசமித்திரனின் உதவி ஆசிரியராகச் சேர்ந்தார். அதற்குள், பிரிட்டிஷாரிடம் ஏமாற்றம் அடைந்து, அரசியலே வெறுத்துப்போய், உடல் நிலை பாதிக்கப் பட்டு, கண் பார்வை மோசமாக இருந்த சுப்பிரமணிய ஐயர் தனது இரண்டாவது செய்தித்தாளையும் விற்றுவிட்டிருந்தார்.

சுப்பிரமணிய ஐயர் ஒழுக்கத்தை நிலைநாட்டுவதில் கட்டுப்பாடானவர். அதிகம் பேசாதவர். தன் எழுத்தும் நம்பிக்கையும் தனக்காகப் பேசவேண்டும் என்பதில் தீவிரமாக இருந்தார். தன் கொள்கைகளில் எந்தச் சமரசத்தையும் அவர் மேற்கொண்டதில்லை.

பத்திரிகைத் துறையில் முதலில் புகுந்தபோது, பிரிட்டிஷ் அரசாங்கத்தைக் கடுமையாக எதிர்த்தார். ஆனாலும், மக்களுக்கு மேற்கத்திய பாணி அரசியல் விழிப்புணர்வு வரும்வரை, இந்தியாவில் பிரிட்டிஷார் இருந்தே தீரவேண்டும் என்று நம்பினார். அவர் இந்து சமூகத்தின் குறைபாடுகளைக் கண்டித்ததும், மேற்கத்திய சமூகத்தின் பொருள்முதல்வாதத் தத்துவத்தை ஆதரித்ததும், இந்து வைதீக மனப்பான்மை கொண்டவர்களைக் கோபமூட்டின. மேற்கத்திய நாடுகளிடமிருந்து, அதிலும் முக்கியமாக பிரிட்டிஷாரிடமிருந்து கற்றுக்கொள் வதில்தான், இந்தியாவின் விடிவுகாலம் உள்ளது என்று சுப்பிரமணிய ஐயர் எண்ணினார். ஆனால், மே 1907-ல் நடந்த பஞ்சாப் கிளர்ச்சிகளும் கைதுகளும், அதன்பின் லாலா லஜ்பத் ராய் நாடுகடத்தப்பட்டதும், சுப்பிரமணிய ஐயரை ஒரு புதிய மனிதர் ஆக்கிவிட்டன.

பிரிட்டிஷாரிடமிருந்து இந்தியாவுக்கு நியாயம் கிடைக்காது என்றும், போராட்டம் மூலமே சுதந்தரம் கிடைக்கும் என்றும் அவருடைய மன நிலையில் ஒரு திடீர் மாற்றம் ஏற்பட்டது. மனக்கசப்புடன் சினமும் சேர்ந்து இரவோடு இரவாக பிரிட்டாஷாருக்கு எதிராகப் போராடத் தீர்மானித்தார். தென்னாடு முழுவதிலும் சொற்பொழிவுப் பிரசாரங்களை மேற்கொண்ட அவர், அனைத்து இடங்களிலும் ஆங்கிலேயர்களுக்கு எதிரான கருத்துகளைப் பேசினார். ஆனாலும், ஆட்சியாளர்களுக்கு எதிரான அவரது மிகக் கடுமையான விமர்சனங்கள் சுதேசமித்திரன் பத்திகளில்தான் இடம்பெற்றன.

இந்தக் கடுமையான கட்டுரைகளின் பலனாக, குற்றாலத்தில் நோய்வாய்ப் பட்ட உடம்பைத் தேற்றிக் கொண்டிருக்கும்போது, ஆகஸ்ட் 21, 1908-ல் அவர் கைது செய்யப்பட்டார். அதே நாளில் ஆர்மீனியன் தெருவில் இருந்த சுதேசமித்திரன் அலுவலகமும் திருவல்லிக்கேணியில் இருந்த அவரது வீடும் சோதனைக்கு உள்ளாயின. தேசத் துரோகக் குற்றம் சாட்டப்பட்டு, ஜாமீன் மறுக்கப்பட்டதால், சில நாள் சிறை தண்டனைக்குப்பின், வகுப்புவாதத் தையும், தேசத் துரோகத்தையும், அரசுக்கு எதிரானவற்றையும் பேசவோ எழுதவோ மாட்டேன் என்ற உறுதி அளித்தபின்னர் விடுவிக்கப்பட்டார். இந்த 'ஈனமான' நிபந்தனைகளை தான் ஒப்புக்கொண்டதற்குக் காரணம், 'சர் ஆர்தர் லாலியின் அரசாங்கம், தூக்குதண்டனை கொடுப்பதாக உறுதி அளித்தால் நான் இந்த வழக்கை மகிழ்ச்சியுடனும் நிம்மதியுடனும் எதிர்கொண்டிருப்பேன். ஆனால் இந்த வயதில், உடல் நலம் இல்லாத நிலையில், கடின உழைப்புடன் கூடிய சிறைத்தண்டனையை எப்படி எதிர்கொண்டிருக்க முடியும்?' என்றார்.

சுதேசமித்திரனின் ஆசிரியராக அவர் தொடர்ந்து பணிபுரிந்தாலும், இப்போது உடைந்து நொறுங்கிப் போயிருந்தார். ஆவேசத் தீ அணைந்துபோய், சளைக்காத ஆர்வம் ஒடுங்கிப்போய், பத்திரிகையை முற்றிலும் கை கழுவத் தயாராக இருந்தார்.

இந்தக் கடைசி காலத்திலும்கூட நாடு முழுவதும் சுப்பிரமணிய ஐயர் போற்றப் பட்டார். பாண்டிச்சேரியிலிருந்து 1914-ல் பாரதி இவ்வாறு எழுதினார்: 'சுப்பிரமணிய ஐயர் போன்ற சில முதிய தலைவர்கள் இருக்கும்வரை சென்னைக்கு எதிர்காலம் உண்டு என்ற நம்பிக்கை இருக்கிறது. இளமையில் ஒழுங்காகத் தமிழ் இலக்கியங்கள் கற்காவிட்டாலும், யாருடைய உதவியும் இன்றி, தமிழில் பத்திரிகை வெளியீட்டை அவர் நிகழ்த்திக் காட்டிவிட்டார். நாட்டில் பெரும்பான்மையோர், இள வயதில் ஆங்கிலப் பள்ளிகளில் நாங்கள் 'கல்வி பயின்றோம்' என்பதைப் போல, சுப்பிரமணிய ஐயரும் தாய் மொழியைப் புறக்கணித்தார். என்றாலும், தன் தீர்க்கமான தேசப்பற்றால், தமிழினம் உயர வேண்டுமானால் அதற்குத் தமிழ் மொழிதான் சரியானது என்று மட்டுமல்ல, இன்றியமையாததும்கூட என்று உணர்ந்தார்.

துணிச்சல்காரனே வெற்றிபெறுவான். ஐயரிடம் துணிச்சல் இருந்தது. தமிழ் தினசரியை உருவாக்குவதில் வெற்றிபெற்றார். அதன் அனைத்துக் குறை களையும் சேர்த்தே, அந்தத் தினசரி தமிழகத்தில் மிக அதிகப் பயனை அளிப்ப தாக இருந்தது. அமைதியான, ஆனால் அயராத, ஓயாத உழைப்பு; வியர்வை மூலம் சுயாட்சி அடைவோம் - என்பதே அவரது கூற்றாக இருந்தது.'

1915 ஆரம்பத்தில் கடுமையான உடல் பாதிப்பு காரணமாக, சுப்பிரமணிய ஐயரால் சுதேசமித்திரனைத் தொடர்ந்து நடத்த முடியவில்லை. எனவே அதற்குத் தகுந்த நபரான, ஹிந்து கஸ்தாரிரங்க ஐயங்காரின் வலக்கரமாக இருந்த அவருடைய மருமகன் ஏ. ரங்கஸ்வாமி ஐயங்காரை, 1 நவம்பர் 1915 அன்று சுதேசமித்திரனின் ஆசிரியரும் உரிமையாளரும் ஆனார். ஒரு

திறமையான வழக்கறிஞராக இருந்த ரங்கஸ்வாமி ஐயங்கார், மேலும் திறமையான பத்திரிகையாளர் ஆனார். அந்தச் சமயத்தில் சுதேசமித்திரனுக்கு ஏற்ற ஆள் அவர்தான். சுப்பிரமணிய ஐயரின் தீவிர ஆங்கிலேய வெறுப்பு வாதம் நீக்கப்பட்டது. அதற்கு பதிலாக, ஒரு தேர்ந்த அரசியல் நிபுணரின் கூர்மையான ஆய்வுகள் தலையங்கங்களாக வெளிவரத் தொடங்கின. அந் நாளைய அரசியல் நடவடிக்கைகளின் சாதக பாதகங்கள் அலசப்பட்டன. சொல்லப்போனால், இதற்காகத்தான், அதாவது தமிழர்களுக்கு சுற்றி நடக்கும் அரசியல் நடவடிக்கைகளின் முக்கியத்துவத்தை விளக்கத்தான், சுப்பிரமணிய ஐயர் சுதேசமித்திரனை ஆரம்பித்திருந்தார். ஆங்கிலம், தமிழ் இரண்டிலும் நன்றாகப் பேசுவதிலும் எழுதுவதிலும் திறமைமிக்கவர் ரங்கஸ்வாமி ஐயங்கார். அவர் சுதேசமித்திரனை, 'ஒரு புது சக்தியாக, வலிமையானதாக, எங்கும் பரந்திருக்கக்கூடியதாக ஆக்கினார். அது தமிழ் பத்திரிகை உலகின் அமைதியான நிலையைக் கிழித்துக்கொண்டு வந்து ஆக்ரமித்தது.'

சுதேசமித்திரனை எடுத்துக்கொண்ட பின், அதை நிர்வகிக்க ரங்கஸ்வாமி ஐயங்கார் தனது உறவினர் சி.ஆர்.சீனிவாசனை உள்ளே கொண்டுவந்தார். பாரதி 1920-ல் வந்து சேர்ந்துகொண்டார். மூவருமாகச் சேர்ந்து சுதேசமித்திரனை அரசியல் ஆராய்ச்சியில் சிறந்த பத்திரிகையாக மாற்றினர். 1928-ல், ஹிந்துவின் ஆசிரியராக ஆவதற்காக ரங்கஸ்வாமி ஐயங்கார் சுதேசமித்திரனை விட்டுச் சென்றபோது, சீனிவாசன், அதன் ஆசிரியராகவும், நிர்வாகியாகவும், பின்னர் உரிமையாளராகவும் ஆனார். அதன்பின்னரே சுதேசமித்திரனின் மிக மேன்மையான காலம் தொடங்கியது.

சீனிவாசனின் ஆழமான எழுத்துகள், தமிழின் மிகச் சிறப்பான உரைநடை இலக்கியங்களில் ஒன்றாகவும், நன்கு ஆராயப்பட்டு செவ்வனே விவாதிக்கப் பட்ட அரசியல் கருத்துகள் நிறைந்ததாகவும் இருந்தன. அவருக்கு உதவியவர் ஏ. கிருஷ்ணமாச்சாரியார். இவரால் வெகுஜனங்கள் விரும்பும் வகையிலோ, சுருக்கமாகவோ எழுதமுடியாவிட்டாலும், திடீர் அவசரம் என்றால், எந்த விஷயத்தைப் பற்றியும் தகவல் நிறைந்ததாக எழுதி பத்திகளை நிரப்ப அவரால் முடிந்தது. இந்த அசகாய அமைப்புக்கு எதிராக, எந்தத் தமிழ்ப் பத்திரிகை யாலும் - அது, 1925-ல் ஆரம்பிக்கப்பட்ட 'ஸ்வராஜ்யா'வோ, 1927-ல் தொடங்கிய 'தமிழ் நாடோ' அல்லது 1934-ல் தொடங்கப்பட்ட 'தினமணி'யோ - எதிர்த்து நிற்கமுடியவில்லை.

ஆனால், சீனிவாசனின் மறைவுக்குப்பின் நிலைமை ஆட்டம் கண்டது. தந்தையின் இணையற்ற ஆற்றலுக்கு ஈடு கொடுக்க முடியாத மகன், அடிக்கடி ஏற்பட்ட தொழிலாளர் பிரச்னைகள், கொத்து கொத்தாக வெளியான, வெகுஜன மொழியில் எழுதப்பட்ட அரசியல் ஏடுகள், ஒரேதரமான போட்டி யாளரான தினமணிக்குப் பின்னணியில் இருந்த பலமான ஆதரவு ஆகிய அனைத்தும் சேர்ந்து சுதேசமித்திரன் அதன் கடைசிப் பத்தாண்டுகளில் மிக மோசமான நிலையை எட்டியது. கடைசியாக அதை வாங்குவதற்குக் கூட ஆள் இல்லாமல், அந்த நிறுவனம் இருந்த நிலத்துக்காக அது வாங்கப்பட்டது.

அது ஒரு சகாப்தத்தின் முடிவு. தமிழ் பத்திரிகை துறை நிறைய மாற ஆரம்பித்தது. பாவப்பட்ட மக்களிடம் பரிவு காண்பிக்கும் படித்த மேட்டுக்குடியினர் மட்டுமே தமது இலக்கு என்ற நிலையிலிருந்து, படிப்பறிவு உள்ளவர்கள், சிறிது மட்டுமே படிப்பறிவு உள்ளவர்கள், படிப்பறிவு அற்றவர்கள் என்று அனைவருமே தம் வாசகர்கள் என்று தமிழ்ப் பத்திரிகைகள் உணர ஆரம்பித்தன. அனைவருக்குமே தகவல் செல்லவேண்டும் என்றும், கொஞ்சம் படிக்கக்கூடியவர்களுக்குப் புரியும் மொழியில் இருந்தால்தான், அவர்கள்மூலம் படிப்பறிவே இல்லாதவர்களையும் சென்றடைய முடியும் என்பதையும் என்றும் அவர்கள் புரிந்துகொண்டனர்.

மாறும் காலம், மனநிலை ஆகியவற்றுக்கு இடையேயும் தினமணி தரமான பத்திரிகையாக இன்றும் வெற்றிகரமாக இயங்கிவருகிறது. ஆனாலும் 1990-களில் அது தன் நடையை பொதுமக்கள் விருப்பத்துக்கு ஏற்ப மாற்றியுள்ளது. ஆனால் பொதுமக்கள் ரசனைக்கு விருந்தளிப்பது ரண்டல்ஸ் சாலையைத் தலைமை இடமாகக் கொண்ட தினத்தந்திதான். மரியாதைக்குரிய ஆதித்தனாரால் மதுரையில் 1942ல் தொடங்கப்பட்ட அந்த நாளிதழ், வெவ் வேறு சமயங்களில் காங்கிரஸையும், கிராமப்புற தமிழர்களையும், திராவிடக் கட்சியினரையும் ஆதரித்தது. வேறுபல செய்தித்தாள்களும் அதன் நடையைப் பின்பற்றின. அவற்றின் குரல்கள் ஆவேசமாக ஒலித்தாலும், அவை அனைத்தும் சேர்ந்து, தமிழக மக்கள் அரசியல் ஞானம் பெறுவதற்கும், உலக நிகழ்வுகளைப் பற்றித் தெரிந்துகொள்வதற்கும் பெரிதும் காரணமாக இருந்துள்ளன.

தனது பாணியிலும் தோற்றத்திலும் நடுநிலைமை வகிக்கும் தினமலர், 1951ல் திருவனந்தபுரத்தில் ஆரம்பிக்கப்பட்டு, 1956ல் திருநெல்வேலியில் வேரூன்றியபின், 1979ல் சென்னையில் நிரந்தர இடம்பெற்றது. ஆனால் தினகரனும் மாலைமுரசும் அரசியல் நோக்கு அதிகமாக உள்ளவை. 1977ல் ஸ்தாபிக்கப்பட்ட தினகரன் பிராந்திய தொலைக்காட்சித் தலைவர் சன்னின் நிர்வாகத்திடம் இருந்து கொண்டு, தினத்தந்திக்கு சவால் அளித்து கொண்டும், தினத்தந்தியிலிருந்து மாலை முரசு திமுகவின் ஆதரவாளர்களுடனும் நெருக்கமாக இருக்கின்றன.

ரவுண்ட் டாணாவில் காப்பியும் திரைப்படமும்

அகண்ட, பரபரப்பான நவீன சாலையான மவுண்ட் ரோடில், இங்கும் அங்கும் பழைய காலத்தை நினைவூட்டும் அழகான ஞாபகச் சின்னங்களைக் காணலாம். மவுண்ட் ரோடின் வர்த்தக அலுவலகங்கள் நிறைந்த பகுதியே, கண்ணாடி இழைத்த நவீன அடுக்கு மாடிக் கட்டடங்களுடன், இந்தோ சாரசெனிக் பாணி கட்டடங்களும் காலனிய காலத்தின் கட்டடங்களும் இணைந்து நிற்கும் ஒரு கலவை.

மவுண்ட் ரோடின் முதல் முக்கிய வர்த்தகக் கட்டடம், இந்த பல்வேறு கட்டட பாணிகளில் இடைப்பட்டது. அதுதான், அமால்கமேஷன் குழுமத்தின் முக்கிய நிறுவனமான சிம்சன் அண்ட் கோவின் வெள்ளையும் பழுப்புமான நவீன

காலனிய பாணிக் கட்டடம். பெரியார் பாலம் மவுண்ட் ரோடைச் சேரும் சந்திப்பில், திராவிட இயக்கத்தை தோற்றுவித்து, பின் அதனுள் பகுத்தறிவு வாதத்தைத் தீவிரமாகப் புகுத்திய, பெரியார் என்று அழைக்கப்பட்ட ஈ.வே.ராமசாமி நாயக்கரின் சிலையை நோக்கியபடி நிற்கிறது. 20-ம் நூற்றாண்டின் ஆரம்பத்தைய 'ஆர்ட் டெகோ' பாணியில் கட்டப்பட்ட கட்டடத்தின் உள்ளே விஸ்தாரமும் வசதியும் கொண்ட அலுவலகங்கள், மெருகூட்டிய தோல் மற்றும் மர அலங்கரிப்புகளுடன், அந்தக் காலத்தை பிரதிபலிக்கின்றன.

சக்கரம் பழுது பார்க்கும் ஏ.எம். சிம்சன், 1840-ல் சென்னை வந்து சேர்ந்தார். அவர் எடின்பரோவிலிருந்து வந்திருக்கலாம் என்கிறார்கள். சீக்கிரமே குதிரைச் சேணம், காலணி, பல்லக்கு ஆகியவற்றை உருவாக்க ஆரம்பித்தார். 1845-க்குள் நல்ல சம்பாத்தியம் பெறத் தொடங்கிய இவர் பூந்தமல்லி நெடுஞ் சாலையிலிருந்து மவுண்ட் ரோடில் இருந்த தன் சொந்த இடத்துக்கு நகர்ந்தார். அந்த இடத்தில்தான், இன்றைய காஸ்மோபாலிடன் கிளப் உள்ளது. சிம்சனின் பிரதான அறையில் '1845, அசல் தொழிற்சாலை மணி' என்ற பெயருடைய மணி இன்றும் இருக்கிறது. இங்கு இவர் குதிரை வண்டி கோச்சுகளைக் கட்ட ஆரம்பித்தார். அந்த கோச்சுகள் இந்தியா முழுவதிலும் பிரபலமானதோடு, கடல் தாண்டியும் பிரபலமடைந்தது. 1851 முதல் லண்டன் பொருள் காட்சிகளில் பங்குபெற்றார். அங்கு சிம்சனின் கோச்சுகளுக்கு நல்ல கிராக்கி இருந்தது.

ரயில் பாதை வரவால், சாலை வழியாகச் செல்வதற்கு கோச்சுகளை வாடகைக்கு எடுப்பது குறையத் தொடங்கியது. இதனால், கோச்சு பயணங் களைச் செய்துவந்த 'பர்கால் லாயம்' மூடப்பட்டது. 1877-ல் கூவம் நதியை அண்டியிருந்த அதன் பரந்த இடத்தை சிம்சன்ஸ் நிறுவனம் வாங்கியது. இங்கு தனது கோச்சு கட்டும் தொழிலை விரிவாக்கிய சிம்சன்ஸ், பின்னர், 1903-ல் மோட்டார் வாகனங்கள் சென்னைக்கு வந்ததும், அவற்றின் உடலைக் கட்டமைக்கும் தொழிலிலும் ஈடுபட்டது. இந்தியாவிலேயே முதலாவதான நீராவி மூலம் இயங்கும் காரை உருவாக்கும் முயற்சியிலும் இறங்கியது. 1938-39-ல் அருகில் இருந்த ஸ்பென்சர்ஸின் இடத்தை வாங்கி, இப்போது தன் குழுமத்தின் தலைமை அலுவலகமாக இருக்கும் கட்டடத்தை 1930-களிலும் 1940-களிலும் கட்டியது.

சிம்சன் வாங்கிய இடம் 200, மவுண்ட் ரோடு. இதுவும், 1936-ல் தனது புதிய கட்டடத்துக்காக ஹிந்து வாங்கிய 199, மவுண்ட் ரோடும் சேர்ந்து, ஓக்ஸ் அண்ட் கோ நிறுவனத்தின் மோட்டார் கார் காட்சியகமாகவும் பணிமனை யாகவும் இருந்தன. அதற்குமுன் அந்த இடம் ஸ்பென்சர்ஸுக்குச் சொந்தமான பலசரக்கு அங்காடியாக இருந்தது. பின்னர் ஜெ.ஓ.ராபின்சனால் வளைத்துக் கொள்ளப்பட்டது. வியாபாரத்திலிருந்து உற்பத்தித் தொழிலுக்கு மாறிய சிம்சன், வனப்பான அதன் வாயிலுக்குப் பின்னால் இருந்த பகுதியில் 1952-ல் டீசல் எஞ்சின்கள் தயாரிக்கும் தொழிற்சாலையைக் கட்டியது. முதலில்

பெர்கின்ஸ் எஞ்சின்களை இறக்குமதி செய்யத் தொடங்கி, பின் அதன் பாகங்களை இங்கு இணைக்க ஆரம்பித்து, அதன் பின்னர் அந்த எஞ்சின்களை இங்கேயே உற்பத்தியும் செய்து, அதன் மூலம் இந்தியாவை மோட்டார் வாகனங்களில் செலுத்துவதில் சிம்சன் முன்னோடியாக இருந்தது.

காலப்போக்கில் சிம்சன், மவுண்ட் ரோடில் இருந்த பிரசித்தி பெற்ற பல பிரிட்டிஷ் கம்பெனிகளை வாங்கி, அமால்கமேஷன்ஸ் குழுமம் என்றானது. 1930-ல் இந்த நிறுவனத்தில் செயலராகச் சேர்ந்த, பரவலாக 'ஜே' என்று அழைக்கப்பட்ட அனந்தராமகிருஷ்ணன் இதற்கு முக்கியமான காரணம். பிரிட்டிஷ் சாம்ராஜ்ய காலத்தில், பிரிட்டிஷ் வர்த்தக நிறுவனங்களின் உச்சத்தை அடைந்த ஒரு சில இந்தியர்களில் ஜேயும் ஒருவர். இந்தியா சுதந்தரம் பெறு வதற்கு முன்னரேயே சிம்சன்ஸ் ஜேயின் கைகளுக்குக் கிடைத்தது, தீவிரமான தேசியவாதம் பரவியிருந்த அந்தக் காலத்தில் வெகு சிலர் மட்டுமே பின்பற்றிய நல்லெண்ணத்துக்கு ஓர் உதாரணம்.

ஏற்கெனவே கூறியபடி அமால்கமேஷன் குடையின் கீழ் வந்த கம்பெனிகளுள் அசோசியேடட் பப்ளிஷர்ஸூம் தி மெயிலும் அடக்கம். சிம்சனுக்கு தெற்கே ஹிந்து இருந்தது. அதற்கு அருகில் தி மெயில் கட்டடங்கள் இருந்தன. அந்தக் கட்டடங்களின் ஒரு பாகத்தில், சென்னையில் ஒரு காலத்தில் பிரபலமான நகைக் கடை பி.ஆர் அண்ட் சன்ஸ் இருந்தது. இந்த நிறுவனத்தை வாங்கு வதற்கு வாய்ப்பு கிடைத்தபோது, ஜே இதனையும் வாங்கி சில காலம் வைத் திருந்தார். பின்னர் அதன் நிலத்தை மட்டும் வைத்துக்கொண்டு, நிறுவனத்தை விற்றுவிட்டார். சென்னை ஆராய்ச்சிக்கூடத்துடன் இணைக்கப்பட்ட பி.ஆர் அண்ட் சன்ஸின் கடிகாரக் கூண்டுதான், இந்தச் சுறுசுறுப்பான பகுதிக்கு தரப் படுத்தப்பட்ட நேரத்தை அளித்தது.

இந்த நிறுவனத்தை 1849-ல் தொடங்கிய பீட்டர் ஆர், ஒரு திறமையான பொறியாளர். நகரத்தில் இருந்த பங்காக்களை (கையால் இழுக்கப்பட்ட விசிறிகள்) நீராவியால் இயக்கும் இயந்திரம் ஒன்றைக் கண்டுபிடித்தார். அவரது மகன் ராபர்ட் ஆர், 1873-ல் தற்போது உள்ள இடத்துக்கு நகர்ந்தார். அந்தக் காட்சியறை, சிஷோம் என்பவரால் வடிவமைக்கப்பட்ட, 60 அடிக்கு 30 அடி அளவுடன் இருந்தது. அதன் சில பகுதிகள் இன்றும் அப்படியே காணக் கிடைக்கின்றன. பளபளக்கும் தரையும், அலங்கரிக்கப்பட்ட சுவர் களும், வெள்ளிக்கும், கைக்கடிகாரங்களுக்கும், நகைகளுக்கும் தனித்தனியே அமைக்கப்பட்ட பெட்டிகளுடன், ஜோடிக்கப்பட்ட சர விளக்குகளும், பிரிட்டிஷ் மற்றும் இந்திய அரச குடும்பத்தினரின் அடையாளச் சின்னங்களும் வைக்கப்பட்டிருந்த அந்த அரங்கு, ஒரு கலைக்களஞ்சியம். இந்தப் பகுதி எழுதப்படும்போது, பி. ஆர் அண்ட் சன்ஸ் தம் தலைமையகத்தை மாற்றும் முயற்சியில் இருந்தனர். அவர்கள் அந்த இடத்தை விட்டு அகன்றதும், அந்த இடம் சரியான முறையில் பயன்படுத்தப்படும் என்று நம்புவோம். காட்சி யறைக்குப் பின்பகுதியில் 1893-94-ல் கட்டப்பட்ட கடிகாரப் பட்டறைக்கு என்ன ஆகும் என்பது தெரியவில்லை.

பி. ஆருக்குச் சற்று தொலைவில் உள்ளது இந்தியா சில்க் ஹவுஸ். சுமார் 1900-ல் ஜெய்ப்பூர் பாணியில் கட்டப்பட்ட ஒரு கட்டடத்தில் உள்ளது. 1885-ல் உருவாக்கப்பட்ட அஞ்சுமான் அறக்கட்டளை, 1904-லிருந்து தொழில் பயிற்சிப் பள்ளி ஒன்றை நடத்துவதற்காக இந்தக் கட்டடத்தைக் கட்டியது. அந்த மூலையைத் தாண்டி உள்ள கோஷன் பெருமாட்டி மாணவர் விடுதியில் இப்போது அந்தத் தொழில் பயிற்சிப் பள்ளி (ஐடிஐ) இயங்கி வருகிறது. 1947-ல் மவுண்ட் ரோடில் உள்ள தனது சொந்தக் கட்டடத்துக்கு இந்தியா சில்க் ஹவுஸ் நகர்ந்தது. அதன் முதல் மாடியில் இந்தியா காஃபி ஹவுஸின் 'டிஃபன் அறை', 1960-கள் வரை இருந்தது. அதன் அப்பழுக்கற்ற சூழலில், அதன் சிறப்பம்சங்களான காப்பியும், தோசைகளும், ஆம்லெட்டு களும் நிகரற்றவை என்று பெயர் பெற்றன. சாலையில் சில கட்டடங்களுக்கு அப்பால் இருந்த நியூ எல்ஃபின்ஸ்டன் திரையரங்கம், 1980-ல் அடுக்கு மாடிக் கட்டடம் கட்டுவதற்காக இடிக்கப்படுவதற்குமுன் நகரத்திலேயே மிகச் சிறந்த ஒன்றாகக் கருதப்பட்டது. யுத்தங்களுக்கு இடையே அதுவும் அண்மையிலிருந்த மதுவகமும் நடன அறையும், ஆங்கிலேயத் துருப்புகளால் பயன் படுத்தப்பட்டன. அதன் அருகில் இருந்த இடத்தில்தான், 'இந்திய ராணுவத்தின் தந்தை' ஸ்ட்ரிங்கர் லாரன்ஸின் வீடு 1760-களில் இருந்தது என்று பேச்சு.

சென்னையின் அநேக சினிமா திரையரங்குகள் இந்தப் பகுதியில்தான் தொடங்கின. ஆனால் எல்லாவற்றுக்கும் முதலாவதாக, 'பயாஸ்கோப்', பாப்ஹாம்ஸ் பிராட்வேயில் 1911-ல் திருமதி க்ளுக் என்பவரால் தொடங்கப்பட்டு சிறிது காலத்துக்குள்ளாகவே மூடப்பட்டது.

மவுண்ட் ரோடின் சுற்றுப்புறத்தில் முதலாவதாக ஆரம்பிக்கப்பட்டது 'எலெக்ட்ரிக்'. 1913-ல் இதில் திரைப்படங்களைக் காண்பிக்க ஆரம்பித்த வார்விக் மேஜரும், அவரது தோழர் ரெஜினால்ட் அயரும், அதை 'செங்கல் முகப்புள்ள பெரிய தகரக் கொட்டகை' என்று வர்ணித்தனர். அந்த இடத்தில்தான் இன்றைய மவுண்ட் ரோட் போஸ்ட் ஆபீஸ் உள்ளது. அந்தக் கொட்டகை, இன்று திரையரங்காக இல்லாவிட்டாலும், ஒரு சொகுசான கட்டடமாக மாறி இன்றும் இருந்துவருகிறது. இந்த இடத்தை 1915-ல் வாங்கிய அஞ்சல் துறை, இந்தக் கொட்டகையைச் சுற்றித் தன் கட்டடங் களைக் கட்டினாலும், இந்தச் சரித்திரத்துக்கு ஒவ்வாத இடத்தை மட்டும், ஏதோ பரிவு காட்டி, அப்படியே விட்டுவைத்துள்ளது. 1998-ல் இந்த இடத்தை அஞ்சல் தலை காட்சியகமாக மாற்றி, இங்கே ஒரு பென்னி கறுப்பு அஞ்சல் தலை, உலகின் முதல் அஞ்சல் தலை (1848), ஆசியாவின் முதல் அஞ்சல் தலை (1852), விக்டோரியா மகாராணி உருவம் உள்ள இந்தியாவின் முதல் அஞ்சல் தலை, அஞ்சல் துறையில் பல கருவிகள் ஆகியவற்றைப் பார்வைக்கு வைத்துள்ளது. எலெக்ட்ரிக் தியேட்டரின் உச்சமான நாள்களில், டாஞ்செலி என்ற முன்னணி கேடரிங் நிறுவனத்தைக் கொண்டு தோட்டத்தில் உணவகத்தை நடத்தியதை, அஞ்சல் துறையும் பின்பற்றுமா?

1907-ல் கோஹன் என்பவர், நியூ எல்ஃபின்ஸ்டனுக்கு எதிரில் எல்லிஸ் சாலை - வாலாஜா சாலை சந்திப்பில் கேளிக்கை அரங்காக 'லிரிக்'கை ஆரம்பித்தார்.

(வாலஸ்) மிஸ்க்வித் அண்ட் கோ என்ற சங்கீதக் கருவிகள் விற்ற நிறுவனத்தை அவர் வாங்கியபின், அதன் முதல் மாடியில்தான் லிரிக் ஆரம்பிக்கப்பட்டது. இறக்குமதி செய்யப்பட்ட சங்கீத கருவிகளை விற்ற (வாலஸ்) மிஸ்கித் & கம்பெனியின் முக்கிய வியாபாரம் பியானோக்களும் சர்ச் ஆர்கன்களிலும், 1900ல் மிஸ்க்வித் ஒருங்கிணைந்த ஆர்கனின் உறுப்புகளில் அநேகம் சென்னையில் உருவாக்கப்பட்டு, சிந்தாதிரிப்பேட்டை ஜியான் சர்ச்சில் இருக்கிறது. 1913-ல் சிறிது காலத்துக்கு அந்த இடம் திரை அரங்காகப் பயன்படுத்தப்பட்டு, எம்பயர் சினிமா என்று அழைக்கப்பட்டது. தீ விபத்து காரணமாக மார்ச் 1914-ல் அது மூடப்பட்டது. அந்தக் காலத்தில் இந்தியாவிலேயே பெரிய சினிமாச் சங்கிலியை நடத்திவந்த கல்கத்தாவைச் சார்ந்த ஜே.எஃப். மேடன், எம்பயர் தியேட்டரை வாங்கி அதனை தன் வியாபாரப் பெயரான எல்ஃபின்ஸ்டனாக மாற்றினார். 1915-ல் மிஸ்க்வித் கட்டடத்தையும் வாங்கிய மேடன், சென்னையில் பால்கனியுடன் கூடிய முதல் நிரந்தர திரையரங்காக எல்ஃபின்ஸ்டனை ஆக்கினார்.

1842-ல் நிறுவப்பட்ட மிஸ்க்வித், 'ட்ரினிடி இசைக் கல்லூரி'யுடன் நீண்ட நெடிய தொடர்புடையது. இப்போது மியூஸீ மியூஸிகல்ஸ் என்று ஆகியுள்ளது. அது இப்போது, மவுண்ட் ரோடில் மேலும் தெற்கே, 2013 வரை இயங்கிய சுங்கிங் உணவகத்துடன் இடத்தை பகிர்ந்துகொண்டுள்ளது. மிஸ்க்வித், தனது முதல் மாடியில் இசைப் பயிற்சி செய்ய விரும்புபவர்களுக்கு என்று தனி அறைகளை வைத்திருந்தது. எலெக்ட்ரிக்குக்கு சிறிது தள்ளி, பிளாக்கெர்ஸ் சாலையில், கெய்டி இப்போதும் இருக்கிறது. சினிமாத் துறையின் முன்னோடி சென்னைக்காரர் ரகுபதி வெங்கையாவால் 1914-ல் கட்டப்பட்ட இது, சென்னையின் மூன்றாவது திரையரங்கு. அதற்குப்பின் அவர் தங்க சாலையில் 1916-ல் க்ரௌன் தியேட்டரைக் கட்டினார். பின்னர், 1917-18-ல் புரசைவாக்கத்தின் அடையாளமாக குளோப் தியேட்டரையும் அவர் கட்டினார். நகரிலேயே கட்டடக்கலையில் சிறந்த தியேட்டராக அது இருந்தது. பின்னர் புது உரிமையாளர்களால் அது ராக்ஸி என்று பெயர் மாற்றம் அடைந்தது. மூன்று அரங்குகளும் 2010-லிருந்து 2012 வரையிலான காலத்தில் இடிக்கப்பட்டன. பல ஆண்டுகளாக ரியல் எஸ்டேட்காரர்களிடமிருந்து தப்பிப் பிழைத்த அந்த இடம், 2004 வரை துணி விற்பனைக்காக உபயோகப்பட்டது.

அதற்குத் தெற்கே மவுண்ட் ரோடில் 1918-ல் ஆர். தொராப்ஜியினால் கட்டப்பட்ட வெல்லிங்டன், பின்னர் எஸ்.எஸ்.வாசனின் படங்களுடன் தன்னை அடையாளப்படுத்திக்கொண்டது. இப்போது அந்த தியேட்டர் ஒரு ஷாப்பிங் காம்ப்ளெக்ஸாக ஆகிவிட்டது. அதற்குப் பின் நெடுங்காலத்துக்கு புதிதாக எதுவும் தோன்றவில்லை. ஹாலிவுட் படங்களைக் காட்ட நேர்த்தியான அரங்குகள் தேவைப்பட்டபோது, பழைய எல்ஃபின்ஸ்டன் அரங்குக்கு எதிரில் 1932-ல் ஸொஹ்ராப் மோடி, நியூ எல்ஃபின்ஸ்டன் தியேட்டரைக் கட்டினார். சென்னையிலியே இதுதான் மிகவும் சொகுசான தியேட்டராக இருந்தது. இடைவேளையில் பல வகைக் களியாட்டங்கள் காண்பிக்கப்பட்டன. இந்த அரங்குடன், சென்னையில் சினிமாப் பழக்கம் வேரூன்றியது.

நாடக மேடை, நடன மேடை, குத்துச்சண்டை உள் அரங்கம் ஆகியவை இருந்த லைசீயம் என்ற இடத்தில்தான் நியூ எல்ஃபின்ஸ்டன் கட்டப்பட்டது. இந்தக் கேளிக்கை இடத்தின் ஒரு பாகமாக அந்த அந்த வளாகத்தில் இருந்தது 'ஜாஃபர்ஸ் ஐஸ்க்ரீம் பார்லர்'. 'பார்னி துரை' நடத்திவந்த எல்ஃபின்ஸ்டனின் சோடா ஊற்றில், ஜாஃபர் 1910-ல் வேலைக்குச் சேர்ந்தார். சுதந்தரத்துக்குப் பின் 'பார்னி துரை' இங்கிலாந்துக்குத் திரும்பியபிறகு ஜாஃபர் அந்தத் தொழிலை எடுத்துக்கொண்டார். இப்போதும் அவரது குடும்பத்தினர் கையிலேயே அந்தத் தொழில் இருந்துவருகிறது. 23 விதமான ஐஸ்கிரீம் வகைகள், கண் முன் செய்யப்பட்ட வித விதமான இனிப்புகள் ஆகியவற்றை அளித்த ஜாஃபர் கடை, 1930-களிலிருந்து 1960-கள் வரை நா இனிக்கும் தின்பண்டத்துக்கு அடையாளமாக இருந்தது. இங்குதான் சென்னையின் இளம் ஆண்களும் இளம் பெண்களும், இறக்குமதி செய்யப்பட்ட சோடா ஊற்றுக்கு எதிராக உயரமான இருக்கைகளில் அமர்ந்துகொண்டு தங்கள் மாலை களையும் விடுமுறைகளையும் கழித்தனர்.

நியூ எல்ஃபின்ஸ்டன் மூழ்கியவுடன் ஜாஃபர் இடம்பெயர வேண்டியிருந்தது. இந்தியா சில்க் ஹவுஸுக்கு அருகே குறுகலான வாலர்ஸ் சாலைக்கு நகர்ந்த பின்னும், தன் ஐஸ்க்ரீம் பட்டியல், பெரிய கண்ணாடிப் புட்டிகளில் இனிப்புகள், உபயோகப்படாத சோடா ஊற்று, நல்ல கவனிப்பு ஆகிய வற்றுடன் 1990-களின் ஆரம்ப வருடங்கள்வரை இருந்தது. அதன்பின் வாடிக்கையாளர்களின் ஐஸ்க்ரீம் மீதான ஆர்வம் குறையத் தொடங்கியதும் இந்த இடத்தின் மெருகும் குறைந்து, ஒரு சகாப்தம் மங்கிவிட்டது.

இந்த பழைய அரங்குகளில் ஒன்றுகூட இப்போது இல்லை. ஜார்ஜ் டவுனில் டேவிட்சன் தெருவில், இன்றைய முதலாளி பாச்சாவின் பெயரிடப் பட்டிருக்கும் அரங்கம் சென்னையிலேயேயே இன்னும் இருக்கும் பழைமை யான அரங்கு. 1936ல் என்.எச்.மர்ச்சின் நேஷனல் தியேட்டராக ஸ்தாபிக்கப் பட்ட அது, திரைப்படங்களும் நாடகங்களும் அளித்த பின், 1936ல் தாண்டேகர் குடும்பத்தினரால் எடுத்துக் கொள்ளப்பட்டது. ஒரு கட்டிடத்தின் முதல் மாடியிருந்த இந்த அரங்கை 'மினர்வா' என்ற தாண்டேகர் குடும்பம் அழைத்து, அதை சினிமாவிற்கு அர்ப்பணித்தனர். ஹாலிவுட்டின் நேர்த்தியான படங்களுக்கு விடுக்கப்பட்ட இடமாயிற்று. புது நூற்றாண்டு ஆரம்பித்தவுடன் பாச்சா அதை எடுத்துக் கொண்டார்.

நியூ எல்ஃபின்ஸ்டனுக்கு சற்றுத் தொலைவில் இருந்த சென்னையின் சில 19-ம் நூற்றாண்டுச் சின்னங்கள் இப்போது மறைந்துவிட்டன. 1894-லிருந்து இருந்துவந்த ஆர்.மெக்ளூர்ஸ் என்ற பிரபல மருந்துக்கடை இப்போது இல்லை. அந்தக் காலத்தில் மெக்ளூர்ஸின் சோடா பிரபலமானதாக இருந்தது. அதற்கு அடுத்தாற்போல் இருந்தது மூக்குக் கண்ணாடி வியாபாரி ஈ.சீ.பார்னஸ். சுதந்தரத்துக்குப் பிறகு, வியாபாரம் குறைந்த காரணத்தால், பார்னஸ் கடலுக்குள் நடந்துசென்று தற்கொலை செய்துகொண்டதாகத் தகவல். அதைத் தாண்டி, 1881-ல் நிறுவப்பட்ட ஆல்பட் என்ற மருந்துக்கடையும் உள்ளது;

இன்றும் அதே இடத்தில் அது இருந்துவருகிறது. அதற்கு அருகிலேயே இன்றும் இயங்கிவரும் மற்றொரு மருந்துக்கடையான தனது கருங்காலி மர இருக்கைகளுக்கு பெயர் பெற்ற லெத்துவால் (1928) உள்ளது. அவற்றுக்கு இடையே கிளைன் அண்ட் வைலெ என்ற புகைப்பட நிறுவனம் இருந்தது.

இந்த கடைகளுக்கு அருகில் மதராஸ் மஹாஜன சபா என்ற பெயர் தாங்கிய பாழடைந்த கட்டடம் இருந்தது. சபாவின் இந்த பழைய தலைமை அலுவலகம் 1997-98-ல் இடிக்கப்பட்டு, திரும்பக் கட்டப்பட்டது. அதற்கு அருகில் சமீபத்தில் புதுப்பிக்கப்பட்ட ஜி.வெங்கடபதி நாயுடு கட்டடத்தைப் பற்றி பிறகு பார்ப்போம்.

காங்கிரஸுக்கு இரண்டு வருடங்கள் முன்பாக, 1884-ல் நிறுவப்பட்ட மஹாஜன சபா, அந்த வருடம் நடந்த பிரம்மஞான சபை மாநாட்டின்போது தோற்றுவிக்கப்பட்டது. பொதுமக்களின் சிந்தனைகளைப் பிரதிபலித்த இந்த சபை, தன் முதல் சில வருடங்களில், ஹிந்துவின் 100, மவுண்ட் ரோடு அலுவலகத்திலிருந்து இயங்கி வந்தது; பின்னர், எதிர்ப் பக்கத்தில் இருந்த தனது எளிமையான சொந்தக் கட்டடத்துக்கு நகர்ந்தது. சுதந்தரத்துக்குப் பின் தனது காங்கிரஸ் தொடர்பைக் குறைத்துக்கொண்டு, ஒரு கலாசார மையம் ஆனது. தனது பழைய இடத்தை வாடகைக்கு விட்ட பின், மவுண்ட் ரோடின் எல்.ஐ.சி அடுக்குமாடிக் கட்டடத்துக்குப் பின்னிருந்த பழைமையான ஒரு கட்டடத்தில் இயங்க ஆரம்பித்தது. சென்னையின் முதல் 'மேஸானிக் லாட்ஜ்' இருந்த இந்தக் கட்டடத்தின் முதலாவது மாடியில் சபையின் அலுவலகமும், படிப்பறையும், அருமையான நூலகமும் இருந்தன. 2000-க்குப் பிறகு, அதன் சொந்தக் கட்டடம் புதுப்பிக்கப்பட்டு, சபை அங்கு நகர்ந்தது.

நியூ எல்ஃபின்ஸ்டன் இருக்கும் இடத்திலிருந்து தென் மேற்கை நோக்கி வளையும் மவுண்ட் ரோடு, நவாப் வாலாஜாவின் சேப்பாக்க அரண்மனையிலிருந்து வரும் வாலாஜா சாலையை, ரவுண்ட் டாணாவில் சந்திக்கிறது. ஒரு காலத்தில் வளைவுகளும் அலங்காரங்களும் கூடிய 40 அடி சதுரத்தில், நீரூற்றுடன் கட்டப்பட்ட வசந்த மண்டபம் இருந்த இடத்தில், இன்று மறைந்த சி.என். அண்ணாதுரை நின்றபடி நகரத்தை நோக்குகிறார். இந்தத் திறந்த மண்டபம் விஸயநகர மகாராஜா பெயரால் அழைக்கப்படுகிறது. ஓய்வெடுக்கும்பொருட்டு இந்த நகரத்துக்கு வருவதை வழக்கமாகக் கொண்ட அவர், அன்பளிப்பாக இந்த மண்டபத்தைக் கட்டியிருந்தார். ஆனால் இது ரவுண்ட் டாணா என்றே அனைவராலும் அழைக்கப்பட்டது.

ரவுண்ட் என்பது, மண்டபத்தைச் சுற்றியுள்ள வட்டவடிவமான வேலியினாலும், டாணா என்பது அங்கு ஒரு காலத்தில் இருந்த காவல் நிலையத்தாலும் வந்தன. மண்டபம் எப்போது தகர்க்கப்பட்டது என்பதைப்பற்றி சர்ச்சை இருந்தாலும், யுத்த வருடங்களில் குண்டு வீச்சுக்குத் தப்பிப் பதுங்குவதற்காக ஓரிடம் அங்கே கட்டப்பட்டது. 1945 வாக்கில், பூமிக்குக் கீழ், பொதுக் கழிப்பிடமாகவும் பூமிக்கு மேல் வாகனங்கள் நிறுத்துமிடமாகவும் ஆனது. இப்போது பாதசாரிகளுக்கான சுரங்கப் பாதையாக உள்ளது.

ரவுண்ட் டாணா இப்போது அண்ணா சர்க்கிள் என்று அழைக்கப்படுகிறது. இதற்கு வலது பக்கத்தில் ஒரு முக்கோண வடிவ நிலப் பரப்பில் ஒரு பெரிய பாடா காட்சியரங்கு இருக்கிறது. பிளாக்கர்ஸ் சாலையும் மவுண்ட் ரோடும் இணைவதால் உண்டாக்கப்பட்ட இந்த முக்கோணத்தில் சென்னையிலேயே மிக அற்புதமான 'டாஞ்ஜெலி' ஹோட்டல் இருந்தது. கார்சிகா நாட்டு இனிப்பு தயாரிப்பாளர் கியாகோமோ டாஞ்ஜெலி சென்னைக்கு 1880-ல் வந்தார். 'மைஸோன் ஃபிரான்ஸே' என்ற பெயருடைய விடுதியை அந்த வருடத்தில் ஆரம்பித்த அவர், தன்னை 'இனிப்புப் பண்டங்கள், ஐஸ்கிரீம் தயாரிப்பாளர், பலசரக்கு விற்பனையாளர், உணவுப் பொருள் ஒப்பந்தக்காரர்' என்று வர்ணித்துக் கொண்டார். அவருடைய சமையலறைதான், 'முதன்முதலில், முதல் தர பிரெஞ்சு சமையல்காரர் ஒருவரின் மேற்பார்வையின்கீழ் இயங்கியது' என்று சொல்லப்பட்டது. சாலையில் எதிர்ப்புறம் இருந்த 'கவர்ன்மெண்ட் ஹவுஸ்' ஊழியர்கள் அதன் சமையலைப் பெரிதும் விரும்பினர். ஆளுநர் லார்ட் ஆம்ப்ட்ஹில் (1900-06) தனது எல்லா விருந்து களிலும் டாஞ்ஜெலிதான் உணவு தயார் செய்யவேண்டும் என்று குறிப்பாக இருந்தார்.

1906-ல் 'வடக்கிலிருந்து வரும் எங்கள் வாடிக்கையாளர்களுக்கு' மவுண்ட் ரோடில் உள்ள தனது இடத்தில் ஒரு சிறிய விடுதி திறக்கப்போவதாக டாஞ்செலி அறிவித்தார். 1908-ல் தான் கனவு கண்டதைப் போலவே 'ஹோட்டல் டாஞ்ஜெலி'யை அந்த இடத்தில் தொடங்கினார். பாரிஸ் நகர பாணி தோட்டம், இறக்குமதி செய்யப்பட்ட, சித்திர வேலைப்பாடுகளுடன் கூடிய இரும்புக் கம்பிகள் (சாலையை நோக்கிய அதன் முதல் மாடி இவற்றால்தான் அலங்கரிக்கப்பட்டிருந்தன) ஆகியவை இருந்தன. சென்னை யின் முதல் மின்சார லிஃப்ட், குழாய் மூலம் வெந்நீர், மின்சார விசிறிகள், இறக்குமதி செய்யப்பட்ட டைல்ஸால் ஆன தளம், ஐஸ் தயாரிக்கும் இயந்திரம், குளிர்பதன அறை, மூன்று மேஜைகள் உள்ள பில்லியர்ட்ஸ் அறை ஆகியவை அங்கு இடம் பெற்றன. பரிமாறப்பட்ட பிரெஞ்சு மற்றும் இத்தாலிய உணவு வகைகள் இந்தியாவிலேயே பிரசித்தி பெற்றன.

ஊட்டியில்கூட டாஞ்செலியின் கைமணம் சில காலம் பரவியிருந்தது. 1842-43-ல், டாஸன்ஸ் ஹோட்டல் என்று ஆரம்பித்த விடுதியை, 1868-ல் சி.சில்க்ஸ் வாங்கி, அதற்கு சில்க்ஸ் ஹோட்டல் என்று பெயர் சூட்டினார். அதன் நிர்வாகத்தை 1880-லிருந்து 1925 வரை டாஞ்ஜெலி நடத்தினார். புது நிர்வாகம் அதை 1925-ல் எடுத்துக்கொண்டு, 'ஸவாய் ஹோட்டல்' என்று பெயர் மாற்றியபின்னும், டாஞ்ஜெலி அதை நடத்திவந்தார். இதனை 1943-ல் ஸ்பென்சர்ஸ் எடுத்துக்கொண்டனர். இப்போது அது தாஜ் ஸவாய் என்று அழைக்கப்படுகிறது.

கார்ஸிகா தொடர்புடைய மற்றொரு முதல் தர இனிப்பகமான 'பொஸொட்டோஸ்', ஹோட்டல் டாஞ்ஜெலியின் நிர்வாகத்தை எடுத்துக் கொண்டு அதை சென்னையின் பிரதான விடுதியாக நடத்தியது. டக்ளஸ்

ஜார்டைனின் ஆங்கிலேய கிரிக்கெட் அணி 1934-ல் அங்கு தங்கியது. மும்பையின் ஸாஸூன்ஸ் அதில் ஒரு காட்சியரங்கை வைத்திருந்தது.

இரண்டாவது உலகப்போர் நெருங்கிக் கொண்டிருந்த அந்த சமயத்தில் தனக்கு பால் கொடுத்தவர்கள் ஆரம்பித்த அடுமனைக்கு தனது பெயரையளித்த பொஸோட்டோவின் பெயரை இன்னும் அடுமனைத் தொழிலில் வைத்திருந்த போதிலும் ஹோட்டலை விற்றுவிட்டனர். அண்மையில் சரித்திரப் புகழ்பெற்ற இது, ஏர்லைன்ஸ் ஹோட்டலாகவும் அதற்குப்பின் ஓர் உணவு விடுதியாகவும், பின்னர் ஓர் அலுவலக வளாகமாகவும் மாறி, அழிந்துபோனது. 1986-ல் தீக்கிரையானபின் அதைப் புதுப்பிக்கும் எண்ணம் கைவிடப்பட்டது. இன்று, கேள்வி கேட்பார் அற்ற நிலையில் சுவர்களில் இன்றும் அழியாத எண்களுடன் சின்னஞ்சிறு அறைகளும், கழிப்பிடங்களும், மத்தியில் ஒரு முற்றமும் அதைச் சுற்றிலும் திண்ணைகளுடனும் சீரழிந்தபடி உள்ளது.

சாலைக்கு எதிர்ப்புறத்தில் தென் இந்தியக் கூட்டுறவு ஆயுள்காப்பு நிறுவனத்தின் நேர்த்தியான கட்டடம் இருந்தது. இந்தக் கட்டடத்தில், இந்தியன் ஏர்லைன்ஸ், அது தொடங்கப்பட்ட 1953-லிருந்து 1980-ல் கட்டடம் இடிக்கப்படும்வரை இயங்கியது. 1890-களில் இந்தக் கட்டடம், சென்னையின் வள்ளல்கள் என்று பெயர்பெற்ற டி.ஆர்.டாக்கர் அண்ட் சன்ஸ் என்ற பிரபலமான குஜராத்தி நகைக்காரர்களின் காட்சியரங்காக, இந்தோ-சார செனிக் பாணியில் ஹென்றி-இர்வினால் வடிவமைக்கப்பட்டு, ஒப்பந்தக்காரர் டி.மணவாளச் செட்டியால் கட்டப்பட்டது. பிறகு அது 'டாக்கர் பில்டிங்' என்று அழைக்கப்பட்டது. அதற்கு அடுத்தாற்போல் இருப்பது 1975 வரை சுதேசமித்திரனின் அலுவலகமாக இருந்த 'விக்டரி ஹவுஸ்'. இப்போது அது வி.ஜி.பன்னீர்தாஸ் கட்டிய வர்த்தக வளாகமாக ஆகியுள்ளது. ஏழையாக இருந்து பணக்காரரான பன்னீர்தாஸ்தான் சென்னைக்கு தவணைமுறையில் பொருள்களை வாங்குவதை அறிமுகப்படுத்தினார்.

இந்த இடம் 1890-களில் வைட்டவே அண்ட் லேட்லாஸ் என்ற ஜவுளி வியாபார நிறுவனத்துக்குச் சொந்தமாக இருந்தது. இவர்கள் மலிவு விலையில் நல்ல தரமான சரக்குகளை விற்றுவந்தனர். இவர்களது கடைகள் தென் கிழக்கு ஆசியா முழுவதிலும் பரவியிருந்தன. பக்கத்தில், பதிப்பாளர்கள் லாங்மென் அண்ட் க்ரீன்ஸின் அலுவலகம் இருந்தது. அதற்கடுத்து 1889ல் ஸ்தாபிக்கப் பட்ட ரென் பென்னெட் என்ற பொருள்கள் விற்கும் கடை இருந்தது. இங்கு 8 அணாவுக்கு நிறைய விளையாட்டுச் சாமான்கள் கிடைத்தன. பிறகு ரென் பென்னெட், ஜெனரல் பேட்டர்ஸ் சாலையில், வெல்லிங்டன் தியேட்டருக்கு அருகில் நகர்ந்தது. இந்தியவர்களுக்கு 1938ல் சொந்தமான ரென் பென்னினட், மரவை விற்பனையில் கவனம் செலுத்தத் தொடங்கியது. ஜெனரல் பேட்டர்ஸ் சாலையில் ஏலம் விடுவோர் என்று இயங்கிவருகிறது. 1990-ல் வெல்லிங்டன் தியேட்டர் இருந்த இடத்தில் அடுக்கு மாடி அலுவலகங்களும் கடைகளும் வந்துவிட்டன. கல்தச்சு வேலை மற்றும் ஞாபகார்த்தங்கள் உருவாக்கும் விகே அண்டு சன்ஸ், 1910ல் ஸ்தாபிக்கப்பட்டு இப்பொழுதும் கையாலேயே கல்லில் எழுத்து பொறிக்கிறார்கள்.

இந்தப் பழங்கால முக்கியத்துவம் நிறைந்த இடங்களுக்கு வருமுன், வளைவைத் தாண்டி கிட்டத்தட்ட வாலாஜா சாலையில், லிரிக் இருந்த இடத்தில் சென்னையின் வேறு சில நினைவுச்சின்னங்கள் இருந்தன. இவை முறையே, 100, மவுண்ட் ரோடைத் தாண்டி இருந்த காரனேஷன் தர்பார் உணவு விடுதியும் உடுப்பி ஸ்ரீ கிருஷ்ண விலாஸும் ஆகும். ஆங்கிலேயர் களைப் பின்பற்றும் ஆள்கள் உலவுவதற்கான இடம் என்ற பகுதியில், சென்னையில் இந்த முதல் உடுப்பி உணவகம் உருவாக்கப்பட்டது. இதை உருவாக்கிய கே.கிருஷ்ணா ராவும் குப்பையிலிருந்து கோடீசுவரர் ஆனவர். ஜார்ஜ் டவுனில் இருந்த குறுகலான இடத்திலிருந்து 1926-ல் இடம்பெயர்ந்து, இப்போது 'உடுப்பி உணவு என்றால் உட்லண்ட்ஸ்' என்று அகில உலகிலும் பெயர் பெற்றுவிட்ட விடுதியை ஆரம்பித்தார். தனது பிரியாணிக்கும் குருமாவுக்கும் பிரசித்தி பெற்ற 'காரனேஷன் தர்பார்', 1911-ல் டெல்லி தர்பார் (டெல்லி பிரிட்டிஷ் இந்தியாவின் தலைநகரமாக ஆனதைக் குறிக்கும் வகையில்) என்பதைப் போலத் தன் பெயரை வைத்துக்கொண்டது. 1990-களின் மத்தியில் அடுக்கு மாடிக் கட்டடங்களுக்காக இந்த இரு உணவு விடுதிகளும் இடிக்கப்பட்டன.

1920-ன் ஆரம்பத்தில் ஒரு ஜார்ஜ் டவுன் உணவகத்தில் கடினமாக உழைத்து வந்தார், இளைஞர் கிருஷ்ணா ராவ். அவரது முதலாளி, தனது இரண்டாவது உணவகத்தை கிருஷ்ணா ராவுக்கு ரூபாய் 700 என்ற விலையில் விற்கச் சம்மதித்தார். அதையும் மாதம் ரூபாய் 50 என்ற கணக்கில் செலுத்தினால் போதும். சிக்கனமும் லட்சியமும் நிறைந்த அந்த இளைஞர், அதைப்பற்றி யோசித்தபின், தான் மாதம் ரூபாய் 20 பெற்று கீழ் நிலைச் சமையல்காரனாக அல்லாடிய உணவகத்துக்குச் சற்று தூரத்தில் இருந்த அச்சரப்பன் தெரு உண வகத்தில் முதலீடு செய்ய நிச்சயித்தார். அந்த முடிவு அவரை ஓர் அசாதாரண உணவக உரிமையாளர் ஆக்கி, இந்திய உணவை சர்வதேசரீதியில் பரிமாறும் ஓர் உணவகச் சங்கிலியை உருவாக்கியது.

நாளடைவில் இந்திய நகரங்களிலும், நியூ யார்க் முதல் டோக்கியோ வரையிலும் 'உட்லண்ட்ஸ்' பாணியில் அமைக்கப்பட்ட உணவகங்களுக்கு அவர் ஊக்கமளித்தார். அதில் சில, கிருஷ்ணா ராவுக்குச் சொந்தமாக இருந்தும், பல அவரிடமிருந்து எந்த உரிமையையும் பெறவில்லை. 'உட்லண்ட்ஸ்' என்ற பெயர் தன்னிச்சையாக உபயோகப்படுத்தப்படுவது பற்றி அவர் கவலைப்பட வில்லை. தென்னிந்திய சைவச் சாப்பாடு, அதிலும் முக்கியமாக உடுப்பி வகை, உள்நாட்டிலும் வெளிநாட்டிலும் அங்கீகரிக்கப்படுவதில் அவர் மகிழ்ச்சியே அடைந்தார். இப்போதும் அசல் உயர்தர உடுப்பி சமையல் தயாரிக்கும் பக்குவம் சென்னை உட்லண்ட்ஸில்தான் இருக்கிறது என்பதால், பிறர், அந்தப் பெயரை உபயோகிப்பதைப் பற்றி கிருஷ்ணா ராவும் அவரது பெரிய குடும்பத்தாரும் கவலைப்படவில்லை.

கர்நாடக மாகாணத்தில், தெற்கு கனராவின் உடுப்பி பகுதியைச் சார்ந்த கடந்தலெ என்ற சிறிய அழகான கிராமத்தின் சுற்றுபுறத்தில் கடினமாக உழைத்து, இந்தப் பக்குவத்தைக் கிருஷ்ணா ராவ் பெற்றார். அங்கு,

சுப்பிரமணியர் கோயிலின் அர்ச்சகர் ஒருவர், மந்திரங்கள் ஓதி, ஆயுர்வேத சிகிச்சை அளித்து, பல துண்டுகளாகப் பிரிக்கப்பட்ட நிலத்தின் ஒரு துண்டை உழுது, அனைவருக்கும் ஆலோசனைகள் சொல்லியபடி, காலம் தள்ளிக் கொண்டிருந்தார். இந்த மரியாதைக்குரிய அர்ச்சகருக்கு 21 அக்டோபர் 1898-ல் ஒரு மகன் பிறந்தான். கிருஷ்ணா என்ற பாட்டனாரின் பெயர் சூட்டப்பட்ட அவனுக்கு குழந்தைப் பருவம் வசதியாக இருக்கவில்லை. உண்ண போதிய உணவும், உடுக்க நல்ல துணியும் இன்றி, எழுத்தறிவு இல்லாமல், வீட்டிலும் வயலிலும் வேலை வாங்கப்பட்ட அவன், சூழ் நிலைக்கு நன்கு எதிர்கொள்ளும் வகையில் மனபலத்தையும் உடல் வாகையும் பெற்றான்.

வீட்டுச் சூழ்நிலை பொறுக்காமல், அதைவிட்டு உடுப்பியைச் சுற்றியுள்ள எட்டு மடங்களில் ஒன்றில் கிருஷ்ணா ராவ் வேலையில் சேர்ந்தார். மதத்தைப்பற்றிய அறிவு வளர்ந்த போதும், உடல் நிலை பாதிக்கப்பட்டது. கடுமையான மலேரியா தாக்கியதும், வேலையின்றி வீடு திரும்பினார். உடம்பு தேறிய பின், ஒரு கிராமப்புற உணவகத்தில் உதவியாளராக அமர்த்தப் பட்டபின், தண்ணீர் இறைத்தல், பாத்திரங்கள் கழுவுதல், நெருப்பு மூட்டுதல், எல்லாவற்றுக்கும் மேலாக தினசரி இட்லி தோசைக்கு வேண்டிய மாவாட்டுதல் போன்ற, விதியே என்று செய்யப்பட்ட வேலைகள், அவரது தினசரி கடனாயின. அரைக்கும் கற்களின் பெயருடைய அவருடைய கிராமத்துக்கு ஏற்ப (கடந்தலெ = கடைந்த கல்லு என்பதன் திரிபு) கல்லில் மாவாட்டுதல்தான் அவருடைய விதி என்று தோன்றியது.

மாதத்துக்கு ரூபாய் 3 ஊதியத்தில் இவ்வாறு வேலை செய்யும் போதுதான், அவருடைய அக்கா சென்னையில் ஓர் உணவக முதலாளியை மணந்து கொண்டார். நம்பிக்கையளிக்கும் ஊர் என்று மைத்துனர் ரங்கண்ணா சென்னையை வர்ணித்தபிறகு, கிருஷ்ணா ராவ் பிடிவாதமாக, தன் விருப் பத்தைப் பூர்த்தி செய்துகொள்ள, சென்னைக்கு வந்தார். வனாந்தரத்திலிருந்து சென்னைக்கு வந்த அவரிடம், பிரமிப்புடன் நம்பிக்கையும் இருந்தது.

பெருக்கி, வாரி, கழுவி, மாவரைத்து ரூபாய் 5-க்கு ஜார்ஜ் டவுனில் ஒரு வீட்டில் கிடைத்த முதல் வேலை, அவரது விருப்பத்தை விரைவில் பூர்த்தி செய்யும் என்று தோன்றவில்லை. மூன்று மாதம் கழித்து தம்புச் செட்டித் தெருவில் உள்ள ஓர் உணவகத்தில் எட்டு ரூபாய் மாத ஊதியத்தில் சமையல்காரப் பையன் வேலை கிடைத்தது. காலை 5 மணி முதல் நள்ளிரவு வரை அதே வேலைதான். ஆறு மாதம் கழித்து சுற்றுப்புறப் பகுதியில் ஒரு வேலை. அதற்குப் பின் தம்புச் செட்டித் தெருவுக்கு அடுத்தாற்போல் போஸ்ட் ஆபீஸ் சாலையில் ஓர் உணவகத்தில் வேலை. மாதம் 20 ரூபாய் ஊதியம். பாத்திரம் கழுவி, சிறிது சிறிதாக முன்னேறினார். உதவியாளர். பிறகு, இள நிலை சமையல்காரர். பதவி மாறினாலும் பணி மாறவில்லை. அவருடைய விதி மாவரைப்பதுதான் என்று தோன்றியபோதிலும், நடைபாதையில் தூங்கிய கிருஷ்ணா ராவ் மாவரைக்கும் கல்லை விட்டு பெரிய மனிதனாவது எப்போது என்று கனவு கண்டார்.

கை கூடுவதற்குச் சிறிது காலம் பிடித்தாலும், எதிர்பாராத விதத்தில் அந்தக் கனவு நனவானது. இளைஞர் கிருஷ்ணா ராவின் ஆர்வத்தினாலும் உற்சாகத் தினாலும் கவரப்பட்ட போஸ்ட் ஆபீஸ் தெரு உணவகத்தின் சொந்தக்காரர், அந்தக் கீழ் நிலைச் சமையற்காரருக்கு தனது இரண்டாவது உணவகத்தை விற்க முடிவு செய்தார். அப்போது அச்சரப்பன் தெருவில் இருந்த அந்த உணவகம் கவனிப்பார் இன்றி முதலாவதுடன் ஒப்பிடும்போது சரியாக இயங்கவில்லை. அந்த கவனிப்பை அளிக்க முடிவுசெய்து, சுயதொழில் புரிபவராக மாறினார் கிருஷ்ணா ராவ். ஆனால், அவரது வேலையும் வாழ்க்கை முறையும் அப்படியேதான் தொடர்ந்தன.

அச்சரப்பன் தெருவில் ஒரு முழுக் கோப்பை காபி ஒண்ணேகால் அணாவுக்கும், இரண்டு இட்லிகள் ஓர் அணாவுக்கும், மதிய உணவு நாலு அணா அதாவது வெறும் கால் ரூபாய்க்கும், ஃப்ரூட் சாலடும் ஐஸ்கிரீமும் தலா இரண்டு அணாவுக்கும் கிடைத்தன. இந்த விலையை வைத்துக்கூட அந்த நாள்களிலேயே தினசரி, மேஜிக் எண்ணான 100 ரூபாய் லாபம் ஈட்ட கிருஷ்ணா ராவுக்கு வெகு நாள்கள் ஆகவில்லை. இருப்பினும் அவருடைய மனம் வித்தியாசமான குறிக்கோளுக்காக ஏங்கியது.

அதற்கு ஒரே வழி நகர்வது மட்டும்தான். நிதியும் வர்த்தகமும் புழங்குவது ஜார்ஜ் டவுன் என்றால், செய்தித்தாள் அலுவலகங்கள், சினிமா அரங்குகள், நாகரிக வியாபாரங்கள் ஆகியவை தழைத்தது மவுண்ட் ரோடில்தான். ஆகையால் நல்ல சைவ உணவகம் ஒன்று கூட இல்லாத சென்னையின் பிரதான சாலைக்கு கிருஷ்ணா ராவ் நகர்ந்தார். அச்சரப்பன் தெரு உணவகத்தை மூடி விட்டு (அந்தக் காலத்தை நினைவூட்ட இப்போதுள்ள புதிய அடுக்கு மாடிக் கட்டடத்தில் உள்ள பல சரக்குக் கடை ஒன்றுதான் அங்கே உள்ளது) ரவுண்ட் டாணாவில் அவர் வியாபாரத்தைத் தொடங்கினார். வெளிச்சமான அறைகளில் போடப்பட்ட பளிங்கு மேஜைகளுடனும் வசதியான இருக்கைகளுடனும் நடத்தப்பட்ட சென்னையின் முதல் நவீன சைவ உணவகம் உடுப்பி ஸ்ரீகிருஷ்ண விலாஸ்தான். பிராமணர்களுக்கும், பிராமணரல்லாதாருக்கும், ஏன் முஸ்லிம்களுக்கும்கூடப் பிரத்யேகப் பிரிவுகள் இருந்தன. உடுப்பியின் சைவ உணவு வகைகளை அனுபவிக்க எல்லோரும் திரண்டனர்.

90 ரூபாய் வாடகைக்கு 'பெல்லாக்கில்' கிருஷ்ணா ராவ் ஆரம்பித்த உணவகம், சரக்குகளைத் தருவோரிடமிருந்து கிடைத்த கடன்களாலும், அதிக வியாபாரம் காரணமாக குறைவாக நிர்ணயிக்கப்பட்ட விலைகளாலும், அமோகமாக நடந்தது. இதனால் உணவகத்தை விரிவாக்கும் சூழ்நிலை ஏற்பட்டு, மவுண்ட் ரோடில் சிறிது தெற்கே ஒரு கூட்டாளியுடன் சேர்ந்து 'உடுப்பி ஹோட்டலை' ஆரம்பித்தார். 1933-ல் கூட்டாளிகள் சுமுகமாகப் பிரிந்தபோது, கிருஷ்ணா ராவ் உடுப்பி ஹோட்டலையும், கூட்டாளிகள் ஸ்ரீ கிருஷ்ண விலாஸையும் வைத்துக்கொண்டனர். ஏழு வருடங்கள் கழித்து உடுப்பி ஸ்ரீகிருஷ்ண விலாஸ் அவருக்கே திரும்பக் கிடைத்தது. பின், 1990-களின் மத்திவரை காரனேஷன் தர்பார் உணவகத்தின் பிரமாதமான கோழி

பிரியாணியால் பாதிக்கப்படாமல், அந்தக் கட்டடத்தை அதனுடன் மகிழ்ச்சியுடன் பகிர்ந்துகொண்டது.

உணவகங்கள் செழிப்பாக இயங்கத் தொடங்கியவுடன், கிருஷ்ணா ராவ் ஒரு 'அசல்' பயணிகள் விடுதியைப்பற்றி நினைக்க ஆரம்பித்தார். ராயப்பேட்டையில் வெஸ்லி பள்ளிக்கு எதிரில் இருந்த ராமநாதபுரம் ராஜாவின் இல்லத்தை ரூபாய் 80,000-க்கு வாங்கிய ஒப்பந்தக்காரர் முனிவெங்கடப்பா அதை ஹோட்டலாக மாற்ற விரும்பியபோது அதை நடத்த கிருஷ்ணா ராவ் ஒருவர் தான் முன்வந்தார். மாதம் 500 ரூபாய் வாடகைக்கு, 10 வருட குத்தகை ஒப்பந்தமானபின் அந்த வீட்டைச் சுற்றியிருந்த பசுமையை அங்கீகரித்து அதற்கு 'உட்லண்ட்ஸ் ஹோட்டல்' என்ற பெயர் சூட்டப்பட்டது. உட்லண்ட்ஸ் சகாப்தம் தொடங்கியது.

அந்த 1938-ல் விசாலமான வண்ணமான தோட்டத்துக்கு மத்தியில் அமைந்த 45 அறைகள் கொண்ட இந்தச் சிறிய அரண்மனை, எல்லா வேளைகளிலும் உணவுடன், ஒற்றை அறைக்கு தலா ரூபாய் 2.50-ம், இரட்டை அறைக்கு ரூபாய் 5 முதல் 10-ம் வாங்கி அமோகமாகத் தொழில் செய்தது. நகரத்தில் இருந்த மற்றொரு ஒரே இந்திய ஹோட்டலான ஜெனரல் பேட்டர்ஸ் சாலையில் இருந்த 'மாடர்ன் ஹிந்து ஹோட்டலை'விட உட்லண்ட்ஸ், மக்களால் விரும்பப்பட்டது.

குத்தகை முடிந்து புதுப்பிக்கப்படாததால், கிருஷ்ணா ராவ் நகரத்தில் வேறு இடத்தைத் தேடத் தொடங்கினார்.

சாந்தோமில் மைசூர் அரண்மனையை வாங்கியபின் அங்கு நகரத் திட்டமிட்ட ஏ.எம்.எம்.முருகப்பா குடும்பத்தினரது 4 ஏக்கர் பரப்புள்ள எட்வர்ட் எலியட்ஸ் சாலை மாளிகை கிடைத்தது. அந்தக் காலத்தில் பெரிய தொகையான 2.5 லட்சம் ரூபாய்க்கு அதை வாங்கி, அந்த மாளிகையையும் சுற்றியுள்ள தோட்டத்தையும் கிருஷ்ணா ராவ் மாற்ற ஆரம்பித்தார். ஒரு கல்யாண மண்டபமும் அதை அடுத்து ஒரு கோயிலும் அவருடைய படைப்புகள். குடும்பங்களுக்காகக் கட்டப்பட்ட சிறு சிறு காட்டேஜ்கள் மற்றொரு கண்டுபிடிப்பு. கூட்டங்களுக்கும் கச்சேரிகளுக்கும் அரங்கு ஒன்று மற்றொரு புதுமை. குளிர் சாதனம் பொருத்தப்பட்ட அறைகளுடன் முதன்முதலாக ஒரு சைவ ஹோட்டலில் கட்டப்பட்ட நீச்சல் குளமும், உயர்தர சைவ உணவும், அப்பழுக்கற்ற சேவையும் நியூ உட்லண்ட்ஸை சென்னையிலேயே சிறந்த சைவ ஹோட்டல் ஆக்கின. அது ஏற்படுத்திய சம்பிரதாயத்தையும் தரத்தையும் இந்தியாவில் அநேகர் பின்பற்றுகின்றனர். சிலர் உட்லண்டஸ் தொடர்புடனும், வேறு சிலர் கிருஷ்ணா ராவின் அனுபவத்தின் பயனாலும்.

நியூ உட்லண்ட்ஸை நிலைநாட்டியபின், வெற்றிக்கு மேல் வெற்றி குவிந்தது. சென்னை வேளாண்மை விவசாய வாரியத்தின் தோட்டத்தில் 'உட்லண்ட்ஸ்-டிரைவ் இன்' ஏப்ரல் 1962-ல், முதல் டிரைவ்-இன் சைவ உணவகமாகத் திறக்கப்பட்டது. இந்திய நகரங்கள் பலவற்றிலும் வேறு ஹோட்டல்களும் உணவு விடுதிகளும் தொடர்ந்தன. நியூ யார்க்கின் மதராஸ்

உட்லண்ட்ஸ் 1974-ல் திறக்கப்பட்டது. பிறகு, சிங்கப்பூர் உட்லண்ட்ஸ். ஓலைக்குடிசையில் இருந்து உட்லண்ட்ஸாக வளர்வதற்கு, நீண்ட தூரம் அவர்கள் பயணம் செய்யவேண்டியிருந்தது.

ஆனாலும், 2010 சென்னை வேளாண்மை விவசாயக் கழகத்தின் குத்தகை வருந்தத் தக்க முறையில் புதுப்பிக்கப்படாததால், அந்தப் பயணம் ஒரு துக்கத்தை சந்தித்தது. வுட்லன்டஸ் மூடப்படும் நிலையை அடைந்தது. ஆனாலும் அதன் இடத்தில் கழிக்க கற்பனையுடன் அரசு அமைத்த தாவர இயல் பூங்கா, வருவோர் போவோரை, சிற்றுண்டிக்கு ஏற்ற குறைந்தபட்ச இடமில்லாவிட்டாலும் ஈர்க்கிறது. முதலில் தொல்காப்பியம் பூங்கா என்று அழைக்கப்பட்ட அது, அரசாங்கம் மாறிய பின்னும் புதுபெயர் இல்லாததால் அநேகர் அதை உட்லண்ட்ஸ் பூங்கா என்றழைக்கின்றனர்.

வர்த்தகமும் கிளப்புகளும்

ரவுண்ட் டாணாவை விட்டு தனது கிழக்குப் புறத்தில் ஒரு காலத்தில் பிரபலமாக இருந்த ஆங்கிலேயப் பெயர்களான வைட்வே, லெய்ட்லா, ரென் பென்னெட் போன்றவற்றுக்கு அப்பால், அந்தப் பகுதியில் (நரசிங்கபுரம், சிந்தாதிரிப்பேட்டை, புதுப்பேட்டை, ராயப்பேட்டை) பணிபுரிந்த கணிசமான யூரேஷியன்* மக்களின் ஆசைக்கு ஏற்ப, 1842-ல் கட்டப்பட்ட உயரமான கோபுரத்தை உடைய க்ரைஸ்ட் சர்ச்சை மவுண்ட் ரோடு அடைகிறது.

ஜான் லாவினால் வடிவமைக்கப்பட்ட அந்த சர்ச்சைக் கட்டுவதற்கு, தனது குதிரை லாயத்துக்கு அருகில் இருந்த நிலத்தை, தாமஸ் பார்க்கர் வாலர் நன்கொடையாக அளித்தார். சுற்றப்புறம் நேர்த்தியாக்கப்பட்டு, கட்டடம் கட்டுவதற்கும் அதில் உள்ள (டெச்சாம்ப்ஸ் என்ற பிரபல மரப் பொருள்கள் தயாரிப்பாளர் உருவாக்கிய) மர இருக்கைகளுக்கும் சேர்த்து ரூபாய் 37,000 செலவானது. வாலர், நிலத்துடன் சேர்ந்து கட்டடத்துக்காக ரூபாய் 12,200 அளித்தார் என்று மதிப்பிடப்பட்டுள்ளது. 1850-ல் வேலை தொடங்கப்பட்டு 1852 டிசம்பரில் சர்ச் ஆராதனைக்குத் தயாராகியது. பக்தர்கள், 1842-லிருந்து 'மவுண்ட் ரோடு சாப்பல்' என்று அழைக்கப்பட்ட வாலர் கட்டடம் ஒன்றில் தொழுது வந்தனர். அந்த இடத்தில் நிறுவப்பட்ட பள்ளிக்கூடத்தின் சொந்தக் கட்டடம், இப்போது சர்ச் வளாகத்தில் இருக்கிறது.

சர்ச்சுக்குப் பக்கத்தில் இருப்பது தேவி தியேட்டர் வளாகம், சென்னையில் தோன்றிய பலதிரை அரங்குகளில் முதன்மையானது. லார்சன் அண்ட் டுப்ரோவின் இ.சி.சியால் கட்டப்பட்டு, 1967-ல் திறக்கப்பட்டது. க்ரைஸ்ட் சர்ச்சோடு ஒட்டியபடி இருப்பது, பிளாஸா தியேட்டர். அது, 1945-ல் நியூ

---

* 19-ம் நூற்றாண்டின் ஆரம்பத்தில் இவர்கள் 'இந்தோ-பிரிட்டன்ஸ்' என்று அழைக்கப்பட்டனர். பின்னர் 'ஈஸ்ட் இந்தியன்ஸ்', என்றும் அதன்பின் 'யூரேஷியன்' என்றும் அழைக்கப்பட்டனர். இப்போது, 20-ம் நூற்றாண்டின் ஆரம்பத்தில் 'ஆங்கிலோ-இண்டியன்ஸ்'. இந்த மாற்றங்கள் அனைத்தும் அவர்கள் விருப்பப்படியே செய்யப்பட்டன.

தியேட்டர் என்று ஆரம்பித்தது. இதுதான் 1891-ல் நிறுவப்பட்ட மெட்ராஸ் தியேட்டர் கம்பெனி என்ற நாடக சபாவின் வீடாக இருந்தது.

பம்மல் சம்பந்த முதலியாரின் பெயரை நிலை நாட்டிய, புகழ் பெற்ற நாடகங்களை நடத்திய சுகுண விலாஸ சபா, ஜார்ஜ் டவுனில் உள்ள வீட்டில் சிறிய அறையில் ஆரம்பித்தது. 1902-லிருந்து விக்டோரியா பப்ளிக் ஹாலில், ஒலி நன்றாக இல்லாவிட்டாலும், பெரும்பான்மையான அதன் நாடகங்கள் நடத்தப்பட்டன. 1936-ல் மவுண்ட் ரோடில் தனது சொந்த நிலமாக 36 கிரவுண்டுகள் வாங்கியபின் அதன் மேல் தனது சொந்தமான நியூ தியேட்டரைக் கட்டியது. யுத்தத்துக்குப் பின் அடித்த சினிமா புயலால் பாதிக்கப்பட்டு, தியேட்டரை சினிமாவுக்காகக் குத்தகைக்கு விட்டபின் அருகில் உள்ள கட்டடத்தின் இருண்ட முதல் மாடிக்கு 1974-ல் நகர்ந்த சபா, ஒரு சமூகக் கிளப்பாகத் தாக்குப் பிடித்தது. 1910-லிருந்தே, நாடகத்துக்காக ஆரம்பிக்கப்பட்ட அந்த சபாவில், பில்லியர்ட்ஸ், சீட்டு, சிற்றுண்டிகள் முதலியன அறிமுகப்படுத்தப்பட்டன. இப்போது, அதன் செயல்பாடுகளை அந்தப் பொழுதுபோக்குகளே நிர்ணயிக்கின்றன.

1997-ல் பிளாஸா தியேட்டரின் குத்தகை முடிந்தபின் அந்த இடத்தை ஒரு நவீன சமூகக் கிளப்பாக விஸ்தரிக்க ஏற்பாடுகள் மேற்கொள்ளப்பட்டன. பழைய கிளப்புகளுக்குப் புத்துயிர் அளிக்க 1980-களிலும், 1990-களிலும் முன் வந்த செட்டி நாட்டுக் குடும்பத்தைச் சேர்ந்த எம்.ஏ.எம் ராமஸ்வாமியின் பெயர், புதுக் கட்டடத்துக்கு அளிக்கப்பட்டிருக்கிறது.

அதை அடுத்து அதைவிடப் பாரம்பரியமும் சரித்திரமும் மிகுந்த ஒரு கிளப் இருக்கிறது. பிரிட்டிஷ் காலத்தில் ‘இந்தியாவிலேயே மேன்மையான சங்கம்’ என்று பெயர் பெற்று, அந்தக் காலத்தில் இந்தியக் கிளப்புகளில் முதலிடம் வகித்த காஸ்மோபாலிடன் கிளப்பின் இருப்பிடம் உயரமான மரங்களால் மறைக்கப்பட்ட உயர்ந்த தூண்களுடனும் கூரையுடனும் கட்டப்பட்ட காலனிய பாணிக் கட்டடம். இந்தியப் பிரமுகர்களுக்கு ஐரோப்பியர்களை அறிமுகப்படுத்தி, அதன் மூலம் இந்தியச் சமூகத்தை அவர்கள் அறிந்துகொள்வதற்காக 1873-ல் அது நிறுவப்பட்டது. முதன்முதலாக நுங்கம்பாக்கத்தில் உள்ள ‘மூர் தோட்டத்தில்’ இயங்கிய இந்த கிளப் ஹவுஸ், சிம்சனின் 13 கிரவுண்ட் நிலத்தில் இப்போதைய கட்டடத்தைக் கட்டியபின், 1882-ல் நகர்ந்தது.

அதற்குச் சிறிது தூரத்தில் இருப்பது புதுப்பிக்கப்பட்ட கட்டடத்தில் இருக்கும் லாரன்ஸ் அண்ட் மேயோ மற்றும் ஒரு காலத்தில் குதிரை லாயமாக இருந்த இடத்தில் உள்ள குரியர் கம்பெனியான ஸ்ரீ ராமவிலாஸ் சர்வீஸின் (எஸ்.ஆர்.வி.எஸ்) அலுவலகம். அது, மவுண்ட் ரோடின் அந்தப் பக்கத்தில் அதன் இரு பகுதிகளிலும் நிறையச் சொத்துகளை வைத்துள்ள அமால்கமேஷன்ஸின் முதல் கம்பெனி. எஸ்.ஆர்.வி.எஸ்ஸைத் தாண்டி இருப்பது கண் கவர் இந்தோ-சாரசெனிக் பாணியில் கட்டப்பட்ட ‘பாரத் பில்டிங்’. ஆயுள் காப்பீட்டில் புகழ் பெற்ற கம்பெனியின் இந்தக் கட்டடம், சென்னையில் அடுக்கு மாடிகள் அமைவதற்கு ஒரு வழிகாட்டி.

கூம்புகளும் கோபுரங்களும் கொண்ட பாரத் பில்டிங்கின் அமைப்பு வெவ்வேறு பாணிகளின் கலவை. அதனுடைய நேர்த்தியான முகப்பு, சுதந்தரத்துக்குப் பின் ரசனையில்லாமல் கட்டப்பட்ட 'அசல்' பாரத் பில்டிங்கால் மறைக்கப்பட்டிருக்கிறது. சென்னைப் பொதுப் பணித்துறையை சேர்ந்த ஜெ.ஹெச். ஸ்டீஃபன்ஸினால் *1894*-ல் வடிவமைக்கப்பட்ட இந்தக் கட்டடம், *1897*-ல் 'கார்டைல் பில்டிங்' என்ற பெயரில் திறக்கப்பட்டது. அப்போது டபிள்யூ.இ.ஸ்மித்ஸ், டபிள்யூ.இ. ஸ்மித் அண்ட் கோ லிமிடெட் என்றானது. 'அரண்மனையை ஒத்த கட்டடம், நகரத்தின் காட்சிகளில் ஒன்று. முதலில் இருந்ததைவிடப் பத்து மடங்கு இடத்தை ஆக்ரமித்துள்ளது' என்று வர்ணிக்கப்பட்ட அந்தக் கட்டடம் தனது மூன்று முகப்புகளுடனும், பல *100* அடி கோபுரங்களுடனும் மவுண்ட் ரோடில் இருந்த ஏனைய கட்டடங்களைவிட மிகவும் கவர்ச்சியுடையதாக இருந்தது.

1868-ல் இந்தியாவுக்கு வந்த டபிள்யூ.இ. ஸ்மித், பத்தாண்டுகளுக்குப் பின் உதகமண்டலத்திலிருந்து சென்னைக்கு வந்தார். மருந்து தயாரிப்பாளராக ஆரம்பித்த அவருடைய நிறுவனம், பின்னர், மொத்த விற்பனை, தயாரிப்பு, கண்ணாடி விற்பனை, அறுவை சிகிச்சை கருவிகள் தயாரிப்பு, சோடா விற்பனை போன்ற துறைகள் மூலம் வளர்ந்தது. அந்த நாள்களில் அந்தக் கட்டடத்தில், *60* அடிக்கு *40* அடி பரப்புள்ள காட்சியறையும், மவுண்ட் ரோடை நோக்கிய முதல் மாடியில் மருத்துவர்களுக்கும் பல் வைத்தியர்களுக்கும் அறைகளும், ஜெனரல் பேட்டர்ஸ் சாலையை நோக்கிய பகுதியில் ஸ்மித் அண்ட் கோ-வில் பணி புரிபவர்களுக்கான அறைகளும் உணவு விடுதியும் பியர் அருந்தும் இடமும் இருந்தன. பின்னால் இருக்கும் இடத்தில் சோடா உற்பத்தி நடந்தது.

1925-ல் டபிள்யூ.இ.ஸ்மித்தின் தொழிலை வாங்கிய ஸ்பென்சர் அண்ட் கோ, அதை தனது மருந்து வியாபாரத்தின் ஓர் அங்கம் ஆக்கியது. கார்டைல் பில்டிங் தனியாக விற்கப்பட்டபோது, *1934*-ல் பாரத் இன்ஷூரன்ஸ் அதை வாங்கியது. *1957*-ல் இன்ஷூரன்ஸ் தேசியமயமாக்கப்பட்ட போது, அது எல்.ஐ.சிக்குச் சொந்தமானது. அதை இடிக்கும் எண்ணத்துடன் மாநகராட்சி அதிலிருந்து வாடகையாளர்களை 2006ல் வெளியே அனுப்பிய நீதிமன்ற ஆணை மேலும் இருப்பதைத் தவிர்த்து உத்திரவிட்டபின், இடிப்பதை நிறுத்தியது. இடிப்பதற்கு முன் இருந்த நிலைக்கு அதை கொண்டு வரவே வேண்டுமென்ற ஆணை இல்லாததால், இந்த வரிகள் எழுதப்படும் போது, அந்த கட்டிடம் சம்பந்தமாக எந்த விதமான வேலையைச் செய்ய எல்.ஐ.சி.க்கு ஆர்வம் காண்பிக்காததால், கூரையின்றி திறந்தவெளியாக இருக்கிறது.

இதற்குத் தெற்கே சிறிது தள்ளி, *1943*-ல் மதராஸ் பப்ளிஷிங் ஹவுஸ் என்ற அச்சகம் மற்றும் புத்தக வெளியீட்டு நிறுவனத்தை வாங்கிய பொப்பிலி ராஜா, அதன் கட்டடத்தை *1951*-ல் யுனைடெட் இந்தியா இன்ஷூரன்ஸுக்கு விற்றார். அந்த இடத்தில் எல்.ஐ.சியின் பிராந்திய தலைமைச் செயலகத்தின் கட்டடம் இருக்கிறது. அது, நாட்டிலேயே உயர்ந்த அடுக்குமாடிக் கட்டடம்; சென்னையின் முதல் நவீன அடுக்கு மாடிக் கட்டடம்; நாட்டிலேயே

கட்டப்பட்ட அடுக்குமாடிக் கட்டடங்களில் முதல் சிலவற்றுள் ஒன்று. தனது யுனைடெட் இந்தியா மற்றும் பிற நிறுவனங்களுக்குத் தலைமையகமாக இந்தக் கட்டடத்தைத் திட்டமிட்ட எம்.சிடி. சிதம்பரம் செட்டியார், 1953-ல் இந்தக் கட்டடத்தின் கட்டட வேலையை ஆரம்பித்தார். ஆயுள் காப்பீடு தேசிய மயமாக்கப்பட்டபின், பாதி வேலை முடிக்கப்பட்ட கட்டடம் அரசாங்கத்தால் எடுத்துக் கொள்ளப்பட்டு, சிறிது தாமதத்துக்குப் பின் வேலை மீண்டும் தொடங்கி, 1959-ல் 12 மாடிகளுடன் நிறுவனம் இயங்க ஆரம்பித்தது.

அந்தக் காலத்தில் இத்தகைய அடுக்கு மாடிகளைக் கட்டும் தொழில் நுட்பம் இந்தியாவில் இல்லாததால், பிரவுன் அண்ட் மவுலின் என்ற பிரிட்டிஷ் நிறுவனத்தின் வடிவமைப்புடன், ஒப்பந்தக்காரர் கொரமாண்டல் எஞ்சினியரிங்கால் கட்டப்பட்டது. 1975-ல் தீக்கிரையாகிச் சேதமானபின், மேலும் இரண்டு மாடிகளுடன் கட்டடம் புத்துயிர் பெற்றது. எம்.சிடி. சிதம்பரம் செட்டியாரின் மகன்கள் பெத்தாச்சியும் முத்தையாவும், சென்னையின் இரண்டாவது பெரிய அடுக்கு மாடியான இந்தியன் ஓவர்சீஸ் வங்கியின் தலைமையகத்தைக் கட்டினர். 1937-ல் எம்.சிடி. சிதம்பரம் செட்டியாரால் நிறுவப்பட்ட இந்த வங்கி, 1940 முதல் சட்டக் கல்லூரிக்கு எதிரில் இருந்த யுனைடெட் இந்தியாவின் கட்டடத்தில் இயங்கியபின், 1964 ஜனவரியில் தனது சொந்தக் கட்டடத்துக்கு நகர்ந்தது. ஒரு ஏலத்தில் சிதம்பரம் செட்டியாரின் மகன் முத்தையா ஏலமெடுத்த பிரம்மாண்டமான அரண்மனை அமீர்பாகின் முன்னால் இருந்த தோட்டத்தில் இந்த கட்டிடம் கட்டப்பட்டது. வங்கியின் பயிற்சி முகாமாக இயங்கிய அமீர்பாக் 1987/88ல் இடிக்கப்பட்டு ஐ.ஓ.பி.யின் தலைமையகத்திற்கு அருகில் ஒரு பல அடுக்கு கட்டிடம் கட்டப்பட்டு 1993ல் திறக்கப்பட்டது. வங்கி தேசியமயமாக்கப்பட்டபின், கட்டடத்தை அரசாங்கம் எடுத்துக் கொண்டது.

எல்.ஐ.சி. கட்டடத்துக்குப் பின்னால் அதற்குச் சொந்தமான நிலம் முன்னாள்களில் குஷால்தாஸ் (லாட் கோவிந்தாஸ்) என்பவருக்குச் சொந்தமாக இருந்தது. அங்கிருந்த இரண்டு கட்டடங்களில் ஒன்று இப்போது சலவைத் தொழிலுக்காகப் பயன்படுத்தப்படும் பழைய மேஸானிக் லாட்ஜ். அதன் முதல் மாடியில் இருந்த மகாஜன சபை நூலகம் அந்தக் காலத்திய இந்திய அச்சுப் புத்தகங்களின் களஞ்சியம். இந்த நூலகங்களில் முக்கியமானது, ஜார்ஜ் டவுன் லிங்கிச் செட்டித் தெருவில் உள்ள மறைமலை அடிகளார் நூலகம். மற்றொன்று கோகலேயால் அடிக்கல் நாட்டப்பட்டு 1904-ல் மைலாப்பூரில் வி.கிருஷ்ணஸ்வாமி ஐயர், பி.ஆர். சுந்தரம் ஐயர், ஆர். ரகுநாத ராவ் ஆகியோரால் நிறுவப்பட்ட ரானடே நூலகம்.இது இப்போதைய மைலாப்பூர் எம்.ஆர்.டி.எஸ். ஸ்டேஷனுக்கு அருகிலிருக்கிறது. 1905-ல் திறக்கப்பட்ட இந்த நூலகத்தில் 8,000 புத்தகங்கள் உள்ளன; அவற்றில் சரித்திரப் புத்தகங்களே அதிகம். நூலகத்துடன் பிறந்த நாளை பகிர்ந்து கொள்ளும் தென்னிந்திய தேசியக் கழகம் என்ற கருத்தரங்கம் வெகுநாட்களாக நூலகம் தன்னுடைய இருப்பிடமென்று கருதுகிறது.

1996-ல் முகப்பேரில் (மேற்கு அண்ணா நகரின் விஸ்தரிப்பு) நிறுவப்பட்டு, பின் 2005 ஆரம்பத்தில் தரமணிக்கு நகர்ந்த, ரோஜா முத்தையா ஆராய்ச்சி நூலகம் இவற்றுள் மிகவும் புதியது. நாட்டுக்கோட்டைச் செட்டியார்கள் வியாபாரம் செய்த தெற்கு, தென்கிழக்கு ஆசியாவில் கிடைத்த புத்தகங்கள், இதழ்கள், அச்சடிக்கப்பட்ட விளம்பரங்கள், தபால் தலைகள், நாணயங்கள் ஆகியவற்றுடன் தமிழில் அச்சான மொத்தம் 1,00,000 புத்தகங்களைச் சேகரித்து ரோஜா முத்தையா செட்டியார், செட்டி நாட்டில் கோட்டையூரில் வைத்திருந்தார்.

அவருடைய மரணத்துக்குப் பின் அவை சிதறி அழிந்து விடும் என்ற அச்சம் இருந்தபோது, சென்னை அறக் கட்டளை 'மொழி'யுடன், சிகாகோ பல்கலைக் கழகமும் இணைந்து சென்னை ஆராய்ச்சி மையம் ஒன்றை அமைத்து அந்தச் சேகரிப்பை மைக்ரோஃபிலிம் செய்தனர். ஏனைய நூலகங்களில் உள்ள பதிப்புகளை மைக்ரோஃபிலிம் செய்யும் திட்டம் இருப்பதால், இது பெரிய தமிழ் ஆராய்ச்சிகூடமாகும் என்று நம்பிக்கை.

1920-ல் நிறுவப்பட்ட, நகரத்தில் முதன்மையான மர்ரே அண்ட் கோ என்ற ஏல நிறுவனம், 1927-ல் எல்.ஐ.சிக்குப் பின்னால் இருக்கும் கட்டடத்துக்கு நகர்ந்தது. ஆரம்பத்தில் இருந்தே இந்தியர் கைவசம் இருந்த இந்த நிறுவனம் நீதிமன்ற ஆணைக்கு ஏற்ப ஏலம் இட்டு வந்ததால், சுதந்தரத்துக்கு முந்தைய காலத்தில், அதன் வியாபாரம் செழிக்கவேண்டுமானால் ஒரு பிரிட்டிஷ் தோற்றம் இருந்தால் நல்லது என்று எண்ணி, சென்னை உயர்நீதிமன்றத்தில் 1915-ல் நீதிபதியாகவும், 1924-29-ல் தலைமை நீதிபதியாகவும் இருந்த மர்ரே கூட்ஸ் ட்ராட்டர் என்பவருடைய பெயரை எடுத்துக்கொண்டது. இன்றுகூட ஞாயிற்றுகிழமை அன்று மர்ரேயில் நடக்கும் ஏலங்கள் சென்னை வாழ்க்கையின் ஓர் அங்கம். ஆனால் அவை மைலாப்பூரில் 2013 முதல் நடக்கின்றன.

எல்.ஐ.சி கட்டடத்தைச் சற்றே தாண்டி இருக்கும், 20-ம் நூற்றாண்டின் தொடக்கத்தில் கட்டப்பட்ட காலனிய பாணி வெள்ளைக் கட்டடத்தில் பாரத ஸ்டேட் வங்கியின் மவுண்ட் ரோடு அலுவலகம் இயங்குகிறது. ஐயோனிக் பாணியில் அமைக்கப்பட்டிருக்கும் அதன் தூண்கள் புனித ஆண்ட்ரூஸ் சர்ச்சை பிரதிபலிக்கின்றன. அதன் கதவுகளில் பேங்க் ஆஃப் மதராஸின் அதிகாரச் சின்னம் செதுக்கப்பட்டிருக்கிறது.

சாலையின் இந்தப் பகுதியில் நீண்ட சரித்திரம் உடைய இரண்டு ஃபோட்டோ ஸ்டுடியோக்கள் இருக்கின்றன. எல்.ஐ.சி கட்டடத்துக்கு அருகில் இருக்கும் ஜி.கே.வேல்ஸ், தென்னிந்தியர்களுக்குச் சொந்தமான ஸ்டுடியோக்களில் பழைமையான ஒன்று. பெங்களூரில் ஆரம்பிக்கப் பட்ட அது, 1995-ல் நுங்கம்பாக்கத்தில் உள்ள பைக்ராஃப்ட்ஸ் கார்டன் சாலைக்கு நகர்ந்தது. அதை விடப் பழைமையான கிளைன் அண்ட் பெய்ர்ல் ஸ்டுடியோ, கோவ் கட்டடத்துக்கு அருகில் ஆரம்பிக்கப்பட்டு 1987-ல் தீக்கு இரையாகியபின், அதன் கூடு மாத்திரம் இன்றும் காணப்படுகிறது. இப்போது புதிதாக உருவாக்கப்படுகிறது.

1870-களில் பிறந்த ஜெர்மானியர் தியோடர் கிளைனுடன், வீல் என்ற ஆங்கிலேயர் சேர்ந்து, 20-ம் நூற்றாண்டு பிறக்கும் சிறிது காலத்துக்கு முன் ஒரு ஸ்டுடியோவை ஆரம்பித்தார். கோட்டையிலிருந்து வரும் சாலை, பரங்கி மலைக்குச் செல்லும் சாலை வளையும் பகுதியில் சேரும் இடத்தில் ரவுண்ட் டாணாவுக்கு எதிரில் 11, மவுண்ட் ரோடில், வீல் அண்ட் கிளைன் போட்டோ கிராபிக் ஸ்டுடியோ என்ற பெயருடன் அது தொடங்கப்பட்டது. சென்னை நுண்கலைக் கண்காட்சியில் 1890-ல் அது பரிசு வாங்கியுள்ளது என்று குறிப்பிடப்பட்டிருக்கிறது. 1892-ல் அது எடுத்த போட்டோக்களை இன்றும் காணலாம். 1909-ல் இங்கிலாந்தில் திருமணம் ஆகியபின் கிளைனும் அவரது மனைவி வாலெஸ்காவும் ஸ்டுடியோ இருந்த இடத்திலேயே வசித்தனர்.

விரைவிலேயே ஊட்டியிலும் குன்னூரிலும் ஸ்டுடியோக்கள் திறக்கப்பட்டன. முதல் உலகப் போருக்குப் பின் தனது கூட்டாளியின் பங்குகளை வாங்கிய கிளைன், மைக்கேல் பெய்ர்ல் என்ற ஜெர்மானியரைத் தன்னுடன் சேர்த்துக்கொண்டார். 1919-ல் 11 எண்ணுடைய கட்டடம், ஜி.வெங்கடபதி கட்டடம் என்று புதுப்பிக்கப்பட்டதால் தற்போதைய இருக்கைக்கு இடம் பெயர்ந்தனர். 1920-களில் நிறுவனம், கிளைன் அண்ட் பெய்ர்ல் ஆனது. இரண்டாம் உலகப் போரின் போது போர் கைதியாக நீலகிரியில் க்ளைன் இறந்தபின், அவருடைய மனைவி வாலெஸ்கா. வர்த்தகத்தை வாரிசாகப் பெற்று அதை பெயர் லுடன் நிர்வகிக்க முடிவு செய்தார். போருக்குப் பின், அவர்கள் இந்தியாவை விட்டுவிட நிச்சயித்தபின், நிறுவனம் இந்தியர்களின் கைக்கு மாறிற்று. இரண்டாவது உலகப் போரின்போது சென்னையில் கிளைன் இறந்தார். போருக்குப் பின் பெய்ர்ல் இந்தியாவை விட்டுச் சென்றதால், நிறுவனம் இந்தியர்களின் கைக்கு மாறியது. தீ விபத்துக்குப்பின் போட்டோ விலும் அச்சுத் தயாரிப்பிலும் இருந்த ஆர்வம் குறைந்து, பிறகு அது கைவிடப் பட்டது. தீ விபத்துக்குப் பின் வெறும் கூடாயிருந்த நிறுவனம், இப்போது ஒரு வர்த்தக வளாகமாக விரிவாக்கப்பட்டிருக்கிறது.

அதனுடைய உச்சகட்டத்தில், உருவங்களை போட்டோ எடுப்பதுடன் வீல், கிளைன், பெய்ர்ல், கிளைனின் மைத்துனர் எர்வின் ட்ரினெபர்க், அவருடைய மனைவி எலிசபெத் ஆகியோர் சென்னையிலும் அதைச் சுற்றியுள்ள பகுதிகளிலும் 1890 முதல் 1930 வரை நூற்றுக்கணக்கான காட்சிகளைப் படங்கள் எடுத்தனர். இவற்றில் 500-க்கு மேல் ஜெர்மனியில் ஹைடல்பெர்கில் உள்ள ஜே அண்ட் இ ஃபான் பார்தைம் ஸ்டிஃப்டங் அறக்கட்டளைக்கு எலிசபெத் ட்ரினெபர்கால் நன்கொடையாக அளிக்கப் பட்டன. அதன் முதலாளி 1940-ல் இறந்தபின், கிளைன் அண்ட் பெய்ர்ல் இந்தியக் கைக்கு மாறி இன்றும் இருந்தாலும், தீ விபத்துக்குப் பின் போட்டோ அல்லது அச்சு தயாரிக்கும் தொழிலில் ஈடுபடுவதில்லை.

எதேச்சையாக 1980-ல் கிடைத்த தென்னிந்திய, வட இந்திய போட்டோக் களின் சிறு கண்ணாடி நெகடிவ்கள், சில கைகள் மாறியபின் விண்டேஜ் வின்யெட்ஸ் என்ற ஐவர் கூட்டமைப்பு ஒன்றின் கை வசம் இருக்கின்றன. இந்தப் படங்களை 1890-1920-களில் மேற்கூறிய நால்வர் எடுத்திருக்கலாம்.

ஒரு நாள்குறிப்போ, வேறெந்தக் குறிப்போ இந்தப் படங்களைப் பற்றி இல்லாதது வருந்தத்தக்கது. 1995-ல் பதிப்பான 'சென்னை - அதன் இறந்த காலமும் நிகழ் காலமும்' என்ற இந்த ஆசிரியர் எழுதிய புத்தகத்தில் இடம் வகிக்கும் இந்தப் படங்களுக்கு ஆசிரியர் குறிப்பிட்டிருக்கும் தேதிகள் கூட ஊகம்தான்.

கிளைன் அண்ட் பெய்ர்லைத் தாண்டி, 1916-ல் இந்தோ-சாரசெனிக் பாணியில் கட்டப்பட்டது இப்போது ஒரு கார் விற்பனை கம்பெனி இருக்கும் கோவ் கட்டடம். அடுத்து இருக்கும் கலீலி மாளிகை என்று ஒரு காலத்தில் அழைக்கப் பட்ட அகர்சந்த் மாளிகை, சென்னையின் முதல் 100 அடி உயரக் கட்டடம். அகர்சந்தும் இரானில் வேரூன்றிய கலீலியும், 1840 முதல் சென்னையின் பிரசித்தமான வர்த்தகப் புள்ளிகள். பாரசீகத்திலிருந்து இந்தியாவிற்கு வந்த முகமது கலீலிஹிராஃஜி. தனது செல்வத்தை இண்டிகோ வியாபாரத்தின் மூலம் சம்பாதித்ததாகத் தனது குடும்பத்திற்காக பாந்தியன் சாலையில் ஒரு மாளிகைக் கட்டியபின், ஃபவுண்டன் பிளாசாவும், ஹிராஃஜி மாளிகை என்ற நகரின் முதல் அடுக்கு மாளிகைகளுள் ஒன்று 1970களில் உருவானது.

சிம்சனின் பல்வேறு கார் ஏஜென்சிகளின் காட்சியரங்காகக் கட்டப்பட்ட கட்டன் கட்டடம்தான் கோவ் கட்டடம் ஆனது. நகரத்திலேயே நேர்த்தியான காட்சியரங்கமாக அதை ஆக்குவது என்று ஜார்ஜ் கட்டன் முடிவு செய்து, 1914-ல் வேலையை ஆரம்பித்தார். சிம்சனில் 1890-ல் சேர்ந்தபின் 1898 முதல் 1916-ல் தான் இறக்கும் வரை கட்டந்தான் சிம்சனின் தலைமை இயக்குன ராக இருந்தார். அவருடைய மரணத்துக்குப்பின் வேலை முடிந்து, அது சிம்சனின் கண்கவர் அரங்கமாக இருந்தது. 1943-ல் வி.எஸ்.டி. மோட்டார்ஸுக்கு விற்கப்பட்டு, புதுப்பிக்கப்பட்டு, கோவ் கட்டடம் என்று பெயர் மாற்றம் பெற்றது. பச்சை மற்றும் வெள்ளை நிறக் கல்லினால் செய்யப் பட்ட 90 அடி முகப்புடைய அந்தக் காட்சியரங்கம், அங்கு வருகை தந்த மகாராஜாக்களுக்கும் சீமான்களுக்கும் ஏற்ற இடம்தான் என்பதில் சந்தேகமில்லை.

1990 வரை அகர்சந்த் மாளிகைக்குப் பின்னால் இருந்த பல தோட்ட மாளிகைகள் சீரிழந்து பல அரசாங்க மற்றும் வர்த்தக அலுவலகங்களின் இருப்பிடமாக மாறியுள்ளன. இவற்றில் ஒரு மாளிகையில் யானை லாயம்கூட இருந்தது. கோட்டையின் கடைசி பெரிய புத்தமைக்குக் காரணமாக கர்னல்ராஸ் இந்த தோட்ட வீடுகளில் ஒன்றை கட்டி அதற்கு சொந்தக்காரராக யிருந்திருக்கலாம். இவையெல்லாம் பிறகு கலிலி சொத்து ஆயின. அவை இருந்த இடத்தில் இப்போது தோட்டங்கள் இல்லாத நவீன பலமாடிக் கட்டடங்கள் உள்ளன. அவற்றுக்கு அண்மையில் இருப்பது கிளப் ஹவுஸ் சாலையின் முடிவில் உள்ள விசாலமான இந்தியன் எக்ஸ்பிரஸ் வளாகம். லார்ட் பிகாட்டின் பெயர் இருந்த இந்தச் சாலை, சர்ச்சைக்குரிய அந்த ஆளுநரை மறப்பதற்காக, பெயர் மாற்றப்பட்டிருக்கலாம். கோட்டையின் கடைசி கட்டடப் பணியை மேற்கொண்ட கர்னல் பேட்ரிக் ராஸ், இந்தச் சாலையில்தான் தனது தோட்ட வீட்டைக் கட்டினார்.

எக்ஸ்பிரஸ் வளாகத்துக்குப் பின்னால், அந்தக் காலத்தில் மோதிர விரல்களுடன், கடுக்கனும் தலைப்பாகையும் அணிந்த லாட் கோவிந்தாஸின் தலைமையின் கீழ் செயல்பட்ட, நகரத்திலேயே பெரிய, வட நாட்டு நிலச்சுவான்தார்கள் குடும்பத்தில் ஒன்றான குஷால்தாஸ் குடும்பத்தின் சொத்து, ஜெனரல் பேட்டர்ஸ் ரோடு என்றழைக்கப்பட்ட அந்த சாலைக்கு இரு புறமும் இருந்தது. கோவிந்த அரண்மனை என்ற பெயருடைய குடும்பத்தின் பிரதான மாளிகை சென்னையின் நேர்த்தியான பழைய வீடுகளில் ஒன்று. அது இப்போது ஒரு பள்ளிக்கூடம். இந்த வளாகம் பிரிக்கப்பட்டபின் அங்கு மிட்லண்ட் தியேட்டர் கட்டப்பட்டது.

சென்னைக்கு 1840ல் வந்து குஜராத்திய ஜவுளி வியாபாரத்தில் ஈடுபட்ட லாட் கோவிந்ததாஸ் லாட் கிருஷ்ணதாஸ் பால் முகுந்ததாஸின் மகன். மதிப்பான கடுக்கன்களும், மோதிரங்களுடனும் முண்டாசு கட்டிய லாட் கோவிந்தாஸின் கொடைகளில் ஒன்று தனது ஜெனரல் பேட்டர்ஸ் சாலை சொத்திலிருந்து காங்கிரஸ் கட்சிக்கு உள்ளூர் தலைமையகமாக சத்தியமூர்த்தி பவனை அளித்ததுடன் கோஷா மருத்துவமனையில் செவிலியர் விடுதி கட்டியது. அரசுக்கு அதன் பாதிவிலையான ரூபாய் மூன்று லக்ஷத்திற்கு மவுண்ட் ரோடிலிருந்த உம்தா பாக்கை விற்றார்.

பேட்டர்ஸ் தோட்டமென்று அழைக்கப்பட்ட லாட் குடும்பம் சென்னைக்கு வருமுன் சதுர்புஜதாஸ் குஷால்தாஸ், 1828-ல் ஜவுளி மற்றும் லேவாதேவி தொழிலை நிறுவினார். 20-ம் நூற்றாண்டின் தொடக்கத்தில் சென்னையில் அந்தக் குடும்பத்தின் வாரிசு லாட் கோவிந்தாஸ் சதுர்புஜதாஸ் பிரபலமடைந்தார். அவருடைய கொடைகளில் ஒன்று 1913-ல் ஜார்ஜ் டவுனில் ரூபாய் 45,000 செலவில் நிறுவப்பட்ட ஐந்தாவது ஜார்ஜின் சிலை. மற்றொன்று நகரத்தின் வடமேற்கில் அயனாவரத்தில் இன்றும் இருக்கும் புறக்கணிக்கப்பட்ட விலங்குகளுக்கு ஆதரவளிக்கும் சென்னை பிஞ்சராபோல். ராயப்பேட்டை சாலையுடன் ஜெனரல் பேட்டர்ஸ் சாலை சேரும் இடத்தில் இருந்த முதல் உட்லண்ட்ஸ் ஹோட்டல் இப்போது இல்லை என்பது வருந்தத்தக்கது. அதனுடைய தோட்டத்தை ஒரு பெரிய சினிமா வளாகம் ஆக்கிரமித்து விட்டது. பிரிண்ட்ஸ் ஹோட்டலுக்கு பிறகு வந்த மாடர்ன் ஹிந்து ஹோட்டல், ஜெனரல் பேட்டர்ஸ் சாலையில் இருந்த ஓடியன் தியேட்டர்ஸுக்கு புத்துயிர் அளித்த மெலடி தியேட்டர் இருக்கும் இடத்தில் இருந்தது.

1832-ல் ஐரோப்பியர்கள் மாத்திரம் தங்கும் வசதியுடன் தொடங்கப்பட்ட மதராஸ் கிளப் அந்தக் காலத்தில் 'இந்தியாவிலேயே சொகுசான கிளப்... தலைமையகம்... கிளப்புகளின் சூப்பர் ஸ்டார்...' என்று வர்ணிக்கப்பட்டது. இந்தியர்கள், பெண்மணிகள், மற்றும் நாய்களுக்கு அதனுள் நுழைய அனுமதி கிடையாதாம்! 1809-ல் அரசாங்கத்திடம் இருந்து நிலம் பெற்றுக்கொண்ட ஜே.டி.வைட் கட்டிய முதல் தோட்ட வீட்டை அப்போதைய சொந்தக்காரர் வெப்ஸ்டரிடமிருந்து கிளப் 1832-ல் தனது இருப்பிடமாக வாங்கி, விரிவாக்கியது. இடம் அதிகம் தேவைப்பட்டதால், 1852-ல் வாலருடைய இடத்தையும், 1853-ல் டெவனிஷின் இடத்தையும் வாங்கிக்கொண்டது.

இதன் மூலம் கிளப்பின் சொத்து பட்டுலாஸ் சாலை வரை வியாபித்தது. டெவனிஷின் இடத்தில் இப்போது பழைய செய்தித்தாள்கள் பாதுகாத்து வைக்கப்பட்டிருக்கும் தென்னிந்தியாவின் முதல் கூரையுள்ள நீச்சல் குளம் கட்டப்பட்டது. அதை ரோமானிய பாணி குளியலறையாக மாற்றலாம்! 1865-க்கும் 1867-க்கும் இடையே ராபர்ட் சிஷோமினால் வடிவமைக்கப்பட்ட திட்டத்தின்படி விரிவாக்கப்பட்ட கிளப், தனது தூண்களுடன் நேர்த்தியான பாந்தியன் பாணி புற அலங்காரத்தைப் பெற்றது. 1876-ல் தென்னிந்தியாவின் முதல் டென்னிஸ் விளையாட்டு மைதானம் இங்கு அமைக்கப்பட்டது.

சாயம் பூசப்பட்ட கண்ணாடிகளுடன் கொத்திக் பாணியில் சிஷோமினால் வடிவமைக்கப்பட்டு, எண் கோண வடிவில் மரத்தால் கட்டப்பட்ட புகை பிடிக்கும் அறையுடன் 2004 வரை இந்த பாந்தியன் பாணிக் கட்டடம் சீர் கெட்டும் கூட புழக்கத்தில் இருந்தது. அதன் பின்னால் இருந்த திவானும் அதற்குப்பின் சேர்க்கப்பட்ட சீட்டு, மற்றும் பில்லியர்ட்ஸ் விளையாடும் இடங்களும், கூரையுடைய வழி மூலம் அதனுடன் இணைக்கப்பட்டன. ஹிக் என்பவரிடமிருந்து 1822-ல் ஆளுநரின் பாதுகாப்புப் படை தளபதி கேப்டன் பட்டுலாவினால் வாங்கப்பட்ட வீடு, 1898-ல் கிளப்புடன் இணைக்கப் பட்டது. இந்தியன் எக்ஸ்பிரஸின் சொந்தக்காரர்களான கோயங்கா குடும்பத்தினர், சிறப்பாக நவீனப்படுத்தி, இந்த வீட்டில் வசிக்கின்றனர்.

இந்தக் கட்டடங்களுக்கு முன் வடக்கே, பிரதானக் கட்டடத்துக்குள் பெண்கள் அனுமதிக்கப்படாததால் அவர்களுக்காக 1898-ல் கட்டப்பட்ட தனியான மண்டபம் இருந்தது. தங்களுடைய கணவர்களுக்காகக் காத்துக்கொண்டிருக்க கட்டப்பட்ட 'ஹென் ஹவுஸ்', இப்போது மாற்றி அமைக்கப்பட்டு சிறிது காலம் மாக்ஸ்முல்லர் பவனின் இருப்பிடமாகவும், பின்னர் எக்ஸ்பிரஸ் அலுவலகமாகவும் ஆகியது. (இப்போது எக்ஸ்பிரஸ் அந்த இடத்திலிருந்து அம்பத்தூர் எஸ்டேட்டுக்குச் சென்றுவிட்டது.)

தெற்கிலிருந்த ஹிக்ஸ் பங்களாவைத் தவிர்த்து மற்றவையாகவும் இப்போது மறைந்துவிட்டன. இப்போது ஒரு மல்டிப்னெக்ஸ் சினிமா, தங்கும் விடுதி மற்றும் வியாபாரங்கள் பல உடைய இடமாக 'எக்ஸ்பிரஸ் எஸ்டேட்' இருக் கிறது. மேலும் நவீன புதிதாக்குதல் திட்டமிடப்பட்டிருக்கிறது. இன்று நவீன மேற்கத்திய கலாசாரத்தின் இருப்பிடமாக திகழும் இந்த வளாகம் ஒரு காலத்தில் பழைய மேற்கத்திய கலாசாரத்தில் இருப்பிடம் என்பது விநோதம்.

நரி வேட்டைக்குத் தேவையான நாய்களின் லாயத்தை கிளப் மராமரித்து வந்தது. இந்த நாய் லாயம், கிளப் தொடங்குவதற்கு முன்னரேகூட இருந்திருக் கலாம். 'மதராஸ் ஹண்ட்' என்ற நரி வேட்டை 1770-களிலேயே அதிகாரபூர்வ மாக இருந்திருக்கலாம். வேட்டைக்குச் செல்லும் 'மதராஸ் ஹண்ட் - 1865' என்ற வர்ணனையுடன் ஓவியம் ஒன்று இன்றைய மதராஸ் கிளப்பில் மாட்டப் பட்டிருக்கிறது. அதன் பின்புறக் காட்சியில் இருப்பது அரசாங்க மாளிகை, கிண்டி (இன்றைய ராஜ் பவன்) என்று வர்ணிக்கப்பட்டாலும், அது பார்ப்பதற்கு 'அஸெம்பிளி ரூம்ஸ்' (இதைப் பற்றி பின்னர்) அல்லது கிளப்

போலவே தோன்றுகிறது. ஒவ்வொரு வருடமும் கிளப் உபயோகித்த வேட்டை நாய்கள் அநேக கப்பல் கேப்டன்கள் மூலம் கட்டணமின்றி இறக்குமதி செய்யப்பட்டன. 1865-ல் இந்த ஓவியம் கிளப்புக்குக் கொடுக்கப் பட்டிருக்கலாம்.

1832 பிப்ரவரியில் நிறுவனர்கள் கூட்டம் நடந்தபின், மே 1832-ல் 'ஐரோப்பியர்களுக்கு மாத்திரம்' என்ற கொள்கையுடன் இந்தியாவில் நிறுவப்பட்ட இரண்டாவதான இந்த கிளப்பில் இப்போது அந்த நிலை மாறி விட்டது. அதன் முதல் தலைவர் ஹெச். சேமியர். நிறுவப்பட்ட சில மாதங் களுக்குள் அதில் 1,250-க்கு மேல் உறுப்பினர்கள் இருந்தனர். 50 வருடங்கள் கழித்து 2,400 உறுப்பினர்களும் 175 அலுவலகர்களும்இருந்த அந்த கிளப்பின் சொத்தின் மதிப்பு ரூ. 1,65,000 ஆக இருந்தது.

மோப்ரேஸ் சாலையின் இறுதியில், ஆற்றங்கரையில் இருந்த அடையாறு கிளப்புடன் இணைந்தபின், பூங்கா போல் இருக்கும் அழகான தோட்டத்தில் இந்த கிளப் இருக்கிறது. ஒரு காலத்தில் சரித்திரப் புகழ் பெற்ற இந்த மோப்ரேஸ் ஹவுஸ், கூம்பு (குபோலா) என்று அழைக்கப்பட்டு வழி நெடுக இரு புறமும் மரங்கள் நிரம்பிய மோப்ரேஸ் சாலையுடன் இணைக்கப்பட்டது. இந்தக் கட்டடத்தின் நேர்த்தியான கூம்பு, பொறியியல் திறனுக்கு ஒரு சான்று. 1771-ல் அரசாங்கக் கணக்காளராக சென்னைக்கு வந்த ஜார்ஜ் மோப்ரே ஆற்றங் கரையில் 105 ஏக்கர்களை 80 வராகனுக்கு வாடகைக்கு எடுத்தார். இங்கு அவர் கட்டிய மாளிகையின் மையத்தில்தான் இப்போது கிளப் செயல்படுகிறது. அடையாற்றின் கரையில் கட்டப்பட்ட கட்டிடங்களுள் இது தான் முதல் கட்டிடம். மரபு முறையில் கூரையில் ஐரோப்பிய பாணி கூம்புடைய இந்தக் கட்டிடம் சென்னை ஆட்சிக் குழுவின் நிதியை சமாளித்த போப்ரேயின் கூட்டாளி கட்டிடக்காரர் பால்பென்ஃபில்டால் கட்டப்பட்டிருக்கலாம்.

1792-ல் மோப்ரே இந்தியாவை விட்டு வெளியேறியபின் 1802 வரை என்ன நடந்தது என்று விளங்கவில்லை. அது ஃபிரான்சிஸ் லடூர் அண்ட் கோ கைக்கு மாறியிருக்கலாம். 1810-ல் அந்த நிறுவனம் ஆர்பத்நாட் டி மாண்டே என்ற நிறுவனத்துக்குக் கை மாறிய பின், ஜான் டி மாண்டே என்ற போர்த்துகீசிய வர்த்தகர் அதன் உரிமையாளர் ஆகியிருக்கலாம். அந்த வீட்டுக்குச் செல்லும் வண்டிப் பாதை 1816-ல் இரு புறங்களிலும் மரம் சூழ, நேர்த்தியான சாலையாக மாற்றப்பட்டது. 1820-க்குப் பின் உயர் நீதிமன்றத்தின் நீதிபதிகள் பலர் அங்கு வசித்தனர். பெண்களையும் அவர்களுடன் தொடர்புள்ள எந்தச் செயல்பாடுகளையும் நிராகரித்த மதராஸ் கிளப்பின் கட்டுக்கோப்பிலிருந்து தப்புவதற்காக, 1890-ல் நிறுவப்பட்ட அடையாறு கிளப், மதராஸ் கிளப்பின் சொத்தை வாடகைக்கு எடுத்தது.

1821-ல் வாரிசுகள் இன்றி ஜான் டி மாண்டே இறந்தார். அவர் மனைவி மேரிக்கு புத்தி சுவாதீனம் இல்லை. அவர் மகன் கிரிஸ்டோஃபர் ஜெர்மனி யிலிருந்து இந்தியாவுக்குத் திரும்புகையில் 1816-ல் இறந்தார். இந்த மூவரது உடல்களும் கோவளம் சர்ச்சில் புதைக்கப்பட்டுள்ளன. இந்த சர்ச்சும், இன்னும்

பல நிறுவனங்களும் இந்தக் குடும்பத்தின் நன்கொடைகளைப் பெற்றுள்ளன. டி மாண்டே, தன் மரணத்தின்போது தன் மிகப்பெரும் சொத்தை மைலாப்பூர் கத்தோலிக்க மத பீடத்துக்கு அளித்தார். சர்ச்சிடம் இருந்துதான் அடையாறு கிளப், ஆற்றிலிருந்து சேமியர்ஸ் சாலை வரையும் கோட்டூர்புரம் சாலை யிலிருந்து (காந்தி மண்டபம் சாலையிலிருந்து) ப்யூக் சாலை வரையும் விரிந்திருந்த சொத்தை குத்தகைக்கு எடுத்தது.

இரண்டாம் உலகப் போருக்குப் பின் இரு கிளப்புகளுக்கும் பணமுடை ஏற்பட்டது. கிளப் ஹவுஸ் சாலையில் இருந்த தனது சொத்தை ராம்நாத் கொயென்காவிற்கு 13 லட்ச ரூபாய்களுக்கு விற்ற மதராஸ் கிளப், கம்பீரமான 123, மவுண்ட் ரோடை 1947-ல் கட்டியது. இந்த 5 ஏக்கர் நிலத்துக்குச் சொந்தக்காரரான பொப்பிலி அரசர் 'ப்ரான்ஸன் பாக்' என்ற அதை ரூபாய் 2,54,000-த்துக்கு விற்றார். ஏப்ரல் 1948-ல் பிரத்தியேகமாக கட்டப் பட்ட இந்த கிளப் விடுதிக்கு நகர்ந்தபின், 1961-ல் கீவ்ராஜ் சோர்டியாவுக்கு விற்றபோது, அதன் விலை 27 லட்சம் ரூபாய்க்கு உயர்ந்திருந்தது. இந்தியாவின் முதல் பலதிரை சினிமா அரங்கான சஃபயர் தியேட்டருக்கு பின் ஒளிந்திருந்த இந்தக் கட்டடம், 1980 வரை வருமான வரித் துறையின் அலுவலகமாக இருந்து, பின், அடுக்குமாடிக் கட்டடங்கள் வந்தபின் மறைந்து போனது. குடும்ப உபயோகத்துக்காகக் கட்டப்பட்ட ஒரு கட்டடத்தில் மாத்திரம் அலுவலகங்கள் இயங்குகின்றன. ஆனால் இருபத்தோராவது நூற்றாண்டில் பிரான்ஸ் பர்க் வளாகம் புது கட்டிடங்களுக்கு இடம் அளித்திருக் கிறது.

1950-களில் நடவடிக்கைகள் சுருங்கியபின், இந்தியர்களை அனுமதித்த பிறகும் கூட, கிளப்புகள் இரண்டும் காலம் தள்ள சிரமப்பட்டன. இறுதியில் இரண்டுமே இயங்க இயலாத நிலை ஏற்பட்டது. 1963-ல் இரண்டும் மதராஸ் கிளப் என்ற பெயருடன் இணைந்த பின், மோப்ரேஸ் கூம்பு வாங்கப்பட்டது. மவுண்ட் ரோடு சொத்து, வர்த்தகத்துக்கு விடப்பட்டது. வரலாற்றிலிருந்து விடுபட்டது.

1950 முதல் மோப்ரேஸ் வளாகத்தின் அறங்காவலர்கள்கூட பல ஏக்கர்களை விற்க ஆரம்பித்தனர். அடையாறு கிளப், தனது 12 ஏக்கர் கோல்ஃப் மைதானத்தை இழந்தாலும், அதை வாங்க மறுத்தது. ஆனாலும், தனது சொந்த இடத்தை நிறைய செலவு செய்து, மேம்படுத்தி வந்தது. முன் நுழை வாயில், மோப்ரேயின் எண் கோண மத்திய அறை, கூம்பு, பில்லியர்ட்ஸ் அறை, வரவேற்பறையாக உபயோகிக்கப்பட்ட நடன அறையின் ஒரு பகுதி ஆகியவற்றை தவிர்த்துக் கட்டப்பட்ட இன்றைய மதராஸ் கிளப்பின் மற்ற கட்டடங்கள் எல்லாம் அடையாறு கிளப்பின் கைவேலை. பிரதான கட்டிடம் 2011/2012ல் அழகான புனர் நிர்மாணம் பெற்றிருக்கிறது.

இழந்த இடங்கள் என்று குறிப்பிடப்படுவது, மதராஸ் கிளப்பின் 'பிரான்ஸன் பாக்' மட்டுமல்லாது, சுதந்தரத்துக்குப் பின் அடையாறு கிளப் இழந்த பல ஏக்கர்களைப் பற்றியும்தான்.

1960-க்குப் பின், அடையாறு கிளப் இந்தியர்களை குறைந்த அளவில் அனுமதிக்க ஆரம்பித்ததால், அதே நிர்ப்பந்தம் மதராஸ் கிளப்புக்கும் உண்டானது. அதற்குப்பின் உறுப்பினர்களின் எண்ணிக்கை பெருகியது. இந்த பரந்த நோக்கத்துக்குப் பின்னரும் 1973-ல்தான் ஏ.கே. சிவராமகிருஷ்ணன், அதன் முதல் இந்தியத் தலைவர் ஆனார். ஆனால், அதற்கு நூறு ஆண்டுகளுக்கு முன்னரேயே, பிரிட்டிஷ், பிரெஞ்சு சமையற்காரர்களை விட இந்தியர்களே மேல் என்று கிளப் நிச்சயித்திருந்தது.

1950-களின் ஆரம்பத்தில் அமெரிக்க தூதரகத்துக்கு விற்கப்பட்ட மோப்ரேஸ் தோட்டத்தின் பகுதியை அமெரிக்காவிலேயே கட்டப்பட்ட மூன்று வீடுகள் கிட்டத்தட்ட முழுமையாக ஆக்கிரமிக்கின்றன. டெல்லியில் உள்ள தூதரின் வீட்டைச் சேர்க்காவிட்டால், சென்னையில் இருக்கும் துணை தூதரின் வீடுதான் இந்தியாவிலேயே பெரிய அமெரிக்க வீடு.

கிழக்கிந்தியாவுக்கு 1792-ல் பெஞ்சமின் ஜாய் பிரதிநிதியாக நியமிக்கப் பட்டபோதுதான் அமெரிக்கர்கள் சென்னைக்கு வந்தனர். அவர், தனது சென்னை கன்சலேட் அதிகாரியாக வில்லியம் ஆபட்டை 1794-ல் நியமித்தார். ஆற்காடு நவாபுக்குக் கடன் அளித்த பிரிட்டிஷ் வியாபாரியான அவர், 1798-ல் சென்னை மாநகராட்சியின் மேயர் ஆனார். இத்தனைக்கும், 1790 டிசம்பரில், கிழக்கிந்தியாவைச் சேர்ந்த கறுப்பு வண்ண சென்னை வாசி ஒருவர் மாசசூஸெட்ஸ் மாகாணத்தின் சேலம் நகரில் காணப்பட்டார் என்று பதிவாகி யுள்ளது. சேலத்தில் உள்ள பீபாடி அருங்காட்சியகத்தின் ஆதாரத்தின்படி, கப்பல் அதிகாரியான ஜான் கிபாட் என்பவர் தன் ஊழியர் ஒருவரை அமெரிக்கா வுக்கு அழைத்துச் சென்றார். அப்படியும்கூட, ஜான் கம்பெனி சென்னையில் இருந்த அந்த கன்சலேட்டை அங்கீகரிக்கவில்லை. அதனால், 1802-ல் முடிந்து போன அந்த ஒப்பந்தம், 1852-ல் மும்பையிலும், பல நாள்கள் கழித்து, வெவ்வேறு இடங்களிலும் புதுப்பிக்கப்பட்டது.

அமெரிக்க கன்சுலர் ஏஜெண்டாக 1867-ல் ஜோஸஃப் தாம்சனையும், அமெரிக்க கன்சலாக 1908-ல் நதானியல் ஸ்டீவர்ட்டையும் சென்னை பெற்றது. இந்த கன்சலேட், 1947-ல் கன்சலேட் ஜெனரலாக ஆனது. தென்னிந் தியாவுக்கு முதல் கன்சல் ஜெனரலாக ராய். இ.பி. போவர் நியமிக்கப்பட்ட பின், 1950-ல் அந்த தூதரகம் முதல் கடற்கரைச் சாலையிலிருந்து, மவுண்ட் ரோடில் இப்போது பேங்க் ஆஃப் அமெரிக்கா இருக்கும் புதுக் கட்டடத்துக்கு நகர்ந்தது. முதல் கடற்கரைச் சாலையில், கன்சல் ஜெனரல் அலுவலகம், பாரி அண்ட் கோ-வின் பழைய வழக்கறிஞர் கட்டடத்திலிருந்து இயங்கிய பின், மவுண்ட் ரோடுக்கு நகரும் வரை பாரியின் புதிய கட்டடமான டேர் ஹவுஸிலும் இயங்கியது. 1969-ல் புனித ஜார்ஜ் கதீட்ரலிடமிருந்து வாடகைக்கு எடுத்துக்கொண்ட நிலத்தில் ஜெமினி சர்க்கிளுக்கு அருகில் கட்டப்பட்ட தனது சொந்தக் கட்டடத்துக்கு கன்சலேட் ஜெனரல் அலுவலகம் நகர்ந்தது. ஒரு முற்றத்தைச் சுற்றி தென்னிந்திய பாணியில் கட்டப்பட்ட இந்தக் கட்டடம், பர்ட், லெப்ரெடன், லமாந்தியா என்ற நியூ ஆர்லியன்ஸ் கம்பெனியால் வடிவமைக்கப்பட்டது. டான் குவிக்ஸாட்டின் கிராமப் பெயர்

கொண்ட கடைசி நபர் (லமாந்தியா), தமிழ் நாட்டின் தென் கோடி வரை பயணம் செய்தபின், இந்தக் கட்டட வடிவத்தைத் தேர்ந்தெடுத்தார்.

ஓர் அமெரிக்கன் கன்சல் ஜெனரல்தான், மதராஸ் ரிஃபைனரீஸ், மதராஸ் ஃபெர்டிலைஸர் ஆகியவற்றை நிறுவிய அமெரிக்கன் ஆயில் கம்பெனியிட மிருந்து மதராஸ் கிளப்புக்கு ஒரு நீச்சல் குளத்தைப் பெற்றார்.

★

மீண்டும் ஜெனரல் பேட்டர்ஸ் சாலை தொடங்கும் பாரத் பில்டிங்கில் இருக்கும் இடத்துக்குச் சென்றால், அதற்கு எதிரில் மவுண்ட் ரோடின் மேற்கு மூலையில் இருக்கும் ஹஜரத் சையது மூசா காதிரி தர்காவிலிருந்து தொடங்கும் மவுண்ட் ரோடின் இந்த பாகம் ஜெமினி சர்க்கிள் வரை செல்லுகிறது. கல்லறையும் மசூதியாகவும் இருக்கும் இதற்கு, பிரதி வியாழக்கிழமை எல்லா மதத்தினரும் அருள் கோரி வருகின்றனர். அந்தக் காலத்தில், சாலையை விரிவாக்கும் நேரத்தில் ஒரு பிரிட்டிஷ் பொறியாளர் அதை இடிக்க உத்திர விட்டபோது, அங்கிருந்து ரத்தம் கசிந்ததால் வேலையாட்கள் மறுத்தனர் என்பது கதை. அப்படியும் பொறியாளர் வலியுறுத்திய போது, அவர் கோர மரணம் அடைந்தார். பாக்தாதிலிருந்து 17-ம் நூற்றாண்டில் வந்த புனிதரின் தர்காவுக்கு அருகில் அபார நேர்த்தியுடன் ஒரு மசூதி கட்டப்பட்டிருக்கிறது. புதைக்கப்பட்டிருக்கும் இடத்தின் அருகில் இருந்த ஒரு வீட்டில் வசித்த அந்த மகான், வியாதிகளை குணப்படுத்துவதில் பிரசித்தி பெற்றவர். அவரது வாரிசுகள், இன்று இந்தத் தலத்தை நிர்வகிக்கின்றனர். 100 அடி ஸ்தூபியுடைய ஐந்தடுக்கு மக்கா மசூதி தென்னிந்தியாவிலேயே பெரியவற்றுள் ஒன்று. அதன் 5,000 சதுர அடிப் பொதுக் கூடத்தில் ஒரே நேரத்தில் 5,000 பேர் தொழலாம்.

தர்காவிலிருந்து நடக்கக்கூடிய தூரத்தில் இருக்கும் பச்சையப்பன் கோயிலில் இருக்கும் ஐயனார், கிராம தெய்வமாக இருந்தாலும், உண்மையில் இந்த நகரத்தின் காவலர்.

தர்காவுக்குத் தெற்கே இருப்பது ஒரு காலத்தில் லாரென்ஸ் அஸைலம் பிரஸ் என்று அழைக்கப்பட்ட அரசாங்க அச்சகத்தின் ஒரு பகுதி. 1798-ல் தொடங்கப் பட்ட இந்த அச்சகம் 1800-ல் பிரசுரித்த ஆல்மனாக் சென்னையிலேயே ஆரம்பத்தில் பிரசுரிக்கப்பட்ட புள்ளி விவர ஏடுகளில் ஒன்று. அதன்மூலம் தான் சென்னையில் அச்சுத் தொழில் ஆரம்பித்தது என்றால் மிகையில்லை. அச்சகத்தின் இந்தோ-சாரசெனிக் முகப்பில் கைத்தொழில் வளாகத்தின் பூம்புகார் காட்சியரங்கம் இருக்கிறது.

அடுத்தாற்போல் இருக்கும் ஹிக்கின்பாதம்ஸ் புத்தகக்கடை, 1844-ல் வெஸ்லியன் புக் டெபாசிடரியைச் சேர்ந்த நூலகக் காப்பாளர் ஏபல் ஜோஷுவா ஹிக்கின்பாதமால் நிறுவப்பட்டது. நாட்டிலேயே பழைமையான இந்தப் புத்தகக் கடை, இந்த நூற்றாண்டின் தொடக்கம் வரை பரப்பளவிலும் நாட்டிலேயே பெரியதாக இருந்தது. தனது வைர விழாவைக் கொண்டாடு வதற்காக, 1904-ல் உயர்ந்த கூரையும், சாயம் பூசிய கண்ணாடிகளும்,

பளிங்குத் தரையும் கூடிய தனது தற்போதைய இருப்பிடத்துக்கு நகர்ந்தது. அதற்குப் பின்புறம் இருப்பது இரண்டு ஏக்கர்கள் கிடங்குகள் கொண்ட சென்னையின் 19-ம் நூற்றாண்டு அச்சகமான அசோசியேடட் பிரிண்டர்ஸ். அச்சகமும் கட்டடங்களும் 19-ம் மற்றும் 20-ம் நூற்றாண்டின் ஆரம்பத்தில் சென்னையின் தொழிற்கூடங்களின் பரந்த அமைப்புக்கு ஓர் எடுத்துக்காட்டு. அருகில் இருக்கும் அமால்கமேஷன் குழுமத்தின் காட்சியரங்குகள் பல ஆண்டுகளாக, அதன் அடிசன் கம்பெனியின் பல ஏக்கர்களை மறைத்தபடி உள்ளன.

1873-ல் கேரட் என்பவரால் நிறுவப்பட்ட அடிசன், டேட்லர், ஸ்பெக்டேடர் போன்ற இதழ்களுக்கு எழுதிவந்த விமர்சகர் ஜோஸஃப் அடிசனுடைய பெயரைத் தாங்கிய 'அடிசன் பிரஸ்' என்ற இந்த அச்சகம், மவுண்ட் ரோடில் ஈஸ்டர்ன் காஸ்லெட் என்ற கட்டடத்தில் முதலில் இயங்கியது. 1886-ல் இலங்கையிலிருந்து வந்த ஸ்காட்லாந்தைச் சேர்ந்த பத்திரிகையாளர் டாம் லூக்கர், அதை வாங்கிக்கொண்டார். 1882-ல் இலங்கை சட்டமன்ற உறுப்பினர் மாண்புமிகு பி. ராமநாதனிடமிருந்து 'இவரைவிடச் சாமர்த்தியமான நிருபர், சிலோன் அப்சர்வரில் இருந்ததில்லை' என்ற சான்றிதழுடன் ஆறு மாத தாற்காலிகப் பணியில் லூக்கர், மெயில் பத்திரிகையில் சேர்ந்தார்.

அப்சர்வரில் வேலை செய்யும்போது அச்சுத் தொழிலில் தேர்ச்சி பெற்ற லூக்கர், அதனுடைய அச்சகத்தையும் நடத்தியிருந்தார். சென்னையில் தருணம் சரியாக இருந்ததால், இங்கேயே வசிக்க நினைத்த லூக்கர், 1885-ல் லாரன்ஸ் அஸைலம் பிரஸ்ஸின் கண்காணிப்பாளராக தான் நியமிக்கப்படலாம் என்று நம்பினார். அது நடக்காததால், அவர் ஓர் அச்சகத்தைத் தேடியபோது அடிசன் கிடைத்தது. அவரது சகோதரர் அச்சகத் தொழில் புரிந்த ஃபிராங்கும் அவருடன் சேர்ந்தவுடன், அச்சகத்தை விரிவாக்கி, கைக்கடிகாரங்கள், எழுது பொருள்கள், கவர்ச்சிப் பொருள்கள் ஆகியவற்றை விற்பனை செய்வதையும் அதனுடன் சேர்த்தார். சைக்கிள் பிரியரான டாம் லூக்கர், சைக்கிள் ஓட்டும் ஆர்வத்தை சென்னையில் உண்டாக்கினார். சென்னைக்கு ரிக்‌ஷாவை அறிமுகப்படுத்தினார். தட்டெழுத்தாளர்களுக்கும் பத்திரிகை யாளர்களுக்கும் பிட்மன் முறை சுருக்கெழுத்து வகுப்புகள் நடத்தியதில் அவர் முன்னோடி.

1904-ல் கார்கள் (ஆல்டேஸ், ஹம்பர்), மோட்டார் சைக்கிள் (ட்ரையம்ஃப்) ஆகியவற்றுக்கான நகரத்தின் முதல் அதிகாரப் பூர்வ முகவராக, அடிசன் ஆனது. இதற்காகத் தேவைப்பட்ட, 1909-ல் கட்டப்பட்ட, 120 அடிக்கு 42 அடி காட்சியரங்கம் மவுண்ட் ரோடில் இருந்த அடிசன் தொழிற்சாலைகளை மறைத்தது. 1913-ல் அதனுடன் சேர்க்கப்பட்ட நேர்த்தியான நீண்ட முகப்பில், அமால்கமேஷன் குழுமத்தின் காட்சியரங்கும் இடையில் இருக்கும் சுவர்களுக்குள் ஒரு வங்கியும் இயங்குகின்றன. குழுமத்தின் வாகன ரிப்பேர் தொழிலின் தேவை அதிகமான காரணத்தால், ஸ்பென்சர்ஸுக்கு எதிரில் இருக்கும் இடங்கள் 1918-ல் வாங்கப்பட்டன.

1939ல் மதராஸப் பப்ளிஷிங் ஹவுஸை வாங்கி, பிறகு அதை 1946ல் பொப்பிலி ராஜாவிற்கு அதை விற்ற எம்.டி.சௌந்திரராஜனின் வெவ்வேறு அக்கறைகளுள் அதற்கருகிலிருந்த கொயல்ஸ் ஹோட்டலும் ஒன்று. யுத்த காலத்தில் கொயலின் நடனகூடமும் மது அருந்தும் ‘பாரும்’ பிரிட்டிஷ் மற்றும் அமெரிக்கத் துருப்புகளுக்கு மிகவும் வேண்டப்பட்டவையாகயிருந்தன. அதற்குப் பின் ‘சவாய்’ ஆன அது. ஹோட்டல் இந்தியன், ஹோட்டல் கோகுல் என்ற இந்திய அவதாரம் எடுத்தபின் 1960ல் மூடப்பட்டது.

நகரிலேயே முக்கியமான கார் விற்பனையாளர்களாக அடிசன் இருந்த போதிலும், கார் உடலைக் கட்டிய காரணத்தால் சிம்சன், அடிசனைவிடப் பெரிய நிறுவனமாக இருந்தது. 1940-ன் ஆரம்பத்தில் டாம் லூக்கரின் மகன்கள் அடிசனை விற்க நினைத்தபோது, சிம்சன் உடனடியாக அதை வாங்கிப் போட்டது. இந்தியாவில் கார் உற்பத்தி சாத்தியப்படுமா என்று பரிசோதிக்க, 15 நவம்பர் 1950-ல் இந்தியாவிலேயே முதன்முறையாக மாரிஸ் மைனர் பாகங் களைச் சேர்த்து காரை உருவாக்க நிச்சயித்தபோது அதற்காக அமால்கமேஷன் கம்பெனி, அடிசனை தேர்ந்தெடுத்தது மிகவும் பொருத்தம். மற்றொரு உற்பத்தியாளருடன் ஏற்பட்ட சட்டப் பிரச்னையால், இந்த முன்னோடி முயற்சி கைகழுவப்பட்டு, அடிசன் வேறு துறைகளில் புகுந்தது. இன்று அது இயந்திர வெட்டு கருவிகள் உற்பத்தியிலும் ஏற்றமதியிலும் முன்னோடியாக உள்ளது.

ஹிக்கின்பாதம்ஸுக்கும் அடிசனுக்கும் இடையில் பழையதும் புதியதும் கலந்தாற்போல, நவீனக் கட்டடங்களுக்கு இடையில் கண் கவர் பழைய கட்டடங்களாக, ஒரு தோல் கடையும் நகரத்திலேயே பழைய இசைத்தட்டுக் கடையான சரஸ்வதி ஸ்டோர்ஸும் உள்ளன. 1990-ல் இடிக்கப்படும்வரை ஒரு காலத்தில் பழைய ராணுவ ஜவுளி உற்பத்தி ஆலையாக இருந்த இடத்தில் பின்னர் வந்த மின் வாரியக் கட்டடம் இருந்தது.

ஹெச்.எம்.வி, கொலம்பியா, ஓடியன் போன்ற நிறுவனங்களுக்கு ஒலிப்பதிவு செய்ய புகழ் பெற்ற பாடகர்கள் வரும்போதெல்லாம் சரஸ்வதி ஸ்டோர்ஸுக்கு வெளியே தெருவில் பெரும் கூட்டம் சேரும். இசைத் தட்டுக்குப் பதிலாக ஒலி நாடா வந்த பின், சரஸ்வதி ஸ்டோர்ஸின் இடத்தை வாடகைக்கு எடுத்துக் கொண்ட ஒரு ஹோட்டல், எப்படி ஒரு நவீன உடுப்பி உணவகத்துக்கு மாறு பட்ட உருவம் கொடுக்கமுடியும் என்பதைக் காண்பித்தது. அழகாகவும் பழைமையைப் பராமரிக்கும் வகையிலும் அந்தப் பழைய கட்டடம், புத்துயிர் பெற்று ‘தாஸா’ என்ற பெயருடன் பிரபலமானது. ஆனால் வாடகைக்கு அந்த இடத்தை எடுத்தவரின் சூழ்நிலை, அந்த ஹோட்டலுக்கு முடிவு கட்டியது. அருகில் இருக்கும் ‘உம்மிடியார் ஷாப்பிங் காம்ப்ளெக்ஸ்’ பிரசித்தி பெற்ற மதுவகமாகவும் பில்லியர்ட்ஸ் அரங்காகவும் ஆகியுள்ளது. அதற்கருகில் பூர்வீகம் தெரியாத புனர்நிர்மாணம் பெற்ற கட்டிடத்தில் ஸ்வாமிஜியின் சீடர்களான சேவைப் புரிவோரால் நடத்தப்பட்ட உயர்தர அன்னபூர்ணா என்ற சைவ உணவகம் இருக்கிறது. இதுவும் புதிதாக கட்டப்பட்டாலும் உணவகம் வேறு இடத்திற்கு நகர்ந்திருக்கிறது. ஒரு மிக நவீன அலுவலக அடுக்கு மாடியாக ஆகியுள்ளது.

அடிசனுக்கு அப்பால் இருக்கும் பெண்கள் கல்லூரியைப் பற்றி வேறு இடத்தில் பார்க்கப்போகிறோம். அதற்கு அப்பால் இருப்பன கமாண்டர்-இன்-சீஃப் ரோடில் உள்ள ஸ்பென்சர் அண்ட் கோவும், அதன் கன்னிமரா ஹோட்டலும். ஒரு காலத்தில் பிரசித்தி பெற்ற பல்பொருள் அங்காடியான ஸ்பென்சர் அண்ட் கோ, சுமார் 90 வருடங்களுக்கு நகரத்தின் முக்கியமான அடையாளச் சின்னமாக இருந்தது. 1981-ல் தீக்கு இரையான அந்தக் கட்டடம், அந்தக் காலத்தில் சென்னையிலேயே நேர்த்தியான கொத்திக் பாணி இந்தோ-சாரசெனிக் கட்டடம். பழைய கட்டடத்தின் முழு முகப்பும் கூடும் தீக்கு இரையாகாவிட்டாலும், ஸ்பென்சர் பிளாசா என்று இந்தியாவிலேயே பெரிய ஷாப்பிங் காம்ப்ளெக்ஸைக் கட்டுவதற்காக சொந்தக்காரர்கள் அதை இடித்தனர். ஸ்பென்சர் மற்றும் பல கடைகள் இருக்கும் ஸ்பென்சர் பிளாசாவில் இடம் இருந்தாலும், உயிர் இல்லை. 15 வருடங்களுக்கு பின்தான் சென்னைக்கு இந்த மாதிரி ராக்ஷஸ பன்பொருள் அங்காடிகள் வந்தன. ஸ்பென்சர்ஸுக்கு எதிர்ப்புறம் மவுண்ட் ரோடில் இருக்கும் காவல் நிலையம் ஆரம்பத்தில் கட்டியபோது இருந்த நிலையில், பின்னால் கட்டப்பட்ட காவல் நிலையங்களுக்கெல்லாம் ஓர் எடுத்துக்காட்டாக இருக்கிறது.

மது மற்றும் பல சரக்கு வியாபாரி என்ற பெயருடன், ஸ்பென்சர்ஸ் ஆரம்பிக்கப் பட்டது. 1863-ல் அதை நிறுவிய சார்ல்ஸ் டுராண்ட், ஏலம் விடுவதையும் சேர்த்துக்கொண்டார். ஹோட்டல் டாஞ்ஜெலி இருந்த இடத்தில் டுராண்ட் தனது வியாபாரத்தை ஆரம்பித்தார் என்பது பேச்சு. டுராண்டுடன் 1864-ல் ஸ்பென்சர் சேர்ந்தபின், அந்தக் கூட்டு, டுராண்ட் 1867-ல் ஓய்வெடுக்கும்வரை நீடித்தது. இருவரும் அந்தக் காலத்தில், பிராட்வேயில் இருந்த, சென்னை யிலேயே பெரிய பல பொருள் அங்காடியான ஓக்ஸ் அண்ட் கோ-வில் பணி புரிந்தனர். டுராண்டிடமிருந்து எடுத்துக்கொண்டபின், கம்பெனிக்கு ஜே.டபிள்யூ. ஸ்பென்சர்ஸ் என்று ஸ்பென்சர் பெயரிட்டார்.

1871-ல் யூஜீன் ஓக்ஷாட் அவருடன் சேர்ந்தபின், 1882-ல் ஸ்பென்சர் ஓய்வெடுக்கும்வரை இருவரும் ஒன்றாக இருந்தனர். ஸ்பென்சர்ஸ் நிறுவனத்தை மாத்திரம் அல்லாமல், இப்போது கர்சனுக்கு அருகில் இருக்கும் 1868-ல் நிறுவப்பட்ட ஜானி டி மாண்டேயின் வர்த்தகத்தையும் எடுத்துக் கொண்ட ஓக்ஷாட், கடையை அங்கு நகர்த்தி, விரிவடைந்த வியாபாரத்துக்கு, ஸ்பென்சர்ஸின் பெயரை வைத்தார்.

2 டிசம்பர் 1895-ல் தன்னுடைய இப்போதைய இடத்துக்கு நகர்ந்த ஸ்பென்சர்ஸ், இந்தியாவில் மாத்திரம் அல்லாமல் ஆசியாவிலேயே பெரிய பல பொருள் அங்காடியானது. 1897-ல் அந்த நிறுவனம் ஒரு லிமிடெட் கம்பெனியானது. அது முதல் 1974 வரை ஓக்ஷாட் குடும்பத்தினர் ஒருவர் இயக்குனராகவோ மூத்த நிர்வாகியாகவோ பணி புரிந்தார். மது பானக் கொள்முதல் வியாபாரி டி.ஏ.டெய்லரின் நிர்வாகி திரு சவ்டனுக்கு விற்ற முதல் புட்டி ஷேம்பேனுடன் ஸ்பென்சர்ஸின் விற்பனை ஆரம்பித்தது. அந்தப் புட்டியை அவர்கள் டி.ஏ.டெய்லரிடமிருந்தே வாங்கியிருக்கலாம்!

தனது உயர்வான நாள்களில் 80 இலாகாக்கள் இருந்த ஸ்பென்சர்ஸ், நாடு முழுவதும் 60 கிளைகளுடன், பெஷாவர் முதல் திருவனந்தபுரம் வரை, கௌஹாத்தி முதல் கராச்சி வரை 300 புகைவண்டி நிலையங்களில் உணவகங்களையும் பல விடுதிகளையும் நடத்தியது. அந்த நாள்களில் ரயில்வே சாப்பாடு மறக்க முடியாதது. அதனுடன் கூட லைட் ஆஃப் ஏஷியா என்ற அதனுடைய சுருட்டும்! சர்ச்சிலினால் விரும்பப்பட்ட இந்தச் சுருட்டு திண்டுக்கல் தொழிற்சாலையில் தயாரிக்கப்பட்டது. 1890-ல் ஓக்ஷாட் முன் யோசனையுடன் வாங்கிய நிலப்பரப்பில் - இப்போது இருக்கும் மாநகர நூலக வளாகத்திலிருந்து கமாண்டர்-இன்-சீஃப் ரோடு வரை, மவுண்ட் ரோடிலிருந்து கூவம் ஆறு வரை ஸ்பென்சர்ஸின் இரு ஹோட்டல்களும், அங்காடியும், கிடங்குகளும் இருந்தன.

டபிள்யூ.என்.பாக்சனின் வடிவமைப்பின்படி, இந்தியமயமாக்கப்பட்ட கொத்திக் பாணியில் கட்டப்பட்டது ஸ்பென்சர்ஸ் கட்டடம். பிரசித்தி பெற்ற ஸ்பென்சர்ஸ் ஹாலின் கூரையில், வளைந்த செதுக்கப்பட்ட தேக்கு மர உத்திரங்களும் சாயம் பூசப்பட்ட கண்ணாடிகளும் இருந்தன. அந்தக் காலத்தில், பெயர் பெற்ற அதன் விசாலமான கிடங்குகள், அடுக்கு மாடிக் கட்டடங்கள் கட்ட 1985-ல் இடிக்கப்பட்டன.

ஸ்பென்சர்ஸ் தனது வளர்ச்சிக்கு, அதை 1920-களில் ஓர் இந்திய வர்த்தக சாம்ராஜ்ஜியமாக ஆக்கிய ஓக்ஷாட்டின் மருமகன் ஜே.ஓ.ராபின்சனுக்குக் கடன் பட்டிருக்கிறது. அவர்தான், பாப்ஹாம்ஸ் பிராட்வேயில் இருந்த ஓக்ஸ் அண்ட் கோவை வாங்கி அதனுடன் ஸ்பென்சர்ஸை இணைத்து, அதை நாட்டிலேயே பெரிய பல சரக்கு அங்காடி ஆக்கினார். 1895-ல் சிம்சனுக்கு அருகில் இயங்கிய ஓக்ஸ் தனது மதுபான வகைகள், ஹார்ட்வேர் சாமான்கள், ஃபர்னிச்சர்கள், துணி வகைகள், மகளிர் ஆடைகள், கார்கள், சைக்கிள்கள் ஆகியவற்றின் விற்பனையில் சிறந்து விளங்கியது. ஸ்பென்சர்ஸின் நிலத்தைத்தான் சிம்சன் வாங்கியது. பிராட்வேயில் இருந்த ஓக்ஸின் இடம், பீஹைவ் ஃபவுண்டரி என்ற வார்ப்படச் சாலை ஆகி, பல்வேறு விதமான ஹார்ட்வேர் பொருள்கள் அங்கே தயாரிக்கப்பட்டன. 1892-ல் கிண்டியில், செங்கல்பட்டு ஆணையரின் இல்லமாக இருந்த இடத்தை வாங்கி, ஒரு சுருட்டு தொழிற்சாலையை ஓக்ஸ் நிறுவினார்..

ஸ்பென்சர்ஸுக்கு அப்பால், லார்சன் அண்ட் டூப்ரோவின் இ.சி.சியினால் கட்டப்பட்ட ஐ.ஓ.பி கட்டடம், சென்னையின் இரண்டாவது முக்கிய பலமாடிக் கட்டடம். ராணி விக்டோரியாவின் ஆண்டு விழாவுக்காக 1887-ல் திட்டமிடப்பட்டு 1889-ல் கட்டி முடிக்கப்பட்ட விக்டோரியா டெக்னிகல் இன்ஸ்டிட்யூட் என்ற அரசாங்கத்தால் ஆதரிக்கப்பட்ட லாப நோக்கற்ற நிறுவனம், நம் நாட்டுக் கைத்தொழில்களை வளர்க்க நிறைய ஆதரவு அளித்து வருகிறது. தென் இந்தியக் கைத்தொழில் பொருள்கள் இங்கு கவர்ச்சியாக காண்பிக்கப்படுகின்றன. அடுத்தாற்போல் இருப்பது ஆனந்த விகடனின் அலுவலகம்.

புன்னகையுடன் புதிய பாதை

ஜூலை 1915-லிருந்து பிரசுரிக்கப்பட்டு, அதன்பின் 15 வருடங்களுக்கு வெற்றிக்கரமாக நடத்தப்பட்ட ஆனந்த போதினி, பல தமிழ் ஏடுகளுக்கு வழி காட்டிய ஆனந்த விகடனின் கரு. அதைப் பிரசுரித்த நாகவேடு முனுசாமி முதலியார், தபால் மூலம் வியாபாரம் செய்தவர். தபால் மூலம் பொருள்களை வாங்குவது அந்தக் காலத்தில் வெகுவாகப் பழக்கத்தில் இருந்ததால், முதலியார், வாசகர்கள் விரும்பி வாசிக்கும் ஏட்டை ஆரம்பித்ததன் முக்கிய நோக்கம், அவரது வியாபாரத்தை வளர்ப்பதுதான்.

விகடன், பூதூர் வைத்தியநாத ஐயரின் சிருஷ்டி. 30 வருட பத்திரிகை அனுபவ முடையவர் வைத்தியநாத ஐயர். விகடனுக்கும், அதனை 1928-எஸ்.எஸ்.வாசனுக்கு விற்றபின், அவர் ஆரம்பித்த வேறு பல ஏடுகளுக்கும், அடிப்படைச் சூத்திரம் இதுதான்: ஏற்கெனவே கூறப்பட்ட பழைய கேலித் துணுக்குகளையும் சிரிப்பூட்டும் கவிதைகளையும் மீண்டும் மீண்டும் பிரசுரிப்பது. ஆனால் அந்தச் சூத்திரம் வெற்றி அடையவில்லை. வாசன் அந்தச் சூத்திரத்துக்கு மெருகூட்டி அதை வெற்றியடைய வைத்தார். போருக்குப் பிறகு மற்ற ஏடுகள் விகடனுக்குச் சவால் விட்டு, அதனைப் பின்னுக்குத் தள்ளி னாலும், அவையும் விகடனின் சூத்திரத்தைத்தான் பரவலாகக் கையாண்டன.

ஆனந்த விகடனை வாங்கியபோது வாசன் ஒரு விளம்பர நிறுவனத்தையும், தபால் வழி வியாபாரத்தையும் நடத்திக்கொண்டிருந்தார். பொது மக்களுக்குப் பிடித்த ஆங்கிலக் கதைகளை தமிழில் மொழிபெயர்த்து, கொஞ்சம் எழுதிக் கொண்டும் இருந்தார். ஆனால் அவருடைய திறன், மக்கள் விரும்புவதைச் சரியாகக் கணிப்பதிலும், அதற்காக விளம்பரங்களை உபயோகிப்பதிலும் இருந்தது.

இதற்குத் திகைக்கவைக்கும் ஓர் உதாரணம் முழுப் பக்க விளம்பரங்கள். அந்தக் காலத்தில் அவை யாருமே கேள்விப்படாதவை. வாசன், பத்தாம்பசலி சுதேச மித்திரனை, எப்படியோ பேசி முழுப்பக்க விளம்பரங்களைப் பிரசுரிக்குமாறு செய்தார். ‘இல்வாழ்க்கையின் ரகசியங்கள்’ என்ற அவரது புத்தகத்தின் விளம்பரம்தான் அந்த மதிப்புக்குரிய பத்திரிகையின் முதலாவது முழுப்பக்க விளம்பரமாகும். அப்போது அதிகம் பணம் வைத்திருக்காத வாசனின் வற்புறுத்தலுக்கு இணங்கி சுதேசமித்திரன் சிறிதளவே முன்பணம் பெற்றிருந்தது. ‘என்னுடைய விளம்பரத்தை பார்த்தவுடன் திரளும் மக்கள் கொடுக்கும் பணத்தை வைத்தே உங்கள் கட்டணத்தைக் கொடுத்துவிட முடியும்’ என்று வாசன் அந்தப் பத்திரிகையின் விளம்பர நிர்வாகியிடம் கூறிய தாகக் கேள்வி. அவர் வாக்கு பலித்தது.

அதே மாதிரி ஆனந்த விகடனை எடுத்துக்கொண்டபின் அவர் விளம்பரப் படுத்திய சொற்புதிர் என்ற பரிசுப் போட்டியின் மூலமும் அதற்குப்பின் அவர் பிரசுரித்த ஏனைய போட்டிகள் மூலமும் விற்பனை அதிகமாகி அவரது தபால் வழி வியாபாரமும் பெருகியது.

தனது ஆரம்ப நாள்களில் ஆனந்த விகடன், தங்க சாலைத் தெருவுக்கு வடபுறம் இருந்தது. இரண்டு வாரங்களுக்கு ஒரு முறை என்றும், வாரம் ஒரு முறை என்றும் பத்திரிகையை வளர்க்கத் திட்டமிட்டபின், அதற்கும், அவரது தபால் வழி வியாபாரத்துக்கும் அதிக இடம் தேவைப்பட்டது. 'பாலா தி பேட் வுமன்', 'தேவி தி டான்ஸர்', 'தி பிரைவேட் ஜாய்ஃபுல் இன் மதராஸ்' போன்ற தொடர் கதைகளுடன் நகைச்சுவை நிறைந்த ஆங்கிலப் பத்திரிகை 'மெர்ரி மாகஸினை' ஆரம்பித்தபின் 1933-ல் பிராட்வேயில் மண்ணடிக்கு அருகில் அது நகர்ந்தது. அந்த வருடம் நவம்பரில் வாரப் பத்திரிகையாக ஆன விகடன், இன்றைய தமிழ்ப் பத்திரிகைகளுக்கு வழி காட்டியாக அமைந்தது.

விகடனை வாங்கியபின், வாசன் அதன் ஆசிரியர் ஆனார். பின்பு புத்தகமாக வெளியிடப்பட்ட 'இந்திர குமாரி' என்ற தொடர்கதையை அவர் முதலில் எழுதினார். ஆனால் அடிப்படையில், வாசன் புதிய திட்டங்களைப் பற்றி யோசிப்பவர். தினப்படிச் செயல்களான எழுதுவதும் எடிட் செய்வதும் அவருக்கு உகந்தவையாக இல்லை. ஆகையால் இதற்காக தமிழேடு களிலேயே சிறந்த திறமைசாலிகளை வேலைக்கு அமர்த்தத் தொடங்கினார்.

அவர் குதிரைப்பந்தயப் பிரியர். அதில் வெற்றிகரமாகச் சூதாடியவர். ஆனாலும், வாசனால் எல்லாவற்றையும் ஒரே நொடியில் ஒதுக்கித் தள்ள முடிந்தது. விகடனுக்கு குறுக்கெழுத்து போட்டிகளை அறிமுகப்படுத்தியவர் வாசன். பல அறிவுஜீவிப் பத்திரிகையாளர்கள் அதற்கு தார்மீக ரீதியில் ஆட்சேபணை தெரிவித்தபோது, அதை அவர் விட்டுக்கொடுக்கவில்லை. அதற்கு பதில் 1934-ல் போட்டிகள் எதுவும் இல்லாமல் கலை, அறிவியல், சமுதாயம் பற்றிய செய்திகள் கொண்ட 'நாரதர்' என்ற ஏட்டை ஆரம்பித்து அதை வெற்றி கரமாக நடத்தினார். அவருடைய போக்கைப் பற்றிக் குறை கூறுவது நின்ற பிறகு, ஆனந்த விகடனிலிருந்து குறுக்கெழுத்துப் போட்டிகளை நீக்கிய வாசன், நாரதரையும் நிறுத்திவிட்டார்.

தனது பேனாவால் ஆனந்த விகடனுக்கு கல்கி (ஆர்.கிருஷ்ணமூர்த்தி) பெருமை சேர்த்ததுபோல, தனது கோடுகள் மூலம் பெருமை சேர்த்தவர், 'மாலி' மகாலிங்கம். மாலி, விகடனில் சேர்ந்தபிறகு (அப்போது விகடன் பிராட்வேக்கு இடம் பெயர்ந்திருந்தது) அதன் அட்டையில் பெரிய மனிதர்களுடைய படங்கள் வர ஆரம்பித்தன. இந்திய மை கொண்டு வரையப் பட்ட சித்திரங்கள் வண்ணப்படங்களாக மாறின. சிறு கதைகள், தொடர் கதைகள், அமெரிக்க, பிரிட்டிஷ் ஏடுகளில் வெளியான கட்டுரைகள், நகைச்சுவைத் துணுக்குகள், அங்கதங்கள், மகிழ்ச்சியூட்டும் கேலிச்சித்திரங்கள் போன்றவை இடம்பெற்றிருந்தன. பத்திரிகையின் குறிக்கோள் ஆனந்தத்தைப் பரப்புவது.

ஆர்.ஏ.பத்மநாபன் நினைவுகூர்ந்தபடி, அந்தக் காலத்தில் தமிழ் ஏடுகளில் நகைச்சுவை என்பது, தஞ்சாவூர் மிராசுதாரின் கஷ்டங்கள், ஓயாத மாமியார்-மருமகள் சண்டை, பெண்களின் நகை ஆசை, பணக்காரர்களின் சிற்றின்ப வெறி, புதிய நாகரிகத்தின் பாவனைகள் ஆகியவைதான்

பிரதானமாகக் காணப்பட்டன. மண்ணோடு இணைந்து, ஜாதி வேறுபாடு இல்லாமல், எந்த ஒரு தொழிலையும் விட்டுவைக்காமல், ஒருவரையும் புண்படுத்தாமல், பரந்த நோக்குடன், எந்தவித வரம்பும் இன்றி, நகைச்சுவை இடம் பெற்றிருந்தது. சி.வி.மார்கன் என்று கையெழுத்திட்ட சி.வி.மார்கபந்து உருவாக்கி, தமிழ் அச்சுத்துறையின் முதல் கார்ட்டூனிஸ்ட் மாலி வரைந்த மகிழ்ச்சியான பிராமணரை, தனது சின்னமாக வைத்திருக்கும் ஆனந்த விகடன் பூணூலைப் பற்றியும் பிராமணச் சடங்குகளைப் பற்றியும் கேலி செய்தது ஆச்சரியப்படுவதற்கில்லை.

விகடனின் நகைச்சுவைக்கு ஓர் உதாரணம், கோமுட்டி செட்டியின் மீது கை வைத்த ஒரு முஸ்லிமின் கதை. 'அரே சாயபு! என் குடுமியின் மேல் கை வைத்ததற்கு உன்னை மன்னிப்பேன். என் பூணூலைத் தொட்டிருந்தால் என்ன செய்வேன் என்று எனக்கே தெரியாது.' என்கிறார் கோமுட்டி செட்டி. 'பூணூலுக்கு தன் பிடியை மாற்றிய ஆக்கிரமிப்பாளர், 'இப்போது என்ன செய்வாய்' என்று கேட்கிறார். செட்டி பூணூலை அந்த சாயபுவின் கைகளிலேயே விட்டு விட்டு ஓட்டம் பிடிக்கிறார்.

அடுத்தது, கிட்டு, நித்திய கர்மாவான சந்தியாவந்தனம் செய்வதைப் பார்க்காத அவனுடைய தந்தை, அவனிடம் கேட்கும்போது, தான் அருகில் இருக்கும் குளக்கரையில் அதைச் செய்ததாக கிட்டு சாதிக்கிறான். 'ஆனால் அதில் தண்ணீர் இல்லையே!' என்று தந்தை கூவும்போது, மருண்டு போன கிட்டு, 'உண்மையாகவா? அந்த மடையன் ராமு இருக்கிறது என்றானே,' என்று பதிலளிக்கிறான். தலை மொட்டை அடிக்கப்பட்ட ஒரு விதவை, நாவிதர்கள் ஒழுங்காக வராததைப் பற்றி, 'செல்வாக்குள்ள என் கணவர் மாத்திரம் உயிருடன் இருந்திருந்தால் ஒரு நிமிடத்துக்குள் ஒரு டஜன் நாவிதர்களை வரவழைத்திருப்பார்', என்கிறார்.

காந்திஜியைக் கூட விட்டுவைக்கவில்லை விகடன். அவருடைய உண்ணா விரதத்தின்போது கதை படிக்கும் மனைவியிடம் கணவர், 'நீ எனக்கு உண வளிக்கப் போவதில்லை என்றால் நான் உண்ணாவிரதம் இருக்கப் போய் விடுவேன்' என்கிறார். மேலும் ஒரு பிச்சைக்காரன் மற்றொருவனிடம், 'காலையிலிருந்து ஒரு பருக்கை கூடக் கிடைக்கவில்லையே. இதே நிலை நீடித்தால், நாமும் உண்ணாவிரதம் என்று அறிக்கை விடவேண்டியதுதான்' என்கிறான்.

கல்கியும் வாசனும் ஆனந்த விகடனின் விற்பனையை உச்ச நிலைக்குக் கொண்டு வந்ததால், விளம்பரங்கள் வர ஆரம்பித்தன. விளம்பர நிர்வாகி டி. சதாசிவம், *1934*-ல் லண்டனில் உள்ள 'அட்வர்டைசர்ஸ் ரிவ்யூ', 'அட்வர்டைசர்ஸ் வீக்லி' போன்ற ஏடுகளில் 'உங்கள் விளம்பரம் விகடனில் இருக்கிறதா?' என்ற முழுப் பக்க விளம்பரத்தைப் போட்டு பிரிட்டிஷ் சரக்கு விற்பனை நிர்வாகிகளை ஈர்க்கத் தொடங்கினார். இத்தகைய சாகசங்கள் மூலம் *1940* வரை தெற்கில் விகடன் முதல் இடத்தில் இருந்தது. அதற்குப் பின் சி. ராஜகோபாலாச்சாரியின் ஆதரவுடன், சதாசிவத்தின் மனைவி

எம்.எஸ்.சுப்புலட்சுமி திரையிலும் சங்கீதக் கச்சேரிகள் மூலமும் பெற்ற புகழையும் செல்வத்தையும் கொண்டு கல்கியும் சதாசிவமும் 'கல்கி' என்ற வார ஏட்டை ஆரம்பித்து, விகடனுக்கு சவால் விட்டனர்.

ஆனால் இரண்டும் 1950-களில் ஆரம்பிக்கப்பட்ட 'குமுதம்' என்ற ஒரு துணிச்சலான வார ஏட்டினால் பின் தள்ளப்பட்டன. விகடனின் சூத்திரத்தை பொதுமக்கள் விரும்பும் வகையில் மாற்றிய குமுதத்தின் பாணியை 1970-80-களில் வெளியான பல பத்திரிகைகள் கடைப்பிடித்தன. அந்த மாற்றத்தை, விற்பனையில் முதல் இடத்திலிருந்து சரிந்தபின், விகடனும் ஏற்றுக்கொண்டிருக்கிறது. ஆனால் அதன் மேன்மையான காலத்தை தமிழ் வாசகர்கள் ஒருவரும் மறக்க முடியாது.

நவாபுகள் நாட்டில் சாகிபுகள்

ஆனந்த விகடனுக்கு அப்பால் இருப்பது ஆயிரம் விளக்கு. ஸ்பென்சர்ஸி லிருந்து ஆயிரம் விளக்கு வரை சாலையின் இரு புறங்களிலும் ராஜாக்களுக்கும் ஜமீன்தார்களுக்கும் சொந்தமான தோட்ட வீடுகள் இருந்தன. வடக்கிலிருந்து தெற்கு வரை பொப்பிலி, கிர்லாம்புடி, ஜட்ப்ரோல் ஆகியோர் வசித்த வீடுகள் இப்போது கார் காட்சியரங்கங்களாகவும் தொழிற்சாலைகளாகவும் இருக் கின்றன. உதாரணத்துக்கு, 5 ஏக்கர் பரப்புள்ள கோபால பாகில் உள்ள டி.வி.எஸ் மோட்டார் பணிமனை, ஏக்கருக்கு 1 லட்ச ரூபாய் என்ற விலைக்கு பொப்பிலி ராஜாவிடமிருந்து 1945-ல் வாங்கப்பட்டது.

தெற்கே சர்ச் பார்க்குக்கு அருகில் உள்ள ஜெய்ப்பூர் பங்களாவின் ஒரு பகுதி நாகரிக ஆடைகள் விற்பனைக்கும், ஒரு பகுதி உணவு விடுதிக்கும், ஒரு பக்கம் காட்சியரங்கமாகவும், நடன நாடக அரங்காகவும் பிரிக்கப்பட்டு 'அமெதிஸ்ட்' 21வது நூற்றாண்டில் சென்னையில் பார்க்கப்பட வேண்டிய இடமிருக்கிறது. இது, பழைய கட்டடங்களை எப்படி லாபகரமாகப் பராமரிக்கலாம் என்பதைக் காட்டுகிறது. வருந்தத்தக்க வகையில் அதை அடுக்குமாடியாக கட்டினால் லாபம் அதிகம் ஈட்டலாம் என்று சொந்தக்காரர் விரும்பியதால் குத்தகையாளர் ஒரு பழைய கிட்டங்கியில் புது அமெதிஸ்ட்டை சிருஷ்டித்தார். அதற்கு அருகில் இருந்த வெங்கடகிரி ராஜாவின் இடம், 2004-ல் நகரத்தின் மிகவும் நவீனமான பலதிரை சினிமா வளாகமாக (சத்யம் தியேட்டர் வளாகம்) இருக்கிறது.

ஆயிரம் விளக்குப் பகுதியில் சவ அடக்கமும் சிலை வேலைப்பாடுகளும் மேற்கொள்ளும் ஜே.ஃபென் என்ற பெயருடைய சென்னை நிறுவனம் இருக் கிறது. 1854-ல் ஜான் ஃபென் என்பவரால் நிறுவப்பட்ட இந்த நிறுவனம், 1892-ல் அதில் பணி புரிந்த வேம்புலி நாயக்கரின் கைக்கு மாறியது. அன்று தொடங்கி இன்றுவரை அவர்கள் வசமே இருக்கிறது. கோவிந்த நாயக்கர் என்ற அவருடைய பேரன்தான், சென்னைக்கு முதன்முதலாக எஸ்ஸெக்ஸ் என்ற வாகனத்தை சவங்களை ஏற்றுவதற்கு உபயோகித்தார். சிற்பத்தில் கை தேர்ந்த நாயக்கரின்கீழ் ஒரு காலத்தில் 20 சிற்பிகள் வேலை செய்தனர்.

ஆயிரம் விளக்குப் பகுதியின் இறுதியில் புனித ஜார்ஜ் கதீட்ரலும் அதற்கு எதிர் மறையான பாணியில், ஆனால், பரம்பரை முற்றத்துடனும் கல் வேலைப் பாட்டுடனும் நவீனமுறையில் கட்டப்பட்ட அமெரிக்க தூதரகமும் இருக் கின்றன. அங்கிருந்து நேர்த்தியான அண்ணா மேம்பாலத்தின் மூலம் தெற்கு நோக்கிச் செல்லும் சாலை தனது ஆதாரப் பெயரான மவுண்ட் ரோடு என்று அழைக்கப்படுகிறது.

48 அடி அலகமுள்ள மேம்பாலம் தெற்கிலே முதலாவதாகவும் நாட்டிலே மூன்றாவதாகவும் இருக்கிறது. ஈஸ்ட் கோஸ்ட் கன்ட்ரக்ஷனால் கட்டப்பட்டது. மேம்பாலத்திற்கு இரண்டுபுறமும் குதிரையாள் ஒருவனால் பிடிக்கப் பட்டிருக்கும் பாய்ச்சல் குதிரையின் ஒரே மாதிரி உருவச் சிலை இரண்டு இருக்கின்றன. 1970களில் குதிரைப் பந்தயத்திற்கு விதிக்கப்பட்ட தடையைக் கொண்டாடும் சின்னங்கள் இவை. 1995ல் மீண்டும் மதராஸ் ரேஸிங் கிளப்பிற்கு கொடுக்கும் வரை அரசாங்கத்தினால் நடத்தப்பட்ட இந்த பந்தயத்தின் பேர் இருந்த அவாவை அநேகர் இழந்தனர். அதன் பின்னும் நடந்து கொண்டிருக்கிறது.

ஒரு காலத்தில் தோட்ட வீடுகள் நிறைந்த தேனாம்பேட்டை, அடையாற்றுக் கும் நீண்ட குளத்துக்கும் இடையே இருந்த பெரிய சத்திரச் சமவெளியின் மையமாகும். காங்கிரஸ் மைதானத்துக்கு எதிர்ப்புறம் அரசாங்கத்தால் கட்டப் பட்ட பலமாடிக் கட்டடங்களுக்குப் பின்னால் இவற்றில் சிலவே மரங்கள் சூழ்ந்து இருக்கின்றன. அவற்றில் சில ரயில்வே பங்களாக்களாக ஆகின. ஆனால், ஜெமினி மேம்பாலத்தின் இறுதியில் உள்ள நூறு ஆண்டு வீட்டைப் பற்றி ஒரு கதை இருக்கிறது. இப்போது மருத்துவத் துறை இயக்குனர் அலுவலகமாக இருக்கும் அதன் முன் வாயில், மாற்றி அமைக்கப்பட்டிருக் கிறது. மைனர் பங்களா என்ற பெயருடைய அது, ஜமீன்தார்களின் மகன்களுக்கு பிரத்தியேகமாகக் கல்வி அளிக்கும் நியூயிங்டன் காலேஜாகச் செயல்பட்டது. சென்னை ஆங்கிலத்தில் இவர்கள் மைனர் என்று அழைக்கப் பட்டதால் அந்தப் பெயர் நிலைத்து விட்டது.

அதன் உதவி முதல்வர், டெலஹேவுக்கு தனது மனைவியை விட கிரிக்கெட்டில் அக்கறை அதிகம். இளமையும் கவர்ச்சியுமாக இருந்த திருமதி டெலஹே, அநேக இளைய மாணவர்களைத் தன் வசப்படுத்தினார் என்று வதந்தி. ஏமாற்றப்பட்ட கணவர், இன்றைய கணிப்பின்படி ஓர் இன வெறியர். இரண்டுக்கும் என்ன தொடர்பு என்று தீர்மானிக்கப்படாவிட்டாலும், சில மாணவர்கள் சதி செய்து அவரைக் கொன்றனர் என்று சொல்லலாம். 1920-களில் இதைத் தொடர்ந்த நீதிமன்ற வழக்கு விசாரணைகள், சென்னையில் பிரபலம்.

நேர்த்தியான படிக்கட்டுகளுடனும், பாரம்பரிய முறையில் மெருகேற்றப்பட்ட கண் கவர் கல் தூண்களுடனும், நவீன கட்டடக் கலைக்கு உதாரணமாக விளங்கும் நீண்ட முன் வாயிலுடனும் கட்டப்பட்ட காமராஜர் அரங்கம், மைனர் பங்களாவுக்கு எதிர்ப்புறம் உள்ளது. இதுவும் அருகில் இருக்கும் காங்கிரஸ் மைதானமும் ஒரு காலத்தில் பிளாக்கர்ஸ் கார்டன் என்று அழைக்கப் பட்டன. அதற்குச் சிறிது தூரத்தில் மைனர் பங்களா இருக்கும் பக்கத்தில் 1.5

கோடி ரூபாய் செலவில் கட்டப்பட்ட திராவிட முன்னேற்றக் கழகத்தின் அண்ணா அறிவாலயம் இருக்கிறது. கழகத் தலைவர் முத்துவேல் கருணாநிதியின் ஆலோசனைப்படி ஐந்து ஏக்கர் பரப்புள்ள நிலத்தில் சோழர் காலத்திய பாணியில் புகுத்தப்பட்டிருக்கும் இந்தக் கட்டடம் நவீனத்துக்கு இடையில் பாரம்பரியத்தைப் பிரதிபலிக்கிறது. அண்ணா நினைவகம், ராஜாஜி நினைவகம், வள்ளுவர் கோட்டம் ஆகிய இவை அனைத்துக்கும் கருணாநிதியின் கருத்துகளே அடிப்படையாக உள்ளன. திராவிட இயக்கத்தைப் பற்றி ஆராய அண்ணா அறிவாலயத்தில் ஒரு நூலகம் அமைந்துள்ளது. அதனுடன் கலைஞர் டிவியின் அலுவலகமும், திருமணக் கூடமும் இருக்கின்றன.

அண்ணா அறிவாலயத்திற்குக் கிழக்கே முதலில் ஒரு பங்களாவாகயிருந்த 'ஆபட்ஸ்பரி'. 1950ல் சி.எ.ஸ். லோகநாத முதலியாரால் சென்னையில் திருமணங்களுக்காக பிரத்தியோகமாகக் கட்டப்பட்ட கூடமாயிற்று. அதற்குப் பின் அவருடைய கூட்டாளி ஜே.எச். தாராப்பூரின் கைக்கு மாறிற்று. ஒரு சொகுசு ஓட்டலுக்காக இடிக்கப்பட்ட ஆபட்ஸ்பரி பல ஆண்டுகளுக்கு வெறும் கூடாகயிருந்த பின், 2012ல் ஹயட் ரீஜென்ஸி என்ற பெயரில் திறக்கப்பட்டது.

செனடாஃப் சாலையில் சமவெளி முடியும் இடத்தில், தனது பள்ளி உலகத்துக்கு அளித்த கூடைப் பந்தாட்டத்தை ஹாரி க்ரோ பக் இங்கு முதன்முதலாக அறிமுகப் படுத்தினார். அவர் நிறுவிய, கிழக்கு உலகத்திலேயே முதலான, உடற்பயிற்சிக் கல்லூரியான ஒய்.எம்.சி.ஏ. காலேஜுடன் தொடங்குகிறது நந்தனம்.

1919-ல் பக் இந்தியா வந்தபிறகு 1920-ல் எஸ்ப்ளனேடில் நுறுவப்பட்ட ஒய்.எம்.சி.ஏ. பயிற்சிப் பள்ளி மூலம் காலேஜ் தொடங்கியது. பக்கின் சுறுசுறுப்பாலும் அவரது பள்ளி புரிந்த சாதனைகளாலும் உந்தப்பட்ட சர் தோராப்ஜி டாடா, 1924-ல் பாரிஸில் நடைபெற்ற ஒலிம்பிக் பந்தயத்தில் பங்கேற்ற முதல் இந்திய அணிக்குப் பயிற்சி அளிக்க அவரை நியமித்தார். பக் மற்றும் டாடாவின் முயற்சியால் அந்த வருடம் அகில இந்திய ஒலிம்பிக் கழகம் தொடங்கப்பட்டது.

1928-ல் இடம் அதிகமாக இருந்த ராயப்பேட்டை வெஸ்லி காலேஜுக்கு, பக் தன் பள்ளியை நகர்த்தினார். அதன் பின் 'ஒய்'க்கு 53 ஏக்கர் நிலம் சைதாப்பேட்டையில் கிடைத்தவுடன், தான் கல்வி பயின்ற உலகின் முதல் உடற்பயிற்சி கல்லூரி போலவே, சென்னையின் கல்லூரியையும் நிறுவ பக் கண்ட கனவு 1932-ல் நனவானது. அடுத்த வருடம் 'மேஸி ஹால்' என்ற கல்லூரியில் பிரதானக் கட்டிடத்தைக் கட்டும் வேலை தொடங்கியது. நகரில் முதல் நீச்சல் குளமும், குத்துச்சண்டை வளையும் இப்பவும் உபயோகிக்கப் படுகின்றன. அந்த வளாகத்திலேயே பக், தனக்கும் தன் மனைவி மரீக்கும் கட்டிய வீட்டுடன் அவர் 1943ல் அடக்கம் செய்யப்பட்ட சவக்குழியின் மேல் ஒரு ஞாபகார்த்தம் கட்டப்பட்டிருக்கிறது. இந்த நிலத்துக்கு எதிர்ப்புறம் இருக்கும் சாலையிலிருந்து நுங்கம்பாக்கம் வரை ஓர் ஏரியாக இருந்தது. சென்னையில் விளையாட்டிற்காக படகோட்டும் முதல் நாட்களில் அதற்குப் பிறகு 1867ல் அமைக்கப்பட்ட சென்னை போட் கிளப் பிளாக்கர் தோட்டத்

திற்கு முன்னிருந்த நீண்ட ஏரி படகோட்டும் பந்தயங்களுக்கு உபயோகப் பட்டது. அப்போது இருந்த படகோட்டும் வசதிகள் இப்போது இல்லை.

இந்த கல்லூரிக்கு அருகில் இருப்பது காஸ்மோபாலிடன் கிளப்பின் கோல்ஃப் மைதானம். 1930-ல் ஒரு மாட்டுக்கூடமும் கசாப்பு கடையுமாக இருந்த இடத்தில் அமைக்கப்பட்ட இந்த கிளப், இந்தியர்கள் இந்த விளையாட்டில் இலகுவாகப் பங்கேற்க முதன்முதலாக வாய்ப்பளித்தது.

செண்ட் மேரிஸ் ரோடும் மோப்ரேஸ் ரோடும் சந்திக்கும் இடத்தில் இருக்கும் வரசித்தி விநாயகர் கோயில் இந்த வட்டாரத்திலேயே பழைமையானது. அதற்கு வயது 150-ஐத் தாண்டியிருக்கலாம் என்பது நம்பிக்கை.

1730-ல் தனது சேவகர் சையது கானுக்கு, ஆற்காடு நவாபால் அளிக்கப்பட்ட சையது கான் பேட்டை என்ற சைதாப்பேட்டை, நந்தனத்துக்கு அப்பால் இருக்கிறது. இதை வளமாக்க, தனக்கு ஒரு பாகமும், மற்ற மூன்றை முறையே, நெசவாளர்கள், வர்த்தகர்கள், கை வினைஞர்கள் ஆகியோருக்கு சையது ஷா பிரித்துக் கொடுத்தார். ஒரு காலத்தில் நந்தனமும், மவுண்ட் ரோடுக்குக் கிழக்கே அடையாற்றுக்கு அப்பால் உள்ள நிலமும், நவாப் கார்டன்ஸ் என்ற பெயரில் நவாபுக்குச் சொந்தமாக இருந்தன. 1958-ல் ப்ரின், அபாட் அண்ட் டேவிஸைச் சேர்ந்த கிஃபின் பீடர்சன் என்பவரால் வடிவமைக்கப்பட்ட அடையாறு ஹவுஸ் என்று செட்டிநாட்டரசர் குடும்பத்தைச் சேர்ந்த எம்.ஏ.சிதம்பரத்தின் வீடு இருக்கும் இந்தப் பரந்த மரங்கள் சூழ்ந்த பூங்காவில், நவாபின் ஓய்வு விடுதி இருந்தது. ஆற்காடு நவாபின் அரண்மனையை இடித்தபின், அந்தக் குப்பை கூளத்தின் மேல் இந்த வீடு கட்டப்பட்டது என்று பேச்சு.

நகரத்தின் வசதியான வாழ்க்கைப் பகுதியாக அது விரைவாக வளர்ச்சி அடைந்ததால், நவாப் கார்டன்ஸ் அங்கு இல்லாவிட்டாலும் பெயர் மாத்திரம் நீடித்துக் கொண்டு அந்தக் காலத்தை ஞாபகப்படுத்துகிறது. மார்டிமர்ஸ் பாட்டம் (பின் புறம்) என்ற பெயர் மாத்திரம் மறைந்து விட்டது. மதராஸ் ஹண்ட்டில் (நரி வேட்டையில்) பங்கெடுத்த மார்டிமர், காடும் புதருமாக இருந்த அந்தப் பகுதியில் குதிரையிலிருந்து கீழே சப்பாத்திக் கள்ளி மேல் விழுந்து அவதிப்பட்டதாகவும் வேட்டையிலிருந்து திரும்பிய மற்றவர்கள் அனைவருக்கும் முன்னால், முட்கள் எடுக்கப்பட்டதாகவும் கதை சொல்வார்கள்.

கோட்டூர்புரத்துக்கு எதிரில், அடையாறுக்கு அப்பால் உள்ள நந்தனம், ராமநாதபுரம் அரசருக்கும் பித்தாபுரம் மஹாராஜாவுக்கும் சொந்தமாக இருந்தது. 'காம்பியர் கார்டன்ஸ்' என்ற பெயரில் 1836-50-ல் தலைமை நீதிபதியாக இருந்த எட்வர்ட் ஜான் காம்பியருக்கு இது சொந்தமாக இருந்திருக்கலாம் என்று 20-ம் நூற்றாண்டின் ஒரு வரைபடத்தின் மூலம் ஊகிக்கலாம். 1950-களின் தொடக்கத்தில் முதல்வராக இருந்த சி. ராஜகோபாலாச்சாரி இதன் வளர்ச்சிக்கு முக்கியக் காரணம். நகரச் சீர்திருத்த ஆணையத்தின் கேப்டன் டி. ஞானஒளிவும் சென்னையின் முதல் பெண் பொறியாளர் மே ஜார்ஜூம் அந்த வட்டாரத்தை சீராகப் பிரித்து, கட்டடங்களை ஒழுங்காகக் கட்டி, பசுமையான சுற்றுப் புறத்தையும் உண்டாக்கினர்.

மூத்த அரசு ஊழியர்களுக்காக, 48 இருக்கைகள் உடைய 9 அடுக்கு கட்டிடம் சென்னையின் மிக உயரமான இருக்கை அவர்கள் கட்டியதில் ஒன்று. 1966ல் அது கட்டப்பட்டபோது, நகரிலேயே உயரமான இருக்கை அடுக்குமாடியாக யிருந்த அது இப்போவும் சுற்றுப்புற விரிவுகளிற்கு மேல் அளவளாவுகிறது. தனியார் துறை கட்டுமான தொழில் அதிபர் ஒருவர் கட்டிய சென்னையின் முதல் அடுக்குமாடி இருக்கை, சென்னை எழும்பூரில் கட்டப்பட்டிருக்கும் மான்டீத் கோர்ட் ஆகும். அடுக்குமாடிகள் அளவளவும் கட்டிடங்களுள் ஒன்று. கொலராடோவிலுள்ள டென்வர் என்ற சென்னையின் சகோதரி நகரத்தின் பெயர் வைக்கப்பட்டிருக்கிறது. அமெரிக்க ஃபுல்ப்ரைட் அறிவாளிகளும், மாணவர்களும், வருகை தரும் டென்வர் வாசிகளும், ஒரு குறிப்பிட்ட வருமானத்திற்கு செலவழிக்க வேண்டியிருந்த அந்த காலத்தில் அமெரிக்கர்களுக்கு குறைந்த வசதிகளிலிருந்த சென்னையில் அது உபயோகப்பட்டது.

கோட்டூர்புரம் கார்டன்ஸ், நீதிபதி மணி ஐயர் கை வசம் வந்தபின், அவருடைய வாரிசான மகன் நிறையக் கடன் பட்டதால் அதை விற்க வேண்டியிருந்தது. 1928-ல் நீதிமன்றம் விட்ட ஏலத்தில் அதை வாங்கிய செட்டிநாட்டரசர் ராஜா அண்ணாமலைச் செட்டியார், பிறகு அதை திவான் பகதூர் முருகப்பச் செட்டியாருடன் பகிர்ந்து கொண்டார். பிரிவினை மூலம் சாலையின் ஒரு புறம் ஒவ்வொரு குடும்பத்துக்கும் கிட்டியபின், ஒவ்வொரு குடும்பமும் அதை விரிவாக்கத் தொடங்கியது. முருகப்பா பகுதியில் இருக்கும் சாலைகளின் பெயர்கள் குடும்ப நபர்களை ஞாபகப்படுத்துகின்றன.

முன்னாள் நவாபின் இரு பகுதிகளையும் பிரிக்கும் வரண்ட அடையாற்றில் சில வருடங்களுக்கு ஒரு முறை வெள்ளம் வருவது அபூர்வம். சைதாப்பேட்டையிலும் கோட்டூர்புரத்திலும் இந்த ஆற்றின் குறுக்கே இரு புதிய நேர்த்தியான பாலங்கள் எழுப்பப்பட்டுள்ளன. இதில் முதல் பாலம், முன்னரே இருந்த, சரித்திரப் பிரசித்தி பெற்ற மார்மலாங் பாலத்துக்குப் பதில் கட்டப்பட்டது. இரண்டாவது பாலம், புதிதாகக் கட்டப்பட்டு அடையாறையும் நந்தனத்தையும் இணைக்கிறது.

சைதாப்பேட்டை பாலத்துக்குச் சற்று முன், சாலையின் இடதுபுறத்தில் நவீன ஆசிரியர் பயிற்சிக் கல்லூரியின் ஆரம்பகாலக் கட்டடங்கள் உள்ளன. ஆசியாவிலிருந்த பிரிட்டிஷ் ஆக்கிரமிப்புகளில் முதலாவதாகக் கட்டப்பட்ட இந்த நவீன ஆசிரியர் பயிற்சிக் கல்லூரியின் கதவுகள் முதலில் 1856ல் வேப்பேரியில் நார்மல் பள்ளியென்ற பெயரில் திறக்கப்பட்டு பின்னர் 1889ல் சைதாப்பேட்டையிலுள்ள மாதிரிப் பண்ணைக்கு 1887ல் பெயரிடப்பட்ட அரசாங்கக் கல்விக் கல்லூரியாக நகர்ந்தது. 1949ல் தமிழ் ஆசிரியர் பயிற்சி ஆரம்பித்தது. இப்போது கல்லூரிக்கு இன்ஸ்ட்டிடூயட் ஆஃப் அட்வான்ஸ்ட் எஜூகேஷன் என்று பெயர். 1856-ல் சார்ல்ஸ் தாடண்டர் என்பவர் இந்தக் கல்லூரியைத் தொடங்கிப் பெயர் பெற்றார். அவரது பெயரில் ஒரு குடியிருப்பு அருகிலேயே உள்ளது. ஆனாலும், அந்தக் கல்லூரி தோன்றியதுக்கு மாகாணத்தின் முதல் கல்வி இயக்குனர், அலெக்ஸாண்டர் ஆர்பத்நாட்டுக்குத் தான் நன்றி சொல்லவேண்டும்.

இந்தக் கல்லூரியின் முக்கியமான அம்சம், இப்போது ஒரு பாகம் மறைந்துவிட்ட இரு ஸ்தூபிகள் கொண்ட பிரதான கட்டடமும், ஆசிரியர் பயிற்சி பெறும் மாணவர்கள் அனுபவம் பெறுவதற்காகக் கட்டப்பட்ட வளைந்த முகப்புகள் உடைய இரட்டைக் கட்டடங்களும், சீரழிந்துபோன கட்டடங்களும் இன்னும் இருக்கின்றன. கண்கவர் ஜோடனையுடைய பள்ளிக் கட்டிடங்கள் 2013ல் மெட்ரோவிற்கு மற்றொரு பலியாக குடிக்கப்பட்டது.

1940ல் கல்வியில் இளங்கலைப் பட்டம் அளிக்கப்படும் வரை ஆசிரியரின் தகுதிக்கு லைசென்ஸ் அளித்த கல்லூரியின் முதல் தலைவர் ஜே.டி.ஃப்ளவர் பட்டதாரிகளுக்கு மட்டுமே அளிக்கப்பட்ட லைசென்ஸ் தகுதியை பெற்ற இருவர் 1888ல் முதல் வகுப்பு பெற்ற ஜோஸப் டானியலும், இரண்டாம் வகுப்புப் பெற்ற அபிரஹாம் ஞானக்கண் நாடாரும், பட்டம் பெற்றவர்களுள் மிகப் பிரபலமானவர்கள், ரைட் ஹாரையில் ஸ்ரீநிவாஸ சாஸ்திரியார், முன்னாள் ஜனாதிபதி ராதாகிருஷ்ணன், முதல் மக்களவையின் ஸ்பீக்கர் அனந்தசயனம் ஐயங்கார் அவர்கள்.

இந்தக் கட்டடங்களைத் தாண்டினால் சாலையில், பூசப்பட்ட கண்ணாடி களுடன் கட்டப்பட்ட, நேர்த்தியான பனகல் கட்டடம் இருந்தது. செங்கல்பட்டு கலெக்டரின் அலுவலகமாக இருந்த அந்தக் கட்டடம் 1990-ல் இடிக்கப்படும்வரை, கலெக்டர் அங்கு சில அலுவல்களைச் செய்துவந்தார். கலெக்டர்கள் மேஜிஸ்டிரேட்டுகளாக இருந்த காலத்தில், பயன்படுத்திய நீதிமன்ற அறை மிகவும் கருத்தைக் கவர்ந்தது. பூசப்பட்ட கண்ணாடிகளுடன், மெருக்கேற்றப்பட்ட மர வேலைப்பாடுகளுடன் அது வேறொரு காலத்திய கட்டுமானக் கலைக்கு ஓர் எடுத்துக்காட்டாக இருந்தது. புதிய அரசாங்க பல அடுக்கு மாளிகை அதனை இடம் பெயர்த்தபின், சென்னைச் சரித்திரத்தின் மற்றொரு பாகம் மறைந்து விட்டது.

இந்தக் கட்டடங்களுக்கு முன், கால் நடை மருத்துவமனைக்கு எதிராக, பிரதான சாலைக்குச் சற்றுத் தள்ளி, அதன் நேர்த்தியான தோட்டங்கள் சிறு குடியிருப்புகளால் முழுவதும் மறைக்கப்பட்ட பெரிய வீடு ஒன்று இருக் கிறது. (ஆனால் அந்த வீட்டுக்குச் சொந்தக்காரர்கள் அதைக் கண்டுகொள்ள மாட்டார்கள்.) தோட்டங்கள் அழிந்த நிலையில், வீடுகளும் சந்துகளுமாக இருந்தாலும், அந்த இடம், 1830-களின் தோட்ட வீடுகளுக்கு ஓர் உதாரணம். நிகோலாஸ் மோர்ஸ் - துபாஷ் மூட்டியா சத்திரத்துக்கு அருகில் இருந்த இந்த இடம் லஷிங்டன் கார்டன்ஸ் என்று அழைக்கப்பட்டது. தாவரவியலாளர் டாக்டர் ஜேம்ஸ் ஆண்டர்சனால் 1789-ல் பராமரிக்கப்பட்ட நொப்பல் என்ற வகையைச் சேர்ந்த சப்பாத்தித் தோட்டம் இந்த இடத்தில் இருந்தது. பெங்களூரில் இருக்கும் லால் பாகுக்கு 1800-ல் இந்தச் செடிகள் நகர்ந்த பின்னரும் சிறிது காலத்துக்கு இங்கு ஒரு தாவரவியல் தோட்டம் இருந்தது. இந்தத் தோட்டத்துக்கு இடையில் இருந்த லஷிங்டனின் பிரம்மாண்டமான வீட்டில் செங்கல்பட்டு கலெக்டர் சிறிது காலம் தங்கினார்.

லஷிங்டன் கார்டன்ஸுக்குப் பின்புறம், ரயில் நிலையத்துக்கு சிறிது மேற்கில் கண் கவர் கோபுரமும் அழகான குளமும் கொண்ட 300 வருட காரணீசுவரர் கோயில் இருக்கிறது.

லஷிங்டன் கார்டன்ஸுக்குச் செல்லும் சந்தில் இருக்கும் ஒரு தோட்டத்தில் 1786-ல் மவுண்ட் ரோடைப் பிரிக்கும் பெரிய ஏரியின் கசிவை எடுத்துச்செல்லும் கால்வாயின் மேல் கட்டப்பட்ட பாலத்துக்கு உயிலில் தொகை ஒதுக்கிய ஏட்ரியன் ஃபோர்பெக் என்ற சென்னை வியாபாரியின் நினைவு சின்னம் இருக்கிறது. உயிலில் அவர் விட்டு வைத்திருந்த தொகையை செலவழித்து கோட்டையைக் கட்ட கர்னல் பேட்ரிக் ராஜ் இந்த பாலத்தைக் கட்டினார். அதற்குமேல் சென்றால், இப்போது சென்னையை விட்டுச் செல்லும் மவுண்ட் ரோடு அடையாற்றைக் கடக்கும் புது மறைமலை அடிகள் பாலத்தில், ஆர்மீனிய தனவந்தர் கோஜா பெட்ருஸ் உஸ்கனின் பெயர் பொறித்த கல் ஒன்று இருக்கிறது. அவருடைய பெயர் 18-ம் நூற்றாண்டில் சென்னையில் நடந்த அநேக சரித்திரப் புகழ்பெற்ற சம்பவங்களுடன் தொடர்புடையதாக உள்ளது. மெட்ரோவில் வேலை நடப்பதால் இந்த ஞாபக சின்னம் மறைந்துபோனாலும், எதிர்காலத்தில் புனர்நிர்மாணம் முடியும் வரை பத்திரமாகயிருக்குமென்னு நம்பிக்கை.

அதற்கும் அப்பால் இருக்கும், ஹென்றி இர்வினால் வடிவமைக்கப்பட்ட, இந்தோ-சாரசெனிக் பாணி சென்னிறக் கற்களுடன் கட்டப்பட்ட, 1905-ல் குடியேறிய, கிங் இன்ஸ்டிட்யூட்டின் கட்டடங்கள் ஓரளவுக்குத் தெரியலாம். பெரியம்மைக்குத் தடுப்பூசி மருந்து தயாரிக்க 1899-ல் ஆரம்பிக்கப்பட்ட அந்த இன்ஸ்டிட்யூட்டில் 1903-ல் ஆரம்பிக்கப்பட்ட பாக்டீரியாலஜி துறையுடன் மொத்தம் 16 துறைகள் இருந்தன. வளாகத்தில் இருக்கும் ஒரு பழைய விடுதிதான் அதன் தடுப்பு மருந்துக் கிடங்கு. இன்று ஐந்து விதத் தடுப்பு மருந்துகளைத் தயாரிக்கும் அந்த நிறுவனம், வியாதியைத் தடுப்பதிலும் பொதுச் சுகாதாரத்திலும் விசேஷ கவனம் செலுத்துகிறது

உஸ்கன் காலத்தில் அருகில் இருக்கும் மாம்பலத்தின் பெயரின் திரிபான மாம்லான் என்பதன் பெயர்க் காரணமாகவே மார்மலாங் என்று பெயரிட்டப் பட்ட பாலம் கட்டப்பட்டது. அதுவே இப்போது மறைமலை அடிகளார் பாலம் என்று அழைக்கப்படுகிறது. ஆற்றின் தென்கரையில் இருக்கும் சின்ன மலைக்குச் செல்லும் போக்குவரத்தை எளிதாக்க உஸ்கனால் கட்டப்பட்ட இந்தப் பாலம் ஒரு காலத்தில் ஆற்றின் மேல் போடப்பட்ட மேடான வழியாக இருந்திருக்கலாம். இன்றும்கூட நகரத்தின் உருவத்தை மாற்றும் போக்குவரத்து நெரிசலைச் சமாளிக்க, 1960-ல் அந்தப் பாலம் புதுப்பிக்கப்பட்டது. நூறு வருடங்களுக்கு முன் எட்வின் ஆர்னால்ட் என்ற கவிஞர் அந்த பாலத்தைக் கடந்த பின் குறிப்பிட்டது போல், இன்றும், பொதுவாக நீரோட்டம் இல்லாத அடையாற்றின் படுகையை உபயோகிக்கும் ‘வண்ணார்கள் ஆயிரம் கற்களில் துவைக்கும் சத்தத்தின் இடி முழக்கம் காற்றைப் பிய்க்கிறது.’ ஆனால் போக்குவரத்தின் சத்தத்தினால் இப்போது இடி முழக்கத்தைக் கேட்க முடியாது. துணிகள் உலர்வது சென்னைக்கே உரித்தான காட்சிகளில் ஒன்று.

ஒரு காலத்தில் நகரம்

ஹிந்து அனுபவம்

ஹிந்து பத்திரிகையை உங்களுக்குப் பிடிக்குமோ, பிடிக்காதோ, ஆனால் பொதுக்கருத்தின்மீது உங்களுக்கு ஆர்வம் இருந்தால், அந்தப் பத்திரிகையைப் புறக்கணிக்கவே முடியாது. அதனுடைய வரலாறு பொறாமைப்படக் கூடியது. காலனியாதிக்கக் காலத்தில் எதிர்ப்பு தெரிவித்த முக்கியமான நாளேடுகளில் ஒன்றான அதன் சுதந்தர போராட்டப் பங்களிப்பு மகத்தானது. கடந்த ஐம்பது ஆண்டுகளாக, அது, நாட்டில் வெற்றிகரமாக நடத்தப்படும் பெரிய நாளேடுகளில் ஒன்றாக உள்ளது. தொழில்நுட்பரீதியாக ஹிந்து முன்னோடியாக இருந்து ஏற்படுத்திய மாற்றங்களை, பிற ஏடுகள் பின்பற்றின.

எனக்கு ஹிந்துவின்மீது உள்ள ஈடுபாடு 65 ஆண்டுகளுக்கும் மேலானது. அதிலும் கடந்த 35 ஆண்டுகளாக, ஹிந்து படிப்பது என்பது தினசரிச் சடங்கு போல. ஒரு காலத்தின் நான் வெளிநாட்டில் வசித்தபோது, என் அண்டை வீட்டில் இருந்த ஒருவரை, இந்த ஏடு, ஞாபகப்படுத்துகிறது. சிறிய உருவம் கொண்ட, ஒன்பது கஜம் புடவை உடுத்திய, தமிழ் உச்சரிப்புடன் அப்பழுக்கற்ற ஆங்கிலம் பேசிய, அந்த நடுத்தர வயதுப் பெண்மணி, காலையில் சுவை மிக்க காப்பியுடன், ‘பிரிட்ஜ்’ சீட்டு விளையாட்டை ஏற்பாடு செய்வார்; மதியம் புடைவை உடுத்தியபடி டென்னிஸ் விளையாடுவார்; மாலையில் குஷியான மதுபான விருந்துகளோ, அல்லது வெள்ளிப் பாத்திரத்தில் பாரம்பரியமான விருந்துகளோ கொடுப்பார். இருந்தபோதிலும், பழைய சென்னையின் மீதான தனது விசுவாசத்தை ஆடை அணிகலன்களிலோ, பூஜை, புனஸ்காரத்திலோ விட்டுக் கொடுக்காமல் இருந்தார். ‘நவீனத்துடன் பழைமையையும் ஆசாரத்தையும் பேணும் சென்னை மாமி’ என்று அவரைச் சொல்லலாம்; ஆனால், வருத்தத்துக் குரிய விஷயம் என்னவென்றால் அந்த இனமே மெதுவாக மறைந்துகொண்டிருக் கிறது.

மவுண்ட் ரோடின் மூதாட்டியைப் பற்றி, அதே அபிப்பிராயத்தை, அதைவிட அழகாக ஜவாஹர்லால் நேரு இவ்வாறு கூறினார். ‘தனது முன்னிலையில்

ஆபாசமான வார்த்தை உபயோகிக்கப்பட்டால் அதிர்ச்சியடையும் சம்பிரதாய மான, சாந்தமான மூதாட்டியை ஹிந்து எனக்கு ஞாபகப்படுத்துகிறது. வாழ்க்கையைச் சுகமாக அமைத்துக்கொண்டுள்ள மக்களுக்கு, உகந்த நாளேடு அதுதான். அதற்கு வாழ்க்கையின் கஷ்டங்களோ, பொது வாழ்வின் சச்சரவுகளோ ஒத்துவராது. நடுநிலை எண்ணங்களுடைய அநேக நாளேடுகள் இந்த வழிமுறை யைக் கடைப்பிடிக்கின்றன. ஆனால் ஹிந்துவுக்கு இருப்பதைப் போன்ற தனித்துவம் அவர்களிடம் இல்லை. எனவே, அவை அவற்றின் ஒவ்வொரு செயல்பாட்டிலும் மந்தமாக உள்ளன.'

ஆனால், எப்போதும் ஹிந்து அவ்வாறு இருந்ததில்லை. அதன் ஆரம்ப வருடங் களிலும், அது உச்சகட்டத்தில் இருந்த நாள்களிலும்கூட, பொது வாழ்க்கையின் பூசல்களைச் சந்திக்க அது அஞ்சியதே இல்லை. தனது குழந்தைப் பருவத்திலும் இளமைக் காலத்திலும், அது பத்தாம்பசலித்தனத்தையும் ஆசாரத்தையும் தாக்கியது. அது எப்போதுமே ஆக்ரோஷமான தாக்குதலில் ஈடுபட்டது கிடையாது; ஆனால் அவ்வப்போது பரபரப்பை ஏற்படுத்தியுள்ளது. 1960-களுக்குப் பின்னர்தான், அது, பதற்றம் அடையாத, சுகமாக வாழ்க்கையைக் கழிக்கும் செழிப்புக்கு அடையாளமான, சுவாரஸ்யம் இல்லாத ஏடாக மாறியது.

உண்மையில், ஹிந்துவின் தோற்றத்துக்குக் காரணமே கோபம்தான். சென்னை உயர் நீதிமன்றத்தின் நீதிபதியாக டி. முத்துசுவாமி ஐயர் நியமிக்கப்பட்டபோது, ஆங்கிலோ இந்தியன் செய்தித்தாள்கள் (அனைத்துமே பிரிட்டிஷாருக்குச் சொந்த மானவை) அந்த நியமனத்தைத் தாக்கின. அது நியாயமானதல்ல என்றும், அதற்குத் தக்க கண்டனம் தெரிவிக்கவும் நிச்சயித்த இருபது வயதுகூடத் தாண்டியிராத கோபம் கொண்ட ஆறு இந்திய இளைஞர்கள்தான் ஹிந்துவின் பிறப்புக்குக் காரணம். அவர்கள் ஒரு ரூபாய், பன்னிரண்டு அணா கடன் வாங்கி, 80 பிரதிகள் அச்சிட்டு வெளியிட்டனர். அதுமுதல், 4 அணா விலையுள்ள 'ஹிந்து' என்ற வார ஏட்டை முதலில் ஒவ்வொரு புதன் கிழமையும், அதற்குப்பின் ஒவ்வொரு வியாழக்கிழமையும் விநியோகிக்க நிச்சயித்தனர். எட்டு பக்கங்கள் கொண்ட முதல் பிரதி இன்றைய அளவில் கால் பங்குதான் இருந்தது.

20 செப்டம்பர் 1878-ல் வெளியான முதல் பிரதியில், புது நீதிபதியின் நியமனத்தை ஆதரித்து, ஆங்கிலோ இந்தியன் ஏடுகளின் மனப்பான்மையைக் கண்டித்தபின், அந்த திருவல்லிக்கேணி அறுவர், பதிப்பாசிரியர் பக்கத்தில் தங்களது பதிப்பை இப்படி நியாயப்படுத்தினர்: 'பொதுக் கருத்தை உருவாக்கத் தடையாக இருப்பது, படித்த இந்துக்களிடம் பிறவியிலிருந்தே இருக்கும் சிந்தனைகளும் பேச்சும்தான் என்று குற்றம் சாட்டப்படுவதை நாங்கள் ஏற்கவில்லை. மாறாக, பொதுக் கருத்தை உருவாக்கத் தடையாக இருப்பது, மக்களது கருத்துகளை வழிப்படுத்தத் தேவையான சரியான சுதேசி பத்திரிகை இல்லாததே. ஒரு பத்திரிகை என்பது, பொதுமக்களது எண்ணங்களை வெளியிட மட்டும்தான் என்பதில்லை. சமயத்துக்குத் தகுந்தாற்போல, இந்த எண்ணங்களை மாற்றவும், புதிதாக எண்ணங்களை உருவாக்கவும்கூடப் பயன்படும். இதைத்தான் நாங்கள் தைரியமாகச் செயல்படுத்த முன்வந்துள்ளோம். ஆளப்படுபவர்களுக்கும் ஆளுபவர்களுக்கும் இடையே இருக்கும் இடைவெளியை அடைப்பதைத்தான்,

படித்தவர்கள் என்று சொல்லிக்கொள்ளும் நாட்டு மக்கள், தங்கள் கடமை என்று கருதவேண்டும். அப்படித்தான் நாங்கள் எண்ணுகிறோம். அந்த எண்ணங்களுக்கு செயல் வடிவம் கொடுக்க இதில் இறங்கியுள்ளோம். நீதி, நியாயம் என்ற இரண்டுமே எங்களை வழிநடத்தும். நம் நாட்டு மக்களிடையே நல்லிணக்கத்தையும் ஒற்றுமையையும் வளர்ப்பதையே குறிக்கோளாக வைத்திருக்கும் நாங்கள், மக்களின் உணர்ச்சிகளைச் சரியாகப் பிரதிபலித்து, ஆளுபவர்களுக்கும் ஆளப்படுபவர்களுக்கும் இடையே பரஸ்பர நன்னம்பிக்கையை வளர்ப்போம்.'

இவ்வாறு பொதுமக்களின் கருத்துகளுக்கு உருவம் அளிக்க முயன்றவர்கள், பள்ளிக்கூட ஆசிரியர்களான திருவையாற்றைச் சேர்ந்த 23 வயது ஜி. சுப்பிரமணிய ஐயர், அவருடன் பச்சையப்பன் கல்லூரியில் கல்வி பயின்ற நண்பரும், 21 வயதானவருமான செங்கல்பட்டைச் சேர்ந்த எம். வீரராகவாச்சாரியார், மற்றும் டி.டி. ரங்காசாரியார், பி.வி. ரங்காச்சாரியார், டி. கேசவராவ் பந்துலு, என். சுப்பாராவ் பந்துலு என்ற நான்கு சட்டக் கல்லூரி மாணவர்கள். கூடிய சீக்கிரத்தில் நால்வரும் வழக்கறிஞர்கள் ஆனபின்னர், தீப்பிழம்பான ஆசிரியர் சுப்பிரமணிய ஐயரிடமிருந்தும் அவருடைய பலமான ஆதரவாளரான நிர்வாக இயக்குனர் வீரராகவாச்சாரியாரிடமிருந்தும், சாமர்த்தியமாகப் பிரிந்துவிட்டனர். முன்னாள் பள்ளி ஆசிரியர்கள் இருவரும் 'தென்னிந்தியாவின் பிரதான மாநகரத்தின் ஒரு சுதேசி பத்திரிகையின்' தேவையைப் பூர்த்தி செய்யும் பணியில், மற்றவர்கள் போராடித் தோற்ற பாதையில் துணிச்சலாக அடி எடுத்து வைத்தனர்.

சமஸ்கிருத மொழி அறிஞரான ஜெர்மானியர் மேக்ஸ் முல்லரைப் பற்றி மெட்ராஸ் மெயிலுக்கு சில கட்டுரைகளை எழுதியதைத் தவிர்த்து, வேறு எந்த பத்திரிகை அனுபவமும் இல்லாத ஆசிரியருடன் ஒருவருக்கும் தெரியாத மற்றொரு இளைஞர் சேர்ந்து ஆரம்பித்த பத்திரிகைதான் ஹிந்து. மாகாணத்தில் அநேக இந்தியப் பிரபலங்கள் தொடங்கிய பத்திரிகைகள், தோல்வி அடைந்த போதிலும் ஹிந்து நீடித்து நிலைத்தது. அதற்குக் காரணம், சுப்பிரமணிய ஐயரும் வீரராகவாச்சாரியாரும் அரசாங்கத்துக்கு எதிராகக் கடுமையான நிலையை எடுத்ததும், மக்களுக்காக யோசித்ததும், தாக்கும் எண்ணம் இருந்தபோதிலும் அதைச் செய்யப் பின்வாங்கிய தலைவர்களின் அறைகுறை எண்ணங்களுக்கு வலிமையான உருவம் கொடுத்ததுமே ஆகும்.

இருந்தபோதிலும் ஹிந்துவை நிறுவியவர்கள், ஆங்கிலேயத்துவத்தை விரும்பினார்கள். ஐரோப்பாவால், அதிலும் முக்கியமாக பிரிட்டனால், வழிகாட்டப்படுவது உலகத்தின் விதி என்று ஏற்றுக்கொண்டனர். மேற்கத்திய ஆட்சி முறையின் உயர்வையும், இந்தியர்களாகிய தாங்கள் அதை ஏற்றுக்கொள்ளத்தான் வேண்டும் என்பதையும் அவர்கள் அங்கீகரித்திருந்தனர். கோகலேயும் மற்றவர்களும், 'ஆண்டவன் கட்டளைப்படி ஏற்படுத்தப்பட்ட ஆட்சி' என்று பிரிட்டிஷ் ஆட்சியை வர்ணித்ததைப் பற்றி, 1894-ல் ஹிந்து, 'இந்திய மக்கள் பிரிட்டிஷ் ஆட்சிக்கு மாபெரும் கடன் பட்டிருக்கிறார்கள். மனித வாழ்க்கைக்கு இன்றியமையாத மகிழ்ச்சி, கண்ணியம், முன்னேற்றம் ஆகியவற்றை அந்த ஆட்சி அளிக்கிறது' என்று எழுதியது. அதே சமயத்தில், ஆங்கிலோ இந்தியன்

பத்திரிகைகளை எதிர்க்கவேண்டும்; முரட்டுத்தனமான பிரிட்டிஷ் அதிகாரிகளைக் கண்டிக்கவேண்டும்; அதிகார துஷ்பிரயோகத்தை அம்பலப்படுத்த வேண்டும் என்றும் ஹிந்து அதே அளவுக்கு நம்பியது.

மக்களிடையே இருந்த அதிருப்திக்கு, 'வரிச்சுமையும், அதிகார வர்க்கத்தின் அகங்காரமும்' காரணம் என்று ஹிந்து திடமாக நம்பியது. அதிகாரிகளின் கைகளை பலப்படுத்தும் போக்கைக் கண்டித்தது, 'பிரிட்டிஷ் காலனியாதிக்கம் ஏற்பட்டதிலிருந்து, லட்ச லட்சமாகப் பணம் எங்கோ இருக்கும் அந்நிய நாட்டுக்கு அனுப்பப்படுவதால் கருவூலம் காலியாகிறது. இதைக் கண்டு ஆட்சியாளர்களே வெட்கப்படும் நிலை ஏற்பட்டுள்ளது. இந்தப் பணம் வெளியேறுவதால், ஏற்கெனவே வளைந்துபோயிருக்கும் வரி செலுத்துபவரின் நலிந்த முதுகின் மேல், மேலும் சுமைகள் அதிகமாகியுள்ளன' என்று எழுதியது.

ஆக, தொடக்கத்திலிருந்தே, ஹிந்து அதிகாரவர்க்கத்துடன் மோதியது. ஆளுநர் மவுண்ட்ஸ்டூவர்ட் கிராண்ட்-டஃப்பை எதிர்த்தபோது அது பயன்படுத்திய கடுமையான வார்த்தைகளைப் போல் அது அதற்குமுன் செய்ததில்லை. 1884-ல் சேலத்தில் நடந்த கலவரத்துக்குப்பின் ஆளுநரையும், நீதிமன்றத்தையும் தாக்கிய ஹிந்து, 'கலவரக்காரர்கள் என்று பெயர் சூட்டப்பட்டவர்களின் பேரில் குற்றம் சாட்டப்பட்டு தண்டனை அளித்தது, வஞ்சம் தீர்த்துக்கொள்ளும் மனப்பான்மையுடனேயே நடந்துள்ளது' என்று முழுங்கியது. 'கண்ணியத்துடனோ ஒரு நாகரிக ஆட்சிக்கு மதிப்பு அளிக்கும்படியோ செய்யப்படவில்லை' என்றது. 1881-ல் நடந்த செங்கல்பட்டு கலவர வழக்கில், 'ஆங்கிலேய நீதிமுறையின் நியாயமான முகத்தில் அவர் கரியைப் பூசிவிட்டார்' என்று கிராண்ட்-டஃப் மீது குற்றம் சாட்டியது. அந்த நபரைப் பற்றி, 'ஓ! சாத்தானே! எப்படி விழுந்து விட்டாய்! நிர்வாகி என்ற பெயர் அவதூறுக்கு உள்ளாகி, இடிந்துபோன அதன் சாம்பலுக்கு மேல், புகையில்லாத எரிமலைபோல எப்படி நிற்கிறாய்!' என்றும் 'அறிவாளியாக இருந்தாலும், நிச்சயமாக அரசியல் மேதை கிடையாது' என்றும் எழுதியது.

மேலும், 'கிராண்ட்-டஃப்பின் இந்தியப் பணிக்காலம், நமக்கு ஒன்றை நன்றாகப் புலப்படுத்துகிறது. வெற்றிகரமாக அரசை நடத்த, வெறும் அறிவுக் கூர்மை மாத்திரம் போதாது. ஞாபக சக்தி, ஒப்பிக்கும் திறன் ஆகியவற்றை விட பரிவு, சாதுர்யம், சகிப்புத் தன்மை ஆகியவையே அதிகம் தேவை. சென்னையின் ஆளுநர் என்ற பொறுப்பில் தோல்வி அடைந்த கிராண்ட்-டஃப், ஆட்சியின்மீது அவதூறு ஏற்பட இடம் அளித்து, சென்னை மாகாண அரசாட்சியையும் தன்னையும், எல்லா வகுப்புகளைச் சார்ந்த மக்களின் வெறுப்புகளுக்கும் ஆளாக்கியிருக்கிறார்' என்று எழுதியது.

இவ்வளவு கடுமையாகத் தாக்கிய சுப்பிரமணிய ஐயர், அதே சமயத்தில், அதே அளவுக்குப் பெருந்தன்மையும் காட்டினார். 'தனது கணவரின் முரட்டுத் தன்மைக்கும் வெடுக்குத் தனத்துக்கும் ஈடுகொடுப்பது போல், அவர் நாணயத்துடன், மனத்தைத் தொடும்படிப் பேசுவதிலிருந்து, அவருடைய கணவர் மேல் இருக்கும் வெறுப்பை, பாதியளவு குறைத்துள்ளார்' என்று கிராண்ட்-டஃப்பின் மனைவியைப் பற்றி எழுதினார்.

ஹிந்து, அந்தக் காலத்திய சட்டத் தீர்ப்பாயங்களைத் விமர்சிப்பதிலிருந்தும் பின்வாங்கவில்லை. மைலாப்பூர் கோயில் அறங்காவலர் ஒருவர், காவலர் ஒருவரைக் கீழே தள்ளிவிட்டதால், குற்றம் சாட்டப்பட்டு, தண்டிக்கப்பட்டார். அதைக் கண்டித்து, ஹிந்து, துணிச்சலாக, 'கான்ஸ்டபிள் ஒருவரின் தொப்பி கீழே விழுந்ததற்காக, லண்டன் மாநகரத்தின் மரியாதைக்குரிய ஒரு குடிமகனை ஆங்கிலேய நீதிபதி ஒருவர் தண்டிப்பாரா? இங்கிலாந்தில் குற்றவாளிக்கு வெறும் எச்சரிக்கை மாத்திரமே அளிக்கப்பட்டிருக்கும்' என்று எழுதியது. குண்டக் கல்லில் சில பிரிட்டிஷ் ராணுவ வீரர்கள், இரு பெண்களை விரட்டிச் சென்று, அந்தப் பெண்களைப் பாதுகாக்க முயன்றவரை சுட்டு கொன்றனர். அந்த வழக்கில் ஆஷ்ஃபோர்ட் என்ற குற்றம் சாட்டப்பட்டவர், விடுவிக்கப்பட்டார். அதனை விமர்சிக்கும்போது, ஹிந்து, 'ஓர் இந்தியன் பாதிக்கப்பட்டு, ஓர் ஐரோப்பியன் குற்றம் சாட்டப்பட்டால், எப்படி நியாயம் தவறாக வழங்கப்படும் என்பதற்கு, இந்த ஆஷ்ஃபோர்ட் விவகாரம் மற்றொரு உதாரணம்' என்றது. 'ஐரோப்பிய ராணுவ வீரர்களின் கொடுமைக்கு எதிராக இந்தியர்களுக்கு நிவாரணம் உண்டா? குண்டக்கல் கொலை வழக்குத் தீர்வின் அடிப்படையில், இந்தக் கேள்வி தோன்றுவது நியாயமே. அது ஒரு வக்கிரமான தீர்ப்பு என்று கூறத் தயங்கமாட்டோம்' என்றும் இரண்டு நாள்கள் கழித்து எழுதியது.

1897-ல் திலகர் பூனாவில் கைது செய்யப்பட்டபோது, அதற்கு ஆங்கிலோ-இந்திய ஏடுகளிடமிருந்து கிடைத்த ஆதரவை, ஹிந்து இவ்வாறு விமர்சித்தது: 'பம்பாய் அரசாங்கத்தின் பைத்தியக்காரச் செயல்களை வன்மையாகக் கண்டிக்கா விட்டால், இந்தியப் பத்திரிகைகள் தங்கள் கடமையிலிருந்து தவறியதாகக் கருதப்படும். சட்டத்தின்கீழ் அவற்றுக்குச் சுதந்தரம் இருக்கும்வரை, அவை சுதந்தரமாகவும் வெளிப்படையாகவும் எழுதும். ஐரோப்பியர்களுக்குப் புகழாரம் சூடுவதை அது தன் வேலையாகக் கருதாது.' திலகருக்குத் தண்டனை அளிக்கப் பட்டபிறகு, ஹிந்து, ' இந்தியாவில் உள்ள பிரிட்டிஷ் அரசாங்கம், அதனிடம் இருந்துவந்த சுதந்தரம், கருணை, பொதுமக்களது நல்லெண்ணம் ஆகியவற்றை முற்றிலுமாகப் புறக்கணித்துவிட்டு, பொறுப்பில்லாத பிற்போக்காளர்களின் கைக்குள் சிக்கிவிட்டது.' என்று எழுதியது.

சரித்திரத்தின் இந்த காலகட்டத்தில், ஹிந்துவின் கருத்துக்கள் மிகத் தெளிவாக இருந்தன. 'இந்தியக் குடிமக்களிடம் சாபம் வாங்காமல் இருக்க முடியாத வைஸ்ராய் லிட்டன், நாட்டை விட்டு வெளியேறியபோது, ஒரு நபர்கூட அதற்காக வருத்தப்படவில்லை' என்று எழுதியபின், அவருக்குப்பின் பொறுப்பேற்ற 'அப்பன் ரிப்பனை' வெகுவாகப் பாராட்டியது. பிரிட்டனுடனான உறவின்மேல் இருந்த நம்பிக்கையை உறுதிப்படுத்திய ஹிந்து, அதே நேரம், பிரிட்டிஷ் அதிகார வர்க்கத்துடனான உறவை, 'எங்களுடைய வெறுப்புக்கும் ஏளனத்துக்கும் ஆளாவது' என்று ஏசியது. அத்துடன், 'அவசர அவசரமாக, அகங்காரத்துடன், ஒருவருக்கும் புரியாத, பிடிக்காத விஞ்ஞானரீதியான அரசாங்கத்தை' நடத்தாமல், அதற்கு பதிலாக, தாங்கள் 'கைப்பற்றிய நாட்டில் இருக்கும் சுதேசி நிறுவனங்களிடம் அதிகமான கருணையைக் காண்பித்தால்' பிரிட்டனுக்கு மேலும் பலன் கிட்டும் என்றது.

அதற்குப்பின் பல ஆண்டுகளுக்கு, பணமுடையினாலும் குறைந்த வேலை யாட்களே இருந்ததாலும், உள்ளூரில் இருந்தும் வெளியூரில் இருந்தும் கிடைத்த செய்திகள் மட்டுமே நாளேட்டில் இடம் பெற்றிருந்தாலும், 'மவுண்ட் ரோடு அசரீரி'யின் இத்தகைய விமர்சனங்கள் அதற்குத் தனித்தன்மையை அளித்தன. ஒரு சிறுபான்மையான மக்களுக்கு மட்டுமே அந்தப் பத்திரிகை எழுதுவது புரிந்தாலும், அந்தச் சூத்திரம் சரியாக வேலை செய்ததால், பத்திரிகைக்கு வெற்றிமேல் வெற்றி கிட்டியது. இருந்தபோதிலும் 1990 முதல் இந்தியாவில் ஆங்கிலேய பத்திரிகைத் தொழில் மற்ற ஆரம்பித்தபின், அண்மை காலத்தில் புலனாய்வு செய்தி சேர்ப்பதில் அவ்வவ்போது, ஈடுபட்ட ஹிந்துவின் முயற்சிகள் தன்னிச்சையான விருப்பு வெறுப்புகளினால் பாதிக்கப்பட்டது. இருந்தும், சமீப காலம் வரையில், தீவிரமாகப் புலனாய்வு செய்து, செய்திகளைச் சேகரித்து, வாசகர்கள் மனம் கவரும் விதத்தில் தருவதற்கு பதிலாக, தன்னுடைய அபிப்பிராயங்களுக்கும், தன் பெரும்பான்மை வாசகர்களின் மனநிலைக்கும் மட்டுமே முக்கியத்துவம் அளிக்கும் விதத்தில் ஹிந்து நடந்துகொண்டது.

1883-ல் வாரம் மூன்று முறை என்றாகிய ஹிந்து, அதன் ஆரம்பகட்ட உருவத்தை அப்படியே வைத்துக் கொண்டு, திங்கள், புதன், வெள்ளி ஆகிய கிழமைகளில் மாலையில் வெளியானது. அதே வருடம் ஆதரவாளர்களின் உதவியுடன், அதனுடைய சொந்த இடத்தையும் அச்சகத்தையும் விலைக்கு வாங்கியது. 1939 வரை இந்தப் புது முகவரியான 100, மவுண்ட் ரோடு, ஹிந்துவின் இருப்பிடமாக இருந்தது. அந்த இடத்தில் இருந்து, முதல் பக்கம் முழுவதும் விளம்பரங் களுடன், கடைசி மூன்று பக்கங்களும் விளம்பரதாரர்களுக்காக ஒதுக்கப்பட்டு, அதே வடிவில் 1958 வரை வெளியானது. அந்த ஆண்டில்தான், ஹிந்து, அதன் ஆதர்சமான, தாம்ஸன்/மர்டாக் காலத்துக்கு முந்தைய லண்டன் டைம்ஸ் அதன் வடிவத்தை மாற்றிய காரணத்தால், தானும் தன் வடிவத்தை மாற்றிக்கொண்டது. இடைக்காலத்தில், செய்திகளைவிட அபிப்பிராயங்கள் அதிகமாக இருந்தன.

ஆனாலும் ஆரம்பத்திலிருந்தே, லண்டன் கடிதம் என்ற பத்தியில் லண்டன் செய்திகளும், பிரிட்டிஷ் ராஜ்ஜியத்தின் தலைநகர் டெல்லியிலிருந்து கணிசமான செய்திகளும் இடம்பெற்று வந்தன. இவ்வாறு லண்டன், டெல்லி ஆகிய வற்றுக்கும், இந்தியாவின் பிற மாகாணத் தலைநகரங்களுக்கும் அதிக முக்கியத்துவம் அளித்ததாலும், தூர நாடுகளான கியூபா, சூடான் ஆகியவற்றி லிருந்தும் செய்திகள் வெளியிட்டதாலும், அதன் விநியோகம் தென்னிந்தியாவில் மட்டுமே இருந்தும்கூட, ஹிந்து, தன்னை ஒரு தேசியப் பத்திரிகை என்று கூறிக்கொண்டது. அதே நேரம், முக்கியத்துவம் இல்லாத செய்திகளான, கிராண்ட்-டஃப்பின் மரீனா மற்றும் விருந்து கூடத்தில் விளக்குகள் ஏற்றப்பட்டதைப் பற்றி விவரிப்பதற்கும் அதில் இடம் இருந்தது. 1887-ல் 'மக்கள் பூங்கா'வில் நடைபெற்ற கிறிஸ்துமஸ் கண்காட்சியின்போது ஏற்பட்ட தீவிபத்தைப் பற்றிய அதன் வர்ணனை, 90 ஆண்டுகளுக்குப்பிறகு எல்.ஐ.சி. கட்டடத்தில் நேர்ந்த தீவிபத்தை வர்ணித்த நிருபர்களை நாண வைக்கும்.

'காங்கிரஸின் குறிக்கோள், சிதறி இருக்கும் நம் அரசியல் சக்தியை ஒரு மையமாக்கி, நாட்டு மக்களின் கவனத்தைக் கவரும் எண்ணங்களை இறுக்கமாக

கூட்டுசேர்ப்பது’ என்று கூறி 12 டிசம்பர் 1885-ல் காங்கிரஸின் பிறப்பைப் பற்றி எழுதியதால் தேசியரீதியில் ஹிந்துவின் மதிப்பு உயர்ந்தது. 28 டிசம்பர் 1885-ல் காங்கிரஸ் மாநாட்டின் முதல் தீர்மானத்தை ஹிந்துவின் ஆசிரியர் முன்மொழிந்த தால் ஹிந்துவின் நிலை மேலும் உறுதியானது.

காங்கிரஸின் ஆரம்பத்திலிருந்தே அதன் மதச்சார்ப்பற்ற தன்மையை ஹிந்து வலியுறுத்தியது. ஹிந்துவேகூட, தனது ஆரம்ப வருடங்களின் தலையங்கங்களின் நளினமான மொழிக்கு செயிண்ட் தாமஸ் மவுண்டில் வசித்துவந்த மருத்துவர் மேஜர் நிக்கல்ஸனுக்குப் பெரிதும் கடன்பட்டுள்ளது. அத்துடன், பிற்காலத்திய செழிப்புக்கு விஸயநகர மகாராஜாவுக்கும், திப்பு சுல்தானின் ஒரு வாரிசான நவாப் ஹுமாயுன் ஜா பகதூருக்கும் கடன்பட்டுள்ளது. இவ்வாறு இருக்கையில் திருவல்லிக்கேணி அறுவர், அந்தப் பத்திரிகைக்கு அந்தப் பெயரை வைத்தது விநோதமாக இருந்தது. இது ஏன் என்று இதுவரை விளக்கப்பட்டதில்லை. குதிரைப் பந்தயம், ஜோசியம் ஆகியவற்றில் ஆர்வம் கொண்டிருந்த, கஸ்தூரி கோபாலன், 1925-ல் விளையாட்டுக்கு என்று தனிப்பக்கத்தை ஒதுக்கியதோடு, 1964-ல், மதத்துக்கு என்று இன்று வரையில் தினமும் வெளியாகும் பத்தி ஒன்றையும் ஒதுக்கினார். ஆனால், அந்தப் பத்தி வாழ்க்கையின் அறநெறியைப் பற்றியே ஒழிய, ஹிந்து மதத்தையோ அதுவும் குறிப்பாக வைஷ்ணவத்தைப் பற்றியோ பிரசாரம் செய்வதில்லை என்பதால், ஹிந்துவை ஒரு மதம் சார்ந்த நாளேடு என்று நினைத்துபார்க்கக்கூட முடியாது.

மதச் சம்பந்தமான இத்தகைய விவாதங்கள், தனது பத்திரிகைக்கு எது சரி என்று சுப்பிரமணிய ஐயர் நினைத்தாரோ, அதற்கு முற்றிலும் முரண்பட்டவை. 1 ஏப்ரல் 1889 அன்று, அது ஒரு மாலை தினசரி ஆனதற்குச் சிறிது காலத்துக்குப் பிறகு, பத்திரிகையில் வழக்கமாகத் தலையங்கம் வரும் பக்கத்தில் முதன்முதலாக ‘செண்டினல்’ என்ற பெயருடன், பத்தி எழுதுதலை அவர் தொடங்கிவைத்தார். ‘ஓல்லா பொட்ரிடா’ என்ற தலைப்பின்கீழ் வர ஆரம்பித்த அந்தக் கட்டுரைகள் பிரிட்டிஷாருடன் இந்திய மேல் வகுப்பையும் கிண்டல் செய்யத் தொடங்கின. ‘நேடிவ் அப்சர்வர்’ என்ற மற்றொரு பத்தி, மேற்கத்திய பாணியைப் பின்பற்றும் இந்தியர்களுக்கு தடை போடுவதாக இருந்தது. இரண்டு பத்திகளும் ஹிந்து சந்தித்த முதல் பெரிய பிரச்னைகளுக்குக் காரணமாக இருந்தன.

நேட்டிவ் அப்சர்வர் ஹிந்து மதம் தொடர்பாகக் கொண்டிருந்த பழைமைவாத எண்ணங்களால் ஆரம்பித்த பெரிய சர்ச்சை, அந்தப் பத்திகளை எழுதியவர் சர் டி. மாதவ் ராவ் என்பவர் என்று ஹிந்து அவரது பெயரை வெளியிட்டு அவரைக் கண்டிக்கும் வரை தொடர்ந்தது. ‘வெறும் மூன்று வருடங்களுக்குள், அரசியல் மற்றும் சமூக விவகாரங்களில் தனது எண்ணங்களை மோசமான முறையில் ராஜா சர் டி. மாதவ் ராவ் மாற்றிக்கொண்டுள்ளார். ஒரு சமுதாயத்தின் நாகரிகம், எவ்வளவு போற்றப்பட்டதாக இருந்தபோதிலும், அதன் பழைமை, வாழ்க்கைக்கு ஒவ்வாதுபோனால் பயனற்றதாகிவிடும். அத்தகைய நாகரிகம் நமக்கு வேண்டாம்’ என்று சீர்திருத்தவாதி சுப்பிரமணிய ஐயர் கூறியவுடன், ஹிந்துவின் சொந்தக்காரர்கள் இடையே விரிசல் தொடங்கியது.

1895-ல் அவரது மனைவியும் இறந்தபிறகு, மறைந்த சர் மாதவ் ராவ் 10 லட்சம் ரூபாய் விட்டுவிட்டுப் போயிருந்ததாலும், அவருடைய மகன்கள் அரசுப் பணியில் உயர்ந்த நிலையில் இருந்ததினாலும், அவர்களுடைய பெற்றோர்களின் பெயரில், அவர்கள் ஏதாவது ஒரு நன்கொடைக்கு ஒரு லட்சம் ரூபாயாவது ஒதுக்கவேண்டும் என்று ஹிந்து எண்ணியது. அதனுடன் விடாமல், 'இந்த வாதம், மறைந்த சர் டி. முத்துசுவாமி ஐயரின் மகன் சுவாமிநாத ஐயருக்கும் பொருந்தும். அவரும் சிவில் சர்வீஸில் இடம் பெற்றுள்ளார். பொது மக்களின் உழைப்பால் முன்னேறியவர்களுடைய சேமிப்பின் பேரில், அந்த மக்களுக்கு ஓர் உரிமை இருப்பதால், மக்களுக்கு உதவி புரிய அவர்கள் கடமைப்பட்டிருக்கிறார்கள்' என்று எழுதியது.

ஹிந்துவுடன் செண்டினலுக்கு ஏற்பட்ட பூசலுக்குக் காரணம், அவரது புகழாசை. சென்னையின் பிரபல குற்றவியல் வழக்கறிஞரான ஏர்ட்லி நார்டன் என்பவர்தான் செண்டினல் என்ற பெயரில் எழுதியவர். அவர், இறப்புகளை விசாரிக்கும் அலுவலராக இருந்தபோது, ஹிந்து அவரை விமர்சித்து எழுதிய தற்காக, அதன்மீது அவதூறு வழக்கு தொடர்ந்தார். அதுதான் ஹிந்துமீது தொடுக்கப்பட்ட முதல் அவதூறு வழக்கு. ஹிந்து மன்னிப்பு கோரியபின், நார்டனும் சுப்பிரமணிய ஐயரும் நண்பர்கள் ஆனார்கள். அதைத் தொடர்ந்து, சுருக்கென்று குத்தும் நகைச்சுவையும் பரிகாசமும் நிறைந்த 'ஒல்லா பொட்ரிடா' தோன்ற ஆரம்பித்தது. அந்தப் பத்தி 1889 மே முதல் டிசம்பர் வரை, குறுகிய காலத்துக்கு மட்டுமே ஓடியது. இருந்தபோதிலும் பல வருடங்களுக்கு ஹிந்து நார்டனை ஆதரித்தது.

1894-ல் இந்திய சட்ட மன்றத்துக்கு நார்டன் தேர்ந்தெடுக்கப்படுவதை பலரும் எதிர்த்தபோது, ஹிந்து அவருக்கு ஆதரவாகக் களம் இறங்கியது. ஆனால், பதவி ஏற்ற ஒரே மாதத்துக்குள், நார்டன், செக்ஸ் வழக்கு ஒன்றில் சிக்கி, தன் பதவியிலிருந்து விலகியபோது, ஹிந்து தனது பத்திகளில் காரசாரமான விவாதங் களுக்கு இடமளித்தது. 1894-ல் சென்னை காங்கிரஸ் மாநாட்டில், தன்னுடன் ஒத்துப்போகாதவர்கள்மீது நார்டன் வசைமாரி பொழிந்தபோதும், சுப்பிரமணிய ஐயர் அவரை ஒருதலைப்பட்சமாக ஆதரித்தார். இந்த மனப்போக்கால், வீரராகவாச்சாரியார், நார்டனை எதிர்க்க ஆரம்பித்து, 1898-ல், சென்னை மாநகராட்சித் தேர்தலில் திருவல்லிக்கேணியிலிருந்து நார்டன் போட்டி யிட்டபோது, தன் பெயரிலேயே ஹிந்து ஆசிரியருக்கு எதிர்ப்புக் கடிதம் எழுதினார். தலையங்கப் பக்கத்தில் நடுநிலையைக் கடைப்பிடித்த ஹிந்து, நார்டன்மேல் தனக்கிருந்த மதிப்பை மறைக்கவில்லை. அவர் வெற்றி அடைந்தபோது அவரை மனமார வாழ்த்தியது.

12 பக்கங்கள் அளவுக்கு வளர்ந்து, தென்னிந்தியாவில் வாசிப்பவர்களுக்கு மத்தியில் இரண்டாம் இடம் என்று கூறிக்கொண்ட தினசரியான ஹிந்துவின் இரு முதலாளிகளுக்கும் இடையில், கொழுந்து விட்டெறிந்த பூசல் தீயை, நார்டன் சம்பவம் மேலும் அதிகரிக்கச் செய்தது. இந்து சமுதாயத்தின் கொடுமை களை சுப்பிரமணிய ஐயர் வன்மையாகக் கண்டித்தார். மணப்பெண்ணின் வயதை உயர்த்துதல், விதவை மறுமணம், தீண்டாதார் நிலையை மேம்படுத்துதல்

ஆகியவற்றை ஆதரித்து, பால்ய விவாகம், ஜாதி வேற்றுமை, ஆபாச நாட்டியக் கூத்து ஆகியவற்றை ஒழிக்கவேண்டும் என்றார் அவர்.

தான் பிரசாரம் செய்ததை, சுப்பிரமணிய ஐயர் 1889-ம் ஆண்டு காங்கிரஸ் மாநாட்டில் நடைமுறையில் செய்து காட்டினார். மாநாட்டின் போது, 13 வயதில் கன்னி விதவையான தனது மூத்த மகள் சிவப்பிரியம்மாளுக்கு திருமணம் செய்து வைத்தார். விதவை மறுமணம் நடந்த ஒரு திருவல்லிக்கேணி வீட்டில், ஒரு குழந்தை இறந்தபின், ஈமச் சடங்குகளுக்கு சுற்று வட்டாரத்தில் உதவி கிட்டாததால், தனது சொந்தப் புரோகிதரையே அதற்காக சுப்பிரமணிய ஐயர் அனுப்பி வைத்தார். 1893-ல் வேறொரு தருணத்தில், 'தேவை, திருமணத்துக்கு கன்னி விதவைகள்' என்றொரு விளம்பரம் ஹிந்துவில் இடம் பெற்றது.

ஹிந்து செய்தித்தாள், ஆசார வைதீகத்தைத் தாக்கும்போது அதைக் கடுமை யாகவே செய்தது. 'ஆசார வைதீகத்தைத் தாக்கும் இந்துக்களிடம் யாரும் அதைப் பற்றி விவாதிக்க விரும்புவதில்லை. மாறாக, அவர்கள் அச்சுறுத்தப்பட்டு, மதத்திலிருந்து விலக்கி வைக்கப்படுகிறார்கள். இதுபோன்ற சகிப்புத்தன்மை இல்லாத நிலையால்தான், நாட்டில் தனித்தன்மையை அழித்துள்ளது. இந்து சமூகத்தின் ஒரு பிரிவு தன்னிச்சையாக இவ்வாறு அதன் சக்தியை துஷ்பிரயோகம் செய்வதால்தான், முழுச் சமூகத்தின் ஒழுக்கமே குறைந்துபோயுள்ளது. நடந்துகொண்டிருக்கும் மாற்றங்களை அங்கீகரிக்காமல், தன்னிச்சையாக உருவான, புராதனமாகிவிட்ட வரம்புகளை மறு பேச்சின்றிக் கடைப்பிடிக்க வேண்டும் என்ற பொறுப்பற்ற கொள்கைதான் ஆசார வைதீகத்தின் குறிக்கோள். தனது வழி தவறானது, மாற்றம் தேவை என்று ஒப்புக்கொள்வதைவிட, அது, தனது அழிவைக்கூட அமைதியாக எதிர்கொள்ளும். இல்லாவிட்டால் தனது சமூகத்தின் அறிவாளிகள் மேல்நாட்டுக்குச் செல்வது, இளைஞர்களுக்கு பகுத்தறிவுடனும் மனிதாபிமானத்துடனும் கூடிய திருமண வழக்கங்கள் ஆகிய மேம்பாடுகளை எந்த சமூகமும் மனப்பூர்வமாகப் புறக்கணிக்காது. தனி மனிதனின் தடைகளை அகற்றி, அவனுக்கு மேலும் சுதந்தரம் அளிக்கா விட்டால், பூமியில் எல்லாப் பகுதிகளுக்கும் எசமானியாக ஆகியிருக்கும் ஐரோப்பாவில், அதற்குக் காரணமான, சுயமாக யோசிக்கும், நேர்மையுடனும், எதற்கும் தயங்காத சாகசமும் உடைய வீரர்களுக்கு ஒப்பாக ஒருவனைக் கூட இந்து சமுதாயத்தால் உருவாக்க முடியாது.'

சுப்பிரமணிய ஐயர் மேலும் முழங்கினார்: 'பறையர்கள் மற்றும் அவர்களைப் போன்ற வகுப்புகளின் இழிவான நிலையைப் பார்க்கும்போது, இந்து சமூகத்தின் பிரத்யேக அமைப்பின் மூலம் இதற்கு விடிவே கிடையாது; இந்துக்களால் இதற்கு நிவாரணம் அளிக்க முடியாது என்றே எங்களுக்குத் தோன்றுகிறது. கிறிஸ்தவப் பிரசாரகர்கள்தான், அவர்களுக்குக் கல்வி அளித்து அவர்களை முன்னுக்குக் கொண்டு வரமுடியும். நம்மால் கீழ்மட்டத்தைச் சார்ந்த நமது நாட்டவருக்கு விடிவு அளிக்க முடியாவிட்டால், வெளிநாட்டவரது நல்லெண்ணத்தையும் சேவையையும் நாம் ஏன் மறுக்கவேண்டும்?'

தன் போராட்டத்துக்கு, சுப்பிரமணிய ஐயர் ஹிந்துவைச் சாதகமாக பயன்படுத்திக் கொண்டார். ஆனால், ஒரு பழைமைவாத சமூகத்தில், இத்தகைய போராட்ட வெறி, எதிர்ப்புக்கு உள்ளாகியதைத் தவிர்க்க முடியவில்லை. பத்திரிகையின் வியாபாரத்தைக் கவனித்துக்கொண்ட வீரராகவச்சாரியாரால், வருமானத்தில் ஏற்பட்ட சுணக்கத்தை உணர முடிந்தது. 1898-ல் பிரிவைத் தவிர வேறு வழி இல்லை என்று நிச்சயித்தபின், நார்டனின் முன்னிலையில் அதற்கு வேண்டிய வழிமுறைகள் பின்பற்றப்பட்டு, சுப்பிரமணிய ஐயர் ஹிந்துவிலிருந்து விலகி, 1882-ல் வார ஏடாகவும், 1899-ல் நாளேடாக மாறிய சுதேசமித்திரன் என்ற தமிழ்ப் பத்திரிகைக்கு முழு நேரப் பொறுப்பேற்றார். திண்டாடிக் கொண்டிருந்த ஹிந்துவை வீரராகவாச்சாரியார் எடுத்துக்கொண்டார்.

மதராஸ் மெயிலுடனும் மதராஸ் டைம்ஸுடனும் சுப்பிரமணிய ஐயரின் நாள்களில் ஹிந்து சில முறை கடுமையாகப் போராடியது. அத்துடன் இந்தியாவைப் பற்றி உள்ளொன்றும் புறமொன்றுமான அறிக்கைகளுக்காக ராய்டரையும், இந்தியாவைப் பற்றிய அற்பமான குப்பைகளுக்காக லண்டன் டைம்ஸையும் ஹிந்து தாக்கியது. இருந்தபோதிலும், காலம், இதற்கு உகந்ததாக இல்லை. சென்னையில் காங்கிரஸ் கட்சியின் கௌரவத்தின் காப்பாளரும், சென்னையில் நடந்த ஒவ்வொரு காங்கிரஸ் மாநாட்டையும் நல்லபடி நடத்தித் தந்தவருமான வீரராகவாச்சாரியாரின் வாய்ப்பேச்சுக்கு அஞ்சி, 1897-ல் இங்கிலாந்திலிருந்து திரும்பிய சுப்பிரமணிய ஐயர் வேதனையுடன் மௌனம் சாதித்தார். ஆனால், அந்த மௌனத்தால்கூட இருவருக்கும் இடையில் மேற் கொண்டு சச்சரவு ஏற்படுவதைத் தவிர்க்க முடியவில்லை. சமூகச் சீர்திருத்தத் துக்கு ஹிந்துவின் வாசகர்கள் தயாராக இல்லை என்று வீரராகவாச்சாரியார் கருதினார். சுப்பிரமணிய ஐயரின் கொள்கை தொடர்ந்தால், வாசிப்போரின் எண்ணிக்கை அதிகரிக்காது என்றும் வெளியிலிருந்து பண உதவியும் கிடைக்காது என்றும் வீரராகவாச்சாரியார் நம்பினார். ஆகையால் இருவரும் பிரிந்தனர். ஆனாலும் இருவருக்கும் இடையே இருந்த பகை மறையவில்லை. ஹிந்துவின் புதிய கொள்கைகள் தொடர்பாக, சுதேசமித்திரனும் வீரராகவாச்சாரியார் வாரம் இருமுறை வெளியிட்ட ஹிந்து நேசனும் குரல்வளையைப் பிடித்துக்கொண்டு சண்டை போட்டன. வீரராகவாச்சாரியாரின் ஒரு பதிலுக்கு எதிராக சுப்பிரமணிய ஐயர் தொடர்ந்த அவதூறு வழக்கு, வீரராகவாச்சாரியார் மன்னிப்பு கேட்டவுடன் சுமுகமாகத் தீர்க்கப்பட்டது.

தன் கடந்த காலத்திய சம்பிரதாயத்தைத் தழுவி வாழ்ந்தால், இந்தியாவுக்கு விமோசனமே கிடையாது என்றுசிறந்த எழுத்தாளரும், மேற்கத்திய கல்வியையும் கலாசாரத்தையும் ஊன்றிப் படித்தவருமான சுப்பிரமணிய ஐயர் நம்பினார். மேற்கத்திய கல்வியும் சமூக மனப்பான்மையும் மட்டுமே, இந்தியாவுக்கு நம்பிக்கை அளிக்கும் என்று அவர் எண்ணினார். 1903-ல் நடந்த ஹிந்துவின் வெள்ளி விழாவில்கூட 'மாற்றங்கள், சீர்திருத்தங்கள், முன்னேற்றங்கள்தாம் ஒரு நாட்டுக்கு உயிரளிக்கும். குருட்டு, அறிவற்ற பழைமைகள்மூலம் தேக்கமே ஏற்பட்டு, நாசம்தான் விளையும்' என்று அவர் உரையாடினார். பெண்ணியம் பேசப்படுவதற்கு வெகு காலம் முன்பே, இந்து சமூகத்தில் பெண்கள் நடத்தப்

படும் விதம் கண்டிக்கப்படவேண்டியது என்று ஐயர் நம்பினார். அவர் போராடிய குறிக்கோள்கள் இன்று அரசியல் அமைப்புச் சட்டத்தில் பதிவாகியிருக்கின்றன.

ஹிந்துவில் அவர் இருந்தபோது, இறந்தவர்களைப் பற்றி குறை கூறக் கூடாது என்பதை அவர் ஒரு கொள்கையாகக் கடைப்பிடிக்கவில்லை. 'ஒரு மனிதர் இறந்தாலும் அவரது செயல்பாடுகளை நாம் முழுமையாக ஆராயலாம். தேசியத்துக்கும் தேசிய சுயமரியாதைக்கும் அவர்களுடைய குற்றங்கள் மூலம் தீங்கு விளைந்திருந்தால், அவர்கள் இறந்த பின்பும் அவர்களை மன்னிக்க முடியாது' என்று எண்ணிய அவர், ஒரு வரம்புவரை அந்த கொள்கைப்படியே வாழ்ந்தார்.

1907-ல் பஞ்சாப் கைதுகளுக்குப் பின்னும், லாலா லஜ்பத் ராய் நாடு கடத்தப்பட்ட பின்னும், அவர் முற்றிலும் மாற்றம் அடைந்தார். பிரிட்டிஷாரை வெளியேற்ற வேண்டும் என்று திடமாக நம்ப ஆரம்பித்தார். 'பிரிட்டிஷ் ஆட்சி பெருமையுடன் இந்தியர்களுக்குக் கொடுத்துள்ளதாகச் சொன்ன சுதந்தரம் தன் அம் மணத்தை வெளிப்படுத்திவிட்டது' என்று அவர் ஹிந்துவுக்கு எழுதினார். இந்த மாற்றத்தின் மூலம் அவர் ஒரு தீவிரவாதியானார். பிரிட்டிஷ் பொருள்களை புறக்கணியுங்கள்; பட்டங்களையும் கௌரவப் பணிகளையும் ஏற்காதீர்கள் என்று வலியுறுத்தினார். ஹிந்துவின் புதிய நிலைக்கு முற்றிலும் அப்பாற்பட்ட இந்த தீவிரவாதி, தேச துரோகத்துக்காக 1908-ல் கைது செய்யப்பட்டார். ஜாமீன் மறுக்கப்பட்டது.

குஷ்டரோகத்துடன் உடல் நலிந்த அந்த மனிதர், சிறைச்சாலைக்குச் செல்ல தைரியம் இல்லாததால், தன் வாயை மூடிக்கொள்வதற்கு உத்திரவாதம் அளித்தார். அதன்பின், அவர் பழைய மனிதராகவே இல்லை. 1916-ல் இறந்தார். ஆனால், தான் நட்ட விதை, ஒரு செழிப்பான மரமாக வளர்ந்ததை அவரால் பார்க்க முடிந்தது.

ஹிந்துவில் இருந்து சுப்பிரமணிய ஐயர் விலகியதற்குப்பின், சிறிது காலத்துக்குள், அந்த மரம், பட்டுப்போய் விடுமோ என்றுகூடத் தோன்றியது. அதன் 12 பக்கங்களில் குறைந்த அளவில் செய்திகளும், அதற்கு மேல் அபிப்ராயங்களும், ஆறு பக்கங்களுக்கு விளம்பரங்களும் தோன்றின. ஞாயிறுதோறும் தோன்றிய ஓர் இணைப்பு, 1898-ன் இறுதியில் அறிமுகப்படுத்தப்பட்டு, கட்டடத்தின் ஒரு பகுதியை வாடகைக்கு விட முயற்சி எடுக்கப்பட்டு, பிறருக்கு அச்சடித்துக் கொடுக்கும் வேலைகளை எடுத்துக்கொண்டுகூட, பத்திரிகை தத்தளித்தபடியே தான் இருந்தது. 1901-ல், ரூபாய் 1,20,000 மூலதனத்துடன், ஹிந்துவை ஒரு லிமிடட் கம்பெனியாக ஆக்க வீரராகவாச்சாரியார் முனைந்தார். அரசாங்கத்தில் பணிபுரிந்த, படித்த மேட்டுக்குடியினர் இத்தகைய பங்குகளை வாங்க அனுமதிக்கப்படாததாலோ, என்னவோ, அளிக்கப்பட்ட 1,200 பங்குகளில் பாதிக்குமேல் விற்பனையாகவில்லை. இரண்டு வருடங்கள் கழித்து அந்த அஞ்சாநெஞ்சம் கொண்ட பத்திரிகை, தனது வெள்ளிவிழாவை கொண்டாடிய போது, அது நான்கு அவதூறு வழக்குகளில் சிக்கி, மூன்றில் கணிசமாகத் தோற்று, ஒன்றை சமரசமாக முடித்திருந்தது என்று வீரராகவச்சாரியார் குறிப்பிட்டார்.

ஹிந்துவின் துணிச்சல் குறையக் குறைய, அதன் விற்பனையும் 800 பிரதிகளாகக் குறைந்தது. பின்னர், அதன் முதலாளி அதை விற்றுவிடுவது என்று நிச்சயித்தார். கும்பகோணம் கிராமம் ஒன்றிலிருந்து முதலில் கோயம்புத்தூருக்கும், பிறகு சென்னைக்கும் இடம் பெயர்ந்த அரசியல் ஆர்வம் கொண்டிருந்த ஹிந்துவின் வழக்கறிஞராக இருந்த எஸ். கஸ்தூரிரங்க ஐயங்கார் அந்தப் பத்திரிகையை வாங்கினார். அவருடைய மூதாதையர்கள் விஜயநகர அரண்மனையிலும், மராட்டியர்களின் தஞ்சாவூரிலும் பணியாற்றியிருந்தனர். இன்னாம்பூர் கிராமத்தைச் சேர்ந்த பழைய கஸ்தூரிரங்க ஐயங்கார் சரபோஜி ராஜாவின் பட்டாளங்களுக்கு ஊதியம் வழங்குபவராக இருந்தார். தஞ்சாவூர் மாவட்ட அலுவலகத்தில் மராட்டிய ஆவணங்களை மொழி பெயர்த்தவர்களுள் முக்கியமான வராக அவருடைய மூன்றாவது மகன் சேஷ ஐயங்கார் இருந்தார். சட்டத்துக்குப் பதிலாக, பத்திரிகைத் துறையில் ஈடுபட்டவர் சேஷ ஐயங்காரின் மூன்றாவதும் கடைசியுமான மகன் கஸ்தூரிரங்க ஐயங்கார். அரசியலில் அவருக்கு இருந்த ஆர்வம், செட்டி சங்கரன் நாயர், டாக்டர் டி.எம். நாயர் ஆகியோருடன் ஏற்பட்ட உறவால் அதிகரித்தது.

நேஷனல் பிரஸ்ஸையும் அதன் முக்கியமான பதிப்பான ஹிந்துவையும், உற்றாரும் நண்பர்களும் பைத்தியக்காரத்தனம் என்று கூறியதையும் புறக்கணித்து, கஸ்தூரிரங்க ஐயங்கார் வாங்க நிச்சயித்தபோது, அவருக்கு வயது நாற்பதைத் தாண்டியிருந்தது. 1 ஏப்ரல் 1905-ல், ரூபாய் 75,000-க்கு அவர் ஹிந்து பத்திரிகையை வாங்கிக்கொண்டார்.

முதலிலிருந்தே அவர் அதை ஒரு வியாபாரமாகக் கருதினார். அவரது வாரிசுகள் இன்றும் 'அதுதான் எங்கள் குடும்பத்தின் ஒரே தொழில்' என்று கூறிக்கொள் கின்றனர்.

இப்போதைய அளவில் பாதியாக, 12 பக்கங்கள் உடைய டேப்ளாய்ட் நாளேடாக அதனை எடுத்துக் கொண்ட அவர், விளம்பரங்கள் மூலம் கணிசமான வருமானம் கிட்டியவுடன், 16 பக்க நாளேடாக ஆக்கினார். சந்தா கட்டாதவர்களுக்கு நாளேடு கிடையாது. முழுமையாகக் கட்டப்பட்ட சந்தாக்கள்தான் ஹிந்துவுக்குத் தேவையாக இருந்தது.

சந்தாதாரர்களுக்கு, கொடுத்த பணத்துக்கு ஏற்றபடி அன்றாடச் செய்திகள் உடனுக்குடன் கிடைத்தன. ராய்டரின் தந்திவழியான செய்திச் சேவைக்கு அவர் சந்தா கட்டினார். 1950 வரை நீதிமன்ற நடவடிக்கைகள் தொடர்பான செய்தி களைத் தொடர்ந்து அளித்துவந்தார். துரதிர்ஷ்டவசமாக இப்போது அது நிறுத்தப் பட்டுவிட்டது. பாவ்லா கொலை வழக்கு, சென்னையில் வசித்த பிரபல நடிகர்களும் சங்கீத வித்வான்களும் ஈடுபட்ட லக்ஷ்மிகாந்தன் வழக்கு ஆகியவை பற்றிய செய்திகள் படிப்பவர்களுக்குக் கிளர்ச்சியை ஊட்டின. அதற்குமேல் வானிலைக்கும், கப்பல் போக்குவரத்துக்கும், வர்த்தகச் செய்திகளுக்கும், விளையாட்டுச் செய்திகளுக்கும் இடம் தரப்பட்டன. சுப்பிரமணிய ஐயர், கவுண்டி கிரிக்கெட் பற்றிய தகவல்களை தர ஆரம்பித்திருந்தார். அதைப் பின்பற்றி, கஸ்தூரிரங்க ஐயங்கார் காலத்தில் குதிரை பந்தயங்கள் பற்றிய செய்திகளும் புதிதாக ஆரம்பிக்கப்பட்டன.

இந்தச் சூத்திரம் சரியாக வேலை செய்ததால், கஸ்தூரிரங்க ஐயங்கார், முதல் வருடத்தை ஒரு சிறிய லாபமான ரூபாய் 150-டன் முடித்தார். அதே சமயம் தலையங்கப் பக்கத்தில் ஒரு புதுக் கொள்கையையும் புகுத்தினார். 1905-ல் 'திவாலான இந்தியா' என்ற தலைப்பின்கீழ் பின்வருமாறு வெளியானது: 'இந்தியாவை நாசத்திலிருந்து பிரிட்டிஷ் நாடாளுமன்றம் விடுவிக்கும் என்று எந்த புத்திசாலி இந்தியராவது நம்புகிறாரா? பிரிட்டிஷ் அரசியல் மேதைகளால் இந்தியாவை முன்னேற்ற முடியாது. இந்தியாவின் நம்பிக்கைகளை எல்லாம் அதன் சொந்த முயற்சியினால்தான் மெய்யாக்க முடியும்.' ஒரு மாதம் கழித்து அந்த ஏடு, 'இந்திய அரசாங்கத்தின் அதிகாரத்தை அதன்மேல் அக்கறையுள்ள, உரிமையுடன் அதை பாதுகாக்கக்கூடிய இந்தியர்களின் கைகளுக்கு மாற்றுவது தான், கெட்டிக்காரத்தனத்துடன் பயனளிக்கும் நிரந்தர ஏற்பாடு' என்றது. சுப்பிரமணிய ஐயர் காலத்திலிருந்து இது முற்றிலும் மாறுபட்டது. காங்கிரஸுக்கு வெகு காலம் முன்பே பிரிட்டனை, இந்தியாவை விட்டு வெளியேறு என்று ஹிந்து கேட்டுக்கொண்டது.

ஆனால் இதனால் மட்டும், தென்னிந்தியர்கள், கொதிக்கும் காலை காப்பியுடன் ஹிந்துவை நாட ஆரம்பிக்கவில்லை. 1906-ல் சென்னையின் பெரிய வங்கியாக இருந்த ஆர்பத்நாட் கம்பெனி சரிந்தபோது, இது தொடர்பாக ஹிந்து காண்பித்த கடுமை குறையாத மனோபாவமே, இதற்கு முக்கியக் காரணமாக இருந்தது. அந்த திவால் காரணமாக, ஆளுநர் லாலி முதற்கொண்டு, மஹாராஜாக்களும் மாதச் சம்பளம் வாங்குபவர்களும் பாதிக்கப்பட்டிருந்தனர். 'வர்ணிக்கக்கூட முடியாத, இழிவான மோசடி' என்று ஆர்பத்நாட் விவகாரத்தைப் பற்றி எழுதிய ஹிந்து, 'அப்பாவி ஆண்கள், பெண்களில் பலரை தனது பேராசையால் விழுங்கியது' என்று முதலீட்டாளர்களின் சார்பில் அவர்களுக்கு நீதி கிடைக்க ஓர் ஆண்டுக்கும் மேல் போராடியதால், இந்த விவகாரத்தில் ஓடுபட்ட முக்கியமான ஆங்கிலோ இந்தியரான சர் ஜார்ஜ் ஆர்பத்நாட் தண்டிக்கப்பட்டாரே ஒழிய, அந்த திவாலால் நஷ்டம் அடைந்தவர்களுக்கு எந்தவித நிவாரணமும் கிடைக்கவில்லை. இருந்த போதிலும், தென்னிந்தியாவில் வசிப்பவர்கள் இடையே ஹிந்துவின் பெயர் நிலைபெற்றது.

1912-ல் 16 பக்கங்கள் கொண்ட டேப்ளாய்டான ஹிந்து, அன்னி பெசண்டுடன் மோதுவதற்கு பல பக்கங்களைச் செலவழித்தது. (1894-லேயே சுப்பிரமணிய ஐயர் அன்னி பெசண்டின் கொள்கைகளைக் கேள்வி கேட்டிருந்தார்.) அடுத்த கால் நூற்றாண்டுக்கு பிரம்மஞானம், ஜே.கிருஷ்ணமூர்த்தி, காந்தி போன்ற தலைப்புகளின்கீழ் பெசண்ட்டுடன் வாக்குவாதம் செய்த ஹிந்து, சுயாட்சி தொடர்பான கருத்து ஒன்றில்தான் அவருடன் இணங்கிப்போனது. இன்றைய வாசகர்களுக்கு, அத்தகைய கடுமையான தாக்குதல்களும் பதில்களும் ஆச்சரிய மாகவும், ஏன், அதிர்ச்சியாகவும்கூட இருக்கக்கூடும். உதாரணத்துக்கு 1912-ல், 'பொதுமக்களுக்காக பிரம்மஞானத்தின் சரித்திரத்தின் சுவாரஸ்யமான பக்கம் ஒன்று நீதிமன்றம் என்ற அரங்கில் வெளியிடப்படும்' என்று வாசகர்களுக்கு அறிவித்த ஹிந்து, 'மடையர்களும் பைத்தியக்காரர்களும்தான், இந்த 20-ம் நூற்றாண்டில், சிறுவன் கிருஷ்ணமூர்த்திதான் கடவுளின் ஓர் அவதாரம் என்று

நம்புவார்கள். அந்தப் பையனின் இரண்டாவது குறிக்கோளைப் பற்றி, திருமதி அன்னி பெசண்டும், லெட்பீட்டரும் கதை கட்டுகின்றனர்' என்று எழுதியது. இதைத் தொடர்ந்து திருமதி பெசண்ட் தொடர்ந்த அவதூறு வழக்குகளை ஹிந்து வெற்றிகரமாகச் சமாளித்தது.

இன்று ஏற்றுக்கொள்ள முடியாததாக இருக்கும் ஒரு காரியத்தை ஹிந்து 1920-ல் செய்தது. பிரம்மஞான சபை உறுப்பினர் ஜி.எஸ். அருண்டேலுக்கும், வயதுக்கு வராத மைனர் இந்துப் பெண் ஒருத்திக்கும் இடையே நடக்க இருந்த திருமணத்தைப் பற்றி அது எழுதியது. 'அவர்களுடைய காரியத்தின் விளைவுகள் கோரமாக இருக்கும். அத்தகைய முயற்சிக்கு ஏற்படும் எதிர்ப்பு அவர்களுடைய அரசியல் மற்றும் கல்வி நடவடிக்கைகளை மிகவும் பாதிக்கும்' என்று ஹிந்து அருண்டேலையும் பெசண்டையும் எச்சரித்தது. இருந்தபோதிலும், மும்பையில் ஒரு பொதுச் சடங்கின் மூலம் 40 வயது அருண்டேலும் 16 வயது ருக்மிணி சாஸ்திரியும் மணந்தபோது, ஹிந்து பல்லைக் கடித்துக்கொண்டு பொறுத்துக் கொண்டது.

இவ்வாறு தன் உள்ளூர் விருப்பு வெறுப்புகளுடன், அரசாங்கத்தையும் ஆங்கிலேயர்களது இன வேறுபாட்டையும் எதிர்ப்பதன்மூலம், ஹிந்துவுக்கு சூடு பிடிக்கத் தொடங்கியது. தேசியம் தொடர்பாக, பத்திரிகை அடக்கியே வாசித்தது, என்றாலும் அதன் நிலை பற்றி அதிக சந்தேகம் ஏதும் இருக்கவில்லை. முதலில் பிரிட்டிஷ் ஆட்சிபீடத்துக்கு விசுவாசமாக இருந்து, பிரிட்டிஷ் ஆட்சி இந்தியர்களுக்குக் கிடைத்த நல்லாசி என்று நினைத்துவந்த ஹிந்து, 1918-ல் மாண்டேகு-செம்ஸ்ஃபோர்ட் சீர்திருத்தங்கள் அறிவிக்கப்பட்டபின் சிறிது சிறிதாக அங்கிருந்து நகர்ந்து, காந்தியின் வழியில், அரசுக்கு தனது எதிர்ப்பைத் தெரிவிக்க ஆரம்பித்தது. அதனுடைய குறிக்கோள் இந்திய சுதந்தரம் என்று ஆனவுடன், அது, தனது உச்சமான நிலையை அடைந்தது. இந்திய தேசிய இயக்கத்துடன் அதன் வரலாறு அவிழ்க்கமுடியாமல் பின்னப்பட்டது.

இந்த எதிர்ப்பு காலத்தின்போது, அதன் ஆசிரியரின்கீழ் உதவி ஆசிரியர்களாக இருந்த அவரது மருமகன்கள் ஏ. ரங்கசுவாமி ஐயங்காரும், எஸ். ரங்கசுவாமி ஐயங்காரும் உதவினார்கள். இருவரும் பின்னர், பத்திரிகையில் பிரபலமான ஆசிரியர்களாக ஆனார்கள். 1923-ல் கஸ்தூரிரங்க ஐயங்கார் இறந்த பத்து வருடங்களுக்குள்ளாக, இந்த இருவரும், பதவியில் இருந்தபோதே இறந்தனர். 1928 முதல், சட்ட நோக்கில் நிகழ்வுகளை ஆராய்ந்த அரசியல்வாதியும் எழுத்தாளருமான ஏ. ரங்கசுவாமி, மோதிலால் நேருவுடன் நெருங்கிய நட்புடையவராக இருந்தார். தனது அரசியல் உள்ளறிவைக் கொண்டு, ஹிந்துவை அரசியல் எண்ணங்களுக்கான கருவியாக ஆக்கி, அரசியல்வாதி களையும் பாமரர்களையும் இணைக்கும் பாலமாக இருந்தார். கஸ்தூரிரங்க ஐயங்கார், எஸ். ரெங்கசுவாமி ஆகியோர் காலத்தின் காரசாரமான எழுத்துகள், ஏ. ரங்கசுவாமி காலத்தில் முடிவுக்குக் கொண்டுவரப்பட்டு, காங்கிரஸ் மற்றும் காந்தியின் போக்குக்கு சில சமயம் முரணாகவே, மிதவாதம் பின்பற்றப்பட ஆரம்பித்தது. 'இது மிக மிக அநியாயம்' என்று காட்டமாகச் சொல்வதற்கு பதில், 'இது அநியாயம்' என்று சொல்வதோடு, கூடவே போதுமான வலுவான

ஆதாரங்களை முன்வைப்பது சிறந்தது என்று ஏ. ரங்கசுவாமி நினைத்தார். அதையே இன்றுவரை ஹிந்து பின்பற்றி வருகிறது.

எஸ். ரங்கசுவாமி ஒரு வித்தியாசமான அச்சில் வார்க்கப்பட்டவர். தனது காரமான, விமர்சனப்பூர்வமான பேனாவை அற்புதமாகக் கையாண்ட அரசியல் ஆர்வம் இல்லாத அவர், கஸ்தூரிரங்க ஐயங்காரின் எதிர்பார்ப்புகளுக்கு ஏற்றவகையில் அறச்சீற்றத்துடன் எழுதினார். ஒரு பைசா பத்திரிகைகளிலிருந்து உலக இலக்கியங்கள் வரை ஆழ்ந்து படித்த அவர், சமூகத்தின், அதுவும் முக்கியமாக பிராமண சமூகத்தின், பழக்க வழக்கங்களையும் சீர்கேடுகளையும் வெகுவாகக் கண்டித்தார். சுருக்கென்று குத்தும் அங்கதங்கள் நிறைந்த அவருடைய எழுத்துகள் வெகுவாகப் பாராட்டப்பட்டன. பேச்சுவன்மை படைத்த, பகட்டுப்பிரியரான ஸ்ரீநிவாச சாஸ்திரியுடன் அவர் நிகழ்த்திய விவாதங்கள் மகத்தானவை.

மிதவாதிகளை, 'நாட்டுப் பற்றில் மட்டும்தான் மிதவாதம் கொண்டவர்கள்' என்று வர்ணித்த எஸ். ரங்கசுவாமி, 'மிதவாதம் கொள்கையல்ல, ஒரு நோய்' என்றார். பஞ்சாப் கலவரங்களுக்கும் அமிர்தசரஸ் ஜாலியன் வாலா பாக் சோகத்துக்கும் பிறகு அவர், 'வெற்றியா தோல்வியா என்று தெரியும்வரை அமைதியாக எப்படி இருக்க முடியும்' என்று கேட்டார். 'வெற்றி என்றால், அது செயல்கள் மூலம் இருக்கட்டும்; வெறும் சொற்கள் மூலம் - அவை அர்த்தம் உள்ளவையோ அல்லவையோ எதுவாக இருந்தாலும் - வெறும் சொற்கள் மூலமாக இருக்கக் கூடாது. தோல்வி என்றால், இந்தியாவின் கௌரவமும், சுயமரியாதையும் மீட்கப்படும்வரை, பாதி வழியில் நின்றுவிடக் கூடாது' என்றார். சீர்திருத்தங்கள் பின்வாங்கப்படுமோ என்று அஞ்சிய மிதவாதிகளுக்கு, 'கையில் இருக்கும் பறவையை விட்டுவிட்டு, சில சமயம் புதரில் இருப்பதன் மேல் நம்பிக்கை வைப்பதே சிறப்பானது' என்று ஆலோசனை கூறினார். பிரிட்டிஷ் ஆட்சியைப் பற்றிக் குறிப்பிடும்போது, 'பிரிட்டிஷ் அரசுடனான உறவு என்பது புனிதமானது என்று நாங்கள் நினைக்கவில்லை. பிரிட்டிஷ் உறவு என்பதற்கு எந்தவித தெய்வீக உரிமையும் கிடையாது' என்றார். ஹிந்துவின் நிறுவனர்களிடமிருந்து அது வெகுதூரம் வந்துவிட்டது.

பிரிட்டிஷாரைக் கண்டிக்கத் தயங்காததுடன், காந்தியையும்கூட அது விட்டு வைக்கவில்லை. 1920-ல் எழுதும்போது எஸ். ரங்கசுவாமி, 'இரக்கமில்லாமல் இயங்கும் மூளை காந்திஜிக்கு இருக்கிறது என்ற குறை, இந்தியாவுக்கு ஒரு துரதிர்ஷ்டம். மகத்தான தியாகங்களுக்குத் தயாராக இருக்கும் அவர், அவரைப் பின்பற்றுவோர்மீது அவர்களால் தாங்க முடியாத பளுவைச் சுமத்துகிறாரா என்பது கேள்வி. ஒரு சங்கிலியின் பலம் அதனுடைய மிக வலுவான இணைப்பில் இல்லை. மிக நலிந்த இணைப்பில்தான் இருக்கிறது. இப்போது இருக்கும் குழப்பம், அராஜகம், ஒழுங்கின்மை ஆகியவற்றுக்கு மத்தியில் ஒத்துழையாமை இயக்கத்தின் அஹிம்சைக் கொள்கையின் ஒப்பில்லாத குணாதிசயங்களைப் பாதுகாக்க முடியுமா?' என்ற தர்க்கபூர்வமாகக் கேட்டார்.

அவருடைய பொறுக்கியெடுத்த தாக்குதல்களை எஸ். ரங்கசுவாமி, ஸ்ரீநிவாச சாஸ்திரிக்காக ஒதுக்கி வைத்தார். அரசாங்கத்தின் தீவிர ஆதரவாளரான அவரை

‘பிரிட்டிஷ் அரசின் செல்ல ஆட்டுக்குட்டி’ என்று வர்ணித்த ஹிந்து, ‘ஆஸ்திரியர்கள் தோல்வியடைவதில் நிபுணர்கள் என்று கூறப்பட்டுள்ளது. அதுபோலவே, சரணடைவதில் நிபுணர் என்று ஸ்ரீநிவாச சாஸ்திரியைப் பற்றிக் கூறலாம். அவருடைய சொந்த மாகாணத்திலேயே அவருக்கு மிகக் குறைவான மதிப்பே உள்ளது’ என்றும் எழுதியது. தன்னுடன் ஒரு வெள்ளை இன ஊழியரை ஸ்ரீநிவாச சாஸ்திரி ஆஸ்திரேலியாவுக்கு அழைத்துச் சென்றபோது, ‘இது சாஸ்திரியின் சாமர்த்தியம். ஆஸ்திரேலியாவின் ‘வெள்ளையர்கள் மாத்திரம்’ என்ற கொள்கை அவருக்குத் தெரிந்திருக்கும். ஒரு கருப்பு ஊழியர் அவருடன் சென்றிருந்தால், யாருக்குத் தெரியும், அது தன் சட்டத்துக்கு முரணானது என்று ஆஸ்திரேலிய தொழிற்சங்கம் தன் வேலையை நிறுத்தியிருந்தால், சாஸ்திரியால் கப்பலில் இருந்து இறங்கியிருக்கக்கூட முடிந்திருக்காது. கருப்பு ஊழியர்களின் போட்டியை, செத்தாலும் கூட எதிர்க்கும் வெள்ளைக்கார ஆஸ்திரேலியாவின் கொள்கையைப் பற்றி முன்னதாகவே அறிந்து, அதற்கு ஆதரவளித்த சாஸ்திரிக்கு, ஒரு கருப்பரை ஆஸ்திரேலியாவுக்கு அழைத்துச் செல்வதை மறுப்பதைத் தவிர வேறு வழியில்லை. அதுதான் வெள்ளை ஊழியரின் தேர்வுக்கும், ஆஸ்திரேலிய தொழிற்சங்கத்தின் மௌனத்துக்கும் காரணம்’ என்று ஹிந்து எழுதியது.

கஸ்தூரி ஐயங்காரின் நாள்களிலும், அதற்குச் சற்று குறைவாக அவர் மகன் ஸ்ரீநிவாசனின் தலைமையின் கீழும், ஹிந்து பத்திரிகைச் சுதந்தரத்தைப் பற்றி தீவிரமாக எழுதியது. பஞ்சாப் கலவரங்களைத் தொடர்ந்து, பத்திரிகைகளிட மிருந்து பாதுகாப்புத் தொகையை அரசாங்கம் கோரியதை பற்றி எழுதும்போது, ‘சட்டப்படி அளிக்கப்பட்டுள்ள அதிகாரத்துக்கு வெளியில்தான் சென்னை அரசாங்கம் செயல்படுகிறது என்பதில் எங்களுக்கு ஐயமில்லை. பத்திரிகைச் சுதந்தரத்தின்மீது நிகழ்த்தப்பட்டுள்ள இந்த ஆக்கிரமிப்பு தொடர்ந்தால், சுதந்தரத்துடனும் நேர்மையாகவும் செயல்படும் பத்திரிகைத் துறை நசுக்கப்படும்’ என்றது. மேலும் ஹிந்துவைப் பொருத்தவரை முறைகெட்ட இந்தப் பத்திரிகைச் சட்டத்தை அமுல்படுத்தி, அதன்மூலம் பத்திரிகைமீது அபராதங்கள் விதிக்கப் பட்டாலும், அது தன் வழிமுறைகளிலிருந்தும் உன்னதமான கோட்பாடு களிலிருந்தும் வழுவாது.

1921-ல் நடந்த மாப்ளா கலவரத்தின் உச்சகட்டமாக கல்கத்தா-சென்னை ரயிலில் மூடப்பட்ட வண்டியில் அடைக்கப்பட்டுக் கொண்டுவந்த 100 கைதிகளுள் 66 பேர் இரவோடு இரவாக இறந்தனர். அரசாங்கம், தான் வெளியிட்ட செய்திகளைத்தான் பத்திரிகைகள் பிரசுரிக்கவேண்டும் என்று கேட்டுக்கொண்ட போது, ஹிந்து தனது நிலையை வலியுறுத்தியது. ‘நாங்கள் தவறாக இருக்கலாம். ஆனால் பத்திரிகையின் கண்ணை மூடுவதற்கு இது ஒரு வழி என்றுதான் நாங்கள் நினைக்கிறோம். இதற்கு நாங்கள் பணியப் போவதில்லை. அப்பட்டமாகக் கூறுவதானால், பொது மக்களுக்கு அரசாங்க வெளியீடுகளில் நம்பிக்கை இல்லை. அரசாங்கம் உண்மை என்று கூறுவதைத் தவிர வேறு எதையும் பிரசுரிக்கக் கூடாது என்று எங்களிடம் சொல்வது, பொதுமக்களிடம் எங்களுக்கு இருக்கும் பொறுப்புக்கு துரோகம் செய் என்று எங்களிடம் கேட்டுக்கொள் வதற்கு ஒப்பாகும்.’

தீவிர காங்கிரஸ்வாதியான திலகரையும் அவருடைய நேரடிச் செயல்களையும் போற்றி, ஒரு புது, சுதந்தரமான இந்தியாவை நாடிய கஸ்தூரிரங்க ஐயங்கார், பலவிதமான இன்னல்களை எதிர்கொண்டபோதும் ஹிந்துவை ஒரு தவிர்க்க முடியாத குரலாக ஆக்கினார். 'எந்தத் தலைவரும் விமர்சனத்துக்கு அப்பாற் பட்டவர் அல்லர், எந்தக் கொள்கையும் அப்படியே மீற முடியாததல்ல' என்பதை கஸ்தூரிரங்க ஐயங்கார் தன் கொள்கையாகக் கொண்டிருந்தார். திலகரே, இதனை அனுபவபூர்வமாக உணர்ந்துகொண்டார்.

1923-ல் கஸ்தூரிரங்க ஐயங்கார் இறந்தபோது, 17,000 பிரதிகளுடன் கணிசமான விளம்பர ஆதரவைப் பெற்ற ஒரு பத்திரிகையை விட்டுச் சென்றார். செய்தி அளிப்பதில் அது ஆற்றல்மிகுந்த ஒன்று என்று அரசாங்கமும் குடிமக்களும் அதனை அங்கீகரித்தனர். இதை தொழில்நுட்பரீதியில் சாதிக்க, 1921-க்கும் 1923-க்கும் இடையே, சென்னையில் முதல் ரோட்டரி அச்சு இயந்திரத்தையும், நவீன அச்சு கோர்க்கும் இயந்திரங்களையும் அது புகுத்தியது. அன்றுமுதல் இன்றுவரை, அச்சுத் தொழிலில் நவீனங்களை முதலி இந்தியாவில் புகுத்துவதை ஹிந்து தொடர்ந்து செய்துவந்துள்ளது. கஸ்தூரிரங்க ஐயங்கார், தந்தி மூலம் செய்திகளைப் பெறுவதற்கு ஏற்பாடு செய்தார். எளிதில் செல்லமுடியாத இடங்களிலும் பத்திரிகையை விரைவாகக் கொண்டுசேர்க்க முயற்சிகளை மேற்கொண்டார். மகத்தான அரசியல்ரீதியான மரியாதையும், மிகக்குறைவான நிதி நிலைமையும் கொண்டிருந்த ஏட்டை எடுத்துக்கொண்ட அவர், சுப்பிரமணிய ஐயரது 'நியாயமானது, வாசிக்கத் தக்கது' என்ற கொள்கையுடன்கூட அதனை பணம் சம்பாதிக்கும் ஒரு தொழிலாகவும் மாற்றினார். ஆனால் அதே நேரம், தனி மனிதனின் ஆர்வத்தையும் விட்டுக்கொடுக்கவில்லை. வாசகர் கடிதங்கள், நகைச்சுவை ஆகியவற்றுடன் ஒன்றுவிடாமல் அனைத்துக் கூட்டங்கள் தொடர்பான தகவல்களும் பத்திரிகையில் இடம் பெற்றன.

கஸ்தூரி ஐயங்கார் இறந்தபோது, அவருடைய மனநிலையை ஒத்த எஸ். ரங்கசுவாமி ஆசிரியர் ஆன பின், சீனிவாசன் நிர்வாகத்தைக் கவனித்துக் கொண்டார். 1926-ல் எஸ். ரங்கசுவாமி, அகாலமாக இறக்கும்வரை நீடித்த அந்த இயற்கையான கூட்டுறவில், அந்த நாளேட்டை சீனிவாசன் சிறப்பாகக் காட்சிகொடுக்க வைத்தார். மனத்தை மகிழ்விக்கும் கார்ட்டூன்கள், முழுவதும் படங்களால் நிரம்பிய பக்கம், வாரத்துக்கு ஒரு முறை மகளிர் பக்கம், சிறுகதை கள், நிறைய நகைச்சுவைகள் ஆகியவை அதில் இருந்தன. திருமண போட்டோக்கள், வருவோர் செல்வோர் விவரங்கள் (இவை அந்தஸ்தின் வெளிப் பாடாக எடுத்துக்கொள்ளப்பட்டன), சமூக நடவடிக்கைகள், கேளிக்கைகள், வாழ்க்கையில் முன்னேறியவர்கள் பற்றிய தகவல்கள், புதிதாகப் பதவிக்கு வந்தவர்கள் ஆகிய விவரங்கள் பத்திரிகையில் இடம் பெற்றன. சென்னையில் நடந்த ஆளுநர் லார்ட் கோஷனுடைய மகளின் திருமணத்தைப் பற்றி ஒரு பக்கம் முழுவதும் படங்களுடன் வெளியிட்ட பத்திரிகை, மாஜி இந்தோர் மஹாராஜாவின் அமெரிக்கக் காதலியைப் பற்றிய படங்களுடன் அவர்களுடைய சர்வதேசக் காதலைப் பற்றி எழுதியது.

1928-ல் ஏ. ரங்கசுவாமி ஆசிரியர் ஆன பின், இந்தப் பகுதிகள் குறைய ஆரம்பித்து, 1930-ல் அநேகமாக நிறுத்தப்பட்டன. விளையாட்டுப் பக்கம், வாரந்தோறும் மகளிர் பகுதி, படங்கள் பகுதி, அறிவு மிகுந்த இலக்கிய இணைப்பு (லண்டன் டைம்ஸை பின்பற்றியதற்கு மற்றொரு உதாரணம்) ஆகியவை இரண்டாம் உலகப் போர் வரை தாக்குப் பிடித்தன. 1990-கள் முதல் இலக்கிய இணைப்பும், மகளிர் பகுதியும், படங்களுடன் சேர்ந்த செய்தித் தொகுப்புகளும் மீண்டும் தோன்ற ஆரம்பித்திருக்கின்றன.

போர் முடிவதற்கு இருபது ஆண்டுகளுக்கு முன்பாக, பல புதுமையான முன்னேற்றங்கள் ஹிந்துவில் அமுல்படுத்தப்பட்டன. 1925-ல் அதன் பக்கங்கள் ஸ்டாண்டர்ட் அளவை அடைந்தன. அது தினசரி 12 பக்கங்களுடன் வெளியானது. 1928-ல் வாராவாரம் படங்களுடன் பிரசுரிக்கப்பட்ட இணைப்பு, 1941 முதல் ஞாயிறுதோறும் வெளியாகும் இதழ் ஆனது. 1930-ல் பத்திரிகைக்கு என்று ஒரு நூலகமும், தகவல் திரட்டுகளுக்கு ஓர் அகவரிசையும் உருவாக்கப்பட்டன. 1930-களின் மத்தியில் ஒரு சினிமா பக்கமும், தோட்டக்கலைக்கான பக்கமும் அறிமுகப்படுத்தப்பட்டன. மத்திய தந்தி அலுவலகத்திலிருந்து டெலிபிரிண்டர் மூலம் நேரடி செய்தித் தொடர்பு 1938-ல் அறிமுகப்படுத்தப்பட்டதும், அந்த இணைப்பைப் பெற்ற இந்தியாவின் முதல் நாளேடு ஹிந்துதான். போரின் முடிவின் போது, 45,000 பிரதிகளுக்குமேல் விற்று வசதியான நிலையில் பத்திரிகை இருந்தது.

1928 முதல் அவர் இறக்கும் வரை, ஏ. ரங்கசுவாமி ஆசிரியராக இருந்ததால், பத்திரிகையின் கடுமையான எதிர்ப்புக் கொள்கையில் மாற்றம் ஏற்பட்டது இயற்கையே. சமரசத்தைக் கடைப்பிடித்த ஹிந்து, 'பூர்ண ஸ்வராஜ்' என்ற காந்தியத் தத்துவத்தை ஆதரிக்கவில்லை. ஆனால், ஒத்துழையாமை இயக்கத்துக்குமுன் சர்தார் வல்லபபாய் படேல் கைது செய்யப்பட்டபோது, 'மகாத்மா காந்தி தொடங்கியுள்ள மகத்தான இயக்கத்துக்கு அடிப்படையாக இருக்கும் பிரச்னைக்கு, சுமுகமான தீர்வு காண முற்பட்டுள்ள ஒரு மனிதரைக் கைது செய்யும் இந்த அரசாங்கத்தின் வக்கிரத்தை எப்படி அளக்க முடியும்?' என்று தன் பழைய குரலை எதிரொலித்தது.

1933-ல் ஹிந்து காந்தியிடமிருந்து பிரிய நேரிட்டது. சத்தியாகிரகம் மற்றும் அஹிம்சையில் எதிர்காலத்தை காணாத ஹிந்து, 'ஒத்துழையாமை இயக்கத்தின் காலம் கடந்துவிட்டது' என்று நம்பியது. இதுதான், முன்னர் ஒரு காலத்தில், லண்டன் வட்ட மேஜை மாநாட்டின்போது காந்தியின் செயலாளராக இருந்த ஏ. ரங்கசுவாமி ஐயங்கார், ஹிந்துவின்மீது செலுத்திய கடைசி ஆதிக்கம். ஏ. ரங்கசுவாமி ஐயங்காருக்குப் பிறகு, 1959-ல் அவர் இறக்கும்வரை சீனிவாசன் நிர்வாக ஆசிரியராக இருந்தார். அவருக்கு உதவியாக, அவரது தம்பியும் சக உரிமையாளருமான கோபாலன் பதிப்பாளராக இருந்தார்.

சீனிவாசன் ஹிந்து ஆசிரியரானதும், அதன் மனோபாவம் இளகியது. சீனிவாசனும் அவரது தந்தையைப் போன்றே திலகரைப் பின்பற்றும், போராடும் குணம் கொண்ட தீவிர காங்கிரஸ்காரராக இருந்தபோதிலும் அவர் கவனமாகவே

நடந்துகொண்டார். 'வெள்ளையனே வெளியேறு' இயக்கத்தின்போது, 1942-ல் ஹிந்துஸ்தான் டைம்ஸின் தேவதாஸ் காந்தி கைது செய்யப்பட்ட நிலையில், ஹிந்து இவ்வளவுதான் சொன்னது: 'இந்த உத்தரவு எங்களை மூச்சு முட்ட வைக்கிறது. பத்திரிகைகள் பொதுமக்களுக்குச் செய்யவேண்டிய கடமை, அவர்களது தீர்மானத்தின்படி, எந்தச் செய்திகளையெல்லாம் அச்சடிக்கலாமோ அவற்றை மக்களுக்குத் தருவதே. ஆனால் தலைமை ஆணையர் அவ்வாறு நடப்பதை தடுக்கப் பார்க்கிறார்.'

ஆனால், அகில இந்திய பத்திரிகை ஆசிரியர்கள் மாநாட்டின்போது தலைமை உரை ஆற்றிய சீனிவாசன், 'எங்கள் கருத்தில் இந்தத் தொழிலை இழிவு செய்யும் வகையிலோ அல்லது பொறுப்புள்ள பத்திரிகைகளாக நடந்துகொள்வதைத் தடுக்கும் வகையிலோ ஏதேனும் திட்டங்கள் முன்வைக்கப்படுமானால், அவற்றை நாங்கள் எக்காரணம் கொண்டும் விரும்பி ஏற்றுக்கொள்ளும் வாய்ப்பே இல்லை' என்றார்.

1942-ல் பேராசிரியர் பன்சாலி என்பவரது உண்ணாவிரதத்தைப் பற்றிய செய்திகளை வெளியிடுவதை அரசாங்கம் தடை செய்தபோது, சீனிவாசன் தனது எண்ணங்களை நடைமுறைப்படுத்தவும் செய்தார். அவரது தலைமையில் இருந்த அகில இந்திய பத்திரிகை ஆசிரியர்கள் சங்கம், அரசாங்கச் சுற்றறிக்கைகள், கௌரவப் பட்டியல்கள், பொதுமக்களைப் பாதிக்காத பேச்சுகள் ஆகியவற்றை அச்சடிக்க மறுத்தன. இதனை ஹிந்து முன்னணியில் இருந்து செயல்படுத்தியது. இதற்குப் பழிவாங்கும் விதமாக, அரசு, பத்திரிகைகளின் நிருபர்களுக்கு அளித்துவந்த வசதிகளை நிறுத்திக்கொண்டது. அப்போது ஹிந்து, 'எந்த வெகுஜன அரசாங்கமும், சென்னை அரசாங்கத்தைப் போல், பொதுமக்களின் உரிமைகளை இவ்வளவு லேசாக எடுத்துக்கொள்ளாது. இத்தகைய செய்கை, முகத்தைப் பழிவாங்குவதற்காக நினைத்துக்கொண்டு மூக்கை அறுத்துக் கொள்வதற்கு ஒப்பாகும்' என்று கூறி, 6 ஜனவரி 1943 அன்று செய்தித்தாளை வெளியிடுவதை நிறுத்தியது.

மீண்டும் வெளியீட்டை ஆரம்பித்தபோது, 'நாங்கள் எடுத்த முடிவால், பொதுமக்களுக்கு பெரும் இடைஞ்சல் ஏற்பட்டுள்ளது என்று குற்றம் சாட்டுபவர்கள், இந்த இடத்தில் மாபெரும் கொள்கை ஒன்றுக்காகப் போராட்டம் நடக்கிறது என்பதைப் புரிந்துகொள்ள மறுக்கிறார்கள். பத்திரிகைகள் தன்னிச்சையாகத் தங்கள்மீதே விதித்துக்கொண்ட இந்தக் கட்டுப்பாடு, பத்திரிகைகளுக்கு எந்தவிதமான மகிழ்ச்சியையும் அளிக்கவில்லை. போரின் போதுகூட, பொது மக்களுக்குச் செய்தி கிடைக்க வேண்டும் என்ற உரிமையை நிலைநாட்டவே நாங்கள் இப்படி நடந்துகொண்டோம்' என்றது ஹிந்து.

ஏப்ரல் 1951-ல் அரசியல் அமைப்புச் சட்டத் திருத்தம் பற்றிய விவாதத்தின்போது, பண்டிட் நேரு பத்திரிகைத் துறையை சுயமாக இயங்க விடவேண்டும் என்ற ஹிந்து, 'பத்திரிகை சுதந்தரம்மீது விதிக்கப்பட்டிருந்த பல கடுமையான கட்டுப்பாடுகள், பிரிட்டிஷ் ஆட்சி காலத்திலிருந்து நமக்குக் கிடைத்தவை. இவை அனைத்தும் அரசியல் அமைப்புச் சட்டத்துக்கு முரணானவை என்றும்

அதனால் அவற்றைத் தள்ளுபடி செய்வதாகவும் நீதிமன்றங்கள் பலமுறை தீர்ப்புகளை அளித்துள்ளன. ஆனால் இந்தச் சட்டத் திருத்தம் கொண்டுவரப் பட்டால், அவை, பத்திரிகைகளுக்கு எதிராக விஷமங்கள் செய்யத் துணை போகும்' என்று எழுதியது. ஹிந்து மேலும் தொடர்ந்தது: 'பத்திரிகைத் துறை எதிர்க்கட்சி வரிசையிலேயே எப்போதும் இருப்பதாக திரு நேரு கருதுகிறார். பத்திரிகைகளால் அரசின் கொள்கைகளை விருப்பு வெறுப்பின்றி விவேகத்துடன் சிந்திக்க முடியாது என்று நினைக்கும் எண்ணத்தை அவர் கைவிடவேண்டும்.'

சீனிவாசன் காலத்தில், அரசுடன் சுமுகமான உறவு தேவை என்பதை வலியுறுத்திய ஹிந்து, பேச்சு வார்த்தை மூலம் சுதந்தரம் கிட்டும் என்று திடமாக நம்பியது. மாகாணங்களில் காங்கிரஸ் பதவி ஏற்றதில் ஹிந்து பெரும் பங்கை வகித்தது. அதன் மூலம் சி. ராஜகோபாலச்சாரியாருடன் கஸ்தூரிரங்க ஐயங்கார் ஏற்படுத்திய உறவைவிடப் பலமான உறவு ஏற்பட்டது. அதற்கும் மேலாக, ஹிந்து இந்தியாவின் பொருளாதார எதிர்காலத்தைப் பற்றிக் கவலைப்பட்டது. மைசூரின் சிறந்த திட்ட வரைவாளரான எம். விஸ்வேஸ்வரய்யா, இந்தியாவுக் கென தயாரித்திருந்த முதல் ஐந்தாண்டுத் திட்டத்தை ஹிந்து பிரசுரித்தது. பிரிட்டிஷ் ஏகாதிபத்தியம் அளித்த கௌரவங்களை எல்லாம் தடை செய்ய வேண்டும் என்று ஹிந்து கோரியது.

ஆனாலும் ஹிந்து எப்போதும் இதுபோன்று தீவிரமான விஷயங்களைப் பற்றி மட்டுமே வெளியிடவில்லை. ஜனவரி 1938-ல் டேவிட் லோவின் கார்ட்டூன்கள் ஹிந்துவில் வர ஆரம்பித்தன. ஒரு குறும்புக்காரப் பையன் நாற்காலியில் வைத்திருந்த சப்பாத்திக் கள்ளியைக் கவனிக்காமல், அதன் மேல் ஓர் ஆசிரியர் உட்கார்ந்துவிட்டார். மேலும் மோசமாக, அவர் அப்படியும் இப்படியுமாக நெளிய, அவரது பாரம் தாங்காமல் நாற்காலியும் உடைந்துபோனது. அவர் அந்த மாணவன்மீது தொடர்ந்த வழக்கை நீதிபதி தள்ளுபடி செய்தார். இந்த விஷயத்தைப் பாராட்டி ஹிந்து எழுதிய நகைச்சுவை இழையோடிய தலையங்கம் கண்டு பொறுக்கமுடியாமல் அந்தப் பள்ளி, தான் கட்டிவந்த ஹிந்து சந்தாவை நிறுத்திவிட்டது!

24 நவம்பர் 1939-ல் தனது புது முகவரியான 200, மவுண்ட் ரோடுக்கு நகர்ந்தபின்*, ஹிந்து தனது வைர விழாவைக் கொண்டாடியது. ஜனநாயகத்தின்மீது நம்பிக்கை வைத்து, 'ஜனநாயகத்தின் உயிர்மூச்சு என்பதே சுதந்தரமான விவாதங்கள்தாம்' என்றதோடு, பொதுமக்களுக்கு அறிவைப் புகட்டவேண்டிய தனது பணியின்மீது திடமான நம்பிக்கையைக் கொண்டிருந்தது. வெளிநாடுகளில் உள்ள மக்கள், கல்வி அறிவுடன் இருந்தாலும், 'அவர்கள் வரம்புக்கு மீறிப் படிக்கிறார்கள்; ஆனால் சிந்தனை ஊட்டக்கூடியவற்றை அல்ல. அதனால், தெளிந்த சிந்தை

---

* பல ஆண்டுகளாக ஹிந்துவின் இடமாக இருந்த 100, மவுண்ட் ரோடு, 1996-ல் அடுக்கு மாடிக்காக இடிக்கப்பட்டு, ஹிந்துவுடன் தொடர்புடைய ஏஷியன் காலேஜ் ஆஃப் ஜர்னலிசத்தின் கஸ்தூரி சென்டர் இருக்கும் இடமாக இருந்தது; 2009-ல் இந்தக் கல்லூரி தரமணிக்கு நகர்ந்துவிட்டது.

உடையவர்கள்கூட எக்கச்சக்கமான தகவல்களில் முழுகிப்போய்விடுகிறார்கள்' என்றது. இது இந்தியாவில் நடக்கக்கூடாது என்று ஹிந்து நினைத்தது. 'வாசிப்பவர்களின் மனத்தை அடித்து நொறுக்கு சிந்தனையைச் செலுத்தாமல், அதனுடன் தெளிவாக உரையாடி அதனைப் புரிந்துகொள்ள வைப்பதன்மூலமே, நீடித்த, உயர்ந்த இலக்குகளை அடையும் வழி' என்று விவாதித்த ஹிந்து, 'ஒரு பிரச்னையின் இரு பக்கங்களையும் தெளிவாக மக்கள் முன் வைத்து, மக்களின் உயர்ந்த உணர்வுகளின் கவனத்தைக் கவரவேண்டியது பத்திரிகைகளின் கடமை' என்றது.

மக்களின் உணர்ச்சிகளைத் தூண்டுவதை பத்திரிகை விரும்பவில்லை. செய்திகள் கிளர்ச்சி ஊட்டுவனவாக இருக்கக்கூடாது; செய்திகள் அவற்றுக்குரிய இடத்தில், ஒழுங்காக அளிக்கப்பட வேண்டும் என்று அது நினைத்தது. 'மனித அக்கறைக் கதைகளையும், மக்களை ஈர்க்கும் செய்திகளையும்' துச்சமாகக் கருதியது. ஆனால், அதே நேரம், பெரும்பாலான மக்கள் பின்பற்றாத ஆட்டங்களான கிரிக்கெட், குதிரைப் பந்தயம் ஆகியவற்றுக்கு இடம் ஒதுக்கியதோடு, குதிரைப் பந்தய மைதானத்துக்கு வருவோர் அணிந்திருக்கும் பகட்டான ஆடைகளைப் பற்றி எழுதவும் ஒரு நிருபரை பிரத்யேகமாக ஒதுக்கியிருந்தது.

ஒருமுறை, இரண்டு மாதங்களுக்கு, 'ராமரின் மனைவி சீதை பொய் சொன்னாளா? அப்படி இருந்தால் அதை மன்னிக்க முடியுமா?' என்ற விவாதத்துக்காகப் பத்திகளை ஒதுக்கியது. சீனிவாச சாஸ்திரி, காந்திய உண்மை சில சமயங்களில் நல்லதைவிடக் கேட்டையே விளைக்கும் என்று சொல்லியதற்கு எஸ். சத்தியமூர்த்தி மறுப்பு கூற, மேற்கண்ட புராண வாதத்தை எடுத்துவைக்க, அதன் விளைவாக இந்த விவாதம் ஹிந்துவில் தொடங்கியது.

ஹிந்துவின் சில மெச்சத்தக்க சாதனைகள், அதன் ஒழுங்கமைப்பினால் நடந்ததே ஒழிய எதேச்சையாக இல்லை. நவம்பர் 1940 முதல், காலை தினசரியான ஹிந்துவின் ஓர் உதவி ஆசிரியருக்கு, போரின்போது ஒவ்வொரு இரவிலும், வானொலியைக் கேட்கும் பணி கொடுக்கப்பட்டிருந்து. அவர், காலை 4.30 மணிக்கு பிபிசியில் ஜப்பான் சரண் அடைந்ததைப் பற்றிக் கேட்டதால், ஏடு அச்சில் இருந்தபோதே செய்தி புகுத்தப்பட்டு, டைம்ஸ் ஆஃப் இந்தியா உள்பட நாட்டின் பிற தினசரிகளில் வராத அந்தச் செய்தி ஹிந்துவில் மட்டும் இடம்பெற்றது. அதேபோல, தாஷ்கெண்ட் ஒப்பந்தத்தைப் பற்றி எழுதிய அதே பதிப்பில், லால் பகதூர் சாஸ்திரி மரணமடைந்த செய்தியும் முதலாவதாக வெளியானது. இந்தத் தருணத்தில் எல்லா உதவி ஆசிரியர்களும் வீட்டுக்குச் சென்றபின்கூட, ஒரு டெலிபிரிண்டர் தொழிலாளி, செய்தியைக் கண்டுபிடித்த பின், பிழை திருத்துபவர் ஒருவர், சீனிவாசனிடம் கூறியதால், அச்சக இயந்திரங்கள் நிறுத்தப்பட்டு, செய்தி வெளியிடப்பட்டது. கென்னடியின் கொலையைப் பற்றிய செய்தி, செய்தித்தாளை ஏந்திய விமானங்கள் கிளம்பியபின் கிடைத்தபோது, ஒரு புது பதிப்பு விரைவாகத் தயாரிக்கப்பட்டு, விமானங்கள் திருப்பி அழைக்கப்பட்டு, புதிய செய்தித்தாள் ஏற்றப்பட்டு எல்லா இடங்களுக்கும் அனுப்பப்பட்டது.

ஒரு சிறு வாய்ப்பைக்கூடத் தனக்குச் சாதகமாக மாற்றும் ஆற்றல் இருந்த இந்த மகத்தான ஒருங்கிணைப்புக்கு, மற்றொரு பக்கமும் இருந்தது. அதன் குரு லண்டன் டைம்ஸைப் போல், ஹிந்துவும் தனி நபருக்கு முக்கியத்துவம் அளித்ததில்லை. செய்திகளுடன் நிருபர்களின் பெயர்களோ, அவர்களது படங்களோ வெளியிடப்பட்டதில்லை. செய்திகளுக்குமேல் அபிப்ராயங்களை வலியுறுத்திய ஹிந்துவுக்கு துணை ஆசிரியர்களும், உதவி ஆசிரியர்களும் இருந்தார்களே ஒழிய, 1905 வரை தலைமை நிருபர் இருக்கவில்லை. செய்தி ஆசிரியர் என்ற பணி, இரண்டாவது உலகப் போர் மூண்டதற்குப் பிறகே ஆரம்பிக்கப்பட்டது. இவர்களும் இவர்களைத் தொடர்ந்தவர்களும், செய்திகள் ஒட்டுமொத்தமாக அளிக்கப்படவேண்டும்; பரபரப்பூட்டும் வகையில் அளிக்கப்படக் கூடாது என்று நம்பினர்.

பத்திரிகை சொந்தக்காரர்களிடமோ, பத்திரிகையாளர்களிடமோ பொதுவாகக் காணப்படாத நிர்வாக ஒருங்கமைப்பும், தொழில்முனையும் திறனும் கஸ்தூரி குடும்பத்தின் ஒவ்வொரு தலைமுறையிலும் வெளிப்பட்டதாலேயே, அந்த நிறுவனம் மேலும் மேலும் பலம் பெற்றது. அதுவும் முக்கியமாக, சுதந்தரத்துக்குப் பிறகு, 'தேசிய' முத்திரை இல்லாத நிலையில், தனது விற்பனையை அதிகப் படுத்த இது தேவையாக இருந்தது. 1955-ல் 50,000 பிரதிகள் விற்ற ஹிந்து, 35 ஆண்டுகள் கழித்து 5,00,000 பிரதிகள் என்றாகி, தனது 125-வது விழாவை 15 வருடங்கள் கழித்துக் கொண்டாடியபோது, 10 லட்சமாக ஆகியிருந்தது. இந்த பிரமிக்கத்தக்க வளர்ச்சி, சீனிவாசன், கோபாலன் மற்றும் அவர்கள் வாரிசுகளின் நிர்வாகத் திறனுக்கு ஒரு சான்று.

1940-களின் ஆரம்பத்தில் பிரஸ் டிரஸ்ட் ஆஃப் இந்தியா (பிடிஐ) என்ற இந்தியாவின் முதல் செய்தி விநியோக நிறுவனத்தைத் தொடங்க சீனிவாசன் உதவினார். 1947-ல் ஹிந்து, இந்தியாவின் முதல் விளையாட்டு வார இதழைத் தொடங்கியது. 1962-ல் விமானங்களை வாடகைக்கு எடுத்து, செய்தித்தாள்களை விநியோகம் செய்தது ஹிந்துதான்.

1963-ல் தனது சொந்த விமானங்களை வாங்கியபின், இந்தியாவிலேயே அதைச் செய்த ஒரே பத்திரிகை என்ற ரீதியில், உலகிலேயே அப்படிப்பட்ட ஒரு சில பத்திரிகைகளில் ஒன்றாக மாறியது. 1969-ல் டெலிஃபேக்ஸ் மூலம் பிரதிகளை முதன்முதலாகத் தயாரித்தது. 1970-களில் ஃபோடோ காம்போசிஷன் மூலம் பத்திரிகையைக் கொண்டுவந்த முதல் செய்தித்தாள் அதுதான். 1977-ல் அதன் ஞாயிற்றுக்கிழமை செய்தித்தாள், இந்திய வாசகர்களுக்கு வண்ணச் செய்திகளையும், வண்ண விளம்பரங்களையும் அறிமுகப்படுத்தியது. 1986-ல், செயற்கைக்கோள் மூலம் டெல்லி பதிப்பு ஒன்றை ஆரம்பித்த அது, புகைப்படங்களை அனுப்ப தொலைநகலை முதல்முதலாகப் பயன்படுத்தியது. 2004-ல் தென்னிந்தியாவில் 11 மையங்களி லிருந்தும் டெல்லியிலிருந்தும் ஹிந்து பிரசுரமானது. 2013ல் தில்லி, கொல்கத்தா, உத்தரப் பிரதேசம், பஞ்சாப், மேற்கு வங்காளம் என்று தெற்கில் 20 மையங்களில் 'தி ஹிந்து' பிரசுரமானது.

இத்தகைய தொழில் மய வளர்ச்சியை ஆரம்பித்தது ஜி.கஸ்தூரி. அவர் பதிப்பாசிரியரின் முதிர்ச்சியை சீரிய நிர்வாகத்துடன் இணைத்தார். கல்லூரி முடித்தவுடனேயே செய்தித்தாளைச் சேர்ந்த அவர், அதன் பதிப்பாசிரியராக ஆனபின், 1991 வரை அந்த பதவியை வகித்து, 1963ல் பத்திரிகையின் வெற்றிக்கு வித்திட்டார்.

இத்தகைய தொழில்நுட்ப, நிர்வாக மேன்மையின் மூலம், ஹிந்து வெற்றிகரமாக நடந்து வருகிறது. அந்த வெற்றியுடன் சீனிவாசன் உருவாக்கிய கோட்பாட்டுக்கு இயங்கிச் செயல்பட வேண்டும் என்ற உறுதியும் வந்துள்ளது. அதிகாரபூர்வமான எந்தச் செய்தியையும் முழுமையாகப் பிரசுரிப்பது, எல்லோருக்கும் அறிவுரையும் ஆலோசனையும் கூறும் தலையங்கங்கள் ஆகியவற்றுடன், கிளர்ச்சியூட்டி விநியோகத்தை அதிகரிக்கும் 'பொது வாழ்க்கையில் ஈடுபட்டோரின் தனி வாழ்க்கையைப் பற்றிய' செய்திகளைப் புறக்கணித்து அதன் மூலம் அவர் களுடைய பெயரைப் பாதுகாத்தல் ஆகியவையே ஹிந்து கடைப்பிடிக்கும் கொள்கைகள்.

அவ்வாறே, ஒரு பழங்காலத்து ஆற்றைப் போல, ஹிந்து ஓடிக்கொண்டிருக்கிறது.

ஆனாலும் 1990 முதல் புது உத்வேகம் பெற்று, புது மேற்கத்திய உலகத்தை அண்டிய யுவ இந்தியாவின் ரசனைக்கேற்ப புது இணைப்புகளை மென்மையான விஷயங்களைப் பற்றி எழுதி அளிக்க ஆரம்பித்தது. நிர்வாகத்தின் நடக்கும் மாற்றங்களுக்கேற்ப, 2012 முதல் பதிப்பாசிரியர் பொறுப்பிலிருந்த குடும்பம். விலகியபின், பிரத்தியேக பயிற்சி பெற்ற பதிப்பாசிரியர்களாக 1978க்குப் பின் நாட்டின் பெரிய விளையாட்டு இதழான ஸ்போர்ட்ஸ் ஸ்டார், என் ராமினால் வழிகாட்டப்பட்ட சிந்திக்க வைக்கும். ஃப்ரண்ட் லைன் போன்ற ஏடுகளுக்கு பொறுப்பேற்றன.

6. தோமா சம்பிரதாயம்

சைதாப்பேட்டைக்கும் மறைமலை பாலத்துக்கும் அப்பால் உள்ளன, கிண்டியும் நகர எல்லைகளும். இங்கு ஆரம்பமாவது, கிழக்கிந்திய கம்பெனி அலுவலர்களுக்கு பிடித்தமானதும், 1685 வரை அவர்களுடைய சுகாதார மையமாகவும் இருந்த செயிண்ட் தாமஸ் மவுண்ட் (புனித தோமா மலை). அதற்குமுன்கூட, 1654-ல் எழுதப்பட்ட தலைவர் ஆரோன் பேக்கரின் குறிப்புகள், அந்த இடத்தை 'வேட்டையாடுமிடம்' என்று குறிப்பிடுகின்றன. 1678-ல் ஸ்ட்ரெயின்ஷாம் மாஸ்டர் அங்கு 'புத்தம் புது காற்று வாங்க' சென்றுள்ளார். இப்போது இருக்கும் இடமே தெரியாத, கம்பெனியால் கட்டப் பட்ட மவுண்ட் ஹவுஸ் என்பது அங்கு இருந்த முதல் தோட்ட வீடு. அதற்குப்பின் கட்டப்பட்டது, கேப்டன் ஜார்ஜ் ஹெரான் உடையது.

1750-ல், இப்போதுகூட சிதிலமான நிலையில் காட்சி அளிக்கும் பிரிட்டிஷ் தோட்ட வீடுகளும், இந்தியர்கள், போர்த்துகீசியர்கள், ஆர்மீனியர்கள் ஆகியோருக்குச் சொந்தமாக இருந்த வீடுகளும் இருந்தன. ஒரு பெரிய, விரும்பத்தக்க நகரம் அங்கு வளர்ந்திருந்தது. பிற்காலத்திய பிரிட்டிஷ் காலனி யாதிக்க காலத்தின்போது அது ஒரு படை முகாம் ஆனது. அந்த இடத்துக்கு படையுடன் இருந்த தொடர்பு இன்றும் நீடிக்கிறது. இந்தியாவின் எல்லையில் பல நாள்கள் வேலை பார்த்தபிறகு, பல படைப் பிரிவுகளுக்கு இந்த இடத்தில் தொல்லையே இல்லாத வேலை கிடைப்பது சாத்தியம்தான். இதற்கெல்லாம் மேலாக இங்கு நூற்றாண்டு காலமாகத் தழைத்திருப்பது தோமாவின் சம்பிரதாயம்.

போர்த்துகீசியர்களையும், பின் டென்மார்க் நாட்டவரையும், ஆங்கிலேயர் களையும், பிரெஞ்சுக்காரர்களையும் தொடர்ந்தே கிறிஸ்தவ மதம் இந்தியா வுக்கு வந்தது என்று அநேக இந்தியர்களும் மேற்கத்தியர்களால் உந்தப்பட்ட கிறிஸ்தவர்களும் நினைக்கின்றனர். ஆனால், இது உண்மைக்கு முரணானது. 1200 முதல் 1500 ஆண்டுகள் தவறான ஊகம். உண்மை என்னவென்றால்

இந்தியாவில் கிறிஸ்தவ மதம் 1600 ஆண்டுகளுக்கு முன்பு, ஏன், இயேசு கிறிஸ்து காலத்திலேயேகூட இருந்திருக்கலாம். இந்தியாவில், குறிப்பாக தென் இந்தியாவில், தோமாவின் சம்பிரதாயம் அந்தக் காலத்தைச் சேர்ந்தது. நம்புபவர்கள் எந்தப் பரம்பரையைச் சார்ந்தவர்களாக இருந்து சர்ச்சையை வளர்த்தாலும், எல்லோரும், கிறிஸ்தவ மதத்தைச் சார்ந்த சிரியன் கிளையின் பாரம்பரியம், முதல் நூற்றாண்டைச் சார்ந்தது என்ற ஒன்றைமாத்திரமாவது ஒப்புக் கொள்கிறார்கள்.

வடமேற்கு இந்தியாவை ஆண்ட பார்த்தியாவின் அரசர் கொண்டோஃபேரஸின் தூதர் ஹப்பானுடன் கடல்பயணம் மேற்கொண்ட சந்தேகப் பேர்வழியான தாமஸ் டைடிமஸ் என்ற கிறிஸ்துவின் சீடர், கேரளாவில் உள்ள முசிறி என்ற துறைமுகத்துக்கு கிபி 52-ல் வந்தார் என்பது ஒரு பழங்கதை. அங்கு பாலையூரில் அவர் ஹிந்துக்களையும் வெகு நாள்களாக அங்கு வசித்துவந்த யூதர்களையும் மதமாற்றம் செய்தபின், மலபார் கடலோரத்தில் பயணித்து அங்கு பலரை மதம் மாற்றி ஏழு சர்ச்சுகளாவது கட்டியபின், சோழமண்டலக் கடற்கரைக்கு வந்தார். இறுதியில் மைலாப்பூருக்கு வந்து தன் வாழ்வின் இறுதி நாள்களை அங்கு கழித்தார்.

அந்தக் கதையின்படி இப்போது சாந்தோமின் ஒரு பகுதியான கடலோரத்தில் பிரசாரம் செய்து, பரங்கி மலையின் (புனித தோமா மலை) உச்சியில் ஒரு சர்ச்சைக் கட்டினார். கடற்கரை, பரங்கிமலை ஆகிய அவருடன் இணைக்கப் பட்ட இரு இடங்களுக்கு இடையே இருக்கும் இப்போது 'சின்ன மலை' என்று அழைக்கப்படும் மலையில் ஒரு குகையில் அவர் வசித்ததாகவும், கடற்கரையிலிருந்து நடக்கும்போது இப்போது மைலாப்பூரில் லஸ் சர்ச் இருக்கும் இடத்தில் ஓய்வெடுத்துப் பிரசாரம் செய்ததாகவும் அந்த கதை கூறுகிறது. ஓய்வெடுத்த இடத்தில் மதீராஸ் குடும்பத்தினர் 'டெஸ்கான்சோ (ஓய்வு) சர்ச்' என்ற தேவாலயத்தைக் கட்டினர்.

கிபி 72-ல் பரங்கி மலையில் அவர் கொல்லப்பட்டதாகவும், மைலாப்பூர் கடற்கரையில் அவர் புதைக்கப்பட்டதாகவும், அங்கிருந்து பல நூற்றாண்டுகள் கழித்து அவருடைய எலும்புகள் எடுக்கப்பட்டு இப்போது சாந்தோம் பஸிலிகா ஆகியிருக்கும் சர்ச்சில் உள்ள நிலவறைக்கு நகர்த்தப்பட்டதாகவும் கதை. அங்கிருந்து அவருடைய உடம்பில் எஞ்சியிருந்தவை இராக்கில் உள்ள எடெஸ்ஸாவுக்கு எடுத்துச் செல்லப்பட்டு மறுபடியும் அடக்கம் செய்யப் பட்டதை 4-ம் நூற்றாண்டுப் பாடலான, 'பன்னிருவரில் ஒருவனான மகத்தான விளக்காகிய நீ, உன் சிலுவையில் இருந்த எண்ணெயை வைத்து இந்தியா வின் இருட்டை விளக்கேற்றி அகற்றினாய்' என்பதன் மூலம் கொண்டாடப் படுகிறது. எடெஸ்ஸாவிலிருந்து இவை கிரேக்கத் தீவான சியோஸுக்கு அகற்றப்பட்டு, பிறகு இத்தாலியின் ஏட்ரியாடிக் கடற்கரையில் உள்ள ஓர்தானாவில் இறுதியாகப் புதைக்கப்பட்டுள்ளன.

ஆனாலும் ஒவ்வொரு இடத்திலும் தோமாவின் உடலுறுப்புகள் சில இருக் கின்றன. சென்னையில் ஒரு சிறு கை எலும்பும், ஈட்டி முனையும்,

பஸிலிகாவின் நிலவறையில் இருக்கின்றன. மார்கோ போலோ கூறியதுபோல், 300 அடி உயரமுள்ள மலை உச்சியில், தோமா வேலினாலோ, அம்பாலோ கொல்லப்பட்டு உயிர்த் தியாகம் செய்தார் என்று நம்பினாலும், நம்பாவிட்டாலும், புனித தோமா மலை என்று அழைக்கப்படும் பரங்கி மலை, நூற்றாண்டுகளாக ஒரு புனிதத் தலமாக இருந்திருக்கிறது. அவர் சின்ன மலையில் கொல்லப்பட்டதாகவும் பரங்கி மலையில் பிரசாரம் செய்தார் என்றும் மற்றொரு சம்பிரதாயம் சொல்கிறது.

பரங்கி மலையில் அவர் உயிர்த் தியாகம் செய்தார் என்று போர்த்துகீசியர்கள் நம்பினர். இம்மானுவேல் அரசரின் ஆணைப்படி மார்கோ போலோ 1292-ல் வந்தபின், அங்கிருந்த நெஸ்டோரியன் பூசையறையை அவர்கள் 1514-ல் (அல்லது 1523-லா?) புதுப்பித்தனர். மைலாப்பூர் சர்ச்சின் ஆயர் கேஸ்பர் கோயெலோ என்ற பாதிரியால் உந்தப்பட்ட சாந்தோம் கிராமத்தில் வசித்த சில போர்த்துகீசியர்கள், 1547-ல் மலையில் தோண்டிக்கொண்டிருந்தபோது சஸேனியன் பஹ்லெவி எழுத்துகள் பொறிக்கப்பட்ட ரத்தக்கறை படிந்த ஒரு சிலுவையை கண்டுபிடித்தனர். அதில் இருந்த ரத்தக்கரை துடைத்தபின்பும் மீண்டும் தோன்றியது. இன்றுகூட மலைமேல் இருக்கும் மலை மாதா சர்ச்சில் பலி பீடத்துக்குப் பின்னால் இருக்கும் சுவரில் அந்தச் சிலுவை வைக்கப் பட்டிருக்கிறது. போர்த்துகீசியக் காலத்தில், மாலுமிகளுக்கு வழி காட்டு வதற்காக மலைமேல் தினமும் தீபம் ஏற்றப்பட்டது. மாலுமிகளும், அபாயமின்றி பயணம் செய்ய, சர்ச்சுக்கு வந்து வழிபட்டு, நன்றி கூறும் வகையில் துப்பாக்கிகளிலிருந்து சுட்டனர்.

தோமாவே பாறையில் ரத்தச் சிலுவையைச் செதுக்கினார் என்பது ஐதீகம். 18 டிசம்பர் 1558-ல் பிரார்த்தனையின்போது முதல் முதலாக ரத்தம் கசிந்தது என்பதும் ஐதீகம். அவ்வப்போது ரத்தம் கசிந்து, கடைசி முறையாக 1704-ல் அது நடந்தது என்று குறிப்பிடப்பட்டிருக்கிறது. பலிபீடத்தின்மேல் இருக்கும் மரியாவின் மர ஓவியத்தைப் பற்றி 1559-ல் எழுத்து மூலம் ஊர்ஜிதப் படுத்தப்பட்டுள்ளது. தூய கன்னியும் குழந்தையும் வரையப்பட்டிருக்கும் இந்த ஓவியம் புனித லூக்கினால் வரையப்பட்ட ஏழு ஓவியங்களில் ஒன்று என்றும், சந்தேகம் கொண்ட தோமாவினால் அவருடைய சுற்றுப்பயணங்களின்போது எடுத்துச்செல்லப்பட்டது என்பதும் பரவலான நம்பிக்கை. ஆண்டுதோறும் டிசம்பரில் கொண்டாடப்படும் சர்ச்சின் திருவிழாவின்போது படியேறும் பக்தர்கள் தங்கள் நேர்த்திக் கடனைப் பலவிதங்களில் பூர்த்தி செய்கின்றனர்.

புனித தோமா மலையின் வடக்கு அடிவாரத்தில், 1547 என்று பொறிக்கப்பட்ட சிலுவையைத் தாங்கும் நான்கு பெரிய வளைவுகள் உள்ள வாயில் இருக்கிறது. அதற்கு மேல் கோஜா பெட்ருஸ் உஸ்கனின் நன்கொடையான கைப்பிடியுடன் அமைக்கப்பட்ட 135 படிகள் உள்ள வழி இருக்கிறது. கிரிகோரியோ பாரோ (கிரிகோரி சார்கிஸ், எரவானைச் சேர்ந்த முத்து வியாபாரி, 1707) என சவக்கல்லில் எழுதப்பட்டிருப்பது இங்குள்ள ஆர்மீனிய எழுத்துகளில் மிகவும்

பழைமையானது. அதனுடைய பலிபீடத்திலும் பிரசங்க மேடையிலும் இருக்கும் அலங்காரங்கள், ஆர்மீனிய நன்கொடைகளைச் சுட்டிக் காட்டுகின்றன. சுவரில் இருக்கும் 14 புனிதர்களின் ஓவியங்களில் இருக்கும் வசனங்கள் ஆர்மீனிய மொழியில் உள்ளன என்பது நிச்சயம். கிரிகோரி சார்கிஸ் இந்தக் கொடையாளிகளில் ஒருவரா? இந்த நூற்றாண்டின் முதல் கால் பாகம் வரை சர்ச்சுக்கும் ஆர்மீனிய சமூகத்துக்கும் நெருக்கமான தொடர்பு இருந்தது. அந்த சர்ச்சே, ஆர்மீனிய சமூகத்தைச் சார்ந்தது என்றுகூட நம்பப்பட்டது.

1829-ஐச் சேர்ந்த ஆங்கிலேய வெஸ்லியன் சர்ச், படிகள் ஆரம்பிக்கும், மரம் சூழ்ந்த இடத்தில் இருக்கிறது. கிழக்கில் இருக்கும் சமவெளியில் புனித தோமா காரிஸன் சர்ச்சும் (1830-ல் புனிதப்படுத்தப்பட்டது), பிரிட்டனின் மேன்மையான யுத்த காலத்தை நினைவூட்டும் நினைவுச் சின்னங்களும், ஆங்கிலேய-பிரெஞ்சு போர்கள் நடந்த இடங்களும் இருக்கின்றன. பிரெஞ்சு பாண்டிச்சேரி, டேனிஷ் தரங்கம்பாடி, டச்சு நாகப்பட்டினம் ஆகிய இடங்களில் கிளைகளைக் கொண்ட, புனித தோமா மலையிலிருந்து பல்லாவரம் வரை பரவியிருந்த சென்னை துருப்பு முகாமுக்காகக் கட்டப்பட்ட காரிஸன் சர்ச், நெடுஞ்சாலைக்கு அருகில் இருக்கிறது.

1795 முதல் பிராடஸ்டண்ட் பிரிவைச் சேர்ந்த பாதிரியார்கள் அங்கு வந்து கொண்டிருந்தபோதிலும், 1805-ல்தான் அவர்கள் தங்களுக்கு என்று ஒரு சர்ச் வேண்டும் என்று கேட்டு, லண்டன் ஸ்ட்ராண்டில் உள்ள புனித க்ளெமெண்ட்ஸ் பாணியில் கட்டப்பட்ட சர்ச் ஒன்று, 20 ஆண்டுகள் கழித்துக் கிடைத்தது. பிரிட்டிஷ் பீரங்கிப்படை அதிகாரிகளின் நன்கொடையால் கிடைத்த நேர்த்தியான உள் வேலைப்பாடுகள் உள்ள இந்த சர்ச்சில், தோமாவுடன் மற்ற சீடர்கள் முன் ஏசு தோன்றும் ஒரு பெரிய ஓவியம் இருக்கிறது. அதை வரைந்த மேஜர் ஜே.பி. ரிச்சர்ட்சன் மலையில் உள்ள ஒரு பீரங்கிப்படைக்குத் தளபதியாக இருந்தார். சர்ச்சின் உயரமான கோபுரம், விமானத்துறையின் வேண்டுகோளுக்கு இணங்கி குட்டையாக்கப்பட்டது.

சைதாப்பேட்டையில் உள்ள சின்ன மலையிலும் தோமாவின் வலுவான சம்பிரதாயத்தைக் காணலாம். இது, போர்த்துகீசியர்களால் பெரிய மலை என்று அழைக்கப்பட்ட புனித தோமா மலைக்கு 3 கிலோமீட்டர் தொலைவில் இருக்கிறது. 16-ம் நூற்றாண்டில் போர்த்துக்கீசியர்கள் மூலம் முக்கியத்துவம் பெற்ற சின்ன மலையில் தோமாவின் சரித்திரத்தின் அடிப்படையில் இரு சர்ச்சுகள் இருக்கின்றன. வட்டவடிவில் ரசனையின்றிக் கட்டப்பட்டிருக்கும் ஆரோக்கிய மாதா சர்ச்சும், சினிமா பாணியில் அமைக்கப்பட்டிருக்கும் குருசடையும் பழைய சர்ச்சுடன் சம்பந்தம் ஏதும் இல்லாமல் தோன்றுகின்றன. தோமா தியாகியாகிய 19 நூற்றாண்டுகளின் நினைவாகக் கட்டப்பட்ட இந்த சர்ச் 1971-ல் புனிதப்படுத்தப்பட்டது. 1551-ல் முதன்முதலாக போர்த்து கீசியர்கள் கட்டிய சர்ச்சுடன் இணைந்து 1711-ல் கட்டப்பட்ட சர்ச் இருந்த இடத்தில் இது கட்டப்பட்டது. புனித சடங்குகள் நடந்த இந்தப் பழைய பூசையறை, இப்போதும் புதிய சர்ச்சுடன் இணைக்கப்பட்டிருக்கிறது.

பிரார்த்தனையுடனும் பிராயச்சித்தத்துடனும் வாழ்ந்த தோமா வசித்த குகையின் நுழைவாயில், பழைய சர்ச்சில் இருக்கிறது. அவருடைய பிரசங்கங்களைக் கேட்க வந்த ஆயிரக்கணக்கானோர்முன் தோன்றும்வரை அவர் அந்த குகையில்தான் இருந்தார். குகையின் கிழக்குப் புறத்தில் இப்போது மூடப்பட்டிருக்கும் ஒரு திறப்புக்கு அருகே ஒரு கைரேகை இருக்கிறது. தன்னைத் துன்புறுத்தியவர்களிடமிருந்து இந்தத் திறப்பின் மூலம்தான், தோமா தப்பிச் சென்றார் என்று ஐதீகம். கைரேகையும் மலை அடிவாரத்தில் உள்ள காலடியும் புனிதருடையது என்பது நம்பிக்கை. குகையில் இருக்கும் பலிபீடத்துக்கு முன்னால் பக்தர்கள் மெழுகுவர்த்தி ஏற்றுகின்றனர்.

குகைக்குப் பின்னால் இருக்கும் பாறையின்மேல் பொறிக்கப்பட்டிருக்கும் சிலுவைக்கு முன்தான் தோமா வணங்கி, பிராயச்சித்தம் அளித்தார் என்று நம்பப்படுகிறது. போர்த்துகீசியர்களால் கட்டப்பட்ட உயிர்த்தெழுந்ததைப் போற்றும் புனித சர்ச்சுக்குப் பின்புறம் இருக்கும் ஊற்றை தோமா ஒரு பாறையைக் குச்சியால் அடித்து உண்டாக்கினார் என்றும், அதன் மூலம் வறட்சியான சைதாப்பேட்டையின் தாகம் தணிந்தது என்றும் கூறப்படுகிறது. இந்த ஊற்றிலிருந்து வரும் நீருக்கு நோயைக் குணப்படுத்தும் சக்தி உண்டு என்று ஒரு நம்பிக்கை.

ஒவ்வொரு வருடமும் ஈஸ்டருக்குப்பின் நாலாவது சனிக்கிழமை அன்றும் ஞாயிற்றுக்கிழமை அன்றும் சின்ன மலையில் நடக்கும் ஆரோக்கிய மாதா திருவிழா, கொண்டாட்டத்திலும் ஆர்வத்திலும், மத்திய கால சர்ச் திருவிழாக்களை ஞாபகமூட்டுவதால், ஒரு குறிப்பிடத்தக்க சம்பவமாகும்.

ஒரு காலத்தில் நகரம்

காணாமல் போன வியாபாரிகள்

சென்னையில் இருந்த நிறைய வியாபாரிகள் மறைந்துபோயிருக்கிறார்கள். யூதர்கள் இப்போது நம் ஞாபகத்தில் இல்லை. ஒரு சர்ச்சும் ஒரு தெருவும் இருப்பதால் ஆர்மீனியர்களின் நினைவில் உள்ளனர். போர்த்துகீசியர்கள் அநேகமாக மறக்கப்பட்டுவிட்டனர். பிரிட்டிஷாரின் பெயர்கள் நிறுவனங் களிலும் தெருக்களிலும் இருந்துகொண்டிருக்கின்றன. செட்டிகளின் பெயர்கள் அகற்றப்பட்டுவிட்டதால் (ஜாதிப் பெயர்கள் என்பதால்) அவர்களைப் பற்றிய நினைவுகளும் இல்லாமல் போய்விட்டன.

புனித ஜார்ஜ் கோட்டையில் வியபாரிகளாக மாத்திரம் பழைய நாட்களிலிருந்து செழித்த வியாபார சமூகங்கள் ஆர்மீனியர்களும் யூதர்களும் ஆவார்கள். யூதர்களைப் பற்றி எந்தவிதமான பதிவுகளும் இல்லை. ஜார்ஜ் டவுனிலிருக்கும் சர்ச் மூலமாகவும் தெருப் பெயர்கள் மூலமும், இப்போது அதிகம் அங்கீரிக்கப் படாத அவர்களுடைய கொடைகளினாலும் (கோஜா பேட்றாஸ் உஸ்காணும் மற்ற சிலரும் செய்தது) சிறிது சிறிதாக ஞாபகத்தில் இருக்கின்றனர்.

ஜான் கம்பெனியின் மதராஸ் பட்டிணத்தில், புனித ஜார்ஜ் கோட்டையைச் சுற்றி, வியாபாரம் மட்டும் செய்துவந்த சமூகமாக ஆர்மீனியர்களும் யூதர்களும் செழித்தனர். யூதர்களைப் பற்றி ஆவணங்கள் ஏதும் இல்லை. ஒரு தெருவின் பெயரிலும், ஜார்ஜ் டவுனில் உள்ள ஒரு சர்ச்சினாலும் நினைவில் இருக்கும் ஆர்மீனியர்களில் பலர், முக்கியமாக கோஜா பெட்ரூஸ் உஸ்கன், சென்னைக்கு அளித்தது இப்போது மறக்கப்பட்டு விட்டது.

1660-லிருந்தே சென்னையில் ஆர்மீனியக் குடியிருப்புகள் இருந்திருக்க வேண்டும். மிகவும் பழைமையான 'கோஜா டேவிட்' என்ற ஆர்மீனியரின் சவக்கல்லில் 1663 என்ற தேதி இருக்கிறது. சின்ன மலைக்கு அருகில் இது கண்டுபிடிக்கப்பட்டது. அதில் கோஜா டேவிட் மார்கர் என்ற பெயர் பொறிக்கப் பட்டிருக்கிறது. தங்களுக்கு என்று சர்ச் இல்லாததால், முதல் ஆர்மீனிய குடிபுகுந் தோர், கோட்டையில் இருந்த கபுசின் சர்ச்சில் தொழுததால், சென்னை

ஆர்மீனியர்கள், ரோமன் கத்தோலிக்க மதத்தைத் தழுவியிருக்கலாம். நிதான மாகவும், சிக்கனமாகவும், அறிவுடனும் வாழ்ந்த ஆர்மீனியர்கள்மீது மகிழ்ச்சியடைந்த கம்பெனி, ஆங்கிலேயர்களுக்கு அளித்த அதே உரிமைகளை 1688-ல் அவர்களுக்கும் கொடுத்தது. ஆர்மீனியக் குடியிருப்போரின் எண் ணிக்கை 40 ஆனபின், இப்போது உயர் நீதிமன்றம் இருக்கும் வளாகத்தில், அவர்களுக்குச் சிறிது நிலம் அளித்து, மரத்தால் கட்டப்பட்ட ஒரு சர்ச்சுடன், ஒரு பாதிரியாருக்கும் ஆண்டு ஒன்றுக்கு 50 பவுண்ட் உதவித்தொகை அளிப்பதாக கம்பெனி கூறியது. மகிழ்ச்சியுடன் அதை ஏற்றுக்கொண்ட ஆர்மீனியர்கள், பழைய சென்னையில் மேலும் பல ஆர்மீனியர்களைக் குடியேற ஊக்குவித்தனர். இந்த இடத்தில் 1712-ல் அவர்கள் நிரந்தரமான சர்ச்சைக் கட்டியபின், பிறவற்றைப் போல, பிரெஞ்சு முற்றுகையில் அதுவும் தகர்க்கப்பட்டது.

அந்தச் சமூகம் பிரபலம் அடைந்தது, கோஜா பெட்ரூஸ் (பீட்டர்) மூலம்தான். 1746-ல் சென்னையைக் கைப்பற்றிய துய்ப்ளேயை எதிர்த்த ஆர்மீனிய செல்வந்தர் கோஜா பெட்ரூஸையும் அவருடைய அனைத்து உடைமைகளையும் பிரெஞ்சுக்காரர்கள் அபகரித்து, பாண்டிச்சேரிக்கு எடுத்துச் சென்றனர். அவர்களிடமிருந்து தப்பிய கோஜா பெட்ரூஸ் ஒரு டேனிஷ் கப்பலில் ஏறி தரங்கம் பாடியில் தஞ்சம் புகுந்தார். பாண்டிச்சேரிக்கு அவர் பிரெஞ்சு அடைக்கலம் நாடி வந்தால், அபகரிக்கப்பட்ட எல்லா உடைமைகளும் திருப்பிக் கொடுக்கப்படும் என்று துய்ப்ளே அவருக்கு ஒரு வேண்டுகோள் விடுத்தார். ஆர்மீனியர்கள் தொழுகை செய்த சென்னை கபுசின் தேவாலயத்தின்பேரில் இந்த வேண்டுகோள் விடுக்கப்பட்டதால், அதற்கு ஒரு மதரீதியான அடிப்படையும் இருந்தது.

கோஜா பெட்ரூஸ், பாடல் வடிவில் தனது கடுமையான பதிலை அளித்தார்: 'ஆர்மீனியன் சம்பிரதாயப்படி, பாதுகாப்பு அளிப்பவர்களுக்கு விசுவாசமாக இருக்கவேண்டும். நான் பெற்ற செல்வம் அனைத்தும் பிரிட்டிஷ் நிலத்தில் ஈட்டியது. எனவே நான் பிரிட்டிஷ்காரர்களுக்கே விசுவாசமாக இருப்பேன். சொத்தைப் பொருத்தமட்டில், பிரெஞ்சுக்காரர்கள் அதைத் தாராளமாக விற்று, கிடைத்ததை ஏழைகளுக்கு பங்கிட்டு விநியோகிக்கலாம். என்ன இருந்தாலும், பெயர்பெற்ற பிரெஞ்சுப் பொக்கிஷம், அதன் பற்றாக்குறையை, என் செல் வத்தைக் கொண்டு ஈடுகட்டும் அளவுக்கு மோசமாக ஆகியிருக்கமுடியாது.'

1749-ல் சென்னை மீட்கப்பட்டபின், சத்திரவாசல் தெருவில் உள்ள (கோட்டையின் பழைய வடக்கு வாசலுக்கு அருகில் இப்போது அடுக்குமாடிக் கட்டடம் ஆகியிருக்கும்) கம்பெனியின் கோட்டை வீட்டில் நிரந்தரமாக வசிக்க கோஜாவுக்கும் (நாம் ஏற்கனவே சந்தித்திருக்கும்) திருமதி மதீராஸுக்கும் அனுமதி அளிக்கப்பட்டது. அவ்வாறு அனுமதி அளிக்கப்பட்டவர்கள் இந்த இரு கத்தோலிக்கர்கள் மட்டுமே. அந்த வீடு கோஜாவுக்கு 1728-ல் 99 வருடக் குத்தகைக்குக் கொடுக்கப்பட்டது. பாதிரி செவரினியும், அவருடைய சீடர்களும் பிரெஞ்சுக்காரர்களுக்காக உளவு பார்த்தனர் என்ற அடிப்படையில், கோட்டையில் இருந்த கபுசின் தேவாலயம் பிரிட்டிஷாரால் தகர்க்கப்பட்டது. வேப்பேரியில் இருந்த அதிசய மாதா கோயிலும், அதில் கோஜா பெட்ரூஸ்

தனக்காகப் பூசையறை அமைத்திராவிட்டால், அதே கதியைச் சந்தித்திருக்கும். தரங்கம்பாடியில் இருந்த டேனிஷ் மதப்பிரசார குழுவுக்கு (எஸ்.பி.சி.கே.) இந்த சர்ச்சை தரப்போவதாக பிரிட்டிஷார் அச்சுறுத்தியபோது, கோஜா பெட்ரூஸ் இதை ஒருவாறு சமாளித்தார். அவர் இறந்தபின், சர்ச்சுடன் சுற்றியிருந்த வீடு களுக்கும் தோட்டங்களுக்கும் உரிமை கோரிய எஸ்.பி.சி.கே., அனைத்தையும் நவம்பர் 1752-ல் 50,000 ரூபாய்க்குப் பெற்றது.

சில வருடங்கள் கழித்து கபுசின்களுக்கு 50,000 ரூபாய் நஷ்ட ஈடு கொடுத்த பின், பிராடஸ்டண்ட் பிரிவைச் சேர்ந்தோர், வேப்பேரியில் தொடர்ந்து வசிக்க ஆரம்பித்தனர்.

ஹண்டர்ஸ் ரோட்டில் உள்ள உஸ்கன் பூசையறையின் இடத்தில் 1823-ல் புனித மத்தயாஸ் ஆங்கிலிகன் சர்ச் புனிதப்படுத்தப்பட்டது. அங்கு, தீவிர கத்தோலிக்கரான கோஜா பெட்ரூஸின் சவக்கல்லைக் காணலாம். அவரது வள்ளல் தன்மையை சென்னையின் பல பாகங்களில் நம்மால் காணமுடிகிறது. 'நான் இறந்தபிறகு, வேப்பேரியில் நான் கட்டிய மிலாக் ஏரஸ் மாதா கோயிலில் புதைக்கப்பட வேண்டும். அதன் பாதிரியார் செவரினி கையில் 1,500 வராகன் கொடுக்கப்பட்டு, சர்ச்சுக்குத் தேவையான அலங்கார வேலைகள் முடிக்கப் படவேண்டும். அவருக்கு மேலும் 1,500 வராகன் கொடுக்கப்பட்டு, அதில் கிடைக்கும் வட்டியை வைத்து என்னுடைய ஆன்மாவுக்காக தினசரி, பிரார்த்தனை நடக்கட்டும்' என்பதை கோஜா பெட்ரூஸ் உஸ்கனின் உயிலில் வாசிக்கலாம். புனித மத்தையாஸில் இருக்கும் அவருடைய சவக்கல் மேல் இவ்வாறு லத்தீனிலும் ஆர்மீனியத்திலும் பொறிக்கப் பட்டிருக்கிறது: 'தனது புகழின் உச்சத்தை அடைந்து, மேகங்களுக்கு மேல் தலையைக் கொண் டிருக்கும், இங்கு புதைக்கப்பட்டிருக்கும் இவர், சச்சரவுகளை முடிவுக்குக் கொண்டுவந்து, தகராறுகளை சமரசம் செய்துவைத்து, ஆர்மீனியர்களுக்கு தூண் போல உறுதுணையாக இருந்து, ஏழைகளுக்கு ஆதரவும் பாதுகாப்பும் அளித்து, பொது மக்கள் இழந்ததை ஈடு செய்து கொடுத்து, கடவுளை துதிக்க தேவால யங்களை எக்கச்சக்கமாகச் செலவழித்துக் கட்டிய கோஜா போகஸ் (பால்)-ன் பேரன், தன் இதயத்தை ஜுல்ஃபாவில் வைத்திருக்கும் ஓர் ஆர்மீனியரான பெட்ரூஸ் உஸ்கன், 15 ஜனவரி 1751-ல் காலமானார்.'

பாரசீகத்தில், இஸ்பஹானிக்கு அருகில் உள்ள ஜுல்ஃபாவுக்கு ஒரு தங்கப் பெட்டியில், அவரது இதயம் எடுத்துச் செல்லப்பட்டு, அங்கு உள்ள புனித ரட்சகர் கதீட்ரல் தோட்டத்தில் புதைக்கப்பட்டதாகச் சொல்வார்கள். 1737-ல் வரையப்பட்ட உஸ்கனின் ஓர் ஆளுயரப் படம் இங்கே தொங்கிக்கொண்டிருக் கிறது. அந்தப் படத்தில் கையில் பேனாவை வைத்துக்கொண்டு அவர் எழுதி வைத்திருக்கும் வாசகம் இதுதான்: 'கடவுள் மேல் உள்ள அச்சம், கெட்டிக் காரத்தனத்தின் ஆரம்பம்.' வரையப்பட்ட இதயத்துக்கு அடியில், 'என்னுடைய சொந்த ஊருக்குச் செல்ல என் இதயம் ஏங்குகிறது. அங்கு என்னால் போக முடியாவிட்டாலும் குறைந்தது அங்கேயே என்னைப் புதைத்துவிடுங்கள். என் இதயம் அங்கே அனுப்பப்படவேண்டும்' என்று ஆர்மீனியத்தில் உள்ள

வாக்கியம் அவரால் எழுதப்பட்டது. அவருக்கு ஏற்பட்ட நஷ்டத்துக்குப் பிறகும்கூட, அவரது இறப்புக்குப் பின், கோஜா பெட்ரூஸ், சென்னையில் 7 லட்ச ரூபாய் ரொக்கமாக விட்டுச் சென்றார். மகப்பேறு இல்லாததனால், சில வருடங்கள் கழித்து, அவருடைய மனைவி இறந்தபின், அந்தச் சொத்து முழுவதும் தர்மத்துக்குக் கொடுக்கப்பட்டது.

பல பரம்பரைகளாக கிழக்குடன் வியாபாரம் செய்த குடும்பத்தைச் சேர்ந்தவர் கோஜா பெட்ரூஸ். சென்னைக்கு அன்னியராக இல்லாதபோதும், 1723-ல் மணிலாவிலிருந்து இங்கு வரும் வரை அவர் இங்கு குடியேறவில்லை. அந்தக் காலத்தில் ஸ்பானியர்களின் உடைமையாக இருந்த பிலிப்பைன்ஸுக்கும் இந்தியாவுக்கும் இடையே நடந்த வியாபாரம், ஆர்மீனியர்களின் ஏகபோக உரிமையாக இருந்தது. சென்னைக்கு வந்த புதிதில், அவரை உள்ளூர் நவாப் சந்தித்தபோது, கோஜா பெட்ரூஸ் அவருக்கு ராஜோபசாரம் அளித்தார். மகிழ்ச்சி அடைந்த நவாப், அவருக்கு ஒரு வரம் அளிக்க முன்வந்தார். சென்னையின் இறக்குமதிக்கு ஏகபோகம் கோரி, உள்நாட்டுக்கு அந்தச் சரக்குகளை விற்கவும், கோஜா ஏகபோக உரிமை தர வேண்டிக் கொண்டார். அவருடைய வேண்டுகோள் ஏற்கப்பட்டது. ஏராளமான செல்வத்தைச் சேர்த்த பெட்ரூஸ் உஸ்கன், ஏற்கெனவே விவரித்தபடி, அதில் பெரும் பங்கை வரம்பில்லாமல் செலவழித்தார்.

பக்தி, பணிவு, நேர்மை கொண்ட பெட்ரூஸ் உஸ்கன் தனது செல்வத்தின் பெரும்பகுதியை மத அமைப்புகளுக்காகச் செலவழித்தார். 'ஆர்மீனியன் நாட்டின் ஞாபகமாக, 1729-1740' என்று பொறிக்கப்பட்டிருக்கும் கிழக்குச் சுவருடன், சாந்தோமில் புனித ரீடா சர்ச்சுக்கு கணிசமாக ஆதரவளித்தார். அந்த வருடம் ஏப்ரலில்தான் பக்தர்களுக்கு தரிசனம் அளிப்பதற்காக சாந்தோமில் இருந்த புனித தோமாவின் சவக்குழி திறக்கப்பட்டது. அப்போது பெட்ரூஸ் உஸ்கன் ஒரு சாட்சியாக இருந்தார். தோமா சம்பிரதாயத்தை பாதுகாக்க, கோஜா பெட்ரூஸின் தாராளமான நன்கொடைகள் உதவின. பொதுப் பணித்துறை உருவாவதற்கு முன்பே, சைதாப்பேட்டையில் தாண்டும் பாலம் ஒன்றை 30,000 வராகன் (ரூபாய் ஒரு லட்சம்) செலவில் 1728-ல் அவர் கட்டினார். பாலத்தைக் கண்காணிக்க ஓர் அதிகாரியை நியமித்து, அதற்கென 1500 வராகன் செலவழித்தார். சர்ச்சின் சுவர்களையும் முகப்பையும் வெள்ளையடித்து, புனித தோமா மலையில், 1726-ல் கட்டப்பட்ட சுலபமாக மேலே ஏறக்கூடிய, சுவருடன் கூடிய அகலமான படிகளையும், அதைக் கண்காணிக்க மேலும் 1500 வராகன் தொகையும் நன்கொடையாக அளித்தார்.

நம்பிக்கைக்குப் பாத்திரமான கவுன்சில் உறுப்பினராகவும், முக்கியமாக ஆளுநர் பென்யானின் பிரத்யேகப் பிரதிநிதியாகவும் கோஜா பெட்ரூஸ் விளங்கினார். பீராரைச் சேர்ந்த நாகபுரியை நிறுவிய தளபதி ரகுராஜ் போன்ஸ்லே, 1740-ல் கர்நாடகத்தின் மேல் படையெடுத்தபோது, விலை உயர்ந்த வெகுமதிகளுடன், அவருடன் பேச்சு வார்த்தை நடத்த, பென்யான் கோஜா பெட்ரூஸை அனுப்பினார். பெட்ரூஸ், சமாதானம் மட்டும் அல்லாமல், அதற்கு மேல்

திருச்சிராப்பள்ளி, சென்னை, புனித டேவிட் கோட்டை (கடலூர்) போன்றவற்றின் பிரிட்டிஷ் உரிமையை நேர்த்தியாக நிர்ணயப்படுத்திக்கொண்டும் திரும்பினார். மற்றொரு தருணத்தில் சென்னையில் நாணயங்கள் அச்சடிக்கும் உரிமையை நிஜாமிடம் இருந்து பிரிட்டிஷாருக்கு பெட்ரூஸ் வாங்கிக் கொடுத்தார்.

அவரைப் போலவே சாகசங்கள் புரிந்து, கோஜா பெட்ரூஸைப் பின்பற்றிய மற்றொரு ஆர்மீனியர், ஆகாஷாமியர் சுல்தான் என்ற கோஜா சுல்தான் டேவிடின் மகன். ஜார்ஜ் டவுனில் அந்தத் தெருவுக்கு பெயரளித்த ஆகாஷாமியரின் பூஜையறை இருந்த இடத்தில், 1772-ல் ஓர் ஆர்மீனியன் சர்ச் புனிதப்படுத்தப்பட்டது. அங்கு இருந்த ஆர்மீனியன் இடுகாட்டில், 1765-ல் இறந்த அவரது மனைவி பெயரில் 'ஷாமியர் அறை' ஒன்று இருக்கிறது. முத்து, உலர்ந்த பழங்கள், பன்னீர் ஆகியவற்றின் மூலம் பொருள் ஈட்டிய ஷாமியர், எப்போதும் பற்றாக்குறையில் இருந்த நவாப் முகமது அலி வாலாஜாவுக்கு பெருவாரியாகக் கடன் அளித்திருந்தார். அந்தக் காலத்தில் நவாபின் கடன்களைப் பற்றி ஊரில் அவதூறாகப் பேசப்பட்டது.

அவதூறுகள் மிகவும் மோசமாகி, கடனை திருப்பிக் கொடுக்குமாறு ஆங்கிலேயர்கள் மிகவும் வற்புறுத்திக் கொண்டிருந்தபோது, முகமது அலியைப் பார்க்க சென்ற ஆகாஷாமியரிடம், 'வாலாஜாவின் நிதிநிலையைக் கண்டு அஞ்சி, உங்கள் பணத்தைத் திருப்பிக் கேட்க வந்துள்ளீரா?' என்று வாலாஜா கேட்டார். தனது கடன் பத்திரங்களை கூடவே எடுத்து வந்திருந்த அகாஷாமியர், அவற்றைச் சுக்கு நூறாக கிழித்து, தனது கடனை ரத்து செய்தபின், 'அவ்வாறில்லை பிரபு! தங்கள்மேல் எனக்கு உள்ள உரிமை, உங்கள் காலணியின் கீழிருக்கும் சிறு தூசிதான்' என்று பதிலளித்தார். அதற்கு பதிலாக, முகமது அலி, ஆர்மீனியருக்கும் அவரது வாரிசுகளுக்கும், வரிகள் ஏதும் இன்றி முழு மானியமாக நூம்பலி கிராமத்தின் உரிமைப் பத்திரங்களை அளித்தார்.

'கிரேட் ஹவுஸ் இன் சார்ல்ஸ் ஸ்ட்ரீட்' என்று இப்போது ஒரு பகுதி இந்தியத் தொல்லியல் ஆய்வினால் எடுத்துக்கொள்ளப்பட்டு, மறுசீரமைப்பு ஆகியிருக்கும் சென்னையின் பிரபலமான வீடு ஒன்றை, ஆகாஷாமியர் தனது தந்தையிடமிருந்து சொத்தாகப் பெற்றார். அபரிமிதமான வெற்றியுடன், சரித்திரத்தில் பேசப்பட்ட முதல் ஆர்மீனியர் கோஜா நாசர் ஜேகப் ஜான், 1702 முதல் இந்த வீட்டுடன் தொடர்புபட்டிருக்கிறார். அவருக்கு முன் சென்னையில் ஆர்மீனியர்கள் குடியேறிய போதும், அவர்கள் அவ்வளவு முன்னேறாததால் காலத்தின் புகை மண்டலத்தில் அவர்களுடைய செய்கைகள் மறைந்துவிட்டன.

1740-ல் கோஜா நாசர் இறந்தபின், அந்த வீடும் ஜுல்ஃபாவில் உள்ள பெரிய சொத்தும், உயில் மூலம் ஷாமியரின் தந்தை கோஜா சுல்தான் டேவிடுக்குக் கிடைத்தபின், அது பெரிய வீடு என்று அழைக்கப்பட்டது. ஆகாஷாமியர் சொத்தான அதனை, சென்னைக்குத் திரும்பிய பிரிட்டிஷார் மிகவும் விரும்பினர். 1750-ல் சென்னையின் உதவி ஆளுநரால், மாதத்துக்கு 30 வராகனுக்கு, அது வாடகைக்கு எடுக்கப்பட்டது. சிறிது காலத்துக்கு ராபர்ட்

கிளைவ்கூட இதில் வசித்ததால் அதன் பெயர் 'கிளைவ் ஹவுஸ்' ஆனது. போகப் போக தி காஸ்ட்ரோ என்ற போர்த்துகீசியருக்கு ஷாமியர் அந்த வீட்டை விற்றபின், அவர் 1755-ல் அதை 6,000 வராகனுக்கு கம்பெனிக்கு விற்றார். அவர்கள் அதை விருந்தாளிகளுக்காக என்று வைத்திருந்தனர். 1758-ல் அங்கு அட்மிரல் வாட்சன் வசித்து, சபை நடத்தியதாலும், அதற்குப்பின் கடற்படை நீதிமன்றம் அங்கு செயல்பட்டதாலும், அதற்கு 'அட்மிரால்டி ஹவுஸ்' என்று பெயரிடப்பட்டது. பிறகு ஆளுநரின் நகர வீடாக மாற்றப்பட்டபின், அரசாங்க விருந்துக்கூடம் கட்டப்படும் வரை, அரசாங்க விருந்துகள் இங்குதான் அளிக்கப்பட்டன.

பாரசீகத்தில் இருந்த கோஜா நாசரின் சொத்து, அநேகருக்கு பொறாமையையும் வயிற்றெரிச்சலையும் உண்டாக்கியது. தனது மனைவி அனேமையும் மகன் ஷாமியரையும், தன் சொத்துகளை நிலைநாட்ட சுல்தான் டேவிட் அங்கு அனுப்பியபோது, ஜுல்ஃபாவின் மேயர் அவர்களை மனிதத்தன்மை இல்லாமல் அடித்து, அவர்களை ஜேகப் ஜானின் உயிலை நிராகரிக்கும்படிச் செய்தார். தனது கணவரின் பெயரில், கடன் பத்திரங்கள் எழுதி, அவற்றை அமுலாக்கும் அதிகாரத்தை சென்னை அரசுக்குத் தரும்படி மனைவு அனேம் வற்புறுத்தப் பட்டார். இதை எதிர்த்த சுல்தான் டேவிடின் கோரிக்கைக்கு, கவுன்சிலின் ஆதரவு கிட்டியவுடன், இஸ்பஹானில் வழக்கு நடந்து, மேயர், நீதிபதியின் முன் இழுத்து வரப்பட்டு, மேயரின் காதுகள் அறுக்கப்பட்டு, ரத்தம் வடிந்து, அவர் இறந்தார். அதற்குப்பின் ஷாமியரும் அவரது தாயாரும் சென்னைக்குத் திரும்பினர். சார்ல்ஸ் தெருவில் உள்ள வீட்டை விற்று, நாகப்பட்டினத்துக்கு நகர்ந்த கோடீசுவரர் ஷாமியர் காலப்போக்கில், ஜார்ஜியா அரசர் ஹெராக்லிஸ்-மிமிக்கு பரிசுகள் அளித்ததால், 1786-ல் டிஃப்லிஸில் இருந்த லோரி என்று நகரை வெகுமதியாகப் பெற்றார். ரஷ்யாவின் ஒரு பகுதியாக ஜார்ஜியா ஆனபின், பத்து வருடங்களுக்குள் அவரோ, அவரது ஆண் வாரிசுகளோ அங்கு குடியேறவேண்டும் என்று கேட்டுக்கொள்ளப்பட்டனர். ஆனால், அவர் சென்னையை விரும்பியதால் அவருடைய முழுக் குடும்பமும் இங்கே வாழ்ந்து, இங்கேயே இறந்தது.

அவர்களுடைய பூர்வீகச் சொத்தான ஆர்மீனியன் சர்ச்சின் தோட்டத்தில் 1797-ல் இறந்த ஆகாஷாமியர், அவருடைய மனைவிக்கு அருகில் புதைக்கப்பட்டிருக் கிறார். அதற்குப்பின், ஏராளமான சொத்துக்குச் சொந்தக்காரரும், ஆர்மீனிய இளைஞர்கள் நல்ல மேற்படிப்பை ஐரோப்பாவில் பெறுவதற்காக ஓர் அறக்கட்டளையை ஏற்படுத்தியவருமான, ஆகா சாமுவேல் மூராத் கைக்கு, அந்த சமூகத்தின் தலைமை கிடைத்தது. 1816-ல் இந்தக் கொடை வள்ளல் இறந்தபின், ஆர்மீனியன் தெருவில் உள்ள ரோமன் கத்தோலிக்க கதீட்ரலில், பூசையறையில் அவருடன் சேர்த்து, 1828-ல் இறந்த அவரது மனைவியும், 1837-ல் இறந்த அவரது மகன் எட்வர்டும், புதைக்கப்பட்டிருக்கின்றனர்.

சீரும் செழிப்புடனும் வாழ்ந்த எட்வர்ட், மூரத் கார்டன்ஸ் (இன்றைய மூர்ஸ் கார்டன்ஸ்) உட்பட, 1827-ல் அவர் அரசாங்கத்துக்கு விற்ற பழைய கல்லூரி வளாகத்துடன் (டி.பி.ஐ வளாகம்), கூவத்துக்கு மேற்கே இருந்த பரப்பை உயில் மூலம் பெற்றார். 1821-ல் கட்டடமும், இப்போது அருங்காட்சி அரங்கம், கன்னிமரா நூலகம், கலையரங்கம் ஆகியவை உள்ள 22 ஏக்கர் பாந்தியனை

வாங்கி, 1830-ல் அதை ரூபாய் 28,000-க்கு அரசாங்கத்துக்கு விற்று, பின், உம்தா பாக் என்று அழைக்கப்பட்ட இடத்தை வாங்கினார். இப்போது மவுண்ட் ரோடில் காயிதே-மில்லத் மகளிர் கலைக் கல்லூரி வளாகத்தின் ஓர் அங்கமாக உள்ள இது, மூரத் இறந்தபின் வாலாஜா குடும்பத்தால் வாங்கப்பட்டதால், அந்தப் பெயரைப் பெற்றது.

மதிப்பான கற்கள் வியாபாரத்திலிருந்த ஜான் அரத்தூன், இதே சமயத்தில் ஜவுளி வியபாரத்திலிருந்து பப்பூம் என்ற ஒரு ஆர்மீனியக் குடும்பத்தில் கல்யாணம் செய்து கொண்டார். ராயபுரத்திலிருந்து அரத்தூன் சாலை ஆர்மீனிய இருக்கைக்கு மற்றொரு எடுத்துக்காட்டும் ஜானா அல்லது அவருடைய சந்ததியினரா அந்தப் பெயருக்குக் காரணம் என்று தெரியாவிட்டாலும், வடக்கிலிருந்து நகருக்குள் நுழைவாயில் திருவெற்றியூர் கோட்டை அரத்தூன் பராமரித்ததாகவும் அதனால் அது அரத்தூன் சாலை என்று நம்பப்படுகிறது. அந்த சாலையில் கத்தோலிக, பிராடஸ்டன்ட் சர்ச்சும், பார்ஸி தீகோயிலும், இந்து கோயிலும், தர்காவும் இருப்பதால் அதை அப்பழுக்கற்ற மன இனக்கச் சாலையென்று அழைக்கலாம்.

1724-ல் ஷிராஸில் பிறந்து, தனது காலத்தை சென்னையில் கழித்தபின், 1824-ல் இறந்தபின்பு, ஆர்மீனியன் சர்ச்சில் புதைக்கப்பட்டிருக்கும் மாண்புமிகு அரத்தூன் ஷிமாவோனியன், சாமுவேல் மூரத்தின் காலத்தைச் சேர்ந்த கடைசி பெரிய மனிதர். புராதன ஆர்மீனிய மொழியில், புத்தகங்களை அச்சடித்துப் பிரசுரிக்கும் அலுவலகம் ஒன்றை ஷிமாவோனியன் நிறுவினார். உலகிலேயே முதல் ஆர்மீனியப் பத்திரிகை என்று கொண்டாடப்படும் ‘அஸ்தாராரை’ 1794-ல் அவர் முதன்முதலாக ஆரம்பித்து, பிரசுரித்தார். வருந்தத்தக்க வகையில் அதிக நாள்கள் நீடிக்காத அந்த இதழுக்கு உயிரளிக்கும் பல முயற்சிகள் தோல்வியடைந்தன.

ஹிமவோனியன் அச்சகத்திற்கு முன் ஷாமியர் அச்சகமும் (1772) அதற்குப் பின் ஸாதுர் அகவில்லியான் அச்சகத்து(1809)க்குப் பின், மீண்டும் ஒரு ஷாமியர் அச்சகம் இருந்தது. இதனால் ஆர்மீனியன் பதிப்புகளுக்குப் பிரபலமாக சென்னையிலிருந்த போதிலும் அதெல்லாம் 1850ல் முடிவடைந்தது.

அதற்குச் சிறிது காலத்துக்குள்ளாகவே, நாகப்பட்டினம், ஸ்ரீரங்கப்பட்டினம், சென்னை போன்ற ஊர்களிலிருந்து, பிரதான வர்த்தக சமூகமாக ஒரு நூற்றாண்டுக்கு மேல் இயங்கிய சமுதாயம், சென்னையிலிருந்து மறைந்தது. தங்களுடைய சொந்தக் கப்பல்கள் மூலமும், டேனிஷ் கப்பல்கள் மூலமும், விலை மதிப்புள்ள கற்கள், ஜவுளிகள் ஆகியவற்றின் வியாபாரத்தை ஐரோப்பா, பாரசீகம், மணிலா போன்ற இடங்களில் அவர்கள் நடத்தினர். பாரசீக கொடுங்கோல் ஆட்சியிலிருந்து, ஆர்மீனியர்களை விடுதலை செய்து, தன் ஆட்சியின்கீழ் கொண்டு வர, ரஷ்யாவின் இரண்டாவது காத்ரினுக்கு, கோடிக் கணக்காக ரூபாய் அளிக்கும் அளவுக்கு, அந்தச் சமுதாயம் செழிப்பாக இருந்தது. திட்டம் கைகூடவில்லை. அதனால், ஆர்மீனியர்கள் நாடோடிகளாகத் திரியத் தொடங்கினர்.

நகரத்தின் வர்த்தகத்தை அந்த அளவுக்குக் கட்டுப்படுத்திய சென்னை ஆர்மீனியர்களும் யூதர்களும் இப்போது எங்கே இருக்கிறார்கள்? யூதர்கள் வெளியேறி வெகுநாள்கள் ஆகிவிட்டதால் அவர்கள் சென்னையில் முழுவதும் மறக்கப்பட்டிருக்கிறார்கள்.

மேற்கு ஆசியாவிலிருந்து தப்பிய யூதர்கள், கிபி 5-ல் கேரளாவில் குடியிருப்புகளை ஏற்படுத்தினர் என்ற பழைய யூதப் பதிவுகள் மூலம் தென்னிந்தியாவின் யூதப் பாரம்பரியத்தின் புராதனத்தைப் பற்றி அறியலாம். இருந்தபோதிலும், சென்னையைப் பொருத்தவரை, அது நிர்மாணிக்கப்பட்டபின், அதில் குடியேறிய யூதர்கள், போர்த்துகீசிய அல்லது இத்தாலிய (லிகோர்ன்) வம்சாவளியுடன் இங்கிலாந்திலிருந்து வந்தவர்கள். ஜேம்ஸ் தி பாய்வியா, ஐஸக் தி போர்டோ, மோஸஸ் தி கேஸ்ட்ரோ போன்றவை அவர்களுடைய பெயர்கள். 1687-ல் இறப்பதற்கு சிறிது காலத்துக்கு முன், பாய்வியா, 'மதராஸ்பட்டினத்தில் குடியேறிய யூத வியாபாரிகள் சங்கத்தை' அந்தோனியோ டி போர்டோ, பெத்ரோ பெரேரா, ஃபெர்ணாண்டோ மெண்டிஸ் ஹெண்ட்ரீகஸ் ஆகியோருடன் சேர்ந்து அமைத்தார்.

இவர்கள் சிறந்த குடிமகன்களாக மதிக்கப்பட்டதால், 1688-ல் ஏற்படுத்தப்பட்ட முதல் மாநகராட்சியில் யூதர்கள் மூவருக்கு இடம் கொடுக்கப்பட்டு, ஆங்லேயர்கள், போர்த்துகீசியர்கள், இந்துக்கள் ஆகியோருக்கு அளிக்கப்பட்ட அதே பிரதிநிதித்துவம் இவர்களுக்கும் அளிக்கப்பட்டது. ஆர்மீனியர்களுக்குக் கொடுக்கப்படாத 'வெள்ளையர் நகரத்தில் வசிக்கும்' உரிமை, இவர்களுக்கு அளிக்கப்பட்டு, 1687-ல் ஆறு யூத வைர வியாபாரிகள் அங்கு வசித்தனர். சென்னை வியாபாரத்தின் முக்கிய அங்கமாக ஆர்மீனியர்கள் இருந்தபோதிலும், 1692-லிருந்துதான் அவர்களுக்கு ஆங்கிலேயர்களிடம் இருந்து சமத்துவம் கிட்டியது. பிறகு, 18-ம் நூற்றாண்டின் மத்தியில்தான், ஆர்மீனியர்கள் யூதர்களைப் பின்தள்ளி, ஆங்கிலேயரல்லாத பிரதான வியாபார சமூகமாக ஆனார்கள்.

ஆரம்ப காலத்தில் சென்னையின் யூதர்கள் 1680 முதல், லண்டனுக்கு வைரங்கள் ஏற்றுமதி செய்து, அங்குள்ள சக யூத வியாபாரிகளிடமிருந்து, வெள்ளி, பவளம், முத்து ஆகியவற்றை இறக்குமதி செய்தனர். இதன்மூலம்தான் வடக்கு முத்தையால்பேட்டையில், இவர்கள் இருந்த இடத்துக்கு 'பவளக்காரத் தெரு' என்ற பெயர் கிடைத்தது. இந்தச் சந்தடியான அழுக்குத் தெருவில், இவர்களைப் பின்பற்றிய லேவாதேவி நாட்டுக்கோட்டைச் செட்டியார்கள், ஒரு வியாபாரமும் சத்திரமும் வைத்திருக்கிறார்கள் என்பது விநோதம். தங்க சாலைத் தெருவுக்கு வடக்கு மூலையில் இருந்த இடத்தில் ஒரு மாநகராட்சிப் பள்ளி வரும்வரை, வெகுநாள்களாக பெத்தநாயக்கன்பேட்டையில் இருந்த உபயோகிக்கப்படாத இடுகாட்டை பார்க்க முடிந்திருக்கும். 1983-ல் பள்ளியைக் கட்டும்போது, அங்கிருந்த சவக்கற்கள், மரீனாவுக்கு அருகில் லாயிட்ஸ் ரோடுக்கு மாற்றப்பட்டபின், அசுத்தமான சூழ்நிலைக்கு இடையில் அவற்றுக்கு என ஒரு மூலை ஒதுக்கப்பட்டது.

முதல் யூத வைர வியாபாரியான ஜேம்ஸ் தி பைவாவின் புதைகுழி தங்க சாலைத் தெருவில் இருந்த நான்கில் ஒன்று. (1786-ல் சென்னையை விட்ட மோஸஸ் தி கேஸ்ட்ரோ, நகரத்தில் வாழ்ந்த கடைசி யூத வைர வியாபாரி.) இப்போது அது லாயிட்ஸ் ரோடில் இல்லாவிட்டாலும், சாலமன் ஃபிராங்கோ (1763), ஐஸாக் ஸார்டோ (1709) என்ற இரு யூத வைர வியாபாரிகளின் சவக்கற்கள், புது இடத்துக்கு மாற்றப்பட்டிருக்கின்றன. எஸ்தர் கோஹனின் புதைக்கல் மூலம் 1964-ல், பழைய இடுகாடு கடைசியாக உபயோகப்பட்டது என்று புலனாகிறது. 1997-ன் ஐலீன் ஜோஷுவாவின் சவக்கல் மூலம் யூத இடுகாடு அவ்வப்போது உபயோகத்தில் இருக்கிறது என்றும் புலனாகிறது.

பார்தலோமியூ ரொட்ரீசெஸ் என்று சட்டசபை உறுப்பினர் சமூகத்தின் தலைவர் ஆனார். அவர் 1692ல் இறக்கும்போது, அரசாங்க கௌரவத்துடன் வடக்கு முத்தையால்பேட்டையிலுள்ள அவருடைய சொந்தத் தோட்டத்தில் புதைக்கப்பட்டார்.

7. தெற்கே செல்லும் சாலை

மெட்ரோ, எம்.ஆர்.டி.எஸ். சுற்றுப்புற இருப்பு பாதை இவைகளெல்லாம் சந்திக்கும் பிரதான மையமாக அடுத்த சில வருடங்களில் அமைக்கப் பட்டிருக்கும் கத்திபாரா சந்திப்பு அதனுடைய பிரம்மாண்டமான மவுண்ட் ரோட், ஜி.எஸ்.டி. ரோட், வடபழனிக்கும் அண்ணாநகருக்கும் செல்லும் 100 அடி சாலை, புனித தோமா மலையைத் தாண்டி பெங்களூருக்கு சாலை இவைகளுடைய மேம்பாலம் மூலம் பார்வைக்குரியதாகயிருக்கிறது. புனித தோமா மலைக்கு சற்றுத் தூரத்தில் 1952ல் காமன்வெல்த் வார்க் ரேவ்ஸ் தமிழனால் கட்டப்பட்ட போரில் மாண்டவர்களின் இடுகாடு இருக்கிறது. அப்பழுக்கில்லாமல் பராமரிக்கப்பட்டிருக்கும் புல்வெளியில் இரண்டாம் உலகப்போரில் தெற்கு மற்றும் கிழக்காசியாவிலிருந்த பிரிட்டிஷ், நேச நாட்டு மற்றும் இந்திய வீரர்களின் சவக்குழிகள் இருக்கின்றன. இரண்டு பிராந்தியங் களிலிருந்தும் முதல் உலகப் போரில் இறந்த ஆயிரம் வீரர்களின் பெயர்கள் இடுகாட்டிற்கு பின்புறமிருக்கும் கருங்கல் சுவரில் பொறிக்கப்பட்டிருக்கின்றன. ''உன் பெயர் எப்பொழுதும் வாழும்'' என்று பொறிக்கப்பட்ட ஞாபகார்த்தக் கல் இடுகாட்டில் நுழைவில் இருக்கிறது. இடுகாட்டிற்கு நடுவில் துல்லியமாக அமைக்கப்பட்ட வெள்ளை தலைக்கற்களுக்கு நடுவல் 'தியாகச் சிலுவை' இருக்கிறது. ஒவ்வொரு கல்லிலும் பெயர், ரெஜிமென்ட் இவற்றைத் தவிர புதைக்கப்பட்டவரின் மதமும் தலைக் கல்லில் எழுதப்பட்டிருக்கிறது.

இடுகாட்டிற்கப்பால் வர்த்தகம் மற்றும் தொழில் கண்காட்சிகளுக்காக அமைக்கப்பட்டிருக்கும் நன்கு நவீனமயமாக்கப்பட்ட பிரம்மாண்ட சென்னை டிரேட் சென்டர் இருக்கிறது. அதற்குப் பின் கட்டுமானக் கலைக்கு எடுத்துக் காட்டான லார்ஸன் டூப்ரோ கட்டிடங்களுக்கும், நகரத்தின் பிரதான தனித் தன்மையான சிகிச்சைகள் அளிக்கும் இரண்டு மருத்துவமனைகள் - மியாட்டம், ஸ்ரீராமச்சந்திராவும் இருக்கின்றன. ஒரு காலத்தில் வயல்களும் நீர்நிலைகளும் சூழ்ந்த இடம் இப்போது புதுமைகளின் இருப்பிடம். கத்திப்பாரா சந்திப்பைத் தாண்டி நெடுஞ்சாலைக்கு கிழக்கே ஆலந்தூரும், மேற்கே புனித தோமா மலையும் இருக்கின்றன.

புனித தோமா மலையிலிருந்து, நெடுஞ்சாலைக்கு இரு புறமும் பல்லாவரம் வரை ஆங்கிலேய நாள்களைப் போலவே, இப்போதும், ஒரு மதிப்புக்குரிய படை முகாம் இருக்கிறது. 1775-76-ல் முதன்முதலாக இந்த முகாமும் தளபதிகளின் பங்களாக்களும் கட்டப்பட்டபோது, மேஜர் மாத்தியூ ஹார்ன் முதல் தளபதி ஆனார். இப்போது இங்கு இருக்கும் அதிகாரிகள் பயிற்சிக்கூடம், நாட்டிலேயே சிறந்த பயிற்சிக்கூடங்களில் ஒன்றாகும். சார்னோகைட் கல்லால் அமைக்கப்பட்ட கம்பீரமான நுழை வாயில் வளைவினுள் ஒரு கைப்பற்றப் பட்ட பாகிஸ்தானிய டாங்கைத் தாண்டி அங்கு செல்லலாம். கண்டோன்மெண்டில் இருக்கும் முக்கியமான போலோ விளையாட்டு மையமான மொஹிதே விளையாட்டரங்கின் அருமையான புல்வெளி ஒரு காலத்தில் போர்க்களமாக இருந்தது.

தெற்கு நோக்கிச் செல்லும் நெடுஞ்சாலையின் மத்தியில் இருக்கும் சீரழிந்த உயரமான கூம்பில் இருந்து, கண்டோன்மெண்ட் தொடங்குகிறது. இது, 1821-22-ல் சென்னை பீரங்கிப்படையைச் சேர்ந்த லெஃப்டினண்ட் கர்னல் சாம் டால்ரிம்பிலின் நினைவாகக் கட்டப்பட்டது. இந்த மதிப்பைப் பெற அவர் என்ன சேவை புரிந்தார் என்று தெரியாவிட்டாலும், பழைய சென்னை மாகாணத்தில் கண்டோன்மெண்ட்தான், பீரங்கிப் படையின் தலைமையகமாக இருந்தது. இங்கிருக்கும் பல நேர்த்தியான கட்டடங்கள் 19-ம் நூற்றாண்டின் ஆரம்பத்தைச் சேர்ந்தவை. அதிகாரிகள் உணவருந்தும் இடத்தில் சுவரில் மாட்டியிருக்கும் பேழை, அந்த இடம் 1815-ல் கட்டப்பட்டதைக் குறிக்கிறது. நூறாண்டுகளுக்கு மேல் அந்த அறையில் பீரங்கிப் படையின் அதிகாரிகள் உணவருந்தினர். கண்டோன்மெண்டில் உள்ள நூறாண்டுகளுக்கு முன் கட்டப்பட்ட அநேகக் கட்டடங்கள், பிரிட்டிஷ் ராஜ்ஜியத்தின் நாணுவப் பொறியாளர்கள் விட்டுச் சென்ற கட்டடப் பாரம்பரியத்துக்கு ஒரு சிறந்த உதாரணம். இவைகளால் வெள்ளை மாளிகை, ஓஷஏயின் தலைமையகம், ஃளாக்ஸ்டாஃஹவுஸ், மேலதிகாரியின் இருக்கை, பழைய நாட்டியரங்கம் இவைகள் இதில் சேர்த்தி. இந்திய இராணுவத்தில் குறுகிய கால பணிபுரிய, ஆண்களுக்கும் 1991 முதல் பெண்களுக்கும் பயிற்சியளிக்க ஓடிஏ, ஜனவரி 1963ல் ஸ்தாபிக்கப்பட்டது.

புனித தோமா கொல்லப்பட்டார் என்று பரவலாகக் கருதப்படும் இடத்தில் கட்டப்பட்டிருக்கும் சர்ச், மலை மேலிருந்து இவற்றையெல்லாம் பார்க்கிறது. இந்தப் பழைமையான சர்ச்சை, அதற்குச் சில படிகள் கீழ், 1901-ல் நிறுவப் பட்ட ஃபிரான்சிஸ்கன் பிரிவைச் சேர்ந்த மடத்தின் கன்னியாஸ்த்ரீகள் பராமரிக் கின்றனர். துருப்புகளைப்போல் வரிசை தப்பாமலும், ஒன்றுக்கு ஒன்று வித்தி யாசம் இல்லாமலும், சவக்கற்கள் வைக்கப்பட்டிருக்கும் அவர்களுடைய அப்பழுக்கற்ற இடுகாடு, சர்ச்சின் பின்புறம் இருக்கிறது. அதில் இருக்கும் மிகப் பழைமையான கல்லில் 1918 என்று எழுதப்பட்டிருக்கிறது.

மலைச் சரிவில் அதற்குச் சிறிது தூரம் தள்ளி இரண்டு நினைவுச் சின்னங்கள் இருக்கின்றன. அவற்றில் ஒன்று சார்னோகைட் பேழையும் மற்றொன்று ஒரு சதுரச் சின்னமும். இதில் முதலாவது, தாமஸ் ஹாலண்டினால் இந்தப் பகுதியில் கண்டுபிடிக்கப்பட்ட சார்னோகைட் என்ற கருங்கல்லின் நினைவாக,

இந்திய புவியியல் ஆராய்ச்சித் துறையால் 1975ல் எழுப்பப்பட்டது. கர்னல் நோபிலின் பெயரை நினைவூட்டும் நோபில் தெருவிலிருக்கும் இருந்த மான்தோப்பில் இப்பொழுது நானே இஞ்ஜின் வால்வ்ஸ் இருக்கிறது. இரண்டாவது, குதிரைப் படையினர், தங்களுடைய அன்புக்குரிய தளபதி கர்னல் ஜான் நோபிலின் நினைவாக, தங்களுடைய சொந்தப் பணத்தை வைத்துக் கட்டிய சதுரச் சின்னம். 1803-ல் வில்லியம் லாம்ப்டனால் தொடங்கப்பட்ட பெரும் இந்திய முக்கோணவியல் அளவீட்டை ஞாபகப் படுத்தும் வகையில் ஒரு புது நினைவுச் சின்னம் அமைக்கப்பட்டிருக்கிறது.

சர்ச் கான்வெண்ட், நினைவுச் சின்னங்கள், சவக்கறக்ள் எல்லாமே மொஹிதே விளையாட்டரங்கிலிருந்து தெற்கே நான்கு கிலோமீட்டர் தொலைவில் திருசூலம் ஸ்டேஷனுக்கு எதிர்பக்கத்தில் இருக்கும் சென்னை பன்னாட்டு, உள் நாட்டு விமான நிலையங்களை கீழ்நோக்கிப் பார்க்கின்றன. விமான நிலையத்தின் வாகனங்கள் நிற்கும் பகுதியில் அலுவலகங்களால் சூழப்பட்ட, சிறிய ஆனால் பழைமையான இந்துக் கோயில் ஒன்று இருக்கிறது. 1984-ல் புதுக் கட்டடம் கட்டப்பட்டபோது இதனை இடிக்க பக்தர்கள் அனுமதிக்க வில்லை. முற்றிலும் புதிதாக வடிவமைக்கப்பட்ட விமான நிலையம் இப்பொழுது கணிசமாக விரிவாகியிருக்கிறது. 2008ல் வேலை ஆரம்பிக்கப் பட்டு 2013ல் முடிவடைந்தது. பிரயாணிகளின் எண்ணிக்கை 90 லட்சத்தி லிருந்து 1 கோடி 40 லட்சமாக அதிகப்பட்டிருக்கிறது.

புனித தோமா மலைக்கு அருகில் மீனம்பாக்கத்தில் ஒரு மைல் வடக்கே சென்னையின் முதல் விமான நிலையம் இருந்தது. விமானப் போக்கு வரத்துக்கு எடுத்துக்கொள்ளப்படுமுன், இது மவுண்ட் கோல்ஃப் மைதானமாக இருந்தது. விமானப் போக்குவரத்துக்கு வெகு நாள்கள்முன், மதராஸ் ஃபிளையிங் கிளப், மீனம்பாக்கத்துக்கு வந்தது. 1942-லிருந்து, ஆவுடையப்பா, எஸ்.ஏ. அண்ணாமலை, சோலையப்பா என்ற மூன்று நாட்டுக்கோட்டைச் செட்டியார்கள் இந்தத் தனியார் கிளப்பின் முதல் உறுப்பினர் ஆனார்கள். 1931-ல் தனியார் பைலட் உரிமத்தை முதன்முதலில் வாங்கியவர், கிளப்பின் ஐந்தாவது உறுப்பினர் ஆவுடையப்பா. கிளப்பின் முதல் இந்திய முதன்மை விமான ஓட்டுனர் பயிற்சியாளர், முகமது இஸ்மாயில் கான். சென்னைக்குத் தெற்கே 250 மைல் தூரத்தில் உள்ள கானாடுகாத்தான் என்ற கிராமத்தில், அந்த மூவரும், இத்தகைய கிளப் ஒன்றை ஆரம்பித்து பறப்பதை உள் நாட்டுக்குக் கொண்டு வந்தனர். இந்த வரிகள் எழுதப்படும்போது, ஆவுடையப்ப செட்டியாரின் விமானத்தின் உடற்கூட்டிற்கு ஒரு சேரிப்பாளர் உயிரூட்டிக் கொண்டிருக்கிறார்.

அக்டோபர் 1929-ல் பைலட், ஜி விலாஸ்டோவினால் அமைக்கப்பட்ட கிளப், 4 மார்ச் 1930-ல் பதிவு செய்யப்பட்டது. கிளப்பின் முதல் ஆதரவாளர் ஆளுநர் சர் ஜார்ஜ் ஸ்டேன்லி, முதல் விமானப் பயணத்தை தொடங்கினார். ஃபிளைட் லெஃப்டினெண்ட் ஹெச்.என். ஹாக்கர் என்ற கிளப்பின் முதல் பயிற்சியாளர் 21 ஜூலை 1930-ல் அதில் பறந்தார்.

அப்போது சென்னை விமான நிலையம் இருந்த இடம், செயிண்ட் தாமஸ் மவுண்ட் என்று அழைக்கப்பட்டாலும், சுதந்தரத்துக்குப் பிறகு, 1948-ல், முதல்

விமான நிலையம் வந்தவுடன் அந்த இடம் மீனம்பாக்கம் என்று மாற்றப்பட்டது. விமான நிலையம் முதலில் இயங்க ஆரம்பித்தபோது, அதன் ஓடுபாதைகளால் ஆன முக்கோணத்தில் இருந்த ஒரு கிராமத்தை அங்கிருந்து நகர்த்தப் பல வருடங்கள் ஆயின. விமான நிலையம் தனது பிற்காலத்திய வளர்ச்சிக்கு முதல்வர் காமராஜுக்குப் பெரிதும் கடன்பட்டிருக்கிறது. இராம. அழகப்பச் செட்டியாரின் ஜுபிடர் ஏர்வேஸ், ஜுன் 1948-ல், சென்னையிலிருந்து டெல்லிக்குப் பறந்த முதல் விமானப் பயணம் ஆகும்.

இந்த கிளப் நிறுவப்படுவதற்கு வெகு நாள்களுக்குமுன், ப்ளெரியோட்டினால் உந்தப்பட்ட டாஞ்ஜெலி என்ற ஹோட்டல் முதலாளி தனக்கு ஒரு விமானம் கட்டிக்கொடுக்க, கோச் வண்டி உற்பத்தியாளர்கள் சிம்சனிடம் கேட்டனர். சென்னையில் தயாரிக்கப்பட்ட இந்த விமானத்தை பல்லாவரத்தில் சோதனை ஓட்டம் பார்த்தபின், 10 மார்ச் 1910-ல் தீவுத்திடலில் கட்டணம் வாங்கி, பொது மக்களுக்குக் காண்பித்தனர். அன்று, ஒரு பயணியைக்கூட அதில் ஏற்றிச் சென்றனர். இது நடந்தது, ரைட் சகோதரர்கள் முதன்முதலாக வானில் பறந்து ஏழு ஆண்டுகள் ஆனபிறகு. இதுதான் சென்னையில் காணப்பட்ட முதல் விமானம். மோட்டார் சைக்கிள், மோட்டார் கார் விற்பனையில் முன்னோடிகளாக இருந்த அடிசனும் அதே சமயத்தில் விமானம் ஒன்றைக் கட்டியதாகக் கூறப்பட்டதால் யார் டாஞ்ஜெலியின் விமானத்தைக் கட்டினார்கள் என்பதைப் பற்றி சர்ச்சை இருக்கிறது. ஆனால் வார ஏடான 'இந்தியா' அதைக் கட்டியது சிம்சன்தான் என்று உறுதியாகக் கூறியுள்ளது.

அடிசன், சிம்சன், ஒக்ஸ் ஆகியவையெல்லாம் இப்போது அமால்கமேஷன் குழுமத்தைச் சேர்ந்தவை. இவையெல்லாம் முதல் உலகப் போர் ஆரம்பித்த போது மோட்டார் வாகன விற்பனையாளர்களாக நன்கு வேரூன்றியிருந்தன. சென்னையில் காண்பிக்கப்பட்ட முதல் கார், 1894-ல் மவுண்ட் ரோடில் ஓடினாலும், நகரத்துக்கு முதல் கார் 1901-ல்தான் கிடைத்தது. இங்கிலாந்திலிருந்து தனது காரைக் கொண்டுவந்த பாரி கம்பெனியின் டைரக்டர் ஏ.ஜே. யார்க், அதை தினமும் அடையாறில் உள்ள பென்ஸ் தோட்டத்திலிருந்து பாரி முனைக்கு ஓட்டிச் சென்றார். எம்.சி. 1 என்று 1903-ல் சாலைகளில் அதிகமாகப் பார்க்கப்பட்ட சர் ஃபிரான்சிஸ் ஸ்பிரிங்கின் கார்தான் தென்னிந்தியாவில் முதன்முதலாகப் பதிவான வண்டி. முதல் இந்திய வண்டி, கட்டட ஒப்பந்தக்காரர் டி. நம்பெருமாள் செட்டியின் எம்.சி. 3 என்ற பதிவெண்ணுடன் பிரான்ஸிலிருந்து இறக்குமதி செய்யப்பட்டது. நாட்டின் மோட்டார் வாகன தலைநகரம் என்ற நகரின் பெயருக்கேற்ப சாலைகள் அடைக்கப்பட்டிருக்கின்றன. இப்படி ஆரம்பித்ததில் இருந்து நகரத்தில் இரண்டாவது உலகப்போருக்குப் பின் சென்னையில் மோட்டார் வாகனத் தொழில் நகரத்தில் தொழில்மயமான வடக்கிலும், மேற்கிலும், திருவெற்றியூர், எண்ணூர், செம்பியம், ஆவடி, அம்பத்தூர் பகுதிகளில் ஸ்டான்டர்ட் மோட்டார்ஸைத் தவிர்த்து ஏனைய நிறுவனங்கள் இருந்தன. மோட்டார் சைக்கிள் என்ஃபீல்டின் உற்பத்தி 1955ல் திருவெற்றியூரில் ஆரம்பித்தது. ஏறக்குறைய 2000ல் மோட்டார் வாகன பெறுவளர்ச்சி ஆரம்பித்த பின், தெற்கில் ஃபோர்டையும்,

பிஎம்டபிள்யுவையும் தவிர்த்தது. ஹ்யூண்டாவும் வேறு பல உதிரிப்பொருள் தயாரிப்பாளர்களும் வேறூன்றியதால், தென்மேற்கில் ஸ்ரீ பெரும்புதூர் செழிக்க ஆரம்பித்தது. மூன்று பெரிய மோட்டார் வாகன தொழிற்சாலைகளுள் நிறைய உதிரிப் பொருள் தொழிற்சாலைகளும் தெற்கேயிலுள்ள ஓரகடம் நிறுவப்பட்டிருக்கும். 2012ல் அதை மிஞ்சி வருகிறது. போக்குவரத்து இன்று பல ஆயிரம் மடங்காகப் பெருகி, மவுண்ட் ரோடிலும், தேசிய நெடுஞ்சாலை 45 என்று தெற்கு நோக்கிச் செல்லும் அதன் நீட்டிப்பிலும் அதிகபட்ச நெரிசல் இருக்கிறது. தேசிய நெடுஞ்சாலை என்.எச். 7-டன் சேர்த்து அதற்குப் பின் கன்னியாகுமரிக்கும் செல்லும் இந்தச் சாலை நகரத்தின் எல்லையை செயிண்ட் தாமஸ் மவுண்டில் கடந்தவுடன், அடுத்த 20 கிலோமீட்டர்களுக்கு சென்னைப் புறநகரைச் சார்ந்த பல கிராமங்களை கடக்கிறது. அவற்றுள் ஒன்று செயிண்ட் தாமஸ் மவுண்டுக்கும் மீனம்பாக்கத்துக்கும் அடுத்தாற்போல் உள்ள பல்லாவரம்.

தொல்பொருள் கண்டுபிடிப்புகளில் முக்கிய இடம் வகிக்கும் இந்த இடம், 7-ம் நூற்றாண்டைச் சேர்ந்த பல்லவ அரசர் மகேந்திர வர்மப் பல்லவனுடனும் அவர் கட்டிய கோயில்களுடனும் முக்கியமாகத் தொடர்புகொண்டுள்ளது. மாமல்லபுரத்தில் இருக்கும் குகைக்கோயில்களுக்கு முன்னோடியாக, பல்லாவரம் மலையில் அவர் குடைந்த தூண்களுடைய கோயிலில், இப்போது ஒரு தர்கா இருக்கிறது. சென்னை வட்டாரத்திலேயே அதுதான் புராதனக் கோயில் என்று கருதப்படுகிறது. இவையெல்லாம் பழைய காலத்தைச் சேர்ந்தவை. இந்தப் பகுதியில் ராபர்ட் ப்ரூஸ் ஃபுட்*, 1863-ல் பல்லாவரத்தில் உள்ள துருப்புகள் அணிவகுக்கும் மைதானத்தில் இருந்த ஒரு கப்பிக்கல் குழியில் கண்டுபிடித்த கல் எழுதுகோல் மூலம் ஆரம்பித்த இந்த ஆராய்ச்சியில் தோண்டி எடுக்கப்பட்ட மண்ணால் ஆன முதுமக்கள் தாழிகளும் அவற்றினுள் இருந்த பல வகை இறப்பு தொடர்பான பொருள் களும், சென்னை அருங்காட்சியகத்தில் இப்போது இருக்கின்றன. கற்கால மனிதன் மட்டுமல்லாமல் இரும்பு கால மனிதனைப் பற்றியும் இங்கும் அடையாறிலும், கீழ்ப்பாக்கத்திலும் சான்றுகள் கிடைத்திருக்கின்றன.

அருகில் இருக்கும் திருசூலத்தில் 11, 12-ம் நூற்றாண்டுகளைச் சேர்ந்த கல்வெட்டுகள் கொண்ட சோழர் காலத்துக் கோயில் ஒன்று இருக்கிறது. இந்தக் கோயில் நான்கு குன்றுகளுக்கு இடையில் இருக்கிறது. இன்றைய சென்னையின் நிலப்பரப்பின் பெரிய பகுதியை ஆட்சிபுரிந்த திருசூரன் என்ற அரச குடும்பத்தின் திரிபுதான் திருசூலம். திரிபுரசுந்தரி திருசூலநாதர் கோயிலை இரண்டாம் குலோத்துங்க சோழன் கட்டினான் என்று நம்பப்படுகிறது. அருகில் இருக்கும் திருநீர்மலை என்ற காட்டுக் கோயில், ஆழ்வார்களால் பாடல்பெற்ற ஸ்தலம். நிர்வான பெருமாள் என்று அழைக்கப்படும் இந்தப்

* இந்திய தொல்லியல் தந்தை என்று வர்ணிக்கப்படும் ஃபுட், முக்கியமாக சென்னை மாகாணத்தில் 459 புராதன இடங்களைக் கண்டுபிடித்தார். அவர் அகழ்ந்தெடுத்த கருவிகளை, சென்னை அருங்காட்சியகத்துக்கு 1898-ல் விற்க முன் வந்தார். இறுதியாக 1904-ல் 4,000 பொருள்களுக்கு ரூபாய் 33,000 கொடுக்கப்பட்டது. அவற்றில் அவர் முதன்முதலாக 1863-ல் கண்டுபிடித்தவையும் இருக்கின்றன.

புராதன வைஷ்ணவக் கோயிலில் மதிப்பிட முடியாத செப்பு விக்கிரகங்கள் இருக்கின்றன.

அடுத்தாற்போல் இருக்கும் குன்றத்தூர் என்ற கிராமம், சேக்கிழாரின் பிறந்த இடம். 12-ம் நூற்றாண்டின் ஆரம்பத்தில் சேக்கிழார், இங்கு இருக்கும் நாகேசுவரர் கோயிலைக் கட்டி முதல் பூஜையைத் தொடங்கினார் என்று ஐதீகம். அருகில் இருக்கும் பழைமையான குன்றத்தூர் குமரனின் மலைக்கோயிலுடன் அருணகிரிநாதர் தொடர்புகொண்டிருந்தார். குன்றத்தூரையும் அதைச் சுற்றியும் வேறு பல சீரழிந்த கோயில்கள் இருக்கின்றன. பல்லவ காலத்தில் கட்டப்பட்ட கோயில்களுள் மாங்காடு காமாட்சியம்மன் கோயில் நல்ல நிலையில் இருக்கிறது. இங்குதான் ஆதி சங்கரரால் நிறுவப்பட்ட ஸ்ரீசக்ரம் இருக்கிறது.

பல்லாவரமும் குரோம்பேட்டையும் சென்னையின் சரித்திரப் பிரசித்தி பெற்ற தோல் பதனிடும் தொழில் மையங்கள் ஆகும். தெற்கு பல்லாவரத்தில் 25 ஏக்கர் பரப்புள்ள நிலத்தில் 1912-ல் ஜி.ஏ.சேம்பர்ஸால், தோலைப் பதனிட்டு அதிலிருந்து பொருள்களை உருவாக்க நிறுவப்பட்ட குரோம் லெதர் கம்பெனியின் மூலம், குரோம்பேட்டை தன் பெயரைப் பெற்றது. தோல் தொழிலாளி சேம்பர்ஸ், 1894-ல் சென்னைக்கு வந்து தோல் ஏற்றுமதியில் ஈடுபட்டபின், 1903-ல் தோல் பதனிடும் வேலையை முதன்முதலாக ஆரம்பித்தார். சில வெற்றி தோல்விகளுக்குப்பின் அந்த ஊருக்குத் தன் பெயரை அளித்த கம்பெனியை நிறுவினார். 1916-ல் தொழிற்சாலை நவீனமயமாக்கப்பட்டு தமிழ் நாட்டின் இப்போதைய பிரசித்தி பெற்ற தோல் தொழிலின் அடிக்கல் நாட்டப்பட்டது. சுதந்தரத்துக்குமுன் இயங்கிய பெரிய தொழிற்சாலைகளில் ஒன்றான இதில் நவீன நிர்வாக முறையை புகுத்திய அவருடைய மகள் ஐடா, 1960-கள் வரை சென்னையின் பெரும் புள்ளிகளுள் ஒருவராக இருந்தார்.

குறைந்து கொண்டேயிருக்கும் ஆங்கிலோ இந்திய மக்கள் தொகை, பல்லாவரத்தைப் போல், புனித தோமா மலை, ராயபுரம், பெரம்பூர் பகுதிகளில் வசித்துக் கொண்டிருக்கிறது. பல்லாவரத்திலிருக்கும் 'வெடரன்ஸ் லைன்ஸில்' ஒரு மேய்ந்த கூரையும் கட்டமிட்ட முற்றங்களுமுடைய பழைய ஆங்கிலோ இந்திய வீடுகள் காணத்தக்கவை. இங்கிருக்கும் புனித ஸ்டீஃபன் சர்ச்சிற்கு கணிசமான ஆங்லோ இந்திய பக்தர்கள் இருக்கிறார்கள்.

இந்த இடத்தைத் தாண்டி, தாம்பரம் சானடோரியம் உள்ளது. இந்த சானடோரியம்தான் உலகத்தின் இந்த பகுதியில் உள்ளவற்றிலேயே மிகப் பழைமையான காசநோய் குண மையம். ஒரு சுதந்தர வர்த்தக வளாகம், ஜனவரி 30, 1937ல் அதிகாரபூர்வமாக இறுதியாக சென்னை கிறிஸ்துவக் கல்லூரி நகர்ந்த மரம் சூழ்ந்த நேர்த்தியான வளாகம் இவைகள் இருக்கின்றன. முதலில் சவரிமுத்து என்றழைக்கப்பட்ட டாக்டர் டேவிட் செளரி முத்துவால் 1929ல் தனியார் ஸ்தாபனமாக ஆரம்பிக்கப்பட்டது. தாம்பரம் சானடோரியம், இங்கிலாந்தில் வாழ்ந்து தொழில்புரிந்த டாக்டர் தனது குடும்பத்தைப் பார்க்க அடிக்கடி சென்னைக்கு வருவார். அரசாங்கத்திலிருந்து 250 ஏக்கர்கள் பெற்ற அவர் அதில் 12 படுக்கை மருத்துவமனைக் கட்டினார். 1937ல் அவர் அதை

அரசாங்கத்திற்கு அளித்தபின் இப்பொழுது அரசாங்க மார்பாக நோய் மருத்துவமனை என்று அழைக்கப்படுகிறது.

சேலையூர் காடு என்றழைக்கப்படும் தாவரங்கள் விலங்குகள் மிகுந்த பறவை, மிருக சரணாலயம் உட்பட 365 ஏக்கரில் எம்.சி.சி. வளாகம் இருக்கிறது. மதிப்புக்குரிய டாக்டர் வில்லியம் மெஸ்டன் (1923-30) என்ற பிரின்ஸிபால் உருவாக்கிய தாம்பரம் திட்டத்தை செயல்படுத்தியது. அவருக்குப் பின் வந்த டாக்டர் ஆல்ஃப்ரெட் ஹாக் (1930-36), கல்லூரியின் இடப்பெயர்ப்பை மேற்பார்த்தார். இடம்பெயர்ப்பு நடக்க 18 வருடங்கள் ஆயின. ஜனவரி 5, 1932ல் முதலில் பூமி தோண்டப்பட்டபின், இன்னும் நிற்கும் 'பார்ன்ஸ் வில்லா' என்ற சிறிய வீடு கட்டப்பட்டது. இதனுள் மார்ச் 1932 முனைவர் எட்வர்ட் பார்ன்ஸும், அவர் மனைவி ஆலிஸும் நகர்ந்தனர். ஸ்விஸ் கட்டிட கலைஞர் ஹென்ரி ஷேட்டியினால் வடிவமைக்கப்பட்ட கட்டிடங்களை மாணாக்கர்களுக்கு அனுகூலமாக ஆக்குவதையும் சுற்றியுள்ள காட்டு பிரதேசத்தை செப்பனிட்டு அரிதான செடிகளை நடுவதையும் மேற்பார்வை யிட்டனர். இன்று கல்லூரியின் 365 ஏக்கர்களில் 150 வகை மரங்கள், 450 வகை செடிகள், 150 வகை பறவைகள், 75 வகை வண்ணத்துப் பூச்சிகள் மற்றும் அநேக சிறிய மிருகங்களும் வளர் வகைகளும் உள்ளன. மரவளர்ச்சியின் பெரும்பான்மைக்கு 75 வருடங்கள் ஆகின்றன. 1955ல் இறுதியாக முடிக்கப்பட்ட வளாகத்தின் மேல் செலவழிக்கப்பட்ட 33 லட்சம் ரூபாயில் அரசாங்கம் 15 லட்சம் அளித்தது. மேல் மட்ட படிப்பக்காக 1959ல் கட்டிட விரிவாக்கம், தொடங்கப்பட்டு நடந்து கொண்டிருக்கிறது.

கல்லூரியுடன் ஜார்ஜ் டவுனிலிருந்து எம்.சி.சி. பள்ளி, அக்டோபர் 21, 1950ல் சேத்துப்பட்டிற்கு நகர்ந்தது. ஹாரிங்டன் ரோடில் 2.5 லட்ச ரூபாய்க்கு க்ளே க்ராஃப்ட் என்ற தோட்ட வீட்டை 1946ல் வாங்கி அதன் பேர் கட்டிடங் களுக்கு 11 லட்சம் ரூபாய் செலவழிக்கப்பட்டது. சரித்திரப் பிரசித்தம் பெற்ற குருவில்லா ஜேகப், அதன் மூன்றாவது பிரின்ஸிபாலாக 1931 முதல் 1963 வரை இயங்கி, தென்னிந்தியாவில் பிரபல பள்ளிகளில் ஒன்றாக ஆக்கினார்.

இப்போது அடுக்குமாடி தொழில் நிறுவனம் ஆகியிருக்கும் இந்தியாவிலேயே தயாரிக்கப்பட்ட முதல் கார்களின் ஒன்றாக ஸ்டார்ட் உற்பத்தி தலத்தைத் தாண்டி, நேர்த்தியான வண்டலூர் மிருகக் காட்சி சாலை, பிரம்மமாண்டமான ஃபோர்ட் தொழிற்சாலை, சிறிய பி.எம்.டபிள்யு தொழிற்சாலை இவை களுக்கும் ஒருங்கிணைக்கப்பட்ட நகர அமைப்பான மகேந்திரா சிட்டியையும் தாண்டி தறமுயர்த்தப்பட்ட சித்த வைத்தியக் கல்லூரி, புறநகர் ரெயிலின் பழுதுபார்க்கும் தொழிற்சாலை.

சேலையூர் காட்டிலிருந்து தேசிய நெடுஞ்சாலை 45 தொடங்கி சென்னை புற நகரின் எல்லையைத் தாண்டி, கர்நாடகப் போர்கள் நடந்த திருச்சிக்குச் சென்று, அங்கிருந்து தமிழரின் நெஞ்சை அள்ளும் மதுரைக்கு சென்றபின், தேசிய நெடுஞ்சாலை 7 ஆகி, வறண்ட தென்னாட்டுக்கும் நாட்டின் கோடிக்கும் செல்கிறது. அதன் கிளை, மகாகவி சுப்பிரமணிய பாரதியார் தஞ்சம் புகுந்த பாண்டிச்சேரிக்கும் செல்கிறது.

ஒரு காலத்தில் நகரம்

இன்னல் பட்ட மேதை

தேசியப் போராட்டத்தில் ஈடுபட்ட ஒரு நாயகர் எங்கள் ஊரில் இருந்து வந்தார் என்று சொல்லிப் பெருமைப்பட உலகிலேயே சில ஊர்களால்தான் முடியும். ஆனால், அப்படிப்பட்ட மூன்று நாயகர்கள் ஓர் ஊரிலிருந்து வந்துள்ளனர் என்றால், அந்த ஊர் தனித் தன்மை வாய்ந்ததுதான். பழைய திருநெல்வேலி ஜில்லாவில், கோயில்பட்டிக்கும் தூத்துக்குடிக்கும் இடையே உள்ள 25 கிலோமீட்டர் சாலைப் பகுதிக்கு, இப்படிப்பட்ட பெருமை உண்டு. இந்தச் சாலையில் இருக்கும் எட்டயபுரம், பாஞ்சாலங்குறிச்சி, ஒட்டப்பிடாரம் என்ற கிராமங்களிலிருந்து பிரிட்டிஷ் ஆதிக்கத்தின்மேல் விடுக்கப்பட்ட தமிழர்களின் சவால்கள், விடுதலைப் போராட்டத்தின் சரித்திரத்தில் பொறிக்கப்பட வேண்டியவை.

இவர்களுள் வரலாறு படைத்த முதல் வீரர், வீரபாண்டிய கட்டபொம்மன் என்று அழைக்கப்பட்ட பாஞ்சாலங்குறிச்சி பாளையக்காரரான, கெட்டி பொம்ம நாயக்கர். 20-ம் நூற்றாண்டின் ஆரம்ப வருடங்களில், சுதேசி கப்பல் ஓட்டிய வீரர், ஒட்டப்பிடாரத்தைச் சேர்ந்த வ.உ.சிதம்பரம் பிள்ளைக்கும், கவிஞரும் தேச பக்தருமான எட்டயபுரத்தின் சுப்பிரமணிய பாரதிக்கும், ஒட்டப்பிடாரத்தைச் சேர்ந்த புரட்சிகர அறிஞர் வ.வே.சு. ஐயருக்கும், உணர்ச்சி ஊட்டியவர் கட்டபொம்மன்தான். அவரவர்கள் தமது சொந்தப் போக்கைக் கடைபிடித்தாலும், சுதந்தரத்தின் மேல் ஆர்வம், தமிழ் மொழி மற்றும் கலாசாரத்தின்மீது பற்று ஆகியவற்றால் ஒன்றாக இணைந்திருந்தனர். அதன் காரணமாகவே, தாங்கள் வேதனைப்பட்டாலும், அழிக்க முடியாத வரலாறுகளை விட்டுச் சென்றனர்.

எந்த எட்டயபுரத்துப் பாளையக்காரர்களை பாதுகாக்க முயன்றாரோ, அந்தப் பாளையக்காரர்களே கட்டபொம்மனைக் காட்டிக்கொடுத்தனர். ஆனால், என்றைக்கு கயத்தாறுக்கு அருகில் ஒரு புளிய மரத்தில் அவர் தூக்கிலிடப் பட்டாரோ, அப்போதே ஒரு நாயகன் உருவானான். அந்த துரோகத்துக்கு

ஈடுகட்டுவது போல், 11 டிசம்பர் 1882-ல் தமிழ்நாட்டின் மகத்தான தேசபக்தர், கவிஞர் சுப்பிரமணிய பாரதி, எட்டயபுரத்தில் பிறந்தார்.

39 வயதில், 1921-ல் இறந்த பாரதியைப் பற்றி எஸ். சத்தியமூர்த்தி இப்படி எழுதினார்: 'இங்கிலாந்தில் அவர் பிறந்திருந்தால், அரசாங்கக் கவி ஆகியிருப் பார். எந்தச் சுதந்தர நாட்டில் பிறந்திருந்தாலும் புகழின் உச்சியை அடைந் திருப்பார்... வங்காளத்தில் பிறந்திருந்தால்கூட ரவீந்திரநாத் தாகூர் ஆகியிருப் பார்... தமிழ் மொழியும், தமிழ்நாட்டில் தேசபக்தியின் பொறியும் இருக்கும் வரை, சுப்பிரமணிய பாரதியின் கவிதைகள் வாழ்ந்து கொண்டு இருக்கும்.'

அவருடைய தந்தை வியாபாரத்தைவிட தமிழ் இலக்கியத்தைப் பேணியதால், வருமானம் இழந்த நடுத்தரக் குடும்பத்தில் பாரதியார் பிறக்க நேரிட்டது. விரைவில் அவருக்கு வேலை தேடும் அவசியம் ஏற்பட்டது. இரண்டு வருடங்களுக்கு எட்டயபுரம் ஜமீன்தாரிடம் வேலை செய்தபின், ஆறு மாதங்களுக்கு மதுரையில் பள்ளி ஆசிரியராகப் பணிபுரிந்தார். இந்த வருடங்களில்தான் அவருடைய தந்தையின் தமிழ் மொழிப்பற்றுக்கு, அவர் வாரிசாக இருந்தார் என்று தெரிய வந்தது. ஆனால், மதுரையின் இலக்கிய மாத இதழான 'விவேக பானு'வில் பிரசுரிக்கப்பட்ட அவருடைய முதல் கவிதை 'தாடையை உடைக்கும் செய்யுள்' என்று பெயர் பெற்றது. 'தனிமை இரக்கம்' என்ற தலைப்பின்கீழ் வெளியான அந்தக் கவிதைக்கு ஆசிரியரின் பெயர் எட்டயபுரம் சி. சுப்பிரமணிய பாரதி என்று அறிவிக்கப்பட்டது. 14 வரிகளுடைய அந்தக் கவிதையில், சாதாரண வாசகருக்குப் புரியாத வார்த்தைகள் பல இருந்ததால், அவற்றை விளக்க பத்திரிகை ஆசிரியர்கள் அடிக்குறிப்புகள் தரவேண்டியது அவசியமானது.

பாரதியாரால் பிற்காலத்தில் எழுதப்பட்ட, எல்லோருக்கும் புரியும் பாணிக்கும், இத்தகைய ஏட்டுக்கல்விச் செருக்குள்ள பாணிக்கும் மிகுந்த வித்தியாசம் இருந்தது. 1904-ல் சென்னைக்கு வந்து, உழைக்கும் பத்திரிகையாளராக மாறியபின்புதான், இவ்வாறு எழுதும் பாணியில் மாற்றம் ஏற்பட்டது என்று ஒரு விமர்சகர் கூறியிருக்கிறார். 1905 முதல், அவரது பாணி மேலும் இலகுவானது. 1908-ல் புது பாணியில் எழுதுவோர்கள் மத்தியில் அவர் முன்னிலையில் இருந்தார். இத்தகைய மாற்றம், பாரதி சுதேசமித்திரனில் சேர்ந்தபோது ஏற்பட்டது. இதன்மூலம், அவர் தன் எழுதும் பாணியை மாத்திரம் மாற்றவில்லை; அவருடைய கவிதைத் திறனுடன் நாட்டுப் பற்றையும் சேர்த்தார். அதிலிருந்து ஆரம்பித்தன அவருடைய அரசியல் மற்றும் தனிப்பட்ட முறை யிலான இன்னல்கள்.

பாரதியை பத்திரிகைத்துறை, தேசியப் புகழ் பெற வைத்தது; சுதேசமித்திரன் அவரை பத்திரிகைத் துறைக்குக் கொண்டுவந்தது. ஒருவர் மற்றவருக்காகவே உருவாக்கப்பட்டது போல், இருவரும் ஒரே வருடத்தில் பிறந்தனர். சுதேசமித்திரனின் உதவி ஆசிரியராக பாரதி இரண்டு வருடங்கள் இருந்தபோது, சுப்பிரமணிய ஐயர் பாரதிக்கு இதழாளர் பயிற்சியைக் கொடுத்ததோடு, தனது வெறியையும் சேர்த்து ஊட்டினார். இந்தக் கிறங்கவைக்கும் சேர்க்கை மூலம்,

தன் வார்த்தைகளைக் கொண்டு நாட்டுப்பற்றைக் கட்டுப்பாடின்றிக் காண்பிக்க வேண்டும் என்று பாரதிக்குத் தோன்றியது. ஆனால், பதிப்பாளர் சுப்பிரமணிய ஐயர் அதற்கு ஒப்புக்கொள்ளவில்லை. மே 1906-ல் எஸ்.என். திருமலாச்சாரி, வார ஏடான 'இந்தியா'வைத் தொடங்கியபோது அவர், வேண்டிய சுதந்தரத்தை பாரதிக்கு அளித்தார். அப்போது ஆரம்பித்தது அவரது பொற்காலம்.

வங்காளப் பிரிவினைக்கு எதிர்ப்பு தெரிவித்து 1905-ல் முதன்முதலாக பிரிட்டிஷாரை எதிர்த்த சுதேசி இயக்கத்திலிருந்து தோன்றியது 'இந்தியா'. இந்தியா வேண்டியது சுதந்தரத்தைத்தான் என்பதைப் பற்றிய ஐயம் எதுவும் இல்லை என்று எழுதிய அந்தப் பத்திரிகையின் முதல் பக்கத்தில், சுதந்தரம், சமத்துவம், சகோதரத்துவம் என்று பிரெஞ்சிலும் தமிழிலும் அச்சடித்திருந்தது. பின்வந்த வருடங்களில் 'இந்தியா', அநேக சுதேசிக் கொள்கைகளை ஆதரித்தது. ஆனால், அவர்கள் முதன்முதலாகப் பிரச்னைக்கு உள்ளானது, பாரதியார் வரைந்த கார்ட்டூன் காரணமாகவே. இந்த கார்ட்டூனில், நாட்டு மக்கள் பட்டினி கிடக்கும்போது, இந்தியாவிலிருந்து தானியங்கள் கப்பல்கள் மூலம் எடுத்துச் செல்லப்படுகின்றன என்று வரையப்பட்டிருந்தது. கிருஷ்ணரிடம் பாரதி விடுத்த கீழ்க்கண்ட கூக்குரலும் அரசாங்கத்துக்கு எரிச்சலை உண்டாக்கியது.

என்று தணியும் இந்த சுதந்தர தாகம்?
என்று மடியும் எங்கள் அடிமையின் மோகம்?
என்று எமது அன்னை கை விலங்குகள் போகும்?
என்று எமது இன்னல்கள் தீர்ந்து பொய்யாகும்?
அன்றொரு பாரதம் ஆக்க வந்தோனே
ஆரியர் வாழ்வினை ஆதரிப்போனே
வென்றி தரும் துணை நின்னருள் அன்றோ?
மெய்யடியோம் இனும் வாடுதல் நன்றோ?
பஞ்சமும் நோயும் நின் மெய்யடியார்க்கோ?
பாரினில் மேன்மைகள் வேறு இனி யார்க்கோ?

பத்திரிகையின் பதிப்பாளரான எம். சீனிவாசன் பேரில் வழக்கு தொடர்ந்த அரசாங்கம், அவர் தான் உண்மையில் பத்திரிகையைப் பதிப்பிக்கவில்லை என்றும் தான் பத்திரிகை முதலாளிக்கு ஓர் ஏழை உறவினர் என்றும் மாதம் ரூபாய் 30-க்கு தனது பெயரை மாத்திரம் அளித்திருந்தார் என்றும் அவருக்கு எழுதும் திறமை கிடையாது என்றும் வாதாடிய பின்னரும், அவருக்கு ஐந்து வருடச் சிறைத்தண்டனையை வழங்கியது. அதற்குப்பின், பாரதியைக் கைது செய்ய உத்தரவு கிடைக்குமா என்று பரிசீலிக்க ஆரம்பித்தது. உள்ளூர்ப் பெரியோர்கள் சிலரது ஆலோசனையை ஏற்று, பாரதி பிரெஞ்சு இந்தியாவில் இருந்த பாண்டிச்சேரிக்கு செப்டம்பர் 1908-ல் தப்பிச் சென்றார். சில வாரங்களுக்குள், 'இந்தியா'வின் அச்சு இயந்திரம் பாண்டிச்சேரிக்குக் கடத்திச் செல்லப்பட்டபின், தடை செய்யப்பட்ட அந்தப் பத்திரிகை, சென்னை மாகாணத்தினுள் கள்ளத்தனமாகக் கொண்டு வரப்பட்டு, அது இடம் பெயரும் முன் இருந்ததைவிட அதிகமாக விற்றது. இருந்தபோதிலும், சென்னையின் தடை உத்தரவு அதன்

விளம்பர வருமானத்தை பாதித்ததால், பணப் பற்றாக்குறையினால் திண்டாட்டத்துக்கு உள்ளான ஏட்டின் நிர்வாகத்துடன் வித்தியாசங்கள் ஏற்பட்டு, 1909 இறுதியில் பாரதி வேலையை விடவேண்டிய நிலை ஏற்பட்டது.

1912-ல் அவர் இயற்றிய மகத்தான கவிதைகளின் பேரில் பாரதி கவனம் செலுத்தியதால், அடுத்த சில வருடங்களில் 'இந்தியா'வின் நஷ்டம் தமிழ் இலக்கியத்துக்கு லாபமாக மாறியது. கவிதை மூலம் மட்டுமே மனிதன் வாழ முடியாது என்பதால், பாரதி அவ்வப்போது, பாண்டிச்சேரி பத்திரிகைத்துறையில் தன்னை ஈடுபடுத்திக்கொண்டார். ஆனால் பிரிட்டிஷ் தடை உத்தரவு இருந்ததால், அவர் பணிபுரிந்த ஒவ்வொரு பத்திரிகையையும் மூடும் நிலை ஏற்பட்டது. இலக்கியத்துறைக்கு அதிர்ஷ்டவசமாக, அவர் பத்திரிகைத் துறையை மறக்கவேண்டும் என்று அவரது நண்பர்கள் அவரை வற்புறுத்தினர். அதன்பின் பாரதி 'கர்ம யோகி'யில் தான் வெளிப்படுத்திய கவிதை மேதைமையில் மூழ்க ஆரம்பித்தார்.

பத்திரிகைத் தொழில் மறுக்கப்பட்டு, நாட்டிலிருந்து வேறு இடத்துக்குச் சென்ற பாரதி, சற்றே மென்மையான மனிதராக மாற்றம் பெற்றார். சிறைச்சாலையில் நசுக்கப்பட்ட வ.உ.சிதம்பரம், சிறைச்சாலை என்ற எண்ணத்தினாலேயே மனம் உடைந்த சுப்பிரமணிய ஐயர், நாட்டிலிருந்து தப்பி வேறு இடத்துக்கு ஓடியபிறகு, தெய்வீகத்தில் மனத்தைத் திருப்பிய அரவிந்தர், முதலில் துப்பாக்கி சுடுவதற்குப் பயிற்சி அளித்தபின், 1915-ல் 'மங்கையர்க்கரசியின் காதல்' என்ற முதல் தமிழ்ச் சிறுகதையை எழுதிய வ.வே.சு. ஐயர், ஆகியோர் இலக்கியத்தின் பக்கம் திரும்பியதைப் போல், பாரதியின் உள்ளமும் மென்மை அடைந்து இலக்கியத்தை நோக்கிச் சென்றது.

உடைந்த கனவுகளுடன் இலக்கியத்தில் நேரத்தைச் செலவழித்துக்கொண்டிருந்த இந்தச் சூழ்நிலையில் அவர், சென்னையில் உள்ள பத்திரிகைகளுக்கு அமைதியான கட்டுரைகளை அனுப்பி, அரசியலில் தனக்கிருந்த ஆர்வத்தைத் தக்கவைத்துக்கொள்ளப் பார்த்தார். அவருடைய வசன நடை நெருப்பைக் கக்காவிட்டாலும், அவருடைய செய்யுள் உணர்ச்சியில் கொப்பளித்தது. அவர் மகாகவி ஆனார்.

தனது தோற்றத்தின் மேல் அக்கறை காட்டாத அவர், கிராமப்புற மாதிரியில் கழுத்துவரை பித்தான்களுடைய ஒரு கோட்டு, தளர்த்தியாகக் கட்டப்பட்ட, தன் வழுக்கையை மறைத்த ஒரு முண்டாசு ஆகியவற்றுடன் நன்றாகச் சவரம் செய்யப்பட்ட முகத்தில் நன்கு பராமரிக்கப்பட்ட ஒரு மிடுக்கான மீசையையும் வளர்த்தார்.

இந்தச் சரித்திரம் படைத்த காலத்தில், வ.வே.சு. ஐயரும், அரவிந்த கோஷும், பாண்டிச்சேரியின் அமைதிக்கு ஏற்ப தங்கள் மனத்தை மாற்றிக் கொண்டு, அஹிம்சையில் சாந்தியடைந்தனர். ஆனால் பாரதியோ, தனது சிருஷ்டிகளில் ஓர் ஓய்வின்மையை அனுபவித்தார். அவருடைய வரலாற்றை எழுதிய ஒருவர், அவர் தலையில் தீ மூண்டிருந்தது என்று எழுதியிருக்கிறார். வீட்டுக்குள் அவர் இருந்தது அரிது. கடற்கரையிலும் பழத்தோட்டங்களிலும் ஓயாது அலைந்த அவர்,

எதைத் தேடுகிறார் என்ற ஒருவருக்கும் புரியாவிட்டாலும், தனிப்பட்ட முறையிலும், ஆன்மிகரீதியிலும் அவருடைய நிலை அவர்களுக்கு கவலை அளித்தது. அப்போதுதான் அவர், பரட்டைத் தலையுடைய குள்ளச்சாமியை சந்தித்தார். அவரிடமிருந்து அமைதி கிடைத்ததோடு, கஞ்சா பழக்கமும் கிடைத்தது. தனது எஞ்சிய நாள்களில், அது இல்லாமல் பாரதியால் வாழ முடியவில்லை.

முதல் உலகப்போர் முடிந்த சில நாள்களுக்குள், அரசியலில் அவர் ஈடுபடா விட்டால், மாகாணத்துக்குத் திரும்ப அனுமதிக்கப்படுவார் என்று சென்னை அரசாங்கம் கருதியதாக, பாரதிக்குத் தெரியவந்தது. பாண்டிச்சேரியை ஒரு பெரிய சிறைச்சாலையாகக் கருதிய பாரதி, இந்தத் தருணத்தைக் கைப்பற்றினார். மேற்கு திருநெல்வேலியிலிருந்த அவருடைய மனைவியின் ஊரான கடையத்துக்கு உடனே சென்ற அவர், இயற்கைக்கும் கடவுளுக்கும் இடையே காலத்தைத் தள்ளிய போது, படங்களுடன் 40 பாகங்களில் தனது எழுத்துக்களைப் பதிப்பிக்கும் வேலையை ஆராய்ந்தார். நண்பர்களுக்கு அவர் எழுதிய கடிதத்தில் 'அச்சடிப்பதற்காக உங்களால் ஆன பண உதவியை அளியுங்கள். குறைந்தபட்சம் ரூபாய் 100-ஆவது எதிர்பார்க்கிறேன். உங்கள் நண்பர்களிடம், குறைந்த பட்சம் இருபது பேர்களிடம், அந்த அளவு அல்லது அதற்கு மேற்பட்ட தொகை அளிக்கும்படி வற்புறுத்துங்கள். நான் கணிசமான லாபம் எதிர்பார்ப்பதால் மாதத்துக்கு 2% வட்டியுடன் திருப்பிதர நான் தயார். தபால் தலையுடைய கடன் பத்திரங்களை எழுதித் தருகிறேன். உங்களுடைய ஆதரவான பதிலையும், அநேக பணவிடைகளையும் எதிர்பார்க்கும்' என்று கையொப்பமிட்டு எழுதியதோடு, 'எல்லா அரசாங்கக் கட்டுப்பாடுகளும் நீக்கப்பட்டிருப்பதால், குற்றச்சாட்டுகள் வாபஸ் பெறப்பட்டிருப்பதால், அரசாங்க அதிகாரிகள்கூட பண உதவி அளிக்கலாம்' என்றும் எழுதியிருந்தார்.

இந்த ஆங்கிலச் சுற்றறிக்கைக்குப்பின், தமிழில் எழுதும்போது, 'மண்ணெண்ணெயையும் தீப்பெட்டிகளையும் விட பரவலாகவும் சீக்கிரமாகவும் தன் புத்தகங்கள் விலை போகும் என்று தான் நம்புவதாக' எழுதினார். இருந்த போதிலும், அப்போதும் சரி, அவர் இறந்த 80 வருடங்களுக்குப் பின்னும், அவருடைய எழுத்துக்கள் முழுமையாகப் பிரசுரிக்கப்படவில்லை.

தான் எதிர்பார்த்த பண உதவி கிடைக்காததால், தனது சொந்த ஊரான எட்டயபுர ராஜாவின் ஆதரவை நாடிச் சென்றார். ராஜாவின் முன் 'உங்களுடைய முன்னிலை மூலம், தமிழ் இலக்கியத்தை ஆதரிக்கும் தமிழ் அரசரில்லை என்ற பழி போய்விட்டது. இன்றைய தமிழ் நாட்டில் மகா கவி ஒருவரும் இல்லை என்ற பழி, நான் இருப்பதால் போய்விட்டது. எனக்கு ஆதரவளித்து, பல்லக்குடன், பை நிறையத் தங்கம் அளிக்க முன் வரமாட்டீரா?' என்று பாடினார். தமிழ் ராஜாவுக்குப் பற்றிருந்த போதும், அவருடைய பதவி மோகம் அதைவிட அதிகமாக இருந்தது. கலகக்காரர் ஒருவரை ஆதரித்தால், பிரிட்டிஷார் எப்படி எடுத்துக்கொள்வார்கள் என்று அஞ்சி, அவருடைய வேண்டுகோளை ராஜா புறக்கணித்தார்.

பாரதியின் வாழ்க்கையின் இறுதி மூன்று, நான்கு வருடங்கள் எப்படியிருந்தன என்பதற்கு அவருடைய சுற்றறிக்கையும், எட்டயபுரத்தில் பாடிய கவிதையும் ஓர்

எடுத்துக்காட்டு. தனது இறப்பைப் பற்றிய நிமித்தங்களால் மன உளைச்சலில் இருந்த அவர், அதே சமயத்தில் அவருடைய சிரஞ்சீவித்துவத்தின் மேல் பெரிய நம்பிக்கையும் வைத்திருந்தார். திருவனந்தபுரம் மிருகக் காட்சி சாலைக்குச் சென்ற அவர், ஒரு சிங்கத்தைத் தட்டிக் கொடுக்க அனுமதி வாங்கியபின் அதனிடம், 'காட்டுக்கு ராஜா நீ, பாட்டுக்கு ராஜா நான், வா, நாம் இருவரும் பேசுவோம்' என்றாராம். சிங்கம் மூன்று முறை கர்ஜித்தது என்று ஒரு புரளிகூடக் கிளப்பப்பட்டது. அதற்குப்பின் நடந்தது, எல்லோராலும் பேசப்பட்ட காந்திக்கும், அவருக்கும் இடையே நடந்த ஒரே ஒரு சந்திப்பு.

1919-ல், பதினொரு ஆண்டுகள் கழித்து திருவல்லிக்கேணி கடற்கரையில் ஒரு பொதுக் கூட்டத்தில் பேசுவதற்காக பாரதி சென்னை வந்திருந்தர். நகரில் காந்தி இருக்கிறார் என்ற கேள்விப்பட்டு, ஒரு மதியம் அவருக்கே உரிய 'என்ன ஓய்!' என்று கேட்டுக் கொண்டு உள்ளே புகுந்த பாரதி, காந்திக்கு அருகில் கட்டிலில் அமர்ந்து, எந்தவிதமான முன்னுரையும் இல்லாமல் காந்தியை, தான் அன்று மாலை சொற்பொழிவாற்றும் கூட்டத்துக்குத் தலைமை வகிக்கும்படிக் கேட்டுக் கொண்டார். 'இன்று என்னால் வர முடியாது, உங்கள் கூட்டத்தை நாளை வைத்துக் கொள்ள முடியுமா?' என்று காந்தி கேட்டதற்கு, 'என்னால் முடியாது. காந்தி அவர்களே! விடை பெறுகிறேன். நீங்கள் தொடங்க இருக்கும் இயக்கத் துக்கு என்னுடைய ஆசிகள்' என்ற பதிலளித்த பாரதி, எப்படி திடுதிப்பென்று அறைக்குள் புகுந்தாரோ, அவ்வாறே வெளியேறினார். ஆச்சரியத்தில் மூழ்கிய காந்தி 'அவர் யார்?' என்ற கேட்டபோது 'அவர் எங்களது தமிழ் தேசியக் கவி' என்று ராஜாஜி பதிலளித்தார். கவலையுடன் காந்தி, 'அவரை நன்றாகப் பார்த்துக்கொள்ளவேண்டும். அவ்வாறு செய்ய சென்னையில் ஒருவர்கூட இல்லையா?' என்று கேட்டார்.

சுதேசமித்திரனை விட்டுச் சென்றபிறகும், அதற்குக் கட்டுரைகளையும் சொற்சித்திரங்களையும் பாரதி அனுப்பிவந்தார். அந்தப் பத்திரிகை, ஒரு நிரந்தரமான ஒப்பந்தத்துக்கு முன்வந்து, மாதா மாதம் அவருடைய மனைவிக்கு ரூபாய் 30 அளிக்க ஒப்புக்கொண்டது. நவம்பர் 1920-ல், பாரதி, சுதேசமித்திரனில் கௌரவ உதவி ஆசிரியராக, மாதம் ரூபாய் 75 என்ற சம்பளத்தில் மீண்டும் வேலைக்குச் சேர்ந்தார்.

ஒரு வருடத்துக்கு முன் காந்தியுடனான சந்திப்பின்போது அவரைப் பார்த்திருந்த ராஜாஜி, இப்போது அவரது தோற்றத்தைக் கண்டு அதிர்ச்சியடைந்தார். 'நான் அவரை முன்னர் பார்த்தபோது அவர் முகம் பூர்ண சந்திரனை ஒத்து பிரகாசமாக இருந்தது. இப்போது களையிழந்து, சுருங்கி வற்றிப் போயிருக்கிறது என்ற வருத்தப்பட்டேன்' என்று எழுதினார். அவரை அப்போதுதான் முதன்முதலாகச் சந்தித்த சி.ஆர். சீனிவாசனின் நினைவுகளும் இதை எதிரொலிக்கின்றன. பாரதி திரும்பிச் சேரும்போது, சுதேசமித்திரனின் நிர்வாகியாக இருந்த சீனிவாசன், சாலையில் கேட்ட கூச்சலால் எட்டிப் பார்த்தபோது, 'ஜட்கா வண்டியின் கம்பியில் மாட்டிக் கொண்டு கிழிந்த கோட்டை அணிந்த மனிதர் ஒருவர் அதிலிருந்து குதித்தார்' என்றார். துணி கிழிந்ததைப் பற்றி கவலைப்படாமல்,

படிகள் மேலேறி சீனிவாசனின் அறைக்குள் நுழைந்தவர் தன்னை அறிமுகப் படுத்திக்கொண்டார்.

'அன்று பார்த்த பாரதியின் ரூபம் என் கண்ணில் அப்படியே அழியாமல் அச்சாகியுள்ளறது. நடுத்தர உயரம், மெலிந்த உடல், ஒளிரும் மாநிறம். தலைக்கு வரிசைக்குமேல் வரிசையாக கட்டப்பட்ட தலைப்பாகை. விசாலமான நெற்றி, காலணா அளவுக்கு அதில் குங்குமப் பொட்டு. இங்கும் அங்கும் திரியும் கண்களுக்குமேல் அடர்த்தியான புருவங்கள். மேல் நோக்கித் திரும்பிய நாசி, அழுந்திய கன்னங்களை எடுத்துக்காட்டியது. மேல் உதடுக்கு மேல் கம்பீரமான மீசை இருந்தபோதிலும், கீழ் உதடு சோபையற்று இருந்தது. உடம்பை மறைத்த பித்தால் இல்லாத சட்டைக்குமேல் கம்பளி கோட் ஒன்று இருந்தது. அதுகூட வண்டியிலிருந்து குதிக்கும்போது கிழிந்திருந்தது. அவர் நாற்காலியில் உட்கார்ந்தார். நாக்கு கட்டப்பட்டு, எல்லாவற்றையும் அளவெடுப்பது போல் கண்கள் அலைந்தன. புரட்சி வெளிப்படும் கண்கள்; ஏக்கம் நிறைந்த கண்கள்; அமைதி பொழியும் கண்கள்; கவரும் கண்கள்; என் நெஞ்சத்தை ஆட்கொண்டன' என்று சீனிவாசன் பிற்காலத்தில் நினைவுகூர்ந்தார்.

பாரதி தன்னிச்சைப்படி எழுதலாம் என்று அனுமதிக்கப்பட்டார். தினமும் அரசியல், சமூகச் சீர்திருத்தங்கள், தேசத்தின் முன்னேற்றம் ஆகியவற்றைப் பற்றி அவர் எழுதினார். அவ்வப்போது ஏதாவது புதிதாகப் படைப்பார். ஆனால் தீ அணைந்து விட்டது. அவருடைய கடைசிக் கட்டுரை, ஆகஸ்ட் 1921-ல் ரவீந்திரநாத் தாகூரின் வெற்றிகரமான வெளிநாட்டுப் பயணத்தைப் பற்றியது. அப்போதுதான், கடைசி முறையாக அவர் பொது மக்கள்முன் பாடினார். பிரசித்தி பெற்ற 'பாரத சமுதாயம் வாழ்கவே' என்ற அந்தப் பாட்டு திருவல்லிக்கேணி கடற்கரையில் பாடப்பட்டது. நாளொன்றுக்கு ஒரு முறை கூடச் சரியான உணவு கிடைக்காத நண்பரும், சக தேசியத் தொண்டருமான ஒருவரைப் பற்றிய பாடல் அது. ஒரு சில நொடிகளுக்கு, அந்தப் பழைய தேசிய சக்தி வெளியிடப்பட்டு,

> இனியொரு விதி செய்வோம் - அதை
> எந்த நாளும் காப்போம்.
> தனி ஒருவனுக்கு உணவில்லை எனில்
> இந்த ஜகத்தினை அழித்திடுவோம்.

என்று பாடினார்.

தனது மனைவி செல்லம்மாளுடனும் இரண்டு மகள்களுடனும் பாரதி சென்னைக்கு வந்தபோது, ஏர்ராபுலு செட்டித் தெருவில் இருந்த சுதேசமித்திரன் அலுவலகத்துக்கு அருகில் வசித்தார். அவரை ஆதரித்த மருத்துவ நண்பர் ஒருவர், அவருக்கும் அவருடைய குடும்பத்துக்கும் மருத்துவ உதவி தேவைப்பட்டால், அது எளிதாகக் கிடைக்கும் என்று, ஜார்ஜ் டவுனிலிருந்து, திருவல்லிக்கேணிக்கு நகரும்படி வற்புறுத்தியதின் பேரில், பாரதி திருவல்லிக்கேணிக்கு நகர்ந்தார்.

கஞ்சாவினால் பீடிக்கப்பட்ட பாரதி, சென்னைக்குத் திரும்பிய போது, ஆரோக்கியமாக இல்லை. மேலும், மதத்தின்பால் அவர் மனம் ஈடுபட்டதால்,

காலையிலும், மாலையிலும் சுவாமி கும்பிடுவதற்காக, பார்த்தசாரதி சுவாமி கோயிலுக்குச் செல்வார். பண்டிகை நாள்களில், வீதிகளைச் சுற்றும் விக்கிரகங் களைத் தூக்க உதவுவார். பஜனைகள் பாடிக்கொண்டு ஊர்வலங்களுக்கு முன் செல்வார். தினப்படி கிடைக்கும் பிரசாதமான வாழைப்பழங்களையாம் தேங்காய்களையும் கோயில் யானைக்கு அளிப்பார். அவர் காண்பித்த அதீதமான பக்தியினால் அவரை மேதை என்பதற்குப் பதில் விசித்திர சித்தம் உடையவர் என்றே மக்கள் கருதினர்.

ஜூலை 1921-ல், ஒரு நாள் காலையில், வழக்கம் போல் பிரசாதத்தை எடுத்துக் கொண்டு யானையிடம் சென்ற பாரதி 'இந்தா மித்ரா, பழம் கொண்டு வந்திருக்கிறேன்' என்று அழைத்தார். மதம் பிடித்திருந்த யானை, அமைதியை இழந்திருந்தது. சத்தத்தைக் கேட்டுத் திரும்பி, துதிக்கையை வீசியது. முழுச் சக்தியுடன் அது பாரதி மேல் விழவே, அதன் காலுக்கடியில் பாரதி விழுந்தார். மேலும் அவருக்குத் தீங்கு விளைவிக்காத யானையின் காலில் இருந்து சில நிமிடங்களுக்குப் பின் நண்பர் ஒருவர், ரத்தக் களறியில் இருந்த பாரதியை இழுத்து மீட்டார்.

சில மணி நேரம் கழித்து யானையின் தந்தத்தினால் மேலுதடு கிழிக்கப்பட்டு, தலையில் காயத்துடன் பாரதியை அவரது மகள் பார்த்தாள். 'அதிர்ஷ்டவசமாக காயங்கள் அபாயகரமாக இல்லை. அப்பாவின் தலைப்பாகை அவரைக் காப்பாற்றியது.' சுகமடைந்தபின் யானைக்கு உணவளிக்கச் சென்ற பாரதி, 'என்னைக் கொல்ல யானை நிச்சயித்திருந்தால், காலுக்கு அடியில் என்னை நசுக்கி யிருக்க முடியும். ஆனால் அவ்வாறு அது செய்யவில்லை' என்று எழுதினார். சில வாரங்களுக்குப்பின் கவி இறந்ததற்கும், இதற்கும் எந்தவிதச் சம்பந்தமு மில்லை. ஒரு வாரத்துக்கு வயிற்றுப் போக்கினால் பீடிக்கப்பட்டு, பொதுவாக அவரது ஆரோக்கியம் சீராக இல்லாததால், அவர் இறந்தார்.

12 செப்டம்பர் 1921-ல் 45 கிலோவுக்கும் குறைந்த எடையில் இருந்த பாரதியின் மெலிந்த உடம்பு, திருவல்லிக்கேணி சுடுகாட்டில் தகனம் செய்யப்பட்டது. கடைசி பயணத்தின்போது சடலத்துடன் இருபதுக்கும் குறைவானவர்களே சென்றனர். அவருடைய மரணத்துக்குச் சில ஆண்டுகளுக்குப்பின், மீண்டும் சென்னை அரசு, அவர் கவிதைகளுக்குத் தடை விதித்தது. அதற்குப்பின் தேசியக் கவி அநேகமாக மறக்கப்பட்டார். அதாவது 1982-ல் நடந்த பாரதி மறுமலர்ச்சி வரை.

8. இரண்டு தீவுகளின் கதை

சென்னையின் கோட்டையில் தொடங்கும் மூன்று முக்கிய வீதிகளில், 1975-ல் மறைந்த தமிழ் மக்கள் போற்றிய காமராஜின் பெயரைத் தாங்கும் காமராசர் சாலையும் (தெற்குக் கடலோரச் சாலை), தமிழகத்தின் தலைசிறந்த அரசியல் மேதை சி. ராஜகோபாலாச்சாரியின் பெயரைத் தாங்கும் ராஜாஜி சாலையும் (வடக்குக் கடலோரச் சாலை) அவற்றின் பழைய பெயர்களுக்கு ஏற்ப கடற்கரையோரம் செல்கின்றன. சிறந்த தேசியவாதியும் திராவிட இயக்கத்தின் தலைவருமான பெரியாரின் பெயரைத் தாங்கும் பழைய பூந்த மல்லி நெடுஞ்சாலை மேற்கு நோக்கிச் செல்கிறது. இந்த நெடுஞ்சாலைக்கும் தெற்குக் கடலோரச் சாலைக்கும் இடையே கற்பனையில் உருவாகும் தீவு, நகரத்தின் நுரையீரல் ஆகும். எப்படி இந்தத் தீவு உருவானது என்பது சென்னையின் புவியியல் வரலாற்றில் ஓர் அம்சம்.

மேற்கிலிருந்து கிழக்கே செல்லும் இரு ஆறுகளால் மூன்றாகப் பிரிக்கப்பட்டிருக்கும் சென்னையை வடக்கிலிருந்து தெற்கே ஓடும் கால்வாய் இரண்டாகப் பிரிக்கிறது. ஆனால் ஒரு காலத்தில், நகரம் மூன்று ஆறுகளால் நான்காகப் பிரிக்கப்பட்டு, கால்வாய் எதுவும் இல்லாமல் இருந்தது. அந்த இடைக்காலச் சென்னையின் புவி அமைப்பை மனிதன் எப்படி மாற்றினான் என்பதை அந்த இரண்டு தீவுகளின் கதை மூலம் அறியலாம்.

ஒவ்வொரு ஜனவரியிலும் சுற்றுலாப் பொருள்காட்சி நடத்தப்படும் தீவுத் திடல் என்று பரவலாக அழைக்கப்படும் இடம், அரசாங்கத்தால் ஒரு கேளிக்கை மையம் என்று பெயரிடப்பட்டாலும், அது ஒரு பெரிய தீவு என்று அநேகருக்குத் தெரியாது.

சாய்சதுர வடிவில், மூலைவிட்டங்களாக 1,500 கஜம், 1,000 கஜம் கொண்ட அந்தத் தீவு, செயற்கையாக உருவாக்கப்பட்ட ஒன்று. ஏற்கெனவே கூறியபடி சென்னைக்குக் கொடுக்கப்பட்ட முதல் நிலப் பத்திரம் கிழக்கே கடலாலும், தெற்கே கூவத்தாலும், மேற்கே ஓர் ஆழமற்ற ஆற்றினாலும் சூழப்பட்ட குறுகிய நிலப்பரப்பு என்றுதான் இருந்தது. சில புவியியல் வல்லுனர்களால்

குட்டை என்று அழைக்கப்பட்டு கப்பல் ஓட்டுவதற்கு சிறிதும் தகுதியில்லாத இந்த ஆறினால்தான் மனிதன் புவி அமைப்பை மாற்றினான்.

இன்று இந்த ஆறு, பக்கிங்ஹாம் கால்வாயின் ஒரு பகுதி. ஒரு காலத்தில் அந்த ஆற்றின் பெயரைப் பற்றியே ஐயம் இருந்தது. குடியேறிய பிரிட்டிஷாரால் வடக்கு ஆறு என்றழைக்கப்பட்டு, தெற்கு நோக்கி அது ஓடியது. உள்ளூர்க் காரர்களால் அது ஏலாம்பூர் (எழும்பூர்) ஆறு என்று அழைக்கப்பட்டாலும், பழைய காலத்திலிருந்து ஏலாம்பூரின் கிளைக் கிராமங்களான புரசைவாக்கத் துக்கும் வேப்பேரிக்கும் அருகில் இருந்ததே ஒழிய எழும்பூருக்கு அருகில் அது இருந்ததேயில்லை. உள்ளபடியே ஆற்றின் ஓட்டம் கடலுக்கு ஒரு போக்காக இருந்தது. அதாவது, கோட்டைக்கு மேற்கே கடற்கரையிலிருந்து இரண்டு கிலோமீட்டர் தள்ளி, கடைசிக் கட்டத்தில் அது திசை மாறியது. இப்போதிருக்கும் பொது மருத்துவமனையின் தென் கிழக்கு முனையில் தன்னைச் சுற்றி வளைந்து 800 கஜம் வடகிழக்காகச் சென்றபின், கோட்டை யின் அரணில் கூராக தெற்கு நோக்கித் திரும்பி, பின் 800 கஜங்கள் தள்ளி திருவல்லிக்கேணி ஆற்றின் மண் முட்டிய முகத்துவாரத்தை அடைந்தது.

ஏலாம்பூரின் 'எஸ்' வளைவுக்கும், கூவத்தின் இறுதிக் கட்டத்தின் வடக்குக் கரைக்கும் நடுவில் இருந்தது, அந்தக் காலத்தில் இப்போதிருப்பதைவிட ஒன்றரை மடங்கு பெரிதாக இருந்த, தீவு என்று முதன்முதலாக 1643-ல் அழைக்கப்பட்ட நிழல் சூழ்ந்த தீபகற்பம். அதன் மூலம் கிடைக்கும் வருமானத்தை எதிர்பார்த்த ஆங்கிலேயர்கள், அந்த இடத்தை விரும்பினர். அக்காலத்திய கடிதம் ஒன்று, உப்பு உற்பத்திக்கு எப்படி இந்த இடம் தகுந்தது என்று விவரிக்கிறது. 'கோட்டையின் அதிகாரத்துக்கு உட்பட்ட ஆற்றின் கரையில் இருப்பதால், வருடாவருடம் உற்பத்தியாகக்கூடிய பெருமளவு உப்பு கிழக்கு பாகங்களில் விரும்பப்படுவதால் அதன் மூலம், எல்லோரும் நிறையப் பணம் சம்பாதிக்கலாம்.' சுற்றுப்புறத்துடன் இன்று பார்க் ஸ்டேஷன் இருக்கும் இடத்துக்கு எதிரில் இணைக்கப்பட்ட தீபகற்பம், உப்பளங்களுக்கு அனுமதி வழங்கப்பட்ட பழைய மேல்பட்டாக இருந்திருக்கலாம்.

நரி மேட்டிலிருந்து மண்ணைத் தோண்டி அதை வைத்து ஆற்றை நிரப்பி மீட்ட நிலத்தில்தான் தமிழ்நாடு, கேரள, கர்நாடக பிராந்திய ராணுவப் படை தலைமை அலுவலகம் இருக்கிறது. முதலில் ஆற்றின் போக்கை மாற்றுவதற்காகமட்ட மாக்கப்பட்ட நரி மேடு, 1769-ல் நடந்த இரண்டாவது மைசூர் போரின்போது ஜெனரல் அயர் கூட்டின் ஆணைப்படி மீண்டும் மட்டமாக்கப்பட்டது.

யார் தீபகற்பத்தை தீவாக மாற்றினார் என்பதைப்பற்றி ஆவணங்கள் ஏதும் இல்லாவிட்டாலும், தீபகற்பத்தைப் பற்றியும் ஆற்றைப் பற்றியும், யேல் கவலைப்பட்டிருக்கிறார். 1687-ல் ஆளுநராகும் முன்பே, 'வெள்ளையர் நகரை' விரிவாக்க வடக்கு ஆற்றை மேற்கு நோக்கித் திசை மாற்றவேண்டும் என்று கூறியிருக்கிறார். அதற்குப் பின் 1690-ல் கோட்டையிலிருந்து தீபகற்பம் செல்ல வடக்கு ஆற்றின் மேல் பாலம் கட்ட வேண்டும் என்று ஆலோசனை கூறியிருக்கிறார். அவருடைய நாள்களில் இந்தத் திட்டங்கள் அமுல்படுத்தப்

படாவிட்டாலும், அவருக்கு பின் வந்தவர்கள் அந்தத் திட்டங்களை உபயோகப்படுத்தியிருக்கின்றனர்.

சென்னை மாநகராட்சியின் முதல் மேயர் ஆளுநர் நதானியல் ஹிக்கின்சன், யேலை அடுத்து ஆளுநரானபின், அந்த ஆறாண்டு அப்பழுக்கற்ற ஆட்சியின் போது சென்னையைக் கணிசமாக சீராக்கினார். 1696-ல் அவருடைய ஆட்சியின் போதுதான், ஒரு செயற்கைக் கால்வாயை வெட்ட உத்தரவிடப்பட்டது என்று பதிவாகியிருக்கிறது. பூங்கா நகரில் இப்போது பொது மருத்துவமனை இருக்கும் இடத்தில் இருந்த ஆளுநரின் புது தோட்ட வீட்டையும் கம்பெனியின் தோட்டங்களையும் சூழ்ந்த வடக்கு ஆற்றின் முதல் வளைவிலிருந்து 350 கஜங்களே அப்பால் இருந்த மற்ற ஆறும் அதனுடன் இணைக்கப்பட வேண்டும் என்று யாரோ யோசித்திருக்கிறார்கள் போல் தோன்றுகிறது. வெள்ளத்தின்போது நீர் நிலையைச் சமனாக்க கால்வாய் வெட்டப்பட்டது என்று கூறப்பட்டாலும், அதன் விளைவாக, சென்னைக்கு அந்தத் தீவு கிடைத்தது.

யேலைப் போலவே நடுவில் புகுந்தவரான 'கொள்ளைக்கார' பிட் அதற்குப்பின் ஜான் கம்பெனிக்கு உண்மையாக உழைத்து 1698-ல் ஹிக்கின்சனுக்குப் பிறகு ஆளுநரானார். சந்தேகிக்கப்படும் சூழ்நிலையில் பிட் ஒரு வைரத்தைப் பெற்றவர் என்று அவரைப் பற்றி அபிப்பிராயம் இருந்தபோதிலும், கம்பெனியின் வியாபாரத்தை விரிவாக்கி, செல்வத்தைப் பெருக்கியதற்காக அவர் ஆளுநராக ஆண்ட 11 வருடங்களும் சென்னையின் பொற்காலம் என்று பலர் கருதுகின்றனர்.

வீட்டின் சுற்றுப்புறத்தை அனுபவித்த பிட், தனது பூங்கா நகர் தோட்ட வீட்டிலும் புதிதாக பெற்ற கிண்டி தோட்ட வீட்டிலும் தனக்கு மிகவும் பிடித்த தோட்டக் கலையில் ஈடுபட்டார். இந்த ஆசையை 1705-ல் சகதி நிறைந்த தீவின் மேலும் காண்பித்து அதைத் தோண்டி, சுற்றிலும் வேலி கட்டி, சீர்படுத்தினார். குறுக்கு வாட்டமாக இரு பக்கமும் மரங்கள் வைக்கப்பட்ட சாலை, அவருடைய தோட்ட வீட்டை நோக்கியது. இந்த பாதைக்கு அருகில் எழிலான பழத்தோட்டங்கள் நடப்பட்டன. கால்நடைகள் மேயும் புல் வெளிகள் அமைக்கப்பட்டு, மரங்களை அடுக்கும் மண்டிகளும், பன்றிகளுக்காக கொட்டகைகளும், கசாப்பு கடைகளும் பீரங்கி மருந்து கிடங்குகளும் அமைக்கப்பட்டன. பௌலிங் விளையாடும் இடங்களுடன் அகண்ட நடைபாதைகளும் மீன் குளங்களும் பார்ப்போர் மனம் கவரும் வேறு அதிசயப் பொருள்களும் உடைய சென்னையின் இந்த நுரையீரலின்மேல் பிட்டுக்குப் பிறகு அக்கறை குறைந்தாலும், அதை பொதுவழியாக்க நிறையப் பணம் செலவழிக்கப்பட்டது.

1715-ல் முதலில் கட்டப்பட்டு, பிறகு 1756-ல் வாலாஜா பாலம் என்று அழைக்கப்பட்டு தற்போது இருக்கும் அளவுக்கு 1820-ல் அகலப்படுத்தப்பட்ட தீவுப் பாலம்தான் தீவுக்கும் சுற்றுப்புறம் இருக்கும் பிரதான ஊருக்கும் முதல் இணைப்பு. இடையில் வெல்லிங்டன் பாலம் என்றும், இப்போது பெரியார் பாலம் என்றும் அழைக்கப்படும் திருவல்லிக்கேணி பாலம், அதற்குப்பின் கட்டப்பட்டது. இதை அடுத்து, இடையில் பொது மருத்துவ மனை பாலம் என்று அழைக்கப்பட்டு, பிறகு செண்ட்ரல் ஸ்டேஷனுக்குச்

செல்லும் உருவம் சற்றே மாறிய ஸ்டான்லி வாராவதிக்கும் முன்னோடி, 1718-ல் கட்டப்பட்ட தோட்டப் பாலம். 1725-ல் ஆளுநர் மெக்ரே, தீவில் ஒரு புதிய பீரங்கி மருந்துத் தொழிற்சாலை அமைத்தபின், அந்த இடம் மேலும் மேலும் படைகளுக்காக உபயோகப்படுவது, இன்றும் தொடர்கிறது.

18-ம் நூற்றாண்டின் இரண்டாம் காலாண்டில், பிரிட்டிஷாருக்கு பிரெஞ்சுக்காரர்களால் அச்சுறுத்தல் ஏற்பட்டபோது, கோட்டையின் அரணை தென்மேற்கில் விரிவாக்க வடக்கு ஆற்றின் போக்கை மாற்றும் பேச்சு இருந்தது. 1735-1744 காலகட்டத்தில் ஆண்ட பென்யானின் காலத்தில் திட்டமிட்டபோதும் ஒன்றும் நடக்கவில்லை. இதன் விளைவாக, 1746-ல் பிரெஞ்சுத் துருப்புகள் சிரமம் இன்றி உள்ளே புகுந்தன. அங்கே தங்கியிருந்தபோது, அந்தத் தீவை எப்படிப் பாதுகாப்பு அரணாகப் பயன்படுத்த முடியும் என்பதை நிரூபித்துக் காட்டின.

இந்தப் படிப்பினைக்குப் பின், எழுபது ஆண்டுகளுக்கு முன் யேல் சுட்டிக் காட்டியபடி செயல்படுவதற்கு கம்பெனி தீவிரமாகத் திட்டமிட்டது. படையின் பொறியாளர் பெஞ்சமின் ராபின்ஸ் வடக்கு ஆற்றைத் திருப்பி அரணை விரிவாக்கத் திட்டம் வகுத்தார். ஆனால் ராபின்ஸூம் அவருக்குப் பின் வந்த ஸ்காட்டும் இதை அமுல்படுத்துவதற்கு முன் இறந்தனர். அவர்களுக்குப்பின் தீவைத்துண்டுபோடும் பணியை மேற்கொண்ட ப்ரொஹியர், ஐந்து வருடங்களுக்கு முன் அடித்த வெள்ளத்தில் பறிக்கப்பட்ட பாதை மூலம் ஏலாம்பூர் ஆற்றின் போக்கை 1755-ல் மாற்றினார். ஆற்றின் பழைய படுகையை இப்போதும் பார்க்கக்கூடிய அகழியாக்கி, அதனுடைய பாதுகாப்பில் வட கிழக்கு மூலையில் அப்பால் உள்ள நிலத்துடன் தீவின் மூன்றில் ஒரு பங்கில் வெளிப்புற அரண் கட்டப்பட்டது. இவ்வாறுதான் தீவு தனது தற்போதைய உருவத்தைப் பெற்றது.

இப்படி இரண்டாம் முறையாகத் திட்டமிடப்பட்ட பாதுகாப்பின் மூலம்தான் 1758-59-ல் சென்னையால் பிரெஞ்சு முற்றுகையைச் சமாளிக்க முடிந்தது. அந்த முற்றுகை முடிந்தவுடன், அன்றைய பொறியாளர் கர்னல் கால், தீவின் பாதுகாப்புக்குத் திட்டம் போட்டார். முதலாவதாக பழைய கருப்பர் நகரையும் கொய்யாத் தோப்பு இடுகாட்டையும் காலி செய்தார். அதற்குப்பின் புனித மேரி சர்ச்சின் இடுகாட்டுக்கு தீவின் வடமேற்குப் பகுதியிலிருந்து ஒரு பாகத்தை அளித்தார். 1763-ல் உண்டாக்கப்பட்டு 1954 வரை உபயோகிக்கப்பட்ட இந்த இடுகாடு, செயிண்ட் தாமஸ் மவுண்டுக்குச் செல்லும் நெடுஞ்சாலையால் இரண்டாகப் பிரிக்கப்பட்டிருக்கும் தீவின் முதல் நவீன ஆக்கிரமிப்பு.

தீவின் தென் கிழக்குப் பகுதி, துருப்புகள் அணி வகிக்கும் மைதானமாக உருப் பெற்றது. அவ்வாறு அது நீடிக்காவிட்டாலும் அதிகாரபூர்வமாக 1970-ல் தோன்றிய நிர்வாகக் குழு அதை ஊர்ஜிதப்படுத்துகிறது. ஒரு காலத்தில், மேற்கு பாகத்தில் தளவாடக் கிடங்கும், ஆளுநர் பாதுகாப்புப் படையும் இருந்தன. இப்போது இங்கு மீண்டும் படை சுறுசுறுப்பாக இயங்குகிறது. படைத் தலைமையகமும் அதிகாரிகள் உணவருந்தும் இடமும் அங்கு இருக்கின்றன. படை வளாகத்துக்கு எதிர்ப்புறம் கூவத்தின் கரையில் நாட்டிலேயே சீராக இயங்கும் போக்குவரத்துக்கழகங்களில் ஒன்றான மாநகர் போக்குவரத்துக்கழகம் இருக்கிறது.

அதற்கு அடுத்து ஒரு மூலையில் போர் சவக்குழி நிர்வாகத்திற்கு இடமும், ரோமன் கத்தோலிக்கர்களுக்கு சற்று பெரிய இடமும், ஏனைய பிராட்டெஸ்டன்ட் பிரிவுகளுக்கு அதைவிட பெரிதான இடமும் அளிக்கப்பட்ட புனித மேரி இடு காடு இருக்கிறது. கொய்யா தோட்ட இடுகாடு சட்டக் கல்லூரிக்கு இடம் அளித்த பின் பிராட்டெஸ்டென்ட் பிரிவினருக்காக இந்த இடம் ஒதுக்கப்பட்டது.

தீவின் தென் கிழக்கு மூலையில் மதராஸ் ஜிம்கானா கிளப் இருக்கிறது. 1885-ல் ஆரம்பிக்கப்பட்டு 1920 வரை படை அதிகாரிகள் மாத்திரமே உறுப்பினர்களாக இருக்க முடியும் என்ற நிலை இப்பொழுதில்லை. என்றாலும், படை அதிகாரிகள், நேரடியாகவே அதன் உறுப்பினர்களாகக் கருதப்படுகின்றனர். ஒரு காலத்தில் கோல்ஃப் மைதானம் இருந்த இடத்தில் சிறிய விளையாட்டு அரங்கம் இருக்கிறது. இரு நூற்றாண்டுகளுக்கு முன் துணைக் கண்டத்தில் குதிரைப் பந்தயம் ஆரம்பிக்கப்பட்ட பின், அதனுடனும் அதைத் தொடர்ந்த போலோவுடனும் கிளப்புக்கு இருக்கும் பிணைப்பை உறுதிப்படுத்தும் வகையில் சென்னை ரேஸ் கிளப்புக்கு நடுவில், கிளப்பின் கோல்ஃப் மைதானம் இருப்பது ஒரு விசித்திரம்.

ஜிம்கானா கிளப்புடன், முழுத் தீவும் ராணுவத்தின் சொத்தாகும். இந்த மைதானத்தில் பிரிட்டிஷார் இந்தியாவுக்கு அறிமுகப்படுத்திய அநேக விளை யாட்டுகள் விளையாடப்பட்டன. ரக்பி, கால்பந்து என்ற இரு வகை விளை யாட்டுகளையும் முதலில் சென்னைக்கு இந்த கிளப்தான் கொடுத்தது. 1895-96-ல் ஈ.கே. செட்டி கோப்பைக்காக விளையாடப்பட்ட கால்பந்து போட்டியும் 1900-ல் மதராஸ் ஜிம்கானா சேலஞ்ஜ் கோப்பைக்காக விளையாடப்பட்ட ரக்பி போட்டியும், கிளப் சென்னையில் முறைப்படி நடத்திய முதல் போட்டிகளாகும். இவ்விரு விளையாட்டுகளும் அலெக்ஸாண்டர் ஆர்பத்நாட்டினால் 1880-களில் ஆரம்பிக்கப்பட்டன.

ஏடுகள் பிரகாரம் மதராஸ் ஜிம்கானா கிளப், ஒரு படைக் குழுவுடன் ஜனவரி, 1894ல் விளையாடியது முதன் முதலாக நடந்த போட்டி. 1934ல் ஜிம்கானா, யுனைடெட் கிளப், ஒய்.எம்.சி.ஏ. இவைகள் இணங்கி சென்னை கால்பந்து கழகத்தை ஆரம்பித்தன. இன்று இவை ஞாபகத்தில்கூட இல்லை. டென்னிஸூம் நீச்சலும் அபார சாதனை புரியாவிட்டால்கூட அந்த இடத்தை பிடித்திருக்கின்றன.

தீவின் இந்தப் பகுதியில்தான் ப்ளேஹவுஸ் என்ற முதல் மேற்கத்திய பாணி நாடக அரங்கம் கட்டப்பட்டு அங்கு அமெச்சூர் நடிகர்கள் நாடகம் நடத்தினர். அதற்குப் பின், தீவு, அரசாங்கத்தினால் உபயோகிக்கப்பட்டபோது, நாடக அரங்கை பிராட்வேயின் வடக்குப் பகுதியில், 1800-ல் ஜான் கோல்டிங்ஹாம் கட்டியிருந்த புனித மார்க் சர்ச் இருந்த இடத்துக்கு நகர்த்தத் திட்டமிடப் பட்டது. பெரிய சத்திரச் சமவெளியில் கிரீம்ஸ் சாலைக்கு அருகே நகர்ந்து, மியூசியம் தியேட்டர் கட்டப்படும்வரை அங்கேயே செழித்தது.

மவுண்ட் ரோடுக்கும் தீவுக்கும் இடையில், 1839-ல் சர் ஃபிரான்சிஸ் சாண்ட்ரே உருவாக்கிய ஆளுநர் சர் தாமஸ் மன்றோவின் சிலையை ஓர் உயர்ந்த பீடத்தில் வைத்திருப்பது முற்றிலும் சரி. ஜான் லாவினால் தொடங்கப்

பட்ட பீடம், ஆஸ்தைடர் என்ற உள்ளூர் சிற்பியால் முடிக்கப்பட்டது. அதற்காகச் செலவழிக்கப்பட்ட 12,500 பவுண்டை பொதுமக்கள் நன்கொடையாக அளித்தனர். பீடமும் சிலையும் அங்கேயே அப்படியே எப்போதும் இருக்கவேண்டும் என்று சரித்திர ஆர்வலர்கள் விரும்புகிறார்கள். ஏனெனில் இந்தியர்களின் நிலையைப் பற்றி ஆளுநர்களுக்கு முதலில் சுட்டிக்காட்டியவர்களுள் மன்றோவும் ஒருவர். ‘உள்ளூர் மக்களை முக்கியமான பதவிகளிலிருந்து விலக்கிவிட்டு, ஒன்றரைக் கோடி மக்கள் வசிக்கும் நாட்டில், ஒரு கசையடி தண்டனை அளிக்கக்கூட ஐரோப்பியரைத் தவிர வேறு எந்த மனிதனுக்கும் அதிகாரம் கிடையாது என்று இருக்கும் போது, எந்த முகத்துடன் நமது அரசாங்கம் ஒரு தந்தையின் ஸ்தானத்தை வகிக்கிறது என்று கூற முடியும்?’ என்று ஒரு முறை அவர் எழுதினார்.

அதைவிடத் தொலைநோக்குடன், ‘உங்கள் வெளிநாட்டு அரசாங்கம் மக்களின் மதிப்பைப் பெற முடியாது. மக்களுக்கு உங்களால் நிறையத் தர முடியும் என்றாலும் இந்தியாவை இங்கிலாந்தாகவோ ஸ்காட்லாந்தாகவோ மாற்ற முடியாது. உள்நாட்டு பழக்கங்கள், பாவனைகள் ஆகியவற்றுடன் இணைந்து முரணில்லாமல் பணிபுரிந்தால் தக்க காலத்தில் மக்கள் சுயாட்சி புரியும் திறமையைப் பெற்ற பின், உங்கள் கடமையைச் செய்தது இதற்குக் கிடைத்த பரிசு என்ற எண்ணத்துடன் வெளியேறுங்கள்’ என்று கம்பெனியின் நிர்வாகிகளுக்கு காலனி ஆட்சி எப்படி இருக்க வேண்டும் என்பதைப் பற்றி எழுதினார். இங்கிலாந்துக்குத் திரும்பிச் செல்லும் சமயத்தில் காலராவால் பள்ளிகொண்டாவில் மன்றோ இறந்தார். சேணம் இல்லாமல் குதிரை ஏறும் அவரது சிற்பம், ஒரு நியாயமான நிர்வாகியின் மதிப்புக்குரிய நினைவுச் சின்னம். உள்ளூர் கதைப்படி ‘சேணமில்லாமல் குதிரை ஏறிய அஞ்சா நெஞ்சர்’ என்று பெயர் வாங்கிய அவர் பெயரை நினைவூட்ட ராயலசீமாவில் குழந்தைகளுக்கு மன்றோலப்பா என்ற பெயர் இடப்பட்டது. ஒரு சேணத்தை அந்தச் சிலையில் சேர்த்து சாண்ட்ரே அந்த கதையைக் கொச்சைப்படுத்தியிருக்கிறார்.

புனித மேரி இலவசப் பள்ளி என்ற பெயரில் 1716-ல் முதன்முதலாகத் தொடங்கப்பட்டப் பள்ளியும் அந்தத் தீவில் இருந்தது. புனித மேரி தொடங்கப்பட்ட நூறு ஆண்டுகளில் நவீனக் கல்விக்கு மன்றோ வித்திட்டதால் அவரது சிலையும் பள்ளியும் ஒன்றோடு ஒன்று இணைந்திருப்பது மிகவும் பொருத்தம். 1822-ல் அவரது ஆணையில் நடந்த ஆய்வின்போது நகரத்தில் இருந்த 79,992 சிறுவர்கள், 81,597 சிறுமிகளுள், 5,523 சிறுவர்களும் 276 சிறுமிகளுமே பள்ளிகளுக்கு வந்து படித்து, 1,000 பேருக்கு ஒன்று என்ற கணக்கில், சீராக இயங்காத 305 சாதாரணப் பள்ளிகளும் 17 இலவசப் பள்ளிகளுமே இருந்தன என்று கண்டுபிடிக்கப்பட்டது.

19-ம் நூற்றாண்டில், ராணுவம், விளையாட்டுகள் ஆகியவற்றுடன் தழைத்த தீவுக்கு அருகில் இருக்கும் நிலமும் ஒரு நீர் சூழ் செயற்கை தீவு என்பது அநேகருக்குத் தெரியாது. அந்தக் கால்வாய் இப்போது வறண்டிருப்பதால் அது ஏன் என்று புரிந்துகொள்ளலாம். சேப்பாக்கம், சாந்தோம், மைலாப்பூர் ஆகியவற்றுடன் மந்தவெளியின் தென் கோடி ஆகியவை உள்ளடங்கிய பிரதேசம்,

கடல், அடையாறு, கூவம் ஆறு, பக்கிங்ஹாம் கால்வாய் போன்றவற்றால் சூழப்பட்ட ஒரு தீவாகும்.

நாட்டிலேயே நீளமான கால்வாய்களுள் ஒன்றான பக்கிங்ஹாம் கால்வாயின் நான்கு பாகங்களில் இரண்டுதான் சென்னையினுள் ஓடுகின்றன. பேஸில் கோக்ரேன் என்பவர், வடக்கு ஆறின் எஞ்சியிருந்த பகுதியை 19-ம் நூற்றாண்டில் ஆழப்படுத்தி, நெல்லூருக்கு அருகில் உள்ள துர்கராயப்பட்டினம் வரை படகுகள் செல்லக்கூடிய கால்வாயைக் கட்டினார். அவர் வடக்கு ஆற்றின் போக்கை மாற்றி ஆழப்படுத்திய சாதனை, அவருக்குப்பின் பல வருடங்கள்வரை அங்கீகரிக்கப் படவில்லை. அந்தக் கால்வாய்க்கான ஆரம்பகட்டப் பணிகளைச் செய்ததால் இரண்டாம் கிளைவின் பெயரே அந்தக் கால்வாய்க்குச் சூட்டப்பட்டது.

1806-ல் கால்வாய் திறக்கப்பட்டபோதுதான் கோக்ரேனுக்கு உரிய அங்கீகாரம் கிட்டியது. நாளடைவில் நீளமாகிய கோக்ரேன் கால்வாய் கிருஷ்ணா, கோதாவரி நதிகளின் முகத்துவாரங்களில் இருந்த கால்வாய்களுடன் பெத்தகஞ்சத்தில் சேர்ந்தது. அதற்கு இடையில் தெற்கே செங்கல்பட்டில் இருந்த பாப்பான்சாவடியையும், சத்ராஸுக்கு அருகில் இருந்த பாலார் முகத் துவாரத்தையும் இணைக்கும் கால்வாய் ஒன்று வெட்டப்பட்டது. இது தென் ஆற்காட்டில் உள்ள மரக்காணம் வரை நீட்டிக்கப்பட்டு தென்கரையோரக் கால்வாய் என்று அழைக்கப்பட்டது.

1875-ல் ஆளுநர் பதவியை ஏற்றபின் 1876-78-ல் தென்னிந்தியாவையே பீடித்த கொடிய பஞ்சத்துடன் டியூக் ஆஃப் பக்கிங்ஹாம்முன் தோன்றிய காட்சி இதுதான். சென்னை நகரில் தானியங்கள் சேகரித்திருந்ததால் மக்கள் பஞ்சத்தின் கொடுமையிலிருந்து தப்பினாலும், வட ஆற்காடு, செங்கல்பட்டு மாவட்டங்கள் மிகவும் பாதிக்கப்பட்டன. அவர்களுக்கு நிவாரணம் அளிக்க ஆளுநர் அவர்களுக்கு வேலை தந்தார். அதன் விளைவுதான் அடையாற்றை கூவம் முகத்துவாரத்துடன் இணைக்கும்,இப்போதைய பல்கலைகழகக் கட்டடங்களுக்குப் பின்னால் இருக்கும், 8 கிலோமீட்டர் கால்வாய். செலவழிக்கப்பட்ட 30 லட்சம் ரூபாயில் மூன்றில் இரண்டு பாகம், தீவை உண்டாக்கிய இந்த கால்வாய்க்கான கூலிக்கு மாத்திரம் செலவழிக்கப்பட்டது.

1882-ல் தென் கரையோரக் கால்வாயுடனும் கிழக்குக் கடலோர கால்வாயுடனும் இணைக்கப்பட்டபின் தெற்கில் உள்ள மரக்காணமும், அதற்கு 400 மைல் தொலைவில் ஆந்திராவில் உள்ள காகிநாடாவும் கோக்ரேன் கால்வாய் மூலம் இணைக்கப்பட்டன. நகரினுள் செல்லும் இந்த நீர்ப் பாதைக்கு பக்கிங்ஹாம் கால்வாய் என்ற பெயர் மிகவும் பொருத்தமாக இருந்தாலும், போகப் போக அதன் தென் கோடியில் இருந்து சென்னை யிலிருந்து 280 மைல் தூரத்தில் இருந்த பெத்தகஞ்சம் வரை அதே பெயர் இடப் பட்டதால் கோக்ரேன் மீண்டும் மறக்கப்பட்டார்.

9-11 கஜம் அகலமும் 28 கதவுகளும் உடைய அந்த அமைப்பு ஒரு மலிவான போக்குவரத்து சாதனம். 20-ம் நூற்றாண்டின் ஆரம்பத்தில் கிட்டத்தட்ட 1,500 படகுகள் அதை உபயோகித்தன. மைலாப்பூரிலிருந்து மாமல்லபுரம் வரை

அதில் சீரான போக்குவரத்து இருந்தது. இரண்டாவது உலகப் போர் முடியும் வரை நகரின் தெற்குப் பகுதிகளில் விறகேற்றிச் செல்லும் படகுகள் அதில் சென்றன. இன்றுகூட நகரின் வடக்கில் உள்ள எண்ணூரிலிருந்து ஆந்திர அரிசி நிரம்பி வழியும் நெல்லூருக்கு சில படகுகள் போவதைக் காணலாம். போக்குவரத்துக்குத் தகுதியாகத் தூர் வாரி கால்வாயை நல்ல நிலையில் வைக்க ஆகும் செலவை மனத்தில் வைத்து, கால்வாய் போக்குவரத்தின் மேல் இருந்த அக்கறை கைவிடப்பட்டது.

அதை விட மோசம், இந்த மனப்பான்மையினால் நகரினுள் கால்வாயின் பெரும் பகுதி மேல், புற நகர் இருப்புப்பாதை கட்டியிருப்பது. அதிகரித்துக் கொண்டிருக்கும் எண்ணெய் விலையேற்றத்தைச் சமாளிக்க இத்தகைய போக்குவரத்தை அதிகரிக்க கால்வாயைச் செப்பனிட வேண்டும் என்று உதட்டளவில் பேசப்பட்டாலும் உண்மையில் கால்வாய் மறைந்துவிட்டது.

கோக்ரேன் முதன்முதலாகக் கால்வாயில் வேலை ஆரம்பித்த எண்ணூருக்கு வடக்கில், கால்வாய், கடல், இரண்டு உப்பங்கழிகள் ஆகியவை சூழ்ந்த தீவில் அரசாங்கம் தென்னிந்தியாவிலேயே உயரமான ர்ந்த புகைபோக்கிகளைக் கொண்ட அனல் மின் நிலையம் ஒன்றைக் கட்டியிருக்கிறது. இதன் அலுவலக மாக கிளைவ் ஹவுஸ் என்ற பழைய வீடு உபயோகிக்கப்படுகிறது. இரண்டாவது கிளைவ் (1800) இதை விடுமுறை வீடாக உபயோகித்தாரா என்று தெரியாவிட்டாலும், 1850 முதல் பின்னி அண்ட் கோவுக்குச் சொந்த மான மூன்று வீடுகளுள் இதுவும் ஒன்று என்று நம்பப்படுகிறது. 1880-ல் ஒரு மண் படுகை வெட்டப்பட்டபோது, இரண்டு சிறிய பங்களாக்கள் சேதமடைந் தன. பெரியதை உப்புத் துறை வாங்கியது.

பின்னி அண்ட் கோ நிறுவப்படும் முன், 1787-ல் ஐரோப்பியர்களுக்கு மாத்திரம் என்று இங்கு எண்ணூர் கிளப் அமைக்கப் பட்டது. வாலாஜா நவாபின் செயலர் சார்ல்ஸ் முன்னோடியாக இருந்து தனியார் சந்தா மூலம் கட்டப்பட்ட அதன் 'கிளப் ஹவுஸுக்கு' தனது வியாபாரத்தைத் தொடங்கும் முன் பின்னி பணம் அளித்திருக்கலாம். மீன் பிடிப்பது மனதுக்கு உவந்த பொழுதுபோக்காக இருந்ததால், 1780-களில் ஐரோப்பியர்களுக்குச் சொந்தமான பல விடுமுறை விடுதிகள் அங்கே இருந்தன என்று தோன்றுகிறது. அரசாங்க அலுவலர் டிமதி ஸ்டோன்ஹவுஸ் என்பவரின் பெயரை உபயோ கித்த ஸ்டோன் ஹவுஸும், கிளைவ் ஹவுஸும் மற்ற இரண்டு வீடுகள்.

அருகில் இருக்கும் ஆள் நடமாற்ற காட்டுப்பள்ளி தீவின் சுற்றுப்புறச் சூழலுக்கு இப்போது அச்சுறுத்தல் ஏற்பட்டிருக்கிறது. இங்கு இருக்கும் புதர்க்காடும், ஊஒருவியிருக்கும் உப்பங்கழிகளும், பெரிய மணல் மேடுகளும் சுற்றுப்புறத்தை உல்லாசமாக அனுபவிக்க சுற்றுலா விரும்பிகளை வரவேற் கின்றன. புதிதாகக் கட்டப்படும் எண்ணூர் துறைமுகமும் அனல் மின் நிலையமும், லார்சன் அண்டு டூப்ரோவினால் கட்டப்பட்டும் தனியார்த்துறை துறைமுகமும் இந்த இரண்டையும் ஆதரிக்கும் தொழில் வளர்ச்சியும் இந்த முழுப் பிரதேசத்துக்கும் நாசம் விளைவிக்கலாம் என்ற பயம் இருக்கிறது.

ஒரு காலத்தில் நகரம்

ஆற்றங்கரையில்

'முகத்துவாரத்திலும் அதன் போக்கிலும் மண் மூடியதால், குறுகல் ஆகியதால், கூவத்தினால் பெரிய கஷ்டம் நேர்ந்திருக்கிறது. கோடைக் காலத்தில், நீரின் மட்டம் குறைவாக இருக்கும்போது, பக்கிங்ஹாம் கால்வாயிலும் இதிலும் துர்நாற்றம் குறிப்பாக அதிகமாக இருக்கிறது. சில வருடங்களுக்குமுன், கடல்நீரை இதனுள் பாய்ச்சி, அதன் மூலம் நதியில் ஓடும் வெள்ளத்தை அதிகப்படுத்தி, முகத்துவாரத்திலிருந்த மண்ணை அடித்து, பின் உள்ளே வரும் கடல்நீரினால், கால்வாயில் உள்ள அழுக்கான நீரை அடித்துச் செல்ல ஒரு திட்டம் முயற்சிக்கப்பட்டது. தனது முகத்துவாரத்தில் மண்திட்டுகள் உள்ள அடையாறும், கூவத்தைப் போலவே காட்சியளிக்கிறது.'

1980-கள், 1990-களில் நடத்தப்பட்ட மாநாடுகளில் இவ்வாறு கண்ணியமாகப் பேசப்பட்டிருக்கலாம் என்று நீங்கள் நினைக்கலாம். உண்மையில் இந்த வார்த்தைகள் 80 வருடங்களுக்கு முன் எழுதப்பட்டன. சம்பிரதாயத்தைப் பின்பற்றும் சென்னையில், ஒன்றுமே மாறுவதில்லை, என்பார்கள்.

கூவத்தின் சங்கடமான நிலையைப் பற்றி எல்லோரும் ஒப்புக்கொள்கிறார்கள். மண் மேட்டை வெட்டி, எப்படி ஆண்டு முழுவதும், கடலுக்குள் வெளியேறும் வழியைத் திறந்து வைப்பது என்பது அந்த இக்கட்டுகளில் ஒன்று. மற்ற இக்கட்டுகள், வழிவழியாக வந்தவை.

முதல் உலகப் போருக்கு முந்தைய வருடங்களில், ஜே.டபிள்யூ. மேட்லி என்ற மாநகரப் பொறியாளர், நகரத்தின் கழிவு நீர்த் திட்டத்தை அமுலாக்கிக் கொண்டிருந்தபோது, கழிவுநீர், சாக்கடைகள் மூலம் வெளியேறிக்கொண்டிருந்தது. உபரியான மழை நீரைத்தான், ஓட்டேரி நல்லாவும், பக்கிங்ஹாம் கால்வாயும், கூவமும் எடுத்துச் சென்றன. இருந்தபோதிலும் எல்லாமே நாற்றமடித்தன. மக்கள் பெருக்கத்தால் வெடித்துக்கொண்டிருந்த நகரத்தின் சுத்திகரிக்கப்படாத கழிவுநீர், இந்த மூன்றிலும் ஓடியதால் பிந்தைய வருடங்களில் இன்னும் அதிகமாக நாற்றம் பெருகியது.

அந்த மக்கள் தொகைப் பெருக்கம், கூவத்தின் இக்கட்டான நிலைக்கு, ஓர் உண்மையான காரணம். சாக்கடை நீருக்கு மேல், அதன் கரையில் தோன்றி யிருக்கும் சேரிகள், அதன் கரையை ஒரு வெளிப்புறக் கக்கூஸாக உபயோகப் படுத்துவதால், மலம் சாக்கடை நீருடன் கலப்பது மற்றொன்று. ஆனாலும், சென்னையில் இத்தகைய சேரிகள் இருப்பது ஒன்றும் புதிதல்ல.

இந்த அத்தியாயத்தின் ஆரம்பத்தில் மேற்கோள் காட்டியதை எழுதிய எழுத்தாளர், சி.எஸ். சீனிவாசாச்சாரி, 1939-ல் நகரின் 300-வது ஆண்டு விழாவின் போது, 'சென்னையில் நிவர்த்தி செய்ய முடியாதது, நூற்றுக்கணக்கில் கிளம்பியிருக்கும் கூரை வேய்ந்த ஒற்றை அறைக் குடிசைகள். சுகாதாரம் அற்ற நிலையில் இருக்கும் அவை, சுலபமாகத் தீக்கு இரையாக முடியும். 1871-ல், இத்தகைய 10,752 குடிசைகள் இருந்தன. 1933-ல் நியமிக்கப்பட்ட ஒரு பிரத்தியேக மாநகரக் குழு, சேரிக் குடிசைகளின் எண்ணிக்கை 15,492 என்று மதிப்பிட்டது. அதில் ஒரு லட்சம் பேர் (நகரின் மக்கள் தொகையில் 15%) வசிக்கின்றனர்' என்று பேசினார். (இன்று, 1,300-க்கும் மேலான சேரிகளில் சென்னை நகரத்தில் 7 லட்சம் பேர் வசிக்கின்றனர். புறநகரில் 400-க்கும் மேலான சேரிகளில் வசிக்கும் 2,50,000 பேரைச் சேர்த்து, மொத்த மக்கள் தொகையான 70 லட்சத்தில், 10 லட்சம் பேர் சேரிகளில் வசிக்கின்றனர்.)

இதில் ஆச்சரியப்படுவதற்கு ஒன்றும் இல்லை. ஆரம்பத்திலிருந்தே வர்த்தக மையமாக இருந்த சென்னையில் புதிய தொழில்களைத் தொடங்கியவர்கள், இடம்பெயர்ந்த தொழிலாளர்களையே நம்பியிருந்தனர். நகரை நிர்மாணித்த ஃபிரான்சிஸ் டேயும், பேரி திம்மப்பாவும், 1639-ல் நெசவாளர்களை அழைத்துக் கொண்டுவந்தபின், அவர்களை ஏலாம்பூர் ஆற்றங்கரையில் (இப்போது வண்ணாரப்பேட்டையில் உள்ள பக்கிங்ஹாம் கால்வாய் பகுதி) அமர்த்த நடவடிக்கைகளை மேற்கொண்டார். அது முதல், வியாபாரிகளும் தொழிலதிபர் களும் அவ்வாறே நடந்துகொண்டிருக்கின்றனர். சென்னையில் நிறுவப்படும் வியாபாரங்களுக்கும் தொழில்களுக்கும் சேரி வாழ் மக்கள் தேவைப்படுகின்றனர். தொழிலாளி எங்கு வசிக்கிறான், என்ன வசதிகள் உள்ளன என்பதைப்பற்றி அவர்களுக்கு அக்கறை கிடையாது. இதன் விளைவுதான் நேற்றில்லை, இன்றில்லை, ஆனால் பழைய நகரத்தின் தொடக்கத்தின்போதிலிருந்து இருக்கும் கூவத்தின் நிலை.

ஒரு காலத்தில் நிலை இவ்வளவு மோசமாக இல்லை என்பது நிச்சயம். அதற்கு எழுத்து மூலம் ஆதாரம் இல்லாதபோதும், அவ்வாறு ஊகிக்க முடிகிறது.

மேற்கிலிருந்து கிழக்கே பாயும் அடையாற்றினாலும் கூவத்தினாலும், வடக்கி லிருந்து தெற்கே பாயும் பக்கிங்ஹாம் கால்வாயினாலும் இன்று மூன்றாகப் பிரிக்கப்பட்டிருக்கும் சென்னை, அதன் ஆரம்பகாலத்தில், கூவத்தாலும், வடக்கு ஆறு என்று அழைக்கப்படும் ஏலாம்பூர் ஆற்றினாலும், சூழப் பட்டிருந்தது. அதன் ஆரம்ப நாள்கள்முதலே, சென்னைக்கும், பூந்தமல்லி என்று அழைக்கப்பட்ட கூவத்துக்கும் தொடர்பு இருந்தது. சேத்துப்பட்டையும், நுங்கம்பாக்கத்தையும், எழும்பூரையும், சிந்தாதிரிப்பேட்டையையும் பிரித்து, ஒரு

தீவை உருவாக்கி, முதல் பிரிட்டிஷ் காலனி ஏற்படுத்தப்பட்டது. ஆளுநர் தாமஸ் பிட் தனது தினசரி 'நடமாட்டங்களுக்கு' அந்தத் தீவை உபயோகித்தார். பிறகு, கூவத்தின் தெற்குக் கரையிலும், அதற்கு எதிர்த்தாற்போல் சத்திரச் சமவெளியில் எழும்பூரிலும் சேத்துப்பட்டிலும் பெரிய தோட்ட வீடுகள் கட்டப்பட்டன. 17, 18, 19-ம்நூற்றாண்டுகளில், அத்தகைய வீடுகள் அங்கு கட்டப்பட்டன என்றால், அங்குள்ள சூழ்நிலை துர்நாற்றமாக இருந்திருக்க வாய்ப்பில்லை. உண்மையில் அப்போதிருந்த சூழ்நிலை மிகவும் ரம்மியமாக இருந்தது என்றே வர்ணிக்கப் படுகிறது. 19-ம் நூற்றாண்டின் தொடக்கத்தில், லார்ட் வேலன்ஷியா என்பவர் இப்படி எழுதியிருக்கிறார்:

'பார்ப்பதற்கு, கோட்டையில் உள்ள சில கிடங்குகளைத் தவிர்த்து வேறு ஐரோப்பிய வீடுகள் இல்லாததால், கல்கத்தாவைவிட சென்னை மிகவும் வித்தியாசமாக இருக்கிறது. காலனியில் இருக்கும் கனவான்கள், தோட்ட வீடுகள் என்று சரியாக அழைக்கப்படும் வீடுகளில் வசிக்கின்றனர். அடுத்துள்ள வீடுகளிலிருந்து பார்க்க முடியாத அளவுக்கு இந்தத் தோட்டங்களில் மரங்கள் அடர்த்தியாக நடப்பட்டிருக்கின்றன. வறண்ட மண்திட்டை, தாவரங்கள் மூலம் நேர்த்தியாக மாற்றியிருக்கும் இந்த அமைதியான இருப்பிடங்கள், சத்திரச் சமவெளியை மூடியிருக்கின்றன.'

1820-களில், பொதுக் கேளிக்கைகள், விருந்துகள், பிற கொண்டாட்டங்கள் ஆகியவை நடத்தப்பட்ட 'பாந்தியனும்', மாகாணத்தின் அரசுத் துறையினருக்கு உள்ளூர் மொழிகளிலும் நிர்வாகத்திலும் பயிற்சி அளித்த புனித ஜார்ஜ் கல்லூரியும், கூவத்தின் எழும்பூர் கரையில் இருந்தன. இப்போது பொதுக் கல்வித்துறை இயக்குனரின் அலுவலகமாக இருக்கும் இந்தக் கல்லூரியின் ஆற்றங்கரையில், நகரிலேயே நேர்த்தியான வளைவுகளில் ஒன்று இருக்கிறது. சம்பிரதாயமான நுழைவு வாயிலாகத்தான் இது உபயோகப்பட்டிருக்க வேண்டும். ஏனென்றால், ஆளுநர்களும் அவருடன் கூட இருந்தவர்களும் படகு மூலம் கோட்டையிலிருந்து வந்து இந்த வாயில் மூலம்தான், அதிகாரத்துடன் பிரவேசித்தனர்.

கூவத்தின் படகுப் போக்குவரத்துடன் அது புனிதமாகக்கூடக் கருதப்பட்டிருக்க லாம். மவுண்ட் ரோடில் உள்ள ஹாரிஸ் பாலத்துக்கு எதிரில், புதுப்பேட்டையின் பகுதியான கோமளீசுவரன் பேட்டை இருக்கிறது. இங்குதான் துபாஷிகளில் முன்னோடியும் கொடைவள்ளலுமான பச்சையப்ப முதலியார் ஆற்றங்கரையில் எளிமையாக வாழ்ந்தார். அக்கம்பக்கத்தில் இருந்த இந்தியர்கள் பிரபலமான வர்கள். அவர்களில் ஒருவர் டபிள்யு.எஸ்.சுவாமி நாயக் அவர் சென்னையிலும் மாகாணத்திலும் தடுப்பு ஊசிக்கு பொறுப்பாக நியமிக்கப்பட்டார். சாதாரண கட்டுபோடும் பணியிலிருந்து தடுப்பு ஊசித் துறையில் 19வது நூற்றாண்டின் முன் பகுதியில் பிரதம மருத்துவர் ஆனார். ஹாரிஸ் ரோடில் அவர் வீட்டிற்கருகிலுள்ள ஒரு பூங்காவிற்கு அவர் பெயர் சூட்டப்பட்டு அவருடைய நினைவில் ஒரு பேழை இருக்கிறது. தினசரி வழிப்பாட்டுக்குமுன், அவர்கள் எல்லோரும் கூவத்தில் குளித்தனர் என்ற கூறப்பட்டிருக்கிறது. இன்று, ஆரோக்கியமான

மீன்கூட கூவத்தில் 30 மணி நேரத்துக்கு மேல் வாழ முடியாது என்று தெரிய வருகிறது.

1907-08 வரைகூட, கூவம் மகிழ்ச்சியை அளித்தது. இப்போது மகளிர் கிறிஸ்தவக் கல்லூரியின் அங்கமாக இருக்கும் டவ்டன் ஹவுஸில், சென்னை உயர் நீதிமன்றத்தைச் சேர்ந்த சர் ரால்ஃப் பென்ஸன் வசித்தார். அவருடைய விருந்தினர்கள், வெள்ளி போல் நீர் ஓடும் கூவத்தையும் அதைச் சுற்றி நிழல் அளித்த மரங்களையும் பற்றி எழுதியிருக்கின்றனர்.

இவ்வாறு நல்ல நோக்கங்கள் இருந்தும்கூட, ஆற்றில் எல்லாம் சுபமாக இல்லை என்பதற்கு அறிகுறிகள் இருந்தன. 1876-ல் ஆளுநர் ஆவதற்குமுன் வந்திருந்த கிராண்ட்-டஃப், நகருக்குள் பிரகாசித்த மஞ்சள் பூக்களை மெச்சிக்கொண்டு வலம் வரும்போது, அந்த மரங்கள் நடப்பட்டிருக்கும் அடையாறு மற்றும் கூவம் கரைகளில், அடையாற்றங்கரை மிகவும் அழகாக இருந்தது என்று எழுதியிருக்கிறார். அப்படியானால் மற்றொன்று அவ்வாறில்லை என்பது புலப் படுகிறது. அது நிச்சயமாக கூவம்தான்.

அழகை அழிக்கும் வழக்கம் ஒன்றரை நூற்றாண்டுகளுக்கு முன் ஆரம்பித்து, நகரின் சரித்திரத்தில் சர்வ சாதாரணமாகி விட்டது. 1734-ல் ஏற்றுமதிக்கு மேலும் துணி வேண்டியிருந்ததால், ஆளுநர் மார்டன் பிட், ஒரு புது நெசவாளர் கிராமத்தை நிர்மாணிப்பது என்று முடிவு செய்தார். இதற்காக, கூவம் கடலை அடையுமுன் உள்ள கடைசி வளைவுப் பகுதியில் இருந்த முதன்மை வர்த்தகர் சுங்குராமாவின் தோட்டத்தை எடுத்துக்கொண்டார். முதன்மை வர்த்தகர் வேலையிலிருந்து நீக்கப்பட்டதால், அரசாங்க ஆதரவு இல்லாமல்போய், அவரது இடத்தை எடுத்துக்கொள்வது எளிதானது. அங்கு, நூற்பவர்கள், நெய்பவர்கள், கழுவுபவர்கள், சாயம் பூசுவோர், பிராமணர்கள், சதிர் ஆட்டக்காரிகள், மற்ற ஏவலாளர்கள் உள்பட நூற்றுக்கணக்கானோரை குடியேற்றுவது என்று பிட் நிச்சயித்தார். அந்த கிராமத்தின் பெயர் சிந்தாதிரிப்பேட்டை. கூவத்தை வர்த்தக மயமாக்கி, சேரியாக்கும் பழக்கம் அப்போதுதான் ஆரம்பிக்கப்பட்டது. அது முதல், அந்தச் செயல் தொடர்ந்து கொண்டிருக்கிறது.

9. பிரமிப்பூட்டும் மரீனா

கடற்கரையில் ஞாபகார்த்தங்கள்

புனித ஜார்ஜ் கோட்டையிலிருந்து தெற்கே செல்லும் இரண்டாவது சாலை, காமராசர் சாலை என்று இப்போது அழைக்கப்படும், தெற்குக் கடலோரச் சாலை ஆகும். இந்தச் சாலை 1846-ல் கட்டப்பட்டது. அதன் காரணமாக ராவ் பகதூர் பட்டம் கிடைத்த மணி நாகப்பாவின் தந்தை செதுக்கிய ஐந்தாம் ஜார்ஜின் சிலையைத் தாண்டி, முதல் உலகப் போரின் நினைவுச் சின்னமான ஒரு தூணைச் சுற்றிக் கட்டப்பட்ட நீள்வட்டக் கண்கவர் நடையைத் தாண்டி இந்தச் சாலை அமைந்துள்ளது. மண் முட்டியிருக்கும் கூவத்தின் முகத்துவாரத் தைக் கடந்தபின், 1943-ல் பழைய இரும்புப் பாலத்துக்கு பதிலாகக் கட்டப் பட்டு, இப்போது அகலத்தில் இரட்டிப்பு ஆக்கப்பட்டிருக்கும் நேப்பியர் பாலத்திலிருந்து சரித்திரப் புகழ் பெற்ற சாந்தோம் வரை இந்தச் சாலை, 3.5 கிலோமீட்டர் நீளத்துக்கு முற்றிலும் நேராகச் செல்கிறது. அதன் வலப்புறம் இருப்பது இந்தோ-சாரசெனிக் பாணியில் கட்டப்பட்ட அரண்மனைகளும், அரண்மனைப் போல் கட்டப்பட்ட கல்விக்கூடங்களும். இடப்புறம் காணப் படுவது, இத்தாலியன் பாணியில் அமைக்கப்பட்ட ஒரு நேர்த்தியான உலாவும் சாலையும், பசுமையான தோட்டங்களும் கொண்ட நகரோரக் கடற்கரை. சுற்றுலா வழிகாட்டிப் புத்தகங்கள் இந்தக் கடற்கரையை, நீளத்திலும் அகலத்திலும் உலகிலேயே இரண்டாவது என்று வர்ணிக்கின்றன. இதுதான் சென்னைவாசிகளுடைய மரீனா.

ஒரு காலத்தில், இந்த அகலமான கடற்கரை, அடையாற்றைத் தாண்டி எலியட்ஸ் பீச் வரை துறைமுகத்திலிருந்து 10 கிலோமீட்டருக்குமேல் பரவியிருந்தது. மரீனா என்று அழைக்கப்படும் பகுதியைத் தவிர்த்து, ஏனைய பாகங்களில் கட்டடங்கள் வந்துவிட்டன.

ஆளுநர் மௌண்ட்ஸ்டூவர்ட் எல்ஃபின்ஸ்டன் கிராண்ட்-டஃப், 1881-86-ல் திட்டமிட்டுக் கட்டியது, இந்தக் கடலோரத்தை அண்டியிருக்கும் உலாவும்

சாலை. அவருடைய ஐந்தாண்டு ஆளுநர் ஆட்சி வெற்றிகரமாக இல்லை. பலம் இன்றி, நோயாளியாக, கையாலாகாமல், நிரந்தர நிர்வாகிகளின் கைப்பாவையாக அவர் இருந்ததால், அவருடைய வாழ்க்கையே தோல்வி யடைந்த ஒன்று என்று கூறப்பட்டிருக்கலாம். ஆனால் அவர் ஒரு ரசிகர். கல்வி, அறிவியல், கலை ஆகியவற்றின் காதலர். ஓர் அறிவாளி. அவருடைய உணர்வுகளுக்கு உரிய, தகுந்த நினைவுச் சின்னம், மரீனாவைத் தவிர வேறு எதுவும் இருக்கமுடியாது.

இந்தியாவில் ஒரு பெரிய சுற்றுப்பயணம் மேற்கொண்ட அவர், 1870-ல் சென்னைக்கு முதலில் வந்தபோது, நகரின் கடலோரத்தைச் சீராக்கத் தக்க தருணத்தைப் பற்றி யோசித்தார். அவர் கடற்கரையில் முதன்முதலாக நடந்தபோது, 'சென்னைக்குச் செல்வதைப்பற்றி நான் சொன்னபோது, எஃப்-அளித்த சூட்டிகையான பதில் நினைவுக்கு வந்தது. ஆண்டவன் சாட்சியாகச் செல்! கட்டாயம் செல்! சென்னையின் கடற்கரையில் பன்னிரண்டு மணி நேரம் செலவழித்தால்கூட அதுவே போதும்' என்பதைத் தான் நினைவுகூர்ந்ததை தனது வரலாற்றில் குறிப்பிட்டிருக்கிறார். கடற்கரையினால் கவரப்பட்ட கிராண்ட்-டஃப், அதிகாரம் கிடைத்தவுடன் அதற்கு ஏதாவது செய்ய வேண்டும் என்று உறுதியாக இருந்தார். குளிர்ந்த கடல்காற்றை தேடிவரும் ஆயிரக்கணக்கானோருக்கு ஒரு 'நுரையீரலாக' செயல்பட கடற்கரையை அழகுபடுத்தவேண்டும் என்ற எண்ணத்துடன் மரீனாவை அழகூட்டுவதற்கு கிராண்ட்-டஃப் ஆணையிட்டார்.

மரீனாவைக் கட்டி முடித்தவுடன் கிராண்ட்-டஃப் தாய்நாட்டுக்கு இவ்வாறு எழுதினார்: 'ஐந்து வருடங்களுக்குமுன் இருந்த அருவருப்பான கடற்கரைக்கு, உலகத்திலேயே அழகானவற்றுள் ஒன்றான உலாவும் பாதை ஒன்றை அளித்து, சென்னைவாசிகளுக்கு பெரிய நன்மை செய்திருக்கிறோம். சிசிலி நாட்டு ஓவியங்களின் அடிப்படையில் அதற்கு மரீனா என்று பெயர் அளித்திருக் கிறோம். இத்தாலிய ஜெனரல் சாலெட்டாவுடன் அதில் நடந்தபோது அது சிசிலியை ஞாபகமூட்டுகிறது என்று அவர் கூறியது மகிழ்ச்சியாக இருந்தது.'

கிராண்ட்-டஃபின் செய்கைக்குமேல், பின் வந்த வருடங்களில், பலர் மரீனாவுக்குச் சேவை செய்திருக்கிறார்கள். மரங்கள், ஜோடிக்கப்பட்ட மலர் பாத்திகள், மண்ணுக்கு அருகில் மரம் சூழ் சாலைகள், தோட்டங்கள், வண்ண விளக்குகள் இவையெல்லாம் மரீனாவின் பிந்தைய சேர்க்கைகள். ஆக்கிரமிப்புகளும் இருந்திருக்கின்றன. 2003-ல் ஆரம்பித்த மரீனாவை இயந்திரத்தை வைத்துச் சீராக்கும் திட்டத்தின் மூலம், இரு நீச்சல் குளங்களில் ஒன்று, பொது மேடையான சீரணி அரங்கம், இரு உணவு விடுதிகள், படகுத் துறை ஆகியவையெல்லாம் இடிக்கப்பட்டன. இரண்டாவது உலகப் போரில் பங்கேற்ற துடுப்புகளுக்காக, மரீனாவின் மத்திய பகுதியில் அமைக்கப்பட்ட நீச்சல்குளமும் அதற்கடுத்தாற்போலிருந்த உணவு விடுதியும் கட்டப்பட்டன. திருவல்லிக்கேணி கடற்கரை என்ற பெயருடைய ஒரு பகுதியில் அமைக்கப் பட்ட ஒரு மேடையில், பிரபலமான பொதுக் கூட்டங்களில் பாலகங்காதர திலகர், காந்திஜி (ஐந்து முறை), நேரு, சுப்பிரமணிய பாரதி போன்றவர்கள்

பங்கெடுத்தனர். கடற்கரையில் பொதுக் கூட்டங்களுக்குத் தடை விதித்த பின், இதுவும் சுத்தமாக்கும் வெளியில் இடிக்கப்பட்டது. சென்னை மாகாணத்தின் முதல் அரசியல் கைதியாகிய விடுதலைப் போராளி சுப்பிரமணிய சிவா 1908-ல் ஒரு பொதுக்கூட்டத்தில் அது திலகர் திடல் என்று அழைக்கப் படுமென்று அறிவித்தார். ஆனால் சுதந்திர போராட்டத்தின் நினைவு மறையவே அதற்கு சீரணியரங்கமென்று பெயர் சூட்டப்பட்டது. இப்போது அதுவும் பொது ஞாபகத்திலிருந்து மறைந்துவிட்டது. காந்தீயவாத பத்திரிகை யாளர் பி.என்.ஸ்ரீநிவாஸனின் ஒரு மனிதப் போராட்டத்திற்குப் பின்பு, 2003ல் ஒரு பெரிய ஞாபகார்த்த பேழை செய்யப்பட்ட பின்னும், 2010ல்தான். அரசாங்கம், திலகர் திடல் என்று மீண்டும் அந்த இடத்தை அழைத்து பேழையை அங்கு நிறுவ அனுமதித்தனர். கவனிப்பாரற்ற ஒரு புல்வெளியில் அது இருக்கிறது.

ஆளுநர் கோமகன் ஆம்ப்ட்ஹில், அருங்காட்சியகம் நிர்வாகி எட்கர் தர்ஸ்டன் இவர்களால் 1909ல் அருகே அமைக்கப்பட்ட நீர்வாழ்விலங்குகள் காட்சி சாலை, தனது 54 மீன் வகைகளுடன் மிகவும் போற்றப்பட்டாலும் 1956ல் உயிர்ப்பித்தலை எதிர்பார்க்கும் கருங்குழி ஆகியிருக்கிறது. கடற்கரையோரத்தி லிருக்கும் பிரதான நகரமான சென்னையில் ஒரு காணத்தக்க நீர்வாழ் விலங்குக் காட்சி சாலை இல்லை என்பது வருந்தத்தக்கது. ஸான்தோமிலிருக்கும் இந்திய விலங்கின ஆராய்ச்சியின் அலுவலகத்தில் சின்னதாக ஒன்று இருக்கிறது. சமீப காலங்களில், சில வசதிகளும் இரண்டு நினைவுச்சின்னங்களும் வடபுறத்தில் சேர்க்கப்பட்டாலும் இவையெல்லாம் சுற்றுப்புறத்துக்கு இணக்கமாக இல்லை.

கடற்கரையின் வடக்குக் கோடியில் சாலை தொடங்கும் இடத்தில், ஒரு செழிப்பான தோட்டமும் தென்னந்தோப்பும் இருந்த இடத்தில் 1970-ல், முன்னாள் முதல்வர் அண்ணாதுரைக்காகக் கட்டப்பட்ட அண்ணா சமாதியின் யானைத் தந்தம் போல் அமைக்கப்பட்டிருக்கும் நுழைவாயில் வளைவுகளும், அதற்கு முன் கடைகள் வைக்கப்பட்டிருக்கும் ஆர்க் டி டிரயம்ஃப் போன்ற ஒரு கட்டடமும், மரீனாவின் அழகைக் கெடுக்கின்றன.

1988-ல் அண்ணா சமாதிக்கு அருகில் எம்.ஜி.ஆர் சமாதி கட்டப்பட்டது. நடிகராகவும் அதற்கு மேல் முதல்வராகவும் 1980-களில் மக்களின் இதயத்தைக் கவர்ந்த எம்.ஜி. ராமச்சந்திரனின் நினைவாக அவருடைய ஒரு காலத்திய அரசியல் கூட்டாளியும், பின் அரசியல் எதிரியுமான முதல்வர் கருணாநிதி அவரைத் தகனம் செய்த இடத்தில் ஒரு சமாதியைக் கட்டினார். அந்த எளிய சமாதியை ஒரு தாமரை சிற்பத்துடனும் குவிந்த கரங்களுடைய நுழைவாயிலுடன், எம்.ஜி.ஆரின் திரையுலக கதாநாயகியும், முதல்வரும், கருணாநிதியும் அரசியல் எதிர்யுமான ஜெயலலிதா 1992-ல் விரிவாக்கினார்.

அண்ணா என்ற பெயருடன் அண்ணாதுரை பாரம்பரியத்திற்குத் தாங்கள் தான் உண்மையான வாரிசு என்பதை பிரதிபலிக்கும் எம்.ஜி.ஆரின் அண்ணா திராவிட முன்னேற்றக் கழகத்தின் சின்னமான இரண்டு இலைகளைப் போல்

அரசியல் நோக்குடைய ஒரு வளையம் 2012ல் கட்டப்பட்டு அதற்கு முன் உள்ள கூப்பிய கைகளுக்கு முன் ஒரு குதிரை சிலையிருக்கிறது.

தெற்குக் கோடியில் இருப்பது நகரத்தின் புத்தம் புதிய பயங்கரம்: புது கலங்கரை விளக்கம். இப்போது கோட்டையின் அருங்காட்சியகமான ஃபோர்ட் எக்ஸ்சேஞ்சிலிருந்து இங்கும் அங்கும் நகர்ந்த கலங்கரை விளக்கம், இறுதியாக வீங்கிய நகச்சுத்தி போல் மரீனாவை அடைந்திருக்கிறது.

அண்ணா சமாதிக்கும் கலங்கரை விளக்கத்துக்கும் இடையில் சுதந்தரத்துக்குப் பின், வித்தியாசமான கலைச்சுவையுடன் கட்டப்பட்ட சிற்பங்கள் இருக்கின்றன. முன்பு அமைக்கப்பட்ட (இரண்டாம் உலகப்போரின்போது அமெரிக்கக் கடற்படைத் துருப்புகள் இயோஜிமாவில் கொடியேற்றியதை ஞாபகப்படுத்தும்) 'உழைப்பாளர் சிலை'யும், 'காந்திஜிக்கு அஞ்சலி' சிலையும், சிற்பியின் கலைக்கு ஓர் எடுத்துக்காட்டு. 1968-ல் நிறுவப்பட்ட தமிழை வளர்த்த பெரியோர்களான ஒளவையார், திருவள்ளுவர், கம்பர், சுப்பிரணிய பாரதி, பாரதிதாசன், ஐரோப்பிய மதப் பிரசாரகர்களான பிஷப் கால்டுவெல், ஜி.யு.போப், வீரமாமுனிவர் ஆகியோரது சிற்பங்களை அவ்வாறு விமர்சிக்க முடியாது. 2003-ல் ஒரு நாள் இரவு சிலப்பதிகாரத்தின் கதாநாயகி கண்ணகியின் சிற்பம் முன்னெச்சரிக்கை ஏதுமின்றி அகற்றப்பட்டது. முந்தைய அரசாங்க ஆளும்காட்சி, அதே மாதிரி கண்ணகி சிலையொன்றை, அதனுடைய கட்சியின் மவுண்ட் ரோட் இளைஞர் அலுவலகத்திற்கு முன்னால் வைத்தனர். 2005ல் மீண்டும் ஆட்சிக்கு வந்தபின், கிடங்களிலிருந்து கொண்டுவரப்பட்ட சிலை மரீனாவில் தனது பழைய இடத்திற்கு வந்தது. இந்த சாலையிலிருக்கும் வேறு இரு சிலைகளுக்கும் தமிழ் படிப்புக்கும் சம்பிரதாயத்திற்கும் தொடர்பு கிடையாது. சாலைக்குத் தன் பெயர் இடப்பட்ட காங்கிரஸின் உயர்ந்த தேசியத் தலைவர் காமராஜ், அவர் நேசித்த குழந்தைகளுடன் கை கோர்த்து நிற்கும் சிற்பத்தின் மூலம் 1970-களில் கௌரவிக்கப்பட்டார். குழந்தைகளுக்கு அவர் ஆரம்பித்த இலவச மதிய உணவுத் திட்டம் அதற்குப் பின் வளர்ந்து கொண்டுதான் இருக்கிறது. மற்றொன்று எதற்காக நினைவிலிருக்கிறார் என்று புரியாத சுபாஷ் சந்திரபோஸ் சிலையிலிருக்கிறது. அவருடைய சிலை கலங்கரை விளக்கத்திற்கு அருகிலிருக்கிறது.

தண்டிக்கு பீடு நடை போடும் காந்தியின் சிற்பமும் உழைப்பாளர் சிற்பமும் இணையற்ற சிற்பி தேபி பிரசாத் ராய் சவுதுரியால் அமைக்கப்பட்டன. டெல்லியில் நாடாளுமன்றப் புல்வெளியில் இந்த காந்தி சிற்பத்தின் பிரதி நிறுவப்பட்டிருக்கிறது. அவருடைய 30-ம் வயதிலேயே சென்னை கலை, கைத்தொழில் கல்லூரியில் ராய் சவுதுரி அதன் முதல் இந்திய முதல்வராக நியமிக்கப்பட்டார். சென்னையில் அவர் வசித்த அடுத்த முப்பது ஆண்டுகளில்தான், 'ஓவியராகவும் சிற்பியாகவும் அவர் சாதித்தது அதிகம்' என்று கூறப்படுகிறது.

அவருடைய ஞாபகத்தை அழிப்பது போல் சில சமயம் எரிந்தும் சில சமயம் எரியாத விளக்குகளால் அலங்கரிக்கப்பட்ட ஒரு செயற்றைக் குன்று

அண்மையிலிக்கிறது. ஒவ்வொரு அரசும் மாற்றி மாற்றி புரியும் கடற்கரையை கடற்கரையாகவே அதுவும் சுத்தமாக என்ற அடிப்படை நோக்கை நிராகரித்து விட்டது போல் தோன்றுகிறது.

பீடத்தில் அமர்த்தப்பட்ட இந்தச் சிற்பங்கள் இருக்கும் சாலையின் எதிர்ப் பக்கத்தில், கடந்த காலத்தை ஞாபகமூட்டும், உலகிலேயே சிறந்தவற்றில் ஒன்றாகக் கருதப்படும் வான் காட்சி. இரு நூற்றாண்டுகளுக்கு முன், அது சேப்பாக்கம் அரண்மனையுடன் கூவம் வரை வியாபித்திருந்த அதன் புறமனை களுமாக இருந்திருக்கலாம். அதே சாரசெனிக் பாணியில் இருந்த நேர்த்தியான அரண்மனையை மறைக்கும் கோபுரம் உடைய புதுக் கட்டடங்கள் இந்த நூற்றாண்டின் முதல் பாகம் வரை சென்னைக்கு அதன் வசீகரமான வான் காட்சியை அளித்தன. சமீபத்தில் கட்டப்பட்டுள்ள, பொதுப்பணித்துறையின் ரசனையைப் பிரதிபலிக்கும் கட்டடங்கள், இதற்குச் சற்றும் ஒவ்வாதவை.

கல்விக்குக் கட்டிடம்

வாலாஜா சாலையிலிருந்து வடக்கே கூவம் வரை எட்டிய அரண்மனைத் தோட்டத்தில் பல்கலைக் கழகத்தின் கட்டிடங்கள் கட்டப்பட்டன. 1866-67-ல் சிஷோமினால் பெரும்பாலும் வடிவமைக்கப்பட்ட பொதுப்பணித்துறையின் கட்டடங்கள், அரண்மனைக் கட்டடங்களுடன் ஐக்கியமாயின. பிரதான கட்டிடத்தில் இரு முனைகளிலிருந்து 1871ல் கட்டப்பட்ட ஒரு செவ்வகக் கட்டிடம் வடக்கிலும், 1910ல் கட்டப்பட்ட ஒரு செவ்வகக் கட்டிடம் தெற்கிலும் மேற்கு நோக்கி இருக்கின்றன. அப்போது பிரதானக் கட்டிடம் தெற்கு நோக்கி விரிவாக்கப்பட்டு அதன் முகப்பிற்கு சற்று பின்னால் அதே பாணியில் கட்டப்பட்டு, அதனுடன் ஒரு வழியாக இணைக்கப்பட்ட தனியாகக் கட்டப்பட்ட கட்டிடம் ஒன்று இருக்கிறது. அதை அடுத்தாற்போல் தெற்கில், சிவப்புச் செங்கற்களின் முகப்புடன் கண்ணியமாகத் தன் கண்ணியமான முதிர்ச்சியைக் காண்பிக்கும் மாநிலக் கல்லூரியின் கட்டடம், அதன் நூற்றாண்டு விழாவைக் கொண்டாட 1940-ல் இணைக்கப்பட்ட கடிகாரக் கூண்டுடன் நிற்கிறது. அது முன்னால் முதல்வரும் தாவர இயல் வல்லுனரான ஃபைஸனின் ஞாபகார்த்தமாக அதற்கு இப்போது பூசப்பட்டுள்ள இளஞ்சிவப்பு வர்ணம், அதை மாற்றித் தொலைக்கக்கூடாதா என்று ஏக்கத்தைத் தருகிறது. நவாபின் நீதிமன்றங்கள் இந்தக் கல்லூரி இருந்த இடத்துக்கு அருகில் இருந்தன. 1874,1897, 1908 ஆண்டுகளில் சேர்க்கப்பட்டவையும் அந்த மணிக்கூண்டும், அதன் தோற்றத்தை மாற்றியிருக்கின்றன.

1857-ல் இந்தியாவின் முதல் மூன்று பல்கலைக்கழகங்களில் ஒன்றான சென்னைப் பல்கலைக்கழகத்தின் மனம் கவர் இந்தோ-சாரசெனிக் கட்டடங்களுடன், அண்ணா சமாதியிலிருந்து சென்னையின் வான் காட்சி தொடங்குகிறது. கல்வித் துறையை ஏற்படுத்திய பொதுக் கல்வித்துறையின் இயக்குனர் அலெக்ஸாண்டர் ஜே. ஆர்பத்நாட், முதல் பட்டமளிப்பு விழாவில் சொற்பொழிவாற்றினார். முதல் இடம் பெற்ற சி.என். தாமோதரன்

பிள்ளையும் கேரல் வி. விசுவநாதப் பிள்ளையும்தான் முதல் பட்டதாரிகள். 1871-72-ல் ஆர்பத்நாட் துணைவேந்தராக நியமிக்கப்பட்டார். உச்ச நீதிமன்றம் என்று அழைக்கப்பட்ட அப்போதைய சென்னை உயர் நீதிமன்றத்தின் தலைமை நீதிபதி சர் கிறிஸ்டொஃபர் ராலின்ஸன் அதன் முதல் துணைவேந்தராக இருந்தார்.

முப்பது வருடங்களுக்குமுன் இப்போதைய மேற்கு வங்காளத்தில் இருக்கும் செராம்பூரில் (அன்றைய ஃபரெட்ரிக்ஸ்போர்க்) இந்தியாவின் முதல் பல்கலைக்கழகம் மதரீதியாக நிறுவப்பட்டது. டென்மார்க் அரசின் அதிகாரப்படி வடக்கு இலங்கையில் இருக்கும் யாழ்ப்பாணத்திலிருந்து மதக்கல்வியில் மாத்திரம் அது பட்டங்களை அளித்தது. சென்னை, மும்பை, கல்கத்தா ஆகிய மூன்றும் சுதந்தரத்துக்குமுன் இந்தியாவின் தலைசிறந்த பல்கலைக்கழகங்களாக வளர்ந்தன. இவைகள்தான் 1947க்குப் பின் உருவாகிய அநேக பல்கலைக் கழகங்களுக்கு உயிரளித்தன. மற்ற இரண்டைப் போலவே சென்னையும் முதலில் வெறும் பரிட்சிக்கும் பல்கலைக் கழகமாகமாயிருந்தது. 1923ல் மேற்பட்டப் படிப்பு கற்பித்து தங்கும் வசதியுடைய பல்கலைக் கழகம் ஆயிற்று. கடந்த நூறு ஆண்டுகளில் மைசூர் (1916) உஸ்மானியா (1918) ஆந்திரா (1926) அண்ணாமலை (1929) திருவாங்கூர் (கேரளா 1937) ஸ்ரீ வெங்கடேச்வரா (1954), ஏனைய 1967க்குப் பின் வந்த தமிழ்நாட்டு பல்கலைக் கழகங்களுக்கு உயிர் அளித்திருக்கிறது.

பீரங்கி வெடி மூலம் வரவேற்பு அளித்த நவாபின் பீரங்கிப் பூங்கா இருந்த இடத்தில் பைஸாண்டைன் பாணியில் கட்டப்பட்ட 'செனட் ஹவுஸுக்கு' 1879-ல் பல்கலைக்கழகம் இடம் பெயர்ந்தது. ஒரு காலத்தில் 'மரைன் வில்லா' என்று அழைக்கப்பட்டு நவாபின் அரண்மனையின் ஒரு பாகமாக ஆற்றங்கரையில் இருந்த எண்கோண வடிவக் கட்டடம் இருந்த இடத்தில் 1936-ல் அதே பைஸாண்டைன் பாணியில் நூலகக் கட்டடங்கள் கட்டப் பட்டன. கடைசி மைசூர் போரை நடத்திய கவர்னர்-ஜெனரல் ஆர்தர் வெல்லெஸ்லி, கோட்டையில் உள்ள ஆளுநர் மாளிகையில் வசித்தபோது இளைய லார்ட் கிளைவ், அந்த எண்கோண வசந்த மாளிகையில் வசித்தார். அது 1930-ல் இடிக்கப்பட்டது. 31 ஜனவரி 1957-ல் அடிக்கல் நாட்டியபின், இப்போது துணை வேந்தரின் அலுவலகம் பதிப்பாளர் அலுவலகமும், சில துறைகளும் இயங்கும். நூற்றாண்டுக் கட்டடம், முதல் பரிசு பெற்ற ப்ரின் அப்பாட்-டேவிஸின் திட்டப்படி கட்டப்பட்டு ஆகஸ்ட் 1961-ல் உபயோகத்துக்குத் தயாராகியது.

தீவிர பாரம்பரிய பாதுகாப்பாளர், பிரிட்டிஷ் நாடாளுமன்ற உறுப்பினர், கட்டட விற்பன்னர், ஆலோசகர், பிரிட்டிஷ் சரித்திரப் புகழ் கட்டட வாரியத்தின் உறுப்பினரான டொனால்ட் இன்ஸால் 1980-ல் சென்னைக்கு வந்தபோது ஆற்காடு அரண்மனை என்று அவர் அழைத்த சேப்பாக்கம் பிடித்தபோதிலும், அவரை, அதன் அருகே இருந்த செனட் ஹவுஸ் மிகவும் வசீகரித்தது. 'அது ஓர் உண்மையான மேதாவியின் கை வேலை. எப்படி அரண்மனையுடன் ஒன்று சேர்கிறது என்று பாருங்கள். எப்படி இணையவேண்டும் என்று

திட்டமிட்டிருப்பதைப் பாருங்கள்' என்றார் அவர். அதன் நியோ-இந்தோ-சாரசெனிக் கட்டடக் கலைக்கு, ராபர்ட் ஃபெலோஸ் சிஷோம் என்ற அந்த மறக்கப்பட்ட மேதாவிக்குத்தான் சென்னை கடன்பட்டுள்ளது.

மரீனாவில் சிஷோமின் கைவண்ணத்தைப் பற்றி விவரிக்க வேண்டும். மாநிலக் கல்லூரி வளர்ந்து வந்த நிலையில், தான் எதை நோக்கிப் பயணிக்கவேண்டும் என்று பல்கலைக்கழகமும் சிந்திக்கத் தொடங்கிய நிலையில், 1860-ஐ ஒட்டிய ஆண்டுகளில் நிறையக் கட்டடங்கள் தேவைப்பட்டன. 1864-ல் சென்னை அரசாங்கம் மாநிலக் கல்லூரிக்கு ஒரு கட்டடம், பல்கலைக்கழகத்துக்கும், அலுவலகங்களும் தேர்வுக் கூடமும் அமைய ஒரு கட்டடம் என்று இரண்டு கட்டடங்களுக்கான வடிவமைப்புக்கு அகில இந்திய அளவில் போட்டி அறிவிப்பு ஒன்றை விளம்பரம் செய்தது.

அப்போதுதான் கல்கத்தாவுக்குப் புதிதாக வந்திருந்த இளம் கட்டட வல்லுநரான ராபர்ட் ஃபெலோஸ் சிஷோம் என்பவர் அனுப்பியிருந்த இரண்டு கட்டடங்களுக்கான வடிவமைப்புகளும் போட்டியில் தேர்ந்தெடுக்கப்பட்டன. சிஷோம் இரண்டு இடங்களிலும் கட்டடங்களைப் பார்வையிட சென்னை வந்தார். 1872-ல் ஆளுநரின் கட்டட ஆலோசகராக ஆளுநர் கோமகன் நேப்பியரின் பரிந்துரையின் பேரில் அவர் நியமிக்கப்பட்டார். தொழில்ரீதியான கலை அரசாங்கப் பள்ளியின் (இப்போது கலை, கைத்திறன் கல்லூரி) நிர்வாகியாகவும் 1877ல் அமர்த்தப்பட்ட அவர் 1889, ஓய்வெடுத்த பின் பரோடா கயிக்வாடிடம் அதே பணியில் அமர்ந்தார். 1902ல் இந்தியாவை விட்டு சென்று லண்டனில் தொழிலில் தொடர்ந்தார். சென்னையைத் தவிர இந்தியாவில் அநேக 19வது நூற்றாண்டு நேர்த்தியானக் கட்டிடங்களுக்கு அவர்தான் பொறுப்பு. இவைகளும் பரோடா லக்ஷ்மி விலாஸ் அரண்மனை, அருங்காட்சியகம், திருவனந்தபுரம் நேப்பியர் அருங்காட்சியகம், உதகமண்டலத்து லாரன்ஸ் பள்ளி இல. திருமலை நாயக்கர் அரண்மனை, மதுரையில் புனருந்தாரணத்திற்கு அவர் பொறுப்பு. சென்னையில் இருந்த இருபரு வருடங்களில் சென்னையில் வான்வெளித் தோற்றத்தை மாற்றிய துடன், இந்தோசாரஸன் கட்டிட பாணியைப் பரப்பிய அவர் இந்தியாவில் முழுவதும் அதில் மேதாவியாகக் கருதப்பட்டார். 1886-ல் அவர் ஓய்வு பெற்றபோதும் சென்னையில் இருந்தபடியே மேலும் பணியாற்றினார்.

சென்னையில் அவர் இருந்த வருடங்களில் மரீனாவில் எக்கச்சக்கமான கட்டடங்கள் உருவாயின. அனைத்துக் கட்டடங்களும் அரண்மனைக்கும் அதன் சுற்றுப்புறங்களுக்கும் ஒத்த வகையில் எழுப்பப்பட்டன. மாநிலக் கல்லூரி, செனட் ஹவுஸ் இவைகளுடன் ஆரம்பிக்க வேண்டிய சிஸ் ஹோமின் வேலை அரசாங்கச் சுணக்கங்களினால் தாமதப்பட்டு, அதற்கு பதில் அவர் தனித்து நிற்கும் ஒரு புது பொதுப்பணித் துறை கட்டிடத்தை மேற் பார்வையிட்டார். அதனுடன் வருவாய்த் துறைக்காக அரண்மனையின் வடக்கேயிருந்த பிரதானக் கட்டிடத்தை மாற்றி அமைத்தார். மாநிலக் கல்லூரிக் கட்டடம், இத்தாலியக் கட்டட அமைப்புடன் சாரசெனிக் முறையைக் கலந்து கட்டப்பட்டது. 1867-ல் தொடங்கிய இந்தப் பணி, 1870-ல் முடிவுற்றபோது,

இதனை டியூக் ஆஃப் எடின்பரோ திறந்துவைத்தார். கல்லூரி விரிவானபோது, பல கட்டடங்களும், பொன்விழா கும்மட்டமும், கடிகாரமும் சேர்க்கப் பட்டன.

கிடைத்தவரையிலான வரலாற்று ஆவணங்களைக் கொண்டு பார்க்கையில், இந்தியாவுக்கான வெளியுறவு அமைச்சர் சர் சி வுட், செயிண்ட் ஜார்ஜ் கோட்டையில் இருந்த ஆளுநருக்கு லண்டனிலிருந்து அனுப்பிய 23 ஜூலை 1864 தேதியிட்ட கடிதம் எண் 7 வாயிலாக சென்னைப் பல்கலைக்கழகத்தின் செனட் ஹவுஸ் கட்டடத்தின் வரலாறு தொடங்குகிறது.

'பல்கலைக் கழகம் மற்றும் மாநிலக் கல்லூரிக் கட்டடங்களை ஒரே மாதிரி யான வடிவமைப்பில் கட்டுவது பொருந்தாது என்று ஏற்கெனவே வெளியுறவு அமைச்சர் தெரிவித்த கருத்துக்கு ஒத்துப்போகும் வகையில் சட்டப் பேரவையும் கருத்து தெரிவித்திருப்பதை அடுத்து, சென்ற ஜனவரி மாதம் 11-ம் தேதியிட்ட பதிவாளர் கடிதத்தில் சட்டப் பேரவை தெரிவித்திருந்த யோசனையின் படி, பொதுக்கல்வி இயக்குநர் தனது 12.8.1863 தேதியிட்ட கடிதத்தில் மாநிலக் கல்லூரி கட்டுவதற்காகப் பரிந்துரைத்திருந்த மார்ஷல்ஸ் சாலையை ஒட்டிய இடத்தில் பல்கலைக்கழகக் கட்டடம் கட்டப்பட வேண்டும் எனவும், சேப்பாக்கத்தில் ஏற்கெனவே முடிவு செய்யப்பட்ட இடத்தில் மாநிலக் கல்லூரி கட்டப்படவேண்டும் எனவும் ஆளுநரின் உத்தரவு இதன் மூலம் வழங்கப் படுகிறது.'

பல்கலைக்கழகக் கட்டடத்துக்காகப் பரிந்துரை செய்யப்பட்ட இடம் சர்ச்சையைத் தோற்றுவித்ததால் கட்டுமானப் பணிகள் தொடங்கத் தாமதமாயின. இறுதியில் 28 நவம்பர் 1867 தேதியிட்ட தன் குறிப்பில் ஆளுநர் லார்ட் நேப்பியர் தன் கருத்தை உறுதியாக எழுதியிருந்தார்:

> மார்ஷல்ஸ் சாலையில் பரிந்துரைக்கப்பட்ட பகுதி, மாநிலக் கல்லூரி, சிவில் எஞ்சினியர்ஸ் கல்லூரி, மருத்துவக் கல்லூரி போன்றவை முக்கியமான பள்ளிகள் இருக்கும் இடத்திலிருந்தும் மாணவர்களையும் இலக்கிய ஈடுபாடு உள்ளவர்களையும் பெரும் எண்ணிக்கையில் அனுப்பும் குடியிருப்புகளிலிருந்தும் வெகு தூரத்தில் இருக்கிறது. வெறும் கூடம் அல்லது செனட் ஹவுஸோடு பல்கலைக்கழகக் கட்டடம் சுருங்கி விடக்கூடாது. பட்டங்கள் வழங்கப்படுவதோடும், சில அரிய நிகழ்ச்சிகள் நடத்தப்படுவதோடும் பல்கலைக்கழகப் பணிகள் முடிந்து விடப் போவதில்லை. இறுதியில் பேராசிரியர்கள் நியமிக்கப்பட்டு, பல்கலைக்கழக விரிவுரைகளும் இடம் பெறும் என்று எதிர்பார்க்கிறோம். இப்போதேகூட பல்கலைக்கழக நூல்நிலையம் தொடங்குவது நல்லது. அது பொதுமக்களுக்கான நூல் நிலையமாகவும், விலை மதிப்பற்ற அரசு ஆவணங்களைச் சேகரித்து வைக்கும் இடமாகவும், மாகாணத்தின் முந்தைய, இன்றைய வெளியீடுகளைப் பாதுகாக்கும் இடமாகவும் இருக்கவேண்டும். பொதுவாக மாணவர்களுக்கும், குறிப்பாக தென்னிந்தியாவில் கல்வியறிவு கொண்டவர்களுக்கு ஆர்வமூட்டும் இட

மாகவும் அது விளங்கவேண்டும். எனவே பல்கலைக்கழகக் கட்டடத்தின் எதிர்காலம் எப்படியெல்லாம் இருக்கக்கூடும் என்ற நிலையில் அதைப் பொருத்தமாகவும், கவர்ச்சிகரமான அம்சங்களோடும், காற்றோட்ட மாகவும் கட்ட வேண்டியது அவசியம்.

அதன்படி கவுன்சிலுக்கு நான் கீழ்க்கண்ட தலைப்புகளில் என் யோசனைகளை முன்மொழிகிறேன்:

1. மரைன் வில்லா - ரெவின்யூ போர்டு அலுவலகத்தின் இடைப்பட்ட நிலப்பகுதி பல்கலைக்கழகக் கட்டடத்துக்கு உகந்ததாக இருக்கும்;
2. இந்தக் கட்டடப் பணிக்காகக் கல்வி நிதியிலிருந்து ஒரு பகுதியை ஒதுக்கக் கோரி இந்திய அரசுக்கு எழுதவேண்டும்;
3. ஏற்கெனவே பல்கலைக்கழகக் கட்டடத்துக்காக தான் தயாரித்த வடிவமைப்புகளோடும், இப்போது பரிந்துரைக்கப்பட்ட இடத்தில் அந்தக் கட்டடம் கட்டப்படும்போது மேற்கொள்ளவேண்டிய பொருத்தமான மாறுதல்களைக் கவனத்தில் கொண்டும் திரு சிஷோம் அவர்களை கவுன்சிலுக்கு வருமாறு தகவல் அனுப்ப வேண்டும்.

தலைமை ராணுவ அதிகாரி மெக்லிவெர்டி தனது 30.11.1867 தேதியிட்ட குறிப்பில் மார்ஷல்ஸ் சாலை தரைப்படையைத் தங்க வைக்கத்தான் உகந்ததே தவிர, பல்கலைக்கழகத்துக்கு ஏற்றது அல்ல என்று எழுதியிருந்தார். ஆர்பத்நாட் தனது 5.12.1867 தேதியிட்ட குறிப்பில்,

‘மேதகு ஆளுநரின் கருத்துப்படி சென்னைப் பல்கலைக்கழகத்துக்கான செனட் ஹவுஸ் எழுப்பப்படுவதற்கு உரிய தருணம் வந்து விட்டது. அதற்காக முன்மொழியப்பட்டுள்ள இடம் - அதாவது மரைன் வில்லாவுக்கும், ரெவின்யூ போர்டு அலுவலகத்துக்கும் இடைப்பட்ட, கடற்கரையைப் பார்த்தபடி உள்ள இடம் - மிகப் பொருத்தமானது. சிவில் எஞ்சினியர்ஸ் கல்லூரி, மருத்துவக் கல்லூரி, ஃப்ரீ சர்ச் ஆஃப் ஸ்காட்லாந்தின் மத்திய நிறுவனம் (அதில் ஏற்கெனவே பல்கலைக்கழக நுழைவுரிமை பெற்ற நிறைய மாணவர்கள் இருந்தார்கள்), பிஷப் கோரீஸ் இலக்கணப் பள்ளி, பச்சையப்பன் பள்ளி போன்றவற்றுக்கு அருகில் அமைந்திருக்கிறது. நிதியைப் பொருத்தவரை 30 ஆகஸ்ட் 1854 தேதியிட்ட இயக்குநர்கள் மன்றக் குறிப்பில் பல்கலைக்கழகக் கட்டடம், கல்வித்துறைக்கு சேர்ந்திருக்கும் நிதியிலிருந்து கட்டடங்களுக்காக ஒதுக்கப்பட்ட நிதியைக் கொண்டு கட்டப்படும் கட்டடங்கள் நன்றாக இருக்க வேண்டும் என்று தெளிவாகக் குறிப்பிடப்பட்டுள்ளது என்பதை நான் தெரிவிக்க விரும்புகிறேன்’ என்று சுட்டிக் காட்டினார்.

பின்னர் தலைமைச் செயலர் ஆர்.எஸ். எல்லிஸ் 17.12.1867 தேதியிட்டு புனித ஜார்ஜ் கோட்டையிலிருந்து உத்தரவு பிறப்பித்தார்.

சென்னைப் பல்கலைக்கழகத்துக்காக செனட் ஹவுஸ் கட்டடத்தைக் கட்டும் பணியை விரைவில் தொடங்கவேண்டும் என்ற அரசின்

எண்ணத்தை பல்கலைக்கழகத் துணைவேந்தருக்குத் தெரிவிக்க மேதகு ஆளுநரால் நான் கேட்டுக் கொள்ளப்பட்டிருக்கிறேன். பட்டங்கள் வழங்கவும், மற்ற அரிய நிகழ்ச்சிகளை நடத்தவுமான கூடம் அல்லது ஆட்சிப் பேரவை மன்றக் கட்டடமாக மட்டும் புதிய கட்டடம் இருக்காது.

விரைவில் பல்கலைக்கழகத்தில் நியமிக்கப்பட இருக்கும் பேராசிரியர்களுக்கும் விரிவுரையாளர்களுக்கும் போதிய இடம் ஒதுக்கப்படும்.

இந்தப் புதிய கட்டடத்துக்கும், இப்போது கட்டப்பட்டுவரும் மாநிலக் கல்லூரி கட்டடத்துக்கும் இடையே இருக்கும் மூன்று கட்டடங்களும் - ரெவின்யூ போர்டு அலுவலகம், சேப்பாக்கம் அரண்மனை, பொதுப்பணித் துறை அலுவலகம் - இந்த இரண்டு கட்டடங்களால் பிரிக்கப்படும். மேலும் வித்தியாசம் தெரிவதற்காக இவை இரண்டும் ஒரே மாதிரியான வடிவமைப்பில் இல்லாதபடி கட்டடக் கலைஞர் சிஷோம் அவர்களைக் கேட்டுக் கொள்ளவேண்டும். செனட் ஹவுஸ் கட்டடத்தில் வித்தியாசமான வடிவமைப்பை அவர் மேற்கொள்ள லாம். இந்த விளக்கம் செனட்டுக்கு திருப்தியளிக்கும் என்று ஆளுநர் நம்புகிறார். புதிய கட்டடங்களுக்கான இடத்தேர்வுக்கு துணைவேந்தர் மற்றும் மாணவர்களுக்கு ஆட்சேபணை ஏதும் உண்டா என்பது பற்றி மேதகு ஆளுநருக்குத் தெரிவிக்கவேண்டும் என நான் கேட்டுக் கொள்கிறேன்.

புதிய இடத் தேர்வு பற்றிய விவரங்கள் ஆட்சிப் பேரவை மன்றக் கட்டடத்தின் முன் வைக்கப்பட்டதாகவும், மேதகு ஆளுநரின் குறிப்பு ஒரு மனதாக ஏற்றுக்கொள்ளப்பட்டதாகவும் 11 மார்ச் 1868 தேதியிட்ட குறிப்பு தெரிவிக்கிறது. சென்னை அரசாங்கத்தின் பொதுப்பணித் துறையின் 24 ஏப்ரல் 1878 தேதியிட்ட கட்டுமானப் பணி பற்றிய 61-ம் இலக்கம் இட்ட குறிப்பில், ‘செனட் ஹவுஸுக்கான வரைபடத்தை அரசாங்கத்திடம் சிஷோம் சமர்ப்பித்திருக்கும் நிலையில், அந்த வரைபடத்துடன் ஆட்சிக்குழுவின் ஒப்புதல் எதிர்பார்க்கப்படும் நிலையில், கட்டுமானப் பணிகளை விரைவில் தொடங்க சிஷோமை கேட்டுக்கொள்ளும்படி நான்காவது பிரிவு கண்காணிப்புப் பொறியாளருக்கு அதிகாரம் வழங்கப்படுகிறது’ என்று தெரிவிக்கப்பட்டது.

மாநிலத்தின் செயல் பொறியாளர் என்ற தகுதியில், அரசு பொதுப் பணித் துறைச் செயலருக்கு 30.4.1868 அன்று எழுதிய கடிதத்தில் சிஷோம் பின்வருமாறு குறிப்பிட்டார்: ‘தங்களது 24.4.1868 கடிதத்தில் பல்கலைக்கழகக் கட்டடத்துக்கான கட்டுமானப் பணிகளைத் தொடங்கும்படி கேட்டுக் கொள்ளப்பட்டபடி, அடுத்த மாதம் 25-ம் தேதி அடிக்கல் நாட்டும் பணிகளைத் தொடங்கும் நிலையில் நான் இப்போது இருப்பதைத் தெரிவித்துக் கொள்கிறேன்.’

இறுதியில் 1869-ல் செனட் ஹவுஸ் கட்டடப்பணி தொடங்கப்பட்டு 1873-ல் முடிவடைந்தது.

செனட் ஹவுஸ் கட்டடம், ஒரு நிலவறைக் கட்டடம், தரைத்தளம், கிரேட் ஹால் என்று அழைக்கப்படும் செனட் ஹால் என்ற கூடம், பிரதான நுழைவு மண்டபங்களைக் கொண்ட வடக்கு மற்றும் தெற்குப் பிரிவுகள் ஆகிய வற்றைக் கொண்டிருக்கிறது.

மெட்ராஸ் மெயில், செனட் ஹவுஸின் தொடக்க விழா அன்று பின்வருமாறு செய்தி வெளியிட்டது:

> *இன்று மாலை பட்டமளிப்பு விழாவுடன் தொடங்க இருக்கும் சென்னைப் பல்கலைக் கழக செனட் ஹவுஸ் கட்டடம் இந்து-முகமதியக் கட்டடக் கலை வடிவத்தைக் கொண்டது. செங்கல் மற்றும் அடுக்குப் பாறை அலங்காரங்களுடன் நடுவில் ஒரு பட்டமளிப்புக் கூடத்துடன் இது அமைந்திருக்கிறது. இந்தக் கூடம் 150 அடி நீளம், 60 அடி அகலம், 50 அடி உயரம் கொண்டது. கூடத்தில் ஒவ்வொரு பக்கத்திலும் மூன்றடி விட்டம், 25 அடி உயரம் கொண்ட பிரம்மாண்டமான கல்தூண்கள் தாங்கி நிற்கும் வில் வளைவு விதானத்துடன் கூடிய வராந்தாக்கள் அழகு செய்கின்றன. கூரை புகழ்மிக்க புரூம்ஹால் ஓடுகளால் வேயப்பட்டிருக்கிறது. மேலும் மிக அழகாக வண்ணம் தீட்டப்பட்ட கித்தான் மூடிய இருபத்தோரு பிரிவுகளாக விதானம் தோற்றமளிக்கிறது.*
>
> *கூடத்தின் கீழ்ப்பகுதியின் ஒவ்வொரு பக்கத்திலும் ஏழு ஜன்னல்கள் சூரிய வெளிச்சத்தை தாராளமாகத் தருகின்றன. ஒவ்வொரு ஜன்னலும் 12 அடி அகலமும், 40 அடி உயரமும் கொண்டது. மேல் பகுதி, கண்ணாடிகள் கொண்டு வடிவியல் சார்ந்த மர வேலைகளுடன் அமைந் துள்ளது. கூடத்தின் மேல் பகுதியில் 14 ஜன்னல்கள் மூன்று தொகுப்பு களாக அமைக்கப்பட்டிருக்கின்றன. புது வண்ணச் சாயம் கொண்ட கண்ணாடிகள் வெவ்வேறு வடிவங்களில் ஜன்னல்களுக்கு எழில் கூட்டுகின்றன. ஜன்னல்களுக்கு உள்ளே உள்ள பகுதிகள் வடிவியல் சார்ந்த வடிவங்களில் அலங்கரிக்கப்பட்டுள்ளன. வடக்கு, தெற்குச் சுவர்களில் உட் செதுக்கு வண்ணச் சித்திர வேலைகள் மிளிர்கின்றன. ஸ்கிராஃபிட்டோ என்று அழைக்கப்படும் இந்த வகை அலங்காரம், சிஷோமால் புதிதாக அறிமுகப்படுத்தப்பட்ட ஒன்று. போர்ட்லண்ட் சிமெண்ட்டில் மேற்கொள்ளப்படும் வேலைப்பாடு இது. கடினமான உறுதியாகிவிடும் இது பல்லாண்டுகள் நீடித்து உழைக்கக் கூடியது. கடல் காற்றின் அரிக்கும் தன்மையைத் தாங்கக்கூடியது. கூடத்தின் வடக்கு மூலையில் உள்ள மேடை, விரிவுரைக் கூடத்துக்கும் பொதுவான மேடையாகும். ஒரு வேளை இரண்டும் பிரிக்கப்பட்டு பயன்படுத்தப்படவேண்டிய நிலையில் ஒரு திரையின் மூலம் அந்தப் பிரிவை ஏற்படுத்த முடியும். இயன்றவரை ஒலி நல்லமுறையில் கேட்குமாறு அமைக்கப்பட்டுள்ளது. மேடை முனை, மணி வடிவில் முன்னால் 48 அடியுடனும் பின்புறம் 24 அடியுடனும் அழகுற அமைக்கப் பட்டிருக்கிறது.*

கூடத்தின் ஒவ்வொரு பக்கத்திலும் பொது மக்களுக்காக இருக்கைகள் கொண்ட படிகள் அமைக்கப்பட்டுள்ளன. நடுவில் ஆயிரம் மாண வர்கள் உட்காரும் வசதி உண்டு. 1500 பேர்களுக்கான இருக்கைகள் இருக்கின்றன. ஆனால் சற்று நெருக்கமாகப் போட்டால் அதனைப் போலவே இரு மடங்கு எண்ணிக்கையில் மக்கள் அமரலாம். இருக்கைகளின் பக்கம் இருக்கும் மேடையும் இருக்கைகளும், பிரித்து எடுத்துச் செல்லத்தக்க வகையில் அமைக்கப்பட்டுள்ளன. தேர்வு சமயங்களில் அந்த இருக்கைகள் கூடத்தின் கீழே உள்ள நிலவறைக் கூடத்துக்குக் கொண்டு போகப்படும்.

கட்டடத்தின் தெற்குப் பிரிவான விரிவுரைக் கூடம் 50 அடிக்கு 40 அடி கொண்டது. பட்டமளிப்பு விழாக் கூடத்தின் அளவு உயரமானது. இரண்டு அரை வட்டப் படி இருக்கைகள் கொண்டது. அவற்றில் ஐநூறு பேர் அமர முடியும். மேல் நுழை மாடம் குதிரை லாட வடிவத்தில், வார்ப்பிருப்புத் தூண்கள் தாங்க வடிவமைப்புக்கு ஏற்றவாறு அமைந்துள்ளது. இரண்டு ஓய்வறைகளும் உண்டு. விதானம் வண்ணப் பகுதிகளாக பிரிக்கப்பட்டிருக்கிறது.

வடக்குப் பிரிவு மேல்மாடி கொண்டது. தரைத் தளப்பகுதியில் ஒரு பக்கம் நூல் நிலையம், இன்னொரு பக்கம் விரிவுரை அறை, நடுவில் வழி அமைந்துள்ளன. மேல் மாடியில் 58 அடிக்கு 25 அடி அளவில் ஒரு ஹால் உள்ளது. அதனுடன் பதிவாளர் அறையும், உடை மாற்றும் அறையும் இணைக்கப்பட்டுள்ளன. பதிவாளர் அறையிலிருந்து நுழையக் கூடிய தென் கிழக்குக் கோபுரத்தில் ஒரு சுழற் படிக்கட்டு வழியே ஆவணங்களுக்கான அலமாரிகள் அமைக்கப்பட்டுள்ளன.

கிரேட் ஹாலின் கோணங்களில் நான்கு கோபுரங்கள் உள்ளன. இவை படிக்கட்டுகளைக் கொண்டுள்ளன. கீழ்ப்பகுதிகள் நுழைவாயில் மண்டபங்களைக் கொண்டவை. மேலும் இரண்டு நுழைவாயில் மண்டபங்கள், வடக்கு மூலையில் ஒன்றும், தெற்கு மூலையில் ஒன்றுமாக அமைந்துள்ளன. கூரைகள் கும்மட்ட அமைப்பு கொண் டவை. வடக்கு, தெற்குப் பிரிவுகளின் வெளிப்புறக் கோணங்கள் கூரைக்குச் செல்லும் சுழற்படிகளைக் கொண்டிருக்கின்றன.

மரச் சாமான்கள் அனைத்தும் சிஷோமால் வடிவமைக்கப்பட்டவை. அவற்றில் பெரும்பாலானவை டெஸ்சாம்ப்ஸ் கம்பெனியால் தயாரிக்கப்பட்டவை. சிஷோமால் சமீபத்தில் இந்நாட்டுக்கு வெற்றிகர மாக அறிமுகப்படுத்தப்பட்ட கண்ணாடி ஓவியங்கள் சென்னை தொழிற் கலைப்பள்ளியில் அவரது தனிப்பட்ட கண்காணிப்பில் தீட்டப் பட்டவை. விதானத்தின் கித்தான் ஓவியங்கள் அங்கே தீட்டப் பட்டவையே.

மரச் சாமான்கள் உள்ளிட்ட கட்டடத்தின் மொத்தச் செலவு ரூபாய் 2,80,000 ஆகும். மொத்தப் பணியும் உள்ளூர் தொழிலாளர்களாலேயே,

உள்ளூர் கண்காணிப்பிலேயே முடிக்கப்பட்டது. குருசாமி முதலியார், பணிகளுக்கான கணக்குகளை எழுதி வந்தார். பாட் மெட்டல் ஜன்னல் கண்ணாடி மட்டுமே இறக்குமதி செய்யப்பட்டது.

செனட் ஹவுஸின் மிகக் கவர்ச்சியான அம்சம் கீழ்த் தளத்தில் உள்ள 'தி கிரேட் ஹால்'. கிழக்கும் மேற்கும் பிரம்மாண்டப் பக்கச் சுவர்கள் இதைத் தாங்கிக் கொண்டிருக்கின்றன. ஒவ்வொன்றும் 7 அடிக்கு 5 அடி கொண்ட அகலமான செங்கல் தூண்கள் வடக்கு, தெற்கு திசைகளில் சுண்ணாம்பு, மணல் கலவைப் பூச்சோடு கட்டப்பட்டுள்ளன. தூண்களுக்கிடையில் அழகான வேலைப்பாடு களோடு கூடிய கதவுகளும், ஜன்னல்களும் வளைவு அலங்காரத்தில் அமைக்கப்பட்டிருக்கின்றன. ஒவ்வொரு கதவுக்கும் மேலே உள்ள வளைவான பெரிய ஜன்னல் மிகவும் நேர்த்தியாக வண்ணச்சாயம் கொண்ட கண்ணாடிகளால் அலங்கரிக்கப்பட்டுள்ளது.

இந்தக் கூடத்தின் கிழக்கிலும் மேற்கிலும் அகலமான நடைக்கூடம் உள்ளது. ஒவ்வொரு பக்கமும் அழகாகச் செதுக்கப்பட்ட ஆறு பெரிய தூண்கள் கூரையைத் தாங்கிக் கொண்டிருக்கின்றன. தூண்களின் தலைப்பகுதியில் இந்துக்கள் வழிபடும் தெய்வங்கள் மற்றும் மனித உருவங்களும் விலங்கு களின் உருவங்களும் செதுக்கப்பட்டுள்ளன. தூண்களுக்கு இடையேயான வளைவுகள் மிக அழகாக அமைக்கப்பட்டுள்ளன.

கிரேட் ஹாலுக்குக் கீழே நிலவறைக் கூடம் உள்ளது. தரைமட்டத்துக்கு 9 அடி கீழே அந்தக் கூடத்தின் தரை அமைக்கப் பட்டுள்ளது. செங்கல் சுவர்களால் அழகுறக் கட்டப்பட்ட கூடம் அது. மர உத்தரங்கள் கூரையைத் தாங்குகின்றன. கூடுதல் செங்கல் தூண்கள் கூடுதல் பலத்துக்காக அமைக்கப்பட்டிருக்கின்றன. இந்தக் கூடுதல் தூண்கள் ஒரு வேளை பிற்காலத்தில் சேர்க்கப்பட்டிருக்கலாம்.

கட்டடத்தின் கிழக்கு மற்றும் மேற்குப் பக்கங்களில் பக்கத்துக்கு இரண்டாக வும், வடக்கு மற்றும் கிழக்குப் பக்கங்களில் பக்கத்துக்கு ஒன்றாகவும் மொத்தம் ஆறு மண்டபங்கள் உள்ளன. ஒவ்வொரு மண்டபத்துக்கும் மூன்று பக்கங் களில் பகுதி பகுதியாக வளைவான வழிகள் உண்டு. ஒவ்வொன்றின் கூரையும் சுண்ணாம்பு மணல் கலவையாலும் செங்கற்களாலும் கட்டப்பட்டவை. மண்டபங்கள் ஒவ்வொன்றும் 18 அடி உயரமும், 25 அடிக்கு 22 அடி அளவும் கொண்டவை. இவை அனைத்தின் வழியாகவும் கட்டடத்துக்குள் வர முடியும்.

வடக்குப் பிரிவில் இரண்டு மாடிகள், அலுவலக அறைகள், கழிவறைகள் இருக்கின்றன. தடுப்புச் சுவர்களால் அவை பொருத்தமாகப் பிரிக்கப் பட்டுள்ளன. செனட் அறையிலிருந்து கம்பீரமாக இறங்கிவரும் அழகிய மரப் படிக்கட்டுகள் இரண்டாகப் பிரிந்து கிரேட் ஹாலுக்கும், பின்னர் தொடர்ந்து நிலவறைக் கூடத்துக்கும் செல்கின்றன.

1970 முதல் உதாசீனப்படுத்தப்பட்ட கட்டடம் ஒன்று, 2004-ல் மறுசீரமைப்பு வேலை ஆரம்பிக்கப் பட்டு நேர்த்தியாக 2007-ல் திறக்கப்பட்டது. இந்த மூன்று வருடப் பணியின் போது கட்டடத்தின் அசல் உட்பகுதியில் உள்ள

ஓவியங்கள் வெளியாயின. செனட் ஹவுஸ் சென்னையிலேயே பார்க்க வேண்டிய கட்டடங்களுள் ஒன்று என்பதில் ஐயமில்லை. ஆனால் நுழைவதற்கான அனுமதி கட்டுப்படுத்தப்பட்டிருப்பதால், அதன் அழகு மக்களிடம் இன்னும் போய்ச்சேரவில்லை.

1884, 1889 ஆண்டுகளில் சேர்க்கப்பட்ட கட்டடங்கள், எவ்வாறு புதிதாகக் கட்டப்பட்டவை பழையவற்றுடன் நயமாக இணையமுடியும் என்பதற்கு எடுத்துக்காட்டுகள்.

முதல் உயர்நிலைப் பள்ளியிலிருந்து உருவான மாநிலக் கல்லூரி, சென்னைப் பல்கலைக்கழகத்தின் கரு. பாப்ஹாம்ஸ் பிராட்வேக்கு நகர்வதற்கு முன், 1840-ல் எழும்பூரில் உள்ள எடின்பரோ ஹவுஸில் முதல் உயர்நிலைப் பள்ளியாக அது தொடங்கியது. இப்போது முதன்மைக் குற்றவியல் நீதிமன்றமாக எழும்பூரில் உள்ள டி மாண்டே ஹவுஸுக்கு நகரும் முன் 4 ஏப்ரல் 1841-ல் அது உயர்நிலைப் பள்ளி ஆனது. அதன் முதல் முதல்வர் அயர் பார்டன் பவல். சென்னைப் பல்கலைக்கழகத்தின் முதல் உயர்நிலைப் பள்ளியின் முதல் பட்டதாரி சி.வி. ரங்கநாத சாஸ்திரி என்ற பன்மொழி விற்பன்னர், மொழிபெயர்ப்பதில் வாழ்க்கையைத் தொடங்கியபின், சிறு சச்சரவு நீதிமன்றத்தின் நீதிபதியானார்.

1853-ல் கல்லூரித் துறைகள் சேர்க்கப்பட்டபின், 1855-ல் பள்ளிக்கு, மாநிலக் கல்லூரி என்ற பெயரிடப்பட்டது. தனது புதிய கட்டடத்துக்கு கல்லூரி 1870-71-ல் நகர்ந்தது. 1882-ல் பிறகு, பொதுக் கல்வித்துறையின் இயக்குனரான பவலின் உருவச்சிலை கல்லூரிச் சதுக்கத்தின் நடுவில் 1882-ல் நிறுவப்பட்டது. ஏழு வருடங்கள் கழித்து கல்லூரியில் படிக்க பெண்களும் அனுமதிக்கப்பட்டனர். 1891-92-ல் அது தொடங்கப்படும் வரை, சட்டக்கல்லூரியாகவும் இருந்த மாநிலக் கல்லூரி, செனட் ஹவுஸ் கட்டப்படும்வரை பல்கலை கழகத்தின் அலுவலகமாக இருந்தது. தாமஸ் மன்றோவின் மகத்தான ஆசிரியப் பயிற்சித் திட்டத்தின் முதல் கட்டமான உயர்நிலைப் பள்ளி 1884-ல் மூடப்பட்டது. முதல் இந்திய கவர்னர்-ஜெனரல் சி. ராஜகோபாலாச்சாரி, நோபல் பரிசு பெற்றவர்களான சர் சி.வி.ராமன், சுப்பிரமணியன் சந்திரசேகர் ஆகியோர் கல்லூரியின் மேன்மை பெற்ற மாணவர்களில் சிலர். அவர்கள் கல்லூரி மாணாக்கர்களாக பாடங்கள் கேட்ட அறை 7-28, இந்த இரண்டு நோபல் பரிசு பெற்றவர்களுக்கு சமர்ப்பிக்கப்பட்டிருக்கின்றன. கல்லூரி வளாகத்தில் பிரதான கட்டிடத்திற்குத் தெற்கே, ஆற்காடு குடும்பத்தினரின் 200 ஆண்டு கல்லறைகள் இருக்கின்றன. வேறுசில வென்லக் பூங்காவிலிருக்கின்றன.

கல்லூரிக்கு தெற்கே இருப்பது மரீனா கிரவுண்ட் எனப்படும் கிரிக்கெட் மைதானம். ரஞ்சிக் கோப்பைப் போட்டிகளில் விளையாடும் அளவுக்குத் திறன் பெற்றிருந்த, சுப்பு என்று எல்லோராலும் அழைக்கப்பட்ட, பி.ஆர். சுப்பிரமணியம் அதைப் பராமரித்து வந்தார். 2004-ல், இன்று, அது, அண்மையில் உள்ள சேரி வாழ் சிறுவர்களுக்கு ஒரு கேட்பாறற்ற திறந்த

வெளியாக இருந்தபின், தன்னுடைய பழைய சீரான நிலையை ஸிம்ஸன் கம்பெனியின் பராமரிப்பினால் பெற்றிருக்கிறது.*

தொழில் கல்வியும் பொதுக் கல்வியும் அளித்த கல்விக் கூடங்களை அதனுடன் இணைத்து, மாநிலக் கல்லூரியில் ஆரம்பித்த பல்கலைக்கழகம் விரைவில் வளர்ச்சி அடைந்தது. 1794-ல் நாட்டிலேயே முதலாவதாக நிறுவப்பட்ட அரசாங்க நில அளவைப் பள்ளி, ஐரோப்பியாவிற்கு வெளியே முதலானது பொறியியல் கல்லூரி ஆனது. வேறொரு முதல் பள்ளியான சென்னை மருத்துவப் பள்ளி, 1835-ல் நிறுவப்பட்டு, 1851-ல் மருத்துவக் கல்லூரி ஆனது. 1837-ல் ஆரம்பிக்கப்பட்ட ஸ்காட்ஸ் மிஷன் பொதுப் பள்ளி, சென்னை கிறிஸ்தவக் கல்லூரியாகவும், 1842-ஐச் சேர்ந்த பச்சையப்பன் செண்டிரல் பள்ளி, பச்சையப்பன் கல்லூரியாகவும் ஆயின. தனது தற்போதைய நுங்கம்பாக்கம் இடத்தில் இருக்கும் பிரதான கத்தோலிக்கக் கல்லூரி லயோலா 1925-ல் திறக்கப்பட்டது. கோவிந்தாஸ் குடும்பத்தினரிடமிருந்து அரசாங்கம் பெற்றுக்கொண்ட கம்பீரமான உம்தா பாக் என்ற பின்னி சாலை வளாகத்தில் இப்போது மகளிர் கல்லூரி ஆகியிருக்கும் அரசாங்க முகமதியக் கல்லூரி 1916-ல் தொடங்கப்பட்டது.

நூலகமும் அலுவலகமும் நடைபாதை மூலம் இணைக்கப்பட்ட மரீனா கல்வி வளாகத்தை மையமாக வைத்துத்தான் சென்னைப் பல்கலைக்கழகம் வளர்ந்தது. 1913-ல் இந்தோ-சாரசெனிக் லுட்யென் பாணியில் இவற்றை எட்வர்ட் ரீடும் பூத்தும் வடிவமைத்தனர். 1913ல் ஆஸ்திவாரக்கல் நடப்பட்ட பயிற்சிக் கூடம், மிகுந்தத் தாமதத்திற்கப் பின், 1935ல் திறக்கப்பட்டது. நூலகம் 1936ல். 1867-ல் நிறுவப்பட்ட அரசாங்க கிழக்கத்திய கையெழுத்துப் பிரதி நூலகம் இங்கு இடம் பெற்றிருக்கிறது. மூன்று பிரதான சேகரிப்புகள் உள்ள இந்தப் பெரிய நூலகம் உலகிலேயே சிறந்தவற்றுள் ஒன்று. இவை முறையே கர்னல் மெக்கென்ஸி, ஈஸ்ட் இந்தியா ஹவுஸ் (டாக்டர் லெய்டன்), சி.பி. பிரவுன் ஆகியோரது உடைமைகள்.

மதராஸ் எஞ்சினியர்ஸைச் சேர்ந்த இந்தியாவின் முதல் சர்வேயர் ஜெனரல் கர்னல் மெக்கென்ஸி, 14 ஆண்டுகள் ஈடுபாட்டுடன் சேகரித்த இந்தியாவின் சரித்திர ஏடுகளுக்கு இணையாக ஐரோப்பாவிலோ ஆசியாவிலோ தனி மனிதர் எவரும் சாதித்ததில்லை. மெக்கென்ஸி தனக்கு மனமுவந்த இந்தச் சேகரிப்பை 1796-ல் ஆரம்பித்தார். அதில் பெரும் பங்கு திரும்பிக்கொடுக்கப்பட்டு, அதில் ஒரு பகுதி சென்னைக்கு வந்தபோதிலும் அவர் 1821-ல் இறந்தபோது அரசாங்கம் அவற்றை வாங்கி இங்கிலாந்துக்கு அனுப்பியது. மெக்கென்ஸியின் விலை மதிப்பிட முடியாத திராவிடச் சேகரிப்பில் மீதம் இருந்ததுதான் இந்த நூலகத்தின் கரு.

இவை கீழ்ப்பாக்கத்தில் பாரி கம்பெனியின் டேர் வசித்த தோட்ட வீட்டுக்குத் தெற்கே, மெக்கென்ஸி வசித்த லாண்டன்ஸ் கார்டன்ஸிலிருந்து மதராஸ்

* இப்போது இந்த விளையாட்டு மைதானத்தை ஒரு தனியார் துறை அலுவலகம் சீராக்கியிருக்கிறது.

லிடரரி சொசைட்டிக்கு நகர்த்தப்பட்டபின், 1828-ல் கோட்டைக் கல்லூரிக்கு மாற்றப்பட்டன. மெக்கென்ஸி சேகரிப்பில் 1,500 கையெழுத்துப் பிரதிகள், 6,200 நாணயங்கள், 2,300 வரைபடங்கள், 150 படங்கள், புராதனப் பொருள் களுடன் நூற்றுக்கணக்கான புத்தகங்களும் இருந்தன. இவற்றில் 8,000 பொருள்கள் இந்தியாவுக்குத் திரும்பி வந்தன. நூலகத்தில் 50,000 பனையோலைச் சுவடிகள், 20,000 கையெழுத்துப் பிரதிகள், 20,000 புத்தகங்கள் ஆகியவை இருக்கின்றன. இதில் அநேகம் இன்னும் படிக்கப் படவே இல்லை. 1997 வரை பயன்படுத்தப்படாத இருண்ட இந்த நூலகத்தை, குளிர் பதனப்படுத்தி, வெளிச்சத்தையும் அதிகரித்து புத்தகப் பட்டியல் தயாரித்தபின் அதன் உபயோகம் அதிகரித்துள்ளது.

1965-ல் திறக்கப்பட்ட நூற்றாண்டு அரங்கம், பல்கலைக்கழக வளாகத்தின் புதிய சேர்க்கை. அதன் அருகில் இருப்பன, இப்போதும் நினைவில் இருக்கும் 1887-ல் திறக்கப்பட்ட ராணி விக்டோரியா சிலையும் நூற்றாண்டு விழாக் கட்டடமும். ராணியின் வெண்கலச் சிலையை அளித்தவர், விஸயநகர மகா ராஜா. அதற்கு அண்மையில், செனட் ஹவுஸுக்கு முன்னால், மரீனாவை நோக்கியபடி இருப்பது முதல் இந்தியத் துணை வேந்தர் எஸ். சுப்பிரமணிய ஐயரின் சிலை. அதற்கு அருகில் இருப்பது வி.கிருஷ்ணசுவாமி ஐயர்.

துணைவேந்தர் பதவியை 1904-ல் சில மாதங்களே வகித்த சுப்பிரமணிய ஐயர், மூன்று முறை தாற்காலிக தலைமை நீதிபதியாக இருந்தார். இந்திய தேசிய காங்கிரஸை உருவாக்கிய 72 பேர்களில் ஒருவரான அவர், சமுதாயத் சீர்திருத்தத்தைப் வெளிப்படையாகக் கடைப்பிடித்தவர். தான் 1900-ல் பெற்ற 'சர்' பட்டத்தை 1918-ல் துறந்தார். தலைமை நீதிபதிகளைத் துணை வேந்தராக்குவது அப்போது சென்னைப் பல்கலைக்கழகத்தின் ஒரு பழைய சம்பிரதாயமாக இருந்தது. 1916-ல் பதவியேற்ற சர் பி.எஸ். சிவசுவாமி ஐயர் துணைவேந்தராகச் சிறிது காலம் பணியாற்றினார். 1942 முதல் 1969 வரை 27 வருடங்கள் பணியாற்றிச் சாதனை புரிந்த சர் ஏ. லட்சுமணசுவாமி முதலியாரின் பதவிக் காலம் பல்கலைக்கழகத்தின் பொற்காலம் என்பதில் சந்தேகம் இல்லை. 1928-ல் மதராஸ் நியோ மால்தூஸியன் லீகுக்கு சர் சிவசுவாமி ஐயர் முதல் தலைவரானார். சர் வேபா ராமேசத்தினால் உருவாக்கப் பட்ட இந்தக் கழகம்தான், இந்தியாவிலேயே குடும்பக் கட்டுப்பாட்டை முதன்முதலாக அறிவுறுத்தியது.

சேப்பாக்க வளாகம் என்றழைக்கப்படும் இருக்கையில் மேலே வர்ணிக்கப் பட்ட கட்டிடங்கள் இருக்கின்றன. கணிதத் துறையில் உயர்மட்ட ராமானுஜ நிறுவனம் (Ramanujam Institute of Advanced Mathematical Studies) அண்மையில் இருக்கிறது. மரீனா வளாகம் என்று அழைக்கப்படும் மற்றொரு இருக்கையில் பல்கலைக் கழகம் தேர்வு அரங்கம் கிழக்கிந்திய ஆராய்ச்சி மையமாக ஆகியிருக்கிறது. இது மற்றொரு லுட்யன்ஸ் பாணி இந்தோ சாரசனிக் கட்டிடத்திற்கு மற்றொரு உதாரணமாகும். மாநிலக் கல்லூரிக்குத் தெற்கேயிருக்கும் அது, 1930ல் கட்டப்பட்டது. பல்கலைக் கழகத்திற்கு வேறு ஐந்து இருப்பிடங்கள் உள்ளன. பொறியியல் கல்லூரிக்கும் ஏ.ஸி.காலேஜ்

ஆஃப் டெக்னாலஜிக்கும் அருகே கிண்டியிலுள்ள விஞ்ஞானக் கல்லூரி 1944 முதல் இருக்கிறது. 1967லிருந்து டாக்டல் ஏ.எல்.முதலியார் ஆதார மருத்துவ அறிவியல் மேல் மட்ட ஆராய்ச்சி மையமிருக்கும் தரமணி, உடற்பயிற்சிக்கும், விளையாட்டு பயிற்சிக்கும் ஒதுக்கப்பட்ட சேத்துப்பட்டு, சுமார் 1967-லிருந்து தாவர இயலில் உயர்மட்ட ஆராய்ச்சி கூடம் இருக்கும் மதுரவாயல் வளாகம் ஆகியவை இவை. இந்த எட்டு வளாகங்களில் 17 கல்லூரிகளும் 68 உயர்மட்ட கல்வி இலாகாக்களும் உள்ளன. ஒரு காலத்தில் சென்னை மாகாணத்திலிருந்த எல்லா கல்லூரி மாணாக்கர்களக்கும் பட்டமளித்த பல்கலைக் கழகம், சென்னையிலும் அண்மையிலிருக்கும் இரண்டு மாநிலங்களிலுள்ள 127 கல்லூரிகளுக்கும் மாத்திரம் பட்டமளிக்கிறது. தன்னுடைய மாணவர்களுக்கும் மேல்மட்ட வசதிகளுடைய இணைக்கப்பட்ட கல்லூரிகளுக்கும் மேல்மட்ட பட்டமளிக்கப்படுகிறது.

தனது பழைய காலத்து மண்டபத்துடன் உள்ளூர் சாரணர் இயக்கத்தின் தலைமையகமாகச் செயல்படும் மரம் சூழ்ந்த லேடி வென்லாக் பூங்கா, மரீனா மைதானத்தைத் தாண்டி தேர்வுக்கூடத்தின் எதிரில் இருக்கிறது. 1960-லிருந்து சேப்பாக்க அரண்மனையை மறைக்கும் எழிலகத்தைப் போல் லாகவமற்ற கட்டடத்தைக் கட்ட திட்டமிட்ட ஒரு ‘புத்திசாலியின்’ திட்டத்தில் இருந்து அது தப்பியது.

இந்தியாவின் முதல் சாரணர் முகாம், பிரம்மஞான சபையின் அடையாறு தோட்டத்தில் உள்ள ஆலமரத்துக்கு அடியில் 1 அக்டோபர் 1916-ல் நடத்தப் பட்டது. அதற்கடுத்த ஆண்டுகளில் நிறுவப்பபட்ட இரண்டு சாரணர் கழகங்களும் ஒரு சாரணியர் கழகமும் 1950-ல் பாரத் ஸ்கவுட்ஸ் அண்ட் கைட்ஸாக இணைக்கப்பட்டன. 1890-ல் ஆளுநர் வென்லாக்கினால் ‘கோஷா’ மகளிருக்காக ஏற்படுத்தப்பட்ட லேடி வென்லாக் பூங்கா, 1924-ல் ஆளுநர் விஸ்கவுண்ட் கோஷனின் ஆணைப்படி சாரணர் இயக்கத்துக்கு குத்தகைக்கு விடப்பட்டது. அன்னி பெசண்ட், இந்திய சாரணர் இயக்கத்தைத் தொடங்கியதில் முன்னோடி. முன்னைப்போல் இந்திய சாரணர் இயக்கம் அவ்வளவு சுறுசுறுப்பாக இயங்காததால் 1999-க்குப் பின் குத்தகை நீட்டிக்கப் படுமா என்று கேள்வி எழும்பியது. குத்தகை நீட்டிக்கப்பட்டதால், சீரழிந்து கொண்டிருந்த முகாம் ஓரளவு புத்துயிர் பெற்றிருக்கிறது.

மரீனாவில், தனது கிடங்குகளில் அமெரிக்காவிலிருந்து இறக்குமதி செய்யப்பட்ட பனிக்கட்டிகளைச் சேமித்திருந்ததால், ஐஸ் ஹவுஸ் என்று அந்தக் காலத்தில் அழைக்கப்பட்ட விவேகானந்தர் இல்லத்தின் உருவம் அசலில் இருந்து முற்றிலும் மாறிவிட்டது.

ஐஸ் மனிதன் வரும்போது

பிரபல 19-ம் நூற்றாண்டு அமெரிக்க எழுத்தாளர் ஹென்றி டேவிட் தோரோ, ‘சார்ல்ஸ்டன், நியூ ஆர்லியன்ஸ், சென்னை, மும்பை, கல்கத்தா போன்ற நகரங்களில் வெப்பத்தால் வருந்தும் வாசிகள் எனது கிணற்றின் நீரைப் பருகுகிறார்கள். சுத்தமான வால்டன் நீர் பரிசுத்தமான கங்கை நீருடன்

கலக்கிறது' என்று எழுதியது கற்பனையாக இருந்தாலும், அவருடைய நாள்களில் இந்திய மாகாணப் பட்டணங்களுக்கு வால்டன் நீர் வந்தது என்பது கற்பனை இல்லை. சென்னையில் இருக்கும் ஐஸ் ஹவுஸ் இதற்கும், உறைந்த நீரைப் பணமாக்கிய நியூ இங்கிலாந்தவர்களின் சமயோசிதத்துக்கும் ஓர் அத்தாட்சி.

ஐஸ் ஹவுஸ் பார்ப்பதற்கு அழகான கட்டடம் இல்லை. மரீனாவில் வரிசையாக நிற்கும் நேர்த்தியான கட்டடங்களுடன் ஒப்பிடும்போது, அது அசிங்கமாக இருக்கிறது. தலைகீழாக வைக்கப்பட்ட பனிக்கட்டியைப் போல் உருவமுடைய அந்தக் கட்டடத்தின் வளைந்த முகப்பின்மேல் ஒரு காலத்தில் கொடி மரம் ஒன்று இருந்தது. தூண்களும் கைப்பிடிச் சுவரும் உடைய அதன் நுழைவாயிலின் உள் ஒரு வண்டிப் பாதை இருந்தது. அந்தக் கட்டடத்தின் வாழ்நாளில் எப்போதோ அந்த வாயில் சீர்செய்யப்பட்டு, வலப்புறம் 90 டிகிரி நகர்த்தப்பட்டது. இவ்வாறு இடம் மாற்றப்பட்ட நுழைவாயிலை அதன் சுவர்களுக்குப் பின்னால் காணலாம்.

மீண்டும் புதுப்பிக்கப்பட்ட கட்டடத்தில் இன்னும் வளைந்த, கனமான கடல் நோக்கும் பாகம் ஒன்று சேர்க்கப்பட்டு, பக்க வாட்டங்கள் பின்புறத்துடன் இழைந்தபின் அது விக்டோரியா காலத்து சீமாட்டி போல் காட்சியளித்தது. 1880-களில் இரண்டாவது வளைந்த மாடி ஒன்று சேர்க்கப்பட்டு, அதன் இரு புறங்களும், வளைவுகளுடன் சூரியனுக்கும் காற்றுக்கும் திறந்திருந்தன. அது மகளிர் விடுதி ஆனபிறகு, வளைவுகளில் ஜன்னல்கள் பொருத்தப்பட்டன. பார்க்க எப்படியிருந்தாலும், ஐஸ் ஹவுஸ் சென்னை சரித்திரத்தின் ஒரு விந்தையான அம்சம். அது கட்டப்படும்போது அதற்கும் கோட்டைக்கும் இடையே இரண்டு மைல் தள்ளி சேப்பாக்கம் அரண்மனை மட்டும்தான் இருந்தது. அதற்கு எதிர்ப்புறம் சென்னையின் கண் கவர் கடற்கரை.

1746-ல் இந்தக் கடற்கரையில்தான் பிரான்ஸின் அட்மிரல் மாஹே தி ல போர்தனே தனது துருப்புகளை இறக்கி கோட்டையை நோக்கி அணிவகுத்துச் சென்றார். பரபரப்பில்லாமல் கோட்டையை சரணடைய வைத்தபின், துய்ப்ளேயுடன் சண்டைபோட்ட அட்மிரல், தான் கொள்ளையடித்தவற்றுடன் பிரான்ஸுக்குத் திரும்பினார். அடுத்த மூன்றாண்டுகளுக்கு பாண்டிச்சேரியின் ஆளுநர் நிம்மதியாக இருந்தார்.

கிழக்கிந்திய கம்பெனி, கோட்டையை 1749-ல் திரும்பப் பெற்றபின், அதன் நவீனமயமாக்கல் தொடங்கியது. அதில் ஓர் அம்சம், உணவை பாதுகாப்பதற்கும் பானங்களைக் குளிர்ச்சியாக வைக்கவும் தேவைப்பட்ட ஐஸ். வியாபாரம் தொடங்கியபோது, சுங்க வரியில்லாமல் இறக்கப்பட்ட ஐஸை, கப்பலிலிருந்து பண்டக சாலைக்கு எளிதாக எடுத்துச் செல்வதற்கு கடலோரம் ஐஸ் ஹவுஸ் இருக்கவேண்டும் என்பது எல்லோருக்கும் புரிந்ததே. கப்பல்களின் அடிப்பாகத்திலிருந்து ஐஸ் எடுக்கப்பட்டு அது கடற்கரைக்கு மசூலா படகுகள் மூலம் எடுத்துச்செல்லப்பட்டபின், அந்தப் பெரிய ஐஸ் கட்டிகளை கூலிகள், தலைமேல் ஏற்றி, மணலைக் கடந்து, ஐஸ் ஹவுஸுக்கு எடுத்துச் சென்றனர்.

பழைய காலத்திலேயே அரசாங்கத்துக்குச் சொந்தமான ஐஸ் ஹவுஸ், சாந்தோமில் டியூடர் ஐஸ் கம்பெனிக்கு பண்டகசாலைக்காக 1845-ல் குத்தகைக்கு விடப்பட்டது என்பதை 1875-ல் வெளியான ஹிக்கின்பாதம்ஸின் 'மதராஸ் கைடில்' காணலாம். ஐஸ் வியாபாரத்தில் இந்தியா மட்டுமல்லாமல் உலகம் முழுவதும் டியூடர் கம்பெனி முன்னோடியாக இருந்திருக்கலாம். ட்யூடரின் ஒப்பந்தக்காரர் ஆண்ட்ரூ பேன்கிராஃப்ட்டுடன் ஏற்பட்ட முதல் உடன்பாடு 20 வருடங்கள் நீடித்தபின், 1865-ல் நீட்டிக்கப்பட்டது. அந்தக் காலத்தில் ஒரு பவுண்ட் ஐஸின் விலை 1.25 அணாக்கள்.

பாஸ்டனைச் சேர்ந்த 13 வயது ஃப்ரெடரிக் டியூடர், ஒரு பிறந்த நாள் விழாவில் அவனது சகோதரன் வில்லியம் எதேச்சையாகக் கேட்ட 'ஏன் பாஸ்டனைச் சுற்றியுள்ள குளங்களிலிருந்து ஐஸை அறுவடை செய்து மேற்கிந்தியத் தீவுகளுக்கு விற்கக்கூடாது?' என்ற கேள்வியால் உந்தப் பட்டான். அதன்படிச் செயல்பட்ட ஃப்ரெடரிக் சிறிது நாள்கள் கழித்து 130 டன் ஐஸை மார்டினிக்குக்கு ஏற்றுமதி செய்தான். ஆனால் 10,000 டாலர்கள் மதிப்புள்ள அந்தச் சரக்கு, போய்ச்சேருவதற்குமுன் உருகி விட்டது. தளர்ச்சி அடையாமல் ஒரு பானத்தையோ, மித வெப்பமுள்ள நீரையோ பருகும் அளவுக்கு ஐஸ் கட்டிகளைத் தயாரிக்க முயன்றான். முதலில் ஐஸ் கட்டிகளைச் சரிசமமாக வெட்டியபின் அவை உருகாமல் இருக்கும் வழியைக் கண்டு பிடிக்க முயன்றான். நதானியல் ஜார்விஸ் வையத் என்ற நண்பன், ஐஸை கோணியில் சுற்றி அதன் மேல் நறுமணமுள்ள பைன் மரப்பொடியைத் தூவலாம் என்று யோசனை கூறினான்.

மரத்தூள் மூலம் ஐஸ் உருகுவதை நிறுத்த முடியும் என்ற ஆலோசனைதான், டியூடரின் வியாபாரத்தைத் தொடங்கியது. ஒவ்வொரு குளிர் காலமும் உறைந்த நியூ இங்கிலாந்து குளங்களிலிருந்து ஐஸ் அறுவடை செய்யப் பட்டது. மற்ற நாள்களில் லாபரடோரில் கிடைத்த ஐஸை மாலுமிகள் அறுவடை செய்தனர். வால்டன் குளத்தில் இவ்வாறு அறுவடை செய்ததைப் பற்றி தோரோ இவ்வாறு எழுதினார். 'யாங்கி மேற்பார்வையாளர்களுடன் நூறு ஐரிஷ் ஆசாமிகள் தினமும் ஐஸை எடுக்க மாசசூஸெட்ஸில் இருக்கும் கேம்ப்ரிட்ஜிலிருந்து வந்தனர். அதைக் கட்டிகளாகப் பிரித்தபின், குளக்கரையில் ஓர் ஐஸ் மேடைக்கு இழுத்துவந்து, குதிரைகளால் இயக்கப் பட்ட ஒரு மேடைமீது ஒன்றன் மேல் ஒன்றாக அவை அடுக்கப்பட்டன. ஒரு செழிப்பான நாளில் ஓர் ஏக்கருக்கு ஆயிரம் டன் ஐஸ் கிடைக்கும் என்று அவர்கள் என்னிடம் கூறினர்.'

தனது முதல் ஐஸை டியூடர் இந்தியாவுக்கு 1833-ல் டஸ்கனி என்ற கப்பலில் அனுப்பினார். நான்கு மாதக் கடல் பயணத்துக்குப் பின் கூட, உருகாத 180 டன் எடையுள்ள ஐஸ் கட்டிகளை சுங்கவரி இல்லாமல் இறக்குவதற்கு டியூடரின் கூட்டாளி வில்லியம் ரோஜர்ஸ் அனுமதி பெற்றார். அந்தச் சரக்கு உடனே விற்பனை ஆனதில் கிடைத்த பெருமளவு லாபத்தின் மூலம் டியூடர் ஐஸ் கம்பெனியின் கிளையும் கிடங்கும் கல்கத்தாவில் நிறுவப்பட்டன.

1840-களின் மத்தியில் சென்னையிலும் மும்பையிலும் கிளைகள் திறக்கப்பட்டன. கல்கத்தா அலுவலகம் ஹேர் தெருவிலும், மும்பை அலுவலகம் மரைன் சாலையிலும், சென்னை அலுவலகம் ஜெனரல் பேட்டர்ஸ் சாலையிலும் இருந்தன. டியூடர் ஹவுஸுக்கு நகர்ந்து 30 ஆண்டுகளுக்குப் பின், அது வெறும் பண்டக சாலையாக மாத்திரம் இருந்தது. காலை 6 மணி முதல் மாலை 9 மணி வரை அங்கு ஐஸும் அமெரிக்க ஆப்பிள் களும் கிடைத்தன. அந்த நேரத்துக்குமேல் மருத்துவமனைகளுக்கு மாத்திரம் விற்பனை செய்யப்பட்டது. ஒரு பவுண்ட் ஐஸுக்கு 4 அணா என்ற ரீதியில் வியாபாரம் மும்முரமாக நடந்தது.

40 ஆண்டுகளுக்கு டியூடர் கம்பெனி சென்னையில் செழித்தது. 1850-களில் அமெரிக்காவின் வட மேற்கு மாகாணங்கள் ஆண்டுக்கு 1,50,000 டன் ஐஸை ஏற்றுமதி செய்தன. ஆனாலும் 1834-ல் குளிர் சேமிப்பு இயந்திரத்தை அமெரிக்காவில் கண்டுபிடித்தபின், டியூடரின் வியாபாரம் கூடிய சீக்கிரம் அழிந்துவிடும் என்பது பகிரங்கமானது.

1865லும் 1487லும் சென்னையில் மதராஸ் ஐஸ் கம்பெனியும், இன்டர்நேஷனல் ஐஸ் கம்பெனியும் ஸ்தாபிக்கப்பட்டபின், நீராவி அழுத்தத்தின் மூலம் ஐஸ் தயாரிக்கப்பட்டபின், ட்யூடருக்கு கெட்ட காலம் என்று நினைக்கவில்லை. ஆனால் 1886ல் சவுத் இந்தியா ஐஸ் கம்பெனி, க்ரிஸ்டல் ஐஸ் கம்பெனி, பிறகு சவுத் இந்தியா ராயல் ஐஸ் கம்பெனி இவைகள் அமைக்கபபட்ட பின், ட்யூடருக்கு சாவு மணி அடிக்கப்பட்டது.

ஐஸ் இறக்குமதி நிறுத்தப்பட்டவுடன், அதன் நிலை மோசமடைந்ததால் வழக்கறிஞர் பிலாகிரி ஐயங்கார், ஐஸ் ஹவுஸை வாங்கினார். 1885-ல் சென்னை உயர் நீதிமன்றத்தின் தாற்காலிகத் தலைமை நீதிபதியாக இருந்த ஜேம்ஸ் கெர்னான் பெயரில் அதை காஸில் கெர்னான் என்று ஐயங்கார் அழைத்தார். 1897-ல் மேற்கத்திய நாடுகளிலிருந்து திரும்பிய சுவாமி விவேகானந்தர், இங்கு ஒன்பது நாள்கள் தங்கி, பொதுச் சொற்பொழிவு ஆற்றி னார். இங்குதான் அவருடைய சக சீடர் சுவாமி ராமகிருஷ்ணானந்தர் தென் இந்தியாவில் ராமகிருஷ்ண இயக்கத்தைத் தொடங்கினார்.

பின்னாட்களில் பச்சையப்பன் கல்லூரி முனைவராகப் போகும் அலாசிங்க பெருமாளும், அவருடைய நண்பர்களும், திருவல்லிக்கேணி இலக்கியக் குழுவில் பேசிய சுவாமி விவேகானந்தாவைச் சந்தித்து, பார்லிமெண்ட் ஆஃப் ரிலிஜன்ஸில் இந்து மதத்தின் பிரதிநிதியாகயிருக்க வேண்டுமென்று கேட்டுக் கொண்டனர். சுவாமிஜி ஒப்புக் கொண்டபின் அலசிங்க பெருமாளும் அவருடைய நண்பர்களும் அமெரிக்கா போகவர செலவுகளுக்கும், இருக்கைக்குச் செலவிற்கும் நிதி திரட்டினர். இந்த கும்பல்தான் சுவாமி ராமகிருஷ்ணானந்தா சென்னையில் மடம் அமைக்க உதவியது.

பிலாகிரி ஐயங்கார் திவாலாகி ஐந்து வருடங்களுக்குப்பின், அவருடைய கடனை அடைக்க 1907-ல் அந்த வீடு ஏலத்துக்கு விடப்பட்டது. மைலாப்பூரில் தற்போது இருக்கும் இடத்தை வாங்குவதற்கு முன்,

ராமகிருஷ்ணா மடம் அவுட்ஹவுஸ் ஒன்றுக்கு நகர வேண்டியிருந்தது. வேறு இரு கைகள் மாறியபின், 1930-ல் அதை வாங்கிய அரசாங்கம், ஒரு விதவை இல்லமாக அதைப் பயன்படுத்த சிஸ்டர் சுப்புலக்ஷ்மியை அனுமதித்தது. அது இப்போது தி.நகரிலிருக்கிறது. விரைவில், வெல்லிங்டன் சீமாட்டி ஆசிரியர் பயிற்சிக் கல்லூரி அதற்கு அடுத்தாற்போல் ஆரம்பிக்கப்பட்டதால், ஐஸ் ஹவுஸ் அந்தக் கல்லூரியின் விடுதி ஆனது. அதன் வெள்ளை வர்ணப் பூச்சு மறைந்து, சீரழிந்த நிலையை அடைந்தபின், 1990 வரை அந்த நிலையிலேயே பயன்படுத்தப்பட்டது. 1964-ல் அநேகமாக மறைக்கப்பட்ட சிலையில் உள்ள விவேகானந்தரின் கண்ணியமான தோற்றம், மதுக் கோப்பைகளில் ஐஸ் குலுங்கும் சத்தத்தைவிட மனத்தைத் தொடுகிறது.

சுவாமி விவேகானந்தரின் நூற்றாண்டு விழாவின்போது 1963-ல் அரசாங்கம் அந்த இடத்துக்கு விவேகானந்தர் இல்லம் என்ற பெயர் இட்டது. அது முதல் விவேகானந்தரின் பிறந்த நாளான ஒவ்வொரு ஜனவரி 12 அன்றும் உள்ளூர் பெங்காலிகள், அஞ்சலி செலுத்த அங்கு வருகின்றனர். 1997-ல் அரசாங்கம் அதை ராமகிருஷ்ண மடத்துக்குக் கொடுத்தபின், அது புதுப்பிக்கப்பட்டு ஓர் அருங்காட்சியகம், நூலகம், தியானக் கூடம் ஆகியவை அமைக்கப்பட்டிருக் கின்றன. இருந்தபோதிலும் அதன் ஐஸ் ஹவுஸ் பிணைப்புகள் இன்னும் மறக்கப்படவில்லை. அதையொட்டி ஓடிய ஐஸ் ஹவுஸ் சாலை இப்போது அன்னி பெசண்ட் சாலையாகி, அவருடைய சிலை அந்தச் சந்திப்பை அலங்கரித்தாலும்கூட பழைய நினைவுகள் மறையவில்லை.

அந்தச் சாலையில் கல்லூரிகள் மற்றும் அரசாங்க அலுவலகங்களுக்காகக் கட்டப்பட்ட வேறு சில இக்காலத்தியக் கட்டடங்களுள் சில, பார்க்க பயங்கர மாக இருக்கின்றன. அதற்கு முரணாக இருப்பவை பொதுப் பணித்துறையின் அமைப்புக்கு சற்று மாறாக அமைந்துள்ள குடிசை மாற்று வாரியத்தின் கட்டடமும் ஓரளவு பழைமையானதான ராணி மேரி கல்லூரியின் வளாகமும் தான்.

ஜூலை 1914-ல் சென்னையின் முதல் மகளிர் கல்லூரியும் தெற்கிலேயே இரண்டாவதுமான ராணி மேரி கல்லூரி, மதராஸ் மகளிர் கல்லூரி என்ற பெயருடன் தொடங்கப்பட்டது. 1917-ல் ராணி மேரி மகளிர் கல்லூரி என்று பெயர் மாற்றப்பட்டபின் அங்கு வைக்கப்பட்ட அவருடைய மார்பளவுச் சிலையை இப்போதும் கல்லூரியின் வாயிலில் காணலாம்.

அதை நிறுவிய முதல் கல்லூரி முதல்வர் செல்வி தி லா ஹேயின் உதாரணத்தை வருடக்கணக்காகப் பின்பற்றிய அந்தக் கல்லூரி தென்னிந்திய மகளிரின் தளைகளைத் தகர்ப்பதில் பெரும் பங்கு வகித்திருக்கிறது. ஆனால் முதலில் அது சிறியதாகத்தான் ஆரம்பித்தது. கேப்பர் ஹவுஸ் விடுதி என்ற இடத்தில் 37 மாணவியர்களுடன் தொடங்கியது. முதலில் வாடகைக்கு எடுக்கப்பட்டு, பின் 1915-ல் அந்த இடம் அரசாங்கத்தால் வாங்கப்பட்டபோது, ஒரு காலத்தில் எழிலுடன் தனியாக இருந்த கர்னல் கேப்பரின் 'கேப்பர் ஹவுஸ்' ஒரு சீரழிந்த விடுதியாக இருந்தது. கர்னல் கேப்பர் படைவீரரும்

புவியியலாளருமாக இருந்ததால், ராணி மேரி கல்லூரியில் புவியியல் பாடம் பிரத்யேகமாகக் கற்றுத்தரப்படுவது, குறிப்பிடத்தக்கது.

ராணி மேரியின் கிழக்கு வாயிலுக்கு எதிர்ப்புறம் இருந்த கேப்பர் ஹவுஸ், 2002-ல் இடிக்கப்பட்ட பின், அந்த வளாகத்தில் சட்டமன்றமும் செயலகமும் கட்டும் திட்டம், நல்ல வேளையாகக் கைவிடப்பட்டதால், ஏனைய கட்டடங்கள் தப்பின. செல்வி தி லா ஹேயின் உதாரணத்தைப் பின்பற்றிப் போராடிய மாணவிகளும், பொது நல வழக்கு ஒன்றும் இதற்குக் காரணம். இப்போது, எட்வர்ட் எலியட்ஸ் சாலையை நோக்கும் பீச் ஹவுஸ், பணியாளர்கள் இருப்பிடமாக இருக்கிறது. உயர் நீதிமன்றத்தில் இருந்து ஓய்வுபெற்றபின் நீதிபதி சர் எஸ். சுப்பிரமணிய ஐயர் கட்டிய பீச் ஹவுஸ் ஒன்றுதான் மரீனாவில் உள்ள ஒரே தனியார் மனை. அதற்கு எதிராக இருக்கும் சற்றுச் சிறிய பங்களாவுக்குச் சொந்தக்காரர் மற்றொரு நீதிபதி சங்கர ஐயராக இருந்திருக்கலாம். ஆரம்பத்தில் இருந்து 1936 வரை கல்லூரி முதல்வராக இருந்த செல்வி தி லா ஹேயின் முயற்சியால் பெரும்பாலான கட்டடங்கள் கட்டப்பட்டபின், பீச் ஹவுஸையும் பங்களாவையும் 1920-களில் கல்லூரி வாங்கியது. ஆளுநர் லார்ட் பெண்ட்லண்டின் பெயரில் பெண்ட்லண்ட் ஹவுஸும், ஸ்டோனி ஹவுஸும், மத்தியில் இருக்கும் ஜெய்ப்பூர் ஹவுஸும் முறையே 1915, 1918, 1921 ஆண்டுகளில் கட்டப்பட்டன. இது பதிப்பிற்குச் செல்லும்போது இரண்டு வீடுகளும் இடிக்கப்படயிருக்கின்றன. இனம் தெரியாத பாணியில் கட்டப்பட்ட ஒரு வீடு கேபர் ஹவுஸிற்குப் பதிலாக கட்டப்பட்டு அதில் பழையதின் சுவடுகள் கொஞ்சம் இருக்கின்றன.

4. கல்விக்கு அப்பால்

மரீனாவின் இறுதியில் சாந்தோமுக்குச் சிறிது முன்பு இருக்கும் காவல் துறையின் தலைமை அலுவலகம் மிகவும் பழைமையான ஆங்கிலேய மேஸானிக் பிரிவால், மேஸானிக் கோயிலாகக் கட்டப்பட்டது. 1839-ல் ரூபாய் 25,000 செலவில் கட்டப்பட்டு மேஸானிக் சின்னங்கள் நிரம்பிய இந்தக் கட்டடம் 1856 வரை அந்தப் பிரிவினரால் உபயோகப்படுத்தப்பட்டது. ஆற்காடு இளவரசர் உம்தத்-உல்-உம்ரா சென்னையின் முதல் இந்திய மேஸன் ஆவார்.

அரசுப் பணித்துறையை சேர்ந்த டபிள்யூ. ராபின்சன் முதல் இன்ஸ்பெக்டர் ஜெனரலாகப் பதவியேற்று, 1858-ல் சென்னை காவல் துறை உருவாக்கப் பட்டது. காவல் துறையின் தலைமையகமாக மேஸானிக் லாட்ஜ் 1865-ல் வாடகைக்கு எடுக்கப்பட்டபின் அவர் அங்கு நகர்ந்தார். 1874-ல் ரூபாய் 20,000-க்கு அரசாங்கம் அந்தக் கட்டடத்தை வாங்கியது. குற்றப் புலனாய்வுத் துறை 1906-ல் அமைக்கப்பட்டபின் 1909-ல் அதற்காக விரிவாக்கப்பட்ட கட்டடம், இப்போதைய தூண்கள் உடைய நீண்ட உருவைப் பெற்றது. அதற்குப்பின் அதன் பாணியை அனுசரித்து மேலும் விரிவாக்கப்பட்டது. 20-ம் நூற்றாண்டின் ஆரம்பத்தில் இந்த நீண்ட கட்டடத்தின் பின்னால் ஒரு துப்பாக்கி சுடும் பயிற்சித் திடல் இருந்தது.

1993-ல் காவல்துறைத் தலைமையகம் இடிக்கப்பட்டு, அதற்கு பதில் ஒரு பத்தடுக்குக் கட்டடம் எழுப்பப்படும் என்ற அச்சுறுத்தல் வந்தபோது, பாரம்பரியத்தைப் பாதுகாக்கும் நோக்கத்துடன் ஒரு வழக்கு தொடரப்பட்டது. 1980-ல் கன்சர்வேஷனிஸ்ட்ஸ் என்று தொடங்கப்பட்ட அந்த இயக்கம் ஆரம்பிக்கப்பட்டபின் நடந்த முதல் நல்ல காரியம் இதுதான். இதன்மூலம் நீதிமன்றம், அந்தக் கட்டடம் இடிக்கப்படுவதை நிறுத்தியது. அரசாங்கம் மாறியபின், அதன் மறுசீரமைப்புக்கு புது அரசு ஆணையிட, காவல் துறை மூலம் ஒன்றரை கோடி ரூபாய் செலவில் 1998-ல் அந்த வேலை முடிக்கப்பட்டது. இன்றைய மரீனாவின் அணிகலனாகத் திகழும் அதன் காட்சி, இரவில் விளக்கேற்றியபின் கண்கொள்ளாதது.

மரீனாவில் இருக்கும் கடைசி முக்கியமான கட்டடம் ஆல் இந்தியா ரேடியோவுடையது. 1954-ல் முதலில் மரீனாவுக்கு நகர்ந்த ஆல் இந்தியா ரேடியோவின் கட்டடம், 1963-ல் அது நகர்ந்த பெரிய நுழைவாயிலும் தூண்களும் உடைய நேர்த்தியான இப்போதைய கட்டடத்துக்குப் பின்னால் இருக்கிறது. பாரம்பரிய இந்திய பாணி கட்டடக் கலையை அனுசரித்துச் சென்னையில் கட்டப்பட்ட முதல் நவீன கட்டடமாக இது இருக்கலாம்.

ஐரோப்பியாவின் மார்கோனி கம்பெனியின் ஒலிபரப்புக்கு நாலு ஆண்டுகளுக்குப் பின்னும், பிபிசிக்கு இரண்டு ஆண்டுகளுக்குப் பின்னும், மான்செஸ்டரில் மின்துறை பொறியாளராகத் தேர்ச்சி பெற்ற கர்ணவல்லி வி. கிருஷ்ணசுவாமி செட்டி, 1924-ல் அவருடைய சென்னை மாகாண ரேடியோ கிளப் மூலம் ஒலிபரப்பைத் தொடங்கினார். அப்போது சென்னை நகராட்சியின் கமிஷனர் ஜி.டி. போக் அவருக்குப் பெரும் ஆதரவு அளித்தார். வானொலி நிலையம் ஜூலை 31 அன்று எழும்பூரில் உள்ள ஹாலவே கார்டன்ஸில் முதல் ஒலிபரப்பை தொடங்கியது. 1927-ல் பணமுடை காரணமாக கிளப் மூடவேண்டிய நிலையை அடைந்தபோது, கிருஷ்ண சுவாமி சென்னை நகராட்சியிடம் அதை எடுத்துக்கொள்ளுமாறு வற்புறுத்தினார்.

மிருகக்காட்சி சாலைக்கு அருகில் அமைக்கப்பட்ட டிரான்ஸ்மிட்டரின் மூலம் அதன் இருப்பிடமான ரிப்பன் மாளிகையிலிருந்து 1929-ல் நகராட்சி தன் ஒலிபரப்பை ஆரம்பித்தது. எட்டு வருடங்களுக்குப்பின் ஆல் இந்தியா ரேடியோ அந்தப் பணியை எழும்பூர் மார்ஷல் சாலையில் இருந்து ஜூன் 1938-ல் தொடங்கியது. 250 வாட் மத்திய அலைவரிசை டிரான்ஸ்மிட்டர் மூலம் ஒலிபரப்பிய அந்த அழகான தோட்ட வீடு இருந்த இடத்தில் ஓர் அடுக்கு மாடிக் கட்டடம் வந்தபின் வானொலி நிலையம் மரீனாவுக்கு நகர்ந்தது. 1977-ல் நாட்டின் முதல் பண்பலை ஒலிபரப்பு இந்த நிலையத்தில் தான் நடந்தது. கிருஷ்ணசுவாமியின் டிரான்ஸ்மிட்டர் அதற்கு வெகு நாள்களுக்கு முன்னரே அருங்காட்சியகத்தில் இடம் பெற்றுவிட்டது.

2003-ல் சீராக்கப்படும்வரை கடற்கரை முழுதும் சீரழிந்த நிலையில் இரு நீச்சல் குளங்களும், சென்னையை நாணமுறச் செய்யும் ஓர் அக்வேரியமும்,

தரமற்ற உணவு விடுதிகளும், ஓயாத சொற்பொழிவுகள் நிகழும் ஓர் அரங்கும், வார இறுதியிலும் விடுமுறை நாள்களிலும் ரேடியோக்களும் ஒலி பெருக்கிகளும் உண்டாக்கும் ஓசைகளுடன் கலக்கும் பெரும்பாலும் சிப்பி விற்பவர்களின் குரல்களும் ஒரு பிரத்யேக அனுபவத்தைத் தந்தன. இப்போது அக்வேரியத்தின் கூடு மாத்திரம் இருக்கிறது. ஒரு நீச்சல் குளம் செப்பனிடப் பட்டிருக்கிறது. இன்னொன்றும் உணவு விடுதிகளும் அகற்றப்பட்டிருக் கின்றன. ஒரு காலத்தில் சுதந்தரப் போராட்டத்தில் பெரும் பங்கு வகித்த திலக் காட் என்ற அரங்கம், சீரணி அரங்கம் என்று பெயர் மாற்றப்பட்டு, கடற்கரையைச் சீராக்கும்போது இடிக்கப்பட்டபின், கடற்கரையில் பொதுகூட்டங்களுக்குத் தடை விதிக்கப்பட்டது.

நல்ல காலத்தில்கூட குளிக்கக் கூடாது என்று எச்சரிக்கப்பட்டாலும், அசட்டுத் துணிச்சல் உடையவர்களும் ஆழம் தெரியாமல் கால் வைப்பவர்களும் சூறாவளிகளால் ஏற்படும் பொறிகளில் மாட்டிக்கொள்கின்றனர். பல நூற்றாண்டுகளாக 65-125 கிலோமீட்டர் வேகத்தில் அடிக்கும் சூறாவளிகளில் கப்பல்கள் பலியானாலும் அவற்றில் மிகவும் கொடுமையான 1966-ல் அடித்த சூறாவளி, சரக்கை எதிர்பார்த்த நான்கு லிபர்டி வகை கப்பல்களை கடலை நோக்கி இழுத்துச் சென்றது. அதில் ஒன்று ராயபுரம் கலங்கரை விளக்கத்துக்கு அருகில் நொறுங்கியது. மற்றொன்று அதற்கருகில் கரையேறியது. மூன்றாவது, கோட்டைக்கருகில் கரையேறியது.

ஒருமுறை கரையேறிய ஸ்டமாட்டிஸ் சில நாள்களுக்குப்பின் அடித்த மற்றொரு சூறாவளியில் மாட்டிக்கொண்டபோது பொதுப்பணித்துறை அலுவலகத்துக்கு எதிராகக் கரையேறியது. கப்பல் நொறுக்குபவர்கள் கைகளில் மாட்டும்வரை பல ஆண்டுகளுக்கு ஸ்டமாடிஸ் சென்னையின் காட்சிகளில் ஒன்றாக இருந்தது. இறுதியில், புதைந்த அதன் அடிப் பாகத்தை உடைக்க முடியாததால் அதை அங்கேயே அவர்கள் விட்டதனால் அதைச் சுற்றும் நீர்ச் சுழல்களில் உயிர்கள் பலியாகின்றன.

குறிப்பாக விடுமுறை நாளான காணும் பொங்கல் அன்று, ஜனவரி 16-ல் அதன் மண்ணை மறைக்கும் ஆள் நடமாட்டத்தினால் குதூகலமான இடமாக மாற்ற மக்கள் முயன்றாலும், பழைய மரீனாபோல் இப்போது அது இல்லை.

ஒரு காலத்தில் இருந்ததைப்போல் இல்லாமல், அது மாற்று குறைந்ததாகவே உள்ளது. அது கடலுக்கு அருகில் உள்ள ஒரு மீனவ கிராமமாக ஆகி, முன்னை விட இப்போது அழுக்காக இருந்தாலும், சென்னையில் வேறு எங்கும் காணமுடியாத நிலையான மன நிலையை, அதன் தோட்டங்களிலும் சாலை களிலும் காணலாம். இங்கு எழில் மிக்க பழைய சின்னங்கள் நவீன கால ரசனையற்ற யதார்த்தத்துடன் கலந்து பின் நோக்கித் தள்ளப்படுவதைப் பார்த்து வருத்தப்பட்டாலும், அங்கு இருக்கும் அமைதியையும் கம்பீரத்தையும் நகரில் வேறு எங்கும் காண முடியாது. அதுவும் காலையில், வயதானவர்கள், இளைய விளையாட்டு வீரர்களையும், ஓடுபவர்களையும் பொருட்படுத்தாமல் பழைய காலத்தைப் பற்றி அரட்டையடிக்கும்போது!

5. சேப்பாக்கத்தின் கம்பீரம்

மரீனாவில் இருக்கும் கட்டடங்களில் 1855-ல் அரசாங்கம் அதைப் பறிமுதல் செய்யும் வரை கர்நாடக நவாபுகளுக்குச் சொந்தமான சரித்திரப் பிரசித்திப் பெற்ற சேப்பாக்க அரண்மனையின் பெரும் பகுதி இப்போது மறைக்கப் பட்டாலும், எஞ்சியிருப்பது கண்ணைக் கவரும் 1859-ல் கட்டப்பட்ட சேப்பாக்க அரண்மனையும் அதன் தோட்டங்களும். அரசாங்கத்தால் 5,80,000 ரூபாய்களுக்கு ஏலத்தில் எடுக்கப்பட்டவுடன் இந்த இடத்தில் அன்றாடக் கடமைகளை ஆற்றும் அரசு அலுவலகங்கள் இயங்குகின்றன.

டே சென்னையை வாங்கியபோது, அதைச் சுற்றியிருந்த நிலம் விஜயநகர சாம்ராஜ்ஜியத்தின் கர்நாடகத்தின் ஒரு பகுதியாக இருந்தது. ஏழு வருடங் களுக்குப்பின் சோழ மண்டலத்தை ஆக்கிரமித்த கோல்கொண்டா சுல்தான், ஔரங்கசீப்பின் முகலாயர்களால் தோற்கடிக்கப்பட்டார். டெல்லியில் உள்ள ஏகாதிபத்தியத்தின் சார்பாக ஹைதராபாதில் உள்ள வஸீர், அவருடைய நஜீம்கள் மூலம் தெற்கை பெயரளவில் ஆண்டார். முகலாய அரசு சிதறியபின், கர்நாடக நஜீம்கள் சட்டத்தைக் கைகளில் எடுத்துக்கொண்டபின் நடந்த கர்நாடகப் போர்களில், பிரிட்டிஷாரும் பிரெஞ்சுக்காரர்களும் அவ்வப்போது வெவ்வேறு கட்சிகளுக்கு ஆதரவளித்தனர்.

ஆங்கிலேய வெற்றிக்குப் பின் கர்நாடக நவாப் ஆன முகமது அலி வாலாஜா (1749-1795), சென்னையில், அதுவும் புனித ஜார்ஜ் கோட்டையில் இடம் கேட்டார். அதற்கு பதில் கோட்டைக்குப் பக்கத்தில் கோட்டையின் பாதுகாப்பிற்குக் கீழ் அரண்மனை கட்டிக்கொள்ளும்படி கேட்டுக்கொள்ளப் பட்டார். இதன் விளைவுதான், கம்பெனி பொறியாளராக பணியாற்றியபோது பிரச்னையில் மாட்டிக்கொண்டபின், கட்டட ஒப்பந்தக்காரராக மாறிய பால் பென்ஃபீல்ட் 1768-ல் கட்டிய சேப்பாக்க அரண்மனை. பிற்காலத்தில் நவாபுக்குக் கடன் கொடுத்தவர்களில் முக்கியமானவராக இவர் ஆனபின் அதன் மூலம் கர்நாடகக் குடும்பம் பிரிட்டிஷார் கையில் சிக்கியதால், நாளடைவில் ஒரு பிரிட்டிஷ் சாம்ராஜ்யம் உருவானது. 1770ல் அரண்மனை நிலம் 117 ஏக்கர் பரப்புடன் இருந்தது. இந்த அரண்மனையின் பாணிதான் 'பைத்தியக்கார' மாண்ட், ராபர்ட் சிஷோம், ஹென்றி இர்வின் ஆகியோரால் பின்பற்றப்பட்டு, இறுதியில் பேக்கரும் லுட்யன்ஸுும் கட்டிய புது டெல்லியில் காணப்படுகிறது. சிறிய அளவு தஸ்தாவேஜுகளும் அதிக உலகங்களும் இருப்பதால், அரண்மனை கட்டுமான வளர்ச்சி, சென்னையின் முடிவு காணாத புதர்களில் ஒன்று. தனித் தனிப் பகுதிகளாகக் கட்டப்பட்ட அரண்மனை, நூறு ஆண்டுகளுக்குப் பின் காலனியத்தின் சின்னமாக சிஷோம் கட்டிய ஒரு வானளாவும் கோபுரத்தால் இணைக்கப்பட்டது. வடக்கில் இருந்த பகுதியில் ஒற்றை மாடிக் கட்டடமான ஹுமாயூன் மஹாலும் இரண்டடுக்கு திவானி கானா தர்பாரும் இருந்தன. தெற்கில் அமைந்திருக்கும் இரண்டடுக்கு கால்ஸா மஹாலின் ஸ்தூபி சிறியது.

அதிகமாக மறைக்கப்பட்ட அரண்மனை, இன்று பேணிப்பாரற்று இருக்கிறது. 1960ல் சேர்க்கப்பட்டக் கட்டிடங்கள் எடுக்கப்பட்டு, கட்டிடங்கள்

புணர்நிர்மானம் பெற்றால், 1950கள் வரை நகரத்தின் கண்கவர் அடையாள மாகயிருந்த கட்டிடம் இன்றும் அப்படியேயிருக்கும். பார்வையாளர் இப்போது பார்ப்பது அசல் சேப்பாக்க அரண்மனையில்லை. ஆனால் வெவ் வேறு கட்டுமானகலைஞர்களுக்கும், பொதுப்பணித்துறை பொறியாளர்களும் நூறு ஆண்டுகளில் மாற்றியிருப்பது.

மத்தியில் ஒரு பெரிய தர்பார் அரங்கிருந்து அதனுடைய கூம்புடைய கூரை மற்றொரு அடுக்கு வானளாவிய ஒற்றை மாடி கட்டிடம் ஹுமாயுன் அரங்கம், சிறிய கூம்புடைய இரண்டடுக்கு கால்ஸா அரங்கம், ஆகிய இரண்டு கட்டிடங்கள் தான் முதல் அரண்மனையைச் சேர்ந்தவை. வருமானத்துறையின் அலுவலகத் திற்கு ஹுமாயுன் மகாலை கொடுக்க அரசாங்கம் தீர்மானித்தபின், அதை மாற்றுவதற்குப் பொதுப்பணித் துறை தாறுமாறாக வேலை ஆரம்பித்தது. அப்போது ஆளுனரான கோமகன் ஃபிரான்ஸிஸ் நேப்பியர், இந்திய பாணியில் ஏகாதிபத்தியத்தின் கம்பீரத்தை பிரதிபலிப்பது என்று நிச்சயித்து அதற்குகந்த மனிதர் ராபர்ட் சிஸ்ஹோம் தான் என்று நிச்சயித்தார். 1868ல் அதன் மாற்றங்கள் ஆரம்பித்தன. 2012ல் அதன் உட்புறம் தீக்கிரையாகும் வரை கால்ஸா மஹால் தொடப்படவில்லை. இதை எழுதும்போது, அதை செப்பனிட கொடுத்த அநேக வாக்குறுதிகள் நிறைவேற்றப்படவில்லை.

அரண்மனை என்று பரவலாக அழைக்கப்பட்ட கால்ஸா மஹால், சிவில் பொறியியல் கல்லூரி என்றழைக்கப்பட்ட நிறுவனத்திற்கு 1859ல் இருப்பிட மாயிற்று. அவைகளுக்கு சொந்த கட்டிடம் கிடைக்கும் வரை முதலில் பொதுப் பணித்துறைக்கும் பிறகு பொறியியல் கல்லூரிக்கும் இருப்பிட மாயிற்று. மேற்கிலும் தெற்கிலும் விரிவான நுழைவாயில்கள் இருந்த கால்ஸா மஹால், ஹுமாயுன் மஹாலின் கிழக்கே சிஸ்ஹோம் அமைத்த நுழைவாயிலுக்கு உணர்வு ஊட்டின.

கால்ஸா மஹாலை அப்படியே விட்டு வைக்க வேண்டும் என்று தீர்மானித்த பின், 1865 முதல் 1871 வரையில் சிஸ்ஹோம், ஹுமாயுன் மஹாலின் வேலையை ஆரம்பித்தார். தர்பார் ஹாலின் கூரையை கீழே கொண்டு வந்தபின், தரைமட்டத்திற்கு மேல் ''மதராஸ் டெரஸ்'' கூரை வைத்து, அதனால் அரசாங்க அலுவலகங்களுக்கு கூரை மேலிருந்த முற்றத்தைச் சுற்றி அமைக்க முடிந்தது. இவை எல்லாவற்றையும் இஸ்லாமிய தோற்றமுடைய முகப்புடன் கால்ஸா மஹாலைப் பின்பற்றி ஒன்றுசேர்த்தார். இதில் ஒரு பகுதிதான் இப்போது வாலாஜா சாலையிலிருந்து தெரிகிறது. வளாகத்திற்கு மரீனாவின் பெருமைமிக்க இடம் என்ற பெயருக்கு ஏற்ப, வருகை தருவோர் தனது கிழக்கு நோக்கிய வாயிலிருந்த அண்மையிலிருந்த கட்டிடத்தைப் போல் முகப்பிருந்த கோப்புகள் அலுவலகத்தின் மூலம் ஹுமாயுன் மஹாலுக்குள் நுழைய, ஒரு நேர்த்தியான ஸ்தூபிகளுடைய வாயிலைக் கட்டினார். இந்த நுழைவும் கால்ஸா மஹாலும் ஒரு நுழைவு வாயில் மூலம் இணைக்கப்பட்டன.

சிஸ்ஹோம் வரைந்த 75 அடி உயர ஸ்தூபியும் கூம்புடைய கோபுரம் கால்ஸா மஹாலையும் ஹுமாயுன் மஹாலையும் இந்த மாற்றத்தை இணைக்கிறது

என்பது வருந்தத்தக்கது. உள்ளுக்குள் பீரோக்கள் இருப்பதினால் அது ஒரு காலத்தில் கோப்புகளை சேமிக்க உபயோகப்பட்டிருக்கலாம். அது 1857க்குப் பிந்தைய ஏகாதிபத்தியத்தின் சின்னம். 1870ல் கோபுரவேலை முடிந்தது.

அந்த கட்டிடத்தை அரண்மனையாக மாற்றும்படி சிஸ்ஹோம் கேட்டுக் கொள்ளப்பட்டார். வைட் தீவில் இத்தாலிய பாணியில் கட்டப்பட்ட 'ஆஸ்பார்ன் ஹால்' என்ற ராணி விக்டோரியாவின் வீட்டை ஒத்து, இந்தோ சாரஸன் பாணியில் அவர் அமைத்தார்.

1871-ல் ஹுமாயூன் மஹாலின் தெற்கு, கிழக்கு பக்கங்களில் அறைகள், தாழ்வாரங்கள், வளைவுகள் கூடிய வருமானத்துறையின் கட்டடத்தை ராபர்ட் சிஷோம் கட்டினார். அதை இப்போது வாலாஜா சாலையிலிருந்து பார்க்கலாம். ஹுமாயூன் மஹாலில் இத்தகைய கலவையை உண்டாக்கியபின், அதன் கிழக்கில் ஒரு சதுர வடிவுள்ள இரண்டடுக்குக் கட்டடத்தைக் கட்டியபின், அவை இரண்டையும் இணைக்க ஒரு பாதை அமைத்தார். உயர்ந்த வளைவுகள் கூடிய நுழைவாயிலுடன், நான்கு சிறு கோபுரங்களுடன், இப்போது ஆவணக் காப்பகமாக இருக்கும் இந்தக் கட்டடத்துக்குக் கிழக்கு நோக்கி, ஒரு கண்கவர் நுழை வாயில் இருந்தது. இந்த நேர்த்தியான கட்டடமும், ஏன் சேப்பாக்க அரண்மனையின் பெரும் பகுதியும்கூட வெவ்வேறு பாணியில் கட்டப்பட்ட அரசாங்க அலுவலகங்களால் மறைக்கப்பட்டிருக்கின்றன என்பது வருந்தத் தக்கது. அசலுக்கு சற்றே மாறுபட்டிருக்கிற கால்ஸா மஹால், ஹுமாயூன் மஹாலைவிட சற்று அதிகமாகக் கண்ணுக்கு புலப்படுகிறது.

அதனுடைய மகோன்னதமான நாள்களில் சேப்பாக்க அரண்மனை, இப்போதிருக்கும் பெல்ஸ் சாலையில் இருந்து கடற்கரை வரையிலும், பைக்ராஃப்ட்ஸ் சாலையில் இருந்து கூவம் ஆறு வரையிலும் பரவியிருந்தது. அந்தப் பரப்பில் இப்போது ஐஸ் ஹவுஸ் காவல் நிலையம் இருக்கும் இடத்தில் யானைகள் குளிப்பாட்டப்பட்டன. அந்தச் சுற்றுபுறத்தில் யானைக் குளம் என்ற பெயர் இன்றும் புழக்கத்தில் இருக்கிறது. மேற்கே வாலாஜா சாலையில், பின்னால் கால்வாய் வெட்டப்பட்ட இடத்தில் மூன்று வளைவு களுடன் பிரம்மாண்டமான மேற்கு பிரதான வாயிலில் நௌபத் கானா இருந்த அந்த பரப்பைச் சுற்றி சுவர் இருந்தது. ஒரு காலத்தில் அந்த நௌபத் கானாவின் மேல் மாடியில் மாலை வேளைகளில் சங்கீதம் கேட்கலாம்.

திப்பு சுல்தானுடன் சேர்ந்து சதி செய்தார் என்று வாலாஜா நவாபின் மகனும் வாரிசுமான நவாப் உம்தத்-உல்-உம்ராவின் மேல் குற்றம் சாட்டப்பட்டு, அவர் இறந்தவுடன், இரண்டாம் லார்ட் கிளைவ் துருப்புகளை அனுப்பி அரண்மனையை 1801-ல் ஆக்கிரமித்தார். நெல்லூரிலிருந்து திருநெல்வேலி வரை கர்நாடகம் இதற்குப்பின் கைப்பற்றப்பட்டு நவாப் ஆட்சி நீக்கப்பட்டது. பெயரளவில் நவாப் பட்டம் இருந்ததே ஒழிய, குலாம் கௌஸ் பகதூர் என்ற கடைசிப் பட்டத்துக்காரர் 1855-ல் இறந்தவுடன் அதுவும் நீக்கப்பட்டு, அரண்மனையை நிரந்தரமாக எடுத்துக்கொள்ள அரசாங்கம் திட்டமிட்டது.

இதன் விளைவாக சேப்பாக்கம் அரண்மனை ஏலத்துக்கு வந்தபோது அரசாங்கத்திடம் மட்டும்தான் அதை வாங்குவதற்கான பணம் இருந்தது.

1801-ல் கர்நாடகத்தையும் அதற்குப்பின் அகில இந்தியாவையும் கைப்பற்றியது, நவாபின் கடனை (மிக அதிகமாகக் கடன்கொடுத்திருந்தவர் பென்ஃபீல்ட்) 1801-ல் அரசாங்கம் ஏற்றுக்கொண்டதனால்தான். முகமது அலியின் அரசாங்கக் கடன் 30 லட்சம் வராகன் என்றும் அவருடைய தனிப்பட்ட கடன் 70 லட்சம் வராகன் என்றும் மதிப்பிடப்பட்டது. கைப்பற்றியபின் மேலும் 3.5 கோடி பவுண்டுக்கு கடன் கோரிக்கைகள் வந்தபோது அதில் 2.8 கோடி பொய்யானவை என்று தள்ளிவைக்கப்பட்டது.

அரசாங்க வளாகத்தின் பெரும்பகுதி, அதாவது அரண்மனையிலிருந்து கூவம் வரையிலும், பல்கலைக்கழகக் கட்டடங்களில் இருந்து ரவுண்ட் டாணா வரையிலும், சேப்பாக்க அரண்மனையின் பாகமாக இருந்தபோதிலும், ஆற்காடு இளவரசர் என்ற பட்டத்தை உபயோகிக்கும் உரிமை ஒன்றுதான் ஆற்காடு குடும்பத்துக்கு இறுதியில் கிடைத்தது. இளவரசருக்கும் குறிப்பிட்ட உறவினர்களுக்கும் ஆண்டுதோறும் ரூபாய் 1,50,000 மானியமாக 1868-லிருந்து அளிக்கப்பட்டது. பைக்ராஃப்ட்ஸ் சாலையின் மேற்குப் புறத்தில் இருக்கும் 1798-ல் கட்டப்பட்ட வலுவான அமீர் மஹாலை, 1870-ல் குடும்பத்துக்கு பிரிட்டிஷார் கொடுத்தபோதிலும், 1872 முதல் 1875 வரை அங்கு ராயப்பேட்டை காவல்துறை நீதிமன்றம் இயங்கியதால், 1876 வரை அதைக் குடும்பம் உபயோகிக்கவில்லை. 1875ல் 14 ஏக்கர் பரப்புடைய அமீர் மஹாலுக்கு நகரும் வரை, இளவரசர், திருவல்லிக்கேணி நெடுஞ்சாலையில் இருந்த ஷாதி மஹாலில் வசித்து வந்தார்.

ஆற்காடு அரண்மனையின் பிரதான வாயிலில் நேரத்தை அறிவிக்கும் பாராக்காரர்களும் இல்லை; மாலையில் வருவோர் போவோர் ஷெனாய் ஒலியையும் கேட்க முடியாது. ஆனால் உள்ளுக்குள் முந்தைய வருடங் களுடைய பீரங்கிகளின் வரிசைகளைத் தாண்டினால் ஆற்காடு இளவரசர் வசிக்கும் அரண்மனையிலும் அதைச் சுற்றியுள்ள 14 ஏக்கர் நிலத்தில் கட்டப் பட்டுள்ள வீடுகளிலும் சுறுசுறுப்பான நடவடிக்கைகளைக் காணலாம். இங்கு இளவரசர் முகமது அலி 600 உற்றார் உறவினருடன் வசிக்கிறார். தர்பார் கூடமும் போஜன அறையும் பழைய காலத்திய பொலிவுடன் இருந்தாலும் பராமரிப்புச் செலவை இந்திய அரசாங்கம் அளிக்கும் ரூபாய் 1,00,000-க்குள் அடக்குவதற்காக சர விளக்குகள் துணியால் மூடப்பட்டிருக்கின்றன. 2009 முதல் 2012 வரை அமீர் மஹாலையும் குடும்பத்தின் சொந்த மசூதியையும் அரசாங்கம் புதுப்பித்தது.

1868-ல் விக்டோரியா ராணி ஆற்காடு நவாபுகளுக்கு அமீர்-இ-ஆற்காடு என்ற பட்டத்தை அளித்தபின், அவர்களுக்கு அரசியல் மானியம் கொடுக்கப்பட்டது. ரூபாய் 24,000 வருமான வரி விலக்குடன், வாகன வரியும் விலக்கப்பட்டு மாதம் ஒன்றுக்கு ரூபாய் 14,000 மானியம் இப்போதும் வழங்கப்படுகிறது. அரசால் மாநில அமைச்சரின் அந்தஸ்து அளிக்கப்பட்டு, முழு போலீஸ்

பாதுகாப்புடன் அவருடைய சொந்தச் சின்னத்தையும் கொடியையும் அவர் உபயோகிக்கலாம். தஞ்சாவூர், கள்ளிக்கோட்டை, அவத் ஆகியவற்றுடன், இந்திய அரசிடம் மானியம் பெறும் நான்கு அரச குடும்பங்களில் ஆற்காடும் ஒன்று.

ராயப்பேட்டையில் உள்ள மற்றொரு ஆற்காடு சொத்தையும் அமீர் மஹாலையும் ஒரு சுரங்கம் இணைத்தது என்று ஒரு கதை உண்டு. ராயப்பேட்டை நெடுஞ்சாலையில் ஆசாரிய கிருஹம் என்று ரசனையில்லாமல் வர்ணம் பூசப்பட்ட இந்த இல்லத்தில் பிராந்திய வருங்கால வைப்பு நிதியின் அலுவலகம் இருக்கிறது. நீதிபதி எஸ். சுப்பிரமணிய ஐயர், ஆரணி ஜமீன்தார், காந்தி, திலகர் மற்றும் வேறு பல காங்கிரஸ் தலைவர்களை இங்கு உபசரித்த டி.எம். சீனிவாஸன் போன்றோர் இந்த வீட்டில் அதற்கு முன் வசித்தனர்.

அரண்மனைக்கு அருகில், இப்போது அடையாளம் தெரியாத, காந்தி சிகரம் என்ற உயரமான வெள்ளைக் கட்டடம் இருக்கிறது. தீவிர காங்கிரஸ் ஆதர வாளர், பொறியாளர் எஸ்.பி. ஐயாசுவாமி முதலியாரால் 1930-ல் கட்டப்பட்ட அந்த இல்லத்தில் சுபாஷ் சந்திர போஸ், ராஜேந்திர பிரசாத் உட்பட பல காங்கிரஸ் தலைவர்கள் தங்கியிருக்கின்றனர். 1955-ல் சி. ராஜகோபாலாச் சாரியாரால் திறக்கப்பட்ட காந்திஜியின் மார்பளவுச் சிலை இருக்கிறது. இலவசப் படிப்பறை மூலம் அது அக்கம்பக்கத்து மக்களால் விரும்பப்படு கிறது. அரசாங்க வேலையிலிருந்து ஓய்வு பெற்றபின், கட்டுமான ஒப்பந்தக் காரரான ஐயா சுவாமி, 1930களில் சிராஜத்தின் இந்திய ஹவுஸ், ரவுண்ட்டாணாக்கருகில் கர்சன் அண்டு கம்., செல்லா ராம்ஸ் போன்ற கட்டிடங்களைக் கட்டினார். அவற்றுள் கர்சன் அண்டு கம்பெனியும், செல்லா ராம்ஸும் இப்பவும் இருக்கின்றன. அதற்கு அருகில் கோயம்புத்தூர் கிருஷ்ண ஐயரின் பிரசித்தி பெற்ற உணவு விடுதி இருந்தது. ஜாம் பஜாரில் 125 வருட சுப்பிரமணிய சுவாமி கோயில் இருக்கிறது.

அருகில், 1813-ல் நவாப் அளித்த 21 கிரவுண்ட் நிலத்தில் 1848-ல் புனிதப் படுத்தப்பட்ட பிரஸண்டேஷன் சர்ச்சை, வாலாஜாபேட்டை சர்ச் என்றும் அழைப்பதுண்டு. புனிதப்படுத்தும் சர்ச் என்ற சர்ச் இங்கு 1769 முதல் இருந்தது என்று ஒரு நம்பிக்கை.

டாக்டர் ராதாகிருஷ்ணன் சாலையை அடுத்து திருவல்லிக்கேணியில் இருக்கும் தஸ்தகீர் தர்காவைக் கட்டியது முஸ்லிமாக மதம் மாறிய ஓர் ஐரோப்பியர் என்று ஒரு நம்பிக்கை. உண்மையில் அங்கு இருக்கும் கல்லறை, ஹஸ்ரத் தஸ்தகீர் சாஹிப் என்று பரவலாக அழைக்கப்படும் ஹஸ்ரத் ஷேக் மக்தூம் அப்துல் ஹக் ஸாவியுடையது. ஸாவாவில் வசித்த துருக்கியக் குடும்பத்தைச் சார்ந்த ஹஸ்ரத் தஸ்தகீர் சாஹிபுக்கு அவர் பிறந்த பீஜப்பூரின் ஆதில் ஷாஹி பரம்பரையுடன் நெருக்கமான உறவு உண்டு.

நிறைய சுற்றுப்பயணத்துக்குப் பின், சென்னையில் அவர் தங்கியபோதும் ஒரு மத குரு என்ற முறையில் தென்னிந்தியா முழுவதும் சுற்றினார். 1752-ல் அவர் ஹைதராபாதில் இறந்தபின், நாளடைவில் அவருடைய சடலத்தை நவாப்

வாலாஜா சென்னைக்குக் கொண்டுவந்து அடக்கம் செய்தார். சமாதிக்கு மேல் 1789-ல் அந்தப் பெரிய தர்காவைக் கட்டினார். சூஃபி நம்பிக்கையைப் பற்றி இந்த புனிதர் எழுதிய புத்தகங்கள் கௌடியா மடத்துக்கு அருகில் உள்ள திவான் சாகிப் பாக் நூலகத்தில் பாதுகாக்கப்படுகின்றன.

தஸ்தகீர் சாஹிபுக்கு அருகில் உள்ள சுஃபீதார் என்று சிந்து மாநிலத்தைச் சேர்ந்தோரால் நடத்தப்பட்டுவரும் கோயில், எல்லா மதத்தினருக்கும் திறக்கப்பட்டு எல்லா மதங்களுடைய கோட்பாடுகளும் வழிபாடுகளும் பின்பற்றப்படுகின்றன. பிர் தாதா தஸ்தகீர் பாத்ஷா என்ற பாக்தாதைச் சார்ந்த சூஃபி புனிதருக்கு அங்கு விசேஷ மரியாதை உண்டு.

இதற்கு அருகில் குடிசைகளுக்கு மத்தியில் அவ்வை சண்முகம் சாலை இடுகாடு இருக்கிறது. இங்கு இரண்டு அறைகளில் ஏற்கெனவே விவரிக்கப்பட்ட சீன இடுகாடும் யூத இடுகாடும் இருக்கின்றன.

6. கிரிக்கெட்டின் சென்னை இல்லம்

நவாபின் பண்ணையின் மற்றொரு பாகம் புகழ்பெற்ற சேப்பாக்க மைதானம். அது ஒரு காலத்தில் தோட்டத்தின் ஒரு பகுதியாக இருந்தது. பூக்கள் பூக்கும் உயரமான மரங்களும் உயரமான செங்கல் சுவரால் சூழப்பட்ட வட்ட வடிவமான எல்லையையும் உடைய அது உலகிலேயே அழகான கிரிக்கெட் மைதானங்களுள் ஒன்று என்றும் அதன் விக்கெட் நேர்மையானது என்றும் பெயர் பெற்றது. இன்று பிரம்மாண்டமான காங்கிரீட், உருக்கு விளை யாட்டரங்காக மாற்றப்பட்டிருக்கும் அதன் விக்கெட்டில் புல்லைவிட தூசிதான் அதிகம். 2012 மற்றொரு சொரூபத்தைப் பெற்ற அதன் இருக்கை களுக்கு மேல் பாய்மரம் போன்ற கூடாரங்கள் இயற்கையின் சீற்றத்துக்கு பாதுகாப்பு அளித்து ஸ்டேடியத்திற்குத் திறந்த காற்று வீசும் தோற்றத்தை அளித்து பிட்சுகளும் பழைய காலத்தை ஞாபகமூட்டின. மாநில கிரிக்கெட் ஆட்டத்தின் தலைமையகமாக ஆகியிருக்கும் அது முதலில் இந்தியாவிலேயே பழைய கிளப்புகளில் ஒன்றான மதராஸ் கிரிக்கெட் கிளப்புக்கு ஒரு காலத்தில் சொந்தமாக இருந்தபோதிலும், இப்போது அதன் ஒரு மூலையில்தான் கிளப் இயங்குகிறது.

1720-ல் கிழக்கிந்திய கம்பெனியுடன் கிரிக்கெட் இந்தியாவுக்கு வந்த போதிலும், சென்னை முதல் மாகாணமாக இருந்தபோதிலும், அந்த விளை யாட்டு வேரூன்றுவதற்குப் பல நாள்கள் ஆயின. பழைய ஆவணங்களின்படி இந்தியாவின் முதல் கிரிக்கெட் ஆட்டம் 1780-ல் இப்போதைய ஈடன் கார்டன்ஸில் கல்கத்தாவில் ஆடப்பட்டபோது சட்டமன்ற உறுப்பினரும், கிளைவுடன் பணிபுரிந்தவரின் மகனுமான வன் சிட்டார்ட், முதல் சதம் அடித்தார். இந்தியாவில் நடந்த கிரிக்கெட் ஆட்டத்தை, தாமஸ் டேனியல் படமாக வரைந்தது கிடைத்துள்ளது. அவர் 1792-ல் சென்னையில் இருந்ததால், மாலுமிகள் இந்த ஆட்டத்தை அந்த ஆண்டு, சென்னை தீவுத்திடலில் அறிமுகப்படுத்தியிருக்கலாம் என்று எண்ணத் தோன்றுகிறது.

மதராஸ் கிரிக்கெட் கிளப்பின் தோற்றத்தை உருவாக்கியவர் அலெக்ஸாண்டர் ஜே. ஆர்பத்நாட். 1872-ல் இடைக்கால ஆளுநராக இருந்த அவரது குடும்பம் பழைய சென்னையின் சரித்திரத்தில் பெரிய இடத்தை வகித்தது. அவருடைய வாழ்க்கை வரலாற்றில் அவர் அந்த கிளப்பை 1846-ல் நிறுவியதாகக் குறிப்பிடுகிறார். இப்போதைய ராணுவத் தலைமைச் செயலகத்துக்கு அருகில் உள்ள மெய்க்காப்பாளர் வரிசை இருக்கும் இடத்துக்குப் பின்னால் தீவுத் திடலில் சந்தர்ப்பத்துக்கு ஏற்ப தயாரிக்கப்பட்ட தரையில் கிளப்பின் ஆரம்ப விளையாட்டுகள் நடந்தன. பங்கேற்போர் களைப்பாறிய கூடாரத்தை டேனியலின் படத்தில் காணலாம்.

தீவில் தனது இடத்தை நிரந்தரமாகக் குத்தகைக்கு எடுத்துக்கொள்ள 1865-ல் கிளப் நிச்சயித்தபோது அந்த மைதானத்தில் 100 கஜத்துக்கு 80 கஜம் அளவுள்ள நிலத்தைச் சுற்றி வேலி அமைக்க கிளப் அரசாங்கத்திடம் அனுமதி கேட்டது. அப்போது தலைமைச் செயலராக இருந்த ஆர்பத்நாட்டால்கூட ராணுவத்தை மசியவைக்க முடியவில்லை. அதே ஆண்டின் பிற்பகுதியில் கிளப்பின் செயலர் லெஃப்டினண்ட் கர்னல் ஜே. பென்னிக்விக்கின் வேண்டுகோளை அரசாங்கம் ஏற்றது. சேப்பாக்க அரண்மனையுடன் அதன் விசாலமான பண்ணையையும் அரசாங்கம் எடுத்துக்கொண்டதால், கிளப்பின் வேண்டு கோளை ஏற்றுக்கொண்ட ஆளுநர், சேப்பாக்க வளாகத்தின் ஒரு பகுதியைச் சுற்றி வேலி போட கிளப்புக்கு அனுமதி கொடுத்தார். பொதுப்பணித் துறைச் செயலாளரால் குறிப்பிடப்பட்ட 150 கஜத்துக்கு 180 கஜம் உள்ள பகுதியைச் செப்பனிட சந்தா கோரப்பட்டது. சேகரிக்கப்பட்ட ரூபாய் 783-13-6-ல், ரூபாய் 730, 1865-ல் தரையை மட்டமாக்குவதற்குச் செலவழிக்கப்பட்டது. பணமுடையின் காரணமாக அதைச் சுற்றி வேலி கட்ட முடியவில்லை. அதற்கு அடுத்த ஆண்டு விரிவாக்கப்பட்ட மைதானத்தில் வசூலிக்கப்பட்ட ரூபாய் 3,700-ஐச் செலவு செய்து, சிஷோம் வடிவமைத்த பெவிலியன் கட்டப்பட்டு, கல்கத்தாவுடன் ஓர் அதிகாரபூர்வ விளையாட்டு ஆடப்பட்டது. கிளப், தனது முதல் விளையாட்டை கிண்டியில் உள்ள ராணுவ மைதானத்தில் பெங்களூருக்கு எதிராக 1862-ல் ஆடியது.

இப்போதிருக்கும் இடத்தில்தான் மதராஸ் கிரிக்கெட் கிளப்பின் ஆட்டம் ஆரம்பமானது. ‘கிழக்கில் பொறியியல் கல்லூரிக்கு (கால்ஸா மஹால்) முன் ஓடும் சாலையும், மேற்கே அதற்குச் சம தூரத்தில் ஓடும் சாலையும் (பெல்ஸ் சாலையாக இருந்திருக்கலாம்), வடக்கில் அரசாங்க மாளிகையில் இருந்து பொதுப்பணித் துறை அலுவலகமும் அரசாங்க அலுவலகங்களும் இருக்கும் சாலையும் (இப்போதைய வாலாஜா சாலைக்கு சற்று வடக்கே), கிழக்கில் இருந்து மேற்கு நோக்கி மைதானத்தின் வடக்கு எல்லையிலிருந்து 180 கஜங்களுக்கு அப்பால் உள்ள சாலையும் அதன் எல்லைகளாக மாறின’ என்கிறது கிளப்பின் வரலாறு. அந்தக் காலத்தில் செவ்வக வடிவில் இருந்த மைதானத்தின் நீளமான பக்கங்கள் வடக்கிலும் தெற்கிலும் இருந்தன. மரத் தாழ்வாரம் உடைய சிறிய செங்கல் பெவிலியன், வாலாஜா சாலை-பெல்ஸ்

சாலை சந்திப்பில் கிழக்கு நோக்கி இருந்தது. இப்போதைய வாலாஜா சாலைக்கு சம தூரத்தில் ஆடுகளம் இருந்தது.

பக்கிங்ஹாம் கால்வாய், அதனுடைய கிழக்கு பகுதியில் ஊஒருவியதால், கிளப் ஆட்சேபித்தபோதிலும் அது இடத்தை காலி செய்யவேண்டியிருந்தது. கிரிக்கெட் பெவிலியனுக்குத் தெற்கில் உள்ள குளம் தூர்க்கப்பட்டு இப்போதைய மைதானத்தைவிட பெரிய ஒன்றை அமைக்க நிலம் அளிக்கப்படும் என்று அரசாங்கம் உறுதி அளித்தது. இதனால் அதன் மைதானம் தோண்டப்பட்டதால் 1879 வரை தீவுத்திடலுக்கு நகர்ந்த கிளப் மீண்டும் சேப்பாக்கத்துக்கு வந்தபின், அங்கேயே இருக்கிறது. புதிய கிழக்கு எல்லை, விக்டோரியா ஹாஸ்டல் சாலை ஆனபின், அதற்குச் சம தூரத்தில் இருக்கும் ஆடுகளங்கள், குளம் இருந்த இடத்தில் இருக்கின்றன. இப்போது, செவ்வக வடிவில் உள்ள புது விளையாட்டு மைதானத்தின் கிழக்கு, மேற்குப் பக்கங்கள் நீட்டமாக உள்ளன. முன்பு பெவிலியன் இருந்த இடத்தின் மேற்குப் பகுதி கிளப்பின் கைவசம் இருக்கிறது. இந்த இடத்தைச் சமன்படுத்துவதற்காக உதவித்தொகை ரூபாய் 2,000-ம், பெவிலியனை மாற்றி அமைக்க ரூபாய் 2,500-ம் கிளப்புக்கு மானியமாகக் கிடைத்தன. தென்மேற்குத் திசையை நோக்கிய கிளப்பின் மாற்றங்கள், கண்களைக் கூசவைத்ததால், ஆட்டத்தைப் பார்க்கமுடியாமல் போயின. 1888-ல் அடித்த புயல் இந்த முட்டாள்தனத்தை அழித்ததால் ரூபாய் 13,000 செலவில் பெவிலியனை வடக்கு நோக்கிக் கட்டலாம் என்று நிச்சயிக்கப்பட்டது.

ஹென்றி இர்வினால் திட்டமிடப்பட்ட பெவிலியன், 1891-லிருந்து 1970 வரை உபயோகிக்கப்பட்டது. 1866-ல் கட்டப்பட்ட பெவிலியன் ரூபாய் 600-க்கு விற்கப்பட்டபின் இடிக்கப்பட்டது. 1980-ல் புது எம்.ஏ. சிதம்பரம் விளையாட்டரங்கத்துடன் இணைந்தவுடன் 1891-ல் கட்டப்பட்ட பெவிலியன் அதே கதிக்கு உள்ளானது. சரித்திரப் பிரசித்திப் பெற்ற அந்தக் கட்டடங்கள் 1982-ல் சமையலறைகள் ஆயின. 1984-லிலும் 1989-லும் பாட்மிண்டன் அரங்கும் நீச்சல் குளமும் அமைக்கப்பட்டன. அந்தக் காலத்தின் நினைவுச்சின்னங்களாக பழைய ஸ்குவாஷ் அரங்குகளும் (1899), பில்லியர்ட்ஸின் புதிய இடமும் (1937), பழைய ஸ்கோர்போர்டுகளுக்கு நிழலளித்தது உள்பட சில மரங்களும் இருக்கின்றன. சாவதானமாக ஆடப்பட்ட அந்த நாளைய கிரிக்கெட்டை நினைவூட்டும், 1920-ல் கட்டப்பட்ட தனித்தன்மையை இழந்த ஓரச் சுவரின் மூலைத் தூண்களை ஓரிரு இடங்களில் காணலாம். கேளிக்கை இடமாகியிருக்கும் கிளப், விளையாட்டை ஊக்குவிக்கும் ஒரு முக்கிய இடம் வகித்து விளையாட்டரங்கின் ஒரு மூலையில் இருக்கிறது.

விளையாட்டரங்குக்கும் ரவுண்ட் டாணாவுக்கும் இடையில் 19-ம் நூற்றாண்டின் பிற்பகுதி, 20-ம் நூற்றாண்டின் தொடக்கம் ஆகியவற்றைச் சார்ந்த காலனி பாணியை ஒட்டி சில கட்டடங்கள் இருக்கின்றன. அவை முறையே, அரசாங்க விருந்தினர் விடுதி, அரசாங்கத் தோட்டக் குடியிருப்புகள்,

செல்லாராம்ஸ், ஸ்டாண்டர்ட் சார்டர்ட் வங்கியின் அலுவலகம், கர்ஸன் கம்பெனியின் அலுவலகம் ஆகியவை.

சிமாடே ஆளவந்தான் செட்டியால் ஒரு வைஸ்ராயின் பெயரில் நிறுவப்பட்ட தரமான மேஜை நாற்காலிகள் செய்யும் கர்ஸன் கம்பெனி, 1898 முதல் வாலாஜா சாலையில் அதே இடத்தில் இருந்தாலும், இப்போதைய கட்டடம் அதற்குப் பின் ஆர்ட்-டெகோ பாணியில் கட்டப்பட்டது. நூலகவியலின் மூதறிஞர் டாக்டர் எஸ்.ஆர். ரங்கநாதனின் கண்காணிப்பின்கீழ் முதலாவதாகக் கட்டப்பட்ட நூலக ஃபர்னிச்சர்கள்மூலம், அந்த நிறுவனம் இந்தத் துறையில் தனித் தன்மை பெற்றிருக்கிறது.

வியாபார நோக்குடன் கட்டப்பட்ட இந்தக் கட்டடங்களுக்கு மத்தியில், பராமரிக்கப்பட்டிருந்தால் சீராக இருந்திருக்கக்கூடிய 1858-ம் வருடத்தைச் சேர்ந்த முகலாயக் கட்டடம் ஒன்று இருக்கிறது. அருங்காட்சியகத்தின் நிர்வாகியும் கிழக்கத்திய மொழி விற்பன்னருமான சர்ஜன் எட்வர்ட் கிரீன் பால்ஃபரால் ஆற்காடு இளவரசரின் ஆதரவுடன் 1850-ல் நிறுவப்பட்ட முகமதிய பொது நூலகம், இன்று கேள்வி கேட்பாரற்று இருக்கிறது. உருது, அரபி, பாரசீக மொழிகளில் 6,000-க்கும் மேலான விலை மதிக்க முடியாத கையெழுத்துப் பிரதிகளும் 19-ம் நூற்றாண்டைச் சார்ந்த அநேக ஆங்கிலேய வெளியீடுகளும் இங்கு இருந்தன. அந்த நிலையில்கூட உலகம் முழுவதிலும் இருந்து ஆராய்ச்சியாளர்கள் அங்கு வந்தனர். 1994-ல் கட்டடம் இடிக்கப் பட்டது என்பது வருந்தத்தக்கது. 2006ல் அதே இடத்தில் பழைய கட்டுமான பாணியில்லாத புது அலுவலகம் கிடைத்திருக்கிறது. சேர்க்கையின் பராமரிப்பு சீராகயிருக்கிறது. 1926-லிருந்து வெளியிடப்பட்ட உருது தினசரி ‘டெய்லி முஸல்மானின்’ அலுவலகம் இதற்கு அருகில் இருக்கிறது.

சாலையின் வடக்கே கட்டப்படும் செயலகம் மற்றும் சட்டசபையின் பணிக் கட்டிடங்களுக்காக, முகமதிய நூலகத்திற்கு எதிரிலிருந்த ஆர்ட் டெகோ பாணி, அரசாங்க விருந்தினர் விடுதி இருந்தபோதிலும் அதற்கு அருகிலிருந்த ஏனைய அரசு வளாகக் கட்டிடங்கள் இடிக்கப்பட்டன. 2011ல் அரசாங்கம் மாறியபின், உயர்நீதி மன்றம் தேவைக்கேற்ற உபயோகம் என்று அனுமதித்த தின் பின், ஒரு வருடமாக சுனங்கியிருந்த வேலை ஜனவரி 2013ல், சட்ட சபை, அலுவலக வேலை ஆரம்பிக்கப்பட்ட பின், பணிக் கட்டிடங்கள் எங்கு வரும் என்பது தெளிவாகயில்லை.

ஒரு காலத்தில் நகரம்

சேப்பாக்கத்தில் அழகான கிரிக்கெட்

சேப்பாக்கம் என்றாலே சென்னைவாசிகளுக்கும், இந்தியாவிலும் உலகத்தின் வேறு பாகங்களிலும் வசிப்பவர்களுக்கும் சட்டென்று நினைவுக்கு வரும் விஷயம் அரண்மனை அல்ல, அழகிய கிரிக்கெட்தான். முனுசுவாமியால், பில்லியர்ட் மேஜை வழவழப்புக்கு ஒப்பாக அருமையாக சீராக்கப்பட்ட அதன் பசும் மரகதப் புல்வெளி, மைதானம் முழுவதையும் சுற்றி சவுக்கு மரங்களும், வேல மரங்களும் (அவற்றில் சில ஒரு நூற்றாண்டுக்கு மேல் வயதானவை), அந்த மரங்கள் தகட்டுக் கூரை மீதும் குட்டையாக நிற்கும் மேடைகள்மீதும் விழவைக்கும் நிழல், அந்தச் சூழலில் விளையாடப்படும் நேர்த்தியான கிரிக்கெட் ஆகியவற்றையே நானும், விளையாட்டின் விசிறிகள் பலரும் சேப்பாக்கத்துடன் இணைக்கிறோம்.

இங்க்லீஷ் 'கவுண்டி' கிரிக்கெட் சூழ்நிலையை எந்தவிதத்திலும் குலைக்காத இந்த மைதானத்தில் பல இடங்களிலிருந்தும் கால்களை நீட்டி வசதியாக உட்கார்ந்துகொண்டு கிரிக்கெட்டை ரசிக்கலாம். பொங்கல் நேரத்தில் நடக்கும் வருடாந்திரப் போட்டிகளின்போது ஜான்ஸ்டன், வார்ட், நெய்லர் ஆகியோருக்கு எதிராக கோபாலன், ராம்சிங், ரங்காச்சாரி ஆகியோர் தீவிரமாகப் போட்டி யிடுவதைப் பார்க்கலாம். பிறகு 1930-கள், 1940-களில், இவர்கள் அனைவரும் ஒன்றாக, சென்னைக்காக, ரெஸ்ட் ஆஃப் இந்தியா அணியுடன் ரஞ்சிப் போட்டியில் விளையாடுவதைப் பார்க்கலாம். இங்குதான், 4 நவம்பர் 1934-ல் இந்தியாவின் தேசியப் போட்டியான ரஞ்சிக் கோப்பைக்கான முதல் ஆட்டம் ஆடப்பட்டு, ஒரே நாளுக்கு உள்ளாகவே சென்னை வெற்றிபெற்றது.

அந்த அமைதியான நாள்களில், மதராஸ் கிரிக்கெட் கிளப்பின் மைதானம் ஒன்றுதான், சூயஸுக்குக் கிழக்கே, கெண்ட், எஸ்ஸெக்ஸ், சாமர்ஸெட், சஸ்ஸெக்ஸ் ஆகிய கவுண்டிகளில் இருந்த கிரிக்கெட் மைதானங்களுக்கு ஒப்பானது என்று கருதப்பட்டது.

1935-ல் சென்னையின் முதல் மேயரான செட்டிநாடு குமாரராஜா எம்.ஏ. முத்தையா செட்டியார், டாக்டர் பி. சுப்பராயன், பித்தாபுரம் யுவராஜா, வி.ஆர். லட்சுமி ரத்தன் ஆகியோர் உறுப்பினர்கள் ஆகும்வரை, 'ஐரோப்பியர்களுக்கு மாத்திரம்' என்று எழுதப்பட்ட சிவப்புக் கூரையுடன், சிவப்பு வர்ணம் பூசப்பட்ட பெவிலியனை உடைய, அந்த கிளப் இருந்தது. ராணுவத்தில் கால்நடை மருத்துவராகப் பணிபுரிந்து, ஆக்ஸ்ஃபோர்டில் படிக்கும்போது விளையாட்டில் விருதுகள் பெற்று, கிளமோர்கன் அணிக்காக கிரிக்கெட் ஆடிய டி. முராரி நாயுடு, 1947-ல், கிளப்பின் சார்பாக விளையாடிய முதல் இந்தியர். அதே வருடம் டென்னிஸ் விளையாடிய நீதிபதி கே.பி. லட்சுமணராவ், கிளப்பின் குழுவுக்குத் தேர்ந்தெடுக்கப்பட்ட முதல் இந்தியர் ஆனார். 1959-ல் ஏ.எம்.எம். அருணாசலம் கிளப்பின் முதல் இந்தியத் தலைவராக ஆனார்.

அவரது முதல் வேலையே, மதராஸ் கிரிக்கெட் அசோசியேஷன் சேப்பாக்கத்தில் உள்ள மதராஸ் கிரிக்கெட் கிளப்பின் மைதானத்தைத் தனக்கு வாடகைக்கு விடும்படி அரசாங்கத்துக்கு விடுத்த கோரிக்கையைச் சமாளிக்க வேண்டியிருந்தது தான். அதனுடைய பெவிலியனைச் சுற்றியிருந்த நிலம், மதராஸ் கிரிக்கெட் கிளப்புக்கு என்றும், எஞ்சிய நிலம், 1930-ல் நிறுவப்பட்ட மதராஸ் கிரிக்கெட் அசோசியேஷனுக்கு (1932-ல் நிறுவப்பட்ட இந்தியன் கிரிக்கெட் ஃபெடரேஷன் இதனுடன் இணைக்கப்பட்டது) அரங்கம் கட்ட வாடகைக்கு அளிக்கப்படும் என்றும் பிரச்னை சுமுகமாக முடிக்கப்பட்டது. அரங்கத்தின் அடிக்கல் 1971-ல் நடப்பட்டது. அதுவரை, மதராஸ் கிரிக்கெட் கிளப் பெவிலியனில் இருந்த லாங்ரூமில் இருந்தபடி, உறுப்பினர்களும், அவர்களது விருந்தினர்களும், இந்திய முக்கியஸ்தர்களும், ஆட்டக்காரர்களும், உள்ளூர் விளையாட்டு முதல் டெஸ்ட் போட்டிகள் வரை மிகவும் சௌகரியமாகக் கண்டுகளித்தனர். அதிலிருந்த நீளமான, நன்கு உபயோகப்படுத்தப்பட்ட பார், மைதானத்தை நோக்கியபடி இருந்தது. அதன் மூன்று சுவர்களில் இருந்த தேக்கு மரச் சட்டங் களில், அங்கு வந்து விளையாடியிருந்த ஐரோப்பிய மாகாணக் குழுக்கள், வெளிநாட்டுக் குழுக்கள் ஆகியவற்றின் பெயர்கள் எழுதப்பட்டிருந்தன.

எப்படி லார்ட்ஸ் கிரிக்கெட் மைதானத்தில் மார்லிபோன் கிரிக்கெட் கிளப்பின் தலைமையகம் உள்ளதோ, அதேபோல, அதே ஆங்கில இனிஷியல்களுடன் இந்த இடத்தில் மதராஸ் கிரிக்கெட் கிளப் இருந்தது. லார்ட்ஸின் லாங்ரூமில் நடப்பது போலவே, இங்கும் கிரிக்கெட் பற்றி பல தீவிரமான விவாதங்கள் நடைபெற்றன. துரதிர்ஷ்டவசமாக, பெவிலியன் இடிக்கப்பட்டது. கிளப்பின் புதிய தலைமையில் இருந்தவர்கள், பாரம்பரியத்தைக் காப்பதைவிட, வேறு பலவற்றுக்கு மதிப்பளிக்கத் தொடங்கிவிட்டனர்.

1953-ல் பால் ராஜ் என்பவர் சேப்பாக்கத்தின் வரைபடத்தை மிகவும் நேர்த்தியாகத் தயாரித்துக்கொடுத்தார். லார்ட்ஸின் உலகின் சிறந்த கிரிக்கெட் மைதானங்கள் என்னும் தொகுப்புக்காக அவர் இதை வரைந்துகொடுத்தார். அந்த வரை படத்தைப் பார்ப்பவர்கள், இன்றைய கிரிக்கெட் தலைமையகத்தைவிட அது சிறப்பாக இருப்பதை உணர்ந்துகொள்வார்கள். அந்த நாள்களில்

இந்தியாவிலேயே இரண்டாவது பெரும் கிரிக்கெட் கிளப்பின் இல்லமாக அது இருந்ததே ஒழிய, வியாபாரச் சிந்தனையுடைய கிரிக்கெட் சங்கத்துடையதாக இல்லை.

காலனிய சென்னையின் முக்கியஸ்தர்களுக்கு மாத்திரம் இருந்த கிளப்பும், பெவிலியனும் பெரும்பான்மையான சென்னைவாசிகளுக்கு இல்லா விட்டாலும், அப்போதும் அநேகருக்கு சென்னை (அல்லது தமிழ்நாடு) கிரிக்கெட் என்றால் அது சேப்பாக்கத்தில், மதராஸ் கிரிக்கெட் கிளப்பின் பச்சைப் பசும் புள்வெளியில் நடந்த கிரிக்கெட்தான். 1960-கள் வரை, ஒவ்வொரு மதராஸியின் கிரிக்கெட் ஞாபகங்களும் இந்த மைதானத்தின் சரித்திரத்துடன் பிணைக்கப்பட்டிருக்கின்றன.

1889-90-ல் இந்தியாவுக்கு வந்த ஜி.எஃப். வெர்னனின் முதல் ஆங்கிலேயக் குழு, சூறாவளியால் அப்போது சேப்பாக்கத்துக்கு நடந்த சேதத்தால் சென்னையில் விளையாடவில்லை. 1892-ல் இலங்கையிலிருந்து வந்த ஐரோப்பியக் குழு ஒன்று இந்த மைதானத்தில் விளையாடி, மைதானத்துக்கு ஞானஸ்நானம் செய்து வைத்தது. அப்போதுதான் கிளப்பின் பிரசித்தி பெற்ற 'லாங் ரூம்' திறக்கப் பட்டது. ஆனாலும், 'வருகை தருவோரின் இன்னிங்க்ஸைத் திறந்தவர்கள்' என்று கூறத் தகுதியுடைய முதல் அன்னியக் குழு, அதே வருடத்தில் வந்த லார்ட் ஹாக்கின் அணி.

மார்லிபோன் கிரிக்கெட் கிளப்பின் முந்தைய தலைவர் லார்ட் வென்லாக் என்ற ஆளுநர் அவர்களை அழைத்திருந்தார். சென்னையில் இருந்தபோது, அவர் ஒரு திறமையான கிளப் தர ஆட்டக்காரராக இருந்தார். மும்பை கிரிக்கெட்டை அதன் நிலைக்குக் கொண்டு வந்த ஆளுநர் லார்ட் ஹாரிஸூம், (வென்லாக்கைவிட பிரசித்தி பெற்றவர்) வென்லாக்கும், இந்திய கேளிக்கை கிரிக்கெட் விளையாட்டு களில் அநேக 'இன்னிங்ஸ்களை' ஆரம்பித்துவைத்தனர். அவர்கள் மட்டும் அரசாங்கப் பதவிகளை வகித்திராவிட்டால், அப்போது ஐரோப்பியர்கள் மட்டுமே விளையாடிய இந்தியாவின் ஃபர்ஸ்ட் கிளாஸ் கிரிக்கெட் ஆட்டங் களில் பங்குகொண்டிருப்பார்கள்.

சேப்பாக்கத்தில் அப்போது நடந்த முதல் 'டெஸ்டில்' நட்சத்திரமாக விளை யாடியவர் உள்ளூர் 'ஹிட்டர்' இ.ஹெச்.டி. சீவெல். இவர் மாகாணத்தின் சார்பாக, அப்போதும் அதற்குப் பிறகும் பலமுறை விளையாடினார். சீவெல், பின்னர் எஸ்ஸெக்ஸ் அணிக்காக விளையாடினர். அதன்பிறகு, கிரிக்கெட் எழுத்தாளர் என்று பெயர் வாங்கினார். ஆனால், அந்த ஆட்டத்தின் அழிவற்ற நினைவு, அதில் பங்குகொண்ட ஸ்டேன்லி ஜாக்சன் பற்றியது. இவர்தான் பிற் காலத்தில் யார் இங்கிலாந்தின் சிறந்த பேட்ஸ்மன் என்ற பெயருக்காக, ரஞ்சியுடன் போட்டி போட்டவர். ஜாக்சன்தான், சேப்பாக்கத்தை அலங்கரித்த முதல் உலகத்தரமான பேட்ஸ்மன். இவர், அந்த ஆட்டத்தில், மாகாணத்தின் நட்சத்திர பந்து வீச்சாளர் வீசிய பந்தை, ஸ்கொயர் லெக் திசையில், மரங்கள் மேல் சிக்ஸராக அடித்தார்.

அந்த சிக்ஸரை நினைவுகூர்ந்த சீவெல், 'பல ஆண்டுகள் கழித்து, லார்ட்ஸில், கான்ஸ்டண்டின் நேராக பந்துவீச்சாளர்மீது அடித்த சிக்ஸருடன் சேர்த்து, நான் சில சிக்ஸர்களைப் பார்த்திருக்கிறேன். ஆனால் எந்தவிதச் சிரமும் இன்றி, ஜாக்சன் அடித்ததற்கு இணையாக வேறு எதையும் பார்த்ததில்லை. பந்து, மரங்களுக்கு மேல் செல்ல தூண்டப்படப்பட்டது; அடிக்கப்படவில்லை என்றே தோன்றியது.' ஜாக்சனின் சாதனைக்கு இரண்டு வருடங்கள் கழித்து, தானே அடித்த 147 கஜ சிக்ஸரை சீவெல் மறந்துவிட்டார் போலும். இந்த சிக்ஸருக்கு இரண்டு வருடங்கள் கழித்து, ஒரு ஃபர்ஸ்ட் கிளாஸ் ஆட்டத்தில் விளையாடிய சீவெல், முதல் இன்னிங்ஸில் அணியின் மொத்த எண்ணிக்கையான 78-ல் 74 ரன்களையும், இரண்டாவது இன்னிங்ஸில் அணியின் மொத்த எண்ணிக்கை யான 56-ல் 51 ரன்களையும், அடித்தார்.

ஆஸ்திரேலியாவால், ஏழு ரன்களால் ஜெயிக்கப்பட்டு, ஆஷஸ் என்ற கோப்பை உருவாகக் காரணமாக இருந்த, சரித்திரப் பெருமை வாய்ந்த ஓவல் டெஸ்டில், இங்கிலாந்துக்கு விளையாடிய கேம்பிரிட்ஜ் பட்டதாரி சி.டி. ஸ்டடட், 1903-ல் 'ஆக்ஸ்ஃபோர்ட் ஆதெண்டிக்ஸ்' என்ற அணி சேப்பாக்கத்தில் விளையாடிய போது, சென்னை மாகாணத்தின் கேப்டனாக இருந்தார். 1900 முதல் 1906 வரை, ஊட்டியில் மதப் பிரசாரகராக இருந்துகொண்டு, கிரிக்கெட்டுக்கு நேரம் செலவழித்த ஸ்டட்டின் சுவடுகளை, அறை நூற்றாண்டுக்குப்பின் இங்கிலாந் துக்கு விளையாடிய டேவிட் ஷெப்பர்ட் பின்பற்றினார். எல்லாத் துறைகளிலும் திறமைசாலியான சிம்சன் ஹேவர்ட் என்ற 'ஆல்ரவுண்டர்' , அண்டர்-ஆர்ம் முறையில் பந்து வீசவும், மிக அருமையாக பேட்டிங் செய்யவும் கூடியவர். 1947-ல் டென்னிஸ் காம்படனால் தகர்க்கப்படும்வரை, இருந்த ஒரே சீஸனில் 3,000 ரன்கள் என்ற சாதனை இவருடையதுதான். அதற்குப்பின் ஹேவர்ட் இங்கிலாந்துக்காகவும் விளையாடினார். அவர் சேப்பாக்கத்தில் விளையாடும் போது, மழையினால் பாதிக்கப்பட்ட விக்கெட்டில், தன் பந்துவீச்சால், சென்னை மாகாணத்தை இருமுறை வீழ்த்தினார்.

லண்டன் எம்.சி.சி இந்தியாவுக்கு முதன்முதலில் அனுப்பியது, கில்லிகன்ஸ் தலைமையிலான அணி. அது, 1927-ல் சென்னை எம்.சி.சியின் மைதானத்தில் விளையாடியது. ஹைரேஞ்ச் தேயிலைத் தோட்டத்தில் வேலை செய்து வந்த, 25 வயதான, மணமாகாத இளைஞர் ஒருவர், சென்னை மாகாண அணியில் இடம் பெற்று, கில்லிகன்ஸ் அணிக்கு எதிரான ஒரு நாள் போட்டியில் அதிகபட்ச ரன்களான 48 அடித்தார். அவருடைய பெயரின் ஸ்பெல்லிங் சரியாக வராவிட் டாலும், அவரது சாதனை மதிப்புக்குரிய விஸ்டன் அல்மனாக்கில் இடம் பெற்றது. வலது கை பேட்ஸ்மனான கவுட்ரே, அவரது மகன் இங்கிலாந்துக்காக விளையாடவேண்டும் என்று திடமாக நம்பியதால், பெங்களூரில் பிறந்த அந்தப் பையனுக்கு, மைக்கேல் காலின் என்ற பெயர் வைத்தார். இதனால், அந்தப் பையனின் இனிஷியல்கள் எம்.சி.சி என்றானது. அந்த பையனும் பிற்காலத்தில் பெரும் பெயரைச் சம்பாதித்தான். முதன்முதலாக எம்.சி.சி அணி இங்கு வந்து விளையாடியதன் நினைவாக, ஏ.சி.ஹான்பரி, ஒரு கடிகாரத்தைப் பரிசாக அளித்தார். 1981-ல் மதராஸ் கிரிக்கெட் கிளப்பின் இர்வின் பெவிலியன்

இடிக்கப்படும்வரை, அந்த கடிகாரம் அங்கே ஒரு பிரத்யேக அடையாளமாக இருந்தது.

இம்பீரியல் கிரிக்கெட் கான்ஃபரன்ஸில் இந்தியா அனுமதிக்கப்பட்ட 1932-ல், இங்கிலாந்துக்கு இந்திய அணி சென்றதுடன், இந்திய கிரிக்கெட்டின் நவீன காலம் ஆரம்பமானது. அதற்குப்பின் வந்தது அதிகாரபூர்வமான எம்.சி.சி.யின் இந்திய விஜயம். 1933-34-ல் டக்ளஸ் ஜார்டைனின் அணி, இந்தியா வந்து மூன்று டெஸ்டுகள் விளையாடியது. கடைசி போட்டியின் மூலம், முதன்முதலாக டெஸ்ட் மையமான சேப்பாக்கத்தில் 202 ரன் வெற்றியுடன், இங்கிலாந்து தொடரை வென்றது. 153 ரன்கள் கொடுத்து 11 விக்கெட்டுகளை வீழ்த்திய வெரிடிதான், இங்கிலாந்தின் வெற்றிக்கு மூலகாரணம். இந்தியாவின் இரண்டாவது இன்னிங்ஸில், அதிக பட்சம் ரன் எடுத்த பாடியாலா யுவராஜா ஒருவர்தான் வெரிட்டியை எளிதாக விளையாடிய வீரர்.

இங்கிலாந்தின் முதல் இன்னிங்ஸில் 86 ரன்களுக்கு 7 விக்கெட்டுகளை அமர்சிங் வீழ்த்தியபோதும், அது போதவில்லை. தொடக்க ஆட்டக்காரர் சிரில் வால்டர்ஸ், முதல் இன்னிங்ஸில் 59 ரன்களுடன் இரண்டாவதில் 102 ரன்கள் அடித்தார். ஜார்டைன், அவருக்கு அந்தத் தொடரிலேயே அதிகமான 65 ரன்களை முதல் இன்னிங்ஸில் பெற்றார். 'பாடிலைன்' ஆட்டத்தைக் கண்டுபிடித்தவர், அதுதான் தான் இங்கிலாந்துக்காக விளையாடிய கடைசி ஆட்டம் என்று நினைத்துக்கூடப் பார்த்திருக்க மாட்டார். ஆஸ்திரேலியாவுடன் சுமுகமான உறவைப் பாதுகாக்க, இங்கிலாந்து கட்டிய அபராதம், ஜார்டைனை சர்வதேச கிரிக்கெட்டிலிருந்து வெளியேற்றியதுதான்.

மைதானத்துக்கு உள்ளேயோ, வெளியேயோ, எந்தவிதமான எதிர்ப்பையும் பொறுக்காத முரடர், டேனியல் ரிச்மண்ட் என்ற மதராஸ் கிரிக்கெட் கிளப்பின் தலைவர்தான் 1934-ல் முதன்முதலாக சேப்பாக்கத்தில் நடந்த டெஸ்ட் விளையாட்டுக்குப் பொறுப்பு. அவர் காட்டிய சீரான வழியே, அடுத்த இருபது வருடங்களுக்கு மாறாமல் பின்பற்றப்பட்டது. இந்த 'சீராக்கும் முயற்சியில்' முதல் பலியும் அவரே.

நுழைவுச் சீட்டோ, அடையாள அட்டையோ இல்லாமல் ஒருவரையும் உள்ளே அனுமதிக்கக்கூடாது என்று வாயில்காப்போருக்கு ரிச்மண்ட் உத்தரவிட்டிருந் தார். ஒருமுறை ரிச்மண்டே அத்தகைய அடையாள அட்டை இல்லாமல் வந்த போது, தான்தான் மதராஸ் கிரிக்கெட் கிளப், மதராஸ் கிரிக்கெட் அசோசியேஷன் ஆகியவற்றின் தலைவர் என்று அவர் வாதாடியபிறகும்கூட வாயில்காப்பவர் அவரை விடாப்பிடியாக உள்ளே விட மறுத்துவிட்டார். திரும்பிச் சென்று அடையாள அட்டையைக் கொண்டு வந்தபின்தான், அவர் உள்ளே விடப் பட்டார். அதற்குப் பரிசாக, ரிச்மண்டிடமிருந்து வாயில்காப்பவருக்கு இரண்டு பாட்டில் பியர் கிடைத்தது.

இந்தியாவில் ஜார்டைன் இலகுவாக வென்றதால், எம்.சி.சி மீண்டும் 'அதிகாரமற்ற' அணிகளையே இந்தியாவுக்கு அனுப்பத் தொடங்கியது. இரண்டாம் உலகப் போருக்குமுன் அனுப்பப்பட்ட அணி, லார்ட் டென்னிஸன்

உடையது. அந்தச் சுற்றுப்பயணத்தின் போது, அந்த அணியின் அதிகபட்ச எண்ணிக்கையாக ஜோ ஹார்ட்ஸ்டாஃப், சென்னை மாகாணத்துக்கு எதிராக 213 ரன்கள் அடித்தார். இந்த விளையாட்டில், மாகாணம் தடுமாறியபோது, எம்.ஜே. கோபாலன் மகத்தான 98 ரன்கள் அடித்து, அதன் மரியாதையை காப்பாற்றினார். இந்த ஆட்டத்தை வென்றபோதும், அதற்குபின் நடந்த நான்காவது ஆட்டத்தில், டென்னிஸனின் அணி தோற்றுப்போனது. சேப்பாக்கத்தின் சுவாரஸ்யமூட்டும் புல்வெளியில் கிடைத்த மகத்தான பல வெற்றிகளுள், முதலாவது 1938-ல் கிடைத்த இந்த வெற்றிதான். களத்தின் சூழ்நிலையை நன்றாக உபயோகித்த அமர்சிங், 11 விக்கெட்டுகளை வீழ்த்தி, இந்தியா ஓர் இன்னிங்ஸ், 13 ரன்கள் வித்தியாசத்தில் ஆட்டத்தை வெல்ல உதவினார்.

சேப்பாக்கத்தில் ஆட்டத்தைத் தோற்றபின், 'லாங் ரூம்' பாரில் டென்னிஸனைச் சந்தித்த சென்னையைச் சேர்ந்த ஆங்கிலேயர் ஒருவர், சரியான முயற்சி இல்லாத தால் இங்கிலாந்து ஆட்டத்தை இழந்தது என்றார். லார்ட் சினமடைந்தார். அன்று மாலை அப்போது கமாண்டர்-இன்-சீஃப் ரோடில் இருந்த செஸ்னி ஹாலில், விருந்தின்போது, வாழ்த்துகூறி மதுவைப் பருகிய டென்னிஸன், 'இந்தியாவுக்கு வெல்வதற்கு யோக்கியதை இருக்கிறது. எலிகள்தான், நாங்கள் சரியான முயற்சி எடுக்கவில்லை என்று கூறும்' என்று சொன்னபோது, விருந்தில் பங்கேற்ற அந்த 'எலி' அவமானத்தில் தலைகுனிந்தது.

அந்தக் காலத்தில் இந்திய கிரிக்கெட் வேரூன்றிக்கொண்டிருக்கும் போது, மாகாணத்திலேயே, ஏன் தெற்கிலேயே, முக்கியமானதாகக் கருதப்பட்ட போட்டி, பொங்கல் வார இறுதியின்போது, ஜனவரி 14, 15, 16-ல் விளையாடப் பட்ட 'பிரஸிடென்ஸி ஆட்டம்'. 1896 முதலே ஒருங்கிணைக்கப்பட்ட ஓர் இந்திய அணி, ஓர் ஐரோப்பிய அணியுடன் விளையாடி, மாகாணத்தில் எப்படி கிரிக்கெட்டை நேர்த்தியாக விளையாட முடியும் என்று காண்பிக்கலாம் என்ற எண்ணம் இருந்தது. அந்த எண்ணத்தைச் செயல்படுத்த மதராஸ் யுனைடெட் கிளப்பின் நிறுவனருள் ஒருவரான புச்சிபாபு நாயுடு, தீவிரமாக இயங்கினார்.

1908-ல் எம்.சி.சி.யுடன் ஆட, அதன் பி.டபிள்யூ.பார்ட்ரிஜுடன் நாயுடு பேச்சு வார்த்தை நடத்தினார். ஆனாலும், ஆட்டத்துக்கு சிலகாலம் முன், புச்சிபாபு இறந்ததால், அவரால் அணிக்குத் தலைமை வகிக்க முடியவில்லை என்பது வருந்தத்தக்கது. அவருக்குப் பதில் பி.எஸ். ராமுலு தலைவரானார். அதன் தொடர்ச்சியாக 1916 வரை ஒன்றும் நடக்காவிட்டாலும், புச்சிபாபுவின் நம்பிக்கைக்குப் பாத்திரமான பி.எஸ்.சுப்பிரமணியமும், ரிச்மண்டும் முயற்சி எடுத்து, 1916 முதல் இந்த ஆட்டம் ஆண்டுதோறும் விளையாடப்பட ஆரம்பித்தது. எவ்வித இடையூறும் இல்லாமல், 1952 வரை இது தொடர்ந்தது. தூரத்தில் இருந்த ஹைரேஞ்சில் இருந்தும், பெங்களூரில் இருந்தும். கோலாரில் இருந்தும் பங்கேற்ற ஐரோப்பிய அணிகள், 33 போட்டிகளில் 8-ல் வென்றனர். 15 ஆட்டங்களை வென்ற இந்தியர்கள், அவ்வப்போது பிற மாகாணங்களில் இருந்து ஆட்டக்காரர்களை 'இறக்குமதி' செய்வார்கள். அதில் பிரபலமானவர் சி.கே. நாயுடு.

1930-லிருந்து கிரிக்கெட், நாடு முழுவதும் பரவலாக விளையாடப்பட்டதால், 1934-ல் சேப்பாக்கத்தில் சென்னைக்கும் மைசூருக்கும் இடையே ஆடப்பட்ட போட்டியுடன், தேசிய போட்டியான ரஞ்சிக் கோப்பை முதலாவதாகத் தொடங்கப்பட்டது. ஓரே நாளில் உள்ளூர்க்காரர்கள் இன்னிங்ஸ் வித்தியாசத்தில் வெற்றிபெற்றது, ஒரு விநோதம். மஹாராஷ்டிராவுக்கு எதிராக குறைந்தபட்சம் எண்ணிக்கைகள் எடுக்கப்பட்ட 1941 போட்டியில் தோற்கும்வரை, தான் கேப்டனாக இருந்த ஒவ்வொரு போட்டியிலும் வெற்றியடைந்த கேம்பிரிட்ஜை யும் கெண்டையும் சேர்ந்த சி.பி. ஜான்ஸ்டன், சென்னை அணிக்கு கேப்டனாக இருந்தார்.

ராம்சிங்கின் நாசம் விளைவித்த 11 விக்கெட் பௌலிங்குக்கு ஆதரவு அளித்த ஜான்ஸ்டன், கோந்து போன்ற விக்கெட்டில் மைசூரை 48 ரன்களுக்கும் 50 ரன்களுக்கும் ஆட்டம் இழக்கச் செய்தார். 130 ரன்கள் அடித்த சென்னை விளை யாடியபோது, ஆளுக்கு 23 ரன்கள் அடித்து, கோபாலனும், புச்சிபாபுவின் மகன் ராமசுவாமியும் அதிக ரன்கள் எடுத்தனர். இவ்வளவு சீக்கிரமாக முடிவடையும் என்று ஒருவரும் எதிர்பார்க்காவிட்டாலும், முன்காப்பாக ரிச்மண்ட் அந்த ஆட்டத்தை ரூ. 3,000-க்கு இன்ஷூர் செய்திருந்தார். முதல் நாள் ரூ. 800 மட்டுமே வசூலானதால், கமெர்ஷியல் யூனியன் அஷ்யூரன்ஸ் கம்பெனி, பாக்கியைக் கொடுக்கவேண்டிய நிலை உருவானது. அதற்குப்பின், இவ்வாறு செய்ய எந்த இன்ஷூரன்ஸ் கம்பெனிக்கும் துணிவில்லாததால், இரண்டு தருணங்களி லாவது, 30 எம்.சி.சி. உறுப்பினர்கள் ஆளுக்கு ரூபாய் 100 அளித்து ரஞ்சி கோப்பை நஷ்டத்தை ஈடு கட்டினர்.

டெஸ்டுகளில் ராமசுவாமி, கோபாலன், ரங்காச்சாரி ஆகியோர் விளையாடிய போதும், தேர்வு செய்வோர்களிடம், ராம்சிங்கின் வசீகரப்படுத்தும் பௌலிங் குக்கு அங்கீகாரம் கிட்டவில்லை. மகத்தான ஆல் ரவுண்டர், வினு மன்கடின் நிழலுக்குக் கீழேயே ராம்சிங் விளையாடியதும் இதற்கு ஒரு காரணம். கோபாலன் இந்தியாவுக்காக ஹாக்கியில்கூட விளையாடினார்.

இந்தப் போருக்கு முந்தைய காலத்தில், சேப்பாக்கத்தில் விளையாடிய மற்றொரு அந்நிய அணி, பாடியாலா அரசினால் ஆதரிக்கப்பட்ட ஜாக் ரைடரின், ஆஸ்திரேலிய அணி. அவர்களுக்கு எதிராக விளையாடிய 'டெஸ்டில்' அமர்சிங் அடித்த சிக்ஸர் பெல்ஸ் ரோடில் விழுந்தபோதும், அது சரியாக மட்டையில் படாத அடி என்று விவரிக்கப்பட்டது. போருக்குப்பின், தொழில்ரீதியாக கிரிக்கெட்டை அணுகிய இந்திய கிரிக்கெட், 25 போட்டிகளுக்குப் பிறகு, 10 பிப்ரவரி 1952-ல், ஹசாரே தலைமையில், இங்கிலாந்துக்கு எதிராக ஓர் இன்னிங்ஸ் வித்தியாசத்தில் வெற்றி அடைந்தது. முறையாக சேப்பாக்கத்தில் கிட்டிய இந்த வெற்றியில், உம்ரிகரும் பங்கஜ் ராயும் சதங்கள் அடித்தனர். மன்கட் 12 விக்கெட்டுகளை வீழ்த்தினார்.

மதராஸ் கிரிக்கெட் கிளப்புக்கும் மதராஸ் கிரிக்கெட் அசோஸியேஷனுக்கும் ஏற்பட்ட வித்தியாசங்கள் காரணமாக, 1956-ல் டெஸ்ட் கிரிக்கெட், சேப்பாக்கத் திலிருந்து பூங்கா நகருக்கு நகர்ந்தது. உயிரற்ற விக்கெட்டில், மாநகராட்சியின்

நேரு அரங்கில், இந்தப் போட்டிகள் விளையாடப்பட்டன. ஆனால், சீக்கிரத்தில் இரு குழுக்களுமே சரியாக யோசிக்கத் தொடங்கியதால், 1966-ல் கிளப்பின் குத்தகை முடிந்தபின், சுமுகமான புதிய ஏற்பாட்டுக்குப் பிறகு, சேப்பாக்கத்துக்கு டெஸ்ட் கிரிக்கெட் திரும்பியது. 1967-ல் மேற்கிந்தியத் தீவுகள் அணி, அங்கு விளையாடியபோது, வானளாவிய சவுக்கு மரங்கள் இருக்கைகளாக உபயோகப் படுத்தப்பட்டன. தாற்காலிகமாக அமைக்கப்பட்ட இந்த சவுக்கு இருக்கைகள், சேப்பாக்கத்தை உலகிலேயே அழகான, பசுமையான கிரிக்கெட் மைதானங்களில் ஒன்றாக ஆக்கியது. ஆனால், இப்போது அமைக்கப்பட்டிருக்கும் சிமெண்ட் கட்டடமும், இரும்புக் கம்பிகளால் ஆன வேலியும், ஏராளமான காவலர்களும் இருந்தும்கூட எதற்கும் அஞ்சாத பார்வையாளர்களைக் கட்டுப்படுத்த முடியவில்லை.

இத்தகைய வேலிகளைப் பற்றி 1951-லேயே விஜய் மெர்ச்சண்ட் பேசினார். இரண்டாவது காமன்வெல்த் அணிக்கு எதிராக இந்திய அணிக்குத் தலைமை ஏற்ற அவர், இரண்டாவது இன்னிங்ஸில் கஷ்டப்பட்டு 50 ரன்கள் அடித்தபோது, ஓர் இளைஞன் அவருக்கு மாலை அளிக்க வந்தான். மாலையை நிராகரித்த மெர்ச்சண்ட், நடுவர்களிடம் பையனை வெளியேற்றும்படிக் கேட்டுக்கொண் டார். கூட்டம் அவருக்கு எதிராக கோஷமிட்டபோது, அவர்களுக்கு சவால்விடும் வகையில் மெர்ச்சண்ட் சைகை செய்தார். அமைதியாக யோசித்தபிறகு, இத்தகைய இடையூறுகள், ஆடுபவரின் சிந்தனையைக் கெடுக்கும் என்றும், ஆட்டத்துக்குப்பின், மாலை நேரத்தில் தனக்கு மாலையிட்டு தன்னுடன் போட்டோ எடுத்துக்கொள்ளலாம் என்று அந்தப் பையனிடம் கூறியதாக அவர் பத்திரிகையில் அறிக்கை வெளியிட்டார். விவரம் தெரிந்த சென்னைக் கூட்டத்தைப் போற்றிய அவர், விளையாட்டரங்கில் ஊஒருவும் மும்பைக் கூட்டத்தைக் கட்டுப்படுத்த அமைக்கப்பட்டிருக்கும் வேலிகள் போல, சென்னை அவதிக்கு உள்ளாகாது என்று தான் வேண்டுவதாகக் கூறினார்.

சுதந்தரத்துக்குமுன், வேலிக்குள் விளையாடுவோம் என்று ஒருவரும் நினைத் திருக்கக்கூட மாட்டார்கள். சி.ஆர். ரங்காச்சாரி நினைவு கூர்ந்தபடி 'ஐரோப்பிய காவல்படையினர், அச்சத்தை ஏற்படுத்தியதால், ஒருவர்கூட எல்லைக் கோட்டுக்கு அருகில் செல்லத் துணிய மாட்டார்.' சிவப்பு முகத்துடன், திட காத்திரமாகவும், நீளமான நிஜாருடனும், பித்தான்கள் முழுமையாகப் பொறுத்தப்பட்ட கோட்டுடனும், சோலார் தொப்பிகள் அணிந்து, குடையுடன் உட்கார்ந்துகொண்டிருந்த அந்த இரண்டே இரண்டு சார்ஜண்டுகளால், எல்லைக்கோட்டுக்கு அருகில் வராதவாறு, கூட்டத்தை அடக்க முடியும். சுதந்தரத்துடன், சேப்பாக்கத்துக்கு ஒரு புதிய உற்சாகம் வந்திருக்கிறது என்பது உண்மை. சுதந்தரத்துடன் அங்கிருக்கும் மனப்பான்மையும் மாறியிருக்கிறது.

இருந்தபோதிலும், சேப்பாக்கத்தின் ஆன்மா, அதன் உற்சாகமான கூட்டத்திலோ, எப்போதும் முடிவளிக்கும் ஆடுகளத்திலோ இல்லை. சென்னை கிரிக்கெட்டின் வேறு நாளைய ஞாபகம் உள்ள நம்மில் அநேகருக்கு, சேப்பாக்கத்தின் ஆன்மா, ரூஸி மோடி அடித்த 203 ரன்கள்தான். போருக்குப்பிறகு, பர்மா ஷெல்

நிறுவனத்தின் ஜான்ஸ்டனின் முயற்சி இருந்திராவிட்டால், அந்த ஆட்டம் நடந்திருக்கவே முடியாது. ஆஸ்திரேலியன் சர்வீஸஸ் அணி சேப்பாக்கத்தில் ஆடிய அந்தப் போட்டியில்தான், அவர்களுக்கு எதிராக ரூஸி மோடி மிஞ்ச முடியாத லாகவத்ததுடன் 203 ரன்களை அடித்தார். லிண்ட்ஸே ஹாஸட்டை கேப்டனாகவும், சர்வதேச கிரிக்கெட்டில் பின்னர் சாதனைகளைப் படைக்க இருந்த கீத் மில்லரின் முதல் தொடராகவும் இருந்த அந்த அணியை இந்தியா வரச்செய்வதற்கான முழுப் பொறுப்பும் ஜான்ஸ்டனுடையதுதான். தென்னிந்தியாவுக்கு எதிராக நடந்த விளையாட்டில், குலாம் அகமதின் பந்துவீச்சில் ஜான்ஸ்டன் பிடித்த மறக்கமுடியாத கேட்சை, மில்லர் எப்போதும் மனத்தில் வைத்திருப்பார்.

சேப்பாக்கத்திலேயே பிடிக்கப்பட்ட கேட்சுகளில் அதுதான் மேன்மையானது என்று பலர் இப்போதும் நினைக்கின்றனர். 1934 முதல் சேப்பாக்கதில் பவனி வந்த கான்ராட் பவல் ஜான்ஸ்டனின் பேட்டிங்கும் ஃபீல்டிங்கும் கூட சேப்பாக்கத்தின் ஆன்மா எனலாம். 55 வயதில் ரிச்மண்ட் விளையாடியதைப் போல, ஜான்ஸ்டனும் தன் 52-வது வயதில் தன் கடைசி ஆட்டத்தை விளையாடினார். கோபாலன், ரங்காச்சாரி, நெய்லர், வார்ட் ஆகியோருடன் மனத்தை மயக்கும் பந்து வீச்சாளர் ராம்சிங்கும் சேர்ந்து, ஜான்ஸ்டனுக்கீழ் விளையாடிய குழு சேப்பாக்கத்தையும் அதன் குறிக்கோளையும் பாதுகாத்தது. அதற்குப்பின் சென்னைக்கும் இந்திய கிரிக்கெட்டுக்கும் பல மகன்கள், மருமகன்கள், மாணவர்களையும் அந்த ஆன்மா அளித்தது.

சென்னையில் விளையாட்டுகள் ஆரம்பமானதற்குக் காரணம் மதராஸ் கிரிக்கெட் கிளப்தான். கிரிக்கெட் மாத்திரம் அல்ல; தெற்கின் முதல் ஹாக்கி போட்டியை 1901-ல் தொடங்கிய அதுதான், 1894-ல் ஹாக்கியை சென்னைக்கு அறிமுகப்படுத்தியது. 1910-ல் நடத்திய போட்டியுடன், 1884-ல் ஸ்குவாஷ் விளையாட்டையும், 1887-ல் நடந்த போட்டியுடன் டென்னிஸையும் அறிமுகப் படுத்தியது அதுவே.

சர்வதேச விளையாட்டுக்கு, கிரிக்கெட் ஆட்டக்காரர்களைவிட, ஆக்ஸ்ஃபோர்ட் மற்றும் மதராஸ் கிரிக்கெட் கிளப் ஹாக்கி வீரர் ஆர்.சி. சம்மர்ஹேய்ஸ், அதிகமாகப் பங்களித்திருக்கக் கூடும். சாக்லேட் தங்கச் சட்டை அணிந்த பெருமை வாய்ந்த அணிக்கு நடுவில் விளையாடி, இந்திய ஹாக்கிக்கும் உலகுக்கும், பந்தைத் தள்ளுவது, பந்தைப் பிடுங்குவது, இட, வலப்புறத்துக்கு பந்தை நேரடியாக அடிப்பது போன்ற முறைகளை அவர்தான் அறிமுகப்படுத்தினார். ஆனாலும் ஜான்ஸ்டன் அணிதான் சேப்பாக்கத்தின் ஆன்மாவைப் பிரதிபலித்தது. அந்த விளையாட்டு கனவான்களுடையது; சிணுங்குவோரது அல்ல. அது அனுபவிக்கப்படவேண்டிய ஆட்டம்; பணம் சம்பாதிப்பதற்கு அல்ல.

செப்டம்பர் 1986-ல், அந்த உணர்ச்சி, ஒரு கணத்துக்குத் தோன்றியது. ஆஸ்திரேலியாவின் சவாலை ஏற்று, இந்தியா விளையாடியபின், கிரிக்கெட் சரித்திரத்தில் இரண்டாவது முறையாக, ஆட்டம் டையில் முடிந்தது. ஐந்து நாள்களில் நிறைய ரன்கள் குவிக்கப்பட்டு சமமாக இருந்தபோது, ஒரு பந்துதான்

மீதமிருந்தது. ஆஸ்திரேலியர் கிரெக் மாத்தியூஸ், மனீந்தர்சிங்கின் விக்கெட்டை வீழ்த்தியபோது, சேப்பாக்கத்தில் மீண்டும் சரித்திரம் உண்டாக்கப்பட்டு, ஒரே நாளுக்கு கிரிக்கெட் மீண்டும் அதன் அழகைப் பெற்றது.

அழகான கிரிக்கெட், 1997-ல் மீண்டும் ஒரு முறை, பகல் இரவு* ஒரு நாள் போட்டி ஒன்றில் காணப்பட்டது. சுதந்தரக் கோப்பை இறுதி ஆட்டத்தில், சயீத் அன்வரின் உலகச் சாதனையான 194-உடன், பாகிஸ்தான் இந்தியாவைத் தோற கடித்தது. விருந்தினர்களுக்குக் கிடைத்த பாராட்டுகள் மூலம் சேப்பாக்கத்தின் ஆன்மா மீண்டும் காணப்பட்டது. அந்தக் கைத்தட்டலை, பாகிஸ்தான் மறக்கவே யில்லை.

* 1996-ல் நடந்த உலகப் கோப்பையின்போது, சேப்பாக்கத்தில் முதன்முதலாக பேரொளி விளக்குகளின் வெளிச்சத்தில் நடைபெற்ற ஒரு நாள் பகல்-இரவுப் போட்டி கிளர்ச்சியை ஊட்டியது.

10 . தோமாவின் நகரம்

மரீனாவின் தெற்குப் பகுதியில் பூரிப்பை ஊட்டும் ஆலயங்கள் உள்ள மைலாப்பூரின் ஒரு பகுதியான சாந்தோமில், 19 நூற்றாண்டுகளாகத் தொடர்ந்து ஏதாவது ஒரு சர்ச் இருந்து வந்திருக்கிறது.

இந்த சர்ச்சக்கு சற்று முன்பாக பெரிய வாயில் கதவுகளால் மறைக்கப் பட்டிருக்கும் மைசூர் மஹாராஜாவின் பழைய அரண்மனை இருக்கிறது. இங்கு ரஷ்ய நாட்டின் பிரதிநிதிகள் வசிக்கின்றனர். அவர்களுடைய வியாபாரப் பிரதிநிதிகள்கூட செனடாஃப் சாலையில், முன்னர் ராமநாதபுரம் ராஜாவுக்குச் சொந்தமான இடத்தில், நவீன தேவைக்கேற்பக் கட்டப்பட்ட கட்டடத்தில் வசிக்கின்றனர். சாந்தோமில் ரஷ்யர்களுடைய அக்கறை குறைவாக இருந்த போதிலும், சென்னையின் 1900 ஆண்டு பரவசமூட்டும் கதையில் அதுவும் ஒரு பங்கு வகிக்கிறது.

1972-ல் ‘கிறிஸ்துவினுடைய இந்தியாவின் சீடர்’ என்று அங்கீகரிக்கப்பட்ட தோமா மைலாப்பூர் கிராமத்தில் முதல் நூற்றாண்டில் 12 வருடங்கள் வாழ்ந்த பின், அந்த கடற்கரையில் புதைக்கப்பட்டார் என்ற நம்பிக்கை காரணமாக அந்த இடத்துக்கு சாந்தோம் என்ற பெயர் வந்தது. பாரம்பரிய கதைப்படி புனித தோமா கடற்கரையில் தன் கையாலேயே ஒரு சிறிய பூசையறையைக் கட்டி னார். இந்த பூசையறையில்தான் அவர் தொழுது பிரசாரம் செய்தார் என்பது தீவிர நம்பிக்கை உடையவர்களின் வாதம். கிபி 390-க்குப்பின் தோமாவின் மடமும் அதனுடைய சர்ச்சும் அங்கு இருந்ததற்கு ஆதாரங்கள் உண்டு.

9-ம், 10-ம் நூற்றாண்டுகளில் அந்த கிராமம் அரேபியர்களால் பெத்துமா என்று அழைக்கப்பட்டபோதிலும் அதனுடைய பெயருக்குக் காரணம், பயணங்கள் மூலம் நாடுகளுக்கு புதிய வழிகளைக் கண்டுபிடிக்கும் காலத்தை சேர்ந்த போர்த்துகீசியர்கள்தான். பாரசீகத்தைச் சேர்ந்த நெஸ்டோரியன் கிறிஸ்தவர்கள், 10-ம் நூற்றாண்டில் எப்போதோ இங்கு ஒரு கிறிஸ்தவ கிராமத்தையும், ஒரு கல்லறையையும், தேவாலயத்தையும் கட்டினர் என்று நம்பப்படுகிறது. அந்தக்

கல்லறையும் தேவாலயமும், அக்காலத்தில் கிறிஸ்தவர்கள், இந்துக்கள், முகமதியர்கள் ஆகிய அனைவரும் புனிதர் என்று கருதிய தோமாவின் புதைகுழிக்கு மேல் கட்டப்பட்டன என்று நம்பப்படுகிறது. அந்த இடம்தான் அவருடைய பூசையறை என்றும் சொல்லப்படுகிறது.

13-ம் நூற்றாண்டில் அங்கு வந்த மார்கோ போலோ, அந்த நெஸ்டோரியன் பூசையறையைப் பற்றியும், புனித தோமாவின் கல்லறையைப் பற்றியும், செயிண்ட் தாமஸ் மவுண்ட் உச்சியில் நெஸ்டோரியர்கள் கட்டிய மடத்தைப் பற்றியும் எழுதியிருக்கிறார். 1507 முதல் 1509 வரை டியோகோ ஃபெர்னாண்டஸ், பாஸ்டியோ ஃபெர்னாண்டஸ் என்ற இரு போர்த்துகீசியர்கள் அந்த இடத்துக்குப் பல முறை வந்து தொழுதனர். அதற்குப் பின் 1521 முதல் 1524 வரை டியோகோ ஃபெர்னாண்டஸ் உள்பட மற்ற போர்த்துகீசியர்கள் இங்கு தொடர்ச்சியாக வந்ததால், அந்த இடத்துக்கு அருகில் ஒரு குடியிருப்பு தோன்றியது. மலையில் இருந்த பழைய நெஸ்டோரியன் பூசையறையும் மடமும் பழுது பார்க்கப்பட்டன. கடற்கரையில் இருந்த பூசையறைக்கு அருகில் ஒரு புதிய தேவாலயத்தை 1524-ல் கட்டினர். 1550 வரை போர்த்துகீசியக் குடியிருப்பு மத வழிபாட்டில் மாத்திரம் ஈடுபட்டபோதிலும், 1540-ஐச் சேர்ந்த ஆவணங்களின்படி அதன் பெயர் சா-தோம் என்று ஆகிவிட்டது. 1544-45-ல் புனித தோமாவின் கல்லறையில் தொழுதபின் புனித ஃபிரான்சிஸ் சேவியர், கிழக்கத்திய நாடுகளுக்குச் சென்றார்.

பாரம்பரியத்தின்படி புனித தோமாவின் கல்லறை நான்கு முறை திறக்கப்பட்டது. முதல் முறை, அவரது மரணத்துக்குப் பின் சில வருடங்கள் கழித்து திறக்கப்பட்டபோது ரத்தக்கறை படிந்த மண்ணும் ஈட்டியும் இருந்தன. இரண்டாவது முறை கிபி 222-க்கும் 235-க்கும் இடையில் திறக்கப்பட்டபின், எடுக்கப்பட்ட அவருடைய எலும்புகள் இடையூறு மிக்க பயணத்துக்குப் பின் இறுதியாக 1258-ல் இத்தாலியில் உள்ள ஆர்டோனாவை அடைந்தன. மூன்றாவது முறை 1520-ல் அதற்கு மேல் போர்த்துகீசியர்கள் தேவாலயம் கட்டும்போதும், இறுதியாக 1729-ல் சாந்தோமில் உள்ள புனித ரீடா சர்ச் என்ற அகஸ்டின் சர்ச் உட்பட அநேக கத்தோலிக்க நிறுவனங்களுக்கு ஆதரவளித்த கோஜா பெட்ருஸ் உஸ்கன் என்ற ஆர்மீனியர் முன்னிலையிலும் கல்லறை திறக்கப்பட்டது.

1567-க்கும் 1582-க்கும் இடையில் போர்த்துக்கீசியக் குடியிருப்பாக வளர்ந்த சாந்தோம், வர்த்தகத் துறைமுகம் என்ற நிலைக்கு ஏற்ப, புராதனமான மைலாப்பூரைக் கடற்கரையிலிருந்து பின் தள்ளிய கோட்டை ஒன்றைப் பெற்றது. 1635-ல் அதன் பாதுகாப்பு அரண்களைக் கட்டி முடித்தபோது, அரண் சூழ்ந்த அந்த ஊரின் அளவு, கடற்கரையை ஒட்டி 850 கஜமும், கிழக்கு மேற்காக 400 கஜமுமாக இருந்தது. 1635-க்கும் 1660-க்கும் இடையில் வடக்கு தெற்காக 600 கஜமும் கிழக்கு மேற்காக 400 கஜமும் அளவுள்ள ஒரு செவ்வகத்தை போர்த்துகீசியர்கள் மேற்கு சாந்தோமில் அதன் வடக்கு முனையில் சேர்த்தனர். இவ்வாறு அரண் அமைக்கப்பட்ட பகுதியின் சுற்றளவு

புனித ஜார்ஜ் கோட்டையைவிட இரண்டு மடங்கு பெரிதாக இருந்தது. அதனுள் ஏழு சர்ச்சுகள் இருந்தன.

1606-ல் போர்ச்சுகல் அரசர் இரண்டாவது ஃபிலிப்பின் கோரிக்கையை ஏற்ற போப் ஐந்தாவது பாலின் ஆணையின்படி, சாந்தோம் மறைமாவட்டம் (பிறகு மைலாப்பூர், இப்போது மதராஸ்-மைலாப்பூர்) ஆனபின், 1608-ல் வந்த டாம் செபாஸ்டியோ தெ ஸான் பெத்ரோ அதன் முதல் ஆயராகப் பதவியேற்றார். அந்தக் காலத்தில் இந்த பீடத்தின் அதிகாரம் கன்னியாகுமரியில் இருந்து பீகார் உள்பட வங்காளம் வரை செலுத்தப்பட்டு, பின்பு பர்மாவில் உள்ள பெகுவும் அதன்கீழ் வந்தது. இத்தகைய மறைமாவட்டம் உண்டாக்கப்பட்டபின், போர்த்துகீசிய பூசையறையும் பழைய நெஸ்டோரியன் சர்ச்சும் இடிக்கப்பட்டு தோமாவின் சடலத்தில் எஞ்சியிருந்தது கடற்கரையிலிருந்து இப்போதைய இடத்தில் அடக்கம் செய்யப்பட்டபின், அதன் மேல் போர்த்துகீசியர்கள் ஒரு புதிய தேவாலயத்தைக் கட்டினர். 1894-ல் இந்த பிரதான சர்ச் இடிக்கப்பட்ட பின் அதற்குபதில் இன்றைய வானளாவிய சர்ச் 1896-ல் கட்டப்பட்டது. திகைப்பூட்டும் 155 அடி உயரமான கூரான கோபுரம் உடைய இந்த நேர்த்தியான நியோ கொத்திக் கதீட்ரல் அப்போது மைலாப்பூர் ஆயராக இருந்த டாம் ஹென்றிக்ஸ் ஜோஸஃப் ரீட் டா சில்வாவின் ஆணைப்படி கட்டப்பட்டது.

இந்த இடம் தொல்லியல் ஆராய்ச்சிக்காகத் தோண்டப்பட்டபோது, சமண, இந்து மதப் பண்டைப்பொருள்கள் கிடைத்தன. அருகில் இருந்த ஒரு சமணக் கோயில் 12-ம் நூற்றாண்டைச் சார்ந்த திரு நேமிநாதர் கோயிலாக இருக்கலாம். கடல் அரிப்புக்குப் பயந்து இது தென் ஆற்காட்டில் உள்ள மேல் சித்தமூருக்கு நகர்த்தப்பட்டது. கேட்பார் அற்ற அந்தக் கோயிலையும் அருகில் இருந்த இந்துக் கோயிலையும் இடிப்பதற்குமுன் பாதுகாப்பு அரணாக போர்த்துக்கீசியர்கள் உபயோகித்திருக்கலாம்.

சென்னையில் இரண்டு நூற்றாண்டுகளுக்கு முன்பாகவே கபுசின் பிரிவைச் சேர்ந்தவர்கள் புனித ஜார்ஜ் கோட்டையிலும், அதைச் சுற்றியும் தங்களை அமர்த்திக்கொண்டபோதிலும், 1832-ல் சென்னையின் மறைமாவட்டம், பிரதான அப்போஸ்தல பீடம் ஆக்கப்பட்டது. 1834ல் மதிப்பிற்குரிய டேனியல் ஓகானர் பிரதான அப்போஸ்தலராக நியமிக்கப்பட்டார். கபுசின்களால் ஆர்மீனியன் தெருவில் 1658-ல் நிறுவப்பட்டு, 1692-லும் 1775-லும் செப்பனிடப்பட்டு 1785-லும் 1837-லும் விரிவாக்கப்பட்ட புனித மேரியுடனான தேவ தூதர்கள் ஆலயம், மேலும் விரிவாக்கப்பட்டு அப்போஸ்தல பீடம், ஆர்ச் டயோசிஸாக உயர்த்தப்பட்டது. பிறகு, மேலும் விரிவாக்கப்பட்டு 1886-ல் கதீட்ரல் ஸ்தானத்தைப் பெற்று, புனித மேரி கதீட்ரலாக ஆனது. மைலாப்பூர்-மதராஸின் ஆர்ச் டயோசிஸ் இணைக்கப் பட்டு, பெயர் சுருக்கப்பட்டதும், மதராஸ்-மைலாப்பூர் என்றாகி, புனித மேரி இணை கதீட்ரல் என்ற ஸ்தானத்தை 12 டிசம்பர் 1952-ல் பெற்றது. அப்போது வேலூரில் புது ஆர்ச் டியோசெஸ் உருவாக்கப்பட்டது. புது பீடத்துக்கு முதல் பேராயரான மதிப்புக்குரிய டாக்டர் லூயி மதையாஸ் பெயரில் போட்

கிளப்புக்கு அருகில் ஒரு சாலை இருக்கிறது. கூவம் ஆற்றால் இரு பீடங்களும் பிரிக்கப்பட்டாலும், அவை ஒன்றே. சாந்தோம் கதீட்ரல் தெற்கிற்கும் புனித மேரி கதீட்ரல் வடக்கிற்கும் சேவை புரிகின்றன.

மைலாப்பூரின் முதல் பேராயர்கள் முதலில் போர்த்துகீசியக் கோட்டையில் வசித்தபின், 1672-ல் பிரெஞ்சு நாட்டவர் சாந்தோமில் இருந்த ஆளுநர் மாளிகையை அளிக்கும்வரை அங்கிருந்தனர். அந்த இடத்தில் மைலாப்பூர் கத்தோலிக்க அமைப்பு உருவாக்கப்பட்டது. 1887 வரை சூழ்நிலை சரியாக இருந்தபோதெல்லாம் பேராயர்கள் அங்குதான் வசித்தனர். ஆயர் டாம் ஹென்றிக்ஸ் தா ஸில்வா அதற்குப்பின், இப்போது ஸ்டெல்லா மாரிஸ் கல்லூரியின் மாணவியர் விடுதியாக இருக்கும் 'க்ளாய்ஸ்டர்ஸுக்கு' நகர்ந்தார்.

இப்போது இருக்கும் பேராயர் மாளிகைக்கும் பஸிலிகாவுக்கும் இடையே ஒரு குறுகிய சந்து இருக்கிறது. 1804-ல் சர் ஜான் டி மாண்டே தன் மாளிகையைக் கட்டிய பின், பல கை மாறிய அந்தச் சொத்து அதே பழைய உருவத்தில் 1838-ல் சர்ச்சால் வாங்கப்பட்டது. தாமஸ் பாரி கூட சிறிது காலத்துக்கு அந்த வீட்டின் சொந்தக்காரராக இருந்தார். 1896-ல் பஸிலிகாவை புனிதப்படுத்தும் முன் பேராயர் தா ஸில்வா அதைத் தனது இருப்பிடம் ஆக்கிக்கொண்டார். 1952-53-ல் டாக்டர் மதையாஸுக்காக அது விரிவாக்கப்பட்டு செப்பனிடப் பட்டது. அப்போது பேசின் பிரிட்ஜில் இருந்த சலேஸியன் தொழில்நுட்ப நிறுவனம் அதன் நேர்த்தியான வாயில் கதவுகளை அமைத்தது. கதீட்ரலுக்கு பின்னால் இருக்கும் அருங்காட்சியகத்துக்கு, அண்மையில் நகர்த்தப்பட்ட பல தொல்பொருள்களையும் ஏடுகளையும் பார்க்க வருபவர்களிடம் நிர்வாகம் கவனம் காண்பிக்காதது வருந்தத்தக்கது.

கிறிஸ்துவின் சீடர் ஒருவரின் கல்லறைமேல் கட்டப்பட்ட உலகில் உள்ள ஒரு சில தேவாலயங்களில் இந்தியாவின் ஒரே தேவாலயமான பஸிலிகாவினால் சாந்தோம் பெருமை அடைந்துள்ளது. தேவாலயத்தின் நடு, இரு புற மாடத்தை சந்திக்கும் இடத்தில் தேவாலயத்துக்கு நடுவில் இருக்கும் தூதரின் கல்லறைக்கு மேல் அதன் இரண்டாவது சிறிய ஸ்தூபி நிற்கிறது. 2004-ல் பழங்காலத்து நினைவுக் குறிப்புகளைப் பின்பற்றி, குடைந்து கட்டப்பட்ட ஒரு தரைக்குக் கீழ் பாதை மூலம்தான் வெளியிலிருந்து கல்லறைக்குப் போக முடியும். துரதிர்ஷ்டமாக, புனித தோமாவின் தோற்றத்தையும் சேர்த்து இந்தக் கல்லறை ஒரு சினிமா பாணியில் காட்சி அளிக்கிறது.

199 அடி நீளமும் 33 அடி அகலமுமான கதீட்ரலின் புற மாடத்தின் நீளம் 104 அடி. அதன் அதிக பட்ச உயரம் 43 அடி. ராயல் எஞ்சினியர்ஸிலிருந்து ஓய்வு பெற்ற கேப்டன் ஜே.ஏ. பவர் என்ற பக்தர் அதை அன்புக் காணிக்கையாக வடிவமைத்து கட்டுமானத்தை மேற்பார்வையிட்டார்.

பஸிலிகாவில் சாயம் பூசப்பட்ட பெரிய கண்ணாடி ஜன்னலின் மூன்று பகுதிகளில் வரையப்பட்டிருக்கும் சித்திரத்தில் 'சந்தேகிக்கும்' தோமா உண்மையாகவே தனது தலைவர் மீண்டும் உயிர் பெற்றாரா என்பதற்கான நிரூபணத்தைத் தேடுகிறார். இந்த மையக் கண்ணாடிகளை மியூனிக்கில் உள்ள

மேயர் அண்ட் கோ தயாரித்தது. பாதிரிகளுக்குள்ளேயே மிகவும் சுறுசுறுப்புடன் இயங்கியவரான கேஸ்பர் கொயெலோவால் 1543-ல் போர்ச்சுகலில் இருந்து கொண்டுவரப்பட்ட, மைலாப்பூர் மாதா என்ற பெயருடைய கன்னி மேரியின் மூன்றடி உயரச் சிலை இந்தியாவின் கிழக்குக் கடற்கரையிலேயே பழைமை யான மேற்கத்தியச் சிலையாக இருக்கலாம். அதற்கு எதிரில், கதீட்ரல் உள்ளே, பாதிரி கேஸ்பரின் கல்லறை இருக்கிறது. அதே வளாகத்தில் பஸிலிகாவுக்கு அடுத்தாற்போல் இருக்கும் அருங்காட்சியகத்தில் இந்த விவரங்களை எல்லாம் அறியலாம்.

புனித தோமாவின் பாரம்பரியத்தின் 1900 ஆண்டுகள் நிறைவுபெற்றதற்கான விழாவின்போது ஏப்ரல் 1972-ல் பஸிலிகா அழகாக்கப்பட்டது. இன்றைய இளமையான தோற்றம் செல்வத்தில் கொழிக்கும் சாந்தோமின் மன நிலைக்கு ஏற்றவாறு இருந்தாலும், காற்று மழையினால் தாக்கப்பட்ட பழைய பசுங் களிம்பு தோற்றத்துக்காகவே பலரும் ஏங்குகின்றனர். என்னவாக இருந்தாலும், கடந்த பல நூற்றாண்டுகளைப் போல் தழைக்கும் சாந்தோமின் மையமாக இப்போதும் பஸிலிகா இருந்து வருகிறது. அந்தப் புனிதரின் போற்றப்பட்ட பெயரைத் தாங்கிய பல நிறுவனங்களும் இருக்கின்றன.

அதில் ஒன்று இப்போது புனித தோமாவின் ஆங்கிலேய சர்ச் என்று அழைக்கப்படும் வெள்ளை வெளேரென்ற கடலோர புனித தோமா சர்ச். பிரதான சாலையை அண்டி இருக்கும் ஒரு தோட்டத்தில் கட்டப்பட்டிருக்கும் இது சாந்தோமிலேயே பழைமையான பிராடஸ்டண்ட் சர்ச். வேப்பேரி மதப்பிரசார ஸ்தாபனமும் மற்ற ஸ்தாபனங்களும் 1810 முதல் இங்கு இயங்கியபோதிலும், 1840-ல்தான் சர்ச் கட்டும் பணி தொடங்கியது. 1842-ல் அது புனிதமாக்கப்பட்டது. இந்த சர்ச்சை மனத்தில் உருவாக்கி உண்டாக்கிய மதிப்புக்குரிய ராபர்ட் கார்வர் 1845-ல் இறந்தவுடன் அவருடைய சடலம் பலிபீடத்தின் கீழ் புதைக்கப்பட்டது. ஒரு காலத்தில் சென்னையின் மேட்டுக்குடி மக்களின் சர்ச்சாக இருந்த இதில் ஆளுநருக்கு பிரத்தியேக இருக்கை இருந்தது. அதற்கு அருகில் 1848-ல் ஒரு தமிழ் சர்ச் கட்டப்பட்டது. சென்னையிலேயே பழைய ஆர்கன் ஆங்கிலேய சர்ச்சிலிருக்கிறது. பிரிட்டனில் உபயோகிக்கப்பட்ட பின் 1812ல் வந்தது.

இருந்தபோதிலும் சாந்தோம் ஒரு பலத்த ரோமன் கத்தோலிக்க வட்டாரம். கடற்கரையை ஒட்டி பாதிரி கேஸ்பர் டாஸ் ரெய்ஸின் மேற்பார்வையின்கீழ் ஆர்மீனியப் பண உதவியுடன் 1729-ல் ஆரம்பிக்கப்பட்டு 1740-ல் முடிக்கப் பட்ட புனித ரீடா சர்ச்சைத் தவிர்த்து, பல பழைய சர்ச்சுகளும், பல மதப் பிரசார ஸ்தாபனங்களும், பல பள்ளிக்கூடங்களும் இருக்கின்றன. கடவுளின் தேவமாதா (மாத்ரெ தெ தியோஸ்- மே தி தியோஸ்) சர்ச், 1748-ல் கட்டப்பட்டு 1928-ல் புதுப்பிக்கப்பட்டபோதிலும், அதன் ஆரம்பம் மதீராஸ் குடும்பத்துடன் இணைக்கப்பட்டிருக்கிறது. 1575-ல் அது முதலில் கட்டப்பட்டு 1576-ல் புனிதப்படுத்தப்பட்டு, 1587 முதல் இயேசு சபைப் பிரிவுடன் தொடர்பு வைத்திருந்தது. இந்த சர்ச்சுடனும் அந்தக் குடும்பத்துடனும் இருந்த

தொடர்பினால்தான், சென்னை மதராஸ் என்று அழைக்கப்பட்டிருக்கலாம் என்று ஒரு வாதம்.

முதன்முதலாகக் கட்டப்பட்ட அந்த சர்ச் இருந்த இடத்தில் 1748-ல் பிரெஞ்சு பாணியில் பிற்காலத்தில் தியானாஸ்ரமம் என்று அழைக்கப்பட்டு தென்னந்தோப்பில் கட்டப்பட்ட ஒரு சர்ச், வழிபடுவோரின் எதிர்ப்பைப் புறக்கணித்து 1997-ல் இடிக்கப்பட்டது. எஞ்சியிருப்பவை வடக்கிலும் தெற்கிலும் உள்ள பழைய நுழைவாயிலும், ஆசிரமத்தின் வடக்கு, தெற்கு சுவர்களும்தான். பிரதான வாயில், மாதா கோயில் தெருவில் இருக்கிறது.

ரோஸரி சாலையில் உள்ள டொமினிகன் பிரிவைச் சேர்ந்த புனித ரோஸரி சர்ச், 1635-ம் ஆண்டைச் சேர்ந்தது. தோமாவின் பரம்பரையை அடுத்து 1650-ல் கட்டப்பட்ட டெஸ்கான்கோ சர்ச் 1703-ம் ஆண்டு மதீராஸ் குடும்பத்தால் புதுப்பிக்கப்பட்டது. இந்தப் புராதன சர்ச்சுக்கு அருகே கட்டப்பட்டிருக்கும் இரண்டாவது சர்ச்சின் மூலம் இதன் தெய்வீகத்தன்மை குறைந்திருக்கிறது. 1582 முதல் சாந்தோமில் இருந்த சாலைக்கு பெயர் வழங்கிய லாஸரஸ் சர்ச், 1685-ல் மதீராஸ் குடும்பத்தால் புதிதாகக் கட்டப்பட்டது. பழைய சர்ச்சின் சில பாகங்களை வைத்து 1928-ல் மீண்டும் புதிதாக வேளாங்கன்னி சர்ச்சைப் போல் கட்டப்பட்ட இந்த சர்ச்சுக்கு 1952-ல் ‘வழிகாட்டும் மாதா’ என்று புதுப் பெயர் இடப்பட்டது. சாந்தோமில் உள்ள பல தொல்பொருள்களுடன், ‘தனது மனைவி மார்ட்டா டோஸ்கானா, மகன் டியோகோவுடன் இங்கு படுத்திருக் கிறார் கோஜா மார்டின்ஹோ’ என்று பொறிக்கப்பட்ட 16-ம் நூற்றாண்டு சமாதிக்கல்லை அருங்காட்சியகத்தில் காணலாம். 1545-ல் அவர் ‘மெலியாப்பூருக்கு’ வந்தபோது ஃபிரான்சிஸ் சேவியர் தெய்வாதீனமாகக் குணப்படுத்திய மரியா டோஸ்கானாவாக, இந்த மார்ட்டா டோஸ்கானா இருந்திருக்க முடியுமா?

இங்கிருக்கும் கத்தோலிக்கப் பள்ளிகளில், புனித பிட்ஸ், மான்ட் ஃபோர்ட், ரோஸரி மெட்ரிகுலேஷன், பிரபல திரைப்பட இயக்குனர் கே.சுப்பிரமணியன் 1937ல் கட்டி 1953ல் பள்ளிக்கு விற்ற வீட்டிலிருக்கும் டாமினிக் சாவியே ஆகியவை.

1560 முதல் வியாபாரத்தில் போர்த்துகீசியர்களுக்கு இருந்த பிரத்யேக உரிமை மூலம் சாந்தோம் செழித்தது. சில ஆண்டுகளுக்குப் பின் சோழமண்டலக் கடற்கரையின் அரசியலில் உயர்வு தாழ்வுகள் ஏற்பட்டபோது சாந்தோமை கோல்கொண்டா, பிரெஞ்சு, டச்சு நாட்டவர், கர்நாடக நவாபுகள் ஆகியோர் அந்த வரிசையில் ஆண்டபோதும், 1662-ல் கோல்கொண்டா அரசர் அதை ஆக்கிரமித்த போதும், போர்த்துகீசிய குடியிருப்பு தொடர்ந்து அங்கு இருந்தது. 1672-ல் கோல்கொண்டாவை வெளியேற்றிய பிரெஞ்சுக்காரர்கள், இரண்டு ஆண்டுகளுக்குப் பின் மீண்டும் கோல்கொண்டாவினால் வெளியேற்றப் பட்டனர். 1675 முதல் 1697 வரை நகரின் அரண்கள் டச்சு நாட்டவரின் தூண்டுதலின் பேரில் முகமதியர்களால் தகர்க்கப்பட்டன. இறுதியில் 1749-ல் பிரிட்டிஷார் அதைக் கைப்பற்றிய போதும் அரண்கள் தகர்க்கப்பட்டன.

நகரத்தில் உள்ள கட்டடம் எதுவும் சேதப்படவில்லை. பிரிட்டிஷாரின் ஆட்சிக்குக்கீழ் புத்துயிர் பெற்ற கிராமத்தில் வசித்தவர்கள் அநேகர் புனித ஜார்ஜ் கோட்டையில்கூடப் பணி புரிந்தனர்.

சாந்தோமின் அரண்கள் முழுமையாகத் தகர்க்கப்பட்டிருந்ததால், அவை இருந்த இடம்கூட இப்போது தெரியாது. ஆனாலும் பழைய போர்த்துகீசிய சாந்தோமின் மேற்குப் பகுதியான மைலாப்பூர் பஜார் சாலையைக் கடந்தால், சற்று தொலைவில் வடக்கு எல்லை இருந்திருக்கலாம் என்று ஊகிக்க முடிகிறது. கச்சேரி சாலை (கோல்கொண்டாவின் நீதி மன்றம் இங்கு இருந்ததால் அந்தப் பெயர்), அருண்டேல் தெருவை சந்திக்கும் இடத்தில் மேற்கு வாயில் இருந்திருக்கலாம். சாந்தோம் நெடுஞ்சாலை, தெற்குக் கடலோரச் சாலையுடன் சந்திக்கும் இடத்தில் மேற்கு எல்லையும், அடையாற்றின் உப்பங்கழி, பட்டினப்பாக்கத்தை (ஃபோர்ஷோர் எஸ்டேட்டை) சந்திக்கும் இடத்தில் தெற்கு எல்லை இருந்திருக்கலாம். சுதந்தரம் பெறும்வரை 'பட்மேடு' என்று அழைக்கப்பட்ட ஃபோர்ஷோர் எஸ்டேட்டில் துப்பாக்கிப் பயிற்சி நடந்தது.

ஃபோர்ஷோர் எஸ்டேட்டுக்கு எதிரில் உள்ள மந்தவெளியில் அட்மிரால்டி ஹவுஸில் விசியநகர மஹாராஜா வாழ்ந்தார் (பலரும் நினைப்பதுபோல் அது விஜயநகர் அல்ல). இங்கிலாந்தைச் சேர்ந்த ஒரு பெரிய மர ஆயுதச் சின்னம் அதை அலங்கரித்தது. அவரது மரணத்துக்குப் பின் மதராஸ் கிளப்புக்குக் கொடுக்கப்பட்ட அந்தச் சின்னம் அங்கு இப்போதும் இருக்கிறது. பிறகு அதே பெயருடன் பயணியர் விடுதியான அந்த வீடு, 1892-லேயே பதிவாகி இருந்தாலும் 1914-ல்தான் அது மஹாராஜாவின் கைவசம் வந்தது. இன்று அது ஒரு நவீன குடியிருப்பு.

பஸிலிகாவின் தென் கிழக்குத் திக்கில் அதற்குச் சிறிது தெற்கே, சாந்தோம் நெடுஞ்சாலையை ஒட்டி, ஆங்கிலேய சாந்தோம் கோட்டையின் இடிந்த சின்னங்கள் இருந்த இடத்தில் 'லெய்த் காஸில்' என்ற நேர்த்தியான தோட்ட வீடு இருக்கிறது. பிரிட்டிஷ் ஆக்கிரமிப்புக்கு இரண்டு வருடங்கள் கழித்து மைலாப்பூர் பட்டாளத்துக்காக 1751-ல் கட்டப்பட்ட இந்தக் கோட்டையின் இடிந்த சின்னங்கள், 1990 வரை இந்தத் தனியார் வீட்டின் தோட்டத்தில் கிடைத்தன. அப்போதுதான் அந்த வீடு நவீனமயமாக்கப்பட்டது.

மூர் பங்களா என்று அழைக்கப்பட்ட அந்த இடத்தில் அகழி சூழ்ந்த அந்தக் கோட்டையை ராணுவப் பொறியாளர் பெஞ்சமின் ராபின்ஸ், 6,400 வராகன் (இன்றைய ரூபாய் 4,50,000) செலவில் 1751-ல் கட்டினார். 15 அடி உயரமும் 3 அடி அகலமுமான சுவர்களுடைய அந்தக் கோட்டை, 18-ம் நூற்றாண்டின் இறுதியில் உபயோகமற்றுப் போனவுடன், பாண்டிச்சேரியின் மூன்றாவது வீழ்ச்சிக்குக் காரணமான கர்னல் ஜான் பிரெய்த்வேட்டுக்கு அந்த இடத்தில் வீடு கட்டிக்கொள்ள 1794-ல் அனுமதி அளிக்கப்பட்டது. கோட்டையில் உள்ள புனித மேரி சர்ச்சில் மேரி பியர்ஸை மணந்த இரண்டு ஆண்டுகளுக்குப் பின் 1796-ல் அந்த 14.5 ஏக்கர் வளாகத்தை தாமஸ் பாரி வாங்கினார். வீட்டை

முழுமையாக மாற்றிய அவர் பெயரிட்ட 'பாரி காஸில்' என்ற பெயருடன், அது 1837 வரை எஞ்சியிருந்தது.

ஆவணங்களின்படி, சென்னையின் முதல் தொழிற்சாலையை ஏற்படுத்திய பெருமை பாரியைச் சாரும். 1805-ல் தனது காஸிலுக்கு அருகில் சாந்தோமில் தோல் பதனிடும் தொழிற்சாலையை அவர் நிறுவியபின், அதில் 300 பேர் பணி புரிந்து, காலணிகளும் ராணுவத் தேவைக்கு ஏற்ற மற்ற தோல் பொருள்களும் உற்பத்தி செய்து, இங்கிலாந்து, அமெரிக்கா, தென் ஆப்பிரிக்கா, ஆஸ்திரேலியா போன்ற நாடுகளுக்கு ஏற்றுமதி ஆயின. 1824-ல் பாரி இறந்தபின் அடுத்த வீட்டு மேஜர் ஜெனரல் ஜேம்ஸ் லீத் அதை வாங்கினார். 1829-ல் லீத் இறந்தார். நுங்கம்பாக்கத்தின் நெடியற்ற சுற்றுச்சூழலை விரும்பி அங்கு 'வாலஸ் கார்டன்ஸ்' என்ற வீட்டுக்கு இரண்டே வருடங்களுக்குள் பாரி அந்த வீட்டை விட்டு ஓடியதால், அவருடைய மரணத்துக்கு முன்பே அந்த வீட்டை லீத் வாங்கியிருக்கலாம். இரண்டு இடங்களும் இன்றும் இருக்கின்றன. அடுக்கு மாடிக் கட்டடங்களால் சூழப்பட்ட தனியார் வீடாக லீத் காஸிலும், திரைப்பட இயக்குனர்களுக்குப் பிடித்தமான இடமாக வாலஸ் கார்டன்ஸூம்.

இந்த சாலைக்குச் சற்று தெற்கே, அடையாற்றுக்கு முன்னால், அதன் முகத்துவாரத்தின் ஒரு கிளை வறண்டு போய்விட்டதால் ஒரு தீபகற்பகமாக இருக்கும் கிவிபில் தீவில், இப்போது ஒரு இத்தாலிய கட்டிட கலைஞரால் இத்தாலிய பாணியில் அமைக்கப்பட்ட செட்டிநாட்டு அரண்மனையுடன் இணைக்கப்பட்டிருக்கும் சாமர்ஃபோர்ட் மற்றும் ப்ராடீ கேஸில் என்ற இரண்டு பிரசித்தி பெற்ற 'கோட்டைகள்' இருக்கின்றன. செட்டிநாட்டு அரண்மனைக்கு அடுத்தாற்போல் இப்போது பாரத ஸ்டேட் வங்கியின் பிராந்திய மேலாளர்கள் வசிக்கும் நேர்த்தியான 'அண்டர்வுட் கார்டன்ஸ்' இருக்கிறது.

மானியமாகப் பெற்ற 11 ஏக்கர் நிலத்தில், கம்பெனி அதிகாரி ஜேம்ஸ் ப்ராடி, 1796-98-ல் ப்ராடி காஸில் என்ற கம்பீரமான வீட்டைக் கட்டினார். பிற்காலத்தில் நொடிந்துபோன ப்ராடி நிறுவனத்தைச் சேர்ந்த பலருக்கு அதை வாடகைக்குக் கொடுத்தார். உச்ச நீதிமன்றத்தின் முதல் தலைமை நீதிபதியின் இருப்பிடமாக இருந்த அதில், பிறகு பல நீதிபதிகள் வசித்தனர். தான் மிகவும் நேசித்த ஆற்றில் படகு விபத்தில் 1801-ல் ப்ராடி இறந்தபின், அவருடைய குடும்பம் அந்த வீட்டை விற்றது. துரதிர்ஷ்டம் பீடித்த ஆர்பத்நாட் குடும்பம் அங்கு சில காலம் வசித்த பின், அது அரசாங்கச் சொத்தாக மாறிப்போனது. இன்று அரசாங்க கர்நாடக இசைக் கல்லூரியின் இருப்பிடமாக இருக்கும் ப்ராடி காஸில், 'தென்றல்' என்று அழைக்கப்படுகிறது.

இத்தகைய அநேக 'காஸில்கள்' இருக்கும் சாந்தோம் நெடுஞ்சாலை வளைந்து அடையாற்றுக்கு நேர்முகமாக ஓடும் கிரீன்வேஸ் சாலையை சேர்ந்தபின், அந்தச் சாலை இன்றைய வர்த்தக மையங்களில் பணிபுரியும் அதிகாரிகள் வசிக்கும் தோட்ட வீடுகள் நிரம்பிய சேமியர்ஸ் சாலை வழியாக செனடாஃப் சாலையையும் தேனாம்பேட்டையையும் அடைகிறது.

சென்னையின் தெற்கு எல்லையிலும் அடையாற்றின் வட கரையிலும் முதன்முதலாக உருவாக்கப்பட்ட மோப்ரேஸ் எஸ்டேட்டில், சேமியர்ஸ் சாலைக்கும் அடையாற்றுக்கும் இடையில், இந்தத் தோட்ட வீடுகளில் பல கட்டப்பட்டன. சில வருடங்கள் கழித்துத்தான் ப்ராடி காஸில் கட்டப்பட்டது. சாந்தோம் மறைமாவட்டத்துக்கு உயில் மூலம் ஜான் டி மாண்டே அளித்த மோப்ரேஸ் எஸ்டேட்டிலிருந்து இந்த வீடுகளின் மனைகள் பிரிக்கப்பட்டன. 1816-க்குப் பின் பீச்பரோ, அடையாறு ஹவுஸ்*, பென்ஸ் கார்டன்ஸ் போன்ற வீடுகள் இவை. மரம் சூழ்ந்த தோட்டமான பென்ஸ் கார்டன்ஸில் பல வீடுகளில் பாரி கம்பெனியின் அதிகாரிகள் வசித்தனர். 1996-ல் அதை விட்டு பாரீஸ் நிறுவனம் நகர்ந்தபின், மறை மாவட்டம், அந்த இடத்தில் உயர்மட்டத்தோர் வசிக்கக்கூடிய கட்டடங்களைக் கட்டச் சிந்தித்தும் பக்தர்கள் நீதிமன்றத்திற்கு எடுத்துச் சென்றிருப்பதால் இந்த வரிகளை எழுதும்போது காடாகயிருக்கிறது.

இந்தச் சாலையின் இறுதியில் இருக்கும் மதராஸ் போட் கிளப்பின் பெயர்தான் அந்த சாலைக்கும், அங்கு வளர்ந்திருக்கும் உயர் மட்டக் குடியிருப்புகளுக்கும் அளிக்கப்பட்டிருக்கிறது. 1867-ல் படகோட்டும் கிளப்பாக ஆரம்பிக்கப்பட்ட போட் கிளப், 1869-ல் கல்கத்தாவுடன் போட்டியிட்டது. 1874-75 முதல் எழுதப்பட்ட ஆவணங்களின்படி அதில் 32 படகோட்டிகளும், 24 படகு ஓட்டாதவர்களும் உறுப்பினர்களாக இருந்தனர். இந்த வித்தியாசத்தை இன்றும் காணலாம். 1892-ல் தற்போதைய இடத்துக்கு நகர்ந்தபின் எஃப்.ஹெச். வில்சன் முதல் போட்டிகளை வென்றார். துடுப்புப் போட்டியை 1963-ல் வென்ற முதல் இந்தியர் யூ. பிரபாகர் ராவ். 1967-ல் கிளப்பின் முதல் இந்தியத் தலைவராக எம்.எம். முத்தையாவும் அதன் முதல் இந்திய கேப்டனாக 1957-ல் கே. வர்கீஸும் தேர்ந்தெடுக்கப்பட்டனர். 1933-ல் அமெச்சூர் ரோயிங் அசோசியேஷன் ஆஃப் தி ஈஸ்ட்டை நிறுவியவற்றுள் ஒன்றான இந்த கிளப், புனேயில் அப்போது நடந்த முதல் போட்டியில் நால்வர் மற்றும் இரட்டையர் படகோட்டும் போட்டிகளை வென்றது. அருகிலிருக்கும் பொறியியல் கல்லூரியின் பழைய மாணாக்கர்கள் விடுதி, நன்றாக கட்டப்பட்டு, அதற்கருகில் தோட்டவீட்டின் ஏக்கர்களில் காவல்துறை கமாண்டோ பிரிவு இருக்கிறது.

கிரீன்வேஸ் சாலையுடன் சேமியர்ஸ் சாலை சேர்கிறது. கிரீன்வேஸ் சாலையில் இரு பக்கங்களிலும் உள்ள கட்டடங்களில் சில பழைய கட்டுமானக் கலையுடனும், சில 1880-களின் பொதுப்பணித் துறை கட்டிய மோசமான பாணியிலும் உள்ள அமைச்சர்களின் தோட்ட வீடுகள். கிரீன்வேஸ் சாலையின் மேற்குப் பாதியில் சேமியர்ஸ் சாலைக்கு அருகில் ப்யூஸ் கார்டன்ஸ் உள்ளது.

---

* இதுதான் முதல் அடையாறு ஹவுஸ். கோட்டூர்புரத்தில் இருக்கும் மாளிகை, பின்னால் கட்டப்பட்டது.

அதற்கு அடுத்தாற்போல் 20-ம் நூற்றாண்டின் பிரபல சட்ட வல்லுனர் ஏர்ட்லி நார்டனின் தந்தை, அரசாங்கச் சட்ட ஆலோசகர் ஜான் நார்டனால் 1853-ல் கட்டப்பட்ட சரித்திர பிரசித்தி பெற்ற 'தி கிரேஞ்ச்' என்ற இடம் உள்ளது. இந்த இடம் இப்போது அரசாங்க நிர்வாகப் பயிற்சி கூடமாக பயன்படுத்தப் படுகிறது. கோடாரி, குமரேசுவரர் ஆலயங்களின் நிலத்தை வாங்கிய ஜான் நார்டன் அதற்கு நார்டன் கார்டன்ஸ் என்று பெயர் அளித்தார். ஆர்பத்நாட்டின் கூட்டாளி ஒருவருக்கு அது விற்கப்பட்டபின், விஸயநகர மகாராஜாவாலும் அதற்குப்பின் பி. வெங்கடாசலத்தாலும் வாங்கப்பட்டு, இறுதியில் 1917-ல் அதை அரசாங்கம் வாங்கியது.

1907-ல் கிரேஞ்ச் என்று பெயரிடப்பட்ட அதன் தற்போதைய பெயர் 'காஞ்சி'. அதன் விசாலமான தோட்டம் புதுமையில் பிரகாசித்தாலும், பழைய கம்பீரமும் திடமும் இல்லாமல், மாநில அமைச்சர்களுக்கு வீடுகளாக ஆகியுள்ளது என்பது வருந்தத்தக்கது. ஓர் உத்திரம் சரிந்து விழுந்தபோதும் நல்ல வேளையாக அதை இடிக்காமல் ஓரளவு செப்பனிட்டிருக்கிறார்கள். பிராடி காஸிலுக்கும், கிரேஞ்சுக்கும் இடையே அடையாற்றின் வட கரையில் எரொலைட், பிரிட்ஜ் ஹவுஸ், ரிவர்ஸைட், ஹோவிங்ஹாம், கிரீன்வே, சர்வெல், ஆர்ட்மைல் போன்ற பல வீடுகள் சுதந்தரத்துக்குப் பின் இடிக்கப் பட்டு அமைச்சர்களுக்கும் அதிகாரிகளுக்கும் இருப்பிடங்களாக ஆக்கப் பட்டன. கிரீன்வேஸ் சாலைக்கு எதிர்ப்புறம் விசாலமான பிஷப்ஸ் கார்டன்ஸுடன், ஸெர்ல்ஸ் கார்டன்ஸ் இருந்தது.

1817-ல் கட்டப்பட்ட பிஷப்ஸ் கார்டன்ஸ், பெயர் பெற்ற பி. வெங்கடாசலத்தின் மகன் பி.வி. சுப்பிரமணியனால் தனது இக்கட்டைச் சமாளிக்க விற்கப்பட்டது. 1927-ல் அது விற்கப்பட்டபின், பிரிக்கப்பட்ட அந்தச் சொத்தில் 2.75 ஏக்கரை ஸ்பென்சர்ஸின் கடைசி ஐரோப்பிய சேர்மனான ஸ்டான்லி எட்வர்ட்ஸுக்கு அவரது மாமனார் ஜெ.ஓ. ராபின்சன் ரூபாய் 14,750-க்கு வாங்கி, வெகுமதியாக அளித்தார். க்ரேஷாட் என்ற 7000 சதுர அடி மாளிகையை அதில் கட்டிய எட்வர்ட்ஸ் 1929-30-ல் அதனுள் குடிபுகுந்து 1957-ல் அதை விட்டார். அதுவரை ஒவ்வொரு வார இறுதியிலும் அங்கு நடந்த விருந்துகள் மறக்கமுடியாதவை. எட்வர்ட்ஸ் விட்டபின் ரூபாய் 1,50,000-க்கு அதை எடுத்துக்கொண்ட ஸ்பென்சர்ஸ், 1990-ல் அதை விற்க முயன்றபோது, 19 கோடி ரூபாய்க்கு வருமான வரித்துறை அதனை வாங்கியது. எழுபது வருடங்களில் எப்படி விலை உயர்ந்து விட்டது! 2003-ல் அந்தச் சொத்தை ஒரு தனியார் துறையினர் ஏலத்தில் எடுத்தனர்.

பிஷப் கார்டன்ஸில் இருந்த பிரதான வீட்டை சில பிரம்மஞானிகள் (தியோசொஃபிஸ்டுகள்) அவர்களுடைய குரு ஜே. கிருஷ்ணமூர்த்திக்காக 1934-ல் வாங்கினர். 'வஸந்த விஹார்' என்று பெயர் மாற்றப்பட்ட அந்தச் சொத்து, 1965-ல் வழக்கில் சிக்கும் வரை அவருடைய வீடாகவும் வருடாந்திரக் கூட்டங்கள் நடைபெறும் இடமாகவும் இருந்தது. 1976-ல் சொத்து மீட்கப்பட்டபின், 1986-ல் அவர் இறக்கும்வரை ஜே. கிருஷ்ண

மூர்த்தி அவருடைய அபிமானிகளை அங்கு ஆண்டுதோறும் சந்தித்தார். அவர் சொற்பொழிவுகள் ஆற்றிய தோட்டத்தில் பசும் புல்வெளியில் முரடாகச் செதுக்கப்பட்ட ஒரு பாறைதான் அவருடைய எளிமையான நினைவுச் சின்னம்.

வசந்தத்தின் இருப்பிடமான வசந்த விஹார் ஆறு ஏக்கர் நிலத்தில் அழகான தோட்டத்தில் விக்டோரிய பாணியில் கட்டப்பட்ட குடியிருப்புக்குச் சிறந்த உதாரணம். முதல் அடுக்கில், அவருடைய பேச்சுகளின் ஒலி நாடாக்களும் வீடியோ காசெட்டுகளும் அடங்கிய கிருஷ்ணமூர்த்தி நூலகம் உள்ள 'ஸ்டடி' சீரமைக்கப்பட்டு அந்தக் கட்டடத்தின் மையமாக இருக்கிறது. அதன் முக்கிய அம்சம், கோள வடிவுள்ள அதன் கூரையில் ஆரம்போல் சந்திக்கும் சிவப்பு நிற இரும்பு உத்திரங்கள். மதம், வேதாந்தம், மனித எண்ணங்கள் ஆகிய வற்றைப் பற்றி எழுதப்பட்ட பல புத்தகங்களுடைய அதைவிடப் பெரிய நூலகமும் முதல் மாடியில் இருக்கிறது. இரண்டு நூலகங்களும் நமக்குள்ளேயே ஆன்மிகத்தை தேடவேண்டும் என்ற கிருஷ்ணமூர்த்தியின் எண்ணங்களைப் பரப்புகின்றன.

ஒரு காலத்தில் நகரம்

ஃபிரான்ஸின் ஒரு சிறு பகுதி

1751-ல் ஆற்காடு முற்றுகையிடப்பட்டபோது, கிளைவ் ஓரிரு முறை உயிர் தப்பாமல் இருந்திருந்தால்; ஆளுநர் சாண்டர்ஸ் எதிர்பார்த்ததற்கும் மேலாக, நவாப் முகமது அலி வாலாஜா விரும்பிய திசை திருப்புதலை கிளைவ் அவ்வளவு சிறப்பாகச் செய்யாதிருந்தால்...

1754-ல், முற்றுகையிடப்பட்டு, உணவுக்கு அவரை நம்பியிருந்த திருச்சிராப் பள்ளிக்கு, உணவை எடுத்துச் சென்றுகொண்டிருந்த, தொண்டை மண்டலக் காட்டு வழியை நன்கு அறிந்திருந்த, ஸ்டிரிங்கர் லாரன்ஸால் தன் அருமையான கூட்டாளி என்று புகழப்பட்ட, சுபேதார் முகமது யூசுப் கான், விவரம் தெரிந்து தன்னைத் தாக்கத் தயாராக இருந்த பிரெஞ்சுப் படைகளைத் திருப்பித் தாக்கியிருக்காவிட்டால்...

1758-ல், நிலையற்ற ஐரிஷ்காரரான துல்லந்தாலியைச் சேர்ந்த ஓ'முல்லாலி என்ற ஃபிரான்ஸின் காம்தே தி லாலி தி தொல்லெந்தால், இன்று பாரிமுனை என்று அழைக்கப்பட்டிருக்கும் இடத்திலிருந்து, இப்போது ரிசர்வ் வங்கி கட்டடம் இருக்கும் இடத்துக்குத் தெற்கே இருந்த அரணுக்கு, அங்குலம் அங்குலமாக வழியைத் தோண்டி மெதுவாகச் செல்லாமல், மிக வேகமாகச் சென்றிருந்தால்...

1760-61-ல், பாண்டிச்சேரி முற்றுகையின்போது, லாலி, தன் வலது பக்கத் துருப்புகளுடன் மிக வேகமாக முன்னேறியதன்மூலம், வடக்கில் இருந்து வந்து அயர் கூட்டின் துருப்புகளை பின்னிருந்து வீழ்த்தாமல், காத்துக்கொண்டிருந்த அவர்களது முன்னணித் துருப்புகளுக்குப் பின்னாலேயே வந்து சேர வேண்டிய நிலைமை ஏற்படாமல் இருந்திருந்தால்...

இருந்திருந்தால்... இருந்திருந்தால்... இருந்திருந்தால்... 1740 முதல் 1760 வரை நடந்த கர்நாடகப் போர்களில், சென்னையும் பாண்டிச்சேரியும் ஒன்றன்பின் ஒன்றாக முற்றுகையிடப்பட்டு அழிக்கப்பட்டன. ஆனால் மேலே பார்த்த அனுமானங்களில் ஒன்றே ஒன்று மாறியிருந்தால்கூட, நீங்கள் இந்தப் புத்தகத்தை

பிரெஞ்சு வழித் தமிழ் மொழிபெயர்ப்பில் வாசித்துக்கொண்டிருப்பீர்கள். பிரிட்டிஷ் சாம்ராஜ்ஜியத்துக்குப் பதில் பிரெஞ்சு சாம்ராஜ்ஜியத்தின் பகுதியாக இந்தியா மாறுவது அவ்வளவு நெருக்கத்தில்தான் இருந்தது. இவ்வளவு தாறுமாறாக எந்த சாம்ராஜ்ஜியமும் உருவானதில்லை. எந்த சாம்ராஜ்ஜியமும் இவ்வளவு தற்செயலான வெற்றிகளால் உருவானதில்லை. பிரிட்டிஷ் சாம்ராஜ்ஜியத்தைத் தவிர்த்து.

மற்றொரு வகையில் பார்த்தால் வர்த்தகம் மூலம் பணம் சம்பாதிக்க என்பதற்காக இந்தியா வந்திருந்த ஜோஸஃப் ஃபிரான்சுவா துய்ப்ளேயின் எண்ணம், நிதி நெருக்கடியால், பதிலுக்கு, நாட்டைக் கைப்பற்றவேண்டும் என்ற திசையில் நகராமல் இருந்திருந்தால், இந்தியாவில் பிரிட்டிஷ் சாம்ராஜ்ஜியமே ஏற்பட்டிருக்காது. பிரெஞ்சு நாட்டவருக்கு இந்தியாவில் நிலையான, குறிப்பிட்ட வருமானம் வேண்டும் என்றால், ‘நமக்கு அரசியல் அதிகாரம் வேண்டும். அதற்கு காலனிப் பேரரசு ஒன்றை நாம் நிர்மாணிக்கவேண்டும். அதில் பெயருக்கு மாத்திரமே இந்திய அரசர்கள் அமர்த்தப்பட்டு, உண்மையான அதிகாரமாக நாம் இருப்போம். அவர்கள் தம் உரிமைகளுக்கு நம்மைச் சார்ந்தே இருப்பார்கள்.’ இந்த எண்ணம், ‘திருமதி துய்ப்ளேயான ஜோவானா பேகத்தின்’ மனத்தில் தோன்றியது என்று பலர் குறிப்பிடுகிறார்கள். இதுதான், வரலாற்றாளர் ஆல்ஃப்ரெட் மார்டினோவின் கருத்துப்படி, இந்தியாவின் முகத்தையும், ஓரளவுக்கு உலகத்தின் முகத்தையும் மாற்றிவிட்டது. ஏனெனில் துய்ப்ளே காட்டிய வழியைத்தான் பிரிட்டிஷார் வெற்றிகரமாகப் பின்பற்றினர்.

ஆனால், துய்ப்ளே கண்ட சாம்ராஜ்ஜியக் கனவு, ஐரோப்பியர்களால் பயிற்சி அளிக்கப்பட்ட சிப்பாய்கள் இல்லாவிட்டால் நனவாகியிருக்க முடியாது. பிரெஞ்சுக் கட்டுப்பாட்டின்கீழ் உள்ளூர் சிப்பாய்களுக்குப் பயிற்சி அளிக்க முடியும் என்பதை முதன்முதலாகக் கண்டுபிடித்தவர் சுவிஸ் பொறியாளரும் தளபதியுமான, அறிஞர் பாரடிஸ். 1746-ல் நடந்த சாந்தோம் போரில், ஒரு சில பிரெஞ்சுத் துருப்புகளுடன் சில சிப்பாய்கள், பயிற்சி அளிக்கப்படாத ஆயிரக் கணக்கான எதிரிகளை எப்படித் தோற்கடிக்க முடியும் என்பதை அவர் காண்பித்தார். கர்நாடக நவாபின் 10,000 வீரர்கள் அடங்கிய படையை, அடையாற்றின் ஆழமற்ற பகுதியில், பின்னால் கிவிபில் தீவு என்று அழைக்கப்பட்ட இடத்தில், பாரடிஸ் தோற்கடித்ததன்மூலம், தலைமுறை தலைமுறையாக, பின்வந்த ஐரோப்பியர்கள் தங்களுக்காக எப்படி இந்தியத் துருப்புகளை ஒழுங்குபடுத்துவது என்று அவர் காண்பித்தார். அதிலிருந்துதான் பிரிட்டிஷ் பாரம்பரியம் வேரூன்றி, இந்திய ராணுவம் என்ற கருத்து உருவானது.

சென்னையின் ஃபிரான்சிஸ் டே அல்லது ஆண்ட்ரூ கோகன்போல மறக்கப்பட்டிருக்கும் ஒரு மனிதர்தான், துய்ப்ளேக்கும் பாரடிஸுக்கும் அடிகோலியவர். சென்னைக்கும், வளரப்போகும் பிரிட்டிஷ் சாம்ராஜ்ஜியத்துக்கும், அந்த இரண்டு கிழக்கிந்திய கம்பெனிக்காரர்கள் என்னவாக இருந்தார்களோ, அதே போல்தான் பிரெஞ்சு இந்தியாவுக்கு ஃபிரான்சுவா மார்டின் இருந்தார். மார்டினின் ஞாபகார்த்தமான பிரான்ஸின் ஒரு சிறு பகுதியான பாண்டிச்சேரி, அவரை நினைவில் கொள்ளாமல் துய்ப்ளேவைத்தான் கௌரவிக்கிறது. ஃபிரான்சுவா கரோன், மர்காரா என்ற இரண்டு பிரெஞ்சு வியாபாரிகளைப் பின்பற்றிய

கிழக்கிந்தியக் கடலின் முன்னோடியாக இருந்தவர் மார்டின். இந்தியச் சுற்று வட்டாரத்தின் செல்வத்தை பிரான்ஸ் இழக்கிறது என்று உணர்ந்த பெரிய அரசியல்வாதி கோல்பெர்த்தின் ஆணைக்கு ஏற்ப, 14-ம் லூயி மன்னரின் கொடிக்குக் கீழ் கடல் பயணம் மேற்கொண்டவர்கள் அவர்கள். பல வருடங்கள் கழித்து, ஆன்ரி மார்டின் என்ற பிரெஞ்சு வரலாற்றாளர் ஒருவர், புஸ்ஸியும் துய்ப்ளேயும் இந்தியாவில் இருந்துகொண்டு, 14-ம் லூயியும் கோல்பேர்த்தும் வெர்செய்ல்ஸில் இருந்திருந்தால், ஆசியா நம்முடையதாகி இருக்கும் என்று சொன்னார்.

இந்து மாக்கடலுக்கு பிரெஞ்சுக்காரர்கள் தாமதமாகவே வந்தனர். 1498-ல் இருந்து போர்த்துகீசியர்களும், அதற்குப்பின் 1590-களில் இருந்து பிரிட்டிஷாரும், 17-ம் நூற்றாண்டின் ஆரம்பத்திலிருந்து டச்சு நாட்டவரும் இங்கு வந்தபடி இருந்தனர். மடகாஸ்கரில் இருந்தும் அதற்கு அருகில் இருந்த தீவுகளில் இருந்தும் பிரான்ஸுக்கு எவ்வளவு செல்வம் கிட்டும் என்று கண்டுபிடிக்க மாலுமிகளை, முதன்முதலாக ரிஷேலியூ அனுப்பினார். இருந்தபோதும்கூட பிரெஞ்சுக்காரர்கள், அந்தத் தீவுகளுக்கு அப்பால் செல்ல வில்லை. 1664-ல் கோல்பெர்த், பிரெஞ்சு கிழக்கிந்திய கம்பெனியை அமைத்தபின்னர்தான், அவர்கள் இந்தியாவுக்கு வந்தனர். கோல்கொண்டா சுல்தானிடம் இருந்து அத்தாட்சிப் பத்திரங்கள் பெற்றபின், 1667-ல், காரொன், சூரத் தொழிற்சாலையையும், 1669-ல் மர்காரா, மசூலிப்பட்டினத் தொழிற்சாலையையும் நிறுவினர். மசூலிப்பட்டினத் தொழிற்சாலையின் நிர்வாகிகளுள் ஒருவர்தான் ஃபிரான்சுவா மார்டின்.

இதற்குள், சோழ மண்டலக் கடற்கரையில் பிரிட்டிஷாரும், புலிக்காட்டில் கெல்ட்ரியா கோட்டையில் டச்சு நாட்டவரும் தங்களை நன்றாக அமைத்துக் கொண்டு, செழித்துவந்தனர். முப்பது ஆண்டுகளுக்கு முன், புலிக்காட்டுக்கு தெற்கே கடலோரத்தை ஆராய்ந்த ஃபிரான்சிஸ் டே, 'பொலிசேரி'க்கு பதிலாக வும், அதற்கு வடக்கே பதின்மூன்று மைல்கள் தள்ளி இருந்த குனிமேட்டுக்கு பதிலாகவும், சாந்தோமில் கிடைத்த போர்த்துகீசிய வரவேற்புக்கு பதிலாகவும், சென்னையை விரும்பினார். போர்த்துகீசியர்கள் ஏன் பிரிட்டிஷாரை தங்களுக்கு அருகில் வைத்துக்கொள்ள விரும்பினர் என்பதைப் புரிந்துகொள்ள முடியும். டச்சுக்காரர்கள், கோல்கொண்டா சுல்தானுக்கு ஊக்கமளித்து, பல முறை சாந்தோமைத் தாக்க வற்புறுத்தினர். மே 1663-ல் இறுதியாக, கோல்கொண்டா தாக்கியபின், சாந்தோம் முஸ்லிம்கள் கைக்குச் சென்று, 1673 வரை அவர்களிடம் இருந்தது.

அந்த வருடம் மசூலிப்பட்டினத்துக்கும் பிரெஞ்சு தீவுக்கும் இடையில் கடற்கொள்ளை அடித்துக்கொண்டிருந்த பிரெஞ்சு அட்மிரல் தி லா ஹே, பொருள்கள் தேவையாக இருந்ததால், சாந்தோமுக்கு வந்தார். உணவு வகைகளையும் பதில் மரியாதையையும் தர ஆளுநர் மறுத்ததால், நகருக்குள் வேகமாக நுழைந்த தி லா ஹே, அதைக் கைப்பற்றினார். வஞ்சம் தீர்த்துக்கொள்ள கோல்கொண்டாவும், அதே போல் தாய்நாட்டில் 14-ம் லூயியின் துருப்புகளால் அவமானப்படுத்தப் பட்டதால், அதற்குப் பழிவாங்க டச்சுக்காரர்களும் தவறாமல் சாந்தோம் மீது

நடவடிக்கை எடுப்பார்கள் என்று எதிர்பார்த்து, நகரின் கொத்தளங்களைப் பலப்படுத்தி, முற்றுகைக்காக பிரெஞ்சுக்காரர்கள் காத்துக்கொண்டிருந்தனர்.

அடுத்த இரண்டு ஆண்டுகளில், சாந்தோமில் பிரெஞ்சுக்காரர்கள் இரண்டு முற்றுகைகளைச் சந்தித்தனர். மேற்கே இருந்த மயிலை கபாலீசுவரர் கோயில் சுவர்களைப் பலப்படுத்தி, வடக்கே திருவல்லிக்கேணி பார்த்தசாரதி கோயிலையும் பலப்படுத்தி, இவ்வாறு பிற்காலத்தில் கெட்டியாகக் கட்டப்பட்ட இந்துக் கோயில்களை அரண்களாக உபயோகிக்கும் வழக்கத்தை ஏற்படுத்திய பிரெஞ்சுக்காரர்கள், முற்றகையிட்டோரை அடுத்த இரண்டு ஆண்டுகளில் தோற்கடித்தனர்.

அதன்பின், டச்சு நாட்டவர், சுறுசுறுப்பாக இயங்கினர். 1673-74-ல் பெய்த பருவமழைக்கு அஞ்சி தி லா ஹே தப்பித்தபின், திறந்திருந்த கடல் வழியை அவர்கள் அடைத்தனர். ஒரு வருடத்துக்கு அவர்களுடைய துருப்புகளும் கோல்கொண்டாவின் படையும், தரைவழியாகத் தாக்குதல் நடத்தின. உணவுப் பற்றாக்குறையால் பிரெஞ்சுக்காரர்கள் சரணடைய வேண்டியிருந்தது. 6 செப்டம்பர் 1674-ல் சாந்தோம் கோட்டை பிரெஞ்சுக்காரர்களால், டச்சுக்காரர்கள் வசம் ஒப்படைக்கப்பட்டது. டச்சுக்காரர்கள் கோட்டையை கோல்கொண்டா விடம் ஒப்படைத்தனர்; ஆனால் அதற்குமுன், பிரெஞ்சுக்காரர்கள் கௌரவமாக பிரான்ஸ் திரும்ப அனுமதி அளித்தனர். இது கோல்கொண்டா சுல்தானுக்கு எரிச்சலை ஏற்படுத்தியது. அவரால், கோட்டையில் எஞ்சியிருந்த அரண்களை சுக்குநூறாக உடைப்பது மட்டும்தான் முடிந்தது. அதைத்தான் பிரிட்டிஷாரும் விரும்பினர். எனவே, 1675 முழுவதும் டச்சு, பிரிட்டிஷ் பொறியாளர்கள் அந்தக் கோட்டையை முழுவதுமாகத் தகர்க்க ஒத்துழைத்தனர்.

1673-ல் பீஜப்பூர் சுல்தானின் பிரதிநிதி, ஷேர்கான் லோடி என்ற செஞ்சி ஆளுநரிடமிருந்து, புல்ச்செரி (பூச்சேரி? பாண்டிச்சேரி?) என்று அழைக்கப்பட்ட ஒரு நிலப்பகுதியை மானியமாக ஃபிரான்சுவா மார்ட்டின் பெற்றிருந்தார். சாந்தோம் முற்றுகையின்போது, தனது விருப்பத்துக்கு மாறாக, கேப்டன் பதவி அளிக்கப்பட்ட ஃபிரான்சுவா மார்டின், தி லா ஹேவின் கடற்படையுடன் பிரான்ஸ் திரும்புவதற்குமுன், தான் மானியமாகப் பெற்றிருந்த இடத்துக்கு சில பிரெஞ்சு வீரர்களுடன் சென்றார். அந்த கிராமத்தைப் பாதுகாக்க, அதைச் சுற்றி அவர் கட்டிய அரண்களுடன், 1674-ல் பிறந்தது பாண்டிச்சேரி.

புளியமரம் உடைய புளிச்சேரியோ, பூ நிறைந்த பூச்சேரியோ, சாதாரணமான பாண்டிச்சேரியோ, ஆங்கிலம் பேசுவோருக்கு இந்த பிரெஞ்சு அரண் இன்றும் பாண்டிச்சேரியாகவே இருந்திருக்கிறது. ஆனால் தமிழ்பேசும் சென்னைவாசிகள் ஞாபகத்தில் அது எப்போதும் பாண்டிச்சேரியாகவே இருந்துள்ளது. இவ்வளவு தான் அளவு என்று வரையறுக்கப்படாத நிலம் மார்டினுக்கு அளிக்கப்பட்டு, அதில் அவர் ஒரு புதிய நகரை உருவாக்கியிருப்பாரா? அதைச் சுற்றியிருந்த நிலத்தை அவ்வளவு திறமையுடன் சாகுபடி செய்து, விளைந்த பூக்களால், சில ஆவணங்களில் குறிப்பிட்டபடி அந்த நகர் பூச்சேரி என்று அழைக்கப் பட்டிருக்குமா? எவ்வாறு இருந்தாலும், பழைய பெயர்கள், புதியதைவிட

அர்த்தமுள்ளவையாக இருக்கின்றன. அர்த்தமற்ற 'பாண்டிச்சேரி'யின் மூலம் இன்றும் இந்தியாவின் மேல் பிரெஞ்சு தாக்கம் இருக்கிறது.

பாண்டிச்சேரியில் குடியேறியபின், செழிப்பான பூமியை சாகுபடி செய்ததுடன், திறமையாக வியாபாரம் செய்த மார்டின் மூலம் 'புது நகரம்' செழிப்பாகியது. ஐரோப்பிய பாணியில், இந்தியத் துருப்புகளுக்குப் பயிற்சியளித்து, தனது செழிப்பைப் பாதுகாக்க அவர் முனைந்தார். சில வருடங்களில் இந்தியாவிலேயே பிரெஞ்சு நாட்டவரின் முக்கிய உடைமையாக பாண்டிச்சேரி மாறியது. ஆனாலும் ஐரோப்பாவில் தொடர்ந்த டச்சு, பிரெஞ்சு பகைமையின் விளைவுகள் இந்தியாவையும் பாதிக்கத் தொடங்கின. 1693-ல், கடல்வழிமூலம் 19 கப்பல்களுடனும் 1,500 துருப்புகளுடனும் 'ஃபிரான்ஸின் பெருமை'யைக் கைப்பற்றும் டச்சு முயற்சியிலிருந்து, மார்டினும், 36 பிரெஞ்சுக்காரர்களும், அவர்கள் பயிற்சி அளித்திருந்த 400-க்கும் குறைவான இந்தியச் சிப்பாய்களும், பாண்டிச்சேரியை பன்னிரண்டு நாள்களுக்குப் பாதுகாத்தனர். சாந்தோமைப் போலவே, இங்கும் தீரத்துடன் போராடியபோதும், எண்ணிக்கை வித்தியாசம் அதிகமாக இருந்ததால் பாண்டிச்சேரி சரணடைந்தது.

ரிஸ்விக் உடன்படிக்கையின்படி செப்டம்பர் 1697-ல் பிரெஞ்சு நாட்டவருக்கு பாண்டிச்சேரி திருப்பிக் கொடுக்கப்பட்டாலும், 1699 வரை டச்சு நாட்டவர் அந்த இடத்தை விடவில்லை. மீண்டும் உரிமை கிட்டியபின், மார்டின் பாண்டிச்சேரியைச் செழிக்க வைத்தார். 1700-ல் ஸ்பானிஷ் சந்ததிப் போரினால், சூரத், மசூலிப்பட்டினம், கிழக்கிந்தியத் தீவுகளில் இருந்த பேண்டம் போன்றவற்றில் இருந்த தொழிற்சாலைகளை மூடியபோது கூட, மார்டின் தலைமையில் பாண்டிச்சேரி செழித்ததால், பிரெஞ்சுக் கொடி அங்கே தொடர்ந்து பறந்தது.

31 டிசம்பர் 1706-ல், தான் உண்டாக்கிய நகரில் மார்டின் இறந்தபின், அதற்கும் மற்ற குடியிருப்புகளைப் போல சீரழிவு ஏற்பட்டது. ஆனால் ஜூன் 1720-ல், நிரந்தர இந்திய கம்பெனி என்ற பெயரில் பிரெஞ்சு கிழக்கிந்திய கம்பெனி மாற்றி அமைக்கப்பட்டபின், நிலைமை சீரடைந்தது. அதுமுதல் 1742 வரை மார்டினின் மதிநுட்பத்துடன் சுறுசுறுப்பாக இயங்கிய இரு ஆளுநர்கள் லெனுவாவும் தூமாவும், பாண்டிச்சேரியை அதன் பழைய உன்னத நிலைக்குக் கொண்டு வந்தனர். இன்றைய தென் ஆற்காடு மாவட்டத்தால் சூழப்பட்டிருக்கும் இந்த நிலம் முன்னேற்றப்பட்டு, 1722-23-ல், மாஹே (கேரளாவின் கண்ணூர் மாவட்டம்), ஏனம் (ஆந்திராவின் கிழக்கு கோதாவரி மாவட்டம்), 1739-ல் காரைக்கால் (நாகப்பட்டினம் மாவட்டம்) ஆகியவற்றைச் சேர்த்தனர். தஞ்சாவூருக்கும் திருச்சிராப்பள்ளிக்கும், பிரான்ஸ் கடுமையாகப் போராடியதன் கடைசி நினைவுச் சின்னம், காரைக்கால்.

வியாபாரச் சிந்தனையுடன், புது மானியங்கள் பெற்று, புதுத் தொழிற்சாலைகள் கட்டி, பாண்டிச்சேரியை விரிவாக்கியதுடன் அல்லாமல், பிரான்ஸின் உடைமையைப் பாதுகாக்க, தூமா, 3,000-4,000 கூலிக்கு வேலை செய்த முஸ்லிம் துருப்புகளை வேலைக்கு எடுத்து, அவர்களுக்குப் பயிற்சி அளித்தார். ஒரு ராணுவத்தை உண்டாக்கும் எண்ணத்துடன் முதல்முறையாக ஓர் ஐரோப்பிய

வல்லரசு, இந்தியர்களை வேலைக்கு அமர்த்திய அந்த சிப்பாய்ப் படைதான், பின்னால் வளர்ந்த இந்திய ராணுவத்தின் கரு. பின்னர், சந்திரநாகூரின் ஆளுநராக இருந்த படாடோபமான துய்ப்ளே, தூமாவுக்குப்பின் பாண்டிச்சேரியின் ஆளுநராக நியமிக்கப்பட்டார். அவருடன்கூடவே திருமதி ஜோன் துய்ப்ளே என்ற சாந்தோமைச் சேர்ந்த தமிழ்-போர்த்துகீசிய-பிரெஞ்சு கலந்த அவருடைய அழகான மனைவியும் கூடவே வந்தார். பலரது கருத்தின்படி, திருமதி துய்ப்ளேவுக்கு சூழ்ச்சிகரமான மூளை இருந்தது. இருவரும் இந்தியாவில், பிரான்ஸின் ஈடுபாட்டை ஒரு புது முகத்துடன் பார்த்து, அரசியல்ரீதியில் விடாப்பிடியாக ஒரு கொள்கையைப் பின்பற்றியதால், அதனால் ஏற்பட்ட கர்நாடக போர்களுக்குப்பின், எதிர்பாராத விதமாக, இந்தியாவின் ஒரே சக்தியாக பிரிட்டன் உருவெடுத்தது.

1742-ல் தூமாவிடமிருந்து ஆளுநர் பதவியை எடுத்துக் கொண்ட ஐம்பது வயது துய்ப்ளே, ஒரு மது வியாபாரியின் மகன். சிறிய உருவத்துடன், கடின உழைப்பாளியும், பகட்டுப் பிரியருமான துய்ப்ளே பாண்டிச்சேரிக்கு வந்தபோது, அவர் ஏற்கெனவே கம்பெனி பணியில் முப்பது ஆண்டுகள் பணிபுரிந்திருந்தார். இந்தியாவில் இருக்கும்போது, துய்ப்ளே, பன்மொழி வல்லுனரான விதவை ஜோன் வின்சென்ஸை மணந்தார். ஜோனின் முதல் திருமணத்தின் மூலம் பிறந்த மூன்று பெண்களில் மூத்தவர் மரி ரோஸ் தி பார்னிவால். இவர், தன் தாயைவிட மிகவும் அழகானவர் என்று கேள்வி. இவர், புனித ஜார்ஜ் கோட்டை கவுன்சில் உறுப்பினரும், பெட்ரூஸ் உஸ்கனின் அடுத்த வீட்டுக்காரருமான ஒருவரை மணந்திருந்தார். தனது கணவரைவிட பேராசையும் பெருவிருப்பமும் உடையவர் என்று வர்ணிக்கப்பட்ட ஜோன் துய்ப்ளே, சாம்ராஜ்ஜியத்துக்கு வழி, ஒரு நவாப்மேல் மற்றொரு நவாபை ஏவுவது என்றும், அதை அடைவதற்குத் தனது மகளின் அழகையும் வசீகரத்தையும் உபயோகிப்பதற்கு கூடத் தயங்க வில்லை என்றும் சொல்வார்கள். இந்த வழியைக் கற்றுக்கொள்ள துய்ப்ளேக்கு அதிக காலம் எடுக்கவில்லை. அவர் பாண்டிச்சேரிக்கு வந்ததன் காரணமே, தூமாவைவிட அதிகப் புகழ் சம்பாதிக்கவேண்டும் என்பதற்காகவே.

கூடிய சீக்கிரத்தில் முகலாய சாம்ராஜ்ஜியம் அழிந்துவிடும் என்று மற்ற ஐரோப்பியர்களைவிட, தூமாவும் துய்ப்ளேயும் நன்றாகவே அறிந்திருந்தனர். அது தெற்கில், சுயேச்சையான இந்துத் தலைவர்களால் அடிக்கடி அச்சுறுத்தப்பட்ட, கட்டுபாடின்றிக் கோர்க்கப்பட்ட கூட்டமைப்பாக இருந்தது. அரசியலை சரியாக விளையாடினால், அளவற்ற செல்வமும் கௌரவமும் தனக்குக் கிடைக்கும் என்று துய்ப்ளே கண்டார். பின்னர் பல நூற்றாண்டுகள் கழித்து 'தடையுடனான வர்த்தகம் - புரொடெக்ஷனிஸம்' என்று சொல்லப்பட்ட நடவடிக்கைகளில், அவர் 1748-49-லேயே முழுமையாக ஈடுபட்டார். 1740-ல் சென்னையைக் கைப்பற்றிய தி லா போர்தொனே என்ற அட்மிரலும் லாலியும், இந்தியாவில் நடந்துகொண்ட விதத்துக்காக, இருபது ஆண்டுகளுக்குப் பிறகு, பாஸ்டில் சிறையில் அடைக்கப்பட்டனர். துய்ப்ளேவுக்கோ சாவைவிடக் கோரமான தண்டனை கிடைத்தது. அவர் அவமரியாதையுடன், புறக்கணிக்கப்பட்டார். த்பணமுடையில் சிக்கி, 1763-ல் இறக்கும்வரை, தனது ஒவ்வொரு

நிமிடத்தையும் வெறுத்தபடி பாரிஸில் வாழ்ந்த அவர், 'இளமையையும், செல்வத்தையும், வாழ்வையும், ஆசியாவில் என் நாடு செழிக்கவேண்டும் என்பதற்காக அர்ப்பணித்த நான், தோற்றபின் என்னுடைய பணி கட்டுக்கதை ஆக்கப்பட்டு, மானுட வர்க்கத்திலேயே கீழ்ப்பட்டவனாகி விட்டேன்' என்றார்.

துய்ப்ளேவுக்குப் பின் சமாதானப்பிரியரான கோதூவும், அவருக்குப்பின் திலேயிட்டும் பதவி ஏற்றனர். அதற்குப்பின் 28 ஏப்ரல் 1758-ல் வந்த லாலியால் தொடுக்கப்பட்ட இரண்டாவது கர்நாடகப் போரில் 16 ஜனவரி 1761-ல் பாண்டிச்சேரி சரணடைந்தது. 1763-ல் பாண்டிச்சேரியை மீண்டும் பெற்ற பிரான்ஸ், தனது இந்திய சாம்ராஜ்ஜியத்தை பெரும்பான்மையாக இழந்தபின், பிரிட்டனின் இந்திய சாம்ராஜ்ஜியம் பிறந்தது.

1765-ல் பாண்டிச்சேரி, பிரான்ஸுக்குத் திருப்பிக் கொடுக்கப்பட்டபோது, துய்ப்ளேயினால் இந்தியாவிலேயே அழகான நகரங்களுள் ஒன்றாக ஆக்கப்பட்ட அது, அயர் கூட்டினால், அவர் வெளியேறுவதற்கு முன் தரைமட்டமாக்கப் பட்டது. அழிக்கப்பட்டதுடன் கொள்ளையடிக்கப்பட்ட இந்த ஊரின் மக்கள் தொகை கணிசமாகக் குறைந்திருந்தது. 1746-ல் சென்னைக்கு துய்ப்ளே இதைத்தான் செய்தார் என்றும், 1758-ல் புனித டேவிட் கோட்டையை லாலி நிர்மூலமாக்கினார் என்றும், அவருடைய முற்றுகை வெற்றி அடைந்திருந்தால், 1759 லாலி சென்னைக்கு அதைத்தான் செய்வதாக பயமுறுத்தினார் என்றும் சொல்லி, பிகாட்டும் லாரன்ஸும் இதை நியாயப்படுத்தினர்.

1765-ல் பிரிட்டிஷாரிடமிருந்து பாண்டிச்சேரியைப் பெற்ற ஜாக் லா, மூன்று வருடங்களில் அதை துய்ப்ளே காலத்திய நகரத்தைப் போல் திரும்பக் கட்டிய போதும், பிரெஞ்சுக்காரர்களுக்கு விரிவாக்கத்தில் அக்கறை போனபடியால், துய்ப்ளேயின்கீழ் இருந்த நிலையை, பாண்டிச்சேரி மீண்டும் பெறவில்லை.

1778-ல் மீண்டும் பிரிட்டனுக்கும் பிரான்ஸுக்கும் இடையே போர் மூண்ட போது, பிரெஞ்சு நகரைத் தாக்கிய ஹெக்டர் மன்றோ, அது சரண் அடைவதை ஏற்றுக்கொண்டார். ராணுவத் தளபதியாக, டிசம்பரில் சென்னைக்குத் திரும்பிய அயர் கூட், சரண் பற்றிக் கேள்விப்பட்டு, நகர் தரைமட்டமாக்கப்படவேண்டும் என்று உடனே ஆணையிட்டார். ஆகையால் மீண்டும் அழிக்கப்பட்ட பாண்டிச்சேரி, 1785-ல் மீண்டும் பிரெஞ்சு வசமானது.

பிரிட்டிஷாரிடம், பாண்டிச்சேரி வந்தது, இது கடைசி முறையல்ல. திப்பு சுல்தானுடன் சமாதானம் ஏற்பட்டபின், கார்ன்வாலிஸ் இந்தியாவை விட்டு வெளியேறியபிறகு, பிரிட்டிஷ் பார்வை மீண்டும் பாண்டிச்சேரி மேல் விழுந்தது. 14-ம் லூயி சிரச்சேதம் செய்யப்பட்ட செய்தி எழுதப்பட்ட தாள்களை, வெடிக்காத குண்டுகளுடன் கட்டி, கோட்டைக்குள் எறிந்தபோது, அதைப் படித்த போர்வீரர்கள், விரைவாகச் சரணடைந்தனர் என்று கர்னல் பேர்ட் என்ற பாண்டிச்சேரியை முற்றுகையிட்ட பிரிட்டிஷ் தளபதி எழுதியிருக்கிறார். 1814-ல் கடைசி முறையாக, நகரம் பிரெஞ்சு நாட்டவருக்குக் கொடுக்கப்பட்டது. அந்தச் சமயத்தில் அவர்கள் ஆப்பிரிக்காவில் காலனியாதிக்கத்தை நிறுவியிருந்தனர்.

இந்த காலனி அனுபவத்துடன், 1816-ல் பாண்டிச்சேரியை ஒரு பிரெஞ்சு காலனியாக மாற்றினர். இதனால், பாண்டிச்சேரி ஒரு கரையோர பிரெஞ்சு பிராந்திய நகரமாக மாறியது. நேராக அமைக்கப்பட்ட, குறுக்கும் நெடுக்குமாக வெட்டும் நெடுஞ்சாலைகளுடன், செவ்வகப் பகுதிகள் உருவாக்கப்பட்டு, கடலோரத்தில் கடலிலிருந்து வருவோரை வரவேற்கும் பளபளப்பான வெள்ளை நிறம் பூசப்பட்ட 'வெள்ளை நகரமும்', அதற்குப் பின், அவ்வளவு சீராக அமைக்கப்படாத 'கருப்பர் நகரமும்' இருந்தன. மார்டினிக்கிலிருந்து இந்தோசீனா வரை உலகெங்கும் பரவிய பிரெஞ்சு உடைமைகளை நிர்வகிக்கத் தேவைப்பட்ட இந்தியர்கள், ஒரு புது சேனையைப் போல் வேலையில் அமர்த்தப்பட்டனர். அதோடுகூட, சிறு பிரெஞ்சு நகரங்களுக்கே உரித்தான ஜோன் ஆஃப் ஆர்க் நினைவுச் சிலைகளும், முதலாம் உலகப் போரில் இறந்தவர்களின் நினைவுச் சின்னங்களும், துய்ப்ளேயின் நினைவுச் சின்னமும், வானளாவிய கதீட்ரலும், ஆர்க் தி டிரயம்ஃபின் பிரதியும் கட்டப்பட்டன.

அச்சு அசப்பில் பாண்டிச்சேரி, ஒரு பிரெஞ்சு நகரம்தான் என்பதில் சந்தேகமே யில்லை. 1980 வரை பிரெஞ்சுக்காரர்கள் இங்கே இருந்தனர். இந்தியாவின் ஏனைய பகுதிகளில் ஆங்கிலேயர்கள் பரவி இருந்ததைப்போல் இங்கே பிரெஞ்சுக்காரர்கள். ஒவ்வொரு நடுத்தரக் குடும்பத்திலும் ஒருவராவது பிரான்ஸில் பணியாற்றுபவராக இருப்பார். சில தடுமாற்றங்கள் அவ்வப்போது ஏற்பட்டிருந்தாலும் மிகச் சமீப காலம் வரை இங்குள்ள மக்கள், பிரெஞ்சுப் பாரம்பரியத்தை கடைபிடித்தவர்கள்தாம். பிரான்ஸுக்கும் இந்தியாவுக்கும் பரஸ்பரம் பேச்சு வார்த்தை நடைபெற்றபின், 1 நவம்பர் 1954-ல், இவர்கள் சுதந்தர இந்தியாவின் பக்கம் மாறிப்போனார்கள். மீண்டும் ஒரு முறை பாண்டிச்சேரி கைமாறினாலும், முதலில் பிரான்சுவா மார்டின் அதற்களித்த குணாதிசயம் மாறவில்லை.

11. மயில்களும் அல்லிகளும்

கோயில்கள் நிறைந்த ஊர்

சென்னைக்குப் பல நூற்றாண்டுகளுக்கு முன்பே மைலாப்பூர் இருந்தது. சுமார் கிபி 140-ல் கிரேக்க டாலமி, மைலர்ஃபா என்ற மகத்தான துறைமுகத்தைப் பற்றி எழுதினார். 11-ம் நூற்றாண்டில் அராபியர்கள் மைலா மற்றும் மெய்லானைப் பற்றிக் குறிப்பிட்டிருக்கிறார்கள். 1375-ஐச் சேர்ந்த கெடலான் வரைபடத்தில் மிராப்பூரைக் காணலாம். கேரளாவைச் சேர்ந்த நெஸ்டோரிய கிறிஸ்தவர்கள் 16-ம் நூற்றாண்டின் தொடக்கத்தில் தொன்மையான மெலியாப்பூரைப்பற்றிப் பேசினர். 1572-ல் எழுதப்பட்ட போர்த்துகீசிய புராண நூலான லூஸியட்ஸில் கீழ்வரும் பாடல் உள்ளது.

> இங்கு தோன்றியது மெலியாப்பூர் என்ற வலிமை வாய்ந்த நகரம். செழிப்பு, மேன்மை இரண்டிலும் புராதனப் புகழ் பெற்றது. அவளுடைய மகன்கள் புராதனச் சிற்பங்களைப் போற்றினர். அந்தப் பழைய காலத்தில் கடற்கரைக்கு அப்பால் இருந்த நிலம் மூலம் நற்செய்தி கொண்டுவர, ஆயிரம் இடங்களில் தன் கடவுளைப் போதித்தபின் வந்தார் பிரசாரகர் தோமா.

கடலுக்கு அப்பால் தள்ளப்பட்ட மைலாப்பூர், போர்த்துகீசிய சாந்தோமின் கருப்பர்கள் குடியிருப்பாக மாறியபின்பும் இந்தப் பிரதேசத்தின் தென் பகுதியில் போர்த்துகீசியத் தாக்கத்தை காணலாம். சாந்தோம் பஸிலிகா ஆலயத்துக்கு ஒரு மைல் தூரத்தில் இஸபெல் மருத்துவமனைக்கு அருகில் இருக்கும் லஸ் சர்ச், சென்னையில் உபயோகத்தில் இருக்கும் மிகப் பழைமை யான சர்ச் என்பது நிச்சயம். 2012ல்தான் 'வெளிச்ச மாதா கோவில்' என்று அங்கீகாரம் பெற்றது ஒரு வினோதம். அதற்கு முன்பே பத்து ரோமன் கத்தோலிக்க சர்ச்சுகள் அங்கீகாரம் பெற்றன. காட்டுக் கோயில் என்று அழைக்கப்படும் இந்த சர்ச்சின் கட்டுமானம் பற்றி ஒரு வசீகரமான கதை உண்டு. கடலில் தத்தளித்துக்கொண்டிருந்த சில போர்த்துகீசிய மாலுமிகளை ஒரு விளக்கு கரையேற்றியதாம். விளக்கு மறையும்வரை அதைத் தொடர்ந்த

மாலுமிகள் அது மறைந்த இடத்தில், விளக்கேற்றிய மாதாவுக்கு ஒரு சர்ச்சைக் கட்டினார்களாம். சுவாரஸ்யமில்லாத செய்தி ஒன்று தேவாலயத்தில் செதுக்கப்பட்டிருக்கிறது: '1516-ல் ஃபிரான்சிஸ்கன் பிரிவைச் சேர்ந்த பெத்ரோ தெ அடோங்கியா என்ற பாதிரியால் இது கட்டப்பட்டது.'

வேறு ஆதாரம் ஏதும் இல்லாவிட்டாலும், கருங்கல்லில் பொறிக்கப்பட்ட இந்தப் பழைய எழுத்துகள் இந்தியாவின் கிழக்குக் கடற்கரையில் காணப்படும் ஐரோப்பிய எழுத்துகளிலேயே மிகவும் பழைமையானது என்று ரோமன் கத்தோலிக்க சர்ச் நம்புகிறது. 1547 முதல் 1582 வரை இந்த தேவாலயத்தில் மறுகட்டுமானப் பணிகள் நடைபெற்றதாகப் பல்வேறு ஆதாரங்கள் தெரிவிக்கின்றன. 2000த்திற்கு புதுப்பிக்கப்பட்டிருக்கிறது. லஸ் தேவாலயத்துக்கு 2 கிலோமீட்டர் தொலைவில் அதே பாணியில் கட்டப்பட்ட டெஸ்கான்கோ சர்ச் இருக்கிறது. கொச்சியிலிருந்து மலாக்காவிற்கு கடல் வழி ஏற்படுத்த குழுவொன்றில் பங்கு வகித்த சில போர்த்துகீசிய பாதிரிகள், க்ளோரி மாதாவிற்கு புலிக்காட்டில் 1515ல் ஒரு சர்ச் கட்டினார் என்று கூறப்படுகிறது.

போர்த்துகீசியர்களுக்கு நூற்றுக்கணக்கான வருடங்களுக்கு முன்பே, தமிழ் கலாசாரத்தை கிழக்கத்திய தீவுகளான மேனோனுக்கும் மேகாங்குக்கும் அனுப்பியதில் துறைமுக நகரமான மகாபலிபுரத்துக்கு அடுத்து பிரசித்தி பெற்ற துறைமுகம் மைலாப்பூர். அழகிய குளமும் சிற்ப வேலைப்பாடுகளும் கொண்ட ஒரு கோயில் மூலமாக இன்று அதிகம் பிரசித்தி பெற்றிருக்கிறது மைலாப்பூர்.

இந்தப் புராதன கோயிலைச் சுற்றி, பலவிதமான பொருள்கள் விற்கும் கடைகளும் இந்து மடங்களும் இருக்கின்றன. வண்ணமயமான பல்வேறு கடைகளைக் கொண்ட ஒரு பிரதேசமாக, லஸ் இன்று இருக்கிறது. விசாலமான தோட்டங்களுடன் அமைக்கப்பட்ட அந்தக் கால சம்பிரதாய வீடுகளைச் சுற்றி இன்று சிறிய வீடுகள் நெருக்கமாகக் கட்டப்பட்டிருப்பது வருந்தத்தக்கது.

தோட்ட வீடாக இல்லாவிட்டாலும் சரித்திரப் பிரசித்தி பெற்ற வீடு கிருஷ்ண விலாஸ். வடக்கு மாட வீதியும் மேற்கு மாட வீதியும் சந்திக்கும் இடத்தில் இந்த வீடு அமைந்திருக்கிறது. ஒரு அடுக்குமாடி கட்டிடங்கள் ஆகியிருக்கும் அதற்கருகில் அலெயன்ஸ் பப்ளிஷர்ஸ் இருக்கிறது. இந்தூர் சமஸ்தானத்தின் மாஜி திவான் ரகுநாத ராவுடைய இந்த வீட்டில்தான் இந்தியாவின் எல்லாப் பெரிய நகரங்களில் இருந்தும் கூடிய பதினேழு பேர் அரசியல் தீர்வுகளுக்காக ஒரு தேசிய இயக்கத்தை உருவாக்கவேண்டும் என்று நிச்சயித்தனர். இந்தச் சந்திப்பின் போது உருவாகிய கருதான் பின்பு இந்திய தேசிய காங்கிரஸாக மாறியது. அந்தக் கூட்டத்தில் ரகுநாத ராவ் பங்கேற்காவிட்டாலும் சென்னையின் பிரதிநிதிகளாக எஸ். சுப்பிரமணிய ஐயர், பி. ரங்கையா நாயுடு, பி. அனந்தாசார்லு ஆகியோர் பங்கேற்றனர். ஆர்.கே. மடம் ரோடில் தன்னுடைய சொந்தக் கட்டடத்துக்கு நகருவதற்குமுன் பி. எஸ். உயர்நிலைப்

பள்ளியின் ஆரம்ப வகுப்புகள் இந்த வீட்டில்தான் நடந்தன. பிற்காலத்தில் குடியேறியவர்கள், இந்தச் சந்திப்பை நினைவூட்டும் பேழையை அழித்து விட்டனர். சுதந்தரத்துக்கு சென்னை அளித்த பங்களிப்பு இதனால் மறக்கப் பட்டிருக்கலாம்.

இப்போதுள்ள, 29, போலிஸ் கமிஷனர் சாலை, எழும்பூர் என்ற முகவரியில் இருந்த ரங்க விலாஸில் ரங்கையா நாயுடு வசித்தார். அந்த வீட்டின் முதல் அடுக்கில் பளிங்கால் மூடப்பட்ட ஒரு பழைய காலத்து மேஜை இருந்தது. இந்த மேஜையைச் சுற்றி அமர்ந்துதான், மைலாப்பூர்வாசிகள் பலரும் காங்கிரஸை ஆரம்பித்தவர்களுடன் விவாதங்கள் நடத்தியிருக்கின்றனர். காங்கிரஸுடன் வழிவழியாக மைலாப்பூருக்குத் தொடர்பு இருந்தபோதும், பொருளியல் நோக்கில் அல்லாமல் ஆன்மிகத்துடன் அதிகத் தொடர்பு கொண்ட இடமாகவே இன்று மைலாப்பூர் அறியப்படுகிறது.

ஒரு கோயில் இல்லாமல் இந்தியாவில் இருக்கும் கிராமமோ நகரமோ முழுமை அடைவதில்லை. ஆகையால் மயில்கள் இருந்த மைலாப்பூரில் 2000 வருடமாக சிவன் கோயில் இருந்தது என்றால் அது நம்பக்கூடியதுதான். தவிரவும், திருக்குறளை எழுதிய திருவள்ளுவர் கிமு ஒன்றாம் நூற்றாண்டில் இங்கு வாழ்ந்திருக்கிறார் என்பதை வைத்துப் பார்க்கும்போது, மைலாப்பூர் ஒரு பெரிய ஆன்மிக, கலாச்சார மையமாக இருந்தது என்று சொல்லமுடியும். ஆனால் இந்தப் பாரம்பரியத்துக்கும் கபாலீசுவரர் கோயிலுக்கும் தொடர்பு உண்டா? நிச்சயமாக! 16-ம் நூற்றாண்டைச் சேர்ந்த திருவள்ளுவ நாயனார் கோயில் (இங்கே வள்ளுவரும் அவர் மனைவி வாசுகியும் மூலவர்களாக எழுந்தருளியிருக்கிறார்கள்) உள்பட எந்தவொரு கோயிலையும் கபாலீசுவரர் கோயில் அளவுக்குப் புனிதமாக தமிழர்கள் கருதியதில்லை.

என்றாலும், தமிழ் நாட்டின் பழைமையான கோயில்களில் ஒன்றாக இந்த சிவன் கோயில் கருதப்படவில்லை என்பதற்கும் சில ஆதாரங்கள் உள்ளன. இப்போதைய கோயிலைக் கட்டிய வருடம் எது என்பதற்குக் குறிப்புகள் கிடையாது. இந்தக் கோயில் 300 ஆண்டுகளுக்கு முன் புதுப்பிக்கப் பட்டிருக்கலாம் என்று அதிகாரிகள் நினைக்கின்றனர். விஜயநகர அரசர்களால் 16-ம் நூற்றாண்டில் கட்டப்பட்டிருக்கலாம் என்றும் சொல்கிறார்கள்.

வேறு இருவர் இந்தக் கோயிலைப் புதுப்பித்திருக்கலாம் என்றும் சொல்லப் படுகிறது. சென்னையின் பல சாலைகளின் பெயர்களில் நைனியப்பன் என்ற பெயர் காணப்படுகிறது. இந்தப் பெயருக்கு மைலாப்பூர் கோயிலுடன் ஒரு தொடர்பு உண்டு. 1983-ல் பிரசுரிக்கப்பட்ட ஒரு பழைய ஓலைச்சுவடியின் குறிப்பின்படி, மைலாப்பூரில் இருந்த ஒரு நாட்டு முதலியார் குடும்பத்தைச் சேர்ந்தவரின் மகன் முத்தையப்பன் என்பவர் இந்தக் கோயிலை புதுப்பித்திருக் கிறார். கோயிலில் உள்ள சந்நிதியில் பொறிக்கப்பட்டிருக்கும் மற்றொரு பெயர், சின்னையன். அந்தக் குறிப்பின்படி, இவர் அந்தக் கோயிலைப் புதுப்பித்தார் என்று சொல்லலாம். கட்டியவர் யாராக இருந்தாலும், ஆண்டு எதுவாக இருந்தாலும், கோயில் புதுப்பிக்கப்பட்டது உண்மை. பழைய

கோயிலில் இருந்த சில கல்வெட்டுகளையும், போர்த்துகீசிய புனித தோமா கோட்டையில் பொறிக்கப்பட்ட சில எழுத்துகளையும் தற்போதைய கோயிலில் காணலாம்.

மைலை காவலர் என்று பட்டம் அளிக்கப்பட்ட பல்லவ அரசர்களின் துறை முகத்தில் உள்ள கடற்கரையில் பழைய கோயில் ஒன்று இருந்தது. இது பதினைந்தாம் நூற்றாண்டைச் சார்ந்தது என்பது பரவலாக ஒப்புக்கொள்ளப் பட்ட விஷயம். அந்தக் காலத்தில், அருணகிரிநாதர், கடற்கரையில் இருந்த சுப்பிரமணியர் கோயிலைப் பற்றிப் பாடியிருக்கிறார். அவருக்குப் பிறகு, கோயிலைப் பற்றிய ஆதாரங்கள் 17-ம் நூற்றாண்டைச் சேர்ந்த அயல் நாட்டினர் மூலம் கிடைத்துள்ளன. பின்னர், கடல் அரிப்பால் துறைமுகம் கைவிடப்பட்ட நிலையில், பழைய கோயில் நகருக்குள் மீண்டும் கட்டப் பட்டதா அல்லது போர்த்துகீசியர்களால் அழிக்கப்பட்டபின் புதிதாகக் கட்டப் பட்டதா? புதிதாகக் கட்டப்பட்ட ஆண்டு எது என்பதைப் பொருத்து விடை அமையும்.

1522 முதல் 1565 வரை இங்கு குடியேறிய போர்த்துகீசியர்கள் கடற்கரைப் பகுதியில் சாந்தோம் தெ மெலியாப்பூர் என்ற கோட்டையைக் கட்டினார்கள். கெமோயென்ஸ் கருத்துப்படி, இது கருப்பர் நகரமாக இருந்தது. இப்போதைய முகத்துவாரத்தின் வடக்குக் கோடியில் கோட்டை இருந்ததாகவும், பண்டைய மைலாப்பூர் இப்போதைய பட்டினப்பாக்கத்தில் இருந்து பரவியது என்றும் நம்பப்படுகிறது.

பழைய மயூர சப்தப் பட்டினத்தில் (மைலாப்பூரின் மற்றொரு பெயர்) பௌத்தமும் சமணமும் தழைத்தன என்று குறிப்பிடப்பட்டிருக்கிறது. விசுத்திமாயா என்ற நூலை எழுதிய துறவியான புத்தகோஷ்டர் என்பவர் மைலையில் இருந்த மயில்களைக் குறிப்பிடும்படி அந்தப் பெயரை வைத்தார். நேமிநாதர் என்ற சமண தீர்த்தங்கரரின் கோயில் 12-ம் நூற்றாண்டு முதல் கடற்கரையில் அமைந்திருந்தது என்றும் கூறப்படுகிறது. இந்தக் கோயிலை போர்த்துகீசியர்கள் அழித்தனராம். இந்தக் கோயில் இருந்த இடத்தில் இப்போது ஊமை, செவிடர் பள்ளி அமைந்திருக்கிறது. சமண ஞானி மைலைநாதர் மைலாப்பூரைச் சேர்ந்தவர்.

இந்த ஊரின் வைணவ சம்பிரதாயமும் பலமானது. அருண்டேல் தெருவில் இருக்கும் வைணவ மாதவப் பெருமாள் கோயிலுக்கு அருகே வைணவப் பெரியோர்களில் ஒருவரான பேயாழ்வார் பிறந்தார் என்று நம்பப்படுகிறது. ஒரு காலத்தில் பன்னாட்டு வியாபார மையமாக இருந்த மைலாப்பூரின் ஒரு பகுதி திருவல்லிக்கேணி. இங்கே உள்ள பாரத்தசாரதி சுவாமியைப் போற்றும் பாசுரத்தில் திருமங்கை ஆழ்வார் மைலாப்பூரைப் பற்றியும் பாடியிருக்கிறார். கேசவப் பெருமாள் கோயில் தெருவில் இருக்கும் ஆதிகேசவப் பெருமாள் கோயில், பேயாழ்வார் கோயில், ஸ்ரீநிவாஸப் பெருமாள் கோயில் ஆகியவை வைணவக் கோயில்களே.

மிகவும் புனிதமானது சைவக் கோவிலான கபாலீச்சுரம். ஏழாம் நூற்றாண்டில் மைலாப்பூரைப் பற்றி திருஞானசம்பந்தரும் அப்பரும் பாடிய தேவாரங்கள் அந்த ஊரைப் பற்றிக் கிடைத்த விவரங்களில் முதன்மையானவை. அருணகிரிநாதர் மைலாப்பூரைப் பற்றி திருப்புகழில் பாடியிருக்கிறார். அறுபத்து மூவருள் ஒருவரான வாயிலார் நாயனார் மைலாப்பூரில் பிறந்து அங்கு முக்தி எய்தினார். கோயிலின் வெளிப் பிராகாரத்தை அறுபத்து மூவரின் சிலைகள் அலங்கரிக்கின்றன. சென்னைக்குச் சிறப்பளிக்கும் பங்குனி பத்து நாள் திருவிழாவின் எட்டாவது நாளன்று இந்தக் கோயிலைச் சுற்றி இவர்கள் பவனி வருகின்றனர். பல கச்சேரிகள் நிரம்பிய கோடை விழா, மே, ஜூன் மாதங்களில் நடைபெறுகிறது. ஜனவரி, பிப்ரவரியில் தெப்பத் திருவிழா நடைபெறுகிறது. கொடிமரத்துக்கு எதிரில் இருக்கும் ஞானசம்பந்தரின் சன்னிதியில் பூம்பாவை என்ற செட்டியார் நங்கைக்கு அவர் புத்துயிர் அளித்தது நினைவூட்டப்படுகிறது.

சேக்கிழாரின் பெரிய புராணத்தின்படி சிவநேசன் என்ற மைலாப்பூர் வணிகர் சீர்காழிப் பெருமானின்மீது ஏற்பட்ட அளவிலாத விசுவாசத்தால், தன் மகள் பூம்பாவையை அவருக்கு மணமுடிக்க நிச்சயித்தார். ஆனால், பூஜைக்கு மலர் கொய்யும்போது அவள் சர்ப்பம் தீண்டி இறந்தாள். இப்போது பி.எஸ் உயர்நிலைப்பள்ளி இருக்கும் இடத்துக்கு எதிரே உள்ளே வயல்களில் அவள் தகனம் செய்யப்பட்டாள் என்பது ஐதீகம். ஒரு சட்டியில் அவளுடைய சாம்பலைப் பத்திரப்படுத்திய சிவநேசன், புனிதரின் வருகைக்காகக் காத்திருந்தார். ஞானசம்பந்தர் திருவொற்றியூருக்கு வந்தபின் அவரை மைலாப்பூருக்கு அழைத்த சிவநேசன் வழிமுழுவதையும் பிரமாதமாக அலங்கரித்திருந்தார். கோயிலுக்கு வெளியில் அந்தச் சட்டியை வைத்து, தன் துயரத்தை சம்பந்தரிடம் வெளிப்படுத்தினார். அந்தக் கதையைக் கேட்டுப் பரிதாபப்பட்ட, துறவிகளுள் முதல்வரான ஞானசம்பந்தர் கபாலீசுவரரைப் போற்றி தேவாரம் பாட ஆரம்பித்தார். பத்தாவது அடி பாடி முடிந்தவுடன் பூம்பாவை சாம்பலில் இருந்து எழுந்தாள்.

ஈசன் பால் ஏற்பட்ட ஈடுபாட்டில் தன்னை மறந்திருந்த சம்பந்தர் அந்தப் பெண்ணைக் கவனிக்கக்கூட இல்லை. தன் மகளை அவர் மனைவியாக ஏற்றுக்கொள்ளவேண்டும் என்று அந்தத் தந்தை விண்ணப்பித்துக்கொண்டார். அந்த வேண்டுகோளை ஏற்காமல் ஞானசம்பந்தர் இறைவனைப் போற்றிப் பாடிக்கொண்டு தன் வழியே சென்றார். அவர் கபாலீசுவரருக்கு விடுத்த வேண்டுகோள் மிகவும் சாதாரணமானது. அதன் முதல் அடி பின்வருமாறு:

மட்டிட்ட புன்னையுங் கானல் மடமயிலைக்
கட்டம் கொண்டான் கபாலீச்சரம் அமர்ந்தான்
ஒட்டிட்ட பண்பின் உருத்திர பல்கணத்தார்க்
கட்டிட்டங் காணாதே போதியோ பூம்பாவாய்!

கோயிலுக்கு வெளிப்பிரகாரத்தில் இருக்கும் புன்னை மரம் சென்னையின் பழைய மரங்களில் ஒன்று. அந்த மரத்தடியில் இருக்கும் சிறு கோயில்,

மைலாப்பூர் என்ற பெயர் ஏற்பட்டதன் கதையை நினைவூட்டுகிறது. இங்கிருக்கும் சிலையில் மயில் வடிவில் உள்ள உமை, லிங்க உருவத்தில் உள்ள சிவபெருமானை வழிபடுகிறாள். முதலில் கட்டப்பட்ட கோயிலுடன் இது பிற்காலத்தில் சேர்க்கப்பட்டது. கற்பக மரத்தைப்போல் அடியார் களுக்குக் கேட்டதை அளிக்கும் கற்பகாம்பாள் ஆலயம் மற்றொரு சேர்க்கை. பிரதான ஆலயத்துடன் ஒரு மண்டபத்தின்மூலம் இது இணைக்கப் பட்டிருக்கிறது.

கோயிலுக்கு மேற்கே உள்ள பெரியகுளத்துக்கான நிலத்தை 18-ம் நூற்றாண்டில் கர்நாடக நவாப் அளித்தார். அதன் சுவர்களும் படிகளும் மைலாப்பூரிலும் திருவல்லிக்கேணியிலும் சேகரித்த நன்கொடைகள் மூலம் 20-ம் நூற்றாண்டில் கட்டப்பட்டன. நில மானியத்தை அங்கீகரித்து, சமத்துவ உறவுக்கு எடுத்துகாட்டாக முஹரம் அன்று முஸ்லிம்களுக்கு அந்தக் குளத்தை உபயோகிக்க அனுமதி அளிக்கப்பட்டது. அதேபோல், முஸ்லிம்களுடன் இணைந்து இந்துக்களும் பாஞ்சாக்களைச் சுமந்தனர். சமீபகாலத்தில் குளத்தில் நீரோ, அல்லிகளோ இல்லாததால் இந்த சம்பிரதாயம் மறைந்துவிட்டது. ஆனால், 1990-களில் குளத்தில் தூர் வாரிய பின் நீர் வளம் பெருகியதால் இந்தச் சம்பிரதாயம் புத்துயிர் பெற்றிருந்தது. ஆண்டு முழுவதும் தண்ணீரிருக்கும் குளத்தில் மீன்கள் தழைக்கின்றன.

கோயிலின் கோபுரம் 1906-ல் கட்டப்பட்டது. 120 அடி உயரமும் நேர்த்தியான அலங்கார வேலைப்பாடுகளும் கொண்ட அந்தக் கோபுரத்தின் வாயிலாகப் புராணக் கதைகளை அறிந்துகொள்ளலாம். விக்னேசுவரர் கோயிலைப்போல் இது கிழக்கு நோக்கி இருந்தாலும், பிரதான கோயில் மேற்கைப் பார்த்தபடி அமைந்திருக்கிறது. மேற்கு வாயிலின்மேல் இருக்கும் கோபுரம் கிழக்கு வாயில் கோபுரத்தை விடச் சிறியதாக இருப்பது விசித்திரம். எது பிரதான வாயில்? ஏன் சாஸ்திரத்துக்கு முரணாக பிரதானச் சந்நிதி மேற்கு நோக்கி இருக்கிறது?

தனது சேப்பாக்க அரண்மனைக் கட்டப்படும் பொழுது 1760களில் முகமது அலி வாலாஸா தனது ஆற்காடு இல்லத்திலிருந்து சென்னையில் குடியேறிய போது தெப்பக்குள சம்பிரதாயத்தால் பிரதிபலிக்கிறது மைலாப்பூரின் முஸ்லிம் இணைப்பு. அரண்மனைக் கட்டப்படும்பொழுது அவரும் அவருடைய பெரிய பட்டாளமும், ஒரு காலத்தில் விளைச்சல் நிலமாகயிருந்த மைலாப்பூரின் தெற்கத்தைய பகுதியான மந்தைவெளியில் தங்கினர். 1699 தேதியுடைய கச்சேரி சாலை, ஜம்மா மசூதி அதைவிட பழைய முஸ்லிம் பண்பாடு.

16-ம், 17-ம் நூற்றாண்டுகளில், அருள்மிகு கபாலீசுவரர் கோயில் சோழ மண்டலக் கடற்கரைக்காகப் போரிட்ட மேற்கத்திய வல்லரசுகளால், அந்தக் கோயில், கோட்டையாக உபயோகிக்கப்பட்டது. 1672 முதல் 1674 வரை சாந்தோமில் அவர்களுடைய மேற்கு அரணாக அதை பிரெஞ்சுக்காரர்கள் உபயோகித்தனர். 1746-ல் அதைத் தாக்கி, இரு முறை அதைச் சூறையாடி, பத்து லட்சம் வராகன் பெருமானமுள்ள சொத்துகளைக் கைப்பற்றினர்.

கோயிலுக்கு வடக்கே 11-12-ம் நூற்றாண்டைச் சேர்ந்த சோழர் காலத்திய வாலீசுவரர், காரணீசுவரர் கோயில்கள் மைலாப்பூரின் பண்டைய எல்லையான காரணீசுவரர் தெருவில் அமைந்துள்ளன. அதற்கு அருகே விரூபாக்ஷீசுவரர் கோயில் இருக்கிறது.

கோயிலுக்குத் தெற்கில் அமைந்துள்ள சித்திரக்குளம் கட்டப்பட்ட காலத்தில் மிக அழகாக இருந்தது. இப்போது புறக்கணிக்கப்பட்ட நிலையில் இருக் கிறது. இந்தக் குளத்துக்கும் கோயிலுக்கும் இடையே லேடி பி.எஸ் சிவஸ்வாமி ஐயர் பெண்கள் உயர்நிலைப் பள்ளி இருக்கிறது. மைலாப்பூரில் ஒரு வாடகை வீட்டில் 1869-ல் விஸயநகர அரசரால் விஸயநகர மஹாராஜா இந்து பெண்கள் பள்ளி தொடங்கப்பட்டது. சென்னையின் ஆரம்பகாலப் பெண்கள் பள்ளிகளில் இதுவும் ஒன்று. கிழக்கு மாட வீதியில் இப்போது இருக்கும் அந்தப் பள்ளி சொந்த இடத்துக்கு 1910-ல் இடம்பெயர்ந்தது. பலமுறை பெயர் மாற்றம் செய்யப்பட்ட இந்தப் பள்ளியின் தற்போதைய பெயர் 1946-ல் சூட்டப்பட்டது. அதற்கு அருகில் இருக்கும் சிவஸ்வாமி கலாலயாவில் சர் பி.எஸ். சிவஸ்வாமி ஐயர் தான் வளர்த்த பள்ளிக்காக, தான் பேணிக் காத்து, அளித்த கலைச் செல்வங்களைக் காணலாம்.

வழிவழியாக வந்த பழைமையான வேறு சில கோயில்களும் மைலாப்பூரில் உள்ளன. அவை முறையே: செங்கழுநீர்ப் பிள்ளையார் கோயில் தெருவில் இருக்கும் அதே பெயருடைய 100 வருடக் கோயில், எல்லையம்மன் மற்றும் பேயாண்டியம்மன் கோயில் (300 ஆண்டுகளாக நொச்சிக்குப்பத்தில் உள்ளது), ஞானசுந்தர விநாயகர் கோயில் (ஆர்.கே. மடம் தெரு, புனித மேரி சாலை - 400 வருடங்கள்), வரசித்தி விநாயகர் கோயில் (அப்பு முதலி தெரு - 300 வருடங்கள்), சித்தேரி விநாயகர் கோயில் (கேசவப் பெருமாள் கோயில் தெரு - 300 வருடங்கள்), செல்வ விநாயகர் கோயில் (மந்தைவெளி தெரு - 300 வருடங்கள்), அதே தெருவில் 100 வருட மாவடி விநாயகர் கோயில்.

2012ல் அதிகாரப்பூர்வமாக இடிக்கப்படும்வரை, 1939ல் ஸ்தாபிக்கப்பட்ட தண்ணித்துறை அங்காடி ஆஞ்சநேயர் கோவிலுக்கருகிலிருந்தது. பகிங்ஹாம் கால்வாயின் கரையிலிருந்த அது தினமும் காலை 3 மணிக்குத் திறந்து 1960கள் வரை, படகுகளில் வந்த சரக்குகளை ஏற்றுக் கொண்டிருந்தது.

நகரங்கள், கல்லூரிகள், வியாபாரம்

மயிலாப்பூரின் சலசலப்புக்கு இடையே ஆர்.கே. மடம் சாலையில் வடக்கத்திய பாணியில் கட்டப்பட்ட, வங்காள பிரசாரகர்களும் பெரும் நூலகமும் கொண்ட ராமகிருஷ்ண மடம் அமைந்துள்ளது. ஒரு காலத்தில் ப்ராடிஸ் காஸில் இருந்ததால் ப்ராடிஸ் ரோடு என்று அது அழைக்கப்பட்டது. கோயில், குளத்துக்குச் சிறிது தெற்கே அமைந்துள்ளது.

எல்லோராலும் சசி மஹராஜ் என்று அழைக்கப்பட்ட சுவாமி ராமகிருஷ்ணானந்தா, மார்ச் 1897-ல் ராமகிருஷ்ண மடத்தை சென்னையில் தொடங்கினார். மைலாப்பூரில் உள்ள ஒரு வீட்டில் ஆரம்பிக்கப்பட்ட இந்த

மடம் சுவாமி விவேகானந்தர் 1897-ல் அமெரிக்காவிலிருந்து திரும்பிய பிறகு வருகை அளித்த ஐஸ் ஹவுஸுக்கு மாற்றப்பட்டது. 1917-ல் தன்னுடைய தற்போதைய இடத்துக்கு நகர்ந்தது.

தென்னிந்திய கோவில்களுக்கு மாறாக அதற்கடுத்தாற்போல் ஒரு அழகான கோவிலிருக்கிறது. இந்து, முஸ்லீம், கிறிஸ்துவ அம்சங்களுடைய பிரபஞ்ச கோவில் என்றழைக்கப்படும் இதன் அடிக்கல் 1994ல் நடப்பட்டு, அதன் அபாரமான சூழ்நிலையில் 2001ல் சமர்ப்பிக்கப்பட்டது.

1942-ல் பேலூரில் ஆரம்பித்த முதல் கல்லூரியை அடுத்து, 1946-ல் ராமகிருஷ்ண மிஷன் தனது இரண்டாவது கல்லூரியை மைலாப்பூரில் இருந்த மடத்துக்கு வடக்கே ஆரம்பித்தது. காணத்தக்க கட்டடங்கள், 80,000-க்கும் அதிகமான நூலகங்கள் என்று நகரின் சிறந்த கல்லூரிகளுள் ஒன்றாக விவேகானந்தர் கல்லூரி வளர்ந்திருக்கிறது. எழுபத்தைந்துக்கும் அதிகமான டாக்டர் பட்டம் பெற்றவர்களை உருவாக்கிய இந்தக் கல்லூரியின் வேதியியல் துறை ஓர் அங்கீகரிக்கப்பட்ட ஆராய்ச்சி மையம். சென்னைப் பல்கலைக் கழகத்துக்கு வெளியே, சமஸ்கிருதத்திலும் தத்துவத்திலும் டாக்டர் பட்டம் பெறுவதற்கான ஆய்வு வசதிகளை அளிப்பது இந்தக் கல்லூரிதான். மேன்மை யான கல்வி அளிப்பதில் மட்டுமல்ல, கிரிக்கெட் விளையாட்டிலும் இந்தக் கல்லூரி வியத்தகு சாதனை படைத்திருக்கிறது.

ராமகிருஷ்ண மடத்தில் 1921-ல் உருவாக்கப்பட்ட மாணவர் விடுதி அமைந் துள்ள ஓர் ஏக்கர் நிலத்தில் விவேகானந்தர் கல்லூரி இருக்கிறது. ஆதரவற்ற குழந்தைகளுக்காக 1905-ல் ஒரு விடுதி நிறுவப்பட்டது. நிறுவியவர்கள் சகோதரர்களான சி. ராமசுவாமி ஐயங்காரும் சி. ராமானுஜாச்சாரியும். தெற்கு மாட வீதியில் ஏழு சிறுவர்களுடன் ஆரம்பிக்கப்பட்ட இந்த இல்லம், 1909-ல் பெரிய இடத்துக்கு நகர்ந்தது. ராயப்பேட்டை நெடுஞ்சாலையில் சம்ஸ்கிருதக் கல்லூரிக்கு மேற்கே 1915-ல் வண்ணாண்சாவடியின் ஒரு பாகம் இனாமாகக் கிடைத்ததால் அந்த இல்லத்துக்கு நிரந்தர இருப்பிடம் கிடைத்தது. 1920-ல் இல்லம், உயர்நிலைப்பள்ளி, கல்லூரி ஆகியவற்றுக்கு நேர்த்தியான கட்டடங்கள் கிடைத்தன.

அந்தக் காலத்திய ஓட்டுக்கூரையுடன் விசாலமான இடத்தில் இயங்கியது சமஸ் கிருதக் கல்லூரி. அதன் காற்று மிகுந்த சுற்றுபுறம் இப்போது அசிங்கமான அடுக்கு மாடிகளால் மறைக்கப்பட்டிருக்கிறது. இன்று அந்த வளாகத்தில், இந்த நூற்றாண்டின் முதல் கால் பாகத்தில் நிறுவப்பட்ட பல்வேறு சம்ஸ்கிருத அமைப்புகள் இருக்கின்றன. 1927-ல் முனைவர் குப்புசுவாமி சாஸ்திரியைத் தலைவராகக் கொண்டு தொடங்கப்பட்ட சமஸ்கிருத வித்வத் சபை, சமஸ்கிருத மொழியை பரப்புவதில் பிரபலமாக விளங்கியது.

1958ல் ஸ்தாபிக்கப்பட்ட குப்புசுவாமி ஆராய்ச்சி மையத்தில் இந்தியத் துவத்தைப் பற்றியும் சமஸ்கிருத மொழியிலும் 50000 புத்தகங்களும், கிரந்தம், தமிழ் சம்ஸ்கிருதத்தில் 1000க்கு மேல் ஓலைகள் இருக்கின்றன. அதனுடைய வளாகத்தில் தெற்கிலேயே பழைமையாக மதராஸ் லாஜர்னல் இருந்தது.

1891ல் ஸ்தாபிக்கப்பட்ட அது, 2006-2007ல் தான் ஒரு சர்வதேச வெளியீட்டு நிறுவனம் எடுத்துக் கொண்ட பின் நகர்ந்தது. பாரம்பரியம் மிக்க கட்டிடத் திலிருந்து ஸ்தாபித்தவரின் சந்ததிகள், வேறு வெளியீட்டுகளைக் கொண்டு வந்திருக்கின்றனர். 1914ல் முதன் முதலாக வந்த லா வீக்லி மைலாப்பூரின் தெற்குமாட வீதியிலிருந்து வெளியிடப்படுகிறது.

ஒரு பள்ளி அமைப்பதற்காக ஒரு சொஸைடியை அமைத்த மைலாப்பூர் லேடீஸ் கிளபின் முதல் இருப்பிடத்தில் 1956ல் நிறுவப்பட்ட வித்யா மந்திர் பள்ளிக்கருகில், 1952ல் தனி ஆந்திர பிரதேசம் கோரி சாகும்வரை உண்ணாவிரதம் இருந்த பொட்டி ஸ்ரீராமுலு கழித்த கட்டிலிருக்கிறது. 1955ல் அவருடைய ஞாபகார்த்தமாக ஆந்திரபிரதேச அரசாங்கம் அந்த வீட்டை வாங்கியது.

கிளப், 1931ல் சிஸ்டல் சுப்பலக்ஷ்மியும், எஸ்.ஸ்ரீனிவாஸ ஐயங்காரின் மகள் அம்புஜம்மாளும் துவங்கினர். அது வித்யா மந்திரை ஸ்தாபித்தது. அடுத்துள்ள ஆழ்வார்பேட்டையில் டிடிகே சாலைக்கருகில் ஸ்ரீநிவாஸ காந்தி நிலையத்தை அம்புஜம்மாள் நிறுவினார். அங்க ஒரு துளசிச் செடிக்குக் கீழ் காந்திஜியின் அஸ்தி புதைக்கப்பட்டிருக்கிறது. காந்தி நினைவு நாட்களெல்லாம் கொண்டாடப்படுகின்றன.

5000 மணி நேரம் கர்நாடக சங்கீதம், நேர்முக வர்ணனைகள் கர்நாடக சங்கீத நூலகம் இவைகளிலிருந்த ஜெர்மானியர் லூட்விக் பெக்கால் 1980ல் அமைக்கப்பட்ட சம்பிரதாயா, இதற்கு அருகில் முசிரி சுப்பிரமணியம் தெரு (ஆலிவர் ரோடில்) இருந்தது. இந்த வரிகள் எழுதப்படும்போது, கலாக்ஷேத்திரத்திற்கு நகர்த்தப்பட்ட அது ஒரு நிரந்தர இருப்பிடத்தையும், பராமரிப்பையும் எதிர்நோக்கியிருக்கிறது. அதே சாலையில், அதற்கருகில் இருக்கும் புனித இசபெல் மருத்துவமனை, நகரில் ரோமன் கத்தோலிக்கர் களால் முதல் மருத்துவமனையாக இருக்கலாம். இந்த வீட்டில்தான் ஆந்திரப் பிரதேசத்தை உருவாக்கிய ஸ்ரீபாக் ஒப்பந்தம் கையெழுதிடப்பட்டது. ஆராத்துக்குட்டை என்ற குளத்திலிருந்து 1940ல் உருவாக்கப்பட்ட 4 ஏக்கர் பூங்காவிற்கு வேறு நால்வர் நிலம் அளித்தனர். இதில் குளம் வித்வான்கள் ஞாயிறுதோறும் தனது திறனைக் காண்பிக்கின்றனர். வரண்ட குட்டையை நகரத்தின் வசீகரமான பூங்காவாக ஆக்கியவர்களின் பெயர்கள் ஒரு பேழையில் பொறிக்கப்பட்டிருக்கின்றன. அமிருதாஞ்சனத்திற்குக் கிழக்கே யிருக்கும் மைலாப்பூர் கிளப், கிருஷ்ணா சுவாமி ஐயரால் மைலாப்பூர் பிராமணர்களுக்காக ஸ்தாபிக்கப்பட்டது. அவர் நீதிமன்றங்களில் ஆதிக்கம் செலுத்தினர். சம்பிரதாய சைவ உணவளிக்கும் அதில் பிரட்ஜம் டென்னிஸூம் தனித்தன்மையை இழந்துவிட்டன.

இதற்கு அருகே ஜம்மி பில்டிங் அமைந்துள்ளது. அதில், 1949 முதல் 1980 வரை மருத்துவமனை மற்றும் ஜம்மி மருந்தகத்தின் தலைமையகம் அமைந்திருந்தது. 1928-ல் ஜம்மி வெங்கடரமணய்யா மைலாப்பூரில் தொடங்கிய ஆயுர்வேத மருத்துவச் சாலையில் இருந்து இந்த நிறுவனம்

ஆரம்பிக்கப்பட்டது. பிரபலமான ஜம்மி கல்லீரல் கட்டி மருந்தை அவர் இங்குதான் தயாரித்தார். அதன் பிரபலம் மங்கவில்லை என்றாலும், கட்டடத்தை இடிக்கும் திட்டம் இருக்கிறது. எல்லா வீடுகளிலும் நன்கு அறிமுகமான மற்றொரு பெயர் அமிர்தாஞ்சன். இந்த வலி நிவாரணியை 1893-ல் தயாரித்தவர் நாகேசுவர ராவ் பந்துலு. இந்தப் பெயரைத் தாங்கிய ஒரு பூங்காவுக்கு அருகே, பந்துலு குடும்பத்தின் பம்பாயில் ஸ்ரீபாக் என்ற அழகான தோட்ட வீடும் அமிர்தாஞ்சனின் நவீன தொழிற்சாலையும் இருக்கின்றன.

மைலாப்பூரில், கபாலீசுவரர் கோயிலுக்கு அருகே பல பிரபல வர்த்தகப் பெயர்களைக் காண முடியும். சன்னிதித் தெருவில், 1915-ல் ஆர்.கே.டி (திருவேங்கடம் செட்டியார்) பிரதர்ஸ் டெக்ஸ்டைல் ஹோல்சேலர்ஸ் என்னும் பெயரில் ஆரம்பிக்கப்பட்ட ராதா சில்க் எம்போரியத்தின் பிரசித்தி பெற்ற ஷோரூம் 1939-ல் திறக்கப்பட்டது. இப்போதைய அரங்கு 1969-ல் திறக்கப் பட்டது. வடக்கு மாட வீதியில் இருந்த வழக்கறிஞர் பாலாஜி ராமன், தன் வீட்டில், 1871-ல் முதன்முதலாக மைலாப்பூர் இந்து சாசுவத நிதி நிறுவனத் தைத் தொடங்கினார். 1931-ல் தெற்கு மாட வீதியில் அதன் தலைமையகம் கட்டப்பட்டு இயங்கி வருகிறது. இவர்கள் அறிமுகப்படுத்திய திட்டங்களில் ஒன்று, ரெகரிங் டெபாஸிட்.

ஆர்.கே. மடம் சாலையில் குளத்தின் எதிர்க்கரையில் அல்லயன்ஸ் கம்பெனி 1940 முதல் இயங்கி வருகிறது. 1901-ல் வி. குப்புசுவாமி ஐயர் இந்த நிறுவனத்தை ஆரம்பித்துவைத்தார். இவர் 1896 முதல் தமிழ் இலக்கியத்துக்கு ஊக்கமளித்து வந்தவர். 1908 முதல் 1925 வரை விவேக போதினி என்ற பிரபல தமிழ் இதழ், இங்கிருந்து வெளியிடப்பட்டது. தமிழ் சிறுகதைகளுக்கு இலக்கியத்தில் பெரிய இடம் கிடைத்ததற்கு முக்கியக் காரணம் அல்லயன்ஸ்.

புகழ் பெற்ற மேலும் இரு நிறுவனங்கள், கச்சேரி சாலையில் உள்ள ராயர் கஃபே மற்றும் டப்பா செட்டிக் கடை. வீட்டுச் சமையல் உணவை வழங்கிய ராயர் கஃபே, ராயர் என்றழைக்கப்பட்ட ஆர்.வி. ஸ்ரீநிவாஸ ராவ் என்பவரால் 1920-களில் ஆரம்பிக்கப்பட்டது. இப்போது குதிரை லாயம் இருக்கும் இடத்தில் இருந்து சில மனைகள் தள்ளி அது அமைந்திருந்தது. குறைந்த உணவு வகைகளையும் தேநீரையும் அளிக்கும் முதல் தரமான உணவகமாக இது இருந்தது.

அதே போல் மூலிகை மருந்துகள் தயாரிக்கும் தரமான ஒரு கடை கிருஷ்ணசுவாமி செட்டியால் 1885-ல் அதே தெருவில் தொடங்கப்பட்டது. மருந்துகள் டப்பாக்களில் அளிக்கப்படுவதால் டப்பா செட்டி கடை என்றே பெயர் பெற்றது. 1905-ல் ஆரம்பிக்கப்பட்ட வெங்கடரமணா ஆயுர்வேதக் கல்லூரி மற்றும் மருத்துவமனை மூலம் டப்பா செட்டிக்கு நல்ல வியாபாரம் கிடைத்தது.

வி. கிருஷ்ணசுவாமி ஐயரால் தொடங்கப்பட்ட மற்றொரு நிறுவனம் இந்த ஆயுர்வேதக் கல்லூரி 12 கிரவுண்டுகளும், ரூ.15000வும் அளித்து, ஒரு

வருடத்துக்கு கிழக்கு மாட வீதியில் இயங்கியபிறகு அதன் தற்போதைய இடத்துக்கு நகர்ந்தது. பல்கலைக்கழக அங்கீகாரம் 1926-ல் கிடைத்தபின், 1979-ல் கல்லூரியாக மாறியது. சென்னைக்கு வெளியே இந்தக் கல்லூரியை நகர்த்துவதற்கும் இப்போதைய இடத்தில் நவீன ஆயுர்வேத மருத்துவமனை கட்டுவதற்கும் திட்டங்கள் இருக்கின்றன. சாலைக்கு எதிர்ப்புறம், வெவ்வேறு ஆயுர்வேத மருத்துவமனைகளுக்கு எதிரில், டப்பா செட்டிக்கு அருகில், சுற்றுப்புறத்தில் ஓங்கி வளர்ந்த, அழகான சிறு சமண கோவிலொன்று இருக்கிறது. அதற்கருகிலிருக்கும் பி.ஸ்ரீகண்ட ஐயரினால் 1909ல் சட்டசபை வளாகத்தில் அமைக்கப்பட்டத் தட்டெழுத்துப் பள்ளிக்கும், குறுக்கெழுத்தும், தட்டெழுத்தும் மறையும் நிலையிலிருப்பினும் மாணவர்கள் பெறுகிறது. 1933ல் இங்கு நகர்ந்தது. மற்றொரு பழைய சென்னை வியாபார ஸ்தலம் 1905ல் அமைக்கப்பட்ட கிருஷ்ணன் பேக்கரி. வடக்கு மாடத் தெருவிலும், அதற்கருகிலிருக்கும் தெருக்களிலும், நாட்டிய அணிகலன்களை பிரத்தியேகமாக விற்கப்படும் கடைகள் இருக்கின்றன. மிருதங்கம், வீணை போன்ற வாத்தியங்கள் விற்பதில் முதலானவர்கள், மத்தளம் நாராயணன் தெருவில் இருக்கிறார்கள்.

அல்லிகள் வளர்ந்த இடம்

மைலாப்பூர் - சாந்தோமுக்குச் சற்று முன்னால் தெற்குக் கடற்கரை சாலை ஓரத்தில் பண்டைய காலக் கிராமமான திருவல்லிக்கேணி இருக்கிறது. தேசிய கவி சுப்பிரமணிய பாரதியும், ஹார்டியையும் உலகையும் வியக்கவைத்த மாபெரும் கணித மேதை ராமானுஜனும் இங்கு வசித்திருக்கிறார்கள். கிருஷ்ணரின் சாரதியான பார்த்தசாரதி சுவாமியின் கோயிலும் இங்கேதான் இருக்கிறது.

அந்தக் கோயில் எட்டாம் நூற்றாண்டின் பல்லவர் காலத்தைச் சேர்ந்தது. 808-ல் நந்திவர்மப் பல்லவன் காலக் கல்வெட்டில், அந்தக் கோயில் பல வருடங்கள் பழைமையானது என்று குறிப்பிட்டிருப்பதைக் காணலாம். அங்கு இருக்கும் ரங்கநாதர் கோயில் இருப்பதிலேயே பழைமையானது. மிக அழகாகக் கட்டப்பட்டிருக்கும் கோயிலின் குளம், 1969-ல் வற்றிவிட்டது. நீர் மட்டத்தை அதிகரிக்க எடுக்கப்பட்ட முயற்சிகள் ஓரளவுதான் பலனளித்தன. திரு அல்லிக் கேணி என்று அந்த கிராமத்துக்குப் பெயர் அளித்த குளம் இந்தக் குளம் அல்ல. புராணத்தின்படி வேதவல்லிபுரம் என்ற ஊரில் அந்தக் குளம் இருந்தது. இதில், அல்லி என்பதற்கு பதில் முருகரின் மனைவி வள்ளி என்ற பெயராகவும் எடுத்துக்கொள்ளலாம்.

திருப்பதி வெங்கடாசலபதியின் தரிசனத்தை வேண்டிய அரசன் சுமதியின் வேண்டுதலை கிருஷ்ணர் உருவத்தில் தோன்றி ஆண்டவன் நிறைவேற்றினார். எனவே, இந்தக் கோயிலில் அவர் வேங்கடகிருஷ்ணராக நிறுவப்பட்டிருக்கிறார். ஆழ்வார்களும் தியாகராஜரும் இங்கு வந்து கடவுளைப் போற்றிப் பாடியிருக்கின்றனர். ராமானுஜர், சுவாமி விவேகானந்தர் போன்ற பிற ஆசார்யர்களும் இங்கு தொழுதிருக்கின்றனர். வருடம் முழுவதும் கோவிலில் திருவிழாதான். தெப்போத்ஸவம் பிப்ரவரி-மார்ச்சில் 7 நாட்களுக்கு மேல் நடக்கிறது.

கோல்கொண்டா, டச்சுக்காரர்கள், பிரெஞ்சுக்காரர்கள் போன்ற பலரால் பல சமயங்களில் கைப்பற்றப்பட்ட இந்தக் கோயில், நிறைய போர்களில் இடம் பெற்றிருக்கிறது. நகரிலேயே உள்ள ஒரே அக்கிரஹாரம் இந்தக் கோயிலுக்கு அருகில்தான் இருக்கிறது. 1992-ல் இந்தக் கோயில் புதுப்பிக்கப்பட்டது. 17 ஆண்டுகளுக்குப் பின் கோவிலைச் சுற்றியும், நகரிலேயே கூட்டமிருந்த கட்டுப்பாடற்ற சாலைகள் இருக்கின்றன. தன்னிச்சையாக உலாவும் இந்த களோபரத்தில் இன்னொரு பரிமாணம் இருக்கிறது. நகராட்சியின் எல்லைக்குள் இங்குதான் கால்நடைகள் சாலையில் தங்களுடைய இடத்தைக் கோருகின்றன.

பார்த்தசாரதி கோயிலுக்குச் சென்று வணங்கியபிறகு, உணவளிப்பதற்காக யானைக்கு அருகே பாரதியார் நின்றபோது, தும்பிக்கையால் தூக்கி அடிக்கப் பட்டார். அப்போது தப்பினாலும்,சிறிது காலத்தில் அவர் இறந்துபோனார். கோயிலுக்கு அருகில் இருந்த துளசிங்கப் பெருமாள் கோயில் தெருவில் ஒரு நூற்றாண்டுக்கு முன்னால் பாரதியார் வசித்த வீட்டை, எண் 75 (புது எண் 67) அதன் புதிய சொந்தக்காரர் உருத்தெரியாமல் மாற்றியிருந்தார். 1990-ல் அந்த வீட்டை எடுத்துக்கொண்ட அரசாங்கம், அதனை ஓர் அருங்காட்சியகமாக 1993-ல் மாற்றியது. ஒரு கலாசார மையமாக அதை மாற்றுவதற்கான முயற்சிகள் இன்னமும் பலன் அளிக்கவில்லை. கணித மேதை ராமானுஜன், தெற்குக் குள வீதிக்கு அடுத்த சந்தில் ஒரு சிறிய வீட்டில் வசித்தார். தற்போது அந்த வீடு ராமானுஜனின் குடும்பத்தினரிடம் இருந்தாலும், அவர்கள் வேறு இடத்தில் வசிப்பதால், அந்த வீட்டைப் பூட்டியே வைத்திருக்கிறார்கள். பாரதியாரின் வீட்டைப் போலவே இந்த வீட்டுக்கும் அரசாங்கம் மரியாதை அளிக்கவேண்டும். திருவெட்டீசுவரன் பேட்டையில் இருக்கும் 500 வருட திருவெட்டீசுவரர் கோயில் திருவல்லிக்கேணியில் உள்ள மற்றொரு புராதனமான கோயில். மயிலையில் உள்ள கோயில் போல் இங்கும் 63 நாயன்மார்கள் இருக்கின்றனர்.

நகரில் தங்களுடைய உறுப்பினர்களுக்கு வாராவாரம் கலை நிகழ்ச்சிகள் அளிக்கும் சபாக்களுக்கு முன்னோடியாக 1900-ல் நிறுவப்பட்ட ஸ்ரீ பார்த்தசாரதி ஸ்வாமி சபா, இந்தக் கோயில்களுக்கு அருகில் இருக்கிறது. அது, மன்னி திருமலாச்சாரியாரால் தொடங்கப்பட்டது. 1959-ல்தான் தற்போதைய இடம் கிடைத்தது. அதற்கு முன்பு, அந்த இடம் ஒரு மயானமாக இருந்தது. 1962-ல் திறந்த வெளியரங்கு ஒன்று கட்டப்பட்டது. அழகிய அரங்கங்களில் ஒன்றாகக் கருதப்படும் இப்போதைய அரங்கம் 1980-ல்தான் கட்டப்பட்டது. ஆனாலும் குத்தகை முடிந்துவிட்டதால் வெவ்வேறு அரங்குகளில் நிகழ்ச்சி களை நடத்திக் கொண்டிருக்கிறது. இதனால் உறுப்பினரின் எண்ணிக்கை குறைந்த பின்னும் எதிர்காலம் சீராகும் என்ற நம்பிக்கையுடன் சபா சமாளித்துக்கொண்டு வருகிறது.

மற்றொரு மைலாப்பூர் சபாவான, 100 ஆண்டுகள் கடந்த ரசிக ரஞ்சனி சபா, இப்போதும் கர்நாடக சங்கீதத்தைப் பேணி புது அரங்கத்தை எதிர்பார்த்திருக்

கிறது. இதற்கு அருகே கோயில் குளத்தை ஒட்டி அமைந்துள்ள பதிப்பகத்தில் 1951-ல் பிரசுரிக்கப்பட்ட மீனாக்ஷி அம்மாளின் 'சமைத்துப் பார்' தென்னகத்தி லேயே விரும்பப்பட்ட சமையல் புத்தகம். இன்றைக்கு இது மூன்று பாகங்களுடன் மைலாப்பூரில் உள்ள ராமகிருஷ்ண மடம் சாலையிலிருந்து அரை டஜன் மொழிகளில் வெளியிடப்படுகிறது.

நவாபின் பிரதம இருப்பிடமாக சேப்பாக்கம் ஆனபிறகு வளர்ச்சியடைந்த திருவல்லிக்கேணியில் உள்ள பெரும்பான்மையான புராதன முஸ்லிம் சமுதாயத்தின் பூர்வீகம் கோல்கொண்டா. திருவல்லிக்கேணி நெடுஞ்சாலை யில் விசாலமான பரப்பில் நேர்த்தியான பெரிய (வாலாஜா) மசூதி அமைந் திருக்கிறது. புதிய கட்டடங்களால் மறைக்கப்பட்ட அந்த மசூதியின் வாயிலை எளிதில் கண்டுவிடமுடியாது. 1795-ல் இந்த மசூதியைக் கட்டுவதில் வாலாஜா நவாப் குடும்பத்தினர் பெரும் பங்கு வகித்தனர். மரமும் உருக்கும் இல்லாமல் கருங்கல்லில் கட்டப்பட்ட இந்த மசூதி, தென்னிந்தியா விலேயே அழகான மசூதிகளில் ஒன்றாகும். அதன் மேற்குச் சுவரில் கல்லில் பொறிக்கப்பட்டிருக்கும் சரித்திரக் குறிப்பு தனித்தன்மை வாய்ந்தது. ஓர் இந்துவின் வேலைப்பாடு என்ற வகையில் இது முக்கியமானது. நவாப் வாலாஜாவின் அந்தரங்கச் செயலாளராக இருந்த அரபு, பாரசீக மொழி வல்லுனர் ராஜா மக்கன்லால் கிராட், இந்தப் பாரசீக மொழிக்குறிப்பின் ஆசிரியர்.

இந்த மசூதியில், வாலாஜா காலத்தைச் சேர்ந்த மத அறிஞர், மௌலானா பஹ்ருல் உலூம், நவாபுகள் மற்றும் பல முஸ்லிம் தலைவர்களின் சமாதிகள் அமைந்துள்ளன. தற்போதைய ஆற்காடு இளவரசரும் அவரது குடும்பத் தினரும் இந்த மசூதியுடன் நெருக்கமான தொடர்பைக் கொண்டிருக்கிறார்கள். திருவல்லிக்கேணியில் இருக்கும் சரித்திரப் பிரசித்திப் பெற்ற ஜாம் பஜார் மசூதியுடனும் சேப்பாக்கத்து வாலாஜாக்கள் தொடர்பு வைத்திருந்தனர்.

மசூதிக்கு அருகில் பெரிய தெருவில் இருக்கும் 'அரசாங்கச் சிகப்புக்' கட்டடங்கள் அந்தப் பகுதிக்கு இன்னொரு அடையாளச் சின்னம். 1897-ல் கட்டப்பட்ட இந்தக் கட்டடம் முதலில் இந்து உயர்நிலைப்பள்ளி என்று அழைக்கப்பட்டது. பிறகு 1978-ல் ஹிந்து ஹையர் செகண்டரி ஸ்கூல் என்று பெயர் மாற்றம் பெற்றது. 1852-ல் திராவிட பாடசாலை என்ற பெயருடன் ஆரம் பிக்கப்பட்ட இந்தப் பள்ளியுடன் 1864-ல் ஒரு பெண்கள் பிரிவு சேர்க்கப்பட்டது. பின், 1870-ல் இரு தெலுங்குப் பள்ளிக்கூடங்கள் இணைக்கப்பட்டன. அதற்குப் பிறகு, ஆங்கிலோ-வெர்னாகுலர் ஸ்கூல் என்று பெயர் மாற்றம் அடைந்தது.

நோபல் பரிசை வென்ற மறைந்த எஸ்.சந்திரசேகர் 1921 முதல் 1925 வரை அதில் படித்தார். அது வளர்ந்துகொண்டிருந்த நாள்களில் மாநிலக் கல்லூரியின் ஒரு கிளையாகக் கருதப்பட்டது.

1750-களில் கம்பெனி முதலில் இணைத்துக்கொண்ட புறநகர் கிராமம், திருவல்லிக்கேணி. கம்பெனியின் ஊழியர்களின் விருப்பத்துக்கு உரிய வசிப்பிடமாகவும் திருவல்லிக்கேணி இருந்தது. இந்த கிராமம் திருவல்லிக்கேணி நெடுஞ்சாலையால் இரண்டாகப் பிரிக்கப்படுகிறது. புனித

ஜார்ஜ் கோட்டையில் இருந்து சாந்தோம் செல்லும் பிரதான சாலையின் ஒரு முனை, இன்று டாக்டர் நடேசன் சாலை என்றும் மைலாப்பூர் பஜார் ரோட் என்றும் பெயர் இடப்பட்டிருக்கிறது. இரு கிராமங்களுக்கும் இடையே இப்போது கிருஷ்ணன்பேட்டை இருக்கும் இடத்தில் அப்போது நெல் வயல்கள் இருந்தன. புனித ஜார்ஜ் கோட்டையில் கம்பெனியின் நிர்வாகக் குழுவில் பணியாற்றிய முதல் இந்தியர் துபாஷ் ஆலங்காத்த பிள்ளையின் நினைவாக திருவல்லிக்கேணியில் ஒரு தெரு இருக்கிறது. இங்கு 1920லும் 1928லும் அமைக்கப்பட்ட நூலகமும் அறையுமுள்ள நேர்த்தியான சுப்பிரமணிய ஐயர் (மணி ஐயர்) ஹாலிலுள்ள பிரம்மஞான விடுதி இங்கிருக்கிறது. சமீப காலத்தில் மறக்கப்பட்டாலும் 2007ல் புதுப்பிக்கப்பட்டு உயிரூட்டப்பட்டிருக்கிறது.

இப்பொழுது திருவல்லிக்கேணி பிரசித்திப்பெற்றிருப்பது அதனுடைய மாளிகைகளினால்தான். இந்த சாதாரணமான அடுக்குமாடிகளில், மாணவர்கள் மற்றும் குறைந்த வருமானம் பெறும் அலுவலக ஊழியர்களுக்குக் குறைந்த விலையில் பங்கு போட்ட இருக்கைகள் கிடைக்கின்றன. ஒரு மாளிகையை விட சோபையுள்ளது. திருவல்லிக்கேணி நெடுஞ்சாலையிலுள்ள ஸ்ரீ வெங்கடேஸ்வரா மாணாக்கர் விடுதி ஒரு காலத்தில் பிரபலமாயிருந்த அச்சுகூட நிறுவனர் ராவ்பகதூர் வெமுரு ரங்கநாதம் செட்டியின் கொடை. அது 1931ல் திறக்கப்பட்டது. இந்தோசாசனிக் பாணியில் கட்டப்பட்ட கட்டிடங்களில் கடைசியாக கட்டப்பட்டவைகளில் இது ஒன்று.

1917ல் ஜஸ்டிஸ் கட்சி தோன்றிய இடம் திருவல்லிக்கேணிதான் என்று நினைவில் இல்லை. 1967லிருந்து அரசாங்கத்தை ஆட்டி வைக்கும் திராவிட இயக்கத்தின் முன்னோடி அதுதான். இங்கு அக்பர் சாகிப் தெருவில் ஒரு பிராமணரல்லாத மாணக்கர் விடுதி ஏற்படுத்திய டாக்டர் சி.நடேச முதலியார் ஆரம்பித்த சென்னை திராவிட கழகம், திராவிட எழுச்சிக்கு வித்திட்டு 1920ல், இந்தியாவிலேயே ஒரு காங்கிரஸல்லாத கட்சி, அதாவது நீதிக்கட்சியால் முதன்முதலாக ஒரு மாகாணத்தில் அரசாங்கம் அமைக்க முடிந்தது.

திருவல்லிக்கேணிக்கும் மவுண்ட் ரோடுக்கும் இடையே மயிலாப்பூர் வரை பரவியிருந்த பெரும் சமவெளி பல்வேறு சத்திரங்களைக் கொண்டிருந்தது. மைலாப்பூர் கோயிலைச் சுற்றி அமைந்த நான்கு வீதிகளிலும் குமாஸ்தாக் களாகப் பணிபுரிந்த ஏழை பிராமணக் குடும்பங்கள் 1930-கள்வரை வசித்தன. லஸ் சர்ச் சாலைக்கும் எட்வர்ட்ஸ் எலியட்ஸ் சாலைக்கும் இடையில் 19-ம் நூற்றாண்டில், கற்றறிந்த பிராமணர்கள், முக்கியமாக வக்கீல் தொழில் பயின்ற வர்கள், பெரிய தோட்டங்கள் உடைய வீடுகளில் வசித்தனர். சமவெளியில் ஆங்கிலேயர்கள் வசித்தனர். பெரிய தோட்ட வீடுகள் மறைந்தபின்பும் கூட, இன்று சென்னையின் விரும்பத்தக்க வசிப்பிடங்களில் ஒன்றாக இது திகழ் கிறது. மைலாப்பூர் நிறைய மாறிவிட்டது. 18-ம் நூற்றாண்டு துபாஷ்களை விட செல்வாக்கு பெற்றிருந்த வக்கீல்களும், ஆசிரியர்களும், அரசாங்க நிர்வாகிகளும் ஒவ்வொரு வருடமும் மைலாப்பூரில் குறைந்துகொண்டே வருகின்றனர். முன்னர் அவர்கள் வசித்த இடங்களிலும், அவர்களைத் தனியே

பிரித்து வைத்திருந்த வாழை, வெற்றிலைத் தோட்டங்களிலும் இன்று அடுக்குமாடிக் கட்டடங்களும் விற்பனை மையங்களும் நிரம்பியிருக்கின்றன.

மவுண்ட் ரோடையும் கடற்கரையையும் இணைக்கும் கதீட்ரல் ரோடின் தொடர்ச்சியான எட்வர்ட் எலியட்ஸ் ரோடில் (டாக்டர் ராதாகிருஷ்ணன் சாலை) சில வீடுகள் இப்போதும் இருக்கின்றன. அமால்கமேஷன் அனந்தராம கிருஷ்ணனின் 'சுதர்மா' (சர் பி.எஸ் சிவஸ்வாமி ஐயரால் கட்டப்பட்டு இப்போது விருந்தினர் விடுதியாக உபயோகப்படுத்தப்படுகிறது), ஜனாதிபதி ராதாகிருஷ்ணனின் வீடு, எஸ்.எஸ். வாசனால் 'ஜெமினி ஹவுஸ்' என்று அழைக்கப்பட்ட சி.ராஜத்துக்கு சொந்தமான 'இந்தியா ஹவுஸ்', (பிறகு சிவகங்கை ராஜாவுக்குச் சொந்தமாக இருந்தது) மற்றும் 'தேவகோட்டை ஹவுஸ்' (அந்த இடத்தில் இப்போது நகரத்தின் முதல் டிபார்ட்மெண்டல் ஸ்டோரான நீல்கிரீஸ் இருக்கிறது). இந்தச் சாலையும் அதன் வடக்குத் தொடர்ச்சியான நுங்கம்பாக்கம் நெடுஞ்சாலையும் (1997-லிருந்து உத்தமர் காந்தி சாலை) 1990 முதல் கடைகளாலும் உணவகங்களாலும் நிரம்பியிருக் கிறது. மூன்று சாலைகளிலும் இருக்கும் அநேக உணவகங்களும் அங்காடி களும் ஒன்றிணைந்து நகரத்தின் போக்குவரத்து அதிகம் உள்ள சாலைகளாக அவற்றை மாற்றிவிட்டன. பழைமையில் இருந்து தன்னை ஒரு நகரம் எப்படி விடுவித்துக்கொள்கிறது என்பதற்கு எடுத்துக்காட்டாக இவை திகழ்கின்றன.

கதீட்ரல் ரோடின் மத்தியில் இருக்கும் சோழா ஷெரட்டன், சரித்திரப் பிரசித்தி பெற்ற வீடு இருந்த மனையில் கட்டப்பட்டுள்ளது. அந்த வகையில், பழைய நினைவை அது இன்றும் பாதுகாக்கிறது. கஸ்தூரிரங்க ஐயங்காரின் விருந்தினர் விடுதியாக இருந்த இந்த வீட்டை சி. ராஜகோபாலாச்சாரி வாடகைக்கு எடுத்திருந்தார். ரௌலட் சட்டத்தைப் பற்றி உரையாற்றுவதற்காக 1919-ல் காந்தி வந்தபோது இங்குதான் தங்கினார். ராஜாஜி மூலமாக காந்தி உள்ளூர் தலைவர்களுடன் உரையாடினார். பிரிட்டிஷ் அரசாங்கம் அமுல்படுத்தியிருந்த ரௌலட் சட்டத்துக்கு எதிர்ப்பு தெரிவிக்கும் விதமாக தனது சத்தியாகிரகத்தை முதன்முதலாக இங்கிருந்துதான் காந்தி ஆரம்பித்துவைத்தார்.

இந்தியாவின் சுதந்தரப் போராட்டத்தை ஆரம்பித்து வைத்த அறிவிப்பாக அது அமைந்தது. ஹோட்டலில் உள்ள தூண் ஒன்றில் அந்த அறிவிப்பை நினைவு படுத்தும் குறிப்பு பொறிக்கப்பட்டிருக்கிறது. ஹோட்டல் அமைக்கப்படு வதற்கு முன்பிருந்தே அந்தத் தூண் அந்த இடத்தில்தான் அமைந்திருந்தது. சோழா குழுமத்தின் மற்றொரு ஹோட்டலான பார்க் ஷெரடன் அதற்கு வடக்கே ஒரு மைல் தூரத்தில் சரித்திரப் பிரசித்தி பெற்ற இன்னோர் இடத்தில் இருக்கிறது. 1970-ல் தொடங்கப்பட்டபோது அதன் பெயரான அடையாறு கேட், அதற்குமுன் அங்கிருந்த தோட்ட வீட்டைக் குறிக்கும் பெயர். அதற்கு அடுத்ததாக இருக்கும் வீடு இப்போது ஹாங்காங் பேங்குக்குச் சொந்தமானது.

சுற்றுப்புறத்தில் 19-ம், 20-ம் நூற்றாண்டின் ஆரம்ப கால இந்தியப் பிரபுக்களின் வீடுகளைக் காணலாம். லஸ் சர்ச் ரோடில் இருந்து பிரியும் குறுகிய சந்தின் கோடியில் இருந்த லஸ் ஹவுஸ் இதற்கு ஓர் உதாரணம். அதன் தாழ்வாரமும்

நுழைவாயிலும் 1998-ல் இடிக்கப்பட்டு மாற்றிக் கட்டப்பட்டன. இப்போது அங்கே ஆக்ஸ்ஃபோர்ட் பிரஸ் அமைந்துள்ளது. கிரிக்கெட் ஆட்ட நாயகராகக் கருதப்பட்ட ரஞ்சியும், நாயுடு சகோதரர்களும் பாரியில் துபாஷாக இருந்த மொத்தவரப்பு வெங்கடசுவாமி நாயுடு என்பவருடைய இந்த வீட்டின் பரந்த வெளியில் கிரிக்கெட் ஆடியதை நினைவுபடுத்திப் பாருங்கள்.

அவருடைய மகன் புச்சிபாபு சென்னையில் இந்தியர்களது கிரிக்கெட்டைத் தொடங்கியதுடன், 1888-ல் நகரத்தின் முதல் பெரிய இந்திய கிரிக்கெட் கிளப்பான மதராஸ் யுனைடெட் கிளப்பை ஆரம்பித்தார். புச்சிபாபுவின் மகன் களான பட், பாலையா, ராமஸ்வாமி, அவர்களுடைய மகன்கள், பேரன்கள் ஆகியோர் விளையாட்டை மேலும் பலப்படுத்தினர். இப்போதும்கூட அந்த 'வெள்ளை மாளிகையை' (முன்பு சிகப்பு மாளிகை) பார்க்கலாம். ஆனால் லஸ் சாலையிலிருந்து கால்வாய் வரை பரவியிருந்த இவற்றைவிடப் பெரியதான ஜஸ்டிஸ் பி.ஆர். சுந்தரம் ஐயரின் ஸ்ரீ பாக் இப்போது மறைந்து விட்டது.

19-ம் நூற்றாண்டில் அங்கு வசித்த மேற்குடி பிராமணர்கள் லஸ்ஸில் குடியேறுவதற்கு முன், பெரிய சத்திரச் சமவெளியை போலவே அதுவும் ஐரோப்பியர்களால் விரும்பப்பட்டது. 1760-களின் முற்பகுதியில் இவ்வாறு லஸ்ஸில் முதலில் குடியேறியவர் எழுத்தாளரான ஜேம்ஸ் டெய்லர். நவாபின் ஆறு மருத்துவர்களுள் ஒருவரான டாக்டர் ஜேம்ஸ் டாட் மற்றொருவர். முகமது அலியின் மற்றொரு மருத்துவர் டாக்டர் ப்ளாட். டாட், ப்ளாட் உள்ளடங்கிய ஒரு மருத்துவக் குழுவுடன் அநேக போர்த்துகீசியரும் அங்கு வசித்தனர்.

மரங்களின் நிழல்களுக்கு இடையே கவர்ச்சியான லஸ்ஸில் ஆங்கிலேயர்கள் ஒரு முகாம் வைத்திருந்தனர். சர் ஜான் பர்கோய்னுடன் வந்த 23-வது லைட் ட்ராகூன்ஸ் மூன்று காலாட்படைப் பிரிவுகளுடன் அங்கு தங்கினர். அதில் சிலர் 1786 வரை சாந்தோமில் உள்ள புனித இடங்களில் (இந்து ஆலயமா அல்லது கத்தோலிக்க ஆலயமா என்று குறிப்பிடப்படவில்லை; எதுவாக இருந்தாலும் ஆச்சரியமில்லை) முகாமிட்டனர்.

1886-ல் லஸ்ஸின் வட மேற்கில் தொடங்கப்பட்ட புனித எப்பாஸ் பெண்கள் பள்ளிக்கூடத்தின் உள்ளே பெஞ்சமின் சல்லைவனின் கொத்தளமும், அரணும் கூடிய தோட்ட வீடு அடங்கியிருக்கிறது. இவர் சென்னை தபால் அலுவலகத்தை உருவாக்கியவர். அரசாங்க வழக்கறிஞராகவும் நீதிபதியாகவும் இருந்தவர். மற்றொரு சட்ட மேதை சர் பி.எஸ். சிவஸ்வாமி ஐயர், சல்லைவன் கார்டன்ஸ் ரோடு என்று அழைக்கப்பட்ட அந்தத் தெருவின் எதிர்ப்புறத்தில் தன் மாளிகையைக் கட்டிக்கொண்டார். நீண்ட காலத்துக்குப் பிறகு அந்தச் சாலையின் பெயர் மாற்றப்பட்டு அவருக்கு அங்கீகாரம் கிட்டியிருக்கிறது. இந்த அழகிய வீட்டைத்தான் அனந்தராமகிருஷ்ணன் 1953ல் வாங்கி சுதர்மா என்று வேறு பெயர் இட்டார். மிகவும் விரும்பப்பட்ட சல்லைவன்ஸ் கார்டன்ஸ், 1840-ல் வெளி நாடுகளில் கிறிஸ்தவ மதத்தை பரப்பும் நிறுவனத்தின் அங்கமான மதராஸ் டயோசிஸ் கமிட்டியால் ரூபாய் 20,000-க்கு வாங்கப்பட்டு ஒரு கல்விக் கூடமாக மாற்றப்பட்டது. சர்ச்சுக்கு

சொந்தமாக இருந்த அந்த இடம் புனித எப்பாவாக அதைவிட நன்றாக உபயோகப்படுகிறது. உபஜனாதிபதியாகவும், பிறகு இந்திய ஜனாதிபதியுமான டாக்டர் எஸ்.ராதாகிருஷ்ணனின் வீடு அதற்கு எதிரிலுள்ளது. சாலைக்கு அவர் பெயர் இடப்பட்டிருக்கிறது. அதற்கு அடுத்த மூலையிலிருப்பது வி.என்.சர்மாவும் அவருடைய ஜெர்மன் மனைவி எல்லனும் 1937ல் அமைத்த நகரின் முதல் மாண்டிசேரி பள்ளிகளில் ஒன்றான சில்ட்ரென்ஸ் கார்டன் ஸ்கூல்.

மோப்ரேஸ் ரோடை கடந்து, லஸ் சர்ச் ரோடு மர்ரேஸ் கேட் ரோடை அடைகிறது. அங்கு லார்ட் டன்மோர் என்ற லெவ்ஸன் கீத் மர்ரே 1822 முதல் 1831 வரை சென்னை மாவட்ட ஆணையராக இருந்தபோது டன்மோர் ஹவுஸில் வசித்தார். இப்போது 'வீனஸ் காலனி' ஆகியிருக்கும் இந்த வீட்டில்தான் லாரன்ஸ் ஹோப் என்ற கவிதைக்குப் புகழ்பெற்ற பெண்மணி சில மாதங்கள் வசித்துவிட்டு தற்கொலை செய்துகொண்டார். அவருடைய கணவர் ஜெனரல் நிக்கல்ஸன் சில மாதங்களுக்குப் பின் காலமானார். அவர்களுடைய தீவிரக் காதலால் விக்டோரிய காலத்து சாகிபுகளின் அவச்சொல்லுக்கு நிக்கல்ஸன் தம்பதிகள் பலியாயினர். அம்மையாரின் பெயர் அடெலா ஃப்ளாரன்ஸ் நிக்கல்ஸன் (லாரன்ஸ் ஹோப் என்பது புனைப் பெயர்). தீவில், புனித மேரி கல்லறையில் இவர்கள் அருகருகே புதைக்கப்பட்டிருப்பது பொருத்தமானது.

19-ம் நூற்றாண்டின் இறுதியிலும் 20-ம் நூற்றாண்டின் ஆரம்பத்திலும் தேநீர் விருந்துகளில் அவருடைய கவிதைகள் பாடல்களாக இசைக்கப்பட்டன. முதலில் ஏர்ட்லி நார்டனும் பிறகு பித்தாபுரம் மஹாராஜாவும் அங்கு வசித்தபோது மீண்டும் ஒரு முறை அந்த வீட்டில் கோரச் சாவு ஒன்று நடந்தது. அதற்குப்பின் வீனஸ் ஸ்டுடியோவாக மாறியது. வீனஸ் ஸ்டுடியோவுக்கும் கதீட்ரல் சாலைக்கு இடையே பெரிய பங்களாக்கள் இருந்தபோதும், அருகில் இருந்த சி.ஐ.டி. நகர் வெறும் வயலாகவே இருந்தது. அதற்கெதிரிலிருந்து வி.கிருஷ்ணா சுவாமி ஐயரின் ஆசிரமம்.

நடமாடும் சத்ர்-அதாலத் (நீதிமன்றம்) முதலில் திருவல்லிக்கேணியில் இயங்கியபின் ஆழ்வார்ப்பேட்டையில் மர்ரேஸ் கேட் சாலைக்கு அருகில் இருந்த கஸ்தூரி ஐயங்கார் சாலையில் இயங்கியது. சத்ர் கார்டன்ஸ் என்று அழைக்கப்பட்ட இந்த இடம் 1985-ல் உச்ச நீதிமன்ற நீதிபதி பஷீர் அகமது சையது இறக்கும் வரை நீதித்துறையுடன் நெருங்கிய தொடர்பு வைத்திருந்தது. அந்த இடத்தில் அதற்குமுன் அநேக நீதிபதிகள் வசித்தனர். இதற்கும் கதீட்ரல் சாலைக்கும் இடையில் இருந்த கஸ்தூரி ஐயங்காரின் சொத்து அவருடைய ஹிந்து நிறுவன வாரிசுகளுக்குக்காகப் பங்கு போடப்பட்டிருக்கிறது. இந்த வீடுகளுக்கு மத்தியில் பழைய காலத்து கிராமியக் குளம் ஒன்றில் நாற்றங்கால் இருக்கிறது.

லஸ்ஸுக்குத் தெற்கே, மைலாப்பூர் கோயில்களுக்கு மேற்கே இருந்த வயல்கள் 1934 முதல் அபிராமபுரம் என்ற பெயருடன் வளர்ச்சி அடையும் வரை, வயல்களாகவே இருந்தன.

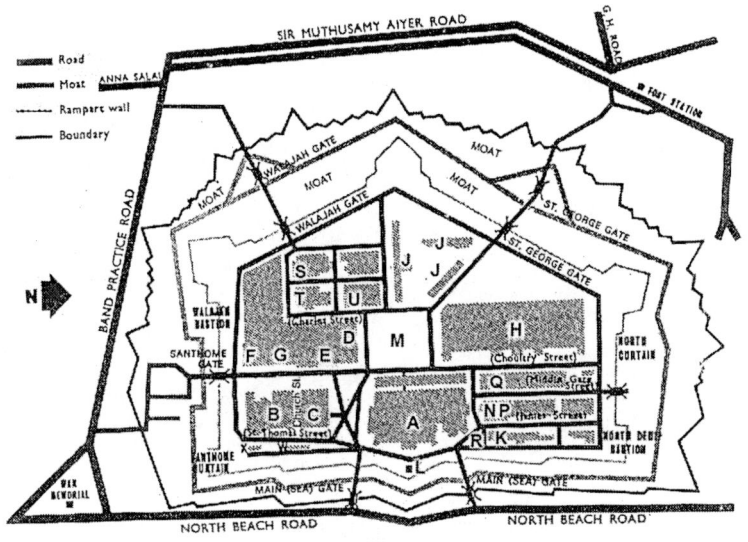

புனித ஜார்ஜ் கோட்டையின் வரைபடம்

புனித ஜார்ஜ் கோட்டையின் வாயில்

புனித மேரி தேவாலயத்தின் உட்புறத் தோற்றம்

கவர்னரின் வழிபாட்டுக் கூடத்துக்குச் செல்லும் வழி
(எலிசபெத் பேக்கரின் கல்லறைக்கல்லுடன்)

விருந்துக் கூடம்
(தற்போது ராஜாஜி ஹால்)

அரசாங்க வளாகத்தில் உள்ள காந்தி இல்லத்துக்கான
நுழைவு வாயில்

கோட்டை அருங்காட்சியகம்

ஃபோர்ட் எக்ஸ்சேஞ்சில் காஃபி ரூம்

மவுண்ட் ரோட் தொடங்கும் இடத்தில் அமைந்துள்ள மன்றோ சிலை

அண்ணா சர்க்கிளில் அமைந்துள்ள அண்ணா சிலை

2004 வரை இருந்த Ace of Clubs கட்டடம் (தற்போது இல்லை)

சைதாப்பேட்டையில் உள்ள லுசிங்டன் கார்டன்
தற்போது எஞ்சியிருக்கும் பழைய கட்டடங்களுள் ஒன்று

சைதாப்பேட்டையில் உள்ள ஆசிரியர் பயிற்சிப் பள்ளி

ஆர்மீனியரால் கட்டப்பட்ட மார்மலாங் பாலம்
(மறைமலை அடிகளார் பாலம்)

செயின்ட் தாமஸ் தேவாலயத்தின் நுழைவு வாயில்

செயின்ட் தாமஸ் தேவாலயத்தின் உட்புறத் தோற்றம் -
ரத்தம் தோய்ந்த சிலுவையுடன்

பஞ்சநிவாரணத்துக்காகத் தோண்டப்பட்ட பக்கிங்ஹாம் கால்வாய் - நகர்ப் பகுதியில் கவனிப்பாரற்று இருக்கும் நீர்ப்பாதை

இந்தோ-சாரசெனிக் பாணியில் கட்டப்பட்ட செனட் ஹவுஸ்
(விக்டோரியா சிலையுடன்)

சேப்பாக்க அரண்மனைகளுக்கு சிஷோமின் அலங்காரச் சேர்க்கைகள் - அவற்றைச் சேர்க்கும் காலனிய சின்னமான கூம்புடன்

விவேகானந்தரின் சென்னை வருகையின் நினைவாக மெரினாவில் அமைந்துள்ள விவேகானந்தர் இல்லம் (ஐஸ் ஹவுஸ்)

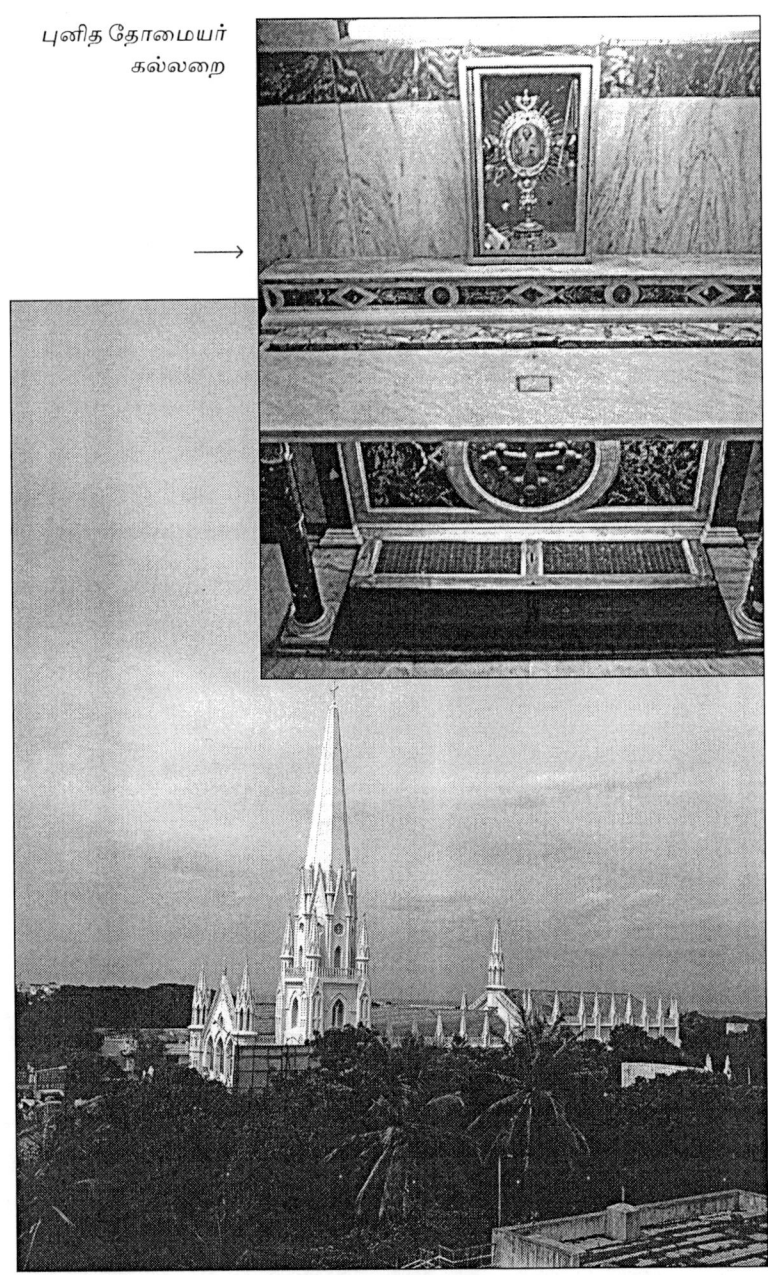

புனித தோமையர்
கல்லறை

சாந்தோம் பஸிலிகா -
சீடர் புதைக்கப்பட்ட இடத்தில் வானளாவிய கோபுரம்

அமைதி நிறைந்த தோமா தோப்பில் டெசான்ஸோ சர்ச் -
மதீராஸினால் கட்டப்பட்டது

போர்த்துகீசிய நகரில் லஸ் சர்ச்

கபாலீசுவரர் கோயில் - மயில் வாழும் துறைமுகத்தில் கட்டப்பட்ட புராதனமான கோயில்

தென்றல் என்று அழைக்கப்படும் ப்ராடிஸ் காஸில் - அடையாற்றின் கரையில் கட்டப்பட்டது.

பார்த்தசாரதி கோயில்

திருவல்லிக்கேணியின் பெரிய மசூதி -
200 ஆண்டு பழைமை வாய்ந்த சின்னம்

ஹட்டில்ஸ்டன் கார்டன்ஸில் உள்ள பிரம்மஞான சபையின்
அமைதி காக்கும் அகில உலகத் தலைமையகம்

400 வருட ஆலமரம் - பிரம்மஞான சபையின் அடையாளம்

ராஜ்பவன் - பசும் சூழ்நிலையில் ஆளுநரின் தனிமையும் கம்பீரமும்

புள்ளிமானும் கருமானும் விளையாடும் இடம் -
நகர் வனத்தில் ஒரு சரணாலயம்

பாரிமுனை - டேர் ஹவுஸ்

நீதிமன்ற கோபுரங்கள் (முதல் கருப்பர் நகர் இருந்த இடத்தில்) இடது பக்கத்தில் முதல் கலங்கரை விளக்கத்தின் சுவர். உள்ளிருப்பது எம்டன் குண்டுவீச்சை ஞாபகப்படுத்தும் பேழை

தனித்தன்மையுடன் காணப்படும் ஆன்டர்ஸன் சர்ச் -
கிறிஸ்தவ கல்வியின் நினைவாக

ஏதென்ஸ் பாணி கட்டடத்தை நினைவூட்டும்
பச்சையப்பரின் மண்டபம்

இப்போது பாரத ஸ்டேட் வங்கியின் அலுவலகமாக இருக்கும் இந்தோ-சாரசெனிக் பாணியில் கட்டப்பட்ட பாங்க் ஆஃப் மதராஸின் தலைமையகம்

வடக்குக் கடற்கரைச் சாலையில் அமைந்துள்ள மாஜிஸ்ட்ரேட் நீதிமன்றமும் தலைமை தபால் அலுவலகமும்

புது அரசாங்க அச்சுக்கூடம், ஒரு காலத்தில் வெடிமருந்து தயாரிக்குமிடம், பிறகு நாணயச்சாலை

வரி விதிக்கப்பட்ட தெரு - அதன் சுவர்கள் நகரின் மேற்கு எல்லையாக இருந்த வால் டாக்ஸ் சாலை

ஒருகாலத்தில் விசாலமான கருப்பர் நகரம்.
இப்போது நெரிசலான ஜார்ஜ் டவுன்

ஜார்ஜ் டவுனின் மற்றொரு தோற்றம்

பெயர் மாத்திரம் உள்ள மோனேகர் சத்திரம்

ஒல்ட் டவுன் சுவரின் மிச்சம் - புதுப்பிப்பதற்கு முன்

சென்னையில் முதன்முதலாகக் கட்டப்பட்ட
இரட்டைக் கோயில்களில் ஒன்று - கேசவப் பெருமாள் கோயில்

சவுக்கார்பேட்டையில் உள்ள ஒரு வடநாட்டுக் கோயில்

ஆர்மீனிய நினைவுச் சின்னம் - தோட்ட தேவாலயம்

புனித மேரி கோ-கதீட்ரல் - கோட்டையின் முதல் தேவாலயம்

மூர் மார்க்கெட்டில் உள்ள விக்டோரியா பப்ளிக் ஹால்

ட்ரெவெல்யானின் மறக்கப்பட்ட நினைவிடம்

சென்னை செண்ட்ரல் ரயில் நிலையக் கட்டடம் -
இடப்புறத்தில் ரயில்வே தலைமையகம்

வெள்ளை நிறப்பொலிவுடன் கூடிய ரிப்பன் மாளிகை -
சென்னை மாநகராட்சியின் தலைமையகம்

இந்தியாவிலேயே பழைமையான அச்சுக்கூடம் -
வேப்பேரி சி.எல்.எஸ். அச்சுக்கூடம்

கோஜா பெட்ரூஸ் உஸ்கனின் பூசையறையை ஃபெப்ரிஷியஸ்
எடுத்துக்கொண்ட புனித மத்தையாஸ் தேவாலயம்

புனித ஆண்ட்ரூஸ் சர்ச்சின் கூம்பு -
ஸ்காட்லாந்து ஆகாயத்தில் விண்மீன்கள்

இந்தியாவின் முதல் மேற்கத்திய பாணி பள்ளி - புனித ஜார்ஜ் பள்ளி

பாந்தியன் வளாகம் - தேசிய கலைக்கூடத்தில் ஜெய்ப்பூர்-ஜைன பாணி

அருங்காட்சியகத்தில் அரைவட்ட விக்டோரியன் அரங்கம்

மதராஸ் லிடரரி சொசைட்டி

எழும்பூர் ஆவணக் காப்பகம்

புனித ஜார்ஜ் கதீட்ரல்

அப்பழுக்கற்ற, வெண்ணிற கம்பீரம் -
தியாகராயநகரில் உள்ள ஜெயின் கோயில்

ஆற்றங்கரையில் - புராதன புனித ஜார்ஜ்
கல்லூரியின் கூவம் படகுத்துறை

தமிழனின் சிற்பக் கலைக்குச் சான்று -
வள்ளுவர் கோட்டம்

ஒரு காலத்தில் நகரம்

உலகம் போற்றும் விஞ்ஞானியும் கணித மேதையும்

1936-ல் அவருக்கு சென்னைப் பல்கலைக்கழகத்தில் ஆசிரியர் பதவிகூடக் கிடைக்கவில்லை. ஆனால், 1983-ல் அவருக்கு கௌரவ டாக்டர் பட்டம் அளிக்கப்பட்டது. அந்த வகையில், நோபல் பரிசுக்குழுவை ஒரு மாதத்தில் முந்திக்கொண்டது சென்னைப் பல்கலைக்கழகம். பல்கலைக்கழகத்தை போலவே ஸ்வீடிஷ் விஞ்ஞானப் பேரவையும், பல வருடங்களுக்குப் பின்னர் தான் டாக்டர் சுப்பிரமணியம் சந்திரசேகரின் மேதைமையை அங்கீகரித்தது. நோபல் பரிசு பெறும் ஐந்தாவது இந்தியர் அவர். இயல்பியலுக்காக அவருக்கு இப்பரிசு கிடைத்தது.

ரவீந்திரநாத் தாகூர், சந்திரசேகர் வெங்கடராமன், ஹர்கோபிந்த் குரானா, அன்னை தெரஸா ஆகியோரைத் தொடர்ந்து, சிகாகோவில் வாழ்ந்த ஓர் ஆஸ்ட்ரோ ஃபிசிஸிஸ்ட் நோபல் பரிசை வென்றிருக்கிறார். 82 வருடச் சரித்திரத்தில் ஆறு பிரிவுகளில், ஐந்து இந்தியர்கள் பரிசு வென்றிருப்பது அதிகமில்லை. ஆனால் 53 வருட இடைவெளியில் ஒரே குடும்பத்தைச் சேர்ந்த இருவர் இப்பரிசை வென்றிருப்பது முக்கியத்துவம் வாய்ந்தது. அதைவிட விநோதமானது '1930-ல் நான் செய்த ஆராய்ச்சிக்காக நோபல் பரிசு அளிக்கப்பட்டது' என்ற டாக்டர் சந்திரசேகரின் கூற்று. அவருடைய தந்தையின் சகோதரர் சி.வி. ராமனுக்கும் அதே 1930-ல்தான் பரிசளிக்கப்பட்டது.

கல்விப் பாராம்பரியம் கொண்ட குடும்பத்தைச் சேர்ந்தவர் சந்திரசேகர். மத்திய தர நிலச்சுவான்தாரரான அவருடைய கொள்ளுப் பாட்டனார் ராமநாத ஐயருக்கு மூன்று மகன்களும் ஒரு மகளும் இருந்தனர். விசாகப்பட்டினத்தில் அவருடைய மூத்த மகன் சந்திரசேகர ஐயர், இயல்பியல் மற்றும் கணிதத்தில் பேராசிரியராக இருந்தார். சந்திரசேகர ஐயருக்கு ஐந்து மகன்களும் மூன்று மகள்களும் இருந்தனர். இந்தியாவின் அக்கவுண்டண்ட் ஜெனரலாக இருந்த சுப்பிரமணிய ஐயர் என்ற மூத்த மகன் கர்நாடக சங்கீதத்தில் தேர்ச்சி பெற்றவர். நோபல் பரிசு பெற்றவர் சி.வி.ராமன். கடைசி மகன் டாக்டர் ராமசுவாமி, விண்வெளி

ஆராய்ச்சிக்கூட மேலாளராக இருந்தார். மங்களமும் சீதாலக்ஷ்மியும் சகோதரிகள். சி.வி. ராமனின் இரண்டு மகன்கள், சந்திரசேகரன் என்ற பிரபல வழக்கறிஞர், ராமன் ஆராய்ச்சி மையத்தின் மேலாளர் டாக்டர் ராதாகிருஷ்ணன். உலகப் பிரசித்தி பெற்ற மக்கள்தொகை கணக்கெடுப்பு நிபுணர் டாக்டர் சந்திரசேகர், மங்களத்தின் கடைசி மகன் ஆவார். இண்டியன் இன்ஸ்டிடியூட் ஆஃப் சயன்ஸின் நிர்வாகியாக இருந்த டாக்டர் ராமநாதனும், ஃபெல்லோ ஆஃப் தி ராயல் சொசைட்டி டாக்டர் சந்திரசேகரும், சீதாலக்ஷ்மியின் மகன்கள். ராமசுவாமியின் மூன்று மகன்கள் முறையே, கிராமங்கள் தொடர்பான புள்ளிவிவரத் துறை நிபுணர் சந்திரசேகர், இந்தியப் பொருளாதாரப் புள்ளியியல் ஆராய்ச்சிக் கூடத்தில் புள்ளிவிவர நிபுணராக இருந்த சுந்தர், இண்டியன் இன்ஸ்டிட்யூட் ஆஃப் ஜியோமெட்ரிக்ஸில் இயல்பியலாளர் ஆக இருந்த டாக்டர் ராஜாராம் ஆகியோர்.

தன் பிறந்த நாள் பரிசாக நோபல் விருது பற்றிய தகவல் கிடைக்கப்பெற்ற 73 வயது விஞ்ஞானி சந்திரசேகர் 1953-ல் அமெரிக்கக் குடிமகன் ஆனார். ஆனாலும், இந்தியாவுடன் அவருக்கு நெருக்கமான பிணைப்புகள் இருந்தன. ஆறு பெண்கள், நான்கு பையன்களுடன் பிறந்தவர் சந்திரசேகர். அவருடைய சகோதரிகள் பலரும், அவருடைய மனைவி லலிதாவின் சகோதரிகளும் சென்னையில் வசித்தனர். சென்னைக்கு வந்தபோதெல்லாம், தேனாம்பேட்டையில் தனது குடும்ப வீட்டில் வசித்த சந்திரசேகர், தனது பழைய மாநிலக் கல்லூரியின் தாழ்வாரங்களிலும், தோட்டத்திலும் சுற்றிக்கொண்டு, அங்குள்ள பேராசிரியர்களோடும் மாணவர்களோடும் உரையாடிக்கொண்டிருப்பார். அநேக விஞ்ஞானிகளுடன் தொடர்பு வைத்திருந்தார். பிற்காலத்தில் அவர் இப்படி நினைவுகூர்ந்தார்: ‘சுய மரியாதையும் பெருமித உணர்வும் கொண்ட இளம் இந்தியர்கள் உலக மதிப்பீட்டின்படி தாங்கள் அங்கீகரிக்கப்படவேண்டும் என்று விரும்பினர். ஆனால், பிற்காலத்தவர்களிடம் அப்படிப்பட்ட உணர்வுகள் இல்லை.’

கணிதவியல் வல்லுனர், இயல்பியலாளர், தொலைநோக்கி கொண்டு ஆராய்பவராக இல்லாமல், காகிதம், பென்சிலை நாடியவர் என்று வர்ணிக்கப்பட்ட புகழ்பெற்ற வானிலை ஆராய்ச்சியாளரான சந்திரசேகர், பிறந்ததே கணிதத்துக்கும் கல்விக்கும்தான். இவர் லாகூரில் பிறந்தார். திருவல்லிக்கேணியில் உள்ள இந்து உயர்நிலைப் பள்ளியில் படித்தபோதே அவருடைய விஞ்ஞான மேதைமை புலப்பட்டது. மாநிலக் கல்லூரியில் கணிதத்துக்குப் பதில் இயல்பியலைத் தேர்ந்தெடுக்கும்படி, அவருடைய தந்தைதான் வற்புறுத்தினார்.

சந்திரசேகரின் 18-வது பிறந்த நாளுக்கு நான்கு நாள்கள் முன்புதான் இந்திய இயல்பியல் சஞ்சிகையில் அவருடைய ஆராய்ச்சிக் கட்டுரை வெளிவந்தது. அதன் தலைப்பு, ‘தி தெர்மோடைனமிக்ஸ் ஆஃப் தி காம்ப்டன் எஃபெக்ட் வித் ரெஃபரென்ஸ் டூ இண்டீரியர் ஆஃப் தி ஸ்டார்ஸ்.’ அடுத்த வருடம், கேம்பிரிட்ஜில் உள்ள டிரினிட்டி கல்லூரியில் சேர அவருக்கு உதவித்தொகை கிடைத்தது. அதற்குப்பின் அவருடைய முழு அறிவியல் வாழ்க்கையும் வெளிநாட்டில்தான் கழிந்தது.

வெளிநாட்டில் இருந்ததைப் பற்றி ‘எனது விசுவாசம் தேசியக் கொடியை உயர்த்திப் பிடிக்கும் வகையைச் சார்ந்தது அல்ல. என் முதல் விசுவாசம் அறிவியலுக்குத்தான்’ என்று கூறினார். அவருக்கு இந்தியாவின்மேல் பற்று கிடையாது என்று சொல்லமுடியாது. 1920-களில் இந்தியாவைப் பற்றி அவர் இவ்வாறு சொன்னார்: ‘மகாத்மா காந்தி, நேரு, தாகூர், ராமானுஜன் (அவரால் பெரிதும் கவரப்பட்ட சந்திரசேகர் இறுதிவரை அவரை நினைவில் வைத்திருந் தார்) ஆகியோரைப் பற்றி பெருமிதம் கொண்டோம். உலக சாதனைகளுக்கு இணையாக நம்மாலும் சாதிக்கமுடியும் என்று பெருமைப்பட்டோம்.’

‘அரசியலில் ஈடுபடவில்லை என்றாலும், வாய்ப்பு கிடைத்தால், மேன்மையாகச் செயல்பட்டிருக்க முடியும் என்று நம்பினேன்’ என்றார் அவர். அத்தகைய வாய்ப்பு வெளிநாட்டில்தான் கிடைக்கும் என்று அவர் நம்பினார்.

தன் அண்ணன் மகள் உள்பட இந்திய விஞ்ஞானிகள் வெளிநாடு செல்வதை சர் சி.வி. ராமன் விரும்பவில்லை. ஒரு பட்டமளிப்பு விழாவில் அதைப்பற்றி அவர் குறிப்பிட்டார். வேறுவிதமாக அதைப் பார்த்த சந்திரசேகர் தனது தந்தைக்கு இவ்வாறு எழுதினார்.

> சி.வி.ஆரின் பட்டமளிப்பு உரையைப் படித்து மகிழ்ச்சியடைந்தேன். அன்னியப் பட்டங்களின் மேல் உள்ள விருப்பத்தை அவர் இழிவாகப் பேசுவதை நான் பொதுவாக ஆமோதிக்கிறேன். ஆனால், வெளி நாட்டுக்குச் சென்று பயனடைந்தவர்கள் உள்ளூரில் இருந்திருந்தால் அதைவிட அமோகமாக இருந்திருக்கலாம் என்னும் அவர் கூற்று, கண்முன் இருப்பதை நிராகரிக்கும்படி அமைந்திருக்கிறது. ராமானுஜனது நிலையை அவரால் எப்படி விளக்கமுடியும் என்று எனக்கு ஐயமாக இருக்கிறது. கேம்பிரிட்ஜில் நான்கு ஆண்டுகள் ஹார்டியிடம் பயின்றபிறகே இந்த நூற்றாண்டின் மிகச் சிறந்த கணித நிபுணர் என்னும் பெயர் அவருக்குக் கிடைத்தது.
>
> ‘ஆரி’ன் வாழ்க்கையைப் பற்றி சிறிது தெரிந்தவர்களுக்கும் கூட ஒரு விஷயம் புலப்படும்.
>
> தனது வாழ்க்கையின் மதிப்பிட முடியாத இறுதி ஐந்தாண்டுகளை அவர் இந்தியாவில் கழித்திருந்தால், பெயர் தெரியாமல், புலப்படாமல் இறந்திருப்பார். தொடர்ந்து இந்தியாவில் இருந்திருந்தால், அவர் நிச்சயம் அமோகமாக இருந்திருக்க முடியாது என்று திடமாகக் கூற முடியும். இந்தியப் பல்கலைக்கழகங்களையும் கல்வி மையங்களையும் சீராக்க வேண்டும் என்று என்று அவர் மொத்தமாகக் கூறியதை நான் ஒப்புக் கொள்கிறேன். அந்த முன்னேற்றத்துக்குச் சிறிதளவு பங்களிப்புச் செய்யமுடியும் என்று எதிர்பார்க்கிறேன்.

மகத்தான எதிர்காலம் அங்கிருக்கிறது. ஆனாலும் இந்தியாவிலுள்ள நிலை மாறுவதற்கு ஏதாவது செய்ய வேண்டும். சந்திரசேகரின் ஆயுள் முழுவதும் இந்த இரு மனப்போக்குகள் இருந்தன. மேற்கூறிய கடிதத்துக்குப் பல வருடங்களுக்கு

பின், அவர் இப்படிச் சொன்னார்: 'இந்தியாவில் வாழ்ந்து பணி புரிந்திருந்தால், குறைவாகவே செய்திருப்பேன். ஆனால் பத்து பேர்களை உருவாக்கி, இப்போது செய்ததைவிட விஞ்ஞானத்துக்கு அதிகம் செய்திருப்பேன்.'

வேறு பல விஷயங்களில் அவர் தீர்மானமாகவே இருந்தார். புகழ் கிடைத்தபிறகு அநேக விஞ்ஞானிகள் மூடிய மனத்துடன் இருப்பதாக அவர் கருதினார். 'கடவுள் தாயம் விளையாடவில்லை என்று ஐன்ஸ்டைனுக்கு எப்படித் தெரியும்?' என்று அவர் ஒரு முறை கேட்டார். பெயர்பெற்ற பிரிட்டிஷ் வானியலாளர் எடிங்டனைப் பற்றி இப்படிக் கூறினார். 'அவர் பெரிய மனிதர். ஆனாலும் அவர், ஒரு நட்சத்திரம் கருங்குழியாக மாறமுடியாது என்றார். ஆனால், இயற்கையின் நியதி அவ்வாறு இருக்கிறது. அவர் ஏன் இப்படிச் சொன்னார்? அவ்வாறு மாறுவது சரியானதல்ல என்று அவர் கருதியதால்தானே?'

1935-ல் நடந்த ராயல் அஸ்ட்ரனாமிகல் சொசைட்டி கூட்டத்தின்போது, நட்சத்திரப் பரிணாமத்தைப் பற்றி சந்திரசேகரர் அளித்த கோட்பாட்டை எட்டிங்டன் இகழ்ந்தார். விஸ்கான்ஸினின் எர்க்ஸ் ஆராய்ச்சி கூடத்தில், அவர் நிருபித்து, இன்று 'சந்திரசேகர் எல்லை' என்று அழைக்கப்படும் கோட்பாடு, இருபது வருடங்கள் கழித்துத்தான் ஒப்புக்கொள்ளப்பட்டது. முதலில் விளக்கப் பட்டபோது, அதை எடிங்டன் ஒப்புக்கொள்ளவில்லை. 'இந்த ஆச்சரியமான கண்டுப்பிடிப்புக்காக நான் கொண்டாடப்படுவேன் என்று நினைத்து கூட்டத்துக்குச் சென்றேன். ஆனால் சர் ஆர்தர் என்னை மடையனாக்கினார். மனம் ஒடிந்துவிட்டேன். என் போக்கில் தொடர்ந்து செல்வதா, வேண்டாமா என்று தெரியவில்ல' என்று அவர் பிறகு வருத்தத்துடன் நினைவுகூர்ந்தார். அவர் தன் போக்கை விட்டுவிடாமல் மேலும் தொடர்ந்ததால், அவர் செய்தது சரியானதுதான் என்று இறுதியில் நிரூபமானது.

இவ்வளவு விடாக்கண்டனாக எடிங்டன் இல்லாமல் இருந்திருந்தால், சந்திரசேகர் முன்பே பிரபலமாகி இருப்பார். முன்னதாவே அங்கீகாரம் கிடைக் காமல் போனதற்கு அவருடைய குணமே காரணமாக இருந்திருக்கலாம். ஆடம்பரமும் அதிகார தோரணையும் கொண்ட சி.வி. ராமன், உற்சாகத்துடன் பலருடன் பழகி அவர்கள் நன்மதிப்பைப் பெற்றவர். ஆனால், அவருக்கு நேர் எதிராக இருந்தார் சந்திரசேகர். ஓய்வுபெற்ற, ஓய்ந்து போன அரசாங்க அதிகாரியைப்போல், தன்னை வெளிக்காட்டிக்கொள்ள இயலாதவராக அவர் இருந்தார்.

1995-ல் இறக்கும் வரை, தினமும் 12 மணிநேரம் வேலை செய்தவர். ஆர்ப்பாட் டமான கருத்துகள், பரபரப்பான கண்டுபிடிப்புகள் என்று பொதுமக்களின் கவனத்தை ஈர்க்கும் நபராக அவர் இல்லை. ஒருமித்த சிந்தனையுடன் விஞ்ஞானத்தில் ஈடுபட்டார். ஒரு மலை மேல் ஏறி, அதற்கு அப்பால் உள்ள பள்ளத்தாக்கைக் காண்பதுதான் தூய அறிவியலின் பார்வையாக இருக்கமுடியும் என்று அவர் எண்ணினார். 'அறிவியல் வேட்கையை தேவைகளால் மட்டும் மதிப்பிட்டுவிட முடியாது. ஆம், தேவைகளும் முக்கியம்தான். தேவைகளுக்கு

நாம் முன்னுரிமை கொடுக்கவேண்டும் என்பதை மறுப்பதற்கு இல்லை. அதே சமயம், நம் எதிர்காலத் தேவைகளைப் புறக்கணித்துவிட்டு உடனடி மனிதத் தேவைகளுக்கு மட்டுமே முன்னுரிமை அளிப்பது சரியாகாது.'

தனது பின்வாங்கும் குணத்தின் மூலம், சந்திரசேகர் ஒரு சென்னை பிராமணர் போலவே வாழ்ந்தார். சமையல் பிரியர், சைவ உணவு உண்பவர், கர்நாடக சங்கீதத்தை ரசித்தவர். அதே சமயம், நாத்திகத்தையும், மேற்கத்திய இசையையும், மேற்கத்திய இலக்கியத்தையும்கூட அவரால் ரசிக்கமுடிந்தது. 'எனது நீடித்த அறிவியல் நாட்டத்தின் பலனாக, இலக்கியம், இசை, பயணம் ஆகியவற்றில் ஈடுபடமுடியவில்லை. இது துரதிர்ஷ்டவசமானது' என்று அவர் அடிக்கடி வருந்தினார்.

அவரது அறிவியல் ஈடுபாட்டுக்கு ஓர் உதாரணம், 1940-களில் எர்க்ஸ் வானிலை ஆராய்ச்சிக் கூடத்தில் இருந்த இரு மாணவர்களுக்குப் பாடம் கற்பிப்பதற்காக ஒவ்வொரு வார இறுதியிலும், அவர் 80 மைல் கார் ஓட்டிச் சென்றார். சங் தா லீ, சென் நிங் யாங் என்னும் அந்த இருவரும் தங்களது முப்பதாவது வயதிலேயே நோபல் பரிசை வென்றுவிட்டனர். ஆனால், சந்திரசேகரை, 40 வருடங்கள் கழித்துதான் உலகம் திடீரென்று நினைக்க ஆரம்பித்தது.

பரிசாக எது வேண்டும் என்று கேட்டபோது 'பென்சில்கள். அவற்றை மட்டும்தான் பயன்படுத்துகிறேன்' என்று பதிலளித்தார் சந்திரசேகர். குடும்பப் பிணைப்புகளைப் போற்றி வந்த எளிய மனிதரான அவர், இள வயதினருடன் வேலை செய்வதை விரும்பினார். அவருக்குப் பிடித்தப் புத்தகம் 'ஆலிஸ் இன் தி வொண்டர்லேண்ட்'. என்னுடன் வேலை செய்தவர்களில் அதிக வயது கொண்டவருக்கு என்னில் பாதி வயதுதான் ஆகியிருக்கும் என்று அடிக்கடி கூறுவார். பரிசு கிடைத்த இரு சீன இளைஞர்களைப் பற்றி கூறும்போது, 'எனது முழு வகுப்பே நோபல் பரிசை வென்று விட்டது' என்று தனக்கே உரித்தான நகைச்சுவை உணர்வுடன் சொல்வார்.

எடிங்டன் சம்பவம் நடக்காமல் இருந்திருந்தால் அவர் வாழ்க்கை எப்படி முடிந்திருக்கும்? 'அந்த வருடங்களில் நான் கடுமையான சோதனைக்கு உட்பட்டேன். ஆனால், அந்த அனுபவத்தின் மூலம் கிடைத்த நிதான குணம், நான் ஒரு விஞ்ஞானியாகப் பரிணாமம் அடைந்ததில் பெரும் பங்கு வகித்தது. அன்று எனக்கு ஆறுதல் சொல்ல யாருமே இல்லை. ஆனால் இன்று நான் அதை நன்றியுடன் நினைவுகூர்கிறேன்' என்று அவர் பிறகு எழுதினார். அறிவியலுக்கு அப்பாற்பட்ட அவரது குணாதிசயம் இது.

கணித மாமேதை என்று வர்ணிக்கப்பட்டவரின் 100-வது பிறந்த நாள் விழாவைக் கொண்டாடுவதற்காக, உலகம் முழுவதிலும் இருந்து கணித அறிஞர்கள் ஜூன் 1987-ல் இலினாய்ஸ் பல்கலைக்கழகத்தில் கூடினர். அவருடைய தாயகமான தமிழ் நாட்டிலோ, அப்போதுதான் அந்தக் கணித மேதையின் நினைவுகள் புதுப்பிக்கப்பட்டு, தொலைந்துபோன அவருடைய எழுத்துகள் தேட ஆரம்பிக்கப்பட்டன.

அமெரிக்கப் பேராசிரியர் ஒருவர் இப்படிச் சொன்னார்: 'அவர் ஒரு மேதை மட்டுமல்ல. ஆயிரம் மடங்கு புத்திசாலித்தனம் இருந்தால், நாமும் ஒரு மேதையைப் போல் சிந்திக்க முயற்சிக்கலாம். ஆனால், அவருடைய சிந்தனைகள் எப்படி உற்பத்தியாகின்றன என்பதைக் கற்பனைகூடச் செய்யமுடியாது. எனவேதான் அவர் கணித உலகின் மாமேதையாகத் திகழ்கிறார்.' ஊர், பேர் தெரியாத சீனிவாச ராமானுஜனை மீட்டெடுத்தவர் கேம்பிரிட்ஜ் கணிதப் பேராசிரியர் ஜி.எச். ஹார்டி. ராமானுஜனின் திறமையைக் கண்டு அவர் வியப்படைந்தார். 'அந்த மனிதர் ஒரு மகா மேதை. அவருடைய கண்டுபிடிப்புகள் நிச்சயம் உண்மையானதாகத்தான் இருக்கமுடியும். அவற்றைக் கண்டுபிடிப்பதற்கான திறன் வேறு ஒருவருக்கும் இருந்திருக்காது' என்றார்.

சென்னையின் ஒரு கல்லூரியில் இடம் கிடைப்பதற்குக்கூட அந்த மேதைமை போதுமானதாக இல்லை. கணிதம் உள்பட அவருக்கு எதிலும் முறையான கல்விப்படிப்பு கிடையாது. தனது முப்பத்திரண்டு ஆண்டு வாழ்வில் ராமானுஜன் கண்டறிந்த விஷயங்கள், இன்றுவரை கணித உலகை பிரமிப்பில் ஆழ்த்திக்கொண்டிருக்கின்றண. 'அவர் எங்களுக்கு எமன். இடுகாட்டிலிருந்து கிளம்பி, எங்கள் ஆராய்ச்சிகளை பிடுங்கிக்கொள்கிறார்' என்று ஓர் அமெரிக்கப் பேராசிரியர் கூறினார். கேம்பிரிட்ஜுக்கு முன்னரே, சென்னையில் ஓர் ஏழை குமாஸ்தாவாக இருந்தபோதே, கணிதத்தின் மேன்மையான முடிவுகளை ராமானுஜம் கண்டுபிடித்து விட்டார் என்று கணித அறிஞர்கள் கண்டுபிடித்தனர்.

சென்னைக்குத் தெற்கே உள்ள காவேரி டெல்டாவில் உள்ள கோயில் ஊர்களில் தன் இளமைப் பருவத்தைக் கழித்தார் ராமானுஜன். சென்னையில் குடியேறிய பிறகு, தன் கணித ஆய்வுகளை ஆரம்பித்தார். 22 டிசம்பர் 1887-ல் அவர் ஈரோட்டில் பிறந்தார். அதன்பின், அவரது தந்தை வாழ்ந்த, பிராமணர்கள் அதிகம் இருந்த கும்பகோணத்துக்கு, ராமானுஜன் அழைத்துச் செல்லப்பட்டார். அங்கே ராமானுஜனின் தந்தை ஒரு துணி வியாபாரியிடம் கணக்குப் பிள்ளையாக வேலை செய்து வந்தார். நடுத்தர வகுப்பைச் சேர்ந்தவர் அவர் என்றாலும், அப்போது கிடைத்த ஊதியம், வறுமைக்கோட்டைவிடச் சற்றே மேலானதாக மட்டுமே இருந்தது. ஒரே அறை கொண்ட வீடு. ஒரு நாளைக்கு ஒரு வேளை உணவு மட்டுமே. இதுதான் ராமானுஜனின் அப்போதைய குடும்ப நிலைமை.

பள்ளியில் ராமானுஜன் மற்ற மாணவர்களைப் போலத்தான் இருந்தார். சிறப்புத் திறமை எதையும் அவர் வெளிப்படுத்தவில்லை. பாடங்களை மனப்பாடம் செய்து படித்த மற்றுமொரு கெட்டிக்காரப் பையன். அவ்வளவுதான். நீண்ட கூந்தலை அள்ளி உச்சியில் கொண்டை போட்டுக்கொள்ளும் அளவுக்குச் சம்பிரதாயங்களைக் கடைப்பிடித்தவர்தான்.

அவருடைய மொத்த வாழ்க்கையும் 12-வது வயதில் மாறியது. லின்னியின் ப்ளேன் டிரிக்னாமெட்ரி (முக்கோணவியல்) நூலை ஒரு மாணவரிடம் தற்செயலாகப் பார்த்தார். மடக்கை (லாகரிதம்), சிக்கல் எண்கள் (காம்ப்ளெக்ஸ் நம்பர்ஸ்), முடிவிலி தொடர் (இண்பைனைட் சீரிஸ்) ஆகியவற்றால் அவர் கவரப்பட்டார்.

லின்னி உண்டாக்கிய ஆர்வத்தைத் தொடர்ந்து, இரண்டு ஆண்டுகள் கழித்து, ஜி.எஸ். கார் எழுதிய சினாப்சிஸ் ஆஃப் எலிமெண்டரி ரிசல்ட்ஸ் இன் ப்யூர் மேதமெடிக்ஸ் என்னும் புத்தகத்தை நூலகத்திலிருந்து வாங்கிப் படித்தார். அதில், நிரூபிக்கப்படாத 6,000 கணிதக் கூற்றுகளைக் கண்டார். அதற்குப்பின் கணிதம் உள்ளிட்ட வேறு எந்தப் புத்தகத்தையும் அவர் பார்க்கவில்லை.

முழு நேரத்தையும் கணித வினாக்களுக்குத் தீர்வு காண்பதில் ராமானுஜன் செலவிட்டதால் பல்கலைக்கழக நுழைவுத் தேர்வில் வெற்றி பெறமுடிய வில்லை. அதற்குண்டான தண்டனையையும் அனுபவித்தார். வேறு எந்தப் பாடத்தையும் அவர் படிக்கவில்லை. மேல்படிப்பு அவருக்குத் தேவையாக இல்லை. கணிதத்தின் மர்மங்களைக் கண்டுபிடிப்பதற்கே நேரம் தேடினார்.

புதிதாக அமைக்கப்பட்ட சென்னை துறைமுகத்தில் குமாஸ்தாவாக வேலை அளிக்கப்பட்டவுடன், அதற்கான சந்தர்ப்பம் கிட்டியது. ராமானுஜனின் ஒருமித்த சிந்தனையை அவருடைய மேலாளர் எஸ்.என். ஐயரும் துறைமுகத்தைக் கட்டிய ஃபிரான்சிஸ் ஸ்பிரிங்கும் ஊக்குவித்தனர். வேலையில் ஏற்பட்ட குறையை அவர்கள் பெரிதுபடுத்தவில்லை.

1909-ல் துறைமுகத்தில் பணிக்குச் சேர்வதற்கு முன்னரேயே அவருக்குத் திருமணம் நடந்திருந்தது. அவர் மனைவி ஜானகிக்கு கணிதம் தெரியாது. உணவு அருந்தும் வேளை வரும்போது கணக்கு போடுவது தடைபடாமல் இருக்க, ஜானகியும் ராமானுஜனின் தாயாரும் மாறி மாறி அவருக்கு உணவு ஊட்டினர். ராமானுஜன் எப்போதாவதுதான் உறங்கினார். ஏகப்பட்ட கேள்விகள் இருந்தது போலவும், அவற்றுக்கு விடைகள் கண்டுபிடிக்க நேரமே இல்லாதது போலவும் அவருக்குத் தோன்றியது.

1913-ல் ஆயிரக்கணக்கில் அவர் விடைகள் கண்டுபிடித்த போதிலும், ஒருவருக்கும் அதன் அருமை தெரியவில்லை. மதிப்பீடு பெறுவதற்காக அவருடைய ஆய்வுகளை இங்கிலாந்துக்கு அனுப்பும்படி ஐயரும் ஸ்பிரிங்கும் வற்புறுத்தினர். கேம்பிரிட்ஜுக்கு அவர் ஆரம்பத்தில் எழுதிய முதல் கடிதங்களுக்குப் பதில்கூட கிடைக்கவில்லை. ஆனால் 16 ஜுன் 1913-ல் மூன்றாவது கடிதத்தை அவர் கேம்பிரிட்ஜ் பேராசிரியர் ஹார்டிக்கு எழுதியபோது கதவு திறக்கப்பட்டது.

ராமானுஜனின் மேதைமையை அங்கீகரித்து, கேம்பிரிட்ஜில் உள்ள டிரினிடி கல்லூரிக்கு ஹார்டி அழைப்பு விடுத்தபிறகு, ஏப்ரல் 1914-ல் ராமானுஜன் கேம்பிரிட்ஜை அடைந்தார். ஐயரின் வேண்டுகோளை ஏற்ற ஸ்பிரிங் அவருக்கு உதவ ஒப்புக் கொண்டார். அடுத்த மூன்று வருடங்களுக்கு ஹார்டி குறிப்பிட்ட படி, 'அவருடைய முற்றிலும் மாறான ஆய்வுகள், தனித்தன்மையும் அழகும் கொண்டிருந்தன. அவருடன் பணிபுரிந்தவர்களையும் ஒட்டுமொத்த ஐரோப்பிய அறிவுலகத்தையும் அவர் ஆச்சரியத்தில் ஆழ்த்தினார்.'

அசாதாரணமான மூளையும் இளைத்த உடலும் கொண்ட ராமானுஜனின் உடல்நலம் அந்த மூன்று வருடங்களில் குன்றியது. தனது ஆசாரமான பிராமணக்

கோட்பாட்டுக்கு ஏற்ற சைவ உணவு போர்க் காலத்தில் அவருக்குக் கிடைக்க வில்லை. 24 மணி நேரமும், நிற்காமல் விடைகளைத் தேடிக்கொண்டிருந்த அவரைக் கவனித்துக் கொள்ள குடும்பத்தார் ஒருவரும் இல்லை.

மே 1917-ல் நோய்வாய்ப்பட்ட அவர், எஞ்சியுள்ள சில காலத்துக்கு நோயாளியாகவே இருந்தார். மேலும் மேலும் பலவீனமடைந்த அவருக்கு மன அழுத்தமும் அதிகமாக, 1919-ல் தாய்நாட்டுக்குத் திரும்பினார். சில மாதங்களில் முடிந்துவிடக்கூடிய வேலைகள் எஞ்சியிருந்தன. ஆனால் அவற்றை அவரால் முடிக்க முடியவில்லை. 1919 ஏப்ரலில் இறந்துபோனார். கணித நிபுணர்களைத் தவிர, மீதமுள்ளோர் ராமானுஜனை மறந்துவிட்டனர்.

ராமானுஜத்தின் கணிதப் பங்களிப்பு பல்வேறு பாகங்கள் கொண்டது. நிரூபணம் அல்லாமல் எழுதப்பட்டிருக்கும் 4,000 சூத்திரங்கள் கொண்ட புத்தகங்கள் மொத்தம் மூன்று.

இவையெல்லாம் இங்கிலாந்துக்குச் செல்லுமுன் எழுதப்பட்டவை. துறை முகத்தில் வேலை செய்தபோது ராமானுஜன் ஹார்டிக்கு எழுதிய ஒரு கடிதத் தோடு பழுப்பு நிறத் தாளில் கிறுக்கிய அறுபது கணிதக் கோட்பாடுகளை அனுப்பிவைத்திருந்தார். ஹார்டி இவற்றால் கவரப்பட்டார். இங்கிலாந்தில் அவர் ஹார்டியுடன் வெளியிட்ட ஆய்வுத்தாள்கள் இருக்கின்றன. பல வருடங் களாக டிரினிடி காலேஜ் நூலகத்தில் கவனிப்பார் அற்றுக் கிடந்த ஆய்வு நிரூபணங்களை, ராமானுஜன் தாயகத்துக்குத் திரும்பியபின், ஹார்டிக்குத் தபால் மூலம் அனுப்பினார்.

கணித நிபுணர்கள் பலர், ராமானுஜத்தின் படைப்புகளில் இருந்து இன்னமும் அதிகம் கண்டுபிடிக்கப்படவேண்டி உள்ளது என்று திடமாக நம்புகிறார்கள். காசநோயால் பீடிக்கப்பட்ட அந்தக் கடைசி ஆண்டை அவர் சென்னையில் கழித்தார். அங்கே ஒரு பெரிய இரும்புப் பெட்டியில் அவரது படைப்புகள் பத்திரப்படுத்தப்பட்டுள்ளன என்று சிலர் சொல் கிறார்கள். ராமானுஜனின் மனைவி ஜானகி அம்மாளின் நம்பிக்கை வேறு விதமாக உள்ளது. (ஜானகி அம்மாள், 1992-ல், தனது 94-வது வயதில் இறந்து போனார்.) ராமானுஜனின் இறுதிச்சடங்குகள் நடை பெறும் சமயத்தில் ஓர் உள்ளூர்ப் பேராசிரியர் அந்தப் பெட்டியை எடுத்துச் சென்ற தாக நினைவு என்கிறார் அந்த அம்மையார்.

ராமானுஜன் இன்ஸ்டிட்யூட் ஆஃப் அட்வான்ஸ்ட் ஸ்டடீஸ் இன் மேதமெடிக்ஸ் என்ற சென்னைப் பல்கலைகழகத்தைச் சேர்ந்த பிரசித்தி பெற்ற நிறுவனம் என்ன சொல்கிறது? 'எங்களிடம் பிறர் அறியாத ராமானுஜத்தின் கணக்குகள் எதுவும் இல்லை. எங்களிடம் இருப்பது உலகில் உள்ள எல்லா கணிதவியலாளர் களிடமும் இருக்கும் பிரதிகளின் ஒருங்கிணைக்கப்பட்ட புத்தகம்தான்.' வாட்ஸனின் டிரங் பெட்டி என்று ஓர் அமெரிக்கப் பேராசிரியரால் குறிப்பிடப் பட்ட, டிரினிடி கல்லூரி நூலகத்தில் கண்டெடுக்கப்பட்ட தொலைந்துபோன பொக்கிஷம் இதுவாகத்தான் இருக்கவேண்டும்.

தனது இறுதி ஆண்டில் ராமானுஜன் கிறுக்கியதை விட்டுவிட்டால்கூட, பல தலைமுறைகளுக்கு கணிதவியலாளர்களைச் சுறுசுறுப்பாக இயங்க வைக்கும் குறிப்புகள் சென்னை, கேம்பிரிட்ஜ், அமெரிக்க நூலகங்களில் இருக்கின்றன.

ராமானுஜ ஆராய்ச்சியாளரும் கணிதவியலாளருமான இலினாய்ஸ் பல்கலைக் கழகத்தைச் சேர்ந்த ப்ரூஸ் பெர்ண்ட் இவ்வாறு கூறுகிறார்: 'பத்து வருடங்களாக, ராமானுஜத்தின் முதல் மூன்று புத்தகங்களில் உள்ள கோட்பாடுகளை நிரூபிப்பதில்தான் நான் ஈடுபட்டிருந்தேன். என்னை அது கட்டுண்டது போல் ஆக்கியது. மற்றவர்கள் உதவியுடன், எனது அறிவுக்கு எட்டியவரை இரண்டா வது புத்தகத்தில் 21 அத்தியாயங்களில் இருந்தவை அனைத்தையும் நிரூபித்து விட்டேன். போல்யா அவற்றை முதலில் பார்த்தபோது என்ன நினைத்தாரோ அதையேதான் நானும் நினைத்துக்கொண்டேன். ராமானுஜனின் கோட்பாடு களைத் தொடர்ந்து ஆய்வு செய்து விளக்க ஆரம்பித்தால், வேறு எதையும் செய்ய முடியாது. நம் தனிப்பட்ட ஆய்வுகள் எதையும் தொடரமுடியாமல் போய் விடும்.'

உலகிலுள்ள கணித மேதைகள் எல்லோரும் மற்றவர்கள் முன்னரே கண்டறிந் ததைக் காண்கிறார்கள். எங்கு சென்றாலும், ராமானுஜம் அங்கு முதலாவதாக இருக்கிறார். வெகு காலம் முன்பே ராமானுஜன் கண்டறிந்த கோட்பாடுகளை இன்னமும் கணிதவியலாளர்கள் நிரூபித்துக்கொண்டிருக்கிறார்கள்.

முறைப்படி கல்வி பெற்றிருந்தால், ராமானுஜன் இன்னும் சிறந்ததொரு கணித மேதையாக இருந்திருப்பாரா? ராமானுஜன் விட்டுச்சென்றுள்ள கேள்வி இது. இதற்கு பதில் ஏதும் இல்லை. ராமானுஜனின் விசிறியான ஒரு பேராசிரியர், 'அது அவரை நாசமாக்கியிருக்கலாம்' என்று நம்புகிறார். ராமானுஜனின் கிறுக்கல்களைக் கடைசிவரை தேடிக்கொண்டிருக்கும்போதுகூட இந்த வாதம் தொடர்கிறது.

12. பிரம்மஞான சபையின் ஆசிரமம்

சாந்தோமிலிருந்து தெற்கே ஒரு காலத்தில் அடையாறு முகத்துவாரத்தின் கடற்கழியிலிருநத இடத்தைக் கடக்கலாம். ஒரு காலத்தில் 100 ஏக்கர்கள் விரிவாகயிருந்த முகத்துவாரத்தில் அரை டஜன் பெரிய தீவுகள் இருந்தன. இந்தத் தீவுகளை ஒரு நிலப்பரப்பாக்கிய பின் முகத்துவாரத்தில் பாதி அழிந்துவிட்டது. புது சொகுசு விடுதிகள், திருமணக் கூடங்கள், வானளாவிய குடிமனைகள், அலுவலகங்கள் இவைகள் கிறிஸ்துவ மத இடுகாடாகயிருந்த க்விபிள் தீவு, பெரிய தோட்ட வீடுகள், பிராடிகாஸில் இருந்த இடத்திற்கருகே வர அனுமதிக்கப்பட்டிருப்பது இன்னும் மோசமானது.

இவைகளைத் தாண்டி, இடதுபக்கம் திரும்பினால், சுதந்திரத்திற்குப் பின் விரிவாக்கப்பட்ட அடையாற்றை அடையலாம். அந்த வளைவு முதலில் வலதுப்புறத்தில் ஆந்திர மஹிள சபாவில் ஆரம்பித்து, இடதுபுறத்தில் எம்.ஜ.ராமச்சந்திரனின் சத்யா ஸ்டூடியோவிலிருந்த இடத்திலிருக்கும் அவர் மனைவி ஜானகியின் பெயரில் ஏற்படுத்தப்பட்ட மகளிர் இருக்கிறது. தாழ்த்தப்பட்ட பெண்களுக்கு, ஆரோக்கியத்திற்காகவும், கைவேலைக் கற்றுக் கொடுக்கவும் துர்காபாய் தேஷ்முக்கினால் ஆந்திர மஹிள சபா ஆரம்பிக்கப் பட்டது. ஜனவரி 2013ல் திறக்கப்பட்ட பாலமோ, அல்லது 1973ல் அதற்கு இணையாக அமைக்கப்பட்ட திரு.வி.க. பாலமோ, எதைக் கடந்தாலும் 1940ல் கட்டுப்பட்ட இப்போது சிதிலாகியிருக்கும் எல்ஃபின்ஸ்டன் பாலத்தைத் தாண்டி, அந்த பாலம் பார்வையாளர்களுக்காக கொடுக்கப்படும் என்று எதிர்பார்க்கும் பறவை பார்ப்பவர்கள் காணக்கூடியது. சுவர்க்கம், சில சதுப்பு நிலக் காடுகள் முகத்துவாரத்தில் இருப்பவை.

1. சரணாலயமும் அமைதியும்

சாந்தோமில் இருந்து தெற்கே சென்றால், 1840-ல் கட்டப்பட்டு இப்போது புறக்கணிக்கப்பட்ட எல்ஃபின்ஸ்டன் பாலத்தை அடையலாம். அதைக் கடந்தால், அடையாறு முகத்துவாரத்தை அடையமுடியும். அங்கே

எஞ்சியிருக்கும் சதுப்பு நிலக்காடுகளைக் காணலாம். பறவைகளை நேசிப்பவர்களுக்கு இது ஆர்வமூட்டக்கூடிய இடமாக இன்னமும் இருக்கிறது. ஆறு, சதுப்பு நிலம், காடு, உப்பங்கழி, சிறு தீவுகள், கடல், திறந்தவெளி ஆகியவை இருக்கும் இந்தப் பரந்த பகுதியில் 150 விதப் பறவைகள் (ஃப்ளெமிங்கோ உள்பட), நீர் நாரைகள் உள்ளதாகப் பதிவாகி இருக்கிறது.

ஒவ்வொரு வருடமும், ஆகஸ்ட் மாதத்தில் இருந்து அநேகமாக ஆசியாவின் வடகோடியிலிருந்து 70 வகைப் பறவைகள் இங்கு வருகின்றன. கோடைக் காலத்தில் 50 வகை இந்தியப் பறவைகள் இங்கு கூடு கட்டுகின்றன. முகத்துவாரத்தை 'சரணாலயம்' என்று அறிவிக்க சுற்றுச்சூழல் பாதுகாப்பாளர்கள் முயற்சி செய்யாததால், 'பாதுகாக்கப்பட்ட காடு' என்ற தகுதியைப் பெற முடியாமல் போனது. அதில் வசிக்கும் குள்ள நரிகள், நரிகள், காட்டுப் பூனை, உடும்புகள், பாம்புகள், பல்லிகள் போன்ற ஊர்வன, பறவைகள் போன்றவற்றுக்கு எந்தவிதப் பாதுகாப்பும் கிடையாது. 1990-களில் இருந்து வேகமாக நடைபெறும் வளர்ச்சித் திட்டங்களால் முகத்துவாரத்தில் இருக்கும் விலங்கினங்களும் தாவர இனங்களும் அழிந்துகொண்டிருக்கின்றன.

ஆனாலும் பின்னால் வந்த நீதிமன்றத் தீர்ப்புகள் நம்பிக்கையூட்டுகின்றன. செட்டி நாட்டரண்மனைக்கு எதிரில் ஜூன் 2000ல் கடல்கழியிலிருந்து சீர்படுத்தப்பட்ட தோட்டத்திலுள்ள கூம்புடைய டாக்டர் பி.ஆர்.அம்பேத்கார் ஞாபகார்த்தத்திற்கு அருகிலும் செட்டி நாட்டரண்மனைக்கு எதிரிலும் அடையார் சுற்றுப்புற சூழல் பூங்காவாக ஒரு 58 ஏக்கர் பூங்கா அமைக்கப்பட்டு, இந்த வரிகள் எழுதும்போது, அது பள்ளிகளுக்கு மாத்திரம் திறக்கப்பட்டிருக்கிறது. அந்த பூங்காவை உருவாக்க, 172 வகைகளைச் சேர்ந்த 90000 மரங்களும் செடிகளும் நடப்பட்டன. அதில் 85 வகை பறவைகளும், அடையார் பூங்கா என்றழைக்கப்படும் அதில் 200 வகை மீன்கள் நிலத்திலும் நீரிலும் வாழ்வன, ஊர்வன காணப்படுகின்றன. முகத்துவாரத்திலேயே 300 ஏக்கர்கள் சீராக்க திட்டத்தின் இரண்டவது கட்டம் மூன்று வருடமாக நிறைவேறாத வாக்காகயிருக்கிறது.

முகத்துவாரத்தின் தெற்குக் கரையில், அந்தச் சரணாலயத்துக்குப் பெரும் ஆதரவளிக்கும் அமைதி ஆசிரமமாக பிரம்மஞான சபையின் (தியசாஃபிகல் சொசைட்டி) தலைமையகம் அமைந்திருக்கிறது. நேர்த்தியான கட்டடம். அனைத்து மதத்தினரின் கோயில்களும் அதற்குள் அமைந்திருக்கின்றன. அங்குள்ள 270 ஏக்கர் பரப்பளவு கொண்ட தோட்டங்களில் உலகில் பெரிய மரங்களுள் ஒன்றான ஆலமரம் அமைந்துள்ளது. இந்த வளாகத்தில் 110 வகை பறவைகள், 250 வகை தாவரங்கள், மற்றும் சிறு மிருகங்கள், ஊர்வன, பூச்சிகள் இவைகளைக் காணலாம்.

அதன் நிறுவனர்கள் ஒரு விசித்திரமான ஜோடி. இசை, கலை, எழுத்து ஆகியவற்றில் வல்லுனராகவும் அசாதாரணமான சக்தி கொண்டவராகவும் இருந்தார் அந்த அம்மையார். கொடிய இவான் வம்சத்தைச் சேர்ந்தவர் அவர் என்று நம்பப்பட்டது. மற்றொருவர், அமெரிக்க உள்நாட்டுப் போரில் போர்

புரிந்தவர். யூனியன் படையில் லஞ்சக் குற்றச்சாட்டுகளை விசாரித்தவர். போருக்குமுன் வேளாண்மையில் ஈடுபட்டவர். பத்திரிகை ஆசிரியராகவும் பணியாற்றியவர். நெடிய தாடியுடன் கூடிய உருவம் கொண்ட அவர் ஒரு பகுத்தறிவுவாதியாகவும் மாறிக்கொண்டிருந்தார்.

அமெரிக்காவில் உள்ள வெர்மாண்ட் மாகாணத்தைச் சேர்ந்த மேரி பேக்கர் எட்டி என்பவருடைய பண்ணையில் 1870-களில் அவர்கள் சந்தித்தனர். ஆவி சம்பந்தமாகப் பேச வந்தவர் அம்மையார். அதே சமயம், 'எட்டியின் ஆவிகள்' போன்று ஆவி சம்பந்தமான சம்பவங்களை ஆராய்வதற்காக வந்த பத்திரிகை நிருபர் இன்னொருவர். கர்னல் எஸ். ஆல்காட், மேடம் ப்ளவாட்ஸ்கியின் சிகரெட்டைப் பற்றவைத்தபின், 'எங்கள் பரிச்சயம் புகையிலிருந்து ஆரம்பித்து ஒரு பெரிய நெருப்பை நிரந்தரமாகத் தூண்டி விட்டது' என்று கூறினார். அவர்கள் உண்டாக்கிய அந்தத் தீ, உலகம் முழுவதும் பரவி, சகோதரத் துவத்தின் அடையாளமாகப் பிரகாசித்தது.

நியூ யார்க்கில் 17 நவம்பர் 1875-ல் அந்தச் சபையை அவர்கள் தொடங்கினர். பிறகு, மூன்று வருடங்கள் மும்பையில் கழித்தனர். ஏழு வருடங்களுக்குப்பின் சென்னைக்கு வந்தனர். 1882-ல் வளம் நிறைந்த அடையாற்றின் கரையில், ஒரு தோட்ட வீடும் இரண்டு சிறிய வீடுகளும் அடங்கிய 27 ஏக்கர் பண்ணையை 600 பவுண்டுக்கு வாங்கினர். ஹட்டில்ஸ்டன் கார்டன்ஸ் என்று அழைக்கப்பட்ட அந்த இடத்தில் தலைமையகம் உருவானது. அதன் குறிக்கோள் இதுதான். ஜாதி, மத, நிற, பால் பேதமற்ற சமுதாயத்தின் மூலம், உலகில் உள்ள எல்லா மதங்களிலும் இருக்கும் உண்மையைத் தேட வேண்டும். மனிதருள் இருக்கும் சக்தியை அறிந்துகொள்ள உலகம் எங்கும் பேணப்படும் சகோதரத்துவத்தை நிலைநிறுத்தவேண்டும்.

பிரம்மஞான சபையின் பிரதான அலுவலகமாக இருக்கும் அந்த வீடு, 1766-ல் இருந்து சென்னை மாகாண அரசாங்கத்தில் பணிபுரிந்து, அதன் சார்பாக திப்பு சுல்தானுடன் 1784-ல் பேச்சுவார்த்தைக்காக அனுப்பப்பட்ட மூவரில் ஒருவரான ஜான் ஹட்டில்ஸ்டனுடைய வீடாக இருந்தது. 19-ம் நூற்றாண்டின் இறுதிவரை, ஆல்காட்டின் மேற்பார்வையின் கீழ், அந்த வீட்டில் சில மாற்றங்கள் செய்யப்பட்டன. தலைமையகம் உருவானது. உலகைச் சிந்திக்க வைக்கும் மையமாக அது மாறிப்போனது.

சிற்பமும், புடைப்புச் சித்திரங்களும் கூடிய தலைமையகத்தின் பிரதான அறையில் ரசனைமிக்க கட்டட வேலைப்பாடுகளுடன் அமைதியும் கலந்திருந்தது. ஹட்டில்ஸ்டன் கார்டன்ஸுடன், ஆல்காட் வாழ்ந்த வீடும், ஆர்வமூட்டும் பழைய வீடுகளும் அந்த வளாகத்தில் இருக்கின்றன. 1905-ல் பிரம்மஞான சபை, அதிகாரபூர்வமாகத் தொடங்கப்பட்டது.

1907-ல் அன்னி பெசண்டின் தலைமையை ஏற்றுக்கொண்ட பின், அருகில் உள்ள 200 ஏக்கர் நிலம் சேர்க்கப்பட்டது. 1910-ல் அந்தத் தலைமைப் பண்ணை, சவுக்கு மரங்கள் நிரம்பிய 250 ஏக்கர் நிலமாக வளர்ந்தது. இந்தப் பெரிய நிலப்பரப்பில் ஆல்காட் கார்டன்ஸ், பெசண்ட் கார்டன்ஸ்,

ப்ளவாட்ஸ்கி கார்டன்ஸ், தாமோதர் கார்டன்ஸ், கார்டன் ஆஃப் ரிமெம்பரென்ஸ் ஆகியவை உருவாக்கப்பட்டன. உண்மை, மதம், தத்துவம், பிரபஞ்சத்தில் மனிதனின் நிலை ஆகியவற்றை ஆராய்வோர்க்கு ஏற்ப பல புதுக் கட்டடங்கள் கட்டப்பட்டன.

இங்கு அனைத்து மதங்களையும் சார்ந்த கோயில்கள் இருக்கின்றன. விக்கிரகம் இல்லாத ஓர் இந்துக் கோயிலில் வழிபாட்டுக்கு ஓர் எண்ணெய் விளக்கு மட்டுமே உண்டு. தென்னந்தோப்பில் 800 வருட புத்தர் சிலை உடைய புத்த விஹாரம் அமைந்துள்ளது. ஆக்ராவில் உள்ள பிரசித்தி பெற்ற முத்து மசூதியின் பிரதி போன்ற ஒரு மசூதி இங்கே உள்ளது. புனித மைக்கேலையும் அனைத்து தேவதைகளையும் ஆராதிக்கும் வகையில் ஒரு சர்ச் உள்ளது. அசீரியன் கருத்துகள் கொண்ட ஒரு பார்சி கோயிலும் சீக்கிய குருத்வாரா ஒன்றும் அமைந்துள்ளன.

பெரிய வாயிலுடன் அமைந்துள்ள அந்தத் தலைமையகம், மேற்கூறிய சிறிய கோயில்கள் எல்லாவற்றையும் விடப் பெரியது. ஜாரதூஷ்ட்ரர், கௌதமர், இயேசு, கிருஷ்ணர் ஆகியோரின் புடைப்புச் சித்திரங்களுடன் மோசஸ், லாவோட்சு, கன்பூஷியஸ், குரு நானக், மித்ரா, மஹாவீரர், ஓர்ஃபியஸ், ஒஸிரிஸ் ஆகியோரின் சின்னங்களும் அந்தக் கூடத்தை அலங்கரிக்கின்றன. ப்ளவாட்ஸ்கியின் மரணத்துக்குப்பின் 1891-ல் நிறுவப்பட்ட அவரது சிலையும், 1907-ல் ஆல்காட்டின் மறைவுக்குப் பிறகு நிறுவப்பட்ட அவரது சிலையும் வருவோரை வரவேற்கின்றன. ஆனாலும் சாந்தமும் அமைதியும்தான் அந்தக் கூடத்தின் முக்கிய அம்சங்களாகத் திகழ்கின்றன.

வேறு சில இடங்களிலும் வளாகத்தின் பிரசித்தி பெற்ற நிறுவனங்கள் உள்ளன. 1908-ல் அன்னி பெசண்ட் அதிக நிலம் பெற்றபோது, அதனுடன் கிடைத்த ஆலமரம் அவற்றுள் ஒன்று. 450 வயதுக்கு மேற்பட்ட அந்த ஆலமரம், இந்தியாவிலேயே இரண்டாவது பெரிய ஆலமரம் என்று நம்பப்படுகிறது. இப்போது 65,000 சதுர அடி நிழல் அளிக்கிறது. அதனுடைய விசாலமான விழுதுகள், ஒரு காலத்தில் 40,000 சதுர அடி பரப்பளவுக்குப் பரவியிருந்தன. அதன் நிழலில், அன்னி பெசண்ட், ஜே. கிருஷ்ணமூர்த்தி, மரியா மாண்டிசோரி ஆகியோரின் உரைகளைக் கேட்கத் திரண்ட மூவாயிரத்துக்கும் அதிகமான மக்களால் அந்த நிழலில் அமர முடிந்தது.

தூணைப்போல் வளர்ந்திருக்கும் அந்த ஆலமரம், ஆயிரத்துக்கும் மேற்பட்ட விழுதுகள் கொண்டிருக்கிறது. பிரம்மஞான சபையின் வளர்ச்சிக்கு எடுத்துக்காட்டாக இந்த மரத்தின் வளர்ச்சி அமைந்திருக்கிறது என்று சபையினர் கருதுகிறார்கள். இயற்கையின் இந்த அதிசயத்தைக் காண்பதற்காக மட்டும் மாதம்தோறும் 10,000 பேர் இங்கு வருகின்றனர். அதன் 40 அடி உயர, 30 டன் கனமுடைய பிரதான அடிமரம், 1989-ல் அடித்த புயலால் துரதிர்ஷ்டவசமாக வேரோடு பிடுங்கப்பட்டது. அதைத் திரும்பவும் நடுவதற்கு எடுக்கப்பட்ட முயற்சிகள் ஓரளவுதான் பலனளித்தன. மரத்தின் மேல்பகுதி பலமிழந்த அடிமரத்தின் மீதும், விழுதுகள் மேலும்தான் தாங்கி நிற்கிறது.

1886-ல் ஆல்காட் தொடங்கிவைத்த நூலகம் உலகப் பிரசித்தி பெற்றது. புராதன ஆசியாவின் கையெழுத்துப் பிரதிகளையும் மேற்கில் அச்சிடப்பட்ட புத்தகங்களையும் ஆராய்வதன் மூலம் அனைத்து மதங்களுக்கும் இடையிலான கருத்து பரிமாற்றம் நிகழ்ந்து, உண்மையை அறிந்துகொள்ளமுடியும் என்று சபை நம்பியது. 'என் மூளையின் குழந்தை, என் நெஞ்சின் நம்பிக்கை' என்று ஆல்காட்டால் விவரிக்கப்பட்ட அடையாறு நூலகம் மற்றும் ஆராய்ச்சி மையம் இந்த நோக்கத்தை அடைவதற்காக நிறுவப்பட்டது. இருபத்து நான்கு மொழிகளில் எழுதப்பட்ட 200 புத்தகங்களும் (பெரும்பாலும் அவருடையது), மேடம் ப்ளவாட்ஸ்கியின் சில புத்தகங்களும் அடங்கிய அந்த நூலகத்தை சபையின் முதல் தலைவர் ஆரம்பித்தார். மாந்த்ரீகரம் தொடங்கி விஞ்ஞானம் வரையிலான அந்தப் புத்தகங்களில் எல்லா மதங்களைப் பற்றிய விவரங்களும் இருக்கின்றன. 28 டிசம்பர் 1886-ல் அங்கு வைக்கப்பட்ட முதல் புத்தகம் மேடம் ப்ளவாட்ஸ்கியின் 'ஐஸிஸ் அன்வெய்ல்ட்'.

அடுத்து வந்த வருடங்களில், உலகத்தைச் சுற்றிய ஆல்காட், வெவ்வேறு பாகங்களிலிருந்தும் தான் சேர்த்த புத்தகங்களைக்கொண்டு நூலகத்தை விரிவாக்கினார். புத்தகங்கள் சேரச் சேர, கிழக்கின் மறுமலர்ச்சியைப் பற்றி அவர் கண்ட கனவுகள் நிலையான வடிவைப் பெற்றன.

இந்த நூலகத்தைக் கொண்டு கிழக்கத்திய இலக்கியத்தின் மறுமலர்ச்சியையும் அதன் மூலம், பொதுமக்கள் மத்தியில் பண்டிதர்களுக்குக் கொடுக்கப்பட வேண்டிய மரியாதையை மீண்டும் நிலை நாட்டுதல், ஆசிய இளைஞர்களுக்கு தர்மத்தையும், ஆன்மிகத்தையும் பேணும் மனப்பான்மையை வளர்ப்பது, கிழக்குக்கும் மேற்குக்கும் இடையே படித்தவர்களிடம் பரஸ்பர மரியாதையை ஏற்படுத்துவது போன்ற சில விளைவுகளையும் அவர் ஏற்படுத்த விரும்பினார்.

அவரிடம் பணிபுரிந்த பண்டிதர்கள் கிராமம் கிராமமாகச் சென்று கிரந்தத்தில் எழுதப்பட்ட வடமொழிப் பனையோலைகளைச் சேகரிக்க ஆரம்பித்தனர். நூலகம் வளர ஆரம்பித்தது. அதன் மூலம் நூலகத்துக்கு அடையாறு வளாகத்தில் ஓர் அர்த்தமுள்ள இடம் கிடைத்தது. ஆராய்ச்சி அதிகரித்தது. சுவடிகளை, முக்கியமாக வடமொழிச் சுவடிகளையும், தோல் மேல் எழுதப்பட்ட எழுத்துகளையும் மொழிபெயர்த்து, பிரசுரிக்க ஆரம்பித்தனர். கிழக்கத்திய நூல்களைப் பிரசுரித்து, மத ஒப்பீட்டு ஆய்வு, தத்துவம், விஞ்ஞானம் ஆகியவற்றை ஆராய்வதில், ஆசியாவிலேயே முன்னோடியாக இந்த நூலகம் விளங்கியது.

1888-ன் தொடக்கத்திலேயே ஆல்காட்டுக்கும் மாக்ஸ் முல்லருக்கும் இடையே கடிதங்கள் பரிமாறப்பட்டன. அதன் விளைவாக டாக்டர் ஆட்டோ எஃப். ஷ்ரோடர், உபநிடதங்களைப் பற்றி, 1912-ல், தான் ஆராய்ச்சி செய்து எழுதிய கட்டுரையை பிரசுரிப்பதற்காக இங்கே வந்தார். நூலகத்தின் முந்தைய பிரசுரங்களான மதங்கள், தத்துவங்கள் பற்றிய வினா விடைப் புத்தகங்களுக்கு ஆல்காட்டே பொறுப்பு. இப்போது ஏறக்குறைய 200 தலைப்புகளில் அடையாறு நூலகம் சார்பாகப் புத்தகங்கள் வெளியிடப்பட்டுள்ளன. இவை யாவும் தன்னுடைய வேலைத்திறனைப் பற்றியப் பெருமைப்படும் சபையின்

சொந்த அச்சகத்திலேயே இவை அச்சடிக்கப்பட்டன. மத சம்பந்தமான நூல்கள், அகராதிகள், இலக்கணம், மொழியியல், பண்டைய மருத்துவம், ஜோதிடம் ஆகிய நூல்களும் இவற்றுள் அடக்கம். கிழக்கத்திய மொழிகளில் சேமிக்கப்பட்டிருக்கும் அறிவைப் பரவலாகக் கொண்டுசெல்ல வேண்டும்; லத்தீன், கிரேக்க மற்றும் பிற ஐரோப்பிய மொழிகளை மட்டுமே கற்றறிந்த ஆயிரக்கணக்கான மாணவர்களும் இதனால் பயனடையவேண்டும்; அதற்கு, கிழக்கு, மேற்கு தேசத்து அறிஞர்களின் கூட்டுத்துணையைப் பயன்படுத்திக் கொள்ளவேண்டும் என்று ஆல்காட் விரும்பினார்.

ஆல்காட் கட்டிய அந்தப் பெரிய கூடத்தின் கிழக்குப் பகுதியில், நூலகம் இருந்த இடத்தில் சபையின் அருங்காட்சியகம் இருக்கிறது. அடையாறில் உள்ள, இந்தப் பசுமையான, மரங்கள் சூழ்ந்த வளாகத்துக்கு ஆல்காட் இப்போது திரும்பி வந்தால் தன் கனவிலும் காணாத ஒரு சூழலைக் காண்பார். விசாலமான, குளிரூட்டப்பட்ட பெரிய நூலக அறையில், கிழக்கத்திய நாகரிகம், சரித்திரப் பிரசித்தி பெற்ற இலக்கியம், வேதாந்தம், தியானவியல், மதம் ஆகியவற்றைப் பற்றிய பல புத்தகங்களைக் காணமுடியும். அவருடைய கனவு திட்டத்தை நோக்க அவருடைய மார்பளவு சிலை இருக்கிறது.

நூலகமும் அதற்கப்பாலும்

உலகின் மேன்மையான விஷயங்களில் ஒன்று என்று கருதப்படும் கிழக்கத்திய நாகரிகம் பற்றிய படைப்புகள் இன்று அடையாறு நூலகத்தில் உள்ளன. இந்த நூலகத்தில் 2,00,000 புத்தகங்கள், 20,000 ஓலைச்சுவடிகள், கையெழுத்துப் பிரதிகள், தோல் சுருள்கள் ஆகியவை உள்ளன. தக்க அங்கீகாரம் அளிக்கப் பட்டு ஒரு முக்கிய இந்திய கலாசார ஆராய்ச்சிக்கூடமாக அடையாறு நூலகம் கருதப்படுகிறது. தவிரவும், சென்னைப் பல்கலைக்கழகத்தினால் வடமொழி மற்றும் இந்தியப் பண்பாடு குறித்த ஆராய்ச்சி மையமாகவும் இது அங்கீகரிக்கப்பட்டிருக்கிறது.

அடையாறு நூலகத்தில் உள்ள சில முக்கிய நூல்களின் பட்டியல் இதோ. 600 வருட குரானின் பிரதி, 500 வருட அபூர்வ வடமொழி சுலோகங்கள், 500 வருட வானியல் ஆராய்ச்சி மற்றும் பூகோளத்தைப் பற்றிய வரைபடம், அட்டவணைகள் நிரம்பிய லத்தீன் மொழிப் புத்தகம், சடலங்கள் கெடாதபடி பாதுகாக்கும் முறை பற்றி 300 வருடங்களுக்கு முன் லண்டன் வாழ் அறுவை சிகிச்சை நிபுணர் எழுதிய பிரதி, நூரம்பர்கில் அச்சடிக்கப்பட்டு, நூலகத்தி லேயே பெரிய புத்தகமான மார்டின் லூதரின் பைபிள் மொழிபெயர்ப்பு, புத்தரின் 800 வருடப் பழைமையான படமுள்ள சுருள்கள். இவை யாவும் நூலகத்தின் மதிப்பிட முடியாத உடைமைகள் ஆகும். ஏனைய மதிப்புள்ள உடைமைகள், நேபாள மொழியில் எழுதப்பட்ட தாந்த்ரீக நூல், கையெழுத்துப் பிரதியான ரூமியின் மஸ்நாவி மற்றும் சீனக் கலைக்களஞ்சியங்கள். ஓர் ஆட்டுத்தோல் கையெழுத்து பிரதியும் புளியங்கொட்டையில் எழுதப்பட்ட பிரதியும் பார்க்கப் பரவசமூட்டுகின்றன. கூடுதலாக, இங்குள்ள கலைக்

கூடத்தில் உள்ள மேற்கு, கிழக்கு நாகரிகங்களின் சிறிய அளவிலான கலைப் பொக்கிஷங்கள் தத்துவ நோக்குக்கு அடையாளமாக திகழ்கின்றன.

இந்து மற்றும் பௌத்த பாரம்பரியத்தைக் காப்பாற்ற அதன் விலை மதிப்பில்லாத ஏடுகளை தனது நூலகத்துக்குக் கொண்டுவர ஆல்காட் முனைந்தார். இந்த ஏடுகள் நூலகத்தின் விலைமதிப்பற்ற பொக்கிஷமாகக் கருதப்படுகின்றன. மரவுரியில் செய்யப்பட்ட தாளில் செதுக்கப்பட்டு, வடமொழியில் எழுதப்பட்டு திபெத்திய மொழியில் மொழி பெயர்க்கப்பட்ட பிரதிகள், வெகு நாள்களுக்குக் காணாமல் போயிருந்தன. அவற்றோடு சேர்ந்து மேலும் சிலவும் காணாமல் போயின. சயாம் நாட்டு அரசரால் ஆல்காட்டுக்கு அளிக்கப்பட்ட சயாமிய மொழியில் எழுதப்பட்ட திரிப்தகா குறிப்பிடத்தக்கது. அத்துடன், ஜொலிக்கும் தாளில் சீனத் தூரிகை வேலைப்பாடுடன் தங்க எழுத்துகள் உடைய மற்றொரு ஏடு, சிகப்பு, தங்க, கருப்பு நிறங்களில் மெருகு பூசப்பட்ட பர்மிய பௌத்த கையெழுத்துப் பிரதி, 1880-களில் இலங்கையில் நடந்த பௌத்த மத மறுமலர்ச்சிக்கு பங்களித்த ஆல்காட்டை நினைவுகூரும் பாலிமொழி பிரதிகள்... இவ்வாறு பட்டியல் நீண்டுகொண்டே இருக்கும்.

தத்துவங்களைப் பற்றியும் மதங்களைப் பற்றியும் உலகத்தில் உள்ள எல்லா கிழக்கத்திய, மேற்கத்திய மொழிகளிலும் புத்தகங்கள் இருக்கின்றன. இவை எல்லா அளவுகளிலும் இருக்கின்றன. பிரத்யேகமான பூதக்கண்ணாடி மூலம் பார்த்தால் ஏழு மொழிகளில் எழுதப்பட்ட ஒரு கட்டை விரல் நகம் அளவுள்ள பைபிளைக் காணலாம். 200 மொழிகளில் எழுதப்பட்ட இயேசுவின் ஜபம், நூலகத்தின் மதிப்பிட முடியாத சேகரிப்புகளில் ஒன்று.

தத்துவமும் மதமும் நூலகத்தின் முக்கிய பலம் என்றாலும் கலை, இலக்கிய, சமூக அறிவியல் தொடர்பான புத்தகங்களும் அங்கு உள்ளன. ஏராளமான ஓவிய, கட்டடக் கலை புத்தகங்களும் பிரம்மஞானம் சாராத புத்தகங்களும் உள்ளன. முன்னாள் தலைவர் ஜி.எஸ். அருண்டேல் அளித்த துப்பறியும் நாவல்கள்கூட உள்ளன.

டாக்டர் அன்னி பெசண்டின் அரசியல் புத்தகங்கள், அவருடைய பத்திரிக்கை கத்தரிப்புகள், சுயாட்சி பற்றிய துண்டுப் பிரசுரங்கள், தினசரி செய்தித்தாளான நியூ இந்தியா, வாராந்திர இதழான காமன்வெல்த் ஆகியவற்றின் பிரதிகள் இந்தியாவின் சுதந்தரப் போராட்டத்தைப் பற்றிய முக்கியமான ஆவணங் களாகத் திகழ்கின்றன. ஆல்காட்டின் 30 பாகங்கள் கொண்ட நாட்குறிப்புகள், மேடம் ப்ளவாட்ஸ்கியின் குறிப்புகள், அவர்களுடைய சொந்தச்சாமான்களில் சில (அவருடைய சிறிய நாட்குறிப்புப் புத்தகமும், அவர் பயன்படுத்திய பென்சிலும்) உள்ளன. இவை, வேறொரு உலகத்தைப் பிரதிபலிக்கின்றன. பிரம்மஞான சபையைப் பற்றிய பொக்கிஷங்களுடன் அதை உருவாக்கிய மனிதர்களின் நம்பிக்கைகளும் அவர்களைப் பற்றிய கதைகளும் இருக்கின்றன.

எட்வின் ஆர்னால்ட், தனது லைட் ஆஃப் ஏஷியாவின் முதல் பிரதியை ஆல்காட்டுக்குப் பரிசாக அளித்தார். இது மாதிரியான சிறிய விஷயங்கள்கூட

ஆல்காட்டுக்கு மகிழ்ச்சியளித்தன. 19 டிசம்பர் 1882-ல் அவர் எழுதிய நாட் குறிப்பில் ‘காலையில் சென்னைக்கு வந்தேன். முக்கிய நபர்கள் உள்ளடங்கிய 50 பேர் என்னை வந்து சந்தித்து, ஸ்டேஷனில் இருந்து அடையாறுக்கு அழைத்துச் சென்றனர். எங்கள் அழகான வீடு தேவலோகம் போல் இருந்தது. எங்களுக்கு இனிமேல் மகிழ்ச்சியான நாள்கள்தான்’ என்று எழுதியிருந்தார்.

அந்த மகிழ்ச்சியான தினங்கள் இன்று சரித்திரமாகிவிட்டன. அவர் விட்டுச்சென்ற நூலகம், மகிழ்ச்சியின் சின்னமாகிவிட்டது. மகிழ்ச்சிக்கு முக்கிய காரணம், நலம் விரும்பிகள் நூற்றுக்கணக்கான, மதிப்பிட முடியாத, இலக்கிய பொக்கிஷங்களை நூலகத்துக்கு அளித்ததுதான். இப்போது இருப்பதைவிட அதிக அளவிலான வாசிப்பாளர்கள், ஆராய்ச்சியாளர்கள், மொழிபெயர்ப்பாளர்கள் ஆகியோருக்காக இங்குள்ள புத்தகக் களஞ்சியம் காத்திருக்கிறது. நாட்டுக்கே உதாரணமாகத் திகழும் ஒரு புத்தக மருத்துவமனை, இந்தக் களஞ்சியத்தைப் பாதுகாக்கிறது.

தேசியப் பல்கலைக்கழகம் நிறுவப்பட்டபின், தேசியக் கல்வியைப் பற்றி சிறிது காலத்துக்கு இந்த வளாகத்தில் சோதனை செய்யப்பட்டது. தேசிய பல்கலைக்கழகத்தின் முதல் வேந்தர் ரவீந்திரநாத் தாகூர். இணைவேந்தர் எஸ். சுப்பிரமணிய ஐயர். 1918-ல் தாமோதர் கார்டன்ஸில் இப்போது மறைந்து போன அதன் முதல் கல்லூரி ஆரம்பிக்கப்பட்டது. ஆலமரத்துக்கு அருகில் இருக்கும் ப்ளவாட்ஸ்கி பங்களாவில் அறிஞர்கள், தங்களது ஓய்வுக்காக ஓர் அமைதியான இடத்தைக் கண்டு பிடித்திருந்தனர். 1934-ல் இந்த பங்களாவில்தான் ரவீந்திரநாத் தாகூர் வசித்தார்.

இப்போது, சபைக்கு 60 நாடுகளில் 1,200 கிளைகள் இருக்கின்றன. தலைமை அலுவலகத்தில் 80 கட்டடங்கள் உள்ளன. இவற்றை எல்லாம் மேற்பார்வை யிடும் மேடம் ப்ளவாட்ஸ்கியின் சிலைக்குக்கீழ் அவருடைய அஸ்தி அடங்கிய பாத்திரம் இருக்கிறது. அவர் மூட்டிய தீ, எப்போதும்போல் உலகம் எங்கும் கொழுந்துவிட்டு எரிகிறது. ஆனாலும், அந்தச் சபை இந்தியாவில் நிரந்தர மாகவும் பலமாகவும் வேரூன்றியதற்குக் காரணம், அயர்லாந்தைச் சேர்ந்த கலகக்காரரான அன்னி பெசண்ட்.

லண்டனில் ப்ளவாட்ஸ்கி வசிக்க விரும்பியதாலும், கர்னல் ஆல்காட்டின் கவனம் இலங்கைக்கும் புத்த மதத்துக்கும் திரும்பியதாலும், 1889-ல் சபையில் சேர்ந்து, 1893-ல் இந்தியாவுக்கு வந்த அன்னி பெசண்ட், 1907-ல் சபையின் தலைவரானார். அவர் வாரணாசியில் நிறுவிய சென்ட்ரல் ஹிந்து பள்ளியும் கல்லூரியும்தான் பெனாரஸ் ஹிந்து பல்கலைக்கழகத்தின் கரு. இந்து மதப் புத்தாக்க இயக்கத்துடன் தொடர்புகொண்டபின், பிரம்மஞான சபையை ஊக்கத்துடன் முன்னுக்குக் கொண்டுவந்தார். சிறிது சிறிதாக இந்திய தேசிய காங்கிரஸ் மீதும், சுதந்தரப் போராட்டத்தின் மீதும் தன் கவனத்தைச் செலுத்த ஆரம்பித்தார்.

புகழ்பெற்ற அந்த ஆலமரத்தின் நிழலில்தான் அவரும் அவருடைய சகாக்களும் சுயாட்சியைப் பற்றி முதலில் விவாதித்தனர். 1933ல் பெசண்ட்

மறைந்த பிறகு, சபை உலகமெங்கும் பரவிய மதக் கொள்கையின் மேல் கவனத்தைச் செலுத்தி, இந்தியப் பொது வாழ்வில் இருந்து தன்னை மெதுவாகத் துண்டித்துக்கொண்டது.

பெசண்டுடன் நெருங்கிய தொடர்புடைய இந்திய தேசிய காங்கிரஸ், தனது தொடக்கத்துக்குப் பின் 1885-ல் மும்பையில் தன் முதல் மாநாட்டை நடத்தியது. காங்கிரஸின் நிறுவனர்களுள் ஒருவரான ஆலன் ஆக்டேவியன் ஹ்யூம் என்ற பிரம்மஞான சபை உறுப்பினர் (பிரிட்டிஷ் அரசு அதிகாரி) காங்கிரஸின் தந்தை என்று பலராலும் அழைக்கப்படுகிறார்.

'மைலாப்பூர் 17' என்று அழைக்கப்பட்ட குழு ஆலமரத்தடியில் விவாதித்துக் கொண்டிருந்தபோது, காங்கிரஸ் இயக்கம் ஆரம்பிப்பது குறித்து முதலில் ஆலோசனை சொன்னவர் ஹ்யூம். அந்த முதல் மாநாட்டில் பொதுச் செயலராகத் தேர்ந்தெடுக்கப்பட்ட ஹ்யூம், 1898-ல் இங்கிலாந்துக்குத் திரும்பிச் செல்லும்வரை அந்தப் பதவியை வகித்தார்.

1887-ல் லார்ட் கன்னிமரா, ஆளுநராக இருந்தபோது சென்னையில் முதல் மாநாடு நடந்தது. விஸயநகரம் மகாராஜா, ஹிந்துவை நிறுவிய வீரராகவாச்சாரியார், சுப்பிரமணிய ஐயர் ஆகியோர் அதில் பங்கேற்றனர். லார்ட் கன்னிமரா காங்கிரஸ் உறுப்பினர்களை தேநீர் விருந்துக்காக அரசாங்க மாளிகைக்கு அழைத்தார். ஏழு வருடங்களுக்குப் பின், சென்னையில் இரண்டாம் மாநாடு நடந்தபோது அரசாங்கத்தின் மனப்பான்மை மாறி யிருந்தது. இருந்தபோதிலும், 1914-ல் 29-வது மாநாடு சென்னையில் உள்ள 'டவ்டன் ஹவுஸின்' மைதானத்தில் நடந்தபோது, ஆளுநர் லார்ட் பெண்ட்லண்ட் அதற்கு வருகை தந்து பாராட்டினார். முதன்முதலாக மகாராணியின் பிரதிநிதி வருகை தந்தது அப்போதுதான். 1908-ல் சென்னையில் நடந்த 23-வது மாநாட்டில், சூரத்தில் முந்தைய வருடம் பிளவுபட்ட இரு கோஷ்டிகளையும் அன்னி பெசண்ட் இணைத்தார்.

கடற்கரையில் அடையாற்றுக்குத் தெற்கே, பிரம்மஞான சபையின் வளாகத்தில், 25 அடி உயரமுள்ள ஜே. கிருஷ்ணமூர்த்தியின் சிலையின் அடியில் அவருடைய சில வார்த்தைகள் பொறிக்கப்பட்டிருக்கின்றன. அன்னி பெசண்ட்தான், இளைஞன் கிருஷ்ணமூர்த்தியை உலக மீட்பர் என்று பிரகடனப்படுத்தினார். இளமையில் தன் மீது சுமத்தப்பட்ட எதிர்பார்ப்புகளில் இருந்து தன்னைத் துண்டித்துக்கொண்ட கிருஷ்ணமூர்த்தி, மதிப்புக்குரிய குருவாக மாறினார்.

இந்திய வாழ்க்கையில் பிரம்மஞான சபை, அநேக விதங்களில் பங்கேற்றது. 1879-லேயே ஆல்காட், இந்தியாவின் முதல் சுதேசி பொருள்காட்சியை மும்பை யில் திறந்துவைத்தார். 1917-ல் மார்கரெட் கஸின்ஸும் டாரதி ஜினராஜதாஸாவும் இந்திய மகளிர் சங்கத்தை தொடங்கினர். இந்த அடித்தளத்தின் மீதுதான் இந்தியாவின் மகளிர் இயக்கம் வளர்ந்தது. இந்தியாவில் ஒரு சாரணர் இயக்கத்துக்கு பேடன்-பவுல் அனுமதி அளிக்காததால், அந்த இயக்கத்தை ஆலமரத்துக்கு அடியில் அன்னி பெசண்ட் தொடங்கினார்.

அருண்டேல் சபையின் தலைவராக இருந்தபோது அவர் மனைவி ருக்மிணிதேவி அருண்டேல், நுண்கலைகளுக்காகச் சபையின் பெசண்ட் கார்டன்ஸில், 1936-ல் கலாக்ஷேத்ராவை நிறுவினார். 1963-ல் கர்நாடக சங்கீதம், பரத நாட்டியம், பாரம்பரிய நெசவு மற்றும் துணி வடிவமைப்பு ஆகியவற்றின் வளர்ச்சிக்காக அந்த நிறுவனம் ஆரம்பிக்கப்பட்டது. 1963-ல் மாமல்லபுரம் செல்லும் சாலையில் மூன்று கிலோமீட்டர் தள்ளி இருந்த திருவான்மியூருக்கு நகர்ந்தது.

பாரம்பரிய வடிவமைப்புகளையே நடனமாடுபர்கள் பயன்படுத்தவேண்டும் என்ற விருப்பத்துக்கு ஏற்ப, 1937-ல் ருக்மிணிதேவியால் நிறுவப்பட்ட கைத்தொழில் ஆராய்ச்சி மற்றும் பயிற்சி மையம் பருத்தியிலும் பட்டிலும் வடிவமைக்கப்பட்ட பழங்கால பாணிகளையும் ஆராய்ச்சி செய்து உருவாக்கிறது. இங்குதான் உ.வே. சாமிநாத ஐயரின் தமிழ் கையெழுத்துப் பிரதி நூலகம் இருக்கிறது. கடந்த 125 ஆண்டுகளில் தலைசிறந்த தமிழ்ப் பண்டிதர், உ.வே. சாமிநாத ஐயர்.

கலாக்ஷேத்ராவுக்கும் பிரம்மஞான சபைக்கும் இடையில் இருப்பது எலியட்ஸ் கடற்கரை. 1960-களின் முதல் பாதிவரை, ஐரோப்பியர்கள் ஓய்வெடுப்பதற்குத் தோதான காட்டேஜ்கள் இங்கே அமைக்கப்பட்டிருந்தன. சமீப காலமாக உருவாகி வரும் குடியிருப்புகள், அதிக மக்கள் தொகை, நீச்சலின்மீது இந்தியர்களுக்கு இருந்த அக்கறையின்மை ஆகியவை அந்தக் கடற்கரையை பொழுதைப் போக்குவதற்கான இரண்டாவது மரீனாவாக மாற்றிவிட்டன.

30 டிசம்பர் 1930 அன்று காலையில் ஓர் ஆங்கிலேயப் பெண்ணைக் காப்பாற்றும் முயற்சியில் கடலில் இறந்த காஜ் ஷ்மிட்டுக்கு அங்கு ஒரு நினைவுச்சின்னம் எழுப்பப்பட்டுள்ளது. அடுத்த நாள் மாலை, அந்தப் பெண் ஒன்றுமே நடக்காததுபோல், ஒரு பெரிய விருந்துக்கு வந்தாள். ஆனால் அவள் ஆளுநருக்கு அறிமுகப்படுத்தப்பட்டபோது, அவர் குறிப்பாக அவளை உதாசீனப்படுத்தினார். அதற்குச் சில நாள்கள் கழித்து, ஷ்மிட் நினைவுச் சின்னம் கட்டப்பட்டது. 2008ல் சீர்படுத்த பின்கூட, இந்த வரிகள் எழுதப் படும் போது மோசமான நிலையில் இருக்கிறது.

பெசண்ட் அருண்டேல் பள்ளி, டாக்டர் அருண்டேலால் 1934-ம் ஆண்டு நிறுவப்பட்டது. ஜி.எஸ். அருண்டேல் ஆசிரியர் பயிற்சி மையம், 1946-ல் அவருடைய மனைவியால் நிறுவப்பட்டது. இவற்றுக்கு முன்னோடி, 1894-ல் ஆல்காட்டால் சபை தோட்டத்தில் தொடங்கப்பட்ட பள்ளிகளே. கலாக்ஷேத்ராவும் மேலே குறிப்பிட்ட இரு பள்ளிகளும் திருவான்மியூரில் இருக்கும் அன்னி பெசண்ட் கலாசார மையத்தில் உள்ளன. இவற்றில் இருந்து உருவான ஆல்காட் நினைவு உயர்நிலைப் பள்ளி அந்த வட்டாரத்திலேயே பழைமையான பள்ளியாக இயங்கிவருகிறது. இந்தப் பள்ளிகளில்தான் அன்னி பெசண்ட் சாரண, சாரணியர் இயக்கங்களைத் தொடங்கினார். ஆசிரியர்களுக்குப் பயிற்சியளித்து, படிப்பிற்கு தேவையானவற்றை தயாரிக்க நேரம் செலவழிக்க மரியா மான்டிஸோரியை அழைத்தார். இங்கேயே

அச்சடிக்கப்பட்ட பொருட்கள் மூலம் இந்தியாவிலேயே மாண்டிஸோரி முறை ஆரம்பிக்கப்பட்டது.

எலியட்ஸ் கடற்கரைக்கு அப்பால், உயர்வகுப்பினரின் அடுக்குமாடிக் கட்டடங்கள் இருக்கும் வால்மீகி நகர் 1990-களில் தோன்றியது. அதற்கு அப்பால் இருப்பது 10-ம், 11-ம் நூற்றாண்டுகளில் சோழர்களால் கட்டப்பட்ட மருந்தீசுவரர் கோயில் இருக்கும் திருவான்மியூர் என்ற கிராமம். ராமாயணத்தின் ஆசிரியர் வால்மீகி இங்கு வழிபட்டதாக ஐதீகம். 11-ம் நூற்றாண்டைச் சேர்ந்த சோழர் கல்வெட்டுகளை இங்கு காணலாம். இந்தக் கோயிலில் 63 நாயன்மார்களையும் 108 லிங்கங்களையும் காணலாம். வால்மீகி சந்நிதிக்கு அருகில், பாம்பன் சுவாமிகளின் சமாதி இருக்கிறது. வறண்ட ஒரு குளமும் முடிவடையாத கோபுரமும் அந்தக் கோயிலின் அழகைக் கெடுக்கின்றன. ஆனால் திருவான்மியூருக்கும் அண்டைய கிராமங்களும் 21வது நூற்றாண்டின் முதல் பத்து வருடங்களின் இறுதியில் வளர்ச்சியைக் கண்டபின், குளங்கள் புதுப்பிக்கப்பட்டு, இப்போது கணிசமான அளவில் பக்தர்களுக்காக கோவில் வசதிகள் அதிகப்பட்டிருக்கின்றன.

இதற்குச் சிறிது தூரத்தில் ஒரு சவுக்குத் தோப்பில், சோழமண்டலம் என்ற கலைஞர் குடியிருப்பு இருக்கிறது. இது ஒரு காலத்தில் அரசாங்க கலை மற்றும் கைத்தொழில் கல்லூரியில் முதல்வராகப் பணிபுரிந்து, நவீன ஓவியத்தின்மீது தன் கவனத்தைச் செலுத்திய மறைந்த டாக்டர் கே.சி.எஸ். பணிக்கரால் 1965-ல் ஆரம்பிக்கப்பட்டது. கடலோரத்தில், எட்டு ஏக்கர் பரப்பில் அமைந்துள்ளது, அந்தக் குடியிருப்பு. தன்னுடைய பழைய மாணவர்களான இரண்டு டஜன் ஓவியர்களையும் சிற்பிகளையும் அங்கே அழைத்துக் கொண்டுவந்த பணிக்கர், அவர்களை அவர்கள் விருப்பத்துக்கு ஏற்ப இயங்கவும், தொழில் பயிலவும், வாழ்க்கையை நடத்தவும் ஊக்குவித்தார். முதல் விதைக்கு ரூ.40,000 பணம், 1965ல் வேப்பேரியில் ஒரு மூன்றடுக்கு வீட்டில் இயங்கி, கலைஞர்களுக்கு ஓவியத்திற்கும், பாடிக் வேலைக்கும், மட்பாண்ட தொழிலுக்கும் இடம் அளித்து, அதன் மூலம் சம்பாதிக்க வாய்ப்பு அளித்த மத்திய அரசின் லலித ஆலா அகாடமி உதவியது. இங்கே, திறந்தவெளியில், நவீன ஓவியங்களும் அவ்வப்போது நவீன நாடகங்களும் கவிதைகளும் தழைக்கின்றன.

நவீன கலைக்கூடம், அருங்காட்சியகம், நிகழ்ச்சிகள் மற்றும் உண்ணும், வியாபார இடங்கள் இந்த இடத்தில் கடந்த சில வருடங்களில் உண்டாகியிருப்பதால் ஒரு காலத்தில் கிராமம் கலைஞர்களில் ஆரம்பிக்கப்பட்ட சூழ்நிலையை இழந்ததால், இவ்வளவு கூட்டம் இப்பொழுது இல்லை. லேபர்னம், இண்டிகோ என்று இரண்டு கலையிடங்களும் கலைக்கூடமும், பிப்ரவரி 2009ல் திறக்கப்பட்ட சோழமண்டல சென்டர் ஆஃப் கான்டெம்ப்ரரி ஆர்ட், கேஸிஎஸ் பணிக்கர் மூசியம் ஆஃப் மதராஸ் மூவ்மென்டில் இருக்கின்றன. 1940ல் ஆரம்பிக்கப்பட்ட இது 1970களிலும் 1980களிலும் உச்சநிலையடைந்தது.

சற்று தூரத்தில் டிஸ்னிலேண்ட் போல் கட்டப்பட்ட வி.ஜி.பி. கோல்டன் பீச் அமைந்திருக்கிறது. அதற்கு அப்பால் கைத்தொழில்கள் பயிற்றுவிக்கும் பாரம்பரிய மையமான தக்ஷிணசித்ரா அமைந்திருக்கிறது. கோவளத்தில் உள்ள ஒரு பழைய டச்சுக் கோட்டையில் 19-ம் நூற்றாண்டின் செல்வந்தர் ஜான் டி மாண்டேயுடன் தொடர்புடைய பல பண்டைய பொருள்கள் இருக்கின்றன. பின் வரும் பக்கங்களில் விவரிக்கப்பட உள்ள முதலைப் பண்ணை அதற்கு அப்பால் உள்ளது. அதற்கப்பால் வருவது 56 கி.மீ. மஹாபலிபுர சாலையில் அடுத்த பாதி.

ஆறாம், ஏழாம் நூற்றாண்டுகளில் செதுக்கப்பட்ட சிற்பங்கள் மூலம் ஒரு திறந்த வெளி அருங்காட்சியகமாகத் திகழும் உலகப் பாரம்பரிய மையமான மாமல்லபுரத்தையும் திருவான்மியூரையும் இணைக்கும் கிழக்குக் கடற்கரைச் சாலை, தென்னாட்டில் உள்ள நேரத்தியான சாலை என்று கருதப்படுகிறது. இந்தச் சாலையில் சோழமண்டலம், தக்ஷிணசித்ரா தவிர்த்து, விடுமுறை விரும்பிகளையும், கலாசார ரசிகர்களையும் ஈர்க்கும் வேறு சில கேளிக்கை இடங்களும் உள்ளன. இந்த சாலையை ஒட்டி இருக்கும் ஈஞ்சம்பாக்கம், கொட்டிவாக்கம், நீலாங்கரை போன்ற கிராமங்கள் 1990 முதல் வளர்ச்சி அடைந்து வருகின்றன. 1970 முதல் இருந்த கவர்ச்சியான பண்ணை வீடுகள் இருந்த இடத்தில், புதுக் குடியிருப்புகள் உருவாகிவிட்டன. 2020க்குள் இந்த வளர்ச்சி மஹாபலிபுரத்தை அடைந்தால் ஆச்சரியப்பட வேண்டும்.

அடையாறுக்குத் திரும்பினால், கிழக்கிந்திய கம்பெனியின் ஊழியர்களின் கோட்டை போன்ற பழைய பிரிட்டிஷ் வீடுகளை இன்றும் காணலாம். இதற்குச் சிறந்த உதாரணம், அடையாறு சந்திப்புக்கு அருகில் இருக்கும் ராமாலயம். முந்தைய திருவாங்கூர் மஹாராஜாவின் தோட்ட வீடு இது. அதன் கூடங்களிலும் மாடங்களிலும் அமைதி குடியிருந்தாலும், சுற்றியுள்ள தோட்டங்களில் இருக்கும் பள்ளிக் குழந்தைகள், குரல் எழுப்பியபடியே இருப்பார்கள். கீழ்ப்பாக்கத்தில், பச்சையப்பன் கல்லூரிக்கு அருகில் இருக்கும் குஷால்தாஸ் கார்டன்ஸ் என்ற நேர்த்தியான அரண்மனை இன்றும் இருக்கிறது. 1828-ல் ஒரு பெரிய ஜவுளி நிறுவனம், குஷால்தாஸ் குடும்பத்தால் அங்கே நிறுவப்பட்டது. ஜெனரல் பேட்டர்ஸ் ரோடில் இருந்த அவர்களுடைய மனையைக் காலி செய்தபின், அந்தக் குடும்பம் இங்கு நகர்ந்திருக்கலாம். 1990-களின் ஆரம்பம் வரை, பீரங்கிகளாலும் கருப்புத் தூண்களாலும் அலங்கரிக்கப்பட்டு, சுற்றியும் அரை உயரச் சுவர்கள் எழுப்பப்பட்ட இந்தக் கட்டடம் என்.சி.சி.யின் தலைமைச் செயலகமாக உபயோகிக்கப்பட்டது. இப்போது, அங்கு சினிமா படப்பிடிப்புகள் நடைபெறுகின்றன.

ஆனால், அடையாறின் சரித்திரம், அதன் பிரிட்டிஷ் வீடுகளுக்கும் முந்தையது. ஆற்றின் கரையில், பழைய கற்காலத்தைச் சேர்ந்த தாழிகள் கண்டுபிடிக்கப் பட்டுள்ளன. 1559-ல் விஜயநகரத் துருப்புகள், சிலைகளை அழிக்கும் போர்த்துகீசியர்களை போரில் வென்றனர். நவம்பர் 1746-ல் பிரெஞ்சுக் காரர்கள் சென்னையை ஆக்கிரமித்தபோது நடந்த அடையாற்றுப் போரை முன்னரே பார்த்தோம். இந்த இந்தியத் தோல்விதான் ஒரு பேரரசை

உருவாக்கும் நம்பிக்கையை ஐரோப்பியர்களுக்கு ஏற்படுத்தியது என்று வரலாற்று ஆசிரியர்கள் கருதுகிறார்கள். குறைந்த எண்ணிக்கையில் ஆன ஐரோப்பிய வீரர்களையும், பீரங்கிகளையும், பயிற்சியளிக்கப்பட்ட சில இந்தியச் சிப்பாய்களையும் கொண்ட ஒரு சிறு படை மூலம், முறையான பயிற்சி பெறாத பெரும் இந்தியப் படையை எளிதாகத் தோற்கடித்து விடமுடியும் என்பது இங்குதான் நிரூபிக்கப்பட்டது.

அடையாற்றுக்கு அருகில் உள்ள, இப்போது காந்தி நகர் என்று அழைக்கப் படும் பகுதியில், அடையாறிலேயே பழைமையானதாகக் கருதப்படும் புனித பேட்ரிக் பள்ளி இருக்கிறது. ஆர்மீனியன் தெருவில் 1840-ல் நிறுவப்பட்ட ஒரு சிறுவர் அனாதை இல்லம், பேட்ரீசியன் பாதிரிகளால் நிர்வகிக்கப்பட்ட பள்ளியாக வளர்ந்தபின், அதற்கு மேற்கொண்டு இடம் தேவைப்பட்டது. ஆகையால், 150 ஏக்கர் பரப்பளவு உள்ள எல்ஃபின்ஸ்டன் பார்க் என்ற தோட்ட வீடு ஜூலை 1885-ல் வாங்கப்பட்டு, அதில் பள்ளி குடிபெயர்ந்தது. மற்றப் பள்ளிகள் அதற்குப் பின் தோன்றின.

1940களின் இறுதியில், பொட்டல் காடாக ஆற்றுக்குத் தெற்கேயிருந்த அடையாறில் மத்தியதர குடியிருப்புகள் கட்டப்பட்ட முதல் பிரதேசம் காந்தி நகர், அதற்குப் பின் கஸ்தூர்பா நகர். இதற்கு வடக்கே இந்திரா நகரும் சாஸ்திரி நகரும் வளர்ந்தன. அதற்குப்பின் வருவது புராதன கிராமமான திருவான்மியூர்.

மஹாபலிபுரம் செல்லும் சாலை, 1963ல் கர்நாடக சங்கீதம், பரதநாட்டியம், பாரம்பரிய கைத்தறி, ஜவுளி அமைப்பு, இவைகளில் ஈடுபட்ட கலாக்ஷேத்திரா, இடம் தேடி திருவான்மியூர் கடற்கரைக்கு, பிரம்மஞான சபைக்கு 3 கி.மீ. அப்பால் மஹாபலிபுரம் செல்லும் சாலைக்கு சென்றது. அதன் 300 ஏக்கர் ரம்மியமான வளாகத்தில் திறந்தவெளியில் அதன் மாணாக்கர்கள் சங்கீதமும் நடனமும் பயில்கின்றனர். கேரள பாணியில் கட்டப்பட்ட கூத்தம்பலமென்ற அதன் அரங்கம் கண்கவரும் ஒன்றாகும். கடந்த 125 வருடங்களில் சிறப்பான தமிழ் தாத்தா உ.வே.சா. உவேசாமிநாத ஐயர் தமிழ் கையெழுத்து நூலகம் கவனிக்கப்படுகிறது.

ஒரு காலத்தில் நகரம்

ஒரு புரட்சியாளரின் பூர்வீகம், ஒரு கலாசார அடையாளம்

19-ம் நூற்றாண்டில் அன்னி பெசண்ட், ஒரு பிரிட்டிஷ் புரட்சியாளராக இருந்தார். மகளிர் வாக்குரிமையையும் பிரம்மஞானத்தையும் பேணினார். தான் குடிபுகுந்த நாட்டை தாய்நாடு என்று கருதினார். இந்து மதத்தின் மூலம் மானுடம் வாழ்வதற்கான வழியைத் தேடினார். தன் புகுந்த நாட்டுக்கு சுயாட்சியை வேண்டினார். 20-ம் நூற்றாண்டில் அவர் அடையாளம் பன்முகப்பட்டதாக மாறியது. கல்விமான், பத்திரிகை ஆசிரியர், அரசியல் தலைவர். சென்னையின் பிரம்மஞான இயக்கத்தின் தலைமையகத்தில் ஒரு பையனையும் பெண்ணையும் ஒரு சர்ச்சையான சூழலில் அவர் தத்து எடுத்துக்கொண்டார். அந்தச் சிறுவன் பின்னாளில் தத்துவஞானத்தில் சிறந்து விளங்கினார். அந்தப் பெண், நடனத்தில் உலகப் புகழ் பெற்றார். பிப்ரவரி 1986-ல் ஒரு வார இடைவெளியில் இருவரும் இறந்துபோனார்கள். அதற்குள் அவர்கள் ஏராளமான ரசிகர்களைப் பெற்றிருந்தனர்.

பள்ளிப் படிப்பை வெறுத்த ஜிட்டு கிருஷ்ணமூர்த்தி என்ற அந்த பிராமணச் சிறுவனை, மீட்பராக மாற்றினார் அன்னி பெசண்ட். தன்னை அவரது பாதுகாவலராக மாற்றிக்கொண்டார். சக பிரம்மஞானியான ஜே. லெட்பீட்டரை அவனுடைய ஆசான் ஆக்கினார். முதலாம் உலகப் போருக்கு முந்தைய வருடங்களில், லெட்பீட்டரின் மேல் சில வழக்குகள் பதிவாயின. இயற்கைக்கு மாறாக அவர் நடந்துகொண்டதாகக் குற்றம் சுமத்தப்பட்டார். தன் மகன் மீதான உரிமையை நிலைநாட்டும் வகையில், அந்தப் பையனின் தந்தை, பெசண்ட் மீதும், லெட்பீட்டர்மீதும் தொடர்ந்த அந்த வழக்குகள் சென்னையில் அப்போது பிரபலம். பிரம்மஞான சபையில் இருந்தும், மற்ற மதரீதியான நிறுவனங்களில் இருந்தும் தன்னை நாளடைவில் விடுவித்துக்கொண்ட கிருஷ்ணமூர்த்தி, 1929 முதல் தனது மிஞ்சிய வருடங்களில் தனித்துவமான சிந்தனைகொண்ட மீட்பராகக் கருதப்பட்டார். உலகம் முழுவதும் பிரசங்கங்கள் செய்தார்.

கிருஷ்ணமூர்த்தி, நரைத்த முடியுடன், உயரமாக, வசீகரமாகக் காட்சியளித்தார். தன்னை அறிந்துகொள்வதன்மூலம் மோட்சத்தை அடைய முடியும் என்று தன்னை நாடி வருபவர்களிடம் அவர் மென்மையாக எடுத்துக்கூறினார். வந்தவர்கள் கட்டுண்டுபோனார்கள். தத்துவஞானத்தில் அவர் தனியொரு அத்தியாயம் என்று கருதப்பட்டார். இந்த நூற்றாண்டின் ஊக்கமளிக்கக்கூடிய தத்துவஞானிகளில் ஒருவர் என்று அவர் வர்ணிக்கப்பட்டார். கிருஷ்ண மூர்த்தி, கலிஃபோர்னியாவில் உள்ள ஓஜாவில் தங்கியபடி உலகம் முழுவதும் சுற்றுப்பயணங்கள் மேற்கொண்டு, பிரசங்கங்கள் செய்துவந்தார். வருடா வருடம் சென்னை திரும்பிய அவர், இங்குள்ள இன்னொரு குடியிருப்பில் தங்கி, தன்னைப் புதுப்பித்துக்கொண்டார். தனது 91-வது வயதில் அவர் இறந்தார்.

அவரைவிடப் பத்து வயது இளையவர் ருக்மிணிதேவி அருண்டேல், தனது 82-வது பிறந்த நாளுக்குச் சில தினங்கள் முன்னதாக இறந்தார். தனது கடைசி வருடங்களில் அவர் அன்னி பெசண்டைப் போலவே கட்டுப்பாடும் ஆதிக்கமும் கொண்டவராக இருந்தார். இளம் வயதில், அவரைத் தன் மகளாகப் பாவித்த அந்த ஐரிஷ் அம்மையாரைப்போல் ருக்மணிதேவியும் ஒரு புரட்சியாளர். அன்னி பெசண்டால் தன் உழைப்பின் விளைவைக் கண்கூடாகப் பார்க்க முடிய வில்லை. ஆனால், ருக்மணிதேவி தொடங்கிவைத்த புரட்சி, இந்திய கலாசாரத்தின் ஓர் அங்கமாக மாறியது. அதை அவர் நேரடியாகப் பார்த்தார். அவர் ஒரு கலாசார சாம்ராஜ்ஜியத்தை உருவாக்கிவிட்டார் என்று அப்போதைய துணை ஜனாதிபதி ஆர். வெங்கட்ராமன் பாராட்டினார்.

வெளி உலகத்துக்குப் பரிச்சயமாகும்போது ருக்மிணி நீலகண்ட சாஸ்திரி மெல்லிய உடல்வாகு கொண்ட ஓர் அழகிய பெண்ணாக இருந்தார். பிரம்ம ஞான சபையில் இருந்தவர்களைப் போலவே அவரும் ஆசாரமான பிராமணக் குடும்பத்தைச் சேர்ந்தவர். அவர்களில் பலர் தியாசபிகல் சொஸைட்டியில் சேர்ந்தபிறகு ஆச்சாரங்களைக் கைவிட்டனர். ருக்மிணியின் ஆன்மிக ஆசிரியர்களாக இருந்தவர்கள், அன்னி பெசண்டும், அடையாறு வளாகத்தில் அன்னி பெசண்ட் தொடங்கிய பள்ளியின் முதல்வராக இருந்த ஆஸ்திரேலியர் அருண்டேலும் ஆவர். 42 வயது அருண்டேலுடன் 16 வயது ருக்மிணிக்குக் காதல் ஏற்பட்டபோது, அன்னி பெசண்ட் அதை ஊக்குவித்தார். சபையில் இரண்டாவது பரபரப்பு ஆரம்பமானது.

'அடையாறு வழிகள்' என்னும் தலைப்பில் வெளிவந்த ஹிந்து கட்டுரையில் அடையாற்றின் சூழ்நிலை இப்படி விவரிக்கப்பட்டிருந்தது: 'எங்களுக்கு ஏற்கெனவே சந்தேகம் அதிகம் இருந்தது. ஒட்டுமொத்த சமூகத்துக்குக் கவலை யளிக்கும் விஷயம் இது.' அந்தப் பத்திரிகை நிறுவனமோ பிராமணர்களின் கோபமோ 1920-ல் நடைபெற்ற திருமணத்தை தடுத்து நிறுத்த முடியவில்லை. எதிர்ப்பு தெரிவித்தவர்கள், நல்ல வேளையாக ஜெயிக்கவில்லை. இந்தத் திருமணத்தின் மூலமாகத்தான், ருக்மிணிதேவியின் சாதனைகள் மலர ஆரம்பித்தன.

பாரம்பரிய கர்நாடக சங்கீதத்தில் ஈடுபாடுடைய ருக்மிணி அருண்டேல் நன்றாகப் பாடுவார். அருண்டேல், அவருக்கு மேலும் ஒரு புதிய கலையுலகை அறிமுகப்படுத்தினார்.

பிரம்மஞானத்தைப் பரப்ப அவர் அடிக்கடி சுற்றுப்பயணம் செய்துவந்தார். ஒரு சந்தர்ப்பத்தில் அவருடன் ருக்மிணியும் சென்றார். 1926-ல் ஆஸ்திரேலியா சென்றிருந்தபோது ஒரு மாலைப்பொழுதில், அவர்கள் ஆனா பாவ்லோவாவின் நடனத்தைக் காணச் சென்றனர். அந்தக் கணத்தில் இருந்து ருக்மிணி மாறினார்.

சந்தர்ப்பம் கிடைத்தபோதெல்லாம், பாவ்லோவாவிடம் இருந்தும் பிற ஆசிரியர்களிடம் இருந்தும் அவர் பாலே நடனம் கற்றுக்கொண்டார். 1929-ல் இந்தியாவுக்குத் திரும்பியபின், ஒரு மாலை, இரு சகோதரிகளின் சதிராட்டத் தைப் பார்த்தார். அந்த நாள்களில் சின்ன மேளம் என்று அழைக்கப்பட்ட சதிரை, தேவதாசிகள்தாம் ஆடினர். மேலும், அந்த தேவதாசிகள், பெயரளவில்தான் 'தேவரடியார்களாக' இருந்தனர். நல்ல வேளையாக அருண்டேல்கள் பார்த்த நிகழ்ச்சி சம்பிரதாயமாக இருந்தது. அதற்குப்பின் அவர் பழைய ருக்மிணியாக இல்லை என்று ஒரு நண்பர் கூறினார். அவரே பின்னர் கூறியபடி, 'தாளக்கட்டின் அழகுடன் அர்த்தமுடைய புது உலகுக்குள்' அவர் இழுக்கப்பட்டுவிட்டார். இந்திய கலாசாரத்தின் மறுமலர்ச்சிக்கு தங்களை அர்ப்பணித்துக் கொள்ளும் இளைஞர்களைக் கண்டுபிடிக்க வேண்டும் என்று அந்த அனுபவம் அவருக்குத் தீர்மானத்தை அளித்தது. குறிப்பிட்ட சிலர் மட்டுமே அறிந்துவைத்திருந்த இந்தக் கலையை அனைவருக்கும் பரப்பவேண்டும் என்னும் சவாலை அவர் ஏற்றுக்கொண்டார்.

அதைச் செய்வதற்கு அவர் முதலில் அந்த நாட்டியத்தைப் பயிலவேண்டும். ஒரு பிராமணப் பெண்ணுக்கு தேவதாசியின் கலையைக் கற்பிக்க சில ஆசிரியர்களே தயாராக இருந்தனர். சில பிரபல கோயில் நட்டுவனார்கள், நிறைய வற்புறுத்தலுக்குப்பின், இரண்டு வருடங்களுக்கு ரகசியமாக அவருக்கு கடினப் பயிற்சியை அளித்தனர். 1935-ல் நடந்த சர்வதேச பிரம்மஞான சபை மாநாட்டின் போது, அவர் தான் கற்றதை வெளிப்படுத்தினார்.

பல நூறு வருடங்களாக, நட்டுவனார்களும் பாடகர்களும் பார்வையாளர்களுக்கு முன்னால் அமர்ந்திருப்பார்கள். பின்னணியில் எதுவும் இருக்காது. உடைகள் பெரும்பாலும் ஆபாசமாகத்தான் இருக்கும். ஆனால், திறந்த வெளியில், ஆலமரத்துக்கு அடியில் ருக்மிணிதேவி ஆடியபோது, அந்தக் கணம் புரட்சி உண்டானது. பக்கவாட்டில், பாடகர்கள் அமர்ந்திருந்தனர். பழங்காலச் சிற்பங் களை நினைவூட்டும் வகையில் ரசனைமிகுந்த உடைகளையும் நகைகளையும் ருக்மிணிதேவி அணிந்திருந்தார்.

அந்த முதல் நாட்டியத்தின்போது, பார்வையாளர்கள் மதி மயங்கி உட்கார்ந் திருந்தனர். 'கடவுளின் ஆசியை வேண்டும் பிரார்த்தனைபோல் அந்த நடனம் இருந்தது' என்றார் வருகை தந்திருந்த சென்னை ஆயர் ஒருவர். இந்த நடனம் தெய்வீகமானது என்று ஜார்ஜ் அருண்டேல் தொடக்கத்தில் கூறியதையே இது பிரதிபலித்தது. பொது மேடையில் தன் மனைவி ஆடுவது, இந்தியக்

கலாசாரத்தை உய்விப்பதற்காகத்தான் என்று அருண்டேல் நம்பியதை வெகு சிலரே ஏற்றுக்கொண்டனர். கோயில் விலைமாதர்களின் இந்தக் கலையை ஒரு பிராமணப் பெண் பொதுமக்களுக்கு முன் நிகழ்த்திக்காட்டினாள் என்று சென்னை முழுவதும், ஏன் இந்தியா முழுவதுமே திடுக்கிட்டது. ருக்மிணிதேவி நடனம் ஆடியபோதெல்லாம், ஜார்ஜ் அருண்டேல் அமைதியாக தியானம் செய்துகொண்டிருப்பார்.

லேடி சங்கரன் நாயரால் ஆரம்பிக்கப்பட்ட எழும்பூர் லேடீஸ் கிளப், தேவரடியார் அல்லாதோர் பொது மேடைகளில் ஆடவும் பாடவும் ஊக்குவித்தது. 11 வயதில் சி. சரஸ்வதிபாய் என்ற பிராமணச் சிறுமி நடத்திய ஹரிகதை அவ்வாறு நடத்தப்பட்ட முதலாவது நிகழ்ச்சி. இதற்குப்பின், மற்றொரு பிராமணப் பெண், டி.கே.பட்டம்மாள் பாடினார். அழுத்தப்பட்ட கலை, கடைசியாக சென்னையில் வெளி வர ஆரம்பித்தது.

பெசண்ட், அருண்டேல் இருவரிடம் இருந்தும் கிடைத்த ஆதரவால், ருக்மிணிதேவி கடிவாளத்தைத் தன் கையில் எடுத்துக்கொண்டார். பணமின்றி, நிலமின்றி, கட்டடமின்றி, மரத்தடியை வகுப்பாக உபயோகித்து, ஒரே ஒரு மாணவருடன், 1936-ல் சர்வதேச கலாசார மையத்தை சபையின் வளாகத்தில் அவர் ஆரம்பித்தார். இப்போது கலாக்ஷேத்ரா என்று அழைக்கப்படும் அந்த மையம் வளர்ந்தபின், அதன் பொன்விழா நடந்தது. ருக்மிணிதேவி கடைசியாகப் பொது மேடையில் தோன்றியது அப்போதுதான்.

முதல் நடனத்துக்கு பிறகு, ருக்மிணிதேவி செய்த முதல் காரியம், பரத முனியின் பெயருடைய பரதநாட்டியம் என்ற சதிரை மாற்றியதுதான். நடனத்தின் ஆன்மிக உணர்ச்சியை மேம்படுத்தி, ஆபாசத்தை ஒதுக்கி, பரத நாட்டியத்துக்கு ஒரு மரியாதையை ஏற்படுத்தினார். தன் நண்பர்களையும் உறவினர்களையும் தனது பள்ளியில் சேரும்படி ஊக்குவித்தார். பரத நாட்டியத்தை ஒழுங்குபடுத்திய ருக்மிணிதேவி, மற்றவர்களின் மாற்றங்களை, விமர்சனங்களை அனுமதிக்க வில்லை. கலாக்ஷேத்ரா பயிற்சிக்குப் பிறகே நாட்டின் நேர்த்தியான பரதநாட்டியக் கலைஞர்கள் மலர ஆரம்பித்தனர். ருக்மிணிதேவியின் அதிகாரத்தின்கீழ்தான் அந்த மகத்தான கலைக்குத் தேவையான கட்டுப்பாடு கிடைத்தது என்று அதில் பலர் ஒப்புக்கொள்வார்கள். அவர் புதிதாக உருவாக்கிய 'நாட்டிய நாடகம்' என்ற பரத நாட்டியத்தின் புதிய அம்சத்தின் மூலம் அவர்கள் பயனடைந்தனர் என்பது நிச்சயம். சென்னையின் கலாசாரக் காட்சிகளில் கலாக்ஷேத்ராவின் நாட்டிய நாடகங்கள் ஒரு தவிர்க்கமுடியாத அங்கமாக விளங்குகிறது.

உலகெங்கும் இருந்து வரும் சிஷ்யர்களுக்கு இந்திய பழங்கால குருகுல சம்பிரதாயத்துக்கு ஏற்ப, ஆன்மிக அனுபவத்துடன் கலாக்ஷேத்ரா, கல்வியை வழங்குகிறது. பல்கலைக்கழகத் தகுதியை எதிர்பார்க்கும் கலாக்ஷேத்ராவின் 100 ஏக்கர் வளாகத்தில், கர்நாடக சங்கீதமும் பரதநாட்டியமும், ஆன்மிகத் தூய்மையை விட்டுக்கொடுக்காமல் கற்றுக்கொடுக்கப்படுகின்றன. ஓவியம், நெசவு மற்றும் பல பாரம்பரியக் கைத்தொழில்களுக்கும் வகுப்புகள் நடைபெறு

கின்றன. எந்தச் சமரசமும் இல்லாமல் கடவுளின் அன்பை வெளிப்படுத்தும் வடிவமாக நடனத்தை அவர் மாற்றியமைத்தார்.

மிகப் பிரசித்தி பெற்ற இந்திய நடனமான பரதநாட்டியத்தை இந்தியாவிலும் வெளிநாட்டிலும் பரப்பியவர்கள் கலாக்ஷேத்ராவில் பயின்றவர்களே. ஒரு காலத்தில், இந்த நிகழ்ச்சிகள் தொடங்குவதற்குமுன் ஜார்ஜ் அருண்டேல் அறிமுக உரை நிகழ்த்துவார். எப்படி கலாக்ஷேத்ரா பரதத்தின் மூலம் சமூக ஏற்றத்தாழ்வுகளை ஒழித்து, கலைக்கு முக்கியத்துவம் அளிக்க முயற்சிக்கிறது என்று விளக்குவார்.

இரு அருண்டேல்களையும் இணைத்த மூன்று விஷயங்கள், பிரம்மஞானம், பிராணிகள் நலம், சைவ உணவுமுறை. இவற்றின்மீது ருக்மிணி வாழ்நாள் முழுவதும் அக்கறை காட்டினார். ராஜ்யசபாவில் இரு முறை இருந்தபோது, 1960-ல் விலங்குகள் வதை தடைச் சட்டம் இயற்ற முன்னணியில் நின்றார். கலா க்ஷேத்ரா மட்டுமல்லாமல், வளாகத்தைச் சுற்றி பல பள்ளிகளையும் பெசண்ட், அருண்டேல் ஆகியோர் நினைவாக ஆரம்பித்தார். மரியா மாண்டிசோரியை இந்தியாவுக்கு அழைத்துவந்த அவர், முதல் மாண்டிசோரிப் பள்ளியை அமைத்து, அவருடைய இயக்கம் பரவ உதவினார்.

காங்கிரஸ் அல்லாத முதல் பிரதமரான மொரார்ஜி தேசாய், ருக்மிணிதேவியை இந்தியாவின் ஜனாதிபதி ஆக்கலாம் என்று கருதினார். (இருவருமே சைவ உணவு முறையைக் கடைப்பிடித்தவர்கள்.) ஆனால் அது நடக்கவில்லை. ஏமாற்றம் அடைந்திருந்தாலும், ருக்மிணிதேவி, அதை வெளிப்படுத்தவில்லை. உண்மையில் அவருடைய இறுதி ஆண்டுகளில் வேறு சில ஏமாற்றங்களும் காத்திருந்தன. அவை பிரம்மஞான சபையில் ஆரம்பித்த உட்பூசல்கள். தனித்தன்மையை விரும்பும் ஆசிரியர்கள் கலாக்ஷேத்ராவை விட்டு விலகினர். மாணவர்கள் புதுப் பள்ளிகளை ஆரம்பித்தனர்.

எனினும், ஒன்றும் நடக்காதது போல், பொது மக்களுக்கு ஓர் அமைதியான தோற்றத்தை காண்பித்து வாழ்ந்துகொண்டிருந்தார் ருக்மிணி தேவி. முகமும் உடலும் பருத்திருந்தாலும், முடிந்துவைத்த நீண்ட நரைத்த முடியுடன், கவர்ச்சியுடன் இருந்த அந்த அம்மையார், ஆயிரக்கணக்கான மாணவர்களை ஈர்த்த 'அத்தை'யாகவே இறுதிவரை இருந்தார்.

நாட்டில் கலைக்காக, அதிலும் முக்கியமாக பரத நாட்டியத்துக்காக இவ்வளவு செய்தவர்கள் வேறு யாரும் இல்லை. 'அவருடைய கடினமான மனப்பான்மை எங்களுக்கு ஒவ்வாமல் இருந்திருக்கலாம். ஆனால் அது மட்டும் இல்லாமல் போயிருந்தால், இவ்வாறு எங்களால் ஆசிரியர்களாகப் பரிணமித்திருக்க முடியாது' என்று முன்னாள் மாணவர் ஒருவர் கூறினார். கடுமையாகத் தோற்ற மளித்த அந்த அத்தை, இந்தப் புகழுரையைக் கேட்டிருந்தால் நிச்சயம் புன்முறுவல் செய்திருப்பார். 'கலைக்கோயிலை உருவாக்கிய அந்த அம்மையார் தன்னை ஒரு கடவுளாக அல்லாமல் முதல் பக்தையாக முன்னிறுத்திக் கொண்டார்.'

13. கவரிமானும் கரிய மானும் விளையாடும் இடம்

அடையாறுக்கு மேற்கே சென்றால், கிண்டியும் நவீன சென்னையில் காணக்கூடிய பிற பகுதிகளும் இருக்கின்றன. 1950-களில் ஆரம்பித்து 1980 வரை வளர்ந்த நகரின் நேர்த்தியான மத்தியதரக் குடியிருப்புகளான காந்தி நகர், கஸ்தூர்பா நகர், காமராஜர் நகர், சாஸ்திரி நகர், இந்திரா நகர், பெசண்ட் நகர், புதிதாக தோன்றியிருக்கும் வால்மீகி நகர் முதலியவை இருக்கின்றன. இந்தப் பகுதிகள் அடையாறு-கிண்டி பரப்பில் பிரம்மஞான சபை, கிண்டி பூங்கா, கலாக்ஷேத்ரா ஆகியவற்றுக்கு இடையே இருக்கின்றன.

1940களின் இறுதியில் ஆரம்பித்த இந்த வளர்ச்சி 1980களில் வேகம் குறைந்து, அப்போது பத்து வருடத்திற்குப் பிறகு ஏற்பட்ட வளர்ச்சியின் அபரிதத்தினால், அதிகமான பரப்பு போல் நகரப்புற நெரிசல் உண்டாயிற்று.

காந்திநகரில் 1948 முதல் கட்டிடம் கட்டப்படும்போது, 1951ல் கஸ்தூரிபா நகர் வளர்ச்சி ஆரம்பித்தது. முதல் கூறியதின் மைலாப்பூர் ரோமன் கத்தோலிக்க சபையின் 136 ஏக்கர் பிஷப்ஸ்கார்டனும், இரண்டாவது கூறிய பெனகல் ராமராவும் அவருடைய சகோதரர்களுக்கு சொந்தமான 125 ஏக்கரும், தனது முன்னோடி ஜே.பி.எல்.ஷெனாயைப் பின்பற்றிய முனிசிபல் கமிஷனர் சி.நரஸிம்ஹனின் பலத்த ஆதரவுடன் கூட்டுறவு சங்கங்கள் வாங்கி விருத்தியடைய செய்தன. இந்தியாவிலேயே முதன்மதலாக ரிஜிஸ்ட்ரார் ஆஃப் கௌஜாபரேடிவ் சொஸைட்டி, ஜே.ஸி.ரயன் இந்த அபிவிருத்தியைத் தொடங்கினார். பிஷப் கார்டனை விற்று கிடைத்த 14.5 லட்சம் ரூபாய் ஜார்ஜ் டவுன் ஆர்மீனியன் தெருவில் கிடைப்பதற்கரிய நேர்த்தியான ஆர்ட் டெக்கோ கத்தோலிக மையத்தைக் கட்ட உதவியது.

கிழக்குக் கடற்கரையில் பூஜை நடக்கும் மூன்று கோயில்களுள் ஒன்று அஷ்டலக்ஷ்மி கோயில் (1976). இது மிகவும் நேர்த்தியாக நவீன முறையில் கட்டப்பட்டிருக்கிறது. இது போக, ஒரு விநாயகர் கோயிலும், வேளாங்கண்ணி மாதா கோயிலும், எலியட்ஸ் பீச்சும் இருக்கின்றன. ஏனைய

கடவுள்களுக்கு வெவ்வேறு சன்னிதகளுடன் எட்டு வகை லக்ஷ்மிகளுக்கு அஷ்டலக்ஷ்மி கோவிலில் சன்னிதிகள் இருக்கின்றன. வேயந்த கூரையுடைய குடிசையில் 1960களில் ஸ்தாபிக்கப்பட்ட வேளங்கண்ணி சர்ச் 1972ல் ஒரு ஒழுங்கான இருப்பிடம் கிடைத்தபின் 1985ல் பெரிய சர்ச் ஆயிற்று. இந்தக் குடியிருப்பின் மூலையில், கிண்டி செல்லும் சாலையின் இரு பக்கங்களிலும் பல விதங்களில் முதன்மை அந்தஸ்து பெற்றுள்ள முத்துலட்சுமியின் கனவான புற்றுநோய் மருத்துவமனை இருக்கிறது. அதற்கும் மேற்கே சென்றால் நகரத்தின் ரசிக்கத்தக்க இடங்களைக் காணலாம்.

இந்திய-ஜெர்மன் கூட்டுறவுக்கு அடையாளமாக 1959-ல் உருவாக்கப்பட்ட இந்தியன் இன்ஸ்டிட்யூட் ஆஃப் டெக்னாலஜி (ஐ.ஐ.டி.), இந்தியாவின் 16 முக்கியமான பொறியியல் கல்லூரிகளில் ஒன்று. முதலில் அதன் வகுப்புகள் ஏ.ஸி.டெக்கிலும், சி.எல்.ஆர்.ஐ.யின் இரண்டு அறைகளிலும் நடத்தியது. அதனுடைய அழகான 628 ஏக்கர் வளாகத்தில் நவீன கட்டடங்களும், விசாலமான தோட்டங்களும், பூங்காக்களும் இருக்கின்றன. அதன் முதல் இயக்குநர் டாக்டர் பி.பி. சென்குப்தா. வளாகத்தின் ரம்மியமான சூழ்நிலைக்கு அவரே பொறுப்பு. கட்டடம் கட்டுவோர் ஒரு மரத்தைக்கூட வெட்டிவிடாமல் பாதுகாத்தவர் அவர்தான். ஆளுநர் வளாகத்தின் ஓர் அங்கமாக 1958 வரை அந்தப் பகுதி இருந்தது. பிறகு அங்கு கட்டடங்கள் எழுப்பப்பட்டன. அண்மையில் நியமிக்கப்பட்ட டைரங்கள், அவ்வளவு மர நண்பர்களாக இல்லாமல், மரங்களை அழித்து புதியக் கட்டிடங்களை அமைத்திருக் கிறார்கள். 2006ல் திறக்கப்பட்ட இன்ஸ்டிட்யூட்டின் பாரம்பரிய மையத்தில் அது சம்பந்தப்பட்ட ஏகப்பட்ட கோப்புகளும் சித்திரங்களுமிருக்கின்றன.

மற்றொரு முக்கியமான வளாகம், அச்சுத்தொழில் முதல் உணவுத் தொழில் வரை கற்றுத்தரும் செண்டிரல் இன்ஸ்டிட்யூட் ஆஃப் டெக்னாலஜி (சி.ஐ.டி.). இது, ஐ.ஐ.டி.க்குப் பின்னால் அமைந்துள்ளது. இப்போது மகளிர் கல்வி நிலையமாக இருக்கும், பிராட்வேயின் மூலையில் 1916-ல் நிறுவப்பட்ட சென்னை தொழிற்பள்ளியின் இடத்திலிருந்து, நாட்டின் முதல் பிராந்திய அச்சுத்தொழில் பள்ளி 1968-ல் இந்த வளாகத்துக்கு நகர்ந்தது. சென்னை மாகாணம்தான் அச்சுத்தொழிலில் பட்டயப் படிப்பை முதலில் தொடங்கியது என்பதை இது நினைவுறுத்துகிறது. கேட்டரிங் இன்ஸ்டிட்யூட் மற்றும் பெண்கள் பாலிடெக்னிக், நாட்டில் ஸ்தாபிக்கப்பட்டதில் முதலிடம் வகிப்பவை.

இப்போது, அண்ணா பல்கலைக்கழகத்தை சேர்ந்த நகரத்தின் முதல் பொறியியல் கல்லூரி, 1982-ல் அச்சுத்தொழிலில் பட்டப்படிப்பைத் தொடங்கியது. ஐ.ஐ.டி.க்கு எதிரே அமைந்துள்ள மத்திய தோல் ஆராய்ச்சி நிறுவனம் (சி.எல்.ஆர்.ஐ.) நாட்டிலேயே சிறந்ததாகும். உலகத் தொழிலாளர் அமைப்பினால் ஆதரவளிக்கப்படும் பிராந்திய தொழில் அலுவலகம் உலகப் பிரசித்தி பெற்றது. தனது ஆரம்ப நாள்களில் ஆள்கள் கிடைக்காததால், சி.எல்.ஆர்.ஐ-யை வளர்க்க அதன் முதல் நிர்வாகி டாக்டர் பி.எம். தாஸ் நாடெங்கும் தேடி நபர்களை அமர்த்தினார். அவருக்கு அந்த நிறுவனம் மிகவும்

கடமைப்பட்டிருக்கிறது. இந்த நிறுவனம், டாக்டர் நாயுடம்மா மூலம் உலகப் பிரசித்தி பெற்றது. சி.எல்.ஆர்.ஐ, சி.ஐ.டி இரண்டையும் தாண்டினால் இருப்பது பழைய மகாபலிபுரம் சாலை. இங்கே, உலகத்தரத்தில் கட்டப்பட்டுள்ள நவீன நெடுஞ்சாலையைக் காணலாம். பெருகி வரும் தகவல் தொழில்நுட்ப நிறுவனங்களுக்கு ஈடுகொடுக்கும் வகையில் பல கட்டடங்கள் இங்கே எழுப்பப்பட்டுள்ளன. சுதந்தரத்துக்குப் பிறகான இந்தியாவின் தொழில்நுட்ப வளர்ச்சியின் அடையாளமாக இது இருக்கிறது.

நாட்டில் உள்ள மூன்று முக்கிய தகவல் தொழில் மையங்களில் ஒன்று சென்னை. இந்தச் சாலையில், எல்லா முக்கியமான இந்திய, சர்வதேச நிறுவனங்களின் உயரமான நவீன கட்டடங்களும் அமைந்திருப்பதைக் காணலாம். இதன் நீளம் சிறுசேரி வரை 35 கிலோமீட்டர் ஆகும்.

மத்திய கைலாசம் என்ற இடத்தில் ராஜீவ்காந்தி சாலை தொடங்குகிறது. சுதந்திரத்திற்கு பின் கட்டப்பட்ட ஒரு கோவிலுடனும், வாலண்டரி ஹெல்த் சர்வீஸெஸ் என்று நகரத்தின் தாழ்த்தப்பட்டோரை அபாரமாக கவனிக்கும் நகரின் மேன்மையான இரத்த வங்கியுடைய சொஸைட்டியினால் நடத்தப்படும் நிறுவனத்துடன் 1958ல் டாக்டர் ஆர்.என்.சஞ்சீவியால் திட்டமிட்ட பின், 1961ல் அதன் முதல் கட்டிடம் நன்கொடை மூலம் எழுப்பப்படும்போது, 25 ஏக்கர் வளாகத்தில் இயங்க ஆரம்பித்தது. இப்போது 450 படுக்கைகளுடன், அது அடையாறிலேயே பெரிய மருத்துவமனையாகும். அதற்குப்பின் வரும் ஸிஐடி வளாகம் டைடல் பார்க் வரை வளர்ந்து, அதற்கு சற்றே பின்பு, அரசாங்கமம் டாடா நிறுவனமும், இயக்கும் அறிவு பூங்கா (Knowledge Park) படமெடுப்பதற்கும், சுற்றுலாவிற்கும் உகந்த இடமென்று உண்டாக்கப்பட்டு இரண்டிலும் தோல்வியடைந்த எம்.ஜி.ஆர். ஃபிலிம் சிட்டி இருந்த இடத்தில் இருக்கிறது. சினிமாத் தொழிலுக்குக் கணிசமாக தகுதியுள்ளவர்களை அளிக்கும் எம்.ஜி.ஆர். ஃபிலிம் அண்டு டெலிவிஷன் இன்ஸ்டிட்யூட் அரசாங்கத்தால் நடத்தப்பட்டு அருகில் இருக்கிறது.

கடந்த இருபது ஆண்டுகளில் நாட்டின் சில பிரசித்தப்பெற்ற நிறுவனங்கள் இந்த வளாகத்தில் சேர்க்கப்பட்டுள்ளன. வேளாண்மை துறை ஆராய்ச்சியிலும் கிராமிய வாழ்க்கையை சீராக்கவும், இந்தியாவை உணவு உற்பத்தியில் தன்னிறைவு அடையச் செய்த பசுமை புரட்சியின் சிருஷ்டிகர்த்தாகளில் ஒருவரான டாக்டர் எம்.எஸ்.சுவாமிநாதனால் ஸ்தாபிக்கப்பட்ட டாக்டர் எம்.எஸ்.சுவாமிநாதன் ஆராய்ச்சி மையம் இருக்கிறது. 18வது நூற்றாண்டின் இறுதி கட்டத்திலிருந்து இன்றுவரை அதிலும் நாட்டு மருந்து, ஃபிலிம் மற்றும் பத்திரிகை இலக்கியம் இவற்றுளுள்ள அச்சடித்த வெளியீட்டுகளையுடைய ரோஜா முத்தையா ஆராய்ச்சி மையம் இங்குள்ளது. இந்து பத்திரிகையுடனும், பிபிளியுடனும், தொடர்புடைய பத்திரிகை வளர்ச்சி ஆராய்ச்சி மையம் (Research Institute for Newspaper Development) இந்தியன் அச்சு நிறுவனத்தையும் ஏசியன் காலேஜ் ஆஃப் ஜெர்மனலிஸத்தையும் தன்னுடைய வளாகத்தில் வைத்திருக்கிறது.

அந்தச் சாலைக்கு அருகில் ஐ.ஐ.டி. வளாகத்துக்குப் பின்னால் பல முக்கியமான கல்விக்கூடங்கள் இருக்கின்றன. அவற்றுள் சில, சென்னைப் பல்கலைக்கழகத்தின் புதிய விஞ்ஞான ஆராய்ச்சி மையம், நேஷனல் இன்ஸ்டிட்யூட் ஃபார் ஃபேஷன் டெக்னாலஜி, அமெரிக்க ஆதரவு பெற்ற சர்வதேசப் பள்ளி ஆகியவை. தரமணி எனப்படும் இந்தப் பகுதியை நகருடன், அதாவது பீச் ஸ்டேஷனுடன், இணைக்கும் பறக்கும் மெட்ரோ ரயில் பாதை 1980-களில் ஆரம்பிக்கப்பட்டது. 2004-ல் தான் உபயோகத்தில் வந்திருக் கிறது. பெரிய ஸ்டேஷன்களுடன் அது வானத்தை மறைத்து, பங்கிங்ஹாம் கால்வாயைக் கெடுத்துவிட்டது. முன்னேற்றத்துக்குச் செலுத்தப்பட்ட விலை அது. இந்த வரிகள் எழுதப்படும் போது, முழுதாக உபயோகிக்கப்படாத அது வேளச்சேரி வரை சென்று புனித தோமா மலையை நெருங்கிக் கொண்டிருக் கிறது.

கருமான் மேயும் ஒரே சரணாலயம் என்று கருதப்படும் தேசிய பூங்கா, கிண்டியில் இருக்கிறது. 680 ஏக்கர் பரப்பில் அமைந்துள்ள இந்தப் பூங்காவில் 125 வகை மரங்களும், ஏனைய தாவர வகைகளும், குறுங்காடும் இருக் கின்றன. மேலும், 140 வகை பறவைகளும், அநேக சிறிய விலங்குகளும் ஊர்வனவும் இருக்கின்றன. கடைசியாக எடுக்கப்பட்ட கணக்கெடுப்பின்படி, சுமார் 1840ல் அரசாங்க பண்ணைத் தோட்டத்திலிருந்து கோமகன் எல்ஃபின்ஸ்டனினால் கொண்டுவரப்பட்ட 2600க்கும் மேற்பட்ட மான்களும் கருமான்களும் இருந்தன என்பது பெருமைக்குரிய விஷயம்.

திருகிய கொம்புகளும் பளபளப்பான சருமமும் உடைய கருமான், அழிந்து கொண்டிருக்கும் மிருகங்களின் பட்டியலில் இருந்தாலும், பூங்காவில் 300-க்கும் மேல் இருக்கின்றன. 1924-ல் அப்போதைய ஆளுநர் லார்ட் வில்லிங்டன், அவற்றை இந்தப் பூங்காவுக்கு அறிமுகப்படுத்தினார். ஆளுநரின் போலோ மைதானமாக இருந்த திறந்தவெளியிலும், ராஜ்பவனுக்கு அருகில் இருக்கும் இடத்திலும் இந்த மான்கள் மேய்கின்றன. 1821 முதல் ஆளுநரின் மன அமைதிக்காக ஒதுக்கப்பட்ட 11,300 ஏக்கர் காடு, 1910-ல் வனத்துறையின் மேற்பார்வையின்கீழ் கொண்டுவரப்பட்டது. அதே ஆண்டு, பாதுகாக்கப்பட்ட காடாக பிரகடனப்படுத்தப்பட்டது. 1948-ல் ஆளுநரின் மாளிகை ராஜ்பவனாக மாறியபின், முதல் இந்திய ஆளுநர், மகாராஜா ஸ்ரீ கிருஷ்ண குமார் சிங் பாவ்சிங்கி, 1,000 ஏக்கர்களை அரசாங்கத்துக்கு அளித்தார். பிரதமர் நேருவின் விருப்பத்துக்கு ஏற்ப காட்டின் மூலையில் ஒரு சிறுவர் பூங்கா உண்டாக்கப்பட்டபின், அந்த இடம் அதிகாரபூர்வமாக 1958-ல் வனத்துறைக்கு அளிக்கப்பட்டது. 1954-லிருந்து 1977 வரை அந்தப் பாதுகாக்கப்பட்ட காடு வெவ்வேறு நினைவகங்களுக்கும், மருத்துவமனை களுக்கும், கல்வி நிலையங்களுக்கும் பிரித்துக்கொடுக்கப்பட்டபின், அதன் அளவு 680 ஏக்கராகக் குறைந்து, 1978-ல் தேசியப் பூங்கா என்று பிரகடனப்படுத்தப்பட்டது.

கிண்டி பூங்காவில் ஒரு சிறப்பான பாம்புப் பண்ணையும் ஊர்வன சரணாலயமும் உள்ளன. இந்தியாவில் குடியேறிய அமெரிக்கர் ரோமுலஸ்

விட்டேகரால் 1970-ல் ஆரம்பிக்கப்பட்ட இந்தப் பாம்புப் பண்ணையில் விஷம் இறக்கும் முறையை அவர் அறிமுகப்படுத்தினார். அந்த முறை இந்தியா முழுவதும் பயன்படுத்தப்படுகிறது.

விட்டேகர், பாம்புகளையும் எலிகளையும் பிடிக்கும் இருளர்களுக்காக ஒரு கூட்டுறவை உருவாக்கி, அவர்களுக்கு வாழ்வளித்திருக்கிறார். பாம்புப் பண்ணையை ஆரம்பித்தபிறகு, மாமல்லபுரம் சாலையில் சென்னைக்குச் சிறிது தூரத்தில் நாட்டின் முதல் முதலைப் பண்ணையை அவர் ஆரம்பித்தார். இங்கு ஏற்படுத்தப்பட்ட முட்டை பாதுகாப்பு மையங்கள், ஆறுகளிலும் முகத்துவாரங்களிலும், எண்ணிக்கையில் குறைந்து கொண்டிருக்கும் முதலைகளை அதிகப்படுத்த உதவின. இதைப் போன்ற முயற்சி நாட்டின் வேறு இடங்களிலும் மேற்கொள்ளப்பட்டது. கற்பனைக்கு எட்டாத அளவுக்கு அதிகமாகி விட்ட முதலைகளின் எண்ணிக்கையை வைத்து என்ன செய்வது என்று விழிக்கும் நிலை வந்துவிட்டது. ஆனால் மக்கள் முதலைகளின் கொடிய தன்மையைப் பற்றிக் குறைகூறியதால் முகத்துவாரங்களில் முதலைகளை அதிகரிக்கும் முயற்சி கைவிடப்பட்டது. இதனால் ஏகப்பட்ட முட்டைகள் சேர்க்கப்பட்டு, என்ன செய்வதென்று தெரியாமல் முழிக்கின்றனர். முதன் முதலாக ஆரம்பிக்கப்பட்ட விக்டேகரின் முயற்சியால், 20 வகை முதலைகளம், அவற்றுள் 3000 மக்கர்களும், கரியால்களும் மற்ற ஊர்வன ஜாதிகளும் இருக்கின்றன. இடம் பெயரும் பறவைகளும் இங்கு வருகின்றன. இதற்கிடையில் அநேக விதமான பாம்பு காட்சி காண்பிக்கும் பாம்பு பண்ணையில் ஒரு அருமையான ஒவ்வொருவர் ஈடுபாடுள்ள அருங்காட்சியகமும், பாம்புகளைப் பற்றி புத்தகங்களும் இருக்கின்றன. இதை ஒரு அறக்கட்டளை நடத்துகிறது.

2004-ல் விட்டேகரின் முதலைப் பண்ணையில் 18 வகைகளில் 5,000-க்கு மேற்பட்ட முதலைகளும் ஊர்வனவும் இருந்தன. கிண்டி பூங்காவுக்கு அடுத்தாற்போல் இருக்கும் சிறிய பூங்காக்களில், பாதுகாக்கப்பட்ட வனப்பிரதேசத்தில் அதிகாரபூர்வமான ஆக்கிரமிப்புகள் நடைபெறுகின்றன. சென்னையைச் சேர்ந்த அரசியல் மேதையும், இந்தியாவின் முதல் கவர்னர் ஜெனரலாகவும் இருந்த சி. ராஜகோபாலாச்சாரியாரின்

எண்கோண வடிவுடைய ராஜாஜி நினைவகம் (1974) இங்கே அமைந்துள்ளது. ஆங்கிலத்தில் அவர் எழுதிய ராமாயணத்தில் வரும் கதாநாயகர் ராமரின் நினைவாக 32 அடி கோபுரத்தை 1970-ல் அப்போதைய முதல்வர் கருணாநிதி வடிவமைத்தார்.

அதைத் தாண்டி தேசத்தந்தைக்காக சென்னை அளித்த காந்தி மண்டபமும் (1954), தமிழ்நாட்டு அரசியலில் மதிப்புடன் நினைவுகூரப்படும் காந்தியவாதியான காங்கிரஸ் வீரர் காமராஜின் நினைவகமும் (1975) இருக்கின்றன. காந்தி மண்டப வளாகத்தில் 1998-ல் நிறுவப்பட்ட மற்றொரு நினைவகம் கடைசி காங்கிரஸ் முதல்வர் பக்தவத்சலத்துடையது (1963-67). 21வது நூற்றாண்டின் முதல் பத்து வருடங்களில் இவைகளுக்கு மத்தியில்

மேலும் மூன்று ஞாபகார்த்தங்கள் கட்டப்பட்டிருப்பதால் கிண்டி தேசிய பூங்காவின் இந்த மூலையை ஞாபகார்த்த பூங்கா என்றழைக்கலாம்.

காந்திக்கு நெருக்கமான தலித் தலைவர் இரட்டை மலை ஸ்ரீனிவாசன், சுதந்திரப் போரின்போது உயிரிழந்த தமிழ் போராளிகள் அதில் செக்கிழுத்த சிதம்பரனாரும் ஒருவர் மற்றும் 1963ல் உயிரிழந்த மொழிப்போர் தியாகிகள் எல்லோருடைய ஞாபகார்த்தங்கள் இவை. இந்த நினைவு மண்டபங்களும், ராஜ்பவனும் ஒரு காலத்தில் புள்ளிமானும் கருமானும் உலவும் ஆளுநர் பண்மையான ராஜ்பவனின் அங்கமாகயிருந்தன.

1977-78-ல், காந்தி நகர் கால்வாயின் கரையில் புற்றுநோய் மருத்துவ மனையின் புதிய கட்டடம் சேர்ந்துகொண்டது. பண்ணையின் மற்றொரு பகுதியில் நகரத்தில் உள்ள பஞ்சாபிகளால் நிறுவப்பட்ட குரு நானக் கல்லூரிக்கு 1970-ல் நிலம் அளிக்கப்பட்டது. சென்னையின் இரு குருத்வாராக் களில் ஒன்று இங்கு இருக்கிறது.

இந்த வளாகத்துக்கு எதிரே, நாட்டின் சில மேன்மையான கல்விக்கூடங்கள் இருக்கின்றன. ஐரோப்பாவுக்கு அப்பால், உலகிலேயே பழைமையான பொறியியல் கல்லூரி இவற்றுள் ஒன்று. ஆங்கில K வடிவுள்ள அதன் இந்தோ-சாரசெனிக் கட்டடம் மிகவும் அழகானது. ஜான் கோல்டிங்ஹாம் ஆரம்பித்த அனாதை ஆசிரமத்தில் உள்ள எட்டு மாணவர்களைக் கொண்டு 17 மே 1794-ல் புனித ஜார்ஜ் கோட்டையில் அரசாங்க அளவீட்டுப் பள்ளி ஆரம்பிக்கப்பட்டது. அதுவே பின்னர், பிரபல கிண்டி பொறியியல் கல்லூரியாக மாறியது.

உலகின் முதல் தொழில்நுட்பக் கல்லூரி பாரிஸில் அதே ஆண்டு ஆரம்பிக்கப்பட்டது. செயிண்ட் தாமஸ் மவுண்டில் இருந்து 1803-ல் வில்லியம் லாம்ப்டன் இந்தியாவின் முதல் முக்கோண நில அளவீட்டை மேற்கொண்டபோது அவருடன் பணிபுரிந்த பிற ஆய்வாளர்கள் இந்தப் பள்ளியில் இருந்து வந்தவர்களே. இந்த மாபெரும் முயற்சியும், இங்குள்ள ஒரு கருங்கல்லில் 1893-ல் பொறிக்கப்பட்ட சார்னோகைட் என்ற பெயரும், செயிண்ட் தாமஸ் மவுண்டில் நினைவுகளாகத் தங்கியிருக்கின்றன.

புனித ஜார்ஜ் அளவீட்டுப் பள்ளி, நுங்கம்பாக்கத்தில் உள்ள வானிலை மையத்துக்கு முதலில் நகர்ந்தது. பின், சிவில் எஞ்சினியரிங் ஸ்கூல் என்ற பெயருடன் (ஒரு வருடம் கழித்து இந்தப் பெயர் மாற்றம் பெற்றது) சேப்பாக்கத்தில் இருந்த பொதுப்பணித்துறை அமைந்திருந்த கால்சா மஹால் கட்டடத்துக்கு 1859-ல் நகர்ந்தது. 1861-ல் சென்னைப் பல்கலைக்கழகத்தின் கல்லூரியாக, 1857-ல் பதவியேற்ற கேப்டன் ஜார்ஜ் வின்ஸ்கமின் தலைமையின்கீழ் இயங்க ஆரம்பித்தது.

ஆரம்பத்தில், குறிப்பாக ராணுவப் பொறியியல் தொடர்பான விஷயங்களில் இந்தக் கல்லூரி சிறப்பு கவனம் செலுத்தியது. 1864-ல் அதன் மாணவர்கள் முதன்முதலாகக் கட்டுமானத் துறையில் இளநிலைப் பட்டம் பெற்றனர்.

1872-ல் சென்னை மாகாணத்தில் உதவிப் பொறியாளராகப் பதவியேற்ற முதல் இந்தியர் எஸ். சுப்பிராய ஆசாரியார். 1894 இயந்திர பொறியில் பட்டத்தை நாட்டின் முதல் கல்லூரியாக அளித்தது. 1896-ல் தெய்வசிகாமணி பிள்ளை இயந்திரப் பொறியியல் பட்டம் பெற்ற முதல் இந்தியர் ஆவார். திவான் பகதூர் ராமலிங்கம் ஐயர், 1923-ல் மாகாணத்தின் முதல் இந்திய தலைமை பொறியாளராக நியமிக்கப்பட்டார். இரண்டு வருடங்கள் கழித்து, ராவ் பகதூர் ஜி. நாகரத்தினம் ஐயர், கல்லூரியின் முதல் இந்திய முதல்வராக நியமிக்கப்பட்டார். சென்னை போட் கிளப்பிற்கு அருகிலுள்ள அலுமினி கிளப்பில் அவருடைய மார்பளவு சிலை மூலம் ஞாபகத்தில் இருக்கிறார். முதல் மாணவி 1940-ல் அனுமதிக்கப்பட்டார்.

கல்லூரியாக வளர்ந்தபின், இன்று விக்டோரியா மாணவர் விடுதி இருக்கும் இடத்துக்கு அருகில் மேலும் சில கட்டடங்கள் பள்ளிக்குக் கிடைத்தன. சேப்பாக்கத்தின் தெற்கு வாகனம் நிறுத்தும் இடமும், டென்னிஸ் விளை யாடும் இடமும் அதன் விளையாட்டு மைதானமாக இருந்தன. முதல் சென்னை பொறியியல் கல்லூரி அமைந்த இந்த இடத்தில், பல பழைய குடியிருப்புகள் இன்னமும் உள்ளன. அவற்றில் ஒன்று, விக்டோரியா விடுதி வார்டனின் பங்களா. இந்த பங்களாவில் முன்னர் பொறியியல் கல்லூரியின் முதல்வர்கள் வசித்துவந்தனர்.

1913-ல் பிரசுரிக்கப்பட்ட ‘வெஸ்டிஜஸ் ஆஃப் ஓல்ட் மெட்ராஸ்’ என்னும் புத்தகத்தை எழுதிய கர்னல் ஹென்றி டேவிஸன் லவ், இப்போது மறக்கப் பட்ட அத்தகைய முதல்வர்களில் ஒருவர். 1800 வரையிலான சென்னையின் சரித்திரத்தை மூன்று பாகங்களில் முழுமையாக விவரிக்கும் தலைசிறந்த நூல் இது. மதராஸ் கிளப்பின் தலைவராக இருந்தபோது, அதன் முதல் எழுபது ஆண்டுகளைப் பற்றிய சரித்திரக் குறிப்பு ஒன்றையும் அவர் எழுதியிருக்கிறார்.

1880-ல் தனது கட்டட வேலையையும், ஒப்பந்த தொழிலையும் நிறுவிய தடிகொண்டா நம்பெருமாள் செட்டி, அந்த விடுதியைக் கட்டினார். அதை பொறியியல் மற்றும் வேறு துறை மாணவர்கள் உபயோகப்படுத்தினர். 1900-ல் அந்த விடுதியைத் திறந்துவைத்த ஆளுநர் சர் ஆர்தர் ஹேவ்லாக் இவ்வாறு கூறினார்: ‘திரு நம்பெருமாள் செட்டியின் பெயர், அவர் உருவாக்கிய பல அழகிய கட்டடங்களில் உள்ள ஒவ்வொரு கல்லிலும், செங்கல்லிலும், கலவையிலும் தங்கியிருக்கும். அவருக்கும் அவருடைய சந்ததிகளுக்கும், சென்னையை அழகுபடுத்திய நினைவு எப்போதும் பெருமையளிக்கும்.’

பின்வரும் பக்கங்களில் வர்ணிக்கப்படும் பல நேர்த்தியான கட்டடங்களை நகருக்கு கொடுத்தவர் அவர்தான். ஆனால் அவர் மறக்கப்பட்டிருக்கிறார் என்பது வருந்தத்தக்கது. 1998-ல் செஞ்சிலுவைச் சங்கத்தின் எழும்பூர் வளாகத்தில் ஒரு மருத்துவமனை அவர் நினைவாகக் கட்டப்பட்டது. அது குடிசைவாழ் மக்களின் நலனுக்காக உருவாக்கப்பட்டது. நம்பெருமாள் செட்டி மருத்துவமனையில் சென்னையை அழகுபடுத்திய அவருடைய படங்கள் இருக்கின்றன. அவரும் அவர் மனைவியும் சேர்ந்து எடுத்துக்கொண்ட படமும் இருக்கிறது.

1920-ல் கிண்டியில் உள்ள 200 ஏக்கர் பரப்புள்ள கட்டடத்துக்கு கல்லூரி நகர்ந்தது. ஆசியாவிலேயே முதல் பொறியியல் கல்லூரியான இதில், பல துறைகளில் பட்டப்படிப்புகள் வழங்கப்பட்டு, முதல் இடம் பெற்றிருக்கிறது. இயந்திரத்துறை 1894-லும், மின்துறை 1930-லும், தொலை தொடர்பு மற்றும் நெடுஞ்சாலைத்துறை 1945-லும், அச்சுத்தொழில் 1982-லும் தொடங்கப் பட்டன. அழகப்பா தொழில்நுட்பக் கல்லூரி, மெட்ராஸ் ஸ்கூல் ஆஃப் ஆர்கிடெக்சர் அண்ட் டவுன் ப்ளானிங், குரோம்பேட்டையில் உள்ள சென்னை தொழில்நுட்பக் கல்லூரி ஆகியவை ஒன்று சேர்ந்து, அண்ணா பல்கலைக் கழகமாக மாறியது. நாட்டின் தலைசிறந்த பொறியியல் பல்கலைக் கழகங்களில் ஒன்றாக இது திகழ்கிறது. அதனுடன் தமிழ்நாட்டிலுள்ள 625 பொறியியல் கல்லூரிகள் இணைக்கப்பட்டிருக்கின்றன. அதனுடைய பிரதான நிர்வாகக் கட்டிடம் வளாகத்தின் புதிய சேர்க்கை.

ஆர்.எம். அழகப்பா செட்டியாரின் நன்கொடை மூலம் தோல் மற்றும் ஜவுளி தொழில்நுட்பத்தைக் கற்பிக்கும் ஏ.சி. பொறியியல் கல்லூரி 1944-ல் உருவாக்கப்பட்டது.

அவரது சொந்த ஊரான செட்டிநாட்டில் அவர் பெயரில் ஒரு பல்கலைக்கழகம் நிறுவப்பட்டுள்ளது. சி. ராஜம் என்ற கொடையுள்ளம் கொண்ட தொழிலதிபரால் 1949-ல் தொடங்கப்பட்ட எம்.ஐ.டி.யில் விமானப் பொறியியல், வாகனப் பொறியியல் ஆகிய சிறப்புத் துறைகள் தொடங்கப் பட்டன. தனியார் துறையின் சிறப்பான பங்களிப்பை இது வெளிப்படுத்து கிறது. அங்கு படித்தவர்களில் அதிகப் பிரபலமானவர் இந்தியாவின் விண்வெளி ஆராய்ச்சியின் தந்தையும் 2004-ல் நாட்டின் ஜனாதிபதியாகவும் ஆன ஏ.பி.ஜே. அப்துல் கலாம் ஆவார். ஏ.சி. காலேஜின் ஓர் அங்கமாக 1957-ல் நிறுவப்பட்ட கட்டட வடிவமைப்புத் துறை 1963-ல் தனிக் கல்லூரியாக மாறியது. கட்டிட அமைப்பும் திட்டமிடும் கல்லூரியாகியது.

நாட்டின் சிறந்த கல்வி மற்றும் ஆராய்ச்சி நிறுவனங்களுக்கு மையமாக யிருக்கும் இடத்தில் இந்த வளாகங்களுக்கு அப்பால், பொறியியல் கல்லூரி யின் விசாலமான இடத்தில் நகரத்தின் மிகவும் அழகான நவீன கட்டடிங்களால் நன்கு ஆயத்தப்பட்ட 2010ல் திறக்கப்பட்ட அண்ணா நூற்றாண்டு நூலகம் இருக் கிறது. 1300 பேர் உட்காரக்கூடிய பிரசங்க மண்டபமும், ஒன்று ஆயத்தப்பட்ட இரண்டு விவாத அரங்குகளும் உள்ளன. அதற்கு முந்தைய அரசு தீர்மானித்தப்படி சட்டசபையும், செயலகமும் கட்ட நடப்பட்ட அடிக்கல்லுக்கு மேல் இந்தக் கட்டிடம் கட்டப்பட்டது. இப்போது அந்த அரசாங்கம் ஆட்சியிலிருப்பதால் 12 லட்சம் புத்தகங்களுடைய நூலகத்தை இடமாற்றம் செய்ய எத்தனிக்கிறது. இதை எழுதும்போது நீதிமன்றத் தீர்ப்புகள் எதிர்பார்க்கப்படுகின்றன.

கிண்டி பொறியியல் கல்லூரிக்கும் சி.எல்.ஆர்.ஐ. வளாகத்துக்கும் இடையில், 1980-களில் சென்னைக்கு இரண்டு புதிய கட்டடங்கள் கிடைத்தன. ஒன்று, இந்தியாவின் ஐந்தாவது பி.எம். பிர்லா கோள் அரங்கம். மற்றொன்று, தமிழ்நாடு விஞ்ஞான தொழில்நுட்ப மையம். இது முந்தையதைவிடப் பெரியது.

ராஜ்பவன் வளாகத்தை கடந்தபின், சர்தார் வல்லபபாய் படேல் சாலை என்று அழைக்கப்படும் பழைய எலியட்ஸ் பீச் ரோடு தெற்கே செல்லும் மவுண்ட் ரோடை அடைகிறது. 1905-ல் தடுப்பு ஊசி தயாரித்து மாகாணம் முழுவதும் விநியோகித்த கிங் இன்ஸ்டிட்யூட் தொடங்கப்பட்டது. 1948 இது மேலும் விரிவாக்கப்பட்டது. இப்போது, கிண்டி மேம்பாலத்துக்கு அருகில் உள்ள புதிய கட்டடங்களால் மறைக்கப்பட்டு இருக்கிறது. அதன் பிரதான கட்டடம் இந்தோ-சாரசெனிக் பாணியில் அமைக்கப்பட்டுள்ளது. இந்தக் கட்டடம் சென்னை பாரம்பரியத்தின் அடையாளமாக உள்ளது. வைசூரிக்குத் தடுப்பு ஊசி தயாரிக்கப்பட்ட இது, காலராவிற்கும் டைஃபாய்டிற்கு எதிராக தடுப்பு ஊசி மருந்து தயாரித்தது. கூடிய ரோக நிபுணர் டாக்டர் எம்.கேசவலை, அதன் முதல் நிர்வாகி, காலரா ஆராய்ச்சியில் சர்வதேச ரீதியில் அங்கீகரிக்கப் பட்டிருக்கும் டாக்டர் கே.வி.வெங்கடராமன் அதன் பிரபலமான விஞ்ஞானி.

1998-ல் திறக்கப்பட்ட எம்.ஜி.ஆர். மருத்துவப் பல்கலைக்கழகத்தின் பிரதான கட்டடம் அதற்கு எதிரே இருக்கிறது. பொதுப்பணித்துறையின் கட்டடத் திறனுக்கு எடுத்துக்காட்டாகத் திகழும் பளபளப்பான கிரானைட் கற்கள் பதிக்கப்பட்ட இந்தக் கட்டடம் பழைமையின் அடையாளமாகவும் திகழ் கிறது. அதற்கு அருகில் இருக்கும். அதற்கருகில் இருப்பவை நகரின் புத்தம் புதிய இரு சொகுசு ஹோட்டல்கள். வெல்கம் க்ரூப்பின் 'கிராண்ட் சோழா' மருத்துவப் பல்கலைக் கழகத்திற்கு அருகில் இருந்து கொண்டு சோழா மகோன்னதைத்திற்கு எடுத்துக்காட்டாக இருந்தாலும் அதன் பெரிய வளாகத்தில் அளவைத் தாங்குவது சிரமம். இருந்து அது சென்னையின் புது அடையாளச் சின்னம். அதற்குப் பின்னால் இருக்கும் பார்க் ஹயாட் இதற்கு முற்றிலும் வேறுபட்டு, சிறிய அளவோடு நவீன அமைப்பை கலந்திருக்கிறது. சொகுசு ஹோட்டல் கட்டுமானத்தில் 21வது நூற்றாண்டில் அபரிதமான வளர்ச்சி கண்ட நகரில், இந்த இரண்டு மற்றும் பழைய ஹோட்டல்களுடன், சொகுசான லீலா பேலஸ், ஒரு ஹில்டன், ஹயாட் ரீஜென்ஸி, டாஜ் கிளப் ஹவுஸ், இரண்டு மரியட்கள், பார்க், மெரிடியன் இரண்டு ரேடிஸன்களைப் பெற்றிருக்கிறது. குதிரைப் பந்தய மைதானம், அரசர்களின் விளையாட்டுகளுக்காக முதலில் ஆரம்பிக்கப்பட்ட இடம். 1780-ல் தீவுத் திடலில் முதல் குதிரைப் பந்தயம் நடந்தது. அதற்குப்பின் கிண்டிக்கு நகர்ந்தது.

ஒரு குதிரைப் பந்தய மைதானத்தைக் கட்ட அரசாங்கம் நிலமளித்தது. 1837ல் ஸ்தாபிக்கப்பட்டாலும் உடனே இயங்க ஆரம்பிக்காத மதராஸ் ரேஸ் கிளப், 1875ல் மறைந்தது. 1887ல் புத்துயிர் அளிக்கப்பட்ட பின், அநேக மேலும் கீழும் நடந்த பின்னும் இன்னும் நடக்கிறது. இரண்டு இந்திய அரசகுமாரர் களின் நன்கொடை மூலம் இரு பார்வையாளர் இருக்கைகள் கட்டப்பட்டன.

குதிரைப் பந்தய மைதானத்துக்கு அருகில் இருக்கும் ஒரு புறக்கணிக்கப்பட்ட கட்டடம், சென்னையில் குதிரைப் பந்தயம் ஆரம்பித்த காலம் முதல் இருந்து வருகிறது. விசாலமாக இருந்த இந்தக் கட்டடம் தாமஸ் டேனியலும் அவரது மருமகன் வில்லியமும் 18-ம் நூற்றாண்டின் இந்தியாவை வரைந்தபோது அதில் உள்ள பிரசித்தி பெற்ற காட்சிகள் மூலம் கவனத்தைக் கவர்ந்தது.

1792-ல் வரையப்பட்ட இந்த ஓவியத்தின் தலைப்பு, 'சென்னைக்கு அருகில் பந்தய மைதானத்தின் கூடும் அறை'. இந்த அறை, மைதானத்தின் இடது பக்கத்தில் இருந்தது என்று டேனியல் குறிப்பிட்டார். அப்படியானால் அப்போதும் இப்போதும் ஒரே இடத்தில்தான் இருந்திருக்கும். மேலும் 'குடியிருப்புகளில் இருந்த பெண்கள் மாலையில் நடைபெறும் நடன நிகழ்ச்சிக்காக இந்த அறையில் அழைக்கப்பட்டபோது, குளிர்காலத்தில் இந்தக் கேளிக்கை நடைபெறுகிறது' என்று அவர் குறிப்பிட்டார்.

ஒரு காலத்தில் கட்டடத்தை இரண்டாகப் பிரித்த மச்சுப் படிகள் உடைய இந்த பலேடியன் கட்டடம், 1980-ல் குறுகிப்போய் பாழாகிக் கிடந்தது. பாரம்பரியத்தைப் பாதுகாக்க விரும்புவோரின் விருப்பத்துக்கு எதிராக இந்தக் கட்டடம், 1985-ல் தகர்க்கப்பட்டது.

உயர்குடிமக்களும், குதிரை ஓட்டுநர்களும் பங்கெடுத்த குதிரை ஓட்டம், 10 மணிக்கு அலுவலகத்திற்கு செல்ல, காலை 6 மணிக்கே ஆரம்பித்தது. பந்தய மைதானத்தைப் போலவே கிண்டியிலிருந்து திரும்பி வரும் குதிரைப் பாய்ச்சல் கிளர்ச்சியையூட்டும். மைசூர் போரின்போது சுணங்கியபின், 1804ல் புத்துயிர் பெற்றது. மீண்டும் வீழ்ந்தபின், மீண்டும் 1887ல் உயிர்பெற்றது. 1896ல் சென்னை ரேஸ் கிளப் பிறந்தது. அதற்குப் பின் தொடர்ச்சியாக குதிரைப் பந்தயத்தை சென்னை அனுபவிக்கிறது. தடுமாற்றங்களும் இருந்திருக்கின்றன. இப்போது நவம்பர் முதல் மார்ச் வரை இந்தியாவில் ஆரம்பித்தது போல் நாட்டில் ஒரு பிரதான குதிரைப் பந்தய மையமாக சென்னை இருக்கிறது.

★

குள்ள நரியை வேட்டையாட அமைக்கப்பட்ட வேட்டைக் குழு, வாரத்துக்கு இரு முறை இந்த அஸெம்பிளி அறையில் கூடியது. 1776-ல் அதைப் பற்றிக் குறிப்பிடப்பட்டிருப்பதால் சென்னை வேட்டைக்குழு நாட்டிலேயே பழைமையானது என்று கருதலாம். சென்னைக்குத் தெற்கிலும் மேற்கிலும் நடந்த குளிர்கால வேட்டைகளில், குள்ள நரிகள் தாக்குப்பிடித்த அளவுக்கு வேட்டை நாய்களால்கூட தாக்குப்பிடிக்க முடியவில்லை. சென்னையில் இந்த விளையாட்டு, முதல் உலகப் போருக்கு முன் மறைந்தது.

இந்த மைதானத்தின் எதிரில் தொழிற்சங்கத்தின் பழைய தலைவர் திரு.வி.கல்யாணசுந்தரம் பெயரில் அமைக்கப்பட்டிருக்கும் தொழிற்பேட்டை, கிண்டியில் 450 ஏக்கர் பரப்பில் இருக்கிறது. சிறு தொழில்களுக்கு சலுகைகள் அளிக்க இந்தியாவில் கட்டப்பட்ட முதல் தொழிற்பேட்டை இதுதான். முன்னாள் மாநிலத் தொழிலமைச்சரும் இந்திய ஜனாதிபதியுமான ஆர். வெங்கடராமன், 1958-ல் இந்தத் தொழிற்பேட்டையை ஆரம்பித்தபோது 30 கொட்டகைகள் மட்டுமே இருந்தன. 1980-ல் 400 தொழிற்சாலைகளுடன் 100 கோடி ரூபாய் பெறுமான சரக்குகளை உற்பத்தி செய்யும் அளவுக்கு இந்த இடம் வளர்ந்துள்ளது. நகரத்தைச் சுற்றி புதிதாக உருவாக்கப்பட்ட தொழிற்பேட்டைகளால், இந்த இடம் சுணக்கம் அடைந்திருந்தாலும், பொன்விழாவுக்கு முன் விடிவுகாலம் வரும் என்று அங்குள்ளோர்

நம்புகின்றனர். 2000களின் ஆரம்பத்தில் தகவல் தொழில் தகவல் தொழில் நிறுவனங்கள் நகர்ந்து, நவீன அடுக்கு மாடிகள் வந்தபின் சிறுதொழில்கள் மூடப்பட்டு, நல்ல விலைக்கு நிலத்தை விற்கின்றனர்.

நகரத்தினுள் நுழையும்போது கத்திபாரா சந்திப்பிலுள்ள பிரம்மாண்டமான மேம்பாலங்களும் ரவுண்ட் அபௌட்டும் ஆரவாரத்துடன் புது சென்னையினுள் வரவேற்கின்றன. புனித தோமா மலையுடன் சேர்த்து, மவுண்டு கோட்டையும் புது கோட்டையும் புது ஒட்டியான சாலையையும் கன்னியாகுமரிக்கும் பெங்களூருக்கும் செல்லும் நெடுஞ்சாலைகளுடன் இணைக்கின்றன. மணிநாகப்பாவின் வெண்கல ஜவஹர்லால் நேரு போற்றப்படுகிறது.

செயிண்ட் தாமஸ் மவுண்டையும் மவுண்ட் ரோடையும் இணைக்கும் இடத்தில் நகர் முடிகிறது. இந்தச் சாலைகள் பெங்களூருக்கும் கன்னியாகுமரிக்கும் செல்லும் நெடுஞ்சாலைகளுடன் இணைகின்றன. கத்திப்பாரா சந்திப்பு என்று பிரபலமாக இருக்கும் இடத்தில் மணி நாகப்பா வடிவமைத்த ஜவாஹர்லால் நேரு வெண்கலச் சிலை கம்பீரமாகக் காட்சியளிக்கிறது. இப்போது சுறுசுறுப்பாகக் கட்டட வேலை நடக்கும் இந்தச் சந்திப்பைச் சுற்றி பழைய பிரிட்டிஷ் கட்டடங்கள் பல இடிந்துகொண்டிருக்கின்றன. அதில் ஒன்றில் ஸ்டிங்கர் லாரன்ஸ் ஓய்வெடுத்தாரா? மற்றொன்றில் ஆளுநர் ஜார்ஜ் பிகாட் கடத்தல்காரர்களால் கைதியாக வைக்கப்பட்டாரா? இந்த வீடுகள் மலைப்படிகளுக்கும் தெற்கு நோக்கிச் செல்லும் சாலைக்கும் இடையே கட்டப்பட்டிருந்தன. பிரதான சாலைக்கு மிக அருகில் இருந்தது என்று கூறப்படும் லாரன்ஸின் மனையில் இப்போது எச்.ஐ.இ.டி என்ற பொறியியல் கல்லூரி கட்டப்பட்டிருக்கலாம். வேளச்சேரிக்கு அருகில் இருக்கும் புராதன கிராமத்தில் உள்ள செல்லியம்மன், தண்டீசுவரர் கோயில்களில் சோழர் காலத்து 10-ம் நூற்றாண்டுக் கல்வெட்டுகள் இருக்கின்றன.

1980 வரை, நிறைய வயல்களிருந்த வேளச்சேரி, 2000களில் ஆரம்பத்திலிருந்து, அதனுடைய பிரதான சாலை, ஒரு அடுக்குமாடி பலசரக்கு அங்காடியாகி தாறுமாறாக அமைக்கப்பட்டிருக்கும் சாலைகளில் வசிக்கும் ஜனத்தொகைக்கு இருப்பிடமாக இருக்கிறது.

வேளச்சேரிக்கும் தாம்பரத்திற்கும் இடையிலிருக்கும் நன்மங்கலம் ஒதுக்கப்பட்ட காடு சிறு மிருகங்கள் மற்றும் பறவைகள் சரணாலயம் ஆகும். ஒரு காலத்தில் 5000 ஹெக்டேர் அளவிலான சதுப்பு மற்றும் புல்வெளியில், மழைநீர் தங்கி, உலவும் பறவைகள் தங்குவதற்கு உதவியது. கட்டிடங்களிலும் கழிவினாலும், சேதப்படுத்தப்பட்ட அதில் 2012ல் குடியிருப்போர் விண்ணப்பத்தை ஏற்று 750 ஹெக்டார்கள் பாதுகாக்கப்பட்டதாக தீர்ப்பு கிடைத்தபின், 110 வகை பறவைகள், 45 வகை மீன்கள், 2 வகை ஊர்வன. இவற்றைத் தவிர நிரந்தரமாகவோ, அவ்வவ்போது பல பூச்சிகளும், சிறு மிருகங்களும் அடையாளம் காணப்பட்டிருக்கின்றன.

ஒரு காலத்தில் நகரம்

அச்சுத் தொழில் இந்தியாவுக்கு வருகிறது

அச்சுக்கலையை சீனர்கள் கண்டுபிடித்தனர். 'சைலோகிராஃபி' எனப்பட்ட, பொறிக்கப்பட்ட மரப்பலகைகளை அவர்கள் பயன்படுத்தினர். அச்சுத்தொழில் இமயமலையின் கீழ்ப்பகுதிகளில் பரவியபின் திபெத், நேபாளம் மூலம் இந்தியாவுக்கு வந்தது. ஜெர்மானிய வழிவந்த மத்திய ஐரோப்பியர்கள், நகரும் அச்சுகள் கொண்ட அச்சுக்கலையை 15-ம் நூற்றாண்டு மத்தியில் கண்டு பிடித்தனர். அடுத்த நூறு ஆண்டுகளுக்கு இந்த வகை அச்சுத்தொழில் ஐரோப்பியாவில்தான் பரவியது. 16-ம் நூற்றாண்டின் மத்தியில்தான் ஐரோப்பாவை விட்டு வெளியே சென்றது. மெக்சிகோவுக்கு ஸ்பானியர்களும், சில ஆண்டுகள் கழித்து கோவாவுக்கு போர்த்துகீசியர்களும் இந்தக் கலையைக் கொண்டுவந்தனர்.

ஆசியாவிலேயே முதன்முதலாக இந்தியாவுக்குதான் இந்தப் புதிய அச்சுக்கலை வந்தது. 1556-ல் இந்தியாவுக்கு இந்தக் கலையை முதலில் கொண்டுவந்தவர்கள் போர்த்துகீசிய இயேசு சபையினர் (ஜெசூயிட்கள்). எத்தியோபியாவில் இருந்த அவர்களுடைய அலுவலகத்துக்குச் சென்றுகொண்டிருந்த அபிசீனியக் கப்பல் ஒன்று, கோவாவில் சரக்குகள் ஏற்றிக்கொள்ள கரை ஒதுங்கியபோது, போர்த்துகீசிய ஜெசூயிட்டுகள், 1556-ல், அதிலிருந்த அச்சகத்தையும், அதன் அச்சக உரிமையாளரையும் கைப்பற்றினர். இன்று ஒரு மதப் பிரசாரப் பள்ளியிருக்கும் புனித பால் கல்லூரியில் அவர்கள் அந்த அச்சுக்கூடத்தை நிறுவினர்.

எதிர்பார்த்ததைப்போல், லத்தீன் மொழியில் எழுதப்பட்ட கிறிஸ்தவ பிரசாரங்களைத்தான் அந்த அச்சுக்கூடம் முதலில் தயாரித்தது. 1575-ல் அங்கு வந்திருந்த கோவா ஜெசூயிட் குழுவின் பொது மேலாளர், இந்தப் பிரசுரங்கள் கொங்கணத்திலும் தமிழிலும் (அப்போது மலபார் என்று போர்த்துகீசியர்களால் அழைக்கப்பட்டது) அச்சடிக்கப்படவேண்டும் என்று உத்தரவிட்டார். புண்ணியகாயல் என்ற தெற்கத்திய மீனவர் கடற்கரையில் உள்ள கிராமத்தில்

இருந்த ஜெசூயிட் மேலாளர் ஹென்றிக் ஹென்றிக்ஸ் என்ற ஐரோப்பிய அறிஞரின் தமிழ் ஆற்றலை அங்கீகரித்து, தமிழில் அவற்றை உருவாக்கும் பொறுப்பு அவரிடம் ஒப்படைக்கப்பட்டது.

ஹென்றிக்ஸ், தனது சக தமிழ் அறிஞரான பெத்ரோ லூயிஸ் என்பவரை, கோவாவில் இருக்கும் போர்த்துகீசிய கருமானான ஜோ கொன்கால்வேஸ் என்பவரிடம் அனுப்பி, தமிழ் அச்சுகளை வார்க்க உதவுமாறு சொன்னார். 1577-ல் கொன்கால்வேஸ், புதிய தமிழ் வார்ப்புகளை உருவாக்குவதில் வெற்றி பெற்றார். 'டாக்ட்ரீனா கிறிஸ்தம்' என்ற ஜபத்தின் தமிழ் மொழிபெயர்ப்பான அந்த முதல் புத்தகத்துக்காக, தமிழ் அச்சுகள் கோர்க்கப்பட்டன. கட்டட வல்லுனரும் அச்சுத் தொழிலாளியுமான ஜோ தி ஃபாரியா என்பவர், அக்டோபர் 1578-ல் கூளம் (க்விலான் - கொல்லம்) என்னும் பகுதியில் அந்தப் புத்தகத்தை அச்சடித்தார். அதுதான் இந்திய மொழிகளில் அச்சடிக்கப்பட்ட முதல் புத்தகம். ஜோ, தான் உபயோகித்த தமிழ் அச்சுகள், கொன்சால்வேஸின் அச்சுகளைவிட மேலானவை என்று காண்பிப்பதற்காக, அந்தச் சிறிய புத்தகத்தில் மேலும் சில வரிகளைச் சேர்த்தார். இதற்கிடையில், போர்த்துகீசியர்களின் திட்டம் மாறிப்போனதாலும், தொழுவதற்கான முக்கியத்துவம் மீண்டும் லத்தீன் மொழிக்கே தரப்பட வேண்டும் என்று அவர்கள் கருதியதாலும், அச்சுத் தொழில் உபயோகம் இல்லாமல் போய், இறந்தது.

16-ம் நூற்றாண்டில் கொங்கண மலபார் கடற்கரைகளில் அச்சுத் தொழில் ஆரம்பித்தது. ஆனால் அது சோழமண்டலக் கடற்கரையை அடையவில்லை. டென்மார்க்கில், நான்காம் ஃபிரெடரிக் மன்னர், 1706-ல் பார்த்தலோமியூ சீகன்பால்கை (ஹல்லேயைச் சேர்ந்த ஜெர்மன் லுத்தரன் பிரிவினர்) இந்தியாவின் முதல் பிராடஸ்டண்ட் பிரசாரக்குழுவை தரங்கம்பாடியில் அமைக்க அனுப்பினார். அதற்குப் பிறகே அச்சுத்தொழில் சோழ மண்டலத்துக்குப் பரவியது. சீகன்பால்கும் அவருடன் வந்த ஹென்ரீச் ப்ளூட்சாவும் அறிஞர்கள். அவர்கள் இருவரும் எல்லப்பர் என்பவரிடம் பண்டைய முறைப்படி, கைவிரலால் மண்ணில் எழுதி, தமிழ் பயின்றனர். தனக்கு நூறு ஆண்டுகளுக்குப் பின் இந்தியாவுக்கு வந்த பாதிரிகள், இந்திய மதங்கள், இந்திய அறிவியல், இந்திய மொழிகள் ஆகியவற்றை கற்றுக்கொள்வதற்கு சீகன்பால்க் முன் உதாரணமாக இருந்தார். ஹல்லேயில் உள்ள ஃபிராங்க் நிறுவனத்துக்கு இந்தியாவைப் பற்றிய அறிவை வளர்க்கும் வழக்கத்தை இவர் நிலைநாட்டினார்.

1711-ல் பைபிளின் புதிய ஏற்பாட்டை தமிழில் மொழிபெயர்த்த பிறகும், அதை அச்சடிக்க 1715 வரை அவர்கள் காத்திருந்தனர். இந்தச் சுணக்கத்துக்குக் காரணம் அச்சுக்கூடம் இல்லாததுதான். தாய்நாடு செல்வதற்கான விடுமுறையில் இங்கிலாந்துக்குச் சென்ற சீகன்பால்கின் வற்புறுத்தலை ஏற்று, எஸ்.பி.சி.கே (சொசைட்டி ஃபார் ப்ரொமோடிங் கிறிஸ்டியன் நாலெட்ஜ்), லண்டனில் இருந்து ஓர் அச்சு இயந்திரத்தை 1711-ல் இந்தியாவுக்கு அனுப்பியது.

ஆனால், இயந்திரத்தையும் அச்சடிப்பவரான ஜோனாஸ் ஃபிங்கையும் ஏற்றி வந்த கிழக்கிந்திய கம்பெனி கப்பலை, பிரெஞ்சுக்காரர்கள் கைப்பற்றி, பணயத்

தொகையைப் பெற்ற பிறகே விடுவித்தனர். சென்னைக்கு 1712-ல் வந்த கப்பலில் ஃபிங்க் இல்லை. அவர் கடலுக்குள் விழுந்திருந்தார். சென்னையில் அச்சுத் தொழில் தெரிந்த போர் வீரர் ஒருவர் அகப்பட்டபின், மிஷனரிகளையும், அச்சு இயந்திரத்தையும், அச்சடிப்பவரையும் தரங்கம்பாடிக்கு அனுப்பினர். இரு கடற்கரைகளிலும் பரவலாகப் பேசப்பட்ட போர்த்துகீசிய மொழியில் சில பதிப்புகள் முதலில் அச்சடிக்கப்பட்டன. மல்பார் கடற்கரைக்கு அப்பால் செய்யப்பட்ட இந்த முதல் முயற்சியின் மூலம் இந்தியாவின் அச்சுத்தொழில் மீண்டும் உயிர் பெற்றது.

ஹல்லேயில் இருந்து மூன்று தமிழ் அச்சுகளைக் கொண்டுவந்த ஜெர்மானிய அச்சகர்கள் மூலம் தரங்கம்பாடி பிரசாரக அச்சுக் கூடம் 1713-ல் பலப்படுத்தப் பட்டது. அதே ஆண்டு அக்டோபரில், அச்சுக்கூடத்தின் முதல் தமிழ்ப் பதிப்பு வெளிவந்தபிறகு, மேலும் பல அச்சு முயற்சிகள் தொடர்ந்தன. எஸ்.பி.சி.கே. அனுப்பிய பாலாடைக்கட்டிகள் அடைத்த பாத்திரங்களின் ஈய மூடிகளை வைத்து, யோஹான் கோட்லீப் ஆட்லர் என்னும் அச்சடிப்பவர், சிறிய அச்சுகளை வரைந்து வார்க்க முயற்சி எடுத்தார் என்றும் சொல்லப்படுகிறது.

தரங்கம்பாடி வார்ப்பட சாலையின் முதல் அச்சை வைத்து, தமிழ் ஸ்லோகம் ஒன்றை அச்சடித்த ஆட்லர், சீகன்பால்கும் க்ரண்டலரும் மொழிபெயர்த்திருந்த புதிய ஏற்பாட்டை ஜூலை 1715-ல் அச்சடித்தார். அது இந்திய மொழியில் அச்சடிக்கப்பட்ட முதல் மொழி பெயர்ப்பு நூல். 1719-ல் தனது 36-வது வயதில் இறந்த சீகன்பால்க், கிங் சாலையில், நாட்டின் முதல் குழந்தைகள் ஆரம்பப் பயிற்சிப் புத்தகங்களை வெளியிட்டார்.

1716-ல் தாமஸ் டைக் எழுதிய, நாட்டில் முதன்முதலாக அச்சடிக்கப்பட்ட ஆங்கிலேயப் புத்தகம், 'தி கைட் டு தி இங்க்லீஷ் டங்'. அதே வருடம் ஆட்லர், தரங்கம்பாடியில் காகிதத் தொழிற்சாலையைத் தொடங்கினார். ஆனால், அது சரியாக இயங்கவில்லை. சென்னைக்கு வந்து அதன் முதல் பிராடஸ்டண்ட் மிஷனரியாக இயங்குவதற்கு முன், பெஞ்சமின் ஷுல்ட்ஸ், சீகன்பால்கின் மகத் தான தமிழ் மொழிபெயர்ப்பான பழைய ஏற்பாட்டை முழுமையாக முடித்த வுடன், அது 1723 முதல் 1728 வரை நான்கு பாகங்களில் வெளியிடப்பட்டது.

தரங்கம்பாடி பிரசாரக அச்சகத்தின் செழுமையான காலத்துக்குப் பிறகு அச்சுத் தொழில் சென்னைக்கு வந்தது. பாண்டிச்சேரியை சூறையாடிய போது, அருவருப்பூட்டும் கிழ ஜெனரல் அயர் கூட், ஆளுநர் மாளிகையில் ஒரு கை இயந்திரத்தையும், அச்சுகள் உள்ள சில பெட்டிகளையும், வேறு சில இயந்திரங் களையும் கண்டுபிடித்தார். 1758-ல் அவை பாண்டிச்சேரிக்குக் கொண்டுவரப் பட்டிருந்தன. அயர்லாந்துப் போராட்டத்தில் தலைமை தாங்கிய, ஐரிஷ் கிளர்ச்சி யாளரான லாலி, அவற்றைத் தனது பிரெஞ்சு நண்பர்களுக்காகக் கொண்டு வந்திருந்தார்.

அயர் கூட் தொடர்ச்சியாக பாண்டிச்சேரியை முற்றுகை இட்டுக்கொண்டிருந்த தால், லாலியால் கடன் பத்திரங்களைத் தவிர வேறு எதையும் அச்சடிக்க முடியவில்லை. 1798-ல் வேப்பேரியில் எஸ்.பி.சி.கே.யாக வளர்ந்த பிரசார

சபைக்கு அப்போது தலைவராக இருந்த ஃபெப்ரிஷியஸ், கொள்ளையடிக்கப்பட்ட அந்த இயந்திரங்களைத் தன்னிடம் ஒப்படைக்கும்படி ஆளுநர் பிகாட்டிடம் கேட்டுக்கொண்டார். பிரசாரக சபை வேலைகளை விட அரசாங்க வேலைகளுக்கே முக்கியத்துவம் அளிக்கப்படவேண்டும் என்னும் நிபந்தனையுடன் அரசாங்கம் அச்சகத்தை ஃபெப்ரிஷியஸிடம் கொடுத்தது. ஈஸ்ட் இண்டியா பிரஸ் என்றும், வேப்பேரி பிரஸ் என்றும் அழைக்கப்பட்ட அந்த அச்சகத்துக்கு, ஃபெப்ரிஷியஸ் 1761 முதல் 1769 வரை தலைமை வகித்தார்.

1766-ல் (தரங்கம்பாடியிலிருந்து?) கொண்டு வரப்பட்ட மற்றொரு இயந்திரத்துடன் ஃபெப்ரிஷியஸ் அச்சகத்தை விரிவாக்கினார். ஹல்லேயில் வார்க்கப்பட்ட தமிழ் அச்சுகள் கூடுதலாகக் கிடைத்தன. தமிழ் அச்சகர் தாமஸும் தரங்கம்பாடியிலிருந்து வந்து சேர்ந்தார். வேப்பேரி அச்சகத்தின் இந்தப் புதிய பகுதிதான், புகழ்பெற்ற எஸ்.பி.சி.கே அச்சகமாக மாறியது. பிறகு சி.எல்.எஸ். என்று மாற்றம் அடைந்தது. கம்பெனியின் பங்குகள் வேப்பேரியிடம் இருந்து புனித ஜார்ஜ் கோட்டைக்கு மாற்றப்பட்டபிறகு, அரசாங்க அச்சகமாக அது மாறியது. 19-ம் நூற்றாண்டைச் சேர்ந்த பிரதானக் கட்டடத்தில் இருந்து சி.எல்.எஸ் அச்சகம் சிறிய கட்டடத்துக்கு நகர்ந்தபின், 1998-ல் வளர்ச்சித் திட்டத்துக்காக இடிக்கப்பட்டது. பிரதான கட்டடம் விற்கப்பட்டது.

1766-ல் அச்சடிக்கப்பட்ட ஃபெப்ரிஷியஸின் வினா விடை வடிவில் உள்ள மதப் பிரசார ஏடு, எஸ்.பி.சி.கேயின் முதல் வெளியீடு. 1772-ல் ஃபெப்ரிஷியஸால் திருத்தப்பட்டு, இப்போதும் காணக்கிடைக்கும் மலபார் புதிய ஏற்பாடு மிகவும் குறிப்பிடத்தக்கது. அதே வருடத்தில், ஆர்மீனியப் பள்ளி மாணவர்களுக்கு, ஆர்மீனியன் தெருவில் இரண்டாவது அச்சகத்தை நிறுவிய ஜேகப் ஷமீர், ஹோர்டொராக் என்ற புத்தகத்தை வெளியிட்டார். 1788 வரை ஷமீரின் அந்த அச்சகம் நிலைத்தது. 1779-ல் தனது மகத்தான புத்தகமான மலபார் (தமிழ்) ஆங்கில அகராதியை வேப்பேரி அச்சகம் வெளியிட்டது. இந்தக் கூட்டு முயற்சியை இரண்டாவது பாகத்துடன் ஃபெப்ரிஷியஸும் பிரைட்ஹாப்டும் தொடர்ந்தனர். ஆனால் அதற்கு முன்பே மதுரை கத்தோலிக்க மிஷன் அடிப்படைத் தமிழில் குறிப்பிடத்தக்க ஆராய்ச்சிகளைச் செய்திருந்தது. ஒரு சன்னியாசியின் புனிதமும் பண்டிதரின் மேதைமையும் கொண்டிருந்த ராபர்டோ தி நோபிலியும், சிறந்த தமிழ் அறிஞரும் கவிஞருமான வீரமாமுனிவர் என்ற அழைக்கப்பட்ட கான்ஸ்டாண்டியஸ் ஜோசஃப் பெஸ்கியும் (1680-1747) தமிழுக்குப் பெரும் தொண்டு ஆற்றிய இரு இத்தாலிய ஜெசூயிட்டுகள்.

பெஸ்கியின் சில நூல்கள் தரங்கம்பாடியில் அச்சடிக்கப்பட்டன. அவற்றுள் பெரும்பாலானாவை 1812-ல் நிறுவப்பட்ட புனித ஜார்ஜ் கோட்டையின் கல்லூரியில் பாதுகாப்பாக இருக்கின்றன. அச்சகம், புத்தகப் பண்டகசாலை, நூலகம் ஆகியவற்றை உள்ளடக்கிய கல்லூரி அது.

ஆரம்பத்தில், மாகாணத்தின் மொழிகளை அரசாங்க அலுவலர்களுக்குக் கற்றுக் கொடுக்கும் நோக்கத்துடன் கல்லூரி ஆரம்பிக்கப்பட்டாலும், அந்த மொழிகளை ஆராய்ந்து, கணிசமான புத்தகங்களை அந்தந்த மொழிகளில் கல்லூரி வெளியிட

ஆரம்பித்தது. பெஸ்கியின் தமிழ் இலக்கணமும், சிதம்பர பண்டிதர் என்ற கல்லூரி தலைமைத் தமிழ் ஆசிரியரின் 'தமிழ் பற்றிய ஒரு சுருக்கமான விளக்கமும்' கல்லூரியின் முதல் வெளியீடுகள். தெலுங்கு மொழியில், மசூலிப்பட்டிணத்தைச் சேர்ந்த மம்முடி வெங்கய்யா எழுதிய ஆந்திர தீபிகா என்ற அகராதியின் பதிப்புரிமை 1,000 வராகனுக்கு வாங்கப்பட்டது. கல்லூரியின் முதல் தெலுங்குப் புத்தகம் இதுவே.

1816-ல் அச்சடிக்கப்பட்ட ஜெண்டு என்று அழைக்கப்படும் தெலுங்கு மொழி இலக்கணம், ஏ.டி. காம்பெலினால் எழுதப்பட்ட புத்தகம். இது கல்லூரியின் இரண்டாவது தெலுங்குப் புத்தகம். 1820-ல் வாங்கப்பட்டு, பிரசுரிக்கப்பட்ட எம்.சி. கெரல் எழுதிய கன்னட இலக்கணம் கல்லூரியின் முதல் கன்னட புத்தகம். அருள்மிகு சி.எம். விஷ் எழுதிய மலையாள இலக்கணமும், அகராதியும் அதன் முதல் மலையாளப் புத்தககங்கள்.

கல்லூரி அச்சகத்தை விட ஆண்கள் அனாதை இல்லத்துடன் இணைந்திருந்த அச்சகம் பழைமையானது. பல வருடங்களுக்கு முன்பே, அரசாங்க அறிவிப்பு களை, இதுதான் அச்சடித்தது. ஆண்கள் அனாதை இல்லத்தின் வெளியீட்டை (அல்மனாக்) அது அச்சடித்தது. இரண்டாம் உலகப் போர் வரை, அந்த வெளியீடு லாரன்ஸ் இல்ல அச்சகத்தின் வெளியீடாக வந்துகொண்டிருந்தது. மவுண்ட் ரோடில் ஹிக்கின்பாதம்ஸ் அருகில் இப்போது அரசாங்க அச்சகத்தின் ஒரு பாகம் இருக்கும் இடத்தில் லாரன்ஸ் இல்ல அச்சகம் இருந்தது. அரசாங்க கெஜெட் ஆரம்ப வருடங்களில் ஒரு வாராந்திர ஏடாக இருந்தது. 1831-ல் புனித ஜார்ஜ் கோட்டையில் (வேப்பேரி அச்சகத்தின் பங்குதாரராக) அரசாங்க அச்சகம் ஆரம்பிக்கப்படும்வரை, அதிகாரபூர்வமான அரசாங்க ஏடாக அது இல்லை. 4 ஜனவரி 1832-ல் முதல் அரசாங்க வெளியீடு அதிகாரபூர்வமாக வெளிவந்தது. 1888-ல் தனது இப்போதைய இடத்துக்கு அரசாங்க அச்சுக்கூடம் நகர்ந்தபோது, சென்னையில் அச்சுத் தொழில் நன்கு வளர்ந்திருந்தது.

அச்சுத்தொழிலின் தனியார் முன்னோடிகள் என்று ஹோா அண்ட் கோ (ஸ்டிங்கர் தெரு, 1886), கார்டியன் அச்சகம் (1850), பிரத்தியேக தெலுங்கு பதிப்பாளரான வி. ராமசுவாமி சாஸ்திருலு அண்ட் கோ (1851), பேய்ன் அண்ட் கோ (பிரான்ஸி ஜோஸப் தெரு, 1869), அடிசன் அண்ட் கோ (1873) (பெய்ன், அடிசன் இரண்டும் இப்போது அமால்கமேஷன் குழுவின் அசோசியேட்டட் பிரிண்ட்ர்ஸைச் சேர்ந்தவை), தாம்ப்ஸன் பிரஸ் (1879), ஹக்ஸ்ஸி பிரஸ் சோல்டன் அண்ட் கோ (திருவல்லிக்கேணி, 1909), இப்போது மதராஸ் லா ஜர்னலாக மாறியிருக்கும் 1909-ல் தொடங்கப்பட்ட லா பிரிண்டிங் ஹவுஸ் ஆகியவற்றைச் சொல்லலாம்.

20-ம் நூற்றாண்டின் தொடக்கத்தில் சென்னையின் பெரிய அச்சகங்களாக, ஹோா அண்ட் கோ, எம்.எல்.ஜே. பிரஸ், காக்ஸ்டன் பிரஸ், அசோசியேட்டட் பிரிண்டர்ஸ், மவுண்ட் ரோடில் இருந்த மெட்ராஸ் பப்ளிஷிங் ஹவுஸ், அரசாங்கம் மற்றும் தென் பிராந்திய ரயில்வே அச்சகங்கள் ஆகியவற்றைச் சொல்லலாம். இந்த அச்சகங்களில்தான் இந்தியாவிலேயே முதன்முறையாக மாணவர்களுக்கு முறையான அச்சகப் பயிற்சி அளிக்கப்பட்டது.

பகுதி நேர மாணவர்களுடன், சென்னை தொழிற்பள்ளியை 1916-ல் சென்னை அரசாங்கம் ஆரம்பித்தது. சென்னை மாகாணத்துக்குத் தேவையான தேர்ச்சி பெற்ற மெக்கானிக்குகள், எலெக்ட்ரீஷியன்ஸ், வரைபட நிபுணர்கள், பிளம்பர்கள் ஆகியோரை அளிப்பதற்காக இந்தத் தொழிற்பள்ளி ஆரம்பிக்கப் பட்டது. 1926-ல் இந்தியாவிலேயே முதலாவதாக இங்கே மாலை நேர அச்சுத் தொழில் வகுப்புகள் ஆரம்பிக்கப்பட்டன. நகரத்தில் உள்ள அச்சகங்களில் வேலை பார்த்த அச்சகர்களுக்கும் மாணவர்களுக்கும் தொழில் பயில்விக்க நான்கு வருட பகுதி நேரச் சான்றிதழ் வகுப்பு ஆரம்பிக்கப்பட்டது. பிராட்வே பகுதியின் முடிவில் இந்தப் பள்ளி இருந்தது. இந்தப் பள்ளி 1938-ல் தொழில்நுட்பப் பள்ளியாக வளர்ந்தது. 1946-ல் மத்திய பாலிடெக்னிக்காக மாறியது.

1937-ல் மாகாணத்தின் முதல் மந்திரியாக இருந்த சி. ராஜகோபாலாச்சாரியாரிடம், மூன்றாம் வருட மாணவரான சேண்டி குரியன் ஒரு விண்ணப்பத்தை எடுத்துச் சென்றார். பொறியியல் துறைகள் போல் அச்சுத் தொழிலுக்கும் பட்டயம் (டிப்ளமா) அளிக்கப்படவேண்டும் என்று அவர் கேட்டுக்கொண்டார். பரிசீலனைக்குப் பிறகு அரசாங்கம் இந்தக் கோரிக்கையை ஏற்றுக்கொண்டது. ஐந்து வருட பட்டயப் படிப்பு ஆரம்பிக்கப்பட்டது. 1938-ல் முதல் டிப்ளமா தேர்வு நடத்தப்பட்டது.

இங்கிலாந்தில்கூட இந்தப் பட்டத்துக்கு பெயர் அளிக்கப்படவில்லை. இந்நிலையில் மாணவர் குழு பல்வேறு பெயர்களை முன்மொழிந்தன. எம்.பி (மாஸ்டர் பிரிண்டர்), எல்.பி. (லைசென்ஷியேட் இன் ப்ரிண்டிங்), டி.ஜி.ஏ. (டிப்ளமா இன் கிராஃபிக் ஆர்ட்ஸ்) ஆகியவை அந்தப் பெயர்களில் சில. இந்தப் பெயர்களை ஆராய்ந்தபிறகு இறுதியாக எல்.பி.டி. (லைசென்ஷியேட் இன் ப்ரிண்டிங் டெக்னாலஜி) என்ற பெயர் ஏற்றுக்கொள்ளப்பட்டது.

இந்தத் தொழிற்பள்ளியின் முதல் பட்டதாரிகளின் பட்டியல் இதோ: வெங்கடேசன் (சென்னை அச்சுத் தொழிலின் மூத்த அனுபவசாலி மற்றும் அகில இந்தியப் புகழ்பெற்ற அச்சகர். 1998-ல் அவர் இறந்தார்); ஆர். ராமசாமி (இந்திய அரசாங்க அச்சகத்தையும் திவாஸ் ரூபாய் நோட்டு அச்சகத்தையும் நடத்தியவர்); என். பழனிவேலு (தென் பிராந்திய ரயில்வேயின் அச்சகத்தை நடத்தியவர்); ஆர். ராமகிருஷ்ணன் (நாக்பூரில் உள்ள அரசாங்க அச்சகத்தில் பணிபுரிந்து மறைந்தவர்).

தொழிற்கல்வி கவுன்சிலால் பரிந்துரை செய்யப்பட்ட நான்கு பிராந்திய அச்சகப் பள்ளிகளில் முதலாவது, ஆகஸ்ட் 1955-ல் சென்னையில் உள்ள மத்திய பாலிடெக்னிக்கில் தொடங்கப்பட்டது. 1958-ல் மத்திய பாலிடெக்னிக் அடையாறுக்கு நகர்ந்தது. அதன் பிராந்திய அச்சகப் பள்ளி பிராட்வே கட்டடத்தில் செயல்பட்டது. பிறகு, 1968-ல் பத்து லட்ச ரூபாய் செலவில் அடையாறில் உள்ள செண்ட்ரல் இன்ஸ்டிட்யூட் ஆஃப் டெக்னாலஜி வளாகத்தில் புதிய கட்டடம் கட்டப்பட்டபின், பள்ளி அங்கு நகர்ந்தது. வெகு சீக்கிரத்தில் இன்றைய பிராந்திய அச்சுத் தொழில்நுட்ப கல்லூரியாக வளர்ச்சி அடைந்தது. அதற்குப் பிறகு, அருகில் உள்ள கிண்டி பொறியியல் கல்லூரியில் 1982-ல் நாட்டின் முதல் அச்சுத் தொழில் பட்டப்படிப்பு தொடங்கியது.

14. ராஜின் பவனங்கள்

நவீன சென்னையின் பிற பகுதிகளைப் போலவே கிண்டியில் உள்ள ஆளுநர் மாளிகையான ராஜ்பவனும் மேன்மையான பிரிட்டிஷ் காலனியக் காலத்தைச் சேர்ந்தது. சென்னைக்கு ஆளுநர் அமர்த்தப்படும் வழக்கம் ஆரம்பமானபோது, அவருக்கு அரசாங்க விடுதி ஒன்று அளிக்கவேண்டியது தவிர்க்க முடியாததாகப் போய்விட்டது. 1668-ல் ஜார்ஜ் ஃபாக்ஸ்க்ராஃப்ட் சென்னையின் முதல் ஆளுநராக நியமிக்கப்பட்டார். அப்போது தொடங்கி சென்னைக்குப் பல ஆளுநர் மாளிகைகள் கிடைக்க ஆரம்பித்தன.

ஆரம்ப காலத்தில், ஆளுநர்கள் புனித ஜார்ஜ் கோட்டையின் மத்தியில் அமைந்திருந்த ஃபேக்டரி ஹவுஸில் வசித்தனர். அங்கே, அடிமட்டக் கணக்கர் தொடங்கி அனைவருடனும் உணவு மேஜையை பகிர்ந்துகொள்ள வேண்டிவந்தது. ஒழுங்கின்மையும் குடிப்பழக்கமும் அதிகரித்துவிட்டதால் 18-ம் நூற்றாண்டின் ஆரம்பம் முதல், ஆளுநர் தனி மேஜையில் சாப்பிட ஆரம்பித்தார். அடிக்கடி நிகழ்ந்த ஒழுங்கீனத்தை அடக்க துருப்புகளை அழைக்கவேண்டி வந்தது. 1772-ல் பொது மேஜை முறை ஒழிக்கப்பட்டது.

ஆரம்பத்தில் இருந்தே பொது மேஜையின் நிலை இவ்வாறு இருந்ததால், கம்பெனியில் பணிபுரிந்த தலைவர்கள், ஆளுநர்கள் ஆகியோருக்குப் பொழுது போக்குக்காக, தனிப்பட்ட விடுதியும், அதைச் சுற்றி தோட்டங்களும் தேவைப்பட்டன. இப்போது சட்டக் கல்லூரி இருக்கும் இடத்தில் முதலில் சிறிய வசந்த மண்டபமும் பழைய கொய்யா தோட்டமும் அமைந்திருந்தன. ஆனால் கருப்பர் நகரம் வளர வளர, ஆளுநர் ஸ்ட்ரெயின்ஷாம் மாஸ்டர், ஒரு புது தோட்டத்தை உண்டாக்கி, அதில் தன் தோட்ட வீட்டைக் கட்டிக் கொண்டார். அது எங்கு இருந்தது என்று சரியாக பதிவு செய்யப்படா விட்டாலும், அதன் சொந்தப் படகுத் துறையுடன் கூவம் கரையில் எங்கோ இருந்தது என்பதற்கு மட்டும் ஆதாரம் உள்ளது.

பொதுவாக, இரண்டு இடங்கள் குறிப்பிடப்படுகின்றன: ஒன்று, இப்போது மருத்துவக் கல்லூரி இருக்கும் இடம். மற்றொன்று, மன்றோ சிலைக்கு

அருகில் உள்ள தீவு. அடுத்தடுத்து வந்த ஆளுநர்களால் அது ஓய்வுக்கும் கேளிக்கைக்கும் உபயோகிக்கப்பட்டதே தவிர வசிப்பதற்காக அல்ல. சென்னையை 1746-ல் முற்றுகையிட்டபோது, பிரெஞ்சுத் துருப்புகள் அதை பீரங்கிகள் வைப்பதற்காக உபயோகப்படுத்தியபின் தகர்த்தனர். பிரிட்டிஷார் கைக்கு நகரம் மறுபடியும் கிடைத்தபின், அவர்கள் செய்த முதல் காரியம் ஆளுநருக்கு ஒரு தோட்ட வீடு கண்டுபிடிப்பதுதான். மாலுமி லூயி தி மதீராஸ் (லூயி மாத்ரா) என்ற சாந்தோம் பிரமுகரின் விதவையான அண்டோனியோ தி மதீராஸ் என்ற கம்பெனிக்கு நெருங்கிய நபரிடம் இருந்து, ஒரு வீடு வாங்கப்பட்டது.

கம்பெனிக்கு அடிக்கடி ஏற்பட்ட பணக்கஷ்டங்களின்போது, செல்வந்தரான திருமதி மதீராஸ் கம்பெனிக்குக் கடன் கொடுத்தார். பிரெஞ்சு தாக்குதலுக்கு முன், கூவத்துக்குத் தென்கிழக்கில் இருந்த அந்த வீட்டை, லூயி தி மதீராஸ், பெயர் தெரியாத ஒருவரிடமிருந்து வாங்கியிருந்தார். லா போர்தனேயின் துருப்புகள், அந்த வீட்டைச் சூறையாடின. 1749-ல் நாசமாக்கப்பட்ட சென்னையை விட்டு பிரெஞ்சுத் துருப்புகள் திரும்பியபின், ஆளுநருக்கு, தோட்ட வீட்டுக்கு பதில் வெறும் கூடுதான் மிஞ்சியது.

நிர்ணயிக்கப்பட்ட அதன் மதிப்பு கூடுதலாக இருந்தபோதும், ஆளுநர் தாமஸ் சாண்ட்ரிஸ் அந்த வீட்டை வெறும் 3,500 வராகனுக்கு (அன்றைய மதிப்பின்படி ரூபாய் 75,000), 28 ஆகஸ்ட் 1753-ல் வாங்கினார். ரவுண்ட் டாணாவுக்கு அருகில் உள்ள அரசாங்க வளாகத்தில் இருக்கும் பெரிய மாளிகையின் கரு இதுதான். இந்த வளாகத்துடன் 1756-ல் மேலும் நிலம் இணைக்கப்பட்டது. 1758-59-ல், லாலி புனித ஜார்ஜ் கோட்டையை 67 நாள்களுக்கு முற்றுகையிட்டபோது, இந்த இடம் மீண்டும் பிரெஞ்சுக்காரர்களால் ஆக்கிரமிக்கப்பட்டது. 1855-ல், கர்நாடக நவாபின் பண்ணையின் சில பகுதிகளை இதனுடன் சேர்த்து, இந்த வளாகம் மேலும் விரிவாக்கப்பட்டது. 1883 முதல் குளங்கள் கட்டப்பட்டு, 50 வகை மரங்கள் நடப்பட்டன. சேப்பாக்கப் பூங்கா என்று அழைக்கப்பட்ட அந்தப் பண்ணை சென்னையிலேயே அழகான திறந்த வெளிகளில் ஒன்றாக இருந்தது. 1990-ல் கட்டப்பட்ட விதவிதமான அடுக்குமாடிக் கட்டடங்கள் மூலம், மரங்கள் வெட்டப்பட்டு, பசுமையான சூழல் மாசுபட்டது.

தாமஸ் ரம்போல்டும் (1778-80) இரண்டாம் லார்ட் கிளைவ் என்ற எட்வர்டும் (1798-1803) அதைக் கணிசமாக விரிவாக்கி, கிட்டத்தட்ட இப்போது காணும் தோற்றத்துக்குக் கொண்டுவந்தனர். இரண்டாவது அடுக்கு 1860-ல்தான் சேர்க்கப்பட்டது. அடுத்ததாக இருக்கும் சேப்பாக்க அரண்மனையின் நேர்த்தியான தோற்றத்துக்குச் சமமாக, இதையும் ஆக்கவேண்டும் என்று புனித ஜார்ஜ் கோட்டையின் அதிகாரிகள் விரும்பினர். ஐயோனிக், கொரிந்தியன் தூண்களுடன் கடைசியில் அழகான முகப்புகளுடன் கட்டப்பட்ட கம்பீரமான விருந்துக்கூடம் (இப்போது ராஜாஜி ஹால்) முக்கியமானது.

கம்பெனி வானியலாளரும் பொறியாளருமான கோல்டிங்ஹாம், கிரேக்கக் கோயில் பாணியில் 1802-ல் இதனைக் கட்டிமுடித்தார். இது, பிரம்மாண்டமான நடன விருந்துடன் திறக்கப்பட்டது. எட்வர்ட் கிளைவின்

நண்பரும், அரை டேனிஷ்காரருமான அவரிடம் 1800-ல், பிரதான கட்டடத்தின் விரிவாக்கமும், கட்டடத்தை மாற்றி அமைக்கும் பொறுப்பும் தரப்பட்டன. பின்னர், இந்தியாவில் பிரிட்டிஷ் வெற்றியைக் கொண்டாடும் நினைவுச்சின்னத்தைக் கட்டும் பொறுப்பும் அவரிடம் ஒப்படைக்கப்பட்டது. கட்டடத் துறையின் பொலிவுக்குச் சின்னமாக விளங்கும் அரசாங்க மாளிகை யுடன் அதை இணைக்கும்படி அவர் கேட்டுக்கொள்ளப்பட்டார். 1875-ல் இந்த அறையில் மேலும் சில வேலைகள் செய்யப்பட்டு, 1895-ல் அதைச் சுற்றி வளைவுகளுடன் முற்றம் கட்டப்பட்டது.

முதலில் இருந்த குறுகிய படிகள் அகலமாக்கப்பட்டபின் அதனுடைய திறந்த முற்றங்களைச் சுற்றி வரிசையான வளைவுகள் கட்டப்பட்டன. அவற்றை இணைக்கும் தூண்களும் சிறிய சுவர்களும் பிற்காலத்தில் விரிவாக்கப்பட்டன. ஜார்ஜ் சின்னெரி, தாமஸ் ஹிக்கி, ராபர்ட் ஹோம், டில்லி கெட்டில் போன்றவர் கள் உருவாக்கிய சிறந்த ஆங்கிலோ-இந்தியர்களின் உருவப்படங்கள் சுதந்தரத் துக்குப் பிறகு அகற்றப்பட்டன. அவற்றுக்குப் பதிலாக, தமிழ் சரித்திரத்தில் புகழ்பெற்ற தலைவர்களின் உருவப்படங்கள், முந்தையதைவிடப் பெரியதான அளவில் வைக்கப்பட்டன. இதுதான் அங்கே நடந்த பெரிய மாற்றம். கடந்த காலத்தைபோல் ஆளுநர்கள் இப்போது பெரிய விருந்துகள் அளிப்பதில்லை. வண்ணச் சரவிளக்குள் ஒளியில் அரசாங்க நிகழ்ச்சிகள் நடப்பதும் இல்லை.

வளாகத்தில் சட்டமன்ற உறுப்பினர்களுக்கு வேறு விடுதிகள் கட்டப்படும் வரை அவர்கள் பிரதான மாளிகையில் வசித்தனர். 1993-94-ல் தாற்காலிக இடம் தேடிக்கொண்டிருந்த காவல்துறை தலைமையகம் இந்த இடத்தைப் பயன் படுத்திக்கொண்டது. 1998-ல் காவல்துறை மீண்டும் தனது பழைய அலுவலகத்துக்கே திரும்பியது. பழைய கட்டடத்தின் ஒரு பகுதிதான் சீராக்கப் பட்டது என்றாலும், அதை விட்டுக்கொடுக்க அவர்கள் விரும்பவில்லை. அதனால் மற்ற காவல்துறைப் பிரிவுகள் அங்கு சென்றன. கூடமும் மாளிகையும் முன்பைப்போல் பளிச்சென்று புதிதாக மின்னுவதற்கு சில சீராக்கப் பணிகள் தேவைப்படுகின்றன. சுற்றியுள்ள தோட்டம் சிறிதாக்கப்பட்டாலும் குப்பைகள் இல்லாத சுற்றுப்புறம் தேவை. பழைமையை விரும்புவர்களின் ஆசையான இது நிறைவேறவில்லை. ஒரு வினாடியில் அதற்கு வருவோம்.

கூவம் ஹவுஸ் என்ற மாளிகை, கூவம் ஆற்றை நோக்கி அமைந்திருக்கிறது. சுதந்தரத்தின்போது அது முதல்வரின் அதிகாரபூர்வமான இல்லமாக இருக்கவேண்டும் என்று திட்டமிடப்பட்டது. ஆனால், டி. பிரகாசம் ஒருவர் மட்டுமே அங்கு வசித்தார். பின்னர் சட்டமன்ற அவைத்தலைவரின் இல்ல மாக அது மாறியது. பின்னர், சமீபத்தில், முக்கியமற்ற பல காரியங்களுக்கு உபயோகிக்கப்பட்டது. பின், மெட்ரோ ரயில் அதன் தோட்டத்துக்கு மேல் சென்றபோது அந்த இடம் அதன் முக்கியத்துவத்தை இழந்தது. சட்டசபை மற்றும் செயலகத்தைக் கட்ட அது இடிக்கப்பட்டது.

கூவம் ஹவுஸுக்கு அருகில், விருந்துக் கூடத்துக்கும் அதைத் தாண்டி அரசாங்க விடுதிக்கும் செல்லும் சாலையில், திறந்த பிரதான வாயிலுக்கு அருகில், தேசத்தந்தையின் நினைவு இல்லமான காந்தி இல்லம் இருக்கிறது.

இந்த வெள்ளி முலாம் பூசிய வாயிலுக்கு இரு பக்கத்திலும், ஆளுநரின் குதிரை மெய்க்காப்பாளர்கள் ஒரு காலத்தில் கம்பீரமாக நின்றிருந்தனர். அப்போது நடைபெற்ற மெய்க்காப்பாளர் மாற்றம் இன்று லண்டனில் உள்ள பக்கிங்ஹாம் அரண்மனையில் நடப்பதைப் போல் காட்சி அளித்தது. மனம் மயங்கும் காட்சி அது. 2004-ல் அங்குள்ள காலி செய்யப்பட்ட லாயங்கள் உடைந்து விழும் நிலையில் இருந்தன.

அதைப்போலவே கேட்பார் அற்ற நிலையில் இருப்பது சுதந்தர வீரர் வ.உ. சிதம்பரனார் கோயம்புத்தூர் சிறையில் இருந்தபோது இழுத்த செக்கு. கிண்டிக்கு நகரும் வரை இது காந்தி இல்லத்தின் கொல்லைப்புறத்தில் இருந்தது. அரசாங்க வளாகத்துக்குத் தெற்கே, மாநிலத் தகவல் மையமும் கலைவாணர் அரங்கமும் இருக்கின்றன. பிரஸ் கிளப், சட்டமன்ற உறுப்பினர் விடுதி, அரசாங்க அதிகாரிகளின் அடுக்குமாடிக் கட்டடங்கள் ஆகியவை சேர்க்கப்பட்டு, ஒரு காலத்தில் அழகாக இருந்த சேப்பாக்க பூங்கா, சீரழிந்துகொண்டிருக்கிறது.

மே 1952ல் 375 உறுப்பினர்கள் கொண்ட, சட்டசபை பின்னால் 1957ல் பிரதமர் ஜவஹர்லால் நேருவினால் சிறுவர் அரங்கமாக திறக்கப்பட்டது. அது வளாகத்தின் தென்மேற்கு மூலையிலிருக்கிறது. 1974ல் 1000 இருக்கைகளுடைய கலைவாணர் அரங்கமாக மாறியது. பின்பு கலைவாணர் என்று மக்களால் பட்டம் சூட்டப்பட்ட நகைச்சுவை நடிகர் என்.எஸ்.கிருஷ்ணன் பெயரையொட்டி கலைவாணர் என்.எஸ்.கிருஷ்ணன் என்று பெயர் மாற்றப் பட்டது. திமுகவின் முக்கியமான அவர், 1940களிலிருந்து 1960 வரை, தமிழ் திரைப்படத்தின் சிறந்த நகைச்சுவை நடிகராகயிருந்தார்.

நாட்டிலேயே மாகாணங்களில் அரசு வேலை வாய்ப்பளிப்பதற்கு அமைக்கப் பட்ட முதல் பொதுப் பணி கமிஷன், அரசு வளாகத்திலிருந்தது. 1929ல் ஸ்தாபிக்கப்பட்ட அது, இடம் பெயர்ந்தபின், தமிழ்நாடு பொதுப்பணி கமிஷன் என்று பெயர் மாற்றப்பட்டிருக்கிறது.

200 ஆண்டு சரித்திரப் பிரசித்தி பெற்ற அரசாங்க மாளிகை எங்கு தென்னிந்தியாவிலும் நாடு முழுவதிலும் நடந்த சரித்திரம் எழுதப்பட்டதோ, இடிப்போரின் சுத்தியலுக்கு மாட்டாதவை. கலைவாணர் அரங்கம் உள்பட, பாரம்பரிய விரும்பிகளின் வேண்டுகோளை எதிர்த்து, ஒப்பந்தக்காரர்களால் புது சட்டசபையும் செயலகமும் கட்டுவதற்காக 2008-2009ல் இடிக்கப்பட்டது. நான்கு தவணை இதற்கு முன் அங்கு பதவி வகுத்தபோதும், தன்னுடைய சாதனையான ஐந்தாவது முறை முதல்வர் கருணாநிதி 2007ல் குடிவந்தோர் கட்டிடத்தில் அலுவலகத்தை வைத்துக் கொள்ள விரும்பாததால் அரசாங்க வளாகத்திலும் அதன் பக்கத்துக் கட்டிடங்களையும் இடித்து புது செயலகமும், சட்டசபையும் கட்ட தீர்மானித்தார்.

முதல்வரின் சோழ பாணியின்பேரில் முன்பு இருந்த விருப்பத்திற்கிணங்க, அதே அரண்மனைப் போன்ற கட்டிடங்கள் எதிர்பார்க்கப்பட்டது. மவுண்ட் ரோடிலிருந்து நெருங்கினால் உயர்ந்த பாறை போலும், கோட்டையிலிருந்து நெருங்கினால், மூன்று பிரம்மாண்டமான எண்ணை தொட்டிகள் போலும்

தோற்றமளிக்கும் ஒரு ஜெர்மானிய அமைப்பு, வெவ்வேறு இந்திய தத்துவங்கள் இடம்பெறும் என்ற எண்ணத்தை வீணாக்கிவிட்டது. பூங்கா போன்ற சுற்றுப்புறம் அநேகமாக அழித்துவிட்டது. ரூபாய் 400 கோடி செலவில் கட்டப்பட்ட இந்த ஞாபகார்த்தத்தில் தனது 50 வருட சட்டசபை மற்றும் ஐந்தாவது முதல் அனுபவத்தையும் கொண்டாட முதல்வர் கருணாநிதி விரும்பியதால், அது மார்ச் 13, 2010ல் முடிக்கப்படாமலேயேத் திறக்கப்பட்டது. மரங்களின் பெரும்பான்மை வெட்டப்பட்ட 26 ஏக்கர் நிலத்தில், ஜெமினி வட்டத்தில் அண்ணா மேம்பாலத்தைக் கட்டிய ஈஸ்ட் கோஸ்ட் கன்ஸ்ட்ரக்ஷன், இந்த 7 அடுக்கு (198 அடி), 920,000 சதுர அடி கட்டிடத்தையும் சுற்றுப்புறத்தையும் கட்ட ஒப்பந்தம் அளிக்கப்பட்டனர். திறக்கப்படும்போது 'உலகின் முதல் பசுமை சட்டசபை' என்று கட்டிடம் வர்ணிக்கப்பட்டது.

2011ல் மூன்றாவது முறையாக முதல்வர் ஜெ.ஜெயலலிதா ஆட்சியில் அமர்ந்தபோது, 'புனித ஜார்ஜ் கோட்டைக்கு'த் திரும்ப வேண்டும் என்ற தனது வாக்குறுதியை நிறைவேற்றுவதில், திட்டமாகயிருந்தார். தனது முப்பது அரசாங்கத் துறைகளில் அது மீண்டும் நகர்த்தப்பட்டு, வெவ்வேறு சொரூபங்களில் கடந்த 300 ஆண்டுகளில் எங்கெங்கு இருந்தனவோ, அங்கு சென்றன. கருணாநிதியின் கனவுத் திட்டம் வெறும் கூடாக விடப்பட்டு, அதனுடைய வேறு பாகங்கள் ஆரம்பிக்கப்படவில்லை. அதற்குப் பின் முதல்வர், அந்த கட்டடத்தை, தில்லியிலுள்ள அகில இந்திய மருத்துவ விஞ்ஞான இன்ஸ்டிட்யூட் என்ற நாட்டின் பிரதம நிறுவனத்திற்குப் போட்டியாக மேன்மையான மருத்துவ மையமாக மாற்ற நிச்சயித்தார். எல்லாச் சவால்களையும், உயர்நீதிமன்றம் நிராகரித்தபின், பிரத்தியேக திறனுடைய மருத்துவமனையாகவும், கற்பிக்கும் நிறுவனமாகவும் அதை மாற்றலாம் என்று உத்தரவிடப்பட்டது. 2013ல் பணி ஆரம்பமாகிவிட்டது. புது வளாகத்துக்கு அவர் நகர்ந்தபின், செம்மொழித் தமிழ் மத்திய நிறுவனமும், அதன் 20,000 புத்தகங்களுடைய நூலகமும், அலுவலகமும் 4000 சதுர அடி சட்டசபையிலும், அதன் 1000 சதுர அடி உப்பரிகைகளும் இருக்கலாம் என்ற முதல்வர் கருணாநிதியின் உத்தரவை எதிர்த்து, மீண்டும் சட்டசபை அதனுடைய பழைய இடத்திற்கு வந்துவிட்டது. இத்தகரிய மாளிகையினால் சிறுமைப்படுத்தப்பட்ட ராஜாஜி ஹால் உபயோகத்தைத் தேடிக் கொண்டிருக்கிறது. பழைய வடக்குவாசலிலிருந்து ஒரு நேர்த்தியான சாலை, அது விருந்தினர் அரங்கமாகயிருந்தபோது சென்றது. அரசாங்க விடுதிக்கு அருகில் பழைமைக்கு முரணாக, சட்டசபை உறுப்பினர்களுக்கு புதிதாகக் கட்டப்பட்ட அடுக்குமாடி இருக்கைகளும் இருக்கின்றன. தன்னுடைய அரண்மனையில் ஏழைகளுக்கு உணவளிக்கும் ஆற்காடு நவாப்பினால் தனது தோட்டத்தில் கட்டப்பட்ட 'லங்கார்கானாவில்' அரசு விடுதிக்குத் தெற்குப்புறத்தில் ஒரு பாரம்பரிய கட்டிடமான திருவல்லிக்கேணி காவல் நிலையமிருக்கிறது. அதற்கருகில், மாநில சுற்றுலா மையமும், பத்திரிகையாளர் கிளப்பும் இருக்கின்றன. மலைக்கோட்டையின் சென்னை பிரதிபலிக்கும், இந்த ஆர்ட்டிக்கோக் கட்டிடங்களுக்கும் நடுவில் அவர்கள்

யாருடன் இருக்கப் போகிறார்கள் என்ற கேள்விக்கு கொஞ்சம் பதில்தான் கிடைத்திருக்கிறது. ஒரு மூன்றடுக்கு மாநாட்டு அங்கமாகவும், நிகழ்ச்சி மையமும், இரண்டு பெரிய கூடங்களும், இரு சிறு கூடங்களுடைய கலைவாணர் அரங்கம் இங்கு புத்துயிர் பெறப்போகிறது.

இந்த மாற்றங்கள் நடைபெறுவதற்கு வெகுகாலம் முன்பே அரசாங்க அலுவலகமாகப் பயன்படுத்தப்பட்ட கோட்டை வீடு தவிர இன்னொரு வீட்டை நகரின் வெளிப்புறத்தில் அமைக்கவேண்டும் என்று விரும்பியதன் விளைவே, கிண்டி வீடு.

1680-களில் கிண்டி லாட்ஜ் என்று அழைக்கப்பட்ட இன்றைய ராஜ்பவன் அப்போது பேரி திம்மப்பாவின் இளைய சகோதரரான சின்ன வெங்கடாத்ரிக்குச் சொந்தமாக இருந்தது. சின்ன வெங்கடாத்ரி அந்த வீட்டை தனது புரவலரும் வெற்றிகரமான ஆட்சியாளருமான சர் வில்லியம் லாங்ஹார்ன் என்பரிடம் இருந்து பெற்றார் என்று நம்பப்படுகிறது.

லாங்ஹார்ன், தன் ஆட்சியின்போது கிண்டி லாட்ஜைக் கட்டி அதைச் சுற்றி தோட்டம் அமைத்தார். எனவே, அதற்குத் தோட்ட வீடு என்ற பெயர் கிடைத்தது. 1678-ல் இங்கிலாந்துக்குக் கப்பல் ஏறுமுன் லாங்ஹார்ன் அந்த வீட்டையும் தோட்டத்தையும் சின்ன வெங்கடாத்ரிக்கு விற்றார். விரைவில் சின்ன வெங்கடாத்ரிக்கும் அவருடைய குடும்பத்துக்கும் கம்பெனி மூலம் சிக்கல்கள் ஏற்பட்டன. கம்பெனி நிர்வாகத்தை சமாதானப்படுத்த தனது புதியவீட்டை அவர் கம்பெனிக்குக் கொடுக்கத் தீர்மானித்தார். நல்ல விசாலமான இடமாக அது இருந்தது. அந்த வீடு இரு தரப்பினருக்கும் லாபகரமான ஒப்பந்தத்துடன் வாங்கப்பட்டது.

அதற்குப்பின், அரசாங்கம் கிண்டி லாட்ஜைக் கைவிட்டது. பிரெஞ்சுக்காரர் களுடனும் மைசூருடனும் ஏற்பட்ட சச்சரவுகள் காரணமாக இது நடந்திருக் கலாம். கிண்டி லாட்ஜ் செயிண்ட் தாமஸ் மவுண்டில் உள்ள மற்றொரு தோட்ட வீடுபோலக் கருதப்படும் நிலையை அடைந்தது. அந்த வீட்டை 1813-ல் கில்பெர்ட் ரிக்கெட்ஸ் அடமானம் வைத்தபோதுதான் மீண்டும் வீடு கவனத்துக்கு வந்தது. உயில் இல்லாமல் ரிக்கெட்ஸ் 1817-ல் இறந்துபோனார். கிண்டி மேட்டில் உள்ள அந்தச் சொத்து அரசாங்கத்தின் கைவசம் வந்துசேர்ந்தது. அப்போதுதான், ரிக்கெட்ஸ் திவால் ஆகியிருந்தார் என்ற விஷயம் அரசாங்கத்துக்குத் தெரியவந்தது.

அவர் அந்தச் சொத்தை க்ரிஃபித்ஸ் என்பவருக்கு இரண்டாவது முறையாக அடமானம் வைத்திருந்தார். நடைபெற்ற வழக்கில் வங்கிக்குச் சாதகமாக தீர்ப்பு அளிக்கபட்டபின், 1821-ல் இந்தச் சொத்தையும், அதற்கு அருகில் ஆர்மீனியன், ஜோஸஃப் நாஸர் ஷாமியர் அடமானம் வைத்திருந்த சொத்தையும் முறையே ரூ. 35,000-க்கும், ரூ. 8,750-க்கும் அரசாங்கம் வாங்கிக்கொண்டது.

இடையூறு இல்லாமல் பொதுக்காரியங்களைச் செய்வதற்காக, ஒரு புறநகர வீடு வேண்டும் என்ற ஆளுநர் தாமஸ் மன்றோவின் குறிப்புக்கு ஏற்ப இந்த வீடு வாங்கப்பட்டது. அப்போது சர் தாமஸுக்கு இரண்டு அரசாங்க வீடுகள்

இருந்தன. ஒன்று கோட்டையில் உள்ள பாரம்பரிய வீடு. இன்னொன்று, நகருக்கு வெளியே இருந்த அரசாங்கத் தோட்ட வீடு. கவுன்சில் சேம்பர் தவிர்த்து பிற பகுதிகள் கைவிடப்பட்டன. அருகில் இருந்த கட்டடங்களையும் சேர்த்துப் பார்க்கும்போது ஒரு டவுன் ஹவுஸ் போல் தோற்றமளித்தது. 1947-ல் இத்தகைய ஆடம்பரம் தேவையில்லை என்ற எண்ணத்தில் சுதந்தர இந்தியாவின் ஆளுநர்கள் அதைக் காலி செய்தனர்.

1821-க்கும் 1824-க்கும் இடையில், ஷாமியரின் சொத்தையும் கிண்டி லாட்ஜையும் இணைக்கும் நிலம் வாங்கப்பட்டது. அதற்குப்பின், இன்றைய ராஜ்பவன் விரிவுபடுத்தப்பட்டது. 1837 முதல் 1842 வரை ஆளுநராக இருந்த லார்ட் எல்ஃபின்ஸ்டனின் விருப்பத்துக்கு ஏற்ப கிண்டி லாட்ஜ் இப்போது அடைந்திருக்கும் மாற்றங்களையும், சீர்திருத்தங்களையும் பெற்றது. மார்மலாங் பாலத்தில் இருந்து கிண்டி மேன்ஷனை நேரடியாக இணைக்கும் சாலையை உருவாக்கியது அவரது மிகப் பெரிய சாதனை. அந்த சாலையில் தாலுகா அலுவலகம் அமைந்துள்ளதால் அதை தாலுகா அலுவலகச் சாலை என்று அழைக்க ஆரம்பித்தனர். செங்கல்பட்டு மாவட்ட ஆணையாரால் முன்னர் பயன்படுத்தப்பட்ட அந்தக் கட்டடம், இப்போது அரசாங்க அலுவலகமாகவும் நீதிமன்றமாகவும் இயங்குகிறது.

கோடையின்போது அரசாங்கத்தை நீலகிரிக்கு நகர்த்தும் வழக்கத்தை எல்ஃபின்ஸ்டன் தொடங்கிவைத்தார். 1840-ல் தொடங்கப்பட்ட அந்தப் பழக்கம், சுதந்தரத்துக்குச் சற்று முன்வரை நீடித்தது. ஆளுநர்களின் ஆடம்பர ஊர்வலங்களுக்கு சமீபத்தில்தான் தாலுகா அலுவலகச் சாலை அகலப்படுத்தப் பட்டது. (தற்போது, இங்கே ஆளுநர்களுக்குப் பதிலாக மனுதாரர்கள்தாம் ஊர்வலம் சென்றுகொண்டிருக்கிறார்கள்.) எல்ஃபின்ஸ்டன்தான் இந்தச் சாலையின் அவசியத்தை உணர்ந்து, சின்ன மலையின் ஒரு மூலையைச் சீர்செய்து, 1840-ல் அழகான இந்தச் சாலையைக் கட்டினார். பழைய ஆளுநர் பூங்கா, பலவிதங்களில் குறுக்கப்பட்டு, 500 ஏக்கர் பரப்புள்ள கிண்டி தேசியப் பூங்காவாக ஆகியிருக்கிறது.

சுதந்திர இந்தியாவின் புது ஆளுனர்கள், அரசாங்கத்தின் இருப்பிடமான கோட்டைக்கு அருகில் இருக்க வேண்டிய அவசியத்தை வேண்டாததால் 1948ல் சேப்பாக்கா அரசு விடுதி காலி செய்யப்பட்டது. உண்மையிலேயே 1820 முதல் 1920கள் வரை, தனது மூன்று தனியான கட்டிடங்களை ஒரு பாதை மூலமாக இணைத்து ஒரு பெரிய வீடாக ஆக்கப்பட்ட கிண்டி விடுதிக்கு நிரந்தரமாக நகர வேண்டுமா என்ற வாதம் நடைபெற்றது. முதல் கட்டிடத்தின் முதல் அடுக்கில் ஆளுனர் வாழ்ந்த அவருடைய வரவேற்பறையிருந்தது. இரண்டாவது விருந்து கூடம், மூன்றாவது விருந்தினர் விடுதி. பிரதானக் கட்டிடத்திற்கு சற்று தொலைவில் விருந்துகளுக்கும் ஏனைய நிகழ்ச்சி நிகழ்ச்சி களுக்கும் ஒரு தர்பார் கூடம் 2001ல் கட்டப்பட்டிருக்கிறது. அவைகளுக்கு மத்தியில் 2008 மிக முக்கியமானவர்களுக்கு 2008ல் ஒரு நேர்த்தியான இல்லம் கட்டப்பட்டிருக்கிறது. இரண்டு கட்டிடங்களும் ஆளுனர் மாளிகையுடன் நன்றாக இணைகின்றன.

ஒரு காலத்தில் நகரம்

மிஸ் மான்செலின் சல்லாபம்

'கழன்ற பேண்ட்டுடன் இருக்கும் ஓர் ஆணைவிட உயர்த்தப்பட்ட பாவாடையில் இருக்கும் ஒரு பெண்ணால் வேகமாக ஓடமுடியும். எனவே, கற்பழிப்பு என்பதே நடக்க முடியாது.' ஓர் ஆணாதிக்க வெறியனால் மட்டுமே இவ்வாறான ஒரு தத்துவத்தை உதிர்த்திருக்க முடியும். கன்ஃபூசியஸின் பழமொழிகளை நினைவுபடுத்தும் இந்த அபத்தத் துணுக்கை உண்டாக்கியவர், கேப்டன் கம்மிங்ஸ், மிஸ் மான்ஸெல் இருவருக்கும் இடையே என்ன நடந்தது என்பதை ஆராய்ந்த சென்னை மாகாணத் தலைவர் மற்றும் உறுப்பினர்களின் மனநிலையைக் கனவிலும் அறிந்திருக்க வாய்ப்பில்லை.

2 பிப்ரவரி 1741 மாலை, கம்பெனியின் கப்பலான சீஸர், கேப்டன் ராபர்ட் கம்மின்ஸ் என்பவரின் தலைமையின்கீழ் இங்கிலாந்தில் இருந்து சென்னைக்கு வந்தபோது, மராத்தியர்களால் தாக்கப்பட்ட கர்நாடகத்தைப் பற்றியும் வேறு சில விஷயங்களைப் பற்றியும் ஆளுநர் ரிச்சர்ட் பென்யான் நினைத்துக்கொண்டிருந்தார்.

பிப்ரவரி 27 அன்று, ஆளுநர் பென்யான் தனது ஆளுநர் குழுவை ஒரு கூட்டத்துக்கு அழைத்தபோதுதான், புனித ஜார்ஜ் கோட்டைக்கு, சீஸர் கப்பல், அரசாங்க உத்தரவு, ராணுவத் தளவாடங்கள், பொருள்கள், பணம் ஆகியவை மட்டுமல்லாமல் வேறு எதையோ கூடவே கொண்டுவந்திருக்கிறது என்பதும் தெரியவந்தது. ஆளுநர் குழுக் கூட்டத்துக்கு உறுப்பினரான அகஸ்டஸ் பர்ட்டன் மட்டும் அழைக்கப்படவில்லை. சீஸர் கப்பலில், பர்ட்டனின் சகோதரி மகள், எலிசபெத் மான்ஸெலும் வந்திருந்தாள். அவள், தன் மாமாவுடன் தங்கியிருந்து, சென்னையில் தனக்கென ஒரு கணவரைத் தேட வந்திருந்தாள். பர்ட்டன், கப்பல் கேப்டன் கம்மிங்ஸ்மீது பாலியல் பலாத்காரக் குற்றச்சாட்டைச் சுமத்தியிருந்தார்.

இறக்குமதிக் கிடங்கின் காப்பாளரும் குழுவின் ஐந்தாவது உறுப்பினருமான வில்லியம் மான்ஸன், சென்னைப் பட்டணத்தின் அமைதி காக்கும் நீதிபதி என்ற

முறையில், மிஸ் மான்ஸெலை விசாரித்தார். பின்னர், அந்தக் குற்றச்சாட்டை கவுன்சிலுக்குக் கொண்டுசென்றார்.

ஜூலை 24 அன்று இரவு ஒன்பது முதல் பத்து மணிக்குள், மாடத்தில் நின்று கொண்டிருக்கும்போது, தனது இடத்திலிருந்து வந்த கேப்டன், பலாத்காரமாக அவளைத் தரையில் தள்ளி, மூச்சு திணறும்படி வாயை பொத்தினார் என்பது மிஸ் எலிசபெத் மான்ஸெலின் புகார். 'அங்கேயே என்னை எனது விருப்பத்துக்கு மாறாக பாலியல் பலாத்காரம் செய்தார்' என்று அவள் புகாரை முடித்துக் கொண்டாள்.

ஆவணங்களின்படி, மிஸ் மான்ஸெலின் குற்றச்சாட்டு, சென்னை சந்தித்த முதல் பாலியல் பலாத்கார வழக்காகும். ஆனாலும் விசாரணை ஆரம்பிப்பதற்கு முன்பே ஏற்பட்ட சட்டச் சிக்கல்களினால், விசாரணையே நின்றுவிடும்போல் இருந்தது. நீதிமன்ற வரம்பு பற்றிய விவாதங்கள் இருந்ததால், 27-ம் தேதி நடந்த குழுவின் சந்திப்பு காரசாரமாக இருந்தது. நடுக்கடலில், பத்து மைல் தொலைவுக்கு அப்பால், குற்றம் நடந்ததால், புனித ஜார்ஜ் கோட்டையின் அதிகாரிகளுக்கு அதை விசாரிப்பதற்கான அதிகாரம் இல்லை என்பதுதான் வாதம்.

நடுக்கடலில் நடக்கும் கொள்ளைகளைப் பற்றி விசாரிக்க அதிகாரமுள்ள நீதிமன்றத்திடம் இந்த வழக்கு கொண்டுசெல்லப்பட்டது. சிலர் இதுவும் ஒரு விதமான திருட்டு என்று கருதினர். கடல் பயணத்தின்போதோ வியாபாரங்களின் போதோ ஏற்படும் பாதுகாப்புக் குறைபாடுகளைத்தான் திருட்டு என்னும் வார்த்தை குறிக்கும் என்றும் தனிப்பட்டோரைப் பாதிக்கும் வழக்குகள் லண்டனில் உள்ள நீதிமன்றங்களில்தான் விசாரிக்கப்படவேண்டும் என்றும் சிலர் வாதாடினர். சட்டரீதியாக வழக்கை விசாரிக்க அதிகாரம் இல்லாவிட்டாலும், ஆளுநர் குழு என்ற முறையில் இந்த வழக்கை விசாரிக்கலாம் என்று ஆட்சிக்குழு முடிவு செய்தது.

எலிசபெத் மான்ஸெலும், ராபர்ட் கம்மிங்ஸூம் சாட்சி சொல்ல அழைக்கப் பட்டனர். குற்றச்சாட்டை மான்ஸெல் உறுதிப்படுத்தினார். ஆனால், ராபர்ட் கம்மிங்ஸ் அவளது ஒவ்வொரு கூற்றையும் முழுவதுமாக மறுத்தார். முழுமையான விசாரணை மேற்கொள்ளப்படவேண்டும் என்று முடிவானது. வழக்கு மறுநாளுக்கு ஒத்திப்போடப்பட்டது. கேப்டன் கம்மிங்ஸ், கோட்டைக் காவலர்கள் வசம் ஒப்படைக்கப்பட்டார்.

மறுநாள் பரபரப்பான சாட்சியம் கிடைத்தது. கேப்டன் கம்மிங்ஸ் திறமையாக வாதாடவும் செய்தார். ஆனால், கண்டு ரசிக்க, கூட்டம்தான் இல்லை. இன்று போல் அன்றும் ரகசியத்தைப் பாதுகாக்க முடியாத சென்னையில், இந்த விஷயம் வெகு சீக்கிரமே கசிந்தது. நகர் முழுவதும் வாதப் பிரதிவாதங்கள் நடைபெற்றன. ஆனாலும் அவர்களால் ஒரு முடிவுக்கு வரமுடியவில்லை. மிஸ்டர் பர்ட்டனை ஒரு பக்கம் அமர வைத்துவிட்டு, குழு வழக்கை விசாரிக்கத் தொடர்ந்தது.

முதலில் அழைக்கப்பட்ட மிஸ் மான்ஸெல், உறுதிமொழி எடுத்துக்கொண்ட பின் விசாரிக்கப்பட்டார். பாலியல் பலாத்காரம் எப்படி நடந்தது? எங்கே?

அவளுடன் கூடப் பயணம் செய்த இரண்டு பெண்கள் அந்த நேரத்தில் எங்கு இருந்தனர்? அவர்களை அவள் ஏன் சத்தம் போட்டு அழைக்கவில்லை? மான்செல் இவ்வாறு பதிலளித்தாள்: 'அந்த இரண்டு பெண்களும், வட்ட அறையில் இருந்தனர்.நான் மாடத்தில் இருந்தேன். கேப்டன் வாயைப் பொத்திய காரணத்தால் அவர்களை உதவிக்கு அழைக்கமுடியவில்லை.'

ஆனாலும், குறுக்கு விசாரணையின் போது, தென் ஆப்பிரிக்காவின் கேப் பகுதியைத் தாண்டும் சமயத்தில், கேப்டனுடன் பாலுறவு கொள்ள தான் சம்மதித்ததாக மான்செல் ஒப்புக்கொண்டாள். ஆனால், அதற்கு முன்பே தன்னை அவர் அடித்து, உதைத்து, விபசாரி என்றும் வேறு கெட்ட வார்த்தை களாலும் திட்டினார் என்றும் அவள் குற்றம் சாட்டினாள்.

தூக்கு தண்டனை குற்றத்தை எதிர்நோக்கிய கம்மிங்ஸ் ஒன்றும் கண்ணியமான ஆசாமியும் அல்ல. இங்கிலாந்தில் போர்ட்ஸ்மவுத் துறைமுகத்திலேயே, மான்செல் தன்மீது 'வெளிப்படுத்திய ஈடுபாட்டால்', தன் மனைவி திருமதி கம்மிங்ஸ் பாதிக்கப்பட்டு வெடித்து அழும் நிலை ஏற்பட்டது என்று கம்மிங்ஸ் குறுக்கு விசாரணையின்போது சொன்னார். தன் மனைவியிடம், அவர் தான் ஒழுங்காக நடந்துகொள்வதாக வாக்களித்ததாகவும், ஆனால் கப்பலில் இரண்டு மாதங்கள் மட்டுமே அவரால் தாக்குப் பிடிக்க முடிந்ததாகவும், மான்செலின் தொடர்ந்த வற்புறுத்தல் காரணமாக, அவளது வலையில் விழுந்ததாகவும் அவர் சொன்னார். அதன்பின், பயணத்தின்போது, அவர் அவளுடன் 'உல்லாசமாக' நேரத்தைக் கழித்தாராம். மான்செல்மீது பாலியல் பலாத்காரம் என்ற பேச்சுக்கே இடமில்லை என்றும் கம்மிங்ஸ் உறுதியாகச் சொன்னார். ஏன்? 'க்ரேவ்ஸெண்டுக்கும் போர்ட்ஸ்மவுத்துக்கும் இடையில் அவள் ஓர் இளைஞனுடன் உல்லாசமாக இருந்தாள்.' அதற்குமுன்னும்கூட, 'அவளுடைய வீட்டில் அவள் வேறு ஓர் இளைஞனுடன் நெருக்கமாக இருந்தாள். மோசமான நடத்தை கொண்ட அவளை எப்படியாவது வெளியேற்றிவிடவேண்டும் என்று அவளது குடும்பத்தவரே நினைத்தனர்' என்றார் கம்மிங்ஸ்.

முரணான கதைகளை எதிர்கொண்ட குழு, சாட்சிகளை அழைக்கத் தீர்மானித்தது. முதலில் வட்ட அறையில் இருந்த மேரியும் மார்த்தா கோல்ஸும் சாட்சி சொல்ல அழைக்கப்பட்டனர். எலிசபெத் அடிக்கடி அழுதுகொண்டிருப்பாள் என்றும், கடந்த கிறிஸ்துமஸ் அன்று கண்ணீர் வெள்ளத்தில் அவளைப் பார்த்தோம் என்றும் அவர்கள் கூறினர். கேப்டனுடன் நடந்த சண்டைகள்தான் இந்தக் கண்ணீருக்குக் காரணம், என்றனர். மாடத்தில் இருந்து எந்தவிதக் கூக்குரலும் கேட்கவில்லை என்றும் கரைக்கு வந்தபிறகு பர்ட்டன் வாயிலிருந்து அந்த வார்த்தை வெளிவரும் வரை, பாலியல் பலாத்காரம் குறித்து தாங்கள் சந்தேகிக்கவில்லை என்றும் அவர்கள் சாட்சி அளித்தனர்.

எலிசபெத்துக்கும் கேப்டன் கம்மிங்ஸுக்கும் இடையே நெருக்கம் இருந்தது என்ற மார்த்தா கோல்ஸ், 'கேப்டன் தன் பக்கம் திரும்பினால்கூட, அதை எலிசபெத்தால் பொறுத்துக்கொள்ள முடியவில்லை; அவள் கடுமையாகக் கோபம் அடைந்தாள்' என்றாள். ஒரு நாள் பெரிய அறையில் எலிசபெத்துடன்

தான் இருந்ததாகவும் அப்போது, கேப்டன்மீது ஏதோ காரணத்தால் கடும் கோபம் கொண்டிருந்த எலிசபெத், அவரை அயோக்கியன் என்றும் துரோகி என்றும் வேறு சில பெயர்களாலும் கடிந்துகொண்டாள் என்றும் மார்த்தா கோல்ஸ் கூறினாள். பிரிக்கப்பட்ட அறைச் சுவருக்கு அப்பால் பேசிக்கொண்டிருந்த மருத்துவர் ஜான் போப்பும் பயணி ஜான் லெக்கும் இந்தச் சாட்சியத்தை ஆதரித்தனர். பலாத்காரம் என்று அவள் கூறியதை அவர்கள் தங்கள் காதுகளால் கேட்டதாகவும் கூறினர்.

சென்னையை அடைவதற்கு ஆறு வாரங்களுக்கு முன்பே கேப்டனும் மிஸ் மான்ஸெலும் சண்டை போட்டுக்கொண்டதை மற்றொரு பயணி கவனித்திருக்கிறார். பாலியல் பலாத்காரம் குறித்து உங்களுக்குச் சந்தேகம் உண்டா என்று மூவரிடமும் கேட்கப்பட்டது. அதைப்பற்றி ஒருவரும் சந்தேகப்படா விட்டாலும், அவர்களிடையே இருந்த நெருக்கத்தை அவர்கள் மூவரும் உறுதி செய்தனர். பொதுவாகவே மிஸ் மான்ஸெலும் கேப்டன் கம்மிங்ஸூம் மிக மிக நெருக்கமாக இருந்ததை அவர்கள் ஒப்புக்கொண்டனர்.

கம்மிங்ஸ் தனது சாட்சிகளை அழைத்தார். முக்கிய உதவியாளர் வில்லியம் ஃபெர்ன், சார்ல்ஸ் பேட்மன் ஆகியோர் சாட்சி அளித்தனர். பலாத்காரம் நடந்ததாகச் சந்தேகிக்க முடியவில்லை என்றும், கேப்டனை மான்ஸெல் கெட்ட வார்த்தைகளால் திட்டியதைத் தாம் பார்த்ததாகவும், தன்னைப் பாழக்கிவிட்ட தாக மான்ஸெல் கேப்டனைக் குற்றம் சாட்டியதைத் தாங்கள் கேட்டதாகவும் அவர்கள் கூறினர்.

கேப்டனின் வேலைக்காரர் ஆண்டனி உட், தன் எஜமானரை உயர்த்திப் பிடித்து இவ்வாறு பேசினார்: 'மிஸ் மான்ஸெல் ஒருமாதிரியானவள். போர்ட்ஸ்மவுத்தி லேயே இரண்டு வேலைக்காரர்களிடம் நெருக்கமாக இருந்தாள். அதை திருமதி கம்மிங்ஸ் முன்னரே பார்த்துவிட்டார். அதனால் திருமதி கம்மிங்ஸ் கப்பலில் என்ன நடக்குமோ என்று வெகுவாக அஞ்சினார்.' இவ்வாறு அவர் கூறினாலும், பாலியல் பலாத்காரம் பற்றியோ சச்சரவுகளைப் பற்றியோ அவர் எதுவும் அறிந்திருக்கவில்லை.

சும்மா இருந்த மதராஸ்பட்டண வாய்களுக்கு இந்த வழக்கு அவல் ஆகிப் போனது. மார்க் ரோம்னி என்னும் மற்றொரு பயணி இவ்வாறு சாட்சியளித்தார்: 'மிஸ் மான்ஸெலுக்கும் கேப்டன் கம்மிங்ஸூக்கும் நெருக்கம் இருந்தது. மற்ற பெண்களிடம் கேப்டன் நாகரிகமாக நடந்துகொண்டால் கூட, எலிசபெத்துக்குக் கோபம் பொத்துக்கொண்டு வரும். தென்னாப்பிரிக்காவின் கேப் என்னும் இடத்தில் கப்பல் இருந்தபோது, எல்லோருடைய முன்னிலையிலும் மான்செல் கேப்டனின் அறைக்குள் போய்விட்டு வெளியே வந்ததை நாங்கள் பலரும் பார்த்தோம். ஒரு நாள், நள்ளிரவு 11 மணிக்கு, இருவரும் இரு நாற்காலிகளில் அருகருகே அமர்ந்திருந்தனர். கேப்டனின் கால்கள் அவளது தொடைமேல் இருந்தது. அவளது கைகள் அவர் கழுத்தைச் சுற்றி வளைத்திருந்தது. அவள் அவரை, 'அன்புள்ள கேப்டன்' என்று அழைத்தாள். இருவரும் முத்தமிட்டுக் கொண்டனர். நான் என் கூட்டாளி ஒருவரிடம் இந்த நிகழ்வைக் காண்பித்தேன். அவர் என்னை, 'சத்தம் போடாதீர்கள்' என்று எச்சரித்தார். மற்றொரு கப்பல்

ஊழியரை அழைத்து, இதனைப் பார்க்க வரச்சொன்னேன். அவரோ, வாய்மீது விரலை வைத்து சைகை காட்டினாரே ஒழிய, வர மறுத்துவிட்டார்.'

எலிசபெத் மான்செல் மீண்டும் அழைக்கப்பட்டார். அவளிடம், குற்றச்சாட்டை ஏன் இவ்வளவு தாமதமாகக் கொடுத்தாள் என்று கேட்கப்பட்டது. அத்துடன், கப்பல் கரை தட்டியபிறகும்கூட, கப்பலில் இருந்தபடி, கட்டுமரங்கள் மூலம், கேப்டன் மிகவும் நல்லவர் என்று சொல்லக்கூடிய கடிதங்களை கரைக்கு அனுப்பினாள் என்றும் கேட்கப்பட்டது. அதற்கு அவள், அனைத்தும் தன் மீது உள்ள நிர்பந்தம் காரணமாகவே என்றாள். கேப்டன்தான் தன்னை மிரட்டி அந்தக் கடிதங்களை அப்படி எழுதச்சொன்னார் என்றும், நடந்ததைப் பற்றி ஒருவருக்கும் சொல்லக்கூடாது என்று தன்னை மிரட்டி சத்தியம் வாங்கிக்கொண்டதாகவும் அவள் கூறினாள்.

கடிதத்தில் இடம்பெற்ற விஷயங்களைச் சொன்னது தான்தான் என்று ஒப்புக் கொண்ட கேப்டன், தான் அவளை அந்தக் கடிதங்களை எழுதும்படித் தூண்ட வில்லை என்றார். சொல்லப்போனால், அவளது கடிதங்கள் கேப்டனை மேலும் மேலும் புகழ்வதுபோல இருந்ததால், அவற்றை மட்டுப்படுத்திக்கொள்ளுமாறு அவர் அவளிடம் சொன்னதாகவும், இல்லாவிட்டால், மக்கள் அவர்கள் இருவரையும் தொடர்புபடுத்திப் பேசுவார்கள் என்று தான் அஞ்சியதாகவும் அவர் சொன்னார். அவளிடம் சத்தியம் வாங்கிக்கொண்டதை கேப்டன் உறுதிசெய்தார். ஆனால் அந்தச் சத்தியம், பாலியல் பலாத்காரத்தை மறைக்க அல்ல என்றும், இயற்கையிலேயே படபடப்பும் பொறுமையின்மையும் நிறைந்த அந்தப் பெண் கண்டதையும் உளறி, தனக்குக் கெட்ட பெயரைத் தேடிக்கொள்வாள் என்று அவர் அஞ்சியதாகவும், அவள் கட்டுப்பாடாக பேச, நடந்துகொள்ளவேண்டும் என்பதற்காகவே அவர் அந்தச் சத்தியத்தைக் கேட்டு வாங்கிக்கொண்டதாகவும் அவர் கூறினார். மேலும், கரைக்கு வந்தபின்னும், மான்செல் தன்னுடன் தொடர்புகொண்டிருந்ததாகவும், தன் குடும்பங்களைப் பற்றிய பல ரகசியங் களைத் தன்னுடன் பகிர்ந்துகொண்டதாகவும், தன் குடும்பத்தார் தன்னை மோசமாக நடத்துகிறார்கள் என்று அவள் குற்றம் சாட்டியதாகவும் அவர் குழு முன் சாட்சி அளித்தார்.

இந்தக் கருத்துப் பரிமாற்றத்தைப் பற்றியும், கடிதத்தைப் பற்றியும் மிஸ் மான்செல் ஒப்புக்கொண்டார். பலாத்காரத்துக்கான போதுமான சான்றுகள் இல்லை என்று முடிவுசெய்த குழு, கேப்டனை விடுவித்தது. அதே நேரம், குழு உறுப்பினர் பர்ட்டனுக்கு ஆதரவாக, கேப்டனையும் குழு கடிந்துகொண்டது. 'உங்கள் பொறுப்பில் இருந்த அந்தப் பெண்ணுடன் நீங்கள் நடந்துகொண்ட விதம் உங்கள் மீது எப்போதும் களங்கத்தை இருக்கச் செய்யும்' என்றது. ஆனால், கம்மிங்ஸ் கண்ணியத்துடன் அதை விடுவதாக இல்லை. தொடர்ந்து, 'அந்தப் பெண், கப்பலுக்கு வருவதற்கு முன்னேயே மோசமான நடத்தை கொண்டவ ளாக இருந்தாள்' என்று சொல்ல ஆரம்பித்தார். குழு, கோபத்துடன் அவரது வாயை அடைத்தது. கண்டனம் ஏதும் இல்லாமல் மிஸ் மான்செல் விடுவிக்கப் பட்டார்.

கம்மிங்ஸ் விவகாரம் அவ்வளவு சுலபமாக முடிவடையவில்லை. 12 மார்ச் அன்று, சீஸர் கப்பலின் சிப்பந்திகள், கேப்டன் தங்களை மோசமாக நடத்துகிறார் என்று புகார் எழுதி, குழுவுக்கு அனுப்பினர். ஆனால், கப்பலைப் பரிசோதிக்கச் சில மாதங்கள் ஆனது. கப்பல் 'நல்ல நிலையில் இருந்தபோதும்', முக்கிய உதவியாளரும் மற்றொரு சிப்பந்தியும் இறந்திருந்தனர்; இரண்டு மூன்று மாலுமிகள் காணாமல் போயிருந்தனர். அவர்கள் தப்பி ஓடிவிட்டனர் என்று சொல்லப்பட்டது. கப்பல் மருத்துவரும் கணக்குப்பிள்ளையும் கப்பலில் காணப் படவில்லை. 27 ஜூன் அன்று நடந்த பேச்சுவார்த்தைக்குப் பிறகு, கேப்டன் கம்மிங்ஸுக்கும் அவருடைய அலுவலர்களுக்கும் இடையே ஓர் ஒப்பந்தம் ஏற்பட்டது. இரு தரப்பினரின் ஒப்புதலுடன் 12 மார்ச் அன்று கொடுக்கப்பட்ட புகார் திரும்பப் பெறப்பட்டது.

28 செப்டெம்பர் அன்று, சீஸர் கப்பல், பிரின்ஸ் ஆஃப் வேல்ஸ், நாட்டிங்ஹாம் ஆகிய இரு கப்பல்களுடன் சேர்ந்து, இங்கிலாந்துக்குப் பயணமானது. அதற்கு மூன்று நாள்களுக்கு முன்னர்தான், சென்னையின் வெயில் மிக அதிகமாக இருக்கிறது என்று உணர்ந்த மிஸ் மான்ஸெல், பிரின்ஸ் ஆஃப் வேல்ஸில் ஏறி இங்கிலாந்து நோக்கிக் கிளம்பியிருந்தார்.

15. வடக்கே செல்லும் சாலை

வணிகத்தின் தூண்கள்

புனித ஜார்ஜ் கோட்டைக்கு வடக்கே சென்றால், நவீன சென்னையில் வியாபாரம் தொடங்கிய பகுதிகளைக் காணலாம். இங்கு 18-ம் நூற்றாண்டின் பின்னணி கொண்ட பாரி, பின்னி, கிலாண்டர்ஸ்-ஆர்பத்நாட் (இப்போது ஒரு கிளை அலுவலகம்) ஆகிய நிறுவனங்கள் ஜார்ஜ் டவுனிலும்* அதற்கு வடக்கிலும் செயல்பட்டுவருகின்றன. தென் இந்தியாவின் செழிப்புக்கும், அதன் வணிகத்துறைக்கும், சமூகத்துறைக்கும், வேளாண்மைத் துறைக்கும் வளர்ச்சியளித்து, அதே சமயத்தில், தானும் வளர்ந்த பாரியும் பின்னியும் பிரிட்டிஷ் தனியார் கம்பெனிகளுள் முதன்மையானவை. இப்போது பின்னியும் பாரியும் இந்தியமயமாகிவிட்டன.

சென்னையில் உள்ள பிரிட்டிஷ் நிறுவனங்களில் மிகப் பழைமையான சரித்திரத்தை உடைய பாரி, 1790-ல் சேஸ் அண்ட் பாரி என்று அழைக்கப் பட்டது. 1788-ல் சென்னைக்கு வந்த தாமஸ் பாரி, சுதந்தர வணிகராக உரிமம் பெற்றார். அதே இடத்தில் தொடர்ந்து இருந்ததால் பாரி முனை என்றே அந்தச் சந்திப்பு பெயர் பெற்றது. பழைய வழக்கறிஞர்கள் கட்டடம் இருந்த இடத்தில், 1819-ல் பாரியின் பங்குதாரரான ஜே. டபிள்யூ டேரின் பெயரில் ஒரு கட்டடம் இருந்தது. அது டேர் ஹவுஸ் என்று அழைக்கப்பட்டது. ஆர்ட் டெகோ பாணியில் 1930-களின் இறுதியில் கட்டப்பட்ட அதன் தற்போதைய தலைமை அலுவலகக் கட்டடம், 1940-ல் இருந்து உபயோகப்படுத்தப்பட்டு வருகிறது.

---

* ஜார்ஜ் டவுனை வ.உ.சி. நகர் என்று அழைக்கவேண்டும் என்னும் கோரிக்கை ஏற்றுக்கொள்ளப்படவில்லை. வ.உ.சி ஒரு மிகப் பெரிய தமிழ் தேசபக்தர். பிரிட்டிஷ் கப்பல்களுக்குச் சவால்விடும் வகையில் சுயமாக ஒரு கப்பலை வாங்கி தொழில் நடத்தியவர்.

இந்த முனையில்தான் புனித ஜார்ஜ் கோட்டையைக் கிட்டத்தட்ட அழித்த லாலியின் பீரங்கிகள் 1758, 1759-ல் நிறுத்திவைக்கப்பட்டிருந்தன. கடல் நீரால் தொட்டுவிடக்கூடிய தொலைவில் சுவர்கள் கொண்ட வடக்கு தெற்காக 182 அடிக்கு 72 அடி அளவு கொண்ட ஒரு கட்டடத்தை 1803-ல் பாரி வாங்கினார். அந்தக் கட்டடம் கர்நாடக நவாபுக்குச் சொந்தமானது. கர்நாடக நவாபின் கடன் பிரச்னையில் சிக்கியிருந்த பாரி, சென்னையிலிருந்து துரத்தப்பட்டார். அதன்பின், அவர் கொழும்புக்குச் சென்று, பிறகு மீண்டும் சென்னைக்குத் திரும்பி வந்தார்.

1824-ல் பாரி கடலூரில் இறந்தார். அங்கு கோட்டை போல் காட்சியளித்த கம்பெனி அலுவலகங்கள் தற்போது உபயோகத்தில் இல்லை. அருகில் இருக்கும் க்ரைஸ்ட் சர்ச்சில் அவர் புதைக்கப்பட்டார். அதற்குப்பின் பொறுப்பேற்ற டேரின் தலைமையின்கீழ் பாரி மீண்டும் வளர ஆரம்பித்தது. இப்போது நாட்டுக்கோட்டைச் செட்டியார்களின் நிறுவனமான முருகப்பா குழுமத்தின் அங்கமாக இருக்கிறது பாரி. அவ்வாறு நிர்வகிக்கப்படும் இரண்டாவது பெரும் பிரிட்டிஷ் நிறுவனம் இது. முதலாவது நிறுவனம், இப்போது மதுரா கோட்ஸ் என்று அழைக்கப்படும் மதுரையில் உள்ள ஹார்வே மில்ஸ். இந்த நிறுவனத்தை செட்டிநாட்டு அரசரின் குடும்பம் வாங்கியது. பாரி பல துறைகளில் வளர்ந்திருந்தாலும், முன்பைப் பேலவே இப்போதும் சர்க்கரை, மது, எரு ஆகியவற்றிலேயே தொடர்ந்து ஈடுபட்டு வருகிறது. 'பாரிவேர்' என்ற பெயர் நீடித்திருந்தாலும் ஜாடிகள் செய்வதை பாரி நிறுத்தி விட்டது.

பாரிக்கு முன்னரே 1682-ல் பின்னி சென்னைக்கு வந்துவிட்டது. சார்ல்ஸ் பின்னி 1769-ல் உரிமம் ஏதும் இல்லாமல் இந்தியா வந்தார். வாலாஜா நவாபின் செயலாளராகப் பணிபுரிந்த குடும்பத்தில் இவர் முதலானவர். குடும்பத்தின் முந்தைய உறுப்பினர்களைப் போலவே நவாபிடம் பணியாற்றுவதற்காக 1797-ல் சென்னைக்கு வந்த ஜான் 'செவிட்டு' பின்னிதான் பின்னி நிறுவனம் கால் ஊன்றக் காரணமாக இருந்தவர். ஸ்பென்சர் அண்ட் கோ அலுவலகமும், அவர்கள் வசம் இருந்த இப்போதைய கன்னிமரா ஹோட்டலும் இருக்கும் இடத்தில்தான் ஒரு வீட்டில் ஜான் பின்னி, 1820 வரை வசித்தார். அவரது நினைவாக, கன்னிமராவின் முகப்பு வழியே செல்லும் சாலை, இன்றும் பின்னி ரோடு என்றே அழைக்கப்படுகிறது.

இப்போதைய ஆர்மீனியன் தெருவுக்கு 1812-ல் நகர்ந்த பின்னி அண்ட் டெனிஸன் என்ற நிறுவனத்தை, பின்னி 1799-ல் ஆரம்பித்துவைத்தார். 1814-ல் அது பின்னி அண்ட் கோ ஆனது. வியாபாரி, வங்கி உடைமையாளர், நிர்வாக ஒப்பந்தக்காரர் என்று பல்வேறு அடையாளங்களுடன் இயங்கிய இந்த நிறுவனம், பிரிட்டிஷ் இந்தியா ஸ்டீம் நேவிகேஷன் என்னும் நிறுவனத்தின் ஒப்பந்தக்காரராகவும் விளங்கியது. இறுதியாக, துணி ஆலை ஒன்றின் நிர்வாகத்தை எடுத்துக்கொண்டபோது, இந்தியாவின் முன்னோடியான தொழில் நிறுவனமாக பின்னி மாறியது.

1877-ல் வடக்கு சென்னையில் பக்கிங்ஹாம் மில்லை பின்னி ஆரம்பித்தது. அதற்கு அடுத்த ஆண்டு, நூற்பு வேலை ஆரம்பமானது. 1893-ல் நெசவாலையாக மாறியது. 1882-ல் ஆரம்பிக்கப்பட்ட கர்நாடிக் மில்ஸில் நூற்பும் நெசவும் 1884-ல் தொடங்கின.

அடுத்தடுத்து இருந்த இரண்டு மில்களும் 1920-ல் இணைக்கப்பட்டு, 14,000 தொழிலாளர்கள் கொண்ட நிறுவனமாக பின்னி விளங்கியது. அடுத்த சில வருடங்களில், பக்கிம்ஹாம், கர்நாட்டிக் காகி, ட்ரில் ஆகியவை உலகின் பல பாகங்களிலும், எல்லா வீடுகளிலும் புழங்கும் பெயர்கள் ஆயின. 1884-ல் பெங்களூர் உல்லன்-காட்டன் மில்ஸ் நிறுவப்பட்டது. துருப்புகளுக்கும், குதிரைகளுக்கும், கோவேறு கழுதைகளுக்கும் அளித்த போர்வைகள் மூலம் இந்நிறுவனம் பிரிட்டிஷ் மற்றும் இந்தியத் துருப்புகள் மனத்தில் இடம் பெற்றது.

நவீனப்படுத்தாமல் போனதாலும் வெள்ளச் சேதத்தினாலும் இந்த அனைத்து மில்களும் 1970-களின் பிற்பகுதியில் தேக்கமடைந்தன. சென்னையின் ஒரு பகுதியின் வளர்ச்சிக்கு முழுக்க முழுக்க காரணமாகயிருந்த மில்கள், அரசாங்கத்தின் நெருக்குதலின் காரணமாக மட்டுமே இயங்கி வந்தன. உயர் அதிகாரிகளின் வீடுகள், பழைமையைப் பேணுவோருக்கு மகிழ்ச்சியை அளித்தன. மில் வளாகமும் வீடுகளும் உற்பத்தி மையங்களாகக் கருதப்படாமல், நில மதிப்புக்காக மட்டுமே அங்கீகரிக்கப்பட்டன.

அதனால்தான், புது நூற்றாண்டில் பெரம்பூர் வளாகம் கைமாறியபின் அது ஒரு கன்டெய்னர் டெப்போவாக மாற்றப்பட்டு அதிகாரிகளின் வீடுகள் இடிக்கப்பட்டு மொத்த வளாகமும் விரிவாக்கத்தை எதிர்பார்த்துக் கொண்டிருக்கிறது.

ரெயில்வேயின் சரக்குக் கிட்டங்கியான 'ஸால்ட்கொட்டார்ஸ்' ஸ்டேஷனுக்கு எதிரில் டிமெல்லோ சாலையில் சூளை மில்ஸ் என்று பிரபலப்பட்ட மும்பைக்காரர்களுக்குச் சொந்தமான மதராஸ் யுனைடெட் ஸ்பின்னிங் அண்டு ஸீவிங் மில்ஸ் சென்னையின் மற்றொரு ஆலை. 20வது நூற்றாண்டின் ஆரம்பத்தில் இந்த மில் 1939ல் தில்லி அக்கறையினால் எடுத்துக்கொள்ளப் பட்டு, பின்னர் மும்பை எட்வர்ட் டெக்ஸ்டைல் மில்லுக்கு விற்றபின்கூட நிதிநிலை அபிவிருத்தியடையவில்லை. இன்று அதன் கட்டிடங்கள் இந்திய உணவு கார்ப்பரேஷனின் கிட்டங்கிகள்.

தென்னிந்தியாவில் ஏன் இந்தியாவிலே பி அண்டு சி மில்ஸில்தான் தொழிற்சங்க இயக்கம் பிறந்தது. 1915 முதல் ஒரு சிறு வளையல் தொழிற்சாலை நடத்தியவரின் மகன் ஜி.செல்வபதி செட்டியார் தொழிலாளர்களின் விருப்பங்களை முன்படுத்தினார். செல்வபதியால் வெங்கடேச குணாமிர்தி வர்ஷினி சபா என்று புதுப் பெயர் அளிக்கப்பட்ட அவர் தந்தை ஸ்தாபித்த சபையில் ஆன்மீக சொற்பொழிவுகளும் பஜனை நிகழ்ச்சிகளும் நடந்தன. 52, டிமெல்லோ சாலையில் ராமானுஜ நிலையத்தில் 1908 அந்த சபையை எடுத்துக் கொண்டபோது, சூளை ஆலையிலிருந்தும் பி அண்டு சி மில்ஸிலிருந்தும் பெரும்பான்மை தொழிலாளர்கள் அந்த பிரசங்கங்களைக்

கேட்டனர். கூட்டத்திற்குப் பின் தொழிலாளர்கள் தங்கள் குறைகளை அவரிடம் கூறுவார்கள். ஜி.ராமானுஜலு நாயுடு என்ற நண்பருடன் கூடி வெல்வபதி, தொழிலாளர்களின் குறைகளைப் போக்க நிர்வாகத்திற்கு மனுக்கள் அனுப்புவார். பொதுவாக நிர்வாகத்தின் பதில் எதிர்மறையாக இருந்ததால், மார்ச் 2, 1918ல் எழுத்தாளர் மற்றும் பத்திரிகையாளரான திரு.வி.கல்யாணசுந்தரத்தை வைத்து, நடத்தியக் கூட்டத்தில் தொழிலாளிகள் ஒரு சங்கம் அமைக்க வேண்டுமென்று திரு.வி.க. கூறியதின் பேரில், 27 ஏப்ரலில் 1918ல் அன்னிபெசன்ட்டின் கூட்டாளி பி.பி.வாடியா தலைமை தாங்கிய கூட்டத்தில் நாட்டின் முதற்தொழிற்சங்கம் சென்னை தொழிலாளர் சங்கம் அமைக்கப்பட்டது. திரு.வி.க. அதற்கு ஒரு உபதலைவராக தேர்ந்தெடுக்கப்பட்டார். 1931ல் சங்கத்திற்கு சொந்தமாக செல்வபதி-ராமானுஜ கட்டிடம் கிடைத்தது. 1919 சென்னை ரெயில்வே சங்கம் அமைக்கப் படுவதற்கு முன்பு, பெரம்பூர் ரெயில்வே தொழிற்சாலையில் 1905லும் 1917லும் வேலை நிறுத்தங்கள் நடந்தன.

அன்னி பெசண்டின் நியூ இந்தியாவைச் சேர்ந்த பி.பி. வாடியா, தொழிலாளர் இயக்கத்தின்மீது அக்கறை காட்டினார். திரு.வி.க.வுடன் இணைந்து காவல்துறை முதல் முடிதிருத்துவோர் வரை அனைத்துத் துறைகளையும் சேர்ந்த தொழிலாளர்களை அவர் ஒருங்கிணைத்தார்.அப்போது அமுலில் இருந்த 12 மணி நேர வேலை நேரத்தை 8 மணி நேரமாகக் குறைத்துக் கொடுத்தார். இரண்டு தலைவர்களும் இன்று மறக்கப்பட்டுவிட்டாலும், எம்.எல்.யூ.வின் (சென்னை தொழிலாளர் சங்கம்) பாரம்பரியம் மில்களிலும், நகரத்தில் வேறு இடங்களிலும் தொடர்கிறது. ஒவ்வொரு அரசியல் கட்சியும் தனது தொழிற்சங்கத்தை ஆரம்பித்திருக்கிறது.

சென்னையில் உள்ள 18-ம் நூற்றாண்டு நிறுவனங்களில் மூன்றாவது, பாரிக்கு அடுத்துள்ள கில்லாண்டர்ஸ்-ஆர்பத்நாட். இந்தியாவில் பல நிறுவனங் களுக்குத் தன் பெயரை 19-ம் நூற்றாண்டின் தொடக்கத்தில் அளித்த ஆர்பத்நாட் என்பவரது பெயர்தான், கல்கத்தாவில் நிலைநாட்டப்பட்ட இந்த நிறுவனத்தின் பெயராக இருக்கிறது. 1777-ல் சென்னைக்கு வந்தபின் 1780-ல் தன்னிச்சையாக வியாபாரம் செய்ய அனுமதி பெற்ற ஃபிரான்சிஸ் லடூருடன் 1800-ல் ஆர்பத்நாட் கூட்டமைத்தார். ஆர்பத்நாட் அண்ட் கோ என்னும் பெயருடன் சென்னையின் முன்னணி வணிக நிறுவனமாக வளர்ச்சி அடைந்த அந்த நிறுவனம்,19-ம் நூற்றாண்டில் திவாலானது. அதற்கு முன்னதாக, பல்வேறு ஆர்பத்நாட்களும், வேறு பலருடன் இணைந்து ஆர்பத்நாட் பெயரைக் கொண்ட பல நிறுவனங்களை உருவாக்கியிருந்தனர்.

ஜார்ஜ் ஆர்பத்நாட்டின் நேரடி வாரிசான ஜே.ஏ. ஆர்பத்நாட், சென்னை வர்த்தகச் சபையின் (மெட்ராஸ் சாம்பர் ஆஃப் காமர்ஸ்) முதல் தலைவராகப் பொறுப்பேற்றுக்கொண்டார். இந்த அமைப்பு, பின்னி, டேர், ஆர்பத்நாட் போன்றோரின் முன்முயற்சியல் 1836-ல் தொடங்கப்பட்டு டேர் ஹவுஸில் இயங்கிவந்தது.

அடுத்த 100 ஆண்டுகளில் இரு இந்தியர்கள், ஆங்கிலேய வர்த்தகத்தின் வளர்ச்சிக்குச் அடையாளமாக இருந்த இந்தச் சபையில் உறுப்பினர்களாக இருந்தனர். 1965-ல் ஏ.எம்.எம். முருகப்பச் செட்டியார் அதன் முதல் இந்தியத் தலைவரானார்.

இந்தச் சபை ஆரம்பிக்கப்பட்டு இருபது ஆண்டுகளுக்குப்பின் வியாபாரிகள், சென்னை வாணிபச் சங்கத்தை (மெட்ராஸ் ட்ரேட்ஸ் அசோசியேஷன்) தொடங்கினர். வர்த்தகச் சபைக்கு இருந்ததைப் போன்ற பலம் இல்லாவிட்டாலும், சென்னையின் வியாபாரத்தைப் பெருக்குவதில் இந்தச் சபை பெரும் பங்கு வகித்தது. ஸ்பென்சர்ஸ், ஓக்ஸ், அடிசன்ஸ் போன்ற நிறுவனங்கள் சென்னை வர்த்தகச் சபையில் முக்கியப் பங்காற்றினர்.

1920-ல் பாரிக்குப் பின்னால், செகண்ட் லைன் பீச்சில், சென்னை பங்குச் சந்தை நிறுவப்பட்டது. அதற்கு மூலகாரணமான சந்துலால் மோதிலால் கோத்தாரி அதன் முதல் தலைவர். பிற்காலத்தில் எஸ்டேட்களையும் தொழில் நிறுவனங்களையும் தோற்றுவித்த அவர், சென்னை சட்டமன்றத்தில் எஸ்டேட் தொழிலின் முதல் பிரதிநிதியாக இருந்தார். 1951-ல் அவர் மகன் டி.சி. கோத்தாரி, யுனைடெட் பிளாண்டர்ஸ் அசோசியேஷன் ஆஃப் சவுத் இந்தியாவின் முதல் தலைவராகத் தேர்ந்தெடுக்கப்பட்டார்.

1868-ல் வடக்குக் கடற்கரைச் சாலையில் தன் தலைமையகத்தைத் தொடங்கிய கார்டன் வுட்ரஃப், எஞ்சியுள்ள ஒரே பழைய சென்னை நிறுவனம். 1879-ல் நிறுவப்பட்ட பெஸ்ட் அண்ட் கிராம்டனும், டி.ஏ.டெய்லரும் அந்தப் பகுதியில் 1979-80 வரை இயங்கினார்கள். பிறகு அங்கிருந்து நகர்ந்துவிட்டனர். பனைமர நார் தொழிலில் பெரிதாக வளர்ந்திருந்த வுட்ரஃப், தோல் வர்த்தகத்தை எடுத்துக்கொண்டது. இன்று, இறக்குமதி, ஏற்றுமதியைத் தவிர, கப்பல், காப்பீடு, நிர்வாக ஒப்பந்த விவகாரங்களிலும் வுட்ரஃப் ஈடுபட்டு வருகிறது. பெஸ்ட்டின் கதை பின்னர் வருகிறது.

1980 வரை ஜார்ஜ் டவுனில் புழக்கத்தில் இருந்த பெயர்களில் முன்னோடிகளாக இருவரைச் சொல்லலாம். இயந்திர அச்சக நிறுவனங்களான ஸ்டிரிங்கர் தெருவின் ஹோ அண்ட் கோ (1876) முதலாவது. இரண்டாவது, 1879-ல் நிறுவப்பட்ட ஓ. கந்தசுவாமி முதலியாரின் தாம்ஸன் அண்ட் கோ. புத்தகம் மற்றும் எழுதும் சாதனங்கள் விற்கும் வியாபாரிகளாக 1840-ல் ஹோ அண்ட் கோ-வை வி. பெருமாள் செட்டி ஆரம்பித்தார். பழைய சென்னையில் புகழ் பெற்றிருந்த பெருமாள் செட்டி குடும்பம், ரயில்வே துபாஷ்களாகவும், ரயில்வே கழிவுப் பொருள்களை ஏலத்தில் விடுவதில் முதன்மையானவர்களாகவும் இருந்தனர். ஸ்டிரிங்கர் தெருவில் அவர்கள் கடைக்கு எதிரில் இருந்த ஹோ என்ற சீனரின் அல்லது பிரிட்டிஷாரின் அச்சகத்தை, கடனிலிருந்து விடுவித்தபோது கிடைத்த பெயர் அது என்று சொல்லப்பட்டது. 1986-ல் அந்த நிறுவனம் மூடப்பட்டு வேறு துறைக்குத் திரும்பும்வரை, அந்த காலத்துப் பழைய அச்சு இயந்திரங்களை அங்கு பார்க்க முடிந்தது.

கொத்திக் மற்றும் சாரசெனிக் பாணியில் கட்டப்பட்ட வளைவுகளும் முற்றங்களும், மரத்தினால் செய்யப்பட்ட தரைககளும் கொண்டிருந்த அந்த பிரம்மாண்டமான கட்டடம், வளர்ச்சி என்ற பெயரில் விற்கப்பட்டவுடன், உடனே இடிக்கப்பட்டது. ஹோ அண்ட் கோ-வின் நாளேடுகள் 1912 முதல் 1990 வரை இன்றியமையாததாக இருந்தன. சூரியன், சந்திரன், நட்சத்திரங் கள் பற்றிய விவரங்கள் இதில் கிடைத்தன. 1919-ல் அரசாங்கத்திடமிருந்து வாங்கப்பட்ட மதராஸ் பென்சில் ஃபேக்டரி, பெருமாள் செட்டி குழுமத்தின் மற்றொரு உடைமை.

20-ம் நூற்றாண்டு வரை, அநேக பிரிட்டிஷ் கடைகளும் வியாபார அலுவலகங்களும் பிராட்வேயில்தான் இருந்தன. 20-ம் நூற்றாண்டில்தான் மவுண்ட் ரோடு பிரபலம் பெற்றது. இருந்தபோதிலும், 19-ம் நூற்றாண்டில் மவுண்ட் ரோடில் நிறுவப்பட்ட பல நிறுவனங்கள், இப்போது இந்தியமயமாக்கப்பட்டு நன்கு இயங்குகின்றன.

வியாபாரத்துக்காக நிறுவப்பட்ட சென்னை, நாட்டில் தொழில் துறையில் முக்கியப் பங்கு வகிக்கிறது. இன்றுவரை வியாபாரிகளால் விரும்பப்படு கிறது. நெசவுத் தொழில் திறனுக்காக 1639-ல் வளர்க்கப்பட்ட இந்த நகரம், இன்று நாட்டின் கைத்தறி ஏற்றுமதியில் முக்கியப் பங்கு வகிக்கிறது. இந்தியாவில் ஜவுளித் துறைக்கு முக்கிய மையமாக இருக்கும் ஒரு மாநிலத்துக்குத் தலைநகராகவும் இருக்கிறது.

கிழக்கிந்திய கம்பெனி, மெட்ராஸ் கேபிள்ஸ் என்று பெயரிட்டு விருப்பத் துடன் பயன்படுத்திய தென்னை நார் கயிறுகள் புகழ்பெற்றவை. யூதர்களாலும் ஆர்மீனியர்களாலும் ஆரம்பிக்கப்பட்ட நகை வியாபாரம், இன்றும் தழைத்துக் கொண்டிருக்கிறது. கோல்கொண்டாவின் வைரத்தை ஏற்றுமதி செய்து, பவழத்தையும், வெள்ளியையும் இவர்கள் இறக்குமதி செய்தனர். இது இப்போது குஜராத் மற்றும் கேரளர்களின் வசத்திலிருக்கிறது.

நீதியின் தூண்கள்

பாரிமுனைக்கு எதிரில் இருப்பது உயர் நீதிமன்றத்தின் வளாகம். நெசவாளர் களும் சாயம் ஏற்றுபவர்களும் (இப்போதைய ஆந்திரப் பிரதேசத்தில் உள்ள நெல்லூரில் இருந்தும் மசூலிப்பட்டினத்தில் இருந்தும் அழைத்து வரப்பட்டவர்கள்) குடியிருந்த பழைய கருப்பர் நகரம் 1756-ல் பிரெஞ்சுத் துருப்புகளால் தாக்கப்பட்டு, 1760-ல் முற்றிலுமாகத் தகர்க்கப்பட்டது. அந்த இடத்தில், எஸ்பிளனேட் பூங்கா நிறுவப்பட்டது.

அதற்குள், முத்தையால்பேட்டையும் பெத்தநாயக்கன்பேட்டையும் புதிய கருப்பர் நகரமாக உரு மாறிவிட்டது. 1746-49-ல் சென்னை பிரெஞ்சுக் காரர்கள் வசம் சென்றபோது, அவர்கள், கோட்டையின் வடக்கு சுவரிலிருந்து 400 கஜங்களுக்கு, பழைய கருப்பர் நகரம் முழுவதையும், பாதுகாப்புக்காக அழித்துவிட்டனர். எனவே, புதிய கருப்பர் நகரம் தேவைப்பட்டது. பிரெஞ்சுக்காரர்கள் தொடங்கியதை பிரிட்டிஷார் முடித்தனர்.

நீண்ட தாழ்வாரங்களும், உயரமான கூரைகளும், அலங்கரிக்கப்பட்ட ஓடுகளும், செதுக்கல்களும், இரும்பு வேலைகளும், சாயம் பூசப்பட்ட அழகான கண்ணாடி வளைவுகளும், காட்சிக்கூடமும் கூடிய உயர் நீதிமன்றத்தின் கட்டடங்கள் நகரத்தின் முக்கிய அடையாளச் சின்னங்களாகத் திகழ்கின்றன.

1889-ல் அடிக்கல் நாட்டியபின், 12 ஜூலை 1892-ல் இவை திறக்கப்பட்டன. 13 லட்சம் ரூபாய் செலவில் நான்கு வருடங்களில் இவை கட்டி முடிக்கப்பட்டன. கட்டடத்தின் வடிவமைப்பாளர், ஜே.என். பிராஸிங்டன். அதை ஹென்றி இர்வின் சீராக்கியபின், ஜே.ஹெச். ஸ்டீஃபன் என்ற பொறியாளர் கட்டட வேலையை மேற்பார்வை இட்டு வடிவமைப்பைச் சற்றே மாற்றியமைத்தார். சிறு சச்சரவு நீதிமன்றம் (ஸ்மால் காஸஸ் கோர்ட்) அதே பாணியில் 1930-ல் சேர்க்கப்பட்டது. 1990-ல் கட்டப்பட்ட புதிய சேர்க்கைகள் அதே பாணியைக் கடைப்பிடித்தன.

உயர் நீதிமன்றத்தின் மிக உயர்ந்த கோபுரத்தில் கடல் மட்டத்துக்கு 175 அடி உயரத்தில் சென்னையின் மூன்றாவது கலங்கரை விளக்கம் 1894-ல் பொருத்தப்பட்டது. 18,000 ‘கேண்டில்’ ஒளி அளவு கொண்ட மண்ணெண்ணெய் விளக்குகளுடன், 1970-ல் மரீனாவில் புதிய கலங்கரை விளக்கம் கட்டப்படும் வரை, இது இயங்கியது. பிரதான கூம்பையும், மேல் இருக்கும் கூம்பையும் சூழ்ந்திருக்கும் நாகபாம்புகள், வியப்பை அளிக்கக்கூடியவை. கேப்டன் ஜே.இ. ஸ்மித் என்பவரால் வடிவமைக்கப்பட்டு, 1841-ல் கட்டப்பட்ட கலங்கரை விளக்கத்துக்கு பதிலாக இது எழுப்பப்பட்டது. இந்தக் கலங்கரை விளக்கம் பிரிக்கப்பட்டபின், 120 அடி டோரிக் பாணி தூணாக உயர்நீதி மன்ற வளாகத்தில் ஓர் அடையாளச் சின்னமாகத் திகழ்கிறது.

ஜெர்மன் போர்க்கப்பல் எம்டன், நகரத்தின் மேல் 22 செப்டம்பர் 1914 அன்று வீசிய குண்டுகளின் நினைவாக, தகர்க்கப்பட்ட உயர் நீதிமன்றக் கிழக்குச் சுவரில் ஒரு நினைவுப் பேழை செதுக்கப்பட்டிருக்கிறது. கடலுக்குள் 19 மைல் தூரத்துக்கு பிரகாசம் அளித்த இந்தக் கலங்கரை விளக்கம்தான், இந்தப் போர்க் கப்பலை இதை நோக்கி ஈர்த்திருக்கலாம். இந்தப் பேழையைப் பார்க்க வேண்டுமானால் அதன்மீது ஒட்டப்பட்டுள்ள சுவரொட்டிகளை முதலில் அகற்றவேண்டியிருக்கும்.

எம்டன் வீசிய குண்டுகளின் சில துண்டுகள் கோட்டை அருங்காட்சியகத்தில் பாதுகாப்பாக வைக்கப்பட்டிருக்கின்றன. தனியாக வந்து தாக்கிய அந்தப் போர்க் கப்பலின் நினைவாக அந்தக் குண்டுகள் பாதுகாக்கப்பட்டுள்ளன. துணிச்சலையும் வீரத்தையும் குறிக்கும் தமிழ்ச்சொல்லாக ‘எம்டன்’ மாறி விட்டது. ஜெர்மனிக்கு மருத்துவக் கல்வி கற்கச் சென்ற டாக்டர் செண்பகராமன் பிள்ளை என்ற சென்னை மாகாண இளைஞர்தான், எம்டனில் மருத்துவராகப் பணி ஆற்றினார்.

இறுதியில் ஆஸ்திரேலிய போர்க்கப்பலினால் எம்டன் கோகோஸ் தீவுக்கருகில் மூழ்கடிக்கப்பட்டது. எம்டனில் பணியாற்றியவர்களைக் கௌரவிக்கும் பொருட்டு, அவர்களுடைய பெயருக்குப் பின் எம்டன் என்ற வார்த்தையைச்

சேர்த்துக் கொள்ள கைஸர் அனுமதித்தார். அதனால்தான் எம்டனின் தலைவர் 'மயுல்லர்-எம்டன்' என்று நினைவிலிருக்கிறார்.

சென்னை குடியேற்றத்தின் ஆரம்பகாலத்தில் இருந்தே, ஏதோ ஒரு விதத்தில் இயங்கிய நீதிமன்றங்கள், மேற்கத்தியச் சட்ட முறைகளை புது காலனிகளில் புகுத்த முயற்சித்தன. முதலில் இருந்த சத்திர நீதிமன்றங்களில் (இன்றைய மாஜிஸ்ட்ரேட் நீதிமன்றங்கள்), இந்தியக் குடிமக்களுக்கு உள்ளூர் நீதிபதிகளைக் கொண்டே நீதி வழங்கப்பட்டது. 1678-ல் ஆளுநரைத் தலைவராகக் கொண்டு உயர் நீதிமன்றம் நிறுவப்பட்டது. இந்த மேல்முறையீட்டு நீதிமன்றத்தை (அப்பீல்ஸ் கோர்ட்) நிறுவியவர் ஆளுநர் ஸ்ட்ரெயின்ஷாம் மாஸ்டர். ஜூரர்கள் மூலம் விசாரிக்கப்பட்ட முதல் வழக்கு இந்த நீதிமன்றத்தில்தான் நடந்தது. 10 ஏப்ரல் 1678-ல் ஹென்றி லாவின் கையை எரிக்கும்படி தண்டனை அளிக்கப்பட்டது. அதற்குப்பின் கடல் சச்சரவுகளுக்கு என்று ஏற்படுத்தப்பட்ட நீதிமன்றமும் (அட்மிரால்டி நீதிமன்றம்), மேயர் நீதிமன்றமும், சிறிய வழக்குகள் நீதிமன்றமும் 1796-ல் பதிவாளர் நீதிமன்றமும் (ரெகார்டர்ஸ் கோர்ட்) தொடங்கப்பட்டன. 1796-ல் சென்னையில் உச்ச நீதிமன்றம் நிறுவப்பட்டது.

கோட்டையில் இருந்த சத்திரவாயில் தெருவில் 26 டிசம்பர் 1800-ல் முதல் உச்ச நீதிமன்றம் இயங்கத் தொடங்கியது. அதற்குப்பின், வடக்குக் கடற்கரைச் சாலையில் கட்டப்பட்ட பெண்டிங் கட்டடத்துக்கு 1817-ல் நகர்ந்தது. அதன் முதல் தலைமை நீதிபதி சர் தாமஸ் ஸ்ட்ரேஞ்ச். கடைசி நீதிபதி, சர் காலி ஸ்காட்லாண்ட். 1796-ல் ஏற்படுத்தப்பட்ட பதிவாளர் நீதிமன்றத்தையும் கடல் சச்சரவுகள் நீதிமன்றத்தையும் இது இணைத்தது.

1857-ல் நடந்த சம்பவங்களுக்குப்பின் பிரிட்டிஷ் அரசாங்கத்தின் நேரடிக் கட்டுப்பாட்டின் கீழ் வந்தபின், உச்ச நீதிமன்றத்தின் அலுவல்களையும் சத்ர்-அதாலத்தின் அலுவல்களையும் எடுத்துக்கொள்ள, 1862-ல் உயர் நீதிமன்றம் அமைக்கப்பட்டது. அதன் தலைமை நீதிபதியாக சர் காலி ஸ்காட்லாண்ட் நியமிக்கப்பட்டார். இங்கு எடுத்துக்கொள்ளப்பட்ட முதல் வழக்கு, இந்துச் சட்டத்தைக் கரைத்து குடித்த ஜான் மெயின் என்பவர் இந்த வழக்கில் வாதாடினார். 1878-ல் தாற்காலிக நீதிபதியாகவும் 1883-ல் இளைய நீதிபதியாகவும் நியமிக்கப்பட்ட, சாக்ரடீஸைப் போன்றவர் என்று பாராட்டப் பட்ட, சர் திருவாரூர் முத்துசுவாமி ஐயர், நீதிபதியாகப் பொறுப்பேற்ற முதல் இந்தியர். உயர் நீதிமன்றத்தில் அவரது சிலை இன்னமும் அலங்கரித்துக் கொண்டிருக்கிறது.

1891-ல் தலைமை நீதிபதியாக தாற்காலிகக் பொறுப்பேற்ற முதல் இந்தியரும் அவரே. 1948-ல் சென்னை உயர் நீதிமன்றத்தின் முதல் இந்திய தலைமை நீதிபதியாக நியமிக்கப்பட்டவர் டாக்டர். பி.வி. ராஜமன்னார். சென்னை பெஞ்சில் முதல் இந்தியராக நியமிக்கப்பட்டவர், நாராயண ஐயர்.

சமுதாயப் புயல் வி. கிருஷ்ணசாமி ஐயர், பி. அனந்தாச்சார்லுவின் தூண்டுதலின்படி, 1889-ல் வழக்கறிஞர் சங்கத்தை ஆரம்பித்தார். அதில் அவர்

செயலாளராக இருந்தார். அவர் நினைவாக செனட் ஹவுஸ் அருகில் அவரது சிலை வைக்கப்பட்டுள்ளது. உயர் நீதிமன்றத்தில் உள்ள இந்த சங்கத்தில் 60,000-க்கும் மேற்பட்ட புத்தகங்களும் ஆவணங்களும் கொண்ட நூலகம் இருக்கிறது.

1927ல் நிறுவப்பட்ட பாஷ்யம் ஐயங்காரின் சிலை அதன் கட்டிடத்திற் கெதிரிலிருக்கிறது. தன்னுடைய ஏனைய திறன்களுடன் ஒரு தேர்ந்த வழக்கறிஞராயிருந்த சி.ராஜகோபாலாச்சாரியின் சிலை நீதிமன்ற வளாகத்தின் வடக்கு மூலையிலிருக்கிறது. சென்னை மாகாணத்தின் முதன்மந்திரியாக யிருந்த பின், ஆந்திரபிரதேசத்தின் முதன் முதல்வராக ஆன பிரபல வழக்கறிஞர் டி.பிரகாசத்தின் சிலை தென்மேற்கு மூலையிலிருக்கிறது. இருவரும் அரசியலுக்காகவும், இராஜதந்திரத்திற்காகவும், வழக்காடுதலை விட்டனர்.

நீதிமன்ற வளாகத்தில், நான்கரை கோடி ரூபாய் செலவில் 15,000 சதுர மீட்டர் பரப்பு கொண்ட மூன்று கட்டடங்கள் 1991-ல் கட்டப்பட்டன. பழைய கட்டட பாணியில், அதே மாதிரியான கட்டுமானப் பொருள்களைக்கொண்டு இவற்றை பொதுப்பணித்துறையின் எஞ்சினியர்கள் வடிவைமைத்தனர். ஆனால், கட்டடங்களைக் குளிர்ச்சியாக வைப்பதற்குத் தேவையான உயரத்தை மறந்துவிட்டார்கள். இதனால் குளிர்சாதனங்களின் அவசியம் ஏற்பட்டது. தலைமை நீதிபதியின் நீதிமன்றத்தை (கோர்ட் நம்பர் 1) தேவையில்லாமல் நவீனமயமாக்க வேண்டிய சூழல் இதனால் ஏற்பட்டுவிட்டது. நேர்த்தியான தாழ்வாரங்களின் அழகை சிதரப்பிகள் அழிக்கின்றன. பாரம்பரிய பிரியர் களுக்கு, புது நூற்றாண்டில் உண்டாக்கப்பட்ட ஒரு அருங்காட்சியகம் மகிழ்ச்சியை அளிக்கும். சென்னையிலேயே பிரசித்தப் பெற்ற கொலை வழக்குகளில் ஒன்றான லட்சுமிகாந்தன் வழக்கை அது நடந்த அறையில் அப்படியே சிருஷ்டிக்கப்பட்டிருக்கிறது.

நீதிமன்றத்துக்கு மேற்கே, ஹென்றி இர்வினால் வடிவமைக்கப்பட்டு, நம்பெருமாள் செட்டியால் இந்தோ-சரசெனிக் பாணியில் கட்டப்பட்ட சட்டக் கல்லூரியின் கட்டடங்கள் 1899-ல் திறக்கப்பட்டன. கொய்யாத் தோப்பில் கால்நடைகள் அடைக்கப்பட்டு வந்த வெள்ளை நகரத்தின் முதல் இடுகாட்டில் இந்தக் கட்டடங்கள் கட்டப்பட்டன. அதற்காக ரூபாய் 3,40,000-க்கு மேல் செலவழிக்கப்பட்டது. 1855 முதல் மாநிலக் கல்லூரியில் ஜான் ப்ரூஸ் நார்டன் என்பவரை முதல் சட்டப் பேராசிரியராகக் கொண்டு இயங்கி வந்த சட்டக் கல்லூரி ஆரம்பிக்கப்பட்டது. பின்னர், 1891-ல் புதிதாகக் கட்டப்பட்ட சட்டக் கல்லூரி, ரெஜினால்ட் நெல்சனை அதன் முதல் முதல்வராகக் கொண்டு செயல்பட ஆரம்பித்தது. இதில் பட்டம் பெற்ற முதல் பெண், சீதா தேவதாஸ்.

சட்டக் கல்லூரியின் சுற்றுப்புறம் எதற்காக உபயோகிக்கப்பட்டது என்பதற்கு அத்தாட்சியாக விளங்கும் சில நினைவுச் சின்னங்கள், அவ்வப்போது சுத்தம் செய்யப்படுகின்றன. அவற்றில் ஒன்று ஹைன்மர்ஸ் ஒபீலிஸ்க் என்னும் நினைவுத்தூண். இது தன் மகன் டேவிடுக்கும் அவனுக்கு அருகில் புதைக்கப் பட்டிருக்கும் ஜோஸப் ஹைன்மருக்கும், எலிஹு யேல் எழுப்பிய

ஞாபகார்த்தம். ஹைன்மரின் விதவையை யேல் மணந்தார். அவர்களுடைய மகன் 4 வயதில் இறந்தான்.

அதற்கு அருகில் இருப்பது ஒரு பழைய பிரிட்டிஷ் குடும்பத்தின் சமாதி. பௌனி குடும்பம் சென்னையுடன் 1703 முதல் சம்பந்தப்பட்டிருக்கிறது. வியாபாரியாக மாறிய மாலுமி ஜான் பௌனி, 17 ஆகஸ்ட் 1727-ல் சென்னையின் முதல் நவீன மேயர் ஆனார். 1740-ல் அவருக்குமுன் இறந்த மூன்று குழந்தைகளுக்கு அருகில் அவர் புதைக்கப்பட்டார். அந்தச் சமாதிகளுக்கு மேல் 30 அடி உயரமுள்ள நினைவுச் சின்னம் வேண்டும் என்று அவர் உயிலில் எழுதியிருந்ததால், அவ்வாறே செய்யப்பட்டது. அதன் அடையாளம்கூட இப்போது இல்லை. அவர் மனைவி மேரி 1780-ல் இறந்துபோனார். அவரும் அங்கு புதைக்கப்பட்டார். சென்னையில் 100 வயதைத் தாண்டிய முதல் ஐரோப்பியராக அவர் இருந்திருக்கலாம்.

இந்தோ-அமெரிக்கன் சபை மற்றும் இந்தியத் தொல்லியல் துறை ஆகியவற்றின் கூட்டு முயற்சியால் 1987-ல் செப்பனிடப்பட்ட ஹைன்மரின் ஒபீலிஸ்க்கை, சட்டக்கல்லூரி வளாகத்தில் இன்றும் காணமுடியும். ஆனாலும் அவ்வப்போது புறக்கணிக்கப்பட்டு புதரால் மறைக்கப்பட்டிருக்கிறது. அதே நிலையில்தான் பௌனி சமாதியும் இருக்கிறது.

சட்டக் கல்லூரிக்கு எதிர்ப்புறத்தில், வடக்கே முத்தையால்பேட்டைக்கு அருகில், அமெரிக்க உதவியுடன் ஜெய்ப்பூர்-ஜைன பாணியில் கட்டப்பட்ட ஒய்.எம்.சி. ஏ. அமைந்துள்ளது. இந்திய ஒய்.எம்.சி.ஏ.வின் வேண்டுகோளுக்கு ஏற்ப அமெரிக்காவில் இருந்து வந்த டேவிட் மெக்னாஃபி என்பவரால் ஒய்.எம்.சி.ஏ சென்னையில் வேரூன்றியது. 1890 ஜனவரியில் வந்த அவர் பிப்ரவரியில் ஒய்.எம்.சி.ஏ.வைத் தொடங்கினார். பொதுச் செயலாளராக இருந்த மெக்னாஃபி, ஒய்.எம்.சி.ஏ.வை சென்னையில் குறிப்பிடத்தக்க வகையில் வளர்க்க விரும்பினார். அவர் வருகைக்கு ஓர் ஆண்டு கழித்து, இந்திய தேசிய ஒய்.எம்.சி.ஏ.வை சென்னையில் ஆரம்பித்தார். 1933-ல் அதன் முதல் இந்தியப் பொதுச் செயலாளராக ஜி. சாலமன், பதவி ஏற்றார். தமிழக சட்டமன்றத்தின் அவைத்தலைவராக இருந்த பி.ஹெச். பாண்டியனின் பாட்டனார் இவர்.

சர்ச் ஆஃப் இங்கிலாந்தின் டெம்ப்ரன்ஸ் இன்ஸ்டிட்யூட்டின் நிலத்தை வாங்கியவுடன், 1895-ல் அங்கு ஒய்.எம்.சி.ஏ.வின் புதிய கட்டடத்துக்கு அடிக்கல் நாட்டப்பட்டது. ஜி.எஸ்.டி. ஹாரிஸ், ஆளுநர் ஆர்தர் ஹேவ்லாக்கிடம் இந்திய கட்டட பாணியைப் பற்றி அவ்வப்போது எடுத்துச்சொல்லி வந்திருக்கிறார். ஹாரிஸ் வடிவமைத்த அந்த இந்தியப் பாணி கட்டடத்தை நம்பெருமாள் செட்டியைத் தவிர வேறு யாரால் கட்டியிருக்கமுடியும்? முழுவதுமாகக் கருங்கற்களால் கட்டப்பட்ட சென்னையின் முதல் பொதுக் கட்டடம் இதுதான். பண நெருக்கடியால் தாமதம் ஏற்பட்டு, அமெரிக்காவின் தபால் துறை பொது மேலாளர், ஜான் வானமேக்கர், கட்டட நிதிக்காக 40,000

அமெரிக்க டாலர்கள் அளித்தார். அதற்குப்பின் தான் கட்டி முடிக்கப்பட்ட அந்தக் கட்டடம் 1900-ல் ஆளுநர் ஹேவ்லாக்கால் திறக்கப்பட்டது.

ஒய்.எம்.சி.ஏ. கட்டடத்துக்குக் கிழக்கே, ஆண்டர்சன் சர்ச் இருக்கிறது. அதற்குக் கிழக்கே ஓட்டியபடி சென்னை கிறிஸ்தவக் கல்லூரியின் அழகான பழைய கட்டடங்கள் இருந்தன. இப்போது, ஒன்றே ஒன்றைத் தவிர, அதற்கான சுவடுகளே இல்லை. லிங்கிச் செட்டி தெருவில் இருக்கும் அந்தக் கட்டடத்தின் மேற்கூரை ஆண்டர்சன் சர்ச்சின் கூரையை ஒத்து இருக்கிறது. தற்போது, வழக்கறிஞர்களால் வாடகைக்கு எடுக்கப்பட்டிருக்கும் அந்தக் கட்டடம், எல்.ஐ.சி.க்குச் சொந்தமானது. இதுவும் இந்த வழிகள் எழுதப்படும் போது புது கட்டடத்திற்கு இடம் கொடுத்துவிட்டது.

ஜான் ஆண்டர்சனின் ஜெனரல் அசெம்பிளி பள்ளியின் வாரிசு அந்தக் கல்லூரி. 1855 வரை அந்தப் பள்ளிக்கு தலைமை தாங்கிய ஆண்டர்சன், கல்வியைப் பரப்புவதில் இருந்த விருப்பத்தால், திருவல்லிக்கேணியில் உள்ள பெல்ஸ் சாலையில் முஸ்லீம் பெண்கள் பள்ளியையும் ஆரம்பித்தார். அவர் செங்கல்பட்டில் புனித கொலம்பாவையும். காஞ்சிபுரத்தில் ஆண்டர்சன் பள்ளியையும் தொடங்கினார். மதிப்புக்குரிய ஆண்டர்சனும் அவர் மனைவியும் புரசவாக்கம் நெடுஞ்சாலைக்கு அருகில் உள்ள டானா சாலை சிறிதே பிரபலமான இடுகாட்டில் புதைக்கப்பட்டிருக்கின்றனர்.

1835-ல் ஆண்டர்சனின் முன்னோடிப் பள்ளி இயங்க ஆரம்பித்தபின், 1845-ல் சர்ச் ஆஃப் ஸ்காட்லாந்தின் மைய நிறுவனமாக மாறியது. 1866-67-ல் கல்லூரி வகுப்புகள் ஆரம்பித்தன. மாணவர்கள் 1868-69-ல் பட்டப் படிப்புத் தேர்வுக்கு அனுப்பப்பட்டனர். டாக்டர் பெல்லின் சட்டாம்பிள்ளைக் கல்விமுறை முதன்முறையாக இங்கேதான் அமுல்படுத்தப்பட்டது.

இப்போது எழும்பூர் கண் மருத்துவனை இருக்கும் இடத்தில் இருந்தபின், அந்தக் கல்லூரி, ஆர்மீனியன் தெருவுக்கு நகர்ந்தது. எர்ராபுலு செட்டி தெருவுக்கு நகர்ந்தபின், எஸ்பிளனேடில் உள்ள ஒரு முந்தைய மாலுமி விடுதியை வாங்கி, 1846-ல் அங்கு நகர்ந்தது.

1866-67-ல் மதராஸ் கிறிஸ்தவக் கல்லூரி மற்றும் பள்ளி என்று பெயர் மாறியபின், நூற்றாண்டின் இறுதிவரை கணிசமான கட்டட வேலை நடந்தது. ஜார்ஜ் டவுனில் இருக்கும் இந்தக் கல்லூரியின் வளாகத்தில் கடைசியாக, உயர்ந்த கோபுரங்கள் கொண்ட ஆண்டர்சன் சர்ச் சேர்க்கப்பட்டது.

1880-களில் கோபுரங்களும் மற்றவையும் கொத்திக் பாணியில் கட்டப்பட்டு, சேர்க்கப்பட்டன. 1909-11-ல் பரிசோதனைச் சாலைகளுடன் சேர்க்கப்பட்ட கட்டடங்களைக் காணலாம். இவையெல்லாம் பிரபல தச்சர் டி. பாட்சாச்சாரி, கட்டட ஒப்பந்தக்காரர் ஆனபின் கட்டப்பட்டவை.

பாரிசுக்கு மேற்கேயிருந்த நான்கு கம்பீரமான கட்டிடங்களுடன் கல்லூரிக்கும், பள்ளிக்கும் தொடர்பு இருந்தது. மேற்கே முதலாவதாக வந்தது. 1857ல் வேலை ஆரம்பிக்கப்பட்டு 1859ல் முடிக்கப்பட்ட ஃப்ரீ சர்ச் ஆஃப்

ஸ்காட்லாந்தின் எவங்கெலிஸ்டிக்ஹால். அதற்குக் கிழக்கே உடனே வேலைத் துவங்கப்பட்ட கல்லூரி பூஜை அறை 1862ல் அர்ப்பணிக்கப்பட்டது. மில்லர் எடுத்துக் கொண்டபின், இரண்டு கட்டிடங்களின் அங்கங்களையும் எவங்கெலிஸ்டிக்ஹால் 1893ல் ஆண்டர்சன் சர்ச்சாக மாற்றி பூசையறையை கல்லூரி கூட்டரங்கை வானளாவிய கூம்புடன் 1895ல் கட்டினார்.

இதற்கிடையில் பாரிக்கு அடுத்தாற்போல் மேற்கில், பள்ளிக்காக ஆண்டர்சன் பெற்ற மாலுமிகள் விடுதி, காலேஜ், ஹவுஸ் என்று புதுப்பிட்டு, அதில் அவரும் அவர் மனைவி மார்கரெட் ஒரு மூலையில் வசித்த விடுதியாகி, அதில் ராயபுரத்திலுள்ள நார்விக்கிற்கு மில்லர் அதை நகர்த்தும்வரை, அங்கு ஒரு சிறிய மகளிர் பள்ளியை நடத்தி வந்தனர். அதன் மேற்கே பள்ளியறை வளாகமான கட்டிடத்திற்கு காலேஜ் என்ற பெயர் வைக்கப்பட்டது.

அதனுடைய உட்புறம் 2011ல் திரைப்பட பாணியில் புதுப்பிக்கட்ட ஆண்டர்சன் சர்ச் ஒன்றுதான் காலேஜ் கட்டிய நேர்த்தியான கட்டிடங்களால் எஞ்சியிருக்கின்றன. மற்ற மூன்று கட்டிடங்களுக்கு பதில் 1950ல் அந்த காலத்தில் உயரமென்று கருதப்பட்ட மூன்று ஆர்க் டெக்கோ கட்டிடங்கள் கட்டப்பட்டன. காலேஜ் ஹவுஸை 1936-ல் எடுத்தக்கொண்ட மதராஸ் மாகாண கூட்டுறவு வங்கி, அது 1947ல் தமிழ் நாட்டு மாநில கூட்டுறவு வங்கிக்கு சொந்தமான நவீன ஆறு அடுக்கு கட்டிடமாயிற்று. 1956ல் ஆர்ட் டெகோ அடுக்குமாடி கட்டிடத்துடன் அதனுள் நகர்ந்த பாம்பே மூச்சுவல் இன்சூரன்ஸ் கம்பெனி, 1937ல் காலேஜ் பிளாக்கை வாங்கியது. 1937ல் காலேஜ் கூட்டணி அரங்கை வாங்கிய ஸ்டேட் பாங்க் ஆஃப் மைசூர் 1957ல் புதுப்பித்து அதனுள் நகர்ந்தது. பாரியுடன் சேர்த்து இவையெல்லாம் அபாரமான ஆர்ட்டெகோ பாணியை பிரதிபலிக்கின்றன.

சர்ச் ஆஃப் ஸ்காட்லாந்துடன் முதலில் இருந்தே தொடர்பு உடைய அந்தக் கல்லூரியில் அந்த ஊர் பாதிரியார்கள் பலர் பணிபுரிந்தனர். 1862-ல் பள்ளித் தலைமை ஆசிரியராகப் பணியேற்ற டாக்டர் வில்லியம் மில்லர் காலத்தில் அந்தப் பள்ளி வெகுவாக முன்னேறி அவரால் கல்லூரி ஆக்கப்பட்டது. 1891-ல் நாட்டின் முதல் பழைய மாணவர்கள் சங்கம் அவரால் ஆரம்பிக்கப் பட்டது. அதில், இப்போது 20 பிரிவுகள் உள்நாட்டிலும் வெளி நாட்டிலும் உள்ளன. அதற்குப் பின், சென்னைப் பல்கலைக்கழகத்தின் துணைவேந்தர் ஆனார். முதலில், ஜார்ஜ் டவுன் கல்லூரி வளாகத்திலும், பிறகு உயர் நீதிமன்ற வளாகத்திலும் இருந்த அவரது சிலை தற்போது, சேத்துப்பட்டு பள்ளி வளாகத்தில் இருக்கிறது.

தத்துவப் பேராசிரியராக 1916-ல் நியமிக்கப்பட்ட பேராசிரியர் ஜே.பி.ராஜு கல்லூரியின் முதல் இந்தியப் பேராசிரியர். 1963-ல் பொறுப்பேற்ற டாக்டர் சந்திரன் தேவனேசன் அதன் முதல் இந்திய முதல்வர். 1939-ல் முதல் மாணவியர் சேர்க்கப்பட்டபின், 1940-ல் முதல் ஆசிரியைகள் நியமிக்கப் பட்டனர். 1931-ல் புகழ்பெற்ற குருவில்லா ஜேகப் பள்ளியின் முதல் தலைமை ஆசிரியராக நியமிக்கப்பட்டார்.

இரண்டு கிறிஸ்தவ நிறுவனங்களுக்கு மத்தியில் 1914-ல் ஆர்மீனியன் தெருவில் தொடங்கப்பட்ட ஒய்.எம்.ஐ.ஏ. (யங் மென்ஸ் இந்தியன் அசோசியேஷன்) இருக்கிறது.

நேர்த்தியான அந்தக் கட்டடத்தை கட்டும் செலவை அன்னி பெசண்ட் ஏற்றுக்கொண்டார். 1915-ல் அது திறக்கப்பட்டது. இந்திய சமூக சேவகர்கள் சங்கத்தின் (சர்வெண்ட்ஸ் ஆஃப் இந்தியா சொசைட்டி) நிறுவனர் கோபால கிருஷ்ண கோகலேயின் பெயரில் கட்டப்பட்ட சரித்திரப் பிரசித்தி பெற்ற கோகலே ஹால், இயக்கத்தைவிடவும் அதிகமாக நினைவுகூரப்படுகிறது. நேர்த்தியான தூண்களுடன் அழகான கூம்புடைய கோகலே ஹால், சென்னையின் பொது வாழ்க்கையின் மையம் என்று அழைக்கப்பட்டது. இங்குதான் 'இந்தியா விழித்தெழு' என்று கோஷமிட்டு, 1916-ல் ஹோம் ரூல் இயக்கத்தை அன்னி பெசண்ட் ஆரம்பித்தார். 1919-ல் இந்திய அரசாங்கத்தால் அறிமுகப்படுத்தப்பட்ட சீர்திருத்தங்களைப் பற்றி விவாதிக்க '1919 கிளப்' என்ற அமைப்பை இங்குதான் உருவாக்கினார்கள்.

அநேக பிரபலமான மேடை பேச்சாளர்களுக்கு இடம் அளித்த அதில் பெயர்பெற்ற ஒய்.எம்.சி.ஏ. பாராளுமன்ற சர்ச்சைகள் நடைபெற்றது.

பிரிட்டிஷ் நாடாளுமன்றத்தில் 1926-ல் அறிமுகப்படுத்தப்பட்ட இந்தியா காமன்வெல்த் சாசனம் இங்குதான் எழுதப்பட்டது. அந்தக் காலத்தில் கோகலே ஹால் ஒரு கலாசார மையமும் கூட. மியூசிக் அகாதெமி, தமிழ் இசைச் சங்கம், இந்தியன் ஃபைன் ஆர்ட்ஸ் சொசைட்டி மற்றும் வேறு சில கலாசார அமைப்புகள் தங்களுக்கென்று சொந்தக் கட்டடங்கள் உருவாகும்வரை, தங்களது கச்சேரிகளை இங்கேதான் நடத்தினர்.

இன்று அவ்வப்போது பயன்படுத்தப்பட்டாலும், கோகலே ஹால் அவ்வளவு பிரசித்தி பெற்ற அரங்கம் அல்ல. ஒரு காலத்தில் பிரபலமான ஒய்.எம்.ஐ.ஏ. நாடாளுமன்ற விவாதங்களும் இங்கு இப்போது நடப்பதில்லை. அதன் மலிவான இருக்கை, சாதாரண உணவு, விளையாட்டு அரங்கு, படிக்கும் அறை ஆகியவையெல்லாம் சீரழிந்துவிட்டன. என்றாலும், சென்னைக்குப் புதிதாக வரும் இளைஞர்களுக்கு ஒய்.எம்.ஐ.ஏ. ஒரு மலிவான தங்கும் இடமாக இருக்கிறது.

21வது நூற்றாண்டின் முதல் பத்து வருடங்களில் முதலில் இதற்கெல்லாம் அச்சுறுத்தல் ஏற்பட்டு, பிரதான அரங்கை இடிக்கும் வேலை தொடங்கியது. பாரம்பரிய பிரியர்களின் வேண்டுகோறிக்கேற்ப, நீதிமன்றம் இதை நிறுத்தியிருந்தாலும், புதுப்பிப்பதற்கு இறுதி உத்தரவு இந்த வரிகள் எழுதப்படும்போது எதிர்பார்க்கப்படுகிறது.

ஒய்.எம்.சி.ஏவுக்கு மேற்கே, தீசியஸின் அதீனியன் கோயில் பாணியில் அதனுடைய நெடிய டோரிக் தூண்களுடன் இருக்கும் பச்சையப்பா ஹால், 1850-ல் திறக்கப்பட்டது. டெலிஃபோன் ஹவுஸுக்கு எதிரே இருக்கும் இந்த ஹால், முதலில் ஆரம்பப் பள்ளிகளுடன் ஆரம்பித்து, 1850-ல் பச்சையப்பன்

உயர்நிலைப் பள்ளியாக மாறியது. கட்டடங்களின் வேலை 1846-ல் தொடங்கியது. பச்சையப்பன் மைய நிறுவனம் என்ற ஆரம்பப் பள்ளி நகரிலேயே கிறிஸ்தவ மத பிரசாரகர்கள் அல்லாத, பிரிட்டிஷ் பண உதவி அல்லாத முதல் இந்து கல்விக் கூடம். ஏழை இந்துக்களுக்கு அது இலவசக் கல்வி அளித்தது. 1794-ல் தனது 40-வது வயதில் பச்சையப்ப முதலியார் இறந்தார். அவர் தர்மங்களுக்காக எழுதிவைத்த 1 லட்சம் வராகனில் (ரூபாய் 7 லட்சம்) பெரும்பான்மையான தொகை இதற்காகச் செலவிடப்பட்டது. 1 ஜனவரி 1842-ல் இது திறக்கப்பட்டது.

உயில் எழுதிய முதல் இந்தியர்களுள் ஒருவரான பச்சையப்ப முதலியாரின் உயில் குறித்து 47 வருடங்களுக்குச் சச்சரவு இருந்தது. தர்மத்துக்காக அவர் எழுதிவைத்த ரூபாய் 4.5 லட்சத்தை மதரீதியாகச் செலவழிக்கும்படி நீதிமன்றம் உத்தரவிட்டது. எஞ்சியதை இந்து மாணவர்களுக்கு ஆங்கிலக் கல்வி அளிப்பதற்காகச் செலவிட உத்தரவிட்டது. 1909-ல் உச்ச நீதிமன்றம் வரைந்த திட்டப்படி நியமிக்கப்பட்ட அறங்காவலர்களால் நிர்வகிக்கப்பட்ட அந்த அறக்கட்டளையின் சொத்து 1990-ன் ஆரம்பத்தில் ரூபாய் 15 கோடியாக உயர்ந்திருந்தது. இந்தியாவில் உள்ள பெரிய அறக்கட்டளைகளின் இது ஒன்று என்கிறார்கள். வேறு சிலர், இது தெற்காசியாவிலேயே உள்ள பெரிய அமைப்பு களில் ஒன்று என்கிறார்கள். வாரணாசியில் இருந்து கன்னியாகுமரி வரை பல தர்மஸ்தாபனங்களையும், தமிழ்நாட்டில் ஆறு கல்லூரிகள், ஒரு பாலிடெக்னிக், 16 பள்ளிகளையும் இந்த அமைப்பு நிர்வகிக்கிறது. மேலும், மாநிலத்தில் வெவ்வேறு இடங்களில் மருத்துவ வசதிகளையும் சொத்துக்களையும் அது பராமரிக்கிறது.

எழும்பூரில் உள்ள பிரசிடென்ஸி உயர்நிலைப் பள்ளிக்கு மாணர்களைத் தயார் செய்யும் ஆரம்பப் பள்ளியாக பச்சையப்பா ஆரம்பப் பள்ளி இயங்கியது. முதலில் பிராட்வேயில் இருந்தபோது அதன் தலைமை ஆசிரியராக ஜி.டி.மெக்னாமி இருந்தார். பின்னர், அது உயர்நிலைப் பள்ளியாக உயர்த்தப்பட்டு, சென்னைப் பல்கலைக்கழகத்துக்கு மாணவர்களை நுழைவுத் தேர்வுக்காக அனுப்ப ஆரம்பித்தது. அப்போது, அதன் வளாகத்தில் ஒரு கல்லூரியும் தொடங்கப்பட்டது. 1889-ல் இது முதல் வகுப்புப் கல்லூரி ஆனது. 1865-ல் ஆரம்பிக்கப்பட்ட கோவிந்த நாயக்கர் பள்ளி, பச்சையப்பன் பள்ளிக் கட்டடங்களில் இருக்கிறது.

பெரியபாளையம் என்னும் கிராமத்தில், ஓர் ஏழைக் குடும்பத்தில் 1754-ல் பச்சையப்ப முதலியார் பிறந்தார். அந்தக் குடும்பத்தின் காப்பாளராக இருந்த துபாஷ் பவுனி நாராயணப் பிள்ளையின் ஆதரவால் 21 வயதிலேயே அவருக்குத் துபாஷ் வேலை கிடைத்தது. விரைவில், அவர் செல்வந்தர் ஆனார். சென்னையிலேயே அதிகமாகக் கொடை அளித்தவர் அவர்தான். அந்த நல்லவரின் சிலை சேத்துப்பட்டில் உள்ள கல்லூரியின் புது வளாகத்தில் அமைந்திருக்கிறது. மாணவர் விடுதி உடைய இந்த இடம் 1940-ல் திறக்கப் பட்டது. ஓர் இந்து மாணவனை பச்சையப்ப முதலியார் அன்புடன் ஆசிர்வதிப்பது போல், அந்தச் சிலை செதுக்கப்பட்டிருக்கிறது. 1947 வரை

அந்தக் கல்லூரி இந்துக்களை மாத்திரம் சேர்த்துக்கொண்டது; இந்துக்களை மட்டுமே வேலைக்கு அமர்த்தியது.

1940-க்குப் பிறகு கட்டப்பட்ட சில கட்டடங்கள், சட்டக் கல்லூரிக்கு எதிரில் அதற்கு மேற்கே, எஸ்பிளனேட் சாலையில் இருக்கின்றன. 1940-ல் கட்டப்பட்டு இப்போது மாநிலக் காப்பீடு நிறுவனம் இருக்கும் யுனைடெட் இந்தியா இன்ஷூரன்ஸ் கட்டடத்தில், தென்னிந்திய வர்த்தக சபையின் நான்காவது இருப்பிடம் இருந்தது. இந்தியர்களின் வணிக நலனைப் பாதுகாக்க ஏற்படுத்தப்பட்ட நிறுவனங்களுள் முதலானது 1910-ல் சர் பி. தியாகராஜ செட்டி ஆரம்பித்த வர்த்தக சபை. ரட்டன் பஜாரில் உள்ள ராமகோடி கட்டடத்தில் இது ஆரம்பிக்கப்பட்டது. இந்தியன் வங்கி, பாரிமுனை கட்டடத்தில் இருந்து நகர்ந்த அதே வருடம், இந்தக் கட்டடத்துக்கு இது வந்து சேர்ந்தது. 1956-ல் சபை இந்தக் கட்டடத்துக்கு நகர்ந்தபின், 1980-களில் அதன் பிளாட்டினம் விழாவுக்காக அண்மையில் கட்டப்பட்ட நவீன கட்டடத்துக்கு நகர்ந்தது. அடுத்ததாக இருப்பது 1928-ல் நிறுவப்பட்ட பர்மா ஷெல் கம்பெனியின் தென்மண்டலத் தலைமைச் செயலகம்.

ஹாஜி இஸ்மாயில் சேட் அமெரிக்காவில் இருந்து இறக்குமதி செய்த மண்ணெண்ணையை ஸ்பென்சர்ஸ் மூலம் விநியோகித்த போதிலும், சென்னையில் 1889-ல் அதை ஒழுங்காகச் சந்தைப்படுத்தி, அறிமுகப் படுத்தியது பெஸ்ட் அண்ட் கோ-தான். 1903-ல் ஷெல் நிறுவனத்தால் ராயபுரத்தில் கட்டப்பட்ட கிடங்குகளில் கப்பல் மூலம் வந்த எண்ணெய் இறக்கப்பட்டது. ஆர்பத்நாட்டும் பின்னியும் முதல் உலகப் போருக்கு முன்பே இந்த வியாபாரத்தில் நுழைந்தனர். இந்தப் பழைய சென்னை நிறுவனங்களின் நலனைப் பாதுகாக்க பர்மா ஷெல் நிறுவப்பட்டது.

இதற்கு அருகில் இருப்பது, 1953-ல் திறக்கப்பட்ட தமிழ் இசைச் சங்கத்தின் அலங்காரமான ராஜா அண்ணாமலை மன்றம். அதற்குள் தென்னிந்திய இசைக் கருவிகளின் சிறிய அருங்காட்சியரங்கம் இருக்கிறது. மாநிலத்தில் தமிழ்க் கலாசாரத்துக்குப் பெரிய ஆதரவாக இருந்த செட்டிநாட்டுக் குடும்பத்தினருக்கு இந்தச் சங்கம் கடன்பட்டிருக்கிறது. அவர்கள்தான் அண்ணாமலைப் பல்கலைக்கழகத்தையும் நிறுவியவர்கள். 1943-ல் தமிழிசையையும் நடனத்தையும் பிரபலப்படுத்த இந்தச்சங்கம் தொடங்கப்பட்டது. தனது சொந்த அரங்கம் கட்டப்படும்வரை அதன் கச்சேரிகள் அந்த காலத்தில் நேரத்தில் பிரபல கர்நாடக இசை மற்றும் நடனக் கலையை பேணிய சங்கீத வித்வத் சபை, அதற்கு தயாராக இல்லை. புனித மேரி கதிரட்லின் அரங்கில் நடந்தன. சங்கத்தால் தமிழிசையைப் பயிற்றுவிப்பதற்காக 1944-ல் ஆரம்பிக்கப்பட்ட மாலைப் பள்ளி, 1995-ல் கல்லூரியாக மாறியது.

மைலாப்பூர்-தேனாம்பேட்டை பகுதியில், புனித ஜார்ஜ் கதீட்ரலுக்கு அருகில் இருக்கும் மியூசிக் அகாடெமி, நகரின் முன்னோடியான கலாசார மையமாகும். மியூசிக் அகாடெமி 1960-க்குப் பின்னர் கட்டப்பட்டு இப்போது நவீன மயமாக்கப்பட்டிருக்கிறது. நாரத கான சபா அரங்கம், தியாகராய நகரில் உள்ள

பிரம்ம கான சபாவின் வாணி மஹால், திருவான்மியூரில் இருக்கும் கலாக்ஷேத்ரா போன்றவை உருவாகும்வரை, மியூசிக் அகாதெமியின் டி.டி. கிருஷ்ணமாச்சாரி அரங்கும் ராஜா அண்ணாமலை மன்றமும் கர்நாடக சங்கீதத்துக்கும் நாட்டியங்களுக்கும் பிரதான இடங்களாக இருந்தன. தென்னிந்தியப் பாரம்பரிய இசையையும் நாட்டியத்தையும் ரசிப்போர்கள் கட்டாயமாக வருகைதரும் டிசம்பர் விழாக்களில் இவை இரண்டும் முக்கிய கலாசாரக் கோயில்களாகக் கருதப்படுகின்றன.

பிரிட்டிஷ் ஆட்சிக் காலத்தில் அளிக்கப்பட்டு வந்த கிறிஸ்துமஸ் விடுமுறையை ஒட்டி, டிசம்பர் 19-20-ல் வருடாந்திர இசை விழா தொடங்குகிறது. அந்த ஆண்டின் தேசிய காங்கிரஸின் மாநாட்டை ஒட்டி, 1927-ல் நடந்த அகில இந்திய இசை மாநாட்டுடன் அது ஆரம்பித்தது. இந்த கச்சேரி மியூசியம் தியேட்டரில் நடந்தது. அடுத்த இரண்டு நாட்களும் வறண்டுபோன ஸ்பர் டாங்கின் மேல் அமைக்கப்பட்ட பந்தலில் நடந்தது. ஜார்ஜ் டவுனிலுள்ள ஒய்.எம்.சி.ஏ. அரங்கில் அதிகாரபூர்வமாக 1928ல் நடத்தப்பட்ட கச்சேரியுடன் ஆரம்பிக்கப்பட்ட மியூசிக் அகாடெமி (சங்கீத வித்வான் சபை) 1930ல் தன்னுடைய முதல் சங்கீத மாநாட்டையும் சீஸனையும் ஆரம்பித்தது.

கல்யாணி சகோதரிகளுடன், வி.கிருஷ்ண ஐயர், சங்கீத வித்வத் சபையின் அரங்கிற்கு தேவதாசிகளின் சதிரைக் கொண்டுவந்தார். அதனுடையக் கலை உயிரோடிருந்த போதிலும், தேவதாசிகள் ஆடிய இந்த பக்தியான நடனம், கெட்ட பெயர் பெற்றது. சீரழிந்து கிடந்தது. அது ஒரு கலை என்பதால் சங்கீத வித்வத் சபை அதை அரங்கேற்ற விரும்பியது. அவ்வாறே செய்து 1932ல் அதற்கு பரத நாட்டியமென்ற பெயரளித்தது. அதன் பிறகு தென்னிந்தியாவில் மாத்திரம் அல்ல, சர்வ தேசங்களிலும் எங்கெங்கு தென்னிந்தியர்கள் இருக்கிறார்களோ அங்கெல்லாம் அழைக்கிறது. இன்று விதவத் சபையின் டி.டி.கிருஷ்ணமாச்சாரி அரங்கில் ஆடவேண்டுமென்று ஒவ்வொரு நடன கலைஞரும் விரும்பினாலும், திறமைசாலிகள் தான் அழைக்கப்படுகின்றனர். 1929-ல் மியூசிக் அகாதெமி என்று பரிணமித்தது. நகரின் அருமையான சபைகளுள் ஒன்றான டி.டி.கிருஷ்ணாமாச்சாரி அரங்கம், 1962-ல் திறக்கப்பட்டது. நேருவின் நாள்களில் இந்தியாவின் பொருளாதார மற்றும் தொழில் மறுமலர்ச்சிக்குக் காரணமாக இருந்தவர் டி.டி.கிருஷ்ணமாச்சாரி. அரங்கத்தைக் கட்டுவதற்கு நிதி சேர்த்தவரும் அவரே. எனவே, அந்த சங்கீதப் பிரியரின் பெயரை அது கொண்டாடுகிறது. 1955ல் அதன் அடிக்கல்லை நேரு கூறியபோதிலும், பணமுடை காரணமாக 1962ல்தான் திறக்கப்பட்டது.

கலைஞர்கள் பெருமைக்கு உரிய அங்கீகாரம் பெறவேண்டுமானால், சங்கீதம், நடனக் கச்சேரிகள் நடக்கும் மியூசிக் அகாதெமிதான் அதற்குத் தகுந்த இடம். என்றாலும், மற்ற சபாக்களும் இப்போது அதே அளவு கவனத்தை ஈர்க்கின்றன. அகாதெமியைவிட ஆறு வயது இளமையானது இந்தியன் ஃபைன் ஆர்ட்ஸ் சொசைட்டி. பதினாறு வயது இளையது தமிழிசையில் ஆர்வமுடைய தமிழிசைச் சங்கம். இவையும் இவை போன்ற மற்ற

சபாக்களும், டிசம்பர்-ஜனவரி குளிர்காலத்தில் நடத்தும் விழாக்கள் மறக்க முடியாதவை.

உலகம் முழுவதிலும் இருந்து நேயர்களும் ஆர்வலர்களும் வருகிறார்கள். சங்கீத வித்வான்கள் கௌரவிக்கப்படுகிறார்கள்.

30 பெரிய நிறுவனங்கள்; அதே எண்ணிக்கையுள்ள சிறிய சபாக்கள். மொத்தத்தில், எழுபதுக்கும் மேற்பட்ட சபாக்கள் ரசிகர்களை அந்த மாதங்களில் மகிழ்விக்கின்றன. ஒரு காலத்தில் 15 நாள்களுக்கு மட்டுமே நடத்தப்பட்ட இந்த விழா இப்போது 4 மாதங்களாக வளர்ந்துவிட்டது. அறுபது அரங்குகளில் 2,000 கச்சேரிகள் நடைபெறுகின்றன. ஒன்றோடு ஒன்று போட்டியிடும் நிலையில், உயர்தரக் கச்சேரிகளைத் தேர்ந்தெடுப்பதற்குள் ரசிகர்களுக்குப் பைத்தியமே பிடித்துவிடும். பெரும்பாலான கச்சேரிகள் டிசம்பர், ஜனவரி மாதங்களில்தான் நடக்கின்றன. ஆனால், எண்ணிக்கை தரத்தை ஓரளவு பாதிக்கவே செய்கிறது.

விழாக்காலம் முடிந்தவுடன் சபாக்கள் உறங்கி விடுவதில்லை. அதன் உறுப்பினர்களுக்கும் விருந்தாளிகளுக்கும் வருடம் முழுவதும் கச்சேரிகள் அளிக்கின்றன. மாதம் மூன்று, நான்கு முறை நடக்கும் இத்தகைய நடவடிக்கைகளில் நடனம், சங்கீதம், நாடகம், சினிமா முதலியவை அடங்கும். இந்தச் சபைகள்தான் சென்னையில் கலாசாரத்தை வளர்த்து உயிர்த் துடிப்புடன் வைத்திருக்கின்றன. ஆனால் விழாக் காலத்தில் ரசிகர்களுக்குக்கூட இது சற்றே அதிகமோ என்று தோன்றிவிடுகிறது. இத்தனைக்கும் விழாக்காலங்களில் சொற்பொழிவுகள் சேர்த்து ஒரு நாளுக்கு நாலு நிகழ்ச்சிகள் நடக்கின்றன. விழாக்காலத்தில் அவர்கள் அளிக்கும் உணவு வகையில் சாதாரண சமயங்களைவிட சுவையாகயிருக்கும், நகரத்திலுள்ள பிரபல சமையற்தரகர்கள் தாற்காலிக ரீதியில் அளிக்கிறார்கள். 1939ல் சங்கீத வித்வத் சபை உணவு முதலில் அளிக்கப்பட்டது.

1937-ல் டைகர் வரதாச்சாரியாரை அதன் முதல் முதல்வராகப் பெற்று மியூசிக் அகாதெமி ஆசிரியர் பயிற்சிக் கல்லூரி தொடங்கப்பட்டது. மூன்று வருடப் பயிற்சியை அளிக்கும் இந்த நிறுவனம், நகரில் கர்நாடக இசை ஆசிரியர்களைப் பேணி, இசையைப் பரப்புகிறது. 1933-ல் வரதாச்சாரியார் சென்னைப் பல்கலைக்கழகத்தின் சங்கீதத் துறையின் முதல் முதல்வர் ஆனார். அபூர்வமான புத்தகங்களும் கையெழுத்துப் பிரதிகளும் கொண்டிருக்கும் அந்தக் கல்லூரி, ஆராய்ச்சியாளர்களுக்குப் பெரும் உதவி புரிகிறது. கதீட்ரல் ரோடில் உள்ள விசாலமான மியூசிக் அகாதெமி வளாகத்தில் இவை இரண்டும் இடம் பெறுகின்றன.

இசைக் கலைஞர்களின் நலன்களைப் பாதுகாக்கவும், அனைத்து சபாக்களையும் ஒருங்கிணைக்கவும் ஸ்ரீ தியாகராஜ வித்வத் சமாஜம், இசைக் கலைஞர்களால் ஆரம்பிக்கப்பட்டது. 1929-ல் தொடங்கப்பட்டு, 1931-ல் பதிவு செய்யப்பட்டபோது, 'ஸ' வகுப்பினரிடம் 8 அணாவும் (50 பைசா) 'ப' வகுப்பினரிடம் 4 அணாவும் (25 பைசா) சந்தாவாக அது வசூலித்தது.

இயற்கையை எதிர்த்துச் சவால்

திப்பு சுல்தான் தோற்கடிக்கப்பட்டபின், 18-ம் நூற்றாண்டில்தான் சென்னை உண்மையில் வளர ஆரம்பித்தது. பிரிட்டிஷ் சாம்ராஜ்ஜியம் உருவாக ஆரம்பித்ததும், பாதுகாப்பு உறுதிசெய்யப்பட்ட நிலையில், பிரிட்டிஷார் கோட்டையை விட்டு வெளியே நகர ஆரம்பித்தனர். தென்மேற்குச் சென்னையின் தோட்ட வீடுகள் கட்டப்பட்டபின், கடற்கரை முதல் லைன் பீச் சாலையில் பிரதான வியாபார அலுவலகங்கள் நிறுவப்பட்டன. அதே போல், மேற்கில் இரண்டாவது லைன் பீச் சாலை அமைக்கப்பட்டது. பின்னர், வடக்குக் கடற்கரைச்சாலை என்று அழைக்கப்பட்ட முதல் கடற்கரைச்சாலை, கடலில் இருந்து மீட்கப்பட்ட நிலத்தில் அமைக்கப்பட்டது. இந்த இரு சாலைகளில், நிறுவனங்களையும் வங்கிகளையும் பிற அரசாங்க அலுவலகங் களையும் பிரிட்டிஷார் ஆரம்பித்தனர். அதனால், சென்னை ஒரு பிரதான வியாபார கேந்திரமாக மாறியது. அடுத்த 150 ஆண்டுகளுக்கு தென்னிந்தியா வுக்குத் தேவைப்படும் நிதி அனைத்தையும் இந்த இரு சாலைகளும் வழங்கின. இந்த இரு சாலைகளுக்குப் பின்னால், மேற்கே, நிலப்பகுதியில், முத்தையால்பேட்டை இருக்கிறது. ஜார்ஜ் டவுனின் கிழக்குப் பாகம் இது. கடலை அடுத்து இருப்பது துறைமுகம்.

ஆள் அரவமற்ற ஒரு மண் திடலைப் பார்த்து 1639-ல் எதற்காக ஃபிரான்சிஸ் டே இவ்வளவு உற்சாகம் அடைந்தார் என்பது நமக்குத் தெரியாது. துறைமுகம் இல்லாத, கடல் நோக்கிய இந்த மண்திட்டு பின்னர் சென்னையாக வளர்ந்தது. அலைகள் மோதிய இந்தக் குறுகிய நிலத்தின் இரு பக்கங்கள் ஆறுகளாலும், மூன்றாவது பக்கம் கடலினாலும் சூழப்பட்டுள்ளது. இந்தக் குறுகிய தீபகற்பத்துக்கு வடக்கில் இருந்த சுவர், பாதுகாப்பு அரணாக அமைந்துள்ளது.

இருந்தபோதிலும், பருவகாலத்தில் கப்பல்கள் அதற்கு அருகே வரமுடியாது. மற்ற காலங்களில் கடலில் வெகுதூரத்தில் நங்கூரம் பாய்ச்சி நிற்கவேண்டும். அக்டோபர் முதல் டிசம்பர் வரை பெய்த பெரிய மழையும், மே, ஜூனில் பெய்த சிறிய மழையும், புயல்களும் கப்பல் போக்குவரத்தை நிறுத்தின. மே 1662-ல் கோட்டை கட்டப்பட்டபின் ஏற்பட்ட புயலால், ஒன்பது கப்பல்கள் தகர்க்கப்பட்டன என்று முதன்முதலாகப் பதிவு செய்யப்பட்டுள்ளது.

வேனில் காலத்தில்கூட, திறந்த கடலில் நங்கூரம் பாய்ச்சிய கப்பல்களிலிருந்து பயணிகளும் பொருள்களும் சிறு தோணிகள் மூலமே கரைக்குக் கொண்டு வரப்பட்டனர். புயல்களால் பாதிக்கப்பட்ட இந்தக் கடற்கரையில் (பதிவுகளின் படி சென்னையை வருடத்தில் ஒவ்வொரு மாதமும் சூறாவளிகள் தாக்கின), அச்சுறுத்திக் கொண்டிருந்த கடுமையான அலைகளை எதிர்த்து நல்ல காலத்தில்கூட வருவது எளிதான விஷயமாக இல்லை.

ஜாக்கிரதையாக நங்கூரம் பாய்ச்சமுடியுமா என்பதைப்பற்றி துளிக்கூட யோசிக்காமல், எதிரிகளிடமிருந்து நிலம் பாதுகாப்பாக இருக்கும் என்ற ஒன்றை மட்டுமே கருதிய டேயின் சென்னையை அடைவதற்கு முன்,

சுழற்றியடிக்கும் காற்று, எதிர்பாராத நீரோட்டம் மற்றும் வானளாவிய அலைகள் ஆகியவற்றால் கப்பல்கள் பாதிக்கப்பட்டன.

இந்த அலைகளுக்கு எதிராக கட்டுமரங்களையும் மசூலாக்களையும்தான் பயன்படுத்த வேண்டியிருந்தது. கப்பல்களுக்கும் கரைக்கும் இடையே இருந்த இரண்டு மைல்களை இவற்றால்தான் கடக்க முடிந்தது. ஒரு பெரிய அலை வரும்வரை காத்திருந்தபின், அதன் மேல் தூக்கப்பட்டு அடுத்த அலை மோதுவதற்குமுன் கரையை அடைய படகுக்காரர்கள் முயற்சி செய்வார்கள். ஒரு நல்ல அலை வரும் வரை பயணிகளுடன் பேரம் பேசிக் கொண்டிருப்பார்கள்.

கறாராகப் பேரம் பேசிய படகோட்டிகள் கிழக்கிந்தியக் கம்பெனி கப்பல்களில் இருந்த பயணிகளையும் சரக்குகளையும், தங்களுடைய உயிரைப் பணயம் வைத்துக் கரை சேர்ப்பார்கள். சேர்த்தபின், கோட்டையின் கடல்வாயிலுக்கு எதிரில் இப்போது சாலை ஓடும் இடத்தில் இருந்த மண்ணின் மேல் மானாவாரியாக அடுக்கிவிடுவார்கள்.

19-ம் நூற்றாண்டு வரை கடலின் கரை, வடக்குக் கடற்கரைச் சாலைதான்.

மூன்று கொடி மரங்கள் உள்ள 191 கப்பல்களும், இரண்டு கொடி மரங்கள் உள்ள 46 கப்பல்களும், ஒற்றை கொடி மரம் உள்ள 707 தோணிகளும், 1,50,000 டன்கள் எடையுடைய சரக்குகளை 1791-ல் சென்னை கடற்கரையில் இறக்கின. அடுத்த சில ஆண்டுகளில் சரக்குகளின் எடை அதிகரித்தது.

1798-ல் ஆளுநராக இருந்த ராபர்ட் கிளைவின் மகன், இரண்டாம் லார்ட் கிளைவ் தொலைநோக்கோடு ஒரு முடிவு எடுத்தார். திறந்த வடகிழக்கு பகுதியில் இன்றைய கஸ்டம்ஸ் ஹவுஸ் இருக்கும் இடத்தில் முன்னர் நெல் கிடங்கு (பிரெஞ்சுக்காரர்களால் சிறையாக உபயோகப்படுத்தப்பட்டது) இருந்தது. கடற்கரை வாயிலுக்கு அருகில் இருந்த கிடங்குகளையும் சுங்க அலுவலகத்தையும் புனித ஜார்ஜ் கோட்டையில் இருந்து இங்கே மாற்ற அவர் விரும்பினார். இதனால், 18-ம் நூற்றாண்டின் இறுதியில் இருந்து, முதல் கடற்கரைச் சாலை என்று அழைக்கப்பட்ட இடத்தில் சரக்குகள் இறக்கப்பட்டன. இதன் மூலம் அந்தச் சாலை, நகரின் வியாபார மையமாக மாறியது. 1809 வரை புனித ஜார்ஜ் கோட்டையில் வியாபாரிகள் இருந்தனர். அதற்குப் பின் கோட்டையில் அரசு அலுவலகங்கள் மாத்திரமே இருந்தன.

அப்போதைய முதல் கடற்கரை, நிஜமாகவே கடற்கரையாக இருந்தபோது கருப்பர் நகரவாசிகள் மாலையில் கூட்டமாக அங்கு திரண்டனர். அதுவே மரீனா ஆனது. கிளைவின் முடிவுக்குப் பிறகு, பின் வந்த வருடங்களில், கருப்பர் நகரம் வணிகக் கட்டடங்களால் மறைக்கப்பட்டு விட்டது. துறைமுகம் அந்த நிலத்தை எடுத்துக்கொள்ளும்வரை, திறந்த பாதுகாப்பற்ற மண் வெளியாக இருந்த வடக்குக் கடற்கரையில் கட்டுமரங்களும் மசூலாக்களும், பொருள்களையும் பயணிகளையும் ஏற்றவும் இறக்கவும் முடிந்தது.

ஆக்ரோஷமான அலைகளைச் சமாளிக்கும் திறனுடைய அச்சமில்லாத தோணிக்காரர்கள் இல்லை என்றால், சென்னையின் முதல் 250 வருடங்களில்

கப்பலுக்கும் கரைக்கும் எந்தவிதமான தொடர்பும் இருந்திருக்காது. ஆனால், தோணிக்காரர்கள் ஏகபோக உரிமையுடன் பெரும் லாபம் அடைந்ததாக, வியாபாரிகளும் அதிகாரிகளும் கருதினார்கள். சரக்குகள் கரைக்கு வரும்போது ஏற்படும் இழப்புகள் அதிகமாக இருந்ததாகவும் அவர்கள் நம்பினர். சேதமும் திருட்டும் ஆற்றல் உள்ள நீச்சல்காரர்களால் மீட்கப்படுவதில் இருந்து இது தெரியவந்ததாகவும், இது கம்பெனியின் லாபத்தை வெகுவாகப் பாதித்ததாகவும் அவர்கள் நம்பினார்கள். ஒரு குறிப்பின்படி, கப்பலில் இருந்து கரையை அடைவதற்குள் ஏற்படும் சேதமானது முழுக் கடல் பயணத்தில் ஏற்பட்ட சேதத்தில் இருந்து 90 சதவீதமாக இருந்தது. லாபத்தில் இருபது சதவீதத்தை இது விழுங்கியது. ஆகையால் பத்திரமான ஓர் இடம் வேண்டும் என்று 1868-ல் வர்த்தக சபை வற்புறுத்த ஆரம்பித்தது.

1845-ல் முன்மொழியப்பட்ட துறைமுகத் திட்டத்தை 1873-ல் லார்ட் ஹோபார்ட் அங்கீகரித்தார். 1845-ல் நிர்ணயிக்கப்பட்ட திட்டம் இவ்வாறு அறிவித்தது: 'தூண்களால் தாங்கப்பட்ட 1,100 அடி நீளமுள்ள பாலத்தை கடலுக்குள் நிறுவவேண்டும். அதன்மேல் தோணிகள் மூலம் கொண்டுவரப் பட்ட சரக்குகள் இறக்கப்படவேண்டும்.' 1857-ல் அந்தத் திட்டம் அங்கீகரிக்கப்பட்டபின், 1859-ல் வேலை தொடங்கப்பட்டு, சில இன்னல் களுக்குப் பிறகு, 1861-ல் அது தயாரானது. 1868-ல் ஒரு புயலால் சேத மடைந்தபின், மூன்று வருடங்களுக்குப் பிறகு முற்றிலும் பழுதடைந்தது. இதனால் முற்றிலும் மூடப்பட்ட ஒரு துறைமுகத்தின் தேவை, 1873-ல் மீண்டும் வலியுறுத்தப்பட்டது. சென்னையையே கண்ணால் பார்த்திராத, கராச்சியில் வெற்றிகரமாகச் செயல்பட்டுவந்த பார்க்ஸ் என்பவரால் இந்தத் திட்டம் தீட்டப்பட்டது.

1770-ம் ஆண்டிலேயே இரண்டாவது உறுப்பினரும் ஏற்றுமதிக் கிடங்கின் மேற்பார்வையாளருமான வாரன் ஹேஸ்டிங்ஸ், அலைகளைத் தாண்டிய ஒரு துறையை சிபாரிசு செய்திருந்தார். அதற்கான ஒரு திட்டத்தை அவர் உருவாக்கியிருந்தபோதும், கம்பெனி அதிக உற்சாகம் காண்பிக்காததால், தோணி ஓட்டுபவர்கள் அவர்களுடைய ஏகபோகத்தை அனுபவித்துக்கொண் டிருந்தனர். 1861-ல் பாலம் கட்டியபோது இந்த ஏகபோக உரிமைகள் அச்சுறுத்தப்பட்டன. பார்க்ஸின் திட்டப்படி 1876-ல் சென்னை துறை முகத்தைக் கட்டும் வேலை தொடங்கியபோது ஏகபோகம் முடிவுக்கு வந்தது.

பார்க்ஸின் திட்டம் இதுதான். துறைக்கு இரு பக்கங்களிலும் இரு முட்டுச் சுவர்கள் வேண்டும். 3,000 அடி இடைவெளியுடன் 3,000 அடி நீளத்துக்குப்பின், உள்நோக்கித் திருப்பப்பட்டு, துறைமுகத்துக்கு நுழைவாக இருக்கும்படி இந்த முட்டுச் சுவர்கள் அமைக்கப்படவேண்டும். இந்த இரு சுவர்களுக்கும் இடையே 3,000 - 7,000 டன் எடை உடைய 9 கப்பல்களுக்கு அடைக்கலம் கிடைக்கும். 1881-ல் வேலை அநேகமாக முடிந்துவிட்டது. ஆனால் நவம்பரில் துறைமுகம் கிட்டத்தட்ட முழுவதுமாக நாசமாக்கப் பட்டுவிட்டதால், ஆரம்பத்தில் இருந்தே மீண்டும் தொடங்க வேண்டிய நிலை உருவானது.

சென்னை சரித்திரத்தில் மிகக் கொடூரமான 1881 புயல், முட்டுச் சுவர்களில் பாதியை மூழ்கடித்தது. அவற்றின் மேல் இருந்த காங்கிரீட் தடுப்புகளையும் இரண்டு டைடான் பளு தூக்கிகளையும் கடலில் தள்ளியது. அத்துடன், ஒன்றரை மைல் நீளமுள்ள கட்டுமான இருப்புப் பாதையை அடித்துக்கொண்டு சென்றது. துறைமுகத்தில் இருந்த இரு சிறிய கப்பல்கள் மூழ்கின. நல்ல காலத்திலேயே நீர்மட்டத்துக்கு மேல் இரண்டரை அடி உயரத்துக்குத்தான் சுவர்கள் இருக்கும் என்பதால் இதுபோன்ற சம்பவம் எதிர்பார்க்கப்பட்டது தான். ஆனாலும் முதலில் திட்டமிட்டபடியே மீண்டும் கட்ட முடிவு செய்த அரசாங்கம், வல்லுனர்களைக் கலந்து ஆலோசிக்காமல் 1896-ல் தனது பணியை நிறைவேற்றியது. அப்போதும், சுமார் 515 அடி அளவுள்ள நுழைவுப்பகுதி கிழக்கு நோக்கி இருந்தது.

அப்போதைய எழுத்தாளர் ஒருவர், துறைமுகம் ஆயிரம் சதுர கஜம் கொண்ட இடமாக இருந்தது என்றார். 'மேடைக்குத் தெற்கிலும் வடக்கிலும் காங்கிரீட்டால் செய்யப்பட்ட குராயின்கள் என்ற கற்கள் போடப்பட்டுள்ளன. இதனால், உள்ளே வரவும் வெளியே போகவும் ஒரு பாதை ஏற்பட்டுள்ளது' என்று எழுதினார்.

மற்றொருவர் 1876-ல், துறைமுகத்தை இப்படி வர்ணித்தார்: 'இடுக்கியின் தாடைகள்போல் இரு சுவர்கள் கடலுக்குள் செல்கின்றன. கிழக்கில் இருந்து கப்பல்கள் நேராக இந்தத் தாடைகளுக்குள் நுழைந்து உள்ளே இருக்கும் நீர்ப்படுகையில் நங்கூரம் பாய்ச்சுகின்றன. கடற்கரையில் இருந்து நீளும் பழைய மர, இரும்புத் துறையில் சரக்குகள் தோணிகளுக்குள் இறக்கப்பட்டு அவை மூலம் கரையை அடைகின்றன.'

ஆனால் முதல் எழுத்தாளரின் அபிப்பிராயம் மிகவும் மோசமாக இருந்தது. 'இப்போது இருக்கும் நிலையில் இந்தத் துறைமுகத்தால் அடைக்கலம் அளிக்கமுடியாது. பணம் அதிகம் செலவழிக்கப்பட்டுள்ள இந்தப் பணியின் மூலம் ஒன்றை மட்டும்தான் சாதிக்கமுடியும். நவம்பர் மாதம் சோழமண்டலக் கடற்கரை முழுவதும் அடிக்கும் அலைகளின் பாய்ச்சலில் இருந்து பாதுகாப்பு கிடைக்கும். அவ்வளவுதான்.'

இருந்தபோதிலும் 1900-ல் துறைமுகம் ஒரு வழியாகக் கட்டி முடிக்கப் பட்டது. ஆனால் அலைகளால் உந்தப்பட்ட மணல் அரிப்பால் அது போக்கு வரத்துக்கு அபாயகரமானதாக இருந்தது.

1886-ல் சென்னை துறைமுக வாரியம் ஆரம்பிக்கப்பட்டது. 1905-ல் சென்னை போர்ட் டிரஸ்டாக மாறிய இந்த வாரியத்தின் முதல் தலைவர், சர் ஃபிரான்சிஸ் ஸ்பிரிங். இந்திய அரசில் 33 வருடங்கள் பணியாற்றியபின், அப்போதுதான் சென்னை அரசாங்கத்தின் ரயில்வே துறையில் செயலாளராகப் பணியாற்றி ஓய்வு பெற்றவர். அவர் 1904-ல் இங்கு வந்தபோது துறைமுகத் தின் நிலைமையை ஆராய்ந்தார். எவ்வளவு மோசமாக இருக்க முடியுமோ அவ்வளவு மோசமாக அது இருக்கிறது என்று கண்டுபிடித்தார். 1919-ல் அவர் வெளியேறியபோது, இன்று நமக்குப் பரிச்சயமாக உள்ள சென்னை

துறைமுகத்தை அவர் உருவாக்கி இருந்தார். அவரது பங்களிப்பை ஒருவராலும் மறுக்க முடியாது,

துறைமுகத்தின் முக்கியக் கட்டடங்களும், கப்பல் துறையும், அதை நோக்கிச் செல்லும் சாலையும் அவரை நமக்கு நினைவுபடுத்துகின்றன. முதல் உலகப் போரின்போது கட்டப்பட்ட விசாலமான பங்களாக்கள் ஸ்ப்ரிங்ஹேவன் சாலையில் துறைமுகத்தின் மூத்த அதிகாரிகளின் குடியிருப்புகளாக இருந்தன. அடுக்குமாடிக் கட்டடங்களைக் கட்டுவோரால் அச்சுறுத்தல் ஏற்பட்டு, 2000-த்தில் அவை இடிக்கப்பட்டுவிட்டன. 1911-ல் சர் ஃபிரான்சிஸால் நிறுவப்பட்ட ராயல் யாட் கிளப்பின் சிறிய கிளப் கட்டடமும், தனியார் படகுத்துறையும் ஸ்ப்ரிங்ஹேவன் துறையில் இருக்கின்றன. 1855 முதல் சென்னையைச் சுற்றியுள்ள பல கடற்கரைகளில் இத்தகைய உல்லாசப் படகோட்டுதல் வழக்கத்தில் இருந்தாலும், சர் ஃபிரான்சிஸின் செயல் மூலம்தான் அதற்கு அங்கீகாரம் கிடைத்தது. 1926-ல், இந்த கிளப்புக்கு ஐந்தாம் ஜார்ஜ் மன்னர், 'ராயல்' என்ற பட்டத்தை அளித்தார். அந்த கௌரவத்தை இந்தியாவில் இப்போதும் பாதுகாக்கும் ஒரு சில நிறுவனங் களில் ஒன்றாக இது விளங்குகிறது.

ஐரோப்பியர்களுக்காக மட்டுமே இயங்கிய இந்த கிளப்பின் முதல் இந்தியத் தலைவராக எல்.எம்.கிருஷ்ணன் 1966-ல் பொறுப்பேற்றார். கிளப்பின் எதிர்ப்புறத்தில் இருப்பது தமிழ்நாடு பாய்மரக் கப்பல் கழகத்தின் கிளப் கட்டடம். 1940-களில் ஆரம்பிக்கப்பட்ட சென்னை மீன் பிடிப்போர் கழகம் அதற்கு அருகில் இயங்குகிறது.

துறைமுகத்தின் வடகிழக்கில் புதிய வாயிலை உருவாக்கிய ஸ்ப்ரிங், அதன் கிழக்கு வாயிலை அடைத்தார். இந்த வாயிலைப் பாதுகாக்க, கடலுக்குள் வடக்கு திசையில் ஊடுருவும் ஒரு முட்டுச் சுவர் கட்டப்பட்டது. சுதந்தரம் அடைந்தபின் அநேக வருடங்களுக்கு தனது பழைய வடிவையே தக்க வைத்துக்கொண்ட இந்தச் செயற்கைத் துறைமுகத்தின் பரப்பளவு 200 ஏக்கர். 1909-ல் திறக்கப்பட்ட வடகிழக்கு வாயிலின் அகலம் 400 அடி. வெளிப் பாதுகாப்புச் சுவரின் நீளம் 1,791 அடி. நுழைவாயிலில் கடலின் ஆழம், நீர் ஏற்றம் இருக்கும் காலத்தில் 37 அடியாகவும் வற்றும் காலத்தில் 34 அடியாக வும் இருந்தன. இரண்டுக்கும் இடையிலான வித்தியாசம் இரண்டரை அடி. இரவு, பகல் என்று எப்போதும், எல்லாப் பருவ காலங்களிலும், கப்பல்கள் கடலுக்குள் நுழைந்து சலனமற்ற நீரில் பயணம் செய்ய முடியும். புயல் காலங்களில் (ஏப்ரல்-ஜூன், அக்டோபர்-நவம்பர்) புயல் துறைமுகத்தின் மேல் அடித்தால் உள்ளுக்குள் ஏற்படும் கொந்தளிப்பினால், கப்பல்கள் கடலுக்குத் திரும்பவேண்டி நேரிடலாம்.

முதல் போர்ட் டிரஸ்ட் அலுவலகம் மணிக் கூண்டுடன், 1908-லிருந்து 1916 வரை படிப்படியாக, நேர்த்தியான கல்முகப்புடன், இரட்டை மாடிக் கட்டட மாகக் கட்டப்பட்டது. 1957 முதல் 1960 வரை, ஆர்ட் டெகோ பாணியில் புதிய அலுவலகம், துறைகளுக்கு அப்பால் கட்டப்பட்டது. ஸ்ப்ரிங்

காலத்துக்குப் பின், ஆசியாவின் செயற்கைத் துறைமுகங்களுள் பெரியதாக சென்னை துறைமுகம் மாறியது.

டேயின் மண் திட்டில் இருந்து மாகாணத் தலைநகரமாக மாறியிருக்கிறது சென்னை. சாம்ராஜ்ஜியம் கட்டியவர்களை உலகுக்கு அனுப்பியிருக்கிறது. தனது ஜவுளிகள் மூலம் தொழிற்புரட்சியை ஊக்குவித்திருக்கிறது. ஆம், முதல் நூறு வருடங்களில் சென்னை நன்றாகவே வளர்ந்திருக்கிறது. ஆனாலும் கிப்ளிங் அதை 1896-ல் பார்க்கும்போது துக்கத்துடனே எழுதினார்.

> வாயிலும், புருவத்திலும் கண்ணிலும்
> என்னை கிளைவ் முத்தமிட்டார்;
> அருமையான முத்தங்கள். அவை மூலம்
> ராணிகளுக்கு மேலாக நான் முடிசூட்டப்பட்டேன்.
> ஆனால், இப்போதோ
> பழம்பெருமைக்காக ஏங்கும்
> அழகற்ற கிழவியாகிவிட்டேன்.

சென்னை துறைமுகத்தை 1905-ல் கட்டிய சர் ஃபிரான்சிஸ் ஸ்ப்ரிங் இந்த அழகற்ற கிழவிக்கு புத்துயிர் அளிக்கமுடியும் என்று திடமாக நம்பினார். ஆகையால் இயற்கைக்கு எதிரான இந்தச் சவாலை சமாளிக்க பணம் செலவழிக்க அயராது உழைத்தார். 1919-ல் அவர் சென்னையை விட்டுச் சென்றபோது, சென்னையில் வியாபாரம் செழிப்பாக வளர்ந்திருந்தது. சென்னைக்கு ஒரு முதல்தரமான துறைமுகம் கிடைத்தது. அது இன்னமும் வளர்ந்துகொண்டிருக்கிறது. துரதிர்ஷ்டவசமாக, அந்தப் பொற்காலத்தின் விளைவுகளையும், சென்னையின் வளர்ச்சியையும் காண அவர் கொடுத்து வைக்கவில்லை. ஆனால் வெளியேறும் முன், அடுத்த 20, 30, 50 வருடங்களில் சென்னை துறைமுகம் மிக நன்றாக வளரவேண்டும் என்ற தனது திடமான நம்பிக்கையை அவர் வெளிப்படுத்தினார். இனி வளர முடியாது என்ற நிலை வரும்வரை அது வளர்ந்து கொண்டே இருந்தது. ஒரு துணைத் துறைமுகம் அவசியம் என்று 1990-ல் கருதப்பட்டு, 1997-ல் வேலை ஆரம்பிக்கப்பட்டது.

எண்ணூர் துணைத் துறைமுகம் 2001-ல் கட்டி முடிக்கப்பட்டது. கரி, எண்ணெய், வாயு போன்ற எரிபொருள்களுக்காக அந்தத் துறைமுகம் கட்டப் பட்டது. எண்ணூர் மற்றும் புலிகாட்டு உப்பங்கழிகளாலும், கடலாலும், பக்கிங்ஹாம் கால்வாயாலும் உருவான தீவுகளில் அது கட்டப்பட்டது. ராயபுரத்துக்கு வடக்கே பேசின் பிரிட்ஜில் இருந்த அனல் மின் நிலையத்துக்கு பதிலாகக் கட்டப்பட்டுள்ள வட சென்னை அனல் மின் நிலையம் 125 கிலோ மீட்டர் பரப்புள்ள மண் திட்டுகள் கூடிய இடத்தில் கட்டப்பட்டிருக்கிறது. அரசு-தனியார் கூட்டுறவுடன் அதற்கருகில் 2 இடங்களுடைய ஒரு ஆழமான துறைமுகமும், கப்பல் கட்டும் வசதியும், ஜனவரி 2013ல் லார்ஸன் அண்டு டூப்ரோவுடன் கட்டப்பட்டாலும் ஏப்ரல் 2013ல் முதல் கப்பலை அடைந்தது. அங்கிருக்கும் மூன்று கிராமங்களுக்கும், உப்பங்கழிகளில் வாழும்

மீன்களுக்கும் பறவைகளுக்கும் அச்சுறுத்தல் ஏற்படும்படி அங்கே மேலும் தொழில்மயமாக்கம் நடைபெறலாம். புலிக்காட்டு உப்பங்கழியும் அதனால் உருவான ஏரியும் நீர் நாரைகள் விரும்பும் சரணாலயங்களாகத் திகழ்கின்றன. இங்கு பறவைகள் வடக்கு ஆசியாவின் குளிர்காலத்திலிருந்து வருகின்றன.

நகரத்துக்கும் கடலுக்கும் இடையே

துறைமுகம் வளர வளர, அதன் ஓரமாக இருந்த வடக்குக் கடற்கரைச் சாலையின் முக்கியத்துவம் வியாபார ரீதியில் அதிகரித்தது. இந்தச் சாலையில், ஜார்ஜ் டவுனுக்கும் கடலுக்கும் இடையே நகரின் முக்கியமான கட்டடங்கள் இருக்கின்றன. இந்தச் சாலையின் இறுதியில் கம்பீரமான தூண்களும் அரைச் சுவர்களும் கொண்ட தனிச்சிறப்பான வேலைப்பாடுடைய ராயபுரம் புறநகர் ரயில் நிலையமும் இருக்கிறது. மெட்ராஸ் ரயில்வேயின் கடைசி நிலைய மாகவும் தலைமை அலுவலகமாகவும் அப்போது திகழ்ந்த அந்தக் கட்டடம் 1856-ல் தொடங்கப்பட்டது. அதற்கு அடுத்ததாக இருந்த கட்டடம், சில வருடங்களுக்கு முன் இடிக்கப்பட்டுவிட்டாலும், எஞ்சியிருக்கும் கட்டடத்தின் பகுதி, தெற்கே இருப்புப்பாதை அமைத்ததன் நினைவிடமாக இருக்கிறது. அமர்க்களமாக ஆடைகள் அணிந்த பிரமுகர்கள் முன்னிலையில் ஆளுநர் லார்ட் ஹாரிஸ் அதைத் திறந்து வைத்தார். ராயபுரத்தில் இருந்து ஆற்காடு வரை செல்லும் இருப்புப் பாதையைக் கட்ட மூன்று வருடங்கள் தேவைப்பட்டன. இதற்கு, மைலுக்கு 5,500 பவுண்டு என்று பணம் செல வழிக்கப்பட்டது என்று ஹாரிஸ் அறிவித்தார். ரீஜன்ஸி தோற்றத்துடன், அயோனிக் தூண்கள் கொண்ட இந்தக் கட்டடத்தை பேணிச் சீராக்க வேண்டியது அவசியம்.

கஸ்டம்ஸ் ஹவுஸுக்குத் தெற்கே உள்ள பெண்டிங் கட்டடம், 1991-92-ல் இடிக்கப்பட்டது. அதன் கட்டுமானம் திடமாக இருந்ததால், அதை உடைக்க ஒரு வருடம் தேவைப்பட்டது. சென்னையில் 1803 முதல் 1807 வரை ஆளுநராக இருந்தபின், இந்தியாவின் கவர்னர் ஜெனரல் ஆன சீர்திருத்தவாதி லார்ட் பெண்டிங் பெயரில் இது கட்டப்பட்டது. உடன்கட்டை ஏறுதலை ஒழித்து, வழிப்பறிக்காரர்களை அடக்கி, நல்லதோ கெட்டதோ, மெக்காலேயின் பரிந்துரையின்படி இன்றும் இந்தியாவில் வழக்கத்தில் இருக்கும் கல்வி முறையையும் நீதி முறையையும் அமுல்படுத்தியவர் இவர். இதற்கான வேலையை அவர் உதகையில் ஆரம்பித்தார்.

பழைய கப்பல் சரக்குகளின் திறந்த வெளி இருந்த இடத்தில் இந்தக் கட்டடம் கட்டப்பட்டது. கோட்டையில் இருந்து வெளியேற்றப்பட்டதால் கஸ்டம்ஸ் ஹவுஸுக்கு அருகில் அலுவலகங்கள் தேவைப்பட்டதால் வியாபாரிகளுக்காக இது கட்டப்பட்டது. 1817 முதல் 1862-ல் அது மூடப்படும்வரை உச்ச நீதிமன்றம் அதில் இயங்கியது. எஸ்பிளனேடில் அதன் புதிய வளாகம் கட்டப் படும்வரை உயர் நீதிமன்றம் இங்கே இயங்கியது. சிறு சச்சரவுகள் நீதிமன்றம், 1985-ல் சென்னை மாவட்ட ஆட்சியர் அலுவலகம் ஆகும்வரை, உயர் நீதிமன்றக் கட்டடம் என்று அழைக்கப்பட்டது. மாவட்ட ஆட்சியர்

அலுவலகத்துக்கும் பிரத்யேக நீதிமன்றங்களுக்கும் முகப்பாக கார்ன்வாலிஸ் காலத்திய மிகப்பெரிய வளைவு மாடம், பெண்டிங் கட்டடத்துக்கு எதிரே இருக்கிறது. இது பளபளப்பான கருங்கல்லுடன் ரசனையற்ற பாணியில் பொதுப்பணித்துறையால் கட்டப்பட்ட கட்டடத்துக்கு நேர் எதிரில், அடையாளம் கண்டுபிடிக்க முடியாத நிலையில் இருக்கிறது.

கீழ்த் தளமும் முதல் தளமும் தலா 27,000 சதுர அடி கொண்டிருக்கும் பெண்டிங் கட்டடம், 1793-ல் கட்டப்பட்டது. அதன் பர்மா தேக்கு உத்தரங்களுடன், கனமான இரும்பு ஜன்னல்களும், செதுக்கப்பட்ட கல்லும் சேர்த்து ரூபாய் 3,70,000 செலவழிக்கப்பட்டது. 1817-ல் அதற்குத் தெற்கே சேர்க்கப்பட்டு இப்போதும் இருக்கும் 34,000 சதுர அடி கொண்ட எழுதுபொருள் பண்டகசாலைக்கு ரூபாய் 3,20,000 செலவழிக்கப்பட்டது. ஒரு சிறைச்சாலையுடன் பல சிறு கட்டடங்கள் சேர்க்கப்பட்டன. அதற்கு அருகே கடற்படை அலுவலகங்களும், வங்கியில் அடமானம் வைக்கப்பட்ட சரக்குகளின் கிடங்கும் இருந்தன.

தெற்கே இருக்கும் அதைவிடப் புதுமையான கட்டடம், இந்தியன் வங்கியின் தலைமையகம். ஆர்பத்நாட் அண்ட் கோ-வின் வீழ்ச்சிக்குப் பிறகு, சென்னையில் முதன்முதலாகத் தலைமை அலுவலகம் இருந்த வங்கி இது. இந்தியர்களுக்கு சொந்தமான சில வங்கிகளுள் ஒன்றான இந்தியன் வங்கி 1907-ல் பதிவு செய்யப்பட்டது. இந்தியாவிலேயே சிறந்து இருந்த பிரிட்டிஷ் கம்பெனியின் வீழ்ச்சியால் வி. கிருஷ்ணசுவாமி ஐயர் போன்றவர்கள், இந்தியர்களுக்குச் சொந்தமான, இந்தியர்களால் நிர்வகிக்கப்படும் வங்கி ஒன்றை ஆரம்பிக்கவேண்டும் என்று விரும்பினர்.

ஆரம்ப காலத்திலயே நாட்டுக்கோட்டைச் செட்டியார்களின் பண முதலீட்டால் வங்கி செழிக்க ஆரம்பித்தது. ஆர்பத்நாட் தெருவினால், பெண்டிங் கட்டடத்திலிருந்து பிரிக்கப்பட்ட ஆர்பத்நாட் கட்டடத்தை 1909-ல் இந்தியன் வங்கி ரூபாய் 1,35,000-க்கு வாங்கியது. ஜூலை 1910-ல் ரட்டன் பஜாரில் இருந்து நகர்ந்தபின் தனது தலைமை அலுவலகத்தை அங்கு நிறுவிய வங்கி, 1970-ல் அதே இடத்தில் ஓர் அடுக்குமாடியைக் கட்டியது. இந்தியன் வங்கியின் தலைமையகத்துக்கு அருகில் இருக்கும் ஆர்பத்நாட் தெரு, சென்னையின் வங்கிச் சரித்திரத்தில் ஒரு துயரமான காலத்தையும் முன்னேற்றத்தின் ஒரு புது அத்தியாயத்தையும் நினைவுபடுத்துகிறது. ஜனவரி 2012ல், வித்வத் சபைக்கருகிலிருக்கும் நவீன கண்ணாடி சூழ்ந்த 21வது நூற்றாண்டு கட்டிடத்திற்கு இந்தியன் வங்கியின் தலைமை செயலகம் மீண்டும் நகர்ந்திருக்கிறது.

அதற்கு மேலும் தெற்கே, 1923-ல் ஆர்ட் டெகோ பாணியில் கட்டப்பட்ட மெர்கண்டைல் வங்கியின் கட்டடம் இருக்கிறது. பழைய பிரிட்டிஷ் காலனி பாணியை பெண்டிங் கட்டடம் பிரதிபலித்தது. புதிய பாணியை இப்போது ஹாங்காங் ஷாங்காய் வங்கி ஆகியிருக்கும் மெர்கண்டைல் வங்கி பிரதிபலிக்கிறது. சிகப்பு வர்ணம் பூசப்பட்ட நேர்த்தியான 55,000 சதுர அடி

தபால் தலைமையகத்தை இந்தோ-சாரசெனிக், விக்டோரியன் கொத்திக் கலோனியல் அல்லது விக்டோரியன் கவுண்டி கலோனியல் பாணியில் கட்டப்பட்டதாகக் கூறலாம்.

ஆபர்க்ரோம்பி பீரங்கி இருந்த இடத்தில் சுமார் 8 லட்சம் ரூபாய் செலவில் 125 அடி உயரமுள்ள இரட்டை கோபுரங்களுடன் சிஷோம் வடிவமைத்த இந்தக் கட்டடம் கட்டப்பட்டது. இரட்டை கோபுரங்களுக்கு மேல் அவர் வைத்திருந்த கேரள பாணி தொப்பிகள் 20-ம் நூற்றாண்டின் மத்தியில் ஏற்பட்ட புயலினால் தாக்கப்பட்டபின் அகற்றப்பட்டன. 26 ஏப்ரல் 1884-ல் பாப்ஹாம் பிராட்வேயில் இருந்து தலைமை அஞ்சலகம் இங்கு நகர்ந்தது. 1874-ல் கட்டட வேலை ஆரம்பிக்கப்பட்டன. தேவைப்படும் 6.8 லட்ச ரூபாயில், சென்னை வர்த்தக சபை கணிசமான பங்கை அளித்தது. போஸ்ட்மாஸ்டர் ஜெனரல் வசிப்பதற்காக, இரண்டாவது மாடி ஒதுக்கப்பட்டது. 2003-ல் தீக்கிறையான கட்டடத்தின் உள்பாகத்தின் வடிவை மாற்றி, அதே சமயத்தில் கட்டடத்தின் வெளித்தோற்றத்தை மாற்றாமல் இருக்க திட்டங்கள் மேற்கொள்ளப்பட்டுள்ளன. செய்திருந்தால் 2011ல் பருவகால சேதத்தைத் தவிர்த்திருக்கலாம்.

தபால்காரர்கள் மூலம், தபாலை வங்காளத்துக்கு எடுத்து செல்வதற்காக ஆளுநர் ஹாரிஸன் (1711-1717), கம்பெனி தபால் துறையை சென்னையில் ஆரம்பித்தார். 1736-ல் அதைவிடத் தொலைநோக்குள்ள திட்டம் ஓரளவு அமுல்படுத்தப்பட்டது. 1774-ல் முதல் போஸ்ட்மாஸ்டர் ஜெனரல் கொண்ட சென்னையில், தனியார் கடிதங்களுக்குக் கட்டணம் விதிக்கப்பட்டது. 1785-ல் ஜான் பி. பர்ல்டன், தபாலுக்கு என சட்ட திட்டங்களும், அதற்கு ஓர் அதிகாரியும் வேண்டும் என்று ஆளுநர் டேவிட்சனுக்கு ஆலோசனை கூறினார். அதற்குப்பின், நிர்ணயிக்கப்பட்ட தபால் கட்டணங்களுடன் சென்னை பொது அஞ்சலகம் திறக்கப்பட்டது. போஸ்ட் மாஸ்டர் ஜெனரலாக ஏ.எம். கேம்ப்பெல் பொறுப்பேற்றார். சென்னை பொது அஞ்சலகம், கடல் வாயிலுக்கு வெளியே புனித ஜார்ஜ் கோட்டை சதுக்கம் என்று அழைக்கப்பட்ட இடத்தில் 1 ஜூன் 1786-ல் திறக்கப்பட்டது.

அஞ்சலகம், 1837-ல் கோட்டையின் வடக்கு வாயிலுக்கு அருகே இருந்த பழைய வங்கிக் கட்டடத்துக்கு நகர்ந்தது. அதற்குள் 1834-ல், வேப்பேரியிலும், ராயப்பேட்டையிலும், இரண்டு கிளை அலுவலகங்கள் திறக்கப்பட்டன. சென்னையின் முதல் தபால் பெட்டியை மோப்ரேஸ் சாலையில் அமைத்த ஒரு வருடம் கழித்து, தபால் அஞ்சலகச் சட்டம் வந்த இரண்டு வருடங்கள் கழித்து, பிராட்வேயில் உள்ள தோட்ட வீட்டுக்கு 1856-ல் அஞ்சலகம் நகர்ந்தது. அப்போது, ஒருங்கிணைக்கப்பட்ட தபால்துறை ஏற்படுத்தப்பட்டு, அஞ்சல் தலைகளும் அறிமுகப்படுத்தப்பட்டன.

1871-ல் மற்ற மாகாணங்களுடன் ரயில் தொடர்பு ஏற்பட்டபின், அஞ்சல் துறை வளர்ந்தது. 1874-ல் நகரில் ஒன்பது தபால் நிலையங்கள் இருந்தன. 1915-ல் வாகனங்கள் உபயோகப்படுத்தப்பட்டாலும், 1918 வரை

ஜட்காக்களில்தான் தபால்கள் எடுத்துச் செல்லப்பட்டன. 1853-ல் தந்தி வந்தாலும் கூட 1 பிப்ரவரி 1885-ல் தான் 41 தந்தி அலுவலகங்கள் மூலம் 3,000 மைல்கள் தூரத்துக்கு செல்லக்கூடிய தந்திப் போக்குவரத்து நிறுவப் பட்டது.

தலைமை அஞ்சலகத்துக்கு அருகில் பழைய பாரத ஸ்டேட் வங்கியின் சற்றே புதிய கட்டடம் அமைந்திருக்கிறது. இது நம்பெருமாள் செட்டியின் கட்டடத் தேர்ச்சிக்கும், சென்னைக்கு நன்கு அறிமுகமான இந்தோ-சாரசெனிக் கட்டட பாணிக்கும், வங்கியின் பாரம்பரியத்துக்கும் எடுத்துக்காட்டாகும். இந்தக் கட்டடத்தை வடிவமைக்க, தில்லியில் உள்ள புனித ஸ்டீஃபன் கல்லூரியை கட்டிய கர்னல் சாமுவேல் ஜேக்கப் என்பவரின் பெயர் ஆரம்பத்தில் முன்மொழியப்பட்டது. ஆனால், ஹென்றி இர்வினுக்கே அந்தப் பொறுப்பு கடைசியில் அளிக்கப்பட்டது. அதைக் கட்டுவதற்கு நம்பெருமாள் செட்டியிக்கு மூன்று லட்சம் ரூபாய் கொடுக்கப்பட்டது. 1895-ல் ஒரு லட்சம் ரூபாய்க்கு அரசாங்கத்திடம் இருந்து நிலம் வாங்கப்பட்டபின், அதற்கு அடுத்த வருடம் வேலை ஆரம்பமானது.

வங்கியின் தலைமையகம் கோட்டையில் இருந்து பாப்ஹாம் பிராட்வேக்கு நகர்ந்தது. நேர்த்தியான பளிங்குக்கல் தரை கொண்ட முதல் அடுக்குக் கூடத் தில், அமர்க்களமான மரவேலைப்பாடுகளும் சாயம் பூசப்பட்ட கண்ணாடி வேலைப்பாடுகளும் காணப்படுகின்றன. அதன் அதிகார முத்திரையான பி.எம் என்ற ஆங்கில எழுத்துகளை அங்கே காணலாம். அலுவலகர்கள் தங்கும் இடமாகவும் அலுவலகமாகவும் இருந்த இரண்டாவது மாடியில் அலங் கரிக்கப்பட்ட பழங்காலக் கதவுகளும், மரம், செங்கல் ஆகியவற்றால் கட்டப் பட்ட வளைவுகளும் இருக்கின்றன. கட்டடத்தில் 1,200-க்கும் மேற்பட்ட சாயம் பூசப்பட்ட கண்ணாடிகள் இருக்கின்றன. ஒரு கண்ணாடியில் படமெடுக்கும் பாம்பும், இரட்டைத் தலைப் பறவையும் வரையப்பட்டிருக் கின்றன. சிறிய கண்ணாடிகளில் பல வண்ணங்கள் பூசப்பட்டு எல்லாம் சேர்ந்து ஒரு முழுமையை அளிக்கின்றன. இந்தக் கட்டடத்தில்தான் பாரத ஸ்டேட் வங்கியின் பிரதான சென்னை அலுவலகம் இருக்கிறது.

1682-83-லேயே, ஆளுநர் கிஃபோர்டினாலும் அவருடைய ஆளுநர் குழுவாலும் மதராஸ் பேங்க் நிறுவப்பட்டது. ஆனாலும், அதிகாரபூர்வமாக கூட்டு வர்த்தக நிறுவனமாக, புனித ஜார்ஜ் கோட்டையில் கர்நாடக வங்கி, 1788-ல் ஆரம்பிக்கப்பட்டது. இதைத் தொடர்ந்து ஏஷியாடிக் பேங்க் 1804-ம் ஆண்டிலும் 1795-ல் பேங்க் ஆப் மதராஸூம் நிறுவப்பட்டன. இந்த வங்கிகள் இணைந்தபின், கோட்டை பங்குச் சந்தையில், 30 லட்ச ரூபாய் முதலுடன், பேங்க் ஆஃப் மதராஸ் என்ற கம்பெனி 1843-ல் நிறுவப்பட்டது. 1876 வரை இந்த வங்கியின் பங்குகள் அரசாங்கத்திடம் இருந்தன. 1921-ல் பம்பாய் மற்றும் பெங்கால் வங்கிகளுடன் இணைந்து இம்பீரியல் பேங்க் என்று ஆனபின், உலகிலேயே அதிகக் கிளைகள் கொண்ட பாரத ஸ்டேட் பேங்காக 1955-ல் ஆனது.

எஸ்.பி.ஐ அதுவரை செய்து கொண்டிருந்த அரசாங்க விவகாரங்களை கவனித்துக்கொள்ளுதல், ரூபாய் நோட்டுகள் வழங்குதல், பொருளாதார மற்றும் நிதிநிலையைக் கண்காணித்தல் போன்ற வேலைகளை, 1935-ல் தொடங்கப்பட்ட ரிசர்வ் வங்கி எடுத்துக்கொண்டது. 1961-ல் வடக்குக் கடற்கரைச் சாலையும் தெற்குக் கடற்கரைச் சாலையும் சந்திக்கும் இடத்தில் கட்டப்பட்ட தனது சொந்தக் கட்டடத்துக்கு நகரும்வரை ரிசர்வ் வங்கி, எஸ்.பி.ஐ.யின் தலைமையகத்தில்தான் இயங்கியது. ரிசர்வ் வங்கிக் கட்டடத்தைக் கட்டிய தாராப்பூர் அண்ட் கோ ஒரு முக்கியமான நிறுவனம். புது சுங்க அலுவலகம், ஏ.சி. காலேஜ் ஆஃப் டெக்னாலஜி, மீனம்பாக்கம் விமான நிலையம், மற்றும் 1950-களிலும், 1960-களிலும் நடந்த கட்டுமான வளர்ச்சியில் பெரும் பங்காற்றிய சென்னை நிறுவனம் இது.

1853-ல் ஸ்டாண்டர்ட் என்ற முன் பெயரில்லாமல் சார்டர்ட் பேங்க் என்ற பெயரில் பிரிட்டனில் ஆரம்பிக்கப்பட்ட அந்நியச் செலாவணி வங்கி, 1900 முதல், உயர் நீதிமன்றத்துக்கு எதிரில் ஆர்மீனியன் தெரு சந்திப்பில், தான் 1871-ல் கட்டிய கட்டடத்தில் இயங்க ஆரம்பித்தது. சென்னையின் பிரதான கிளை இந்த இடத்தில் இருந்தது. அதன் பழைய கட்டடம், தேவாலயம் போன்ற உட்புறம் கொண்டிருந்தது. அது பின்னர் மாற்றி அமைக்கப்பட்டதால் வெளிப்புறமும் அடையாளம் தெரியாமல் போய்விட்டது. கல்லூரிச் சாலையில் இருக்கும் பசுமையான வளாகத்தில் ஸ்டாண்டர்ட் வங்கியின் நவீன பிராந்தியத் தலைமையகம் கட்டப்பட்டிருக்கிறது.

ஸ்டாண்டர்ட் சார்டர்ட் வங்கியால் எடுத்துக் கொள்ளப்பட்ட ஏ.என்.இஸட் கிரிண்ட்லேஸ் வங்கிக்குச் சொந்தமான நேஷனல் பேங்க், 1877-ல் வடக்குக் கடற்கரைச்சாலையில் திறக்கப்பட்டது. பின், உயர் நீதிமன்றத்துக்கு அருகில் நம்பெருமாள் செட்டி கட்டிய கட்டடத்துக்கு 1915-ல் நகர்ந்தது. இதே இடத்தில் 1981-லிருந்து உபயோகத்தில் இருந்துவந்த நவீனமாக்கப்பட்ட பிராந்தியத் தலைமையகம் கட்டப்பட்டது. சுதந்தரத்துக்குப் பின் சென்னையில் பளபளப்பான கருங்கல்லைப் பயன்படுத்திக் கட்டப்பட்ட அழகிய கட்டடங்களுள் இது முதன்மையானது.

அருகில் இருக்கும் சர்கிள் டாப் ஹவுஸ் இப்போது எஸ்.பி.ஐ.யின் பிராந்தியத் தலைமையகம். பழைய தலைமையகத்தின் குதிரை லாயமாகவும் பிறகு கார் ஷெட்டாகவும் மதராஸ் மெயில் இருந்த இடமாக உபயோகிக்கப்பட்ட கட்டடத்தின் மேல் இது கட்டப்பட்டது. 1977-ல் திறக்கப்பட்ட பளபளப்பான இந்தக் கருங்கல் கட்டடம், நவீன கட்டடக் கலைக்கு எடுத்துக்காட்டாக திகழ்கிறது.

பின்னியை தன் பிரதிநிதியாக கொண்ட கிரிண்ட்லேஸ், அதனுடைய முதல் கிளையை 1877-ல் ஆர்மீனியன் தெருவில் திறந்தது. கூம்புகள், இத்தாலியன் பளிங்குக் கல், ரோஸ்வுட், சிவந்த போர்பந்தர் கற்கள் கொண்டு அமைக்கப் பட்ட கட்டடம், இந்தோ-சாரசெனிக் பாணியில் கட்டப்பட்டிருந்தது. அப்போது நேஷனல் பேங்காக இருந்த அந்தக் கட்டடம், கட்டட வேலை

நடக்கும்போது, 1914-ல் எம்டன் குண்டால் தாக்கப்பட்டது. ஆனாலும், அதிகச் சேதமில்லை. அந்தக் கட்டடம் அப்போது 150 அடி முகப்பும், 30 அடி அகலமும், 60 அடி உயரமும் கொண்டிருந்தது. அதன் இர்வின் பாணி கோபுரங்கள் 95 அடி உயரத்தில் இருந்தன.

சார்ட்டர்ட் மெர்கண்டைல் பேங்க் ஆஃப் இந்தியா, லண்டன் அண்ட் சைனா என்ற ஒரு புதிய வங்கி, கருப்பர் நகரத்தில் உள்ள மூர் தெருவில் 1854-ல் திறக்கப்பட்டது. 1893-ல் மெர்கண்டைல் பேங்க் ஆஃப் இந்தியா என்று மாற்றி அமைக்கப்படும்முன், மெக்லீன் தெருவுக்கு நகர்ந்தது. பிறகு 1875-ல் வடக்குக் கடற்கரைச் சாலைக்கு நகர்ந்தது. அப்போது ஹாங்காங் ஷாங்காய் வங்கியால் எடுத்துக்கொள்ளப்பட்டது. 1923 முதல் அது இருந்த இடம் மறுசீரமைப்புச் செய்யப்பட்டாலும், பிரிட்டிஷ் காலகட்டடப் பாரம்பரியத் தைக் காப்பாற்றிக்கொண்டிருக்கிறது. தி மெயில் நிறுவனத்திடம் இருந்து எடுத்துக்கொள்ளப்பட்டு மறுசீரமைப்புச் செய்யப்பட்ட அதன் சொந்தக் கட்டடம், இங்க்லீஷ் ரினைஸான்ஸ் பாணி முகப்புடன் கட்டப்பட்டன. இரு 90 அடி கோபுரங்களுடன் இரண்டாம் உலகப் போருக்கு முன், முதல் கடற்கரை சாலையில் கட்டப்பட்ட நேர்த்தியான கட்டடமாக இது திகழ்கிறது.

1990-களில் ஹாங்காங் ஷாங்காய் பேங்க் அங்கு நகர்ந்தபின், வெளிப்புறம் புதுப்பிக்கப்பட்டு, உட்புறமும் மாற்றப்பட்டது. ஏற்கெனவே கூறியபடி சென்னையின் முதல் இந்திய வங்கி, இந்தியன் வங்கி ஆகும். அப்போதைய பழக்கத்துக்கு முரணாக, அந்நியச் செலாவணியில் தன்னை ஈடுபடுத்திக் கொண்ட இந்தியன் ஓவர்சீஸ் வங்கி, சென்னையின் இரண்டாவது பெரிய இந்திய வங்கி.

ஸ்டாண்டர்ட் சார்டர்ட், கிரிண்ட்லேஸ், சர்கிள் டாப் ஹவுஸ் ஆகியவற்றுக்கு இடையே இருக்கும் விந்தையான கட்டடத்தின் வெளித்தோற்றம் மேன்மையானது, நுணுக்கமானது. உலகச்சுற்றுலாக்களை அறிமுகப்படுத்திய தாமஸ் குக் அலுவலகம் கொத்திக் பாணியில் அமைக்கப்பட்ட ஜன்னல்கள் உடைய இந்தக் கட்டடத்தில் உள்ளது. ஸ்டேட் பாங்கின் கட்டடத்தையும், தலைமை அஞ்சலகத்தின் கட்டடத்தையும் தாண்டினால், மெட்ரோபாலிடன் மாஜிஸ்ட்ரேட் நீதிமன்றத்தைக் காணமுடியும். அது கவனிக்கப்படாத நிலையில் உள்ளது. அதைத் தாண்டி இருப்பது, முதல் கடற்கரைச் சாலையின் முதல் உயர்ந்த கட்டடமான, முருகப்பா குழுமத்தின் தலைமை அலுவலக மான, டி.ஐ.ஏ.எம்.ஹவுஸ் என்ற அடுக்குமாடிக் கட்டடம் அமைந்துள்ளது.

1923-ல் சேர்க்கப்பட்ட சிறிய கட்டடத்துடன் 1900-ல் ரீஜென்ஸி பாணியில் தூண்கள், சுவர்கள், மாடங்களுடன் பெஸ்ட் அண்ட் கம்பெனி, 1972-ல் கட்டிய நேர்த்தியான கட்டடம் இருந்த இடத்தில் இந்த அடுக்குமாடி எழுப்பப் பட்டது. 1925-ல் இந்தப் பெரிய கட்டடத்தை பெஸ்ட், கலீலிகளிடம் விற்றபின், அவர்கள் அதை டி.ஐ. குழுமத்துக்கு 1956-ல் விற்றனர். பெஸ்ட், தான் செழுமையாக இருந்த காலத்தில், கட்டிய அந்த அழகான கட்டடத்தை முருகப்பா குழுமம் இடித்து அடுக்குமாடிக் கட்டடத்தை 1960-ல் எழுப்பியது.

எல்.ஐ.சி. கட்டடத்தை போலவே, பிரிட்டிஷ் வடிவமைப்பாளர்களும் பொறியாளர்களும் இதைக் கட்டுவதில் ஈடுபட்டனர். இதற்கு இடையில் ஒரு சிறிய கட்டடத்துக்கு நகர்ந்த பெஸ்ட் அண்ட் கோ, 1983 வரை அங்கு இருந்தபின், யூனிட் டிரஸ்ட் ஆஃப் இந்தியாவுக்கு அதை விற்றது. 1987-ல் அது தகர்க்கப்பட்டு, தனது சொந்தக் கட்டடத்தை 1990-ல் யூனிட் டிரஸ்ட் ஆஃப் இந்தியா கட்டி முடித்தது. 2006-ல் டி.ஐ.ஏ.எம். ஹவுஸ் ஒரு மதச்சார்புள்ள நிறுவனத்துக்கு விற்கப்பட்டபின், முருகப்பா குழுமம், தனது தலைமையகத்தை பாரியின் டேர் ஹவுஸில் நிறுவிக்கொண்டது.

சாலையின் எதிர்ப்புறத்தில், பாரிமுனையில் ஆரம்பித்து கடற்கரை ரயில் நிலையம் வரை, பர்மா பஜார் என்று அழைக்கப்படும் கடைகளைக் காணலாம். அவ்வப்போது, மர்மமான முறையில் இறக்குமதி செய்யப்பட்ட ஆடம்பரப் பொருள்களை உடைய இந்தக் கடைகள், கடந்த பல ஆண்டுகளில் இந்தியாவுக்குத் திரும்பிய பர்மா அகதிகளால் நடத்தப்படுகின்றன என்பது பொதுவான நம்பிக்கை. உண்மையில் இவர்களது பூர்வீகம் அவர்கள் விற்கும் அசல் மற்றும் போலிச் சரக்குகளின் பூர்வீகம் போல் மர்மமாகவே உள்ளது. இந்தக் கடைகளுக்குப் பின்னால், கிழக்கே கடலில் இருந்து மீட்கப்பட்ட நிலத்தில் உள்ளன, ரயில்வே மற்றும் துறைமுகத்தின் சொத்து. பாரி முனைக்குச் சற்று முன்னால் வடக்குக் கடற்கரைச் சாலையையும் தெற்குக் கடற்கரைச் சாலையையும் இணைக்கும் சுரங்கப்பாதை, 1967-ல் திறக்கப் பட்டது. இதற்காக பூமி தோண்டப் பட்டபோது, கருப்பர் நகரத்தை கடலின் சீற்றத்திலிருந்து பாதுகாக்கக் கட்டப்பட்ட சுவரின் ஒரு பகுதி காணப்பட்டது. 1978-ல் பீச் ஸ்டேஷன் சுரங்கப் பாதை தோண்டப்பட்டபோது, சுவரின் வேறு சில பகுதிகள் கண்டுபிடிக்கப்பட்டன.

பர்மா பஜாருக்கு அப்பால் இருப்பது துறைமுகத்தின் புதிய வாயிலான ஆங்கர் கேட். வடக்குக் கடற்கரை அங்கிருந்து கிளைவ் பீரங்கிகளுக்குச் செல்கிறது. ராபர்டின் மகன் எட்வர்ட் கிளைவின் பெயர் சூட்டப்பட்ட இந்தக் கொத்தளம், 1800 வாக்கில் கருப்பர் நகரத்தின் கடற்பகுதி அரணின் ஒரு பாகமாக இருந்தது. அந்தக் கொத்தளத்தின் பாரம்பரியத்தை ஞாபகப்படுத்தும் சுவர்களும் நுழைவாயிலும் இப்போது இல்லை. 20-ம் நூற்றாண்டில் கொத்தளம் மறைந்துபோய் துறைமுக அதிகாரிகள் வசிக்கும் பழைய காலத்து வீடுகள் காணப்பட்டன. அங்கே, சுறுசுறுப்பாக உள்ள ராயபுரம் மற்றும் தொண்டையார் பேட்டை கிராமங்களை வடக்குக் கடற்கரைச் சாலையுடன் இணைக்கும் மேம்பாலம் கட்டப்பட்டுள்ளது. அதற்கு அப்பால் உள்ள கடலால் அவ்வப் போது அரிக்கப்படும் சாலைகள், சரித்திரப் பிரசித்திப் பெற்ற திருவொற்றியூர் கிராமத்துக்கும் நவீன சென்னையின் தொழில்மயமாக்கப்பட்ட பகுதிகளுள் ஒன்றான எண்ணூருக்கும் மணலிக்கும் செல்கின்றன.

துறைமுக வாயில்களுக்கு எதிரே, பழைய கப்பல் போக்குவரத்து கம்பெனி களின் அலுவலகங்கள் உள்ளன. அதில் பெரியது, 1868-ல் கம்பெனி நிறுவப் பட்டதில் இருந்து ஒரே இடத்தில் இருக்கும் கார்டன் வுட்ரஃப் கட்டடம். அதன் இரு பக்கங்களிலும் முறையே தெற்கே 1914-ல் நிறுவப்பட்ட

என். செல்வராஜலு செட்டி அண்ட் கோ-வும், வடக்கே ஜே.எம்.பக்ஷியும் இருக்கின்றன. அதற்கு வடக்கே 20-ம் நூற்றாண்டின் ஆரம்பத்தை சேர்ந்த பொலிவிழந்த மரீனர்ஸ் கிளப் இருக்கிறது. வடக்குக் கடற்கரைச் சாலையின் வடக்கு பாகத்தில் இருக்கும் கடற்பயணிகள் கிளப் இதைவிட நல்ல நிலையில் இருக்கிறது. 39 கிரவுண்ட் பரப்பில் 1964-ல் திறக்கப்பட்ட இந்த கிளப், வர்த்தகக் கப்பல் மாலுமிகளின் தங்குமிடம்.

வடக்கே உள்ள கிராமங்கள்

பிரிட்டிஷார் காலத்தில், ராயபுரம் என்ற கிராமத்துக்கும், ரயில்வேக்களுக்கும், சரக்குக் கிடங்குகளுக்கும் சரித்திர ரீதியாகத் தொடர்பு இருந்தது. நகரின் மிகப் பழைய ரயில்வே கட்டடங்களையும் அவற்றின் புறக்கடைகளையும் இந்தப் பகுதியில் காணலாம்.

சுதந்தரத்துக்கு முன் ரயில்வேயின் முதுகெலும்பாக இருந்த சிறிய எண்ணிக்கை கொண்ட ஆங்கிலோ-இந்தியர்கள் இங்கே வசிக்கிறார்கள். பார்சிக்களின் முதல் நெருப்புக் கோயில் இங்கேதான் நிறுவப்பட்டது. 1906-ல் இளமையில் இறந்த தன் மகன் ஜால் என்பவரின் நினைவாக வெற்றிகரமான தொழிலதிபர் பிரோஜ். எம். கிளப்வாலா, 1910-ல், இந்தக் கோயிலையும் அருகில் இருந்த சத்திரத்தையும் கட்டினார். இந்த வளாகத்தில் உள்ள தலைமைப் பூசாரியின் வீடு 1985-ல் தார்-ஈ-மெஹர் பாணியில் ஹெர்முஸ்ஜி நௌரோஜியின் திட்டப்படி 2011ல் புதுப்பிக்கப்பட்டது. இங்குள்ள அரங்கில், சென்னையில் வசிக்கும் பார்சிகள் இப்போதும் கூடுகிறார்கள். இரண்டு மதக்குருக்களுடன், ஏழு பார்ஸிகள், சென்னைக்கு 1795ல் வந்து ராயபுரத்தில் அவர்கள் வாங்கிய நிலத்தில் குடியேறினர். 1876ல் ஒரு பார்சி பஞ்சாயத்து அமைக்கப்பட்டது. அரத்தூண் நெருப்பு கோவிலை அப்பழுக்கற்ற உறவு கோயிலென்று அழைக்கலாம். ஏனென்றால் அதற்கருகில் ஒரு கோவில், ரோமன் கத்தோலிக்க சர்ச், பிராடெஸ்டென்ட் சர்ச், மசூதி இவைகள் இருக்கின்றன.

ராயபுரத்தில் உள்ள ரோமன் கத்தோலிக்கத் தோணிக்காரர்களால், 1824-ல் புராதனமான ராயப்பர் சர்ச் என்ற புனித பீட்டர் தேவாலயம் கட்டப்பட்டது. 1867-ல் உயர் நீதிமன்றம் மதகுருக்களிடம் இந்த சர்ச்சை ஒப்படைக்கும் வரை, அவர்களுக்கும் தோணிக்காரர்களுக்கும், மீன் பிடிப்போர்களுக்கும் இடையே அதன் உரிமை குறித்து சச்சரவு இருந்து வந்தது. இப்போதைய நிலைக்கு சர்ச் மேம்படுத்தப்பட்டிருந்தாலும், வழிபாட்டுக்கு பிரத்யேக ஆசனங்கள் கிடையாது என்ற சம்பிரதாயம் இன்றும் கடைப்பிடிக்கப்பட்டு வருகிறது. புனித பீட்டரின் தமிழ் மொழிபெயர்ப்பான ராயப்பர் என்ற பெயரின் மூலம் ராயப்பர்புரம், ராயபுரமாக அவதாரம் எடுத்தது.

ஒருவர் ஒரு மேதை மேல் கொண்டிருக்கும் மதிப்பின் அடையாளமாக, ராயபுரம் காவல் நிலையத்துக்கு அருகில் ராமானுஜன் அருங்காட்சியகம் அமைந்துள்ளது. சிலருடைய நல்லாசிகளுடன், பி.கே.சீனிவாசன் என்ற ஓய்வு பெற்ற பள்ளிக்கூட கணக்கு வாத்தியார் அரசாங்கம் செய்யத் தவறியதை

சாதித்தார். கணித மேதை ராமானுஜனின் நினைவாக ஓர் அருங்காட்சியகம் உருவாக்கி, அதில் கடிதங்கள், குறிப்புகள், செய்தித்தாள்கள், புகைப்படங்கள் மூலம் ராமானுஜனின் மேதைமையை நினைவுகூர முயற்சி செய்துள்ளார். 1992ல் ஔவை கலைக் கழகத்தின் அம்சமாக ஒரு நூலகம், அரங்கு தொழிற் பயிற்சி இவைகள் அளிக்கப்பட்டு நகரத்தில் கேள்வி கேட்பாறற்ற மூலையில் இருந்தாலும் உண்மையில், இந்த அருங்காட்சியகத்துக்குக் கூடுதல் கவனிப்பும் ஆதரவும் தேவை. 19-ம் நூற்றாண்டில் ஸ்காட்டிஷ் மிஷனரி மருத்துவமனையில் கட்டப்பட்ட கிறிஸ்டினா ரெய்னி மருத்துவமனை அன்பின் அடையாளமாக திகழ்கிறது. அதற்கு நிதிஉதவியை ஸ்காட்லந்தில் சேகரித்தவரின் பெயரில் இருக்கும் அந்த மருத்துவமனை அமெரிக்க மிஷினை சேர்ந்த டாக்டர் ஜான் ஸ்கட்டர் 1830ல் ஆரம்பித்து, 1888ல் டாக்டர் மடில்டா மக்ஃபெயெலினால் மருத்துவமனையாக்கப்பட்டது. 1914ல் அதன் பிராதானக் கட்டிடம் திறந்து வைக்கப்பட்டது.

தொண்டையார்பேட்டையில், திருவொற்றியூர் நெடுஞ்சாலைக்கு அருகில், 1851-ல் தெலுங்கு பிரசுரங்களுக்கு முன்னோடியான வாவில்லா ராமஸ்வாமி சாஸ்திருலு அண்ட் சன்ஸ் வேரூன்றியது. தெலுங்கு, சமஸ்கிருத செவ்விலக்கியங்கள் தவிர, தெலுங்கில் எழுதப்பட்டதை சமஸ்கிருதத்திலும் பிரசுரித்த இந்த அமைப்பின் நிறுவனர், இன்று உபயோகத்தில் இருக்கும் பல தெலுங்கு அச்சுகளை உருவாக்கினார். 1854-ல் ஆதி சரஸ்வதி நிலைய பிரஸ்ஸில் முதல் வெளியீடு வெளிவந்தது. நிறுவனரின் மறைவுக்குப் பிறகு, அச்சுக்கூடத்துக்கு அவர் பெயர் இடப்பட்டு, 1906 முதல், வாவில்லா ராமஸ்வாமி சாஸ்திருலு பிரஸ் என்று அழைக்கப்பட்டது. சுதந்தரத்துக்குப் பின் தெலுங்கு பிரசுரங்களின் மையமாக ஆந்திர பிரதேசம் ஆனது என்றாலும், சென்னையில் தெலுங்குக் கல்வி வளர்ந்ததற்கு வாவில்லா ராமஸ்வாமி ஒரு முக்கியக் காரணம். இதற்கு அருகில் இருப்பது 200 வருட அருணாசலேசுவரர் கோயில்.

நெசவாளிகளும் வர்ணம் பூசுவோரும் வசிக்கும் ஒரு கிராமத்தின் பெயர்ஆளுநர் காலெட் பெயரால் காலெட்பேட்டை என்று மாறி, பின்னர் காலாடிப்பேட்டையாக மாறிப்போனது. தொண்டையார்பேட்டைக்கும் திருவொற்றியூருக்கும் நடுவில் இது இருக்கிறது. 1717-20 ஆண்டுகளில் ஆளுநராக இருந்த காலெட், திருவொற்றியூரை பலாத்காரமாகக் கைப்பற்றிய பின், சிறிது தெற்கே 1719-ல் நெசவாளர் கிராமத்தை நிறுவினார். பின்னர், ஒரு சமாதான முயற்சியாக, கல்யாண வரதராஜப் பெருமாள் கோயில் ஒன்றைக் கட்டினார்.

அவருடைய உதவியாளர் ஒருவர், தினம் காலையில் காஞ்சிபுரத்தில் உள்ள வரதராஜப் பெருமாளை தரிசித்தபின் வேலைக்குத் திரும்புவார். இதனால் தாமதமாக வேலைக்கு வந்த அவர் மேல் சினமடைந்த காலெட், உங்களுடைய உறவு கடவுளிடம் அவ்வளவு பலமாக இருந்தால், இந்தக் கணம் அவர் என்ன செய்கிறார் என்று கூறுங்கள் பார்ப்போம் என்று சவால் விட்டார். விபத்துக்கு உள்ளான தேரில் அவர் நிறுத்தப்பட்டிருக்கிறார் என்று

இந்திய உதவியாளர் கூறினார். தன் மனக்கண் முன் இருந்த காட்சியை அவர் இவ்வாறு வர்ணித்தார். அந்தக் காட்சி நிஜம் என்று நிரூபிக்கப்பட்டது. எனவே, அந்த பக்தனின் சௌகரியத்துக்காக, காலெட்பேட்டையிலேயே ஆளுநர் ஒரு கோயிலைக் கட்டினார். இனி காஞ்சிபுரம் சென்று தொழவேண்டிய அவசியம் அந்த பக்தனுக்கு இல்லை. அதற்கு வேண்டிய பண உதவியை தனது ஏற்றுமதி சம்பாத்தியத்தில் இருந்து தவறாமல் அளித்த ஆளுநர், வீரராகவன் என்ற அந்த பக்தரையே அதன் முதல் தர்மகர்த்தா ஆக்கினார்.

8-ம் நூற்றாண்டுக்கு முன்னரே கட்டப்பட்ட திருவொற்றியூர் பதம்பக்கநாதர் கோயிலுடன் ஆதி சங்கரருக்கும், ஞானசம்பந்தருக்கும், அங்கே சமாதியடைந்த பட்டினத்தாருக்கும் தொடர்பு உண்டு. அவருடைய சமாதி புனித இடமாக இருந்தபோதிலும் இப்போது ஒழுங்காகப் பராமரிக்கப்படுவதில்லை. 9-ம் நூற்றாண்டிலேயே, இதனுடன் ஒரு வேத பாடசாலை இணைக்கப்பட்டதாகச் சொல்லப்படுகிறது. இங்குள்ள ஆதிபுரீசுவரர் கோயிலை முதலாவது ராஜராஜ சோழன், 11-ம் நூற்றாண்டில் கட்டியதாக ஐதீகம். இதற்குப் பின்னால் இருக்கும் தியாகராஜசுவாமி கோயிலில் வெண்கலத்தால் செய்யப்பட்ட 63 நாயன்மார்கள் இருக்கிறார்கள். பிரதான கோயிலில் இருக்கும் துர்கா தேவிக்கும், சிலப்பதிகார நாயகி கண்ணகிக்கும் தொடர்பு உண்டு என்ற அடிப்படையில், அவர் பேரில் 15 நாள் திருவிழா கொண்டாடப்படுகிறது.

திருவொற்றியூரைத் தாண்டி எண்ணூர், சாத்தான் காடு, புலிக்காடு ஆகியவை இருக்கின்றன. ஜார்ஜ் டவுனில் உள்ள போக்குவரத்து நெரிசலைக் குறைப்ப தற்காக சாத்தான் காட்டில் ஒரு பெரிய இரும்பு, உருக்கு கொள்முதல் சந்தை கட்டப்பட்டு வருகிறது. எண்ணூரில் நடந்துகொண்டிருக்கும் விரிவாக்கங் களைப் பற்றி ஏற்கெனவே விவரித்துள்ளோம். இந்த வளர்ச்சித் திட்டங்கள் அனல் மின் நிலையத்துடன் ஆரம்பமாயின. நிலையத்தின் புகைபோக்கி நாட்டிலேயே உயரமானது.

தொழிற்மையமாக்கப்பட்ட தொண்டையார்பேட்டையையும் திருவொற்றி யூரையும் தாண்டி மணலியும் மாதவரமும் இருக்கின்றன. கால்நடை மற்றும் பிராணிகளுக்கும் தமிழ்நாட்டு மாதவரத்தில் இருக்கின்றன. ஒரு காலத்தில் ஜீல்கள் இருந்த மாதவரமும், மணலியும் பறவை பார்ப்பவர்களுக்கு சொர்க்க மாக இருந்தன. வருந்தத்தக்க முறையில் வந்தபோதிலும் எஞ்சியிருக்கும் சதுப்பு நிலங்களிலும், புல்வெளிகளிலும் வருகைத் தரும் பறவைகள் கூடுகள் கட்டுகின்றன.

முதலாவது உலகப்போரின் போது இங்கு வந்து, துறைமுகத்தில் நீழ்மூழ்கி யாக பணிபுரிந்து மிஸேடிச், ஒரு ஆங்கிலோ இந்திய பெண்மணியை மணந்து கொண்டு ஒரு வீட்டை சென்னையில் கட்டி, அதைச் சுற்றி ஒரு குடியிருப்போர் வளாகத்தைத் திட்டமிட்டார்.

தொழிலுக்கு ஏற்ற வடமேற்குப் பாதை

வடக்கில் உள்ள இந்தக் கிராமங்களுக்கு மேற்கே வியாசர்பாடியும் பெரம்பூரும் உள்ளன. பெரிய ரயில்வே குடியிருப்புகள், இணைப்புப் பெட்டித்

தொழிற்சாலை, வடக்கு தேசிய நெடுஞ்சாலையில் இருக்கும் செம்பியம் அமால்கமேஷன் தொழிற்சாலைகள், பின்னியின் மிகப் பெரும் பக்கிங்ஹாம் அண்ட் கர்நாடிக் மில்ஸ் ஆகியவை இந்தப் பகுதியோடு இணைந்தவை.

முதலில் ஸ்விஸ் கூட்டுறவுடன் 1953-ல் வில்லிவாக்கத்தில் நிறுவப்பட்ட இணைப்புப் பெட்டித் தொழிற்சாலை, இப்போது மூடப்பட்டுள்ள பக்கிங்ஹாம் அண்ட் கர்நாடிக் மில்ஸும் அந்தத் துறைகளில் உலகிலேயே மிகப் பெரிய தொழிற்சாலைகள். 1935ல் உற்பத்தி ஆரம்பித்தபின், 1956ல் கோச் உருண்டது. வசதிகள் விரிவாக்கப்பட்டன. 1961ல் முற்றிலும் தயார் பட்ட கோச் உற்பத்தியானது. இன்று இந்திய ரெயில் வேலைகளுக்கு பிரதான கோச் அளிப்பது ஐ.சி.எஃப். இந்திய ரெயில்வே மையத்திற்கு அருகில், எம்.எஸ்.எம். தொழிலாளிகள் உருவாக்கிய நாட்டின் முதல் தொழிற்சங்கம் ஒன்றிலிருந்து வேரூன்றிய சதர்ன் ரெயில்வே உழைப்பவர் சங்கத்தின் தலைமை அலுவலகமிருக்கிறது. இதன் அடிக்கல்லை 1927ல் காந்திஜி நாட்டினார். பிரிட்டிஷ் கப்பல் தொழிலுக்குச் சவால் விடுத்த வ.உ.சி.யின் சென்னை வீடும் பெரம்பூரிலிருக்கிறது. அவற்றுக்கு அருகில் இருக்கும் அயனாவரத்தில், டாக்கர் சத்திரம், காசி விஸ்வநாதர் கோயில் (1805) மற்றும் 1804-ல் இரண்டு குஜராத்திய அம்மையார்கள் ஏற்படுத்திய சில அறக்கட்டளைகளும் இருக்கின்றன.

1761-ல் ஆதாரபூர்வமாக தங்களது வியாபாரத்தை ஆரம்பித்த டாக்கர் குடும்பம், 18-ம் நூற்றாண்டின் ஆரம்பத்தில் சென்னையில் குடியேறியது. ஒரு காலத்தில் சென்னையின் முக்கியமான நகை மற்றும் விலையுயர்ந்த கற்கள் விற்பனை யாளர்களாக இவர்கள் இருந்தனர். அந்தச் சத்திரம் இப்போது மாணவர் விடுதியாக உபயோகப்படுத்தப்படுகிறது. ஏழுமலையானுக்குச் சென்னை யிலிருந்து செல்லும் திருப்பதி குடைகளை, ஒரு நாள் இரவு காசி விஸ்வநாதர் கோயிலில் வைத்துவிட்டு, பிறகு பயணத்தை மேற்கொள்ளும் வழக்கம் இருக்கிறது.

அயனாவரத்தில், கொன்னூர் நெடுஞ்சாலையில் வயதான கால்நடைகளுக்கு அடைக்கலமாக 1906-ல் சென்னை பிஞ்சராபோல் ஆரம்பிக்கப்பட்டது. குஷால்தாஸ் குடும்பம் நன்கொடையாக அளித்த 12 ஏக்கர் நிலத்தில் அது கட்டப்பட்டுள்ளது. பிற குஜராத்திய குடும்பங்கள் அளித்த நிதி, விஜயநகர மஹாராஜா அளித்த நன்கொடை ஆகியவற்றைக் கொண்டு உருவாக்கப்பட்ட அந்த அமைப்பு 1937 முதல் செயல்பட ஆரம்பித்தது. சாலையில் திக்கற்று நடமாடும் கால்நடைகளையும் பால வற்றிய பசுக்களையும் எடுத்துவந்து கவனித்துக்கொள்ள ஆரம்பித்தது. விரிவாக்கப்பட்ட அதன் சுற்றுப்புறத்தில் இன்று பால் பண்ணையும் இயங்குகிறது.

இதற்கு அருகில், பெரம்பூர், அகரம் ஜி.கே.எம்.நகரில் குறிப்பிடத்தக்க, ஆனால் கேட்பார் அற்ற கோயில் ஒன்று இருக்கிறது. சாதாரண மனிதர்களைக் கடவுளாகப் பாவிக்கும் இந்தக் கோயிலின் மூலவர், மறைந்த புரட்சித் தலைவர், தமிழ்நாட்டின் முன்னாள் முதல்வர் எம்.ஜி.ராமச்சந்திரன். 1990-ல்

உள்ளூர் விசுவாசிகளால் கட்டப்பட்ட இந்தக் கோயிலில் நாள் தவறாமல் பூஜைகள் நடந்துகொண்டிருந்தன. கட்சிப் பூசல்களால் நிறுத்தப்படும்வரை!

செம்பியத்தில் உள்ள அமால்கமேஷன் வளாகத்தின் பெயர் ஹுசூர்கார்டன்ஸ். உபயோகப்படுத்தப்படாத இடுகாட்டையும், பனங்காட்டையும் ஹுசூர் (அரசாங்க) நிலமாக 1947-ல் வாங்கியபின், 1950-களில் அந்த இடத்தை அந்தக் குழுமம், உலகின் நேர்த்தியான தொழிற்சாலை வளாகங்களில் ஒன்றாக மாற்றியது. எண்ணிக்கை பொறிக்கப்பட்ட 10,000 மரங்கள், இரண்டு அல்லிக் குளங்கள், நன்கு அமைக்கப்பட்ட பல தோட்டங்கள், சதுப்பு நிலம் போன்றவை நிறைந்த அந்த வளாகத்தின் பசுமை, பறவை ஆராய்ச்சியாளர் களுக்கு மகிழ்ச்சியளிக்கக் கூடிய பிரதேசம். 100 வகைப் பறவைகள் அந்தத் தோட்டங்களில் பதிவு செய்யப்பட்டிருக்கின்றன. சில சமயம் 5,000-க்கும் மேற்பட்ட நாரைகள் அங்கு கூடு கட்டுகின்றன.

வருடத்தில் வெவ்வேறு சமயங்களில் கிட்டத்தட்ட 20,000 பறவைகளுக்கு ஹுசூர் கார்டன்ஸ் அடைக்கலம் அளிக்கிறது. அல்லிக் குளத்தில் 2,000 ஜோடிப் பறவைகள் உறவாடுகின்றன. சில வருடங்களுக்கு முன்வரை, தொழிற்சாலைகளில் பாம்பு பிடிப்போர் அமர்த்தப்பட்டனர். அப்போதைக்கு அது தேவையாக இருந்தது என்கிறார்கள். வேலி கட்டப்பட்ட திறந்தவெளி யில் சில புள்ளிமான்கள் வளர்க்கப்படுகின்றன.

ஒரு காலத்தில் நகரம்

வடக்குக் கடற்கரை வர்த்தக மகாராஜாக்கள்

பழங்கால கிரேக்கத்தில் இருந்தும், ரோம் நகரில் இருந்தும், அரேபியாவில் இருந்தும், பழம் சீனாவில் இருந்தும், கெட்டிக்கார விவேகமுள்ள வியாபாரிகள் புயல்களால் தாக்கப்பட்ட, அலைகள் மோதிய இந்திய கிழக்குக் கடற்கரைக்கு வந்து சேர்ந்தனர். சோழ மண்டலத்தில் இருந்து கிழக்கத்தியத் தீவுகளுக்கும், மேனாமுக்கும் மேக்காங்குக்கும் வர்த்தகமும் கலாச்சாரமும் பரவின.

பல நூற்றாண்டுகளாக, சோழ மண்டலம் வணிகர்களின் சுவர்க்கமாக இருந்திருக்கிறது. அராபியர்களுக்கும் ரோமானியர்களுக்கும் பின்னால் போர்த்துகீசியர்கள் வந்தனர். அதற்குப்பின் டென்மார்க் நாட்டவர், டச்சு (ஹாலந்து) நாட்டவர், ஆங்கிலேயர்கள், பிரெஞ்சுக்காரர்கள் என அனைவரும் தங்கத்தையும், வைரத்தையும், வாசனைப் பொருள்களையும் தேடி வந்தனர். மஸ்லின் துணிகளையும், நேர்த்தியான டாக்காத் துணிகளையும், உலகிலேயே நேர்த்தியான வர்ணம் பூசப்பட்ட காலிகோக்களையும், வேறெங்கும் கிடைக்காத ஆடைகளையும் நாடி வந்தனர். இந்தச் செல்வத்தைத் தேடி ஆங்கிலேயர்கள் 400 வருடங்களுக்கு முன் வந்தனர். முதலில், மேற்குக் கடற்கரையில் உள்ள பெரிய முகலாயத் துறைமுகமாக இருந்த சூரத்துக்கு வந்தனர். அவர்கள் முதலில் வந்து இறங்கிய இடம், டச்சுக்காரர்களும் போர்த்துகீசியர்களும் அருகே இருந்ததாலும், தரமான துணி அங்கே கிடைக்காததாலும், தங்களது வியாபார நடவடிக்கைகளுக்கு ஒரு புது மையத்தைத் தேடிக்கொண்டிருந்தனர்.

இந்தியாவின் கிழக்குக் கடற்கரையில் தேடியபின், நவீன சென்னைக்கு 250 மைல்கள் வடக்கே ஆந்திரப்பிரதேசத்தில் உள்ள மசூலிப்பட்டினத்தைக் கண்டுபிடித்தனர். காவியம் படைத்த கோல்கொண்டாவையும், தெற்கே கைதேர்ந்த நெசவாளர்களையும் சாயம் பூசுவோரையும் கண்டுகொண்டனர். 1639-ல் மசூலிப்பட்டினத்தின் செழிப்பு குறைந்து, ஆர்மகானைப் பற்றிய நம்பிக்கை போய்விட்டதால், அதன் மேலாளர் ஃபிரான்சிஸ் டே மீண்டும் தேடலைத் தொடங்கினார். சாந்தோமுக்கு வடக்கே இருந்த மீனவர் கிராமத்துக்கு

அருகே இருந்த மணல் மேடு ஒன்று, நினைத்துப்பார்க்கவே முடியாத அற்புதமான பரிசாகக் கிடைத்தது. அதைப் புறக்கணிப்பது, இனாமாகக் கிடைத்த குதிரையின் பல்லை எண்ணிப் பார்ப்பதற்குச் சமமாக இருந்திருக்கும்.

இத்தகைய ஆரம்பங்களில் இருந்து தன்னை நேர்த்தியாக விரிவாக்கிக் கொண்டு லட்சகணக்கான மக்கள் வசிக்கும் இன்றைய சென்னை வளர்ந்தது. அதன் பாரம்பரியத்தை ஒட்டி, அது இப்போதும் ஒரு வியாபார மையமாக இருந்து கொண்டிருக்கிறது. தொழில்மயமாக்கல், நுகர்வு கலாசாரம் ஆகியவற்றால் ஈர்க்கப்பட்டபோதும், தனது வணிகப் பாரம்பரியத்தை சென்னை இழக்கவில்லை. சென்னைக்கே உரித்தான அடையாளங்கள் மாறிவிடவில்லை. பணிவான அணுகுமுறை, கொடுத்த வாக்கை மீறாத பண்பு, பொறுமையாக, அதே சமயம் விவேகமாக முன்னேறும் தன்மை, மற்றவர்கள் நலன்மீது அக்கறையுடன் இருப்பது, சேவை மனப்பான்மை, நாணயமான வியாபார முறை… எதுவுமே மாறவில்லை. இந்த நகரத்தில் எப்போதோ இறந்த பல வர்த்தக மகாராஜாக்களின் பெயர்கள், அவர்கள் ஆரம்பித்த நிறுவனங்கள் கைமாறிய பின்னும் இன்றும் நிலைத்திருக்கின்றன.

★

கிழக்கிந்திய கம்பெனிக்கு, அதனுடைய சிவிலியன் மற்றும் ராணுவப் பணியாளர்களை அளித்த சமூக வகுப்பைச் சேர்ந்தவர் தாமஸ் பாரி. ஆனாலும் ஓர் எழுத்தராகவோ, பயிற்சி நிலை ஊழியராகவோ சேராமல், சுதந்தர வியாபாரியாக இந்தியாவுக்கு வந்து சேர்ந்தார். அதற்குரிய இன்னல்களை அவர் சந்திக்க நேர்ந்தபோதிலும், அதனால் அவர் வெகுவாகப் பாதிக்கப்படவில்லை என்று கூறலாம். ஆனால் அவர் காலத்தில், அது பெரிய அவமானமாக இல்லை என்றாலும்கூட, சமூக அந்தஸ்தில் கொஞ்சம் குறைந்தது என்றே சொல்ல வேண்டும்.

சுதந்தர வியாபாரிகளை கம்பெனி ஏற்றுக்கொள்ளாவிட்டாலும், வர்த்தகம் தவிர்த்து, பிற விஷயங்களில் அவர்களுக்குச் சலுகைகள் கிடைத்துக்கொண்டிருந்தன. பிரிட்டன், சீனாவுடனான வர்த்தகம் தவிர்த்து பிற சமூக, வர்த்தகப் பாகுபாடுகளை சென்னையில் இருந்த ஐரோப்பியர்கள் அங்கீகரிக்கவில்லை.

பாரிகள், 'வண்டி வைத்திருந்த' சீமான்கள். அதாவது, ஒரு குதிரை வண்டி வைத்திருக்கும் அளவுக்குப் பணம் உள்ளவர்கள். அந்த அந்தஸ்துக்கு உரியவர்கள், தங்களை அரச வம்சத்தினர் என்றும் கூறிக்கொண்டனர். 10-ம் நூற்றாண்டில், வெல்ஷ் சரித்திரத்தில் ஒரு வீரனாக இருந்தவர் எலிஸ்டன் க்ளோட்ரிட். அவர் வழி வந்து, மத்திய வேல்ஸில் உள்ள போவிஸை ஆட்சி செய்தவர்களின் நேரடி சந்ததியராக, 1690-ல் வெல்ஷ்பூலின் நகராட்சித் தலைவராக ரிச்சர்ட் என்பவர் இருந்தார். அவர்தான், பாரியின் கொள்ளுப்பாட்டனாருக்குப் பாட்டனார். வேல்ஸின் ஐந்தாவது அரச வகுப்பைச் சேர்ந்த க்ளோட்ரிட், பாரி பிறந்த இடத்துக்கு அருகில் இருந்த ட்ரெலிஸ்டனில் புதைக்கப்பட்டிருக்கிறார்.

அப்-ஹாரி, அதாவது ஹாரியின் மகன் என்ற வேல்ஸின் பழங்காலத்துக் குடும்பப் பெயரை தனது என்று கூறிக் கொள்ளும் பாரிகள், ராட்னார்ஷயரில் உள்ள டிஸ்ஸர்த் என்ற இடத்தில் பல ஏக்கர் நிலத்துக்கு சொந்தக்காரர்களாக இருந்தனர். இங்குள்ள தட்டையான, செழிப்பான பூமி, பயிர்த்தொழிலுக்கு உகந்தது. பெயர்பெற்ற கருப்பு ஆங்க்லஸி மாடுகளை, வேல்ஸின் இந்தப் பகுதிக்கு அறிமுகப்படுத்தியவர்கள் பாரி குடும்பத்தினர்தான்.

18-ம் நூற்றாண்டின் முற்பகுதியில், சந்தை ஊரான வெல்ஷ்பூலுக்கு வெளியே, லானர்ச்சிடால் என்ற பகுதியில், ரிச்சர்ட் பாரியின் இரு பேரன்கள் டேவிடும் எட்வர்டும் விவசாயம் செய்தனர். தாமஸின் பாட்டனார், எட்வர்ட் பாரி, டெய்ரி என்று அழைக்கப்பட்ட பண்ணைக்குச் சொந்தக்காரர். ஆனி பிரைஸை மணந்த அவருக்கு எட்வர்ட், ஜான் ரிச்சர்ட், ஆனி, எலிசபெத், டேவிட், சாரா, மேரி, மார்த்தா என்ற குழந்தைகள் அடங்கிய பெரிய குடும்பம் இருந்தது. தந்தை வழியே சென்று, பயிர்த் தொழிலில் ஈடுபட்ட இளைய எட்வர்ட், ஆனி வாகன் என்பவரை மணந்து கொண்டார். மேரி (1748), ஜேன் (1752), ஆனி (1754), எலிசபெத் (1759), எட்வர்ட் (1762), ஜான் (1764), தாமஸ் (1768), டேவிட் (1770) என்று இவர்களுக்கு எட்டு குழந்தைகள். ட்ரெலிஸ்டன் சர்ச்சில் 15 மே 1768-ல் ஞானஸ்நானம் அளிக்கப்பெற்ற தாமஸ் பாரி, ஏப்ரலில் பிறந்திருக்கலாம். காலப்போக்கில், சென்னையுடன் சம்பந்தப்பட்ட இரண்டாவது பெயர் பெற்ற வெல்ஷ் நாட்டவர் ஆனார். முதலாமவரான எலிஹூ யேல், 1687 முதல் 1692 வரை சென்னையின் ஆளுநராக இருந்தவர்.

தனது செழிப்பின் மூலம் சமூக அந்தஸ்து கிடைக்கப்பெற்ற எட்வர்ட் பாரி, உள்ளூர் நிலப்பிரபுவாக அங்கீகரிக்கப்பட்டார். அதிகாரப்பூர்வமான ஏடுகளில் 'பிறப்பிலேயே மேற்குடிமகன்' என்று இவர் வர்ணிக்கப்பட்டிருக்கிறார். தனது தகுதிக்கு ஏற்ப கார்பெட் குடும்பத்திடம் இருந்து லெய்டன் மாளிகையை இவர் வாடகைக்கு எடுத்திருந்தார். 1086-ம் ஆண்டு டோம்ஸ்டே புத்தகத்தில் இடம் பெற்றிருக்கும் கார்பெட்டின் மாளிகை அதற்குமுன் கட்டப்பட்டிருக்கலாம். கடைசி கார்பெட் பிரபுக்களும் அங்கு வசிக்காததால், சுமார் 1700-லிருந்து மாளிகை வாடகைக்கு விடப்பட்டது.

எல்லா பெரிய குடும்பங்களைப் போல நெருக்கமாக இருந்த, உற்சாகமான பாரி குடும்பத்துக்கு விசாலமான அந்தப் பண்ணை மிகவும் பிடித்திருந்தது. 1773-ல் தாமஸ் புக் என்பவரை 19 வயதில் மணந்த ஆனி பாரி, 16 குழந்தைகளைப் பெற்றார். சென்னை பாரியுடன் இருந்த ஜோசஃபும், டேவிடும் அந்தப் பதினாறில் சேர்வர். காதல் திருமணம் புரிந்துகொண்ட ஆனி, திருமணத்துக்கு கோச் வண்டியில் செல்வதற்குப் பதில், முக்கிய சாட்சியான மிஸ்டர் ஸ்மித் என்பவருடன் குதிரை மேல் ஏறிச் சென்றார்.

பாரிகள் நல்ல நிலையில் வாழ்ந்தனர். 1780-ல் அந்தப் பகுதியைச் சேர்ந்த பலர், பிரபுவின் மேன்மையான விருந்தோம்பலை அனுபவித்து, குழந்தைப் பருவத்தில் கழித்த அருமையான நாள்களை நினைவுகூர்ந்தனர். மாளிகையின் வாசல் கிறிஸ்துமஸ் தினம் அன்று அனைவருக்கும் திறக்கப்பட்டது.

1774-ல் எட்வர்ட் பாரி இறந்தார். எப்போது ஆனி பாரி இறந்தார் என்பது சரியாகத் தெரியவில்லை. 1808-ல் தாமஸ் பாரி எழுதிய ஒரு கடிதத்தில் தனது உருவப் படத்தை தன் தாயிடம் தரும்படி வேண்டிக் கொண்டிருக்கிறார். அவரது தாய் ஒருவேளை மறுமணம் புரிந்திருக்கலாம்.

தாமஸின் மூத்த சகோதரர் எட்வர்ட், 1818 வரை மாளிகையில் வாழ்ந்தார்., அதற்குப்பிறகு, அவரும் அவர் தம்பி டேவிடும், நதிக்கரைக்கு அருகில் உள்ள செவர்ன் காட்டேஜில் குடியேறியபின், திருமணம் புரிந்துகொள்ளாமலேயே, இறந்தனர்.

எவ்வளவு காலம் பாரிகள் லெய்டன் ஹாலில் வாழ்ந்தார்கள் என்று தெரிய வில்லை. 1841-ல் எடுக்கப்பட்ட முதல் மக்கள்தொகைக் கணக்கெடுப்பின்படி, விவசாயியும் தாமஸ் பாரியின் மருமகனுமான ராபர்ட் பாரி, அங்கு வசித்தார். ஆனால் 1851-ல் மாளிகை காலியாகிவிட்டது. பாண்டன் கார்பெட் அதை ஒரு சீமானுக்கு விற்றபின், திருமணப் பரிசாக அதைப் புதுப்பிக்க 1,00,000 பவுண்டுடன் அதை அவருடைய மருமகனுக்கு அவர் அளித்தார். புதிதாக முழுவதும் கட்டியபின், நன்கு வளர்க்கப்பட்ட ஒரு தோட்டத்துடன் அதை 1934-ல் நெய்லர் குடும்பம் விற்றது. பாரி கால பிரதான கட்டடமான லெய்டன் ஹால், பாரி காலத்தைப் போலவே அப்படியே இருக்கிறது.

தாமஸ் பாரியின் ஆறாவது வயதில் எட்வர்ட் பாரி இறந்தார். தாமஸ் பாரியின் வேல்ஸ் வாழ்க்கையைப் பற்றிய விவரங்கள் மிகவும் குறைவு. தாமஸ் பாரிக்கு தகுந்த கல்வியும், ஒரு வியாபார நிறுவனத்தில் பயிற்சியும் அளிக்கப்பட்டு இருக்கலாம். ஆறாயிரம் மைல்களுக்கு அப்பால் இருந்து ஒருவர் எந்தவிதத் தயாரிப்புகளும் இல்லாமல், இப்படிப்பட்ட ஒரு வணிக வாழ்க்கையைத் துணிந்து எடுத்துக்கொண்டிருக்க மாட்டார் என்று நம்பலாம்.

வசதியான குடும்பத்தில் பிறந்த பாரிக்கு ஓர் ஆசிரியரும் ஆசிரியையும் அமர்த்தப்பட்டு ஆரம்பக் கல்வி அளிக்கப்பட்டு, ட்ரெலிஸ்டனில் இருந்த தேவாலயத்துக்கு உட்பட்ட உள்ளூர் பள்ளியில் அவரைச் சேர்த்திருந்திருக் கலாம். தாய் மொழியான வெல்ஷிலேயே எழுதப்படிக்கக் கற்றுத் தரப் பட்டிருக்கும். ஆங்கிலேய எல்லைக்கு அருகே வாழ்ந்ததால், உள்நாட்டில் வசித்த பையன்களைவிட அவருக்கு அதிக ஆங்கிலம் தெரிந்திருக்கக்கூடும். வெல்ஷ்பூலுக்கு அருகில் இருந்த பொதுப் பள்ளியில் அவர் 14 வயதில் சேர்ந்திருக்கலாம். அவர் பல்கலைக்கழகத்துக்குச் சென்றதற்கு ஆதாரம் எதுவும் இல்லாவிட்டாலும், ஒன்றை மறுக்க முடியாது. இரண்டாவது மொழியாக ஆங்கிலம் இருந்த போதும், நல்ல கல்வி இருந்ததால், சென்னையில் அதிகாரப் பூர்வமான பொறுப்புகளை அவரால் ஏற்றுக் கொள்ள முடிந்தது.

இப்படிப்பட்ட பின்னணி உடைய இளைஞர், பிரிட்டனிலேயே தனது வாழ்க்கையை நடத்தி இருக்கமுடியும். ஏன் தாமஸ் வெளிநாட்டுக்குச் சென்றார் என்று சரியாகத் தெரியவில்லை. காரணம் எதுவாக இருந்தாலும், இந்தியாவுக்குக் கப்பல் ஏறியபோது அவருடைய வயது 20. பொதுவாக, கம்பெனியின்

எழுத்தர்களும் வீரர்களும் இளையவர்கள். தொடக்க காலத்தில், ஜான் கம்பெனியை அநேகமாக இளைஞர்களே வாழவைத்தனர்.

வெவ்வேறு விதங்களில் தாமஸ் பாரி, தனித்தன்மை உடையவர் என்று வெளிப் படையாகத் தெரிகிறது. இரண்டு நூற்றாண்டுகளாக வாழ்ந்துகொண்டிருக்கும் ஒரு கம்பெனியை அவர் நிறுவினார். அவருடைய காலத்தில் சென்னையில் இருந்த லஞ்சத்துக்கும் ஒழுங்கின்மைக்கும் இடையில், நாணயத்தையும் பண்பையும் பாதுகாத்தார். இழிவான எதையும் அவர் செய்யவில்லை. நேரம் கிடைக்கும்போதெல்லாம் தன் கூட்டாளிகளின் நலனுக்காகவே உழைத்தார்.

ஆனால், இதெல்லாம் 1788-ல் இங்கிலாந்தில் கப்பல் ஏறிய இளைஞனின் எதிர்காலத்தில் நடந்தவை. அந்தக் காலத்தில் மிக வேகமாக இந்தியாவுக்கு கடலில் பயணம் செய்த அந்தக் கப்பல், 14 ஜூலை 1788 அன்று சென்னையை அடைந்தது. மான்ஷிப் என்ற அந்தக் கப்பலின் பதிவுகள்படி, 'மாலுமிகளான தாமஸ் பாரியும் ஜேம்ஸ் டிக்சனும் கப்பலில் இருந்து ஓடினர்.'

அந்தப் பதிவு சுட்டிக் காட்டியபடி, தாமஸ் பாரி ஒன்றும் தப்பித்து ஓடிவிட வில்லை. 1846-ல் எழுதப்பட்ட யங்ஸ் நாட்டிகல் டிக்ஷனரி படி, 'ரன்' - அதாவது ஓட்டம் - என்பது பழைய கப்பல் மாலுமிகளின் சொல். கப்பலில் இருந்து குறிப்பிட்ட துறைமுகத்தில் இறங்கிக் கொள்வதற்காக கப்பலில் உள்ளவர் களுடன் போடப்படும் ஒரு வகை ஒப்பந்தம். அந்தப் பயணம் முடிந்த இடம் சென்னை. 3 பவுண்ட் 12 ஷில்லிங் 8 பென்ஸை மான்ஷிப்பில் மாலுமியாக வேலை செய்த 3 மாதங்கள் 19 நாள்களில் பாரி ஊதியமாகப் பெற்றார்.

கிழக்கிந்திய கம்பெனி கப்பல் போல் இல்லாமல், துருப்புகளை ஏற்றிச் சென்றதால் மான்ஷிப் கப்பலால் சீக்கிரமாகக் கடலைக் கடக்க முடிந்தது. எங்கும் நிற்காத அந்தக் கப்பலில் க்ரேவ்ஸெண்டில் 28 மார்ச் 1788-ல் பாரி ஏறினார். அவருடைய ஊதியம் அன்று முதல் கணிக்கப்பட்டது. பதிவுகளின் படி, அந்தக் காலத்தில் மாலுமியின் மாதாந்திர ஊதியம் 2 பவுண்ட் 12 ஷில்லிங். ஆனால் பாரி பெற்றதோ 1 பவுண்ட்தான். துருப்புகள் ஏற்றிய அந்தக் கப்பலில், பொதுமக்களுக்கு இடம் இல்லாததால், குறைந்த ஊதியத்துக்கே ஒப்புக் கொண்டு, பாரி ஓர் உபரி ஆளாகப் பணியாற்றி இருக்கலாம். பாரியை ஆதரித்தவர் களுக்கு, தேவைப்பட்ட இடத்தில் செல்வாக்கு இருந்ததையும் இது குறிக்கும்.

1787-ல் லண்டன் செல்வதற்காக வேல்ஸை விட்ட பாரி, கிழக்கிந்திய கம்பெனி யில் பயிற்சி பெற்றார். அதற்குப்பின் மேற்கொள்ளப்பட்ட கடல்பயணத்தில் சம்பவம் எதுவும் இல்லாமல் இல்லை. மான்ஷிப்பின் ஆவணங்களின்படி, பயணத்தில் உற்சாகமான தருணங்கள் இருந்தன என்று வர்ணிக்கப் பட்டிருக்கிறது.

அந்தப் பதிவின்படி, 812 டன் எடையுள்ள மான்ஷிப், கேப்டன் சார்லஸ் கிரிகரியின் தலைமையின் கீழ், மற்ற கிழக்கிந்திய கம்பெனியின் கப்பல்கள் போல், லண்டனில் தேம்ஸ் நதியின் தெற்குக் கரையில் இருந்த டெப்ட்ஃபோர்டி லிருந்து கிளம்பியது. பலத்த பனி பெய்த போதிலும், முக்கியமான சரக்கான 320

டன் தாமிரம் அதில் ஏற்றப்பட்டு, குறைந்த அளவு மாலுமிகளுடனும், எல்லா அதிகாரிகளுடனும் க்ரேவ்ஸெண்டுக்குப் பயணமானது.

9 ஜனவரி 1788 க்ரேவ்ஸெண்டுக்கு வந்த மான்ஷிப் அங்கு 213 பெட்டி ஆயுதங்களுடன் பலசரக்குகளையும் ஏற்றிக்கொண்டது. அங்கு 117 கம்பெனி ஆள்கள் ஏற்றிக்கொள்ளப்பட்டனர். கூடுதலாக, ஐந்து பெண்கள் ஏறிக் கொண்டனர். அவர்கள் கம்பெனி ஆள்களின் மனைவிகளாக இருக்கலாம். அந்தக் கடல் பயணத்தில் பல விபத்துகள் ஏற்பட்டன. முதலாவாக, ஒரு மாலுமி கப்பலில் இருந்து மார்ச் 27-ம் தேதி விழுந்து, மூழ்கினார்.

முட்டாள்கள் தினத்தில் சென்னை நோக்கிப் பயணித்த மான்ஷிப் 4 ஏப்ரல் அன்று, அதன் வழிகாட்டியை டோவரில் இறக்கிவிட்டது. அதற்குப்பின் புதிதாக நியமிக்கப்பட்ட நபர்களுக்குள் சச்சரவு ஏற்பட்டது என்று கேப்டன் எழுதினார். 'கருப்பு இளைஞர்' வில்லியம் கார்டனும், ஜான் பெல்லும் முக்கியக் குற்றவாளிகள். இதை அடுத்து, மே மாத இறுதியில் பயங்கரக் காற்றினால் கப்பல் தாக்கப்பட்டது. 17 ஜூன் அன்று, ஜான் மைல்ஸ் என்ற மாலுமியை, ஜான் சட்டன் கத்தியால் தாக்கி, காயப்படுத்தியதால், அவருக்கு 3 டஜன் கசையடிகள் கொடுக்கப்பட்டன. ஆறு நாள்களுக்குப்பின், நோவா காப்லான் என்ற மற்றொரு மாலுமி, கப்பலிலிருந்து கடலுக்குள் விழுந்துவிட்டார்.

அதற்குப்பின் அசம்பாவிதம் எதுவும் நடக்கவில்லை. 10 ஜூலை அன்று இலங்கை தென்பட்டபின், 14 அன்று சென்னை வந்தடைந்தது. அப்போது, புனித ஜார்ஜ் கோட்டை, மான்ஷிப்பை 9 பீரங்கி வெடி மரியாதையுடன் வரவேற்றது. பதில் மரியாதை அளிக்கப்பட்டது. அடுத்த இரண்டு நாள்களில், கப்பல் 16 குடுவை தண்ணீரையும், ஆறு தோணி அளவுள்ள மரங்களையும் ஏற்றிக் கொண்டது. அதற்குப்பின், 17 ஜூலை அன்று பாரியும் டிக்சனும் கப்பலைவிட்டு 'ஓடிய' பின்னர், காலை 10 மணிக்கு கேப்டன் டிக்சன் கப்பல் ஏறியபின், 11 மணிக்கு நங்கூரம் எடுக்கப்பட்டது. சென்னையைவிட்டு வெளியேறியபோது, 11 பீரங்கி மரியாதை அளிக்கப்பட்டபின், பதில் மரியாதையும் கிடைத்தபின், பாரியை சென்னையில் விட்டுவிட்டு, மான்ஷிப் வங்காளத்துக்குச் சென்றது.

பாரி கரையேறிய நகரம், முந்தைய நூற்றாண்டில் புனித ஜார்ஜ் கோட்டை கட்டப்பட்டபின், கணிசமாக வளர்ந்திருந்தது. பிரிட்டிஷாரைத் தவிர்த்து, போர்த்துகீசியர்கள், பிரெஞ்சுக்காரர்கள், டச்சுக்காரர்கள் ஆகியோர் இருந்தனர். அத்துடன் ஆர்மீனியர்களும் யூதர்களும் இருந்தனர்.

பாரியின் ஒன்றுவிட்ட சகோதரியை மணந்த கில்பர்ட் ராஸூம், பாரியின் நான்காவது சகோதரி எலிசபெத்தும் அளித்த சிபாரிசின் பேரில்தான், பாரி சென்னைக்கு வந்தார் என்பது நிச்சயம். கோட்டையைப் புதுப்பித்ததில் பெரும் பங்கு வகித்த கேப்டன் பேட்ரிக் ராஸின் உறவினரான கில்பர்ட் ராஸூக்குப் பிரதிநிதியாக, தாமஸ் சேஸ் என்று செல்வாக்குள்ள ஒருவர் இருந்தார். அவர்களுடைய உதவியியாலும் ஆளுநரின் ஒப்புதலாலும், பாரிக்கு சுதந்தர வியாபாரியாக இயங்க அனுமதி கிடைத்தது. கோட்டை பதிவுகளின்படி 12 பிப்ரவரி 1789-ல் சுதந்தர வியாபாரியாக அவர் பதிவு செய்யப்பட்டார்.

சென்னையில் இருந்த முதல் மாதங்களில் கூட்டாளி இல்லாமல் வியாபாரம் செய்த பாரி, சேஸைக் கூட்டாளி ஆக்கியபின், சேஸ் அண்ட் பாரி என்ற நிறுவனம் தொடங்கப்பட்டது. 1782 முதல் அரசாங்க அதிகாரியாக சேஸ் இருந்தபோதும், தனியாக வியாபாரம் நடத்துவதற்குத் தடை ஏதும் இருக்கவில்லை. 1800-ல்தான் தனிப்பட்ட வியாபாரம் செய்வதில் இருந்து அரசு ஊழியர்கள் தடை செய்யப்பட்டனர்.

முதுநிலை குமாஸ்தா, மூத்த வியாபாரி, கிடங்கு நிறுவனரின் குமாஸ்தா, ஆய்வு அதிகாரி, பிரெஞ்சு மொழிபெயர்ப்பாளர் என்று எல்லாவற்றையும் சேஸ், தானே செய்துவந்தார். ராஸுடைய நிறுவனத்துக்கும் பிரதிநிதியாக இருந்தார். பாரியும் தன் பெயரில் வியாபாரம் செய்தார். அவரது வில்லில் இரண்டு நாண்கள் இருந்தன. இவையெல்லாம் குழப்பமாக இருந்தால்கூட, அப்படித்தான் இரண்டு நூற்றாண்டுகளுக்கு முன் சென்னையில் வியாபாரம் நடந்தது.

முதல் பாரி நிறுவனம், பொது ஒப்பந்தக்காரராகவும் வியாபார நிறுவனமாகவும் இயங்கியது. இரண்டு வருட வயது கொண்ட உயர் வகை மதீரா மதுவை பாரி நிறுவனம் விற்றது. இறந்தவர்களின் சொத்தைப் பராமரிப்பது, வங்காள லாட்டரிச் சீட்டு விற்பது, கடற்படை பத்திரங்களைத் தள்ளுபடி விலையில் வாங்கிக்கொள்வது, ஐரோப்பா செல்லும் கப்பல்களுக்குப் பயணச் சீட்டுகளை விற்பது, புதிதாகப் பிரசுரிக்கப்பட்டப் புத்தகங்களை விநியோகிப்பது என பலவற்றை பாரி நிறுவனம் செய்து வந்தது. ஆனாலும், அதன் முக்கிய வேலை, அப்போதும் அதற்குப் பிறகு வெகு நாள்களுக்கும், வங்கித் தொழில்தான்.

பாரி, இந்தியாவில் பிரிட்டிஷார் நிறுவிய கம்பெனிகளுள் இன்னமும் செயல்பட்டுக்கொண்டிருக்கும் பழைய நிறுவனங்களில் இரண்டாவது. வியாபாரத்தில் இத்தனை காலம் ஒரு நிறுவனம் இருப்பது மிகவும் அபூர்வம். உலகம் எங்கும் வியாபார ஏற்றத் தாழ்வுகள், அநேக நிறுவனங்களை அழித்திருக்கின்றன. பாரியும் (இன்று ஈ.ஐ.டி. பாரி) சில சமயம் போராடவேண்டியிருந்தது என்றாலும், இருநூறு வருடங்களாக நீடித்திருக்கிறது. தன்னம்பிக்கை, உற்சாகத்துடன் எந்த இடையூறையும் சமாளிக்கும் திறன் ஆகியவற்றைக் கொண்டிருக்கும் பாரி, இந்திய வியாபாரச் சரித்திரத்தில், ஒரு மகோன்னதமான அத்தியாயத்தை எழுதியிருக்கிறது.

★

நகரத்தின் வர்த்தகப் பாரம்பரியத்தின் மற்றொரு அடையாளம், இரண்டாவது 'தலைமுறையை' சேர்ந்த பெஸ்ட் அண்ட் கோ என்று ஆரம்பிக்கப்பட்ட பெஸ்ட் அண்ட் கிராம்டன் எஞ்சினியரிங் லிமிடெட். முதல் தலைமுறையைச் சேர்ந்த நிறுவனங்களுள், பாரியும், பின்னியின் சில அடையாளங்களுமே எஞ்சியிருக்கின்றன. விக்டோரியா காலத்தைச் சேர்ந்தது இரண்டாவது தலைமுறை. ஆனாலும், பிரிட்டிஷ் வியாபாரக் கப்பல்கள் இந்தியாவுக்கு வந்தது முதல், பெஸ்டுகளுக்கு இந்தியாவுடன் தொடர்பு உண்டு.

போர்த்துகீசிய கடற்படைகளுடன் போராடிய மகா தைரியசாலி கேப்டன் தாமஸ் பெஸ்ட், சூரத்தில் வில்லியம் ஹாக்கின்ஸுடன் இருந்தார். பிந்தைய வருடங்களில், பெஸ்டுகள் குறிப்பாகத் தெற்குடன் தொடர்பு வைத்திருந்தனர். அவர்கள் மொத்தம் மூவர். 19-ம் நூற்றாண்டின் மத்தியில், ஓர் அரசு அலுவலரின் தந்தையான, திருநெல்வேலி மாவட்டத்தில் மதப் பிரசாரகராக இருந்த, ஜேம்ஸ் தெர்ஷா பெஸ்ட், முதலாமவர். சென்னை மாகாணத்தின் சாலை அமைக்கும் திட்டத்தை செயல்படுத்தியவர், கேப்டன் சாமுவேல் பெஸ்ட். மூன்றாமவர், ஆண்ட்ரூ வான் டன்லப் பெஸ்ட்.

பெஸ்ட் அண்ட் கோ-வின் கேலரியில் ஆண்ட்ரு பெஸ்டின் உருவப்படம் இருக்கிறது. அதில், 1867-1894 என்று குறிப்பிட்டிருப்பதைப் பார்க்கும்போது, அவர் குறிப்பிட்ட அந்தக் காலகட்டத்தில் பெஸ்ட் அண்ட் கோ-வின் தலைவராக இருந்திருப்பார் என்று நம்பப்படுகிறது. பெஸ்ட் அண்ட் கோ-வின் ஆரம்பம் மர்மமாக இருக்கிறது. 1867 என்பது உறுதியாகிவிட்டாலும், தேதி தெரிய வில்லை.

‘கொச்சின் சாகா’ என்ற புத்தகத்தை விமர்சனம் செய்த பின்னாளைய ஆங்கிலேயர் ஒருவர், இவ்வாறு எழுதினார்: ‘ஒரு சிறந்த வியாபாரியின் திட்டம், பொது மக்களுக்கும் தன் சொந்த வியாபார நலனுக்கும் ஒருங்கே பயனளிக்கும் விதத்தில் அமைந்துவிட்டால், அவர், தன் போட்டியாளரை மிஞ்சிவிடுவார்.’ தென் மேற்குக் கடற்கரையின் சிறந்த வியாபாரியும் 1870-ல் பிரிட்டிஷ் வர்த்தக சபையின் தலைவருமாக இருந்த ஜே.ஹெச். ஆஸ்பின்வால் என்பவரை மனத்தில் வைத்துத்தான் அவர் அவ்வாறு எழுதினார் என்பதில் ஐயமில்லை.

அந்த நல்ல திட்டத்தை அடைவதுதான் ஆஸ்பின்வாலின் நீண்ட காலக் கனவு. 1869-ல் சூயஸ் கால்வாய் திறக்கப்பட்டபின், இந்தியக் கடற்கரையில் மும்பை யிலிருந்து கல்கத்தா வரை, துறைமுகம் எதுவும் இல்லாததால், கொச்சின் தென் இந்தியாவின் வாசலாக ஆக முடியும் என்பதுதான் அவரது கனவு. சென்னை துறை முகத்தைப் பற்றிய திட்டத்தை அவர், ‘சிறிய ஆபத்தான பரிசோதனை’ என்று புறக்கணித்தார்.

இருந்தபோதிலும், தன்னுடைய வில்லின் இரண்டாவது நாணாக, 1867-ல் சென்னையில் இரண்டாவது கிளையை அவர் திறந்திருக்கலாம். எனினும், தனது கனவைப் பற்றியே யோசித்துக் கொண்டிருந்த அவர், கொச்சியிலேயே தனது காலத்தை கழித்தார். அவர் நினைவாக கொச்சியில் புனித ஃபிரான்சிஸ் சர்ச்சில் ஒரு பித்தளைப் பட்டயம் இருக்கிறது.

ஒரு முறை கொச்சியின் விவகாரங்களில் ஈடுபட்டபின், சென்னை அலுவலகத்தைப் பற்றி அவர் அதிகமாக அக்கறை காட்டவில்லை. எனவே, அவரைவிட அவருடைய பிரதிநிதியே சென்னை துறைமுகத்தைப் பற்றிச் சிந்திக்கவேண்டி வந்தது, டச்சு பூர்வீகமுடைய, ஸ்காட்லாந்துக்காரரான ஆண்ட்ரூ வான் பெஸ்ட்தான் இந்தப் பிரதிநிதி. சென்னை வர்த்தக சபை பெஸ்ட் அண்ட் கோ-வை 1872-ல் உறுப்பினராகப் பதிவு செய்தது. ஆனால், எப்போது, எப்படி, ஆஸ்பின்வால் நிறுவனம் பெஸ்ட் என்று ஆனது என்பது தெளிவாக

இல்லை. முதலாளியின் மகளை மணந்தபின், பெஸ்டுக்கு அந்த நிறுவனம் கிடைத்ததாக ஒரு பேச்சு இருக்கிறது.

ஆனால், ஆண்ட்ரூ பெஸ்டும் மற்றொரு ஆஸ்பின்வால் ஊழியரான ஜான் மெக்லிண்டாக்கும் 1879-ல் கூட்டுறவு ஏற்படுத்திக்கொண்டனர் என்பது நிச்சயமாகத் தெரிகிறது. அவர்கள் சென்னைக் கிளையை எடுத்துக்கொண்ட தோடு, ஆஸ்பின்வால் அண்ட் கோ-வுடன் வியாபாரத் தொடர்புகளையும் தொடர்ந்தனர்.

ஒருவருடைய கடல் பகுதியில், மற்றொருவர் ஈடுபடக்கூடாது என்பது பெஸ்ட்-ஆஸ்பின்வால் ஒப்பந்தத்தில் இடம் பெற்றுள்ளது. அதன்படி, மலபார் கடற்கரையை ஆஸ்பின்வாலும், சோழமண்டலக் கடற்கரையை பெஸ்டும் எடுத்துக்கொண்டனர். 1940 வரை இந்த ஒப்பந்தம் மதிக்கப்பட்டது என்பதற்கு அடையாளம், சென்னையில் இயங்கிய கிராம்ப்டன் எஞ்சினியரிங் என்ற பெஸ்டின் தோழமை நிறுவனம், (பெஸ்ட்டுடன் சேர்வதற்கு முன்) கோழிக் கோட்டில் அதன் கிளையைத் திறக்கும்முன், ஆஸ்பின்வாலின் அனுமதி கோரப்பட்டது.

கொச்சியைப் பற்றி ஆஸ்பின்வால் கண்ட கனவு நனவாக பல வருடங்கள் தேவைப்பட்டன. கடலில் உள்ள மண் அரிப்பைச் சமாளிக்கக் கண்டுபிடிக்கப் பட்ட ட்ரெட்ஜிங் முறை அப்போது இல்லாததால், காங்கிரீட் தடுப்புகளை கடலுக்குள் மூழ்க வைத்து, சுவர்கள் கட்டி அலைகளைத் தாங்கும் முறை கையாளப்பட்டது.

ஆனால், 50 வருடங்களுக்கு முன்பே துறைமுகம் பெற்ற சென்னை, வியாபாரத்தின் மூலம் செழித்தது. ஃபிரான்சிஸ் டே நிறுவியது ஒரு வியாபாரக் குடியிருப்பை. நல்ல துறைமுகம் இல்லாததால் 19-ம் நூற்றாண்டில் சென்னை யில் வியாபாரம் பாதிக்கப்பட்டது. துறைமுகம் உருவான பிறகு, மீண்டும் வணிகம் செழிக்க ஆரம்பித்தது. அதன் மூலம் சென்னை வளர்ந்தது.

1936-ல் இந்தியாவுக்கும் இலங்கைக்கும் வர்த்தக கமிஷனராக இருந்த சர் தாமஸ் ஐன்ஸ்காஃப் இவ்வாறு எழுதினார்: ‘சென்னை மாகாணம் குறிப்பிடத்தக்க வகையில், வணிகத்திலும், தொழிலிலும், விவசாயத்திலும் வளர்ச்சி பெற்ற தற்குக் காரணம், மூன்று தலைமுறைகளாகத் தொடரும் நூற்றாண்டு கண்ட மதராஸ் சேம்பர் ஆஃப் காமர்ஸ். அவர்களது துணிச்சல், தொலை நோக்குப் பார்வை, செயல்வேகம் போன்றவை சென்னையின் வளர்ச்சிக்கு உதவின. இவர்கள், தங்களுடைய சொந்த நிறுவனங்களைச் சீரான முறையில் நடத்திக் கொண்டு, அதே சமயம், தென் இந்திய மக்களின் நல்வாழ்வுக்கும் செழிப்புக்கும் பாடுபட்டிருக்கிறார்கள்.’

இந்தப் பாராட்டுக்கு உரியவர்களுள் ஒருவர், ஆண்ட்ரு பெஸ்ட். நகரத்தின் செழிப்பான தருணங்களை விடாமல் பயன்படுத்தி அவர் முன்னேறினார். சென்னைக்குத் துறைமுகம் கிடைக்கும் என்றும், கிழக்கில் மகத்தான நகரங் களில் ஒன்றாக அது மாறும் என்றும் திடமாக நம்பிய பெஸ்ட், ஆஸ்பின்வாலின்

சென்னை விவகாரங்களை எடுத்துக்கொண்டார். அந்த நம்பிக்கை வீண் போகவில்லை.

பெஸ்டும் மெக்லிண்டாக்கும், நிறுவனத்தை எடுத்துக்கொண்டபோது, அடிப் படையில் அது வியாபாரத்திலும் கப்பல்களுக்குச் சரக்குக் கண்டுபிடிப்பதிலும் ஈடுபட்டுக்கொண்டிருந்தது. ஒப்பந்தக்காரர்களாக இருந்த அவர்களது முக்கியப் பொறுப்பு, இங்கிலாந்துக்குச் செல்லும் கப்பல்களைச் சரக்குகளால் நிரப்புவது.

அச்சிடப்பட்ட துணிகள், கனமான பருத்தித் துணிகள், நறுமணப் பொருள்கள், பருத்திப் பஞ்சு, நீல அவுரி ஆகியவை மாகாணத்திலிருந்து முதலில் ஏற்றுமதி செய்யப்பட்டன. வேர்க்கடலையும், கோல்கொண்டாவின் தாதுப் பொருள்களும் பின்னால் சென்றன. ஆடைகளிலும் தாதுப் பொருள்களிலும் வியாபாரம் சுணங்கிய பிறகு, ஏற்றுமதியைவிட இறக்குமதியில் கவனம் அதிகம் செலுத்தப் பட்டது. அதனால் அதிகரித்த கப்பல் போக்குவரத்தால், குறிப்பிட்ட நீளமுள்ள துணித்துண்டுகளை இறக்குமதி செய்வதில் பெஸ்ட் பயனடைந்தது.

ஐந்து இந்திய ஊழியர்கள், பெஸ்ட், மெக்லிண்டாக் ஆகியோரை உள்ளடக்கிய பெஸ்ட் அண்ட் கோ, 9 ஆகஸ்ட் 1879-ல் ஆரம்பிக்கப்பட்டது என்று ஓரளவு சரியாக நிர்ணயிக்கலாம். சில வருடங்களிலேயே வேலை செய்தோரின் எண்ணிக்கை கணிசமாக உயர்ந்தது.

1885-ல் மெக்லிண்டாக் வெளியேறியபின், பெஸ்ட்டுக்கு இங்கிலாந்துக்குத் திரும்பும் யோசனை இருந்தது. என்றாலும், 1911 வரை நிறுவனத்துடன் தொடர்பு வைத்திருந்தார். (அவர் 1894-ல் போயிருக்கலாம்.) கூட்டாளிகளாக ராபர்ட் ஜேம்ஸ் ப்ளாக்கும் (பின்னர் மெர்கண்டைல் வங்கியின் சேர்மனாகி, லார்ட் பட்டம் பெற்ற பின், அந்த தொடர்பு மூலம் பெஸ்ட் கணிசமாகப் பயனடைந்தது) சார்லஸ் ஸ்லேடரும் சேர்ந்தனர்.

1878 முதல், பெஸ்ட்டுடன் ராபர்ட் பிளாக் வைத்திருந்த தொடர்பு, 1898 வரை நீடித்தது. இந்தக் காலத்தில், மெதுவாக இயங்கி, உறங்கிக்கொண்டிருந்த வியாபார நிறுவனம், தென்னிந்தியாவின் முன்னோடி நிறுவனங்களில் ஒன்றாக, சுறுசுறுப்பாக இயங்க ஆரம்பித்துது. அதற்கு பிளாக்தான் பொறுப்பு.

அதை அவர் மண்ணெண்ணெய் மூலம் சாதித்தார். தென்னிந்தியாவில் மண்ணெண்ணெய் இறக்குமதி செய்த இரண்டாவது நிறுவனம் பெஸ்ட். ஆனால் அதைப் பெரிய அளவில் முதன்முதலாகச் செய்தது பெஸ்ட்தான். சிறிய வியாபாரம் போல் இல்லாமல், ஒழுங்குபடுத்தப்பட்ட வியாபாரமாக அது நடத்தப்பட்டது.

1889-ல் பர்மா ஷெல் ஆயில் ஸ்டோரேஜ் அண்ட் டிஸ்ட்ரிப்யூஷன் கம்பெனிக்கு முன்னோர்களான சாமுவேல் அண்ட் கோ, பெஸ்ட் ஒப்பந்தக்காரர்களாக நியமிக்கப்பட்டனர். 1893-ல் ஷெல் டிரான்ஸ்போர்ட் அண்ட் டிரேடிங் கம்பெனி, ராயபுரத்தில் தனது சொந்த கிடங்கைக் கட்டியபின்னும், சாமுவேல் அண்ட் கோ-வின் வாரிசான இதனுடன், பெஸ்ட் அண்ட் கோ-வின் தொடர்பு தொடர்ந்தது. அதே வருடம் சென்னைக்கு முதல் எண்ணெய்க் கப்பல் வந்தது.

சென்னையின் மண்ணெண்ணெய் ஆள்கள் என்று பெயரிடப்பட்ட பெஸ்ட் அண்ட் கோ, வாழ்க்கைச் சக்கரத்துக்கு 40 ஆண்டுகள் எண்ணெய் ஊற்றினர். 1938 வரை, முதலாவது கடற்கரைச் சாலையில் இருந்த பிரதான பெஸ்ட் அண்ட் கோ கட்டடத்தில், பர்மா ஷெல், தனது அலுவலகத்தை வைத்திருந்தது.

நிறுவனத்தின் சொத்தை 19-ம் நூற்றாண்டின் கடைசி வருடங்களில், ராபர்ட் பிளாக் கண்காணித்தார். கப்பல் போக்குவரத்து வியாபாரமும், ஆயுள் காப்பீடு வியாபாரமும், சிறிதளவு வங்கி வியாபாரமும் நடத்திய பெஸ்ட், பிளாக்கின் மேற்பார்வையின் கீழ், ஒரு பெரிய வியாபார நிறுவனமாக மாறியது. பல வருடங் களுக்கு, கோலார் தங்கச் சுரங்கங்களை நடத்திய நிறுவனத்துக்கு உள்ளூரில் ஆதரவு அளித்த பெஸ்ட், இதனால் பெரும் செல்வம் ஈட்டியது.

1890 முதல் சென்னையில் இருந்த பழைய பொறியியல் நிறுவனமான கிராம்டன் எஞ்சினியரிங்குடன் 1970-ல் இணைந்தபின், பெஸ்ட் அண்ட் கோ, பெஸ்ட் அண்ட் கிராம்ப்டன் எஞ்சினியரிங் ஆனது. 1990-களில், ஆங்கஸ் மெக்டவல் என்பவரால், 1825-ல் நிறுவப்பட்ட மெக்டவல்ஸ் என்ற ஜார்ஜ் டவுனுக்கு அருகில் இருந்த மதுபான நிறுவனத்துடன் இணைந்ததும், பெஸ்ட் அண்ட் கிராம்ப்டன் ஒரு பெரிய குழுமமாக வளர்ச்சி பெற்றது. இப்போதும் மது வியாபாரத்தில் மெக்டவல் பலம் பொருந்தியதாக உள்ளது. வெவ்வேறு கைகள் மாறிய அந்த நிறுவனத்தில், 1898-ல் ஏ.எம். ஹூப்பர், ஜி.டி. கோல்மன், ஜி.என். ருப்பல் ஆகியோர், 8 லட்ச ரூபாய் மூலதனத்தின் முதன்மைப் பங்காளிகளாக இருந்தனர்.

சுருட்டு உற்பத்திக்குப் பெயர் பெற்ற மெக்டவல், அதன் சென்னைத் தொழிற் சாலையில் நாள் ஒன்றுக்கு, ஒரு லட்சம் சுருட்டுகள்வரை உற்பத்தி செய்தது. 1904-ல் சிகரெட் உற்பத்தியை தொடங்கிய மெக்டவல், அந்தக் காலத்தில் மிக நவீன இயந்திரங்களுடன் நாள் ஒன்றுக்கு ஐந்து லட்சம் சிகரெட்டுகள் உற்பத்தி செய்தது. சுருட்டுகளும், சிகரெட்டுகளும், ஒரு காலத்தில் பிரபலமாக இருந்த மிஸ் இந்தியா தேயிலையும் இப்போது மறக்கப்பட்டிருந்தாலும் மதுபான உற்பத்தி மிகப் பெரிதாக இருக்கிறது. 1998-ல் பெங்களூரில் நிறுவப்பட்ட யு.பி. (யுனைட்டெட் ப்ரூவரிஸ்), நலிந்துகொண்டிருந்த பெஸ்ட் அண்ட் கிராம்ப்டனை விற்றது. பிறகு, தன்னுடைய ஆதாரத் தொழிலான மது பான உற்பத்தியில் கவனம் செலுத்தியது. யு.பி. பெற்ற வெற்றிகளுள் ஒன்று, மெக்டவல். பெஸ்ட் அண்ட் கிராம்ப்டன் இன்று சென்னையின் முன்னணி நிறுவனமாக இல்லாவிட்டாலும், மீட்சிக்காக அது முயற்சி செய்துகொண்டிருக் கிறது.

16. உள்ளேயிருக்கும் நகரம்

நாணயச் சாலை மூலம் செல்வம்

கிளைவ் பீரங்கி முன்னர் இருந்த இடத்தில், அதாவது, தற்போது மேம்பாலம் அமைக்கப்பட்டிருக்கும் இடத்தில் இருந்து இடது பக்கம் திரும்பி, பழைய ஜெயில் ரோடில் நேரே சென்றால், ஏழு கிணறு (செவன் வெல்ஸ்) பகுதியைச் சென்றடையலாம். 19-ம் நூற்றாண்டு வரை, நகரத்தின் முக்கிய நீர் ஆதாரமாக இது இருந்தது. ஏழு கிணறு அரசாங்கக் குடிநீர் நிலையம் என்ற நகரின் முதல் சீராக அமைக்கப்பட்ட குடிநீர் விநியோகம், 1772-ல் கட்டி முடிக்கப்பட்டது. ஏழு அல்ல, பத்து கிணறுகள், தினசரி 1,40,000 கேலன் நீரை விநியோகம் செய்தன.

ஒரு நூற்றாண்டுக்குப் பிறகு, புழலேரி, நகரின் பிரதான குடிநீர் விநியோகப் பகுதியாக மாறிய பிறகும், பழைய கிணறுகள் வற்றவில்லை. அந்தக் கிணறுகள் இப்போது இல்லாவிட்டாலும், அந்த இடம் பொது உபயோகத் துக்குப் பயன்படுத்தப்படுகிறது. குறிப்பாக, பம்பிங் ஸ்டேஷனைச் சொல்லலாம்.

1799-ல் சில்வெஸ்டர் நிகோலஸ் என்பவர் கிணறுகளுக்கு அதிகாரி ஆக்கப் பட்டபின், பாரம்பரியமாக, அடுத்த 125 ஆண்டுகளுக்கு, நிகோலஸ் குடும்பத்தில் இருந்து ஒருவர் அதிகாரியாக இருந்தார். ஏழு கிணறுகளுக்குச் சற்று வடக்கே, வண்ணாரப்பேட்டையில் இருந்த 100 வருட புனித ரோக்ஸ் சர்ச்சில் அவர்கள் தொழுதனர். அநேகமாக, எல்லா நிகோலஸ்களும் அதன் இடுகாட்டில் புதைக்கப்பட்டிருக்கின்றனர்.

அண்மையிலிலுள்ள ஆற்றில் கழுவிய பின் துணிகளுக்கு சாயம் பூசப்பட்ட தால், வண்ணாரப்பேட்டைக்கு அதன் பெயர் கிடைத்தது.

இன்று அண்ணா பூங்கா என்று அழைக்கப்படும் ராபின்சன் பார்க், வண்ணாரப் பேட்டையில் இருந்தது. அங்குதான் 19வது நூற்றாண்டின் ஆரம்பத்தில் அந்த

பக்கத்தைச் சேர்ந்த ஒரு பிரபலர் ஏ.ஆறுமுகம் முதலியார், தனிப்பட்ட முறையில் ஒரு தாவர இயல் பூங்காவை ஏற்படுத்தினார். 1899ல் இந்தியாவின் முதல் இன்ஸ்பெக்டர் ஜெனரல் சென்னையின் மூத்த காவல்துறை அதிகாரி டயிள்யூ ராபின்ஸனின் பெயரிடப்பட்டது. இந்த பூங்காவில்தான், 18 செப்டம்பர், 1949ல் சி.என்.அண்ணாதுரை, திராவிட முன்னேற்றக் கழகத்தை ஸ்தாபிக்க முந்தைய தினம் தீர்மானிக்கப்பட்டது என்று அறிவித்தார். அந்த நிகழ்ச்சி, தமிழ்நாட்டு அரசியலை மாற்றிற்று. அதற்குப் பின் பல கட்சிகள் தி.மு.கவிலிருந்து ஏற்பட்ட போதிலும், முக்கியமானது. இப்போது ஜெயலலிதா, தலைவராகயிருக்கும் அகில இந்திய அண்ணா திமுக. அரசியல் தலைவர் பிட்டி தியாகராய செட்டி, அந்தச் சுற்றுப்புறத்தில் இருந்தார். அவருடைய சகோதரர் வீட்டையும் அவர் வீட்டையும், 1922-ல் இணைத்த மேம்பாலம் இன்றும் ஆச்சரியத்தை ஏற்படுத்துகிறது. 1915ல் நீதிக் கட்சியை துவக்கியவர்களில் ஒருவர் தியாகராயசெட்டி. அரசியலிலும் அதிகாரத்திலும் பிராமணர்களின் உயர்ந்த நிலையை எதிர்க்க ஆரம்பிக்கப்பட்ட அமைப்பு இதுதான்!

ஏழு கிணறுகள் தோண்டப்படுவதற்கு முன், பெத்தநாயக்கன்பேட்டையில் இருந்த வேறு கிணறுகளில் இருந்து வண்டிகள் மூலம் கோட்டைக்குக் குடிநீர் கொண்டுவரப்பட்டது. ஆனால் செயிண்ட் தாமஸ் மவுண்டில் இருந்து வந்த மலைநீர் அதிகம் விரும்பப்பட்டது. ஏழு கிணறுகளால் சமாளிக்க முடியாத நிலை வந்தபோது, சென்னைக்கு இருபது மைல்கள் அப்பால் உள்ள கொர்த் தலையார் ஆற்றிலிருந்து, மேடான பகுதியான புழலேரி மூலமாக நீர் கொண்டு வரும் திட்டம் அமுல்படுத்தப்பட்டது. ஐ.சி.எஃப் பக்கமாக, கீழ்ப்பாக்கத்தில் (இந்தோ-சாரசெனிக் பாணியில் நேர்த்தியாகக் கட்டப்பட்ட, 1914-ல் திறக்கப்பட்ட) சென்னை முனிசிபல் நீர் பங்கிடும் மையத்துக்குக் கொண்டு வரப்பட்ட நீர், புழலேரியில் இருந்து நகர் முழுவதும் விநியோகிக்கப்பட்டது.

இந்த நீர் விநியோகத் திட்டம் 13 மே 1872-ல் தொடங்கப்பட்டது. 1907 முதல் 1924 வரை கணிசமாக விரிவாக்கப்பட்டாலும், ஜே.எம். மேட்லியின் பொறுப்பில் திட்டமிடப்பட்ட நீர் விநியோகத் திட்டத்தின் மூலம், 1914-ல்தான் நீர் சரியாக விநியோகிக்கப்பட்டது. 1907-ல் திறக்கப்பட்ட நகர் கழிவுத் திட்டத்துக்கும் அவர்தான் பொறுப்பு. ஜே. சார்டிரஸ் மலோனி என்ற மற்றொரு மாநகர கமிஷனரின் அதிகாரத்தின்போது, 1910-ல் முதன்முதலாக புழலேரி நீர் நகருக்குக் கிடைத்தது. பழுப்பு நிற நீருக்கு மலோனியின் கலவை என்று பெயரிடப்பட்டது. இப்போது அது விரும்பத்தக்க சுற்றுலாப் பகுதி ஆகும். பல பாரம்பரிய கட்டிடங்கள், கீழ்ப்பாக்கம் நீர்வசதியில் இருக்கின்றன. 1955 வரை உபயோகிக்கப்பட்ட 177'' உயர ஸ்தூபி. 2000வது ஆண்டு வரை உபயோகிப்பட்ட 6.8 மில்லியன் லிட்டர் சேமிப்பு தொட்டி, முதல் சுத்திகரிப்பு இயந்திரம் ஆகியவை இவை. 1881-ல் புழலேரியின் ஒரு மூலையில் கட்டப்பட்டிருக்கும் ஜோன்ஸ் கோபுரம், சென்னையின் நீர் விநியோகத்தின் பிரதான வாய்க்காலாகும். நீருக்கு நகரம் பருவ மழையை நம்பியிருப்பதால் (முக்கியமாக அக்டோபர், நவம்பரில் பெய்யும் வடகிழக்குப் பருவமழை)

ஜோன்ஸ் கோபுரம், தண்ணீருக்கு மேல் வெகு உயரத்தில் இருப்பதால், அநேக வருடங்களுக்கு வாய்க்கால் என்பதை விட ஸ்தூபியாகவே இருக்கிறது.

இதற்கு அருகில் புழலில் 154 ஏக்கரில் சிறைச்சாலை வளாகம், சிறைச் சாலைவாசிகளுக்கு அதிக சௌகரியத்துடன் திட்டமிடப்பட்டு கட்டப் பட்டுள்ளது. இது 13 ஏக்கர் நிலத்தில் 1837-ல் கட்டப்பட்ட பூங்கா நகரில் இருக்கும் மத்திய சிறைச்சாலைக்கு பதில் பயன்படுத்தப்படுகிறது. சென்னை மருத்துவ கல்லூரியின் விரிவாக்கத்திற்கு மாற்றப்பட்டிருக்கும் சிறைச்சாலை 2013ல் திறக்கப்பட்டது.

மீண்டும் ஏழு கிணறுகள் இருந்த பகுதிக்குச் சென்றால், 1854-ல் நகருக்கு நல்ல நீர் சேமிப்பதற்காக டிரவெல்யான் திட்டமிட்ட மடு, பழைய சிறைச்சாலை, நாணயச்சாலை, ஆகியவை இருந்த இடத்துக்கு அருகில் இருப்போம். 19-ம் நூற்றாண்டின் மத்தியில் பாடிகார்ட் ரோடுக்கு அருகில், பூங்கா நகருக்கு மத்தியில் மத்திய சிறைச்சாலை இருந்தது. 1804-ல் இப்ராஹிம் சாகிப் தெரு, பழைய சிறைச்சாலை தெரு, பேசின் பிரிட்ஜ் சாலை ஆகியவற்றுக்கு நடுவே இது ஆரம்பிக்கப்பட்டது. இந்தச் சாலையின் சில இடங்களில், பிரம்மாண்ட மான சுவரின் எச்சங்கள் காணப்படுகின்றன. 1957-ல் மாடிப் பூங்கா என்று அழைக்கப்பட்ட நினைவுச்சின்னம் இருந்த இடம் இது. பாதுகாப்புச் சுவரும் பூங்காவும் கண்டுகொள்ளப்படாததால், அழிவைச் சந்தித்தன. மில்லினியம் கொண்டாட்டங்களின் போது, அவை புணரமைக்கப்பட்டு, தற்போது சினிமா செட் போல் காட்சி அளிக்கின்றன. பழைய சுவரை வடக்கு சுவர் ஞாபகப் படுத்துகிறது.

1692-ல் இந்த இடத்துக்கு அருகில் அமைக்கப்பட்ட கடனாளிகள் சிறையில் ஆரம்பமானது பழைய சிறைச்சாலை. பிற்பாடு சிவில் சிறைச்சாலை என்று அழைக்கப்பட்டு, பாப்ஹாம் பிராட்வேயும் பழைய சிறைச்சாலைத் தெருவும் இணைந்த மூலைக்கு மாற்றப்பட்டது. 1793-ல் ஷெரீஃப் எட்வர்ட அட்கின்சனின் ஆதரவுடன், 18-ம் நூற்றாண்டில் அது அகலப்படுத்தப்பட்டது. அந்தக் காலத்துக் கட்டடங்கள் வேறு வகையில் உபயோகப்படுத்தப் பட்டாலும், இன்னமும் இருக்கின்றன.

சுதந்தரத்துக்குப் பின், கைதிகள் அகற்றப்பட்டு, அந்தக் கட்டடம் காங்கிரஸ் பிரசார சபையால் குடிசைத் தொழில் பயிற்சி மையமாக உபயோகப்படுத்தப் பட்டது. காங்கிரஸ் தலைவர், காமராஜின் மறைவுக்குப்பின், இந்தப் பயிற்சி மையமும் மறைந்துபோனது. அதற்குப்பின், விரிவடைந்து கொண்டிருந்த சென்ட்ரல் பாலிடெக்னிக் இன்ஸ்டிட்யூட்டுக்கும் (சி.பி.ஐ), பெண்கள் கலைக் கல்லூரிக்கும் அரசாங்கம் அந்த வளாகத்தை எடுத்துக்கொண்டது. அடையாறுக்கு சி.பி.ஐ. நகர்ந்தபின், பாரதி பெண்கள் கல்லூரி விரிவடைந்தது, பழைய மத்தியச் சிறையின் அடையாளச் சின்னங்கள் கொண்ட இந்தச் சீரழிந்த கட்டடங்களில் அந்தக் கல்லூரி வளர்ந்துகொண்டிருக்கிறது. வளாகத்தில் புதிய கட்டடங்களைக் கட்டியபின், பழைய சிறைக் கட்டடங்கள் இயற்கையின் சீற்றத்துக்கு உள்ளாயின.

கோட்டையில் 1640-ல் ஆரம்பிக்கப்பட்ட நாணயச்சாலை, சென்னை வராகன், பணம் (வராகனுக்கு 36), காசு (பணத்துக்கு 80), டூடூஸ் (காசுக்கு 10) ஆகிய வற்றை உற்பத்தி செய்தது. 1692-ல், தங்களுடைய தரத்துக்கு ஏற்ப, தங்க மொஹர்களையும், வெள்ளி ரூபாய்களையும் அச்சிட, கிழக்கிந்திய கம்பெனிக்கு முகலாயர்கள் அனுமதி அளித்தனர். புதிய நவாபின் ஆணைப் படி 1742-ல் பூந்தமல்லி நாணயச் சாலை, சிந்தாதிரிப் பேட்டைக்கு நகர்த்தப் பட்டது. அதற்குப்பின், கோட்டை நாணயச்சாலையின் ஒப்பந்தக்காரர் லிங்கிச் செட்டி, ஆற்காடு ரூபாய்களையும், நட்சத்திர வராகன்களையும், தங்க மொஹர்களையும் அங்கு உற்பத்தி செய்ய ஆரம்பித்தார்.

நட்சத்திர வராகன்களுக்கு பதில் ரூபாய்கள் (ஒரு நட்சத்திர வராகன் மூன்றரை ரூபாய்), அணாக்கள், பைசாக்கள் போன்றவற்றை 1816-ல் பிரிட்டிஷார் அறிமுகப்படுத்தினர். 1804-ல் வெடிமருந்து தயாரித்த இடத்தில் 1841-ல் கட்டப்பட்ட ஆலையில் நாணயச்சாலை இயங்க ஆரம்பித்தது. இதன் மூலம் இரண்டு நாணயச்சாலைகளும் வட சென்னையிலேயே நீளமான தங்கசாலைத் தெருவின் வடகோடிக்கு நகர்ந்தன. இது நடக்க அதிக வருடங்கள் பிடித்தன. வெடி மருந்து ஆலை, தீவுத் திடலுக்கு நகர்த்தப்பட்டபின், புது நாணயச் சாலையின் கட்டடம் ஆரம்பிக்கப்பட்டது. கட்டடங்கள் 1807-ல் தயாரான போதும், இயந்திரங்கள் சீராகவில்லை. 1841-ல், தரம் கிடைத்தபிறகு, நாணயச் சாலை நகர்ந்தது. என்ன பிரயோஜனம்? நாணயம் உற்பத்தி செய்வது சென்னையில் நின்றுவிட்டதால், நாணயச் சாலையின் கட்டடம் ஒரு பிரம்மாண்டமான அரசாங்க அச்சுக்கூடத்தின் அங்கமாக இருக்கிறது.

யாழ்ப்பாணத்தைச் சேர்ந்த ஆறுமுக நாவலரால் ஆரம்பிக்கப்பட்ட நாவலர் விதியானுபாலன அச்சுக்கூடம் 300, தங்கசாலைத் தெருவில் இருக்கிறது. 1846-ல் சென்னைக்கு வந்து, 1850-ல் தமிழ் பைபிளை, ஆயர். பி. பெர்சிவல் வெளியிடுவதற்கு நாவலர் உதவினார். இப்போது நாவலர் அறக்கட்டளை யால் நடத்தப்படும் அந்த அச்சுக்கூடம், சென்னையிலும் சிதம்பரத்திலும் பிரசுரிக்கப்பட்ட புத்தகங்களை விற்கிறது. சிதம்பரத்தில் அது நாவலர் உயர்நிலைப் பள்ளியை நடத்துகிறது.

தங்கசாலைத் தெருவுக்கும் வடக்குக் கடற்கரைச் சாலைக்கும் இடையில் இருக்கும் மக்கள் நெருக்கடியான பகுதியில் நகரத்தின் வியாபார நடவடிக் கைகள் பெரும்பாலாக நடைபெறுகின்றன. லண்டனுக்கு 'தி சிடி' போல், நியூ யார்க்குக்கு 'வால் ஸ்ட்ரீட்' போல், சென்னைக்கு ஜார்ஜ் டவுன் பங்கு வகிக்கிறது. இத்தகைய சூழ்நிலை ஏற்படுவதற்கு 150 வருடங்கள் ஆயின. கருப்பர் நகரின் ஆரம்ப நாள்களில் இந்தப் பகுதி விசாலமாக இருந்தது. 'பதினேழு அடி கனமான செங்கல் சுவர் சூழ, போர்த்துகீசியர்கள், இந்தியர்கள், ஆர்மீனியர்கள் வாழ்ந்த கருப்பர் நகரம் ஒன்றரை மைல் சுற்றளவுடன் இருந்தது' என்று தாமஸ் சால்மன் 1699-ல் எழுதியிருக்கிறார்.

மேலும், அகலமான தெருக்களுடைய கருப்பர் நகரத்தில் சிலவற்றில் மரங்கள் நடப்பட்டிருக்கின்றன. ஒரு புறத்தில் கடலும் ஒரு புறத்தில் ஆறும் இருக்கும்

இந்த நகரத்தைப் போல் ரம்மியமான சூழ்நிலை கொண்டிருக்கும் ஊர்கள் வெகு சிலவே. ஆனாலும் சில செங்கல் வீடுகளைத் தவிர்த்து, மற்ற இருப்பிடங்கள் எல்லாம் மண்ணால் கட்டப்பட்டு வேய்ந்த கூரையுடன் ஜன்னல் கூட இல்லாமல் வருந்தத்தக்க நிலையில் இருக்கின்றன. இருந்தபோதிலும், கண் எதிரே இவ்வளவு வறுமை தோன்றினாலும், இருபது வருடங்களுக்கு முன் வேறு எந்த இடத்திலும் இவ்வளவு செல்வம் கொழித்ததும் இல்லை, இவ்வளவு பணம் புழங்கியதும் இல்லை. கருப்பர் நகருக்கு அப்பால் அரை மைல் தூரத்தில் இருக்கும் தோப்புகளில் காய்க்கும் மாங்காய், தேங்காய், கொய்யா, ஆரஞ்சுப் பழங்களை மிக மலிவாக வாங்க, யார் வேண்டுமானாலும் நடந்து செல்லலாம்.

ஜான் கம்பெனியின் துணி வேட்கையைத் தீர்க்கப் படைக்கப்பட்டது சால்மனின் கருப்பர் நகரம். துபாஷ்கள் இன்றைய ஆந்திராவில் இருந்து அழைத்து வந்த நெசவாளர்களும் சாயம் பூசுபவர்களும்தான் கருப்பர் நகரில் முதலில் குடியேறியவர்கள். குடியேறியவர்களும் தரகர்களும், கோட்டையின் வடக்கு நிழலில் வசித்தனர். இப்போது பக்கிங்ஹாம் கால்வாயின் ஓர் அங்கமாக இருக்கும் ஏலாம்பூர் ஆற்றுக்கு அருகில் பின்னர் பெத்தநாயக்கன் பேட்டை என்று அழைக்கப்பட்ட குமரப்பேட்டையில் நெசவாளிகள் வசித்தனர். அந்தப் பகுதியில் உள்ள அநேக தெருக்களின் பெயர்களுடன் அங்கு நடத்தப்பட்ட தொழிலுக்குச் சம்பந்தம் உண்டு. 1709-ல் வரையப்பட்ட பிட்டின் வரைபடத்தில், தங்க சாலைத் தெரு, வாஷர்ஸ் ஸ்ட்ரீட் (அதாவது பஞ்சாடைகளைக் கழுவி, சாயம் போக்கியவர்கள் தெரு), நைனியப்ப நாயக்கர் தெரு, நெய்பவர்கள் தெரு (வீவர்ஸ் தெரு, 50 நெசவு குடும்பங்களை யேல் இங்கு குடியமர்த்தினார்) சைனா பஜார், ரிவர் ஸ்ட்ரீட் என்றெல்லாம் பெயர்கள் இடப்பட்டிருந்தன. பழைய சிறைச்சாலை ரோடின் வடக்கே வண்ணாரப்பேட்டை என்னும் பெயர் இன்றும் புழக்கத்தில் இருக்கிறது.

சுத்தம் செய்பவர்கள், சாயம் போக்குபவர்கள், நெசவாளர்கள், வண்ணம் பூசுபவர்கள் முதலானோர், ஆண்டுக்கணக்காக, ஆற்றுக்கு அருகில் வடக்கு, தெற்கு பெத்தநாயக்கன்பேட்டையில் வசித்தார்கள். அவர்களுடன் வியாபாரம் செய்த வியாபாரிகளும், பணம் கொடுத்தவர்களும், மத்திய பெத்தநாயக்கன் பேட்டையிலும், முத்தையால்பேட்டையிலும் வசித்தனர். பழைய காலத்திலிருந்தே இந்த வியாபாரச் சமூகம் பரந்த நோக்குடன் இருந்தது. தங்கசாலைத் தெருவுக்கு மத்தியில் இருக்கும் மக்கள் நெருக்கடியான பகுதி, இப்போதும் சௌகார்பேட்டை என்று அழைக்கப்படுகிறது. அங்கு குஜராத்திகள் வசிக்கின்றனர்.

துய்ப்ளேயின் துபாஷான ஆனந்தரங்கப் பிள்ளை, 1746-ல் எழுதிய பிரபலமான நாட்குறிப்புகளில், இந்தியத் துணி வியாபாரத்துடன் சரித்திர ரீதியாகத் தொடர்புடைய சௌராஷ்டிரர்களைப் பற்றிக் குறிப்பிடுகிறார். மேலும் தலைமுறை தலைமுறையாக இங்கு வட்டித் தொழிலிலும் வியாபாரத்திலும் ஈடுபட்ட, ராஜஸ்தானின் மார்வாடிகளும் வடநாட்டவரும் வசிக்கின்றனர். இந்தப் பகுதியில் உள்ள அநேக ஜைனக் கோயில்களில்

இவர்கள் தொழுகிறார்கள். கோட்டைக்குள் வசிக்கச் சலுகை அளிக்கப்பட்ட சிலரைத் தவிர்த்து, இங்கு வசித்து, வழிபட்ட ஆர்மீனியர்களின் பெயர் ஆர்மீனியன் தெருவுக்குச் சூட்டப்பட்டது. வடக்கு முத்தையால்பேட்டை யில், அங்கு பவழ வியாபாரம் செய்த சிறிய யூதச் சமூகத்தால் பவழக்காரத் தெரு என்று ஒரு தெருவுக்கு பெயரிடப்பட்டுள்ளது. கோல்கொண்டா வற்றிய வுடன் அந்தச் சமூகம் வெளியேறியது.

1847-ல் நிறுவப்பட்ட முத்தையால்பேட்டை பள்ளி, ஜார்ஜ் டவுனில் பழைமையான பள்ளிகளில் ஒன்று. தங்கசாலைத் தெருவுக்கு உள்ளும் புறமும் தொண்டைமண்டலம் துருவ வெள்ளாளர் பள்ளி (1854), ஹிந்து மத சாஸ்திரப்பள்ளி (1889), சென்னை முற்போக்கு ஒன்றியப் பள்ளி (1888) ஆகியவை அமைந்துள்ளன. 19-ம் நூற்றாண்டில் மேற்கத்திய கல்விப் பாடத்திட்டத்தை கையாண்ட பல பள்ளிகள் சென்னையில் இருந்தன.

பஜார்களும் பிராட்வேக்களும்

பாரிமுனையில் திரும்பி மேற்கே சென்றால் நகரில் சுறுசுறுப்பாக இயங்கும் சந்தைகளை அடையலாம். இவை முறையே ஈவினிங் பஜார், ரட்டன் (பிரம்பு) பஜார், பாய்க் கடை, பழக் கடை, பூக்கடை ஆகியவை. அதற்குமேல் சீனக் காலணி தயாரிப்பாளர்களும் பல் வைத்தியர்களும் வசிக்கும் சைனா பஜார் உள்ளது. சீன இளைஞர்கள் புது புல்வெளிகளை தேடிச் செல்வதால் சில சீன கடைகள்தான் இங்கு உள்ளன. 1758-ம் ஆண்டின் பதிவுகள்படி கோட்டையின் கீழ் இருந்த பழைய பஜார் ஏன் சைனா பஜார் என்று அழைக்கப் பட்டது என்பதற்குத் தெளிவான விடை இல்லை. ஒன்று மட்டும் நிச்சயம். ஜான் கம்பெனி சீனாவுடன் தொடர்ந்து வியாபாரம் செய்துவந்தது. சீனப் பாண்டங்கள் முகலாயர்களுக்கும் ஆங்கிலேயர்களுக்கும் மிகவும் பிடித் திருந்தன. லாலியின் முற்றுகைக்குப்பின் மேற்கே நகர்ந்த பஜார், புது பஜார் களுடன் விரிவடைந்தது. எஸ்பிளனேடுக்கும் கருப்பர் நகரத்துக்கும் இடையே உள்ள இந்தச் சாலை அப்போது எஸ்பிளனேட் சாலை என்றும் இப்போது நேதாஜி சுபாஷ் சந்திர போஸ் சாலை என்றும் அழைக்கப்படுகிறது. பொது மக்களாலும் ஐரோப்பியர்களாலும் ஈவினிங் பஜார் விரும்பப்பட்டது. இப்போது பஜார் குறித்து சில நினைவுகள் மட்டுமே எஞ்சியிருக்கின்றன.

ரத்தன் பஜாரில் இன்று, பொன், வெள்ளிக் கட்டிகள் வியாபாரம் நடந்து கொண்டிருக்கிறது. நகரத்தின் பிரபல நகைக்கடைகள், கைத்தறிக் கடைகள், மற்றும் 1905-ல் நிறுவப்பட்டு தனது இப்போதைய இடத்துக்கு நகர்ந்த ஜூனுஸ் சேட் அண்ட் சன்ஸ் போன்றவை இங்கே அமைந்துள்ளன. கச் பகுதியைச் சேர்ந்த யூனுஸ் சேட் என்பவரால் தொடங்கப்பட்ட கடை, தனது ஆரம்பகாலத்தில் இருந்தே தாய் நாட்டுக்குத் திரும்பும் பிரிட்டிஷாருக்கும், தேயிலை தோட்டங்களின் அதிகாரிகளுக்கும் கம்பளி விற்பதில் பெயர் பெற்றது. கம்பளி மட்டுமல்ல, நீதிபதிகளின் ஆடைகள், ஷெரீஃபின் ஆடைகள் ஆகியவற்றைத் தைப்பதிலும் இந்த நிறுவனம் தனித்தன்மை பெற்றிருந்தது. இங்குள்ள தையல் பிரிவு மிகவும் பிரசித்தி பெற்றது.

கச் பகுதியைச் சேர்ந்த இன்னொருவரின் கடையும் இங்கே உள்ளது. முகமது இப்ராஹிம் சேட், 1926-ல் கிராமஃபோன் ஹவுஸ் என்னும் கடையை ஆரம்பித்தார். எச்.எம்.வி. இசைத்தட்டுகளையும் பிற இசைத்தட்டுகளையும் இங்கே அவர் விற்றார். தற்போது மவுண்ட் ரோடில் இருக்கும் இந்தக் கடை, மெக்கோ குழுமம் என்று அழைக்கப்படுகிறது. தற்போது, எலெக்ட்ரானிக் பொருள்களையும் நுகர்வோர் பொருள்களையும் விநியோகித்து வருகிறது.

1901-ல் பிராட்வேயில் பீங்கான் பாண்டங்களையும் கண்ணாடிச் சாமான் களையும் விற்ற, பாப்பட் ஜமால் தற்போது மவுண்ட் ரோடில் அமைந்துள்ளது. இவரும் குஜராத்தைச் சேர்ந்தவர்தான். குறிப்பாக, சவுராஷ்டிரா. இந்த நிறுவனம், கண்ணாடி புகைப்போக்கியை உற்பத்தி செய்யும் நகரின் முதல் கண்ணாடித் தொழிற்சாலையை 1930-ல் தொண்டையார்பேட்டையில் நிறுவி யது. இன்று, கொள்முதல் மற்றும் விநியோகத்தில் ஈடுபட்டு வருகிறது. கூடவே, பாப் மியூசிக் ஆல்பத்தையும் விற்பனை செய்துகொண்டிருக்கிறது. இங்கு இருந்த தங்க, வெள்ளி நகைக்கடைகளின் நவீன காட்சியரங்குகள், தியாகராய நகர், நுங்கம்பாக்கம், கதீட்ரல் சாலை போன்ற இடங்களில் திறக்கப்பட்டிருக்கின்றன.

பூக்கடையில், பழ மார்க்கெட்டுக்கு அருகில், 1925-ல் கட்டப்பட்ட டெலிஃபோன் ஹவுஸ் அமைந்துள்ளது. சென்னை தொலைபேசி நிறுவனம் இங்கிருந்தபடி செயல்படுகிறது. தற்போது மத்திய அரசாங்கத்தின் பொறுப்பில் உள்ளது. 1881-ல் இங்கிலாந்தில் தொடங்கப்பட்ட ஓரியண்டல் டெலிஃபோன் அண்ட் எலெக்ட்ரிக் கம்பெனி, சென்னை, மும்பை, கல்கத்தா ஆகிய பகுதிகளில் தனது கிளைகளைத் திறந்தது. அலெக்ஸாண்டர் கிரஹாம் பெல்லின் கண்டுபிடிப்பு நிகழ்ந்து ஐந்து ஆண்டுகளுக்குள் இவை ஏற்படுத்தப்பட்டுவிட்டன.

முதல் தொலைபேசி நிலையம் 37, எர்ராபுலு செட்டித் தெருவில் ஆரம்பிக்கப் பட்டது.

28 ஜனவரி 1882-ல், 25 வாடிக்கையாளர்களுடன் இது தொடங்கப்பட்டது. அதற்குப்பின் சீக்கிரமே இரண்டாவது நிலையம் ப்ளாக்கர்ஸ் தெருவில் ஆரம்பிக்கப்பட்டது. 1906-ல் புறநகர் தொலைபேசி நிலையம் ஏற்படுத்தப் பட்டது. முதல் தொலைபேசி அட்டவணை, ஓரியண்டால் 1893-ல் பிரசுரிக்கப்பட்டது. அதில் 75 பெயர்கள் இடம்பெற்றிருந்தன. அவற்றில் மூன்று, பாரிகளின் பெயர்கள். 1910ல் 350 இணைப்புகள் இருந்தன.

1923-ல் ஓரியண்ட் டெலிஃபோனை மதராஸ் டெலிஃபோன்ஸ் எடுத்துக் கொண்டது. அதன் தற்போதைய தலைமையகம் திறக்கப்பட்டபின், தானியங்கி அமைப்பு அறிமுகப்படுத்தப்பட்டது. தொலைபேசியைப் பரவலாக்கியவர், அதன் நிர்வாகியும் பொதுமேலாளருமான, ஜி.டபிள்யூ. ப்ரூம்ஹெட். 1934-ல் கம்பெனி, அரசாங்கத்தின் தனியார் மவுண்ட் ரோட் இணைப்பகத்தை எடுத்துக்கொண்டது. அடுத்த வருடம், அளிக்கப்படும் ஒவ்வொரு தொலைபேசி இணைப்புக்கும் ரூ.5/- கொடுப்பதாகவும்,

சந்தாதாரர்களுக்கு சிறப்புச் சலுகைகள் அளிப்பதாகவும் உறுதியளித்தது. செண்ட்ரல், மாம்பலம், மவுண்ட் ரோடில் 3,200 இணைப்புகளுடன் கூடிய இணைப்பகங்கள் 1943-ல் அரசுமயமாக்கப்பட்டன.

பிரான்ஸைச் சேர்ந்த அமிதி வெர்ன் என்பவர் 1879-ல் பீப்பிள்ஸ் பார்க்கில் மின்சாரம் குறித்து செயல்முறை விளக்கம் செய்து காண்பித்தார். நகராட்சி அவருடைய இயந்திரத்தை வாங்கிக்கொண்டது என்றாலும், மின்சாரம் பொதுமக்களை அடைவதற்குக் காலதாமதம் ஆனது. 1906-ல் பதிவு செய்யப்பட்ட தனியார் நிறுவனமான, மெட்ராஸ் எலெக்ட்ரிசிடி சப்ளை கார்ப்பரேஷன் 1906-ல் மின்சாரத்தை விநியோகிக்க ஆரம்பித்தது. முதல் உற்பத்தி நிலையம் பேசின் பிரிட்ஜில் கட்டப்பட்டது.

தனியார் துறையின் பின்னி மில், மவுண்ட் ரோடு தபால் நிலையம் ஆகிய இரண்டும் முதன்முதலாக மின்சாரத்தைப் பெற்றன. 1920-ல்தான் தெரு விளக்குகள் மின்சாரத்தால் இயங்க ஆரம்பித்தன.

என்.எஸ்.சி. போஸ் ரோடுக்குப்பின், மற்றொரு காலத்தைச் சேர்ந்த பெரும்பான்மையாக துபாஷ்களாக இருந்த வியாபாரிகளின் பெயர் இடப்பட்ட குறுகலான, சுறுசுறுப்பாக இயங்கும், சிக்கலான தெருக்கள் இருக்கின்றன. ஒரு காலத்தில் புது கருப்பர் நகரமாகவும், இப்போது ஜார்ஜ் டவுன் ஆகவும் இருக்கும் இது, கிழக்கில் ராஜாஜி சாலையாலும், தெற்கில் என்.எஸ்.சி. போஸ் ரோடினாலும், மேற்கில் பக்கிங்ஹாம் கால்வாயாலும், வால்டாக்ஸ் ரோடினாலும், பேசின் பிரிட்ஜ் ரோடு, பழைய சிறைச்சாலை ரோடு, இப்ராஹிம் சாகிப் தெரு ஆகியவற்றுக்குள் அடங்கி, வியாபாரக் குடும்பங்களின் நெருக்கடியுடன், மனித நடமாட்டம் அதிகமுடைய 850 ஏக்கர் பரப்புள்ளதாக உள்ளது. இருந்தபோதிலும் திறந்த வெளியாக இருந்த பகுதி, பல ஆண்டுகளாக என்.எஸ்.சி. போஸ் ரோடுக்குத் தெற்கேயும், அதன் கிழக்குப் பகுதி பழைய கருப்பர் நகரின் ஒரு பகுதியாகவும் இருந்ததால், அதன் தெற்கு எல்லை இன்று ராசப்ப செட்டி தெரு-ஃப்ரேஸர் பிரிட்ஜ் ரோடு என்று ஆகி, அந்த இடம் ஒரு செவ்வகமாக இருக்கிறது. (என்னைப் பொருத்தவரை, இந்த செவ்வகத்துக்கு சமனாகக் கூவம் வரை செல்லும் பூங்கா நகரையும் ஜார்ஜ் டவுன் என்றுதான் அழைக்கவேண்டும்.)

ஒரு சதுரத்தின் சமமில்லாத இரு பாகங்களாக, இடது கை ஜாதிகள் என்ற சமூகத்தில் அதிகம் சலுகைகள் கிடைக்காத (வியாபாரிகள், தொழிலாளிகள், எண்ணெய் விற்போர், நெசவாளிகள், தோல் செப்பனிடுவோர் ஆகியோர்) பிரிவுகளைச் சேர்ந்தவர்கள் வசித்த முத்தையால்பேட்டையும், சமூகத்தில் அதிகச் சலுகைகள் பெற்ற வலது கை ஜாதிகள் என்று கருதப்பட்ட நிலச்சுவான்தார்கள், கணக்குப் பிள்ளைகள், கம்பெனியின் தரகர்கள், வியாபார நிர்வாகிகள் ஆகியோர் வசித்த பெத்தநாயக்கன்பேட்டையும் இருந்தன. இன்று, பூங்கா நகர் என்று அழைக்கப்படும் பகுதியிலும், இடது கை பிரிவுகள் வாழ அனுமதிக்கப்பட்டனர். 1707-ல் நடந்த பெரிய ஜாதிக் கலவரங்களுக்குப் பின், பிட் சட்டத்தைக் கடுமையாக அமுல்படுத்தியபின், இந்தப் பிரிவினை

மேலும் நிரந்தரமானது. இந்தச் சமூகப் பிரிவினைக்கு அப்பால், ஜாதிவாரி, மொழிவாரி பிரிவுகளும் அந்தக் காலத்தில் இருந்தன. உதாரணத்துக்கு தெலுங்கு பேசும் ஆரிய வைசியர்களும், பேரி செட்டிகளும் பிராட்வேக்கு மேற்கிலும், தமிழ் பேசும் செங்குந்த முதலியார்கள் பிராட்வேக்குக் கிழக்கிலும் வசித்தனர்.

ஆரம்பகாலத்தில், பெத்தநாயக்கன்பேட்டையின் வடமேற்குப் பகுதியின் பெரும் பாகம் சாகுபடி செய்யப்பட்ட நிலமாக 1755-வரை இருந்ததால், இரண்டு பேட்டைகளுக்கு நடுவிலும், அவற்றுக்கு வடக்கேயும் தோட்டங்களும் நிலங்களும் இருந்தன. 1700 முதல், நாகரிக ஐரோப்பியர்களுக்கு உகந்த பகுதி என்று பெத்தநாயக்கன்பேட்டை கருதப்படாவிட்டாலும், கிட்டத்தட்ட 20-ம் நூற்றாண்டு வரை, ஆங்கிலேயக் கடைகளில் பணிபுரிந்த ஐரோப்பியர்களும் தொழிலாளிகளும் அங்கு வசித்துவந்தனர். 1726-ல் எடுக்கப்பட்ட ஆய்வில் முத்தையால்பேட்டைக்கு வடக்கே, நகர அரண் கட்டப்படுவதற்கு முன், 26 தோட்டங்கள் இருந்ததாகக் குறிப்பிடப்பட்டிருக்கிறது. அவற்றுள் பிரெஞ்சு தளபதி லாலி, தனது ஆப்பிரிக்க காஃபிர் துருப்புகளுக்கு 1758-59-ல் முகாம் அளித்த பெரிய கம்பெனி தோட்டமும், மரியா போய்ஸ் தோட்டமும், காமா செட்டி தோட்டமும், சின்ன முத்தா தோட்டமும், இவற்றில் இருந்த நாராயண தோட்டமும், புலிகாட் சாலையில் சுங்குராமச் செட்டிக்குச் சொந்தமான அடிசன் தோட்டமும் உள்ளடங்கின.

மேலிருந்து பார்த்தால், இந்தப் பேட்டைகளை இரண்டாக பிளப்பது, பாப்ஹாம்ஸ் பிராட்வே. இதில் பாப்ஹாம்ஸ் மறக்கப்பட்டுவிட்டார். பிராட்வே நகைப்புக்கு உள்ளாகியுள்ளது. ஆனால், விநோத மனிதரான ஸ்டீவன் பாப்ஹாம் நகைப்புக்கு உரியவர் அல்லர். 18-ம் நூற்றாண்டைச் சேர்ந்த வழக்கறிஞர் பாப்ஹாம், கருப்பர் நகரத்தில் பரம்பரையாகச் சட்டத்தை அமுல்படுத்திய பெத்தநாயக்கருக்கும் அவருடைய பியூன்களுக்கும் பதிலாக ஒரு காவல்படையை அமைத்து, புது கருப்பர் நகரத்தில் பல சீர்திருத்தங்களை அமுல்படுத்தியவர்.

விஜயநகர ஆட்சிக்காலம் முதல், பெத்தநாயக்கர் என்ற பிரதான பாளையக்காரர்தான், சென்னை வட்டாரத்தில் நகரக் காவலை கவனித்துக்கொண்டவர். 1659 முதல் இந்த பரம்பரைப் பதவிக்கு அங்கீகாரம் அளித்த ஜான் கம்பெனி, ஆளுநர் து ப்ரேயின் ஆட்சியின்போது, 1770-ல் ஒரு காவல்துறை நிர்வாகத்தைப் பற்றி யோசித்தது. இருந்தபோதிலும் 1782-ல் ஒரு காவல்படையை அமைக்க, பாப்ஹாம் திட்டம் கொண்டுவரும்வரை, நகரத்துக்கும் கோட்டைக்கும் பெத்தநாயக்கரின் பொறுப்பைப் பற்றி அடிக்கடி வேறுபாடுகள் இருந்ததால் ஒன்றும் நடக்கவில்லை. பாப்ஹாமின் திட்டத்தின்படி காவல்படைக்கு, சட்ட ஒழுங்குடன், நிர்வாகப் பொறுப்புகளும் இருந்தன. 1786 முதல் 1791 வரை இந்தத் திட்டம் அமுலாக்கப்பட்டபின் கைவிடப்பட்டது.

ஆனால் 1797-ல் காவல்படைக்கான மற்றொரு திட்டம் அமுலுக்கு வந்தபின், 1806-ல் பெத்தநாயக்கன் பதவி ரத்து செய்யப்பட்டது. அதன்பின்,

காவல்படையின் கை ஓங்கியது. 1858-ல் காவல்படை சீர்திருத்தங்கள் கொண்டுவரப்பட்ட பிறகு இன்றைய காவல்படை உருவானது. அரசாங்கச் செயலர் டபிள்யூ. ராபின்சன், காவல்படையின் முதல் இன்ஸ்பெக்டர் ஜெனரலாகவும், லெப்டினெண்ட் கர்னல் ஜேசி போல்டர்சன், சென்னையின் முதல் போலீஸ் கமிஷனராகவும் பதவி ஏற்றனர். சிவிலியன், சி.கே. விஜயராகவன் காவல்படைக்குத் தலைமை வகித்த முதல் இந்தியர். 1919-ல் பி. பராங்க்னம் நாயுடு முதல் கமிஷனராக தாற்காலிகமாகப் பொறுப்பு ஏற்றாலும், அதிகாரபூர்வமாக முதல் கமிஷனராக 1947-ல் நியமிக்கப்பட்டவர் ஏ.வி. பாத்ரோ.

வெஸ்ட்மின்ஸ்டர் நாடாளுமன்றத்தில், அயர்லாந்தில் உள்ள மேயோ கவுண்டி தொகுதி உறுப்பினராக இருந்த பாப்ஹாம், இந்தியாவில்தான் பணம் குவிக்கமுடியும் என்று நிச்சயித்து, 1770-களில் கல்கத்தாவுக்கு வந்தார். 1778-ல் பொது வழக்கறிஞர் அலுவலகத்தில் தனது பதவியை ராஜினாமா செய்தபின், சென்னையில் வழக்கறிஞராகவும் நல்ல காரியங்களைச் செய்யவேண்டும் என்ற எண்ணத்துடனும் கருப்பர் நகரத்தைச் சீராக்கும் திட்டங்களில் ஈடுபடலானார். சென்னையில் முகவரிகள், வண்டிகள், வண்டிகளை இழுக்கும் மிருகங்கள் ஆகியவற்றைப் பதிவு செய்வதோடு அல்லாமல், வேலைக்காரர்களுக்கும் எசமானர்களுக்கும் ஏற்பட்ட சச்சரவுகளைத் தீர்த்துவைப்பது, சந்தைகளில் விலைவாசிகளைக் கட்டுப்படுத்துவது, நகரத்தின் சுத்தத்தைப் பராமரித்து சட்ட ஒழுங்கைக் கட்டுப்படுத்துவது ஆகியவை எல்லாம் காவல்காரர்களின் பணியாக இருக்கவேண்டும் என்பது அவருடைய நோக்கமாக இருந்தது.

கருப்பர் நகரத்தில் தேங்கிக்கிடக்கும் அசுத்தமான நீரை வெளியேற்ற, பிரதான மற்றும் குறுக்கு சாக்கடைகளைக் கட்டவும், தெருக்களுக்கு பெயர் இடப்பட்டு விளக்குகள் பொருத்தவும், பிறப்பு இறப்புகளைப் பதிவு செய்யவும், எல்லாவித கள்ளுக்கடைகளைப் பதிவு செய்யவும், நகருக்குப் பாதுகாப்பு அளிக்க வடக்கில் ஒரு வேலி கட்டவும், துபாஷ் தொழிலை ஒழிக்கவும், எண்ணூர் உப்பங்கழியையும் தீவையும் இணைக்கும் கால்வாய் மூலம் வடக்கிலிருந்து அரிசியையும் மீனையும் கொண்டுவரவும், ஓர் ஒழுங்குபடுத்தும் குழு நியமிக்கப்பட்டு அதன் காரியதரிசியாக பொறுப்பேற்ற பாப்ஹாம், காவல்படையையும் கண்காணித்தார். இந்தக் குழு வெகுநாள்களுக்கு நீடிக்கவில்லை.

அயராது உழைத்த இந்த வழக்கறிஞரின் மற்றொரு கவலை, அட்டபள்ளத்தை விரிவாக்கி, ஹாக் ஹில்லை சமனாக்கி, பிரதான சந்தையைத் தொடங்குவது. இப்போது பூங்கா நகர் தபால் நிலையம், எம்.யூ.சி மைதானம், மருத்துவமனை வளாகம் ஆகியவை அடங்கும், அப்போதைய மேட்டின் பெயர் ஹாக் ஹில். முதல் கோட்டை, கடலுக்கு இரையானால் இந்த மேட்டின்மேல் புதுக் கோட்டையைக் கட்டலாம் என்ற எண்ணம் இருந்தது. புனித ஜார்ஜ் கோட்டை நிலையாக ஆக்கப்பட்டபின் நாகரிக மக்கள் வசித்த பகுதியாகிய ஹாக் ஹில் பிரசித்தமானது. வெனிஸ் நகர மருத்துவரும், அரை நூற்றாண்டுக்கு மேல் இந்தியாவில் வசித்து, நாணயமான ராஜதந்திரி, முகலாய அரசவை

உறுப்பினர், முகலாய இந்தியாவின் 'பெப்பிஸ்' என்று அழைக்கப்பட்டவரு மான, பிரபல நிக்கோலோ மானுச்சி இங்கு வசித்தார். இவர் தனது இறுதி ஆண்டுகளை சென்னையிலும் பாண்டிச்சேரியிலும் கழித்தார். 1712-ல் இறக்குமுன் பிராட்வேயின் கடல்பக்கத்தில் அது இப்போது என்.எஸ்.சி. போஸ் ரோட்டைச் சந்திக்கும் இடத்தில் ஒரு பெரிய தோட்ட வீட்டை அவர் வைத்திருந்தாலும், அவருடைய இல்லம் ஹாக் ஹில்லில்தான் இருந்தது.

தளபதி அயர் கூட், ஹாக் ஹில்லை கோட்டையின் பாதுகாப்புக்காகத் தரைமட்டமாக்க விரும்பியபோது, அங்கு இருக்கும் பங்களாவாசிகளுக்கு, தகுந்த நஷ்ட ஈடு அளிக்கப்பட்டு, புது மனைகளுக்கு நிலம் அளிக்கவும் திட்டம் வகுத்தார். முதலில் சிரமங்கள் இருந்தபோதிலும், அங்குள்ளவர்கள் நகர ஒப்புக் கொண்டபின், 1781-ல் ஹாக் ஹில் தரைமட்டமாக்கப்பட்டது. மானுச்சி அங்கு வசித்த இல்லமும் அதில் அழிந்தது.

நகர நிர்வாகத்தில் எவ்வளவுதான் அக்கறை காட்டினாலும், தனக்கு ஆதாயம் இல்லாமல், பாப்ஹாம் எந்த யோசனையையும் அளித்ததில்லை என்றே தோன்றுகிறது. ஹாக் ஹில் தரைமட்டமாக்கப்பட்டபின் கிடைத்த மண்ணை வைத்து பெரும்பாலும் அவருக்குச் சொந்தமான அட்டபள்ளத்தை அவர் நிரப்பினார். பெத்தநாயக்கன்பேட்டையையும் முத்தையால்பேட்டையையும் பிரித்த அட்டபள்ளம் என்ற தரிசு நிலத்தில் வடக்கு தெற்காக ஓடிய சாக்கடை, ஏலாம்பூர் ஆற்றை அடைந்தது. அந்த நிலத்தில் பெரும் பகுதிக்குச் சொந்தக் காரரான பாப்ஹாம், மக்கள் நெருக்கடி இருந்த கருப்பர் நகரை விரிவாக்க அந்த இடம் சீராக்கப்படவேண்டும் என்று கோரினார். ஹாக் ஹில்லில் மிச்சம் இருந்த மண் அட்டபள்ளத்தின் மட்டத்தை உயர்த்தி (இதனால் ஒரு தெருவும் ஒரு பகுதியும் மண்ணடி என்று பெயரிடப்பட்டிருக்கின்றன), சாக்கடை சீர்படுத்தப்பட்டு, அதன் கரையில் ஜார்ஜ் டவுனின் பிரதான சாலையான பாப்ஹாம்ஸ் பிராட்வே அமைக்கப்பட்டது.

கருப்பர் நகரைப் பற்றி திட்டங்களைத் தீட்டாதபோது பாப்ஹாம், பட்டுப் பூச்சி வளர்ப்பதிலும் பருத்தி விவசாயத்திலும் ஈடுபட்டார். பாப்ஹாம், தனது இரட்டைக் குதிரை, இரட்டைச் சக்கர வண்டியிலிருந்து கீழே விழுந்து அடிபட்ட காயங்களால் 1795-ல் இறந்தார். அப்போது அவருக்கு வயது 53.

நகைப்புக்கு உரியதாகும் முன், 19-ம் நூற்றாண்டில் சென்னையின் முக்கியப் போக்குவரத்துச் சாலை பிராட்வேதான். இங்கிருந்த பல வியாபார நிறுவனங் களில், ஜான் காண்ட்ஸின் லிதோகிராபிக் அச்சுக்கூடமும் ஒன்று. பொதுத் துறையிலும் தனியார் துறையிலும் இருந்த பல பழைய கட்டடங்களின் வண்ணப்படங்களை, ஜானும் அவரது மகன் ஜஸ்டினும் உருவாக்கினர். திருமதி க்ளுத்தின் வழிகாட்டிய பயாஸ்கோப் இந்த தெருவிலிருந்தது. அந்த கட்டிடம் இன்றும் 1900ல் ஸ்தாபிக்கப்பட்ட ஸுக்குதலட்சுமி விலாஸ சபையின் இருப்பிடமாக 1944 முதல் இருக்கிறது. நாடகத்தில் பிரத்தியேக அக்கறையுடைய அந்த சபை, கேளிக்கை மற்றும் சமூகக் கிளப்பாக இருக்கிறது.

18-ம் நூற்றாண்டில் பிராட்வேயில் பிரசித்திபெற்ற இரண்டு பெயர்கள் அங்கு இப்போது இல்லாவிட்டாலும், சென்னையில் வித்தியாசமான அளவு பெயர் பெற்று, வேறு இடங்களில் இருக்கின்றன. பி.வெங்கடாசலம் இன்று ஒரு பழைய ஞாபகமாகவும், ஹாரிஸன், உணவு வியாபாரத்திலும் வெகுவாக ஈடுபட்டு இருக்கின்றன.

1860-ல் ஒரு சமையல் மசாலா பொருள்கள் வியாபாரத்தை பி. வெங்கடாசலம், மைலாப்பூரில் ஆரம்பித்தார். வியாபாரம் சீக்கிரம் வளர்ந்தபின், பிராட்வேக்குப் பின்னால் உள்ள அம்பெர்சன் தெருவில் தொழிற்சாலையுடன், பிராட்வேக்கு நகர்ந்தார். 1990-ல் பிரிட்டனிலேயே மிகவும் பிடித்த உணவு என்று அறியப் பட்ட கறி உணவுக்கு வித்திட்ட அந்த நிறுவனம், 1871 முதல் லண்டனுக்கு மசாலா பொருள்கள், சட்னிகள், ஊறுகாய்கள் ஆகியவற்றை ஏற்றுமதி செய்து, கூடிய சீக்கிரத்தில் கறி நுகர்வோர் வட்டாரங்களில் அங்கீகரிக்கப்பட்ட ஒரே பெயராக 1960-வரை இருந்தது.

1867-ல் தந்தை வெங்கடாசலம் இறந்தபின், 1875-ல் வியாபாரத்தில் சேர்ந்த பி. வெங்கடாசலம் என்று எல்லோராலும் அழைக்கப்பட்ட சுப்பிரமணிய பிள்ளை, அதை ஒரு பெரிய நிறுவனம் ஆக்கினார். இரண்டு வருடங்கள் கழித்து பெரியமேட்டில் உள்ள செளத் இந்தியா ஐஸ் ஃபேக்டரியை வாங்கிய பின், 80,000 பவுண்ட் எடையுள்ள ஐஸ் கட்டிகளை சேகரிக்கும் கிடங்கு உள்ள தொழிற்சாலையாக நவீனப்படுத்தினார். தொழிற்சாலையில் செய்யப்பட்ட ஐஸின் உபயோகம் குறைந்தபின் அதை மற்றொரு மசாலா பொருள் தொழிற் சாலை ஆக்கினார்.

வெங்கடாசலம் சாம்ராஜ்ஜியத்தை விரிவாக்கிக்கொண்டே போன சுப்பிரமணிய பிள்ளை நகரின் பெரிய நிலச்சுவான்தார்களில் ஒருவர் ஆனார். ஒரு காலத்தில் அவருக்குச் சொந்தமான 75 மனைகளில், அடையாறில் உள்ள ப்ராடி காஸில், சாமர்ஃபோர்ட், நுங்கம்பாக்கத்தில் உள்ள மாரிஸன்ஸ் கார்டன்ஸ், க்ரீம்ஸ் கார்டன்ஸ், கிரீன்வேஸ் ரோடுக்கு அருகில் உள்ள க்ரேஞ்ச், பிஷப்ஸ் கார்டன்ஸ் போன்ற பிரதான தோட்ட வீடுகள் உள்பட அனைத்தும் சென்னையின் பிரதான பிரிட்டிஷாரால் வாடகைக்கு எடுக்கப்பட்டிருந்தன. அவர்கள் எல்லோருக்கும் அவர் பி. வெங்கடாசலமாகவே இருந்தார்.

1930-களில் பி. வெங்கடாசலத்தின் புகழ் உச்சத்தில் இருந்தபோது, மூன்றாவது தலைமுறை தாராளமயமாக்கல் கொள்கைகள் வருவதற்கு முன்னதாகவே, தொழிற்சாலைகளை நவீனப்படுத்தி, ஏற்றுமதியில் கவனம் செலுத்தியது. சமீப காலத்தில் போட்டியைச் சமாளிக்க முடியாததால், தரமான மசாலா பொருள்களை சிறிய அளவில் தயாரிக்கும் தனது பழைய நிலைக்கே திரும்பியுள்ளது.

1891-ல் பிராட்வேக்கு அடுத்தாற்போல் ஜி. வரதாராஜுலு செட்டியால் நிறுவப்பட்ட 'ஹாரிஸன்ஸ்,' உணவு விநியோகிக்கும் வட்டாரங்களில் நல்ல பெயர் வாங்கியது. 20-ம் நூற்றாண்டில் பிராட்வேயில் ஹாரிஸன்ஸ், தரையில் இனிப்புக் கடையும், முதல் மாடியில் தனது வயலின் பேண்ட் உடன் கூடிய

'அலுவலர்களுக்கான மதிய உணவு' மூலம் பிரசித்தி பெற்றதாக இருந்தது. வரதராஜுலு செட்டிக்குப்பின் ஓர் அறக்கட்டளையால் நிர்வாகிக்கப்பட்ட ஹாரிஸன்ஸ், உணவு தயாரிப்பாளர் கன்னியப்ப நாயக்கரின் திறமையால் காலம் தள்ளியது. 1939-ல் பி. நம்மாழ்வார் நாயுடுவால் எடுத்துக்கொள்ளப் பட்டபின், விரிவாக்கப்பட்டபின்னும், பிரிக்கப்பட்டபின்னும் குடும்பத்தின் கைவசத்திலேயே இருக்கிறது. நுங்கம்பாக்கம் நெடுஞ்சாலையில் 2004-ல் திறக்கப்பட்ட அதே பெயருடைய நாகரிக விடுதிமூலம் ஹாரிஸன் பெயர் எல்லோர் கண்களிலும் படுகிறது.

காது, மூக்கு, தொண்டை நிபுணர், திருநெல்வேலியில் உள்ள குளத்தூர் ஜமீனின் வாரிசான டாக்டர் டி.ஏ. சங்கரநாராயணன், சென்னையின் முதல் தனியார் மருத்துவமனையை பிராட்வேயில் திறந்தார். அதை 1914-ல், 24 படுக்கைகளுடன் ஒரு மூன்றடுக்கு மாளிகையில் ஆரம்பித்தார். அதற்கு அருகில் 1822-ல் புனிதப்படுத்தப்பட்ட வெஸ்லியன் சர்ச் இருக்கிறது. மெதாடிஸ்ட் பிரிவைச் சார்ந்த முதல் பாதிரி, மதிப்புக்குரிய ஜேம்ஸ் லிஞ்சி னால் இது திறக்கப்பட்டது. அயர்லாந்தில் இருந்து 1817-ல் வந்த அவர் தனது மதப்பிரசாரக வேலையை ஒரு லாயத்திலும், பிறகு கருப்பர் நகரில் ஒரு கிடங்கிலும் ஆரம்பித்தார்.

1780-ல் ஒழுங்காக அமைக்கப்பட்ட சென்னையின் முதல் சந்தை பிராட்வேக்கு அருகில் இப்போது லோன் சதுக்கம் இருக்கும் இடத்தில் ஆரம்பிக்கப்பட்டது. உள்ளூர் ஐரோப்பியர்களிடம் இருந்து கடன் வாங்கப் பட்டு, இந்தப் பொதுச் சந்தை 1789-ல் கட்டப்பட்டது. நல்லதோ கெட்டதோ, எதுவாக இருந்தாலும், தான் பொதுச் சந்தை இருக்கும் மையத்துக்குச் சொந்தக்காரராக இருக்கவேண்டும் என்று பாப்ஹாம் அப்போது கூறினார். 1865 வரை இங்கு இருந்த பாப்ஹாம் மார்க்கெட், அசுத்தமான சூழ்நிலை காரணமாக புறக்கணிக்கப்பட்டது. இந்தப் பகுதியின் மக்கள் நெருக்கடியைச் சமாளிப்பதற்காகவே மூர் மார்க்கெட் உருவாக்கப்பட்டது.

பாப்ஹாம் மார்க்கெட் கட்டப்படுவதற்குமுன், நகரின் வெவ்வேறு சிறிய சந்தைகளின் பராமரிப்பு ஒழுங்காக இல்லை. 1777-ல் ஒரு கொத்தவால் நியமிக்கப்பட்டார். 1780-ல் அவருக்கு பதில் அமர்த்தப்பட்ட ஒரு காவல்துறை அதிகாரி, சந்தையின் பரிசோதகராகவும் விலை நிர்ணயிப்பவராகவும் இருந்தார். எனினும் பாப்ஹாம் மார்கெட்டுக்குப் பின்தான் கொத்தவாலின் முக்கியத்துவம் வளர்ந்தது. நகரின் முதல் சீரமைக்கப்பட்ட சாவடிக்கு சற்று தொலைவில், 1996 வரை நகரின் முக்கிய காய்கறி மற்றும் மளிகை கொள்முதல் சாவடியாக இருந்த கொத்தவால் சாவடி 1803-04-ல் ஆரம்பிக்க பட்டது. அதன் 50 ஏக்கர் வளாகத்தின் சொந்தக்காரர், கன்னிகா பரமேஸ்வரி தேவஸ்தானம் என்ற தனியார் அறக்கட்டளை.

1769-ல் கட்டப்பட்ட கன்னிகா பரமேஸ்வரி கோயிலின் சாவடி, கூரகயலா அல்லது கோமட்ல தோட்டா என்று அழைக்கப்பட்ட 18-ம் நூற்றாண்டு நன்கொடைமூலம் கிடைத்த தோட்டத்தில் நிறுவப்பட்டது. வைசியர்கள்

அடங்கிய ஒரு குழு அந்த அறக்கட்டளையை நிர்வகிக்கிறது. தினசரி காலை 3 மணி முதல் 5,000-க்கு மேற்பட்ட மக்கள், தங்களுடைய கடைகளை காலை விற்பனைக்காகத் திறந்தனர். சாவடி, மக்கள் நெருக்கடி என்ற காரணத்தால் அரசாங்கத்தால் மூடப்படும்வரை, நடந்தது. இந்தச்சாவடியின் பெரும்பாலான வியாபாரங்களும் ஜார்ஜ் டவுனின் மற்ற பகுதிகளில் இருந்த பெரும்பாலான வியாபாரங்களும் இப்போது சென்னையின் மேற்கில் உள்ள கோயம்பேடுக்கு நகர்த்தப்பட்டிருக்கின்றன.

அண்ணா நகரைத் தாண்டி, ரிங் ரோடுக்கு அருகில் கட்டப்பட்ட பெரிய விசாலமான கோயம்பேடு சாவடி 1996-ல் திறக்கப்பட்டது. கோயம்பேடு புது கொள்முதல் சந்தையில், 450 பூக்கடைகள், 400 பழக்கடைகள், 1,400 காய்கறிக் கடைகள் இருக்கின்றன. ரூபாய் 37.5 கோடி செலவில் கட்டப்பட்ட கோயம்பேடு கொள்முதல் சாவடியின் பரப்பளவு 295 ஏக்கர். உணவுப் பொருள்கள் மற்றும் ஜவுளி கொள்முதல் வியாபாரத்துக்காக அதே வளாகத்தில் 21-ம் நூற்றாண்டின் முதல் ஆண்டுகளில் கட்டத் திட்டமிடப் பட்டுள்ளது. மாநிலத்தின் அனைத்துப் பகுதிகளிலிருந்தும் வரும் பேருந்துகள் நிற்பதற்கு ஒரு பெரிய வளாகம் 2003-ல் கட்டப்பட்டது. அதே போல லாரி களுக்கும் ஓர் இடம் திட்டமிடப்பட்டிருக்கிறது. வட சென்னையில் உள்ள சாத்தான்காட்டில் ஓர் இரும்பு, உருக்கு கொள்முதல் சாவடி கட்டப்பட்டுக் கொண்டிருக்கிறது. இந்தச் சாவடிகள் கட்டி முடிந்தபின் ஜார்ஜ் டவுனில் ஏற்படும் மக்கள் நெருக்கடி குறைக்கப்படும் என்று நம்பிக்கை.

'அதிக மக்கள் நெருக்கடி, தீவிரமான விரிவாக்கம், விதவிதமான வகைகளில் நிலம் உபயோகிக்கப்படுதல், நிலத்தின் அளவுக்கு மிஞ்சிய விலை, குறுகிய தெருக்கள், அதிகமான போக்குவரத்து, வங்கிகளும் வியாபார நிறுவனங்களும் ஒரே இடத்தில் குவிதல்' என்று வர்ணிக்கப்பட்ட ஜார்ஜ் டவுனின் சுறுசுறுப்பான நடவடிக்கைகளின் ஓர் அங்கம்தான் கொத்தவால் சாவடி. சமீபத்தில்கூட, தோராயமாக 12,000 வாகனங்களும், 15,000 கைவண்டிகளும் அங்கு வளைய வந்தன. பொது மக்களுக்கு,. அங்கு, நிற்பதற்கு மட்டுமே இடம் இருந்தது. தாங்கள் நிர்வகிக்கும் அழுக்கான, சீரழிந்த மக்கள் நெருக்கடி உடைய கடைகளுக்கும் நிறுவனங்களுக்கும்மேல், சகல வசதிகளுடன் கட்டப் பட்ட விசாலமான இருப்பிடங்களில் இரவில் வட இந்திய முதலாளிகள் ஓய்வெடுக்க சென்றபின், ஜார்ஜ் டவுன் உண்மையாகவே உயிர் இழந்து விடுகிறது.

சுவருக்கு வரி

ராயபுரத்தின் மோனேகர் சத்திரம் தெரு என்பது பிராட்வேயின் தொடர்ச்சி. ஹைதர் அலியின் தாக்குதலுக்குப் பின், 1781-ல் ஏற்பட்ட சென்னையிலேயே மிகக் கொடிய பஞ்சத்தின்போது பாதிக்கப்பட்டவர்களுக்கு அடைக்கலம் அளிக்க இந்தச் சத்திரம் கட்டப்பட்டது. ஏழைகளுக்கும் உடல் நலம் அற்றோருக்கும் ஆதரவளிக்க ஏற்படுத்தப்பட்ட குழுவால், வடக்கு அரணுக்குச் சற்று வெளியே வாடகைக்கு எடுக்கப்பட்ட கட்டடத்தில்

அரசாங்கமும் புனித மேரி சர்ச்சும் சேர்ந்து 1782-ல் சென்னையில் முதலாவதாக சீராக அமைக்கப்பட்ட இலவச உதவி மையத்தை ஆரம்பித்தன. 1784-ல் நிலைமை சீர்பட்டும்கூட, பெயரற்ற இந்தச் சத்திரம் அனாதை இல்லமாகத் தொடர்ந்தது.

எப்படி இந்தச் சத்திரத்துக்கு மோனேகர் என்ற பெயர் வந்தது என்பதற்கு விளக்கம் இல்லை. ஆனாலும், மனுகக்காரன் என்ற ஒரு கிராம தலையாரி, அதற்கு அருகில் ஒரு கஞ்சித்தொட்டி நடத்தினார் என்று கேள்வி. 1780-ல் பீரங்கித் தாக்குதலுக்கு வசதியாக, இடையூறுகளை அகற்ற, வெவ்வேறு கட்டடங்கள் இடிக்கப்பட்டபோது, கருப்பர் நகரின் சுவருக்கு அருகில் இருந்த பல கட்டடங்களுள் இந்தச் சத்திரத்தை மாத்திரம் விட்டுவைத்தது. அதனால் தானோ என்னவோ இந்தக் கட்டடத்தை ஒரு வேளை, பஞ்ச நிவாரணக் குழு எடுத்துக்கொண்டிருக்கலாம். அந்தச் சத்திரத்தை குழுவிடமிருந்து 1808-ல் அரசாங்கம் முழுதாக எடுத்துக் கொண்டபின், அது வேறு விதத்தில் விரிவாக்கப்பட்டது,

கம்பெனியின் அறுவை சிகிச்சை நிபுணர் ஜான் அண்டர்வுட் உள்ளூர்வாசிகள் மருத்துவமனை ஒன்றை 1799-ல் இங்கு நிறுவினார். 1809-ல் அதை அரசாங்கம் விரிவாக்கி, புரசைவாக்கத்தில் உள்ள நேடிவ் ஹாஸ்பிடலுடன் இணைத்து, வடசென்னையில் உள்ள இந்திய நோயாளிகளுக்கான முக்கிய மருத்துவமனையாக ஆக்கியது.

1910-ல் அரசாங்கம் இந்த மருத்துவமனையை எடுத்துக்கொண்டபின், மோனேகர் சத்திரம் மருத்துவமனை, ராயபுரம் மருத்துவமனை ஆனது. சத்திரம் பக்கத்தில் உள்ள ஓர் இடத்துக்கு நகர்ந்தது. அந்த இடத்தில், வெங்கடகிரி ராஜாவின் சத்திரம் உருவானது. 1990-ல் இரு சத்திரங்களின் பழைய கட்டடங்களில் பல இடிக்கப்பட்டு, புதுக் கட்டடங்கள் அவற்றுக்கு பதிலாகக் கட்டப்பட்டன. 1877-ல் ஆக்ஸிலரி ராயபுரம் மெடிக்கல் ஸ்கூல் நிறுவப்பட்டது. 1933-ல் அதன் பெயர் ஸ்டான்லி மெடிக்கல் ஸ்கூல் என்று மாற்றப்பட்டது. 1938-ல், இந்தப் பள்ளி, 1923-ல் தொடங்கப்பட்ட லேடி வில்லிங்டன் பெண்கள் மருத்துவப் பள்ளியுடன் இணைக்கப்பட்டபின், புது மருத்துவக் கல்லூரிக்கும் பள்ளிக்கும் ஆளுநர் ஜார்ஜ் ஸ்டான்லியின் பெயர் கொடுக்கப்பட்டது.

இந்தப் பகுதியில்தான், கருப்பர் நகரத்தின் வடக்கு மற்றும் மேற்கு எல்லைகளைப் பாதுகாக்க, பிரிட்டிஷார் 1772-73-ல் ஓர் அரணைக் கட்டினர். ஹைதர் அலியின் தாக்குதலைச் சமாளிக்க, சுற்றுப்புறத்தில் இருந்த கிராமங்களை அழித்து, பத்து லட்சம் வராகனுக்கு மேல் செலவழித்து கட்டப்பட்ட இந்த அரணின் பெரும் பகுதியை ஒப்பந்தக்காரர் பால் பென்ஃபீல்ட் கட்டினார். 1766-ல் கட்டட வேலை தொடங்கினாலும், இருமுறை ஹைதர் அலியின் குதிரைப்படை வெற்றிகரமாக தன் சூறையாடும் சக்தியைக் காண்பித்த பின்னர்தான், மெத்தனமாக இருந்த வேலை விரைவாக்கப்பட்டது. 1767-ல் ஹைதரின் மகன் திப்பு சுல்தான் அரசாங்க மாளிகையையே அச்சுறுத்தும்படித்

380 / எஸ். முத்தையா

தாக்கியபோதும், 1769-ல் ஹைதர் அலி, செயிண்ட் தாமஸ் மவுண்ட், சாந்தோம் மற்றும் அண்டைய கிராமங்களைச் சூறையாடிய போதும் நகரத்துக்கு மிகக் குறைவான பாதுகாப்பே இருந்தது,

இறுதியாக 1772-ல் அரணின் மேற்கு வடக்கு பகுதிகள் கட்டி முடிக்கப்பட்டபோது, மூன்றரை மைல் நீளமான அவற்றில் 17 கொத்தளங்கள் இருந்தன. இன்றைய நில அமைப்பின்படி பார்த்தால், அந்தச் சுவர், வடக்கே கிளைவ் பீரங்கி மேம்பாலத்துக்கும் பேசின் பிரிட்ஜ் ரயில்வே ஸ்டேஷனுக்கும் இடையிலும், அந்த ஸ்டேஷனில் இருந்து பூந்தமல்லி நெடுஞ்சாலையின் செண்ட்ரல் ஸ்டேஷன் சந்திப்புக்கு இடையிலும் இருக்கும். இந்த அரணின் முக்கிய கவுனிகள், தம்பு செட்டி தெருவின் கடைசியில் உள்ள புள்ளி கவுனி, பிராட்வேக்கு கடைசியில் உள்ள (மானேகர் சத்திரம்) திருவொற்றியூர் கவுனி, தங்கசாலை தெருவின் வடக்கு கோடியில் உள்ள எண்ணூர் கவுனி, அதன் பெயருடைய தெருவின் கோடியில் உள்ள யானை கவுனி, ராசப்பா செட்டி தெருவின் கோடியில் உள்ள சக்லர் கவுனி, இன்றைய பொதுமருத்துவமனைக்கு அருகில் உள்ள மருத்துவமனை கவுனி ஆகியவை. மேற்கு அரண், ஏலாம்பூர் ஆற்றுக்கு அருகில் இருந்தது. அதற்கு வெளியே 600 கஜத்துக்கு நிலம் துப்புரவு செய்யப்பட்டதால், பீரங்கியால் சுடுவதற்கு எந்தவிதமான இடைஞ்சலும் இல்லாமல் சமதரையான பகுதிகள் இருந்தன. ஆளுநர் சார்ல்ஸ் ட்ரெவெல்யான், தென் மேற்கில் இருந்த இத்தகைய சமதரைப் பகுதியை 1859-ல் மக்கள் பூங்கா ஆக்கினார். வடமேற்குப் பகுதி, உப்பளமாக ஆனது. அதே சமயத்தில் அரணின் பெரும்பகுதி இடிக்கப்பட்டாலும், அங்கும் இங்கும் அதன் பகுதிகளை இன்றும் காணலாம்.

அரண் இருந்தபோது, அதனுள் போக்குவரத்து எளிதாக இருக்க, ஒரு 50 அடிச் சாலை உருவாக்கப்பட்டது. முதலில் இந்தச் சாலையின் செலவுக்காக வரி விதிக்கவேண்டும் என்ற எண்ணம் இருந்தபோதிலும் சட்டச் சிக்கல்கள் மற்றும் பொதுமக்களின் எதிர்ப்பு ஆகிய காரணங்களால் திட்டம் கைவிடப் பட்டது. பல வருடங்கள் கழித்து இந்த அபத்தமான திட்டத்தின் நினைவாக, வால் டாக்ஸ் சாலை கட்டப்பட்டது. அரணில் உள்ள வளைவுகளை இந்தியர்கள் வாடகைக்கு எடுத்துக்கொள்ள அனுமதிக்கப்பட்டதால் இந்தத் திட்டத்தின் பின்னணியில்தான் அந்தப் பெயர் என்றும் தோன்றுகிறது. அரணின் வடமேற்குக் கோணங்களின், பேசின் பிரிட்ஜ்-வால் டாக்ஸ் சாலை சந்திப்பில் இருந்த கொத்தளங்களில் கடனாளிகள் கைதிகளாக அடைக்கப் பட்டனர்.

மக்களுக்கு வசதிகள்

ஜார்ஜ் டவுனின் தெற்கில் மூன்றில் ஒரு பாகத்துக்கு நேராகச் செல்லும் தங்கசாலைத் தெருவைச் சுற்றி ஆளுநர் ட்ரெவெல்யான் அமைத்த பூங்காவின் பெயருடைய பூங்கா நகர் இருக்கிறது. மேற்கே கால்வாய்க்கும் தென் கிழக்கே கோட்டைக்கும் இடையே சுறுசுறுப்பாக இயங்கும் இந்த இடத்தில் பொது

நிறுவனங்கள் இருக்கின்றன. இந்தப் பரப்புக்கு தெற்கே கூவம், வடக்கே ராசப்ப செட்டி தெரு, ஃப்ரேஸர் பிரிட்ஜ் ரோடு ஆகியவை இருக்கின்றன.

தங்கசாலை தெருவுக்குத் தெற்கில் இருக்கும் பொது மருத்துவமனைச் சாலை, மாநிலத்தில் 1968 முதல் ஆட்சியில் இருப்பவர்களின் சிந்தனையை ஆக்ரமித்த, திராவிடத் தத்துவத்தை உருவாக்கிய, பகுத்தறிவுவாதியின் நினைவாக ஈ.வெ.ரா. சாலை என்று பெயர் மாற்றப்பட்ட பூந்தமல்லி நெடுஞ்சாலையை அடைகிறது. கோட்டையில் இருந்து செல்லும் இந்த சாலை மவுண்ட் ரோடைப் போலவே, ராணுவ வசதிக்காக, 23 கிலோமீட்டர் நீளத்துடன் கோட்டையிலிருந்து பூந்தமல்லிக்குச் செல்கிறது. 1750-ல் நவாப் முகமது அலியினால் ஆங்கிலேயர்களுக்கு அளிக்கப்பட்ட பூந்தமல்லியில், ஃபிரான்சிஸ் டேக்கு நிலம் அளிக்கப்பட்டபோது, இந்த இடத்தில், தாமர்லா ஐயப்ப நாயக்கின் கொடி பறந்துகொண்டிருந்தது.

குறுகிய மருத்துவமனைச் சாலைக்கு இரு புறமும், பொது மருத்துவ மனையின் மாபெரும் கட்டடம், மருத்துவக் கல்லூரி, சிவப்பு நிறத்தால் ஆன சென்னை செண்ட்ரல் ரயில்வே ஸ்டேஷன், தெற்கு ரயில்வேயின் ஜம்புராத் தோட்டம் என்ற பழைய பூங்காவில் கட்டப்பட்டுள்ள பழுப்பு நிற, கவர்ச்சியான தலைமையகம், தங்கசாலை தெருவின் மூலையில், சிப்பாய் கலகத்தில் இருந்து தப்பியதற்கு நன்றிகூறக் கட்டப்பட்ட மெமோரியல் ஹால் என்ற, இப்போது கிறிஸ்தவ இலக்கியச் சங்கத்தின் அங்கமாக இருக்கும் கட்டடம் போன்ற சரித்திரப்பூர்வமான கட்டடங்கள் இருக்கின்றன. ஓர் உயரமான மேடையின் மேல், நேர்த்தியான ஐயோனிய பாணியில் கட்டப் பட்ட முன்வாயில் உடைய மெமோரியல் ஹால், கர்னல் ஜார்ஜ் வின்ஸ்கம் என்பவரால் வடிவமைக்கப்பட்டு, அதில் கர்னல் ஹார்ஸ்லி சில மாற்றங்கள் செய்தார். 1858-ல் ஆரம்பிக்கப்பட்ட வேலை, சில வருடங்களுக்குத் தொடர்ந்த போதும், பைபிள் சொசைட்டியின் மத பிரசார நடவடிக்கை களுக்காக அது உபயோகப்படுத்தப்படும் என்று தோன்றியது. இன்று அத்தகைய உயர்ந்த நோக்கத்துக்குப் பதிலாக, மலிவு விலை ஜவுளி வியாபாரத்துக்காக அது உபயோகப்படுகிறது.

மேற்கத்திய முறையை ஒட்டிய முதல் மருத்துவமனை, 1664-ல் புனித ஜார்ஜ் கோட்டையில் தொடங்கப்பட்டது. ஆளுநர் எட்வர்ட் விண்டரால் கோகனுடைய சொந்த வீடு வாடகைக்கு எடுக்கப்பட்டு, அதில் இந்த மருத்துவ மனை இருந்தது. சர்ச்சினாலும் அதன் உறுப்பினர்களாலும் நிர்வகிக்கப்பட்ட இரண்டடுக்கு மருத்துவமனை ஒன்று, புனித மேரி சர்ச்சுக்கு அருகில் பொது மக்களிடமிருந்து நன்கொடையாகப் பெற்ற 838 வராகன் (3,000 ரூபாய்) செலவில் 1679-க்கும் 1688-க்கும் இடையே கட்டப்பட்டது. யேலின் ஆட்சிக்குழு இந்தக் கட்டடத்தை எடுத்துக்கொண்டபின், 2,500 வராகன் செலவில் முகாமின் வடக்கு முனையில் ஜேம்ஸ் தெருவில், 1690-ல் அதே நேர்த்தியான டஸ்கன் பாணியில் ஒரு புது மருத்துவமனை 1690-ல் கட்டப்பட்டு, இங்கு அறை நூற்றாண்டுக்கு இருந்தது.

1746 முதல் 1759 வரை பிரெஞ்சுக்காரர்களுடன் போர்கள் நடந்த, எதுவும் நிச்சயமில்லாத காலத்தில், கோட்டைக்கு உள்ளும் வெளியேயும், தனது சொந்த மனைகளுக்கும், வாடகை மனைகளுக்கும் நகர்ந்த மருத்துவமனை, 1753-லிருந்தே, மருத்துவமனை இருக்கும் இப்போதைய இடத்தில் மதராஸ் யுனைடெட் கிளப்புக்கு அருகில் இருந்த 12 போர்த்துகீசிய வீடுகளை வாடகைக்கு எடுத்திருந்தது. பிறகு ஆர்மீனியன் சர்ச்சுக்காகவும், கபுசின் சர்ச்சுக் காகவும் உபயோகிக்கப்பட்ட ஆர்மீனியன் தெரு இடுகாட்டுக்கு, 1759-ல் ஒன்பதாவது முறையாக நகர்ந்த மருத்துவமனை, புது சர்ச்சும் கதீட்ரலும் கட்டப்படும்வரை, 13 வருடங்கள் அங்கே இருந்தது. இடுகாடு உள்ள ஆர்மீனியன் தெரு சுகாதாரமற்றது என்று கருதப்பட்டதால், 1762-ல் ஹாக் ஹில்லின் உயரமில்லாத சரிவுகளில், கம்பெனியின் தோட்ட வீடு இருந்த இடத்தில் மருத்துவமனை கட்டப்படவேண்டும் என்ற முடிவு எடுக்கப் பட்டது.

தலைமைப் பொறியாளர் காலின் தந்த முழு கவனத்துக்குப் பிறகும்கூட 1771-ல்தான் வேலை ஆரம்பிக்கப்பட்டு, அதற்குப் பொறுப்பாளியாக கர்னல் ராஸ் நியமிக்கப்பட்டார். ஒப்பந்தக்காரராக பால் பென்ஃபீல்டை, ராஸ் தேர்ந்தெடுத்தபோதும், குறைந்த செலவில் செய்து தருவதாகச் சொன்ன ஜான் சல்லைவனை ஆட்சிக்குழு தேர்ந்தெடுத்ததால், 42,000 வராகன் செலவுக்குப் பின், 15 அக்டோபர் 1772-ல் மருத்துவமனை தயாரானது. இந்த சல்லைவன் கட்டடம், 1859-லும் 1893-லும் கட்டப்பட்ட இரு சேர்க்கைகளுடன் விரிவாக்கப்பட்டு, அந்த இடத்தில், 2002-ல் ஓர் இரண்டடுக்கு பிரதான கட்டடம் கட்டப்படும்வரை இருந்தது. 1928 முதல் 1934 வரை பல கட்டடங் கள் கட்டப்பட்டன; சில கட்டடங்கள் பெரிதாகப்பட்டன.

இந்தக் கட்டடங்களுக்குக் கிழக்கே இருப்பது, மருத்துவ மனையின் பழையதான மருத்துவக் கல்லூரிக் கட்டடங்கள். அங்குள்ள மிகப் பழைய அழகிய தூண்கள் உடைய கட்டடம் இப்போது தாறுமாறாகப் புதுப்பிக்கப் பட்டிருக்கிறது. இந்த செமினார் ஹாலின் தேதி 1835. அதற்குக் கிழக்கே இருக்கும், வளைந்த முகப்புகள் உடைய இரண்டு பிரிவுகள் கொண்ட பிரதான மருத்துவக் கல்லூரியின் நிர்வாகக் கட்டடங்களின் ஒரு பாகத்தை, மாணவர்கள் ஜீரோ ஹால் என்று அழைக்கிறார்கள். அதற்கு மேலும் கிழக்கே, இந்தோ-சாரசெனிக் பாணியில் கட்டப்பட்டு, கூரைவரை செல்லும் படிகளும் வகுப்புகளும் உடைய செந்நிறக் கட்டடத்தை மாணவர்கள், செங்கோட்டை என்று அழைக்கிறார்கள். 1906-ல் கட்டப்பட்டு அக்காலத்து மேஜை, நாற்காலி களை இன்றும் பயன்படுத்தும் இந்தக் கட்டடம், உடற்கூறு இயல் பிரிவாகும். இந்த வரிகள் எழுதப்படும்போது, மத்திய சிறை இருந்த இடத்தில் கட்டப் பட்டிருக்கும் புது கட்டிடங்களுக்கு மருத்துவ கல்லூரி நகர்ந்தபின் செங்கோட்டை ஒரு அருங்காட்சியகமாகி, அதிகப்படி கிடைக்கும் அருங் காட்சியகம் விரிவாக்கப்படும்.

பொது மருத்துவமனையின் மேலாளரின் அறைக்கு அருகில் பொதிக்கப் பட்டிருக்கும் ஒரு பதக்கத்தில் '1735-ல் நிறுவப்பட்ட மருத்துவமனை' என்ற

எழுத்துகள் மூலம் குழப்பம் ஏற்பட்டாலும், வடமேற்கு எஸ்பிளனேடுக்கு இந்த மருத்துவமனை நகர்ந்த தேதியை இது குறிப்பிட்டிருக்கக் கூடும். 1842-க்குப் பிறகுதான், இந்தியர்கள் உட்பட பொது மக்களுக்கு இந்த மருத்துவமனை திறக்கப்பட்டது. 1899-ல்தான் முழுமையான சிவிலியன் நிறுவனமாக மாறியது.

காலா அசர் என்ற வியாதி பரவுவதற்குக் காரணமான உயிரியைக் கண்டு பிடித்து, மருத்துவமனைக்கு பெயர் தேடிக்கொடுத்த கர்னல் டோனவானை ஞாபகப்படுத்தும் பேழை, பிரதான கட்டடங்கள் இடிக்கப்பட்டபோது தொலைந்துபோனது மிகவும் வருந்தத்தக்கது. மருத்துவமனையில் பணியாற்றிய டோனவான் மருத்துவக் கல்லூரியில் ஆசிரியராக இருந்தார். லண்டனுக்குத் தகவல் போய்ச்சேர மூன்று மாதம் பிடித்ததால், அதற்குள் லைஷ்மானும் அதே கண்டுபிடிப்புக்கு உரியவர் ஆனபின், அந்த உயிரிக்குக் கொடுக்கப்பட்ட 'லைஷ்மானியா டோனவானி' என்ற பெயரில் டோனவானின் பெயர், செய்தி தாமதகப் போனதால், இரண்டாம் பட்சமாக ஆகிப்போனது. மருத்துவக் கல்லூரியில் பேராசிரியராக இருந்த டோனவான், அதற்குப் பிறகு 1912-ல் ராயப்பேட்டையில் திறக்கப்பட்ட மருத்துவமனை யின் முதல் கண்காணிப்பாளர் ஆனார். அந்த மருத்துவமனையில் டோனவான் கரும்பலகையில் வரைந்த காலா அசர் உயிரியின் படம் கண்ணாடிக்கு அடியில் இன்றும் பாதுகாப்பாக வைக்கப்பட்டிருக்கிறது.

மருத்துவமனையை நிர்வகித்த டாக்டர் முகமது ஹபிபுல்லா 1947-ல் ஓர் ஊழியரால் கொல்லப்பட்டதை, மற்றொரு பேழை ஞாபகப்படுத்திக் கொண்டிருக்கிறது.

1835-ல் மருத்துவப்பள்ளி என்று தொடங்கப்பட்ட கல்லூரி, தனது பணியாற்று வோர் பட்டியல் நிரப்பப்பட்டபின் 1 அக்டோபர் 1850-ல் மருத்துவக் கல்லூரி என்று பெயர் பெற்றது. 1875-ல் முதல் மாணவி சேர்க்கப்பட்டாள். சென்னையில் வழக்கறிஞர் ஒருவரின் மனைவி மேரி ஆன் டாகோம் ஷார்லீப் என்ற பிரிட்டிஷ் பெண்மணி, 1878-ல் தேர்ச்சி பெற்றார். 20 வயதில் வில்லியம் ஷார்லீபை மணந்தபின் மேரி டாகோம் பெர்ட் 1866-ல் சென்னைக்கு வந்தார். அங்கு இரண்டு சட்ட இதழ்களை வெளியிடுவதில் தனது கணவருக்கு உதவியபோதும், இந்தியப் பெண்களுக்கு சட்டத்தை விட மருத்துவம் அவசியம் என்று அவருக்குத் தோன்றியது. சென்னையில் இன்றும், திருமணமான பெண்கள், மருத்துவக் கல்லூரிப் படிப்பைத் தொடர்வதைப் போல, மேரி, மருத்துவக் கல்லூரியில் இடம் கேட்டார். தாய் சேய் நல மருத்துவமனையில் பணிபுரிந்த டாக்டர் பிராண்டூபுட் கோபமாக அவரிடம், 'நீ மருத்துவமனையைச் சுற்றி வருவதை என்னால் தடுக்க முடியாது. ஆனால் உனக்குக் கற்றுக்கொடுக்க மாட்டேன்' என்றார்.

இருந்தபோதிலும் மேரி ஷார்லீப் பிடிவாதமாக இருந்து, இடம் பெறுவதில் வெற்றி கண்டார். பட்டம் பெற்றபின் லண்டனுக்குத் திரும்பிய அவர், மேற்படிப்பைத் தொடர்ந்தார். 1882-ல் ராயல் லண்டன் ஸ்கூல் ஆஃப்

மெடிசினில் பட்டம் பெற்ற முதல் பெண்மணியாகி, சென்னைக்கு 1883-ல் திரும்பும்வரை, அங்கு வேலை செய்தார். இங்கு உயர்ஜாதி மற்றும் கோஷா பெண்களுக்கு 1884-85-ல் ராயல் விக்டோரியா மருத்துவமனையை நிறுவியபின், சென்னை மருத்துவக் கல்லூரியில் பாடம் கற்பித்தார். 1887-ல் பிரிட்டனுக்குத் திரும்பியபின்னும் இந்தியாவுடன் இருந்த இணைப்பை விடவில்லை. 1916-ல் பெண்கள் மருத்துவக் கல்லூரியை இந்தியாவில் நிறுவ உதவினார். 1888-ல் லண்டன் பல்கலைக்கழகத்தின் எம்.டி. பட்டம் பெற்ற முதல் பெண்மணியான அவர், அந்தப் மருத்துவமனை, கலிவி நிறுவனத்தின் முதல் பெண் ஆலோசகர் ஆனார். 1926-ல் டேம் ஆஃப் தி பிரிட்டிஷ் எம்பயர் என்ற பட்டம் அவருக்குக் கிடைத்தது.

ஷார்லீபின் சேர்க்கைக்குப்பின் எம்.எம்.சி.யின் கதவுகள் பெண்களுக்குத் திறக்கப்படவே, மூன்று ஆங்கிலோ இந்தியப் பெண்கள் வைட், பீல் மற்றும் மிச்செல் சேர்த்துக்கொள்ளப்பட்டனர். 1878-ல் எல்.எம்.எஸ். வகுப்பில் முதலிடம் பெற்ற வைட்டுடன், ஷார்லீபும் பீலும் முறையே இரண்டாம் இடத்தையும் முதல் வகுப்பையும் பெற்றனர். பர்கர் வகுப்பைச் சேர்ந்த இலங்கைப் பெண்மணி திருமதி ஏ.எம். வான் இங்கன் உட்பட அடுத்த வருடப் பிரிவில் பத்து பெண்கள் 1887-ல் தேர்ச்சி பெற்றனர். சென்னைப் பல்கலைக்கழகத்தின் முதல் பெண் மருத்துவப் பட்டதாரி அந்த இலங்கைப் பெண்மணிதான்.

முதல் வருடத்தில் வகுப்பில் முதலாவதாக வந்த கிருபாபாய் சத்தியநாதன், எம்.எம்.சிக்குள் புகுந்த முதல் ஆங்கிலோ இந்தியன் அல்லாத பெண். உடல்நிலை சரியில்லாததால் அவர் படிப்பை பாதியில் நிறுத்திக்கொண்டார். 1887 வகுப்பில் இருந்த அபாலா தாஸ், ரோஸ் கோவிந்துராஜுலு, குர்தயால் சிங் என்ற மூன்று இந்திய கிறிஸ்தவப் பெண்கள் 1887-ல் சேர்ந்தபின், எல்.எம்.எஸ் பட்டம் வாங்கிய முதல் இந்தியப் பெண்கள். ரோஸ் கோவிந்துராஜுலும் குர்தயால் சிங்கும் மைசூர் மருத்துவப் பணியில் சேர்ந்தனர். எம்.பி.பி.எஸ். பட்டம் வாங்கிய முதல் இந்தியப் பெண்மணி, அவர் மருத்துவத்துறைக்கும் பொதுச் சேவைக்கும் மாகாணத்தின் சட்ட மன்றத்துக்கும் ஆற்றிய அரும் தொண்டைப் பாராட்டி அடையாறில் உள்ள சிறு பூங்காவில் சிலை அமைக்கப் பட்டிருக்கும் டாக்டர் முத்துலட்சுமி ரெட்டி. 1912-ல் பட்டம் வாங்கியபின் அரசு தாய் சேய் மருத்துவமனையிலும், அரசு கண் மருத்துவமனையிலும் முதல் பெண் அறுவை சிகிச்சை நிபுணராக இருந்தார்.

தனது சகோதரி புற்று நோயால் இறந்ததால், 1928 முதல் விடாது போராடிய பிறகு, அடையாறில் 1956-ல் அவர் நிறுவிய முதல் புற்றுநோய் மருத்துவ மனைக்கு ஆதரவு கிடைத்தது. அந்தப் புற்றுநோய் மருத்துவமனை இப்போது ஓர் ஆராய்ச்சிக்கூடமாகவும் இருக்கிறது.

செனை சட்டமன்றத்தின் முதல் பெண் துணைத் தலைவரான டாக்டர் ரெட்டி, தேவதாசி வழக்கத்தை ஒழிக்க ஒரு சட்டமும், பெண்கள் பாலுறவுக்காகக்

கடத்தப்படுதலைத் தடை செய்ய ஒரு சட்டமும், குழந்தைகளைத் துன்புறுத்தலைத் தடுக்க ஒரு சட்டமும் கொண்டுவர சட்டமன்ற கவுன்சிலில் போராடினார். தேவதாசி வழக்கம் தடை செய்யப்பட்டபின், அந்த பெண்கள் சென்னையில் உள்ள பெண்கள் விடுதிகளில் வசிக்க அவர் அனுமதி கோரினார். அது நிராகரிக்கப்பட்டபோது, அனாதைப் பெண்களுக்கும் குழந்தைகளுக்கும் அடையாறில் 1930-ல் 'ஔவை விடுதி'யை நிறுவினார். உண்மையிலேயே அவர் எதற்கும் சளைக்காத பெண்தான்.

1939 முதல் மருத்துவக் கல்லூரியின் முதல் இந்திய முதல்வராக அமர்த்தப்பட்ட டாக்டர் ஏ. லட்சுமணசுவாமி முதலியார், சென்னைப் பல்கலைக் கழகத்தின் துணைவேந்தர் ஆகும்வரை, தொடர்ந்து அந்தப் பதவியை வகித்தார். பெண் மருத்துவத்தில் பிரபலமானவரும், மேதை ஆசிரியருமான அவர் கடைப்பிடித்த முறையே அலாதியானது. அவரது வார்த்தைகளிலேயே, 'மாணவர்களை அவர்களது அறியாமையிலேயே விட்டுவிடவேண்டும். கையில் ஒரு கத்தியும் சடலத்தின் ஒரு பாகத்தையும் அவர்களிடம் கொடுத்து, தனியாக விட்டுவிட வேண்டும்.'

ஆஸ்பத்திரியின் அறுவை சிகிச்சைக்கு பெருந்தொண்டு ஆற்றிய டாக்டர் எஸ். ரங்காச்சாரியின் சிலை, மருத்துவமனை வாசலில் இருக்கிறது. சென்னை முழுவதும் அடையாளம் கண்டுபிடிக்கப்பட்ட ரோல்ஸ் ராய்ஸ் கார் ஒன்றுதான் அவருடைய ஒரே ஆடம்பரம். 1920-களிலும் 1930-களிலும் எம்.சிடி. சிதம்பரம் செட்டியார், பெருமாள் செட்டி குடும்பத்தினர், காவல்துறை துணை ஆணையர் சி. ரங்கஸ்வாமி ஐயங்கார் ஆகியோர் ரோல்ஸ் ராய்ஸ் கார்களை வைத்திருந்தனர். மருத்துவமனைக்கு எதிரில் அதன் மற்றொரு மருத்துவர் டாக்டர் எம்.ஆர். குருஸ்வாமியின் சிலை இருக்கிறது.

செயிண்ட் தாமஸ் மவுண்டில் இன்று இருக்கும் ராணுவ மருத்துவமனைக்கு முன்னோடியாக 1745-லேயே ஒரு கடற்படை மருத்துவமனை நிறுவப்பட்டது. இன்றுகூட பூந்தமல்லி நெடுஞ்சாலையின் மூலையில் நேவல் ஹாஸ்பிட்டல் ரோடு என்று அழைக்கப்படும் சாலையில் புதுக் கட்டடங்களுடன் இந்த மருத்துவமனை, 1808 முதல் 1831 வரை இயங்கியது. 1831-ல் ஸ்ரீரங்கப்பட்டினத்தில் இருந்த 1820-ல் நிறுவப்பட்ட துப்பாக்கித் தொழிற்சாலையை இணைத்து இந்தக் கட்டடங்கள், துப்பாக்கி தயாரிக்கும் தொழிற்சாலையாக ஆக்கப்பட்டன. 20-ம் நூற்றாண்டில், அரசு மருத்துவப் பொருள்கள் அலுவலகமாக மாறியது. 1799-ல் ராணுவத்துக்கும் கடற்படைக்கும் வெவ்வேறு மருத்துவமனைகளை ஏற்படுத்துவதற்காக, தளபதி பீட்டர் ரெய்னியர், டாக்டர் லூக்காஸ் என்பவரிடம் இருந்து வாங்கிய மாளிகை, இந்த மையமாக இருந்திருக்கலாம்.

இப்போது பெரியமேட்டின் பாகமாயிருக்கும் நியூடவுனில் நேவல் ஹாஸ்பிட்டல் இருந்தது. ரெயில்வே, மருத்துவமனை போன்ற இடங்களில் பணிபுரிந்த மத்திய தர ஆங்கிலோ இந்தியர் அங்கு பெரும்பான்மையோர். நியூடவுனிலிருந்த தொழுகை கூடத்தில் தெற்கிலேயே பிரசித்திபெற்ற

ஆங்கிலோ இந்தியர் டேவிட் எஸ்வைட், 1879ல் தென்னிந்திய ஆங்கிலோ இந்திய சங்கத்தை ஸ்தாபித்தார். பின்னர் நியூ டவுனில் இருப்புப் பாதைக்கப்பால், எழும்பூரில் அவருடைய ஞாபகார்த்தமாக வைட் ஞாபகார்த்த சபை திறக்கப்பட்டது. இப்போது மோதா சென்னை என்ற விடுதியிருக்கு மிடத்தில் இருந்தது அது. சென்னை மாநகர மேலாண்மை வளாகத்தின் ஸ்டெயின்லஸ்டைல் அடுக்கு மாளிகை கட்டிடங்கள் இருக்குமிடத்தில் இருந்தது. 1970ல் ஒரு சிறு பகுதியைத் தவிர்த்து ஹாலுர் நிலமும் விற்கப் பட்டபின் சங்கத்தின் அலுவலகத்திற்காக ஒரு சிறிய இடம் தக்கவைத்துக் கொள்ளப்பட்டது.

பிற மருத்துவமனைகள்: 1819-ல் ராயப்பேட்டையில் நிறுவப்பட்டு, அடுத்த ஆண்டு, இப்போதைய மார்ஷல்ஸ் ரோடு முகவரிக்கு நகர்ந்த கண் மருத்துவ மனை எனப்பட்ட பிராந்திய கண் மருத்துவ நிலையம்; 1816-ல் மொனேகர் சத்திரத்துக்கு எதிரில் நிறுவப்பட்டு, 1920-ல் நகரை விட்டு வெளியே நகர்த்தப்பட்ட தொழுநோய் மருத்துவமனை; 1844-ல் மகப்பேறு மருத்துவ மனையாக எழும்பூர் இருப்புப் பாதைக்கு அடுத்தாற்போல், அதாவது ஆற்றை நோக்கி வைட் ஹாலுக்கு அடுத்தாற்போல், நிறுவப்பட்டு, 1882-ல் தற்போதைய பாந்தியன் ரோடு இடத்துக்கு நகர்ந்த 700 படுக்கைகள் கொண்ட தாய் சேய் மருத்துவமனை; அருகில் இருக்கும் 1855-ல் கட்டப்பட்ட இந்தியா விலேயே பெரிய குழந்தை மருத்துவ நிறுவனம்; 1885-ல் திருவல்லிக்கேணி யில், சேப்பாக்கத்துக்குத் தெற்கே கட்டப்பட்ட உயர்ஜாதி மற்றும் கோஷா பெண்களுக்கான ராயல் விக்டோரியா மருத்துவமனை (இப்போதைய கஸ்தூர்பா காந்தி மருத்துவமனை), இதன் கட்டுமானச் செலவில் பெரும் பகுதியை வெங்கடகிரி, விஸயநகரம் ஜமீன்தார்கள் நன்கொடையாக அளித்தனர்; 1850-ல் கிருஷ்ணாம்பேட்டையிலும், 1924-ல் தொண்டையார் பேட்டையிலும் முதலில் இருந்து, பின் 1940-ல் இணைக்கப்பட்ட பரவு நோய் மருத்துவமனை.

இப்போது மகளிர் மற்றும் பிரசவம், குழந்தைகள் மருத்துவமனை என்றழைக்கப்படும் தாய் சேய் மருத்துவமனை, 1938 முதல் டாக்டர் லட்சுமணசுவாமி முதலியாரின் தலைமையில் சூயஸ் கால்வாய்க்குக் கிழக்கே மிகச்சிறந்த மருத்துவமனையாகக் கருதப்பட்டது. இன்று தெற்கு ஆசியாவுக்கு அது ஒரு முக்கியமான கல்வி மையம். அதன் முதல் அதிகாரிகள் டாக்டர் பீடனின் பெயரில் பீடன் வார்டும், டாக்டர் ஹெச்.எம்.லாசரஸ் பெயரில் லாசரஸ் வார்டும் இங்கே உள்ளன.

உலக பிரசித்தி பெற்ற பிராந்திய கண் மருத்துவமனை, உலகிலேயே இரண்டாவது பழைமையானது; ஆசியாவிலேயே மிகவும் பழைமையானது. லண்டனில் அதற்கு ஒரு வருடம் முன் நிறுவப்பட்ட மூர்ஃபீல்ட்ஸை மாதிரியாக வைத்து சென்னை கண் மருத்துவமனை என்ற பெயரில் 1819-ல் நிறுவப்பட்டது. 1886-ல் விரிவடைந்தபின், அரசாங்கக் கண் மருத்துவ மனையாக மலர்ந்தது. 1873-லிருந்து அதற்குத் தலைமை வகித்த ட்ரேக் ப்ரோட்மான் இதற்குப் பொறுப்பு. 1919-ல் தென் இந்தியாவிலேயே

முதலாவதான கண் மருத்துவப் பள்ளியான, எலியட் கண் மருத்துவப் பள்ளி நிறுவப்பட்டது. எலியட் கண் மருத்துவ அருங்காட்சியகம் இந்தப் பகுதியிலேயே மிகவும் நேர்த்தியானது என்ற கருதப்படுகிறது. இருந்தபோதிலும் அதன் பராமரிப்பு செம்மையாகலாம். நோய்வாய்பட்ட கண்ணின் 1829 வண்ணப்படமும், 19வது நூற்றாண்டு கட்டுகள், நோய்வாய்ப்பட்ட கண்களின் மாதிரிகள், நூற்றாண்டுகளுக்கும் பழைமையான கருவிகள் அங்கு இருக்கின்றன. 1940-ல் நியமிக்கப்பட்ட கோமன் நாயர் அதன் முதல் மேலதிகாரி. 1948-ல் டாக்டர் ஆர்.இ.எஸ் முத்தையா இந்தியாவின் முதல் கண் வங்கியை இங்கு திறந்தார். முதலில் ராயப்பேட்டை வெஸ்லி சர்ச் வளாகத்தில் இருந்த எம்.இ.ஐ., எழும்பூரில் உள்ள ரயில்வே ஸ்டேஷனுக்கு அருகில் நகர்ந்தபின் 1884-ல் தற்போதைய இடத்தில் வேரூன்றியது.

கெல்லீஸுக்கு (கிளியூர்) அருகில் 1930-ல் மருத்துவக் கல்லூரி விடுதியாகக் கட்டப்பட்ட காலேஜ் பார்க் என்ற இடத்தில், கானலி மறைந்த பிறகு, பில்டனும் அவர் சந்ததியினரும் கானலி உருவாக்கி நடத்திவந்த மனநலக் காப்பகத்தை தொடர்ந்து நடத்தி வந்தனர். முதலில் இருந்த லோகோக்ஸ் கார்டனுக்கு ஒன்றரை மைல் வடமேற்கில், இப்போது கீழ்ப்பாக்கம் மேதவாக்கம் சாலையில் உள்ள இடத்துக்கு மனநோய் மருத்துவமனையை அரசாங்கம் நகர்த்தியபின், மருத்துவக் கல்லூரி முதல்வர், பணிபுரிவோர் ஆகியோரது வசிப்பிடமாக கானலி டேலன் மனை உபயோகிக்கப்பட்டது. இப்போதும், தாழ்வாரமும் வளைவும் கூடிய தனித்தனிக் கட்டடங்களும், 1871-ல் புதிதாகக் கட்டப்பட்ட நிர்வாகி பங்களாவும், மனநல மருத்துவ மனையின் ஒரு பகுதியாக உபயோகிக்கப்படுகின்றன. மேலதிகாரிகள் அங்கு வசிக்காததால் இல்லம் அலுவலகம் ஆகியிருக்கிறது. நோயாளிகள் அடைக்கப்பட்ட அறைகள் இப்போது உபயோகப்படுத்தப்படாமல் இருந்தாலும், அவை அக்காலத்திய மருத்துவ கவனிப்புக்கு உதாரணமாக உள்ளன. கிராமிய சுற்றுப்புறத்தைப் பிரதிபலிக்கும் காற்றோட்டமான ஓட்டுக் கட்டடங்களால் ஆன நோயாளிகள் இருக்கும் பகுதி, முந்தையதைவிடப் புதிதாகக் கட்டப்பட்டது.

இப்போது மனநோய் மருத்துவமனை என்று அழைக்கப்படும் இடத்தின் சிறப்பம்சம், நோயாளிகள் தங்களுக்காகவும் அருகில் உள்ள ஸ்டான்லி மருத்துவமனைக்காகவும் ரொட்டிகள் தயாரிக்கும் பேக்கரி, நோயாளிகள் தான்மே சமைக்கும் சமையலறை, துணி நூற்க, நெய்ய, தைக்க ஒரு பிரத்யேக இடம், ஒரு கால்நடைப் பண்ணை, காய்கறித் தோட்டம் ஆகியவை. , இவைகளெல்லாம். ஒரு தச்சு வேலைப் பட்டறையும் கருமான் பட்டறையும் இங்கு இருக்கின்றன. இதன் மூலம் அந்த நிறுவனம், தன்னம்பிக்கையை வளர்ப்பதில் முனைப்புடன் உள்ளது என்பதைப் புரிந்துகொள்ளலாம்.

சென்னையில் மருத்துவ வசதிகளைத் தரும் நீண்டகாலப் பாரம்பரியத்தில், அதன் தனியார்துறையும் பெரும் பங்கு வகிக்கிறது. எட்வர்ட் எலியட்ஸ் சாலையில் தன் தாயாரின் நினைவாக 1909-ல் நீதிபதி என். சுப்பிரமணியம், கல்யாணி மருத்துவமனையை நிறுவினார். வட சென்னைக்கு வரப்பிரசாதமாக

1914-ல் தொண்டையார்பேட்டையில் நிறுவப்பட்ட கிரிஸ்டீனா ரேய்னி மருத்துவமனையை, 1856 முதல் மருத்துவ உதவி செய்வதில் ஈடுபட்டிருந்த ஸ்காட்டிஷ் மதப் பிரசாரகர்கள், நிறுவினர். 1949-ல் குழந்தைப்பேறு மருத்துவமனையாக லஸ்ஸில் புனித இஸபெல் மருத்துவமனை தொடங்கப் பட்டது. இந்தியாவின் நீரிழிவு சிகிச்சையின் தந்தை என்று போற்றப்படும் பேராசிரியர் எம். விசுவநாதனின் எம்.வி. டயாபெடிஸ் மருத்துவமனை, 1954-ல் ராயப்பேட்டையில் தொடங்கப்பட்டது. இவற்றைப் பின்தொடர்ந்தது அடையாறின் புற்றுநோய் மருத்துவமனை.

1967-68-ல் புனித மேரி சாலையில் டாக்டர் ஹெ.எம். மேத்தா, நகரின் முதல் பாலி கிளினிக்கைத் தொடங்கினார். வடபழனியில் 1972-ல் பி.வி. நாகி ரெட்டியால் ஆரம்பிக்கப்பட்ட விஜயா மருத்துவமனை என்ற பெரிய பலதுறை மருத்துவமனை, நிறுவப்பட்டது. 1983-ல் கிரீம்ஸ் சாலையில் நிறுவப்பட்ட மிகப்பெரிய அப்போலோ மருத்துவமனை மூலம், மருத்துவத்தை வர்த்தகரீதியில் அளிக்கமுடியும் என்ற எண்ணம் தெளிவானது. அதற்குப்பின் வந்த பல தனியார் துறை மருத்துவமனைகளுள் 1987-ல் தொடங்கப்பட்டு, பின் முகப்பேரில் உள்ள நேர்த்தியான கட்டடத்துக்குச் சென்ற நெஞ்சுவலிக்குச் சிகிச்சை அளிக்கும் மெட்ராஸ் மெடிகல் மிஷனும், 1985-ல் ஆரம்பிக்கப்பட்டு அதற்குப்பின் 1988-ல் போரூரில் பெரிய வளாகம் கொண்ட ஸ்ரீராமச்சந்திரா மருத்துவக் கல்லூரி மருத்துவமனை மற்றும் ஆராய்ச்சி மையமும், 1988-ல் நுங்கம்பாக்கத்தில் ஆரம்பிக்கப்பட்ட சங்கர நேத்திராலயமும் முக்கியமானவை. இத்தகைய பல நிறுவனங்களும், சென்னையை இந்தியாவின் மருத்துவத் தலைநகரம் என்ற பெயர்பெற வைத்துள்ளன. சென்னைக்கு மேற்கு, தெற்கு, மற்றும் தென் கிழக்கு ஆசியாவிலிருந்தும், கிழக்கு ஆப்பிரிக்காவிலிருந்தும் பலர் வருகின்றனர்.

இரயில்வேக்களைப் பொருத்தவரை, மக்களுக்குக் காண்பிப்பதற்காக சிந்தாதிரிப்பேட்டையில் முதல் இருப்புப் பாதை 1863ல் போடப்பட்டது. புனித தோமாமலைக்கு அருகிலிருந்த பாறை சுரங்கங்களுக்கும் செங்குன்றத் திற்கும் தெற்கிலேயே பிரபல பொறியியல் வல்லுனர் பெயர் பெறபோகும் ஏ.பி.காட்டனினால் அடுத்த வருடம் பாதைப் போடப்பட்டது. காற்றினாலும், மனித முயற்சிகளினாலும் இந்த இரண்டு ரெயில்வேக்களும் இயங்கின. நீராவி மூலம் இயங்குவதைப் பற்றி இங்கிலாந்தில் 1845ல் ஸ்தாபிக்கப்பட்ட மதராஸ் ரெயில்வே கார்ப்பரேஷனும் 1849ல் புது கம்பெனியால் பின்பற்றப்பட்டது. அது 1853-ல் அந்தக் காலத்தில் பெயரளவில் கர்நாடக நவாபின் தலைநகராக இருந்து இன்று ராணிப்பேட்டைகரு அருகில் வாலாஜாபேட்டை என்று அழைக்கப்படும் ஆற்காட்டையும், வடக்கு சென்னையில் உள்ள ராயபுரத்தையும் இணைக்கும் முதல் இருப்புப்பாதையை அமைத்த, 1845-ல் இங்கிலாந்தில் நிறுவப்பட்ட மதராஸ் ரயில்வே கம்பெனி, 1849-ல் வேறு ஒரு கம்பெனியாக மாறியது. இந்த இருப்புப்பாதை துறைமுகத்துக்குச் சற்று தெற்கேயும், கடற்கரைக்குக் கிழக்கேயும் விரிவாக்கப்பட்டது. இந்தியாவின் முதல் இருப்புப் பாதையான போரிபந்தர்-மும்பய், வி.டி.-தாணே இணைப்பு

திறக்கப்பட்டு மூன்று வருடங்களுக்குப்பின், 67 மைல்கள் நீளமுள்ள இந்த இருப்புப்பாதை 1 ஜூலை 1856 அன்று திறக்கப்பட்டது. இந்தச் சரித்திர பிரசித்தி பெற்ற பயணத்துக்கான வண்டிகள் சிம்ஸனால் கட்டப்பட்டன.

புதுப்புது இருப்புப்பாதைகள் போடப்பட்டபின், சென்னை செண்ட்ரல், நகரின் பிரதான ஸ்டேஷன் ஆகியது. 1907 வரை, அதனுடைய சீரான கட்டடங்களுடன், ராயபுரம், சென்னையின் முக்கிய ரயில்வே முடிவிடமாக இருந்தது. வியாசர்பாடி-சென்னை பாதை போடப்பட்டபோது, முதலில் சிறிய செண்ட்ரல் ஸ்டேஷன் நான்கு பிளாட்ஃபார்ம்களுடன் 1873-ல் திறக்கப்பட்டது. இருந்தபோதிலும் ஜார்ஜ் ஹார்ட்டிங்ஸின் வடிவமைப்புக்கு ஏற்ப 1878 வரை வேலை தொடர்ந்தது. இந்தக் கட்டடத்துக்கு சிஷோம், பின்னால் சில மாற்றங்களைச் செய்தார். இப்போதைய 1876ஆம் தேதியுடைய லண்டன் கில்லட் & பிளாண்ட் கடிகாரமுடைய 135 அடி உயர கம்பீரமான மணிக்கூண்டை உடைய கட்டடம் 1900-ல் தயாரானது. 1938, 1959 மற்றும் 1981-ம் ஆண்டுகளில் மேலும் சேர்க்கைகள் ஏற்பட்டன. 1998-ல், பிரதான கட்டடத்தின் பிரதி ஒன்று கட்டப்பட்டு, இப்போது மேற்கே விரிவடைந் திருக்கும் இந்த ஸ்டேஷனில் 12 நடைமேடைகள் உள்ளன.

முதன்முதலில் கம்பெனிகளான மதராஸ் ரயில்வே கம்பெனி, சதர்ன் மராட்டா ரயில்வே கம்பெனி ஆகியவற்றுடன் மேலும் பல பிராந்திய கம்பெனிகள் இணைக்கப்பட்டு, 1908-ல் ஏற்படுத்தப்பட்ட மதராஸ் அண்ட் சதர்ன் மராட்டா ரயில்வே கம்பெனி, 1922-ல் மருத்துவமனைக்கு எதிரில் உள்ள இப்போதைய தெற்கிந்திய ரயில்வேயின் நேர்த்தியான தலைமையகத்துக்கு நகரும் முன், ராயபுரத்தில் உள்ள தலைமையகத்திலிருந்து இயங்கியது. அதன் தோற்றத்தின் போது வடக்கு சென்னை மாகாணத்தில் 3,150 மைல்கள் நீளமுள்ள இருப்புப் பாதை இருந்தது.

இங்கிலாந்தில் 1853-ல் கிரேட் சதர்ன் இண்டியன் ரயில்வே கம்பெனி நிறுவப்பட்டபின், மாகாணத்தின் தெற்கே 1859-ல் இருப்புப்பாதைகள் அமைக்க ஆரம்பித்த பிறகு, 1861-ல் அவை போக்குவரத்துக்காகத் திறக்கப் பட்டன. இந்த கம்பெனியுடன் கர்நாடிக் ரயில்வே கம்பெனியும் இணைந்த பின்தான், 1874 முதல் சவுத் இந்தியன் ரயில்வே கம்பெனியின்கீழ் தெற்கே இருப்புப் பாதை அமைக்கும் பணி விரைவாகியது. லண்டனில் 1890-ல் பதிவு செய்யப்பட்ட சவுத் இந்தியன் ரயில்வே கம்பெனியின் இந்தியத் தலைமை யகம், திருச்சிராப்பள்ளியில் இருந்தது. அந்தக் காலத்தில் மேற்கே இருக்கும் மங்களூருக்கும் சென்னைக்கும் இடையே ஒரு கற்பனை கோடிட்டால் அதற்குத் தெற்கே 1,850 மைல்கள் இருப்புபாதை இருந்தது. பீச்சுக்கும் தாம்பரத்துக்கும் இடையே முதலில் 13 ஸ்டேஷன்களும், பிறகு அவற்றுடன் மூன்றும் கூடிய அதன் புறநகரில், 29 மைல்கள் நீள மின்சார ரயில்வே 1931-ல் ஆரம்பிக்கப்பட்டு ஒரு நாளுக்கு 100 ரயில்கள் ஓடின. 1962-ல் ஏஸி மின்விநியோகத்திற்கு மாறியபின், 2004-ல் பிராட் கேஜுக்கு மாற்றப்பட்டது. ஆரம்பித்தபோது ஆண்டு ஒன்றுக்கு 30 லட்சம் பயணிகள் சென்ற மின்சார ரயிலில், 2000-களில் 25 கோடிப் பயணிகள் செல்கின்றனர்.

இந்திய ரயில்வேயில், முதலில் தேசியமாக்கப்பட்டது எஸ்.ஐ.ஆர். மற்றும் எம். அண்ட் எஸ்.எம்., மற்றும் மைசூர் ரயில்வே. 1 ஏப்ரல் 1951-ல் சதர்ன் ரயில்வேயாக அவை இணைக்கப்பட்டபோது 6,000 மைல் நீளமுள்ள இருப்புப்பாதை மூலம் அது பணியாற்றியது. நாடு முழுவதும் தேசியமயமாக்கப்பட்டபோது 21 ரயில்வேக்கள் இருந்தன. 1962 முதல் இருப்புப்பாதைகளை மின் மயமாக்கும் வேலை நடக்கிறது.

1879 முதல் பெங்களூரில் முக்கிய ஒப்பந்தக்காரராக இயங்கிய டி. சாமிநாத பிள்ளை, செண்டிரல் ஸ்டேஷனுக்கு அப்பால் உள்ள எம்.எஸ்.எம். தலைமையகத்தைக் கட்டினார். பெங்களூரில் கப்பன் பூங்காவில் உள்ள சேஷாத்ரி ஐயர் நினைவுக் கட்டடத்தைக் கட்டி பெயர் வாங்கிய சாமிநாத பிள்ளை, மதுரையிலும் திருச்சியிலும் எஸ்.ஐ.ஆருக்காக நிறைய கட்டுமான வேலைகளை எடுத்துக்கொண்டபோது நகர்ந்தார். அதற்குப்பின் எஸ்.ஐ.ஆரின் எழும்பூர் ரயில்வே ஸ்டேஷன் வேலை அவருக்கு அளிக்கப்பட்டது. 1908-ல் திறக்கப்பட்ட அந்த அழகான கட்டடத்துக்கு ரூபாய் 17 லட்சம் செலவாகியது. அதற்குப்பின் அதைவிட பெரியதான ரூபாய் 20 லட்சம் ஒப்பந்தம், மைசூர் அரண்மனையின் கருங்கல் தோற்றத்தை ஞாபகமூட்டும் எம்.எஸ்.எம். தலைமையகத்தைக் கட்ட, கிடைத்தது. அரண்மனையை தோற்றுவித்த ஹென்றி இர்வினால் உந்தப்பட்ட ரயில்வேயின் என். கிரேஸன், பின்பு பெங்களூரில் உள்ள விதான சௌதாவின் தோற்றத்தை உருவாக்குவதில் கடைப்பிடிக்கப்பட்ட வடிவமைப்பை இப்போதைய தென் பிராந்திய ரயில்வேயின் தலைமையகத்தில் அமுல்படுத்தினார். இந்தியாவிலேயே முதன்முதலாக அஸ்திவாரத்தில், காங்கிரீட் உபயோகப்படுத்தப்பட்டது இந்தக் கட்டடத்தில்தான்.

அந்த இடம், ஒரு காலத்தில் ஜான் பெரேராவின் தோட்டம் என்று அழைக்கப்பட்டு, அந்தத் திறந்த வெளியில் செண்ட்ரல் ஸ்டேஷனும் ரயில்வே தலைமையகமும் கட்டப்பட்டன. அந்த இடம், எதற்கும் பிரயோஜனம் இல்லாமல், கோட்டையில் உள்ள துருப்புகளுக்குப் பிடித்தமான சேவல் சண்டை உள்பட ஒரு கேளிக்கை மையமாக இருந்தது. 1831-ல் இதன் அருகில் டிரினிடி சர்ச் கட்டியவுடன் சந்தடி குறைந்தபின், உண்டாக்கப்பட்ட ரயில்வே கட்டடங்களால், மீண்டும் தொழில்ரீதியான சந்தடி அதிகரித்தது.

வேறு எந்த இந்திய நகரத்துக்கும் லண்டனுக்கும் ஆறு வருடங்கள் முன்னதாக, அமெரிக்காவுக்குப் பத்து வருடங்கள் கழித்து, 1892-ல் லண்டனில் உள்ள ஹச்சிஸன் அண்ட் கோ-வால் நிறுவப்பட்ட மெட்ராஸ் டிராம்வேஸ் கார்பரேஷன், 1895-ல் சென்னையில், டிராம்களை விட ஆரம்பித்தது. தொழில் தகராறு காரணமாக 1953-ல் மூடப்படும்வரை, அது இயங்கியது. 1904-ல் நிறுவப்பட்ட மெட்ராஸ் எலெக்ட்ரிக் டிராம்வேஸ், 1905, 1911, 1919 ஆகிய ஆண்டுகளில் நடந்த விரிவாக்கத்துக்குப் பிறகு, 1953-ல் மூடப்பட்டபோது, மைலாப்பூர், புரசைவாக்கம், வண்ணாரப்பேட்டை ஆகியவற்றுக்கு இடையே உள்ள பகுதிகளில், ஆறு சாலைகளில் 17 மைல்கள் தூரத்துக்கு ஓடியது. 110 ஒற்றை அடுக்கு வண்டிகளுடன் தினசரி 7,500 மைல்கள் ஓட, அதில் 1,75,000

பயணிகள் சென்றனர். பூந்தமல்லி நெடுஞ்சாலைக்கு அருகில் இருந்த அதன் பிரதான ஷெட், இப்போது இருக்கும் தினத்தந்தி அலுவலகத்தில் இருந்து பரந்திருக்கும் பெரியார் திடல் ஆக ஆகியுள்ளது. எட்வர்ட் எலியட்ஸ் சாலையில் சென்னை மின்சார விநியோகத்தின் அலுவலகங்கள் உள்ள பெரிய வளாகம் இருக்கிறது. டிராம் ஓடிய நாள்களில் அது பெரிய டிராம் ஷெட்டின் பாகமாக இருந்தது.

சென்னையின் முதல் பஸ் போக்குவரத்தை, 1925 முதல் 1928 வரை ஓட்டிய மெட்ராஸ் டிராம்வேஸ், 50 மோட்டார் வாகனங்களுடன் சீராக அதை நடத்திய போதும் கூட, புறநகருக்கு திருப்திகரமான இணைப்புகள் அளித்தபோதும் கூட, கட்டுப்பாடற்ற முறையில் ஓடிய ஏனைய பேருந்துகளின் போட்டியைச் சமாளிக்க முடியாமல் மூடப்பட்டது. 1910 முதல் சென்னையிலும் நாட்டுப் புறங்களிலும் கட்டுப்பாடற்ற பேருந்து வசதியை அளித்தவர்களுக்கு சிம்சன் பஸ்களை விற்றது. ஆனாலும், கட்டுப்பாடுள்ள பஸ் சர்வீஸ், சிவப்பு, மஞ்சள் வர்ணம் பூசப்பட்ட 'ரெட் லேடிஸ்' பஸ்கள் மூலம் 1933-ல்தான் சென்னைக்கு திரும்பியது. தனது சிவப்பு பஸ்களுடன் பிரெஸிடின்ஸி டிரான்ஸ்போர்டும், நீல பஸ்களுடன், சிடி மோட்டார் சர்வீஸும் இந்தப் போக்குவரத்தில் பிரதான இடங்களை வகித்தன. ஜூலை 1948-ல் முழு பேருந்துத் திட்டமும் தேசியமயமாக்கப்பட்டது.

சென்னையின் முதல் 200 ஆண்டுகளில் சாலைகள் அவ்வளவாக விரிவாக்கப் படவில்லை. இங்கிலாந்து, வேல்ஸ் ஆகியவற்றை விட பரப்பில் இரண்டரை மடங்கு அதிகமானதும், மக்கள் தொகை 25 சதவிகிதம் அதிகமாகவும் இருந்த மாகாணத்தில் 3,400 மைல்கள் தூரத்துக்கு, சாலைகள் இருந்தன என்றும், அதிலும் பெரும்பான்மையானவை சரியாகப் போடப்படாமல் இருந்த சாலைகள் என்றும், 1856-ம் வருட அறிக்கையில் கூறப்பட்டிருக்கிறது. 1845-ல் முதன்முதலாக நெடுஞ்சாலைத்துறை அமைக்கப்பட்டது. 1962-ல் எழும்பூர் ரயில் நிலையத்துக்குச் சற்று முன், ஹால்ஸ் ரோடு சந்திப்பில், நகரின் முதல் தானியங்கி போக்குவரத்து சிக்னல் அமைக்கப்பட்டது.

இன்றைய நகரத்துக்குள் நகரம்

வடக்கில் எஞ்சியிருக்கும் பெரிய அரணுக்கும், தெற்கே பொது மருத்துவ மனைக்கும் இடையில், கிழக்கிலும் தெற்கிலும் சுறுசுறுப்பாக இயங்கும் பொதுத்துறை நிறுவனங்கள், மத்தியில் கொழிக்கும் வியாபாரங்கள், வடக்கில் மக்கள் நெருக்கடி உடைய வசிப்பிடங்கள் ஆகியவை கூடிய ஜார்ஜ் டவுன் இருக்கிறது. தான் இங்கிலாந்துக்கு திரும்பியபின், 'ஒரே பாணியில், நடுவில் எல்லா வெளிச்சமும் படும் முற்றத்துடன் செங்கல்லால் கட்டப்பட்ட வீடுகள்' என்ற தாமஸ் சால்மனின் வர்ணனைப்படி அமைக்கப்பட்டிருக்கும் இல்லங் களில், அக்காலத்தில் எப்படி வசித்தார்களோ, அப்படியே அதாவது 1674-ல் கருப்பர் நகரத்தில் இருந்த 75 வீடுகள், 1750-ல் 8,700 ஆக ஆனபின்பும் மக்கள் வசித்தார்கள். 1855-ல் அரசாங்க வெளியீடு ஒன்றில், மிகக் குறுகிய சந்துகளுடன், வானத்தை நோக்கிய முற்றத்தை நோக்கி, திறந்த ஒரு கதவு

மூலம், தெருவிலிருந்து வீட்டுக்குள் நுழையலாம். உள்நாட்டுவாசிகள் மிக விரும்பும் தனிமை, இவ்வாறு கிடைத்தபோதிலும், சரியான காற்றோட்டம் இல்லாததால், ஆரோக்கியத்துக்குக் கேடு விளைந்தது. ‘சில தெருக்களைத் தவிர மற்ற தெருக்களை ஒட்டிய சாக்கடைகள் இரு பக்கங்களிலும் குறுக லாகவும் ஆழமாகவும் தோண்டப்பட்டு இருக்கின்றன’ என்று குறிப்பிடப் பட்டிருந்தது.

மாற்றங்கள் ஏதும் இல்லாமல் ஜார்ஜ் டவுன் வளர்ந்துகொண்டே இருந்தது. நாட்டு ஓடுகளால் வேயப்பட்ட கூரைகளும், தூண்களுடைய கூடங்களும், சில அங்குல கனமுள்ள குட்டையான வாசற்கதவுகளும், வாசலில் ஜாதிச் சின்னங்களும் பூசப்பட்டுள்ள வீடுகள் வடக்குப் பகுதிகளில் இப்போதும் இருக்கின்றன. நகருக்குள் இருக்கும் நகரத்தில், தென் பாதி பெத்தநாயக்கன் பேட்டையில், நெருக்கடியான, குறுகலான தெருக்களில், மொத்த விற்பனைச் சந்தைகள் உள்ளன. தரைமட்ட கடைகள் உள்ள இருண்ட கட்டடங்களுக்கு மேல், அரண்மனை போல் வீடுகள் கட்டப்பட்டிருக்கின்றன.

இங்கு ஆண்டர்சன் தெருவிலும் அதற்கு இரண்டு பக்கங்களில் உள்ள தெருக் களிலும் முக்கியமான வியாபாரம் பேப்பர். ஆதியப்ப நாயக்கன் தெருவில் தானியங்கள், பத்ரியன் செட்டி தெருவில் வெடிகள், பண்டர் தெருவில் பழங்கள், மலையப் பெருமாள் தெருவில் காய்கறிகள், தேவராஜ முதலி தெருவில், நைனியப்பன் நாயக தெருவிலும் மஞ்சள், குங்குமம், கயிறுகள், பட்டுநூல், சவரிகள், கண்ணாடி, மைகா போன்றவை, கோடவுன் தெருவிலும் ஜவுளி கொள்முதல், கோவிந்தப்ப நாயக்கன் தெருவும் ஜவுளியும் நகைகளும், யானைகவுனி தெருவில் கட்பீஸ் துணிகள், நைனியப்பன் நாயக்கன் தெரு மற்றும் என் எஸ்.ஸி. போஸ் ரோடில் நேர்த்தியான நகைகள், வைரங்கள்.

நகரத்தின் நவீனமயமான மவுண்ட் ரோடில் 1980 முதல் நேர்த்தியான காட்சியரங்குகள் இருந்தாலும், சென்னையில் 100 வருடங்களுக்குமுன் குடியேறிய பாபாலால், ஸூரஜ்மால், சஃபயர் சினிமா வளாகத்தைப் பிற்காலத்தில் கட்டிய வீகம்ஸி போன்ற குஜராத்திகள், ஜார்ஜ் டவுனில்தான் கடைகளை வைத்துள்ளனர். அங்கப்ப நாயக்கன் தெரு, தம்பு செட்டி தெரு, ஆர்மீனியன் தெரு, மண்ணடித் தெரு ஆகியவற்றில் லுங்கிக் கடைகள் ஏராளம். பர்மா பஜாருக்கு நிகராக அன்னியப் பொருள்களையும் விற்று அதே சமயம், பேனாக்கள், பிளாஸ்டிக் பொருள்கள், ஃபேன்ஸி சரக்குகள் ஆகிய வற்றின் விற்பனை, காசி செட்டி தெருவிலும் நாராயண முதலி தெருவிலும் நடக்கிறது. செம்புதாஸ் தெரு, ராசப்ப செட்டி தெரு, ஏர்ராபுலு செட்டி தெரு, ஜோன்ஸ் தெரு, தபால் நிலையத் தெரு, மூக்கர் நல்லமுத்து தெரு, மண்ணடி தெரு ஆகியவற்றில் ஹார்ட்வேர் பொருள்களும் இரும்புக் கடைகளும் இருக்கின்றன. நைனியப்ப நாயக்கன் தெருவில் ரசாயனப் பொருள்கள், அறுவை சிகிச்சை கருவிகள் ஆகியவற்றில் கொள்முதலும், வெங்கடாசல முதலி தெருவில் பெயிண்டும் விற்கப்படுகின்றன. இடிக்கப்பட்ட கட்டடங் களில் எஞ்சிய கட்டுமானப் பொருள்களை விற்கும் கடைகள் நாராயணப்ப நாயக்கன் தெருவில் காணலாம். ஆர்மீனியன் தெருவுக்கும் லிங்கி செட்டி

தெருவுக்கும் இடையில் லாரிகளை வாடகைக்குப் பேசும் அலுவலகங்கள் பல இருக்கின்றன.

பிராட்வேயில் மூக்குக் கண்ணாடி கடைகளும் சைக்கிள் கடைகளும் ஏராளமாகயிருக்கின்றன. பிராட்வேக்கருகில், மக்ளீன் தெருவிலிருக்கும் தாமஸ் ரொட்ரிக்ஸ் அண்டு சன்ஸில், 1880 முதல் கிறிஸ்துவ பூசைக்கும் கொண்டாடத்திற்கும் வேறு எங்கும் கிடைக்காத பொருட்கள் ஒரே கடையில் கிடைக்கும்.

வடக்கிலிருந்து வந்து சென்னையில் குடியேறியபின், அதன் அங்கமாக ஆகியிருக்கும் பழைய நிறுவனங்களை இந்தத் தெருக்களில் காணலாம். உதாரணத்துக்கு குஜராத்தி இனிப்பு வகைகள், காரவகைகள், பூரி உருளைகிழங்கு ஆகியவற்றை சென்னைக்கு 1915-ல் முதலில் அறிமுகப் படுத்திய ஆரிய பவன், கோவிந்தப்ப நாயக்கன் தெருவில் இருக்கிறது. புனரமைக்கப்பட்ட அந்த உணவு விடுதி, அதன் நிறுவனர் எம்.பி. சர்மாவின் பேரனால் நடத்தப்பட்டு, இன்றைக்கு சம்பிரதாயத்தைத் தழுவி அளிக்கப்படும் வட இந்திய உணவுவகைகளுக்கு மேலாக, தென் இந்திய உணவு வகை களையும் அளிக்கிறது. ஒரு காலத்தில் மருந்து வகைகளை விநியோகிப்பதில் பிரபல பெயரான தாதா அண்ட் கோ 1930-ல் தொடங்கப்பட்டு, இப்போது நைனியப்ப நாயக்கன் தெருவில் இருக்கிறது. மருந்து வகைகளை உற்பத்தி செய்வதில் அந்தக் குடும்பம் இப்போது ஈடுபட்டாலும், 1914-ல் கெங்கு அம்மன் தெருவில் வியாபாரத்தை ஆரம்பித்த அந்த ராஜஸ்தானி குடும்பம் ஒரு குடும்ப அறக்கட்டளை மூலம், அந்த மருந்துக் கடையை நடத்துகிறது.

1825 முதல் மின்சாரத்தை இப்போதும் புறக்கணித்து, எண்ணெய் விளக்கு களை விற்கும் பெருங்காயம் ராமானுஜ செட்டியின் சிறு கடை, ராசப்பா செட்டி தெருவில் இருக்கிறது. மூலிகை மருந்து விற்பனைக்காக ஆரம்பிக்கப் பட்ட அதன் பெருங்காயத்தூள், பாக்கு பொடி ஆகியவை மூலம் அந்தக் கடை பெயர் பெற்றது. இவை இப்பொழுதும் விற்கப்படுகின்றன. நாலாவது தலை முறையினர் இடமிருந்து வாடகைக்கு எடுத்துக்கொண்ட கடையை, ஆறாவது தலைமுறையினர் நடத்துகிறார். ஜார்ஜ் டவுன் கடைகளைப் போல அல்லாமல், வித்தியாசமாக, இந்தக் கடை, இப்போதும் காலையில் சீக்கிரமாகத் திறக்கப்படுகிறது. மதிய உணவு இடைவேளையும் சீக்கிரமாக விடப்படுகிறது.

உயர்நீதி மன்றத்திற்கு எதிர்த்தாற்போல், என்.எஸ்.சி. போஸ் சாலையில், 1913ல் ஸ்தாபிக்கப்பட்ட ஸ்மித் ஸ்டாக்கிங் அண்டு கம்பெனி என்று ஜார்ஜ் டவுனிலேயே முதலாக ஸ்தாபிக்கப்பட்ட மருந்து கடை, இன்னும் வியாபாரம் நடத்துகிறது. அதற்கும் முன்பாக ஸ்தாபிக்கப்பட்ட அப்பையா அண்டு கம் (1894) வியாபாரத்தில் இல்லை.

திம்மப்பா நகரில் கோயில்கள்

சென்னையிலும் அதன் சுற்றுப்புறத்திலும், வளரும் மாநகரால் விழுங்கப்பட்ட பண்டைக் காலத்திய கிராமங்களில் உள்ள பல வரலாற்றுச் சிறப்புமிக்க

கோயில்களைச் சேர்த்து, 600 இந்துக் கோயில்கள் உள்ளன. இன்று நகரமாக வளர்ந்திருக்கும் புதிய குடியிருப்பான சென்னையில் கட்டப்பட்ட முதல் கோயில்கள் ஜார்ஜ் டவுனில் உள்ளன என்பது விசேஷமானது. இதில் முதலாவதாகக் குறிப்பிடப்படவேண்டிய பேரி திம்மப்பா கட்டிய பட்டிணம் பெருமாள் கோயில் அல்லது சென்ன கேசவப் பெருமாள் கோயில். 1648-ல் எழுதப்பட்ட பதிவுகளில் அந்தக் கோயில் இடம் பெற்றிருந்தாலும், அது என்றில் இருந்து அவ்வாறு இயங்கத் தொடங்கியது என்று பதிவு செய்யப் படவில்லை. கல் சுவரால் சூழப்பட்டு பல சன்னதிகள் ஒரே கூரையின்கீழ் இல்லாமல் தனித்தனியாகச் செயல்பட்டாலும், ‘சென்னையில் ஒரே கோயில் அது’ என்று டாக்டர் ஃப்ரையர், 1673-ல் அந்தக் கோயிலை வர்ணிக்கும்போது குறிப்பிடுகிறார். ‘திடமான கட்டுமானம் உடைய அந்த பிராகாரத்தினுள் காற்றோ வெளிச்சமோ புகமுடியாமல், நன்றாக இருந்தாலும், ஆபாசமாகத் தோற்றமளிக்கும் சிற்பங்கள், அசிங்கமாகத் தோன்றுகின்றன. பணம் செல வழித்து சிரமப்பட்டிருக்கும் அவசியம் இந்த பூதங்களுக்குத் தேவையில்லை. அதன் வாயிற்கதவுகள் உலகிலேயே உயரமானவை. இந்தக் கோயிலில் நடத்தப்பட்ட பொதுக்கூட்டங்கள் உணர்ச்சிகரமாக இருந்தாலும், இங்கு ஜாதிக் கலவரங்கள் நடந்ததில்லை’ என்று எழுதுகிறார்.

திம்மப்பா, நாகபட்டன் இருவரும், இந்தப் பெரிய கோயிலை தர்மமாக அளித்திருக்கின்றனர் என்பது, அவர்களது மறைவுக்கு இரு நூற்றாண்டு களுக்குப்பின், ஒரு வழக்கின் மூலம் தெரியவந்தது. அந்த வழக்கின்போது, நாகபட்டன் 1646-ல்கூட அந்தக் கோயிலுக்கு நன்கொடை அளித்திருக்கலாம் என்பது தெரியவந்தது. நாகப்பட்டன் கட்டிய சிறிய கோயிலை, இரண்டு வருடங்கள் கழித்து, திம்மப்பா பெரிதாக்கி இருக்கலாம். ‘சுற்றி உள்ள கட்டடங்களைவிட அது உயரமாக இருந்தது’ என்று ஃப்ரையர் நிச்சயமாகக் கூறியிருக்கிறார். திம்மப்பாவிற்கும் நாகப்பட்டனுக்கும் நடந்த சச்சரவுக்கு விளக்கம் கூறுவதுபோல், முதலில் கேசவபெருமாள் கோவிலும் அதற்குப் பின் சென்னை கேசவபெருமாள் கோவில் கட்டப்பட்டது என்பது ஒரு சம்பிரதாயம்.

1709-ல் 90 சதுர கஜம் பரப்புள்ளது என்று பிட்டின் வரைபடத்தில் காண்பிக்கப் பட்டிருக்கும் இந்தக் கோயில், இப்போது உயர் நீதிமன்றம் இருக்கும் இடத்தில் இருந்தது. பிரெஞ்சு தாக்குதலை சமாளித்தாலும்கூட 1757-ல் கோட்டையின் புதிய வடக்கு அரணுக்கு செங்கல்லும் கருக்கல்லும் தேவைப் பட்டதால் இந்தக் கோயில் இடிக்கப்பட்டது. பிப்ரவரி 1762-ல் சென்னைப் பட்டினத்தில் வாழும் இந்துக்களுக்கு, இடிந்த வீடுகளுக்கு நஷ்ட ஈடாக 565.5 வராகனும், தேவராஜ முதலி தெருவுக்கு அருகில் கெங்கு ராமையா தெருவில் ஒரு நூற்றாண்டு வயதுள்ள கோயிலின் பரப்புக்கு சமமாக 23,944 சதுர அடி நிலமும் அளிக்கப்பட்டது.

இப்போது காவல் நிலையத்தின் வாகங்களாலும் மரங்களாலும் மறைக்கப் பட்டிருக்கும், வைஷ்ணவ சென்ன கேசவப் பெருமாள் கோயிலும், சைவ சென்ன மல்லிகேசுவரர் கோயிலும் இன்றைக்கும் பூக்கடை பகுதியில்

(ஃப்ளவர் பஜார்) அதே இடத்தில் இருக்கின்றன. ஆளுநர் பிகாட்டின் துபாஸூம், கம்பெனியின் கடைசி முக்கிய வியாபாரியுமான மணலி முத்து கிருஷ்ண முதலியார், தானே 5,202 வராகனும், அரசாங்கத்திடம் பெற்ற மேலும் 1,173 வராகனும் நன்கொடையாக அளித்தபின், பொதுமக்களிடம் நன்கொடை பெற்று, அந்த நகரக் கோயிலைக் கட்டினார். 15,652 வராகன் சேர்ந்தபின், கோயில் வேலை ஆரம்பிக்கப்பட்டு, 1766-ல் கும்பாபிஷேகம் நடத்தப்பட்டாலும், 1780 வரை வேலை தொடர்ந்தது.

திம்மண்ணா என்று பதிவுகளில் குறிப்பிடப்பட்டாலும், சந்ததியரால் திம்மப்பா என்றே அழைக்கப்பட்ட பேரி திம்மப்பாதான், ஃபிரான்சிஸ் டேயுடன் ஒப்பந்தம் பேசி கோயிலைக் கட்டியவர். முதல் கருப்பர் நகரத்தில் தொழிற்சாலைக்கு வடக்கே சுற்றுப்புறத்திலிருந்து, குறிப்பாக, தான் பிறந்த நெல்லூரிலிருந்து, ஆள்களைக் கொண்டுவந்து திம்மப்பா குடியேற்றினார். டே, கோகன் ஆகியோரைப் போலவே திம்மப்பா பற்றியும் சென்னையில் நினைவுச் சின்னம் இல்லை. இன்று, சாலைப் பெயர்களில் அவருடைய உதவியாளர்களாக இருந்த காசி வீரண்ணா, சுங்குராம செட்டி, மற்றும் தம்புச் செட்டி முதலியோர் பெயர்கள் இருக்கின்றன.

திம்மப்பா, ஆளுநர் சபையில் இடம் பெற்றிருந்தார். 1678-ல் அவர் இறந்தபோது அவருக்கு 5 பீரங்கி சல்யூட் வெடி மரியாதை கொடுக்கப்பட்டது. அவருக்குபின் பதவியேற்ற காசி வீரண்ணா, 1680-ல் இறந்தபோது, 30 பீரங்கி சல்யூட் மரியாதையைப் பெற்றார். அவருடைய மனைவி உடன்கட்டை ஏற முயற்சித்தபோது ஆளுநர் அதற்குத் தடை விதித்தார். அந்த நிகழ்வுதான் அரசாங்கம் முதன்முதலாக ‘சதி’யைத் தடைசெய்தது. திம்மப்பாவின் சகோதரர் பெத்த வெங்கடாத்ரி, முதன்மை வியாபாரியாக வீரண்ணாவுக்குப் பின் பதவி ஏற்றபின், 1689-ல் பழைய துபாஷ்களுள் மிக்க திறன் வாய்ந்த ஆலங்காத்த பிள்ளை பதவி ஏற்றார்.

பொதுமக்களால் அதிகம் அங்கீகரிக்கப்படாவிட்டாலும், இன்றுகூட திம்மப்பா வின் தொடர்பு தொடர்கிறது. நகரின் 350-வது ஆண்டுவிழாக் கொண் டாட்டத்தின்போது இருமுறை அந்தத் தொடர்பு சற்றே வெளிக்கொண்டு வரப்பட்டு, அதற்குப்பின் மீண்டும் மறக்கப்பட்டது. 1894-ல் திம்மப்பாவின் சந்ததிகள் தரகர்களாகவும், தானிய மற்றும் வாசனைப் பொருள்கள் வியாபாரிகளாகவும் அப்பா அண்ட் கோ என்ற கம்பெனியை 1894-ல் நிறுவினார்கள். குடும்ப மனைக்கு அடுத்தாற்போல் ஆவுடையப்ப நாயக்கன் தெருவில் இருந்த அதன் கடையில் கூட்டாளிகளாக, 1913-ல், கெட்டி திம்மப்ப பாஷ்யம் நாயுடுவும் கெட்டி நாராயணப்ப நாயுடுவும் இருந்தனர். மூதாதையருக்குக் கிடைத்துவந்த கோயில் மரியாதையை இவர்கள் பெற்றனர். நகரின் முக்கிய மருந்துக் கடைகளில் ஒன்றாக அது 1928-ல் ஆனபிறகு, 1960-ல் மூடப்பட்டது. அப்பா அண்ட் கோ-வின் கூட்டாளிகளின் சந்ததிகள் நாராயணப்பா அண்ட் கோ என்று நுங்கம்பாக்கத்திலும் அண்ணாநகரிலும் மருந்து கடைகள் வைத்திருக்கின்றனர். சிறிதுதான் ஞாபகத்தில் இருக்கும் சென்னை 350-வது ஆண்டுவிழாக் கொண்டாட்டத்தின்போது நடந்த

வினாடிவினா நிகழ்ச்சியில் தற்செயலாகக் கேள்விகள் கேட்க பங்கெடுத்துக் கொண்ட டாக்டர் ஒருவரின் பூர்வீகம் திம்மப்பா குடும்பத்துடையது என்று ஏற்பாடு செய்தவர்களுக்கோ, பங்கேற்றவர்களுக்கோ தெரியாது. பரிசு அளிக்கப்பட்டபோது வந்திருந்த சிறப்பு விருந்தினர், பேரி திம்மப்பாவின் உயிரோடு இருக்கும் ஒரே சந்ததியான வயது முதிர்ந்த ஆளவந்தார் நாயுடு.

அப்பா அண்ட் கோ-வின் மேன்மையான நாள்களை நினைவுகூர்ந்த ஆளவந்தார் நாயுடு, அது எப்படி பல மருந்துகளுக்கு ஏஜென்சி வைத்திருந்தது என்று கூறி, தன்னுடைய சகோதரர் கே. வெங்கடசுவாமி நாயுடு, சென்னை நகர மேயராகவும், ராஜாஜியின் மந்திரிசபையில் அமைச்சராக இருந்ததைப் பற்றியும் கூறினார். அப்போது கீழ்ப்பாக்கம் டெய்லர்ஸ் சாலைக்கு அருகில், அப்பா கார்டன்ஸ் சாலையில் இருந்த அப்பா கார்டன்ஸ், குடும்பத்தின் தோட்ட வீடாக இருந்தது. பாஷ்யம் நாயுடு பூங்காவில், பேரி திம்மப்பாவின் எள்ளுப் பேரனின் பேரனான ஆளவந்தாரின் தந்தையின் மார்பளவு சிலை இருக்கிறது என்று அவர் கூறினார். சென்னையின் முதன் குடும்பம், கெட்டி குடும்பத்தில் திருமணம் செய்த பேர் திம்மப்பாவின் ஒரே பெண்ணின் மூலம் சந்ததிகள் பெற்றது. கெட்டி குடும்பம்தான் சென்னையை சொந்த ஊரென்று அழைக்கிறது.

திம்மப்பாவின் சந்ததிகளைத் தவிர, மற்ற குடும்பத்தினர்க்கும் ஜார்ஜ் டவுனில் இருக்கும் மூதாதையர்களால் கட்டப்பட்ட கோயில்களுக்கும் தொடர்பு உண்டு. முந்தைய முதன்மை வியாபாரிகளும் துபாஷ்களும் காண்பித்த வள்ளல்தன்மையின் மூலம்தான் ஜார்ஜ் டவுனில் உள்ள பல கோயில்கள் கட்டப்பட்டன. நகரத்தின் முதல் கோயிலின் காலத்தைச் சேர்ந்தது பழைய மல்லிகார்ஜுன் கோயில். இந்த மல்லிகேசுவரர் கோயில் லிங்கிச் செட்டி தெருவின் வடக்குப் பகுதியில் உள்ளது, 1652-லேயே சரித்திர ரீதியாக இது பதிவாகி இருக்கிறது. மறுகட்டமைப்பு, 1897 முதல் 1925 வரை நடந்தது. 63 நாயன்மார்களின் விக்கிரகங்கள் அந்தக் கோயிலில் இருக்கின்றன.

சென்னையை முற்றுகையிட்டபோது லாலி தனது துருப்புகளை அந்தக் கோயிலில்தான் தங்கவைத்தார். அதற்கு அருகில் பவழக்காரத் தெருவின் மத்தியில், கோட்டையின் அரண் கட்டி முடிக்கப்பட்டபோது, காளஹஸ்தீசுவரர் கோயில் கட்டப்பட்டது. தெற்கு தங்கசாலைத் தெருவில் 1680-களில் ஆலங்காத்த பிள்ளை, இப்போதைய ஏகாம்பரேசுவரர் கோயிலின் கருவைக் கட்டினார். பிட்டின் வரைபடத்தில் காண்பிக்கப்பட்ட ‘ஆலிங்கல் பகோடா’ என்று பதிவாகிய இந்த சைவக் கோயில் இடது கை, வலது கை பிரிவினரால் உபயோகிக்கப்பட்டபின் வலது கையினருக்குத்தான் உரிமை உண்டு என்று அங்கீகரிக்கப்பட்டது. அங்கு இருக்கும் பக்தரின் சிற்பம் கோபுரத்தைக் கட்டிய வெ.மு.அப்புக்குட்டி செட்டியாருடையது. வெகுதூரத்தில் திருவல்லிக்கேணியில் உள்ள ஒரு தெருவின் பெயர் மூலம் ஆலங்காத்த பிள்ளை கௌரவிக்கப்படுகிறார் என்பது விநோதம்.

11-ம் நூற்றாண்டில் திருநெல்வேலிக்கு வந்தபின், 17-ம் நூற்றாண்டில், வளர்ந்துகொண்டிருந்த சென்னையில் குடியேறிய சௌராஷ்டிர

நெசவாளர்களுக்கு ஏகாம்பரேசுவரர் கோயில், பிரதான கோயிலாக மாறியது. 18-ம் நூற்றாண்டில் அவர்களை தொடர்ந்து வைர, பட்டு வியாபாரிகளும், (குஜராத்தின் கட்ச் பகுதியைச் சேர்ந்த) கச்சி வியாபாரிகளும், சௌகார் பேட்டைக்கு அதனுடைய பெயரை அளித்தார்கள். 18-ம், 19-ம் நூற்றாண்டுகளில் ராயபுரத்தில் குடியேறிய குஜராத்தி பார்சிகள் உள்பட மேலும் பல வியாபாரிகள் வந்தனர். 300 வருடங்களுக்குமுன் வேரூன்றிய 50,000 குஜராத்திகள் இன்றும் சென்னையில் இருக்கின்றனர்.

முத்தையால்பேட்டையிலும் ஜார்ஜ் டவுனிலும் 18-ம் நூற்றாண்டில் கட்டப்பட்ட கோயில்களுள் ஒன்று, மல்லிகேசுவரர் கோயிலுக்கு அருகில் 1717-ல் தேவராஜ முதலி தெருவில் கட்டப்பட்ட சிந்தாதிரி பிள்ளையார் கோயில். இந்தக் கோயில் தொடர்பாக, கோமட்டி செட்டி ஒருவருக்கும் பேரி செட்டி ஒருவருக்கும் தகராறு ஏற்பட்டு, கோயில் மூடப்பட்டது. தகராறைத் தீர்க்க அரசாங்கம் தலையிட்டபின்தான், மூடப்பட்ட கோயில் மீண்டும் திறக்கப்பட்டது. ஆர்மீனியன் தெருவில் உள்ள கச்சாலீசுவரர் கோயில், சுமார் 1725-ல் கட்டப்பட்டது. துபாஷ் கல்வாய் செட்டி அதைக் கட்டினார் என்று நிச்சயமாகத் தெரியாவிட்டாலும், அவருடைய நிலத்தில்தான் அது கட்டப்பட்டது என்பது உறுதி.

உயரமான கச்சாலீசுவரர் கோபுரத்தினால் கச்சாலீசுவரர் கோயில் தெரு என்று பெயர் இடப்பட்ட அந்தத் தெருவில், தாசிகள் வசித்தனர். பெரிய மனிதர்கள் வெளியே செல்லும்போது, அவர்களுக்கு முன்னால் ஊர்வலத்தில் தாசிகள் செல்வார்கள் என்று குறிப்பிடப்பட்டிருக்கிறது. இடது கை ஜாதியினரின் இந்தக் கோயில் கடுமையான ஜாதிச் சண்டைக்கு உள்ளாகியது. அரசாங்கத்தின் தலையீட்டுக்குப் பின், வலது கை ஜாதியினர் சொத்துகள் வழியாக செல்லாத புதுப் பாதை ஒன்று கட்டப்பட்டது. அந்தத் தகராறின்போது, தாசிகள் இருந்த வீடுகள் பிராமணக் குடும்பங்களுக்குக் கொடுக்கப்பட்டன. இதனால், 1700-ம் ஆண்டு முதல் அங்கு வசித்த தாசிகள், எதிர்ப்பு தெரிவித்ததால், மீண்டும் அவர்கள் அங்கேயே வசிக்கலாம் என்று அனுமதி அளிக்கப்பட்டது.

1787 வாக்கில் முத்தையால்பேட்டையில் கட்டப்பட்ட கிருஷ்ணசுவாமி கோயில்கூட ஒரு பெரிய ஜாதி சச்சரவு நடந்த இடமாக இருந்தது. 1790-ல் வலது கை ஜாதியினர் தங்கள் கொடியை இடது கை ஜாதிகள் இருந்த இடத்தில் நட்டபோது நடந்த கலவரத்தில், அரசாங்கம் தலையிட்டு சமரசமாக, புனித ஜார்ஜின் கொடியை நட்டனர். பேரி திம்மப்பாவின் மாப்பிள்ளை கெட்டி நாராயணன் கட்டிய பைராகி மடம் கோயில் இந்தப் பகுதியில் இருக்கிறது. ஒரு காலத்தில் நாராயணன் கோயில் என்று அழைக்கப்பட்ட இந்த கோயிலின் மூலவர் ஶ்ரீ வெங்கடேஸ்வரர். இது, தங்கசாலை தெருவுக்கும் சைனா பஜாருக்கும் மத்தியில் இருக்கிறது.

தங்கசாலை தெருவுக்குத் தெற்கு கோடிக்கு அருகில் 1670-களில் ஜார்ஜ் டவுனிலேயே அழகிய கோயிலான கந்தசுவாமி கோயிலை, ராசப்ப செட்டி தெருவில் பேரி செட்டியார்கள் கட்டினார்கள். திருப்போரூரிலிருந்து

கொண்டுவரப்பட்ட பழைய விக்கிரத்துடன் நிறைய நன்கொடைகளுடன், இந்த கோயிலுக்கு, 1930-ல் கும்பாபிஷேகம் செய்தபின், சென்னையில் முக்கியமான கோயில் விழா ஒன்று இங்கு ஆண்டுதோறும் நடைபெறுகிறது. சமூகச் சீர்த்திருத்தவாதி ராமலிங்க அடிகள் இங்குதான் என்றும் அழியாத தெய்வமணிமாலையைப் பாடினார். அக்டோபர் 1677-ல் தம்புசெட்டி தெருவில் உள்ள காளிகாம்பாள் காமேசுவரர் கோயிலில், சிவாஜி மகாராஜா தொழுதார் என்று ஐதீகம். பல நூற்றாண்டுகளுக்குப் பின் சுப்பிரமணிய பாரதியார் அங்கு வழிபட்டார். 1980-ல் ஒரு புது 10 மீட்டர் உயர ராஜகோபுரம் சேர்க்கப்பட்டது.

மற்ற பழைய கோயில்களில் அச்சாரப்பன் தெருவில் உள்ள ஆதிகேசவப் பெருமாள் கோயிலும், தங்க சாலை தெருவில் வெளிப்பார்வைக்கு சாதாரண வீடுபோல் தோன்றியபோதிலும், மேல் மாடிகளில் வடக்கத்திய பாணி கோயிலாக இருக்கும் ஜைன சந்திரபிரபு பகவான் ஸ்வேதாம்பர் கோயிலும் உள்ளன. 1994-ல் தங்கசாலை தெருவில் மவுண்ட் அபுவின் பாணியில் கட்டப்பட்டு, அழகிய பளிங்கில் செதுக்கப்பட்ட சந்திரபிரபு நயா ஜைன மந்திர் இருக்கிறது. 90 வருட ஸ்வேதாம்பர ஜைனக் கோயில் இருந்த இடத்தில் இது கட்டப் பட்டது. 1978-ல் புனிதப்படுத்தப்பட்டு ஜெய்ப்பூர் பாணியை இங்கும் அங்கும் பிரதிபலிக்கும் மஹாவீரர் ஸ்வாமி திகம்பர ஜைனக் கோயில், சந்திரப்ப முதலித் தெருவில் இருக்கிறது. 1980-களுக்குப் பிறகு, நகரின் வேவ்வேறு பாகங் களில், மவுண்ட் அபு பாணியில் நிறைய ஜைனக் கோயில்கள் கட்டப்பட்டிருக் கின்றன.

1652-ல் முதலில் பதிவான ஜாதிக் கலவரங்களுக்குப்பின், கம்பெனி காலத்தில் இத்தகைய சச்சரவுகள் ஆரம்பத்தில் இருந்தே நடந்தபோதிலும், மத சச்சரவுகள் இருந்ததில்லை. ஜார்ஜ் டவுனில் ஒன்றோடு ஒன்று ஒட்டிக் கொண்டு, எல்லா மத வழிபாட்டுத் தலங்களும் இருந்தன. நகரக் கோயிலுக்குக் கிழக்கே, அதாவது இப்போது இருக்கும் சுரங்கப்பாதைக்கு அருகில் கருப்பர் நகரில் இருந்த ஒரு மசூதியும், ஆளுநர் யேல் காலத்தில் முத்தையால்பேட்டையில் இருந்த மற்றொரு மசூதியும் பதிவாகியிருக்கின்றன. இருந்தபோதிலும், இரண்டாவது மசூதியைப் பற்றி சில குழப்பங்கள் இருக்கின்றன. கோல்கொண்டா சுல்தானுடன் தனது நெருங்கிய தொடர்பு மூலம் ஹாசன் கான் என்ற முஸ்லிம் பெயரைக்கூடப் பெற்ற திம்மப்பாவின் வாரிசு காசி வீரண்ணாதான் அந்தப் பகுதியில் முதன்முதலாக மசூதியைக் கட்டினார் என்றும் பதிவாகியிருக்கிறது. 1680-ல் அவர் இறப்பதற்குமுன் கட்டிய இந்த மசூதி சென்னையின் முதல் முஸ்லிம்கள் சீருடன் வாழ்ந்த மூர் ஸ்ட்ரீட்டில் இருந்தது. திருவல்லிக்கேணியில் உள்ள முஸ்லிம் குடியிருப்புகள்கூட, வீரண்ணாவுக்கு கம்பெனி திருவல்லிக்கேணி கிராமத்தை வாடகைக்கு அளித்த அந்தக் காலத்தை சேர்ந்தவை. காஸா வெரோனா அண்ட் கோ என்ற இந்தியாவின் முதல் பங்குதாரர்கள் கம்பெனியை 1670-ல் நிறுவியவர் காசி வீரண்ணாதான்.

முத்தையால்பேட்டையில் 18-ம் நூற்றாண்டில் கட்டப்பட்ட மஸ்ஜித் மம்மூரை நூறு வருடங்களுக்குமுன் ஆற்காடு நவாபின் குடும்பம்

கருங்கல்லினால் புதுப்பித்தது. வடக்குப் பகுதியில் முஸ்ஸிம்கள் வசிக்கும் அங்கப்ப நாயக்கன் தெருவில் இது இருக்கிறது. அதன் பிரதான பெரிய தொழுகை மண்டபமும் வெளிச்சுவர்களும் இரண்டு தூண்களுக்கு மேல் நிற்கின்றது என்பது கட்டடக் கலையில் விசேஷமானது. இங்கு ஒரே சமயத்தில் 5,000 பேர்கள் தொழமுடியும்.

அதற்கு வெகுநாள்களுக்கு முன்பே, சாந்தோமில் போர்த்துகீசிய குடியிருப்பு இருந்ததால், புனித ஜார்ஜ் கட்டப்படும்போது, டேயின் சென்னையில் கத்தோலிக்க மதம் நன்றாக நிறுவப்பட்டிருந்தது. போர்த்துகீசியர்களுக்கும் தொப்பி அணிந்த இந்தோ போர்த்துகீசியர்களுக்கும், அந்தப் பகுதியின் மொழி, பழக்க வழக்கங்கள் ஆகியவற்றில் நல்ல பரிச்சயம் இருந்ததால், அவர்களை கம்பெனி கீழ்நிலை ஊழியர்களாகவும் காவல்காரர்களாகவும் அமர்த்தி, அவர்களை வியாபாரம் செய்யவும் ஊக்குவித்தது. ஆகையால் புனித ஜார்ஜ் கோட்டையின் முதல் வருடங்களில் பிராட்டஸ்டண்ட் மதத்தினரைவிட, ரோமன் கத்தோலிக்கர்கள் அதிகமாக வசித்தனர். கோட்டையின் முதல் பாதிரி, கபுசின் கத்தோலிக்கரான பாதிரி எஃபரேம் தி நெவர்ஸ். 'கட்டப்பட்டது 1640-ல், விரிவாக்கப்பட்டது 1857-ல்' என்று பொறிக்கப்பட்ட பேழை உடைய மாதா கோயிலை பிரிட்டிஷ் குடியிருப்பின் ஒரு கோடியில் போர்த்துகீசிய மற்றும் கலப்பின மக்களுக்காக கத்தோலிக்கர்கள் கட்டினர்.

ஒரு காலத்தில் பெரிய பரச்சேரி என்ற பகுதியில் வடக்கு ஜார்ஜ் டவுனில் உள்ள போர்த்துகீசிய சர்ச் தெருவில் புதிதாகக் கட்டப்பட்டிருக்கும் இந்த சர்ச் இருந்தபோதிலும், பிரிட்டிஷ் இந்தியாவில் இன்றும் இருக்கும் சர்ச்சுகளில் பழைமையானது அதுதான் என்று அங்கீகரிக்கப்படவில்லை. எந்தவிதமான எச்சரிக்கையும் இல்லாமல் 1990-ல் இடிக்கப்பட்ட அந்த சர்ச்சுக்கு பதில் கட்டப்பட்ட வசீகரமில்லாத சர்ச், 1994-ல் புனிதப்படுத்தப்பட்டது. பார்வையாளர்கள் கண்ணில் படாத வெளிவாயிலுக்கு மேல் உள்ள படம் ஒன்றுதான் அந்தப் பழைய சர்ச்சின் ஞாபகார்த்தம்.

இந்த சர்ச், பாதிரி திநெவர்ஸ் 1640-ல் கட்டிய புனித ஆண்ட்ரூஸிற்கு முந்தையதா என்ற கேள்வி எல்லோர் மனத்திலும் எழுகிறது. ஆங்கிலிகன் பிரிவைச் சேர்ந்த புனித ஜார்ஜ் கோட்டையின் புனித ஆண்ட்ரூஸ் சர்ச், 1642-ல் மரத்தால் கட்டப்பட்டபின், 1675-ல் அதைவிடப் பெரிய, நிரந்தரமான கட்டடம் ஆனது. பிரெஞ்சுக்காரர்கள் சென்னையைவிட்டு வெளியேறியதும் மூடப்பட்டபின், 'விடாமல் நமக்கு துரோகம் செய்த அநேக பாதிரியார் களாலும் கத்தோலிக்கவாசிகளாலும் சென்னை மிகவும் சிரமப்பட்டிருக்கிறது' என்ற அடிப்படையில் பாதிரிகளும் கோட்டைக்கு வெளியே துரத்தப்பட்டனர். பிரெஞ்சுக்காரர்களின் பலம் குறைந்தவுடன் இன்றைய பிரதான மாதா கோயிலை ஆர்மீனியன் தெருவில் கட்ட அரசாங்கம் அனுமதித்தது. 1886 முதல் இது சென்னையின் பிரதான சர்ச்சாக இருக்கிறது. மைலாப்பூரில் உள்ள பிரதான சர்ச் சாந்தோமில் இருக்கிறது. கூவம் ஆற்றினால் பிரிக்கப்பட்ட இரு மறைமாவட்ட பீடங்களும், இப்போது மதராஸ் - மைலாப்பூர் மறைமாவட்டமாக ஒன்றாக இணைக்கப்பட்டிருக்கின்றன.

தன்னுடைய பக்தர்களுக்கு இரண்டாவது சர்ச் கட்ட, பாதிரி தி நெவர்ஸுக்கு அரசாங்கம் 1658-ல் நிலம் கொடுத்ததுதான் இந்த மாதா கோயிலின் ஆரம்பம். அந்த இடத்தில் அந்த வருடத்தில் அவர் ஒரு திறந்த பந்தலை அமைத்தார் என்று பதிவாகியிருக்கிறது. 1690-ல் சீரழிந்துபோன இது, 1692-ல் மீண்டும் கட்டப்பட்டது. இரண்டாவது பிரெஞ்சு முற்றுகையின்போது சேதப்பட்டபின், 1775-ல் புதிதாகக் கட்டப்பட்டு, 1785-ல் விரிவாக்கப்பட்டது. பல வருடங் களாக முன்னேற்றங்கள் செய்யப்பட்டபின், 1834-ல் உபதேசம் செய்யும் அந்தஸ்தும் (அபோஸ்தலிக் ஸ்டேடஸ்), 1886-ல் பிரதம சர்ச் அந்தஸ்தும் (கதீட்ரல் ஸ்டேடஸ்) கிட்டியபின், கபுசின்கள் பொறித்த 1642 என்ற வருடம் கதீட்டிரலின் மேல்வாயிலில் பாதுகாக்கப்படுகிறது. ஆனால் பலர், 1642 என்பது அங்கிருந்த இடுகாட்டைக் குறிக்கிறது என்று நம்புகின்றனர்.

1837-ல் மீண்டும் கட்டப்பட்டு, 1857-ல் மாற்றப்பட்டு, 1931 வரை மறுசீரமைப்புக்காக கடைசி பெரிய வேலை செய்யப்பட்டது. கிறிஸ்துவின் சிலுவையேற்றம், மேரி மக்தலேன் ஆகிய அழகான எண்ணெய் ஓவியங்கள் இங்கு உள்ளன. கதீட்ரலுடன் இணைக்கப்பட்டு இருக்கும் மூராட் பூசை யறையில் அந்த முக்கியமான ஆர்மீனியன் குடும்பத்தின் சமாதி இருக்கிறது. செவ்வாய்க்கிழமைதோறும் அங்கிருக்கும் புனித அந்தோணி பிறைக்கு எல்லா மதத்தினரும் ஆயிரக்கணக்கில் வருகின்றனர். 1929-ல் சர்ச்சுக்கு சில போர்த்து கீசிய மாலுமிகள், புனிதரின் சிலையைக் காணிக்கையாக அளித்தபின், வெகு நாள்களுக்குப் பிறகு அந்த மாடம் உண்டாக்கப்பட்டது.

இந்த கதீட்ரல் வளாகத்தில், 1838-ல் சென்னையின் முதல் கத்தோலிக்கப் பள்ளி தொடங்கப்பட்டது, செயிண்ட் மேரீஸ் செமினரி என்ற அந்தப் பள்ளி இப்போதும் ஆர்மீனியன் தெருவில் இருக்கிறது. கோட்டையில் புனித ஆண்ட்ரூஸ் கட்டப்பட்ட சமயத்தில், சென்னையின் முதல் ஆங்கிலப் பள்ளியை ஆரம்பித்த புகழ் பாதிரி டி நெவர்ஸுக்கு உரித்தானது. வருந்தத்தக்க முறையில் 1752-ல் பிரிட்டிஷாரால் நாசமாக்கப்பட்ட புனித ஆண்ட்ரூஸ், 1830-ல் வெப்பேரியில் கட்டப்பட்ட புதிய ஆண்ட்ரூஸ் மூலம் புத்துயிர் பெற்றது. இதே சமயத்தில், புனித மேரியிலிருந்து பரவி கபுசின்கள் வடசென்னையில் மேலும் வேரூன்றினர்.

கதீட்ரலுக்கு அடுத்தாற்போல், மஞ்சள் சுவர்களுடன், நாள் முழுவதும் திறந்து வைக்கப்பட்டிருக்கும், வெள்ளிக் குமிழ்கள் உடைய பிரம்மாண்டமான 10 அடி மரக்கதவுகளால் மறைக்கப்பட்டிருக்கும் சர்ச், 1772-ல் பழைய ஆர்மீனியன் இடுகாடு இருந்த இடத்தில் கட்டப்பட்டிருக்கும் ஆர்மீனியன் சர்ச். புனித மேரி இடுகாட்டுக்கு எதிரில் தீவுத் திடலில் புதிய இடுகாடு அமைக்கப்பட்டது. வெகுவாக அலங்கரிக்கப்பட்ட சிற்ப அலங்காரங்கள் கூடிய சவக்கறகள், சிவப்பு செங்கல் தரையுடன் கூடிய, நிறைய பூக்கள் மலரும் பிராகாரம், கதவுக்குப் பின்னால் அமைதி சுவர்க்கமான சர்ச்சில் இருக்கும் பளபளக்கும் இருக்கைகள், 1712-ல் செய்யப்பட்ட மர பலிபீடம் ஆகியவை முதல் ஆர்மீனியன் சர்ச்சிலிருந்து கொண்டுவரப்பட்டன. சென்னையிலேயே பெரிதான மணிகள், மணிக்கூண்டில் இருக்கின்றன.

ஆர்மீனிய சம்பிரதாயத்தின் இந்தக் கோயிலில் 1712 என்று ஒரு பேழையில் குறிப்பிடப்பட்டிருக்கிறது.

ஆர்மீனியர்கள் சென்னையில் 1660 முதல் வசித்தனர். பழைய கருப்பர் நகரத்தில், நகரக் கோயிலுக்கு அருகில் கட்டப்பட்டு அதே விதியைச் சந்தித்த மரத்தால் கட்டப்பட்ட ஆர்மீனியன் சர்ச்சை இது ஞாபகப்படுத்துகிறது. 1963-ல் கடைசி பாதிரியார் மேன்மைக்குரிய டி.எச். தாவாதியான் இறந்தபிறகு, கல்கத்தாவில் இருந்து 1964-ல் இங்கு இடம் பெயர்ந்த ஜார்ஜ் கிரிகோரியனும் அவர் மனைவியும் அதை அன்புடன் கவனித்துக் கொண்டிருந்தனர். 1997-ல் பெங்களூரில் வசித்த ஓர் இளைஞர் அதை கவனித்துக்கொண்டிருந்தார். அவர் கல்கத்தாவுக்கு இடம் பெயர்ந்தபின் உள்ளூர்க்காரர் ஒருவர் அதைக் கவனித்துக்கொண்டிருக்கிறார். 2007ல் புதுப்பித்தல் ஆரம்பிக்கப்பட்டு ஜார்ஜ் டவுனிற்கு நடுவில் சாந்தமாக நன்கு பராமரிக்கப்பட்டு இருக்கிறது. ஆர்மீனியன் சர்ச்சுக்குப் பின்னால் 1841-ல் நிறுவப்பட்ட புனித கொலும்பன் பள்ளி இருக்கிறது.

தரங்கம்பாடியில் இயங்கிக்கொண்டிருந்த ஜெர்மன் லுத்தரன் மதப்பிரசார குழுமத்தைச் சேர்ந்த பெஞ்சமின் ஷீல்ட்ஸ், ஆர்மீனியன் சர்ச்சுக்குக் கூப்பிடு தூரத்தில் முதல் பிராடஸ்டண்ட் சர்ச்சைக் கட்டினார். 1726-ல் சென்னைக்கு வந்தபின் இங்கு வசிக்கத் தொடங்கிய முதல் பிராடஸ்டண்ட் மத பிரசாரகர் அவர். அவரைத் தொடர்ந்து வந்தவர், வேப்பேரி மிஷனை ஆரம்பித்த ஃபெப்ரிஷியஸ்.

பார்த்லோமியோ சீகன்பால்கின் கூட்டாளி, 1717-ல் முதலில் சென்னைக்கு வந்த க்ருண்ட்லர் என்ற தரங்கம்பாடி பிரசாரகர், எஸ்.பி.சி.கே.யின் சார்பில் பேச்சுவார்த்தை நடத்தி வெள்ளை நகரில் ஒன்றும், கருப்பர் நகரில் ஒன்றுமாக இரண்டு இலவசப் பள்ளிகளைத் தொடங்க அனுமதி பெற்றார். ஜெர்மன் பிரசாரகர்களுள், இந்தப் பள்ளிகளில் ஆங்கிலம் கற்பிக்கக் கற்றுக்கொண்டவர் கீஸ்டர். இரண்டு பள்ளிகளும் சரியாக இயங்காததால் 1726-ல் வேப்பேரியில் ஷீல்ட்ஸ் நிறுவிய ஆங்கிலோ வெர்னாகுலர் பள்ளி மூலம் பிரசாரக் கல்வி தொடங்கியது. தொடர்ந்து இயங்கிக்கொண்டிருக்கும் இந்தப் பள்ளியின் தற்போதைய பெயர் ஃபெப்ரீஷியஸ் பள்ளி.

1784-ல் வேப்பேரியில் நிறுவப்பட்ட முதல் ஆங்கிலோ இந்தியன் பள்ளி, வெவ்வேறு சேர்க்கைகளுக்குப் பிறகு டவ்டன் காரி பள்ளி என்று ஆகியுள்ளது. சென்னை ஆண்கள் அனாதை இல்லத்தில் பயின்றவரும், நிஜாமின் படைத்தலைவராக இருந்து, பின் 1853-ல் லண்டனில் இறந்தவருமான கேப்டன் ஜான் டவ்டனின் உயில் மூலம் டவ்டன் என்ற பெயர் வைக்கப்பட்டது. உயில் மூலம் டவ்டன் ஆண்கள் கல்லூரியும் (1855) டவ்டன் பெண்கள் கல்லூரியும் (1856) நிறுவப்பட்டன. சென்னையில் முதல் ஆங்கிலிகன் தலைமை ஆயராக 1835-ல் நியமிக்கப்பட்ட காரியின் பெயர் இடப்பட்ட பள்ளி 1836-ல் டக்கர் சர்ச்சுக்கு அருகில் 'பெற்றோர்கள் நிலையம்' என்று ஆரம்பித்தது. 1929-ல் இந்த நிறுவனத்தின் உயர்

நிலைப்பள்ளி, டவ்டன் பள்ளிகளுடன் இணைக்கப்பட்டபின், வேப்பேரி பள்ளிகள், டவ்டன் காரி பள்ளிகள் என்றாகின. இரண்டு டவ்டன் காரி பள்ளிகள் வேப்பேரி வளாகத்தில் இருக்கின்றன. பிஷப் காரியின் பெற்றோர்கள் நிலையம், மதராஸ் கிராமர் ஸ்கூல் என்று ஆனபின், 1896-ல் பிஷப் காரி பள்ளி ஆனது. 1959-ல் மீண்டும் ஜார்ஜ் டவுன் உயர் நிலைப்பள்ளி ஆனது. 1790-ல் நிறுவப்பட்ட ஜான் ஹோம்ஸ் மதராஸ் அகாடமியும், 1791-ல் நிறுவப்பட்ட திருமதி முர்ரேயின் பெண்கள் பள்ளியும், கருப்பர் நகரத்தின் முதல் தனியார் பள்ளிகள்.

பிரஞ்சு ரோமன் கத்தோலிக்கர்களையும், ஜெர்மன் லுத்தரன்களையும் ஊக்குவித்த கம்பெனி, சர்ச்சிடமிருந்து இடைஞ்சல்களையும் போட்டியையும் எதிர்பார்த்து, பிரிட்டிஷ் பிராடஸ்டண்ட் மத பிரசாரகர்களை சென்னைக்குள் அனுமதிக்க திடமாக மறுத்தது. ஆகையால் கோட்டையில் உள்ள புனித மேரி, கம்பெனியால் கட்டப்பட்டபின், கோட்டைக்கு வெளியே லுத்தரன்கள் அவர்களுடைய 50 வருடப் பழைமையான சர்ச்சைக் கட்டியபின்னரும், 1810 வரை முதல் பிரிட்டிஷ் பிரசார சர்ச் கட்டப்படவில்லை. 1805-ல் சென்னைக்கு வந்தபின் பைபிள் சொசைட்டியை நிறுவிய முதல் லண்டன் மிஷனரி சொசைட்டி பிரசாரகர் வில்லியம் சி.லவ்லெஸ், கருப்பர் நகரில் உள்ள டேவிட்சன் தெருவில் அதன் சர்ச்சைக் கட்டினார்.

விரைவிலேயே, உள்ளூர் பிராடஸ்டண்டுகளுக்கு பாப்ஹாம் பிராட்வேயில் 11 அக்டோபர் 1820 அன்று ஒரு சர்ச் திறக்கப்பட்டது. இப்போது டக்கர்ஸ் சர்ச் என்று அழைக்கப்படும் அதில், மேன்மை தங்கிய டாக்டர் ராட்லர் தமிழில் பிரசாரம் செய்தபோது அளவுக்கு மீறிய கூட்டம் கூடியது. தங்கசாலையில் உள்ள ஹிந்துக்கள் எதிர்ப்பு தெரிவித்ததால் 1817-ல் அரசாங்கம் அதற்கு அருகில் சர்ச் கட்டபடுவதைத் தடை செய்தபிறகு, இந்த சர்ச் கட்டப்பட்டது. டக்கர்ஸ் சர்ச் இருக்கும் அதே சாலையில் உள்ள எல்.எம்.எஸ்.ஸின் இங்க்லீஷ் சர்ச்சின் சம்பிரதாயங்களை வகுத்தவர்கள், மெதாடிஸ்ட் பிரசாரகர் ஜேம்ஸ் லிஞ்சும் எல்.எம்.எஸ்.ஸின் லவ்லெஸ்ஸுºம் டிராவலரும். ஸ்காட்லாந்தில் உள்ள ஹைலேண்டிலிருந்து வந்த நீண்ட வரிசையான பிரசாரகர்களுடன் 1837-ல் முதலாவதாக வந்தவர் ஜான் ஆண்டர்சன். வந்தவுடன் இன்று சென்னை கிறிஸ்தவப் பள்ளி ஆகியிருக்கும் பள்ளியை அவர் தொடங்கினார்.

முதல் இந்திய கிறிஸ்தவ மத பிரசாரகர் ஆனவர் பி. ராஜகோபால். அவரால் ஆரம்பிக்கப்பட்ட மூன்று பள்ளிகளுள், ஆண்டர்சன் டே ஸ்கூல் (1875) என்பதில், ஆண்டர்சனின் பெயர் நிலையாக நிற்கிறது. மற்ற இரண்டு பள்ளிகளும், சி.எஸ்.ஐ. ராஜகோபால் (1874) மற்றும் மிண்ட் மிடில் (1885). ராயப்பேட்டையில் உள்ள வெஸ்லி (1851), மொனஹன் பெண்கள் பள்ளி (1858), மைலாப்பூரில் புனித எப்பா (1886) ஆகியவை மற்ற பழைய பிராடஸ்டண்ட் பள்ளிகள்.

1818-ல் ராயப்பேட்டையில் தனக்காக ஒரு வீடு வாங்கியபின் அதற்கு அருகில் இந்தியாவின் முதல் மெதாடிஸ்ட் சர்ச்சை லிஞ்ச் கட்டியபின், 1819-ல்

திறக்கப்பட்ட அது, 1853-ல் அர்ப்பணிக்கப்பட்ட வெஸ்லி சர்ச்சாக வளர்ந்தது. லிஞ்சின் பெயர் மறக்கப்பட்டாலும், மற்ற பழைய பெயர்கள் பள்ளிகளின் பெயர்கள் மூலம் ஞாபகத்தில் இருக்கின்றன: வேப்பேரியில் ஃபெப்ரிஷியஸ் (1849), திருவல்லிக்கேணியில் கெலெட் (1889), ராயபுரத்தில் நார்த்விக் (1852). சென்னை கிறிஸ்தவக் கல்லூரியின் மதிப்புக்குரிய மில்லரும் அவரது சகோதரி எலிசபெத்தும் நார்த்விக்கை நிறுவியவர்கள்.

ஒரு காலத்தில் நகரம்

ஓர் ஆங்கிலேயத் தோல்வி, ஓர் இந்திய வெற்றி

1906-ன் கடைசி காலாண்டில், நகரம், தன் வாழ்நாளிலேயே சந்தித்திராத நிதி முடக்கத்தினால் பாதிக்கப்பட்டது. 19-ம் நூற்றாண்டின் பிரதான வியாபார நிறுவனங்களுள் ஒன்று நொடிந்துபோய், மற்றொன்று சங்கடமான சூழ்நிலையில் விற்கப்பட்டு, மூன்றாவது ஓர் ஆதரவாளரின் உதவிபெற்று இக்கட்டிலிருந்து விடுபட்டது.

2 நவம்பர் 1906-ல் வெளியிடப்பட்ட ஓர் அறிக்கையில் 'ஆர்பத்நாட்டும் பின்னியும் தோல்வி அடைந்ததை ஒட்டி, நல்ல நிதிநிலை உள்ள ஓர் இந்திய வங்கியை நிறுவவேண்டாமா என்று பலர் எண்ண ஆரம்பித்திருக்கின்றனர்' என்பதைப் பார்த்தபின்தான், இந்த நிதி முறைகேட்டுக்குப்பின் தொடங்கப் பட்டது இந்தியன் வங்கி.

மூன்று நிறுவனங்களிலும், மூடப்பட்டதுதான் பழுதில்லாதது என்று கருதப் பட்டது. இப்போது ஒரு கல்கத்தா நிறுவனத்தின் கிளையாக இயங்கும் கில்லாண்டர்ஸ் ஆர்பத்நாட், 19-ம் நூற்றாண்டில், கல்கத்தா நிறுவனத்துக்கும், இந்தியாவிலும் பிரிட்டனிலும் வேறு பல நிறுவனங்களுக்கும் உயிர் அளித்தது சென்னையில் அடிக்கோல் நாட்டிய ஆர்பர்நாட். அந்த மூன்று நிறுவனங்களுள், பாரி பழைமையானதாக இருந்திருக்கலாம். அதேபோல், சென்னையுடனான பின்னியின் தொடர்பு மிகப் பழைமையானதாக இருந்திருக்கலாம். இருந்த போதிலும் 19-ம் நூற்றாண்டில் நகரின் பணபலம் மிக்க நிறுவனமாக ஆர்பத்நாட் அண்ட் கோ-தான் இருந்தது.

1777-ல் அட்மிரல் ஹார்லண்டின் கடற்படையுடன் வந்த ஓர் அனுபவமிக்க அதிகாரி, ராயல் நேவியில் பணிபுரிவதைவிட, அதனுடன் வியாபாரம் செய்வது லாபகரமானது என்ற கண்டுபிடித்தார். அப்படி ஆரம்பித்ததுதான், ஃபிரான்சிஸ் லடூர் அண்ட் கோ. ஸ்காட்லாந்தில் உள்ள அபெர்டீன்ஷயரைச் சேர்ந்த ஜார்ஜ் ஆர்பத்நாட், 1800-ல் சென்னைக்கு சுதந்தர வியாபாரியாக வந்தபின், லடூர் அண்ட் கோ-வில் ஊழியராகச் சேர்ந்தார். கம்பெனியை நிறுவியவரின் முதல் வியாபாரம்

கடற்படையுடனும் ஹானோவரியன் படைப் பிரிவுகளுடனும் இருந்தது. அவர் 1780-ல் அரசாங்க மாளிகையில் திருமணம் புரிந்தார் என்றால் அது அவருடைய செல்வாக்குக்கு ஓர் எடுத்துக்காட்டு.

1810-ல் ஆர்பர்நாட்டும் ஜான் டி மாண்டேயும் அந்த நிறுவனத்தை வாங்கிக் கொண்டபின், அது ஆர்பத்நாட் டி மாண்டே அண்ட் கோ என்று ஆனது. 1821-ல் வாரிசு இல்லாமல் ஜான் டி மாண்டே இறந்தபின், ஆர்பத்நாட் அண்ட் கோ என்று ஆனது. இந்தியாவில் பழைமையான தொழில்கள் சிலவற்றை இந்த நிறுவனம் தான் நிறுவியது. மதராஸ் போர்ட்லண்ட் சிமெண்ட் ஒர்க்ஸ், பெங்களூர் பிரிக்ஸ் டைல் ஒர்க்ஸ், ரிலையன்ஸ் எஞ்சினியரிங் ஒர்க்ஸ், சிட்டல்வாசல் ஜூட் மில்ஸ் ஆகியவற்றைத் தவிர வேறு பல தொழிற்சாலைகளையும் அது இயக்கிய அந்த நூற்றாண்டில், ஆர்பத்நாட்டின் உறவினர்கள் இங்கிலாந்திலும் இந்தியாவிலும் சக்தி வாய்ந்த செல்வந்தர்கள் ஆனார்கள். அவர்களுள் சென்னை மாகாணத்தின் தாற்காலிக ஆளுநர், பேங்க் ஆஃப் இங்கிலாந்தின் ஆளுநர், சென்னை அரசு மேலதிகாரி, மேலும் பல ராணுவ அதிகாரிகள் ஆகியோர் இருந்தனர். ஃபீல்ட்மார்ஷல் விஸ்கவுண்ட் காஃப் என்பவரின் மகள், கம்பெனி நிறுவனரின் மருமகன் ஆர்சிபால்ட் ஆர்பத்நாட்டை மணந்திருந்தார். இடி விழுந்தபோது அவர்களுடைய மகன் சர் ஜார்ஜ் ஆர்பத்நாட், ஆர்பத்நாட் அண்ட் கோ-வின் தலைவராக இருந்தார். சென்னை சட்டமன்ற உறுப்பினராக இருந்த அவர், சென்னை சமூகத்தில் பிரதானப் புள்ளியாகவும் இருந்தார்.

நிறுவனத்தின் இன்னல்களுக்கு, சர் ஜார்ஜ் பிரபலமாக இருந்ததும்கூட முக்கியக் காரணம். சேமிப்புகளை அவர் நிச்சயமில்லாத முதலீடுகளிலும் சுய லாபத்துக்கும் பயன்படுத்தினார். நீலகிரியிலும் ஆனைமலையிலும் தங்கத்தைத் தேடவும், அமெரிக்க ரயில் திட்டங்களில் முதலீடு செய்யவும், தென்னாப்பிரிக்க தங்க வயல்களிலும், மேற்கிந்தியத் தீவுகளில் பண்ணைகளிலும், முதலீடு செய்ததால், ஆர்பத்நாட் அண்ட் கோ-வின் நிதி வற்றி விட்டது. 20 அக்டோபர் 1906-ல் இங்கிலாந்தில் ஆர்பத்நாட்டின் பிரதிநிதியாக இருந்த, பி. மெக்ஃபாடியன் அண்ட் கோ-வின், முக்கிய பங்குதாரரான பி. மக்ஃபாடியன் தற்கொலை செய்துகொண்டபோது, விபரீதம் ஏற்பட்டது. இரண்டு நிறுவனங் களும் 22 அக்டோபர் அன்று தாங்கள் திவாலானதாக நீதிமன்றங்களுக்கு மனு செய்தன.

அரசாங்க நிர்வாகிகளாக நியமிக்கப்பட்ட கணக்காயர்கள், ஆர்பத்நாட்டின் சொத்து 75 லட்சம் ரூபாய் என்றும், கடன்கள் 270 லட்சம் ரூபாய் என்றும் மதிப்பிட்டனர். இந்தியாவில், அதன் 2,300 வங்கி நடப்புக் கணக்கில் 27.5 லட்சம் ரூபாயும், 4,000 நிரந்தர வைப்புத் தொகை கணக்குகளில் 250 லட்சம் ரூபாயும் போடப்பட்டிருந்தன. அதன் சொத்துகள், வெறும் காகித அளவில்தான் என்றும், அதற்கு நம்பிக்கையும் மதிப்பும் கிடையாது என்றும், தொட்டாலே தூசியாகும் என்றும் வர்ணிக்கப்பட்டது. இந்தச் சொத்து மதிப்பை மனத்தில் வைத்து, சென்னையில் யாரெல்லாம் இதில் சேமிப்போ முதலீடோ செய்திருந்தார்களோ, அவர்களது கோரிக்கையை ஒருக்காலும் இந்தச் சொத்துகளை வைத்து நிறைவேற்றி இருக்க முடியாது.

மக்களுக்குப் பணம் தருவது நிறுத்தப்பட்டது என்று ஆர்பத்நாட் அறிக்கை விட்டபோது, அன்றைய ஹிந்து, 'சென்ற சனிக்கிழமை முதல் சென்னை மிகுந்த பரபரப்புக்கு உள்ளாகி இருக்கிறது. கடன் கொடுத்தவர்களின் கவலையை வர்ணிப்பதைவிட அதைப் பற்றி கற்பனை மட்டும்தான் செய்யமுடியும். திவால் நடவடிக்கைகளுக்காக நீதிமன்றத்துக்கு அவர்கள் விரைவாகச் சென்றபின், அதற்கான உத்தரவு விரைவில் வெளியாகும் என்று நம்பப்படுகிறது' என்று எழுதியது.

மேலும், 'தென்னிந்தியாவில் இதனால் நூற்றுக்கணக்கான குடும்பங்கள் திடீரென்று நாசமடையும். புதிதாக ஆர்பத்நாட் இண்டஸ்ட்ரீஸ் ஆரம்பிக்கப் படும்வரை, அந்த நிறுவனம் சென்னையிலேயே அனைவராலும் விரும்பத் தக்கதாக இருந்தது. அந்தச் சமயத்தில் சிலர் மட்டும், இந்த நிறுவனத்தில் எல்லாம் சரியாக இல்லையோ என்று சந்தேகித்தனர். இருந்தபோதிலும், மக்களின் மனத்தில் நிறுவனத்தின்மேல் அவ்வளவு நம்பிக்கை இருந்ததால், அதன் செயல்களுக்கு எந்தவிதமான கேடும் விளையவில்லை. நடந்து கொண்டிருந்த மகத்தான வியாபாரத்துக்காக, மஹாராஜாக்கள், ராஜாக்கள், ஜமீன்தார்கள், செல்வந்தர்கள், உள்ளூர் அரசாங்கங்கள், பொது அறக் கட்டளைகள், தனியார் அறக்கட்டளைகள், பரஸ்பர மற்றும் சாசுவத நிதிகள், ஊதியத்துக்கு உழைப்போரின் சேமிப்பு ஆகிய அனைவரும் மூலதனம் அளித் திருந்தனர். தென்னிந்தியாவில் ஆதரவற்ற குடும்பங்களுடன் ஆயிரக்கணக்கில் எண்ணக்கூடிய பெரும்பான்மையான முதல் அளித்தவர்களுக்கு, இந்த நிறுவனம் திவால் ஆகியதால் சர்வ நாசம்தான். இப்போது நகரத்தில் மாத்திரம் கவலை அளித்துக்கொண்டிருக்கும் இந்தச் செய்தியின் விளைவு, மாகாணம் முழுவதும் பரவியபின்தான் பாதிப்பின் முழு வீச்சு தெரிய வரும். இந்த திடீர் அடியினால் பாதிக்கப்பட்ட நம் நாட்டவர்க்கு, அதிலிருந்து மீளப் பல வருடங்கள் ஆகும். பொதுமக்கள், பிரிட்டிஷ் அரசாங்கத்துக்கு இணையாக ஆர்பத்நாட் நிலையானது என்று நம்பினர். பிரிட்டிஷ் முதலாளிகளின் மீதான மரியாதை, அவர்கள் நாணயத்துக்கும் நேர்மைக்கும் எடுத்துக்காட்டு ஆகிய கருத்துகள் மக்கள் மனத்தில் வெகுவாகப் பதிந்திருந்தன. அதனையே அவர்கள் ஆர்பத்நாட் அண்ட் கோ என்ற கம்பெனியின் பெயருடனும் தொடர்புபடுத்தி வைத்திருந்தனர்' என்று எழுதியது.

23 அக்டோபர் அன்று, மெக்ஃபாடியனின் சாவைப் பற்றி, 'இவ்வளவு காலத்துக்கு அவர்களுடைய அளவில்லா நம்பிக்கையையும் மரியாதையையும் அனுபவித்த ஒரு நிறுவனத்தின் தலைவர், அவ்வளவு வீடுகளில் நாசம் விளைவித்து, வர்ணிக்க முடியாத துயரத்தை உண்டாக்கியபின், கோழைத்தனமாகவும், சுயநலத்துடனும், இகழ்ச்சிக்கு உரிய வாழ்வை முடித்துக்கொண்டார் என்று அறிந்தால், பொதுமக்கள் அதிர்ச்சியடைவார்கள். நாணயத்துக்கும் ஈடுபாட்டுக்கும் ஆங்கிலேயரின் பெயர், வரப்போகும் அநேக நாள்களுக்குக் கெடுக்கப்பட்டது என்றால் அது மிகையில்லை' என்று முழங்கியது.

இந்த வீழ்ச்சிக்குப் பிறகு அநேக சம்பவங்கள் நடந்தன. ஆர்பத்நாட்டில் எல்லாவற்றையும் இழந்த, நலிந்த வகுப்போருக்கு உதவ, தானே இதில் பலியான

சென்னை ஆளுநர் சர் ஆர்தர் லாலி, பணம் சேர்ப்பதற்காக ஒரு பொது நிதியை ஆரம்பித்தார். அப்போது ஐரோப்பிய நேர்மையும் நாணயமும் சந்தேகத்துக்கு உள்ளானபடியால், ஓர் இந்திய வங்கியை ஆரம்பிக்கலாம் என்று, இந்த பழியைப்பற்றி ஹிந்துவுக்கு வந்த பல கடிதங்களுள் ஒன்றில் எழுதப் பட்டிருந்தது. 'பொய்க் கணக்கு வைத்து, தன் சுயநலத்துக்காக, பணம் மாற்றப் பட்டது' என்று பொதுவாக வர்ணிக்கப்பட்ட பதினொரு குற்றங்களுக்காக விசாரிக்கப்பட்ட சர் ஜார்ஜுக்கு 18 மாத கடுங்காவல் தண்டனை அளிக்கப் பட்டபின், கடந்த பன்னிரெண்டு ஆண்டுகளாக, ஆர்பத்நாட் அண்ட் கோ-வின் விவகாரம் வர்ணனைக்கு அப்பாற்பட்ட ஒரு மோசடி. ஏமாற்றும் தோற்றத்துடன் வங்கி நடத்திவந்த அந்த நிறுவனம், அதன் மூலம் அதன் அடங்காப் பசியை போக்க, கணக்கற்ற ஆண்களும், பெண்களும் சூது வாது அறியாமல், சிரமப்பட்டு சம்பாதித்த சேமிப்புகளை திருப்பித் தர லாயக்கற்ற அந்த நிறுவனத்தில் வைத்திருந்தனர். ஆர்பத்நாட் அண்ட் கோ, ஒரு புனிதர் போல் வேடம் பூண்ட ஒரு பாவி என்று அறியாமல், எவ்வளவு விதவைகள், அனாதைகள், ஓய்வூதியம் பெறுவோர், அரசாங்க அதிகாரிகள், மற்றவர்கள் அந்த டம்பத்தால் கவரப்பட்டு பணம் போட்டிருந்தனர்?' என்று ஹிந்து எழுதியது.

பாரிக்கும் பின்னிக்கும்கூட இன்னல்கள் நேர்ந்தன. பொதுமக்களுக்கு, பாரி, ரூபாய் 25 லட்சமும், பின்னி, ரூபாய் 40 லட்சமும் கொடுக்கவேண்டியிருந்தது. பாரியால் விரைவாக லண்டனில் கடன் வாங்க முடிந்தது. பின்னி நிறுவனம், பின்னி குடும்பத்தின் கையில் இருந்து ஏர்ல் ஆஃப் இஞ்ச்கேப் ஆன சர் ஜேம்ஸ் மெக்கேயின் கைக்கு மாறியபின், அவர் டிசம்பர் 1908-க்குள் பின்னி வாங்கிய கடனை அடைத்தார்.

1906-ல் நடந்த இந்த அவதூறிலிருந்து, இறுதியில் ஒரு நல்லது நடந்தது என்றால், அது இந்தியன் வங்கியின் தோற்றம்தான். வி. கிருஷ்ணசுவாமி ஐயர் என்ற ஓர் இளம் வழக்கறிஞர், அப்போதுதான் வாழ்க்கையில் அடி எடுத்து வைத்து, பல ஆர்பத்நாட் கடனாளிகளுக்காக இயங்கிக்கொண்டிருந்தார். பின்னர், அவர் பெயர் பெற்ற வழக்கறிஞராகவும், உயர் நீதிமன்ற நீதிபதியாகவும் ஆனார். ஹிந்துவுக்கு வந்த கடிதத்தை சைகையாக எடுத்துக்கொண்டு, ஓர் இந்திய வங்கியை ஆரம்பிப்பதில் தீவிரமாக ஈடுபட ஆரம்பித்தார். வரலாற்றாளர் ஆர்.கே. சேஷாத்ரி எழுதியபடி, 'தெற்கில் இருப்போரின் சேமிப்புகளை நம்பி, உள்ளூரில் மதிக்கப்பட்ட இந்தியர்களால் நடத்தப்பட்டு, உள்ளூரிலேயே நிறுவப்பட்ட வங்கி வேண்டும்' என்று அவரைப் போலவே நினைத்த எட்டு முக்கியஸ்தர்களும் ஒன்றாகக் கூடினர்.

பங்குகள் மூலம் இயங்கிய வங்கிகள் பற்றி சென்னைக்கு நிறைய பரிச்சயம் இருந்தது. 1682-ல் இருந்தே, ஆளுநர் குழு, சேமிப்புகளை ஏற்றுக்கொண்டு புனித ஜார்ஜ் கோட்டையில் வங்கிப் பணிகள் நடந்ததைப் பற்றி குறிப் பிட்டிருக்கிறது. நாம் ஏற்கெனவே பார்த்தது போல் 18-ம் நூற்றாண்டின் இறுதியில் இருந்து பங்குகள் கொண்ட பிரிட்டிஷ் வங்கிகள் நிறுவப்பட்டன. 1844-ல் யுனைடெட் சர்வீசஸ் வங்கியும், சிம்லா வங்கியும், 1900-ல் சார்டர்ட் வங்கியும், 1854-ல் மெர்கண்டைல் வங்கியும், 1877-ல் நேஷனல் வங்கியும்

நிறுவப்பட்டன. தஞ்சாவூர் வங்கியாக வளர்ந்த தஞ்சாவூர் சாஸ்வத நிதி 1901-லும், 1903-ல் திருநெல்வேலியில் தென்னிந்திய வங்கியும், இன்றைய கும்பகோணம் சிடி வங்கியின் முன்னோடி 1904-லும், 1906-ல், இப்போது கார்பரேஷன் வங்கி ஆகியிருக்கும் உடுப்பி கனரா பாங்கிங் கார்ப்பரேஷன், கனரா ஹிந்து சாஸ்வத நிதி, மங்களூரில் கனரா வங்கி ஆகியவையும் மாகாணத்தில் நிறுவப்பட்ட அநேக இந்திய வங்கிகள். ஆனால் இவை எவையும் சென்னையில் நிறுவப்படவில்லை; சென்னையில் இயங்கவுமில்லை. தெற்கில் முக்கிய நகரமான மாகாணத்தின் தலைநகரத்தில் ஓர் இந்திய வங்கிகூட இல்லை என்ற குறை இருந்தது.

இதற்கு நிவாரணம் கண்டுபிடிப்பதற்குத்தான், கிருஷ்ணசுவாமி ஐயரும், அவருடன் கூடியவர்களும், பொது மக்களிடம் 'உள்ளூர் வங்கி' ஆரம்பிப்பதைப் பற்றிய அபிப்பிராயத்தைக் கேட்டு, ஒரு கடிதம் எழுதினர். பதில் மிகவும் உற்சாகத்தை ஊட்டியதால், உடனேயே அழைக்கப்பட்ட கூட்டத்துக்கு 22 பேர் வந்திருந்தனர். இந்தக் கூட்டத்தில் இந்திய வங்கி ஒன்றை அமைப்பது என்று முடிவாகியது. 5 மார்ச் 1907-ல் பதிவான இந்தியன் பேங்க் லிமிடெட், 15 ஆகஸ்ட் அன்று வியாபாரத்துக்காக தனது கதவைத் திறந்தது.

வங்கியை நிறுவவும் நடத்தவும், தென்னிந்தியாவின் உள்ளூர் லேவாதேவிக்காரர் களான நாட்டுக்கோட்டை செட்டியார்களின் செல்வத்தையும் திறமையையும் வங்கி முதலில் இருந்தே நம்பியது என்று புலப்பட்டது. மஹாஜன சபையில் நடந்த அந்த சரித்திரப் பிரசித்தி பெற்ற கூட்டத்துக்கு மூன்று செட்டியார்கள்தான் வந்திருந்தனர். ஆனாலும் தங்களது தலைவர்களுக்கு ஆதரவளித்த சமூகத்தினர், முதலீடு செய்து, அந்த வங்கி தேசியமயமாக்கப்படும் வரை, அதனைச் சீராக நடத்தினர். அதன் விளைவாக, அந்த வங்கி இரண்டு உலகப் போர்களுக்கும் இடையில், செட்டியார் வியாபாரத்துக்கு கணிசமாக உதவியது.

இத்தகைய ஆரம்பத்திலிருந்து, பாரம்பரிய முறைகளில் நடத்தப்பட்டும்கூட, வளர்ந்து கொண்டிருந்த வங்கி, 'பெரிய பன்னிரண்டு' வங்கிகளில் ஒன்றாக ஆகியிருக்கிறது. பங்குகளுடைய வங்கிகள் இந்தியாவுக்கு வருவதற்கு வெகு நாள்களுக்குமுன், அநேக நூற்றாண்டுகளுக்கு முன், ஏற்படுத்தப்பட்ட சம்பிரதாயத்தைத்தான் அது தொடர்ந்தது. 1926-ல் ஆங்கிலேய வங்கி ஒன்றை நடத்தியவர், 'இங்கிலாந்தில் வங்கி நடைமுறைக்கு வருவதற்கு பல நூற்றாண்டு களுக்கு முன்பே, அந்தக் காலத்தில் இந்தியாவின் தேவைக்கு ஏற்ப, ஒரு முறை இருந்தது என்று ஒப்புக்கொள்ளலாம். அதன் முறை இன்றைய இங்கிலாந்தின் முறைக்கு மிகவும் வேறுபட்டிருந்தபோதிலும், கடன் கொடுப்பது, பணமாற்றம், பின்னர் உண்டியல் முறை ஆகியவை இந்தியப் பழக்கத்துக்கு ஏற்ப அமைக்கப் பட்டு, சீரான முறையில் இயங்கி, அவர்கள் நாட்டில் முக்கிய விவசாய அக்கறை உள்ள பகுதிகளில் மகத்தான சேவை புரிந்தனர்' என்றார். அந்தப் பாரம்பரியம் உயிரோடு இருக்க இந்தியன் வங்கி உதவியிருக்கிறது.

17. பூந்தமல்லிக்குச் செல்லும் சாலை

குடிமைப் பாரம்பரியம்

தெற்கே செல்லும் ரயிலுக்கும் வடக்கே செல்லும் ரயிலுக்கும் இடுயே இருக்கும் கோணத்தில் பனைமரமும், தென்னந்தோப்புகளும் நிறைந்த வேப்பேரியின் (வேப்பமரம் நிறைந்தது) வடக்கில் இப்போது இருப்புப் பாதைகள் இருக்கும் இடத்தில், முன் காலத்தில் உப்பளங்கள் இருந்தன.

விக்டோரியா பப்ளிக் ஹால், அசோக் விஹார் (உணவு விடுதி இப்போது இல்லை; ஆனால் தூண் மாத்திரம் இருக்கிறது), மை லேடீஸ் கார்டன், ஆஷ்லி பிக்ஸ் ரயில்வே இன்ஸ்டிட்யூட்டின் அந்த நாளைய மண்டபம், நகராட்சியின் நேரு உள் மற்றும் வெளி விளையாட்டு அரங்குகள், நகராட்சியின் தலைமையகமான ரிப்பன் பில்டிங், விரிவாக்கப்படும் செண்ட்ரல் ரயில்வே ஸ்டேஷனின் கட்டடங்கள் ஆகியவை எல்லாம் பீப்பிள்ஸ் பார்க் என்று அழைக்கப்பட்ட பகுதியில், வேப்பேரிக்குச் சற்று முன்னால் பூந்தமல்லி நெடுஞ்சாலையின் வடக்குப் பகுதியில் இருக்கின்றன.

இப்போது கணிசமாகச் சுருங்கியிருககும் பீப்பிள்ஸ் பார்க்கின் (பொதுமக்கள் பூங்கா) அக்காலத்திய பரப்பு 116 ஏக்கர். 1859-60-ல் மேற்கு அரண் இடிக்கப்பட்டபின் இந்தப் பரந்த திறந்த வெளி ஏற்படுத்தப்பட்டது. 1769-ல் பதிவாகியுள்ள ஒரு புராதன குயவர் கிராமம் இங்கு இருந்தது. சர் சார்ல்ஸ் ட்ரெவெல்யானால் தோற்றுவிக்கப்பட்ட நகரத்தின் இந்த பிரதான நுரையீரல், ஒரு காலத்தில் சீராக அமைக்கப்பட்ட நடைபாதைகளும், அழகான பனை மரங்களும், பூப்பாத்திகளும் கூடிய அருமையான தோட்டமாக இருந்தது. சீர்திருத்தங்கள், குறுக்கீடுகள் மூலம் பெயர்கூட மாற்றப்பட்டு, இன்று பார்க்கின் சிறிய அளவே எஞ்சியிருக்கிறது. 1820-ல் ஜான் கம்பெனியில் ஒன்றாகப் பணியாற்றியபோது, மெக்காலேயின் சகோதரி ஹானா மோரை மணந்த சர் சார்லஸ் ட்ரெவெல்யான் ஒரு நேர்மையான மனிதர். 1859-ன் ஆரம்பத்தில் இருந்து 1860 மத்தியில் அவர் திரும்ப அழைக்கப்படும் வரை,

அவர் ஆளுநராக இருந்த குறுகிய காலத்தில், பொதுப்பணிகள் உற்சாகமாக நடத்தப்பட்டதுடன், அவர் கவர்னர் ஜெனரலின் சொகுசான வாழ்க்கைமீதும் புயலை ஏவினார்.

இந்திய அரசாங்கத்தின் வரவு செலவுக் கணக்கு மற்றும் அதன் வரிக் கொள்கையை டிரெவெல்யான் எழுத்து மூலம் வெளிப்படையாகத் தாக்கினார். அதனால், ஒழுங்கீனம் என்று குற்றம் சாட்டப்பட்ட சென்னையின் ஆளுநர், இங்கிலாந்துக்குத் திரும்ப அழைக்கப்பட்டார். இரண்டு வருடங்கள் கழித்து ட்ரெவெல்யான், மத்திய அரசின் ஆளும் குழுவில் நிதிப் பிரதிநிதியாக அமர்த்தப்பட்டபின், பொதுமக்களுக்கு தெரியும்படி அவர் தெரிவித்த நிதி யோசனைகள் நியாயமானதே என்ற அடிப்படையி ல், மீண்டும் இந்தியாவுக்கு அனுப்பப்பட்டார்.

இந்தியன் சிவில் சர்வீஸ் என்ற பிரபலமான ஆட்சிப் பணியின் மேன்மையான பாரம்பரியத்தை உருவாக்கியவர் என்று ட்ரெவெல்யானின் புகழ் பலராலும் அங்கீகரிக்கப்பட்டிருந்தாலும், அவர் தோற்றுவித்த பீப்பிள்ஸ் பார்க்கில் முழுமையாக மறக்கப்பட்டும், யானை கவுனிக்கு அருகில் உள்ள ட்ரெவெல் யான் நீர் நிலைமூலம் நகரத்துக்கு வேண்டிய குடிநீரைக் கொடுத்தற்காக, கொஞ்சம் நினைவில் இருக்கிறார். இங்கிலாந்தில் இருந்த சமயத்தில், சென்னைக்கும் கல்கத்தாவுக்கும் இடையே ஆட்சிப் பணியின் விதையை விதைத்தார். இந்தியாவுக்கும் சென்னைக்கும் அவர் ஆற்றிய மகத்தான சேவை, பீப்பிள்ஸ் பார்க்கில் உள்ள ஊற்றுக்கு அருகில், அதன் ஒரு பக்கத்தில் செதுக்கப்பட்டிருக்கும் அவருடைய உருவத்தின் மூலம், குறிப்பிடமுடியாத அளவுக்கு அங்கீகரிக்கப்பட்டிருக்கிறது. விக்டோரியா பப்ளிக் ஹாலுக்கு அருகில் அந்த கண்ணுக்குப் புலப்படாத நினைவுச்சின்னம் உள்ளது. அந்த ஹாலில் உள்ள ஓர் அறை 1993-ல் செப்பனிடப்பட்டது. சென்னையிலேயே நேர்த்தியான அரங்கு என்று கருதப்பட்ட அதன் சீரமைப்பு இந்த வரிகள் எழுதப்படும்போது முடிவடைந்து கொண்டிருக்கிறது.

11 குளங்கள், ஐந்தரை மைல்களுக்குச் சாலைகள், பேண்ட் வாத்தியம் வாசிக்கும் இடம், பொதுமக்கள் குளிக்கும் இடம் (அது ஒன்றுதான் எஞ்சி யிருக்கிறது), இரண்டு டென்னிஸ் விளையாடும் இடங்கள், ஒரு மிருகக்காட்சி சாலையின் கரு ஆகியவற்றுடன் பீப்பில்ஸ் பார்க் இருந்தது. மூர் மார்க்கெட் பிறகு கட்டப்பட்ட இடத்துக்கு அருகில் இருந்த அதன் நுழைவாயில், பூந்த மல்லி நெடுஞ்சாலையில் இருந்தது.

பீப்பில்ஸ் பார்க்கை வெறும் காற்று வாங்குமிடம் என்பதற்கு மேலாக, சுவாரஸ்யமாக மாற்றும் முயற்சியில்தான், பாந்தியன் சாலையில், அருங்காட்சி யகத்தின் தோட்டத்தில் 1855-ல் ஆரம்பிக்கப்பட்ட மிருகக்காட்சி சாலை, பார்க்கின் வடக்குக் கோடிக்கு நகர்த்தப்பட்டது. ஆனால், கும்மிடிப் பூண்டிக்குச் செல்லும் வடக்கு இருப்புப்பாதையும் சென்ட்ரல் ஸ்டேஷனின் விரிவாக்கமும் இந்த பார்க்கின் கிழக்குப் பாதியைத் திட்டமிட்டு அழித்ததில், மிருகக்காட்சி சாலைதான் முதலில் பாதிக்கப்பட்டது. பார்க்கில்

எஞ்சியிருப்பது ஜனவரி, 1933ல் கல்யாணி மகள்கள் முதன்முதலாக பொதுமக்கள் முன் கூடிய பரதநாட்டியம் நடந்த மைலேடீஸ் கார்டன்.

நூறு வருடங்களுக்கு மேலாக ஆண்டு தோறும் மலர்க் கண்காட்சி நடத்தப் பட்ட மை லேடீஸ் கார்டன்தான் பார்க்கில் எஞ்சியிருப்பது. பராமரிக்கப்படாத இந்த அழகான சிறிய தோட்டத்தில் கலைக்கல்லூரியால் சிருஷ்டிக்கப்பட்ட ஊற்றுகளும் அலங்கரிக்கப்பட்ட சிற்பங்களும் ஏகமாக இருந்தன. சிற்பங்களில் பல புல்லில் ஒடிந்து விழுந்தும் சில திருடப்பட்டும் இருக்கின்றன. ஊற்றுகளில் ஒன்றுகூட இப்போது வேலை செய்வது இல்லை. 2007ல் நடந்த சீரமைப்பை வைத்து, யோகா பயிற்சியாளர்களுக்கு அசோகா தூண் மையமாக இருந்தபோதிலும், அசோகா விஹாரம் மறைந்துவிட்டது. மாநகராட்சியினால் அமைக்கப்பட்ட அந்த சுகாதார மையத்தில் முழு குடும்பங்கள்கூட, ஆரோக்கியத்தைப் பற்றி ஆலோசனை பெறும். அதன் பழைய கால அழகை நினைவு கூறலாம். புனித ஜார்ஜ் கோட்டைக்கு 40 கிலோமீட்டர் தெற்கில் உள்ள வண்டலூருக்கு மாற்றப்பட்டு, நகருக்கு வெளிப்புறம் அமைக்கப்பட்டிருக்கும் திறந்த வெளி மிருகக்காட்சி சாலை, 1985-ல் பொதுமக்களுக்குத் திறக்கப்பட்டபின் தெற்கு ஆசியாவிலேயே நேர்த்தியானவைகளில் ஒன்று என்று கருதப்படுகிறது. பரவலாக வண்டலூர் மிருகக் காட்சி சாலை என்றழைக்கப்படும் அறிஞர் அண்ணா மிருகவியல் பூங்கா, 600 ஹெக்டார் பரப்பில் இருக்கிறது. 50 வகை பாலூட்டிகள், 60 வகை பறவைகள் 30 வகை ஊர்வன உட்பட, 1500 விதமான மிருகங்கள் இருக்கும் அது பெருமைப்படக் கூடிய சேர்க்கை அதனுள்ளே பிறந்த டஜனுக்கு மேற்பட்ட வெள்ளைப் புலிகள். சென்னையின் பார்க்க வேண்டிய இடங்களான ஒன்று, மிருக விருத்தியை வெற்றிகரமாக நடத்தி நிறைய விஞ்ஞான அறிவை சேர்த்திருக்கிறது.

அச்சுறுத்தலுக்கு உள்ளாகிய இந்த வளாகத்தின் இரண்டாவது இடம், மூர் மார்க்கெட். ஆனால், 1980-ல், பாரம்பரியப் பாதுகாவலர்கள், இந்த இடம் அச்சுறுத்தலுக்கு உள்ளாவதை எதிர்த்தனர். அவர்கள் ஜெயித்துவிட்டார்கள் என்ற நினைத்தபோது, சென்னையிலேயே பல கடைகள் உள்ள முக்கியமான வளாகம் என்று கருதப்பட்ட மூர் மார்க்கெட், 1985-ல் திடீரென்று மர்மமான முறையில் தீக்கு இரையாகியது. ஒப்பந்தத்தின்படி அந்த வளாகத்தை எடுத்துக்கொள்ள இருந்த ரயில்வே, அதனுடைய முகப்பை மட்டும் பாதுகாத்து, அதன் புதிய கட்டடத்துடன் அதனை இணைத்திருக்க முடியும். ஆனால் அரசு அதிகாரிகள், இந்த நகரின் நினைவுச் சின்னமான கட்டடத்தை அவசர அவசரமாக இடித்தனர். அந்த இடத்தில் பயணச்சீட்டு அளிக்கும் அலுவலகமும் பயண முன் பதிவீட்டு மையமும் உள்ள, ரசனையற்ற அடுக்கு மாடிக் கட்டடம் கட்டப்பட்டிருக்கிறது. வண்டிகள் நிறுத்தும் இடத்தில், மூர் மார்க்கெட்டின் நினைவாக ஒரு சிறிய அளவு பிரதி, கண்ணுக்குப் புலப்படாத வகையில் வைக்கப்பட்டிருக்கிறது. அதற்கு மேற்கில் டவுன் ஹாலும், அதற்கு அருகில் ரிப்பன் பில்டிங்கும் இருக்கின்றன.

1887-ல் ராணி விக்டோரியாவை, அவருடைய பொன்விழாவின்போது கௌரவிக்க இரண்டு கட்டடங்கள் கட்டுவது என்று தீர்மானிக்கப்பட்டது. பாந்தியன் சாலையில் வெகுநாளைய தாமதத்துக்குப்பின் கட்டப்பட்ட விக்டோரியா டெக்னிகல் இன்ஸ்டிட்யூட்டை அந்த வருடத்தில் நிறுவ நிச்சயித்தபின், புதிய கட்டடம் ஒன்றிலிருந்து விக்டோரியா டெக்னிகல் இன்ஸ்டிட்யூட் இயங்கிய பின், அந்தக் கட்டடம் அருங்காட்சியகத்துக்குத் திருப்பிக் கொடுக்கப்பட்டது. இரண்டாவது கட்டடம், பொதுமக்களிடம் வசூல் செய்து, அவர்களுடைய மரியாதையைக் காண்பிக்க கட்டப்பட்ட விக்டோரியா பப்ளிக் ஹால். கட்டடங்களை வடிவமைத்த வல்லுனர்கள் அப்போது பரவலாக விரும்பப்பட்ட இந்தோ-சாரசெனிக் பாணியைத் தேர்ந்தெடுத்தபின், நம்பெருமாள் செட்டி அவற்றைக் கட்டினார். அவை இரண்டும், அந்த கட்டட பாணிக்கு நேர்த்தியான உதாரணங்களாகத் திகழ்கின்றன.

பின்னால் வைஸ்ராயின் குழுவில் உறுப்பினராக இருந்த அந்தக் காலத்திய நகர மன்றத் தலைவர் ஸர் ஏ.டி. அருண்டேலுக்கு விக்டோரியா பப்ளிக் ஹால் கடன் பட்டிருக்கிறது. கிரீடத்துக்கும் ராணி விக்டோரியாவுக்கும், தனது விசுவாசத்தைக் காண்பித்து, அதனை உறுதிப்படுத்த அவர் இந்த முறையைக் கையாண்டார். வேண்டிய பணத்தைச் சேகரித்தபின் அதே சமயத்தில் லார்ட் பட்டம் கிடைத்த ஆளுநர் கன்னிமராவை 1887-ல் அந்தக் கட்டடத்தைத் திறக்க வைத்தார். ஆனாலும் விஸயநகரத்தின் அரசர் ராஜா சர் ஆனந்த கஜபதி அதற்கு அவ்வளவு உற்சாகமாகப் பண உதவி அளித்திருக்காவிடில் அருண்டேலின் வேலை கடினமாக இருந்திருக்கும். தேவைப்பட்ட மூன்றரை ஏக்கர் (57 கிரவுண்ட்) நிலம் பீப்பில்ஸ் பார்க் நிலத்தில் இருந்து பிரிக்கப்பட்டு, 99 வருட காலத்துக்கு கிரவுண்டுக்கு 8 அணா (50 பைசா) குத்தகைக்கு அளிக்கப்பட்டது.

சிஷோமால் வடிவமைக்கப்பட்ட ஹால், இன்றுபோல் அப்போதும் ஓர் அறங்காவலர் குழு மூலம் நிர்வகிக்கப்பட்டு பொது மற்றும் தனியார்துறை கூட்டங்களுக்கும், நாடகங்களுக்கும், அப்போது பிரபலமாக இருந்த பால் ரூம் நடனங்களுக்கும் வாடகைக்கு விடப்பட்டது. சென்னை பொதுமக்களின் ஆன்மிக அறிவு, வளரும் சமூக உணர்வு ஆகியவற்றின் வளர்ச்சிக்கும், பகுத்தறிவுடைய கேளிக்கைகளுக்கும் அது பயன்படுத்தப்பட்டது. இதன்மூலம் ஹால், டவுன் ஹால் என்ற பெயரைப் பெற்றது. இங்குதான் டிசெம்பர் 5, 1896ல் சென்னையில் முதன் முதலாக திரைப்படம் காண்பிக்கப்பட்டது. சென்னை ஃபோட்டோகிராஃபிக் ஸ்டோரின் டி.ஸ்டீவன்ஸன் இதற்குப் பொறுப்பு. எரிவாயு விளக்குகள் உடைய விக்டோரியன் பாணியை அனுசரித்துக் கட்டப்பட்ட இந்த ஹால், சீரழிந்த இன்றைய நிலையில், 1980-களின் ஒரு சென்னை பத்திரிகை, ‘ஆபாச நிர்வாண நடனக் கூடம்’ என்று எழுதியதற்கு ஏற்ப 20-ம் நூற்றாண்டின் இறுதியில் தோற்றமளிக்கிறது. இப்போது, ராணி விக்டோரியாவின் சிலை இருக்கும் அரங்கத்தின் உட்புறம் சீரழிந்திருந்தாலும், அதன் நேர்த்தியான வெளித் தோற்றம், அதை அனைவரும் மிகவும் விரும்பும் ஓர் அரங்காக மாற்றமுடியும் என்றே

தோன்றுற வைக்கிறது. குத்தகைக்காரர் அதை மாநில ஆட்சிக்குத் திருப்பி யளித்த பின், 2009க்கு பின் சீரமைப்பு ஆரம்பிக்கப்பட்டு, அதன் மூலம் அரங்குகள் தேவைப்படும் வடக்கு சென்னையில் ஒன்று கிடைக்கும் என்று நம்ப வைக்கிறது. வேலையிழுத்துக் கொண்டே போனாலும், 2013ல் முடிய லாம். ஒரு காலத்தில் கீழே 600 பேரும், மேலே 600 பேரும், பால்கனியில் 200 பேரும் உட்கார முடிந்தது. 1900-களில் அறைக்கு உபயோகத்துக்கு ஏற்ப விதிக்கப்பட்ட வாடகை ரூபாய் 3-8-0 முதல் ரூபாய் 40 வரை.

நவீன தமிழ் இலக்கிய முன்னோடி, பம்மல் சம்பந்த முதலியாரால் 1891-ல் ஆரம்பிக்கப்பட்ட சுகுண விலாஸ சபை, 1939-ல் மவுண்ட் ரோடுக்கு நகர்ந்தபின், ஜார்ஜ் டவுனில் சர் பி. தியாகராய செட்டியால் நிறுவப்பட்ட சென்னபுரி ஆந்திர மஹாசபை, விக்டோரியா பப்ளிக் ஹாலில் குடியேறியது. அது டவுன் ஹாலில் இருந்தபோது, தெலுங்கு கலாசாரத்தையும் இலக்கியத் தையும் வளர்ப்பது என்ற குறிக்கோளை 30 வருட காலத்துக்கு நிறைவேற்றி யது. அதே நேரத்தில் நகரத்தில் பில்லியர்ட்ஸ், சதுரங்கம், டேபிள் டென்னிஸ் ஆகிய மூன்றையும் வளர்க்க நிறையச் செய்த அந்தச் சபை, தனது இடத்தில் 1948 முதல் 1952 வரை இந்த விளையாட்டுகளுக்கான மாவட்டச் சங்கங் களைத் தோற்றுவித்தது. 1966-ல் இந்தச் சபை, விக்டோரியா பப்ளிக் ஹாலில் கட்டப்பட்ட தன் சொந்தக் கட்டடத்துக்கு நகர்ந்தது. இப்போது அந்த இடத்தில், தனது மூர் பெவிலியன் இடத்தைக் காலி செய்த சவுத் இந்தியன் அத்லெடிக் அசோசியேஷன் குடியேறியுள்ளது. ஆனாலும் அதன் பழைய பெருமையை மீட்க அதற்கு மேலும் அதிக இடம் தேவைப்படுகிறது.

விக்டோரியா பப்ளிக் ஹாலுக்கும் மூர் மார்க்கெட்டுக்கும் இடையில் பழைய, நசிந்து போன, இரண்டாம் தர, மற்றும் திருடப்பட்ட சரக்குகள் கிடைக்கும் குஜிலி பஜார் இருந்தது. சமீப காலத்தில் மூர் மார்க்கெட்டுக்குக் கிழக்கில் உள்ள கடைகளிலும் 1970-கள் முதல் மார்கெட்டைச் சுற்றியுள்ள எல்லா இடங் களிலும், நகரக்கூட முடியாமல் ஆக்கிரமித்திருக்கும் தள்ளு வண்டிகளிலும், 'மலிவாக' அதே சரக்குகளை வாங்க முடியும். தனது மேன்மையான காலத்தில், பக்கத்து மாகாணங்களில் இருந்தும், வெளிநாடுகளில் இருந்தும் வந்தவர்களுக்கு, ஃபேன்சி பொருள்களைச் சுறுசுறுப்பாக விற்ற கடைகளும், அவற்றுக்குப்பின் இறைச்சிகள், காய்கறிகள், பழங்கள் ஆகியவற்றை உள்ளூர்க்காரர்களுக்கு விற்ற பிரதான இந்தோ-சாரசெனிக் கட்டடமாக இருந்த மூர் மார்க்கெட்டில், பழைய புத்தகங்களுக்குப் பெயர்பெற்ற நிறைய கடைகள் இருந்தன. குறைவான விலையில் அபூர்வமான புத்தகங்களை வாங்கத் தேடிவருவோர் பலர்.

லெஃப்டினண்ட் கர்னல் சர் ஜார்ஜ் மூர் என்பவர் கருத்தில் உதித்து, போருக்கு முந்தைய வருடங்களில் நடுத்தர, உயர்தர மக்கள் உபயோகித்த சந்தையாக இருந்த மூர் மார்க்கெட், 1970-களில் பொதுமக்களின் முக்கியச் சந்தையாக இருந்தது. ஆகஸ்ட் 1898-ல் மூலைகளில் கூம்புகள் அமைக்கப்பட்ட செவ்வகக் கட்டடத்தின் அடிக்கல்லை மூர் நாட்டியது மிகவும் பொருத்த

மானது. நவம்பர் 1900-ல் ஆளுநர் ஆர்தர் ஹேவ்லாக்கினால் கட்டடம் திறக்கப்பட்டபோது, பாப்ஹாம் பிராட்வேயில் உள்ள சுகாதாரமற்ற சூழ்நிலைக்கு மாறாக சௌகரியமாகக் கடைக்குப் போகும் சூழ்நிலையை இந்த இடம் அளித்தது. குஜிலி பஜாரை, பிரிட்டிஷ் சரக்குகள் விற்கும் நவீனமயமான 40,000 சதுர அடி வளாகமாக மாற்றி, அதன் கட்டட பாணியை சுற்றியுள்ள விக்டோரியா பப்ளிக் ஹால் மற்றும் செண்ட்ரல் ஸ்டேஷனுடன் இணைக்கவேண்டும் என்று மூர் விரும்பினார். காரியவாதியான மூர், ஆர்.இ. எல்லிஸை வடிவமைக்கச் செய்து, ஏ. சுப்பிரமணிய ஐயரை கட்டடம் கட்டவைத்து, வெகு சீக்கிரத்தில் அந்தக் கட்டுமானத்தை முடித்தார். பிரதான மார்கெட்டுக்குக் கிழக்கே அதன் சொந்த வளாகத்துக்குள் 1910-ல் குஜிலி பஜார் அதிகாரபூர்வமாக நகர்ந்தது. அது பெருகப் பெருக, யுத்த காலத்தில் சென்னைக்கு வந்த எந்த விருந்தாளியும், சென்னையின் சிறப்பு இயல்பான அந்த மார்க்கெட்டுக்குச் செல்லாமல் திரும்ப மாட்டார்கள்.

மறைந்த இந்தச் சிறப்பியல்பை மீண்டும் உருவாக்க, 1991-ன் இறுதியில் சுருங்கிக் கொண்டிருக்கும் பீப்பில்ஸ் பார்க்கில் பழையதின் நகல் போல், 6.5 கோடி ரூபாய் செலவில் 12,500 சதுர அடியில் விற்பனை வளாகம் ஒன்று கட்டப்பட்டது. பீப்பில்ஸ் பார்க்கில் ஒன்றரை ஏக்கர் பரப்பில் ஒரு காலத்தில் அழகாக அமைக்கப்பட்டிருந்த அதன் அல்லிக் குளம் இருந்த இடத்தில் லில்லி பாண்ட் காம்ப்ளெக்ஸ் என்று அழைக்கப்பட்ட 857 கடை வளாகம், யார் அதில் இருப்பது என்பதைப் பற்றி நகர அதிகாரிகளுக்கும் கடைக்காரர்களுக்கும் ஏற்பட்ட சச்சரவினால் பலி கொடுக்கப்பட்டிருக்கிறது. இதன் விளைவு என்னவென்றால் வளாகத்தின் சில கடைகள் இயங்கி, மற்ற இடம் கேடிகளால் ஆக்கிரமிக்கப்பட்டிருக்கிறது. ஆனாலும், கட்டிடத்திற்கு உள்ளும் புறமும் சில வியபாரங்கள் நடைபெற்று, புத்தக பேரம் பேசுவதற்கு சென்னையிலேயே இதுதான் சிறந்த இடம்.

1901-ல் நிறுவப்பட்ட சவுத் இந்தியன் அத்லெடிக் அசோசியேஷனும் ரயில்வே வாங்கிய நிலமும், மார்கெட்டுக்குப் பின்னால் இருக்கின்றன. நகரத்தில் ஓட்டப் பயிற்சியாளர்களின் திறமையை வளர்க்க ஆதரவு அளித்த கழகத்தின் மைதானத்தில் பயின்றவர்களால் அநேக தேசிய சாதனைகள் முறிக்கப்பட்டன. ரேக்லா பந்தயத்துக்குப் பெயர் பெற்றதோடு, இந்தியாவில் 1903-ல் குத்துச்சண்டை பிறந்தது இந்தக் கழகத்தில்தான். ஆரம்பம் முதல் போர்களுக்கு இடையே இருந்த காலத்தில் கழகம் கிறிஸ்துமஸ் சமயத்தில் நடத்திய விளையாட்டுத் திருவிழாக்கள் மிகவும் போற்றப்பட்டன. சுதந்தரத்துக்குப்பின், கேளிக்கைகள் குறைந்து, இறுதியில் நிறுத்தப்பட்டன. தனது வாடகைக் காலம் முடிந்தவுடன் தனக்கு என்று மைதானம் இல்லாததால், விக்டோரியா பப்ளிக் ஹாலில் தனது பழைய உருவத்தின் வெறும் நிழல் போல அசோசியேஷன் நடத்தப்படுகிறது. இந்த விழாவை நடத்த அசோசியேஷன் அழைக்கப்படும் முன், நகராட்சியே ஒரு மக்கள் குழுவை அமைத்து அதை நடத்தியது. 31 டிசம்பர் 1886-ல், நகரத்திலேயே அதுவரை நடந்த விபத்துக்களில் பெரிதான தீ விபத்து ஒன்று அந்த விழாவை நாசமாக்கியது. ஆனாலும்

ஃபீனிக்ஸ் பறவைபோல் சாம்பலிலிருந்து எழும்பிய அது, கிட்டத்தட்ட நூறு ஆண்டுகளுக்கு சென்னையின் வருடாந்திர சாம்பலாகயிருந்தது.

அசோசியேஷன், பெருமைக்குரிய மூர் பெவிலியனில் இருந்த சர் ஆஷ்லி பிக்ஸ் இன்ஸ்டிட்யூட்டை, 1978-ல் எடுத்துக்கொண்டது. நகரமன்ற கமிஷனர் சர் ஜார்ஜ் மூர், சரிந்த ஓட்டுக்கூரையுடன் பழைய காலத்து பாணியில் கட்டப்பட்ட இந்தக் கட்டடத்தின் அடிக்கல்லை 1902-ல் நாட்டினார். தூண்கள் உடைய சுற்றுப்பகுதியின் மேல் பிரமுகர்களின் பார்வைக்காகக் கட்டப்பட்ட முதல் அடுக்கு, சீராக அமைக்கப்பட்ட புல் வெளியையும் படிகளுடன் கட்டப்பட்ட மேடையையும் எதிர்நோக்கி இருந்தது. பார்த்துக் கொள்ளப்படாத அதற்கு நுழைவாயில் இல்லை.

குத்துச் சண்டையைத் தவிர்த்து, கால்பந்து (1902), பில்லியர்ட்ஸ் (1903), டென்னிஸ் (1906) ஆகியவற்றை அசோசியேஷன் வளர்த்து பெயர் பெற்றது. 1909 முதல் 1930-கள் வரை கிரிக்கெட்டும் ஒரு முக்கியமான ஆட்டமாக இருந்தது. கர்னல் சர் ஜார்ஜ் மூர், கழகத்தின் முதல் தலைவராகவும் 1924-ல் சர் சி.பி. ராமஸ்வாமி ஐயர் அதன் முதல் இந்தியத் தலைவராகவும் தேர்ந்தெடுக்கப்பட்டனர். 1913-ல் அதன் நிர்வாகக் குழுவின் முதல் இந்திய அதிகாரியாக வி. போதகுருஸ்வாமி பிள்ளை தேர்ந்தெடுக்கப்பட்டார். ஆரம்பத்திலிருந்தே இந்தியர்கள் இந்தன் நிர்வாகக் குழுவில் உறுப்பினர்களாக இருந்தனர்.

1962-ல் திறந்த வெளி மைதானமாகவும் பிறகு 1993-ல் கூரையுடன் கூடிய பார்வையாளர்கள் மேடைகளும் அமைக்கப்பட்ட பிரம்மாண்டமான நேரு விளையாட்டு அரங்கும், 1996-ல் ஒரு நேர்த்தியான அறையில் அரங்கமும் கட்டப்பட்டன. இவை அனைத்தும், லில்லி பாண்ட் வளாகத்துக்கும் மூர் பெவிலியனுக்கும் இடையில் இருக்கின்றன. விளையாட்டுக்கு பதிலாக, விளையாட்டைச் சாராத பல நடவடிக்கைகளில் இரு அரங்கங்களும் ஈடுபடுகின்றன என்பது துரதிர்ஷ்டம்.

பகுத்தறிவுவாதியும் திராவிட இயக்கத்தின் தலைவருமான பெரியாரின் நினைவாக இப்போது பெயர் மாற்றப்பட்ட பூந்தமல்லி நெடுஞ்சாலையின் காணத்தக்க பொதுக் கட்டடங்கள் இருக்கும் பகுதியின் முடிவில், சாலை யிலிருந்து லில்லி பாண்ட் வளாகத்தையும், விளையாட்டு அரங்கங்களையும் மறைக்கும் வெள்ளை வெளேர் என்ற சென்னை நகராட்சியின் தலைமையகக் கட்டடம் இருக்கிறது. பெரும்பாலான சொத்துகளைக் கொண்டிருக்கும் இந்த நகராட்சிக்கு முதலில் அடித்தளம் இட்டவர் கம்பெனி சேர்மனான ஜோஸையா சைல்ட். டிசம்பர் 1687-ல் அரசர் இரண்டாம் ஜேம்ஸ் அளித்த அரச அத்தாட்சி யின்கீழ் ஆசியாவிலேயே முதல் நகராட்சியான இது உருவாக்கப்பட்டது. 1856-ல் அதன் கடமைகள் சரியாக வரையறுக்கப்பட்ட பின்தான் அது ஒட்டு மொத்தமாக இயங்க ஆரம்பித்தது. 1919-ல் நகராட்சி கமிஷனர்களின் பெயர் கவுன்சிலர்கள் என்று மாற்றப்பட்டு சர் பி. தியாகராஜ செட்டி முதல் இந்தியத் தலைவராகத் தேர்ந்தெடுக்கப்பட்டார். 1933-ல் மேயர் பதவி மீண்டும்

உண்டாக்கப்பட்டபின் செட்டிநாட்டுக் குடும்பத்தை சேர்ந்த குமாரராஜா எம்.ஏ. முத்தையா செட்டியார், கடைசி தலைவராகவும் முதல் மேயராகவும் புதிதாக நியமிக்கப்பட்டார். ரிப்பன் கட்டடத்தை அலங்கரித்த முதல் பெண் மேயர் தாரா செரியன்.

கோட்டையையும் நகரத்தையும் நிர்வகித்த பழைய ஆட்சியில் இருந்து கார்ப்பரேஷன் உருவானது. நகரத்தின் 7,000 வாசிகளை, அதிகாரி, கணக்குப் பிள்ளை, பெத்தநாயக் ஆகிய மூவருடைய உதவியுடன் 17-ம் நூற்றாண்டில் கம்பெனியின் பிரதிநிதி கண்காணித்து வந்தார். மார்க்கெட்டும் சந்தைத் தெருக்களும் சந்தித்த இடத்தில் இருந்த கட்டடத்தில், கணக்குப்பிள்ளையின் உதவியுடன், அமைதி காக்கும் நீதிபதியாக ஆளுநர் அமர்ந்தார். இந்த அமைப்பை ஸ்ட்ரெயின்ஷாம் மாஸ்டர் சீராக்கி, வரிகளையும், அனுமதிச்சீட்டு கட்டணங்களையும் அறிமுகப்படுத்தினார். இதனால் ஏற்பட்ட இடைஞ்சல் களைச் சமாளிக்க ஓர் அதிகாரபூர்வமான அமைப்பு தேவைப்பட்டது. தனது அதிகாரத்துக்கு பங்கம் விளையுமோ என்ற பயத்தில் இருந்த ஆளுநர் எலிஹு யேல், சர் ஜோஸையாவின் திட்டத்தை வேண்டாவெறுப்புடன் அனுமதித்தார். அமைப்பின் உறுப்பினர்களாக இருந்த பன்னிரண்டு பேர்களில், பேரி திம்மாப்பாவின் தம்பி சின்ன வெங்கடாத்ரி, மூத்த வீரண்ணா, ஆலங்காத்த பிள்ளை ஆகிய மூன்று இந்தியர்கள் இருந்தனர். எட்டு பகுதிகளாக பிரிக்கப் பட்ட நகரின் அதிகார பத்திரம் 30 டிசம்பர் 1687-ல் அறிவிக்கப்பட்டு, 29 செப்டம்பர் 1688-ல் அமுலுக்கு வந்தது. புனித ஜார்ஜ் கோட்டையின் டவுன் ஹாலில் குழு சந்தித்தது. புனித மேரி சர்ச்சுக்குத் தெற்கில் இருக்கும் இந்த நீளமான கட்டடம் இப்போது ராணுவத் தலைமை அலுவலகமாக இருக்கிறது.

நவீன இந்தோ-சாரசெனிக் பாணிக்கு நேர்த்தியான உதாரணமாகத் திகழும் ரிப்பன் கட்டடம், இப்போதைய நகராட்சியின் தலைமையகமாகும். 1913-ல் ஏர்ராபுலு செட்டி தெருவில் இருந்து அலுவலகம் இங்கு நகர்ந்தது. இந்த கம்பீரமான வெள்ளைக் கட்டடத்தை ஜி.எஸ்.டி ஹாரிஸ் வடிவமைத்தபின், ரூபாய் 7.5 லட்சம் மதிப்புள்ள மொத்த வேலைக்கு தனது பங்காக லோகநாத முதலியார் ரூபாய் 5.5 லட்சம் பெற்று, அதைக் கட்டினார். 252 அடி நீளமும், 126 அடி அகலமும் உடைய ரிப்பன் கட்டடத்தைக் கட்ட நான்கு வருடங்கள் ஆயின. 132 அடி உயரமான அதன் ஸ்தூபியில் உள்ள கடிகாரத்தின் குறுக்களவு எட்டு அடி. மூன்று அடுக்குகள் உள்ள அதன் முதல் அடுக்கின் பரப்பு, 25,000 சதுர அடி. அதை 1913ல் லுக்ஸ் அளித்தனர். நகரத்தின் 3,000 பிரமுகர்கள் பங்கேற்ற விழாவில் அது திறக்கப்பட்டது. 1880-84-ல் வைஸ்ராயாக இருந்து, உள்ளாட்சிச் சீர்திருத்தங்களை அமுல்படுத்திய லார்ட் ரிப்பன், பெயராலும் சிலையாலும் நினைவில் இருக்கிறார். இந்த வரிகள் எழுதப்படும் போது, அண்மையிலிருக்கும் நகர மன்றத்தையும்போல், ரிப்பன் கட்டிடத்தில் சீரமைப்பும், மூன்று வருட வேலைக்குப் பின் முடியும் நிலையிலிருக்கிறது. செப்டம்பர் 2013ல் அதன் 325வது பிறந்த நாளைக் கொண்டாடும் மேயரின் அறையும் அவையும் கட்டிடத்தில் இருந்து கொண்டு, சென்னையின் சரித்திர அருங்காட்சிக்காக ஏனைய கட்டிடம் மாற்றப்படும் என்று எதிர்பார்க்கப்

படுகிறது. அதே பாணியில் ஓரளவுக் கட்டப்பட்ட அதற்கு பின்னாலுள்ளக் கட்டிடம் ஒன்று. சீரமைப்புக்கு முன் ரிப்பன் பில்டிங்கிலிருந்து ஏனைய இலாக்காக்கள் நகரும்.

சாலைக்கு எதிரில் 19-ம் நூற்றாண்டின் வியாபார முக்கியஸ்தர்களாக இருந்த ராஜா சர் ராமஸ்வாமி முதலியார், அப்துல் ஹகீம் சாகிப் ஆகியோருடைய பெயர்களில் கூம்புகளுடன் கட்டப்பட்ட சத்திரங்கள் இருக்கின்றன. 1920-ல் கட்டப்பட்ட சாகிபின் சத்திரத்துக்குப் பெயர் சித்திக் செராய். 1887-ல் சென்னையின் முதல் இந்திய ஷெரிஃபாக நியமிக்கப்பட்ட ராமஸ்வாமி முதலியார், பிற்காலத்தில் பாம்பே கம்பெனி என்றாகிய டைம்ஸ் அண்ட் கம்பெனியின் துபாஷாக இருந்து தனது செல்வத்தை ஈட்டினார். இந்தச் சத்திரத்தைத் தவிர, இப்போது, நகர மன்றத்தால் பராமரிக்கப்பட்டும் ஆர்.எஸ்.ஆர்.எம் தாய் சேய் நல விடுதிகளை கடலூரிலும் காஞ்சிபுரத்திலும் கட்டப் பண உதவி செய்ததுடன், அந்த நகரங்களில் வெவ்வேறு இடங்களில் விலங்குகளுக்கான தண்ணீர்த் தொட்டிகள் அமைக்கவும் ராமஸ்வாமி நன்கொடை அளித்தார். இப்போது சென்னையிலுள்ள மருத்துவமனை, வண்ணாரப்பேட்டையில், ஸ்டான்லி மருத்துவமனையின் ஒரு பாகமாகயிருக் கிறது. 1891-ல் பிரிட்டிஷ் அரசாங்கம் அவருக்கு ராஜா பட்டம் அளித்தது. அவருடைய பரந்த சொத்துகளில், அவரது குடும்பத்தின் இடுகாடு ஓர் ஓரத்தில் உள்ள கீழ்ப்பாக்கம் கார்டன் காலனி, லார்ட் க்ரீன்வேயின் பெயர் உடைய சாலையில் இருந்த செர்ல்ஸ் கார்டன், அவர் வசித்த ஃப்ளவர்ஸ் ரோடில் உள்ள சொத்து போன்ற பலவும் அடங்கும். தமிழ்நாடு சுற்றுலாத் துறையால் நிர்வகிக்கப்படும் சத்திரத்தின் ஒரு பகுதியைத் தவிர எஞ்சியுள்ளவை பராமரிக்கப்படாமலும் உபயோகிக்கப்படாமலும் இருக்கின்றன. எனினும், மலிவான செலவில் தங்க இடம் தேவைப்படும் பயணிகளை சித்திக் செராய் வரவேற்கிறது. சத்திரமும், ரிப்பன் பில்டிங்கின் தோட்டத்திற்கு ஒரு பாகமும், இந்தவரிகள் எழுதப்படும்போது, மெட்ரோவினால் அச்சுறுத்தப்படுகிறது. தோட்டத்தைப் புனர் நிர்மாணம் செய்ய மெட்ரோ ஒப்புக் கொண்டாலும், சத்திரம் செராய் உட்பட இந்த பாரம்பரியக் கட்டிடங்களின் பார்வை எப்படி பாதிக்கப்படும் என்று பார்த்தால்தான் தெரியும்.

மிருகக்காட்சி சாலை இருந்த இடத்துக்கு வடக்கே, 17-ம் நூற்றாண்டில் இருந்த யானைத் தோட்டங்களை நினைவுபடுத்தும், யானை கவுனியும் உப்பளங்களும் இருந்தன. அதற்கு அப்பால் இருக்கும் பேசின் பிரிட்ஜில், நகரின் முதல் மின் நிலையமும், அதற்கு எதிரில் நகருக்கு வேண்டிய குடி நீரைச் சுத்திகரிக்கும் மூன்று நீர்நிலைகளும் சார்லஸ் ட்ரெவெல்யானால் கட்டப்பட்டன. 1996-ல்தான் நிலையத்தின் மூன்று புகை போக்கிகள் உடைக்கப்பட்டன. அதற்கு வடமேற்காகச் சென்றால் பக்கிங்ஹாம் அண்டு கர்நாடிக் மில்ஸ், பெரும் வியாசர்பாடி ரயில்வே குடியிருப்புகளான பெரம்பூர், அயனாவரம் ஆகியவற்றை அடையலாம்.

தொழில்மயமாக்கப்பட்ட இந்தப் பகுதிகளுக்கும், தெற்கே பூந்தமல்லி நெடுஞ்சாலைக்கும் இடையே கிழக்கு-மேற்கு வாட்டமாக, ஒரு காலத்தில்

வயல்களாக இருந்து, பின், இப்போது உயர்வகுப்பினர் வசிக்கும் பகுதிகளாக விரிவாக்கப்பட்டிருக்கும் பழைய கிராமங்களான வேப்பேரி, புரசைவாக்கம், கீழ்ப்பாக்கம் ஆகியவற்றுடன் 1967-ல் உலக வர்த்தக விழா நடந்த அண்ணா நகர் குடியிருப்பின் ஒரு பாகமான நெடுவக்கரையும் ஷெனாய் நகரும் இருக்கின்றன. 18-ம் நூற்றாண்டில கோட்டையில் இருந்து வெளியேறிய, தோட்ட வீடுகள் கட்டுவதற்கு வேண்டிய வசதியுள்ள, ஐரோப்பியர்களால் விரும்பப்பட்ட முதல் பகுதிகள் வேப்பேரி, புரசைவாக்கம், எழும்பூர் ஆகியவை. பேசின் பிரிட்ஜுக்கு சற்று வடக்கே பக்கிங்ஹாம் கால்வாயைச் சேரும் அசுத்தமான திறந்த சாக்கடை ஓட்டேரி நல்லா, இந்தப் பகுதியில் ஓடுகிறது.

1715-ல் எழும்பூரில் ரிச்சர்ட் ஹார்டன், தாமஸ் தியோபால்ட் ஆகியோர் தோட்ட வீடுகளை முதலில் கட்டினர். எழும்பூரில் வசிப்பவர்கள், விவசாய நிலங்களை இழப்பதுபற்றி ஆட்சேபித்தும், 1720 முதல் எழும்பூரில் பல தோட்ட வீடுகள் கட்டப்பட்டன. காஸா மேஜர் ரோடு, மார்ஷல் சாலை, லாங் கார்டன் ரோடு, மாண்டியத் ரோடு, ஹால்ஸ் ரோடு ஆகியவை எல்லாம் 1720 முதல் 1820 வரையில் உள்ள காலத்தைச் சேர்ந்தவை. அந்தக் காலத்தில் இந்தப் பகுதிகளில் தோட்ட வீடுகள் கட்டிக்கொண்ட அரசாங்க மற்றும் ராணுவ அதிகாரிகளின் பெயர்கள் இவற்றுக்கு வைக்கப்பட்டிருக்கின்றன. இந்த இடத்தில் இரு கட்டடங்களைக் கொண்டிருந்த, கால்வாய் கட்டியவரான பேஸில் காக்ரேனின் பெயர், பின்னர் அங்கு தன் வீட்டைக் கட்டிக்கொண்ட மாண்டியத் காரணமாக, மறக்கப்பட்டிருக்கிறது.

அறிவைப் பரப்புதல்

1761-ல் எஸ்.பி.சி.கே. பிரஸ் என்று ஆரம்பிக்கப்பட்ட சி.எல்.எஸ். பிரஸ் நகரிலேயே பழைய அச்சகம் ஆகும். தரங்கம்பாடி மதப் பிரசாரக சபையை ஆரம்பித்தவர்களுள் மூன்றாவது நபரான யோஹான் க்ருண்டலரால் வேப்பேரியில் 1716-ல் நிறுவப்பட்ட கிறிஸ்தவ அறிவை வளர்க்கும் சபையின் பொறுப்பை ஏற்ற பிரசாரகர் ஃபெப்ரீஷியஸ், அதன் முக்கிய நிர்வாகியானார். 1815-லிருந்து அதை நடத்த மறைமாவட்டக் குழு ஒன்று உருவாக்கப்பட்டது. 1850-ல் ஓர் அமெரிக்கக் குழுவுக்கு அதை விற்றபின் மீண்டும் 1866-ல் அதை வாங்கிய சபை, கிறிஸ்தவ இலக்கியச் சபையையும் அச்சகத்தையும் அது முதல் நடத்தி வருகிறது. 1991-ல் அச்சசகத்தின் பெயர் சி.எல்.எஸ். பிரஸ் என்று ஆனது. மறைமாவட்ட அச்சகத்தின் ஆரம்ப நாள்களை ஒட்டி சரித்திரப் புகழ் பெற்ற பிரதான கட்டடம், 1998-ல் அடுக்குமாடி கட்டுபவர்களுக்கு விற்கப்பட்டபின், இடிக்கப்பட்டது. அச்சகம் இப்போது, அதே வளாகத்தில் உள்ள ஒரு புதிய, சிறிய கட்டடத்தில் இயங்குகிறது. புரசைவாக்கத்துக்கு நகரும் முன் இந்தியாவின் அச்சுத் தொழில், பதிப்புத் தொழில், கல்வி ஆகியவற்றுக்கு மகத்தான தொண்டாற்றிய தரங்கம்பாடியின் ஞாபகமாக எஞ்சியுள்ள டிரான்க்யூபார் பிரிண்டிங் அண்டு பப்ளிஷிங் ஹவுஸ் மாத்திரம் அங்கு இருந்தது. அதுகூட இப்போது இல்லை.

கிழக்கிந்திய கம்பெனியால் சென்னையில் அனுமதிக்கப்பட்ட ஒரே பிராடஸ்டண்ட் மத பிரசாரகர்களாக, ஹல்லேவிலிருந்து தரங்கம்பாடிக்கு வந்த ஜெர்மன் பாதிரிகள் கட்டிய அநேக சரித்திரப் புகழ் பெற்ற சர்ச்சுகள் சி.எல்.எஸ் பிரஸ்ஸுக்கு அருகில் இருக்கின்றன. பிரிட்டிஷ் பிரசாரகர்களுக்கு தாய் நாட்டில் உள்ள அரசாங்கத்திடம் எப்பேர்ப்பட்ட செல்வாக்கு இருக்குமோ என்று அஞ்சிய கம்பெனி, ஜெர்மானியர்களுக்கு மட்டுமே ஆதரவு அளித்தபின் அவர்கள் பிரிட்டிஷ் எஸ்.பி.சி.கேயின் பிரதிநிதிகளாக இயங்கினர். ஷுல்ட்ஸ் (1720), ஃபெப்ரிஷியஸ் (1742), கெரிகே (1788) (கடைசி இருவரும் வேப்பேரியில் அடக்கம் செய்யப்பட்டுள்ளனர்), தன் பெயரில் ஒரு தெருவைக் கொண்ட ராட்லர் (1808) போன்ற வழிவழியாக வந்த அறிவாளிகள், சென்னையில் கல்விக்கும் தமிழுக்கும் பெரும் பணி ஆற்றியிருக்கிறார்கள். அடைப்புக்குறிக்குள் இருக்கும் தேதிகள் அவர்கள் வேப்பேரிக்குத் தலைமை வகிக்க ஆரம்பித்த காலத்தை குறிக்கின்றன.

1726-ல் ஷுல்ட்ஸ் தரங்கம்பாடியிலிருந்து சென்னைக்கு நடந்தே வந்தார். 1726 முதல் 1836 வரை இந்த ஜெர்மானிய பிரசாரகர்கள் வேப்பேரியின் கல்வி மட்டும் இல்லாமல் பொது வாழ்க்கையிலும் ஈடுபட்டு, சென்னை அரசாங்கத்துக்கும் வழிகாட்டினர். வேப்பேரியில் உள்ள புனித பால், இந்தியாவில் மத பிரசாரகர்கள் நிறுவிய முதல் பள்ளிக்கூடம். இதனுடைய ஆரம்பம் க்ருண்டலர் 1716-ல் நிறுவிய மலபார் ஈகைப்பள்ளி என்ற ஒரு தமிழ்ப் பள்ளியும் போர்த்துகீசியப் பள்ளியும் ஆகும். இவை 1862-ல் வேப்பேரி உயர்நிலைப் பள்ளி ஆனபின், 1912-ல் புனித பால் என்று ஆனது. அதற்குப்பிறகு இந்தப் பகுதியின் முதல் ஆங்கிலப் பள்ளியை ஷுல்ட்ஸ் நிறுவினார்.

1742 முதல் 1791-ல் அவர் இறக்கும் வரை, சென்னையில் பணிபுரிந்த ஜோஹான் ஃபெப்ரீஷியஸ், 1750-ல் வேப்பேரியில் முதல் பிராடஸ்டண்ட் சர்ச்சை நிறுவினார். புரசைவாக்கம் நெடுஞ்சாலையில் அவரைப் பின்பற்றி 1849-ல் நிறுவப்பட்ட பள்ளிக்கு 1898-ல் அவரது பெயர் சூட்டப்பட்டது. தமிழ் பேசும் சபையோர்களுக்காக 1750-ல் அவர் நிறுவிய சர்ச்சின் இடத்தில் கொத்திக் பாணியில் கட்டப்பட்ட புனித பால் சர்ச் புனிதப்படுத்தப்பட்டது. வேப்பேரி மதப் பிரசாரக சர்ச்சான புனித மத்தையாஸ், அதற்கு அருகில் 1823-ல் புனிதப்படுத்தப்பட்டது. அதனை உருவாக்கியவர் டாக்டர் யோஹான் ராட்லர். கொத்திக் பாணியில் வடிவமைத்தவர் ஜான் லா. கத்தோலிக்கர்களிடம் எரிச்சல் ஏற்பட்டு கோஜா பெட்ரூஸ் உஸ்கனின் பூஜை அறையை எடுத்துக் கொண்டபின், அரசாங்கம் இவர்களுக்கு அந்த இடத்தை கொடுத்தது. 1757-ல் இறந்த, கம்பெனியின் மிகவும் நம்பிக்கைக்குரிய கத்தோலிக்கர் பெட்ரூஸ் உஸ்கனின் புதைக் குழியின் மேல், ஆங்கிலிகன் புனித மத்தையாஸின் மிகப் பழைமையான சவக்கல் இருக்கிறது. அதுதான் இந்தியாவிலேயே பழைமையான ப்ராடெஸ்டன்ட். புனித மத்தையாஸ் இடுகாட்டின் சவக்கல் புலிக்காட்டிலிருந்த டச்சுக்காரர்கள், சென்னையில் புதைக்கப்பட்ட ஐந்து சவக்கற்களை இங்குயிருக்கின்ற. ஆகஸ்ட் 1789ல் புலிக்காட்டுத் தலைவர்

மார்டினஸ் ஸ்டேஃபென்பெர்கின் சவக்கல் அவற்றுள் மிக சீரான நிலையில் உள்ளது.

1875-ல் வேப்பேரியில் நிறுவப்பட்ட ரோமன் கத்தோலிக்கக் கல்விக் கூடம் 1883-ல் புனித ஜோஸஃபாக வளர்ந்து, 1884-ல் பிரஸெண்டேஷன் கான்வெண்ட் ஆனது. 1889-ல் புனித ஆலாய்சியஸ் நிறுவப்பட்டது. லேடி பெண்டிங் உயர்நிலைப் பள்ளி முதலில் 1838-ல் திருமதி ட்ரூவின் அனாதை இல்லமாக புரசைவாக்கத்தில் ஆரம்பிக்கப்பட்டபின், இப்போது இருக்கும் இடத்துக்கு 1852-ல், திருமதி போர்டர் பள்ளி என்ற பெயரில் நகர்ந்தது. பிற்பாடு லண்டன் பிரசாரக பெண்கள் பள்ளி என்று பெயர் பெற்றது. 1915-ல் லேடி பெண்டிங் பள்ளி ஆனது. அதன் வளாகத்தில் ஆசிரியர்களைப் பயில்விக்க, புனித கிரிஸ்டோபர் பெண்கள் கல்லூரி 1923-ல் ட்ரூவால் தொடங்கப்பட்டது. பிரசாரக சர்ச்சின் மதிப்புக்கு உரிய ட்ரூவின் மனைவி ஆனா, திருமணத்துக்கு முன் ஆனா ஷெரிடன் என்ற பெயரில், நாடகாசிரியர் ஆர்.பி. ஷெரிடனின் ஒன்றுவிட்ட சகோதரி.

வட்டாரத்தில் உள்ள மற்ற பழைய பள்ளிகளுள் டவ்டன் கோரியின் (1855-56) சரித்திரம் ஏற்கெனவே கூறப்பட்டுள்ளது. எழும்பூரில், அரசாங்கம் நடத்தும் மாநில பெண்கள் பள்ளி (1870), இப்போது இருக்கும் இடத்தில் 1883 முதல் மலையாளம், தமிழ், தெலுங்கு ஆங்கிலம் ஆகியவற்றை பெண்களுக்குப் பயில்விப்பதில் ஒப்பற்ற தொண்டாற்றி இருக்கிறது. புரசைவாக்கத்தில் உள்ள எம்.சி.டி.எம். பள்ளிகள் (1891) அந்த வட்டாரத்தில் ஓர் இந்து அறக்கட்டளையால் நடத்தப்படும் முதல் பள்ளிகள்.

இந்த வட்டாரத்திலேயே மறக்கப்பட்டிருக்கும் டாபின் ஹால் என்ற லெஃப்டினண்ட் கர்னல் டாபின் ஹாலின் இல்லத்தில், 1903-ல் 20 மாணவர்களுடன் இந்தியாவிலேயே முன்னோடியான கால்நடை மருத்துவக் கல்லூரி ஆரம்பிக்கப்பட்டது. இது, 1936-ல் பல்கலைக்கழக அங்கீகாரம் கிடைத்த இந்தியாவின் முதல் கால்நடை மருத்துவக் கல்லூரி ஆகி, இன்று தமிழ்நாடு கால்நடை மருத்துவப் பல்கலைக்கழகமானது. அதன்பின், வேப்பேரி நெடுஞ்சாலையில், ரிப்பன் பில்டிங்கின் மேற்கு வாயிலுக்கு எதிர்த்தாற்போல் இருக்கும், மாசிலாமணி முதலியாரால் கட்டப்பட்ட, அதே நேர்த்தியான இந்தோ-சாரசெனிக் பாணி கட்டடத்தில், 1904-ல் திறக்கப் பட்டது. அதன் முதல் முதல்வர் மேஜர் கன். 1929-ல் வி. கிருஷ்ணமூர்த்தி ஐயர் முதல் இந்திய முதல்வர் ஆனார்.

கால்நடை மருத்துவப் பல்கலைக்கழகத்துக்கு எதிரில் இருக்கும் இந்தோ-சாரசெனிக் எஸ்.பி.சி.ஏ. கட்டடத்தின் பாணி, சென்னைப் பல்கலைக்கழகத்தின் பிரதான கட்டடத்தைப் பிரதிபலிக்கிறது. 1880-ல் நிறுவப்பட்ட எஸ்.பி.சி.ஏ., 1898-ல் வேரூன்றியபின் அது வாங்கியிருந்த 17 கிரவுண்ட் நிலத்தில், வெங்கடகிரி ராஜாவின் உதவியுடன் ஒரு கால்நடை மருத்துவமனையை நிறுவியது. மாணவர்களுக்கு ஆரம்ப காலத்தில் பயிற்சி அளித்த இந்த மருத்துவமனை, கல்லூரி ஆரம்பிக்கப்பட்டவுடன் அதற்குக் கொடுக்கப்பட்டது.

இதற்கு வெகு அருகில் ஸிட்டென்ஹம்சாலையில் இருக்கும் பெரியமேடு மசூதி, நகரிலேயே பெரியவற்றுள் ஒன்று. தோல் மற்றும் வெல்ல வியாபாரத்தை நடத்திக்கொண்டு, இன்றும் அங்கு இருக்கும் பணக்கார முஸ்ஸீம் வியாபாரிகளால், அந்த வட்டாரத்தில் உள்ள முஸ்ஸிம்களுக்கு அளிக்கப்பட்ட இந்த மசூதி, 1838-ல் முதலில் கட்டப்பட்டு, சுதந்தரத்துக்குப்பின் இரு முறை புதுப்பிக்கப்பட்டது. எதிரொலி இல்லாத, தூண்கள் அற்ற, பிரதான பொதுக்கூடத்தில் 5,000 பேர் தொழ முடியும். அதன் கோபுரத்தின் உயரம் 75 அடி. தோல் வியாபாரத்தில் இங்கு முன்னோடியாக இருந்தவர்கள் ஜமால் மொய்தீன் சாஹிப், ரோஷன் என்.எம்.ஏ. கரிம் ஓமர் அண்ட் கம்பெனி ஆகியோர். மசூதிக்கும் கால்நடை மருத்துவமனைக்கும் இடையே, 1847-ல் கட்டப்பட்ட பேயின்ஸ் பேப்டிஸ்ட் சர்ச் இருக்கிறது.

இந்த வட்டாரத்தில், புரசைவாக்கம் நெடுஞ்சாலை, பெரம்பூர் பாரக்ஸ் ரோடைச் சந்திக்கும் இடத்தில் மாஸ்கலைன் தோட்ட பரச்சேரி இருந்தது. ஒரு காலத்தில் பிரபலமான தோட்டமும் வீடாக இருந்த அதனுள், கிளைவின் மனைவி எலிசபெத் மாஸ்கலைனின் சகோதரர் எட்வர்ட் 1753-ல் குடிபுகுந்தார். இங்குதான் 1756-ல் தனது முதல் சென்னை விஜயத்தின்போது நவாப் வாலாஜா வசித்தார்.

மாஸ்கலைன் 1762-ல் அதை விட்டபின், அதை வாங்கிய நவாப், அதைச் சீராக்கிய பின் 1798-ல் அதன் தோட்டங்கள் அலங்கரிக்கப்பட்ட பூங்காவாக மாறின. 1816-க்குள் சீரழிந்த 'தோட்ட அரண்மனை' ஒரு சேரி ஆகும் நிலையை அடைந்தது. தெருக்கள் குறுக்கும் நெடுக்குமாக ஓடும் மாஸ்கலைன் கார்டன்ஸில் டிசம்பர் 1819-ல், பிரார்த்தனைக்காகத் திறக்கப்பட்ட புரசைவாக்கம் பூசையறை இருக்கிறது. 12 ஜூன் 1819-ல் மதிப்புக்கு உரிய ரிச்சர்ட் நில், அதன் அடிக்கல்லை நாட்டியபின், லண்டன் பிரசாரக சபை சென்னையில் முதல் காலடியை வைத்தது.

பூந்தமல்லி நெடுஞ்சாலைக்குத் தெற்கில் இருக்கும் ஹிந்து மற்றும் முஸ்லிம் சத்திரங்களைப் பற்றி ஏற்கெனவே குறிப்பிட்டோம். அதனுடன், 'தேவையுள்ள நண்பர்கள் சபை' என்ற சர்ச்சின் தர்மஸ்தாபனம் முதியோர் இல்லமாக இருக்கிறது. இப்போது அங்கு ஏழை ஆங்கிலோ இந்தியர்கள் வசிக்கின்றனர். சத்திரத்துக்குப் பின்னால் 19-ம் நூற்றாண்டில் கட்டப்பட்ட மத்திய சிறைச்சாலையும், அதற்குக் கிழக்கே மெட்ரோ ரயிலுக்காக உருமாற்றப்பட்டுள்ள, 1930-ல் கட்டப்பட்ட ஜார்ஜ் டவுனையும் பார்க் டவுனையும், தீவுடனும் மவுண்ட் ரோடுடனும் இணைக்கும் ஸ்டான்லி சாலை வாராவதி இருக்கிறது.

இப்போது விரிவாக்கப்பட்ட காந்தி-இர்வின் மேம்பாலத்துக்கு அருகில், சம்பிரதாயத்தைத் தழுவி கொத்திக் பாணியில் சிஷோமினால் வடிவமைக்கப்பட்ட கட்டடத்தில் கலை, கைத்தொழில் அரசாங்க கல்லூரி இருக்கிறது. சிறிது கவனம் செலுத்தினால், குறிப்பிடத்தக்க பாரம்பரிய கட்டிடங்களை பிரின்ஸிபலின் அலுவலகம், மற்றும் அவருடைய ஜாகையில், இப்போது நிரந்தர கண்காட்சியும், அடுத்த அருங்காட்சியகமும், அருமையான, கொத்திக்

பாணி முகப்பு உடையவை. இவையெல்லாம் ஒரு நாலு ஏக்கர் பரப்பில் இருக்கின்றன. அதில் உள்ள சுவாரஸ்யமான சித்திரங்களுக்கும் ஏனைய பொருள்களுக்கும் ஒரு நிரந்தரக் கண்காட்சியை ஏற்படுத்தலாம்.

அப்போது வடிவமைப்பு மற்றும் கட்டுமான ஆலோசகராக இருந்த ராபர்ட் ஃபெலோஸ் சிஷோம் இந்தத் தொழிற்கலைக் கூடத்தின் மேலாளராக 1877-ல் நியமிக்கப்பட்டார். மே 1850-ல் பாப்ஹாம்ஸ் பிராட்வேயில் மதராஸ் கலைப்பள்ளியை தனியார் நிறுவனமாக நிறுவிய ராணுவ அறுவை சிகிச்சை மருத்துவர் டாக்டர் அலெக்ஸாண்டர் ஹண்டரை அவர் பின்பற்றினார். 1852-ல் அரசாங்கம் பள்ளியை எடுத்துக்கொண்டபின், அவருக்கு பாடத் திட்டத்தை ஒழுங்குபடுத்தும் பொறுப்பு அளிக்கப்பட்டது. எட்டு நபர் குழுவுடன் பள்ளி ஒழுங்குபடுத்தப்பட்டு அதன் பெயரும் மாற்றப்பட்டது. கலை மற்றும் தொழில் தொடர்பான இரண்டு பிரிவுகள் உண்டாக்கப்பட்டு, முதலாவதாக வரைபடம், செதுக்குவேலை, மண்பாண்ட வேலை ஆகிய வற்றிலும், இரண்டாவதாக கட்டடப் பொருள்கள், அவற்றின் உதிரி உறுப்புகள் ஆகியவற்றிலும் கவனம் செலுத்தப்பட்டது.

1855-ல் அதிகாரபூர்வமாக பள்ளியின் மேலாளராக நியமிக்கப்பட்ட ஹண்டர், புகைப்படக் கலையை அறிமுகப்படுத்த முடிவுசெய்தார். அதுவரை சித்திரங்களிலும் வண்ணப் படங்களிலும் கவனம் செலுத்திய நிறுவனத்தை தெற்கு கென்ஸிங்டன் நிறுவனத்தைப் போல் விரிவாக்குவதில் ஹண்டர் திடமாக இருந்தார். அபாரமான 19-ம் நூற்றாண்டு தென்னிந்தியா சம்பந்தப் பட்ட புகைப்படங்கள் கல்லூரியில் இப்போதும் சேமித்துவைக்கப்பட்டிருக் கின்றன. ஐரோப்பாவில் இருந்து இறக்குமதியாகும் வடிவமைப்புகள், உள்ளூர் கைவேலையை பாதிப்பதை நிறுத்துவதற்காக, மாணவர்கள் செதுக்குதல் மற்றும் உபயோகமான கைத்தொழில்களைப் பயிலவேண்டும் என்பது அவரது குறிக்கோள். 1868-ல் டாக்டர் ஹண்டர் ஓய்வெடுத்தபின் நியமிக்கப்பட்ட சிஷோமுக்கு 1877 வரை அதிகாரபூர்வமான நியமனம் ஏதும் கிடைக்கவில்லை. தச்சு வேலையும் மரவேலையும் இ.இ.ஹவலினால் அறிமுகப்படுத்தப்பட்டு, உலோக வேலை தொடர்ந்தது.

கொத்திக் பாணியில் சிஷோம் (1840-1915) வரைந்த சில ஓவியங்கள், சென்னையின் தற்காலக் கலை நிறுவனத்தில் (மதராஸ் கேலரி ஆஃப் கண்டெம்பொரரி ஆர்ட்) உள்ளன. தற்கால ஓவியங்களுள் 1940-கள், 1950-களில் மிகவும் பிரபலமான வேட்டைக்காரர், மல்யுத்த வீரர், ஓவியர் மற்றும் சிற்பியான தேவி பிரசாத் ராய் சவுத்திரி, 1929-ல் அமர்த்தப்பட்ட முதல் இந்திய முதல்வர். நாடெங்கும் உள்ள திறமையானவர்களைக் கவர்ந்த அவர், அதற்கடுத்த ஆண்டுகளில் அநேக முக்கியமான கலைஞர்களைத் தோற்றுவித்தார்.

1898-ல் அலுமினியத்தில் வேலை செய்வதை அறிமுகப்படுத்தியது, அந்தப் பள்ளியின் பெரிய சாதனைகளில் ஒன்று. உலோக வேலைப் பிரிவின் கைத்திறனின் விளைவாக, பள்ளியின் இந்த வேலையை மேலும்

விரிவாக்கவேண்டி, பிரபல வழக்கறிஞர் ஏர்ட்லி நார்டன் 1900-ல் நிறுவிய இந்தியன் அலுமினியம் கம்பெனி, 1903-ல் பள்ளியில் ஏற்படுத்தப்பட்ட தொழிலை எடுத்துக்கொண்டு, இந்தியச்சந்தைக்கு அலுமினிய பொருள்களை அறிமுகப்படுத்த ஆரம்பித்தது.

கல்லூரிக்கு மேற்கில் இருப்பது புனித ஆண்ட்ரூஸ் கிர்க். ஆசியாவிலேயே ஜார்ஜியன் பாணி சர்ச் அமைப்புக்கு மேன்மையான உதாரணமாகத் திகழும் இந்த சர்ச், 1821-ல் புனிதப்படுத்தப்பட்டது. அது கட்டப்பட்ட இடம், அதற்கு முன் ஃப்ரீமேஸன்கள் விடுதியாக இருந்தது. 1818-ல், பரம்பரையாக வந்த இந்திய முறையைப் பின்பற்றி, இந்த இடத்தின் அஸ்திவாரங்கள், ஈரப்பத முள்ள பூமியில், 23 அடி ஆழத்துக்குத் தோண்டப்பட்டன. 'இந்துஸ்தானி லேயே கம்பீரமான கட்டடம்' என்ற வர்ணிக்கப்பட்ட இந்த சர்ச்சை முதலில் லெப்டினெண்ட் கிராண்ட் வடிவமைத்த மாதிரியில், பல மாற்றங்கள் செய்து மேஜர் டி ஹாவிலண்ட் கட்டினார்.

அடிப்படையில் 83 அடி குறுக்களவு உள்ள வட்ட வடிவமான சர்ச்சின் கூரை அலாதியானதாகும். செங்கல்லால் மட்டுமே கட்டப்பட்ட இந்தக் கூரையின் குறுக்களவு ஐம்பத்தொன்றரை அடி. நன்கு மேருகேற்றப்பட்ட 16 ஐயானிக் தூண்களின் மேல் அது நிற்கிறது. நீல வண்ணம் பூசப்பட்ட அதன் உட்புறத்தில் வரையப்பட்டிருக்கும் மினுமினுக்கும் தங்க நட்சத்திரங்கள் ஸ்காட்லாந்தின் ஆகாயத்தையும் நட்சத்திரங்களின் இடங்களையும் காண்பிக் கின்றன என்று கூறப்படுகிறது. 170 அடி உயரத்தில் இருக்கும் சர்ச்சின், காற்றின் திசையறியும் கருவியுடன், சர்ச்சின் கோபுரம் அதற்கு வழிகாட்டிய செயிண்ட் மார்டின் இண்டூபீல்ட்ஸை விட 12 அடி அதிக உயரத்தில் உள்ளது. அதன் தரை, கருப்பு மற்றும் வெள்ளை பளிங்கினால் செய்யப்பட்டது. சென்னையில் வார்க்கப்பட்ட மிகப் பெரிய மணிகள் சர்ச்சில் இல்லை என்பது வருந்தத்தக்கது. மிக அழகான இந்தப் புனித ஆண்ட்ரூஸ் சர்ச் 19-ம் நூற்றாண்டின் சென்னையின் கட்டுமான அதிசயங்களில் ஒன்று. புனித ஆண்ட்ரூஸ் தனிப்பிரிவுப் பள்ளி, 1811 முதல் இங்கு இருக்கிறது. 1835-ல், 56 மாணவர்களுடன் இன்று, சென்னை கிறிஸ்தவ உயர்நிலைப்பள்ளி என்று அழைக்கப்படும் பள்ளி, ஜான் ஆண்டர்சனால் சர்ச் வளாகத்தில் 1835-ல் ஆரம்பிக்கப்பட்டது.

பூந்தமல்லி நெடுஞ்சாலையில் சர்ச்சுக்கு எதிர்ப்புறத்தில் காவல்துறை கமிஷனரின் அலுவலகம், ஒரு காலத்தில் பி. வெங்கடாசலத்துக்குச் சொந்தமான தோட்ட வீட்டில் இருக்கிறது. ஒரு காலத்தில் ஓட்டுநர் உரிமங்கள் வழங்கிய இந்த இடத்தில் ஓட்டுநர்களைப் பரிசோதிக்க நிறைய இடம் இருந்தது. குழந்தைகள் போக்குவரத்தைப் புரிந்துகொண்டு சமாளிக்கும் திறனைக் கற்றுக்கொள்ள அமைக்கப்பட்டிருக்கும் ஒரு பூங்கா முன்னைப் போல் அவ்வளவாக உபயோகப்படுத்தப் படுவதில்லை. காவல்துறை கமிஷனரின் அலுவலகத்துக்கு மேற்கில், பிரம்மாண்டமான தினத்தந்தி வளாகம் இருக்கிறது.

பூந்தமல்லி நெடுஞ்சாலைக்கு மேலும் மேற்கே ஒய்.டபிள்யூ.சி.ஏ.க்கு எதிரில் முதலில் சத்திரமாகவும், பிறகு 1703-ல் ஆளுநர் தாமஸ் பிட்டினால் விரிவாக்கப்பட்ட அரணும் இருந்த இடத்தில், இப்போது ரயில்வே குடியிருப்புகளும் இருக்கின்றன. 1713-ல் சிறு கோட்டையாக விரிவாகக்கப்பட்ட இந்த அரண் பிறகு ராணுவ ஓய்வு விடுதியான பின், 1754-ல் ஒரு வெடி மருந்துத் தொழிற்சாலை ஆனது. 1758-ல் பிரெஞ்சுத் துருப்புகள் புனித ஜார்ஜ் கோட்டையை முற்றுகை இட்டபோதுகூட, இங்கு வெடி மருந்து தயாராகிக் கொண்டிருந்தது. பிரெஞ்சுக்காரர்கள் தொழிற்சாலையை தகர்த்தபின் 1762-ல் மீண்டும் உற்பத்தி ஆரம்பமாகியது. 1793 வரை வேறு சிக்கல்களுக்கு உட்பட்டபின், சென்னை ஆண்கள் அநாதை இல்லத்துக்கு அளிக்கப்பட்டது. 1800 முதல் இல்லத்துவாசிகளுக்கு தொழில் கற்றுக்கொடுக்கப்பட்டு, இந்த இடம் அரசாங்க அச்சகமாக நடத்தப்பட்டது. எழும்பூர் ரயில்வே வளாகத்தின் தெற்கில் இருக்கும் இந்தச் சொத்து, 1900-ல் ரயில்வேக்கு விற்கப்பட்டபின், அரண்மீது இரண்டாவது அடுக்கு கட்டிய பின்னும் அரண் கண்ணுக்குத் தெரிந்தது. ரயில்வேக்கள் தேசியமயமாக்கப்படும்வரை, இருந்த இந்த கட்டடம், சில வருடங்கள் கழித்து இடிக்கப்பட்டபின், புது ரயில்வே குடியிருப்புகள் கட்டப்பட்டன.

சரித்திரப் பிரசித்தி பெற்ற அடையாற்றுப் போரில், பிரெஞ்சுக்காரர்களால் தோற்கடிக்கப்பட்ட கர்நாடக நவாபின் மூத்த மகன் மஹ்ஃபூஸ் கான், ஏழு கிணறு போரில் தோற்றபின் இந்த கோட்டையில்தான் மீண்டும் அணி வகுத்தார். அதற்குப்பின் அடையாற்றுப் போருக்கு முன் சாந்தோமுக்குச் சென்றார். இதெல்லாம் சரித்திரத்தில் பதிவாகி இருந்தாலும்கூட கோட்டை எங்கிருந்தது என்பதைப் பற்றி ஐயம் இருக்கிறது. ஒரு சாரார் எழும்பூர் ரயில் நிலையம் இருந்த இடத்தில் கோட்டை இருந்தது என்று கூறுகின்றனர். ஆனால் இங்கு குறிப்பிடப்பட்டிருக்கும் வட்டாரத்துக்குச் சற்றே தெற்கில் நிலையம் இருப்பதால் பூந்தமல்லியில் இருந்து நிலையத்தின் முன்பகுதிவரை உள்ள பகுதியில் கோட்டை வாயிலும் சுற்றுப்புறமும் 100 சதுர கஜ அளவுக்கு ஆக்ரமித்திருக்கலாம். மற்றொரு சாராரின்படி, இப்போதைய சரக்குக் கிடங்கு இருக்கும் இடத்தில் அது இருந்திருக்கலாம். காந்தி-இர்வின் சாலையின் பழைய பெயர் ரீடௌட் ரோடு. சுதந்தரத்துக்கு முன்பே பெயர்களை மாற்றும் வழக்கம் இருந்தது. நல்ல வேளையாக ஜார்ஜ் டவுனில் உள்ள தெருவிலும் தோட்டத்திலும் மஹ்ஃபூஸ் கானின் பெயர் மூலம் சரித்திரச் சம்பவங்கள் ஞாபகத்தில் இருக்கின்றன.

எழும்பூரில் உள்ள ரயில்வேயின் கோட்டைக்கு எதிரில், வேப்பேரியில் 9 ஏக்கர் தோட்டத்துடன், இளைய பெண்கள் கிறிஸ்தவ அணியின் (யங் விமென்ஸ் கிறிஸ்டியன் அசோசியேஷன் - ஒய்.டபிள்யூ.சி.ஏ) சென்னைக் கிளை, பூந்தமல்லி நெடுஞ்சாலையில் இருக்கிறது. 1779 முதல் கிழக்கிந்திய கம்பெனியின் கோட்டை அதிகாரிகளுக்கு உணவுச் சாலையாக இந்த இடம் வாடகைக்கு எடுக்கப்பட்டிருந்தது. அங்கிருந்த பெரிய வீட்டையும் நிலத்தையும் இரண்டாம் லார்ட் கிளைவ் வாங்க உத்திரவிட்டபின், அதன்

பெயர் கிளைவ் கார்டன்ஸ் என்றானது. அந்த பழைய அழகான உணவுச் சாலைதான் ஒய்.டபுள்யூ.சி.ஏ.வின் புதுப்பிக்கப்பட்ட அலுவலகம். 1799 முதல் 1803 வரை லார்ட் கிளைவ், பல நாள்களுக்கு மணிக்கணக்காக இங்கு காலம் கழித்தாராம்.

மும்பையில் முதலில் திறக்கப்பட்டபின், 17 வருடங்கள் கழித்து, 1892-ல் சென்னையில் நிறுவப்பட்ட ஒய்.டபிள்யூ.சி.ஏ. 1906-ல் நிலத்துடன் கூட மூன்று கட்டடங்களை குஷால்தாஸ் குடும்பத்திடம் இருந்து வாங்கியது. 1920 முதல் புதுக் கட்டடங்கள் எழுப்பப்பட்ட பின்பும் தோட்டத்தின் சூழ்நிலையும் இப்போது கடற்கன்னி நீச்சல்குளம் என்று அழைக்கப்படும் சிறு குளமும் மாற்றப்படவில்லை. சென்னைக்கு வந்திருந்த கின்னைர்ட் சகோதரிகள், போட்டி போட்ட இரண்டு ஐரோப்பிய மாதர் சங்கங்களை இணைத்து, எல்லோருக்கும் தங்கள் கதவைத் திறந்துவைக்கும்படி அமைத்தனர். முந்தைய வருடங்களில் அதை ராண்டால்ஸ் ரோடில் முதலில் அமைத்தபின், பூந்தமல்லி நெடுஞ்சாலையின் இடத்துக்கு பேரம் பேசி நகர்த்திய செயலாளர் ஆக்னஸ் ஹில்லுக்கு சங்கம் மிகவும் கடன்பட்டிருக்கிறது. 1990ல் கட்டப்பட்ட சர்வதேச விருந்தினர் விடுதி, நவீன இடத்தை எதிர்பார்க்கும் பிரயாணிகளுக்கு ஒரு மலிவான இருக்கை.

வேப்பேரிக்கும் கீழ்ப்பாக்கத்துக்கும் இடையில் பின்னால் இருப்பது புரசைவாக்கம். இங்கு கெல்லிஸில் இருக்கும் குருகுலம் என்ற லூத்தரன் கல்லூரி மற்றும் ஆராய்ச்சி மையம், 18-ம் நூற்றாண்டில், டேனிஷ் அரசு அளித்த அதிகாரத்தின் பேரில் உருவாக்கப்பட்டு, 1950-ல் பட்டங்கள் அளிக்க, கல்கத்தாவுக்கு அருகில் உள்ள செராம்பூர் கல்லூரியுடன் இணைக்கப்பட்டது. மதம் மற்றும் ஏனைய விவரங்கள் சம்பந்தப்பட்ட ஒரு நல்ல நூலகமுடைய அதில் முக்கியமானவை தரங்கம்பாடி மிஷனுடன் சம்பந்தப்பட்ட ஹல்லே, ஜெர்மனியிலுள்ள ஃபிராங்கே அறக்கட்டளையின் பழைய தஸ்தாவேஜுகள். கல்லூரிக்கு அருகில் உள்ள நூற்றாண்டுக்கு மேல் வயதான அடைக்கல நாதர் லூத்தரன் சர்ச், 1848-ல் முதல் இந்திய லூத்தரன் பிரசாரகரின் பெயரை கௌரவிக்கத் திறக்கப்பட்டது. அதனுள் எழும்பூர் வெஸ்லி சர்ச்சிலிருந்து வந்திருக்கும் சென்னையில் நூறாண்டுகளுக்கு முன்னாலிருந்து ஆர்கன்களில் ஆறில் ஒன்று இருக்கிறது.

மேற்கே சென்றால் ஒவ்வொரு வீட்டிலும் உள்ள பெயர்ப் பலகை டாக்டராக இருக்கும். அதனால், பூந்தமல்லி நெடுஞ்சாலை சென்னையின் ஹார்லி ஸ்ட்ரீட்டாக மாறுகிறது. அதற்குப்பின் கீழ்ப்பாக்கம் மருத்துவக் கல்லூரியும், பச்சையப்பன் அறக்கட்டளை நடத்தும் பச்சையப்பன் கல்லூரியும், அதற்கு மேற்கே இருக்கின்றன. ஜார்ஜ் டவுனில் இருந்து 1940-களில் இடம் பெயர்ந்த பச்சையப்பன் கல்லூரியும், 1925-ல் நிறுவப்பட்ட இந்திய மருத்துவ முறை ஆயுர்வேதக் கல்லூரியும் அரசாங்கப் பள்ளியும் இருந்த இடத்தில், 1960 முதல் கீழ்ப்பாக்கம் மருத்துவக் கல்லூரி இயங்குகிறது. 1957-ல் கல்லூரி ஆக்கப்பட்ட பள்ளி, 1960-ல் மூடப்பட்டது. மீண்டும் அண்ணா நகரில் 1970-ன் இறுதியில் திறக்கப்பட்டது. இங்கு வடமொழியில் உள்ள எல்லா ஆயுர்வேதத்

தகவல்களும் தமிழில் மொழிபெயர்க்கப்படும் முக்கியமான பணி நடை பெறுகிறது. இந்தக் கல்லூரி முக்கியமான பல பிரசுரங்களையும் வெளி யிட்டுள்ளது.

ஆயுர்வேத மருத்துவத்தைக் கரைத்துக் குடித்த பிரம்மஞான சபையின் தீவிர உறுப்பினரும், அந்தக் கல்லூரியின் முதல் முதல்வருமான டாக்டர் ஜி. ஸ்ரீநிவாஸமூர்த்தி, அலோபதிக் மருத்துவ முறையையும் கடைப்பிடித்தார். அந்தப் பள்ளியை நிறுவவேண்டும் என்று பரிந்துரை செய்த உஸ்மான் கமிட்டியின் உறுப்பினராக இருந்த ஸ்ரீநிவாஸமூர்த்தி முதலாவது உலகப் போரில் ராணுவ மருத்துவப் பணியில் வேலைசெய்து கேப்டன் பட்டம் பெற்றார். அதற்குப்பின் இந்திய மருத்துவர்கள் கூட்டுறவுச் சங்கத்தை அடையாற்றில் உள்ள லேட்டிஸ் பிரிட்ஜ் ரோடில் கட்டியபின், அங்கு ஆயுர் வேத மருந்துகளும் கஷாயங்களும் தயாரிக்கப்படுகின்றன. பிரதான கட்டடத் துக்கு மேற்கே கேப்டன் ஸ்ரீநிவாஸமூர்த்தியின் நினைவுச் சிலை இருக்கிறது. முழு வளாகமும் ஒரு காலத்தில் ஹைட் பார்க் கார்டன்ஸ் என்று அழைக்கப் பட்டு, 1921 முதல் 1926 வரை சென்னை மாகாணத்தின் பிரதமராக இருந்த பனகல் ராஜாவுக்குச் சொந்தமாக இருந்தது.

ஆயுர்வேத மருத்துவமனை, சேத்துப்பட்டு பக்கத்திலும், கல்லூரி கீழ்ப்பாக்கம் பக்கத்திலும் கட்டப்பட்டு இவை இரண்டும் பூந்தமல்லி நெடுஞ்சாலையின் இரு புறங்களிலும் இருக்கின்றன. ஆனால், முழு வளாகமும், 19-ம் நூற்றாண்டில், ஒரு பிரிட்டிஷ் அதிகாரிக்கு அளிக்கப்பட்டபோது, ஒரே சொத் தாக ஹைட் பார்க் கார்டன்ஸ் என்ற பெயரில் இருந்தது. 1953-ல் மாற்றி அமைக்கப்பட்ட இந்திய மருத்துவக் கல்லூரியிலிருந்து தோன்றிய கீழ்ப்பாக்கம் மருத்துவக் கல்லூரி, 1965-ல் மகளிர் மருத்துவக் கல்லூரி ஆனபின், முற்றிலும் பெண்கள் மட்டுமே சேர்க்கப்பட்ட நிலையில், ஆண்களும் சேர்க்கப்படவேண்டும் என்ற கோரிக்கை எழுந்து, 1967-ல் கீழ்ப்பாக்கம் மருத்துவக் கல்லூரி என்ற பெயரைப் பெற்றது.

கல்லூரிக்குப் பின்புறம், வருடம் முழுவதும் அநேகமாக வற்றிப் போயிருக்கும் குளத்தில், பூந்தமல்லி நெடுஞ்சாலையில் தனது கிளப் ஹவுஸைக் கொண்ட மதராஸ் ஆங்க்ளெர்ஸ் கிளப்பின் உறுப்பினர்கள் மீன் பிடிக்கிறார்கள். அதை ஒரு கேளிக்கை மையமாக ஆக்க நிதி ஒதுக்கப்பட்டிருக் கிறது. சென்னை கமிஷனர் மூர், 1902-ல் நிறுவிய வண்ணாண்சாவடி, குளத்துக்குப் பின் இருக்கிறது. வண்ணானிடம் துணிகளை சலவைக்குத் தரும் பழக்கம் குறைந்துகொண்டே இருப்பதால், அங்கிருக்கும் சலவைக்காரர்கள் சிரமப்படுகின்றனர்.

மருத்துவத்துக்கு முக்கியத்துவம் அளிகக்கும் இந்தச் சாலைப் பகுதியில் வேறொரு காலத்தை சார்ந்த இரண்டு கட்டடங்களுக்கு, அவற்றுக்கு உரித்தான கவனம் அளிக்கப்படவில்லை. பாரம்பரியக் கட்டிங்களைவிட, அதன் செழிப்பு அதிகமானபின் கட்டிய அடையாளமில்லாத புதுக் கட்டடத்துக்கே எழும்பூர் பெனிஃபிட் சொசைட்டி அக்கறை காட்டுகிறது. 1 ஜனவரி 1870-ல்

ஆரம்பிக்கப்பட்ட எழும்பூர் பெனிஃபிட் ஃபண்ட், 1872-ல், சொசைட்டியாக மாற்றப்பட்டது. 1919-ல் ஃப்ளவர் ரோடில் தூண்களும் சிறு சுவர்களும் இருக்கும் ரீஜென்ஸி பாணியில் அதன் முதல் கட்டடத்தைச் சொசைட்டி கட்டியது. வியாபாரம் ஓங்க ஓங்க, தூண்களுடைய ஒரு மண்டபத்துடன், கட்டடம் ஓர் எல் வடிவத்தில் ஃப்ளவர் ரோடுக்கு இணையாக விரிவாக்கப் பட்டது. 1971-ல் அதன் நூற்றாண்டுக் கட்டடம், மண்டபத்துக்கு 90 டிகிரியில், முதல் கட்டடத்துக்கு இணையாகக் கட்டுப்பட்டு, முதல் கட்டடம் ஃப்ளவர் ரோடு தபால் நிலையத்துக்கு வாடகைக்கு விடப்பட்டிருக்கிறது. போன வருடம் அது விழுந்துவிட்டது.

அதற்குமேல் சாலையில் சென்றால், பிரிட்டிஷார் கட்டிய தோட்ட வீடுகளுடைய கடைசி வட்டாரமான கீழ்ப்பாக்கத்துக்கு வரலாம். இங்கு இருக்கும் சாலைகளின் பெயர்களில் பல பிரபலமானவர்களின் பெயர்கள் நினைவுக்கு வருகின்றன. லாண்டன் ரோடில் உள்ள இரு தோட்ட வீடுகளில் சென்னை அதிகமாகக் கடன்பட்டிருக்கும் இருவர் வசித்தனர். ஒன்று, தான் சென்னைக்கு வந்து 12 ஆண்டுகள் கழித்து பாரி நிறுவனத்தின் டேர் வாங்கியது. மற்றொன்று, லாண்டன் கார்டன்ஸ். அதே ஆண்டில் கர்னல் காலின் மெக்கென்சியால் வாங்கிக்கொள்ளப்பட்டது. இங்கிருந்துதான் அவர் பண்டைக் காலத்திய இந்திய ஆராய்ச்சியை மேற்கொண்டார். சென்னை மாகாணத்தின் ஒரியா மாநிலத் தொடர்பின் பிரதிநிதியான பர்லெகிமேடி மகாராஜாவின் பெயர், கஜபதி ரோடுக்குக் கொடுக்கப்பட்டிருக்கிறது. கஞ்சம், அந்தக் காலத்தில் சென்னை மாகாணத்தின் பாகமாக இருந்தது. இந்த வட்டாரத்தில்தான் பணக்கார நாட்டுக்கோட்டைச் செட்டியார்கள் முதலில் சொத்துகளை வாங்கினர். அதில் முதலாவது பி.எம்.ஏ. முத்தையா செட்டியார். இந்த வீடுகளில் எம்.சிடி. குடும்பத்தின் பெட்ஃபோர்ட் ஹவுஸும் (1915-ல் வாங்கப்பட்டது), ஆர்.எம். அழகப்ப செட்டியாரின் பூந்தமல்லி நெடுஞ்சாலை வீடும், அந்தக் குடும்பங்களிடம் இன்னும் இருக்கின்றன. நகரத்தின் நிறுவனர் பேரி திம்மப்பாவின் வாரிசான, 19-ம் நூற்றாண்டில் நகரத்தில் பிரபலமாக இருந்த கேட்டி பாஷ்யம் நாயுடு பெயரால் வழங்கப்படும் பூங்கா ஒன்றுதான், நிறுவனருக்கும் நகருக்கும் உள்ள ஒரே தொடர்பு.

பச்சையப்பன் கல்லூரிக்கு எதிரே கோட்டையில் உள்ள புனித மேரி இலவசப் பள்ளியிட, இருந்தும், ஆண்கள் அனாதை இல்லத்தில் இருந்தும் தொடங்கிய புனித ஜார்ஜ் பள்ளி மற்றும் அனாதை இல்லத்தின் சிவப்புக் கட்டடங்கள் இருக்கின்றன. அதற்காக, புனித மேரி சர்ச்சில் பளிங்கினால் நினைவுபடுத்தப் பட்டிருக்கும் பிரிகேடியர் டி.எச்.எஸ். கான்வே, இதற்கான நிலத்தை நன்கொடையாக அளித்தார். பள்ளி ஆரம்பித்த இடத்தில் இருக்கும் 115 ஆண்டு கான்வே ஹவுஸ், விடுதியின் அங்கமாக இருக்கிறது.

1787-ல் ஜெர்மன் பிரசாரகர் அமைத்த பெண்கள் அனாதை இல்லம், சென்னையின் ஆண்கள் அனாதை இல்லத்தை விட காலந்தால் முந்தையது. டாக்டர் ஆண்டிரூ பெல் என்பவர், மேற்கத்தியக் கல்வி முறைக்கு 1789-ல், சட்டாம்பிள்ளை முறையை அறிமுகப்படுத்தினார். சட்டாம்பிள்ளை

முறையில், இந்தியாவின் பழைய குருகுல அணுகுமுறையை ஒத்து, மூத்த மாணவர்கள் ஆசிரியருக்கு உதவவும் ஒழுக்கத்தை பாதுகாக்கவும் அனுமதிக்கப்பட்டனர். இந்த முறையை இங்கிலாந்தில் பரவலாக மதராஸ் கல்வி முறை என்று அழைத்தனர். பெல்லின் பெயர், ஆண்கள் அனாதை இல்லம் மூலம் எப்போதும் நினைவில் இருக்கும்.

குறைந்த சம்பளம் காரணமாக, தரக்குறைவான ஆசிரியர்களே கிடைத்து வந்ததால், டாக்டர் பெல், புத்திசாலியான எட்டு வயது மாணவன் ஒருவனை, கீழ் வகுப்புக்குப் பாடம் கற்பிக்கச் செய்தார். அந்தச் சோதனை வெற்றிகரமாக அமைந்தபின், மாணவர்கள் ஒருவொருக்கு ஒருவர் பாடம் கற்பிக்கும் முறை அமுலாகியது. 1796-ல் சென்னையை விட்டுச் சென்றபின், டாக்டர் பெல் இங்கிலாந்தில் இந்த முறையை அமுலாக்குவதில் உறுதியாக இருந்தார். முதலில் ஆல்ட்கேட்டில் உள்ள இலவசப் பள்ளியில் அறிமுகப்படுத்தியபின், மேலும் சில தொழிற்பள்ளிகளில் தொடர்ந்தார். போகப் போக சர்ச்சின் ஆதரவுடன் சென்னை முறையை 12,000-க்கும் மேற்பட்ட ஆரம்பப் பள்ளிகளில் அறிமுகப்படுத்தியபோது, ஐரோப்பா அக்கறை ஏதும் காட்டவில்லை. ஆனால், இன்றுவரை இந்தச் சட்டாம்பிள்ளை முறையை சற்றே மாற்றியமைத்து பிரிட்டன் தனது பப்ளிக் பள்ளிகளிலும் வேறு சில பள்ளிகளிலும் பின்பற்றி வருகிறது.

கோட்டையில் புனித மேரியில் நிறுவப்பட்ட புனித மேரி இலவசப் பள்ளி, இந்தியாவில் முதன்முதலாக நிறுவப்பட்ட மேற்கத்திய பாணிப் பள்ளி. கோட்டையின் பாதிரியாராக இருந்த வில்லியம் ஸ்டீவன்ஸனால் 1715-ல் ஆரம்பிக்கப்பட்டு, உடனே தீவுத்திடலுக்கு நகர்ந்தபின், 1787 முதல் இயங்கிக் கொண்டிருந்த ஆண், பெண் அனாதை இல்லங்களுடன் 1871-72-ல் அது எழும்பூர் கோட்டையில் சேர்ந்தது. அதற்குப்பின் பொது அனாதை இல்லம் என்ற பெயரைப் பெற்றது. 1904-ல் கீழ்ப்பாக்கத்தில் உள்ள தற்போதைய இடம், பூந்தமல்லி நெடுஞ்சாலையில் இருந்த கான்வேஸ் கார்டன்ஸ் ஆகும். இங்கு மாணவர் விடுதியில் கான்வேயின் வீட்டின் சுவடுகளைக் காணலாம். 1954-ல் அனாதை இல்லத்தின் பெயர் புனித ஜார்ஜ் பள்ளி மற்றும் அனாதை இல்லம் என்று மாற்றப்பட்டது. ஆசியாவிலேயே பழைய மேற்கத்திய பாணி பள்ளி அது.

இந்தியாவின் மிகப் பழைய மேற்கத்தியப் பள்ளியின் பாடல்குழு, 275 வருடமாக கோட்டையில் உள்ள புனித மேரியில் பாடி வருகிறது என்பது ஓர் ஒப்பற்ற சாதனை. அருகில் இருக்கும் கான்வே பள்ளியில் இருக்கும் சிறிய சர்ச், ஒரு கிராமப்புற இங்க்லீஷ் சர்ச்போல் தோன்றுகிறது. இப்போது பள்ளியின் சர்ச்சான அது 1885-ல் கட்டப்பட்டது.

கல்கத்தாவைவிட்டு வந்தபிறகு, 1848 முதல் பணிபுரிந்த மைக்கேல் மதுசூதன் தத்தா, அந்த அனாதை இல்லத்திலேயே மிகவும் பிரசித்தி பெற்ற ஆசிரியர். அவர் 1952-ல் உயர்நிலைப் பள்ளியில் (பிறகு சென்னைப் பல்கலைக் கழகத்தின் கருவான மாநிலக் கல்லூரியாக ஆனது) சேர்ந்தபோது, அதில்

முதன்முதலாகப் பணியாற்றிய ஆசிரியர்களுள் ஒருவராக இருந்தார். 1855-ல் சென்னையின் முதல் நாளேடுகளில் ஒன்றான 'தி ஸ்பெக்டேட்டரில்' சேர்ந்து பணிபுரிந்தபின், கல்கத்தாவுக்குத் திரும்பிய அவர், வங்காளக் கவிஞர்களுள் மிகப் பிரபலமான ஒருவர் ஆனார்.

பூந்தமல்லி நெடுஞ்சாலையில், புனித ஜார்ஜுக்கு அருகில் புதுப் புறநகர் பகுதிகளான அம்பத்தூருக்கும் ஆவடிக்கும் செல்லும் சாலையின் சந்திப்பில் ரீஜென்ஸி பாணியில் கட்டப்பட்டு 1989-ல் 'மதராஸ் 350 ஆண்டுகள்' என்று அழைக்கப்பட்ட வீடு இருக்கிறது. ஃபெர்னாண்டஸ் என்பவர் கட்டிய அந்த வீடு ஒன்றுதான் தனது 350-ம் ஆண்டு விழாவை நகரம் கொண்டாடியதன் சின்னம்.

புனித ஜார்ஜைத் தாண்டி, அமைந்தகரை என்ற பழங்காலத்து கிராமம் இருக்கிறது. இங்கு இருக்கும் ஏகாம்பரேசுவரர் கோயிலின் வயது 150 ஆண்டுகள். பிரசன்ன வரதராஜப் பெருமாள் கோயிலின் வயது 100 ஆண்டுகள்.

நகரின் விரிவாக்கத்தின் ஆரம்பமான ஷெனாய் நகர், அமைந்தகரைக்கு பின்னால் இருக்கிறது. நடுத்தர வகுப்பினருக்காக வீடு அமைக்கும் திட்டத்தை சென்னை முனிசிபல் கமிஷனர் ஜே.பி.எல். ஷெனாய் 1944-ல் ஒரு நகர மேம்பாட்டு அறக்கட்டளையைத் திட்டமிட்டு, 1945-ல் சட்டமன்றத்தில் சட்டம் இயற்ற வழிவகுத்தார். 1947-ல் ஆரம்பிக்கப்பட்ட முதல் திட்டம், இரண்டு வருடங்கள் கழித்து ஷெனாய் நகர் ஆயிற்று. நேரு அரங்கத்தையும் எழும்பூர் டென்னிஸ் விளையாட்டரங்கையும், 1946-ல் ஆரம்பித்து, ஒரு வருடத்துக்குள் கட்டி முடித்ததும் ஷெனாய்தான். ஓர் அரசாங்க மாட்டுப் பண்ணையை நந்தனம் விரிவாக்கமாக ஆக்கிய மற்றொரு முனிசிபல் கமிஷனர், கேப்டன் ஜோசப் தினகர் ஞானஒளிவு.

சற்று தூரத்துக்குபின் திரும்பினால் 1967-ல் தொடங்கப்பட்ட பெரிய விரிவாக்கமான அண்ணா நகரை அடையலாம். இங்கு உள்ள 16 ஏக்கர் பூங்காவின் மையத்தில் இருக்கும் நவீன கோபுரம், தென்னக இந்தியர்கள் எப்படி தங்களைத் தொழில்மயமாக்கிக் கொள்ளமுடியும் என்று காண்பித்த மைசூர் மேதை விஸ்வேஸ்வரய்யாவின் பெயரைக் கொண்டிருக்கிறது. குடியிருப்புகள் கட்டப்படும்முன் இங்கு நடந்த பெரிய தொழில் கண்காட்சியின் விளைவுதான் அந்தப் பெயர். கண்காட்சியில் எஞ்சியிருப்பது, அண்ணாநகர் கிளப் ஆகியிருக்கும் கேரள இல்லம்.

அண்ணா நகரைத் தாண்டி பூந்தமல்லி நெடுஞ்சாலைக்கு அருகில் கொள்முதல் சந்தைகளும் சென்னை புறநகர் போக்குவரத்து நிலையங்களும் உள்ள கோயம்பேடு இருக்கிறது. அதற்கு அப்பால் அம்பத்தூர்-ஆவடி தொழில் வளாகம். தகவல் தொழிலின் நிறைவேற முடியாத, விருப்பத்தை பூர்த்தி செய்யும் நவீன அடுக்கு மாடிகளுக்கு இடமளிக்கும் அம்பத்தூர் தொழிற் பேட்டையும் இந்தியாவிலேயே முதன்முதலாக சைக்கிள்கள் தயாரிக்கப்பட்ட முருகப்பா குழுமம் இங்கு இருக்கிறது. சென்னையின் வேறு பகுதிகளில், அந்தச் சமயத்தில், இந்தியாவின் முதல் மோட்டார் சைக்கிள் என்ஃபீல்ட்

புல்லட்டும், முதல் கார்களில் ஒன்றான ஸ்டாண்டர்டும் தயாரிக்கப்பட்டன. 1927-ல் சென்னைக்கு வந்து ஒய்.எம்.சி.ஏ.வுடன் தொடர்புபடுத்தப்பட்ட கனடா நாட்டைச் சேர்ந்த வாலஸ் ஃபோகி என்பவரால், 1935-ல் உருவாக்கப்பட்ட சென்னையின் ஒரே முகாம், காம்ப் டொனகோலா, ஆவடிக்கு அருகில் 15 ஏக்கர் பரப்பில் இருக்கிறது.

பிற்காலத்தில், சானடோரியமும் கிளைவ் காலத்து கோட்டையும் ராணுவ முகாமும் இருந்த பழைய கிராமமான பூந்தமல்லிக்குச் செல்லும் பூந்தமல்லி நெடுஞ்சாலை, சென்னைகது வடக்கே பல சாகுபடி அணைக்கட்டுகளைக் கட்டிய பொறியியல் மேதை சர் ஆர்தர் காட்டன் என்பவரால் போடப்பட்டது. பூந்தமல்லியில் உள்ள பழைய ராணுவ முகாம், குருடர் மற்றும் செவிடர்களின் விக்டோரியா பள்ளியாக மாறியது. சாலைக்கு மறுபுறத்தில் சீரழிந்த பிரிட்டிஷ் இடுகாடு ஒன்று இருக்கிறது. அதற்குமேல் செல்லும் சாலை, தொண்டை மண்டலத்தை, அதாவது சென்னை உள்பட கடல் வரை பரவிய பரந்த நிலப் பரப்பை ஆண்டவர்களின் கிராமமான புழல் மற்றும் பல சரித்திரப் பிரசித்தி பெற்ற அந்த காலத்து இந்திய நகரங்களுக்கும் கிராமங்களுக்கும் செல்கிறது.

ஒரு காலத்தில் நகரம்

இந்தோ-சாரசெனிக்கின் மங்காச் சிறப்பு

ஆங்கில இந்தியக் கட்டட பாணிகளின் கலப்பான இந்தோ-சாரசெனிக் கட்டட பாணிக்குப் பொறுப்பானவர், 'மேட்' மாண்ட் என்று பொதுவாக ஒப்புக் கொள்ளப்படுகிறது. இரு கலாசாரங்களின் கட்டடச் சாதனைகளை எப்படி ஒரு மூன்றாவது கலாசாரம் பார்த்து, 80 வருடங்களுக்குள் இணைத்து, தனித்தன்மை உடைய கட்டட பாணியில், இந்தியாவில் கம்பீரமான அரண்மனைகளை ஒத்த கட்டடங்கள் கட்டப்பட்டன என்றால், அதற்குக் காரணம், மாண்டின் தொலை நோக்குதான். 1857-ல் சிப்பாய் கலவரத்துக்கும் இரண்டாம் உலகப் போருக்கும் இடையில், அரசாங்கத்துக்கு, அரசர்களுக்கு, தனியாருக்கு என்று அனைவரும் விரும்பிய பாணி இந்தோ-சாரசெனிக்தான். இன்று, இந்தியாவிலேயே சென் னையை போல் வேறு எங்கும் இந்தக் கட்டட பாணியைக் காண முடியாது. வானம் மூடாமல், காற்றோட்டமாகவும் விசாலமாகவும் உள்ள இந்த நகரத்தில் பழைமையானதும் மேன்மையானதுமான இந்தோ-சாரசெனிக் உதாரணங்கள் சீராக பராமரிக்கப்படாவிட்டாலும் பூமியை ஆக்ரமித்திருக்கின்றன.

பால் பெண்ஃபீல்ட் என்ற பிரிட்டிஷ் பொறியாளர்தான் முதன்முதலாக இந்த பாணியை சென்னையில் கடைப்பிடித்தார் என்று நம்பப்படுவதால், எதேச்சை யாக பார்ப்பவருக்குக்கூட சென்னையில்தான் இந்தக் கட்டடங்களின் மேன்மை யான காட்சி கிடைக்கும் என்பது புரிந்துவிடும். மாண்டுக்குப் பிறகு தான், அது இந்தோ-சாரசெனிக் என்று அங்கீகரிக்கப்பட்டது. பெண்டூபீல்டுக்குப் பல வருடங்கள் கழித்து, சென்னையில்தான், மாண்டின் கனவுகளை நனவாக்கிய வர்கள் வாழ்ந்து, பணியாற்றினர்.

18-ம் நூற்றாண்சின் ஆங்கிலோ-பிரெஞ்சுப் போர்களுக்குப்பின், தென்னிந்தியா வில் முக்கிய சக்தியாக கிழக்கிந்திய கம்பெனி ஆனது. அவருடைய விசுவாசத்தை அங்கீகரித்து, முகமது அலி வாலாஜாவுக்குப் பாதுகாப்பு அளித்த ஜான் கம்பெனி, அவரை கர்நாடக நவாப் என்று அங்கீகரித்தனர். அந்தச் சச்சரவு நிறைந்த சூழ்நிலையில், தனக்கு ஆதரவு அளித்தவர்களுக்கு அருகே வசிக்கவேண்டும் என்று புதிய நவாப் விரும்பியது இயற்கையே. ஆனால் புனித ஜார்ஜ்

கோட்டையில் அவர் அரண்மனைக் கட்டிக்கொள்ள அனுமதி கேட்டபோது, தயங்கித் தயங்கி, தாங்கள் அவசரமாக அளித்த வாக்குறுதியில் இருந்து பிரிட்டிஷார் தங்களை விடுவித்துக்கொண்டனர். கோட்டையின் பீரங்கிகளின் பாதுகாப்புக்குக் கீழ் தெற்கே இரண்டு மைல்களுக்கு அப்பால், கடற்கரைக்கு அருகில் அவர் அரண்மனை கட்டிக்கொண்டார். கம்பெனி எஞ்சினியர் பென்ஃபீல்ட், கோட்டைக்கு உள்ளே இருந்தபடி, அரண்மனைக்குப் படம் வரைந்து கொடுத்தார். 1768-ல் சேப்பாக்க அரண்மனை கட்டப்பட்டபோது, பென்ஃபீல்ட் ஒரு கட்டட ஒப்பந்தக்காரராக இருந்தார். தனது முதல் திட்டத்தை, முகலாயர்களுடைய கூம்புகள், வளைவுகள், மரச்சித்திர வேலைப்பாடுகள், இந்தியத் தூண்கள் ஆகியவை கொண்டு, விசாலமாகவும் அலங்காரத்துடனும் இணைக்கும் முதல் முயற்சி என்று நம்பப்படும் புதிய பாணியில் இணைத்தார்.

சென்னையின் வான்காட்சியை கிட்டத்தட்ட ஒரு நூற்றாண்டுக்கு, புனித ஜார்ஜ் கோட்டையும், சேப்பாக்க அரண்மனையும் ஆக்ரமித்தன. அந்த நூற்றாண்டின் முதல் கால் பாகத்தில் நவாபுக்குக் கடன் கொடுத்து, பென்ஃபீல்ட் தனது செல்வத்தைச் சம்பாதித்தார். பிந்தைய வருடங்களில், இங்கிலாந்து நாடாளு மன்றத்தின் மக்களவையில் பென்ஃபீல்ட் தனக்கு ஓர் இடம் வாங்கியபோது, நவாபின் கடன்களைப் பற்றிய அவச்சொல் பரவலாகப் பேசப்பட்டு, அதனால் நவாபுக்கு ஏற்பட்ட கவலைகளில் இருந்து அவரை விடுவிக்கிறோம் என்ற சாக்கில், கம்பெனி, முழு கர்நாடகத்தையும் எடுத்துக்கொண்டது. சேப்பாக்க அரண்மனையில் இருந்து 1855-ல் நவாபின் சந்ததியர்களை வெளியேற்றி, பிரிட்டி ஷார் இந்தச் சோகக்கதையின் கடைசி வார்த்தையை எழுதினர். எடுத்துக் கொண்ட பத்தே ஆண்டுகளுக்குள், கட்டடத்தின் முகப்பை மாற்றும் வேலை தொடங்கியது. இந்தோ-சாரசெனிக் பாணி என்று அங்கீகரிக்கப்பட்ட பாணியை மனத்தில் வைத்து, புதுக் கட்டடத்தை அமைத்தவர் மாண்டின் சுவடுகளைப் பின்பற்றிய ராபர்ட் ஃபெலோஸ் சிஷோம்.

'மேட்' மாண்ட் இந்தியாவுக்கு 1859-ல் வந்தார். வெகு விரைவில் ராயல் எஞ்சினியர் டிவிஷனைச் சேர்ந்த மேஜர் சார்ல்ஸ் மாண்ட், ஓர் ஆங்கிலேயரின் பார்வையை ஒட்டி வரையப்பட்ட கிழக்கத்திய பாணி அரசாங்கக் கட்டடங் களைத் வடிவமைக்க ஆரம்பித்தார். இந்தக் கட்டடங்களின் நேர்த்தியைக் கண்ட உள்ளூர் அரசர்கள், தங்களது புதிய அரண்மனைகள், அவருடைய திட்டங்கள் படி அமைக்கப்படவேண்டும் என்று ஒருவர் மேல் ஒருவராக வந்து விழுந்தனர். விலை அதிகம் என்று கூச் பிஹார் கருதிய போதும், கோலாப்பூர், தார்பங்கா, பரோடா முதலியவர்கள் அவரை வேலைக்கு நியமித்தனர். அந்த மூன்று அரண்மனைகளையும் வடிவமைத்த மாண்ட், அவற்றுள் ஒன்றைக்கூட முடிக்கவில்லை. தனது கணக்கில் தவறு ஏற்பட்டு கட்டடங்கள் கவிழ்ந்து விடுமோ என்ற மன உளைச்சல் ஏற்பட்டு, நோய்வாய்ப்பட்ட மாண்ட் இறந்த போது, அவருடைய வயது நாற்பதுதான். அவருடைய வேலையை எடுத்துக் கொண்ட மற்றவர்கள் அவற்றை முடிக்க ஒரு மாறுதலைக்கூடச் செய்யவில்லை. மாண்டின் எல்லா அரண்மனைகளும் இன்றுகூட நிற்கின்றன.

சென்னை அரசாங்கத்தின் கட்டடக் கலை ஆலோசகர், சிஷோம், மாண்ட் ஆரம்பித்த 12 வருடங்களுக்குப்பின், 1890-ல் பரோடாவில் உள்ள லக்ஷ்மி விலாஸ் அரண்மனையைக் கட்டி முடித்தார். 1865-ல் கூம்புகளும், கோபுரங் களும், வளைவுகளும், கொத்திக் மற்றும் இந்திய அலங்காரங்களுடன் இணைக்கப்பட்டு, சென்னை இந்தோ-சாரசெனிக்கின் தனித்தன்மை உடைய சிவப்பு வண்ணச் செங்கல் முகப்புகளுடன் கட்டப்பட்ட சிஷோமின் சென்னை வான்காட்சித் தோற்றத்தின் நேர்த்தி இன்றுவரை மிஞ்சப்படவில்லை.

சிஷோம் ஆரம்பித்தது, 1930-கள்வரை தொடர்ந்தது. சிஷோமின் சிறந்த சாதனையான ‘செனட் ஹவுஸுக்கு’ வடக்கே கட்டப்பட்டு, அதனுடன் இந்தோ-சாரசெனிக் பாணியில் நன்றாக இணைக்கப்பட்ட பல்கலைக்கழகத்தின் புதிய செயலகமும் நூலகமும் கடைசியாகக் கட்டப்பட்ட நேர்த்தியான கட்டடங்கள். கடைகள், வளாகங்களிலும், அடுக்குமாடிக் கட்டடங்களிலும், 21-ம் நூற்றாண்டின் கட்டடக்கலை நிபுணர்கள், அவ்வவ்போது, இந்த பாணியைப் பிரதிபலிப்பது ஒரு விநோதம்.

இந்தோ-சாரசெனிக்கின் சிவப்புகு மாறுப்பட்ட தோற்றம் உடைய மாநகராட்சிக் கட்டடமும், தென்னக ரயில்வேயின் கட்டடமும், அந்த பாணியின் நேர்த்தியான பின்னாளைய உதாரணங்கள். அப்பழுக்கற்ற வெள்ளை நிறமுடைய ரிப்பன் பில்டிங்கும், மைசூர் அரண்மனையின் பழுப்புக்கல்லை நினைவூட்டும் தென்னக ரயில்வே தலைமையகமும்தாம் இவை. இவற்றுக்கு இடையில் கிரீடத்துக்குத் தன் விசுவாசத்தைக் காண்பிக்க, சிஷோம் படைத்த விக்டோரியா பப்ளிக் ஹால், தனது சிவப்பு நிறத்தின் மூலம் பாரம்பரியத்தின் விருப்பத்தைப் பூர்த்தி செய்கிறது. இந்து சிற்ப சம்பிரதாயத்துக்கும் முஸ்லிம் வளைவு அமைப்புக்கும் உண்மையான கலப்பு கூடியிருக்கும் மைசூரின் ‘அம்பி விலாஸ்’ அரண்மனையை ஹென்றி இர்வின் கட்டி முடித்த பிந்தைய காலத்தைச் சேர்ந்தது ரயில்வே தலைமையகம்.

தன்னுடைய பிரதான வாசிப்பறை லாகவமாக அலங்கரிக்கப்பட்ட கன்னிமரா பொது நூலகம் மூலம் இர்வின் சென்னையில் நினைவுபடுத்தப்படுகிறார். ஒரு காலத்தில் ‘தி பாந்தியன்’ என்று அழைக்கப்பட்ட கலாசார வளாகத்தின் ஒரு பாகமாக கன்னிமரா நூலகம் கட்டப்பட்டது. எலிசபெத் காலத்தவர்களை நிச்சயமாக மகிழ்வித்திருக்கும், அரைவட்ட நாடக அரங்கம், பழைய அருங் காட்சியகத்துக்கு முன், தானே ஓர் அருங்காட்சியகப் பொருள் போல, இருக்கிறது. அடுத்தாற்போல் இருக்கும் தேசியக் கலை மையம், கட்டுவதற்கு அவ்வளவு காலம் ஆகியிருக்காவிடில், விக்டோரியாவின் நினைவாக இருந் திருக்கக்கூடும். எல்லாவற்றையும் சேர்த்து, கொத்திக் பைஸாண்டைன் முதல் ராஜபுத்திர-முகலாய, தெற்கத்திய தக்ஷிண பாணி வரை வெவ்வேறு நிலைகளின் கட்டட பாணிகளின் ஒருமைப்பாட்டை பிரதிபலிக்கின்றன.

பாந்தியன் வளாகத்தின் அதே காலத்தைச் சேர்ந்தவை உயர் நீதிமன்ற, சட்டக் கல்லூரிக் கட்டடங்கள். அவற்றின் சிவப்புச் சுவர்கள், வானளாவிய அலங்கரிக்கப்பட்ட கூம்புகள், நேர்த்தியான சிற்ப வேலைப்பாடுகள் உடைய

தூண்களும் வளைவுகளும், முடிவில்லாத் தாழ்வாரங்களில் காணப்படும் துல்லியமான வேலைப்பாடும், இந்தியா முழுவதிலும் காணக்கூடிய இந்தோ-சாரசெனிக் பாணிக்குத் தலைசிறந்த உதாரணங்கள். நீதிமன்றங்களுக்கு வடக்கே பாரத ஸ்டேட் வங்கியின் தென் பிராந்தியத் தலைமையகமும் பொது அஞ்சல் துறையின் கட்டடமும் இருக்கின்றன. சென்னையின் மற்ற இடங்களில் எழும்பூர் ரயில் நிலையம், மதராஸ் லிடரரி சொசைட்டி கட்டடம் போல் வேறு கட்டடங்கள் மாண்ட் பாணியை அனுசரித்துக் கட்டப்பட்டபோதும், பார்வையாளரின் கண்ணைக் கவருவதில், கடற்கரையோரத்தை மிஞ்ச முடியாது.

இவ்வளவு கவர்ச்சி இல்லாவிட்டாலும், சந்தடியின்றி நாகரிகமாகத் தோன்றுபவை, அந்த காலத்துத் தோட்ட வீடுகள். கிழக்கத்திய பாணி இல்லாமல், கட்டியவர்களுக்கு பிடித்தமான அதன் பரந்த விரிவுக்குக் கடன் பட்டிருக்கின்றன. 18-ம், 19-ம் நூற்றாண்டுகளின் சென்னை பிரமுகர்களால் விரும்பப்பட்ட பாணி, மேற்கத்திய சம்பிரதாயம், ரினய்சான்ஸ், ரெஸ்டொரேஷன், ஜார்ஜியன் என்று எதுவாக இருந்தாலும், அதில் இந்தப் பெரிய மாளிகைகள் கட்டப்பட்டன. பொதுமக்கள் பார்வைக்காகப் பயன்பட்ட இந்தோ-சாரசெனிக், இந்தியாவில் உண்டாக்கப்பட்ட வேறு எந்தக் கட்டட பாணிக்கும் நேர்த்தியில் சமமானது. உலகிலேயே மேன்மையான ஏகாதிபத்தியத்தின் அடையாளமாக ஆளுமை கோமகன் நேப்பியரின் தொலை விழியில் தோன்றின.

18. கூவத்தின் வளைவுகளில்

பாந்தியத்தின் பிரகாசம்

1700-ல் எழும்பூர் பாலம் கட்டப்பட்டபின், கூவத்தின் இரண்டு வளைவுகளுக்கு இடையில் இருந்த வட்டாரங்களான எழும்பூரும் சேத்துப்பட்டும், இப்போது கட்டப்பட்டிருக்கும் ஸ்பர் டாங்க் உட்பட, பூந்தமல்லி நெடுஞ்சாலைக்குத் தெற்கே இருக்கும் வட்டாரமும், தோட்ட வீடுகளுக்கு உகந்தன என்று எல்லோராலும் விரும்பப்பட்டன. ஐரோப்பியர்களுக்கு குறைந்த வாடகையில் 6-15 ஏக்கர் பரப்புள்ள மனைகள் கொடுத்தபின்தான், 1774 முதல் பிரிட்டிஷார் இங்கு குடிபுக ஆரம்பித்தனர். செழிப்பான வயல்கள் இருந்த இடத்தில் பெரிய வீடுகளும் தோட்டங்களும் அமைக்கப்பட்டன. இப்போது கூட இத்தகைய 200 ஆண்டு வீடுகளைக் காணலாம். ஆனால் 18-ம் நூற்றாண்டில் சுகாதாரமான சூழ்நிலைக்குப் பேர் வாங்கிய எழும்பூர் ஒரு பழைமையான கிராமமாக இருந்தது. அதைப்பற்றிய கல்வெட்டுகள் கிபி 11-ம் நூற்றாண்டிலிருந்தே இருக்கின்றன.

எழும்பூருக்கு மேற்கில், சேத்துப்பட்டு இருக்கிறது. செட்டியார் அல்லது செட்டிபேட்டை என்று பொதுவாகக் கருதப்படுவதால் அது ஒரு 19-ம் நூற்றாண்டுப் பெயர் என்று கருத இடம் உள்ளது. அப்போதுதான் வெவ்வேறு செட்டியார் வகுப்புக்களை சேர்ந்த செல்வந்தர்கள், பிரிட்டனுக்குத் திரும்பிப் போய்க்கொண்டிருந்த பிரிட்டிஷாரிடமிருந்து வீடுகளை வாங்கினார்கள். இங்குதான், 19-ம் நூற்றாண்டு சென்னையின் பெரிய கட்டடக்காரரான டி. நம்பெருமாள் செட்டி, ஹாரிங்டன் ரோடில் வசித்தார். 'க்ரையாண்ட்' என்ற அவரது வீடு இன்றும் அவரது குடும்பத்திடம் இருக்கிறது. 99 வீடுகளுடன் 2,000 கிரவுண்ட் (ஓர் ஏக்கருக்கு 16 கிரவுண்டுகள்) நிலத்துக்குச் சொந்தக்காரரான அவர், துரதிர்ஷ்டம் என்ற காரணத்தால் 100-வது வீட்டை வாங்கவில்லை.

நம்பெருமாள் செட்டி இந்த வட்டாரத்துக்கு நகர்ந்து வீடு வாங்கியதால்தான் அதற்கு செட்டியார்பேட்டை என்ற பெயர் இடப்பட்டது என்பது ஓர்

எண்ணம். 1905-ல் தனது பரம்பரை வீடான ஜார்ஜ் டவுனில் உள்ள ஆனந்த பவன் (இப்போது மைசூர் கஃபே) என்ற இடத்திலிருந்து நகர்ந்து, 1858-ல் 64 கிரவுண்ட் பரப்பில் ஜாரிட் கார்டன்ஸில் ஒரு ராணுவ அதிகாரி கட்டிய 'க்ரையாண்ட்' என்ற இடத்துக்கு நகர்ந்தார். கணிதமேதை ராமனுஜனுக்கு பெரும் ஆதரவளித்த நம்பெருமாள் செட்டி, அவரைத் தன் மகனாகவே கருதினார். தனது கடைசி ஆண்டுகளை க்ரையாண்டிலும், அதற்கு பிறகு க்ரையாண்டுக்கு எதிரே இருந்த கோமேத்ராவை தனது வசதிக்காக பெற்றபின், உடல் நலமற்ற ராமானுஜன் அங்கு இருந்தார். இதற்கருகில் மதராஸ் கிறிஸ்டியன் காலேஜ் ஸ்கூல், மார்தோமா சிரியன் கிறிஸ்டியன் சர்ச்சும், அவைகளுக்கெதிரில், நகரிலேயே நேர்த்தியான அரங்கங்களுள் ஒன்றான லேடி ஆண்டால் ஹால் இவைகள் இருக்கின்றன. சீரழிந்த நிலையில் இருக்கும் பெண்களையும் குழந்தைகளும் பராமரிக்க, சீமாட்டி ஆண்டாள் வெங்கடசுப்பராவு 1928ல் மதராஸ் சேவாசதனத்தை ஆரம்பித்தார். 1930ல் ஷென் ஸ்டோன் பார்கில் தனது சொந்த இடத்திற்கு 1930ல் சதன் நகர்ந்தது. நகரத்தின் முக்கியமான பள்ளிகளுள் ஒன்றையும் வேறு சில நிறுவனங் களையும் இங்கு நிர்வகிக்கப்படுகின்றன. இதற்கருகில் 1994ல் கட்டப்பட்ட சின்மையா ஹெரிடேஜ் சென்டரில் பெரிய அரங்கமும் தியானத்திற்கும் பிரசங்கத்திற்கும் வெவ்வேறு அறைகளிருக்கின்றன. அடுக்குமாடிகள் கட்டப்பட்ட கோமேத்ரா இப்போது இல்லை. ராஜாஜிகூட அப்போது அங்கு இருந்தார். சென்னையில் நன்கு பராமரிக்கப்படும் சாலைகளில் ஒன்றான ஹாரிங்டன் ரோடு, ஸ்பர் டாங்க் ரோடை அடைந்து அங்கிருக்கும் சென்னைப் பல்கலைக்கழக விளையாட்டு அரங்கைக் கடந்தபின் எழும்பூருடன் சேர்கிறது.

எழும்பூரிலேயே, 'தி பாந்தியன்' (பொது மக்கள் கூடும் அறைகள்) என்பதை அடுத்து பெயரிடப்பட்ட பாந்தியன் ரோடு, அதிக சுவாரஸ்யமான சாலை என்பதில் சந்தேகமே இல்லை. ஓர் அரசு அதிகாரிக்கு ஆகஸ்ட் 1778-ல் ஆளுநர் அளித்த 43 ஏக்கர் பண்ணையை, அவர் 24 பேர் அடங்கிய குழுவுக்கு பொது கேளிக்கைகளுக்காக 1793-ல் அளித்ததின் விளைவுதான் 'தி பாந்தியன்'. திப்பு சுல்தானைத் தோற்கடித்தபின் லார்ட் கார்ன்வாலிஸ் இங்கு மகிழ்விக்கப்பட்டார். 1805-ல் அஸ்ஸாயி போருக்குப்பின், ஆர்தர் வெல்லெஸ்லி இங்கு கௌரவிக்கப்பட்டபோது முதலில் லேடி வில்லியம் பெண்டிங்க்குடன் நடனம் ஆடினார். 1821-ல் அந்தக் குழு, ஆர்மீனிய வியாபாரி ஈ.எஸ். மூராட்டுக்கு பிரதான வீட்டையும், மத்தியில் உள்ள தோட்டத்தையும் விற்றபின், 1830-ல் அவர் அதை மீண்டும் அரசாங்கத்துக்கு விற்றார். ஆரம்ப காலத்துக் கட்டடத்துக்கு 1864 முதல் 1890 வரை பல சேர்க்கைகள் செய்தபின் முதலில் மாவட்ட ஆட்சித் தலைவரின் 'கச்சேரி' களுக்கும், அதற்குப் பின் மத்திய அருங்காட்சியகத்துக்கும் பயன்பட்டது. வடக்கே இருந்து பார்த்தால் காணப்படும் அகலமான படிகள் மூலம் பாந்தியனில் எஞ்சியிருக்கும் பகுதியின் ஆரம்ப மையமான கட்டடத்தைக் காணலாம்.

இந்த கட்டடங்களில் சாயம் பூசப்பட்ட கண்ணாடிகளும், பகட்டான மரவேலையும், விஸ்தாரமான சுண்ணாம்புச் சாந்து அலங்காரங்களும் உடைய கன்னிமரா பொது நூலகம் மிக நேர்த்தியானது. இது மற்றொரு நம்பெருமாள் செட்டி சாதனை. உள்ளிருக்கும் வேலைப்பாடுகள் மதராஸ் வங்கியை (பாரத வங்கி) ஞாபகப்படுத்துவதால் வங்கி வடிவமைப்பில் அவருடைய பங்கு இன்னும் அதிகமாக ஊர்ஜிதப்படுகிறது. படாடோபமான தூண்களாலும், பொறிக்கப்பட்ட இலைகளாலும், அலங்கரிக்கப்பட்ட வளைவுகளாலும் தாங்கப்பட்டு, இரண்டு வரிசைகள் வளைந்த சாயமேற்றப்பட்ட கண்ணாடி களுடன் நேர்த்தியான மரக்கூரை உடைய அதன் கம்பீரமான வாசிப்பு அறையில் இருக்கும் தேக்கு மரத்தால் ஆன மேஜைகள், நாற்காலிகள் என அனைத்தும் வேறொரு காலத்தைச் சேர்ந்தவை. 2004-07ல் புனர் நிர்மானம் செய்யப்பட்ட அதற்குள் பிரவேசத்திற்கு அனுமதி கிடையாது. 1930க்கு முந்தைய சேர்க்கையிருக்கும் அந்த நூலகத்தில் புத்தகங்கள் பார்வைக்கு மாத்திரம் அளிக்கப்படுகின்றன. அதன் மிகப் பழமையான புத்தகம் ஒரு 1608 பைபிள். 1698ஆம் வருடத்தில் அராபிக் - லத்தின் குர்ஆன் ஒன்றும், 1781ல் தரங்கம்பாடியில் அச்சடிக்கப்பட்ட முதல் தமிழ் புத்தகங்களும் இருக்கின்றன. அதன் பளிங்குத் தரையும் அலங்கரிக்கப்பட்ட ஜன்னல்களும் அதை அழகான வையாக ஆக்கினாலும், அது எப்போதும் மகிழ்ச்சி தரும் இடமாக இல்லை என்பது வருந்தத்தக்கது. இருந்தபோதிலும் அதை மறுசீரமைப்பு செய்யும் முயற்சிகள் மேற்கொள்ளப்பட்டு, அது மிகவும் நிதானமாக நடக்கிறது.

1896-ல் திறக்கப்பட்ட நூலகத்துக்கு அதை உருவாக்கியவரின் பெயர் அளிக்கப்பட்டுள்ளது. தேசிய நூலகமான இதற்கு, இந்தியாவில் பிரசுரமாகும் ஒவ்வொரு புத்தகமும் ஒரு பிரது அனுப்பப்படவேண்டும். இங்குள்ள பெரும் பாலான புத்தகங்கள், 1974-ல் திறக்கப்பட்ட, சாதாரணமான பொதுப்பணித் துறை பாணி கட்டடத்தில்தான் வைக்கப்பட்டுள்ளன. ஆனாலும் இந்த நூலகம் கன்னிமராவின் பெயரையே தாங்கி நிற்கிறது. இந்தக் கட்டத்தைப் போலவே, இதில் உள்ள பழைய (1930-க்கு முந்தைய) புத்தகங்களும் பராமரிப்பை எதிர் பார்த்து உள்ளன. இந்தப் புத்தகங்கள் ஆய்வுக்காக மட்டுமே கிடைக்கும். இதன் மிகப் பழைமையான புத்தகம், 1608-ல் அச்சான பைபிள் ஒன்று.

பத்திரிகைகளுக்குக் கடிதம் எழுதும் ஒருவர், 'கன்னிமராவை ஞாபகத்தில் வைத்திருக்க வேண்டியது அவசியமா?' என்று கேள்வி எழுப்பினார். அந்த மானில் 1872-ல் கொல்லப்பட்ட வைஸ்ராய் லார்ட் மேயோவின் சகோதரரான லார்ட் கன்னிமரா, பழைய கவர்னர் ஜெனரல் லார்ட் டல்ஹௌஸியின் மகள் சூஸனை மணம் புரிந்தார். அந்தக் கடிதத்தை எழுதியவர், 'கன்னிமரா பதவியில் இருந்தபோது, அவர் பிற பெண்களுடன் தொடர்புகொண்டிருந்தார் என்பதைக் காரணம் காட்டி, சூஸன் அவரை விவாகரத்து செய்தார்' என்று கோபமாக எழுதினார். இளம் வயதுப் பெண்கள் மேல் மோகம் கொண்ட கன்னிமராவின் மற்றொரு கள்ளக்காதல் சம்பவத்துக்குப்பின், அரசாங்க விடுதியிலிருந்து வெளியேறிய லேடி கன்னிமரா, தாய்நாட்டுக்குக் கப்பல் ஏறுவதற்குமுன் ஆல்பனி ஹோட்டலில் தங்கினார். 19-ம் நூற்றாண்டு

சென்னையில் இந்த நிகழ்வு பரபரப்பை ஏற்படுத்தியிருந்தாலும், 20-ம் நூற்றாண்டு அதிகமாக கவலைப்பட்டிருக்காது. ஆறு, ஏழு வருடங்கள் கழித்து ஓக்ஷாட், ஆல்பனியை எடுத்துக்கொண்டபின், அதன் பெயரை கன்னிமரா என்று மாற்றினார் என்று ஒரு கதை. ஆனால் அதுவும் ஒரு கட்டுக்கதைதான். லார்ட் கன்னிமராவின் பெயர்தான் அந்த இடத்துக்கு அளிக்கப்பட்டது.

மதராஸ் லிடரரி சொசைட்டி, கிழக்கத்திய கையெழுத்து பிரதி நூலகம், ஆவணக் காப்பகம் ஆகியவை மூலம் அருங்காட்சியகமும் நூலகமும் மிகவும் பயனடைந்தன. 1861-ல் அரசுப் பணிக்காக இங்கிலாந்தில் பயிற்சி அளித்த ஹேலிபரி கல்லூரியில் இருந்தும், இந்தியா அலுவலகத்தில் இருந்தும் அதிகப் படியாக இருந்த நூற்றுக்கணக்கான புத்தகங்களை வைத்து, நூலகம் ஆரம்பிக்கப்பட்டது. தனியாக நூலகப் பிரிவை உண்டாக்கிய அருங்காட்சி யகத்துக்கு, அரசாங்கம் இந்தப் புத்தகங்களை அளித்தது. 1906-ல் தனது சொந்த இடத்துக்கு நகர்ந்தபின், இப்போது உயிருக்கு மன்றாடிக்கொண்டிருக்கும் மதராஸ் லிடரரி சொசைட்டி இங்குதான் இயங்கியது. 1928-ல் மரீனாவில் உள்ள தனது நேர்த்தியான கட்டடத்துக்கு நகரும்வரை சென்னைப் பல்கலைக் கழக நூலகமும் இங்குதான் இருந்தது. நூலகத்திலும் அருங்காட்சியகத்திலும் பணிபுரிவோர் 1930-ல் பிரிக்கப்பட்டபின், 1939-ல் நூலகம் ஒரு தனி நிறுவனம் ஆனது. மாநில, மத்திய நூலகமாக 1950-ல் ஆனபின், ஐந்து வருடங்கள் கழித்து தேசிய நூலகம் ஆனது.

1662-ல் ஒரு மூட்டை காலிகோ துணிக்கு பதிலாக லண்டனில் கிடைத்த புத்தகங்களை வைத்துதான் சென்னையில் நூலகம் ஆரம்பிக்கப்பட்டது. முதல் கோட்டை வீட்டில் இத்தகைய நூலகத்தின் அவசியத்தை முன்வைத்த வில்லியம் வைட்ஃபீல்ட் என்ற பாதிரியாரின் பொறுப்பில் இந்தத் தாற்காலிக நூலகம் ஒப்படைக்கப்பட்டது. ஒரு நூற்றாண்டுக்கு மேல் புனித மேரியின் பாதிரியார்கள், நூலகத்துக்குப் பொறுப்பேற்றனர். புத்தகங்களின் முதல் பட்டியல் 1716-ல் தயாரிக்கப்பட்டபின், சில மாற்றங்களுக்குப்பின் 1720-ல் ஏற்றுக்கொள்ளப்பட்டது.

கன்னிமரா நூலகத்துக்கு அடுத்து உள்ள சென்னை அருங்காட்சியகம் நாட்டி லேயே நேர்த்தியானவற்றுள் ஒன்று. வெவ்வேறு பொருள்களுடன், அதனுள், 19-ம் நூற்றாண்டின் பழைய இங்கிலாந்தை நினைவூட்டும் ஒரு நாடக அரங்கு இருக்கிறது. அரங்கத்துக்குக் கீழே அதிகக் கட்டணம் கொடுப்போருக்கு ஒரு தாழ்வான இடமும், அதைச் சுற்றி அரை வட்டத்தில் படிகளுடன் கூடிய இருக்கைகளும் இருக்கின்றன. உயரமான கூரையில் இருந்து தொங்கிய 25 விசிறிகளுக்கு* பதிலாக குளிர்பதன வசதிகள் பொருத்தப்பட்ட போதிலும், பழைய காலத்துச் சூழ்நிலையை, மறுசீரமைப்பு செய்தவர்கள் பாதுகாத்திருக் கிறார்கள். அது இயங்கிக்கொண்டிருக்கும்வரை சென்னை நாடகக்

---

* 1986-ல் பிரிட்டிஷ் நாடக வர்ணனையாளர் ஃபிரான்சிஸ் ரீட், ‘நூற்றாண்டின் ஆரம்பச் சூழ்நிலைக்கு ஏற்ப இந்த விசிறிகள் இருக்கின்றன. இதன் மூலம் சிறிதுகூட சிரமம் இல்லாமல் லண்டன் வெஸ்ட் எண்ட் சென்னைக்குக் கொண்டு வரப்பட்டது’ என்றார்.

குழுவுக்குத்தான் அதை உபயோகிப்பதற்கு முதல் உரிமை இருந்தது. இந்தத் தோட்டங்களிலேயே கண்கவர் கட்டடம், 1951-ல் தேசிய கலைக் காட்சியகம் ஆன விக்டோரியா மெமோரியல் ஹால் அண்டு டெக்னிகல் இன்ஸ்டிட்யூட்.

ராணி விக்டோரியாவின் பொன்விழாவின்போது உருவாக்கப்பட்ட விக்டோரியா டெக்னிகல் இன்ஸ்டிட்யூட்டுக்கு (வி.டி.ஐ.), பின்னர் அரசாங்கத்தின் ஆதரவு குறையத் தொடங்கியது. ஆனால் 1901-ல் ராணி விக்டோரியா இறந்தபோது, அவர் நினைவாக ஒரு சின்னத்தைக் கட்டி, வி.டி.ஐ.க்கும் உபயோகமாக இருக்கும் என்ற எண்ணத்தில் அதற்காக நிதி திரட்டப்பட்டது. ஒரு பெரிய கண்காட்சி அரங்காக இருக்கவேண்டும் என்று நிச்சயிக்கப்பட்டு, அதற்கு 1906-ல் அடிக்கல் நாட்டப்பட்டது. இர்வினால், பகட்டான முகலாய பாணியில் வடிவமைக்கப்பட்டு 1909-ல் திறக்கப்பட்ட இந்தக் கட்டடம், முகலாய பாணிக்கே உரித்தான சிவப்பு மணற்பாறையிலான முகப்பும், சிற்பங்களுடன் மெருகேற்றப்பட்ட சுண்ணாம்புச் சுவர்களும், பளிங்குத் தரையும் கூடி இருக்கிறது. பெரிய கூடத்தின் பிரதான வாயில், ஃபதேபூர் சிக்ரியில் உள்ள அக்பரின் கனவு அரண்மனையை போல் இருக்கிறது. மூடப்பட்டிருக்கும் அந்தக் கட்டடத்துக்கு மறுசீரமைப்பு மிகவும் அவசியம். இந்த வரிகள் எழுதப்படும்போது, புனரமைப்பிற்கு அரசாங்கம் நிதியளிக்க இசைந்துள்ளது. கட்டிடத்தின் நேர்த்தி அப்படியே இருக்கிறது.

கட்டப்படும்போதே, அதற்குள் நகர்ந்த வி.டி.ஐ.யின் வியாபாரம் ஆரம்பத்திலிருந்தே வெகு நன்றாக இருந்தது. போரின்போது அரசாங்கம் அந்த ஹாலை எடுத்துக்கொண்டபின், மவுண்டு ரோடுக்கு நகர்ந்த வி.டி.ஐ. இப்போது இருக்கும் இடத்தை 1952-ல் வாங்கியபின் அதை 1956-ல் விரிவாக்கியது.

1984-ல் நவீன பொதுப்பணித்துறை பாணி என்ற வர்ணிக்கக்கூடிய கட்டடம் ஒன்று அருங்காட்சியரங்க வளாகத்துடன் சேர்க்கப்பட்டது. ஜெய்ப்பூர் விநோதத்துக்கு அருகே இருக்கும் இதனுள், கட்டடத்தைப் போலவே சம்பந்தா சம்பந்தமில்லாத நவீன இந்திய ஓவியங்கள் உள்ளன. இந்தச் சேர்க்கை 1898-ல் தொடங்கியது. ஜெய்ப்பூரை ஞாபகப்படுத்தும் இரண்டாவது சேர்க்கையின் ரசனை சற்று அதிகம். இந்தப் புது அரங்குகளில், அருங்காட்சியகத்தின் அருமையான 9-13-ம் நூற்றாண்டு வெண்கலங்கள் வைக்கப்பட்டிருக்கின்றன. அத்துடன் 16-18-ம் நூற்றாண்டின் ராஜபுத்திர மற்றும் முகலாய ஓவியங்களும், 17-ம் நூற்றாண்டின் தக்ஷிண ஓவியங்களும் உள்ளன. அதற்குமேல் 11-12-ம் நூற்றாண்டின் கைவினைப் பொருள்களும், இப்போது கேலண்டர் ஓவியங்களாக மாற்றப்பட்டு, இந்தியாவில் கிட்டத் தட்ட எல்லாச் சுவர்களிலும் உயிருடன் காட்சி அளிக்கும் ரவி வர்மாவின் நேர்த்தியான கடவுள்கள் மற்றும் தேவிகளின் அசல் ஓவியங்களில் சிலவும் உள்ளன.

1851-ல் மதராஸ் லிடரரி சொசைட்டி, அதனுடைய அருமையான 1,100 புவி மாதிரிகளை அரசாங்கத்துக்கு அளித்ததன் மூலம் இந்தச் சேர்க்கை

ஆரம்பித்தது. அரசாங்கத்தால் நாட்டிலேயே முதன்முதலாக ஆதரிக்கப்பட்ட இந்த அருங்காட்சியகத்துக்கு, பாறைகள் முதல் புத்தகங்கள் வரை அன்பளிப்பாக கிடைத்த 20,000 மாதிரிகளுடன் அதே வருடத்தில் நுங்கம்பாக்கத்தில் உள்ள லிடரரி சொசைட்டிக்கு அடுத்தாற்போல் புனித ஜார்ஜ் கல்லூரியின் முதல் மாடியில் அது திறக்கப்பட்டது. இந்த அன்பளிப்புகள் அனைத்தும், மக்களுக்கு விடுக்கப்பட்ட பொது வேண்டுகோளுக்குக் கிடைத்த பரிசு. இத்தகைய சேர்க்கைகளின் எண்ணிக்கை அதிகமாக அதிகமாக, முதல் மாடியின் கட்டுமானத்துக்குக் கேடு விளையும் என்று அஞ்சிய லிடரரி சொசைட்டியின் தலைவரும், அருங்காட்சியகத்தின் முதல் கௌரவ அலுவலராகவும் இருந்த சர்ஜன் எட்வர்ட் பால்ஃபர் ஒரு புதுக் கட்டடத்துக்குச் செல்லவேண்டும் என்று யோசித்தார்.

1854-ல் மாவட்ட அலுவலகத்தின் 'கச்சேரி'யாகப் பயன்படுத்தப்பட்ட ஒரு பகுதி இருந்த பாந்தியனுக்கு இது நகர்ந்தது. 1859-ல் பொது மக்களுக்கான நூலகமும் வாசிப்பறையும் உருவாயின. அருங்காட்சியகத்தின் இடத்தை அதிகரிக்க 1864-ல் மேல் மாடி ஒன்று சேர்க்கப்பட்டது. 1876-ல் பாந்தியனுக்கு வடமேற்கு மூலையில், உரை மேடையுடன் கூடிய ஒரு புதுக் கட்டடம் கட்டப்பட்டது. இதுதான் அருங்காட்சியகத்தின் நூற்றாண்டு கண்காட்சி அரங்கம். 1896-ல் இப்போது ஆயுதங்கள் அரங்கமும் மானுடவியல் அரங்கமும் உள்ள புது அருங்காட்சியகக் கட்டடம் கட்டப்பட்டபின், அதனுள் கன்னிமரா நூலகமும் அருங்காட்சியக நாடக அரங்கும் இருக்கின்றன.

சென்னை குதிரைக் காவல்படையின் தளபதி, கேப்டன் ஜெஸ்ஸி மிச்செல், பால்ஃபரைத் தொடர்ந்து பதவியேற்றபின் 1859 முதல் 1872 வரை பெரும்பாலும் புவி மாதிரிகள் உடைய அருங்காட்சியகத்துக்கு, 70,000-க்கு மேல் விலங்கு மாதிரிகளையும் சேர்த்தார். அவர்தான், பின்னர் கன்னிமரா பொது நூலகமாக ஆகிய நூலகத்தை ஆரம்பித்தார். அவர் 1872 முதல் 1885 வரை நிர்வாகியாக இருந்தபோது, சர்ஜன் ஜார்ஜ் பிடி தனது தாவரத் தொகுப்புகளை (பிரசித்தி பெற்ற பெட்டோம் தொகுப்புடன் சேர்த்து) அருங்காட்சியகத்தில் வளரச் செய்தார். அருங்காட்சியகத்தின் நிலத்தில் மருத்துவச் செடிகளையும் அபூர்வமான தாவரங்களையும் வளர்த்தார். 1885 முதல் 1908 வரை 'செத்த காலேஜ்' என்ற பெயரால் அழைக்கப்பட்ட அருங்காட்சியகம், மேன்மையுடைய சர்ஜனும் மானுடவியலாளருமான டாக்டர் எட்கர் தர்ஸ்டனின் தலைமையில், சென்னை மாகாணத்தை முழுவதும் கவர்ந்தது. மானுடவியல், பழங்கால வரலாறு, மானுட வரைவியல், கடல் வாழ் உயிரினங்கள், பழங்கால நாணயங்கள் ஆகியவற்றின் சேகரிப்புகளில் ஈடுபட்ட அவருடைய காலம் மிகவும் மேன்மையானது. 1872 முதல் தொல்பொருள்கள் உற்சாகத்துடன் சேகரிக்கப்பட்டன. புதிய பொருட்கள் 1872 முதல் உற்சாகமாகச் சேர்க்கப்பட்டன.

1855-ல் அருங்காட்சியக நிலத்தில் பால்ஃபர் சென்னையின் முதல் மிருகக்காட்சி சாலையை அமைத்த ஒரு வருடத்துக்குப் பின், அதில் 300

மிருகங்களும், பறவைகளும், ஊர்வனவும் இருந்தன. தனி நிறுவனம் ஆக்கப்பட்டு 1863-ல் பீப்பிள்ஸ் பார்க்குக்கு நகர்ந்துபிறகும்கூட அதில் அவ்வளவாக வளர்ச்சி இல்லை. ஆனால், பின்னர் வண்டலூருக்குச் சென்றபின் அது வளரத் தொடங்கியது. சென்னை அருங்காட்சியகத்துக்கு வந்த 3,68,873 பேர்களுடன் ஒப்பிட்டுப்பார்க்கும்போது 1855-ல் பிரிட்டிஷ் மியூசியத்துக்கு 3,47,683 பேர்கள் சென்றனர் என்று தன் வேலையைப் பற்றிக் கூறிய பால்ஃபர், ஆண்டு ஒன்றுக்கு பிரிட்டிஷ் மியூசியம் 85,000 பவுண்டுகள் செலவழித்தது; ஆனால் சென்னை அருங்காட்சியகமோ வெறும் 1,000 பவுண்டுகள்தான் என்றும் கூறினார்.

இன்று ஐந்து கட்டடங்களில் இருக்கும் அருங்காட்சியகத்தில் உள்ள வெண்கலச் சேகரிப்புகள், தபால் தலைகள், நாணயங்கள், இசைக்கருவிகள், போர்த் தளவாடங்கள் ஆகிய அனைத்துமே உலகப் பிரசித்தி பெற்றவை. வரலாற்றுக்கு முந்தைய பாலியோலிதிக் காலத்தைச் சேர்ந்த இந்தியாவின் முதல் கல்லால் ஆன கருவிகள், சென்னையின் தெற்கே உள்ள புறநகரமான பல்லாவரத்தில் கண்டுபிடிக்கப்பட்டன. 3,400 கல்வெட்டுகள் கொண்ட அதன் தென்னிந்தியக் கல்வெட்டுத் தொகுப்பு அபாரமானது. ஆனால், தற்செயலாக வருவோருக்கு மிகவும் சுவாரஸ்யமானது இங்குள்ள பாடம் செய்யப்பட்ட* விலங்குகள், பல்லிகள், மற்றும் பிற ஊர்வன. அத்துடன் பார்வையாளர்களை மேலும் கவர்வன கட்டடத்துக்குப் பின்னால் இருக்கும் நேர்த்தியான சிற்பங்கள். இதன் கரு பாந்தியனிலிருந்து கிடைத்தது.

இங்குள்ளவற்றுள் சுவாரஸ்யமானவை, 1874-ல் மங்களூரில் கிடைத்த இரண்டு திமிங்கிலங்களின் எலும்புக்கூடுகள். அதுபோன்ற எலும்புக்கூடுகள் அந்தச் சமயத்தில், ஐரோப்பா முழுவதிலுமே இரண்டே இரண்டுதான் இருந்தன. இவற்றுடன் 1887-ல் கிடைத்த பத்தரை அடி உயரமான செங்கம் யானையின் எலும்புக்கூடு, இந்தியாவிலேயே கொல்லப்பட்ட மிகப் பெரிய யானை என்று வர்ணிக்கப்பட்டிருக்கிறது. சிறுவர்கள் அருங்காட்சியகத்துக்கு அருகில், பின்காலைத் தூக்கிக் கொண்டு நிற்கும், சரித்திரத்துக்கு முற்பட்ட பொம்மை பூதங்களுக்கும் இவற்றுக்கும் எந்தவிதப் பொருத்தமும் இல்லை.

அருங்காட்சியத்தின் பொக்கிஷங்கள் என்று கருதப்படுபவை, 1878-ல் முதலில் காண்பிக்கப்பட்ட, உலகிலேயே பெரிய, 1,500 புத்தமதப் பொருள்கள் அடங்கிய அமராவதி (கிமு 200 - கிபி 300) சிற்பச் செல்வமும், உலகிலேயே நேர்த்தியான வெண்கல விக்கிரகச் சேகரிப்பு எனக் கருதப்படும் 1,700 வெண் கலங்களும் ஆகும். சென்னைக்கு வந்திருந்த ஆகஸ்ட் ரோடான் வெங்கலங் களை பார்த்து மதிமயங்கி, மணிக்கணக்காக அவற்றைப் பார்த்துவிட்டு, அதுகுறித்து ஒரு சிறு பிரசுரம் ஒன்றை வெளியிட்டார். அருங்காட்சியகக்

* இதில் கைதேர்ந்தவராக இருந்த அந்தோணி பிள்ளை, 1880-ல் இங்கிலாந்தில் காட்சிகளின்போது பல பரிசுகளை வாங்கினார். அதன்மூலம் உலகிலேயே தேர்ந்த பாடம் செய்பவருள் ஒருவர் என்று அங்கீகரிக்கப்பட்டார்.

காவலர்கள் அனைத்தையும் சிரத்தையுடன் பார்த்துக்கொள்கின்றனர். ஆயிரத்துக்கு மேலான மரச் செதுக்கல்கள், 800 சிற்பங்கள், சிற்பத் தோட்டத்தில் இருக்கும் 500 செப்பேடுகள், 500 பலவகையான தொல்பொருள்கள் ஆகியவற்றுடன் வெங்கலங்களுடனும் அமராவதிச் சிற்பங்களுடனும், டெல்லியில் உள்ள தேசிய அருங்காட்சியகத்தைபோல், இந்தியாவின் கலை, கலாசார, சரித்திரச் சின்னமாக சென்னை அருங்காட்சியகம் விளங்குகிறது.

ஆண்டர்சன் பாலத்தின் மேல், பாந்தியன் ரோடு கூவத்தை கடக்கிறது. நாட்டிலேயே நேர்த்தியான பட்டு, பருத்தி கைத்தறிகளை உற்பத்தி செய்து, பொறாமைப்படக்கூடிய அளவுக்கு ஏற்றமதி செய்யும் தமிழ்நாடு கைத்தறி நெசவுக் கூட்டுறவுக் கழகத்தின் தலைமை அலுவலகம், பாந்தியன் ரோடின் வடக்குப் பகுதியில், பாலத்துக்கு முன்னால் இருக்கிறது. இந்த அலுவலகத்தின் நிலத்தில் இருக்கும் புடைவை அருங்காட்சியகத்துடன் நடக்கும் கைத்தறிக் கண்காட்சி மற்றும் விற்பனை, ஆண்டுதோறும் நடைபெறும் ஒரு முக்கியமான நிகழ்ச்சி. ஆண்டர்சன் பாலத்தைக் கடந்தால் இருக்கும் ஆண்டர்சன் கார்டன்ஸில் நன்றாகப் பராமரிக்கப்பட்ட ஸ்டேட் பேங்க் குடியிருப்புகளில் அந்தக் காலத்தில் கட்டப்பட்ட கட்டடங்களும் புதிதாக கட்டப்பட்டவையும் நன்றாக இணைகின்றன. கலையை வளர்க்கும் மத்திய அரசைச் சார்ந்த லலித் கலா அகாடமியின் கண்காட்சி அரங்கம் இது புறத்திலிருக்கிறது. 1978ல் கட்டப்பட்ட இதில் ஆண்டு முழுவதும் கண்காட்சிகள் நடைபெறுகின்றன.

பாந்தியன் ரோடுக்குச் சற்று வடகிழக்கே, தெற்கிலிருந்து வரும் ரயில்கள் (பழைய தென்னிந்திய ரயில்வே) முடியும் நிலையம், கண்கவர் இந்தோ-சாரசெனிக் பாணியில் கட்டப்பட்ட எழும்பூர் ரயில் நிலையம். 1900-ல் வாங்கப்பட்ட நிலத்தில் 1908-ல் திறக்கப்பட்டபின், ஸ்டேஷன் 1930-ல் மேலும் விரிவாக்கப்பட்டபின், 1980-ல் கட்டப்பட்ட சேர்க்கைகள் பழைய பாணியுடன் நன்றாகக் கலக்கின்றன. தற்போது நடந்த மாற்றங்களுக்கு நடுவில் தனது எஸ்.ஐ.ஆர் (சவுத் இந்தியன் ரயில்வே) என்று பொறிக்கப்பட்ட முத்திரையுடன் இருந்தாலும், அதன் 'ஐ' அண்மையில் அழிக்கப்பட்டிருக்கிறது.

ஸ்டேஷனுக்குக் கூப்பிடும் தூரத்தில் ஒரு காலத்தில் வேவர்லி ஹவுஸாக இருந்த இடத்தில் இம்பீரியல் ஹோட்டலும், முன்கால ஜமீன்தாரின் சொத்தான முனகாலா கார்டன்ஸில் அசோகா ஹோட்டலும் இருக்கின்றன.

ஆவணங்களைப் பாதுகாப்பது

தென் கிழக்கு ஆசியாவிலேயே பெரிதான அரசு ஆவணங்கள் வைக்கப்பட்டிருக்கும் ஸ்டேட் ஆர்கைவ்ஸ், ஒரு காலனிய கிளப்போல், பச்சை வண்ணம் பூசப்பட்ட மரவேலைகள் உடைய சிவப்பு கட்டடத்தில், எழும்பூர் ரயில் நிலையத்துக்கு எதிரில் இருக்கிறது. எழும்பூர் விளையாட்டு அரங்கத்துக்குப் பின்னால், உயரமான மரங்களால் மறைக்கப்பட்டு, தனது சொந்தத் தோட்டத்துடன் அவ்வப்போது ஆராய்ச்சிக்குப் பயன்படும் இந்தப் புகலிடம்,

முன்னூறு வருடங்களுடைய சென்னையையும், வட்டார ஆவணங்களையும் பற்றிய, ஆசியாவிலும் சரி, உலகிலும் சரி, பழைமையானவற்றுள் ஒன்றாகும். இத்தகைய ஆவணங்களைச் சேமிப்பது என்பது, உலகில் சமீபத்திய ஆண்டுகளில் ஏற்பட்ட பழக்கம் என்பதால், இந்தத் தமிழக அலுவலகம் உலகத்திலேயே முன்னோடியாக நிச்சயமாக இருக்கும்.

1670 முதல் ஆங்கிலத்திலும், 1657 முதல் டச்சிலும், 1777 முதல் டேனிஷிலும், 1670 முதல் பாரசீகத்திலும் கோப்புகள் இருக்கின்றன. சென்னையைப் பற்றிய பழைய புத்தகங்களும், வரைபடங்களும், 1795-ல் வெளியான மதராஸ் குரியர் என்ற முதல் செய்தித்தாளுடன் மற்ற பழைய சென்னை செய்தித்தாள்களையும் கொண்டிருக்கும் இந்த இடத்தின் தொகுப்பு மிகவும் அருமையானது.

ஆளுநர் பதவிக்கு ஏற்பட்ட சச்சரவைத் தீர்த்துவைக்க, 1671-ல் சென்னைக்கு வந்த சர் வில்லியம் லாங்ஹார்னுக்குத்தான் சென்னை ஆவணக் காப்பகம், கடன்பட்டிருக்கிறது. நன்கு பயணம் செய்தவரும், திறமைசாலியும், செல்வந்தருமான அந்த விசாரணை கமிஷனர் தன்னுடைய விசாரணைக் குழுவின் நடவடிக்கைகளை மிகச் சரியாக பதிவு செய்ததுடன், சச்சரவையும் சாமர்த்தியமாகத் தீர்த்து வைத்ததால், ஜனவரி 1672-ல் ஃபாக்ஸ்க்ராஃப்டுக்கு அடுத்தபடியாக அவரே ஆளுநராக நியமிக்கப்பட்டார். அந்தப் பதவிக்கு வந்த உடனேயே, அவர், அனைத்து அரசுக் கோப்புகளும் முறைப்படி சேர்த்து வைக்கப்படவேண்டும் என்று வற்புறுத்தினார். பொது ஆலோசனைகள், இங்கிலாந்துக்கு எழுதப்பட்ட கடிதங்கள் மற்றும் ஏனைய கோப்புகள் அனைத்தும் சேமிக்கப்படுவது, லாங்ஹார்னின் ஆட்சியில்தான் தொடங்கப் பட்டது. கிழக்கிந்திய கம்பெனியின் நிர்வாகம் 1670-ல் அனுப்பிய கடிதங்கள் அங்கு உள்ளவற்றிலேயே மிகவும் பழைமையானவை.

கோப்புகளைச் சீராக வைப்பதை ஒரு வெறியுடன் மேற்கொண்ட லாங்ஹார்ன் கம்பெனியின், சென்னைக்கான உரிமைப் பத்திரத்தை ஊர்ஜிதப்படுத்திய துடன், திருவல்லிக்கேணி கிராமத்தையும் அதிகாரபூர்வமாகப் பெற்றார். அதுவரை இருந்த ஒழுங்கின்மைக்குத் தீர்வு காண, கம்பெனியுடன் பேச்சு வார்த்தை நடத்தி, 1676-ல் கம்பெனியில் பணிபுரிந்தோர்க்கு ஒரு முறையான பதவி வரிசையை ஏற்படுத்தி, அவர்களது சம்பளம், ஊதிய உயர்வு, பதவியின் பெயர் ஆகியவற்றை அமுல்படுத்தினார்.

அந்தத் திட்டத்தின்படி, இங்கிலாந்தில் இருந்து வந்த பயிற்சிநிலை அலுவலர் (அப்ரெண்டிஸ்), ஏழு வருடங்கள் கழித்து எழுத்தர் (ரைட்டர்) ஆகலாம். அதற்குப்பின் குமாஸ்தா (ஃபேக்டர்) ஆகவும், பிறகு இளநிலை வியாபாரியாகவும் (ஜூனியர் மெர்ச்சண்ட்) ஆகலாம். முதுநிலை வியாபாரிகள் தான் (சீனியர் மெர்ச்சண்ட்) மாகாணத்தை நிர்வகிக்கும் கவுன்சிலில் இடம் பெற்றனர். ஆளுநர் முதல் இடத்தையும், கணக்கு வைப்பவர் (புக் கீப்பர்), கிடங்கு காப்பாளர் (வேர்ஹவுஸ் கீப்பர்), சுங்க அதிகாரி (கஸ்டம்ஸ் அண்ட் ரெவின்யூ கலெக்டர்), வாடகை அதிகாரி (ரெண்டல் ஜெனரல்), துப்புரவு அதிகாரி (ஸ்கேவெஞ்சர்) ஆகியோர் எல்லாம் அந்த வரிசையில் கீழ் நிலையில்

இருந்தனர். அப்போதைக்கு அப்போது நாணயம் அச்சிடுவோர் (மிண்ட் மாஸ்டர்), ஊதியம் தர்வோர் (பே மாஸ்டர்) போன்ற அதிகாரிகளும் இன்றைய பொதுப்பணித் துறையின் வேலையைச் செய்தனர்.

லாங்ஹார்ன் காலத்தில் வளர்ந்துகொண்டிருந்த கோப்புகள் 'ஃபோர்ட் ஹவுஸின்' நிர்வாக அறையில் சேமிக்கப்பட்டன. சேர்க்கை பெரிதாக ஆக, கோப்புகளைச் சேமிப்பது கடினமாகியது. 1803-ல் இரண்டாம் லார்ட் கிளைவுக்குப்பின், சென்னைக்கு வந்த ஆளுநர் வில்லியம் கேவண்டிஷ் பெண்டிங், இங்கிலாந்து அரசாங்கம் கோப்புகளைப் பாதுகாக்க சட்டம் அமுல் படுத்தியதற்கும், அதற்காக என்று ஒரு தனி அலுவலகத்தை உருவாக்கிய தற்கும் 33 ஆண்டுகள் முன்னதாகவே, 18 நவம்பர் 1805-ல் இவ்வாறு குறிப் பிட்டிருக்கிறார்: 'இந்த அரசாங்கத்தின் கோப்புகள் மிகவும் அதிகமாகிவிட்ட தாலும், புதிதாக நியமிக்கப்படுபவர் கடந்த காலத்தை பற்றி ஒன்றும் தெரியாத வராக இருப்பதாலும், ஒவ்வொரு கோப்புக்கும் ஓர் அட்டவணையை உருவாக்கி, அது ஒழுங்காக வைக்கப்படவேண்டியதன் அவசியத்தைக் கருதி, நிர்வாகிகளின் கடமைகளை நன்கு அறிந்த ஓர் உள்ளூர்வாசியை நியமிக்கவேண்டும் என்று பரிந்துரை செய்கிறேன்.' இதனால் பிறந்தது இந்தியாவின் முதல் ஆவணக் காப்பக அலுவலகம். அதன் காப்பாளராக அவர் காலத்தின் அனைத்து அரசாங்கங்களின் நன்மதிப்பையும் பெற்ற, அரசியல் மற்றும் ராணுவதின் முதன்மை உள்ளூர் சேவகரான முத்தையா நியமிக்கப் பட்டார்.

வேலைப்பளு அதிகரித்ததால், அவரது ஊதியம் மாதம் 80 வராகனாக உயர்த்தப்பட்டது என்று, இன்று மறக்கப்பட்ட முத்தையாவைப் பற்றி எழுதப்பட்டிருக்கிறது. இன்று கோட்டையில் முக்கிய அங்கமாக இருக்கும் அடுக்கு மாடிக்கட்டடம் இருந்த இடத்தில், இடிக்கப்பட்ட இரண்டு கட்டடங ்களில் ஒன்று, அவருடைய அலுவலகமாக இருந்திருக்கலாம். அது இன்றைய ராணுவ அணிவகுப்பு மைதானத்தில் இருக்கிறது. 1823-ல் மீண்டும் பிரதான கோட்டை வீட்டுக்கு நகர்த்தப்பட்ட ஆவணங்கள், 1909-ல் தனது சொந்தக் கட்டடங்கள் கட்டப்பட்ட எழும்பூருக்கு நகரும்வரை 'தூண்கள் கிடங்கு'யில் வைக்கப்பட்டிருந்தன.

இந்த நூற்றாண்டின் தொடக்கத்தில் எழும்பூர் ரயில் நிலையத்துக்கு எதிர்த்தாற்போல், 'கிராஸ்மீர்' என்ற அரசாங்கத்துக்கு சொந்தமான அழகான வீடு இருந்தது. இங்கு வெவ்வேறு மருத்துவ மற்றும் சுகாதார அலுவலகங் களைக் கட்டலாம் என்ற எண்ணம் இருந்தபோதிலும், அதற்குத் தெற்கே இருந்த சாக்கடைப் பண்ணையையும் (சென்னையில் அஸ்ட்ரோ டர்ப் உடைய ஒரே ஹாக்கி மைதானமான மேயர் ராதாகிருஷ்ணன் விளையாட்டு அரங்கு), ரயில் நிலையத்தின் சத்தத்தையும் காரணங்களாகக் காண்பித்து, அந்த எண்ணம் கைவிடப்பட்டது.

இரண்டு வருட விவாதங்களுக்குப் பிறகு அந்த இடத்தில் ஆவணக் காப்பகம் கட்டுவதற்கு எந்த ஆட்சேபணைகளும் இல்லை என்று நிச்சயிக்கப்பட்டது.

அதற்கு முன் பெங்களூரில் புனித மார்க்ஸ் சர்ச்சும், ராயபுரத்தில் மருத்துவ மாணவர்கள் இல்லமும் கட்டிய பி. லோகநாத முதலியாரிடம் இந்தப் பொறுப்பு ஒப்படைக்கப்பட்டது. புத்தகங்கள் அடுக்கும் கட்டமைப்புக்கு 1.17 லட்ச ரூபாயும், மேஜை, நாற்காலிகள், கட்டடம் கட்டுவதற்கு 2.2 லட்சம் ரூபாய் செலவழிக்கப்பட்டபின், தலைமைச் செயலகப் பதிவாளர் சி.எம்.ஷ்மிட் தாற்காலிக நிர்வாகியாக நியமிக்கப்பட்டு, சென்னை ஆவணக் காப்பகம் அக்டோபர் 1909-ல் திறக்கப்பட்டது. 15 ஏப்ரல் 1911-ல் மாநிலக் கல்லூரியின் ஆங்கில இணைப் பேராசிரியரும், சைதாப்பேட்டை ஆசிரியர் கல்லூரியின் தாற்காலிக இணை முதல்வருமான ஹென்றி டாட்வெல் ஐ.இ.எஸ். மேற்பார்வையாளராக நியமிக்கப்பட்டார். 1856-ல் ஆவணங்களை அச்சடிப்பது தொடங்கினாலும் டாட்வெல்லின் பன்னிரண்டு வருடங்களில் நடந்ததைப் போல என்றுமே இருந்ததில்லை. 1925-ல் மேற்பார்வையாளராக நியமிக்கப்பட்ட முதல் இந்தியர் வி. சேகர் மேனன். 1935-ல், இந்தியாவின் முதல் பயிற்சி பெற்ற ஆவணக் காப்பாளரான டாக்டர் பி.எஸ். பாலிகா மேற்பார்வையாளராக நியமிக்கப்பட்டார். அதற்குப்பின் வந்த 23 வருடங்கள் ஆவணங்கள் காப்பகத்தின் மிக மேன்மையான வருட்னக்கள்.

நெசவுக்கு கிராமங்கள்

கமாண்டர்-இன்-சீஃப் ரோடு, பாந்தியன் ரோடு, கூவம் ஆகியவற்றுக்கு மத்தியில், புதுப்பேட்டை, கோமளீசுவரன் பேட்டை ஆகியவை உள்ளடங்கிய தெற்கு எழும்பூர் இருக்கிறது. கோமளீசுவரன் பேட்டை என்ற பெயர் புனித ஜார்ஜ் கோட்டைக்குப் பின் வந்த ஆண்டுகளில் கட்டப்பட்ட கோயில் மூலம் கொடுக்கப்பட்டது. கம்பெனி நாள்களில் செல்வந்தர்களான இந்தியர்கள் பலர் இங்கு வசித்தனர். அந்தக் காலத்தில் பகோடா தெரு என்று அழைக்கப்பட்ட ஹாரிஸ் ரோட்டில், 26 பகோடா தெருவில் வசித்த பச்சையப்ப முதலியார் 1790-ல் கட்டிய வீட்டில் கதா காலக்ஷேபங்கள் நடந்தன. அண்டை வீடுகளில் வசித்தவர்களுள் ஒருவர், மூன்று ஆளுநர்களுக்கு துபாஷாக இருந்தவர். மற்றொருவர் மருத்துவத் துறையின் முதல் இந்திய அலுவலர்.

ஆற்றின் குளிர்ச்சியை அனுபவிப்பதுதான் இந்த இடத்தின் வசீகரம். தான் இறப்பதற்குச் சில ஆண்டுகளுக்கு முன்புதான் தன் வீட்டைக் கட்டிய பச்சையப்ப முதலியார், கடைசிக் காலத்தில் பக்கவாதத்தால் பீடிக்கப்பட்டார். கடைசிக் காலத்தில் தனது நேரத்தை சென்னையிலும் தஞ்சாவூர் அரண்மனையிலும் கழித்த பச்சையப்ப முதலியார், தனது பயணத்தின்போது சிதம்பரத்தில் தங்குவார். 1794-ல் தனது 40-வது ஆண்டில் கும்பகோணத்தில் நோய்வாய்ப்பட்டபின், அவர் திருவையாற்றுக்கு விரைந்தார். அங்கு இறந்த அவரது உடல், திருவையாற்றில் தகனம் செய்யப்பட்டது.

1854-55-ல் ஒரே வருடத்தில் கட்டப்பட்ட ஹாரிஸ் பாலத்தைக் கடந்தால் ஹாரிஸ் ரோட்டிலிருந்து மவுண்ட் ரோடுக்குச் செல்லலாம். பின்னர் பம்பாய் மாகாணத்தின் ஆளுநராகி, கிரிக்கெட் போட்டிகளை 1920-களில் ஒழுங்குப்படுத்திய லார்ட் ஹாரிஸின் உறவினர்தான் இந்த ஆளுநர் ஹாரிஸ்.

இப்போது போஸ்ட்மாஸ்டர் ஜெனரலின் அலுவலகம், ஹாரிஸ் பாலத்தைக் கடந்து மவுண்ட் ரோடு பக்கத்தில் கட்டப்பட்ட புது அடுக்குமாடிக் கட்டடங்களில் இருக்கிறது. இந்த இடம் இடிக்கப்படுவதற்குமுன் இருந்த பெரிய வீட்டின் மூலையில் உள்ள ஒரு கல்லில், 1790-ம் வருடக் குறிப்பு ஒன்றில், அது வாலாஜா நவாபால் கட்டப்பட்டது என்று உள்ளது. லூயி மில்னர் அண்ட் கம்பெனி, ஸ்பென்சர் அண்ட் கம்பெனி, மதராஸ் சர்வே ஆகியோர் இங்கு இருந்தனர். அதன்பின் சமீபத்தில் போஸ்ட்மாஸ்டர் ஜெனரலால் பயன்படுத்தப்பட்டது என்பதையும் காணலாம்.

இந்த வட்டாரத்தின் கிழக்குப் பகுதி, இப்போது சீரழிந்த நிலையை அடைந்திருக்கிறது. அங்கிருந்த தோட்ட வீடுகளில் வசித்த ராணுவத் தளபதிகளின் பெயரே, கமாண்டர்-இன்-சீப் ரோடுக்குக் கொடுக்கப்பட்டது. 1990 வரை நகரில் உள்ள தோட்ட வீடுகளின் மேன்மையான உதாரணங்கள் இங்கு இருந்தன. அவற்றுள் சில, விக்டோரியா கிரசெண்டில் இருந்தன. எதிராஜ் கல்லூரிக்கு எதிர்த்தாற்போல் இருந்த எதிராஜ் அரண்மனை, 1985 முதல் சீரழிந்து இருக்கிறது. நகரின் முதல் விக்டோரியா விடுதியும் இங்கே இருந்தது. இதற்கு அருகில் இப்போது புதுப்பிக்கப்பட்டிருக்கும் ஐயானிக் தூண்களுடனான ரீஜென்ஸி பாணியில் கட்டப்பட்ட ஃப்ரீமேஸன் ஹாலும், அரண் போல் தூண்களால் மறைக்கப்பட்டிருக்கும் பிரசிடென்ஸி கிளப்பின் தோட்ட வீடும், பிரிட்டிஷ் காலத்தின் முதல் கட்டட பாணியிலேயே 1990-ல் புதுப்பிக்கப்பட்டிருக்கின்றன. அரசாங்கத்தின் மேல் வகுப்பைச் சேர்ந்தோர் வசித்த காலத்தை, இந்த இரண்டு கட்டடங்களும் ஞாபகப்படுத்துகின்றன. வேறொரு காலத்தைச் சேர்ந்த கூட்ட அரங்குகளை பார்க்க அனுமதிக் கொடுக்கப்படுகிறது. அலுவலக இருப்பொன்று, ஒரு நவீன சிறு அரங்காக மாற்றப்பட்டு அதில் ஒரு சிறிய மெஸானிக் அருங்காட்சியகம் இருக்கிறது.

தங்களுக்குத் தாழ்வுணர்ச்சியை அளித்த காஸ்மோபாலிடன் கிளப்புக்கு பதிலாக 1929-ல் அதிகாரத்துக்கும் நிர்வாகத்துக்கும் அணிகலன்களாகத் திகழ்ந்த 25 பேர், ஜூன் 1929-ல், பிரசிடென்ஸி கிளப்பை நிறுவினர். முன்வெறுப்புகள் ஏதும் அற்ற, கிறுக்குத்தனமான ஆசைகள் ஏதும் இல்லாத, அனைவருடனும் சேர்ந்து பழகக்கூடிய, தகுதியுள்ளவர்கள் அனைவரையும் அந்த கிளப்பில் சேரும்படி ஏம்.ஏ. காண்டெத்தும் எம். ரத்தினசாமியும் அழைத்தனர். கிளப், முதலில் ஸ்பர் டேங்க் ரோடில் இருந்தது. அதற்குப்பிறகு 1932-ல் மாண்டியத் சாலைக்கு நகர்ந்தபின், குமாரமங்கலம் ஜமீன்தார் டாக்டர் பி. சுப்பிராயனிடமிருந்து 1937-ல் ரூ.75,000-க்கு இப்போது இருக்கும் ஃபேர்லான்ஸை வாங்கியது. 1967-ல் இதில் பெரும்பகுதியை மைக்கோ நிறுவனத்துக்கு விற்றபின், அந்த இடத்தில் ஜெர்மன் தூதரகம் இருக்கிறது. 1983-ல் ஏம்.ஏ.எம். ராமசாமி தலைவராகத் தேர்ந்தெடுக்கப்படும் வரை, கிளப்பின் அமைப்பு விதிகளின்படி அதற்கு தலைவர் என்று யாரும் கிடையாது. அதன்பின் அமைப்பு விதிகள் மாற்றப்பட்டன. அதுவரை முக்கிய நிர்வாகியாக, செயலாளர் பொறுப்பேற்றார். கிளப்பின் கட்டடங்களைப் புதுப்பித்து, அதற்குப் புத்துயிர் ஊட்டிய ராமசாமி 1990-களின் இறுதியில்

மவுண்ட் ரோடில் உள்ள சுகுண விலாஸ் சபாவுக்கும் அவ்வாறே செய்தார். நாடகங்களுக்குப் பிரபலமான அந்த சபை, சமூக நிகழ்ச்சிகளில் ஈடுபட ஆரம்பித்திருக்கிறது.

கிழக்கே செல்லும் பாந்தியன் ரோடு, கூவத்தை (ஒரு கால் கோமளம் அல்லது கோமளேசுவரத்தின் சுருக்கமாக இருக்கலாம்) கடந்து, ஆறு வளையும் இடத்தில் எழும்பூருக்கும் தீவுக்கும் இடையே மக்கள் நெருக்கடி உடைய, அகன்ற வட்டாரத்தை அடைகிறது. 1693-ல் புனித ஜார்ஜ் கோட்டையில் பிறந்த ஆளுநர் ஜார்ஜ் மார்டன் பிட் 1734-ல் நிறுவிய சிந்தாதிரிப்பேட்டை இதுதான். சின்ன தறிப்பேட்டை என்ற பெயரில் இருந்து வந்த இந்தப் பெயருடைய கிராமத்தில் 230 நெசவாளாகள் 1737-ல் குடிபுகுந்தனர்.

நகரத்தில் இருந்தும் சுற்றுபுறத்தில் இருந்தும் ஏற்றுமதிக்காக தரமான துணிகள் கிடைப்பது கடினமாக இருந்ததால், காலெட்பேட்டையைப் போலவே இத்தகைய கிராமத்தை நிறுவுவது கம்பெனிக்கு அவசியமாகிவிட்டது. நூற்பவர், நெசவாளர், சாயம் பூசுவோர், வர்ணம் பூசுவோர், கழுவுவோர் ஆகிய அனைவருக்கும் பதவி நீக்கம் செய்யப்பட துபாஷ் சுங்குராமாவின் நிலத்தில் இருப்பிடம் அளிக்கப்பட்டது. துபாஷ் கூக்கூரல் இட்டபோதும், அராஜகமான இந்தக் காரியத்தை செய்ய பிட் தயங்கவில்லை. நகரக் கோயிலைப் போலவே ஆதி கேசவப் பெருமாள் கோயில் ஒன்றை மற்றொரு கம்பெனி துபாஷ் ஆதியப்ப (வென்னல) நாராயண செட்டி இங்கு கட்டினார். அவர் ஒரு மசூதியையும் கட்டினார். ஆளுநர் குழு, நெசவாளர்களுக்குக் கடன் அளித்து, இந்த வட்டாரத்துக்கு நகரவைத்து, வீடு கட்டுவதற்கும் ஊக்குவிக்கும் அதிகாரத்தை ஆதியப்ப நாராயண செட்டிக்கும் சின்னதம்பி முதலியாருக்கும் அளித்தது.

புனித ஜார்ஜ் கோட்டையை முற்றுகை இட்டவர்களுக்கு முகாமாக, பிரெஞ்சுப் போர்களின் போது சிந்தாதிரிபேட்டை உபயோகப்பட்டது. 1985-ல் பளிங்கி னால் கட்டப்பட்ட ஓர் அழகான புதிய ஜெயின் கோயில் இங்கு புனிதப் படுத்தப்பட்டது. ஆசார்ய ஸ்ரீ விஜய் சாந்திசூரிஸ்வராஜிக்கு அது அர்ப்பணிக்கப் பட்டிருக்கிறது. அருகில் உள்ள கோமளேசுவரன் பேட்டையில் 300 ஆண்டு களுக்கு மேற்பட்ட கோமளேசுவரர் கோயில் இருக்கிறது. அதற்குச் சற்று வடக்கே எழும்பூரில் உள்ள லக்ஷ்மி நாராயண பெருமாள் தெருவில், ஸ்ரீநிவாஸப் பெருமாள் கோயில் இருக்கிறது.

பாந்தியன் ரோடின் தொடர்ச்சியான அருணாசலம் நாயக்கன் தெருவில், சிந்தாதிரிப்பேட்டையில் 1847-ல் கட்டப்பட்ட தலைமுறை தலைமுறையாக ஒரே குடும்பத்தின் பாதிரியார்கள் நடத்தும் நூதன பாணி சர்ச் இருக்கிறது. 1880-லும், 1912-லும் விரிவாக்கப்பட்ட இந்த சர்ச்சுக்கு அடுத்து அதே பாணியில் 1895-ல் கட்டப்பட்ட சத்தியநாதன் மெமோரியல் பாரிஷ் ஹால் இருக்கிறது. 1862-ல் இங்கு பிரசாரம் செய்த டபிள்யூ.டி. சத்தியநாதன், ஐந்து தலைமுறைகளாக இங்கு பிரசாரம் செய்த குடும்பத்தின் மூத்தவர். 135 வருடங் களாக தந்தையைப் பின்பற்றி மகன் என்று தொடர்வது ஓர் அபூர்வமான

சம்பிரதாயம். அதற்கு எதிர்த்தாற்போல் அதே பாணியில் கட்டப்பட்ட லேடி கோஷன் நூலகம், 1927-ல் நிறுவப்பட்டது. இங்கு ஒரு காலத்தில் 15,000 புத்தகங்கள் இருந்தன. இதற்கு அருகில் இருக்கும் நேப்பியர் பார்க், இன்று மே தின பூங்கா என்று அழைக்கப்பட்டபோதிலும், அதை பராமரிப்பது மாபெரும் தொழில் நிறுவனமான சிம்சன் என்பது விநோதம். தனது நடவடிக்கைகள் ஆரம்பிக்கப்பட்ட பின் மெட்ரோவிற்கு பலியான அது சீரமைக்கப்படலாம்.

அதற்கருகில் ஒரு மூலையிலிருக்கும் நீதிபதி ஹெச்.டி.போடத்தின் நினைவுக்குக் காரணம் அவருடைய மேதாவித்தனமோ, ஜாதி கருணையோ யில்லை. ஒருவேளை அவர் ஆதரித்த பிஞ்சரபோலாகயிருக்கலாம்.

ஒரு காலத்தில் நகரம்

விண்டரின் சதி

துன்பங்களை அதிகரித்துக்கொண்டு
ஏஜெண்டும் அவர் மகனும் அறையில் இருந்தனர்.
மூடிய கதவுக்குப்பின்
முன்னவரும் இப்போதைய இரண்டாமவரும்,
நண்பனுடன் காத்துக்கொண்டிருந்தனர்.
'புது ஃபாக்ஸ்க்ராஃப்டைப் பின்பற்றுவோம்'
என்று இரு உறுப்பினர்கள் கூவியதும்,
தளபதியும் காவல்காரனும் பதிலுக்குக் கூவினர்,
'பழைய விண்டர்ஸைப் பின்பற்றுவோம்.'

இவ்வாறு தொடங்கியது பழைய நகரத்தின் முதல் சதி. ஆனால், எப்படி சென்னையின் முதல் முப்பது ஆண்டுகளில், ஒருவர்கூட சட்டத்தைத் தன் கையில் எடுத்துக்கொள்ளாமல் அமைதியாக அது சமாளித்தது என்பதுதான் இதில் ஆச்சரியம். முதலில் இருந்தே, நகரத்தைச் சுற்றியிருந்த சூழ்நிலை, ஒரு புயலைப் போல் இருந்தது.

மதராஸ்பட்டினத்தைப் பற்றி ஃப்ரான்சிஸ் டே திட்டமிட்டுக்கொண்டிருந்த போது, 1639-ல் சோழமண்டலக் கடற்கரைக்கு வந்த ஆண்ட்ரூ கோகன், இந்த வட்டாரத்தில் யார் ஜான் கம்பெனியின் முக்கிய ஒப்பந்தக்காரராக இருக்க வேண்டும் என்பதைப் பற்றி தாமஸ் ஐவியுடன் சண்டை போட்டார். கிட்டத் தட்ட அடுத்த 150 வருடங்களுக்கு ஏஜெண்டுகளும், தலைவர்களும், ஆளுநர் களும், ஆளுநர் கவுன்சிலில் தங்களுக்குக் கீழ் இருந்தோருடன் சண்டைபோடும் வழிமுறை அமுலில் இருந்தது. நகருடைய சரித்திரத்தின் முதல் பாதியில், இருமுறைதான் இந்த அருவருப்பூ ஊட்டும் சச்சரவுகள் கைமீறிப் போயின. விண்டரின் சதி என்பது முதலில் நடந்தது. நவீன இந்தியாவில், அரசாங்கத்துக்கு எதிரான சதி என்று இது அழைக்கப்படலாம்.

இங்கிலாந்தில், பேட்டர்ஸீ பாரிஷ் சர்ச்சில், தெற்குக் கூடத்தில், 1686-ல் இறந்தபின் புதைக்கப்பட்ட எட்வர்ட் விண்டரின் நினைவுச்சின்னம் ஒன்று

இருக்கிறது. தன்னிச்சைப்படி எல்லாம் நடக்கும் என்ற அகந்தையுடன் தோற்ற மளிக்கும் விண்டரின் மார்பளவுச் சிலைக்கு அடியில் எழுதப்பட்டிருக்கும் புகழ் மாலையில்,

அவர் பெயரில் இருக்கும் போர் மகிமைக்கு
சாகாப் புகழ் பெற்ற செயல் காணீர்;
ஆயுதம் இன்றி, தனியாக ஒரு புலியைத் தாக்கி,
அதை நெருக்கிச் சாகடித்தார்.
அறுபது மூர்களை தோற்கடித்து,
சிலரைக் கொன்று, சிலரைக் காயப்படுத்தினார்;
மற்றவர் ஓடினர், வேறென்ன செய்ய முடியும்
சாம்சனால்?
நண்பர்களுக்கு நாணயம், எதிரிகளுக்கு பீதி.
இப்போது அமைதி, எலும்புகளுக்கு சாந்தி.

என்று எழுதப்பட்டிருக்கிறது.

சாம்சனைப் போல் பூதங்களைக் கொல்லக்கூடிய திறன் இவரிடம் இருந்ததா என்ற ஐயம் இருந்தபோதும், மனபலம் உடைய அவர் சண்டைக்காரர் என்பது நிச்சயம். தன்னிச்சையாக வியாபாரம் செய்த, கலாட்டா பிரியரான ஃபிரான்சிஸ் டேயின் சக சோழமண்டல ஒப்பந்தக்காரரும் நண்பருமான டாம் விண்டரின் தம்பியான அவருக்கு, சோழமண்டலத்தை நோக்கி அண்ணனுடன் கப்பலேறிய போது, வயது எட்டுதான். ஆர்மகானில் இருந்த கடைசி நாள்களில், நலிந்த அந்தத் தொழிற்சாலையை விட்டு புலிக்காட்டுக்கும் பாண்டிச்சேரிக்கும் இடையே, புது நிலத்தைக் கண்டுபிடிப்பதற்காகவோ, சாந்தோமில் இருந்த காதலியுடன் சல்லாபிக்கவோ, மசூலிப்பட்டினத்தில் தொழில் விவகாரங்களைக் கவனிப்ப தற்காகவோ, டே சென்றபோதெல்லாம், இருபது வயதுகூட ஆகாத எட்வர்ட் விண்டர்தான், தொழிற்சாலைக் காவலர் என்ற ரீதியில் அதை நடத்தினார்.

வேலை வேண்டுமானால் அதற்கு முக்கியத் தகுதி, சுயமாகவே லாபமீட்டும் திறன் என்று அங்கீகரித்த கம்பெனியில், அவருக்கு முழு நேர பதவி கிட்டியது ஆச்சரியமில்லை. சென்னையைக் கண்டுபிடித்தவர், வேலையிலும் சரி, சுயமாக வியாபாரம் செய்து, நண்பர்களை நன்றாகக் கவனித்துக் கொள்வதிலும் சரி, வாழ்க்கையை முழுவதுமாக அனுபவிப்பதிலும் சரி, அவருக்கு நன்றாகப் பயிற்சியளித்திருந்தார். ஆனாலும் சந்தேகத்துக்கு உரிய சூழ்நிலையில் நவாபின் 'படகை' கைப்பற்றியபின், அதை வாங்கி, தன்னிச்சையாக அவர் பயன்படுத்த ஆரம்பித்தபின், அவருக்குச் சனி பிடித்தது. நவாபுக்கோ, அவருடைய சக ஊழியர்களுக்கோ, அவருடைய நடவடிக்கைகள் எல்லைமீறியதாகத் தோன்றவே, விண்டர் 1659-ல் வேலையிலிருந்து நீக்கப்பட்டார்.

ஜனவரி 1660-ல் இங்கிலாந்துக்குத் திரும்பிய விண்டர், தன்னுடைய வழக்கைச் சிறப்பாக வாதிட்டு, அரசர் இரண்டாம் சார்ல்ஸிடம் மிகுந்த நெருக்கத்தை ஏற்படுத்திக்கொண்டு, இரண்டு வருடங்கள் கழித்து 'நைட்' பட்டம் பெற்றுக் கொண்டு, சென்னை ஒப்பந்தத்தையும் பெற்றுக்கொண்டார். இதனால்

வெற்றியுடன் 1662-ல் தனது பழைய சாதனைகளின் இடத்துக்கு தன்னை 'நைட்' என்றும் 'பார்ட்' என்றும் புகழ்ந்துகொண்டு எட்வர்ட் விண்டர் திரும்பி வந்தார். சான்றிதழில் வரிக்குமேல் திணிக்கப்பட்ட 'பார்ட்' வேறு மையினால் எழுதப்பட்டது என்ற சந்தேகம்கூடக் கிளப்பப்பட்டது.

அடுத்த மூன்று வருடங்களுக்கு அவர் தனது ஏஜென்சியை இரும்புக் கரம் கொண்டு ஆண்டார். அவரைக் கொலை செய்யக்கூட ஒரு முயற்சி நடந்தது. அதில் ஏற்பட்ட காயம் அவரது வாழ்நாள் முழுவதும் அவரது முகத்தில் இருந்தது. மிஸ்டர் கோர்ட் என்ற ஒருவரைக் கொலை செய்ததில் அவருக்குப் பங்கு இருந்திருக்கலாம். பிரதான கோட்டை வாயிலுக்கு எதிரில், நியாயமாகவோ, அநியாயமாகவோ, அதிகாரத்தை எதிர்த்தவர்களுக்கு அச்சமளிக்க, பல வருடங்களுக்கு ஒரு தூக்கு மேடையை அவர் கட்டி வைத்திருந்தார். குஷிப்பிரியர் என்ற பெயர் பெற்ற அரசர் இரண்டாம் சார்லஸின் நண்பர் என்ற பெயருக்கு ஏற்ப, தனது சுய வியாபாரத்தில் இருந்து ஈட்டிய செல்வத்தின் மூலம், விண்டர் படாடோபமாக சென்னையில் வாழ்ந்தார். அவருடைய ஆளுநர் குழுவில் இருந்த சிலருக்கு, இவ்வாறு அவரும் நண்பர்களும் வாழ்ந்ததில் அதிருப்தி ஏற்பட்டு, 'விண்டர் கூட்டத்தில்' அயோக்கியர்கள் பலர் இருக்கின்றனர் என்று அவர்கள் முறையிட்டதால், எதிர்பார்த்தபடி, கம்பெனி அவருக்கு மேல் ஓர் அதிகாரியை நியமிக்க முடிவு செய்தது. அதே நேரத்தில், மூன்று வருடங்களில் எஞ்சியுள்ள காலத்தை இரண்டாவது இடத்தில் இருந்தபடி, அவரது வியாபாரத்தை மூடுவதற்குத் தேவையான அவகாசத்தையும் அவருக்கு அளித்தது.

எட்வர்ட் விண்டரை வெளியேற்றுவதற்காக, இந்தியாவைப் பற்றி எந்தவிதமான அனுபவமும் இல்லாத ஒரு வயதான வர்த்தகரான ஜார்ஜ் ஃபாக்ஸ்கிராஃப்டை, ஜான் கம்பெனி அனுப்பியது. இந்த மூடத்தனத்துக்கு மேல், எந்த காரணத்தாலோ, இந்த அனுபவமற்றவருடன் அவருடைய மகன் நதானியலையும் அனுப்பியது. மேலும், இந்த முட்டாள்தனத்துக்கு மகுடம் வைத்தாற்போல், அவர்களை அனுப்பிய ஜார்ஜ் ஃபாக்ஸ்கிராஃப்ட், கடவுள் பக்தி, நன்னடத்தை ஆகியவற்றுடன் கிராம்வெல் காலத்தின் நெறி தவறாதவராகவும் இருந்தார்.

அதுவரை சென்னையை ஆண்ட கேளிக்கைப் பிரியரான பொல்லாதவருக்கு இத்தகைய பாவப்பட்ட மனிதர், காளை மாட்டுக்கு முன் காட்டப்பட்ட சிவப்புத் துணியைப் போல் இருந்திருப்பார். வந்த உடனேயே, விசாரணையை மேற்கொண்ட ஃபாக்ஸ்கிராஃப்ட், நெருக்கடியான கேள்விகளைக் கேட்க ஆரம்பித்தார். விண்டரின் வீட்டில் ரெய்டு நடத்திய அவர், ஆயுதங்களைக்கூட அதில் கண்டுபிடித்தார். புது ஏஜெண்ட் வம்பை வரவழைத்துக் கொண்டிருந்தார். அரசியல்ரீதியில் கொந்தளித்துக் கொண்டிருந்த அந்தச் சூழ்நிலையில், விசுவாசம் கொண்ட சிற்றின்ப விரும்பிகளால் சூழப்பட்டவருக்கு, ஃபாக்ஸ்கிராஃப்டுக்கு எதிராக மேஜையைத் திருப்புவதற்கு சிரமம் எதுவும் இருக்கவில்லை.

புனித ஜார்ஜ் கோட்டையில், எல்லோரும் பொது மேடையில் உணவருந்தும் போது, உரையாடல்கள் அரசியலை நோக்கித் தவிர்க்க முடியாமல் திரும்பியபோது, அதற்குத் தகுந்த தருணம் கிட்டியது. ஆறு நாள்களுக்கு விடாமல் குடிபோதையில் இருந்தவரும், சமீபத்தில் நடந்த திருமணத்தின்

மூலம், விண்டரின் உறவுக்காரருமான பாதிரியார் சைமன் ஸ்மித்ஸ், நதானியல் ஃபாக்ஸ்கிராஃப்ட்டுடன் பேசத் தொடங்கியவுடன், ஏஜெண்டின் மகன், கம்பெனி நலனுக்கு முன் தன் சொந்த நலன்களே முக்கியம் என்றும், அரசர் தனக்குப் பாதுகாப்பு அளிக்கும் வரைதான் தான் அவருக்குக் கீழ்ப்பணிந்து வேலை செய்யமுடியும் என்றும் சொன்னதாகக் கேள்வி.

வாக்குவாதம் சூடாக ஆக, ஏஜெண்ட் ஃபாக்ஸ்ஃகிராப்ட் இதற்கு முடிவு கட்டுவதற்குபதில், விவேகம் இல்லாமல், தானும் சச்சரவில் பங்கெடுத்து, இங்கிலாந்தின் அரசர், படையெடுப்பின்மூலம் நாட்டைக் கைப்பற்றியதால்தான் அந்த கிரீடத்துக்கு சொந்தம் கொண்டாடுகிறார் என்றும், ஐரோப்பாவில் வேறு எந்த நாட்டிலாவது அரசர்கள், நாட்டைப் பிடிக்காமல் கிரீடத்துக்கு சொந்தம் கொண்டாடி இருக்கிறார்களா என்றும் ஸ்மித்ஸிடம் கேள்வி எழுப்பினாராம்.

இந்த வசை மழையை விரும்பிய விண்டர், நல்லவர் போல, ‘தன்னுடைய உடம்புக்கோ, சொத்துக்கோ எந்தவித பங்கம் விளைந்தாலும், மன்னரின் உரிமையை மகிழ்ச்சியுடன் பாதுகாக்கத் தயார்’ என்று கூறியபின், சாட்சிகளுடன் காவலர்களிடம் சென்று, அவர்கள் முன் ஃபாக்ஸ்கிராஃப்ட்டின் மேல் பழி சுமத்தினார்.

அவருடைய சாட்சிகள் அவ்வளவு கேவலமானவர்களாக இல்லாது இருந்தால் குற்றச்சாட்டு நிரூபிக்கப்பட்டிருக்காது என்று ஃபாக்ஸ்ஃகிராஃப்ட் பின்னர் கூறினார். துருப்புகளிலேயே கேடு கெட்டவர்களுடன் குடித்து தனது நேரத்தை கும்மாளம் போடுவதில் செலவழித்தவர் ஸ்மித்ஸ். அவருடைய மற்ற ஒழுங்கின்மையைப் பற்றி ஃபாக்ஸ்கிராஃப்ட், ‘மணமாகும் முன், இந்த மனிதர் எப்போதும் கோட்டைக்குள் இரவில் கடைசியாக வருவார். அவரை உள்ளே விடுவதற்காக, சாவியைக் கொடுக்கவேண்டி, நான் தூக்கத்திலிருந்து எழுப்பப் பட்டிருக்கிறேன்’ என்று கூறினார். ஃபாக்ஸ்கிராஃப்ட்டின் சொந்தப் பணியாள ராக வந்திருந்த இன்னொரு சாட்சியான ஃபார்லேயின் நடத்தை அவ்வளவு மோசமானதாகவும், அருவருக்கத்தக்கதாகவும், அறிவற்றும் இருந்தால், சிறுவர்களைத் தண்டிப்பது போல் நிஜாரைக் கழட்டுவேன் என்று அவரை விண்டர் பயமுறுத்தினார். ‘அதற்கு அந்த வீரர் அஞ்ச மாட்டார்’ என்று ஃபாக்ஸ்கிராஃப்ட் பரிகசித்தார். நாளடைவில் ஃபார்லே தன்னுடைய மனத்துக்கு உகந்த வேலைக்காரன் என்று கண்டுபிடித்த விண்டர், அவரைத் தனது தோழனாக்கி, கெடுத்தபின், அவரை நாசமாக்கி, பரிசளித்து, முகஸ்துதி செய்து, அவர் மூலம் மற்ற சில வீரர்களையும் கெடுத்தார்.

ஆனாலும், அந்தத் தருணத்தில் தான் சொன்னதைக் கேட்டு, ‘துரோகிகளை’ கைது செய்ய விண்டர் கோரியபோது, துருப்புகள் நகரவில்லை. இதுகூட விண்டரை நிறுத்தவில்லை. ஆறு துப்பாக்கிகள், வாள், கத்தி, கொக்கியுடன், அவ்வாறே ஆயுதங்கள் தரித்த (நாலு துப்பாக்கிகள்) பாதிரியார் ஸ்மித், ஃபார்லே, பிற வேலைக்காரர்கள் ஆகியோருடன் சினம் கொண்ட மாஜி ஏஜெண்ட் விண்டர், 14 செப்டம்பர் விடியற்காலையில் ஃபாக்ஸ்கிராஃப்ட்டின் அறைக்குள் நுழைந் தார். அனல் பறக்கும் வார்த்தைகள் பரிமாறப்பட்டபின், தனது வேலையாட் களுடன் விண்டர் வெளியேறினார்.

கோட்டையை விட்டு வெளியே அவர்கள் செல்லும் முன், வாயில்களைச் சாத்தும் படி ஃபாக்ஸ்கிராஃப்ட் ஆணையிட்டார். அதற்குப்பின், விண்டர் கலவரத்தில் ஈடுபடுவார் என்றும் கோட்டையை ஆக்கிரமித்து, டச்சுக்காரர்களிடம் கொடுத்து விடுவார் என்று வதந்தியாகவோ, சரியாகவோ தெரியாவிட்டாலும், நிச்சயமாக, தற்காப்பு கருதி, விரைவாகச் செயல்படவேண்டும் என்று நிச்சயித்த ஃபாக்ஸ்கிராஃப்ட் துருப்புகளின் தளபதி லெஃப்டினண்ட் சுஸ்மேனுக்கு, அவருடைய விருப்பத்துக்கு மாறாக, விண்டரிடம் இருந்து ஆயுதங்களை நீக்கி, கைது செய்ய உத்திரவிட்டார். அது வேண்டாவெறுப்பாக நிறைவேற்றப்பட்டது.

48 மணி நேரத்துக்குள், பணமில்லாத சுஸ்மேனை, விண்டர் தன் கையாளாக ஆக்கிக்கொண்டார். அவருக்கு நல்ல நிலை கிட்டும் என்று வாக்களிக்கப்பட்டது. விண்டரிடமிருந்து பரிசுகள், மரியாதைகள், வாக்குறுதிகள் ஆகியவற்றைப் பெற்ற அவருடைய மனைவியின் உதவியுடன் சுஸ்மேனின் மனம் மாற்றப் பட்டது. மூத்த கவுன்சில் உறுப்பினரும் இப்போது விண்டர் அடைக்கப் பட்டிருந்த அறையில் இருந்தவரான ப்ராபியும் தனது பழைய தலைவருடைய பக்கம் சேர்ந்தபின், புரட்சி தொடங்கியது.

16 செப்டம்பர் 1665 அன்று, சலனமற்ற காலைப் பொழுதில், விண்டர், ப்ராபியின் அறையில் பொறுமையுடன் காத்துக்கொண்டிருக்கும் போது, தன்னைப் பின்பற்ற ஒப்புக்கொண்ட இருபது துருப்புகள் மாத்திரம் பின்தொடர, சுஸ்மேன், கோட்டை வீட்டின் படிகளின் மேல் சத்தம் போட்டுக்கொண்டு ஏறினார். சத்தத்தைக் கேட்டு, விண்டர் தப்ப முயற்சிக்கிறாரோ என்று நினைத்து, கத்தியை உருவியபடி கீழே விரைந்த ஃபாக்ஸ்கிராஃப்ட், அவர் மகன், அவர்களுடன் கவுன்சிலின் ஸாம்ப்ரூக், டாஸ் ஆகியோர், சுஸ்மேன் தன் வாளைத் தலைக்கு மேல் சுழற்றிக் கொண்டு, 'அரசருக்காக, அவர்களைக் கீழே தள்ளுங்கள்' என்று துருப்புகளுடன் சத்தம் போட்டபடி இருந்ததைக் கண்டனர். யார் முதலாவதாக சுட்டது என்பது தெளிவாகவில்லை. கதையின் இந்த இடத்தில் வாதங்கள், பிரதி வாதங்கள் வேறு எந்த இடத்தையும் விட அதிகமாக இருந்தாலும், காயம் அடைந்தவர்களின் பட்டியலைப் பற்றி தகராறு ஏதும் கிடையாது. சுடப்பட்ட டாஸ், சிறிது காலத்துக்குப்பின் இறந்தார். கைகலப்பின் ஆரம்பத்தில் மூத்த ஃபாக்ஸ்கிராஃப்ட்டும், ஸாம்ப்ரூக்கும் பல இடங்களில் காயம் பட்டனர். துப்பாக்கிகள் கொண்டு வருவதற்காகச் சென்ற நதானியல், துருப்புகளுடன் நடந்த சண்டையில் காயமடைந்தார்.

அதுபற்றி பின்னர் பேசும்போது, சண்டைக்குத் திரும்பிய இளைய ஃபாக்ஸ்க்ரா ஃப்ட், தனது இரு துப்பாக்கிகளையும், லெஃப்டினண்டை பார்த்துச் சுட்ட போதும், ஈரத்தினாலோ, வேறு எந்தக் காரணத்தாலோ மருந்து தீப்பிடிக்காததால், லெஃப்டினெண்ட் தப்பி விட்டார் என்று ஃபாக்ஸ்க்ராஃப்ட் குறிப்பிட்டார். அதற்குப் பின் ஒருவருக்கு ஒருவர் நெருங்கிப் போராடியபோது, சுஸ்மேனை கிணற்றுக்குள் தள்ளுவதில் ஏஜெண்டின் மகன் வெற்றியடையும் நேரத்தில், அவருடைய துருப்புகளால் காப்பாற்றப்பட்டு, நதானியல் கீழே தள்ளப்பட்டு காயம் அடைந்தார். டாஸைக் கொன்ற வெடி தன்னை நோக்கி சுடப்பட்டது என்றும், இடது பக்கத்தில் துணியையும், தோலையும் எரித்தது என்றும், அதற்குப்

பின் டாஸின் வயிற்றில் பாய்ந்து ஊடுருவியது என்றும் ஃபாக்ஸ்கிராஃப்ட் கூறினார். தரையில் படுத்திருந்தபோது, இரண்டு குண்டுகள் அவரைத் தாண்டிச்சென்றன என்றார்.

இத்தனையும் நடந்துகொண்டிருந்த போது, தான் ஒரு பங்கும் வகிக்காத அப்பாவி போல் விண்டர், ப்ராபியின் அறையில் இருந்தார். கோட்டையில் உள்ள எல்லாத் துருப்புகளுக்கும் தலைமை வகித்த 'கேப்டன்' என்று அங்கீகரிக்கப்பட்ட லெஃப்டினெண்டின் செயல் அவை என்று கூறிய விண்டர், 'நான் விழுந்து விட்டேன்' என்ற சத்தம் கேட்டவுடன், ப்ராபியின் அறையில் இருந்து மாடத்துக்குள் குதித்து, வாளையும் கொக்கியையும் கையில் ஏந்தி, 'நடந்து விட்டது', 'நடந்து விட்டது' என்று கும்மாளம் அடித்தார். ப்ராபியின் அறைக்குள் இருந்த அவருக்கு எப்படி வாளும் கொக்கியும் கிடைத்தன என்று நீங்களே அறிந்துகொள்ளலாம்.

இதற்கு இடையில், நாலு கைதிகளும், ஆங்கிலேய, இந்தியக் காவலர்களால் கண்காணிக்கப்பட்ட, வெவ்வேறு அறைகளில் அடைக்கப்பட்டனர். அவர் களுடைய நண்பர்கள் வெளியே இருந்தனர். 'இவ்வாறு ரத்தம் சிந்தி, கொலை யுடன் கூடிய கலகத்தின் மூலம் கோட்டை அவர்களால் ஆக்கிரமிக்கப்பட்டது' என்று ஃபாக்ஸ்கிராஃப்ட் கூறினார். அதற்குப்பின் கோட்டையின் மேற் பார்வையை எடுத்துக்கொண்ட விண்டர், 'மேதகு கிழக்கிந்திய கம்பெனியின் ஊழியர்களும், அதிகாரிகளும், ஒட்டு மொத்தமாக மாஜி அதிகாரி எட்வர்ட் விண்டர் என்ற நைட்டை அந்த கம்பெனியின் அலுவல்களை மேற்பார்வை இட வேண்டிக்கொண்டதால், அந்தப் பொறுப்பை தான் ஏற்றுக்கொண்டிருப்பதாக' லண்டனுக்குத் தெரிவித்தார்.

எல்லா விவரங்களின்படி, விண்டரின் கொடுங்கோல் ஆட்சியில் ஃபாக்ஸ் கிராஃப்டுக்கு ஆதரவளித்த வியாபாரிகளும், துருப்புகளும், மாலுமிகளும், சங்கிலியால் பிணைக்கப்பட்டு, சூடு வைக்கப்பட்டனர். க்ரேஹவுண்ட் என்ற கப்பல், கோட்டையைக் கைப்பற்ற முடியாததால், காப்பாற்ற முயற்சித்தவர்கள் சிறையில் அடைக்கப்பட்டனர். நமது நகரம் விண்டரின் நகரம் ஆனது.

விண்டரை பதவி இறக்கிவிட்டு, ஃபாக்ஸ்கிராஃப்டுக்கு மீண்டும் பதவி அளிக்க, சென்னைக்கு விசாரணைக் குழு வந்தபின்னர்தான் ஆகஸ்ட் 1668-ல் ஃபாக்ஸ் கிராஃப்டும் அவர் மகனும் விடுவிக்கப்பட்டனர். ஜனவரி 1667-ல், கலகத்தைப் பற்றிய செய்தி கிடைத்த போதும், டிசம்பரில்தான் விசாரணைக் குழு அறிவிக்கப்பட்டது. இங்கிலாந்தில் இருந்து குழுவின் கமிஷனர் வந்தபின்கூட, விண்டர், 'அவருடைய' கோட்டையை அவ்வளவு சுலபமாகத் திருப்பிக் கொடுக்கவில்லை. தன்னுடைய பாதுகாப்பையும் தனது சொத்தின் பாது காப்பையும் உறுதிப்படுத்திக்கொள்ள, கடுமையாகப் பேரம் பேசிய பின்னர் தான், ஃபாக்ஸ்கிராஃப்டையும், கோட்டையையும் மேதகு கம்பெனிக்குத் திருப்பிக் கொடுத்தார். அதற்குப்பின், தன்னுடைய சொத்துக்களை விற்று, ஆடம்பர வாழ்க்கைக்காகச் செலவழித்ததை மீட்டும்வரை, நான்கு வருடங்கள் நகரத்தில் இருந்தார். அவருக்குப் பின் சில நாள்கள் கழித்து ஃபாக்ஸ்கிராஃப்டும் சென்னையிலிருந்து கிளம்பினார்.

19. பெரிய சத்திரச் சமவெளி

அனைத்து மதங்களின் இருப்பிடம்

இன்றைய நுங்கம்பாக்கம், தேனாம்பேட்டை, ராயப்பேட்டை உள்பட பெரிய சத்திரச் சமவெளி என்று பிரிட்டிஷாரால் அழைக்கப்பட்ட வட்டாரம் மவுண்ட் ரோடுக்கு இரு பக்கத்திலும் தீவுத் திடலில் இருந்து செனடாஃப் ரோடு வரை பரவுகிறது. 1721-ம் ஆண்டு பதிவுகளில் முதலில் தோன்றிய இந்த பெயர், மெக்கே கார்டன்ஸுக்கு எதிரில் ஒயிட்ஸ் ரோடும் மவுண்ட் ரோடும் சந்தித்த இடத்தில் இருந்த உத்தண்டிச் சத்திரத்தின் மூலம் வந்தது என்று நம்பப்படுகிறது. இக்காலத்தில் அநேக வீடுகளும் அடுக்கு மாடிக் கட்டடங்களும் கட்டப்பட்டிருக்கும் நிலங்களில் இருந்த இடத்தில் இரண்டாம் கட்டத்தில், அகலமான கூடங்களுடனும் பெரிய வளாகங்களுடனும் கட்டப்பட்ட பெரிய காற்றோட்டமான வீடுகளுடன் முக்கியமான போக்குவரத்துச் சாலையாக இருந்த திருவல்லிக்கேணி நெடுஞ்சாலைக்கும், இப்போது நிரப்பப்பட்டிருக்கும் தியாகராய நகரான அக்காலத்திய நீண்ட குளத்துக்கும் இடையில், இந்த வட்டாரம் இருக்கிறது. கோட்டையில் நெருக்கடியுடன் வசித்த நிலையில் இருந்த பிரிட்டிஷாருக்கு இந்த வீடுகள் விடுதலை அளித்தன.

1785-ல் மேயராக இருந்த ஜார்ஜ் மெக்கே, மெக்கே கார்டன்ஸ் என்ற தோட்ட வீட்டை முதன்முதலாகக் கட்டினார். சமீப காலத்தில்கூட, ஆயிரம் விளக்கு மசூதிக்கு எதிரில் இருந்த மெக்கேஸ் கார்டன்ஸ் நன்கு பிரபலமாக இருந்தது. 1798-ல் நவாப் வாலாஜா அதை வாங்கி, அஸீம் என்ற அவரது பேரனின் பெயரில் அதன் பெயரை அஸீம் பாக் என்று மாற்றிய பின்பும், மெக்கே குடும்பத்தைச் சேர்ந்த அந்தப் பெயர் புழக்கத்தில் இருந்துவந்தது.

1744-ல் புதுப்பாக்கம் என்ற பெயரிடப்பட்ட கிராமத்தை, கம்பெனி வாங்கியபின், சமவெளிக்கு மத்தியில் மெக்கேஸ் கார்டன்ஸ் இருந்தது. ஆளுநர் குழுவின் உறுப்பினராக இருந்த ஹென்றி சல்லைவன் க்ரீம்ஸுக்குச் சொந்தமான பங்களாவுக்கு எதிரில் தெற்கில், அவர் பெயரிடப்பட்ட க்ரீம்ஸ்

ரோடு இப்போது வெவ்வேறு விதங்களில் எழுத்துக்கூட்டப்பட்டாலும், அவை அசல் ஸ்காட்டிஷ் முறையைப் பின்பற்றுவதில்லை. அவர்கள் அளித்த சேவைக்காக இல்லாவிட்டாலும், அவர்களுடைய பெயர்கள் வழங்கப்பட்ட பல சாலைகளுள், பங்களாவையும் மெக்கேஸ் கார்டன்ஸையும் பிரிக்கும் இந்தச் சாலையும் ஒன்று.

கூவம், ராயப்பேட்டை மோப்ரேஸ் ரோடு, மோபரேஸ் ரோடும் அடையாறும் சந்திக்கும் இடம், நுங்கம்பாக்கம் நெடுஞ்சாலையும் கூவமும் சந்திக்கும் இடம் ஆகியவற்றால் ஆன, எழும்பூருக்கு தெற்கே இருக்கும் ஒரு முக்கோணமான சமவெளி, 1796-ல் அகலப்படுத்தப்பட்டு இரு பக்கங்களிலும் மூன்று வரிசைகள் மரம் நடப்பட்ட மவுண்ட் ரோடால், இரு கூறாகப் பிரிக்கப் பட்டிருந்தது.

இப்போது புனித ஜார்ஜ் கதீட்ரல் என்ற அழைக்கப்படும் ஆங்கிலிகன் சர்ச், இங்கு வசிக்கும் பிரிட்டிஷாரின் வசதிக்காக, கர்னல் ஜேம்ஸ் லிலிமான் கால்ட்வெல்லினால் வடிவமைக்கப்பட்டு, மேஜர் தாமஸ் டி ஹேவிலண்டி னால் ரூபாய் 2,07,000 செலவில் கட்டப்பட்டது. தாமஸ் மிடில்டன் என்ற இந்தியாவின் முதல் ஆங்கிலிகன் ஆயரினால் 1816-ல் புனிதப்படுத்தப் பட்டது. அந்தக் காலத்தில் லண்டனுக்கு வெளியே மிக நேர்த்தியானது என்று இந்த சர்ச் கருதப்பட்டது. லண்டனில் உள்ள பரோக் செயிண்ட் ஜைல்ஸ்-இன்-தி-ஃபீல்ட்ஸைப் போல் இருக்கும் இந்த சர்ச்சின் கோபுரத்தின் உயரம் 140 அடி. அத்துடன், நீளம் 100 அடி, அகலம் 27 அடி, உயரம் 33 அடி உள்ள கண்கவர் நடுக்கூடத்தின் நுழைவாயிலும், பக்கத்தில் இருக்கும் கூடங்களும் ஐயானிக் பாணி தூண்களால் தாங்கப்பட்டு கண்ணைக் கவர்கின்றன. மணிக் கூண்டு 1832-ல் முடிக்கப்பட்டது.

சர்ச்சிலும், இடுகாட்டிலும் சென்னை சாம்ராஜ்ஜியத்தின் சரித்திர வாசனை இங்குள்ள சிலைகளிலும் அமைப்பின் மூலமும் ஊறியிருக்கிறது. அது ஒரு நினைவுப் பொக்கிஷம். கிரீன்லாந்தின் பனிமலைகளைப் பற்றியும், இந்தியாவின் பவழ மாலைகளைப் பற்றியும் பாடி, தெற்கே சென்றபோது, குளிக்கும் போது உயிரை விட்ட பிஷப் ரெஜினால்ட் ஹீபர், அப்படி நினைவு படுத்தப்பட்டிருப்பவர்களில் முக்கியமானவர். 1835-லிருந்து, சென்னையின் கதீட்ரலான சர்ச்சின் ஆங்கிலிகன் ஆயர்கள், அருகில் இருந்த ப்யூஸ் கார்டன்ஸில் வசித்தனர். புது நிர்வாகத்தின்கீழ் இன்றும் இயங்கிக் கொண்டிருக்கும் நிறுவனங்களை உருவாக்கிய தாமஸ் பாரி, ஜான் பின்னி, ப்ராடி காஸிலின் ஜேம்ஸ் ப்ராடி, சர்ச் மற்றும் பாலம் கட்டிய டி ஹாவிலண்ட், மாகாணத்தில் சாலைகள் அமைத்த சாமுவேல் பெஸ்ட், மாகாணத்தில் பட்டு உற்பத்தி மற்றும் வெவ்வேறு உற்பத்திகளை உண்டாக்கிய பெயர் பெற்ற தாவரவியல் நிபுணரும் மருத்துவருமான டாக்டர் வில்லியம் கிரிஃப்பித், வழக்கறிஞர்கள் பாப்ஹாம், நார்டன், வானிலை ஆராய்ச்சியாளர் நார்மன் பாக்சன் (புதிதாக 22 மாறுபட்ட நட்சத்திரங்களையும் பத்து சிறு கோள் களையும் கண்டுபிடித்தவர். அவற்றுள் ஆறை அவர் அரசாங்க

வானியலாளராக இருந்தபோது கண்டுபிடித்தார்) போன்றவர்களுக்கு சர்ச்சில் நினைவுச் சின்னங்கள் உள்ளன.

ஃபிளாக்ஸ்மன், சாண்ட்ரெ ஆகியோரது நினைவுச் சின்னங்களைத் தவிர்த்து, சர்ச்சுடன் இணைக்கப்பட்ட இடுகாட்டிலும் சரித்திரம் தவழ்கிறது. சர்ச்சைக் கட்டியவரின் மனைவி, எலிசபெத் டி ஹாவிலண்ட் அங்கு புதைக்கப்பட்ட முதல் நபர். இடுகாட்டைச் சுற்றிலும், நூற்றுக்கணக்கான துப்பாக்கிகள் கொண்டு உருவாக்கப்பட்ட இரும்பு வேலிகள், ஸ்ரீரங்கப்பட்டினத்தில் இருந்து கைப்பற்றப்பட்டவையா அல்லது யுத்தத்தில் மிஞ்சியவையா என்று தெரியமில்லை.

டேனியல் காரியின் காலத்தில், சர்ச்சுக்கு காணிக்கைகள் கணிசமாகக் கிடைத்தன. வருடக்கணக்கில் கட்டுமான சீரமைப்புகள் செய்யப்பட்டன. தென்னிந்தியாவில் உள்ள பிரதான பிராடஸ்டண்ட் பிரிவுகளை இணைத்து 27 செப்டம்பர் 1947-ல் இங்கு தென்னிந்திய திருச்சபை நிறுவப்பட்டது. பல வருடங்கள் கழித்து அதாவது 1970-ல்தான் வட இந்தியத் திருச்சபை நிறுவப்பட்டது. சென்னையின் முதல் இந்திய ஆயராக, மதிப்புக்குரிய டேவிட் செல்லப்பா, 1955-ல் நியமிக்கப்பட்டார்.

மெக்கேஸ் கார்டன்ஸுக்குக் கிழக்கில், பெரிய சமவெளியில், 1798-ல் வாலாஜா நவாபால் கட்டப்பட்ட அமீர் பாக் என்ற சரித்திரப் பிரசித்தி பெற்ற கட்டடம், 1909-ல் ஸ்பென்சர்ஸின் தலைவராக இருந்த யூஜீன் ஓக்ஷாட்டி னால் வாங்கப்பட்டது. முதலில் விக்டோரியா குடும்ப விடுதியாகவும், அதற்குப்பின் எல்ஃபின்ஸ்டன் ஹோட்டலாகவும் இருந்தபின், 1950-கள் முதல் 1960-களின் தொடக்கம் வரை அம்பாஸிடர் ஹோட்டல் என நடத்தப் படும் முன், 1910-லிருந்து 35 அறைகள் கொண்ட ஸ்பென்சர்ஸ் ஹோட்டலாக இருந்தது. 1911-ல் ஓக்ஷாட் இறந்தபின், குடும்பத்துக்கு அந்தச் சொத்தின் மீது அக்கறை இல்லாததால், 1913-ல் அதை வாங்கிய ஸ்பென்சர்ஸ், 1944-ல் அதை விற்றபின்னும் 1950 வரை அந்த ஹோட்டலை நிர்வகித்தது.

இந்தியன் ஓவர்சீஸ் வங்கியின் தலைமையகத்துக்குப் பின்னால் இருக்கும் இந்த கம்பீரமான கட்டடத்தை, நேர்த்தியான சாலைக்கு இருபுறமும் இருக்கும் கம்பீரமான உயரமான பனைமரங்களுடனும் நேர்த்தியான பூப்பாத்திகளுடனும், பழைய படங்களில் காணலாம். 1950-களின் இறுதியில், மறைந்த எம்.சி.டி.எம்மின் குடும்பம் அந்தச் சொத்தை வாங்கியபின், இந்தச் சொத்தில்தான் ஐ.ஓ.பி.யின் தலைமையகம் கட்டப்பட்டது. 1987-88-ல் அந்த வரலாற்றுச் சிறப்பு மிக்க கட்டடம் இடிக்கப்படுமுன், வங்கியின் பயிற்சிக் கூடம் அதில் இயங்கியது. அரசாங்கத்தின் வரவேற்புகளுக்காகக் கொடுக்கப் பட்ட அந்த கட்டடத்தில்தான், இரண்டாம் லார்ட் கிளைவ் முதற்கொண்டு சென்னை சமூகத்தின் மேன்மையானவர்கள், அமீர் பாகில் ஆடி, பாடி, மது அருந்தி மகிழ்ந்தனர்.

18-ம் நூற்றாண்டின் இறுதியில், முகமது அலிக்குச் சொந்தமான 37 அரண்மனைகளுள், அமீர் பாகும் ஒன்று என்று நம்பப்படுகிறது. அதன் உச்ச

காலத்துக்குப்பின், அது நவாபின் உச்ச நீதிமன்றத்துக்கு (சத்ர்-அதாலத்) விற்கப்பட்டது. 1802-ல், ஃபிரான்சிஸ் லடூர் கம்பெனிக்கு அந்த இடம் விற்கப்பட்டது. ஹோட்டல் ஆவதற்குமுன் அதில் ஆக்ரா வங்கி இருந்தது. 12 தூண்கள் உடைய 40 அடி நுழைவாயில், நவாபின் யானைகள் செல்வ தற்காக அகலமாகக் கட்டப்பட்டது. அதனுள் ஒரு நேர்த்தியான நடன அரங்கும், விதானமுள்ள கூரையும், மரத்தினால் செய்யப்பட்ட முன் மண்டபமும் இருந்தன.

அமீர் பாகுக்கு அடுத்தாற்போல், 19-ம் நூற்றாண்டின் இறுதியில் ஸ்பென்சர்ஸ் ஹோட்டலாக இருந்த முதல் ஒக்ஷாட் சொத்தான கன்னிமரா ஹோட்டல் இருக்கும் இடத்தில் ஜான் பின்னியின் வீடு இருந்தது. அதை அவர் தன்னுடைய கம்பெனியிடமிருந்து 1815-ல் வாங்கினார். 1875-ல் இதற்கு அருகில் மூன்று ஹோட்டல்கள் இருந்தன. ஒன்று எல்ஃபின்ஸ்டன். பின்னி வீட்டு முகவரியான 153, மவுண்ட் ரோடை தன்னுடையது என்று காண்பித்த இம்பீரியல் ஹோட்டல் இரண்டாவது. மூன்றாவதாக, அதற்குமுன் பிறைச் சந்திர வடிவில் இருந்த தெருவுடன் கூடிய, ராணுவத் தலைமைத் தளபதியின் வீடாக இருந்த ராயல் ஹோட்டல். பொறியாளர், கர்னல் கால்ட்வெல், 1798 வரை சில காலத்துக்கு அதற்குச் சொந்தக்காரராக இருந்தார். அவருடைய இறப்புக்குப்பின் அவரை கௌரவிப்பதற்காக அதன் பெயர் விக்டோரியா என்று 20-ம் நூற்றாண்டில் மாற்றப்பட்டு அந்தச் சாலையின் பெயரும் சமீபகாலம் வரை விக்டோரியா கிரெஸண்ட் என்று இருந்தது. பின்னர், அது சென்னையின் முதல் மேயரைக் கௌரவிக்கும் வகையில் செரியன் கிரஸெண்ட் ஆயிற்று. அடுத்தாற்போல் இருந்த எல்ஃபின்ஸ்டன் கிளை, முன்னது விக்டோரியா ஆனதும், இது ராயல் என்று பெயர் மாறியது.

1854-ல் நிறுவப்பட்ட இம்பீரியல் ஹோட்டல் 1867-ல் பின்னியின் சொத்தை எடுத்துக்கொண்டபின், 1886 வரை வியாபாரம் செய்து, அதற்கு பிறகு புது முதலாளிகளால் கன்னிமரா என்று பெயர் மாற்றப்படுவதற்குமுன் ஆல்பனி ஹோட்டல் என்று இருந்தது. 31 அறைகள் கொண்ட கன்னிமராவை, 1891-ல் யூஜீன் ஒக்ஷாட் எடுத்துக்கொண்டார். அவர் அதை 1913-ல் ஸ்பென்சர்ஸ் அண்டு கோவுக்கு விற்றபின், அதனுடைய முதன்மை ஹோட்டலாக ஆனது. 1901-ல் அதை நிர்வகித்த யூஜீன் ஒக்ஷாட்டின் கூட்டாளி ஜேம்ஸ் ஸ்டைவன், மாறுதல்கள் செய்தபின் கிட்டத்தட்ட இன்றைய உருவைப் பெற்றது. 1934-ல் புது ஆர்ட் டெக்கோ வெளித்தோற்றம் அளிக்கப்பட்ட ஹோட்டல், 1937 முதல் இப்போது இருப்பதுபோல் காட்சியளிக்கத் தொடங்கியது. கானமேரா என்ற பெயர் தாஜ் எடுத்துக் கொண்டபின், அர்த்தம் தெரியாத விவான்டா என்று மாற்றப்பட்டது வருந்தத்தக்கது.

கன்னிமரா இருக்கும் பின்னி ரோடு, புதிதாக நேராக்கப்பட்ட மவுண்ட் ரோடையும் கமாண்டர்-இன்-சீப் ரோடையும் இணைக்க 1798-ல் அமைக்கப் பட்டது. முதலில், மேடான வழியுடன் இணைக்கப்பட்டபின் அதற்கு பதிலாக 1825-ல் கட்டப்பட்ட பாலம், 1994-ல்தான் இரட்டிக்கப்பட்டது. போர்களுக்கு இடையில், சென்னையிலேயே மேன்மையான ஹோட்டல் என்று கன்னிமரா

பெயர் வாங்கியது. 1897-ல் நிறுவப்பட்டு, 1911-ல் ஸ்பென்சர்ஸால் வாங்கப் பட்ட பெங்களூர் 'வெஸ்ட் எண்டு'ம், அது நிர்வகித்த சென்னை 'ப்ரிண்ட்ஸ் ஹோட்ட'லும், பெங்களூர் 'கப்பன் ஹோட்ட'லும், 20-ம் நூற்றாண்டின் ஆரம்பத்தில் ஸ்பென்சர்ஸுக்குச் சொந்தமாக இருந்தன. 1841-ல் ஊட்டியில் ஆரம்பிக்கப்பட்ட ஸவாய் ஹோட்டலை ஸ்பென்சர்ஸ் 1943-ல் எடுத்துக் கொண்டது. கானமெரா, வெஸ்ட் எனட், சவாய் இவையெல்லாம் மும்பை யிலுள்ள இந்தியாவின் பிரதம ஹோட்டல்களுக்கு ஒப்பான தாஜினால் இத்தகைக்கு எடுத்துக் கொள்ளப்பட்டிருக்கின்றன.

சுற்றுலா குறிப்புகளில், 19-ம் நூற்றாண்டின் பிற்பகுதியில் சென்னையின் விரும்பத்தக்க ஹோட்டல்கள் மவுண்ட் ரோடில்தான் இருந்தன என்று இருக்கிறது. மற்றவை, இங்க்லிஷ் ஃபேமிலி-டெண்ட்ஸ் கார்டன், மவுண்ட் ரோடு ஃபேமிலி (மெக்கேஸ் கார்டன்), ராயல், பக்கிங்ஹாம், பிரான்ஸன் கார்டன்ஸ் (எல்லாம் மவுண்ட் ரோடு) ஆகியவை. கருப்பர் நகரத்தின் நடுத்தர ஹோட்டல்கள், இரண்டாவது பீச் சாலையில் உள்ள பெல்க்ரேவியா, மற்றும் ஹார்பர், மாலாக் (எஸ்பிளனேட்), எஸ்பிளனேட் (பிராட்வே), நேபியர் (22, முதல் கடற்கரைச் சாலையிலும், ஒரு கட்டத்தில் ஆர்மீனியன் தெருவிலும்), காப்பர் ஹவுஸ் (தெற்கு பீச் கடற்கரையில்), க்ளாரெண்ட் (மக்லீன் தெருவில்), செண்டிரல் (ரண்டல்ஸ் ரோட், வெப்பேரி) ஆகியவை. 1750 வரை சென்னை யில் ஹோட்டலே கிடையாது என்று கூறப்பட்டிருக்கிறது. ஐரோப்பியப் பயணிகள், விருந்தினர் விடுதிகளிலோ, ஓரிரு அறைகள் உள்ள விடுதிகளிலோ தங்கினர்.

கன்னிமராவுக்கு எதிராக சாலையின் மறுபக்கத்தில் இப்போது காயிதே-மில்லத் பெண்கள் கல்லூரியின், உம்தா பாக் மகளிர் விடுதி இருக்கும் இடத்தில் 1798-ல் உம்தா பாக் கட்டப்பட்டது. 1894 முதல் அந்த இடத்தை வாடகைக்கு எடுத்திருந்த துணி நிர்வாகத்தின் இருப்பிடத்தில் எஞ்சியதில், தெற்கிலேயே முக்கியமான இஸ்லாமியப் பள்ளியான 1849-ல் நிறுவப்பட்ட மதரஸா-இ-ஆஸமை சிறிது சிறிதாக நகர்த்தத் திட்டங்கள் வகுக்கப்பட்டன. தனது சேப்பாக்க வளாகத்தில், 18-ம் நூற்றாண்டின் இறுதியில் மதரஸா-எ-ஆலியா என்ற பெயரில் நவாப் வாலாஜா அதைத் தொடங்கியிருந்தார். லக்னோவைச் சேர்ந்த மௌலானா அப்துல் அலி பஹ்ரு லுலூம் அதன் முதல் முதல்வர். அந்த வளாகத்தில் 1934-ல் தனது சொந்த இடம் கிடைக்கும் வரை, அரசினர் முகமதியக் கல்லூரி அந்த மதரஸாவில் இருந்தபடி இயங்கியது. 1948-ல் அது ஆடவர் கலைக் கல்லூரி ஆனது. இந்தக் கல்லூரி 1972-ல் நந்தனத்துக்கு இடம் பெயர்ந்தது. அதன்பின், இங்கு, சென்னையில் நான்காவது மகளிர் கல்லூரி உருவானது. அதே இடத்தில் மதரஸா தொடர்ந்து இயங்கிவருகிறது. அங்கு இருக்கும் உயர் நிலைப்பள்ளி இப்போது மூடப்படும் நிலையில் உள்ளது.

1801-ல் நவாப் உம்தத்-உல்-உம்ரா இறந்தபின், உம்தா பாக், கோலா சிங்கண்ணச் செட்டிக்குச் சொந்தமானது. 1822-க்குப் பிறகு சாமுவேல் மூராட் இங்கு வசித்தபின், விருந்தோம்பலுக்கும் வள்ளல் தன்மைக்கும் பெயர்பெற்ற பேகம் சாஹிபா ஆஸம் உன்னிஸா என்ற, கடைசியாக அந்த பட்டத்துக்கு

உரிமை பெற்ற, கர்நாடக நவாபின் மனைவி அதில் வசித்தார். அந்த மதரஸாவுக்கு குலாம் முகமது கௌஸ் (1825-1855) என்ற அவருடைய கணவரின் பெயர் கொடுக்கப்பட்டிருக்கிறது.

பின்னி ரோடு, மவுண்ட் ரோடு சந்திப்பில் ஜெனரல் ஜேம்ஸ் நைலின் சிலை இருந்தது. 1937-ல் சென்னை மாகாணம் தனது முதல் காங்கிரஸ் மந்திரி சபையைப் பெற்றபோது, பிரதமர் சி. ராஜகோபாலாச்சாரி, சென்னையில் பொதுப் பார்வையிலிருந்து அருங்காட்சியகத்துக்கு நகர்த்தப்பட்ட பல்வேறு சிலைகளில் ஒன்றாக அதையும் நகர்த்தினார். 1857 கலகத்தின்போது, அலகாபாதில் இருந்து கான்பூர் வரை உள்ள 100 மைல் தூரத்துக்கு, ஒரு மரம் மிச்சம் வைக்காமல் அவற்றைத் தூக்குமரங்களாக்கிச் சவாரி செய்தவர், சென்னை ராணுவத்தைச் சேர்ந்த தளபதி நைல். தூக்கிலிட்டவரின் சிலைக்கு வேறு மாதிரி கொடூர விபரீதம் விளைந்திருக்கலாம். ஆனால் ராஜாஜிக்கு எப்போதும் சரித்திரம் பற்றிய ஓர் உணர்வு இருந்தது. ஸ்காட்லாந்தில், அயர் என்ற தனது சொந்த ஊரில் இதே மாதிரியான நீலின் சிலை, பிரதான சதுக்கத்தில் இருக்கிறது. சென்னையில் அது இருந்த இடத்துக்கு அருகில் இப்போது மணி நாகப்பா வார்த்த எம்.ஜி.ஆரின் சிலை இருக்கிறது. சினிமாவில் இருந்த அவர், தமிழ்நாட்டு மக்கள் அமோகமாகப் போற்றிய முதல்வருள் ஒருவரானார்.

மவுண்ட் ரோடும் பீட்டர்ஸ் ரோடும் இணையும் சந்திப்பில் உள்ள சரித்திரப் பிரசித்தி பெற்ற ஆயிரம் விளக்கு மசூதி, கர்நாடக நவாபுகளுடன் தொடர்பு இருக்கும் சமவெளியின் மற்றொரு பகுதியாகும். நவாப் வாலாஜாவின் குடும்ப உறுப்பினர்களின் பெயர்களால் இணைக்கப்பட்டிருக்கும் தெருக்களும் வீடுகளும் நிரம்பிய இந்த வட்டாரத்துக்கு, ஆற்காட்டுக் குடும்பத்தினர் ஒருவர், 1810-ல் முஹரத்தின் போது இங்குள்ள முக்கோண வடிவ அரங்கத்தில் கூடிய ஷியா முஸ்லிம்களுக்காக ஆயிரம் விளக்குகளை ஏற்றியதால் இந்தப் பெயர் ஏற்பட்டது. இந்த அரங்கத்தை நோக்கி, ஒரு லட்ச ரூபாய் செலவில் 1820-ல் ஒரு மசூதி கட்டப்பட்டது.

வாலாஜா குடும்பத்தின் மற்றொரு உறுப்பினர் குலாம் அஸாதுல்லா தௌலா அரங்கைப் புதுப்பித்ததுடன், மசூதியைக் கட்டி, 80 கிரவுண்ட் நிலத்தை நன்கொடையாக அளித்தார். 1900-ல் புதிதாகக் கட்டப்பட்ட இந்த மசூதி, கலீலி ஷிராஜி குடும்பத்தால் 1936-ல் புதுப்பிக்கப்பட்டது. இதற்கு பதிலாக, 1981-ல், இரண்டு 64 அடி உயரமுள்ள கோபுரங்கள், உள்நோக்கிய நான்கு வளைந்த கூம்புகள், ஒரு பெரிய 30 அடி உயரக் கூம்பு ஆகியவற்றுடன் நவீன அபுதாபி பாணியில் ஒரு மசூதி கட்டப்பட்டது. அதைப் வடிவமைத்தவர் கே.எம். அஸாதுல்லா பாகா. தொழ விரும்பும் பெண்களுக்காக, பிரத்யேக நுழைவாயிலுடன் ஒரு தளம் இருக்கிறது. உட்புறம், வெளிப்புறம் இரண்டிலும் குர்-ஆனின் வாசகங்கள் பச்சைப் பீங்கான் ஓடுகளில் பொறிக்கப்பட்டிருக்கின்றன. இந்த ஆயிரம் விளக்கு மசூதி, நகரின் முக்கிய மசூதிகளில் ஒன்றாகும். மசூதியைத் தவிர்த்து ஒரு நூலகமும், விருந்தினர் விடுதியும், இடுகாடும் வளாகத்தில் உள்ளன.

ஆயிரம் விளக்குக்கும், சமவெளியின் ஒரு கோடியில் இருக்கும் (கார்ன்வாலிஸ் நினைவுச் சின்னம் (செனடாஃப்) முதலில் இருந்த) செனடாஃப் ரோடுக்கும் இடையில் இருப்பது, தேனாம்பேட்டை. இங்கு நிறைய பிரிட்டிஷ் பெயர்கள் இருக்கின்றன. மாலையில் கோச்சில் சவாரி செய்து, எல்லோரையும் சந்தித்து, பூங்காவில் வாசிக்கப்பட்ட பேண்ட் வாத்தியத்தைக் கேட்டபின் வீடு திரும்பும் மேட்டுக்குடி மக்கள், செனடாஃபில் ஒருவரை ஒருவர் சந்தித்தனர். சீக்கிரமே அந்தப் பழக்கத்தின்மேல் சலிப்பு ஏற்பட்டபின், கார்ன்வாலிஸின் செண்டாஃப், அணிவகுப்பு மைதானத்துக்கு நகர்த்தப்பட்டது.

தேனாம்பேட்டை தொடங்கும் இடத்தில் கம்பீரமான புனித ஜார்ஜ் கதீட்ரல் இருக்கிறது. இங்கு நகரின் முதல் குருத்வாரமான ஸ்ரீகுருநானக் சத் சங்க குருத்துவாரா 1949ல் சிறிய ஆரம்பத்திலிருந்து, வளர்ந்திருக்கிறது. குருடர் செவிடர் பள்ளியும் ஒரு காலத்தில் முதல்வராக இருந்து காமராஜராலும், சுதந்திர வீரர் மற்றும் சமுதாய சேவகரான மஞ்சுபாஷினி அமைத்த 5 வயதுக் குட்பட்ட சிறுவர்களுக்காக ஸ்தாபிக்கப்பட்ட பாலமந்திர் இவைகளுடன் இழைந்தாற்போல் உள்ளவை: அண்ணா மேம்பாலம், அமெரிக்க தூதரக அலுவலகம், இந்தியாவிலேயே முதன்மையானதுள் ஒன்றான அருமையான ஜெமினி ஸ்டுடியோவின் ஞாபகத்தை ஊட்டும் வகையில் அந்த இடத்தில் 2002-ல் கட்டப்பட்ட பார்க் ஹோட்டல், இயற்கை சூழ்ந்த உட்லண்ட்ஸ் டிரைவ் இன் உணவகம் (இப்போது ஹோட்டல் நிறுத்தப்பட்டுவிட்டது), சஃபையர் சினிமா (நகரத்திலேயே முதன்முதலாக பல திரைகள் கொண்டது), அதன் பெயர் மூலம் வீக்கம்ஸி குடும்பத்தின் பிரதான வியாபாரத்தைக் குறிக்கும் சினிமா அரங்கு ஆகியவை. மேலும் தென்னிந்திய சினிமா வர்த்தகக் குழுவின் கட்டடங்களும் இருக்கின்றன.

மதராஸ் கிளப்பின் சாலையோரப் பகுதியான பிரான்ஸன் பாக்கில் கட்டப்பட்ட சஃபையர் தியேட்டர் வளாகம், தொலைக்காட்சியின் வெற்றிக்குப் பலியானது. பிரான்ஸன் பாகை மதராஸ் கிளப்பிடம் வாங்கிய அதே நாளில், தியேட்ட ருக்காக ஒரு பகுதியை வீக்கம்ஸி வாங்கியபின், ஜெயலலிதாவின் அதிமுகவின் தலைமையகத்துக்காக அது வாங்கப்பட்டபின், இடிக்கப்படும் நிலையில், 2004-ல் பழைய வளாகத்தின் கூடுதான் அங்கே மிஞ்சியிருக்கிறது.

1939-ல் நிறுவப்பட்ட தென் இந்தியத் திரைப்பட வர்த்தகக் குழுவால் கட்டப்பட்ட தியேட்டர், சஃபையருக்கு அருகில் இருக்கிறது. 1939 முதல் எச்.எம்.வி. இசைத்தட்டுகளுடன் இணைக்கப்பட்ட பக்கத்துக் கட்டடத்தில் சினிமா வர்த்தக சபையின் அலுவலகம் இருக்கிறது. ஒரு காலத்தில் கலீலிக்கு சொந்தமாக இருந்த, பின்னர் ஃபிலிம் இன்ஸ்டிட்யூட்டாக இருந்த இந்தப் பழைய காலத்து அழகான கட்டடம் இப்போது இல்லை என்பது வருந்தத்தக்கது. நவீனமாக ஒன்றுக்கு உறுதியளிக்கப்பட்டிருக்கிறது.

1835-ல் நிறுவப்பட்ட அக்ரி-ஹார்டிகல்சுரல் சொசைட்டி, கதீட்ரலுக்கு மேற்கே சாலைக்கு இரு புறமும், 22 ஏக்கர் பரப்பில் இருந்தது. நர்சரி தோட்டம் மாத்திரம், கதீட்ரலுக்கு அடுத்தாற்போல் இருக்கிறது. அதில்

சமீபகாலம் வரை ஒண்ணேகால் நூற்றாண்டுகளாக மலர்க் கண்காட்சி, ஆண்டுதோறும் நடந்தது. நர்ஸரிக்கு எதிர்த்தாற்போல் இருந்த தோட்டத்தில் அரசாங்கம் எடுத்துக் கொள்ளும், 2004 வரை வுட்லண்ட்ஸ் ட்ரைவின் இன்னாக இருந்தது. மரங்களுக்கு இடையில் ஒரு தாவர இயல் பூங்கா அரசாங்கம் ஏற்படுத்திய பின் வருவோருக்கு உகந்த இடமாயிற்று. 1860-ல் தற்போதைய பெயர் அளிக்கப்பட்ட மதராஸ் ஹார்டிகல்சுரல் சொசைட்டியை உற்சாகத்துடன் நிறுவியவர், பிரபல தாவிரவியல் நிபுணரும் இந்தியத் தாவரங் களைப் பற்றி புத்தகம் எழுதியவருமான ராபர்ட் வைட். காலனிய பாணியில் கட்டப்பட்ட ஒரு சிறிய வீடு, 2003-ல் இடிக்கப்பட்டு, 2004-ல் அதே பாணியில் மீண்டும் கட்டப்பட்டது ஒரு விநோதம்.

தென்னிந்தியத் தாவரங்களைப் பற்றி அழியாக் குறிப்புகளை 1727 முதல் 1867 வரை எழுதிய தாவர இயல் நிபுணர்களின் நீண்ட பட்டியலில் வைட்டும் ஒருவர். இதனுடன் தொடர்புள்ள மற்றவர்கள், பேட்ரிக் ரஸ்ஸல், வில்லியம் ராக்ஸ்பர்க், ஃபிரான்சிஸ் புக்கானன், வால்டர் எலியட், ஹைஃபிரான்சிஸ் க்ளெகோம். இப்போது எடின்பரோ தாவரத் தோட்டத்தில் இருக்கும் அவர்களது வரைபடங்களும் குறிப்புகளும் கொண்ட தொகுப்புகளில் வைட் வரைந்த தாவரங்களான ‘ரங்கையா’வும் ‘கோவிந்தூ’வும் சில.

1781-லும் 1785-லும் இந்தியாவுக்கு வந்த அறுவை சிகிச்சை நிபுணர், எடின்பரோவைச் சேர்ந்த பேட்ரிக் ரஸ்ஸல், சென்னை அரசின் முதல் தாவர மற்றும் இயற்கை அறிவியல் நிபுணராக நியமிக்கப்பட்டார். பாம்புகளைப் பற்றி அவர் மேற்கொண்ட ஆராய்ச்சி மூலம் இந்திய பாம்பு அறிவியலின் தந்தை என்று புகழ்பெற்ற அவருடைய பெயர்தான் ‘ரஸ்ஸல்ஸ் வைப்பர்’ என்ற கட்டுவிரியனுக்குக் கொடுக்கப்பட்டிருக்கிறது. சோழமண்டலக் கடற்கரையில் உள்ள மீன்களை முதலில் ஆராய்ச்சி செய்தவரும் அவரே. சாதாரண தேள்மீன், ‘டெராய்ஸ் ரஸ்ஸல்’ என்று அவரது பெயரால் அழைக்கப்படுகிறது. முதல் விலங்கு ஆய்வுக்குப் பொறுப்பானவர் புக்கானன்-ஹாமில்டன். ‘எலியட் மார்பில்ஸ்’ என்ற அமராவதிக் கண்டுபிடிப்பின் மூலம் எலியட்டின் பெயர் பிரசித்தி பெற்றிருக்கிறது.

1800-க்கு முன், ஜெமினி சர்க்கிள் முதல் செனடாஃப் ரோடு வரை, தேனாம்பேட்டை விவசாய நிலமாக இருந்தது. 1980-ல் ஒரு வழக்கின்போது அது விவசாய நிலம் என்று தீர்ப்பு கூறப்பட்டது. மூவிலேண்ட் என்ற பிரபல சினிமா தயாரிப்பாளர் கே. சுப்பிரமணியத்தால் 1941-ல் நிறுவப்பட்டு, பிறகு அமெரிக்கன் நிர்வாகியுடன் வாசனால் நடத்தப்பட்ட ஜெமினி ஸ்டுடியோ வுக்குப் பின்னால் 1930-ல் பழைய மைலாப்பூர் பெரியகுளம் இருந்த இடத்தில், இன்றைய தியாகராய நகரான மாம்பலமும் மக்கள் நெருக்கடி மிகுந்த மேற்கு மாம்பலமும் இருக்கின்றன. 1929ல் நுங்கம்பாக்கம் ஏரியை வற்ற வைக்கும் தீர்மானம் எடுக்கப்பட்டவுடன், 1924ல் 600 ஏக்கர் நிலத்தை மீட்க வேலை ஆரம்பிக்கப்பட்டு, பெரிய மாம்பலத்தின் ஆதாரத்தில் நவம்பர் 1978ல் திறக்கப்பட்ட 4.5 ஏக்கர் பனகல் பூங்கா சிருஷ்டிக்கப்பட்டது. அதற்கும்

தள்ளி இருப்பவை, புதிதாக தோன்றியிருக்கும் கோடம்பாக்கமும் வடபழனியும், இவற்றுக்கு அடுத்தாற்போல் இருக்கும் 'நகர்'களும்.

தியாகராய நகரில் பல பிரசித்தி பெற்ற கோயில்கள் இருக்கின்றன. இன்று சுருக்கமாக 'மாம்பலம்' என்று அழைக்கப்படும் பகுதியான மகாவில்வ க்ஷேத்திரம் என்று அழைக்கப்பட்ட இடத்தில், குப்பைய செட்டி தெருவில், 17-ம் நூற்றாண்டைச் சேர்ந்த காசி விசுவநாதர் கோயில் கட்டப்பட்டது என்பது ஒரு சம்பிரதாயம். ஈசுவரன் கோயில் தெருவில் சங்கர மடம் இருக்கிறது. லேக் வியூ ரோடில் இருக்கும் மாரியம்மன் கோயிலில் வேப்ப மரமும் அரச மரமும் பின்னி இருக்கின்றன. சங்கர மடத்துக்கு அருகில், முன்பு பட்டாபிராமர் கோயில் இருந்த இடத்தில், 1971-ல் கட்டப்பட்ட கோதண்டராம ஸ்வாமி கோயிலின் அழகான மர வேலைப்பாடுகள் உடைய ரதம், மிகவும் பிரசித்தி பெற்றது. இதை மே மாத உத்சவத்தின்போது பார்ப்பது மேன்மை. பரம்பரை யான திராவிட பாணி இல்லாமல் கட்டப்பட்ட முதல் கோயில்களுள் ஒன்று கல்கத்தா தக்ஷிணேசுவரர் கோயில் பாணியில் கட்டப்பட்ட காளி பாரி கோயில். இது மேற்கு மாம்பலத்தில் இருக்கிறது. 1981-ல் இதன் கும்பாபிஷேகம் நடந்தது.

பல்வேறு வண்ணங்களுடன், கருங்கல் கோபுரங்கள் உடைய கோயில்கள் பிரதானமாக இருக்கும் தெற்கில், முற்றிலும் மாறுபட்டு பளிச்சென்று வெள்ளையாக நிறம் பூசப்பட்ட கோயில், நகரத்தின் புத்தம் புதிய கோயில் களில் ஒன்று. 1979-ல் தியாகராய நகரில் உள்ள ஜி.என். செட்டி ரோடில் இது புனிதப்படுத்தப்பட்டது. பூமிக்கு உயரத்தில் இருக்கும் அதன் உள் பிரகாரத்தை அடைய, நேர்த்தியான படிக்கட்டு ஒன்று இருக்கிறது. அதன் உச்சியில் பறக்கும் புனிதக் கொடியை தூரத்தில் இருந்தே பார்க்க முடியும். போர்பந்தர் சுண்ணாம்புக் கல்லாலும், ராஜஸ்தானிய பளிங்குக் கல்லாலும் கட்டப்பட்ட இரண்டு அடுக்கு கொண்ட இந்த ஜைனக் கோயில், தென்னாட்டிலேயே அந்த பாணியில் முதலாவதாகக் கட்டப்பட்டது.

எப்போதும் ஜைனக் கோயில்கள் ஜார்ஜ் டவுனிலேயே இருந்திருக்கின்றன. மகத்தான காரியமாக, வட இந்தியக் கோயில் கட்டுமான முறைக்கு மிகச் சிறந்த உதாரணமாகத் திகழும், சென்னையின் பரந்த நோக்கை வலியுறுத்தும் இந்தக் கோயில், 1970-க்கு முன் காணப்படவில்லை. மூவருடைய கனவான இந்த ஸ்வேதாம்பர ஜைனக் கோயிலை ஆளுக்கு ரூபாய் 11,111 அளித்து, பத்து வருடங்களுக்குப் பின், கட்டி முடிக்கப்பட்டது. சென்னையில் இருக்கும் ஜைனர்களும், வெளியூரிலிருந்தும் பெரிதும், சிறிதுமாக உதவி, கட்டுமானப் பணி 1968-ல் ஆரம்பிக்கப்பட்டது. அதற்குப்பின் மக்கள் நெருக்கடிக்கு மத்தியில் மைலாப்பூர் கபாலீசுவரர் கோயிலுக்கு அருகில் கச்சேரி ரோடிலும், வேப்பேரியிலும் இரண்டு ஜைனக் கோயில்கள் கட்டப்பட்டிருக்கின்றன.

தியாகராயர் நகர் கோயிலில், ஒரு மீட்டர் உயரமான அருள்மிகு சாந்திநாதர் என்ற 16-வது தீர்த்தங்கரர், அமர்ந்த நிலையில் இந்தக் கோயிலின் மூலவராக தரிசனம் அளிக்கிறார். 23-வது தீர்த்தங்கரான அருள்மிகு பராசநாதர், கி.மு.

6-ம் நூற்றாண்டில் வாழ்ந்த மஹாவீரர், ஆகியோருடைய விக்கிரகங்களுடன் மூன்று ஏனைய விக்கிரகங்களும் இருக்கின்றன. கை தேர்ந்த வடக்கத்திய சிற்பிகளால் இந்தப் பளிங்கு சிற்பங்கள் செய்யப்பட்டிருக்கின்றன. நீர் சுரக்கும் வரை, பூமியைத் தோண்டியபின் அந்த இடம் சுத்திகரிக்கப்பட்டபின் கட்டப்பட்ட கோயிலில் பிராகாரத்துக்கு அடுத்தாற்போல் ஒரு பெரிய கூடம் இருக்கிறது. வணங்குவதற்கு அனைவரையும் தடையின்றி அனுமதிக்கும் இந்தக் கோயிலின் உட்பிரகாரத்தினுள், கோயிலில் குளித்தால் ஒழிய செல்ல முடியாது.

கோயிலைத் தாண்டியபின், ஜி.என். செட்டி ரோடு, சென்னையின் 20-ம் நூற்றாண்டு அரசியல் சரித்திரத்துடன் தொடர்புடைய நுரையீரலான பனகல் பார்க்கை அடைகிறது. இதுதான் பிரதான விற்பனை மையமான மாம்பலத்தின் இருதயம். பனகல் பார்க்குக்குத் தெற்கே, தென்னிந்தியப் பட்டுகளில் மிக நேர்த்தியானவற்றை அளிக்கும் கடைகள் உள்ளன. பார்க்குக்கு மேற்கே சரிசமனாக, வடக்கு, தெற்கு உஸ்மான் ரோடுகள் உள்ளன. தங்க வியாபாரத்தில் சிறந்த இந்த நகைச் சாவடியில் இருந்து வடக்கே செல்லும் ரங்கநாதன் தெரு, எத்தகைய தேவையையும் பகலோ, இரவோ பூர்த்தி செய்யும் ஓர் அங்காடி ஆகும். சில பழைய காலத்து நிழல் மரங்கள் இருபுறமும் உள்ள சில தெருக்கள் பார்க்கில் இருந்து செல்கின்றன. இதில் ஒன்று கடைகள் சூழ்ந்த பாண்டி பஜார். எப்படி இந்தப் பெயர் வந்தது என்ற மர்மத்தை, அவ்வப்போது பெயர்கள் மாற்றும் அரசாங்கம், பாண்டி என்பது சுயமரியாதை இயக்கத்தின் தலைவராக 1920-களில் இருந்த டபிள்யூ.பி.ஏ. சௌந்திரபாண்டியனின் சுருக்கம் என்று விளக்கம் அளித்துத் தீர்த்தது. மிலிடெரி என்றால் அசைவத்தைக் குறிப்பிடும் ஸ்ரீ முனியாண்டி விலாஸ் மிலிடெரி ஹோட்டல் இங்கு 1955ல் ஆரம்பிக்கப்பட்டது. ஹோட்டல் என்பது உணவு விடுதியாகும். 1970ல் சிறிது நேர்த்தியான செட்டிநாட்டு ஹோட்டல்கள், அவைகளுக்குப் பதிலாக ஏற்படுத்தப்படும் வரை, அதன் வெற்றியின் அடிப்படையில் 150க்கு மேல் இத்தகைய மிலிடெரி ஹோட்டல்கள் உண்டாயின. ஆனாலும் ராயப்பேட்டையிலுள்ள பொன்னுசாமியும் நுங்கம்பாக்கத்திலுள்ள வேலு மிலிடெரியும் அந்தப் பெயரைக் காப்பாற்றுகின்றன.

தியாகராய நகரில் முன்னாள் முதல்வர் எம்.ஜி. ராமச்சந்திரனின் ஆற்காடு ரோடு இல்லமும், திருமலைப் பிள்ளை ரோட்டில் உள்ள காங்கிரஸின் தேசிய ஈடுபாடுகளில் முக்கியப் பங்கு வகித்த கடைசி காங்கிரஸ் முதல்வர் காமராஜின் இல்லமும், அருங்காட்சியகங்களாக இருக்கின்றன. இந்த இல்லங்களில் ஆவணங்கள், படங்கள், நினைவுச் சின்னங்கள் ஆகியன இருக்கின்றன. தியாகராய நகரில் பஸுல்லா ரோட்டில், சென்னை மாகாணத்தின் முதல் பிரதமரும், இந்தியாவின் முதல் கவர்னர் ஜெனரலுமான, எல்லோராலும் ராஜாஜி என்றழைக்கப்பட்ட சி. ராஜகோபாலச்சாரியின் வீடு இருக்கிறது. சென்னை மாகாணத்தின் பள்ளிகளில் இந்தி கற்பிக்கப்படவேண்டும் என்று விரும்பிய சில தலைவர்களுள் ராஜாஜியும் ஒருவர். ஆனால் 1918-லேயே காந்திஜி அவருடைய மகன் தேவதாஸ் காந்தியை இதற்காக அனுப்பியபோதே

விதை விதைக்கப்பட்டது. அன்னி பெசண்டால், ஜார்ஜ் டவுனில் உள்ள, இந்திய இளைஞர்கள் சங்கத்தின் கோகலே ஹாலில் இந்தி வகுப்புகள் ஆரம்பிக்கப்பட்டன. இந்தி சாகித்திய சம்மேளனமாக ஆனபிறகு, ஜார்ஜ் டவுனில் இருந்து 1927 முதல் மைலாப்பூருக்கும், திருவல்லிக்கேணிக்கும் நகர்ந்த பிறகு, தணிகாசலம் ரோட்டில் தனது சொந்தமான இடத்தில் இருந்து 5 ஏக்கர் வளாகத்தில் இயங்கும் தக்ஷிண பாரத இந்தி பிரசார சபை ஆனது.

இந்தி பிரசார சபைக்கு அருகில் காந்திஜியுடன் தொடர்புடைய மற்றொரு நிறுவனம் தக்கர் பாபா வித்யாலயா என்று ஒரு சில காந்தியவாதிகள், அரிஜனங்களுக்கும் ஏனைய தாழ்த்தப்பட்ட இளைஞர்களுக்கும் கைவேலை பயிற்சியளிக்க கோடம்பாக்கத்தில் 1933ல் ஆரம்பித்தநிலையம். வெங்கட நாராயண சாலையில் இப்போது இருக்குமிடத்திற்கு அது 1940களில் நகர்ந்த போது, அதன் பிரதானக் கட்டிடத்தைத் திறக்கும்போது, 1946ல் அரிஜனங் களின் மேம்பாட்டுக்காக போராடிய தக்கர் பாபாவின் அதற்கு வைக்கப்பட வேண்டுமென்றார். பசுமை வளாகத்தில் வகுப்புகளுக்காக அநேக கட்டிடங்கள் இருந்து, மகாத்மாவைப் பற்றிய சரித்திர பிரசித்தி பெற்ற சித்திரசாலையுடன் காந்திஜியின் எழுத்தாக்கங்களை பெருமையுடன் வைத்திருக்கிறது.

1936-ல் ஒரு பிரசங்கத்துக்குப்பின் ஜவாஹர்லால் நேரு அதன் நேர்த்தியான கட்டடத்தைத் திறந்தார். சபைக்கு வந்தபோது, வளாகத்தில் உள்ள காந்தி நிவாஸில் காந்திஜி சில நாள்கள் தங்கினார். அதன் நூலகத்தில் 1,00,000 இந்திப் புத்தகங்கள் உள்ளன. ஆறு மாதத்துக்கு ஒரு முறை மூன்று லட்சத் துக்கும் மேற்பட்ட மாணவர்கள் அதன் பரீட்சைகளை எழுதுகின்றனர். தேவதாஸ் காந்தி, ராஜாஜியின் பெண் லக்ஷ்மியை மணந்தார் என்பது எல்லோருக்கும் தெரிந்ததே.

கல்விக்கு இருப்பிடம்

சுதந்தரமான கிராமமாக 11-ம் நூற்றாண்டில் பதிவான நுங்கம்பாக்கம், 19-ம் நூற்றாண்டில் பெரும்பான்மையாக விவசாய நிலமும் குளங்களும் நிறைந்த தாக ஜெமினி ஸ்டுடியோவுக்கு வட மேற்கில் இருந்தது. சேத்துப்பட்டு, எழும்பூருடன் சேரும் கூவத்தின் வளைவின் தென்கரையில், வட நுங்கம்பாக்கத்தில், அந்தச் சாலைக்குப் பெயரளிக்கும் 'ஓல்ட் காலேஜ்' என்ற பழைய கல்லூரி இருந்தது. இளநிலை அலுவலகர்களுக்கு முக்கியமான தென்னிந்திய மொழிகள் ஒன்றில் பயிற்சி அளித்த பிரிட்டிஷ் ஆட்சியின் ஆரம்ப நாள்களில் இது புனித ஜார்ஜ் கோட்டையின் கல்லூரியாக இருந்தது. இந்தப் பயிற்சி அதே சாலையில் இருக்கும் பெண்கள் கிறிஸ்தவக் கல்லூரியில் அளிக்கப்படவில்லை. இன்று இந்தக் கல்லூரி வளாகத்தில் பொதுக் கல்வித்துறையின் அலுவலகம் இருக்கிறது.

1812-ல் தொடங்கப்பட்ட இந்தக் கல்லூரி, 1854-ல் மூடப்பட்டு, இந்த இடத்தில் தேர்வு வாரியம் ஒன்று அமர்த்தப்பட்டது. இந்த வாரியம்தான், திராவிட மொழிகளை ஆழமாகக் கற்று, அதன் மூலம் கணிசமான, மதிப்பிட

முடியாத, வெளியீடுகளைக் கொண்டுவந்தது. அத்துடன் ஆராய்ச்சியாளர்களுக்கு ஆதரவும் அளித்தது. இந்த இடத்தில் ஒரு நூலகத்தையும் நிர்வகித்தது.

சென்னை ஆட்சித்தலைவராக இருந்த பிரான்சிஸ் வைட் எல்லிஸ் என்பவர் தான் இந்தக் கல்லூரியை நிறுவியவர். திராவிட மொழிகள் தனித்தன்மை உடயவை என்று கண்டுபிடித்து, திருக்குறளை மொழிபெயர்த்துப் பெயர் பெற்றவர் எல்லிஸ். 1818-ல் தண்ணீர் பற்றாக்குறையைப் போக்க அவர் திருவல்லிக்கேணியில் 27 கிணறுகள் தோண்டினார் என்றும், அதில் ஒன்றில், திருக்குறள் பொறிக்கப்பட்ட பேழையை வைத்தார் என்பது வெளியே அவ்வளவாகத் தெரியாது. அந்தப் பேழை இப்போது மதுரை அருங் காட்சியகத்தில் வைக்கப்பட்டுள்ளது.

மூன்று வருடங்கள் இந்தக் கல்லூரியில் தெலுங்கைக் கற்றபின், அதனால் வசீகரிக்கப்பட்டு, தெலுங்கு மொழி விற்பன்னரான சார்லஸ் ஃபிலிப் ப்ரவுன் போன்றோர் தென்னிந்திய மொழிகளுக்கு அரும் சேவை புரிந்தனர். டபிள்யூ. பெஸ்ஷியின் தமிழ் இலக்கணம், யாழ்ப்பாணத்தில் ஆரம்ப நாள்களில் ஆறுமுக நாவலரின் ஒத்துழைப்புடன் எழுதப்பட்ட மிரன் வின்ஸ்லோவின் தமிழ் அகராதி, ஏ.டி. கேம்பெல்லின் தெலுங்கு இலக்கணம், டி.சி. மாரிஸின் தெலுங்கு அகராதி, எம்.சி. கெரலின் கன்னட இலக்கணம், ரீவ் கொண்டுவந்த கன்னட அகராதி, சி.எம். விஷ் கொண்டுவந்த மலையாள இலக்கணம், அகராதி ஆகியவை இங்குதான் பிரசுரிக்கப்பட்டன.

1826-ல் சாமுவேல் மூராட்டினால் கட்டப்பட்ட ‘ஓல்ட் காலேஜ் ஹவுஸ்’ அடுத்த ஆண்டு அரசாங்கத்துக்கு விற்கப்பட்டது. டவ்டன் ஹவுஸ் காம்பவுண்டின் ஒரு பாகத்தில் மூராட்டின் கட்டடம் இருந்தது. அமெரிக்க-ஐரோப்பிய கூட்டு முயற்சியான பெண்கள் கிறிஸ்தவக் கல்லூரியின் நிர்வாக அலுவலகமாக இப்போதும் டவ்டன் ஹவுஸ் இருக்கிறது. 1980-களின் தொடக்கத்தில் அதை இடிக்க கல்லூரி திட்டமிட்டபோது, பரம்பரையைப் பாதுகாப்போரின் வற்புறுத்தலுக்குப்பின், அந்தத் திட்டம் கைவிடப்பட்டு, டவ்டன் ஹவுஸ் இப்போது நன்றாக பாதுகாக்கப்படுகிறது. ஆனாலும் அரசாங்கத்தைச் சேர்ந்த தமிழ்நாடு பாடநூல் நிறுவனத்தின் கட்டடத்தை அரசாங்கம் இடித்து, கோட்டையைப் போலவே, இந்த அழகான சுற்றுபுறத்திலும் ஓர் அசிங்கமான கட்டடத்தை எழுப்பியபோது, அதை யாராலும் தடுக்க முடியவில்லை. இரண்டு கம்பீரமான, நன்கு பராமரிக்கப்படும், மற்றொரு காலத்தைச் சேர்ந்த வளைவுகள் உடைய வாயில்கள், நல்ல காலமாக இன்றும் இருக்கின்றன. ஒன்று கல்லூரிச் சாலையிலும், மற்றொன்று கம்பீரமாக ஆற்றை நோக்கியும் இருப்பதால், அரசாங்க மாணவர்களின் முன்னேற்றத்தைப் பரிசீலனை செய்ய ஆளுநர் இங்கு வருவதற்காக படித்துறை இருந்திருக்கலாம் என்று ஊகிக்கமுடிகிறது.

சென்னையில் திப்பு சுல்தானின் இரண்டு மகன்களையும் கார்ன்வாலிஸ் பணயமாக வைத்திருந்தபோது, அவர்களைப் பார்த்துக்கொண்ட படைவீரர்கள், 1783-ல் சென்னைக்கு வந்தபின், 1847-ல் இறந்த லெப்டினண்ட் ஜெனரல்

ஜான் டவ்டன் மேல் திப்பு வைத்திருந்த நெருங்கிய மரியாதை, இவ்வாறுதான் தொடங்கியது. இங்கு வசித்தபோது இந்தியர்களுடன் நன்றாகப் பழகிய டவ்டன், தன்னைச் சுற்றி பிராமணர்களுடன் வாழ்ந்தார் என்று பேச்சு.

நுங்கம்பாக்கத்தின் நெல் வயல்களுக்கு மத்தியில், இருந்த டவ்டன் ஹவுஸ்தான், நகரின் இரண்டாவது ஐரோப்பிய வீடு. இதை ஒருவேளை, பெஞ்சமின் ரோபக் என்பவர் 1798-க்குமுன் கட்டியிருக்கலாம். இந்த வீட்டின் நுழைவாயில்தான், நகரிலேயே உயரமானது. 1837-ல் லிங்கி செட்டி என்பவரிடம் இருந்து வாங்கிய டவ்டன் அங்குதான் இறந்தார். அந்த வீட்டை ஒரு பிராமணக் குடும்பத்துக்கு உயில் மூலம் டவ்டன் விட்டுக்கொடுத்தார். அந்தக் குடும்பத்தினர், அவருடைய பெயரை தங்கள் பெயர்களுடன் இணைத்துக்கொண்டனர். தன்னுடைய அரசின் பிரிட்டிஷ் பிரதிநிதியைக் கொல்ல முயற்சித்ததில் பங்கேற்றதற்காக அக்காலத்திய பரோடா கெய்க்வாட், 1875-ல் அந்த வீட்டில்தான் சிறை வைக்கப்பட்டார்.

மேல் மாடியில் டவ்டன் தனக்காக, காற்றோட்டமாகக் கட்டிக்கொண்ட அறை இன்றும் இருக்கிறது. பேண்ட் வாத்திய இடமும் குரங்குகள் வசிப்பிடமும் இப்போது இல்லை. இதற்குப்பின் அரசாங்கத்திடமே வந்து சேர்ந்த இந்த வீட்டில், 1893-ல் உயர் நீதிமன்ற நீதிபதி சர் ரால் பென்சன், வசித்தார். 1913-ல் அவர் சென்னையை விட்டுச் சென்றார். 1914-ல் அந்த இடத்தில்தான் இந்திய தேசிய காங்கிரஸின் கூட்டம் நடைபெற்றது. அதற்குப்பின் சிறிது காலத்துக்கு ஒரு விடுதியாக இருந்தது.

ராக்கஃபெல்லர் அறக்கட்டளையிடமிருந்து பெற்ற ரூபாய் 63,000-க்கு டவ்டன் ஹவுஸையும் அதைச் சுற்றி இருந்த 11 ஏக்கர் வளாகத்தையும் வாங்கிய கிறிஸ்தவக் கல்லூரி, அந்த 20 ஏக்கர் வளாகத்தில், 41 மாணவிகள், 7 ஆசிரியர்களுடனும் கல்லூரியைத் தொடங்கியது. 1915-ல் ஆரம்பிக்கப் பட்ட கல்லூரி ஒரு வருடத்தை கீழ்ப்பாக்கத்தில் உள்ள ஹைட் பார்க்கில் கழித்தது. இந்த இடம், ஆயுர்வேதப் பள்ளியும், மருத்துவமனையும் ஆகி, பின் கீழ்ப்பாக்கம் மருத்துவக் கல்லூரியாக மாற்றம் கண்டது. அதன் முதல் முதல்வராக நியமிக்கப்பட்டு 22 வருடங்கள் பணியாற்றிய டாக்டர் எலினார் மெக்டூகல், 1931-ல் நடந்த சென்னைப் பல்கலைக்கழகப் பட்டமளிப்பு விழாவில் உரை ஆற்றிய முதல் பெண்மணி. 1937ல் கல்லூரியின் பெரிய கடிகாரத்தை அவருடைய சகோதரர் அன்பளிப்பாக அளித்தார்.

டவ்டன் கார்டன்ஸில் இருந்த ஹான்ஸன்ஸ் கார்டன்ஸ், ரிவர்லேண்ட்ஸ் என்ற இரண்டு கட்டடங்களை பெண்கள் கிறிஸ்தவக் கல்லூரி, 1920-ல் எடுத்துக் கொண்டு 20 ஏக்கர் வளாகத்தைப் பெற்றது. 1947-ல் ஓர் ஆயர் சம்மேளனத்தின் போது தென்னிந்தியத் திருச்சபையின் பிறப்பைத் திட்டமிட்ட அசெம்பிளி ஹால், 1925-ல் பாரம்பரிய பாணியில் கட்டப்பட்ட அறிவியல் கட்டடம், 1923-ல் சென்னை கலைப்பள்ளியால் வடிவமைக்கப்பட்ட சிலுவையுடன், குவேக்கர் கட்டுமான நிபுணர் ரெஜினால்ட் டன்னால் வடிவமைக்கப்பட்ட கல்லூரி சர்ச் ஆகியவை எல்லாம் கண்கவர் கட்டடங்கள்.

1923-ல் அதே வளாகத்தில் புனித கிறிஸ்தோஃபர் பயிற்சிப் பள்ளி (இப்போது புனித கிறிஸ்தோஃபர் கல்வியியல் கல்லூரி) பிரிட்டிஷ் நாடாளுமன்ற உறுப்பினர் ஃபென்னர் ப்ராக்வேயின் சகோதரியை முதல் முதல்வராக வைத்து ஆரம்பிக்கப்பட்டது. அந்த பள்ளியை கேத்தரின் ப்ராக்வே, 1927-ல் கீழ்ப்பாக்கத்துக்கும், பிறகு 'நூற்றாண்டு லேடி பெண்டிங் பள்ளிப் பயிற்சிக் கூடம்' என்று மாறியபின், 1932-ல் வேப்பேரிக்கும் நகர்த்தினார். 1944-ல் புனித கிறிஸ்தோஃபர் கல்லூரி என்று அதற்கு அங்கீகாரம் கிடைத்தது. 1953-ல் கெட்ஸி ரத்னாபாய் சாமுவேல் அதன் முதல் இந்திய முதல்வர் ஆனார்.

ஒரு காலத்தில் ஜென்ரல் டவ்டனின் இடமாக இருந்த பெரிய நிலத்தில், சில வருடங்களுக்கு முன் கேர் நிறுவனத்தின் அலுவலகமாகவும், இப்போது வேறு அலுவலகங்களுக்கான இடமாகவும் இருக்கும் நேர்த்தியான சிவப்புச் செங்கற்களால் கட்டப்பட்ட கட்டடம், பாடநூல் நிறுவனத்தின் அசிங்கமான அடுக்கு மாடியால் மறைக்கப்பட்டுள்ளது. இது, ஒரு வேளை புனித ஜார்ஜ் கோட்டை கல்லூரியின் காலேஜ் ஹவுஸாக இருந்திருக்கலாம். அதே வளாகத்தில் அதற்குச் சற்று தொலைவில், எல்லோருக்கும் பிடித்தமான ஜெய்ப்பூர் பாணியில் அமைக்கப்பட்ட அழகான கல்லறைக் கட்டடம்போல் ஒரு சிவப்பு மணற்கல் கட்டடம் இருக்கிறது. எப்போதும் ஜன்னல்கள் அடைக்கப்பட்டு, அதன் ஒரே வாயிலுக்குள் பார்த்தால் அதன் அரை இருட்டும், மற்ற கட்டடங்களுக்கு அப்பால் இருக்கும் இடத்தையும் நினைத்தால் அது உண்மையாகவே ஒரு கல்லறையோ என்று தோன்றும். இவ்வாறு அதை வர்ணித்தால் அது தவறும் ஆகாது. ஏனென்றால், அதில் வெவ்வேறு நிலைகளில் சிதையக்கூடிய பொக்கிஷங்களான 1,50,000-க்கு மேற்பட்ட புத்தகங்கள் இருக்கின்றன. இங்குள்ள, 16 முதல் 19-ம் நூற்றாண்டு வரையிலான 1,000-க்கும் மேற்பட்ட புத்தகங்களின் மதிப்பைக் கணக்கிடவே முடியாது. அதன் பலமே, அங்குள்ள 30,000-க்கும் மேற்பட்ட, 19-ம் நூற்றாண்டுப் பிரசுரங்கள்.

சூயஸுக்குக் கிழக்கே, மிகப் பழைமையான சந்தாதாரர் நூலகமான அது, மதராஸ் லிடரரி சொசைட்டிக்குச் சொந்தமானது. 1812-ல் ஏஷியாடிக் சொசைட்டி ஆஃப் மதராஸாக நிறுவப்பட்ட அது, அருகில் இருந்த சிவிலியன் கல்லூரியுடன் நெருக்கமாக இணைந்திருந்தது. 1829-ல் மதராஸ் லிடரரி சொசைட்டியாகப் புத்துயிர் பெற்றபின், தலைமை நீதிபதி சர் ஜான் ஹென்றி நியூபோல்ட்டின் தலைமையில் 1887-ல் பதிவாகியது. 1831-ன் உறுப்பினர் பட்டியலில் இடம்பெற்ற காரலி வெங்கட லக்ஷ்மய்யா, அதன் முதல் இந்தியச் சந்தாதாரர்.

புனித ஜார்ஜ் கோட்டையின் கல்லூரியும் அருங்காட்சியகமும் இந்த சொசைட்டியின் கரு. 1565-ல் சிசெரோ எழுதிய புத்தகத்தின் லத்தின் மொழி பெயர்ப்பு, சொசைட்டியின் பழைமையான சொத்து என்று எழுதப்பட்டிருக்கிறது. 1656-ல் எழுதப்பட்ட அரபு இலக்கணத்தைத் தவிர்த்து வேறு பல அசல் பிரசுரங்கள் அதனுடைய உடைமைகள் என்றும் பதிவாகியிருக்கிறது. அமராவதி அகழ்வு ஆராய்ச்சிக்குப்பின் தனது அறிக்கையை சர் வால்டர் எலியட்ஸ், 'எலியட்ஸ் மார்பில்ஸ்' என்ற தலைப்புடன் வெளியிட்ட புத்தகம்,

கர்னல் காலின் மெக்கென்ஸியின் கையெழுத்துடன் புனித ஜார்ஜ் கோட்டை கல்லூரியின் முத்திரையும் பதிக்கப்பட்ட 'தி கர்ஸ் ஆஃப் கெஹாமா' (இதன் சில பகுதிகள் மாமல்லபுரத்தில் அமைக்கப்பட்டிருக்கின்றன) முதலியன அந்த நூலகத்தின் விலைமதிப்பற்ற உடைமைகள். 19-ம் நூற்றாண்டின் சென்னைப் புகைப்படங்கள்கூட அங்கு இருந்தன என்று பதிவாகி இருக்கிறது.

21-ம் நூற்றாண்டின் ஆரம்பத்தில் இருந்து நூலகத்துக்குப் புத்துயிர் அளிக்க முயற்சி எடுக்கப்பட்டிருக்கிறது. அதனுடைய பொக்கிஷங்களுக்கு அதிகப் பாதுகாப்பு கொடுக்கப்பட்டாலும், கடந்த காலத்துத் துடிதுடிப்பு இப்போது இல்லை.

அருகில் இருக்கும் வானிலை ஆராய்ச்சி நிலையம், இந்தியன் இன்ஸ்டிட்யூட் ஆஃப் அஸ்ட்ரோஃபிஸிக்ஸ் என்று மாற்றம் பெற்றது. அதன் முந்தைய இடத்தில் இப்போது பிராந்திய வானிலை ஆராய்ச்சி மையம் இருக்கிறது. இந்த நட்சத்திர பங்களாவின் வெள்ளை அரைவட்டக் கூம்பில் இருந்த தொலைநோக்கியின் மூலம், கடந்த வருடங்களில் பல குறிப்பிடத்தக்க வானியல் கண்டுபிடிப்புகள் செய்யப்பட்டன.

1861-1891-ல் சிந்தாமணி ரகுநாதாச்சாரி, ஆர்.ரெடிகுலி என்ற மாறும் நட்சத்திரத்தைக் கண்டுபிடித்த, முதல் இந்தியர். 1861-1891 கட்டம், மையத்தின் மேன்மையான காலம். அந்தக் காலத்தில், தான் கண்டுபிடித்த சிறு கோள்கள், மாறும் நட்சத்திரங்கள் ஆகியவற்றுக்கும் மேலாக, அவற்றின் பிரகாசத்தை அளக்கும் அளவுகோல் ஒன்றைக் கண்டுபிடித்த வானியலாளர் நார்மன் ராபர்ட் பாக்சனுடன், ரகுநாதாச்சாரி பணியாற்றினார். இந்திய, மேற்கத்திய வானியல் ஆராய்ச்சியைக் கலந்து, வெள்ளியின் போக்கைப் பற்றி ஆராய்ந்த ரகுநாதாச்சாரியின் பங்களிப்பு, ஏராளம். இங்கு பணியாற்றிய மற்றொரு முக்கியமான விஞ்ஞானி தாமஸ் க்ரென்வில் டெய்லர் (1831-1843). இவர்தான் 11,015 நட்சத்திரங்கள் அடங்கிய தென் அரைக் கோளத்தின் முதல் பட்டியலான, மதராஸ் பட்டியலை உருவாக்கினார். பிரிட்டிஷ் பட்டியலின் மூலமே அதுதான். ஆனாலும் டெய்லருக்கும், பாக்சனுக்கும், ரகுநாதாச்சாரிக்கும் முன்பே அங்கு நடந்த ஒரு முன்னணி கண்டுபிடிப்பு, உலகின் கவனத்தைக் கவர்ந்தது.

ஒரு வெண்கல டாலண்ட் தொலைநோக்கியை வைத்து, கம்பெனி ஊழியரான வில்லியம் பெட்ரி, தன்னுடைய எழும்பூர் வீட்டுக்கு அருகில் இருந்த தோட்டத்தில் இருந்து நட்சத்திரங்களைப் பார்க்க ஆரம்பித்தார். அவர் திரும்பிப் போகும் முன், 1789-ல், கம்பெனிக்கு தனது வானியல் கருவிகளை நன்கொடையாக அளித்தார். அதன் பின்னர்தான், ஒரு நவீன ஆராய்ச்சி மையம் உருவாக்கப்பட்டது. 5 டிசம்பர் 1786-ல் மசூலிப்பட்டினத்தின் தீர்க்க ரேகை கணிக்கப்பட்டதுதான், இந்தியாவின் முதல் நவீன வானியல் ஆராய்ச்சிப் பதிவு. பெட்ரியின் தனியார் ஆராய்ச்சி நிலையத்தின் மூலம் கிடைத்த அட்ச ரேகை மூலம், டாப்பிங் என்பவர் கடற்கரையோர நிலத்தை ஆய்வு செய்தபின், இந்த சரித்திரப் பெருமை வாய்ந்த கண்டுபிடிப்பைச் செய்ய முடிந்தது. தனது

பிரசித்தி பெற்ற கடல்பயணத்தின்போது கேப்டன் ஜேம்ஸ் குக் உபயோகித்த ஊசல் கடிகாரத்தைப் போலவே, ஜான் ஷெல்டன் 1760-ல் தயாரித்த ஒன்றை பெட்ரி நன்கொடையாக அளித்தார் என்பதும் இது கொடைக்கானல் சோலார் பிஸிக்ஸ் அப்சர்வேடரியில் வெகுநாள்களாக உபயோகப்படுத்தப்பட்டது என்பதும் மையத்தின் வரலாற்றாளர் ஆர்.கே. கோச்சாரின் வாதம்.

நுங்கம்பாக்கம் மையத்தில், 1792-ம் ஆண்டு என்பது குறிக்கப்பட்டுள்ளது. பெட்ரியின் வீட்டிலிருந்து இந்த இடத்துக்கு நகர்ந்தபின், முதல் அரசு அங்கீகாரம் பெற்ற வானியல் ஆராய்ச்சி மையம் இந்தியாவில் நிறுவப் பட்டதை இது குறிக்கிறது. இதை நினைவுபடுத்த தோட்டத்தில் 10 டன் எடை யுள்ள 15 அடி உயரக் கருங்கல் தூண் இருக்கிறது. ஆனால், 1792-ல் ஆளுநர் சர் சார்லஸ் ஒக்லியினால் திறக்கப்பட்ட இந்தத் தூணில் இருக்கும் பெயர், பெட்ரி உடையது அல்ல; மைக்கேல் டாப்பிங் உடையது.

முக்கிய கடல் ஆய்வாளரான டாப்பிங், இந்தியாவின் முதல் முழுநேர அளவையாளர் என்ற பெயருடன் சென்னைக்கு 1785-ல் வந்தார். முதலில் பெட்ரியின் கருவிகளுடன் வேலை செய்தார். அவருடைய வற்புறுத்தலின் பேரில்தான், சென்னையை விட்டுப்போவதற்கு முன் பெட்ரி தனது கருவி களை அரசுக்கு அளித்தார். டாப்பிங்கின் வற்புறுத்தலின் பேரில்தான், அரசும் அவற்றை இலவசமாகப் பெற்றுக்கொண்டது. அதற்குச் சம்மதம் அளிக்கும் முன், ஏற்கெனவே முதல் முதன்மைக் கடல் ஆய்வாளராகவும், அதற்குப்பின் 1794-லிருந்து 1801 வரை, ஆய்வுப் பள்ளியின் கண்காணிப்பாளராகவும் இருந்த டாப்பிங், அரசின் முதன்மை வானியலாளராக தாற்காலிகப் பதவி வகிக்கவேண்டும் என்ற நிபந்தனையை விதித்தது. அதற்கு ஒப்புதல் அளித்த டாப்பிங், தனது விருப்பப்படி அரசை நடக்க வைத்தார். 1791 முதல் நுங்கம்பாக்கம் தோட்ட வீடான எட்வர்ட் கேரோஸின் வீட்டை வாங்கியபின், டாப்பிங் அதில் வசிக்க அனுமதி அளிக்கப்பட்டார். தனது மனத்துக்கு ஏற்ப வீடும் அலுவலகமுமாக இயங்கிய இந்த வீட்டில் டாப்பிங் தனது வானியல் ஆராய்ச்சி நிறுவனத்தைக் கட்டினார். 1792-ல் அது தயாரானது. கேரோஸ் கார்டன்ஸுக்கு இப்போது புதுப் பெயர் இடப்பட்டாலும், வானிலை நிலையம் என்ற, அல்லது அதற்குப்பின் இடப்பட்ட பிராந்திய வானிலை மையம் என்ற பெயர்களே எல்லோரும் அறிந்தது.

அநேக ஆற்றல் பெற்ற டாப்பிங் பதவியிலிருந்து ஓய்வுபெற்றதும், பெட்ரியிடம் உதவியாளராக இருந்த, அநேக ஆற்றல்கள் பெற்ற ஜான் கோல்டிங்ஹாம், 1796-ல் அதிகாரபூர்வ வானியலாளராக நியமிக்கப்பட்டார். முதன்முதலாக சென்னையின் (80 டிகிரி 18' 30' கிழக்கு) தீர்க்க ரேகையைக் கண்டுபிடித்தபின், பல இந்திய இடங்களின் அட்ச ரேகையையும் தீர்க்க ரேகையையும் தீர்மானித்தார். 1802-ல் மாபெரும் இந்திய முக்கோணவியல் அளவை மேற்கொண்ட வில்லியம் லாம்ப்டன், செயிண்ட் தாமஸ் மவுண்டி லிருந்து அவருடைய 7.5 மைல் ஆதாரக் கோட்டை, இந்த இடத்துடன் இணைத்தபின், கிரீன்விச்சின் பிரதான தீர்க்க ரேகைக்குப் பதில் இரண்டாவது ரேகையாக இதனைப் பயன்படுத்தலாம் என்ற நிச்சயிக்கப்பட்டது. 1845-ல்

ஜார்ஜ் எசரெஸ்ட், இந்திய ஆய்வை முடித்தபோது இந்திய தீர்க்க ரேகை வட்டப் பரிதியின் ஒரு பகுதி, செயிண்ட் தாமஸ் மவுண்ட், சென்னை வானிலை நிலையத்தின் ஆரம்பக் கோட்டிலிருந்து 56,997 சதுர மைல்கள் அளவுக்குப் பரவியிருந்தது.

பெட்ரிக்குச் சொந்தமானதும், இந்தியாவின் முதலாவதுமான 12' உயரம் கொண்ட அஸிமத் கருவி அந்தப் பெரிய தூணின்மேல் வைக்கப்பட்டிருந்தது. ஆங்கிலம், தமிழ், தெலுங்கு, உருது, லத்தீன் மொழிகளில் அதில் இவ்வாறு பொறிக்கப்பட்டிருக்கிறது:

1. ஜியோடெடிக் நிலை (அட்ச ரேகை 13 டிகிரி 4' 3' 0.5 வடக்கு, தீர்க்க ரேகை 80 டிகிரி 14' 54' 0.2 கிழக்கு) என்று கர்னல் வில்லியம் லாம்ப்டன் உறுதிப்படுத்தியது இந்திய ஆய்வின் முதல் ஆதாரம்.
2. சென்னை வானிலை நிலையத்தின் தீர்க்க ரேகை வட்டத்தின் புள்ளி, அந்த தூணுக்குக் கிழக்கே 12' தூரத்தில் இருக்கிறது. வானியலாளர் மிச்சி-ஸ்மித் 1892-ல் சென்னையின் தீர்க்க ரேகையை நிச்சயித்ததற்குப்பின், இவ்வாறு பொறிக்கப்பட்டது என்று நம்பப்படுகிறது.

1792-ஐச் சேர்ந்த ஒரு தூணும், 1860-ஐச் சேர்ந்த மூன்று தூண்களும் சேர்த்து, மொத்தம் நான்கு தூண்கள் பிராந்திய வானிலை மைய வளாகத்தில் இருக்கின்றன. இவை பெயர்ச்சி மற்றும் திட்ட கடிகாரங்களுக்காக உபயோகப்பட்டன. அதனுடைய ஆரம்ப காலத்தில், சென்னை வானிலை ஆராய்ச்சி நிலையம், இந்தியத் திட்ட நேரத்தை (இந்தியன் ஸ்டாண்டர்ட் டைம்) நிச்சயித்தது. தினம் மாலை 4 மணிக்கு புனித ஜார்ஜ் கோட்டையில் இருந்து சுடப்பட்ட பீரங்கி பழைய சென்னைவாசிகளுக்கு ஞாபகம் இருக்கிறது. இந்த பீரங்கிக்கும் ஆராய்ச்சி நிலையத்தில் இருந்த கடிகாரத்துக்கும் நேரடித் தொடர்பு இருந்தது. ஆனால் கடிகாரம் அங்கேயே இருந்தபோதும், ஆராய்ச்சி மையம் நகர்ந்துவிட்டது. 1891-ல் பாக்சன் இறந்தபின், மையத்தை கொடைக் கானலுக்கு நகர்த்த நிச்சயிக்கப்பட்டது. 1875-ல் ஆரம்பித்த தட்பவெப்ப நிலை ஆராய்ச்சிக்குப் பின், நுங்கம்பாக்கம், தட்பவெப்ப நிலை மையம் ஆனது. 1976-ல் இந்தியன் இன்ஸ்டிட்யூட் ஆஃப் ஆஸ்ட்ரோபிசிக்ஸ் ஆரம்பிக்கப்படும்வரை, வானிலை ஆராய்ச்சி நிலையம், தட்பவெப்ப நிலை இலாகாவுக்குக்கீழ் இருந்தது. ஏப்ரல் 1, 1945ல் ஏற்படுத்தப்பட்ட சென்னை பிராந்திய வானிலை ஆராய்ச்சி மையம், 1960ல் தனது சொந்தக் கட்டிடத்தைப் பெற்றது.

1976-ல் பெங்களூரில் அதன் தலைமையகம் நிறுவப்பட்டபின், கொடைக்கானல் சோலார் பிசிக்ஸ் அப்சர்வேடரி அதன் ஒரு பகுதியாக விளங்கியது. 1968-ல் தமிழ்நாட்டில் உள்ள ஜவ்வாது மலையில் 1968-ல் நிறுவப்பட்ட காவலூர்தான் அதன் முதன்மை நிலையம். 20-ம் நூற்றாண்டின் பிரசித்தி பெற்ற வானியலாளரும், காவலூர் நிலையத்தைத் தொடங்குவதில் முன்னிலை வகித்தவருமான வைனு பப்பு பெயரில், அதற்கு வைனு பப்பு ஆராய்ச்சி மையம் என்று பெயரிடப்பட்டது. அவர் அந்த நிலையத்துக்கு

இயக்குனராக 22 ஆண்டுகள் பதவி வகித்தார். எனினும் அதன் முதல் இந்திய இயக்குனர் ஏ.எல்.நாராயணன்.

இந்த அடிப்படையில்தான், மேற்கு ஐரோப்பாவுக்கு வெளியே முதல் நவீன வானியல் ஆராய்ச்சி மையம் என்றும், இந்தியாவின் முதல் ஆராய்ச்சிக்கூடம் என்றும் அந்த நிறுவனம் பெயர் பெற்றிருக்கிறது. எனினும், சர் சார்ல்ஸ் மார்கமின் கீழ்க்கண்ட 19-ம் நூற்றாண்டு வார்த்தைகள் அதன் வளர்ச்சியில் மறக்கப்படுகின்றன. 'ஜெய்சிங் நிறுவிய நிறுவனங்களுக்குப்பின், சென்னை வானிலை ஆராய்ச்சி நிலையம் ஒன்றுதான், இந்தியாவிலேயே இந்த வேலைக்கான நிரந்தர மையம். அதனுடைய கண்டுபிடிப்புகள் மூலம், ஐரோப்பாவில் உள்ள வானிலை ஆராய்ச்சி நிலையங்களுக்குச் சமமாக அது கருதப்படவேண்டும்.'

இதற்கு அருகில் மத்திய அரசு இலாக்காக்கள் இருக்கும் சாஸ்திரி பவனுக்குப் பக்கத்தில் முன்னமே கூறப்பட்ட ஆண்டர்சன்ஸ் கார்டன்ஸ் இருக்கிறது. பட்டுப்பூச்சி வளர்ப்பு, பருத்தி விளைச்சல் ஆகியவற்றில் ஈடுபட்டு சைதாப்பேட்டையில் நொப்பல் செடிகளை வளர்த்த மருத்துவர் டாக்டர் ஜேம்ஸ் ஆண்டர்சன், ஒரு பெயர் பெற்ற தாவரத் தோட்டத்தை வைத்திருந்தார். 1800-ல் இது மூடப்பட்டபின், அதன் வசீகரமான செடிகள் பெங்களூரில் உள்ள லால் பாகுக்கு நகர்த்தப்பட்டன.

மருத்துவத்திலும் அறுவை சிகிச்சையிலும் அபார மேதையான ஆண்டர்சன், 1760-களில் இங்கு வந்தபோதிலும், மாகாண அறுவை சிகிச்சையாளராக 1771-ல்தான் நிரந்தரமாக நியமிக்கப்பட்டார். இந்தத் தோட்டங்களில் இருந்த வீட்டில் 1778-லிருந்து 1809-ல் இறக்கும் வரை சில வருடங்கள் வசித்தார். அதற்குப்பின் சிறிது காலத்துக்கு அந்த வீட்டில் புனித ஜார்ஜ் கோட்டை கல்லூரியின் அலுவலகங்கள் இருந்தன. 1827-ல் மாகாண அரசின் தலைமைச் செயலர் தாமஸ் பைக்ராஃப்ட் அதை வாங்கியபின், 1947-ல் கட்டப்பட்ட வில்லிங்டன் நர்ஸிங் ஹோமும், 1980-களில் கட்டப்பட்ட அப்போலோ ஹாஸ்பிட்டலும் இருக்கும் சுற்றுப்புறத்துக்கு அவருடைய பெயர் அளிக்கப் பட்டது,

சில ஐரோப்பியச் செவிலியர்களால் 1904-ல் நிறுவப்பட்ட லேடி ஆம்ப்ட்ஹில் நர்ஸிங் இன்ஸ்டிட்யூட், 1920-ல லேடி வில்லிங்டனால் நிறுவப்பட்ட தென்னிந்திய செவிலியர் சங்கத்துடன் இணைக்கப்பட்டது. சர் கார்டன் ஃப்ரேஸரின் ஹைட்பார்க் நர்ஸிங் ஹோமை வாங்குவதற்குப் பணம் சேகரித்தபின், லேடி வில்லிங்டன் இதையும் அதனுடன் கூடச் சேர்த்தார். பின்னர், மவுண்ட் ரோடில் உள்ள வெஸ்டர்ன் காஸ்ட்லெட்டுக்கு நகர்த்தப் பட்டபின், ஐரோப்பிய வியாபார நிர்வாகிகளின் ஆதரவுடன் அங்கு தழைத்தது. அதன் பெயர் லேடி வெல்லிங்டன் நர்ஸிங் ஹோம் என்று ஆனது. 1950-ல் பைக்ராஃப்ட்ஸ் கார்டன் ரோடுக்கு நகர்ந்தபின் லேடி வெல்லிங்டன் மருத்துவ மனை என்று ஆனது. வளர்ச்சியும் நவீனமாக்குதலும் 1990-களில் பணப்

பற்றாக்குறையை ஏற்படுத்தியதால், அதை சங்கர நேத்ராலாயா எடுத்துக் கொண்டது.

பைக்ராஃப்ட்ஸ் கார்டன்ஸுக்குப் பின்னால் இப்போது ஆசான் மெமோரியல் பள்ளியின் உயர்ந்த கட்டடங்களால் மறைக்கப்பட்டிருக்கும் கொச்சி மஹாராஜாவின் அரண்மனையும் தோட்டமும் இருந்தன. இப்போது அந்தப் பரந்த வளாகத்தில் காவல்துறை குடியிருப்புகளும் கட்டப்பட்டிருக்கின்றன. மற்றொரு மூலையில், ஒரு கேரள மையம் அமைக்க கேரள அரசு திட்டம் இட்டிருக்கிறது.

கல்லூரிச் சாலை, க்ரீம்ஸ் ரோடு, மவுண்ட் ரோடு, நுங்கம்பாக்கம் நெடுஞ் சாலை, ஹேடோஸ் ரோடு ஆகியவை எல்லையாக இருந்த ஹேடோஸ் கார்டன்ஸ் 1778-ல் ஆரம்பிக்கப்பட்டபின், 1792-ல் 110 ஏக்கர் நிலப்பரப்புக்கு வளர்ந்திருந்தது. இப்போது மறுசீரமைப்பு செய்யப்பட்டிருக்கும் நூறு வருடத் தோட்ட வீடு (காட்டிங்லி) பிரிட்டிஷ் தூதரகத்தின் அலுவலகமாகவும் இல்லமாகவும் உபயோகிக்கப்படுகிறது. 1880-களில் அது ஆண்டர்சன்ஸ் கார்டன்ஸ் பிரிக்கப்பட்டபோது கிடைத்த ஒரு பெரிய பகுதியில் கட்டப் பட்டது. மற்றொரு பகுதியில் பேங்க் ஆஃப் மதராஸுக்காகக் கட்டப்பட்ட அலுவலர் மாளிகைகள் இருந்தன. இந்த மனைகள் எல்லாம் அதன் வாரிசான ஸ்டேட் பேங்க் ஆஃப் இந்தியாவின் நிர்வாகத்தின்போதும் 1980-கள் வரை இருந்தன. கடைசியாக மிச்சம் இருந்த ரெட் க்ரெய்கும், மற்றவற்றைப் போலவே அடுக்குமாடிக் கட்டடத்துக்கு இடம் கொடுத்துவிட்டது. முதலில் க்ரிண்ட்லேஸ் பேங்குக்குச் சொந்தமாகவும், அந்த வங்கி ஸ்டாண்டர்ட் சார்டர்ட் பேங்கினால் எடுத்துக்கொள்ளப்பட்டபின் அதற்குச் சொந்தமான மாரிஸன் கார்டன்ஸ் என்ற ஆண்டர்சன்ஸ் கார்டன்ஸின் ஒரு பகுதி, இப்போது ஒரு பிரம்மாண்டமான, உலகமெங்கும் உள்ள வங்கியின் அலுவலகங்களைக் கண்காணிக்கும் மையமாகவும் ஆக்கப்பட்டிருக்கிறது.

க்ரீம்ஸ் ரோடுக்கு அருகில் இருக்கும் அப்போலோ மருத்துவமனை, இந்தியா வில் இயங்கும் முதல் கார்பொரேட் மருத்துவமனை. அந்த பிரம்மாண்டமான மருத்துவமனை, அதனுடைய பல்வேறு தனிப்பட்ட திறமைகளுடன் இந்தியாவில் இருந்தும், தெற்கு ஆசியாவில் இருந்தும் அநேகம் பேரை ஈர்க்கிறது. 1983-ல் நிறுவப்பட்ட அப்போலோ, இந்தியாவின் மருத்துவத் தலைநகரமாக சென்னை ஆவதற்கு வழி காட்டியது. அருகில் உள்ள கல்லூரிச் சாலையில், 1978-ல் நிறுவப்பட்டு, கண் வைத்தியத்துக்கு நாட்டிலேயே சிறந்தது என்ற பெயர் வாங்கியிருக்கும் சங்கர நேத்திராலயா இதற்கு ஓர் எடுத்துக்காட்டு.

நகரத்திலேயே பெரிய தமிழ் கலாசார மையமாக, தனது 1330 குறள்கள் மூலம் அறம், பொருள், காமம் ஆகியவற்றைப் பற்றி தத்துவ ஆராய்ச்சி செய்யும் திருக்குறளை எழுதிய கவிஞரும், புனிதரும், முனிவருமான திருவள்ளுவரின் அழியா நினைவைப் போற்றி, 1960-ல் வள்ளுவர் கோட்டம் கட்டப்பட்டது. பிரதான அரங்கைச் சுற்றியுள்ள பளபளப்பான கருங்கல் தூண்களில் எல்லாக்

குறள்களும் பொறிக்கப்பட்டிருக்கின்றன. முதல்வர் மு.கருணாநிதியின் எண்ணங்களுக்கேற்ப அதன் வடிவமைப்பும், கட்டுமானமும் பிரதம ஸ்தபதி கணபதி ஸ்தபதியின் மேற்பார்வையில், கட்டப்பட்டு 1976ல் திறக்கப்பட்டது. நுங்கம்பாக்கம் ஏரியிலேயே ஆழமான புள்ளியில் அந்த பெரிய கட்டிடம் கட்டப்பட்டது.

நிறுவப்பட்டபோது ஆசியாவிலேயே பெரியது என்று கருதப்பட்ட, 220 அடிக்கு 100 அடி அளவுள்ள மத்திய அரங்கத்தில் 4,000 பேர்கள் அமரலாம். அதன் கூரையில் இருக்கும் இரண்டு தோட்டங்களில் குளங்கள் உள்ளன. ஆள் உயரமான திருவள்ளுவர் சிலை இருக்கும் ரதம் போன்ற 2,700 டன் கருங்கல் ரதத்தின் 101 அடி உயரமுள்ள கோபுரம் இந்தக் குளங்களில் பிரதிபலிக்கப்படு கிறது. தஞ்சாவூரில் உள்ள ரதத்தைப் போல் அமைக்கப்பட்டிருக்கும் இந்த ரதம், சென்னையில் உள்ள இந்த வட்டாரத்தின் சுற்றுப்புறத்தை ஆக்ரமிக் கிறது. ரதத்தின் அடியில் அருள்மிகு குறளின் 133 அத்தியாயங்கள் பொறிக்கப் பட்டிருக்கின்றன. அதைக் கட்டுவதற்கு உபயோகிக்கப்பட்ட 3,000 கருங்கல் பாறைகள் திருவண்ணாமலையிலிருந்து கொண்டுவரப்பட்டன. அவற்றுள் மிகக் கனமானதன் எடை 40 டன். இது பழையதைப் பார்க்கும் கண்கவர் நவீனம் என்ற போதிலும், அரசியலில் மாட்டிக்கொண்டிருப்பதால் அதைச் செவ்வனே பார்த்துக்கொள்வது அல்லது பார்த்துக்கொள்ளாமல் இருப்பது, எந்தக் கட்சி ஆட்சியில் இருக்கிறது என்பதை பொருத்தது என்பது ஒரு துரதிர்ஷ்டம்.

நுங்கம்பாக்கத்தில் வெவ்வெறு இடங்களில் இருந்த தோட்டவீடுகள், அடுக்கு மாடிகளுக்கும் குடியிருப்புகளுக்கும் வழிவிட்டிருக்கின்றன. நவீன மும்பைக்கு சமமாக இருபுறமும் அடுக்கு மாடிக் கட்டடங்கள் உடைய சென்னையின் சாலை, நுங்கம்பாக்கம் நெடுஞ்சாலை. கவர்ச்சியற்ற விளக்குகள், திடீர் விற்பனை வளாகங்கள், அடுக்கு மாடிக் கட்டடங்கள், போக்குவரத்து நெரிசல் ஆகியவை மூலம் மக்கள் நெருக்கடி அதிகமாகியுள்ள இந்தச் சாலை, நகரங்கள் நவீனமாக்கப்படுதலில் அபாயத்துக்கு ஓர் எடுத்துக் காட்டு.

அருகில் இருக்கும் காதர் நவாஸ் கான் ரோடு, நகரத்தின் நவீனக் கடைவீதி களுள் ஒன்று. ஆனாலும், அச்சுறுத்தப்படும் ரயில்வே பங்களாக்களும், அதன் பெயரை ரோட்டுக்கு அளித்திருக்கும் ஸ்டார்லிங் கிளப்பும், இங்கும், அங்கும், நுங்கம்பாக்கத்தில் இருந்துகொண்டு, அவை மூலம் பழைய உலகம் இப்போதும் உயிருக்கு ஊசலாடியபடி, தொடர்ந்து கொண்டிருக்கிறது. அந்தக் காலத்தின் அங்கமான ஹாரிஸன் ஹோட்டல், நுங்கம்பாக்கம் நெடுஞ்சாலை யின் ஒரு சிறப்பு விடுதியாகத் தழைக்கிறது. க்வீன்ஸ் ஹோட்டல் என்ற பெயரில் ஹிமாசல் இளவரசி, விஸயநகர் மஹாராணியின் அரண்மனை, அதன் பிரதான கட்டடமாக அந்தக் காலத்தில் இருந்தது.

கலை, இலக்கியம், அறிவியல், வர்த்தகம் ஆகிய துறைகளில் மாநிலக் கல்லூரி, சென்னை கிறிஸ்தவ கல்லூரி ஆகியவற்றுடன் நாட்டின் பத்து

மேன்மையான கல்லூரிகளுள் ஒன்றாகக் கருதப்பட்டு, இயேசு சபையினரால் (ஜெஸூயிட்டுகள்) நிறுவப்பட்டு, சென்னையின் பிரதான ரோமன் கத்தோலிக்கக் கல்லூரியான லயோலா கல்லூரி, ஸ்டர்லிங் ரோட்டின் இறுதியில் இருக்கிறது. இப்போது தன்னாட்சி அதிகாரம் கொண்டதாக இயங்கும் இந்தக் கல்லூரி, கிழக்கிந்திய கத்தோலிக்க மதகுரு, மும்பையையும் கல்கத்தாவையும் போல சென்னையில் மேன்மையான கத்தோலிக்க கல்லூரி இல்லை என்று சுட்டிக் காட்டியபின், 33 வருடங்கள் கழித்து, 1925-ல் நிறுவப் பட்டது. நுங்கம்பாக்கத்தின் பெரிய குளத்தில் இருந்து மீட்கப்பட்ட 54 ஏக்கர் நிலத்தில் கட்டப்பட்ட இந்த வளாகத்தின் வளர்ச்சியை அதன் முதல் ஃபாதர் பெர்ட்ரம் மேற்பார்வை இட்டார். 75 மாணவர்களுடன் ஆரம்பிக்கப்பட்ட அந்தக் கல்லூரியின் வளர்ச்சி 1928-ல் பல்கலைக்கழகக் குழுவினரால் அபாரம் என்று போற்றப்பட்டது. அதன் பிரமிப்பூட்டும் 175 அடி உயர கோபுரத்துடன் கொத்திக் பாணியில் கட்டப்பட்ட கிறிஸ்து அரசரின் சர்ச், இருபது வருடங் கள் கழித்துக் கட்டப்பட்ட கல்லூரிக்கும் நுங்கம்பாக்கத்துக்கும் ஒரு சின்னமாக இருக்கிறது. இதை வடிவமைத்தவர் ஒரு பொறியியல் நிபுணர் அல்ல. வளாகத்தில் வேறு பல கட்டடங்கள் கட்டிய எஸ்.ஏ. ஞானபிரகாசம் பிள்ளை என்ற மேஸ்திரி.

125 வருடங்களுக்கு முன் கட்டப்பட்ட பிரபலமான வடபழனி ஆண்டவர் கோயிலை உடைய வடபழனியும், ஒரு காலத்தில் 3 டஜன் ஸ்டுடியோக் களுடன் இருந்த, இப்போது அவை ஆறாகக் குறைந்தபின்னும் உலகிலேயே அதிகமான படங்கள் எடுக்கப்படும் சாலிகிராமம் இருக்கும் கோடம்பாக்கம், நுங்கம்பாக்கம் நெடுஞ்சாலையில் இருந்து பிரியும் சாலையில் இருக்கிறது. 25 ஸ்டூடியோக்கள் இருந்த இடத்தில் இப்போது, இரண்டுதான். ஒன்று ஏவிஎம் 1945ல் ஆரம்பிக்கப்பட்டு, 1949ல் இங்கு வேரூறியதும் பிரசாத்தும். நகரிலும் தென்னிந்தியாவிலும் முதல் படத் தயாரிப்பாளரான ஏ. நாராயணன் தனது சீனிவாஸா சினிடோன் ஸ்டுடியோவை 1934-ல் பூந்தமல்லி நெடுஞ் சாலையில் நிறுவியபின், அவர் தொடங்கிவைத்த ஆர்வம் இன்னும் தணிய வில்லை. 1906ல் திறக்கப்பட்ட ஸ்டார் கம்பைன்ஸ் மூலம் ஏ.ராமையா கோடம்பாக்கத்தில் முதல் ஸ்டுடியோ ஸ்தாபித்தார். 1994-ல் ஃபிலிம் இன்ஸ்டிட்யூட்டுக்கு அருகில், தரமணியில் 21 கோடி ரூபாய் செலவில், 86 ஏக்கர் வளாகத்தில் கட்டப்பட்ட எம்.ஜி.ஆர். ஃபிலிம் சிடியில், சினிமாவுக்கு வேண்டிய செட்டுகள் தயாரித்துக்கொடுக்க ஏற்பாடுகள் செய்வது என்ற எண்ணம் இருந்தது. மற்றைய அரசு ஆதரவு பெற்ற நிறுவனங்கள் போல், இதுவும் கட்சிப் பூசல்களில் மாட்டிக்கொண்டு நசிந்துபோனதும், மூடப்பட்டு தகவல் தொழில் பயோ டெக்னாலஜி பார்க் ஆக்க கொண்டிருக்கிறது.

கோடா கார்டன்ஸ் (குதிரைத் தோட்டம்) என்ற இந்தி வார்த்தையிலிருந்து கோடம்பாக்கம் தோன்றியது. ஆற்காடு நவாபுக்களுக்கு ஒரு காலத்தில் இங்கு குதிரை லாயங்கள் இருந்திருக்கலாம். பிரதான சாலைக்கு இரு பக்கங்களிலும், அசோக் நகர், கே.கே.நகர், கில் நகர், மஹாலிங்கபுரம் என்ற புத்தம்புதிய குடியிருப்புகள் தோன்றியிருக்கின்றன. ஒரு சீக்கிய சிறை அதிகாரியான கில்,

சென்னையை தனது வாழ்வகம் ஆக்கியபின், கல்விக்காக பஞ்சாபிய வழக்கத்துக்கு ஏற்ப நன்கொடை அளித்தார். கேரளக் கட்டுமான பாணியை நகருக்கு கொண்டுவந்திருக்கும் மஹாலிங்கபுரம் ஐயப்பன் கோயில், சமீபத்தில் கட்டப்பட்டது. மரத்தினால் செய்யப்பட்ட அதன் ரதம் மேன்மையான தச்சு வேலைப்பாட்டின் ஒரு பிரதிபலிப்பு.

நாகி ரெட்டியின் அச்சு, மற்றும் மருத்துவ விஜயவாகினி சினிமா வளாகத்தில் நாட்டிலேயே நவீன ஸ்டுடியோவான எல்.வி. பிரசாத் ஸ்டுடியோவுடன், பரந்த விஜயா மருத்துவமனையும் ஆரோக்கிய மையமும், சினிமா பாணியில் ஆடம்பரமாகக் கட்டப்பட்ட இரண்டு கல்யாண மண்டபங்களும் இருக்கின்றன. கோடம்பாக்கத்தில் 500 ஆண்டு பரதுவகேசவர் கோயிலும் இருக்கிறது. கோடம்பாக்கம் நெடுஞ்சாலையிலிருந்து ஆற்காடு சாலை வழியாக போரூர் சென்றால், ஸ்ரீராமச்சந்திரா மருத்துவமனை, ஆராய்ச்சி நிலையம், மருத்துவக் கல்லூரி வழியாக வலதுபுறம் சென்றால் பூந்தமல்லியையும், இடதுபுறம் சென்றால் செயிண்ட் தாமஸ் மவுண்டையும் அடையலாம்.

ஆசியாவே பொறாமைப்படக் கூடிய அளவுக்கு கட்டுமானப் பணியில் பெயர்பெற்றிருக்கும், 1944-ல் நிறுவப்பட்ட எஞ்சினியரிங் கன்ஸ்ட்ரக்ஷன் கார்ப்பரேஷன் என்ற லார்ஸன் அண்டு டூப்ரோவின் துணை நிறுவனத்தின் பெயர் இப்போது லார்ஸன் அண்டு டூப்ரோ எஞ்சினியரிங் கன்ஸ்ட்ரக்ஷன் அண்டு காண்டிராக்ட்ஸ் டிவிஷன் என்று மாற்றப்பட்டு, இந்த நிறுவனத்தின் பிரம்மாண்டமான மணப்பாக்கம் வளாகம், ஆஸ்பத்திரிக்கு முன்னதாக இருக்கிறது. மூன்று சர்வதேசப் பரிசுகள் வாங்கியவற்றுடன் சேர்த்து இந்த வளாகத்தில் இந்தியாவிலேயே காணவேண்டிய நவீன கட்டடங்கள் பல இருக்கின்றன.

ஹென்னிங் ஹோல்க்-லார்ஸன் விசேஷத் திறமை மையமும், இ.சி.சியின் சரித்திரத்துக்கு அருங்காட்சியகமாகவும் ஆவணக் காப்பகமாகவும் செயல்படும் எதிர்கால பாணியில் கட்டப்பட்ட கட்டடம் ஆகியவை நிறுவனத்தின் வைரவிழாவை கொண்டாடக் கட்டப்பட்டன. மும்பையில் லார்ஸன், சோரன் கிறிஸ்டியன் டூப்ரோ என்ற இரண்டு டேனிஷ் எஞ்சினியர்கள் 1937-ல் எல் அண்டு டி யை நிறுவினர். இ.சி.சி.யின் உதவியால், இது தெற்கு ஆசியாவிலேயே பெரிய பொறியியல் நிறுவனமாக வளர்ந்திருக்கிறது.

ஒரு காலத்தில் நகரம்

கனவுகள் படைத்த தமிழர்கள்

1895-ல் லூமியர் சகோதர்கள், பாரிஸில் சினிமாவைக் காட்டியபின், ஊமைப் படங்கள் இந்தியாவுக்கு வந்தன. 1897-ல் விக்டோரியா பப்ளிக் ஹாலில் முதல் சினிமா காட்டப்பட்டபின், 1905-ல் எடிஸன்ஸ் சினிமடோகிராஃபி என்ற நகரும் சினிமாவை கொண்டுவந்த சுவாமிகண்ணு வின்ஸெண்ட் என்ற திருச்சி ரயில்வே ஊழியரின் தயவால், ஏனைய பகுதிகளுக்கு சினிமா வந்தது. அதற்குப்பின் 1910-ல், அவ்வப்போது சினிமா காண்பித்த லிரிக் தியேட்டரும், 1909-ல் நிறுவப்பட்டு இந்தியா, பர்மா, இலங்கை நாடுகளில் சுற்றிய ஆர். வெங்கையாவின் டூரிங் தியேட்டரும் வந்தன. 1913-ல்தான் சென்னைக்கு வியாபாரரீதியாகச் செயல்பட்ட எலெக்ட்ரிக் தியேட்டர் கிடைத்தது. அது வெற்றிகரமாக நடந்ததால், அதன் உதாரணத்தைப் பின்பற்றிய வெங்கையா, கெய்டி, கிரவுன், குளோப் (பிறகு ராக்ஸி) ஆகியவை அடங்கிய தியேட்டர் சங்கிலியை நிறுவினார்.

ஊமைப்படங்களை சென்னைக்கு ஒரு வருடம் முன்பே காண்பித்த மும்பை, வியாபார ரீதியாக படம் எடுக்க ஆரம்பித்தது. இந்த உதாரணத்தால் உந்தப்பட்ட, சென்னை மோட்டார் வாகன உதிரிப்பொருள் விற்பனையாளர் ஆர். நடராஜ முதலியார், செயலில் இறங்கினார். பூனாவில் வசித்த ஓர் ஆங்கிலேயரான ஸ்டீவர்ட் ஸ்மித்திடம், கேமராவை உபயோகிப்பதைக் கற்ற நடராஜ முதலியார், சென்னைக்குத் திரும்பி, 1916-ல் தன் நண்பர் எஸ்.எம். தர்மலிங்க முதலியாருடன் சேர்ந்து இந்தியா ஃபிலிம் கம்பெனியை நிறுவினார். கீழ்ப்பாக்கத்தில் உள்ள மில்லர் ரோடில் தென்னிந்தியாவின் முதல் ஸ்டுடியோவை நிறுவியபின், தட்ப வெப்ப நிலை காரணமாக ஃபிலிமைப் பக்குவப்படுத்துவதை பெங்களூரில் வைத்துக்கொண்டனர். கேமராவைச் சுற்றி, இயக்கம், தயாரிப்பு மேற்பார்வை, எடிட்டிங் ஆகியவற்றை நடராஜ முதலியார் பார்த்துக்கொள்ள, வார இறுதியில் நாரயண சுவாமி ஆசாரி, ஃபிலிமை பிராசெஸ் செய்ய, கம்பெனி நிறுவப்பட்ட 35 நாள்களுக்குள் இந்தியா ஃபிலிம் கம்பெனி

உருவாக்கிய, தென்னிந்தியாவின் முதல் சினிமாவான, மஹாபாரதத்தை ஒட்டிய 'கீசக வதம்' என்ற புராணக் கதை உருவானது.

இங்கிலாந்தில் பயிற்சிபெற்ற ரகுபதி பிரகாஷ் என்ற வெங்கையாவின் மகன், நடராஜ முதலியாரைப் பின்பற்றினார். நாராயணன் ஜெனரல் பிக்சர்ஸ் கார்பரேஷனின் ஏ. நாராயணனும் டி.எச். ஹஃப்டனும் அதை ஆகஸ்ட் 1929-ல் நிறுவியபின், அதிக எண்ணிக்கையில் ஊமைப்படங்களை எடுத்து, சினிமா விநியோக முறையை உருவாக்கினர். அவர்களிடம்தான், பிற்காலத்திய தென்னிந்திய சினிமா இயக்குனர்கள் தங்கள் முதல் பாடங்களைக் கற்றனர். குரலை பதிவு செய்த நாராயணனின் மனைவி கமலா, இந்தியாவின் முதல் பெண் சினிமாத் தொழில் வல்லுனர். தென்னிந்தியப் படம் எடுப்பதில் நாராயணனின் முயற்சியோடு அந்தக் காலத்திய பிரபல சினிமா இயக்குனர்களான கே. சுப்ரமணியத்தையும் ராஜா சாண்டோவையும் ஊக்குவித்த ஆர். பத்மநாபனின் அசோசியேடட் ஃபிலிம்ஸூம் (1928) இயங்கியது.

அது சினிமா இயக்குனர்களின் காலம். எடுபிடி வேலைக்கும் தேவைக்கும் ஏற்ப நடிகர்கள் நியமிக்கப்பட்டபோதும், ஸ்டண்ட் வீரர்களான மணியும் ஸ்டண்ட் ராஜாவும் பிரசித்தி பெற்றனர். நடிகைகள் கிடைப்பது மிகவும் சிரமம். நடராஜ முதலியாருக்காக ஓர் ஆங்கிலேயப் பெண்மணி, திரௌபதியாக நடித்தார். சென்னையில் எடுக்கப்பட்ட படங்களில் தவறாமல் தோன்றி, ஊதியம் அதிகமாகப் பெற்ற மரியன் ஹாலும் (விலோசனா) திருமதி எயில் கோட்டும், அவ்வாறு தோன்றிய முதல் ஆங்கிலோ இந்திய நடிகைகள். அதற்குப்பின், படங்கள் காட்டப்படும்போது, கூடுதல் கவர்ச்சிக்காக, நடனம் ஆடியவர்களும் சினிமாவுக்குள் புகுந்தபின், டி.பி. ராஜலட்சுமி, கே.டி. ருக்மிணி என்ற நாடக நடிகைகள் நுழைந்தனர். சில படங்களை இயக்கிய ராஜலட்சுமி, முதல் தென்னிந்தியப் பெண் இயக்குனர். இந்தப் புதுத் துறையில் ஊதியமும் வேலையும் நிச்சயமாகாததாலும், பயிற்சி பெற்ற பாடகர்களாகவோ, பேச்சாளர் களாகவோ, ஊமைப் படங்களில் வாய்ப்பு இல்லாததாலும் நாடகங்களில் நடிப்பவர்கள் அந்தத் துறையிலேயே இருக்க விரும்பினர்.

பழைய சினிமாக்களின் குறைந்த நீளத்தாலும், அவை சீராக வெளியிடப்படாத தாலும், அநேக பொதுக் காட்சிகள் கதம்ப நிகழ்ச்சிகள் ஆயின. மூன்று நான்கு சிறிய படங்கள், ஒரு பிரதான படம், இடைவேளையின் போது நடனங்கள், ஒரு சிறிய நாடகம் அல்லது சண்டைக் காட்சிகள், கன்போட் ஜாக்கின் ஸ்டண்ட் சாகஸங்கள் ஆகிய அனைத்தும் ஒரு ஷோவில் இடம்பெற்றன. மேடைக்குக்கீழ் இருந்துகொண்டு, ஒரு வாத்திய கோஷ்டி பிரதான சினிமாவுடன் இசை வாசித்தது. கிராமப்புறங்களில் சிலருக்கே எழுத்தறிவு இருந்ததால், ஒருவர் விளக்கம் கூறி, வரிகளை வாசித்து, நடிகர்களைவிடப் பார்வையாளர்களின் கவனத்தைக் கவர முயற்சிப்பார். இடைச்செருகல்களுடன் ஊர் ஊராகச் சென்றுகொண்டிருந்த கேளிக்கைகளுக்குப் பழக்கப்பட்ட கூட்டத்துக்கு, செலவழித்த பணத்துக்கு ஏற்ப மகிழ்ச்சி கிட்டியது. பின்னால், தமிழ் பார்வை யாளர்களுக்கு கிடைக்கும் வகையில், அவர்கள் பழக்கப்பட்டபடி, அதே

நகைச்சுவை, சங்கீதம் உள்ளிட்ட 'டாக்கிகள்' ஒரு கணிசமான நீளத்துக்கு எடுக்கப்பட்டன. வறுமையால் பீடிக்கப்பட்ட நாட்டில், சினிமாவுக்குச் செல்லும் அனுபவம் பிரயோஜனமாக இருக்கவேண்டும் என்று ஒவ்வொரு கிராமத்தானும் நினைத்ததால், அவர்கள் செலவழித்த பைசாவுக்கு ஏற்ற சினிமா நேரம் கிடைக்கவேண்டும் என்று இந்தியர்கள் நினைப்பது இன்றும் மாற வில்லை.

பாரம்பரியமாக தமிழ் நாடகங்களில் இருந்த சைகைகளும், மிகைப்படுத்தப் பட்ட அபிநயக் கூத்துகளும், ஊமைப்படங்களுக்குள் புதிதாகப் புகுத்தப்பட வில்லை. குறை கூறுபவர்கள் ரசனையற்றது என்ற விமர்சிக்கும் கண்கவர் அலங்காரங்களுடன் சுபமாக முடியும் தமிழ்ச் சினிமா பாணி, தமிழ் மக்களின் சம்பிரதாயத்தின் ஓர் இயற்கையான தொடர்ச்சி. தமிழ் சினிமாவை வேறு எப்படி விமர்சித்தாலும் அது உண்மையான தமிழ் மரபு அல்ல என்றுமட்டும் கூற முடியாது.

அமெரிக்க சினிமாக்கள், மும்பை திரைப்படங்கள், தென் இந்தியப் புராணக் கதைகள், ஸ்டண்ட் படங்கள் போன்றவை ஊமைப்படக் காலத்தில், சென்னை மாகாணத்தின் முக்கியமான அம்சங்கள். ஆனால் 1929-ல் சமூக ரீதியில் சிலவற்றைப் புகுத்த முயற்சி எடுக்கப்பட்டது. முதலில் மது விலக்கைப் பற்றிய பிரசாரத்தை நாராயணனுடைய 'தர்மபத்தினி' அறிமுகப்படுத்தியது. வேறு பல படங்களில் இது பிறகு புகுத்தப்பட்டது. (ஏற்கெனவே காண்பித்ததை, ஓர் இயக்குனருக்குப்பின் இன்னோர் இயக்குனர் காண்பிப்பது ஒரு தமிழ் சம்பிரதாயம் ஆகி விட்டது.) தீண்டாமை (நந்தனார், 1930, கே.பி. சுந்தராம்பாள் லட்ச ரூபாய் சம்பளம் வாங்கிய முதல் நடிகர்), பெண்ணுரிமை (அனாதைப் பெண், 1931) போன்றவை சினிமாவில் காண்பிக்கப்பட்ட பிற சமுதாயப் பிரச்னைகள். இவையெல்லாம் பெருவாரியான மக்களை, புராணத்தில் இருந்தும் பொழுதுபோக்கில் இருந்தும் இழுக்கவும், கவலைகளை மறக்க வைக்கவும் முடியவில்லை. பிரிட்டிஷ் தணிக்கையாளர்களின் கடினமான கொள்கைகளுக்கு அஞ்சிய இயக்குனர்கள், சமூக பிரச்னைகளைத் தவிர்த்து மேற்கூறிய வகை பொழுதுபோக்கில் ஈடுபட்டனர்.

1927-லிருந்து ஹாலிவுட், பிரிட்டிஷ், வட இந்திய சினிமாக்களின் சவாலை ஏற்க முடியாத தென்னிந்திய ஊமைப்பட ஸ்டுடியோக்கள், கடின நிலையை அடைந்தன. அந்த வருடம் எடுக்கப்பட்ட 'பாக்ய சக்ரா' அந்த வரிசையில் கடைசி. 1931-ல் சென்னைக்கு டாக்கி வந்ததால், ஊமைப்படங்களின் முடிவு சீக்கரமே ஏற்பட்டது.

இம்பீரியல் ஃபிலிம்ஸின் 'ஆலம் ஆரா' என்ற முழு நீள முதல் இந்திய பேசும்படம், மார்ச் 1931-ல் வெளியிடப்பட்டு, சென்னைக்கு ஜூனில் வந்து, செண்டிரலிலும் முருகன் டாக்கீஸிலும் காண்பிக்கப்பட்டது. வருடம் முடிவதற்குமுன், 4 படச்சுருள்கள் கொண்ட, குறத்தி பாட்டும் கூத்தும் இருந்த, 'காளிதாஸ்' என்ற மும்பையில் எடுக்கப்பட்ட முழுநீளப் படத்தை, சென்னை பார்த்து, கேட்டது. இம்பீரியலால் எடுக்கப்பட்ட காளிதாஸில் தமிழ் பேசும்

ராஜலட்சுமியும், தெலுங்கு கதாநாயகரும் நடித்ததால் அது இரு மொழிப் படமானது. அடுத்த சில வருடங்களுக்கு இந்தியாவின் சினிமா தலைநகரான மும்பையும் கல்கத்தாவும், சென்னைக்குப் படங்களைக் கொடுத்துக்கொண் டிருந்தன. அதன்பின் 1934-ல் ஜி.பி.சி.யைச் சேர்ந்த நாராயணன், சென்னையின் முதல் ஒலிப்பதிவுக் கூடத்தை நிறுவினார். எல்லோராலும் 'சவுண்ட் சிடி' என்றழைக்கப்பட்ட சீனிவாசா சினிடோன் என்ற அந்த நிறுவனம், பூந்தமல்லி நெடுஞ்சாலையில் அமைக்கப்பட்டது. அதே வருடம், தெற்கின் முதல் பேசும்படமாக 'சீனிவாஸ கல்யாணம்' எடுக்கப்பட்டது. அடுத்த 12 மாதங்களுக் குள், சென்னையில் 36 படங்கள் எடுக்கப்பட்டன. தென்னிந்திய சினிமா முழங்க ஆரம்பித்து விட்டது.

சீனிவாசா சினிடோனுக்குப் பின், மர்ரேஸ் கேட் ரோடில் பித்தாபுரம் அரசர் இருந்த இடத்தில் வேல் பிக்சர் ஸ்டுடியோவும், பின்னர் வீனஸ் ஸ்டுடியோவும், அடையாறில் மீனாக்ஷி சினிடோனும் தொடர்ந்தன. 1937-ல், 17 கோடி ரூபாய் மூலதனத்துடன், சென்னை மாகாணத்தில், நகரில் ஒன்பது ஸ்டுடியோக்களும் கோயம்புத்தூரில் இரண்டும், சேலத்தில் ஒன்றும் இருந்தன. இரண்டாம் உலக போர் சமயத்தில், படம் எடுப்பதற்கு பர்மாவிலிருந்தும், தென்கிழக்கு ஆசியாவிலிருந்தும், செட்டியார் மூலதனம் கிடைக்கவே, தொழில் வளர்ந்தது. நடிகர்கள், பாடலாசிரியர்கள், அரங்கை அலங்கரிப்போர் போன்றவர்கள், ஊமைப்படக் காலத்தில் நாடகத்தில் பணியாற்றியபின், தங்களுடைய வாத்திய கோஷ்டிகளுடன், புது சாதனத்துக்குத் திரண்டனர்.

தமிழ் சினிமாவின் முதல் நான்கு வருடங்களில் இயக்குனர்கள் பழைய சூத்திரத்தையே கையாண்டனர். புராணமும் சுப முடிவுகளும் கலந்த சகாப்தம் தொடர்ந்து, பாட்டும் நடனமும் 15,000-20,000 அடிகளுக்கு உயிரூட்டின. மேற்கத்திய நடைமுறையை பின்பற்றிய சீமான்களும் சீமாட்டிகளும் இதைக் கேலி செய்து, பெரும்பாலான இந்திய சினிமாக்களில் கலை ஏதுமில்லை என்று குறை கூறினாலும், மதிப்புக்குரிய திரைப்பட எழுத்தாளர் தேவயானி சௌபால் கூறியது போல், 'சிறுபான்மையான 1%-தான் அவர்கள். இந்தியத் திரைப்படங் கள், அவற்றை நேசிக்கும் பெரும்பான்மையான 99%-க்கு எடுக்கப்பட்டவை. கிராமப்புறத்தில் வாழ்ந்தோ அல்லது அந்தப் பாரம்பரியத்தில் வேரூன்றியோ இருக்கும் பரந்த பெரும்பான்மையினருக்கு, அவர்களுடைய பொழுதுபோக்கு, நடமாடும் பாடகர்களிடம் இருந்தும், பாட்டு, நடனம், பாவனையுடன் நடிப்பு ஆகியவை இருந்த நாடகங்களில் இருந்தும் கிடைத்ததால், அந்த மதிப்புகளை வைத்துக்கொண்டு, இயக்குனர்கள் படத்தின் உள்ளடக்கத்தை மட்டும் மாற்றி யுள்ளனர். ஆனால், மிகவும் பக்தியுள்ள அந்தப் பெரும்பான்மைக்கு மந்திரங்கள் அதிசயமானவை என்றும், கடவுள்களும் புனிதர்களும் அதிசயங்கள் புரிவார்கள் என்றும் நம்பிக்கை இருக்கிறது. ஆகையால்தான் புராணப் படங்கள் செழிக்கின்றன.'

காதல் கதைகள்கூட, அப்படியே வெற்றிப்படங்கள் ஆயின. 'நாங்கள் கனவுகளை விற்கிறோம்' என்ற உண்மையை ராஜ் கபூர் ஒப்புக்கொண்டார். திருமணத்துக்கு முன் காதலுக்கு ஏங்கும் இந்தியச் சமுதாயத்தில், சராசரி படம் பார்ப்போருக்கு

காதல் படங்கள் பிடித்தமானவை. அவைமூலம் வாழ்க்கையின் ரசமற்ற உண்மையிலிருந்து விடுவிக்கப்படுகிறார்கள். இவ்வாறுதான், இந்தியத் திரைப்படத்தின் சூத்திரமாக, புராணம், காதல், உள்ளடங்கிய காமம் அல்லது வெளிப்படையான காமம் ஆகியவை கலந்த கலவை உருவாக்கப்பட்டது.

நன்கு பரிசோதிக்கப்பட்ட இந்தப் பட்டியலுடன், ஒரு தனிப்பட்ட பாணியில் தெருக்கூத்துக்களைப் போல் நடிக்கப்பட்ட தமிழ் சினிமாவில், அரசியல்வாதிகளாலும் ரசிகர்களாலும் விரும்பப்பட்ட சொற்பொழிவுகள் சேர்க்கப்பட்டன. இந்தியாவில் ஏனைய மொழிகளின் சினிமாக்கள் அரசியலுடன் அவ்வப்போது தொடர்புவைத்திருந்தபோதும்கூட, அந்தச் சாதனத்தின் அரசியல் கொள்கைப் பரப்புச் சக்தியை தமிழ் சினிமாதான் முழுவதுமாகப் பயன்படுத்திக்கொண்டது.

தமிழ் சினிமாவின் ஆதிகாலத்தில் இருந்தே, தொழிலுடன் சம்பந்தப்பட்டவர்கள் அதை அரசியல்மயமாக்கினர். பேசும்படம் பிறந்தவுடன், நாடக மேடையில் இருந்து சினிமாவுக்குள் புகுந்த நடிகர்கள், அதற்காக ஒன்றும் செய்யாவிட்டாலும், அதனுள் அரசியல் மசாலாவைப் புகுத்தினர்.

இந்த நிலைக்கு முக்கியக் காரணம், இப்போது தமிழ் நாட்டில் முழுமையாக மறக்கப்பட்டிருக்கும், பிரமாதமான பேச்சாளரும் காங்கிரஸ் தலைவருமான சத்தியமூர்த்தி. அமெச்சூர் நடிப்பில் ஆர்வம் கொண்டிருந்த அவர், அந்தக் கலைக்குப் பெரும் ஆதரவு அளித்தார். இத்தகையக் கலைகளுக்குள் அரசியலைப் புகுத்தி, அரசியல் நோக்கங்களுக்காகப் பயன்படுத்தலாம் என்று அவர் திடமாக நம்பினார். நடிகர்கள் அரசியல் அரங்கத்திலும் பெரும்பங்கு வகிக்கவேண்டும் என்று ஊக்கவித்த அவர், 'பாடல் மூலம் சுதந்தரம் பெறுவோம்' என்ற கூறினார். ஆண்டுகள் செல்லச் செல்ல, காங்கிரஸுக்கும் நடிகர்களுக்கும் இடையே உறவு பலமடைந்தது. பேசும்படம் வந்தபோது, அரசியல் கொள்கைகளைப் பரப்புவதற்கு அதற்கு எவ்வளவு சக்தி இருக்கிறது என்பதை உணர்ந்த சத்தியமூர்த்தி, அதன் தீவிர ஆதரவாளர் ஆனார். படிப்பற்ற நாடான இந்தியாவில், அக்காலத்தைய சமூக அரசியல் கேள்விகளுக்கான பதில், இத்தகைய சாதனத்தின் மூலம்தான் கிடைக்கும் என்று அவர் தீவிரமாக நம்பினார். சினிமா, முப்பது ஆண்டுகளுக்காவது இந்தத் தேவையைப் பூர்த்தி செய்யும் என்று மனக்கண்ணால் பார்த்த அவர், மகிழ்விக்கக்கூடிய கேளிக்கைகளைப் புறக்கணித்த, படித்த சமுதாயத்திடம் அங்கீகரிப்பு பெறுவதற்காக, ஏராளமாக எழுதினார்.

சத்தியமூர்த்தியைப் போலவே, சினிமாக்கள் மூலம் அரசியல் கொள்கைகளைப் பரப்ப முடியும் என்று 'தமிழ் சினிமா'வின் தந்தை என்று கருதப்படும் நாராயணன் நினைத்ததால், அவர் சத்தியமூர்த்தியின் முயற்சிகளை சுலபமாக்கினார். சத்தியமூர்த்தியுடன் தேர்தல் பிரசாரங்களுக்குச் சென்று, நாட்டுப் பற்றுடைய பாடல்களை ஆர்வத்துடன் பாடிய கே.பி.சுந்தராம்பாள், மற்றொரு தீவிர ஆதரவாளர். சுந்தராம்பாளின் பாட்டுக்குப்பின் தனது பேச்சுத் திறனால், சத்தியமூர்த்தி, அந்த வட்டாரத்தைத் தன்வசப்படுத்தினார்.

1930-களின் ஆரம்பத்தில் ஒத்துழையாமை இயக்கம் வளர்ந்துகொண்டிருந்த போது, நேருவின் சமூகக் கொள்கைகளும் கவனத்தை ஈர்த்தன. மது விலக்கு, தீண்டாமை, ஆலயப் பிரவேசம், பெண்ணுரிமை, வரதட்சிணைக் கொடுமை, பால்யவிவாகம் ஆகியவை எல்லாம், திரைப்படங்களில் விவாதிக்கப்பட்டு, சுயமரியாதை இயக்கமும் வளர ஆரம்பித்தது. சுதேசியக் கொள்கைகளைப் பரப்புவதைத் தணிக்கையாளர்கள் நிறுத்தியபின், சீர்திருத்தவாதிகளுக்கு திரைப்படங்கள் மூலம் அவர்களது எண்ணங்களைப் பரப்புவதற்குத் தருணம் கிட்டியது. இதன்மூலம், முதலில் திராவிடக் கழகமும், அதற்குப்பின் 1967-லிருந்து தமிழ்நாட்டை ஆண்ட திராவிட முன்னேற்ற கழகமும், அதனிடமிருந்து பிரிந்தபின், 1970 முதல் அதுவோ, அதிலிருந்து பிரிந்து தமிழ்நாட்டை ஆண்டுகொண்டிருந்த மற்றொரு கட்சியோ, அந்தச் சந்தர்ப்பத்தை நன்கு பயன்படுத்திக்கொண்டன.

1935-ல் விபசாரத்தை எதிர்த்து வெளியிடப்பட்ட 'டம்பாச்சாரி'தான் முதல் சமூகத் தமிழ்ப் படம். அதைத் தொடர்ந்தது, பாரதியின் பாட்டு முதலில் பாடப்பட்ட 'மேனகா' என்ற பெண்ணுரிமை பற்றிய படம். 1936-ல் வெளியிடப் பட்ட 'சதி லீலாவதி' என்ற இலங்கை வாழ் தோட்டத் தொழிலாளர்களின் இன்னல்களைப் பற்றிய படத்தில், இலங்கைப் பின்னணியைக் கொண்ட, பிற்காலத்தில் முதல்வரான எம்.ஜி. ராமசந்திரனை அறிமுகப்படுத்தியது மிகவும் பொருத்தம். 1937-ல் அந்தக் காலத்தில் மிகவும் குறிப்பிடத்தக்கது என்று கருதப்பட்ட கே. சுப்பிரமணியத்தின் 'பால யோகினி' வெளியிடப்பட்டது. அது ஜாதி பேதத்தையும், விதவைகளை நடத்திய முறையையும், புரோகிதத்தையும் தாக்கியது. போருக்கு முன், தமிழ் பேசும்படங்களின் தலை சிறந்த இயக்குனரான சுப்பிரமணியம் நிறுவிய 'மதராஸ் யுனைடெட் ஆர்டிஸ்ட்ஸ் கார்பரேஷன்' அந்தப் படத்தை எடுத்தபின், அந்த நிறுவனத்தை எஸ்.எஸ். வாசன் வாங்கி, அதற்கு 'ஜெமினி' என்று பெயர் வைத்து, சுப்பிரமணியம் விட்ட இடத்திலிருந்து தொடர்ந்து நடத்தினார்.

சமூகம் என்ற பெயரில், புராணங்கள், தெய்வீகப் புனிதர்கள், சமகாலத்திய 'ஸ்டண்டுகள்' நிறைந்த படங்கள் புறக்கணிக்கப்படவில்லை. 1960-கள் வரை, இத்தகைய படங்கள் பெரும்பங்கு வகித்தபோதும், அதற்குள்ளும் அரசியல் புகுத்தப்பட்டது.

சென்னை மாகாணத்துக்கு 1937-ல் சி. ராஜகோபாலச்சாரி பிரதமரானபின், தணிக்கையாளரின் கட்டுப்பாடு குறைக்கப்பட்டு, இரண்டாம் உலகப் போருக்கு முன் 2.5 வருடங்களுக்கு சமூகப் படங்கள் அவற்றின் பொற்காலத்தை அனுபவித்தன. அவற்றுள் மிகச் சிறந்தது என்று கருதப்பட்டது மீண்டும் சுப்பிரமணியத்தால் எடுக்கப்பட்டு 1939-ல் வெளியிடப்பட்ட 'தியாக பூமி' என்ற படம். அதில் காந்தியம், ஹரிஜன மேம்பாடு, மாறிக்கொண்டிருக்கும் சமூகத்தில் பெண்ணின் பங்கு போன்றவை வலியுறுத்தப்பட்டன. தமிழ்நாடு அவரையும் மறந்துவிட்டது. தென்னிந்தியத் திரை வர்த்தகச் சபையை நிறுவியதில் உதவி புரிந்த சத்தியமூர்த்திக்கும் சுப்பிரமணியத்துக்கும் இன்று அதிகாரத்தில்

இருப்பவர்கள் பலரும் கடன்பட்டிருக்கின்றனர். அவர்கள்தான், திரைப்படங்களில் எளிதில் மூலதனம் கிட்டவும், நடிப்புப் பள்ளி ஒன்றை தொடங்கவும் (பல்கலைக்கழகத்தில் திரைப்படத் தயாரிப்பு கற்றுத்தரப்படவேண்டும் என்று சத்தியமூர்த்தி கோரினார்), எல்லாவற்றுக்கும் மேலாக, திரைப்படத்துக்கு ஒரு மரியாதையைப் பெற்றுத்தரவும் வேலை செய்தனர்.

சத்தியமூர்த்தி, திரைப்பட விமர்சனங்களையும் எழுதினார். அதற்குப் பின்னர்தான், பழைமையில் ஊறிய பத்திரிகைகள்கூட சினிமாவை கவனித்தன. அத்துடன் பாரம்பரியப் பாடகர்களும் நாட்டியக்காரர்களும் சினிமாவில் பங்கெடுத்தனர். ‘பால யோகினி’யில் எஸ்.டி. சுப்புலட்சுமியை அறிமுகப் படுத்தியது சுப்பிரமணியம்தான்.

உலகப்போர் மூண்டதும், சி. ராஜகோபாலாச்சாரியின் மந்திரிசபை ராஜினாமா செய்ததால், தணிக்கை மீண்டும் தொடங்கியது. தேசிய எண்ணங்கள் கொண்ட படங்களைத் தடைசெய்து, சண்டைப் படங்களையும், பொருளற்ற சமூகப் படங்களையும் அரசாங்கம் ஊக்குவித்தது. இந்தக்காலம் எம்.கே. தியாகராஜ பாகவதருக்கும், என்.எஸ். கிருஷ்ணனுக்கும், டி.ஏ. மதுரத்துக்கும் மிகவும் கொண்டாட்டமானது. அதற்குப்பின் தமிழ்த் திரையின் மேல் பேரிடி விழுந்தது. 1943-ல் சத்தியமூர்த்தி இறந்த பின், அறிவாளிகளுடனும் அரசியல் தலைவர்களுடனும் தமிழ் சினிமா வைத்திருந்த தொடர்பை இழந்தது. ஆனாலும், சுதந்தரம் கிட்டியபின், சுதேசியத்துக்குத் திரும்பும் அவசியம் இல்லாததால், சத்தியமூர்த்தியின் இறப்பால் அவ்வளவு பாதிப்பு ஏற்படவில்லை. சுதந்தரம் கிட்டிய செழிப்பான மனநிலையில், மகிழ்விப்பது ஒன்றே குறிக்கோளாகிய தமிழ் சினிமா, ஒரு காலத்தில் பார்ப்போரைத் தூண்டியதற்குப் பதிலாக, அன்றாட வாழ்க்கையில் உழல்பவர்களின் கீழ்த்தர இச்சைகளைத் திருப்திபடுத்த ஆரம்பித்தது. இந்த சமயத்தில்தான் சுப்பிரமணியமும் சத்தியமூர்த்தியும் கற்பித்த கொள்கைப் பரப்புப் பாடங்களை நன்கு கற்ற திமுக தலைவர்கள், சினிமா உலகினுள் புகுந்தனர்.

நாட்டிலேயே முக்கியச் சினிமா நகரமாக சென்னையை ஆக்கிய ஸ்டுடியோக்கள் 1930-களின் இறுதியிலும், 1940-களிலும் நிறுவப்பட்டு, பெரும் நிதியைச் செலவழித்து, மகிழ்ச்சி அளிக்கும் சினிமாக்களைத் தயாரித்தன. சேலத்தில் மாடர்ன் தியேட்டர்ஸை 1937-ல் நிறுவிய டி.ஆர். சுந்தரம், கருணாநிதிக்கும் கண்ணதாசனுக்கும் முதன்முதலாக ஆதரவு அளித்து, 20,000 அடி அல்லாமல், அதற்கு பாதி நீளத்திலேயே தயாரிக்கப்பட்ட படத்தின் மூலம் கூட கூட்டத்தை மகிழ்விக்க முடியும் என்று காண்பித்தார். 1941-ல் நிறுவப்பட்ட வாசனின் ஜெமினி, 1948-லேயே தமிழிலும் இந்தியிலும் கற்பனைக்கு அப்பாற்பட்ட ‘சந்திரலேகா’வை, 35 லட்ச ரூபாய் செலவில் எடுத்தது.

செட்டியார் பணத்தையும் ஆற்றலையும் சினிமாத் தொழிலுக்குள் புகுத்திய ஏவி. மெய்யப்பன், ஏவி.எம். ஸ்டுடியோஸில் ‘ஸ்ரீவள்ளி’ போன்ற உணர்ச்சிகரமான படங்களுடன் புதுமையையும் புகுத்த ஆரம்பித்தார். பாடல், நடனம் ஏதுமில்லாமல்கூட வெற்றிகரமாக படத்தை ஓட்டமுடியும் என்று ‘அந்த நாள்’

நிரூபித்தது. 1941-ல் தென்கிழக்கு ஆசியாவை ஜப்பானியர்கள் ஆக்கிரமித்ததால், தன்னுடைய ஏற்றுமதி வியாபாரம் பாதிக்கப்பட்ட நாகி ரெட்டி, தனது சகோதரருடன், சென்னையில் ஒரு சிறிய அச்சகத்தை ஆரம்பித்தார். அவருடைய நண்பருக்குச் சொந்தமான ஸ்டுடியோவுக்கு சிறிது பணம் தேவைப்பட்டபோது கடனளித்த அவர், அந்த நண்பர் இறந்தபோது ஸ்டுடியோவுக்குச் சொந்தக்காரர் ஆனார். இவ்வாறுதான் 40 ஏக்கர் பரப்பில் இந்தியாவிலேயே பெரிய விஜய வாஹினி ஸ்டுடியோ ஆரம்பிக்கப்பட்டது.

1960-கள் வரையில் நூற்றுக்கணக்கில் மகிழ்ச்சிப் படங்களைத் தயாரித்தவை இந்த ஸ்டுடியோக்கள்தாம். பல தலைமுறைகளைச் சேர்ந்த கதாநாயகிகள் இருந்தபோதும்கூட, தங்களது சொந்தக் கவர்ச்சி சிறிதும் குறையாத புரட்சி நடிகர் எம்.ஜி.ராமச்சந்திரனையும், நடிகர் திலகம் சிவாஜி கணேசனையும் நட்சத்திரங்கள் ஆக்கியவை இவைதான். மறைந்த சி.என். அண்ணாதுரைக்கும், சக வசனகர்த்தாக்களுக்கும், இயக்குனர்களுக்கும், நடிகர்களுக்கும், நடிகை களுக்கும் அரசியல்ரீதியாக அந்தச் சாதனத்தைப் பயன்படுத்த வாய்ப்பளித்ததும் இவைதான். 1967-ல் ஆட்சியைக் கைப்பற்ற திமுகவுக்கு, பெரிய ஆதரவளித்தது இந்தக் கொள்கைப் பரப்புதான்.

1940-கள் தமிழ்த் திரையுலகுக்கு ஒரு கெட்ட கனவு. மஞ்சள் ஏடுகளான 'சினிமா தூது'லும், 'இந்து நேசனி'லும் வெளியிடப்பட்ட, சினிமா உலகத்தின் சிற்றின்ப வெறியைப் பற்றிய அவதூறுகள், சினிமா மேலிருந்த மரியாதைக் குலைத்தன. கொலையைக் கூடத் தவிர்க்க முடியாது என்று தோன்றியது. நடுப்பகலில் லட்சுமிகாந்தன் கொலைசெய்யப்பட்டபின், உச்ச நட்சத்திரங்களான எம்.கே. தியாகராஜ பாகவதரும் என்.எஸ். கிருஷ்ணனும் குற்றம் சாட்டப்பட்டு, பின்னர் பிரிவி கவுன்சிலால் விடுவிக்கப்பட்டனர். ஏற்கெனவே அதிர்ச்சி அடைந்திருந்த சினிமா உலகத்தில் பங்கு பெற்றிருந்த திராவிடர் கழகத்தின் அரசியல்வாதிகள் பலருக்கும் மேலும் பெரிய அதிர்ச்சி காத்திருந்தது. அவர்களுடைய அன்புக்கு உரிய தலைவரான பெரியார் 1949-ல் அவரைவிட 40 வயது இளைய பெண்ணை மணம் புரிந்ததை, அவரைப் பின்பற்றியவர்கள் சிலர், பாவம் என்று கருதினர்.

கலகத்துக்கு அண்ணாதுரை தலைமை தாங்கினார். பெரியாரைப் பிரிந்தவர்கள் எல்லோரும், பெரியாரைப்போல் அல்லாமல், நாடகத்தையும் சினிமாவையும் சேர்ந்தவர்கள். பெரியாரின் கவனிப்புக்குக் கீழே இருந்த சிவாஜி கணேசனுக்குப் பதில், கே.ஆர். ராமசுவாமி, நடிகர்கள் கலகத்துக்குத் தலைமை வகித்தார். அந்நாளைய சிறந்த நகைச்சுவை நடிகர், என்.எஸ். கிருஷ்ணன் திராவிட முன்னேற்றக் கழகத்துக்கு மூத்த ஆலோசகராக இருந்தார். அண்ணாதுரை விட்ட இடத்திலிருந்து தொடர, ஓர் இளைஞர் கருணாநிதியை, கிருஷ்ணன் ஊக்குவித்தார்.

ஒரு பிரபல வசனகர்த்தாவான அண்ணா, சத்தியமூர்த்தியைப் போலவே, கலைகளுக்கு உள்ள அரசியல் தாக்கத்தை உணர்ந்தார். 1949-ல் கொள்கைப் பரப்புதலைத் திரைக்குக் கொண்டுவந்து, 'வேலைக்காரி' மூலம் அண்ணா வெற்றிப்பாதையில் கால் வைத்தார். 'வேலைக்காரி'யோடு தமிழ் சினிமாவில்

ஒரு புது சகாப்தம் தொடங்கியது. பரபரப்பை ஊட்டிய படங்களுக்கு, காரமான அரசியல் சுவையும் இருந்தது. வில்லன்களை இகழவும் ஹீரோக்களை புகழவும் ஊக்குவிக்கப்பட்ட ரசிகர்கள், திமுக. கருத்துக்கள் மட்டுமல்லாமல், திமுக பெயர்கள் தோன்றியபோதுகூட கைத்தட்டினர். இத்தகைய ரசிகர் பங்கேற்பு மூலம் பிறந்த ரசிகர் மன்றங்கள், தேர்தலின் போது, வாக்குகளைச் சேகரிக்க பெரிய காரணமாக இருந்தது.

1967-ல் இவ்வாறு போதித்தவர்கள், ஆட்சிக்கு வந்தபின் திமுக கொள்கையை சினிமா மூலம் பரப்புவதைக் குறைத்துக்கொண்டனர். மேலும், படித்த நகரத்தைச் சேர்ந்த ரசிகர்கள் அமைதி இழக்க ஆரம்பித்திருந்தனர். ஆகையால், அரசியலில் கண் வைத்த திமுக, சினிமா உலகத்திலிருந்து மெல்ல நழுவ ஆரம்பித்தது. இதனால் உண்டாகியது கருணாநிதியின் அரசியல் எதிரியான எம்.ஜி.ஆரின் தோற்றம். 1976-ல் அரசியல் வனவாசம் முடிந்து, ஒரு நடிகர் முதல்வரானபின், நாட்டின் வேறு பல பகுதிகளிலும் இந்தப் பழக்கம் ஏற்கப் பட்டது. ஆனால், எம்.ஜி.ஆர். திரையுலகை விட்டு வெளிவந்ததால், வேறு ஒன்று நிகழ்ந்தது: தமிழ்த் திரையில் இருந்த கடைசி அரசியல் கொள்கைப் பரப்புதல் மறைந்தது

1970-ன் மத்தியிலிருந்து ஒரு புதிய கோணத்தைத் தேடிய தமிழ் சினிமா, படத்தின் மேல் அதிக கவனம் செலுத்த ஆரம்பித்தது. ரசிகர்களுக்கு மத்தியில் படித்த வர்கள் அதிகமானதால், அவர்களுக்கு உலகத்தில் என்ன நடக்கிறது என்பது தெரிந்திருந்ததால், அவர்கள் மாற்றத்தை எதிர்பார்த்தனர். இத்தகைய மாற்றத்தை அளிக்க, திறந்த சமுதாயத்தில் இயங்கிய, அதிகம் கூச்சப்படாத புது இயக்குனர்கள் தயாராக இருந்தனர். மகிழ்ச்சியூட்டுவதுதான் படத் தயாரிப்பாளர் களுக்கு முதல் இலக்கு என்று இருந்தபோதும் இயக்குனர் பாரதி ராஜா கூறுவது போல், 'மனித இச்சையையே தூண்டிவிட்டு, ரசிகர்களின் எண்ணங்களை தடுக்கக் கூடாது.' நாடக மேடைக்கு உரித்தான நடிப்பு ஒதுக்கப்பட்டு, நடை முறைச் சம்பவங்கள் புகுத்தப்பட்டு, வகைமாதிரிகள் ஒதுக்கப்பட்டு, நாசூக்காக உணர்ச்சிகளை வெளிப்படுத்தும் பாவங்கள் பயன்படுத்தப்பட்டன. பாட்டும் நடனமும் இருந்தபோதிலும், அவற்றை யதார்த்தமாக இணைக்கும் முயற்சி, சில சமயம் வெற்றிகரமாக இருந்தது.

1960-களில் தமிழ்த் திரையில் இந்த புதிய அலையை ஏற்படுத்தியவர் ஸ்ரீதர். வசனத்தைவிட, படப்பிடிப்புக் கலைக்கு முக்கியத்துவம் அளிக்கப்பட்டது. புது ரசிகர்களின் மனத்தை அவர் நன்றாகப் புரிந்துகொண்டிருந்தார். அவர் துணிவுடன் ஆற்றிய வித்தியாசமான பரிசோதனைகளை மக்கள் விரும்பினர் என்று கண்டு கொண்டார். ஆனாலும் நடிகர், இயக்குனர் பாக்கியராஜ் 1970-களில் கூர்மை யாகக் கவனித்துக் கூறியபடி, 'பழசுகள் முழு அரங்கு நிறைய ஓடுகின்றன. கதாநாயகர்கள் பிரதானமாக இருக்கும் பிராந்தியப் படங்கள் வெற்றி அடை கின்றன.' ரசிகர்கள் 50-50 ஆகப் பிரிக்கப்பட்டிருக்கின்றனர் என்று தோன்றியது. இந்தக் கலப்படமான பார்வையாளர்களுக்காகத்தான், சிறந்த படங்களில்கூட கூத்து கலக்கப்பட்டிருந்தது. இந்த மசாலாவுக்கு முக்கிய காரணம் இறுதியில்

தயாரிப்பாளர்கள்தான் என்று ஸ்ரீதர் கூறினார். 'மில் முதலாளி முதல் கடைக் காரர்கள் வரை எல்லோருக்கும் கண், பணப்பெட்டியின் மேல்தான். அதனால் தான் திரையில் அவ்வளவு அழுக்கு இருக்கிறது' என்று ஸ்ரீதர் விளக்கினார்.

இந்த மதிப்பற்றதை லாகவமாகவும், மகிழ்ச்சி ஊட்டுவதைக் கச்சிதமாகவும் ஏன் செய்ய முடியாது என்பதற்குத் தகுந்த காரணத்தை இயக்குனர்கள் ஒருவரால் கூட கூற முடியவில்லை. 'உதிரிப்பூக்கள்', 'அழியாத கோலங்கள்', 'பசி', 'ஒரு தலை ராகம்', 'தண்ணீர் தண்ணீர்', 'மூன்றாம் பிறை' ஆகியவையெல்லாம் சினிமாவின் வெற்றியின் ஒரு பாகம். பெரும்பான்மையாக, பெயர் தெரியாதவர்களே நடித்தனர். கதைகள் நிஜ வாழ்க்கையில் நடந்திருக்கக்கூடியவை. சிலவற்றில் வசனம் காரமாகவும், சமூக விளக்கங்கள் முக்கியமாகவும் இருந்தன. திண்டாடும் வர்க்கத்துக்கு ஆதரவு இருந்தது. நகைச்சுவை, படத்தினூடே கலந்திருந்தது; தனிப்பட்டதாக இல்லை. கேமராவும், அதை உபயோகித்த விதமும் நவீன உலகத்துக்கு ஏற்றாற்போல் இருந்தன.

இருந்தபோதிலும், இவற்றுள் ஒரு படம் கூட கச்சிதமாக எடிட் செய்யப்பட வில்லை. எல்லாவற்றிலும் அவசியமில்லாத நடனங்களும், பாட்டுகளும், இச்சையைத் தூண்டிவிடும் காட்சிகளும், வண்ணங்களும் இருந்தன. ரசிகர் களுக்கு அவர்கள் செலவழித்ததற்கு ஏற்ப, காட்சிகளைத் தந்து தனது வருமானத் தைத் தக்கவைத்துக்கொள்வதையே தமிழ் சினிமா இன்றும் முயன்று கொண்டிருக்கிறது என்று தோன்றுகிறது. கால இயந்திரம்தான் ஜெயித்திருக்கிறது. 1970-களில் நடந்த முன்னேற்றம், தப்பித்து ஓடிய காலத்துக்கு திரும்ப வைத்திருக் கிறது. அன்றாட வாழ்க்கையில் தொந்தரவுபடுத்தப்படும் இளைய ரசிகர்கள், கனவுகளை மாத்திரம் கண்டு, தொட முடியாத உலகில்தான் மன நிறைவை அடைகின்றனர். புதுத்தலைவர்கள் மணி ரத்தினம், கமல் ஹாசன், ரஜினி காந்த்.

ஆனால் இதுகூட நீடிக்கவில்லை. 1980-களில் வண்ணத் தொலைக்காட்சி வீட்டுக்குள் புகுந்துவிட்டது. 1990-ல் தயாரிக்கப்பட்ட அழுமூஞ்சி சீரியல் களுடன், பழைய, புதிய படங்கள் மாற்றி மாற்றிக் காட்டப்பட்டன. சௌகரிய மாக வீட்டிலேயே உட்கார்ந்து பார்க்க முடிந்ததால், ரசிகர்களால் புறக்கணிக்கப் பட்ட தியேட்டர்கள் ஒன்றன்பின் ஒன்றாக மூடப்பட்டன. தமிழ் சினிமாவின் அசகாய வெற்றி, மங்க ஆரம்பித்தது.

புதிய நூற்றாண்டில், தொழில்ரீதியாக செவ்வனே எடுக்கப்பட்டாலும், பழைய சூத்திரமான நம்ப முடியாத விஷயங்களைக் காண்பிப்பதுடன், வன்முறைக் காட்சிகளும் ஆபாச உடல் அசைவுகளும் ஒன்றுசேர்ந்து, வெவ்வேறு முக்கிய நடிகர்களால் உந்தப்பட்ட ரசிகர் மன்றங்களின் உதவியுடன், ரசிகர்களை மீண்டும் அரங்கங்களுக்கு இழுக்கின்றன. இருந்தபோதிலும் 'சின்னத்திரை'யை அசைக்க முடியவில்லை. 'சீரியல்' பார்ப்பது வியாதியாகி விட்டது.

20. அழகான நகரம்

கொஞ்சம் பொறுமையுடன் விசாரித்தால் சென்னையில் எல்லா இடங் களிலும், அக்கம்பக்கத்துப் பெயர்களில் எல்லாம் சரித்திரம் எழுதப்பட்டிருக் கிறது என்பதை உணரலாம். குறைந்துகொண்டிருக்கும் தோட்ட வீடுகளின் சுற்றுச் சுவர்களை அணைத்துக்கொண்டு, கண்ணாடி, காங்கிரீட் அடுக்கு மாடிகள் வேகமாகக் கட்டப்பட்டு வந்தாலும், வானை நோக்கிய திறந்த நகர மாக இருந்தாலும், நகரம் போல இருந்தாலும் கிராமிய மணம் திகழும் போதிலும், அதன் தெருக்களில் எல்லாம் நுகர்வு கலாசாரம் தெளிவாகத் தெரிந்தாலும், தரைக் கீழ் குழிதோண்டிய போதிலும் அதன் சரித்திரத்தில் ஒரு வசீகரமும் கம்பீரமும் இருப்பதுதான் அதன் கவர்ச்சியின் காரணம்.

நேற்றைய வாழ்க்கையின் நிதானத்தை நேசிப்பவர்களுக்கு சென்னை ஒரு பிரியமான, காற்றோட்டமான, பசுமையான நகரம். நவீன வாழ்க்கையின் சந்தடி, சச்சரவின் மத்தியில்கூட, வேறொரு நாள், வேறொரு காலத்திய மதிப்புகள் போற்றப்படும் இந்த நகரத்தில் நன்னயம், வசீ கரம், கலாசாரம் போன்றவை மதிக்கப்படுகின்றன. பேராசையும், சாலை அகங்காரமும் அதைக் குறைக்கவில்லை.

கடந்த காலம், நிகழ்காலம், வருங்காலம், சம்பிரதாயம், இருப்பது இருந்த படியே என்ற நிலை, முன்னேற்றம், ஒரு வசீகரமான சகிப்புத் தன்மை, புரிந்து கொள்ளும் மனப்பான்மை ஆகியவை சென்னையில் ஒன்றோடொன்று இணைந்திருக்கின்றன. 1939-ல் சென்னையின் 300-வது நூற்றாண்டு விழாவின் விழாக்குழுத் தலைவர் திவான் பகதூர் எஸ்.இ. ரங்கநாதன் இவ்வாறு எழுதினார்:-

'நகரத்தில் உள்ள கோயில் குளங்களிலும், சதுக்கங்களிலும் காணப்படும் காட்சிகள் அந்தக் காலத்தவை. கொத்தவால், திருவல்லிக்கேணி சாவடிகளில்

அரட்டை அடிக்கும் கூட்டங்கள் அந்தக் காலத்தவை. தனது பலவீனமான தோணியில் அபாயம் சூழ்ந்த கடலுக்குள் நிச்சயமற்ற வாழ்க்கைக்குச் சம்பாதிக்கச் செல்லும் மீனவனும் தனது முன்னோர்களைப் போல் அந்த காலத்தவன்.'

எழுபத்தைந்து ஆண்டுகள் கழித்து, அது இன்றும் உண்மை!

ஒரு காலத்தில் நகரம்
மாறிக்கொண்டே இருக்கும் நகரம்

1879-ல் சென்னைக்கு வந்த ஒருவர், அது நகரமில்லை, ஆனால் ஒன்றோடு ஒன்று இணைந்திருக்கும் ஐந்தாறு கிராமங்களின் சேர்க்கை என்றார். அவருடைய குறிப்பின்படி,

★ சென்னையில் அதன் மூலமான புனித ஜார்ஜ் கோட்டையின் அரசாங்க அலுவலகங்கள்

★ கருப்பர் நகரம்

★ வடக்குக் கடற்கரைச் சாலையும், அதற்குப் பின்னால் உள்ள வர்த்தக மையமும், அதற்கு 3 மைல்கள் அப்பால், வர்த்தக நிறுவனங்கள் அல்லாது, கடைகள் மாத்திரம் இருக்கும் மவுண்ட் ரோடு

★ அதைத் தாண்டி பங்களாக்கள் உடைய நுங்கம்பாக்கமும் அடையாறும்

★ பெரிய கோயில்கள் இருக்கும் பகுதிகள்

★ இவை தவிர, புறநகர் பகுதிகளான மைலாப்பூரும், முகமதியர்கள் அதிகமாக வசிக்கும் திருவல்லிக்கேணியும், பழைய போர்த்துகீசியக் குடியிருப்பான சாந்தோமும், அதற்கு அப்பால், புனித தோமா மலையும் இருக்கின்றன

என்று எழுதப்பட்டிருந்தது.

அதற்குப் பின், சில வருடங்கள் கழித்து, சென்னையைச் சரியாகப் பார்க்க வேண்டுமானால், கடல் வழியே வரவேண்டும் என்று பழைய அரசாங்க அதிகாரி ஒருவர் எழுதினார். இந்நாளைப் போலவே, முந்தைய நூற்றாண்டு ஆரம்பித்த போது, மிகவும் சுறுசுறுப்பாக இயங்கிய வடக்கில் உள்ள கடற்கரைச் சாலை யுடன், சென்னை கடற்கரை, புனித ஜார்ஜ் கோட்டையினால், இரண்டாகப் பிரிக்கப்பட்டது. கடலில் இருந்து இந்த அதிகாரி, சென்னையைப் பார்க்கும் போது, பெண்டிங் கட்டடம், உச்ச நீதிமன்றத்துக்கு எதிரில் இருந்த பாரி அண்ட் கோ, அலைகள் மோதும் சுவருக்கு அருகில் ஆர்பத்நாட் அண்ட் கோ,

மெர்கண்டைல் வங்கி, பெஸ்ட் அண்ட் கோவின் நேர்த்தியான பரப்பு, பொது அஞ்சலகம், பேங்க் ஆஃப் மதராஸ் (பிறகு இம்பீரியல் வங்கி என்ற பாரத் ஸ்டேட் வங்கியின் முன்னோடி) போன்ற சில கட்டடங்களைப் பார்த்திருப்பார்.

1895-ல் ஃபர்னூ, 'கடற்கரையிலிருந்து ஒரு வரிசை வர்த்தக நிறுவனங்கள், கோட்டை, ஒரு சில கோபுரங்கள், பொதுக் கட்டடங்கள் இவற்றை மாத்திரம் காணும் பயணிக்கு நாட்டிலேயே பெரிய நகரங்களுள் ஒன்றைப் பார்க்கிறோம் என்று புரிந்துக் கொள்வது கடினமாக இருக்கும்' என்றார். அதிக தூரங்கள் உடைய இந்த நகரத்தில் வர்த்தக ராஜாக்கள், தங்களது புறநகர் வாழ்க்கையை நேர்த்தியாக அனுபவித்தனர். மிகவும் சௌகரியமாகவும் ஆரோக்கியமாகவும் இருந்த இந்த வாழ்க்கையில், சமூகரீதியாக பொழுதைப் போக்க கணிசமான நிறுவனங்கள் இருந்தன.

குடித்தனம் இருந்த சௌகரியமான புறநகர் பகுதிகளில், அன்றாட வாழ்வின் சுற்றுப்புறத்தில் இருந்து வெகு தூரத்தில், பெரிய வீடுகள் இருந்தன. 'பிரம்மாண்டமான சுற்றுச் சுவர்களால் சூழப்பட்ட இந்த வீடுகள், அவற்றால் பிரிக்கப்பட்டன. சில வீடுகள், ஃகோல்ப் மைதானம் வைக்கும் அளவுக்குப் பெரியதாக இருந்தன. ஒன்று 43 ஏக்கர் அளவுள்ள பூங்காவிலும், மற்றொன்று, ஓர் எல்லைக்கும் மற்றொன்றுக்கும் இடையே அரை மைல் இருக்கும் நிலப்பரப்பிம் மத்தியிலும் இருந்தது.' இரு புறங்களிலும் மரங்கள் அமைக்கப் பட்ட சாலைகள், பகட்டின்றி அழகாக இருந்தன.

1900-ல் இந்த நகரம், 'பழைய பட்டுகளாலும் ஜரிகைகளாலும் அலங்கரிக்கப் பட்ட சொகுசான, வயதான பெண்மணி' என்று வர்ணிக்கப்பட்டது. 'முற்காலத்தில் பணத்தையும் பரபரப்பையும் அனுபவித்திருந்தாலும், உடல்வாகிலோ செல்வத்திலோ சீரழியவில்லை' என்று வர்ணிக்கப்பட்டது.

முக்கியமான நிகழ்ச்சிகள் மூலம் சென்னையின் வர்த்தகச் செழிப்பு, தோராயமாக நூறு ஆண்டுகளுக்கு ஒரு முறை மாறிக்கொண்டிருந்தது. 1639 முதல் 1739 வரை, வர்த்தகச் செழிப்பு கணிசமாக அதிகரித்தது. அடுத்த நூறாண்டுகளில் கணிசமாகக் குறைந்தது. மூன்றாவது நூற்றாண்டின் முதல் பாதியில், தொழில்புரட்சியினால் குறைந்துபோன சென்னை ஜவுளி ஏற்றுமதியால் தொடர்ந்து பாதிக்கப்பட்டு, சுணக்கம் ஏற்பட்டாலும், நூற்றாண்டு முடிவதற்குள், மீண்டும் வர்த்தகம் வளர ஆரம்பித்தது. முந்தைய நூற்றாண்டுகளில் நாட்டப்பட்ட பலத்த அஸ்திவாரத்தின் மேல் 1939 முதல், தளராத வளர்ச்சி அடைந்தது. சுதந்தரத்துக்குப் பின், நகரத்தின் வளர்ச்சி அடி மேல் அடி வைத்தது. 1990 முதல் தொழில்துறை, கற்பனை செய்து கூடப் பார்க்க முடியாத அளவுக்கு சேவைத்துறை, கல்வி, நுகர்வு மனப்பான்மை, பொழுதுபோக்கு வசதிகள் ஆகியவை பெருக்கல்மடங்குகளில் அதிகரித்திருக் கின்றன. இன்றைய சென்னை, உலகின் கிராக்கி அதிகமுள்ள நகரங்களில் ஒன்று. அதன் புது அடையாளமான தகவல் தொடர்பு நெடுஞ்சாலையாக, உருக்கி னாலும் கண்ணாடியினாலும் கட்டப்பட்ட பலமாடிக் கட்டடங்களுடன், இந்தியாவிலேயே மேன்மையான சாலையாக பழைய மகாபலிபுரம் சாலையை மாற்றியபின், அதில் தகவல் தொடர்பு மையங்கள், தொலைபேசி நிறுவனங்கள்,

பேக் ஆபீஸ் நிறுவனங்கள் மூலம் ஆயிரக்கணக்கான இளைஞர்களுக்கு வேலைவாய்ப்பும் கேளிக்கைகளும் கிடைத்திருக்கின்றன.

ஆனாலும், இந்த நகரைப் படைத்தவர்கள் மறக்கப்பட்டிருக்கின்றனர். ஃபிரான்சிஸ் டே, பேரி திம்மப்பா, ஆண்ட்ரூ கோகன், நாகபட்டன் முதலியோர், 1639-ல் ஒரு சிறிய கோட்டையைக் கட்டி, அதற்கு மேல், வேறு எதையும் எதிர்ப்பார்க்காமல் நடந்துகொண்டனர். அவர்கள் நினைவாக இன்று ஒரு சிறிய பேழை கூட இல்லை.

இன்று கூட, சூறாவளிகளால் தாக்கப்பட்ட, அலைமோதிய சோழமண்டலக் கடற்கரையில் உள்ள, குறுகிய மண்திட்டில் கட்டப்பட்ட, மாநிலத் தலைநகரின் தலைமைச் செயலகம் இருக்கும் புனித ஜார்ஜ் கோட்டையில் இருந்துதான், சென்னையிலிருந்து செல்லும் பிரதான நெடுஞ்சாலைகள் தொடங்குகின்றன. இது மிகவும் பொருத்தமே. ஏனென்றால், புனித ஜார்ஜ் கோட்டைக்கு முன்னதாக, சென்னை இருக்கவில்லை. அதற்குப் பின்தான், உள்ளும் புறமும், நகர் வளர்ந்து, புது இந்தியா, அதாவது, இன்றைய இந்தியாவின் சரித்திரத்தில் ஒரு பங்கு வகிக்க ஆரம்பித்தது.

இவ்வாறு, அரணாக வளர்ந்து, பின், அரசு மையமாக வளர்ந்த கோட்டைக்கு உள்ளும் வெளியிலும், அவர்கள் உருவாக்கிய சாம்ராஜ்ஜியத்தின் மேல், சூரியன் அஸ்தமித்த பின்னும், நாட்டில், ஒரு காலத்தில் வாழ்ந்து, படித்து, பணி புரிந்த பல தலைமுறைகளைச் சேர்ந்த மனிதர்கள் வாழ்ந்தார்கள். சாம்ராஜ்ஜியத்தை அமைக்க முதல் அடிகளை வைத்த கிளைவ், சார்னாக், வெல்லிங்டன், ஹேஸ்டிங்ஸ், மால்கம், மன்றோ, டிரெவெல்யான், பெண்டிங்க், லாரன்ஸ், ரென்னெல், மெக்கென்ஸி, காட்டன், புக்கானன், லாம்ப்டன் என்று அந்த முடிவில்லாப் பட்டியல் நீண்டுகொண்டே இருக்கும். அவர்கள் நமக்கு விட்டுச் சென்றது, நமக்குத் தெரிந்த இந்தியா - முந்தைய தலைமுறைகளின் போது, துண்டு துண்டாக இருந்த இந்தியா.

சரித்திரத்தைப் பற்றி என்னுடைய கருத்துக்கள், எல்லோருடைய பார்வைக்கும் ஏற்புடையதாக இருக்காது. ஒருவேளை, அந்தக் கருத்துக்களினால்தான், அந்த சகாப்தத்தின் சிறிய அளவாவது எஞ்சியிருக்கிறது. ஊரைச் சுற்றினால், அந்தச் சரித்திரத்தின் ஆவிகள் கண்ணுக்கு எதிரே இருப்பது போல் தோன்றும். நிகழ்காலத்தை உண்டாக்கிய இறந்த காலத்தின் நினைவுகள்.

கோகனும் டேயும் ஒரு மாநகரத்தைப் பற்றி கனவு காணவில்லை என்றால், அவர்களைப் பின்பற்றியவர்களும்கூடத்தான் காணவில்லை. உண்மையாகவே, 60 வருடங்களுக்கு முன்கூட, மற்றவர்களுக்கும் அவ்வாறு தோன்றவில்லை. இரு பக்கங்களிலும், மரங்கள் நடப்பட்டு, பெரிய தோட்ட வீடுகளுடன், நன்கு பரப்பப்பட்ட நகரம்தான் என்னுடைய அந்தக் காலத்திய நினைவு. ஆசுவாசத்துடன், சொகுசாக வாழ்ந்த சிலருக்கு முக்கியப் பொழுதுபோக்கு கடற்கரைதான். கிராமப்புறங்களில் ‘பட்டினம்’ என்ற சொல்லும் பெயருக்கு ஏற்ப அதன் தோற்றம் இருக்கவில்லை. இது ஒரு படபடப்பான சுற்றுப்புறமும் அல்ல, பெரிய துறைமுகமும் அல்ல. துணைக் கண்டத்தின் பரப்பில் கிட்டத்தட்ட கால்வாசி

பரவிய மாகாணத்தின் தலைநகராக இருந்தபோதுகூட இங்கு வசித்த எல்லோருக்கும், மற்ற எல்லோரையும் தெரிந்ததுபோல் இருந்தது.

1930-களின் தலைமுறை வியந்துபோகும் வகையில், சென்னை இன்று மாநகரமாக வளர்ந்திருந்தபோதிலும், அதன் சுற்றுப்புறம் ஒரு சிறு நகரத்தைப் போன்றதுதான். தொழிலும் வர்த்தகமும் சுறுசுறுப்பாக இயங்கியபோதும், பெரும்பாலான வாழ்க்கை, அவசரமில்லாமல், நேர்த்தியாகவும் மிருதுவாகவும் இயங்குகிறது. தலையில் பூ சூட்டிக்கொண்டு, புடவை அணிதல் இன்னும் விரும்பப்பட்டு, வேட்டிகளை இன்னும் காணமுடிகிறது. மனிதர் மேலேயோ, கட்டடங்கள் மேலேயோ மத அடையாளங்களை இன்றும் காணலாம். தொழுகை இடங்கள், ஒரு சில நிமிடங்கள் நடந்தாலே வந்துவிடுகின்றன. குறைந்துகொண்டிருக்கும் பூங்காக்களை பச்சை பசேலென்று வைக்க, இன்றும் போராட்டம் தைரியமாக நடக்கிறது. கடற்கரைதான், அனைவருக்கும் பிடித்த மான, வெளியில் செல்லும் இடம். நிதானமான கிரிக்கெட்தான் பிடித்தமான விளையாட்டு. திடீர் கிரிக்கெட் அளிக்கும் சென்னை சூப்பர் கிங்ஸ் போலவே அதுவும் அனுபவிக்கப்படுகிறது.

தற்காலத்தில் எவ்வளவோ மறைந்து விட்டது, எவ்வளவோ மாறிவிட்டது. இருந்தபோதிலும், சென்னை தனது நேர்த்தியை இழக்கவில்லை. ஒருவேளை அது அவசரப்படாத தன்மையாலும் போட்டியின்மையாலும் இருக்கலாம். நகரத்தில் இருக்கும் கடவுள் பக்தியாலும், அதனால் மென்மையாக ஆக்கப்பட்ட மக்களாலும் இருக்கலாம்.

சென்னையின் கவர்ச்சியைப் பிரதிபலிப்பவை அங்கே நடக்கும் திருமணங்கள். காஞ்சிபுரம் பட்டு அணிந்து, விரல்கள் எல்லாம் தங்கம், வைரம், மின்னும் கற்கள் பளபளக்க, நாதஸ்வரமும் தவிலும் முழங்க, அக்னியில் இடப்பட்ட கற்பூரமும் சாம்பிராணியும், அடுத்தாற்போல் இருக்கும் விருந்துக்கூடத்தில் இலைகளில் பரிமாறப்பட்ட காய்கறி, இனிப்புவகை அறுசுவைகளின் வாசனை யுடன் கலக்க, திருமணக் கூடத்தில் குடும்பங்கள் கூடியிருப்பார்கள். எல்லாம் முடிந்தபின், ஒரு புது சூட்டில் மணமகனும், அலங்கார நிலையத்தின் உதவியுடன் அழகாகத் தோற்றமளிக்கும் மணப்பெண்ணும், பாரம்பரியப் புடைவையை நவீனமாக உடுத்திக்கொண்டு, விருந்தினரை வரவேற்பார்கள். அவர்களைப் போலவே சென்னையின் இறந்த காலம் நிகழ்காலத்தை வரவேற் கிறது. இங்கு பரதநாட்டியம் ஆடுபவர், சங்கீத வித்வத் சபையின் அரங்கத்தி லிருப்பது போலவே ஒவ்வொரு சில மாதங்களும் நகரில் சேர்க்கப்படும் டிஸ்கோ அரங்குகளில் இருக்கிறது. சாம்பாரும் தயிர் சாதமும் அனுபவிப்பவர்கள், அதேபோல் நகரிலிருக்கும் சர்வதேச உணவு வகைகளை அனுபவிக்கின்றனர். மாற்றங்கள் இருந்தபோதிலும், ஒரு சம்பிரதாயமான கடந்த காலத்தைப் பற்றியும் மேன்மையான நேற்றைய தினங்களின் நினைவும், எதிர்காலத்தைப் பற்றி மேன்மையான திட்டங்கள் வகுக்கும் ஒரு நகரத்தின் இன்றைய ஜோடனையில் ஒரு அங்கம் வகிக்கின்றனர்.

சென்னை – காலவரிசை

1522 சாந்தோமில் போர்த்துகீசியர் குடியேறுதல்

1547 லஸ் சர்ச் கட்டப்பட்டது. ரத்தச் சிலுவை செயிண்ட் தாமஸ் மவுண்ட்டில் கண்டுபிடிக்கப்பட்டது.

1611 மசூலிப்பட்டினத்தில் ஆங்கிலேயர் தொழிற்சாலையை நிறுவினர்.

1626 ஆர்மகானில் ஆங்கிலேயர் தொழிற்சாலை நிறுவினர்.

1630 சந்திரகிரி வெங்கடபதி ராயரின் ஆட்சி. சகோதரர்களான வெங்கடப்பா (வெங்கடாத்ரி), ஐயப்பா, அங்க பூபாலா என்ற தாமர்லா நாயக்கர்கள் தொண்டைமண்டலத்தின் வெவ்வேறு பகுதிகளின் ஆளுனர்களாக இருக்கிறார்கள்.

1639 பேரி திம்மப்பாவுடன் பேச்சு வார்த்தை நடந்தபின் சாந்தோமுக்கு வடக்கே ஃபிரான்சிஸ் டே 3 சதுர மைல் நிலப்பரப்பை வெங்கடாத்ரி நாயக்கிடம் இருந்து மானியமாகப் பெற்றார்.

1640 குடியிருப்பை ஏற்படுத்த டே, சென்னைக்கு வருகிறார். ஆண்ட்ரூ கோகனின் 'ஏஜென்சி' ஆரம்பிக்கிறது. சென்னையிலுள்ள தொழிற்சாலைக்கு புனித ஜார்ஜ் கோட்டை என்று பெயரிடப்பட்டது. கருப்பர் நகரத்தை பேரி திம்மப்பாவும் சகாக்களும் தொடங்கிய பின் சென்னைப் பட்டினம் என்ற பெயர் முதன்முதலாக அமுலுக்கு வருகிறது 'அஸம்ப்ஷன் ஆஃப் லேடி சர்ச்' (போர்த்துகீசிய) கருப்பர் நகரத்தில் கட்டப்பட்டது. கோட்டைக்கு வெளியே, கம்பெனி பகுதியில் கட்டப்பட்ட முதல் சர்ச்.

1641 ஆண்ட்ரூ கோகனுக்குக் கீழ், கிழக்குக் கடற்கரையில் இங்கிலாந்தின் முக்கியத் தொழிற்சாலையாக சென்னை ஆனது.

1642 ஸ்ரீரங்கராயரின் பட்டமேற்பு. கோட்டையில் சென்னையின் முதல் தேவாலயத்தை கபுசின்கள் கட்டினார்கள். (1639 முதல் கோட்டையில் வழிபட அனுமதிக்கப்பட்டனர்).

1645	ராயரை சந்தித்து ஹென்றி கவுல் மானியத்தைப் பெற்றார்.
1646-48	நாக பட்டனாலும் பேரி திம்மப்பாவினாலும், சென்னை நகர் கோயிலுக்கு அளிக்கப்பட்ட தானங்களின் முதல் பதிவு.
1652	முதல் ஜாதிக் கலவரம்.
1662-72	சாந்தோமை கோல்கொண்டா ஆக்கிரமித்தது.
1665	சென்னையின் முதல் சதி. ஆளுநர் ஃபாக்ஸ்க்ராஃப்ட், எட்வர்ட் விண்டரினால் கைது செய்யப்பட்டார்.
1672	சென்னை ஆவணங்களை முறையாக பதிவு செய்ய ஆளுநர் லாங்ஹார்னின் கட்டளை.
	சாந்தோம் 1674 வரை பிரெஞ்சு ஆக்கிரமிப்பின் கீழ் தொடர்கிறது.
1674	கோல்கொண்டாவிடம் சாந்தோமை டச்சுக்காரர்கள் அளித்தல்.
1675	சாந்தோமின் அரணைத் தகர்த்து, கோல்கொண்டாவின் அதிகாரத்தின் கீழ் போர்ச்சுகீசியர் குடியேறல்.
1676	கோல்கொண்டா சுல்தானிடமிருந்து திருவல்லிக்கேணியை ஆங்கிலேயர்கள் பெறுதல்.
1678	உயர் நீதிமன்றத்தை ஸ்ட்ரெயின் ஷாம் மாஸ்டர் நிறுவினார்.
	கோட்டையில் புனித மேரி சர்ச்சை அவர் கட்ட ஆரம்பித்தது.
1679	இந்திய வர்த்தகர்கள் பங்கு கம்பெனிகளை ஆரம்பித்தல்.
1680	கோட்டையில் புனித மேரியின் ஆலயம் புனிதப்படுத்தப்படுதல்
1682	எலிஹு யேலின் தூதின் மூலம் பரங்கிப்பேட்டையிலும், கடலூரிலும் ஆங்கிலேயக் குடியிருப்புகளுக்கு மராட்டிய அனுமதி.
1683	சேமிப்புகள் பெறும் வகையில் சென்னையின் முதல் வங்கி ஆளுநராலும் கவுன்சிலாலும் தொடங்கப்பட்டது.
1686	சென்னையில் அட்மிரால்டி நீதிமன்றம் ஆரம்பமானது.
1687	எலிஹு யேல் ஆளுநரான பின், இங்கிலாந்தின் கொடியான புனித ஜார்ஜின் சிலுவை கொடியை, கம்பெனி கொடிக்குப் பதில் கோட்டையின் அரணில் ஏற்றினார். ஒரு கப்பலின் கொடிமரமே கோட்டையின் கொடிமரமாக 1994 வரை இருந்தது.
1688	சென்னை மாநகராட்சி உதயமானது. முதல் மேயர் ஹிக்கின்சன். மேயர் நீதிமன்றம் ஆரம்பிக்கப்பட்டது.
1689	இந்திய 'ப்யூன்கள்' ராணுவத்தில் பிரிவுகளாக ஒருங்கிணைக்கப் பட்டனர்.
1692	இளவரசர் கான் பக்ஷியிடமிருந்து, நாணயங்கள் அச்சடிக்க ஆங்கிலேயர்களுக்கு உரிமை.
1693	எழும்பூர், புரசவாக்கம், தொண்டையார்பேட்டை ஆகிய வற்றைப் பெறுதல்.

சென்னை - மறுகண்டுபிடிப்பு / 495

1694 உட்புற மாளிகை தகர்க்கப்பட்டு, புது கோட்டை வீடு கட்டப்பட்டது. இதுவே இன்றைய தலைமைச் செயலகத்தின் மையக் கட்டடமாக உள்ளது.

1697 கோல்கொண்டா சாந்தோமின் அரணை முழுவதாகத் தகர்த்தது.

1698 தாமஸ் 'கொள்ளைக்கார' பிட் ஆளுநரானது.

1708 திருவொற்றியூர், நுங்கம்பாக்கம், வியாசர்பாடி, கத்திவாக்கம், சாத்தங்காடு ஆகியவற்றைப் பெறுதல்.

1712 பழைய கருப்பர் நகரில் முதல் ஆர்மீனியன் சர்ச் கட்டப்பட்டது.

1715 கோட்டையிலிருந்து தீவுக்கு முதல் பாலம் கட்டப்பட்டது.

எழும்பூர் கோட்டையின் அமைப்பு

புனித மேரி இலவசப் பள்ளி (பின்னர் புனித ஜார்ஜ்) நிறுவப்பட்டது. இது இந்தியாவின் முதல் மேற்கத்திய பாணி பள்ளியாகும்.

1717 ஆளுநர் காலெட் திருவொற்றியூரை ஆக்கிரமித்தல்.

1721 எழும்பூர், புரசைவாக்கம், தொண்டையார்பேட்டை பராமரிப்பை ஆட்சிக்குழு ஏற்றுக்கொள்ளுதல்.

1726 ஆர்மீனிய வியாபாரி கோஜா பெட்ரூஸ் உஸ்கன் அடையாற்றின் மேல் மார்மலாங் பாலத்தைக் கட்டியது.

1729 சாந்தோமில் புனித தோமாவின் சவக்குழி கண்டுபிடிப்பு.

1733 ஆளுநர் மார்டன் பிட் ஆணைப்படி, சென்னை மற்றும் சுற்றுப்புற கிராமங்களின் வரைபடம் தயாரிக்கப்படுதல்.

1734 சிந்தாதிரிப்பேட்டை (நெசவாளார் கிராமம்) உருவாக்கப்படுதல்.

1742 வேப்பேரி, பெரம்பூர், புதுப்பாக்கம், எர்ணாவூர் (எண்ணூர்), சடையான்குப்பம் ஆங்கிலேயருக்கு கொடுக்கப்படுதல்.

1746 சென்னையில் பிரெஞ்சுக்காரர்கள் ஆங்கிலேயர் சரணாகதி. கடலூரிலுள்ள புனித டேவிட் கோட்டை, மாகாணத்தின் தலைமைப் பீடம் ஆனது. சாந்தோமுக்கு அருகில் அடையாற்று போர். கர்நாடக நவாபின் துருப்புகளை பிரெஞ்சு சிப்பாய்கள் முறியடிக்கின்றனர். சாந்தோமை பிரெஞ்சுக்காரர் ஆக்கிரமித்தல்.

1749 ஐய் ல சபேல் உடன்படிக்கைப்படி பிரிட்டிஷார் பிரான்ஸிடமிருந்து சென்னையைப் பெறுதல். 1680 முதலே ஆசை வைத்திருந்த சாந்தோமை பிரெஞ்சுக்காரர்களிடமிருந்து எடுத்துக் கொள்ளுதல்.

1751 ஆற்காட்டில் இருந்து திரும்பிய கிளைவ், புனித ஜார்ஜ் கோட்டையின் மேலாளர் ஆனார்.

1752 மாகாணத்தின் ஆட்சிபீடமாக சென்னை மீண்டும் ஆனது.

1755 கான்ராடியின் சென்னை வரைபடம்.

1756 வீடுகளை இடித்து வடக்கு ஆற்றங்கரையில் கோட்டைக்கு எதிரிலிருந்த 'ஹாக் ஹில்லை' தரை மட்டமாக்குதல். பழைய கருப்பர் நகரிலுள்ள சில வீடுகளும் இடிக்கப்பட்டன.

1757-83 புனித ஜார்ஜ் கோட்டை பலப்படுத்தப்பட்டு இன்றைய உருவைப் பெறுதல்.

1758 புனித ஜார்ஜ் கோட்டை லாலியால் முற்றுகையிடப்படுதல்.

1759 பிரெஞ்சுக்காரர்கள் முற்றுகையை கைவிடுதல்.

1760 பழைய ஆங்கிலேய இடுகாட்டில் சவக்குழிகளின் அழிப்பு. பழைய கருப்பர் நகரம் தரை மட்டம்.

முதல் முறையாக பெரிய அளவில் கோட்டை புதுப்பிக்கப்படுதல்.

1761 சென்னையின் முதல் அச்சகத்தை எஸ்.பி.சி.கே. நிறுவுகிறது.

1766 புது நகரக் கோயில் புனிதப்படுத்தப் படுதல்.

1768 சேப்பாக்க அரண்மனையின் நிர்மாணம்.

1769 கருப்பர் நகரத்தின் சுவர்கள் கட்டப்படுதல்.

1777 சந்தைகளின் முதல் கொத்தவாலாக வீரபெருமாள் பிள்ளை அமர்த்தப்படுதல்.

1780 முதல் தாவர பூங்கா டாக்டர் ஆண்டர்சனால் அமைக்கப்படுவது.

1781 பாப்ஹாம்ஸ் பிராட்வேயின் அமைப்பு. ஹாக் ஹில்லின் கடைசி பாகம் அழிக்கப்பட்டு, கோட்டையின் மேற்கத்திய சாலை அமைப்பு.

1782 காவலர் வாரியம் அமைக்கப்படுதல்.

1786 பொது மருத்துவரின் கீழ் மருத்துவத் துறை அமைப்பு.

சென்னை அஞ்சல் துறை அமைக்கப்பட்டு அஞ்சல் சேவை ஆரம்பம். இலவசப் பள்ளியை எடுத்துக் கொண்ட டாக்டர் ஆண்ட்ரூ பெல், சட்டாம்பிள்ளை கல்வி முறையை அமுல் படுத்துதல்.

1790 கோட்டை பங்குச் சந்தை திறக்கப்பட்டது.

1792 சென்னை வானிலை ஆராய்ச்சி நிலையம் திறக்கப்பட்டது.

1794 சென்னை நில ஆய்வுப் பள்ளியின் திறப்பு. ஐரோப்பாவுக்கு வெளியே தொடங்கப்பட்ட முதல் நவீன தொழில்நுட்பக் கல்லூரி இதுதான். பிற்காலத்தில் இது கிண்டி பொறியியல் கல்லூரி ஆனது. சென்னை மன நல மருத்துவமனை நிறுவப்பட்டது.

1796 பதிவாளர் நீதிமன்றம் தொடங்கப்பட்டது.

1802 விருந்தினர் அறை கட்டப்பட்டது.

1812 புனித ஜார்ஜ் கோட்டை கல்லூரி நிறுவப்பட்டது.

1814 புனித ஜார்ஜ் கதீட்ரல் கட்டப்பட்டது.

1818 புனித ஆண்ட்ரூஸ் சர்ச் கட்டப்பட்டது.

1819 கண் மருத்துவமனை தோற்றுவிக்கப்பட்டது.

1826 பொதுக்கல்வி வாரியம் தொடங்கப்பட்டது.

1829 மதராஸ் லிடரரி சொசைட்டியாக ஏஷியாடிக் சொஸைடி (1812) மறுசீரமைப்பு செய்யப்பட்டது.

1832 மதராஸ் கிளப் தோற்றுவிக்கப்பட்டது.

1834 அரசாங்க நில ஆய்வுப் பள்ளி (பின்னர் கிண்டி பொறியியல் கல்லூரி) தகுதி உயர்த்தப்படுதல்.

1835 சென்னை மருத்துவப் பள்ளி (பின்னர் சென்னை மருத்துவ கல்லூரி) தொடங்கப்பட்டது.

அக்ரி-ஹார்டிகல்சுரல் சொசைட்டி நிறுவப்பட்டது.

1837 ஜெனரல் அசெம்பிளி பள்ளியை (பின்னர் சென்னை கிறிஸ்துவக் கல்லூரி பள்ளி) ஜான் ஆண்டர்சன் நிறுவியது.

1840 ஆளுநரின் இருக்கையாகவும். அரசாங்கத்தின் கோடை ஸ்தலமாகவும் உதகமண்டலம் ஆனது. இந்த ஏற்பாடு சுதந்தரம் கிட்டுவதற்கு சற்று முன் வரை நடைமுறையில் இருந்தது.

1841 மாநில உயர்நிலை பள்ளி (பிறகு மாநிலக் கல்லூரி) திறக்கப்பட்டது.

1842 பச்சையப்பா மத்திய நிறுவனம் (பிறகு பச்சையப்பன் கல்லூரி) ஆரம்பிக்கப்படுகிறது.

பல்கலைக்கழக ஆய்வுக்குழு நிறுவப்பட்டது.

1843 முன்னோடியான, பல சரக்கு அங்காடி ஓக்ஸ் அண்ட் கோ ஆரம்பிக்கப்பட்டது.

1844 மகளிர், குழந்தைகள் மருத்துவமனை திறக்கப்பட்டது.

1846 மதராஸ் கிரிக்கெட் கிளப் வேரூன்றியது.

1851 ஓர் அருங்காட்சியகம் ஆரம்பிக்கப்பட்டது.

1854 பொதுக்கல்வித் துறையின் ஆரம்பம்.

1855 கர்நாடக நவாப் என்ற பட்டம் பிடுங்கப்பட்டபின் சேப்பாக்க அரண்மனையை அரசாங்கம் எடுத்துக் கொண்டது. சென்னையின் முதல் மிருகக்காட்சி சாலை ஆரம்பிக்கப்பட்டது. பொது தந்தி சேவை ஆரம்பம்.

1856 சென்னையிலிருந்து ஆற்காடு வரை முதல் இருப்புப்பாதை.

1856 சென்னை வியாபாரிகள் சங்கத்தின் ஆரம்பம்.

1857 சென்னைப் பல்கலைக்கழகம் நிறுவப்பட்டது.

1858 பொதுப் பணியாக சென்னை காவல் துறை அங்கீகரிக்கப்பட்டது. பொதுத்துறையைச் சேர்ந்த டபிள்யு. ராபின்சன் முதல் இன்ஸ்பெக்டர் ஜெனரல் ஆகிறார்.

1859	ஆளுநர் சார்ல்ஸ் ட்ரெவெல்யானால் மக்கள் பூங்கா நிறுவப்பட்டது.
1861	சென்னை சட்டமன்றத்தில் நியமிக்கப்பட்ட முதல் இந்தியராகிறார் வி.சடகோபாசார்லு.
	துறைமுகத்தில் சரக்கு ஏற்றி இறக்கும் துறை கடலுக்குள் அமைக்கப் படுதல்.
	பொது நூலகம் ஆரம்பிக்கப்பட்டது.
1862	சென்னை உயர் நீதிமன்றம் தொடங்குவதாக முதல் சட்டம் போடப் பட்டது.
	பொறியியல் கல்லூரியில் மேற்படிப்பு வகுப்பின் ஆரம்பம்.
1864	பொதுப்பணித்துறை அலுவலக வேலை தொடக்கம்.
1867	கிழக்கத்திய கையெழுத்துப் பிரதி நூலகம் ஆரம்பம்.
1868	'மதராஸ் மெயில்' பிரசுரம் தொடங்குகிறது.
1871	சென்னையின் முதல் மக்கள் தொகை கணக்கெடுப்பு.
	நகரின் கழிவுகளை வெளியேற்ற சாக்கடைகள் கட்டப்பட்டன.
1872	சென்னைக்கு பாதுகாக்கப்பட்ட குடிநீர் விநியோகம் ஆரம்பம்.
1873	காஸ்மாபாலிடன் கிளப்பின் தொடக்கம்.
	சென்ட்ரல் ஸ்டேஷன் கட்டப்பட்டது.
1874	செனட் ஹவுஸ் கட்டப்பட்டது.
1876	சென்னை வழியே பக்கிங்ஹாம் கால்வாயின் அமைப்பு.
	சென்னை துறைமுகத்தின் கட்டுமானம் ஆரம்பிக்கிறது.
1877	ராயபுரம் ஆக்ஸிலரி மருத்துவப்பள்ளி ஆரம்பிக்கப்பட்டது (பின்னர் இது ஸ்டான்லி மருத்துவக் கல்லூரியாக வளர்ச்சி பெற்றது).
	பக்கிங்ஹாம் மில் தொடங்கப்பட்டது.
1878	'தி ஹிந்து' பிரசுரத்தை ஆரம்பிக்கிறது.
1882	'சுதேசமித்திரன்' பிரசுரத்தை ஆரம்பிக்கிறது.
1882	கர்நாடக மில்ஸின் தொடக்கம். (1920-ல் பக்கிங்ஹாம் மில்ஸுடன் இணைக்கப்பட்டது).
	இருபத்தைந்து சந்தாதாரர்களுடன் முதல் தொலைபேசி இணைப்பகம் தொலைபேசி சேவையை ஆரம்பித்தது.
1883	ஹட்டில்ஸ்டன் கார்டன்ஸில் பிரும்மஞான சபையின் தலைமை யகம் நிறுவப்பட்டது.
1885	மதராஸ் ஜிம்கானா கிளப் ஆரம்பிக்கப்பட்டது.
1887	சென்னையில் முதன்முதலாக இந்திய தேசிய காங்கிரஸ் கூடுகிறது.
	அருங்காட்சியகம் விரிவாக்கம் செய்யப்படுகிறது.

1888 இந்தியாவின் முதல் கிரிக்கெட் கிளப்பான மதராஸ் கிரிக்கெட் கிளப் தொடங்கப்பட்டது.

1889 1892-ல் திறக்கப்பட்ட உச்ச நீதிமன்றத்தின் கட்டட வேலை தொடங்குகிறது.

சென்னை வழக்கறிஞர் சங்கம் தோற்றுவிக்கப்பட்டது.

1895 மதராஸ் டிராம்வே தொடங்கப்பட்டு, 1953 வரை தொடர்கிறது.

1896 கன்னிமரா பொது நூலகம் திறக்கப்படுகிறது.

1897 டபிள்யு. இ. ஸ்மித் அண்ட் கோ-வின் கார்டைல் பில்டிங் வியாபாரத்துக்குத் திறக்கப்படுகிறது.

1898 1864-ல் திறக்கப்பட்ட ஸ்பென்ஸர்ஸ் அண்ட் கோ, பொது கம்பெனியாகி, இந்தியாவிலேயே பெரிய பலசரக்கு அங்காடித் தொடர், உணவு விநியோகம், விடுதிகள் ஆகிய துறைகளில் இந்திய சுதந்தரத்துக்கு முன்புவரை கொடி கட்டிப் பறந்தது.

1900 மூர் மார்கெட் திறக்கப்பட்டது.

1901 தென்னிந்திய தடகள விளையாட்டு சங்கம் தொடங்கப்பட்டது.

1905 சென்னை துறைமுகப் பொறுப்புக் கழகம் ஆரம்பிக்கப்பட்டது.

1907 சென்னை மாநகராட்சிக்கு, சென்னை மின் விநியோக வாரியம், மின்சாரம் அளிக்கிறது.

1907 1906-ல் ஆர்பத்நாட் கம்பெனியின் வீழ்ச்சிக்குப் பிறகு இந்தியன் வங்கி ஆரம்பிக்கப்பட்டது.

1911 திருமதி க்ளுக்னால் பாப்ஹாம்ஸ் பிராட்வேயில் சென்னையின் முதல் பயாஸ்கோப் தொடக்கம்.

1913 சென்னையின் முதல் நிரந்தர திரையரங்கம் எலெக்ட்ரிக் தியேட்டர், மவுண்ட் ரோடில் ஆரம்பிக்கப்பட்டது.

மாநகராட்சியின் செயலகமாக 'ரிப்பன் கட்டடம்' திறக்கப்படுகிறது.

1914 'எம்டனின்' குண்டு வீச்சு.

சென்னையின் முதல் மகளிர் கல்லூரி ராணி மேரி கல்லூரியின் திறப்பு.

1916 மகளிர் கிறிஸ்துவக் கல்லூரி திறப்பு.

1924 இந்திய மருத்துவ முறை பள்ளியின் ஆரம்பம்.

முதல் வானொலி ஒலிபரப்பு.

1925 லயோலா கல்லூரி திறக்கப்பட்டது.

1932 சென்னை மாநகர மேயர் ஆட்சிமுறை மீண்டும் கொண்டுவரப் பட்டது.

1936 விக்டோரியா நினைவிடம் திறக்கப்பட்டது.

புது பல்கலைக்கழக கட்டட வேலை நிறைவடைந்தது.

1936-37	தாம்பரத்துக்கு கிறிஸ்தவக் கல்லூரி இடம்பெயர்ந்தது.
1939	சென்னையின் முன்னூறாவது ஆண்டு விழா கொண்டாட்டம்.
1946	ஸ்ரீ ராமகிருஷ்ண மிஷன் நிறுவப்பட்டது.
1947	ஆங்கிலேயர்கள் நிறுவிய நகரம், இந்தியர்களுக்குச் சொந்த மாகிறது.
1948	கோட்டை அருங்காட்சியகம் திறக்கப்பட்டது.
1967	தமிழுணர்வைத் தட்டியெழுப்பிய திராவிட முன்னேற்றக் கழகம் ஆட்சியில் அமர்ந்தது.
1977	திரைப்பட நடிகராக இருந்து தமிழகத்தின் முதலமைச்சராக - எம்.ஜி. ராமச்சந்திரன் ஆனார்.
1991	தமிழ் நாட்டின் முதல் பெண் முதல்வராக ஜானகி ராமச்சந்திரன் பதவியேற்றார்.
1996	கோயம்பேடு மொத்த விலை காய்கறி அங்காடி திறக்கப்பட்டது.
1996	அதிகாரபூர்வமாக மதராஸின் பெயர் சென்னை ஆனது.
1998	டாக்டர் அம்பேத்கர் சட்டப் பல்கலைக் கழகம் தொடங்கப்பட்டது. எம்.ஜி.ஆர். மருத்துவ பல்கலைக் கழகம் சொந்த இடத்துக்கு இடம்பெயர்ந்தது.

உதவிய நூல்கள்

Arulappa, R: *History of the Archdiocese of Madras and Mylapore*. The Archbishop, San Thome, Madras, 1986.

Asylum Press: *Almanac & Directory*. Lawrence Asylum Press, 166 Mount Road, Madras, 1800-1920.

Baskaran, Theodore: *The Message Bearers*. Cre-A, Madras, 1982. Davies, Philip: *Splendours of the Raj*. John Murray, London, 1985.

Davies, Philip: *The Penguin Guide to Monuments of India,* Viking, London, 1989.

Foster, William: *The English Factories in the India 1634-36, 1637-41*. Oxford, 1911, 1912.

Guy, Randor: *History of Tamil Cinema*. Government of Tamil Nadu, Madras, 1991.

Guy, Randor: *Starlight, Starbright. The early Tamil Cinema*. Arora Publishers, Madras, 1997

Hosten, S J, Rev H: *Antiquities from San Thome and Mylapore*. The Diocese of Mylapore, Madras, 1936.

Higginbotham's: *Guide to the City of Madras*. Higginbotham's, Madras, 1903. Kalpana, K and Schiffer, Frank: *Madras - The Architectural Heritage,* INTACH - Tamil Nadu Chapter, Madras, 2003.

Keay, John: *India Discovered,* Rupa, New Delhi, 1989.

Lawson, C: *Memories of Madras,* Swan Sonneschein & Co., London, 1905.

Leighten, David: *Vicissitudes of Fort St George*. A J Cambridge & Co, Madras, 1902.

Love, Henry Davison: *Vestiges of Old Madras*. John Murray, London-Govt. of India, 1913.

Luker, Tom: *Some Records, 1857-1925.* Addison & Co Ltd., Madras, 1928. Madras Tercentenary Celebration Committee: *The Madras Tercentenary Commemoration Volume'.* Oxford, India, 1939.

M Ct M Chidambaram Trust: *The Unfinished Journey.* The M.Ct.M.C. Trust, Madras, 2004.

Metcalf, Thomas R: *An Imperial Vision. Indian Architecture and Britain's Raj,* University of California, U.S.A., 1989.

Munro, W. T.: *Madrasiana,* Caleb Foster, Madras, 1868.

Muthiah, S: *Madras - The Gracious City* - A pictorial documentation. Murugappa Group-Affiliated East-West Press, Madras, 1989.

Muthiah, S: *Madras - Its Past and its Present.* Murugappa Group - Affiliated East-West Press, Madras, 1996.

Muthiah, S: *Parrys 200-* With N.S.Ramaswami (ED Parry & Co, 1988), *Getting India on the Move* (Simpson & Co, 1990), *A Planting Century* (UPASI, 1993), *The Spencer Legend* (Spencer & Co, 1997), *The Spirit of Chepauk* (Madras Cricket Club, 1998), and *Looking Back from* Moulmein (The Murugappa Group, 2000). Affiliated East-West Press/EastWest Books, Madras. Also *The Ace of Clubs,* (The Madras Club, 2002).

Narasimhan, K L: *Madras City-A History.* Rachana, Madras, 1968.

Nirmal, C J: *Madras Perspectives.* The Institute of Indian and International Studies, Madras, 1992.

Parthasarathy, R: *A Hundred Years* of The Hindu. Kasturi & Sons, Madras, 1978.

Penny, Mrs Frank: *Fort St George.* Swan Sonneschein & Co Ltd, London, 1900.

Penny, Rev Frank: *The Church in Madras* (3 vols.), Smith Elder & Co, London, 1904 & 1912 and John Murray, London, 1922.

Playne, Someret: *Southern India.* The Foreign and Colonial Compiling and Publishing Co, London, 1915.

Ramaswami, N S: *The Founding of Madras.* Orient Longman, Madras, 1977.

Spear, TGP: *The Nabobs.* Humphrey, Milford, Oxford, 1932.

Seshadri, R K: *A Swadeshi Bank from South India 1907-1962,* Indian Bank, Madras, 1982.

Srinivasachariar, C S: *Madras 1639-1939.* P Varadachary & Co, Madras, 1939.

Swami Raghaveshananda: *Temples of Madras City.* Sri Ramakrishna Mutt, Madras, 1990.

The Hindu, for whom Kamala Ramakrishnan took a long look at the Old Madras landscape and to whose databasae S Muthiah's columns 'Madras Miscellany' and 'Madrascapes' added much, *The Madras Times, The (Madras) Mail,* the *Indian Review,* to which R A Padmanabhan made many noteworthy contributions on Madras, *The Indian Express,* Madras, for whom N S Ramaswami long followed the fortunes of Madras and Cricket and Harry Miller took a second look at the city, *Madras Musings,* which keeps looking nostalgically at The Old and also features The New, and numerous privately published biographies and commemorative volumes.

Wheeler, J Talboys: *Madras in the Olden Time,* Higginbotham's, Madras, 1882.

சொல்லடைவு

காலேஜ் ஆஃப் டெக்னாலஜி - அத்தியாயம் 13, அத்தியாயம் 15

ஆபட்ஸ்பரி - அத்தியாயம் 5.5

அபாட், வில்லியம் - அத்தியாயம் 5.2

அப்துல் கலாம் A.P.J. - அத்தியாயம் 13

ஆபெர்க்ரோம்பி பாட்டரி - அத்தியாயம் 15.4

ஆச்சார்ய க்ரஹா - அத்தியாயம் 9.5

அடிசன் - கம்பெனி - அத்தியாயம் 5.3, ஒரு காலத்தில் நகரம் அத்தியாயம் 13

அடிசன் பிரஸ் - அத்தியாயம் 5.3

அடிசன் கார்டன்ஸ் - அத்தியாயம் 16.2

ஆதித்தனார் C.P. - அத்தியாயம் 5.1

அட்மிரால்டி ஹடிஸ் - ஒரு காலத்தில் நகரம் அத்தியாயம் 1, அத்தியாயம் 4, ஒரு காலத்தில் நகரம் அத்தியாயம் 6, அத்தியாயம் 7

அடையாறு ஆலமரம் - அத்தியாயம் 9.2, அத்தியாயம் 12.1,அத்தியாயம் 12.2

அத்தியாயம் 12.2, ஒரு காவத்தில் நகரம், அத்தியாயம் 12

அடையாறு கிளப்- அத்தியாயம் 5.3

அடையாறு முகத்துவாரம் - ஒரு காலத்தில் நகரம் - அத்தியாயம் 10, அத்தியாயம்12.2

அடையாறு ஹவுஸ் - அத்தியாயம் 5.2, அத்தியாயம் 10

அடையாறு நூலகம் மற்றும் ஆராய்ச்சி மையம் - அத்தியாயம் 12.3

அடையாறு பூங்கா - அத்தியாயம் 12

அடையாறு ஆறு - அத்தியாயம் 12, அத்தியாயம் 5.5, அத்தியாயம் 8.3, அத்தியாயம் 19

அக்ரி - ஹார்டிகல்சுரல் சொசைட்டி - அத்தியாயம் 5.2, அத்தியாயம்19

அகர்சந்த் மேன்ஷன்ஸ் - அத்தியாயம் 5.3

எயின்ஸ்காஃப், ஸர் தாமஸ் - ஒரு காலத்தில் நகரம் - அத்தியாயம் 15

அய்யங்கார்,C. ராமஸ்வாமி - அத்தியாயம் 11.2

அய்யர், வி.வி.எஸ். - ஒரு காலத்தில் நகரம்-அத்தியாயம் 7

அய்யர்,ஸர் சி.பி. ராமஸ்வாமி அத்தியாயம் 17

அய்யர், P.ஸ்ரீகாந்த்-அத்தியாயம் 11.2

அய்யர், பி.ஆர். சுந்நர - அத்தியாயம் 5.3

அய்யர், வி. கிருஷ்ணஸ்வாமி -ஒரு
காலத்தில் நகரம் அத்தியாயம் 11
அத்தியாயம் 11.3, அத்தியாயம்
15.2, அத்தியாயம் 9.5
ஒரு காலத்தில் நகரம் அத்தியாயம்
16.2
அய்யர், ஸர் திருவாரூர்
முத்துஸ்வாமி - அத்தியாயம் 5.1
ஒரு காலத்தில் நகரம்
அத்தியாயம் 5.2, ஒரு காலத்தில்
நகரம் அத்தியாயம் 15.2
அய்யர், ஏ.சுப்பிரமணிய -
அத்தியாயம் 17
அய்யர், ஜி. சுப்பிரமணிய -
அத்தியாயம் 6.5
ஒரு காலத்தில் நகரம் அத்தியாயம்
5.10
ஒரு காலத்தில் நகரம் அத்தியாயம்
7, அத்தியாயம் 12.2
அய்யர், ஜஸ்டிஸ் ஸர் எஸ்.
சுப்பிரமணிய - அத்தியாயம் 9.3,
அத்தியாயம் 9.5
ஆல்பனி ஹோட்டல் - அத்தியாயம்
18.3
அலி, ஹைதர் - அத்தியாயம் 4.2,
அத்தியாயம் 16.3
அகில இந்திய வானொலி
நிலையம் - அத்தியாயம் 9.4
ஆல்பட் - அத்தியாயம் 5.2
அல்லயன்ஸ் அண்ட் கம்பெனி -
அத்தியாயம் 11.2
அலுமினி கிளப் - அத்தியாயம் 10,
அத்தியாயம் 13,
அமால்கமேஷன்ஸ் க்ரூப் -
அத்தியாயம் 5.1, அத்தியாயம்
15.6

அம்புஜம்மாள் - அத்தியாயம் 11.2
அமீர் (ஆற்காடு) மஹால் -
அத்தியாயம் 9.5
ஆம்ப்ட்ஹில், லார்ட் - அத்தியாயம்
5.2, அத்தியாயம் 1
ஆனந்த பவன் - அத்தியாயம் 18.1
ஆனந்த சார்லு, பி - அத்தியாயம்
11.1, அத்தியாயம் 15.2
ஆனந்த விகடன் - அத்தியாயம் 5.1,
அத்தியாயம் 5.5
அனந்த ராமகிருஷ்ணன், எஸ் -
அத்தியாயம் 5.1, 5.2, 11.3
ஆண்டர்சன் ப்ரிஜ்/பாலம் -
அத்தியாயம் 18.1
ஆண்டர்சன் கார்டன்ஸ் -
அத்தியாயம் 18.1
ஆண்டர்கன், டாக்டர் ஜேம்ஸ் -
அத்தியாயம் 5.5, அத்தியாயம்
16.6, அத்தியாயம் 19.1,
அத்தியாயம் 19.2
ஆண்டர்சன், கர்னல் ஜான் கம்மிங் -
அத்தியாயம் 5.1
ஆந்திர மகிள சபா- அத்தியாயம் 10
ஆண்டி, டாக்டர் பல்னி -
அத்தியாயம் 16.4
அஞ்சுமான் டிரஸ்ட் - அத்தியாயம்
5.2
அண்ணா அறிவாலயம் -
அத்தியாயம் 5.5
அண்ணா நூற்றாண்டு நூலகம் -
அத்தியாயம் 13
அண்ணா மேம்பாலம் -
அத்தியாயம் 5.5, அத்தியாயம் 14,
அத்தியாயம் 19.1
அண்ணா நகர் க்ளப் - அத்தியாயம்
17.2

அண்ணா சமாதி - அத்தியாயம் 9
அண்ணாதுரை, சி.எண். - அத்தியாயம் 4.3, அத்தியாயம் 5.1, அத்தியாயம் 9.1, அத்தியாயம் 16.1, ஒரு காலத்தில் நகரம் 19
அப்பல்லோ மருத்துவமனை - அத்தியாயம் 16.14, அத்தியாயம் 19.1
அப்பா அண்ட் கம்பெனி - அத்தியாயம் 16.5
அப்பர் - அத்தியாயம் 11.1
அஃக்வாரியம் - அத்தியாயம் 9.1
அரத்தூன், ஜான் - ஒரு காலத்தில் நகரம் 6
அர்புத்நாட் அண்ட் கம்பெனி - ஒரு காலத்தில் நகரம் அத்தியாயம் 5, அத்தியாயம் 10, அத்தியாயம் 15.1, அத்தியாயம் 15.2, அத்தியாயம் 15.4, ஒரு காலத்தில் நகரம் 16
அர்புத் நாட், ஜெ.அலெக்ஸாண்டர் - அத்தியாயம் 5.5, அத்தியாயம் 9.2, அத்தியாயம் 9.6, அத்தியாயம் 9.6, அத்தியாயம் 15.1
அர்புத் நாட், ஸர் ஜார்ஜ் கவ் - ஒரு காலத்தில் நகரம் 16
இடங்கள்/டவுன் முதலியவை
அபிராமபுரம் - அத்தியாயம் 11.3
ஆலந்துஹர் - அத்தியாயம் 5.2
அம்பத்தூர் - அத்தியாயம் 7, அத்தியாயம் 17.2
அமைந்தகரை - அத்தியாயம் 3,
அண்ணா நகர் - அத்தியாயம் 3, அத்தியாயம் 5.2, அத்தியாயம் 7 அத்தியாயம் 16.6, அத்தியாயம் 17.1, அத்தியாயம் 17
அசோக் நகர் - அத்தியாயம் 19.2
ஆவடி - அத்தியாயம் 7, அத்தியாயம் 17.2
அயனாவரம் - அத்தியாயம் 3, அத்தியாயம் 15.6
சிந்தாதிரிபேட்டை - அத்தியாயம் 3, அத்தியாயம் 5.3, ஒரு காலத்தில் நகரம் : அத்தியாயம் 8 அத்தியாயம் 16.1, அத்தியாயம் 16.4, அத்தியாயம் 18.2
சோழமண்டலம் - அத்தியாயம் 12.3
குரோம்பேட்டை - அத்தியாயம் 7, அத்தியாயம் 11.1
எழும்பூர் - அத்தியாயம் 1, அத்தியாயம் 2, அத்தியாயம் 8, ஒரு காலத்தில் நகரம் : அத்தியாயம் 8, அத்தியாயம் 7,17.1,17.2,18,18.2,18.3
யானை கவுனி - அத்தியாயம் 17.1
எண்ணூர் - அத்தியாயம் 2,7,8,15.4,16.2,16.3
எருக்கன்சேரி - அத்தியாயம் 3
பட்டினப்பாக்கம் - அத்தியாயம் 10
காந்தி நகர் - அத்தியாயம் 12.2
ஜார்ஜ் டவுன் - அத்தியாயம் 1, ஒரு காலத்தில் நகரம்; அத்தியாயம் 1, அத்தியாயம் 2,3, அத்தியாயம் 5.2, அத்தியாயம் 5.3, ஒரு காலத்தில் நகரம் அத்தியாயம் 6, அத்தியாயம் 7, 15.1, 15,2, 15.3, அத்தியாயம் 15.4, 16.1,16.2,16.3, 16.4, 16.5,17.1, 17.2, 18.1, 19.1,
கில் நகர் - 19.2
சிறந்த சத்திர சமவெளி - 3
இந்திரா நகர் - அத்தியாயம் 13

இருங்காட்டுக்கோட்டை - அத்தியாயம் 7
கே.கே.நகர் - அத்தியாயம் 3, 19.2
காமராஜ் நகர் - அத்தியாயம் 13
கஸ்தூர்பா நகர் - அத்தியாயம் 12.2
கத்திப்பாரா ஜங்ஷன் - அத்தியாயம் 7
கீழ்பாக்கம் - அத்தியாயம் 3, 7, 12.2, 16
கீழ்பாக்கம் கார்டன் காலனி - அத்தியாயம் 17
கோடம்பாக்கம் - அத்தியாயம் 3, 19.1, 19.2
கோமலீஸ்வரன்பேட்டை - ஒரு காலத்தில் நகரம் - அத்தியாயம் 8, 18.3
கொரட்டூர் - அத்தியாயம் 11.2
கோட்டூர்புரம் - அத்தியாயம் 5.3
கோயம்பேடு - அத்தியாயம் 17
கிருஷ்ணாம்பேட்டை - அத்தியாயம் 11.3
சின்ன மலை - அத்தியாயம் 5.5, ஒரு காலத்தில் நகரம் 6, அத்தியாயம் 6, அத்தியாயம் 14
மாதவரம் - அத்தியாயம் 15.5
மகாலிங்கபுரம் - அத்தியாயம் 19.2
மகிந்திரா சிடி - அத்தியாயம் 7
மாமல்லபுரம் - அத்தியாயம் 11.1
மாம்பலம் - அத்தியாயம் 3
மணலி - அத்தியாயம் 15.5
மந்தவெளி - அத்தியாயம் 5.3, அத்தியாயம் 10
மாங்காடு - அத்தியாயம் 7
மறைமலை நகர் - அத்தியாயம் 3
பாய்கடை - அத்தியாயம் 16.2
மீனம்பாக்கம் - அத்தியாயம் 7

Micetich காலனி - அத்தியாயம் 15.5
மீஞ்சூர் - அத்தியாயம் 3
முகப்பேர் - அத்தியாயம் 5.3
முத்தியால்பேட்டை - அத்தியாயம் 3
மைலாப்பூர் - அத்தியாயம் 1, 2, 5.3, ஒரு காலத்தில் நகரம் 5, அத்தியாயம் 6, 8, 10, 11.1, 11.2, 12.2, 15.2, 16.2, 16.4, 16.6, 19.2
நந்தனம் விரிவாக்கம் - அத்தியாயம் 5.5, 17.2, 19.1
நன்மங்கலம் ரிசர்வ் வனப்பகுதி - அத்தியாயம் 13
நரசிங்கபுரம் அத்தியாயம் 5.3
நாவலூர் அத்தியாயம் 3
நேமம் - அத்தியாயம் 3
நுங்கம்பாக்கம் - அத்தியாயம் 1, 2, 5.3
ஊட்டி - அத்தியாயம் 5.2, 5.3, 9.3, 14, 15.4
ஒரகடம் - அத்தியாயம் 7
பல்லாவரம் - அத்தியாயம் 4.2, 4.3, 6, 7
பெத்த நாயக்கன்பேட்டை - அத்தியாயம் 3
பெரம்பூர் - அத்தியாயம் 2, 3, 7, 15.6
பாண்டிச்சேரி - ஒரு காலத்தில் நகரம் அத்தியாயம் 1, அத்தியாயம் 3, 4.2, 5.1, 6, ஒரு காலத்தில் நகரம்
அத்.6, ஒரு காலத்தில் நகரம் அத்.7, அத்தியாயம் 9.3, ஒரு காலத்தில் நகரம் அத். 10, 13, அத்தியாயம் 16.4, ஒரு காலத்தில் நகரம் அத்தியாயம் 18
பாண்டி பஜார் - அத்தியாயம் 19.1

பூந்தமல்லி - அத்தியாயம் 1, 2, 17.2
புதுப்பாக்கம் - அத்தியாயம் 2
புதுப்பேட்டை - அத்தியாயம் 5.3, 18.3
புலிகட் - அத்தியாயம் 2, ஒரு காலத்தில் நகரம் அத்தியாயம் 10, அத்தியாயம் 15.5, அத்தியாயம் 16.2, ஒரு காலத்தில் நகரம் அத்தியாயம் 18
புரசைவாக்கம் - அத்தியாயம் 2, அத்தி யாயம் 5.2, அத்தியாயம் 8, அத்தியாயம் 15.2
புழல் - அத்தியாயம் 16,17.2
ரட்டன் (பிரம்பு) பஜார் - அத்தியாயம் 15.2, அத்தியாயம் 15.4, அத்தியாயம் 16.2
ரெட் ஹில்ஸ் - அத்தியாயம் 16.1, அத்தியாயம் 16.4

ரவுண்ட் டாணா - அத்தியாயம் 5.2, அத்தியாயம் 4.5, அத்தியாயம் 9.6, 14
ராயபேட்டை - அத்தியாயம் 1, அத்தியாயம் 5.2, அத்தியாயம் 5.5, அத்தியாயம் 9.5, அத்தியாயம் 11.2, அத்தியாயம் 15.4, அத்தியாயம் 16.4, அத்தியாயம் 16.6, அத்தியாயம் 19.1
ராயபுரம் அத்தியாயம் 2, அத்தியாயம் 3, ஒரு காலத்தில் நகரம் அத்தியாயம் 6, அத்தியாயம் 7, அத்தியாயம் 9.4, 5.2, 15.3, 15.5, ஒரு காலத்தில் நகரம் 15, 15.3, 15.4, 15.6, 18.2

இந்திய வரலாறு: காந்திக்குப் பிறகு (பாகம் 1,2)

சுதந்தரத்துக்குப் பிறகான இந்தியாவின் கதை அதிகம் சொல்லப்படவில்லை என்னும் குறையை இந்தப் புத்தகம் நிறைவு செய்கிறது. இந்தியாவின் கதை என்பது உலகின் மிகப் பெரிய ஜனநாயக தேசத்தின் கதையும்கூட.

உலகமெங்கும் பல லட்சம் பிரதிகள் விற்பனையாகிக் கொண்டிருக்கும் India After Gandhi என்ற ஆங்கில நூலின் அதிகாரபூர்வ தமிழ் மொழிபெயர்ப்பு.